संपूर्ण महाभारत

(सुरस मराठी भाषांतर)

खंड – ५

८. कर्णपर्व, ९. शल्यपर्व, १०. सौप्तिकपर्व
११. स्त्रीपर्व

◆ संपादक ◆

प्रा. भालबा केळकर

◆ भाषांतर ◆

रा.भि. दातार, कृ.नी. द्रविड, य.ग. फफे

◆ तपासणारे ◆

बाळकृष्णशास्त्री उपासनी

आठ खंडांची संपूर्ण किंमत : ६०००/–

वरदा बुक्स

'वरदा', सेनापती बापट मार्ग, 397/1, वेताळबाबा चौक, पुणे 411016.

फोन : 020–25655654 मो. : 9970169302

E-mail : Vardaprakashan@gmail.com www.varadabooks.com

मुद्रक व प्रकाशक : वरदा बुक्स
397/1, सेनापती बापट मार्ग, पुणे 411016.

मुद्रण स्थळ : रेप्रो इंडिया लि. 50/2, टी. टी. एम.आय.डी.सी.
इंडस्ट्रियल एरिया, महापे, नवी मुंबई. फोन : 022-27782011

मुखपृष्ठ : धिरज नवलखे

पहिली आवृत्ती : 1904
नवी आवृत्ती : 1 फेब्रुवारी 1982
दुसरी आवृत्ती : ऑक्टोबर 1984
तिसरी आवृत्ती : 15 मार्च 1986
चौथी आवृत्ती : नोव्हेबर 2016

नारायणं नमस्कृत्य नरं चैव नरोत्तमम् ।
देवीं सरस्वतीं चैव ततो जयमुदीरयेत् ।।

ज्या अखिलब्रह्मांडनायकाच्या लीलेने या जगाची यच्चयावत् कार्ये घडतात, ज्याच्या कृपेने ह्या अनिवार मायामोहाचे निरसन करिता येते व अल्पशक्ती जीवांना परमपद प्राप्त करून घेता यावे म्हणून जो त्यास बुद्धिसामर्थ्य देतो, त्या

परमकारुणिक

श्रीमन्नारायणाच्या चरणी

त्याच्याच कृपेने पूर्ण झालेला हा ग्रंथ अर्पण असो.

। शुभं भूयात् ।

कर्णाला सेनापतीपदाचा अभिषेक दुर्योधनाची आशावृद्धी–त्यासाठी अलक्षित अन्याय

द्रोणवधानंतर, खरे म्हणजे, पराक्रम, ज्येष्ठता यांचा समन्वय ज्या व्यक्तिमत्वात होता, आणि जी व्यक्ती उदारमनस्क, गुरुपदाला भूषविलेली व ज्येष्ठतर ज्ञानाला मान देऊन आपले पद मोकळे करण्याइतकी विचारी व सत्त्वशील होती, त्या व्यक्तीला, कृपाचार्यांना सेनापतीपदाचा मान मिळायला हवा होता. पण कर्णाची गर्वोक्ती, दुर्योधनाचा उतावीळ निर्णय, त्याची कर्णाच्या पराक्रमावरची (कोणत्या कारणाने कुणास ठाऊक) असलेली भिस्त, यांचा संकर झाला, आणि दुर्योधनाने कर्णाला सेनापतीपदाचा अभिषेक केला.

कृपाचार्यांना कौरव-पांडवांना गुरू म्हणून शिक्षण देण्याचे कार्य करावे लागले होते. म्हणून त्यांच्याजवळ समजूतदार नेतेपणाचे गुण होते.

कर्ण हा पूर्ण आत्मकेंद्रित होता. गर्वोक्ती करूनही अनेकवेळा त्याची स्वपराक्रमाची घमेंड, अर्जुनाने कित्येक वेळा, अभिमन्यूनेही आणि भीमानेही, साफ उतरवली होती. सेनानायकत्वाच्या कौशल्यापेक्षा कर्णाची घमेंड स्वपराक्रमावर अजूनही का होती कुणास ठाऊक? ‘पडलो तरी नाक वर आहे,’ अशा वल्गना करणाऱ्या पहिलवानाची गत म्हणजे कर्णाची गर्वोक्ती एवढाच त्याचा अर्थ होता.

म्हणूनच त्याच्या सारथ्यकर्मासाठी दुर्योधनाने अपेक्षेप्रमाणे शल्याला विचारलेच; व शल्याने अपेक्षेप्रमाणे पूर्वनियोजित असेच

अपमानाबद्दलचे आकांडतांडव केलेच. आणि दुर्योधनाने शांत केल्यावर, ‘केवळ शिस्त म्हणून सूतपुत्र कर्णाचेही सारथ्य मी करतो,’ असे म्हणत कर्णाच्या दैवरथाचे लगामच हाती घेतले. धर्मराजाचे भविष्यवेत्तेपण प्रत्यक्ष फळाला आले. शल्य हा पांडवांचा मामाच होता. धर्मराजाच्या विनंतीप्रमाणे आणि दुर्योधनाने आपल्याला फसवून शब्दात पकडून अन्याय्य पक्षाला ओढले हा रोष मनात होता, म्हणूनही असेल, पण शल्याने कर्णाचा तेजोभंग केला. शल्याने त्यासाठी कर्णाला सांगितलेली ‘हंसकाकीयोपाख्यान’ ही आख्यानवजा कथा फारच उद्‌बोधक आहे.

कर्णाआधी, खरे म्हणजे शल्यही पराक्रमी व ज्येष्ठ म्हणून सेनापतीपदाला योग्य होता. पण दैवदुर्विलास असा की आधी सारथी व मग सेनापती असे काम करावे लागले. तेही दुर्योधनाच्या उतावीळ आणि आंधळ्या अशा कर्णभक्तीमुळे. कारण शल्य आधी सेनापती झाला असता तर ते न्याय्यही झाले असते आणि शल्यपतनानंतर कर्ण सेनापती झाला असता तर, कर्णाच्या तेजोभंगाचा प्रश्नच उरला नसता.

कर्णपराक्रमाची मर्यादा

कर्ण हा अर्जुनाकडून अनेकवेळा प्रत्यक्ष वा अप्रत्यक्ष पराभूत झालेला. अभिमन्यू व भीम यांनी त्याचा पराभव करून त्याचा पराक्रम उघडा पाडलेला. न्यूनगंडातून वल्गना हा त्याचा विशेष. वासवी-शक्ती घटोत्कचावर वाया गेलेली. अर्जुनाच्या विरुध्द स्पर्धेपायी अनेक वेळा तोंड फोडून घेतलेले. भीम ही पांडवांची पराक्रमाची अतुल शक्ती असून, त्याच्यावर वासवी शक्ती टाकण्याचे शहाणपण, कर्णाला, केवळ अर्जुनाच्या विचाराने पछाडल्यामुळे कधीच सुचले नाही. करून केला पराभव नकुलाचा. आणि आता सेनापती झाल्यावर धर्मराजाचा. पण नकुल व धर्मराज हे काही अतुल योद्धे नव्हते.

कर्ण सेनापती झाल्यावर त्याच्या देखत अनेक योद्धे धारातीर्थी पडले, पण कर्ण त्यांना वाचवू शकला नाही.

कर्णदेखत दुःशासनाला भीमाने ठार केला व ते करताना द्रौपदीचा पदर ओढताना जो हात दुःशासनाने वापरला, तो हात

उघडून काढण्याची प्रतिज्ञा भीमाने पूर्ण केली. अनेक धृतराष्ट्र-पुत्र भीमाने ठार केले.

सात्यकीसमोर कर्णाचा पराक्रम अनेकवेळा लटका पडला. क्षेमधूर्ती, विन्दानुविंद असे अनेक वीर कर्णासमोर ठार झाले. इतकेच नव्हे तर कर्णाचा पुत्र वृषसेन, याला तर अर्जुनाने कर्णदेखत मृत्युच्या आधीन केला. युधिष्ठिराने–धर्मराजाने–पहिल्या तडाक्यात कर्णाला घायाळ करून मूर्च्छित केले आणि दुर्योधनाच्या तोंडचे पाणी पळवले. मूर्छित झालेल्या कर्णावर वार न करता धर्मराजाने दया करून त्याला सोडून दिले. मग कर्णाने धर्मराजाचा पराभव करण्याचा पराक्रम गाजवला. त्याची निंदाही केली. 'अर्जुनाशिवाय युद्धाला उभा राहू नको,' असेही म्हटले. युधिष्ठिराच्या पराभवाने कौरवसेना हर्षित झाली. पण–

पण आता शल्य सारथी असूनही भीमाने कर्णाला घायाळ करून मूर्छित पाडले. भीमसेन तर, धर्मराजाला अपमानकारक वचने बोलण्याचे प्रायश्चित म्हणून, तरवारीने कर्णाची जीभ कापायला निघाला होता. शल्याच्या चपळाईने कर्णाचा रथ रणांगणावरून दूर नेला गेला, आणि कर्ण वाचला.

कर्णाने पराभव केला कुणाचा, तर पांचाल सेनेचा. कधीमधी तर सात्यकीचा नाहीतर धृष्टद्युम्नाचा. अजून अर्जुनापुढे तो यायचाच होता.

धर्मराज, अर्जुन आणि प्रतिज्ञा व श्रीकृष्ण

धर्मराज कर्णाकडून अपमानित होऊन शिबिरात गेला. धर्मराजाचा रथ दिसेना म्हणून भीमावर युद्धाचा भार सोपवून, श्रीकृष्ण आणि अर्जुन, धर्मराजाचे कुशल कळावे म्हणून शिबिराकडे आले.

शिबिरात शय्येवर पडलेल्या जखमी धर्मराजाला त्यानी वंदन केले. धर्मराजाला कर्णाचा क्रोध आला होता. कर्णाला ठार मारण्याची अर्जुनाने प्रतिज्ञा केली होती. अर्जुन कर्णवध करून आला आहे. या कल्पनेने धर्मराजाने त्याची स्तुती केली.

पण भीमावर युद्धाचा भार सोपवून आपल्या (म्हणजे धर्मराजाच्या) समाचारासाठी अर्जुन आला आहे, असे कळल्यावर धर्मराज संतापला. पण–

शांतवृत्ती धर्मराज संतापून किती संतापणार ? उलट आपल्याबद्दलच्या चिंतेने व्याकुळ होऊन, कर्णाशी जिद्दीने लढण्यात त्याच्या हातून अजाणताही थोडीसुद्धा कसूर होऊ नये, अशा अंतर्हेतूनेही बहुधा 'भित्रा ! कर्णाला चुकवून पळालेला ! पराक्रमाचा फोलपणा लपवून खोटया प्रौढीच्या भरात पांडवांना युद्धाला उभे करणारा ! भीमाच्या पराक्रमापुढे कःपदार्थ असलेला ! अभिमन्यू व घटोत्कचापुढे ज्याने लाजून मान खाली घालावी असा सामान्य धनुर्धर ! गांडीव धनुष्य शोभेकरता धरणारा नाकर्ता !' अशी अर्जुनाची निर्भत्सना केली. 'गांडीव धनुष्य फेकून दे !' असेही म्हटले. कारण यामुळेच अर्जुन उत्तेजित होऊन उठेल, अशी धर्मराजाची खात्री होती. काहीही अनावस्था प्रसंग श्रीकृष्ण निभावून नेईल ही खात्रीही धर्मराजाला असणारच. आणि–

अपेक्षेप्रमाणे अर्जुन संतापला. 'गांडीव धनुष्य फेकून दे.' असे म्हणणाऱ्याचा मी शिरच्छेद करीन' ही अर्जुनाची प्रतिज्ञा धर्मराज विसरला असेल असे शक्य नाही. त्याप्रमाणेच अर्जुन तरवार घेऊन धर्मावर चाल करून गेला. श्रीकृष्णाने त्याला आवरले, प्रतिज्ञा ऐकून घेतली आणि 'धर्मराज ज्येष्ठ आहे. त्याची निंदा कर. तू कनिष्ठ आहेस. त्यामुळे तू केलेली निंदा म्हणजे त्याला मरण-वेदनाच असणार,' असे समजावले. अर्जुनाने धर्मराजाची निंदा केली. प्रतिज्ञा पूर्ण झाली. धर्मराज जिवंत राहिला. पण अर्जुनाने स्वतःवर तरवार उगारली. 'ज्येष्ठाची मी निंदा केली म्हणून मी वध्य आहे.' असे त्याचे म्हणणे ऐकून श्रीकृष्ण म्हणाला, 'स्वतःची स्तुती कर ती तुला मरणवेदना देईल.' तसे झाले. अर्जुनही जिवंत राहिला.

कर्णवध हे खरे कार्य. ते साधणे ही प्रतिज्ञा. कारण कर्ण हा अन्याय्य पक्षाचा पुरस्कर्ताच नव्हे तर स्फूर्तिदाता होता. म्हणून इतर आत्मकेंद्रित प्रतिज्ञा या दुय्यम आहेत. त्यांचा व्यावहारिक अर्थ लावून त्या पाळणे, हेच खरे धर्मपालन. हा श्रीकृष्णाचा अर्थ खरोखर बुध्दिमंत कर्तृत्वशाली ज्ञानवंताचा होता, यात शंका नाही. धर्मराजाचा श्रीकृष्णाच्या चातुर्याबद्दलचा विश्वास सार्थ होता, हे निर्विवाद.

कर्णार्जुन युद्ध-कर्णवध-धर्माधर्म विचार

कर्ण आणि अर्जुन यांचे द्वैरथ युद्ध सुरू झाले. कौरव-पांडव दोन्ही, ते युद्ध पाहण्यासाठी आपसातले युद्ध सोडून थांबले. दोघांचे अस्त्रयुद्ध तोडीस तोड झाले. अर्जुन आपल्याला आटपण्यासारखा नाही हे कर्णाला कळून चुकले. तेव्हा त्याने जपून ठेवलेला नागशर बाहेर काढला.

त्या नागशराची कथा अशी असावी असे वाटते - (नाग म्हणजे प्रत्यक्ष प्राणी न मानता नाग जातीचे मानव)

खांडववनदाहाच्यावेळी नागराज्ञी तक्षकपत्नी, निसटून जाण्याच्य. प्रयत्नात मृत्यूमुखी पडली. पण ऐनवेळी वादळ निर्माण होऊन तिचा पुत्र अश्वसेन हा जिवंत राहून निसटला. त्याने अर्जुनावर दात धरला. कर्णाशी त्याने संधान बांधले. दोघांचा द्वेषविषय अर्जुनच असल्याने सूत जमले. अर्जुनावर सूड उगवण्यासाठी अश्वसेन नागाने एक वैशिष्टय़-पूर्ण सर्पमुख बाण कर्णाला दिला. एकदा लक्ष्यावर सोडला की वेगाने जाऊन हमखास शत्रूचा निःपात करील असा हा सर्पमुख बाण. चिवट, कधीही न तुटणारा असा हा बाण.

कर्णाने तो नागशर–सर्पमुख बाण– धनुष्याला जोडला आणि शल्य (नको ते नेमके) बोलला. 'कर्णा ! नेम नीट धर.'

कर्ण संतापला, 'मी दोनदा शरसंधान करीत नाही.' कर्णाचा मनाचा समतोल शल्याने बिघडवला. कर्णाने, तसे म्हणजे थोडे चाचरतच, तो सर्पमुख बाण अर्जुनाच्या कंठाचा नेम धरून सोडला. इथे श्रीकृष्णाचे सारथ्यकर्मातले कौशल्य प्रकट झाले. त्याने घोडयांना इशारा देऊन गुढघे टेकायला लावले. अर्थात रथाची उंची कमी झाली. आणि कर्णाचा नेम चुकला व कंठावर बसण्याऐवजी अर्जुनाचा किरीट पाडून गेला. म्हणजे फुकट गेला. श्रीकृष्णाच्या कौशल्याने, प्रसंगावधानाने सर्वचजण चकीत आणि संतुष्ट झाले.

अश्वसेन नाग कर्णाला आणखी एक सर्पमुख बाण देऊ लागला, आणि 'आता नीट नेम धर' सांगू लागला. या अधिक्षेपाने कर्ण संतापला. त्याने अश्वसेनाला घालवून दिले. तेव्हा अश्वसेन नाग स्वतःच अर्जुनावर चालून गेला आणि अर्जुनाने क्षणार्धात त्याचा निःपात केला.

कर्णावर अर्जुनाने बाणांचा वर्षाव केला आणि कर्णाच्या बाणवर्षावाने कृष्णार्जुन नष्ट झाले की काय, हा भ्रम अर्जुनाने नाहीसा केला. कर्णाला जर्जर केला आणि शेवटी बेशुद्ध पाडला. पण धर्माचरणाला धरून अर्जुनाने अंतिम प्रहार केला नाही.

कर्ण सावध झाला पुन्हा युद्ध सुरू झाले. अर्जुनाच्या आघातांनी कर्ण जखमी झाला आणि वेदनांनी अस्वस्थ झाला. मानसिक दुर्बलता प्राप्त झाल्यावर, त्याला स्वतःचे प्रमाद आठवून, तो जास्तजास्तच चुका करू लागला.

कर्ण आणि एकलव्य

कर्णाने धनुर्विद्या प्राप्त करून घेताना केलेले प्रमाद त्यालाच घातक ठरले. द्रोणाचार्यांनी सूतपुत्र म्हणून त्याला धनुर्विद्या शिकविण्याचे नाकारले. त्यांनी एकलव्यालाही धनुर्विद्या शिकविण्यास नकार दिला होता. द्रोणाचार्यांनी केले ते योग्य की अयोग्य याचा विचार, आधुनिक काळातले प्रश्न विचारात घेऊन, त्यांना उत्तरे देऊन करणे, हे चूकच आहे. त्या काळाप्रमाणे त्यांनी केले ते योग्यच केले. कारण तसा सामाजिक नियमच होता. द्रोणाचार्य त्यामुळे दोषी ठरत नाहीत.

त्यामुळेच स्वयंशिक्षण घेताना द्रोणांचा पुतळा गुरू म्हणून मानून, धनुर्विद्येत प्रवीण होणारा एकलव्य कौतुकाला पात्र ठरतो. गुरुदक्षिणा म्हणून त्याच्या उजव्या हाताचा आंगठा द्रोणांनी मागितला, म्हणून आपण द्रोणांना अंशतः तरी दोषी धरतो. द्रोणांचा तोही निर्णय बरोबर होता, हे, एकलव्य निषादाधिपती झाल्यावर, त्याच्याशी युद्ध करून दूर दूर हाकलून द्यावे लागले व त्याच्या काही गर्हणीय वृत्तीबद्दल शासन करावे लागले, यावरून पटतेही. तरीही एकलव्य हा कर्णापेक्षा जास्त बुद्धिमान व मानी होता.

कर्णाने द्रोणांच्या नकाराने चिडून, द्रोणांचे गुरू परशुराम यांच्याकडे धनुर्विद्येचे शिक्षण घेण्याचे ठरविले व त्याप्रमाणे भगवान परशुरामांना विचारले. भगवान परशुराम हे ब्राह्मण अथवा क्षत्रिय यांनाच केवळ धनुर्विद्या–प्रतिज्ञापूर्वक नियम म्हणून–देत असत. तेव्हा कर्णाने, 'आपण ब्राह्मण आहोत' असे खोटेच सांगितले, आणि विद्या ग्रहण

केली. कर्णाचे बीज चांगले पण व्यक्तिमत्त्व दुर्दैवी. त्याच्या अंतर्मनाला या असत्यवचनाची टोचणी असणारच. धनुर्विद्येचा सराव करताना अस्वस्थ मनामुळे त्याच्या-कर्णाच्या-हातून एका ब्राह्मणाची गाय मारली गेली. म्हणजे ज्ञान आणि समृद्धी यांची प्रतीकेच त्याने दुखावली. त्यांचा तळतळाट शापरूपाने बाहेर पडला. ' ऐन समरप्रसंगी पृथ्वी तुझे रथ-चक्र गिळेल. ' कर्ण मनाने दुर्बलतम झाला.

भगवान परशुराम कर्णाच्या मांडीवर डोके ठेवून झोपले होते. तेव्हा एका किडयाने कर्णाची मांडी पोखरली. परशुरामाची झोप मोडेल म्हणून कर्णाने वेदना सहन केल्या. पण रक्तप्रवाहाच्या स्पर्शामुळे परशु-राम जागे झाले. त्यांनी तो प्रकार पाहून, कर्णाला म्हटले, 'तुझी सहन-शीलता ब्राह्मणास न शोभणारी आहे. तू खरा कोण आहेस ?' कर्णाने सूतपुत्र असल्याचे मान्य केले आणि भार्गवशापाचा तो धनी झाला. 'ऐनवेळी अस्त्रज्ञान तुझ्या स्मृतीतून जाईल व ते गेल्याने होणारा परि-णाम भोगावा लागेल.'

द्रोणांशी स्पर्धा करून तो, ' अर्जुनापेक्षा मी श्रेष्ठ आहे. परशु-रामाचा शिष्य आहे, ' हे फोल बिरुद मिरवू पाहात होता. एकलव्या-पेक्षाही तो हीन होता. म्हणूनच तो शापांचा धनी झाला होता. त्याचाच परिणाम म्हणून–

कर्णाला आता अस्त्रे आठवेनाशी झाली. तेवढ्यात रणांगणावर झालेल्या रक्तमांसाच्या चिखलात त्याच्या रथाचे चाक रुतले. त्याला भार्गवशापाची व ब्राह्मणशापाची जाण आली. तो अधिकच खचला. रथाखाली उडी मारून रथचक्र बाहेर काढण्याचा प्रयत्न त्याने चालू केला. पण चिखल इतका होता की ते जास्तच रूतत गेले लाक्षणिक अर्थाने त्याच्या दुष्कर्मांचा चिखल इतका झाला होता की, त्यात त्याच्या जीवन-रथाचे चाक जास्तच खोल रुतून, त्याला प्रायश्चित मिळणे अटळ झाले.

इथेच आणखी एक प्रमाद त्याने केला. ' मी रथचक्र बाहेर काढतो आहे. तेव्हा धर्माचरण न सोडता वाग. हे पार्था ! धर्माचरणाला जागून माझ्यावर शरसंधान करू नकोस. ' जन्मभर अधर्माचरणात, न्यूनगंडाने

पछाडून गर्वोध्दत उद्‌गारांनी गुरुजनानांही दुखावत, दुर्योधनाला दुष्कर्मात साथ देत, लाचार जीवन जगताना मानीपणाचा व दानशूरत्वाचा आव आणत जो कर्ण जगला, तो धर्माचरणी सत्त्वप्रवृत्त अर्जुनाला धर्माचरणाचा उपदेश करत होता, यासारखी हास्यास्पद घटना कोणती असेल ! आणि याचमुळे श्रीकृष्णाचे उपरोधपूर्ण व परखड शब्दाघात त्याला, सत्यवचन म्हणून त्याला ऐकावे लागले, भोगावे लागले. त्याच्या अधर्माचरणाचा, हीन वृत्तीचा पाढा वाचून श्रीकृष्ण त्याला म्हणाला, ‘ आता तुला धर्म आठवतो काय ?’

कर्ण खजील झाला. संतापून तो रथावर चढला. आता माघार शक्य नव्हती. शरसंधानाने त्याने अर्जुनाला थोडा वेळ मूर्च्छित केले. व रथचक्र बाहेर काढू लागला. पण यश आले नाही.

अर्जुन सावध झाला. तेव्हा श्रीकृष्णाने म्हटले, ‘ कसलाही विचार करू नकोस. कर्ण मूर्तिमंत दुष्कर्म आहे. अन्याय्य पक्षाचा पुरस्कर्ता, इतकेच नव्हे घडविता व रक्षणकर्ता आहे. त्याचा कोणत्याही स्थितीत वध हाच खरा धर्म. कारण या तथाकथित अधर्माने खऱ्या धर्माचे रक्षण होणार आहे. कर्णाचा तात्काळ वध कर. ’

आणि क्षणभर कचरलेल्या व एकदा, मूर्च्छित कर्णावर घाव नको म्हणून, हात आवरलेल्या धर्माचरणी अर्जुनाने शरसंधान करून कर्णाचा वध केला. आणि मूर्तिमंत अधर्माचा, तथाकथित अधर्माने वध करून, अंतिम धर्म, अंतिम न्याय, अंतिम सत्य यांचे रक्षण केले.

एक दैवदुर्विलास–पांडव हितैषी शल्याचा पांडवांकडूनच वध–

कर्णामागून सेनापतीपद कृपाचार्यांना डावलून शल्याकडे आले, शल्य सत्यवचनी, सत्यवादी आणि तेही परखड सत्यवादी होता. म्हणजे थोडा तामसगुणी होता. पण दैवदुर्विलासाने फसवणुकीला बळी पडून दिलेल्या वचनपूर्तीसाठी त्याला अन्याय्य पक्षाला मिळावे लागले. म्हणून त्याला युद्धक्रम या नात्याने, नाइलाजाने, नष्ट करणे आवश्यक होते. ते कार्य सत्यवचनी, सत्यवादी पण सौम्य व धर्मनिष्ठ सत्यवादी म्हणून सत्त्वगुणी या दृष्टीने, धर्मराजाने न्याय्यपक्षाचा नेता म्हणून विनाविकल्प

पार पाडले. धर्मराजाचे हातून मृत्यू पत्करताना शल्याला प्रायश्चित्ताचे मानसिक समाधान लाभलेच असणार.

धर्मराजाने, ज्या 'शक्ती' या शस्त्राने शल्याला मारले, त्या शस्त्राचे वर्णन 'हाताने सोडण्याच्या अग्निबाणा'सारखे आहे. त्या काळात भारतीयांची भौतिक प्रगती एवढी होती, हे आधुनिक संशोधनातून जाणवतेही आहे.

दुर्योधन–भीम–गदायुद्ध–धर्माचे बुद्धिमान द्यूत

दुर्योधनाचा शोध पांडवांना लागला, पांडव डोहात लपलेल्या दुर्योधनाला बाहेर आणण्यात यशस्वी झाले. आणि धर्मराजाने एक बुद्धिमान अशी कौशल्यपूर्ण खेळी केली. दुर्योधनापुढे एक आव्हान फेकले. दुर्योधनाच्या मानीपणाची, अहंकारी वृत्तीची पूर्ण जाण धर्मराजाला होती. त्याने दुर्योधनाला म्हटले, ' सुयोधना ! तू आम्हा पाच भावांपैकी कुणालाही गदायुद्धासाठी निवड आणि त्याचा तू वध केलास, तर मी सारे राज्य तुला अर्पण करून राजपदी बसवीन. '

लौकिकार्थाने हे द्यूत होते. दैवाशी जुगार होता. श्रीकृष्णाने हे सर्वांना जाणवून देण्यासाठी म्हटलेही, ' धर्मराजा ! तू पुन्हा द्यूत खेळू लागलास. दुर्योधनाने भीमाशिवाय इतर चारांपैकी कुणाला निवडले, तर त्याला गदायुद्धात केव्हाच ठार करील व इतक्या संहारक युद्धानंतर तुझ्या स्वाधीन होणारे राज्य तो आयतेच मिळवून बसेल. '

श्रीकृष्ण हे दुर्योधनाच्या मानीपणाला व अहंकाराला डिवचण्यासाठी बोलला. त्याच्या अस्मितेला स्पष्टपणे धक्का बसावा म्हणूनच बोलला. कारण खरे म्हणजे जरासंध-वधाचे वेळी श्रीकृष्ण स्वतः, हाच जुगार जरासंधाशी खेळला होता. कारण, जरासंध अहंकाराने भीमाला निवडून मृत्यूला कवटाळेल, हे त्याने खात्रीपूर्वक जाणले होते. तसेच इथेही घडले. दुर्योधनाने, लोकापवाद येऊन संधीचा फायदा भीरूपणाने घेतला, अशी दुष्कीर्ती होऊ नये, म्हणून भीमाचीच निवड केली.

दुर्योधनाची मांडी गदेने फोडण्याची भीमाने प्रतिज्ञा केली होती. ती भीमाने पाळली. दुर्योधनाची मांडी फोडून त्याला पाडले. गदायुद्धात नाभीखाली गदेचा प्रहार करू नये, असा नियम होता. पण त्याच-

बरोबर नि:शस्त्रावर शस्त्र-प्रहार करू नये असाही नियम होता. भीमाने एकदा गदा फेकली व ती उडी मारून दुर्योधनाने चुकवली. ती गदा उचलताना भीमावर दुर्योधनाने प्रहार केला, आणि नियमाला तिलां-जली दिली. भीमाची तर दुर्योधनाची मांडी फोडण्याची प्रतिज्ञा होती. ती पाळणे हा धर्मच होता. दुर्योधनाच्या द्रौपदीशी झालेल्या, असभ्य अतएव अधर्मपूरक वागण्याचा, तो परिपाक होता. तरीही भीमावर अधर्माचा आरोप करण्याइतका अंधवृत्ती बलराम एकांगी विचार करीत होता. श्रीकृष्णाने 'त्याला अधर्माचरणी व्यक्तीला नष्ट करण्याचे प्रतिज्ञा-पालन हा श्रेष्ठतर धर्म आहे,' हे समजाविल्यावर तो अवाक् झाला व निघून गेला.

अधर्मे राखिला धर्म

दुर्योधनाच्या पतनानंतर खऱ्या अर्थाने युद्ध संपले. पांडव कौरवांच्या शिबिरात परत आले. श्रीकृष्णाने अर्जुनाला रथातून आधी उतरायला सांगितले. नंतर श्रीकृष्ण उतरला. आणि अर्जुनाचा, अग्नीने दिलेला, रथ एकाएकी अश्वांसकट पेटून भस्म झाला. सर्वांना आश्चर्य वाटले. श्रीकृष्णाने म्हटले, 'त्या रथाचे कार्य संपले, तो नष्ट झाला.' रथ नष्ट झाला की श्रीकृष्णाने मुद्दाम केला, हे श्रीकृष्णालाच माहीत. कारण पांडवांवर अन्याय करणारे शत्रू पूर्णपणे नाश पावले. आता पांडवांना फक्त सुराज्य घटना करायची होती. 'घनघोर युद्धाची समाप्ती होऊन न्याय प्रस्थापित झाल्यावर, वैशिष्ट्यपूर्ण संहारक युद्धसाधने नष्टच केली पाहिजेत. नाहीतर सत्तास्पर्धेची कल्पना जागवली जाऊन शांततेची इच्छा ही फक्त स्वप्नवत् कविकल्पनाच ठरते,' याची श्रीकृष्णाला पूर्ण जाण होती. पांडव विजयी झाले होते. विजयाचा अटळ उन्माद जरी धर्माचरणी पांडवांना फार येणे शक्य नव्हते तरी, माणूसपण म्हणून थोडी गुंगी शक्य होती. याचवेळी त्यांना सावध करणे आवश्यक होते. आपले नागलोकांच्याकडून प्राप्त झालेले रासायनिक ज्ञान वापरून त्या रथाचा नाश केलेला असणे शक्य आहे. तेच ज्ञान वापरून त्याने अनेक शस्त्रांपासून त्या रथाचे रक्षणही केलेले असणार. कारण तो रथ सतत त्याच्याच ताब्यात होता.

युद्धाची सांगता खऱ्या अर्थाने झाली असे सर्वांना वाटत होते, तरीही श्रीकृष्णाला मात्र शंका होती. त्याला सारखे मनात वाटत होते की दीर्घद्वेषी अश्वत्थामा अजून आहे. तो काय करील काही सांगता येत नव्हते. त्यामुळे कुठल्याही अनपेक्षित घाल्यापासून पांडवांना वाचवणे आवश्यक होते. द्रोणवधाचा राग अश्वत्थामा पांडवांवर काढणे शक्य होते. तेही अविचारीपणाने. म्हणून त्या रात्री श्रीकृष्णाने पांडव, द्रौपदी व सात्यकी यांना गंगेवर पर्वणी स्नानाला म्हणून नेले.

धर्मराजाला त्याने मुद्दाम सांगितले की, 'कौरवांकडचे वीर बलाढ्य होते. त्यांना मी अधर्मानेच मारले, म्हणून आपला विजय झाला.' हे आवर्जुन सांगण्याचे कारण म्हणजे योजलेले उपाय व्यवहारी सत्याला, धर्माला व न्यायाला, व्यवहारीपणानेच नेस्तनाबूत करणारे होते. शुद्ध धर्माचरण तिथे निरुपयोगी होते. पण अंतिम हेतू मात्र शुद्ध धर्माचरणाचा विजय व्हावा हाच होता. व्यवहारालाच केवळ लोकांनी धर्म मानू नये व त्याला बाजारी रूप येऊ नये म्हणून, त्याला अधर्म म्हणून संबोधून, श्रीकृष्णाने अंतिम धर्मरक्षण व परखड शुद्ध धर्माचरण हेच खरे ध्येय, हे सूचित केले. म्हणजेच त्याने, '(तथाकथित) अधर्मे राखिला धर्म' हेच खरे.

रात्रिसंहार–अविवेकी अश्वत्थाम्याचे कृष्णकृत्य

दुर्योधनाने सेनापतीपदाचा अभिषेक करण्यात पुन्हा एकदा चूक आणि उतावीळ अशी कृती केली. कृपाचार्यांना डावलून त्याने अश्वत्थाम्याला अभिषेक केला. अविवेकी अश्वत्थाम्याने घुबडाने निद्रिस्त कावळ्यांचा संहार केला, हे दृश्य पाहून, उलूकोपदेश ग्रहण केला आणि कौरवांच्या शिबिरात झोपलेल्या पांडवसेनेवर भ्याड घाला घातला. श्रीकृष्णाला याबद्दल थोडी शंका होतीच. म्हणून पांडव, सात्यकी व द्रौपदी यांना घेऊन रात्री तो पर्वणी स्नानाला गेला होता. मात्र एक आक्राळविक्राळ असा यंत्रमानव तयार करण्याइतका श्रीकृष्ण प्रज्ञावंत व ज्ञानी होता, अनुभवी होता. त्याने शिबिरातील पांडव-सेनेच्या रक्षणासाठी असा यंत्रमानव दाराशीच ठेवला होता. अश्वत्थाम्याचे या यंत्रमानवापुढे काहीच चालेना. त्याची सर्व शस्त्रे फुकट गेली, तो

हतबुद्ध झाला. पण अश्वत्थाम्याचा सहकारी कृतवर्मा हा मूळ श्रीकृष्णाच्या द्वारकेतला. त्याने लगेच, तो यंत्रमानव कृष्णाने तयार केला असून श्रीकृष्ण-दैवत ‘ रुद्र ’ यांच्या मंत्रध्वनीवर नियंत्रित होऊन काम करणारा आहे, हे जाणले. तसे तो अश्वत्थाम्याला सहज म्हणालाही. अश्वत्थाम्याचे दैवत रुद्रच होते. लगेच तो रुद्रमंत्र मोठ्याने म्हणायला लागला. तो यंत्रमानव त्यामुळे अश्वत्थाम्याला वश झाला आणि त्याने अश्वत्थाम्याला प्रत्यक्ष वा अप्रत्यक्षपणे रात्रिसंहारात साहाय्यच केले. दैवदुर्विलास, पांडवसैन्याबाबत आणि अश्वत्थाम्याबाबतही.

रात्रिसंहाराचे प्रायश्चित्त–अश्वत्थाम्याच्या बुद्धिमौत्तिकाचे हरण

दुसरे दिवशी पांडवांना रात्रिसंहाराचे वृत्त कळले व त्यांना शोक झाला. आणि द्रौपदीने अश्वत्थाम्याला शासन करण्याची मागणी केली.

भीम निघाला, पाठोपाठ श्रीकृष्ण व अर्जुन हेतूपुरःसर त्याच्यामागे निघाले. अश्वत्थामा गंगातीरी ऋषिमुनींच्या सान्निध्यात बसला होता. श्रीकृष्ण, अर्जुन आणि भीम यांना पाहिल्यावर त्याचा धीर सुटला. त्याने एकदम ब्रह्मास्त्र (ब्रह्मशिरास्त्र) श्रीकृष्ण, अर्जुन व भीम यांच्यावर सोडले. अर्जुनानेही त्याच अस्त्राचा प्रयोग केला. दोन्हीच्या झगड्यात इतर सृष्टी त्रस्त झाली. तेव्हा ऋषिमुनींनी दोघाही योद्ध्यांना अस्त्रे मागे घेण्याची विनंती केली, अर्जुनाने अस्त्र मागे घेतले. अश्वत्थाम्याजवळ ते सामर्थ्य नव्हते. तेव्हा त्याने ते अस्त्र अर्जुनपुत्र अभिमन्यूच्या पत्नीच्या (गर्भवती असलेल्या उत्तरेच्या) गर्भावर सोडले.

त्यावेळी श्रीकृष्णाने प्रक्षुब्ध होऊन म्हटले, ‘ द्रोणपुत्रा अश्वत्थाम्या ! तुझे कृत्य अत्यंत गर्हणीय आहे. तू तुझे ब्रह्मसुलभ सद्बुद्धी मौत्तिक मनात धारण करण्यास सर्वस्वी नालायक आहेस. तुझी बुद्धी भ्रष्ट झाली आहे, ती तुझ्या मनात सतत रुतलेल्या सूडवृत्तीच्या धुमसण्याने. तुझे हे कृत्य किती अविचारी आहे, ते सांगतो. ऐक ! आणि मग ठरव. केलेस ते योग्य आहे का ?

गुरू द्रोण आणि तू यांचे वैर होते पांचाळाशी आणि द्रौपदीपती म्हणून पांडवांशी. गुरु द्रोण स्वतःच, अधर्म आचरून, स्वतःच्याच

मरणाने मेले. त्यांना धृष्टद्युम्नाने मारले. अर्जुनादी पांडवांनी ‘ द्रोणगुरूंना मारू नको. जीवंत धरून आण ’ असे आवर्जुन सांगितले. तरीही पांचालांचा राग तू पांडवांवर धरलास. निर्दय, भ्याड, अधर्मपूरक, रात्रिसंहारात–तू त्या रागाबद्दल सूडही घेतलास. ठीक आहे. इथपर्यंत तुझे कृत्य अविवेकी असून, मी समजू शकतो. पण आता तू तुझे ब्रह्म-शिरास्त्राच्या उपशमाचे, अज्ञान उघडे पाडून, अर्जुनपुत्र अभिमन्यूच्या भावी संततीवर ते अस्त्र सोडून पांडव निर्वंश करू पाहातोस, हे तुझे कृत्य बुद्धिभ्रष्टतेचे आहे. अभिमन्यू हा कुरुभुषण अर्जुन व यादवसुकन्या सुभद्रा यांचा पुत्र. अभिमन्यू-उत्तरा यांची संतती म्हणजे कुरुभुषण संतती. यात पांचालांच्याबद्दलच्या सूडबुद्धी-शमनाचा संबंध येतो कुठे ? तरीही हे अमानुष कृत्य तू केलेस ? सूडवृत्तीने तू भ्रमिष्ट झाला आहेस, हे जाणून घेऊन प्रायश्चित्त घे. स्वतःच घे. ’ हे अश्वत्थाम्याने ऐकले आणि प्रायश्चित्त म्हणून भ्रमिष्टासारखा स्वतःच्या मस्तकावर पाषाणाचा सारखा प्रहार करीत राहिला. मस्तकाला असह्य जखम करून घेऊन भ्रमातच कुणाचेही न ऐकता दुःखाने अश्रू ढाळत, ‘ दया करा ! सूडवृत्तीच्या जखमेच्या वेदना असह्य आहेत ! स्निग्धता द्या ! मला कुणीतरी प्रेम द्या. ’ असे ओरडत धावत सुटला. त्याला शिरोभूषणाचे भान राहिले नाही. भीमाने ते शिरोभूषण द्रौपदीच्या सांत्वनासाठी उचलून आणले.

या साऱ्या घटनेचा लाक्षणिक अर्थही उद्‌बोधक आहे.

अन्याय समर्थनासाठी युद्धोन्मुख पक्षांकडून झालेले कृत्य, आणि न्याय प्रस्थापनेसाठी झालेला प्रतिकार, यातून संहार घडून सर्वसामान्य जग त्रस्तच होते. न्याय-प्रस्थापनेसाठी सिद्ध असलेला पक्ष सूज्ञ माघार घेतो. पण युद्धोन्मुख पक्ष जगाचा निर्वंश करण्यापर्यंत जातो. अशा वेळी धावून येऊन वंश रक्षणाचे, जगवण्याचे कार्य करतो तो, श्रीकृष्णासारखा सात्विक भावच, हे त्रिकालाबाधित सत्य आहे.

प्रा. भालबा केळकर

अनुक्रमणिका.

कर्णपर्व.

शल्यपर्व.

सौप्तिकपर्व.

स्त्रीपर्व.

श्रीमन्महाभारत.

कर्णपर्व.

(उपपर्व नाहीं)

अध्याय पहिला.

मंगलाचरण.

ॐ

नारायणं नमस्कृत्य नरं चैव नरोत्तमम् ।
देवीं सरस्वतीं चैव ततो जयमुदीरयेत् ॥

ह्या अखिल ब्रह्मांडांतील यच्चयावत् स्थावरजंगम पदार्थांच्या ठिकाणीं चिदाभासरूपानें प्रत्ययास येणारा जो नरसंज्ञक जीवात्मा, नरसंज्ञक जीवात्म्यास सदासर्वकाळ आश्रय देणारा जो नारायण नामक कारणात्मा, आणि नरनारायणात्मक कार्यकारण सृष्टीहून पृथक् व श्रेष्ठ असा जो नरोत्तमसंज्ञक सच्चिदानंदरूप परमात्मा, त्या सर्वांस मी अभिवंदन करितों; तसेंच, नर, नारायण व नरोत्तम ह्या तीन तत्त्वांचें यथार्थ ज्ञान करून देणारी देवी जी सरस्वती, तिलाही मी अभिवंदन करितों; आणि त्या परमकारुणिक जगन्मातेनें लोकहित करण्याविषयीं माझ्या अंतःकरणांत जी स्फूर्ति उत्पन्न केली आहे, तिच्या साहाय्यानें ह्या भवबंधविमोचक जय म्हणजे महाभारत ग्रंथाच्या कर्णपर्वास आरंभ करितों. प्रत्येक धर्मशील पुरुषानें सर्वपुरुषार्थप्रतिपादक अशा शास्त्राचें विवेचन करितांना प्रथम नर, नारायण आणि नरोत्तम ह्या भगवन्मूर्तींचें ध्यान करून नंतर प्रतिपाद्य विषयाचें निरूपण करण्यास प्रवृत्त व्हावें हें सर्वथैव इष्ट होय.

दुर्योधनादिकांचें अश्वत्थाम्याकडे गमन.

वैशंपायन सांगतातः—राजा जनमेजया, द्रोणाचार्यांचा वध झाल्यानंतर दुर्योधन व कौरव पक्षाचे इतर राजे मोठ्या उद्विग्न मनानें द्रोणपुत्र अश्वत्थामा ह्याजकडे गेले. तेथें गेल्यानंतर त्यांचा शोक अनावर होऊन त्यांचें धैर्य अगदींच खचलें, व ते दुःखार्त होऊन आचार्यांविषयीं शोक करीत अश्वत्थाम्याच्या भोंवतालीं बसले. नंतर कांहीं वेळपर्यंत त्यांनीं शास्त्रवचनांचा विचार करून चित्ताचें स्वास्थ्य पुनः संपादिलें; आणि प्रदोषकाळीं ते सर्व

भूपाल आपआपल्या मुक्कामास परत गेले. राजा, ते जरी आपआपल्या स्थानीं परत गेले, तरी, आतां पुढें मोठा क्षय होणार, असें त्यांच्या मनांत वारंवार येऊं लागलें; व ते दुःखानें अगदीं विव्हल होऊन त्यांस रात्रीं झोंप आली नाहीं. दुर्योधनराजा, सूतपुत्र कर्ण, दुःशासन व महाबल शकुनि हे तर विशेषच चिंताक्रांत झाले. त्या रात्रीस कर्ण, दुःशासन व शकुनि हे आपल्या ठाण्यांत न जातां दुर्योधनाच्या तंबूंतच राहिले. त्यांनीं उदारधी पांडवांना जे क्लेश दिले होते, ते त्यांच्या मनांत एकसारखे घोळत होते. आपण द्यूतांत द्रौपदीला दुःख देऊन तिला सभेंत ओढून आणिलें, ही गोष्ट त्यांच्या चित्ताला अतिशय खाऊं लागली, आणि त्यामुळें त्यांचें मन अत्यंत दुःखानें व्याकूळ झालें. राजा, कपटद्यूतानें पांडवांस दिलेल्या वनवासादि क्लेशांचें व कचकर्षणादिक द्रौपदीच्या यातनांचें त्यांना त्या रात्रीस एकसारखे स्मरण होऊन कांहीं केल्या चैन पडेना व त्या चिंतेनें त्यांना ती रात्र शंभर वर्षांइतकी लांबच लांब वाटली !

दोन्ही सैन्यांचें युद्धार्थ निर्गम

राजा, नंतर एकदांचा प्रभातकाल प्राप्त होऊन स्वच्छ उजेड पडला; तेव्हां सर्वांनीं वर्णाश्रमधर्मास अनुसरून आवश्यक अशीं नित्य कर्मे यथाविधि आटोपिलीं. नित्यकर्में केल्यावर त्यांनीं पुनः चित्ताची एकाग्रता करून कर्तव्याकर्तव्यविचार ठरविला; आणि सैन्याची सिद्धता करून व कर्णास सेनापति नेमून त्याच्या हातांत मंगलकंकण बांधिलें; मग त्यांनीं मोठमोठ्या ब्राह्मणांची दधिपात्र, घृत, अक्षता इत्यादिकांनीं पूजा केली; आणि त्यांस गाई, घोडे, सुवर्णाचे अलंकार, उंची वस्त्रें वगैरे देऊन पौराणिक, मागध, स्तुतिपाठक इत्यादिकांकडून विजयप्राप्तीविषयीं आशीर्वाद मिळत असतां ते सर्वजण युद्धार्थ बाहेर पडले. इकडे पांडवही पौर्वाह्णिक क्रिया आटोपून युद्धार्थ सिद्ध झाले व तात्काळ आपआपल्या ठाण्यांतून निघाले.

जनमेजया, नंतर कौरव व पांडव ह्यांच्या सैन्यांचें मोठें तुमुल युद्ध सुरू झालें. तीं दोन्ही दळें परस्परांना जिंकण्याच्या ईर्ष्येनें एकमेकांवर इतकीं तुटून पडलीं कीं, त्यांचें तें निकराचें रण पाहून अंगावर कांटा उभा राहिला ! राजा, कर्णाकडे सैनापत्य असतां त्या कौरवपांडवांचें तें अद्भुत युद्ध दोन दिवस एकसारखें चाललें होतें. त्यांत कर्णानें शत्रुसैन्याचा अतिशय विध्वंस केला; परंतु अखेरीस धृतराष्ट्रपुत्रांच्या समक्ष अर्जुनानें कर्णास ठार मारिलें ! नंतर संजय लागलाच हस्तिनापुरास गेला व त्यानें रणभूमीवर घडलेलें सर्व वृत्त धृतराष्ट्रराजास निवेदन केलें.

जनमेजयाची पृच्छा.

जनमेजय म्हणालाः—हे द्विजवर्या, ज्याला गंगापुत्र भीष्म पडल्याचें वर्तमान ऐकून व त्याप्रमाणेंच महारथ द्रोणांचा वधवृत्तांत श्रवण करून दुःसह दुःख झालें, त्या वृद्ध धृतराष्ट्राला कर्णाच्या मरणाचें वर्तमान समजलें तेव्हां त्याची काय अवस्था झाली असेल बरें ! महामुने, कर्ण हा दुर्योधनाच्या हिताकरितां नित्य झटत असे. धृतराष्ट्राची सर्व भिस्त काय ती कर्णावरच होती. कर्ण सेनापति झाला म्हणजे खचीत आपल्या पुत्रांस विजय मिळेल, असा धृतराष्ट्रास मोठा भरंवसा होता. तेव्हां कर्णवध श्रवण करून धृतराष्ट्र जिवंत कसा राहिला, हेंच मला आश्चर्य वाटतें. ज्या अर्थीं कर्णाच्या वधाची वार्ता ऐकून धृतराष्ट्रानें प्राण सोडिला नाहीं, त्या अर्थीं, मनुष्यांना कितीही संकट प्राप्त झालें तरी त्या संकटांत दुःखावेगानें मरून जाणें त्यांच्या हातीं नाहीं, असें माझें मत आहे. हे ब्रह्मवर्या, वृद्ध शांतनव

भीष्म, त्याप्रमाणेंच बाल्हीक, द्रोण, सोमदत्त, भूरिश्रवा, तसेच दुसरे आप्तसुहृद् व पुत्रपौत्र ह्या सर्वांचें वधवृत्त श्रवण करूनही धृतराष्ट्र पुनः जिवंत राहिलाच; तेव्हां प्राणत्याग करणें हें दुष्कर होय, ह्यांत संदेह नाहीं. ह्यास्तव, हे द्विजश्रेष्ठा, हें सर्व वर्तमान सविस्तर प्रकारें मला निवेदन करावें. आपल्या पूर्वजांचा तो श्रेष्ठ इतिहास कितीही श्रवण केला तरी माझी तृप्ति होत नाहीं.

अध्याय दुसरा.

—:o:—

धृतरा व संजय ह्यांचा संवाद.

वैशंपायन सांगतातः—राजा जनमेजया, कर्ण पतन पावल्यावर रात्रीस गवल्गणाचा पुत्र संजय हा अत्यंत दीन होत्साता वायुवेगानें अश्व चालवून हस्तिनापुरास प्राप्त झाला. तेथें पोहोंचल्यावर तो अतिशय खिन्न मनानें धृतराष्ट्राच्या सदनीं गेला. राजा, त्या समयीं धृतराष्ट्राच्या घरीं फारशी आप्तस्वकीयांची गर्दी नव्हती. धृतराष्ट्राच्या समीप जाऊन संजयानें अवलोकन केलें तों, तो चिंतेनें व दुःखानें त्रस्त होऊन अगदीं हताश झाला आहे, असें त्यास आढळलें. नंतर त्यानें हात जोडून धृतराष्ट्र राजाच्या पायांवर मस्तक ठेविलें, आणि नेहमींच्या रीतीप्रमाणें त्याची पूजा करून 'अरेरे!' असे उद्गार काढिले व त्यास म्हटलें, "राजा, मी संजय आहें. तूं खुशाल आहेसना? अरे, स्वतांच्या अपराधांनीं तूं आपणास संकटांत घालून घेतलें असून अद्यापि तुझी चित्तवृत्ति चांगली आहेना? विदुर, द्रोण, भीष्म, केशव ह्यांनीं तुला पुष्कळ हिताच्या गोष्टी सांगितल्या, पण त्या सर्व तुजपुढें व्यर्थ झाल्या; तेव्हां त्यांच्या स्मरणानें तुला पश्चात्ताप होत नाहींना? तसेंच, राजा, परशुरामें[१], कण्व[२], नारद[३] वगैरे पुष्कळ थोर पुरुषांनीं, तुझें हित कशानें होईल, हें तुला सभेमध्यें विशद करून सांगितलें, पण तूं त्याचा अंगीकार केला नाहींस, तेव्हां आतां त्याच्या चिंतनानें तुझ्या मनास दुःख होत नाहींना? बरें! राजा, तुझ्या हिताकरितां झटत असलेले भीष्म-द्रोण आदिकरून तुझे आप्त व सुहृद् युद्धामध्यें शत्रूंकडून मारले गेले, हें मनांत येऊन तरी तुला दुःख वाटतें काय?"

जनमेजया, संजयानें हात जोडून धृतराष्ट्राशीं ह्याप्रमाणें भाषण केलें, तें ऐकून धृतराष्ट्रानें मोठा सुस्कारा टाकिला व दुःखित होऊन तो बोलूं लागला.

धृतराष्ट्र म्हणालाः—संजया, काय सांगूं रे! दिव्यास्त्रवेत्ता शूर भीष्म व महाधनुर्धर द्रोण हे पडल्याचें जेव्हां मीं ऐकिलें, तेव्हां माझ्या मनास अतिशय दुःख झालें! बाबा, त्या भीष्माचा काय पराक्रम वर्णावा? तो पराक्रमी वसुसंभव भीष्म प्रत्येक दिवशीं दहा सहस्र कवचधारी रथ्यांना ठार करीत असे; प्रत्यक्ष भार्गवरामानेंच त्यास बाळपणीं धनुर्विद्या शिकविली व त्यानेंच त्या महात्म्यास दिव्य अस्त्रें अर्पण केलीं; आणि अशा त्या प्रबळ वीराला अर्जुनानें यज्ञसेनाचा पुत्र शिखंडी ह्याच्या करवीं—शिखंडीच्या संरक्षणार्थ त्याच्या पाठीमागें उभें राहून—पाडिलें, असें जेव्हां माझ्या कानीं आलें, तेव्हां तर मला अपार खेद झाला! तसेंच, त्या द्रोणाचें सामर्थ्य तरी लहान होतें काय? त्याच्या प्रसादानेंच कुंतीपुत्रांना व दुसऱ्या राजांना महारथत्व प्राप्त झालें. संजया, तो महाधनुर्धर द्रोण आपली प्रतिज्ञा खरी करण्यास उद्युक्त झाला असतां रणभूमीवर धृष्टद्युम्नानें त्याचा वध केला म्हणून जेव्हां मीं ऐकिलें,

१ उद्योगपर्व अध्याय ९६ पहा. २ उद्योगपर्व अध्याय ९७ पहा. ३ उद्योगपर्व अध्याय १२३ पहा.

तेव्हां तर माझी फारच खिन्नावस्था झाली ! संजया, मुक्त, अमुक्त, यंत्रमुक्त व मुक्तामुक्त—चारही प्रकारच्या शस्त्रास्त्रांमध्यें सर्व लोकांत ज्यांची बरोबरी करणारा एकही पुरुष नाहीं, त्या भीष्मद्रोणांची तशी व्यवस्था झाली तेव्हां काय बरें म्हणावें ? बा संजया, ज्याची अस्त्रविद्येंत बरोबरी करणारा सर्व त्रैलोक्यांत एकही पुरुष मिळावयाचा नाहीं, त्या द्रोणाचा वध झाल्याचें ऐकून माझ्या पक्षाच्या वीरांनीं पुढें काय बरें केलें ? तसेंच, संजया, महात्म्या पंडुपुत्र धनंजयानें पराक्रम करून संशप्तकांचें सैन्य यमसदनीं पाठवितें केल्यावर व त्याप्रमाणेंच बुद्धिमान द्रोणपुत्राच्या नारायणास्त्राचा उच्छेद उडविल्यावर जेव्हां सेनांची जिकडे तिकडे पळापळ झाली, तेव्हां मग माझ्या पक्षाच्या वीरांनीं काय केलें बरें ? संजया, द्रोणाचार्यांच्या वधानंतर कौरवसैन्याची जी पळापळ उडाली, ती मनांत आणिली म्हणजे मला असें वाटतें कीं, समुद्रांत तारूं फुटून त्यांतले लोक पाण्यांत बुडूं लागले असतां आपला प्राण वांचविण्याकरितां ज्याप्रमाणें ते धडपड करूं लागतात, त्याप्रमाणेंच द्रोणवधानें शोकसमुद्रांत बुडूं लागलेले ते सैनिक आपला प्राण वांचविण्याकरितां धडपड करून इतस्ततः पळत होते ! असो, संजया, ह्याप्रमाणें आपल्या सैन्याची दाणादाण होऊन कौरववीर दाही दिशांस पळ काढूं लागले असतां दुर्योधन, कर्ण, भोजदेशचा राजा कृतवर्मा, मद्रदेशचा राजा शल्य, अश्वत्थामा, कृपाचार्य, माझे अवशिष्ट राहिलेले पुत्र व इतर योद्धे ह्यांच्या मुखावर कसकशी कळा दृग्गोचर झाली वगैरे सर्व वृत्तांत जसा घडला असेल तसा मला सांग. त्याचप्रमाणें, पांडवांच्या सैन्यानें व माझ्या पुत्रांच्या सैन्यानें जो कांहीं पराक्रम करून दाखविला असेल तोही वर्णन कर.

संजयानें म्हटलें:—हे आर्या, कौरवसैन्यामध्यें तुझ्या अपराधामुळें जें कांहीं घडलें आहे, तें ऐकून तूं दुःख करूं नको. हे महाराजा, दैवघटनेनें ज्या गोष्टी घडून येतात, त्यांच्या योगानें सुज्ञ पुरुष दुःखित होत नाहींत. कोणतीही गोष्ट घडणें किंवा न घडणें हें दैवाधीन आहे, ह्यास्तव एखादी गोष्ट घडली अथवा न घडली, तरी तीपासून सूज्ञ पुरुषास विषाद वाटत नाहीं.

धृतराष्ट्र म्हणाला:—संजया, मला कोणत्याही प्रकारें विशेष दुःख वाटणार नाहीं. हें सर्व पूर्वींच दैवानें रेखून ठेविलें आहे, असें मी मानितों तुला जें कांहीं सांगावयाचें असेल तें सांग.

अध्याय तिसरा.

—:०:—

संक्षेपतः कर्णवधकथन.

संजय सांगतो:—राजा धृतराष्ट्रा, द्रोणाचार्यांचा वध होतांच, तुझे पुत्र महारथ होते तरी त्यांच्या तोंडचें पाणी पळालें, त्यांची उमेद खचली व ते अगदीं मृतवत् झाले ! तेव्हां सर्वच शस्त्रधाऱ्यांची एकत्र गाळण उडून त्यांनीं माना खालीं घातल्या व ते दुःखित होऊन एकमेकांकडे पाहूं लागले; पण त्यांच्या मुखावाटे एकही शब्द निघाला नाहीं ! राजा, ह्याप्रमाणें त्या वीरांची दीन अवस्था अवलोकन करून तुझ्या सेना भयभीत झाल्या आणि शोकाकुल होऊन पुनःपुनः वर पाहूं लागल्या ! राजेंद्रा, द्रोणाचार्य युद्धांत पडले असें पाहून तुझ्या सैन्याच्या हातांतलीं रुधिरानें माखलेलीं शस्त्रें भराभर गळून पडलीं, आणि तीं अवलोकन करून जणूं काय पुढें ओढवणाऱ्या अरिष्टाच्या सूचनेस्तव आकाशांतून उल्कांची

१ बाण वगैरे. २ खड्ग वगैरे. ३ गोळीबार वगैरे. ४ अस्त्र सोडून त्याचा उपसंहार करणें वगैरे.

वृष्टीच होत आहे कीं काय असें भासलें ! हे महाराजा, ह्या प्रकारें तुझें सैन्य अगदीं निर्वीर्य व हताश झालेलें दुर्योधनानें पाहिलें तेव्हां तो म्हणाला, " वीरहो, तुमच्या बाहुबलावर भिस्त ठेवून मीं पांडवसैन्याला युद्धार्थ आव्हान केलें व हें युद्ध सुरू झालें; परंतु तेंच तुमचें बाहुबल द्रोणाचार्यांच्या पतनामुळें अगदीं नष्टवत् दिसत आहे ! अहो, युद्ध करीत असतां योद्ध्यांचा वध होणें हें सार्वत्रिकच आहे ! युद्ध करणाऱ्या पुरुषाला कदाचित् जय मिळेल किंवा कदाचित् धारातीर्थी देह ठेवावा लागेल ! ह्यांत विशेष तें काय आहे ? तेव्हां तुम्ही सर्वत्र दृष्टि पोहोंचवून युद्ध करूं लाग. अहो. आज ह्या समयीं पांडवांची सरशी झाली आहे. एवढ्यावर जाऊं नका; ह्यापुढें आतां आपणांसच विजय प्राप्त होईल अशी खातरी बाळगून निकरानें युद्ध करा. हा पहा महाधनुर्धर महात्मा वैकर्तन कर्ण रणभूमीवर युद्धार्थ संचार करीत आहे; दिव्य अस्त्रांच्या प्राप्तीमुळें याच्याशीं युद्ध करण्यास कोणीही समर्थ नाहीं. समरांगणांत ह्याला पाहिलें म्हणजे कुंतीपुत्र धनंजय नित्य भयभीत होऊन पळून जातो. सिंहापुढें क्षुद्र मृगाची जी अवस्था, तीच अवस्था ह्या वीरापुढें अर्जुनाची होते ! वीरहो, दहा हजार हत्तींचें बळ एकट्या भीमाच्या ठिकाणीं आहे. परंतु त्या महाबलवानाची कर्णानें केवळ सामान्य मानुष युद्धांतच कशा प्रकारची दीन अवस्था करून टाकिली तें पाहिलेंतना ? अहो, कर्णाचा पराक्रम सामान्य नव्हे; त्यानें दिव्यास्त्रवेत्ता शूर मायावी घटोत्कच ह्यास भयंकर शब्द करून आपल्या अमोघ शक्तीनें ठार मारिलें. वीरहो, त्या दुर्धरप्रतापी व अचूक बाणसंधान करणाऱ्या महाबुद्धिमान् कर्णाचें अक्षय्य बाहुबल आज संग्रामांत अवलोकन करा. त्याप्रमाणेंच द्रोणपुत्र अश्वत्थामाही आपल्या अमोघ वीर्यानें आज समरांगण गाजवून टाकील. ह्यास्तव कर्ण व अश्वत्थामा ह्यांचा पराक्रम पाहून जणूं काय विष्णु व इंद्र हेच रणभूमीवर पराक्रम गाजवीत आहेत असें पांडवांना वाटूं द्या. वीर हो, पांडवांना समरांगणांत ससैन्य ठार करण्यास तुम्हां सर्वांपैकीं प्रत्येकजण एकेकटा समर्थ आहे, मग तुम्ही सर्व वीर एकत्र होऊन पांडवांशीं युद्ध करूं लागल्यास त्यांचा संहार कराल ह्यांत संदेह तो कसला ? ह्यास्तव आज तुम्ही आपला प्रताप व रणकौशल्य हीं परस्परांना दाखवा. "

संजय सांगतोः—राजा धृतराष्ट्रा, ह्याप्रमाणें भाषण करून तुझा पुत्र महावीर्यशाली दुर्योधन ह्यानें कर्णाला सैनापत्याधिकार देण्याचा आपल्या भ्रात्यांसह निश्चय करून त्याप्रमाणें त्यास तो दिला. तो अधिकार प्राप्त होतांच महारथ कर्ण सिंहनाद करून मोठ्या आवेशानें युद्ध करूं लागला. त्यानें सर्व सृंजयांचा, पंचालांचा, केकयांचा व विदेहांचा मोठा संहार उडविला ! राजा, कर्णाच्या धनुष्याच्या प्रत्यंचेपासून ज्या शतावधि बाणपंक्ति सुरू झाल्या, त्या—एका बाणाचें पुंख व दुसऱ्या बाणाचें अग्र हीं अगदीं एकमेकांशीं भिडलेलीं असल्यामुळें—जणूं काय भृंगांच्या पंक्तिच चालल्या आहेत, असें भासूं लागलें. हे निष्पापा धृतराष्ट्रा, ह्याप्रमाणें बाणावर बाण सोडून कर्णानें पंचालांना व पराक्रमी पांडवांना ' त्राहि भगवन् ' करून सोडिलें व सहस्रावधि वीरांना रणभूमीवर निजविलें; परंतु अखेरीस त्या कर्णाचा अर्जुनानें वध केला !

अध्याय चौथा.

--:०:--

धृतराष्ट्राचा विलाप.

वैशंपायन सांगतातः—राजा जनमेजया, कर्णाचें वधवृत्त ऐकून अंबिकासुत धृतराष्ट्राला

अपार दु:ख झालें व त्यास दुर्योधनच वध पावला असें वाटून तो शोकविव्हल होऊन भूतलावर हत्तीसारखा निश्चेष्ट पडला ! हे भरतसत्तमा, ह्याप्रमाणें तो राजाधिराज धृतराष्ट्र दु:खाकुल होऊन भूमीवर पडतांक्षणींच स्त्रियांनीं एकच दु:खाचा टाहो फोडिला ! राजा, त्या कल्होळानें सर्व पृथ्वी अगदीं व्याप्त झाली ! कौरवस्त्रिया अगाध शोकसागरांत बुडून जाऊन दीनस्वरानें मोठमोठ्यानें आक्रंदूं लागल्या ! गांधारी धृतराष्ट्राच्या समीप गेली व त्याची ती अवस्था पाहून भूमीवर बेशुद्ध पडली ! आणि अंत:पुरांतील इतर स्त्रियांचीही तीच स्थिति होऊन सर्वत्र एकच आकांत झाला !

राजा जनमेजया, नंतर मोठा दु:खाक्रोश करून नेत्रांवाटे अश्रु ढाळीत निश्चेष्ट पडलेल्या त्या स्त्रियांना संजयानें चार गोष्टी सांगून शुद्धीवर आणिलें व त्यांस धीर दिला. परंतु वाऱ्यानें इतस्ततः हालणाऱ्या केळींप्रमाणें त्या भयानें एकसारख्या कांपत राहिल्या ! नंतर विदुरानें धृतराष्ट्रावर थोडेंसें पाणी शिंपडलें तेव्हां तो हळूहळू शुद्धीवर आला. मग संजयानें व विदुरानें त्याचें सांत्वन केलें. नंतर राजानेंही तेथील तो सर्व प्रकार मनांत आणिला व स्त्रीवर्गाची ती अवस्था जाणून तो वेड्यासारखा स्तब्ध बसला ! मग त्यानें बराच वेळ मनन करून पुन:पुन: दु:खाचे सुस्कारे टाकिले; आणि तो आपल्या पुत्रांची निर्भर्त्सना करून पांडवांची स्तुति करूं लागला ! त्यानें वारंवार आपल्या स्वतांच्या व सौबल शकुनीच्या बुद्धीला दोष लाविला, आणि फिरून बराच वेळ विचार करून भयानें कांपूं लागला ! नंतर त्यानें पुन: मन आवरून धरिलें व मोठा धीर करून संजयाला विचारिलें.

धृतराष्ट्र म्हणाला:—बा संजया, तूं जें कांहीं सांगितलेंस, तें सर्व मीं ऐकिलें; तर मग, सूता, नेहमीं जयाची आशा करणारा, पण आतां जयाविषयीं निराश झालेला माझा पुत्र दुर्योधन यमसदनीं गेला नाहींना ? संजया, आतां तूं जी ही हकीकत सांगितलीस, तीच तूं पुन: सविस्तर रीतीनें सांग.

राजा जनमेजया, ह्याप्रमाणें धृतराष्ट्रानें विचारल्यावर संजयानें त्यास सांगितलें कीं, "राजा, आपले पुत्र, महाधनुर्धर भ्राते व हातावर शिर घेऊन लढणारे इतर सूतपुत्र यांसहवर्तमान महारथ कर्ण हा मारला गेला ! त्याचप्रमाणें, त्या भाग्यशाली पांडुपुत्र भीमानें युद्धांत दु:शासनाला मारून क्रोधानें त्याचें रक्त प्राशन केलें !"

अध्याय पांचवा.

—:०:—

कौरवांकडील कोणकोणते वीर पडले ?

वैशंपायन सांगतात:—राजा जनमेजया, ह्याप्रमाणें वृत्तांत श्रवण करून धृतराष्ट्रानें शोकाकुल होऊन संजयास म्हटलें, "बा संजया, कर्णाचा वध हें माझ्या अल्पायुषी पुत्राच्या दुष्ट राजनीतीचें फल होय. ह्याकरितां कर्णाच्या वधाची वार्ता ऐकून माझें काळीज अगदीं तिळतिळ तुटत आहे ! म्हणून कौरवांकडील व पांडवांकडील कोण कोण जिवंत आहेत व कोण कोण मेले हें सांगून तूं माझ्या मनाचा संशय दूर कर व मला शोकसमुद्राच्या तीरास लाव !"

संजय म्हणाला:—राजा धृतराष्ट्रा, महाप्रतापशाली व अजिंक्य योद्धा भीष्म दहा दिवसांत पांडवपक्षाच्या हजारों वीरांस मारून आपण स्वतः पडला ! त्याप्रमाणेंच महाधनुर्धर द्रोणाचार्य पांचालांकडील रथ्यांचा युद्धांत वध करून दुर्धर्ष झाले, परंतु अखेरीस वध पावले ! राजा, महात्मा भीष्म व द्रोण ह्यांच्या तडाक्यां-

तून पांडवांचें जें सैन्य वांचलें होतें, त्यापैकीं अर्धें सैन्य मारून टाकून वैकर्तन कर्णानें धारातीर्थीं देह ठेविला! महाराज, महाबलिष्ठ राजपुत्र विविंशति ह्यानें शेंकडों आनर्त योद्धयांना ठार केलें व शेवटीं आपण पडला! राजा, तीच गति तुझा पुत्र विकर्ण ह्याची झाली! त्याचे अश्व व आयुधें हीं जरी नाहींतशीं झालीं, तरी तो शूर आपल्या क्षात्रधर्माकडे लक्ष देऊन शत्रूंच्या समोर जो उभा राहिला होता तो तेथून मुळींच ढळला नाहीं; परंतु दुर्योधनानें द्रौपदीला जे अनेक भयंकर क्लेश दिले होते ते मनांत आणून भीमसेनानें आपल्या प्रतिज्ञेनुसार त्यास ठार मारिलें! अवंतीचे राजपुत्र महारथ विन्द आणि अनुविन्द हेही घोर पराक्रम करून अखेरीस यमसदनास चालते झाले! राजा, जयद्रथाचीही तीच अवस्था झाली! सिंधुराष्ट्रादिक दहा राष्ट्रें त्या वीराच्या ताब्यांत असून तो तुझ्या आज्ञेंत पूर्णपणें वागत असे; परंतु अर्जुनानें त्या जयद्रथाच्या अकरा अक्षौहिणी सैन्यावर आपले तीक्ष्ण बाण सोडून त्याची दाणादाण केली व अखेरीस त्या महावीर्यशाली नरश्रेष्ठाला यमसदनास पाठवून दिलें! त्याप्रमाणेंच, महावेगवान्, युद्धांत पराजित न होणारा आणि पित्याची आज्ञा पूर्णपणें पाळणारा असा दुर्योधनाचा जो पुत्र, त्यास सुभद्रापुत्र अभिमन्यु ह्यानें मारिलें! तसाच दुःशासनाचा पुत्र दौःशासनि हाही मोठा शूर व पराक्रमी असून युद्धांत शत्रूंना अगदीं नकोसें करून सोडीत असे, पण त्यालाही द्रौपदीपुत्रानें गांठून मृत्युमुखांत लोटिलें! त्याप्रमाणेंच किरातांचा व सागरतीरीं राहणाऱ्या दुसऱ्या लोकांचा अधिपति धर्मात्मा भगदत्त हा देवराजाचा बहुमान्य प्रिय मित्र असून क्षात्रधर्मांत नित्य रममाण असे; परंतु धनंजयानें मोठा पराक्रम करून त्यास ठार मारिलें! त्याप्रमाणेंच, हे राजा, कौरवांचा दायाद—शूर व महायशस्वी भूरिश्रवा यानें शस्त्राचा त्याग केला असतां सात्यकीनें युद्धांत त्यास वधिलें! तसाच अंबष्ठराजा श्रुतायु क्षत्रियांमध्यें धुरंधर असून मोठ्या धैर्यानें रणभूमीवर संचार करीत असे, पण त्याला धनंजयानें युद्धांत मारिलें! त्याप्रमाणेंच, शस्त्रास्त्रांत निपुण व युद्धामध्यें अजिंक्य आणि पांडवांविषयीं सदोदित जळफळणारा तुझा पुत्र जो दुःशासन, त्यास भीमसेनानें ठार मारिलें! त्याप्रमाणेंच, राजा, ज्यापाशीं सहस्रावधि अद्भुत गजसैन्य होतें, त्या सुदक्षिणालाही युद्धामध्यें अर्जुनानें वधिलें! राजा, कोसलदेशाचा राजा मोठा पराक्रमी असून त्यानें युद्धांत शत्रूंकडले शतावधि वीर मारिले, पण त्यास शेवटीं अभिमन्यूनें मोठ्या शौर्यानें ठार केलें! त्याप्रमाणेंच, तुझा पुत्र चित्रसेन ह्यानें महारथ भीमसेनाशीं पुष्कळ युद्ध केलें, परंतु त्यास भीमसेनानें युद्धांत वधिलें! राजा, तसाच मद्राधिपतीचा शूर पुत्र—ज्याच्याशीं युद्ध करितांना शत्रु भयभीत होऊन जात, तो ढालतरवार घेऊन लढत असतां, अभिमन्यूच्या हस्तें मरण पावला! राजा, कर्णपुत्र वृषसेनाचा पराक्रम काय वर्णावा! तो युद्धामध्यें प्रतिकर्णच वाटे; तो महान् प्रतापी असून अतिशय त्वरेनें अस्त्रयोजना करीत असे; परंतु अभिमन्यूच्या वधानें चवताळून जाऊन अर्जुनानें जी प्रतिज्ञा केली होती त्या प्रतिज्ञेचें स्मरण करून, कर्णाच्या समक्ष त्यानें त्या तेजस्वी वीराला ठार मारिलें! राजा धृतराष्ट्रा, श्रुतायु राजा नेहमीं पांडवांशीं वैर करीत असे; ह्यास्तव हननप्रसंगीं त्याला त्या वैराची आठवण देऊन अर्जुनानें वधिलें! त्याप्रमाणेंच शल्याचा पुत्र रुक्मरथ हा मोठा पराक्रमी असून सहदेवाचा मामेभाऊ असतांही सहदेवानें युद्धांत त्यास ठार मारिलें! वृद्ध राजा भगीरथ व केकयराजा बृहत्क्षत्र हे

दोन्हीही मोठे पराक्रमी व शूर होते, परंतु त्यांस धारातीर्थी पडावें लागलें ! राजा भगदत्ताचा पुत्र महाबुद्धिवान् व महाबलवान् असतांही युद्धभूमीवर श्येनपक्षासारखा संचार करणाऱ्या नकुलानें तो यमसदनास पोंचविला ! तुझा पितामह महाबल व महाशूर बाल्हीक आणि त्याच्या बरोबर असणारे दुसरे बाल्हीकयोद्धे ह्यांस भीमसेनानें मारिलें ! त्याप्रमाणेंच जरासंधाचा पुत्र जयत्सेन हा मोठा वीर्यशाली होता; पण त्या मागध भूपतीचा महात्म्या सौभद्रानें युद्धांत वध केला ! राजा, तुझे पुत्र दुर्मुख व दुःसह हे महारथ असून पराक्रमाविषयीं त्यांची मोठी ख्याति होती; परंतु त्यांस भीमसेनानें गदेच्या प्रहारांनीं ठार मारिलें ! त्याप्रमाणेंच दुर्मर्षण, दुर्विषह व दुर्जय हेही महारथ असून त्यांनीं समरांगणांत मोठा पराक्रम गाजविला, परंतु अखेरीस त्यांस यमसदनाची वाट धरणें भाग पडलें ! राजा, त्याप्रमाणेंच कलिंग व वृषक हे दोन्ने भाऊ युद्धांत मोठे अजिंक्य असे होते; पण ते घोर प्रताप प्रकट करून अखेरीस युद्धांत पडले ! राजा, तुझा अमात्य वृषवर्मा मोठा शूर व विजयशाली होता; पण भीमसेनानें मोठ्या शौर्यानें त्यास ठार मारिलें ! त्याप्रमाणेंच महान् पौरव राजा—ज्यास दहा हजार हत्तींचें बल होतें त्यास—पांडुपुत्र अर्जुनानें समरांगणांत वधिलें ! तसेंच दोन हजार शूर वसाति व विजयशील शूरसेन हे सर्व युद्धांत पतन पावले ! त्याप्रमाणेंच कवचें धारण करणारे रणधुरंधर शूर अभीषाह व श्रेष्ठ रथी शिबि ह्यांचा कालिंगांसह वध झाला ! तसेंच, राजा, नित्य गोकुळांत वाढलेले व युद्धांत नेहमीं क्षुब्ध होणारे ते संशप्तकांचे जोडीदार अपावृत्तक वीर नारायण गोप हे धनंजयाच्या हस्तें युद्धभूमीवर शयन करिते झाले ! त्याप्रमाणेंच सहस्रावधि श्रेणि व संशप्तकांच्या टोळ्या ह्यांची अर्जुनाशीं गांठ पडतांच त्यानें त्या सर्वांचा नाश करून टाकिला ! त्याप्रमाणेंच, राजा, तुझे मेहुणे वृषक व अचल हे दोन राजे ह्यांनीं तुझ्याकरितां अतिशय पराक्रम गाजविला; परंतु अखेरीस त्यांस अर्जुनानें ठार मारिलें ! तसाच शाल्वदेशाचा महाधनुर्धर राजा उग्रकर्मा हा नांवाप्रमाणेंच पराक्रमानेंही होता; परंतु त्या प्रतापशाली राजाला भीमसेनानें लोळविलें ! त्याप्रमाणेंच, हे महाराजा, ओघवान् व बृहंत हे दोन्ने एकत्र होऊन रणभूमीवर आपल्या मित्राकरितां (दुर्योधनाकरितां) मोठ्या निकरानें लढत असतां यमसदनास चालते झाले ! तसेंच रथिश्रेष्ठ क्षेमधूर्ति ह्यास भीमसेनानें गदेनें ठार मारिलें ! त्याप्रमाणेंच महाबलिष्ठ व महाधनुर्धर जलसंध ह्यानें शत्रुपक्षाचे अनेक वीर मारिले, परंतु शेवटीं तो सात्यकीच्या हस्तें रणांत पतन पावला ! तसाच राक्षसांचा अधिपति अलंबुष—ज्याचा रथ गर्दभ जोडल्यामुळें मोठा विचित्र दिसत होता, तो—घटोत्कचानें मोठा पराक्रम करून यमसदनास पाठविला ! त्याप्रमाणेंच, सूतपुत्र राधेय, त्याचे महारथ भ्राते आणि सर्व केकय वीर ह्या सगळ्यांचा अर्जुनानें फडशा पाडिला ! आणि तसेंच, हे राजा, मालव, मद्रक, उग्रकर्मा द्राविड, यौधेय, ललित्थ, क्षुद्रक, उशीनर, मावेल्लक, तुंडिकेर, सावित्रीपुत्र, प्राच्य, उदीच्य, प्रतीच्य, दाक्षिणात्य इत्यादि सर्व योद्ध्यांना धनंजयानें यमपुरी दाखविली ! राजा, पायदळांच्या अनेक टोळ्या, लक्षावधि घोडे, रथांचे समुदाय आणि अनेक मोठमोठे हत्ती ह्यांचा युद्धांत नाश झाला ! त्याप्रमाणेंच, श्रेष्ठ कुलांत जन्मास आलेले व कुशल पुरुषांनीं वाढविलेले असे अनेक शूर वीर आपले ध्वज, आयुधें, कवचें व वस्त्रालंकार यांसह अव्याहतपणें शौर्य गाजविणाऱ्या अर्जुनाकडून समरभूमीवर मारिले गेले ! राजा,

हे सर्व वीर व त्याप्रमाणेंच दुसरे पुष्कळ अपारवीर्यशाली सहस्रावधि वीर परस्परांचा वध करण्याची इच्छा करीत असतां आपआपल्या सैन्यांसह समरांगणांत पतन पावले ! राजा, तूं मला जें कांहीं विचारिलेंस, त्याची हकीकत ही अशी आहे.

धृतराष्ट्रा, ह्याप्रमाणें कौरवांकडील योद्ध्यांचा संहार उडाला. आतां कर्ण व अर्जुन ह्यांचा संग्राम झाला त्या वेळीं जो प्रकार झाला, त्याचें काय वर्णन करावें ? महेंद्रानें ज्याप्रमाणें वृत्रासुराचा वध केला, अथवा रामानें जसें रावणाला मारिलें, किंवा कृष्णानें ज्याप्रमाणें नरकासुर व मुरु ह्यांचा वध केला, अगर भार्गवरामानें जसा कार्तवीर्य (सहस्रार्जुन) मारिला, किंवा स्कंदानें महिषासुराचा वध केला, अथवा रुद्रानें अंधकासुराला मारिलें, त्याप्रमाणें अर्जुनानें द्वैरथयुद्धांत. कर्णाला मारिलें ! राजा, तो शूर व अजिंक्य कर्ण आपल्या ज्ञातिबांधवांसह अर्जुनाशीं लढत असतां त्यानें इतकें घोर युद्ध केलें कीं, तें पाहून उभें त्रैलोक्य आश्चर्यचकित झालें ! परंतु अखेरीस, ज्याच्या साहाय्यानें आपण विजयी होऊं असें धार्तराष्ट्रांस वाटत होतें व ज्याच्यामुळेंच त्यांचें व पांडवांचें भांडण उत्पन्न झालें, तो युद्धधुरंधर कर्ण अमात्य व बांधव ह्यांसहवर्तमान अर्जुनाच्या हस्तें मरण पावला ! राजा, पांडव हे महान् पराक्रमी आहेत, त्यांच्याशीं वैर करणें प्रशस्त नाहीं, इत्यादि गोष्टी तुझ्या हितचिंतक आप्तसुहृदांनीं तुला सांगितल्या होत्या, पण त्यांवर तुझा विश्वास बसला नाहीं, आणि आपल्या पुत्रांच्या नादास लागून पांडवांच्या सामर्थ्याचें योग्य अनुमान तूं आधींच बांधिलें नाहींस, त्यामुळेंच हा महाभयंकर प्रसंग तूं आपल्यावर आणिला आहेस ! राजा, राज्यलोभी पुत्रांच्या हिताकरितां उद्युक्त होऊन तूं ज्या भलत्याच गोष्टी केल्यास त्यांचेंच हें फल प्राप्त झालें आहे !

अध्याय सहावा.

—:०:—

पांडवांकडील कोणकोणते वीर पडले ?

धृतराष्ट्र विचारतोः—संजया, माझ्या पक्षाचे कोणकोणते वीर रणभूमीवर पांडवांनीं वधिले, हें तूं सांगितलेंस; आतां माझ्या मुलांनीं पांडवांकडले कोणकोणते वीर मारिले, तें मला सांग.

संजय सांगतोः—राजा, कुंतिराज हे युद्धांत मोठा पराक्रम गाजविणारे, महाशक्तिमान् व महाबलिष्ठ असे होते; परंतु गांगेयानें त्यांना आप्त व अमात्य यांसहवर्तमान युद्धांत ठार मारिलें. नारायण, बलभद्र व इतर शताविधि शूर वीर पांडवांविषयीं अत्यंत अनुरक्त असे होते; परंतु त्यांस युद्धामध्यें भीष्मानें वधिलें. राजा, सत्यजित् हा संग्रामामध्यें बल व शौर्य ह्यांविषयीं अगदीं अर्जुनाप्रमाणें होता; परंतु अचुक नेम मारणाऱ्या द्रोणाचार्यांनीं त्यास युद्धांत पाडिलें. पंचालांपैकीं अनेक महाधनुर्धर योद्धे युद्धक्रियेंत मोठे विशारद होते; परंतु त्यांशीं द्रोणाचार्यांनीं युद्ध करून त्या सर्वांस यमलोकीं पाठविलें. त्याप्रमाणेंच विराट व द्रुपद हे दोन वृद्ध राजे आपल्या पुत्रांसह पांडवांकरितां मोठ्या शौर्यानें लढत असतां त्यांचाही द्रोणाचार्यांनीं अंत केला. राजा, पांडवांकडील अभिमन्यूचा पराक्रम काय वर्णावा ? तो जरी लहान होता, तरी तो युद्ध करूं लागला तेव्हां जणू अर्जुनाप्रमाणें, श्रीकृष्णाप्रमाणें किंवा बलरामाप्रमाणें अजिंक्य वीर आहे असें भासलें ! त्या शूर महारथानें शत्रूंचें फारच कंदन केलें. त्या वेळीं द्रोण, द्रौणि, शल्य, कर्ण, कृप व कृतवर्मा ह्या सहा मुख्य महारथांनीं त्यास वेढा दिला; व आपल्या हातून अर्जुनाचा नाश

करवत नाहीं त्या पक्षीं आतां त्याच्या ह्या पुत्राचा तरी नाश करावा, ' असें मनांत आणून त्यांनीं त्यास विरथ केलें; आणि अखेरीस, क्षात्रधर्मावर भिस्त ठेवून रहाणाऱ्या त्या सौभद्रास दुःशासनाचा पुत्र दौःशासनि ह्यानें ठार मारिलें! राजा, अंबष्ठाचा पुत्र श्रीमान् हा शत्रूंचा नाश करण्यांत मोठा पटाईत होता, आणि त्यानें आपले मित्र पांडव ह्यांच्याकरितां युद्धांत पुष्कळ पराक्रमही गाजविला; परंतु अखेरीस त्याची व दुर्योधनाचा पुत्र लक्ष्मण ह्याची समरांगणांत गांठ पडली, तेव्हां त्यास लक्ष्मणाच्या हस्तें मरण प्राप्त झालें. राजा, बृहंत हा मोठा पराक्रमी व महाधनुर्धर असून शस्त्रास्त्रांत मोठा वाकबगार होता; परंतु त्या रणमस्त वीरास अखेरीस दुःशासनानें मोठ्या शौर्यानें वधिलें. मणिमान् व दंडधार हे दोन राजे मोठे अजिंक्य होते; ते पांडवांकरितां निकराचें युद्ध करीत असतां द्रोणानें त्यांस मारिलें. त्याप्रमाणेंच भोजराज अंशुमान् हा महारथ असून आपल्या सैन्यासह द्रोणाचार्यांशीं युद्ध करीत असतां द्रोणाचार्यांनीं मोठ्या शौर्यानें त्यास सैन्यासह वधिलें. हे भारता, समुद्रकिनाऱ्याचा राजा चित्रसेन हा आपल्या पुत्रासह लढत असतां त्यास समुद्रसेनानें मोठ्या आवेशानें यमसदनास पाठविलें. त्याप्रमाणेंच समुद्रतीराचा दुसरा राजा नील आणि प्रतापशाली व्याघ्रदत्त ह्यांना अश्वत्थाम्यानें व विकर्णानें रणभूमीवर ठार मारिलें. राजा, चित्रायुध व चित्रयोधी ह्यांनीं समरांगणांत फारच वीर मारिले व मोठा पराक्रम करून दाखविला; परंतु अखेरीस युद्धामध्यें विकर्णानें त्यांस मारिलें. कैकेय राजा हा भीमसेनाप्रमाणें मोठा पराक्रमी होता; त्यास कैकेयवीरांनीं गराडा घातला व त्याच्या भावानेंच शौर्यानें त्यास ठार मारिलें. पर्वतप्रांताचा राजा प्रतापशाली जनमेजय हा गदायुद्ध करीत असे; त्यास तुझा पुत्र दुर्मुख ह्यानें वधिलें. रोचमान नांवाचे दोन पुरुषश्रेष्ठ जणू काय प्रकाशमान् अशा ग्रहांप्रमाणें तेजस्वी होते; परंतु त्यांवर एकदम बाण टाकून त्या दोघांना द्रोणाचार्यांनीं स्वर्गलोकीं पाठविलें. राजा, दुसरे पुष्कळ राजे पांडवांकरितां लढत असतां त्यांनीं मोठा पराक्रम करून अनेक मोठमोठे वीर मारिले, परंतु त्यांस शेवटीं धारातीर्थीं देह ठेवावे लागले. राजा, पुरुजित् व कुंतिभोज ह्या दोन्ही अर्जुनमातुलांस द्रोणाचार्यांनीं बाण मारून स्वर्गलोकीं पाठविलें. कांशिराज अभिभू हा अनेक काशिकांसह लढत असतां वसुदानाच्या पुत्रानें त्यास रणभूमीवर देह ठेवावयास लाविलें. अमितौजा, युधामन्यु व वीर्यवान् उत्तमौजा ह्यांनीं शतावधि वीर मारिले; परंतु त्यांस आपल्या वीरांनीं ठार मारिलें. पंचालदेशचे राजपुत्र मित्रवर्मा व क्षत्रधर्मा हे मोठे धनुर्धर होते; त्यांस द्रोणाचार्यांनीं यमसदनास पाठविलें. शिखंडीचा पुत्र क्षत्रदेव हा योद्ध्यांमध्यें मोठा अग्रणी होता; त्याला तुझा नातू लक्ष्मण ह्यानें युद्धांत मारिलें. त्याचप्रमाणें सुचित्र व चित्रवर्मा हे उभयतां पितापुत्र महारथ होते. हे दोन्ही महावीर रणभूमीवर लढत असतां त्यांस द्रोणाचार्यांनीं वधिलें. हे महाराजा, वार्धक्षेमि हा पर्वकालीं वाढलेल्या समुद्राप्रमाणें पराक्रमानें अगाध होता; परंतु त्याच्या आयुधांचा क्षय झाल्याबरोबर त्याच्या आयुष्याचाही क्षय झाला. त्याप्रमाणेंच सेनाबिंदुसुत हा युद्धकलेमध्यें मोठा प्रवीण असून श्रेष्ठ योद्धा होता; पण त्यास कौरवेंद्र बाल्हीक ह्यानें ठार मारिलें. तसाच चेदींचा श्रेष्ठ रथी धृष्टकेतु ह्यानें मोठा पराक्रम केल्यावर त्यास धारातीर्थीं पडावें लागलें. त्याप्रमाणेंच सत्यधृति हा मोठा वीर असून त्यानेंही शत्रूंचा पुष्कळ संहार उडविला;

परंतु तो पांडवांकरितां पराक्रम करीत असतां त्यास यमपुरीचा मार्ग धरावा लागला. राजा, हीच अवस्था कुरुश्रेष्ठ सेनाबिंदूची झाली. शिशुपाल राजाचा पुत्र सुकेतु ह्यानें शत्रूकडील पुष्कळ योद्धे मारिले; परंतु द्रोणाचार्यांनीं त्यास युद्धांत वधिलें. त्याप्रमाणेंच वीर सत्यधृति, वीर्यवान् मदिराश्व व पराक्रमी सूर्यदत्त हे सर्व द्रोणाचार्यांच्या हस्तें मरण पावले. त्याप्रमाणेंच श्रेणिमान् हा मोठ्या पराक्रमानें लढत असतां मोठें कर्म करून शेवटीं यमसदनास गेला. तसाच शस्त्रास्त्रांत निपुण, समरांगणांत अद्भुत पराक्रम करणारा, व शत्रूंचा निःपात उडविणारा मागध देशाचा राजा भीष्मांच्या हस्तें रणभूमीवर मरून पडला. त्याप्रमाणेंच विराटाचा पुत्र शंख व महारथ उत्तर ह्यांनीं युद्धांत अद्भुत पराक्रम दाखविला; परंतु अखेरीस त्यांस यमलोकाचा मार्ग धरावा लागला. त्याप्रमाणेंच वसुदान ह्यानें युद्धांत अतिशय कंदन केलें, पण द्रोणाचार्यांनीं त्यास मोठ्या शौर्यानें वधिलें. राजा, हे व ह्याप्रमाणेंच दुसरे पुष्कळ पांडवांकडील महारथ द्रोणानें मोठ्या पराक्रमानें मारिले. राजा, तूं जें मला विचारिलेंस, ती हकीकत ही अशी आहे.

अध्याय सातवा.

—:०:—

कौरवांकडील कोणकोणते वीर जिवंत आहेत?

धृतराष्ट्र म्हणालाः—संजया, माझ्या ह्या सैन्याचा जो कांहीं स्वल्पांश तो सर्व नाहींसा झाला आहे; ह्यांतील श्रेष्ठ श्रेष्ठ जे वीर ते सर्व पडले आहेत; ह्यास्तव उर्वरित राहिलेलें हें सर्व सैन्य मला मृतवतच वाटतें! पहा, एखाद्या तलावांतला पाट काढून तें पाणी दूर एखाद्या शेतांत सोडून दिलें, तर तो तलाव कोरडा पडून, असून नसून सारखाच होणार नाहीं काय? बा संजया, जे वीर पडले त्यांची केवढी योग्यता! ते भीष्मद्रोण म्हणजे कौरवसैन्याचे मुख्य आधारस्तंभ! त्यांनीं केवळ माझें (कौरवांचें) कल्याण करावें इतक्याकरितांच हातांत महाधनुष्यें घेतलीं होतीं! ह्याकरितां ते पडल्याचें ऐकून, माझ्या ह्या जगण्यांत कांहींच अर्थ नाहीं, असें मला वाटतें. संजया, कर्णाचें सामर्थ्य कांहीं लहानसहान नव्हे, त्याच्या बाहूंच्या ठिकाणीं दहा हजार हत्तींचें सामर्थ्य होतें; व त्याचें तें युद्धकौशल्य पाहून समरांगणांत मोठी अपूर्व शोभा उत्पन्न होई; परंतु भीष्म व द्रोण ह्यांचा नाश करणें शत्रूंना जितकें अवघड, तितकें कर्णाचा नाश करणें अवघड नव्हतें; म्हणून कर्णाच्या वधानें जरी मला अत्यंत दुःख होत आहे, तरी त्याबद्दल तितकें आश्चर्य वाटत नाहीं! बरें असो. माझ्या सैन्यांतले अमुक अमुक अग्रणी पुरुष पडले म्हणून जसें सांगितलेंस, तसेंच आतां जे कोणी अवशिष्ट राहिले आहेत, त्यांची काय स्थिति आहे ती कथन कर. कौरवांच्या सैन्यांतले जे वीर मेले म्हणून तूं सांगितलेंस, त्यांच्या पश्चात् जे आतां जिवंत आहेत, ते सर्व मृततुल्यच होत असें मला वाटतें!

संजय म्हणालाः—राजा धृतराष्ट्रा, ज्या वीराला ब्राह्मणश्रेष्ठ द्रोणाचार्यांनीं चित्र (ज्यांपासून नानाप्रकारचीं अनेक आयुधें प्राप्त करून घेतां येतात अशीं), शुभ्र (महादेदीप्यमान्), विहित (धनुर्वेदांत सांगितलेलीं) आणि दिव्य (देवादिकांपासून प्राप्त झालेलीं) अस्त्रें समर्पण केलीं आहेत, जो महारथ आहे, ज्यानें शरसंधान किंवा गदाप्रहार केला असतां तो कधीं निष्फल होत नाहीं, ज्याचें हस्तलाघव मोठें अपूर्व आहे, ज्याच्या हातांतलें शस्त्र कधीं ढळत नाहीं; ज्याची मूठ मोठी बळकट आहे व ज्याचा बाण मोठा सुदृढ असतो, तो पराक्रमी व वेग-

वान् द्रोणपुत्र अश्वत्थामा तुझ्यासाठीं युद्ध करण्यास सिद्ध आहे. त्याप्रमाणेंच आनर्त देशांत रहाणारा, हृदीकाचा पुत्र, सात्वतांचा अधिपति भोजदेशाचा राजा महारथ कृतवर्मा हा अस्त्रविद्येंत निपुण असून स्वतः तुझ्याकरितां लढण्यास तयार आहे. तसाच युद्धभूमीवरून अणुरेणु न ढळणारा आर्तायनपुत्र शल्य हा तुझ्या सैन्याचा मुख्य धुरीण असून, आपलें वचन सत्य करण्याकरितां, आपले भाचे जे पांडव त्यांस सोडून देऊन तुझ्या पक्षाकडे आलेला आहे. ह्या विजयशाली वीरानें युधिष्ठिराच्या पुढें अशी प्रतिज्ञा केली होती कीं, मी युद्धामध्यें कर्णाचा तेजोभंग करीन. राजा, देवेंद्राप्रमाणें अपार सामर्थ्य अंगीं असलेला हा पराक्रमी वीर शल्य तुझ्याकरितां युद्ध करण्यास सिद्ध आहे. त्याप्रमाणेंच आजानेय, सैंधव, पार्वतीय (पर्वतादिकांवर राहणारे), नदीज, कांबोज व वनायुज लोकांच्या आपल्या सैन्यासह गांधारांचा राजा तुझ्याकरितां लढण्यास तयार आहे. तसाच बाहुवीर्यशाली शारद्वत गौतम हा नानाप्रकारचीं विचित्र अस्त्रें योजून लढणारा असून मोठें दुर्धर विचित्र धनुष्य हातांत घेऊन तुझ्याकरितां युद्ध करण्यास सिद्ध आहे. त्याप्रमाणेंच, हे कुरुप्रवीरा, केकयराजाचा पुत्र हा महारथी असून, उत्तम अश्व जोडलेल्या व पताका लाविलेल्या रथांत आरूढ होऊन तुझ्याकरितां लढण्यास तयार आहे. तसाच तुझा पुत्र पुरुमित्र हा कौरवांपैकीं मोठा शूर वीर असून प्रज्वलित अग्नीप्रमाणें देदीप्यमान अशा रथांत बसून सूर्य ज्याप्रमाणें अंतरिक्षांत शोभतो, त्याप्रमाणें तो रणभूमीवर शोभत असून युद्धार्थ सिद्ध आहे. त्याप्रमाणेंच दुर्योधन हा सुवर्णाच्या अलंकारांनीं शृंगारलेल्या रथांत बसून, हत्तींच्या कळपांत जसा सिंह झळकत असतो, तसा रणभूमीवर युद्ध करितांना झळकत आहे. हे नरेंद्रा, सुवर्णभूषणांनीं चित्रविचित्र दिसणारें चिलखत घातलेल्या दुर्योधनास जेव्हां मीं राजमंडळांत पाहिलें, तेव्हां तो पद्मप्रभ पुरुषश्रेष्ठ मला धूमरहित अग्नीप्रमाणें किंवा मेघमंडलाच्या मध्यभागीं असलेल्या प्रकाशमान सूर्याप्रमाणें भासला. त्याप्रमाणेंच, हातांत ढालतरवार असलेला सुषेण व महान् योद्धा सत्यसेन हे तुझे पुत्र मोठ्या उल्हासानें चित्रसेनासह रणभूमीवर पांडवांशीं युद्ध करण्यास सिद्ध आहेत. त्याप्रमाणेंच, हे भारता, विनयशील राजपुत्र उग्रायुध, क्षणांत भोजन करणारा, रूपसंपन्न व श्रेष्ठ असा जारासंधि, अड्ढ, चित्रायुध, श्रुतवर्मा, जय, शल, सत्यव्रत, दुःशल हे सर्व श्रेष्ठ राजपुत्र आपआपल्या सैन्यांसहवर्तमान युद्धभूमीवर लढण्यास सिद्ध आहेत. तसाच, कैतव्यांचा अधिपति हा मोठा शूर व मानी असून प्रत्येक युद्धांत शत्रूंचा नाश करीत असतो. हा राजपुत्र आपल्याबरोबर चतुरंग सैन्य घेऊन तुझ्याकरितां युद्ध करण्यास सिद्ध आहे. त्याप्रमाणेंच वीर श्रुतायु, धृतायुध, चित्रांगद, चित्रसेन हे सर्व प्रबल योद्धे मोठे अभिमानी व अचूक बाण मारणारे असून तुझ्याकरितां लढण्यास तयार आहेत. तसाच कर्णाचा पुत्र महात्मा सत्यसंध तुझ्यासाठीं युद्धास सिद्ध आहे. ह्याशिवाय कर्णाचे दुसरे दोन पुत्र अस्त्रविद्येंत निपुण असून त्यांचें बाण मारण्याचें हस्तकौशल्य उत्तम प्रकारचें आहे. त्यांच्याजवळ मोठें सैन्य असून सामान्य प्रतीच्या सैन्यानें त्याचा भेद होण्यासारखा नाहीं. राजा, हे दोन्ही कर्णपुत्र तुझ्यासाठीं युद्ध करण्यास सिद्ध आहेत. हे कुरुश्रेष्ठा, ह्या व अशा प्रकारच्या अमितप्रभावाच्या अनेक श्रेष्ठ योद्ध्यांनीं परिवेष्टित होत्साता तुझा पुत्र दुर्योधन पांडवांशीं युद्ध करून महेंद्राप्रमाणें जय मिळविण्यास सिद्ध असून

हत्तींच्या समुदायांत सिंहानें शोभावें तसा तो शत्रुसैन्यांत शोभत आहे !

धृतराष्ट्र म्हणालाः—संजया, तूं कौरवांकडील योद्ध्यांपैकीं कोण पडले व कोण जिवंत आहेत, ह्याची सविस्तर हकीकत सांगितलीस, त्यावरून मला असें स्पष्ट दिसतें कीं, कौरवांना आतां जयाची आशा करावयास नको !

धृतराष्ट्रास मूर्च्छा.

वैशंपायन सांगतातः—राजा जनमेजया, धृतराष्ट्र असें बोलत आहे तोंच ' एकदम आपल्या सैन्यांतील प्रधान वीर नष्ट होऊन आपलें सैन्य अगदीं उध्वस्त झालें व जें कांहीं अवशिष्ट आहे तें अगदीं थोडें आहे ' असा विचार त्याच्या मनांत आला व त्याचें चित्त शोकग्रस्त होऊन त्यास तात्काळ मूर्च्छा प्राप्त झाली. राजा, ज्या वेळीं आपलें देहभान सुटत चाललें असें धृतराष्ट्राला वाटलें, त्या वेळीं तो संजयाला म्हणाला, ' संजया, क्षणभर थांब. तूं जें हें अत्यंत दुःखकारक वृत्त निवेदन केलेंस तें ऐकून माझी चित्तवृत्ति गोंधळूं लागली, माझें ज्ञान नष्ट झालें व हा देह माझ्या अधीन नाहींसा झाला; ह्यास्तव आतां आपलें भाषण पुरे कर. ' राजा जनमेजया, असें बोलून पृथ्वीपति धृतराष्ट्र देहभान नष्ट होऊन मूर्च्छित पडला !

अध्याय आठवा.

--:०:--

धृतराष्ट्राचा कर्णाविषयीं विलाप.

जनमेजय विचारितोः—हे द्विजश्रेष्ठा, धृतराष्ट्रानें आपल्या पुत्रांचा व कर्णाचा युद्धांत वध झाल्याचें ऐकलें, तेव्हां त्यास तो दुःखभार सहन न होऊन तो मूर्च्छित पडला, म्हणून आपण सांगितलें; पण आतां माझें आपणास असें विचारणें आहे कीं, तो राजेंद्र कांहींसा सावध झाल्यावर मग काय बोलला ? मुनिवर्या, धृतराष्ट्र राजाला तें पुत्रवधाचें मोठें दुःख प्राप्त झाल्यावर मग त्याच्या मुखावाटे काय काय उद्गार बाहेर पडले, तें मला सांगा.

वैशंपायन सांगतातः—राजा जनमेजया, धृतराष्ट्रानें कर्णाच्या वधाचें वृत्त ऐकिलें तेव्हां त्या गोष्टीवर त्याचा विश्वास बसेना; त्याला तें मोठें अद्भुत वाटलें; सर्व प्राण्यांना मूर्च्छा उत्पन्न करणारा तो भयंकर वृत्तांत ऐकून जणू काय मेरु पर्वतच कोसळल्याचा भास झाला; आणि महामति शुक्राचार्याची बुद्धि जशी मोह पावण्यास अपात्र, भयंकर कर्में करणाऱ्या इंद्राचा शत्रूपासून पराभव होणें जसें दुर्घट, महाद्युतिमान् आदित्याचें आकाशांतून पृथ्वीवर पतन पावणें जसें अशक्य, अपरंपार भरलेल्या उदधीचें संशोषण होणें जसें सर्वथा असंभवनीय, पृथ्वी, अंतरिक्ष, दिशा व उदक ह्यांचा समूळ नाश घडणें जसें अद्भुत, अथवा पापकर्मापासून व पुण्यकर्मापासून प्राप्त होणारीं फलें टाळणें जसें सर्वतोपरी असंभाव्य, तसें कर्णासारख्या दुर्धर्ष योद्ध्याला समरांगणांत शत्रूनें वधणें सर्वतोपरी असंभाव्य होय, असें त्यानें मानिलें ! राजा, नंतर त्यानें बराचसा विचार केला तेव्हां त्याच्या मनांत आलें कीं, " अरे, मी हें काय म्हणतों ? ज्यास म्हणून उत्पत्ति आहे, त्यास विनाश हा आहेच ! पहा, मोठमोठे दुसरे प्राणी जर मृत्युवश होतात, तर हा युद्धधुरंधर कर्णच कां बरें युद्धांत मृत्युवश होणार नाहीं ! तेव्हां अरेरे ! कर्णाचा वध होणें अशक्य म्हणून जें कांहीं मी मानीत आहें, तें व्यर्थ होय ! " राजा जनमेजया, धृतराष्ट्राच्या अंतःकरणांत हे विचार उत्पन्न होतांच त्याचा अंतरात्मा शोकाग्नीनें दग्ध होऊं लागला; त्याची कला बदलली; चित्तवृत्ति व्याकुल झाली; हस्तपादादिक गात्रें गळून गेलीं; तो अगदीं दीन होऊन दुःखाचे सुस्कारे टाकूं लागला; आणि हाय ! हाय ! असे

उद्गार काढून अतिशय विलाप करूं लागला !

धृतराष्ट्र म्हणालाः—बा संजया, अधिरथाचा पुत्र कर्ण ह्याची केवढी शक्ति सांगावी बरें ? त्या वीराचा पराक्रम केवळ सिंह किंवा हत्ती यांप्रमाणें होता; त्याचा खांदा वृषभाच्या खांद्याप्रमाणें भरदार व पुष्ट होता; त्याची दृष्टि व चालण्याची ढब वृषभासारखीच होती, आणि वृषभा-वृषभांचें झुंज लागलें असतां जसा कोणताही वृषभ मागें परतत नाहीं, तसा तो वज्राप्रमाणें सुदृढ असा तरुण वीर एकदां शत्रूवर तुटून पडला म्हणजे तो शत्रु प्रत्यक्ष इंद्र असला तरी त्यापुढें तो मागें परतत नसे ! बा संजया, कर्णानें एकदां प्रत्यंचेचा टणत्कार केला किंवा त्याच्या बाणवृष्टींचा एकदां सोसाटा सुरू झाला, म्हणजे केवळ तो ध्वनि कानीं पडतांच रथ, अश्व, नाग व पत्ति ह्यांची त्रेधा उडून ते समरांगणांतून पळून जात. ह्या महासमर्थ वीराच्या पराक्रमावर भिस्त ठेवून पांडवांना जिंकण्याची दुर्योधनानें हाव धरिली व त्यानें पांडवांशीं वैर आरंभिलें ! तेव्हां, बा संजया, असा तो दुःसहप्रतापी महारथ पुरुषशार्दूल कर्ण अर्जुनानें युद्धांत मोठ्या शौर्यानें ठार मारिला म्हणून तूं म्हणतोस हें कसें ? अरे, त्या कर्णाला स्वतःच्या बाहुवीर्याविषयीं इतकी खातरी होती कीं, त्यास कृष्ण व अर्जुन यांची अथवा यादव व दुसरे वीर ह्यांची केव्हांही पर्वा वाटली नाहीं. मूर्ख, राज्यलोभानें अंध झालेल्या व चिंतातुर होऊन खालीं मान घालून बसलेल्या दुर्योधनाला तो नेहमीं म्हणे कीं, ‘ अरे, गांडीवधारी अर्जुन व शार्ङ्गधारी कृष्ण ह्या दोघांस मी एकटा एकदम जिंकून त्यांच्या त्या दिव्य रथांतून त्यांना रणभूमीवर पाडीन ! ’ संजया, कर्णानें पूर्वीं सामान्य पराक्रम करून दाखविला काय ? त्यानें दुर्योधनाच्या राज्याचा विस्तार व्हावा ह्मणून आपल्या तीक्ष्ण व जलाल कंकपुंख बाणांनीं सर्व कांबोज देशांतले वीर, केकय देशांतले वीर, तसेच आवन्त्य, गांधार, मद्रक, मत्स्य, त्रिगर्त, गण, शक, पंचाल, विदेह, कलिंद, काशिकोशल, सुह्म, अंग, वंग, निषाद, पुंड्रचिरक, वत्स, कलिंग, तरल, अश्मक व ऋषिक हे वीर जिंकून त्यांस आपली खंडणी देणारे बनविलें ! संजया, अशा प्रकारच्या महापराक्रमी दिव्यास्त्रवेत्त्या वैकर्तन कर्णाला सैन्याचें पाठबळ असतां शूर पांडवांनीं मोठा पराक्रम करून रणभूमीवर ठार मारिलें, हें कसें झालें बरें ? अरे, देवांमध्यें जसा महेंद्र श्रेष्ठ, तसा नरांमध्यें कर्ण श्रेष्ठ ! ह्या दोघांव्यतिरिक्त तिसरा श्रेष्ठ मीं त्रिभुवनांत ऐकिला नाहीं ! अरे, अश्वांमध्यें उच्चैःश्रवा मुख्य, यक्षांत कुबेर मुख्य, देवांमध्यें महेंद्र मुख्य आणि योद्ध्यांमध्यें कर्ण मुख्य ! अरे, शूर, समर्थ व वीर्यशाली राजांशीं युद्ध करून दुर्योधनाची राज्यलक्ष्मी वाढवावी म्हणून मीं त्याची योजना केली व त्या कर्णानें माझ्या आज्ञेनुरूप सर्व भूमंडळ जिंकिलें ! संजया, मागधराजानें सामादि उपायांनीं कर्णाशीं जेव्हां स्नेह संपादन केला, तेव्हां यादव व कौरव हे खेरीजकरून बाकी सर्व यच्चयावत् क्षत्रियांस त्यानें युद्धांत जर्जर केलें. ह्यास्तव अशा त्या महपराक्रमी कर्णाला द्वैरथयुद्धांत अर्जुनानें वधिलें असें ऐकून फुटक्या नौकेप्रमाणें मी शोकसमुद्रांत बुडून गेलों ! बा संजया, त्या महारथाचें वधवृत्त ऐकून, नौकेंतून समुद्रांत पतन पावलेल्या मनुष्याप्रमाणें मी शोकसमुद्रांत गटंगळ्या खात आहें ! बाबा, असल्या ह्या घोर दुःखांतूनही जर का मी वांचलों, तर माझें मन वज्रापेक्षांही कठोर आहे, असें म्हणण्यास हरकत नाहीं ! सूता, पुत्र, मित्र, आप्तसुहृत् इत्यादिकांची ही अशी दुर्दशा ऐकून ह्या जगांत माझ्यावांचून दुसरा कोणता पुरुष प्राण टाकिल्याशिवाय राहील बरें ! ह्यासाठीं या प्रसंगीं विषप्राशन करावें,

अग्नींत उडी टाकावी किंवा पर्वतावरून कडेलोट करून घ्यावा, हेंच मला प्रशस्त वाटतें ! संजया, आतां मला हें दुःसह दुःख सोसवत नाहीं !

अध्याय नववा.

—:०:—

धृतराष्ट्राचा आणखी विलाप.

संजय म्हणालाः—राजा धृतराष्ट्रा, तुझी योग्यता काय वर्णावी ? तुझी राजलक्ष्मी, तुझें कुल, तुझें यश, तुझी तपश्चर्या व तुझें ज्ञान हीं मनांत आणून थोर लोक तुला आज नहुषपुत्र ययातीप्रमाणें मान देत आहेत ! राजा, तुझ्या ठिकाणीं ज्ञान तर अगदीं महर्षीप्रमाणें असल्यामुळें तूं धन्य होस; ह्यास्तव मन सुस्थिर कर, असा खेद करून घेऊं नको.

धृतराष्ट्र म्हणालाः—संजया, मला दैवच प्रधान वाटतें; पराक्रम हा अनर्थावह होय; ह्यास्तव त्यास धिक्कार असो ! पहा, शालवृक्षासारखा कर्ण, पण तो युद्धांत मारला गेला ! ज्या महारथानें युधिष्ठिराचें सैन्य वधिलें, पंचालांचे रथिसमूह भग्न केले, बाणवृष्टीनें दाही दिशा जाळल्या, आणि ज्याप्रमाणें देवेंद्रानें दैत्यांस ‘ सळो कीं पळो ’ करावें, त्याप्रमाणें ज्यानें समरांगणांत पांडवांना ‘ सळो कीं पळो ’ करून सोडिलें, तो कर्ण वाऱ्यानें उन्मळून पडलेल्या वृक्षाप्रमाणें रणभूमीवर मरून पडावा काय ! आतां ह्या शोकसागराचा अंत होईल असें मला वाटत नाहीं ! माझी चिंता उत्तरोत्तर अतिशयच वाढत आहे ! ही पहा मला मूर्च्छा उत्पन्न होण्याच्या बेतांत आहे ! पहा, कर्ण व अर्जुन ह्यांच्या युद्धांत कर्णाला मृत्यु प्राप्त व्हावा आणि अर्जुनाला जय मिळावा ही गोष्ट मला विश्वसनीय वाटत नाहीं ! संजया, खचीत माझें हें हृदय वज्राचा जो अत्यंत टणक अंश त्याचें बनविलेलें असावें ! नाहीं तर, पुरुषव्याघ्र जो कर्ण तो पडल्याची वार्ता ऐकून तें भग्न झाल्याशिवाय कसें राहिलें असतें बरें ! अरेरे ! पूर्वीं देवतांनीं खरोखरी दीर्घ आयुष्य माझ्या कपाळीं लिहून ठेविलें आहे; आणि त्यामुळेंच, मी कर्णवधानें इतका जरी दुःखित झालों आहें, तरी मरण पावत नाहीं ! माझ्या ह्या जीविताला धिक्कार असो ! अरे, सुहृदांनीं सोडून दिलेल्या म्यां आतां जगून काय करावयाचें आहे ! संजया, कायरे माझी ही विपन्न अवस्था ! कायरे माझें हें दैन्य ! आतां सर्वांनीं माझ्याबद्दल हळहळत रहावें व तेवढ्यावरच म्यां मूर्खानें हे दुःखाचे दिवस कंठावेना ! संजया, जो मी पूर्वीं सर्व लोकांच्या आदरास पात्र झालों, त्या माझा आतां लोकांकडून अवमान झाला म्हणजे माझ्यानें हा देह कसा धारण करवेल बरें ! संजया, भीष्मद्रोणांच्या वधानें आधींच मी दुःखग्रस्त होऊन महान् सकटांत पडलों होतों; व आतां तर कर्णाच्या वधानें माझ्या दुःखास पारावारच नाहींसा झाला व संकटांतून मुक्त होण्याची आशाही संपली. संजया, कर्ण हा माझ्या पुत्रांचा मोठा आधार होता; आणि तो तर आतां युद्धांत पतन पावला; मग माझ्या जगण्यांत अर्थ तो कोणता ? अरे, अधिरथाचा पुत्र कर्ण हा बाणविद्ध होऊन रथांतून खालीं पडला म्हणजे खचीत जणू काय वज्रपातानें पर्वताचें शिखरच विदीर्ण होऊन खालीं पडलें असें मला वाटतें ! असो. संजया, तो कर्ण आज रक्तबंबाळ देहानें पृथ्वीला शोभवीत रणभूमीवर मरून पडला आहेना ? अरेरे ! उन्मत्त द्विपेंद्रानें जसा एखादा द्विप मारावा तसा हा प्रकार झाला, नाहीं बरें ? हा ! हा ! कायरे त्या कर्णाची महती आणि केवढीरे त्यावर कौरवांची भिस्त ! धार्तराष्ट्रांना कर्ण हा केवळ आपलें बळ वाटे ! पांडवांना जें कांहीं भय होतें तें तरी फक्त ह्या कर्णाचेंच

आणि अखेरीस तो कर्ण अर्जुनाच्या हस्तें मृत्युमुखीं पडला काय! अरेरे, कर्ण म्हणजे सर्व धनुर्धारी योद्ध्यांचा केवळ ध्वजच ! तो महाधनुर्धर वीर ह्मणजे शत्रूंचें मूर्तिमंत भय; आणि देवेंद्रानें ज्याप्रमाणें पर्वत पाडावा त्याप्रमाणें तो रणभूमीवर अर्जुनानें पाडला काय ? संजया, आतां कौरवांनीं जयाशा धरूं नये; आत्तां दुर्योधनाची मनीषा तृप्त व्हावयाची नाहीं! पांगळ्यानें मार्गक्रमण करणें जसें दुर्घट अथवा दरिद्याचे मनोरथ सिद्धीस जाणें जसें दुष्कर, किंवा तृषिताची तृषा चार जलबिंदूंनीं भागणें जसें अशक्य, तसेंच दुर्योधनाचे हेतु परिपूर्ण होणें अशक्य होय! अरेरे, बेत काय केला, आणि परिणाम काय झाला ! अहो, दैवगति किती प्रबळ, आणि काल किती दुरतिक्रम आहे बरें ! बा संजया, माझा पुत्र दुःशासन अगदीं हतवीर्य व बेहोष होऊन रणभूमीवर पळून जात असतां मारिला काय ? अरे, त्यानें युद्धामध्यें कांहीं लांच्छनास्पद आचरण केलें नाहींना ? बाबा, अन्य क्षुद्र क्षत्रियांप्रमाणें त्या शूर दुःशासनाचा वध झाला नाहींना ! संजया, युधिष्ठिर हा, ‘ लढाईवर मजल आणूं नको ’ असें दुर्योधनास सर्वदा सांगत असतां त्या मूर्खाला तें रुचलें नाहीं, त्यास काय म्हणावें ? बाबा, योग्यच आहे; औषध हें हितकर खरें, पण रोगी तें घेईल तर ना ? संजया, शरतल्पावर शयन करणाऱ्या महात्म्या भीष्मानें अर्जुनापाशीं उदक मागितलें असतां त्या पांडुपुत्रानें मेदिनीतलाचा वेध करून जलाची धारा निर्माण केली, तेव्हां त्या विजयशाली भीष्मानें दुर्योधनास सांगितलें कीं, “ बा दुर्योधना, पांडवांशीं वैर करूं नको; पांडवांशीं जर गोडी करशील, तर तुझें कल्याण होईल; ह्या तुमच्या युद्धाचा माझ्याबरोबर अंत कर. अरे, पांडवांशीं बंधुत्वानें वागून ह्या पृथ्वीचा उभयवर्गांनीं उपभोग घ्यावा. ” संजया, त्या महामति भीष्माचा हा उपदेश दुर्योधनानें ऐकिला नाहीं; आणि आतां त्यास खचीत पश्चात्तापांत पडण्याची वेळ आली पहा ! त्या दूरवर दृष्टि देणाऱ्या भीष्माचें वचन आतां प्रत्ययास येत आहे ! अरेरे, मी तरी आपल्या कर्तव्याचा विचार करावयाचा होता! संजया, आतां मला सल्लागारही कोणी राहिला नाहीं; आणि माझे पुत्रही गेले रे ! हें सर्व अरिष्ट उत्पन्न होण्याचें कारण द्यूत ! पक्ष्याचे पंख छाटून टाकले म्हणजे त्याची जशी स्थिति होते, तशी आतां माझी स्थिति झाली ! मुलें खेळतांना एकाद्या पांखराचे पंख तोडून टाकितात व मग त्यास मोठ्या मौजेनें सोडितात, पण मग त्या बिचाऱ्या पांखराला जागेवरून हालतांही येत नाहीं, त्याप्रमाणें माझी अवस्था झाली आहे! तें पांखरूं जसें सर्वतोपरी दीन व लाचार बनतें, तसाच मी आतां बनलों आहें ! आतां माझ्या सर्व पुरुषार्थाची इतिश्री झाली; मी आपल्या पुत्रांना व आप्तसुहृदांना अंतरलों; आणि सर्वतोपरी दीन व हताश झालेला हा मी आतां शत्रूंच्या हातीं सांपडलों म्हणजे मग माझी काय काय दुर्दशा होईल ती कोण जाणे !

वैशंपायन सांगतातः—राजा जनमेजया, अत्यंत दुःखित होऊन धृतराष्ट्रानें ह्याप्रमाणें पुष्कळ विलाप केला आणि शोकपरिप्लुत होऊन त्यानें संजयास पुनः म्हटलें.

धृतराष्ट्र म्हणालाः—संजया, ज्यानें सर्व कांबोज वीरांना, केकयांसह अंबष्ठांना, गांधारांना व विदेहांना युद्धांत जिंकून आपले हेतु सिद्धीस नेले, आणि ज्यानें सर्व भूमंडल जिंकून दुर्योधनाच्या राज्याचा विस्तार केला, त्या महाधनुर्धर पराक्रमी कर्णाला वीर्यशाली अर्जुनानें धारातीर्थी पाडिलें, तेव्हां तेथें समरभूमीवर कोणकोणते वीर लढत होते, तें मला सांग.

संजया, कर्णाला जेव्हां पांडवांनीं मारिलें, तेव्हां तो रणांगणांत एकटाच असून त्याचे साथीदार पळून वगैरे गेले नव्हतेना? बाबा, आपल्याकडील वीरांना शत्रूंकडून कशा रीतीनें वध-ण्यांत आलें, हें तूं पूर्वीं सांगितलें आहेसच. पहा, ज्याच्याशीं सामना करण्यास कोणीही समर्थ नव्हता, त्या सर्व शस्त्रधाऱ्यांमध्यें श्रेष्ठ अशा भीष्माला शिखंडीनें उत्तम बाण मारून रणांत पाडिलें; त्याचप्रमाणें महाधनुर्धर द्रोणाचार्य सर्व आयुधांचा त्याग करून युद्धभूमीवर मरण्यास सिद्ध होऊन बसल्यानंतर द्रुपदपुत्र धृष्टद्युम्न ह्यानें त्यांजवर बहुत बाण टाकिले, आणि अखेरीस खड्ग उचलून त्यानें त्यांस ठार केलें! सारांश, हे संजया, भीष्म व द्रोण ह्यांचा पांडवांनीं जो वध केला, तो अन्यायानें व त्यांतही विशेषेंकरून कपटानें केला आहे! भीष्म व द्रोण ह्यांसंबंधानें मीं असेंही ऐकिलें आहे कीं, प्रत्यक्ष वज्रधारी इंद्राकडूनही न्यायानें युद्ध करणाऱ्या त्या दोघां वीरांचा वध झाला नसता! संजया, मी सांगतों हें अगदीं सत्य आहे! आतां कर्णाविषयीं विचारशील तर त्याच्या वधाचें मला मोठेंच नवल वाटत आहे. पहा, कर्ण म्हणजे अगदीं देवेंद्रतुल्य वीर; आणि असें असतां मृत्यूनें त्याला स्पर्श करण्याचें कसें धाडस केलें बरें! पहा, त्याच्या अंगीं नानाप्रकारचीं दिव्य आणि बहुत अस्त्रें सोडण्याचें सामर्थ्य; त्याला प्रत्यक्ष पुरंदरानें विद्युल्लतेप्रमाणें देदीप्यमाम, सुवर्णमंडित व शत्रुसंहारक दिव्य शक्ति कुंडलांबद्दल दिली; व त्याच्या भात्यामध्यें सुवर्णालंकृत सर्पमुख दिव्य बाण चंदनाच्या चूर्णांत शत्रूचा प्राण घेण्यास सिद्ध होता; आणि असें असतां त्या कर्णाचा अशा प्रकारें अंत व्हावा काय?

संजया, कर्णाच्या ठिकाणीं केवढा रे वीरश्रीचा अभिमान? भीष्मद्रोणादिक महारथांना देखील तो जुमानीत नसे! जमदग्निपुत्र परशुरामापासून त्यानें महाघोर ब्राह्म अस्त्र संपादन केलें होतें! द्रोणप्रभृति वीर अभिमन्यूच्या शरप्रहारांनीं त्रस्त होऊन माघार घेऊं लागले तेव्हां त्या प्रतापशाली कर्णानें अभिमन्यूच्या त्या धनुष्यावर तीक्ष्ण बाण टाकून तें भग्न केलें. ज्याला दहा हजार हत्तींचें सामर्थ्य व वज्राच्या वेगाप्रमाणें वेग, त्या अजिंक्य भीमसेनाला देखील त्या कर्णानें एकाएकीं विरथ करून त्याचा उपहास केला! त्यानें बांकदार पेरीं असलेल्या बाणांचा वर्षाव करून सहदेवाला जिंकून त्यास रथहीन केलें, पण अधर्माचरणाचा व निष्ठुरपणाचा दोष प्राप्त होईल, ह्या भीतीनें त्यास वधिलें नाहीं! त्यानें घटोत्कचाच्या सहस्त्रावधि मायांचा विनाश करून त्या राक्षसेंद्राला इंद्रशक्तीच्या योगानें ठार मारिलें! आणि हा त्याचा अपूर्व पराक्रम अवलोकन करून धनंजयासही भय वाटलें व त्यानें कांहीं दिवसपर्यंत त्याच्याशीं द्वैरथयुद्ध करण्याचा विचार सोडून दिला! संजया, कर्णाशीं युद्ध करण्याचें टाळण्याकरितां अर्जुनाला ही युक्ति लढवावी लागली! "हे संशप्तक वीर पुनः पुनः मला मुख्य रणभूमीवरून एकीकडे ओढून नेतात ह्यास्तव प्रथम मीं संशप्तकांचा नाश करून मग ह्या कर्णाचा वध करावा हें चांगलें!" असा बहाणा अर्जुनानें केला व त्यानें कर्णाशीं युद्ध करण्याचें पुढें लोटिलें! सारांश, हे संजया, अशी अद्वितीय शक्ति ज्या कर्णाच्या ठायीं होती, त्या शत्रुसंहारक महान् योद्ध्याला अर्जुनानें रणांत मारिलें हें घडलें तरी कसें! अरे, जर कर्णाचा रथ भग्न झाला नसता, धनुष्य तुटलें नसतें, व अस्त्रांचा नाश झाला नसता, तर त्या वीराचा कसा बरें वध झाला असता? संजया, कर्णाचें सामर्थ्य किती तरी अगाध! तो एकदा समरभूमीवर महान् धनुष्य घेऊन भयंकर शरांची वृष्टि करून दिव्य अस्त्रें सोडूं लागला, म्हणजे

शार्दूलाप्रमाणें महावेगवान् अशा त्या वीरशार्दूलास जिंकण्यास कोणीही समर्थ नसे ! निःसंशय, त्याचें धनुष्य तुटलें, रथ पृथ्वीनें गिळिला, अथवा त्यास अस्त्रें आठवतनाशीं झालीं, म्हणूनच तूं सांगत आहेस त्याप्रमाणें कर्णाचा वध झाला असेल ! ह्यांवांचून कर्णाच्या नाशाला अन्य कारण संभवत नाहीं.

संजया, जोंपर्यंत मीं फाल्गुनास (अर्जुनास) ठार मारिलें नाहीं, तोंपर्यंत मी पादप्रक्षालन करणार नाहीं, अशी ज्या महात्म्या कर्णाची घोर प्रतिज्ञा; ज्याच्याबरोबर युद्ध करण्याची पाळी येईल ह्या भीतीमुळें पुरुषश्रेष्ठ युधिष्ठिराला तेरा संवत्सरपर्यंत निद्रा प्राप्त झाली नाहीं; ज्या वीर्यशाली पुरुषाच्या सामर्थ्यावर भिस्त ठेवून माझ्या पुत्रानें बलात्कारानें पांडवांच्या स्त्रीला पांडवांच्या देखत सभेंत ओढून आणिलें, व त्या पांचालीला कौरवांसमक्ष ' दासभार्या ' असें म्हटलें; तसेंच ज्यानें, " हे कृष्णे, आतां तुझे पति नष्टवत् आहेत, त्या सर्वांची अवस्था वांझ्या तिळांप्रमाणें अगदीं तुच्छ झाली आहे; ह्याकरितां, हे सुंदरी, तूं आतां दुसरा पति कर. " असे कठोर शब्द सभेंत क्रोधानें काढिले; त्याप्रमाणेंच, " युद्धाविषयीं आत्मश्लाघा करणाऱ्या भीष्मानें किंवा युद्धांत अजिंक्य असणाऱ्या द्रोणानें पक्षपातबुद्धीनें जरी पांडवांना मारिलें नाहीं, तरी, हे दुर्योधना, मी एकटा त्या सर्वजणांना मारीन, हें खचीत समजून तूं आपल्या मनाची तळमळ अगदीं नाहींशी कर. दुर्योधना, अर्जुनाचें गांडीव धनुष्य किंवा त्याचे ते दोन महान् अक्षय्य भाते, चंदनचूर्णानें माखलेला माझा बाण सों सों करीत उडी टाकीत चालला म्हणजे त्यापुढें काय करणार ? " असे शब्द उल्हासानें दुर्योधनापाशीं उच्चारिले, तो महाबलिष्ठ वीर कर्ण आज अर्जुनानें मारिला हें खरें काय ? अरे, ज्या कर्णाला गांडीवापासून सुटलेल्या बाणांच्या भयंकर स्पर्शाची मुळींच पर्वा वाटत नसे, ज्यानें " हे कृष्णे, तूं आतां अपति (पतिरहित) आहेस ! " असे शब्द काढून पांडवांकडे टौकारून पाहिलें, स्वतःच्या बाहुबलावर भरंवसा असल्यामुळें ज्याला पुत्रांसहित किंवा कृष्णासहित पांडवांचें क्षणभर भय वाटत नव्हतें, त्याचा वध देवांसहित इंद्राकडून सुद्धां होईल असें वाटत नाहीं; मग सैरावैरा चाल करून येणाऱ्या पांडवांकडून तो होणें हें तर दुरापास्तच !

संजया, कर्णाचा पराक्रम काय वर्णावा ? त्या अधिरथपुत्रानें प्रत्यंचेला स्पर्श केला पुरे, किंवा तलत्राणें चढविलीं पुरेत, कीं कोणत्याही पुरुषाची त्याच्यापुढें उभें रहाण्याची छाती होत नसे ! कदाचित् पृथ्वीवरील सोम, सूर्य व वह्नि ह्यांचीं तेजें एक वेळ नष्ट होतील, पण त्या युद्धांतून पलायन न करणाऱ्या पुरुषेंद्राचा वध होणें दुष्कर ! अरे, त्याच्या व दुःशासनाच्या साहाय्यानेंच महामूर्ख दुष्ट दुर्योधनानें वासुदेवाचा अव्हेर केला ! आतां मात्र दुर्योधनाची दशा मोठी कठीण आहे; कर्ण व दुःशासन हे धारातीर्थी पतन पावलेले पाहून आतां त्यास मोठा खेद होत असेल ! विकर्तनपुत्राचा द्वैरथयुद्धांत अर्जुनानें वध केला असें ऐकून व पांडवांची सरशी होत चालली असें अवलोकन करून दुर्योधनानें काय उद्गार काढिले बरें ! वृषसेन व दुर्मर्षण हे युद्धांत पडले, कौरवसैन्य महारथांकडून मृत्यु पावूं लागलें व त्याची दाणादाण उडाली, साहाय्यार्थ आलेले राजेलोक पराङ्मुख होऊन पळून जाऊं लागले, आणि रथी वीर धूम पळत सुटले, असें जेव्हां दुर्योधनानें पाहिलें असेल, तेव्हां मात्र तो दुराग्रही, अभिमानी, मूर्ख व अविचारी दुर्योधन खचीत पश्चात्ताप पावला असेल !

संजया, अशा ह्या दुर्घट समयीं दुर्योधना-

च्या मनाची काय बरें स्थिति झाली असेल ? अरे, आपल्या सैन्याची नाउमेद झालेली पाहून त्यानें काय बरें म्हटलें असेल ! ह्या सर्व घोर अनर्थास कारण त्याचा तोच आहे ! त्यानें स्वतःच हा महान् कलहाग्नि चेतविला ! त्याच्या आप्तसुहृदांनीं त्यास पुष्कळ मोडा घातला पण तो सर्व व्यर्थ झाला ! आणि आतां तर समरांगणांत प्रधान वीरांचा नाश घडून आला आहे, तेव्हां आतां दुर्योधनानें काय उद्गार काढिले असतील बरें ! अरे, भीमसेन दुःशासनास रणभूमीवर ठार मारून त्याचें रक्त प्राशन करीत असतां दुर्योधनाच्या मुखावाटे कोणते शब्द बाहेर पडले असतील बरें ! संजया, गांधारराज शकुनि ह्यासहवर्तमान दुर्योधन सभेमध्यें काय म्हणाला होता कीं, ' कर्ण हा अर्जुनाला मारील ! ' पण आतां तर त्याच्या उलट होऊन अर्जुनानेंच कर्णाला मारिलें आहे; तेव्हां आतां दुर्योधन काय म्हणत असेल बरें ! संजया, पूर्वीं द्यूत करून पांडवांना वंचिल्यावर ज्याला मोठा आनंद वाटला, तो सौबल शकुनि कर्णाच्या मृत्यूनंतर काय बोलला बरें ! सात्वतांतला महारथ महाधनुर्धर हार्दिक्यपुत्र कृतवर्मा हा कर्णवध श्रवण करून काय बोलला बरें ! धनुर्वेद शिकण्याची इच्छा करणारे ब्राह्मण, क्षत्रिय व वैश्य हे ज्या बुद्धिमान् द्रोणपुत्राची सेवा करितात आणि जो तरुण, रूपसंपन्न, सुंदर व महाकीर्तिमान् आहे, तो अश्वत्थामा कर्णाचा वध झाल्यावर काय म्हणाला बरें ! त्याप्रमाणेंच, धनुर्वेदाचा आचार्य असा तो महारथ शारद्वत कृप कर्ण पडल्यावर काय बोलला बरें ! तसाच तो महाधनुर्धर, महाबलवान् मद्राधिपति, —युद्धांत शोभणारा महारथ सारथ्यकर्म करीत असलेला सौवीर शल्य कर्णाचा वध झाल्याचें पाहून काय बोलला बरें ! आणि त्याप्रमाणेंच, हे संजया, ते सर्व दुर्जय राजे—जे कोणी युद्धार्थ आले होते—ते वैकर्तन हा हत झालेला पाहून काय काय म्हणाले बरें !

बरें असो; संजया, तो पुरुषश्रेष्ठ रथव्याघ्र द्रोण वीर मृत्यु पावल्यानंतर सैन्याच्या कोणत्या भागांवर कोण कोण मुख्य होते, महारथ मद्रराज शल्याची कर्णाच्या सारथ्यकर्मावर कशी योजना झाली, सूतपुत्र कर्ण युद्ध करीत असतां त्याच्या रथाचें उजवेकडील चक्र कोणीं राखिलें, तसेंच डावे चक्राचें कोणीं रक्षण केलें, त्याच्या पृष्ठभागीं कोणकोणते वीर शत्रुसैन्याचें निवारण करीत होते, कर्णाची विपन्न अवस्था अवलोकन करून कोणकोण क्षुद्र पुरुष पळून गेले व कोणकोण शूर पुरुष त्याच्या मदतीकरितां शेवटपर्यंत टेंक देऊन लढत राहिले, तुम्हीं (कौरवांकडील) सर्व वीर एकत्र व एकजुटीनें लढत असतां कर्ण हा अर्जुनाच्या हस्तें मृत्युमुखीं कसा पडला, शूर महारथ पांडव मेघांप्रमाणें बाणांचा वर्षाव करीत कर्णावर कसे चालून गेले, आणि तो सर्पमुख दिव्य बाण कर्णाजवळ असतांना तो फुकट कसा गेला, हें मला कथन कर. संजया, आतां माझें जें सैन्य अवशिष्ट आहे, त्यांत मला फारसा जोम दिसत नाहीं. माझ्या सैन्यांतलें जें कांहीं स्वत्व तें सर्व नष्ट झालें, ह्यास्तव उर्वरित राहिलेलें सैन्य मला मृतवतच भासत आहे ! पहा, ते महाधनुर्धर वीर भीष्म व द्रोण माझ्याकरितां जीव देण्यास तयार झालेले जर रणभूमीवर पतन पावले, तर माझ्या ह्या जीविताचा उपयोग तो कोणता ? अरे, ज्या कर्णाच्या अंगीं सहस्र कुंजरांचें बळ होतें, त्या कर्णाला पांडवांनीं वधिलें ही गोष्ट माझ्या हृदयाला अगदीं लागून राहिली आहे ! मीं कितीही विवेक केला तरी हें दुःख माझ्यानें सहन करवत नाहीं ! बा संजया, द्रोणाचार्य पडल्यानंतर शूर कौरवांचा व पांडवांचा जो रणसंग्राम झाला, तो मला सांग. संजया, कर्णानें

पांडवांशीं कशा प्रकारें युद्ध केलें, आणि त्याप्रमाणेंच तो शत्रुसंहारक महान् वीर रणांत कसा पतन पावला, तें सांग !

अध्याय दहावा.

—:०:—

कर्णाला अभिषेक.

संजय सांगतोः—हे भारता धृतराष्ट्रा, त्या दिवशीं महाधनुर्धर द्रोणाचार्य पतन पावले, व द्रोणपुत्र महारथ अश्वत्थामा ह्याचा संकल्प व्यर्थ झाला, तेव्हां कौरवांचा सेनासागर एकसारखा जिकडे वाट सांपडेल तिकडे धूम वाहूं लागला असतां, अर्जुन हा आपल्या सैन्याची सुव्यवस्थित रचना करून भ्रातृवर्गासमवेत युद्धभूमीवर युद्धार्थ उभा राहिला. हे भरतर्षभा, त्या समयीं अर्जुन हा युद्धाला तोंड देऊन उभा आहे असें जाणून व कौरवसेना पळत आहे असें अवलोकन करून तुझा पुत्र दुर्योधन ह्यानें मोठ्या शौर्यानें त्या सेनेची स्थिरस्थावर केली, आणि तिची जेथच्या तेथें योजना करून तो स्वतः मोठ्या पराक्रमानें बराच काळपर्यंत पांडवांशीं लढला; परंतु पांडवांना जय मिळून त्यांची सरशी होत गेल्यामुळें त्यांनीं मोठ्या उमेदीनें पुष्कळ वेळपावेतों अधिक वीरश्री धरून युद्ध चालविलें. इतक्यांत संध्याकाळ झाला, तेव्हां दुर्योधनानें आपल्या सैन्याला परत माघारें बोलाविलें आणि नंतर कौरवांकडील प्रधान योद्धे दुर्योधनाच्या ठाण्यांत एकत्र जमून त्यांनीं पुढील कर्तव्याविषयीं आपसांत मसलत ठरविली. दुर्योधनाच्या शिबिरांत ते सर्व वीर उत्कृष्ट आस्तरणांनीं शोभायमान दिसणाऱ्या अशा श्रेष्ठ पर्यंकावर बसले असतां जणू काय देवमंडल सुखासनावर अधिष्ठित झालें आहे असा भास झाला ! नंतर तेथें जमलेल्या त्या महाधनुर्धर योद्ध्यांना अनुलक्षून दुर्योधन राजानें प्रसंगानुरूप व सर्वांस प्रिय वाटेल असें अत्यंत मधुर भाषण केलें. तो म्हणाला, “ अत्यंत बुद्धिमान् वीरहो, तुम्ही सर्वजण आपआपला विचार त्वरित कळवा; अगदीं उशीर करूं नका. सध्याची स्थिति तुम्ही जाणतच आहां; तर अशा ह्या समयीं राजेहो, आपण काय करावें व त्यांतही विशेषतः कोणती गोष्ट करावी हें सांगा. ”

संजय सांगतोः—राजा धृतराष्ट्रा, युद्ध करण्याची इच्छा करीत असलेल्या त्या पुरुषश्रेष्ठांनीं दुर्योधनाचें भाषण श्रवण करून, आपापल्या सिंहासनांवरून दंड थोपटणें वगैरे वीरश्रीद्योतक नानाविध कृत्यांनीं आपला अभिप्राय व्यक्त केला. नंतर युद्धांत प्राण देण्यास सिद्ध झालेल्या त्या वीरांचा हेतु मनांत आणून आणि दुर्योधन राजाची मुखश्री प्रातःकालीन सूर्याप्रमाणें तेजःपुंज अवलोकन करून समय जाणणारा चतुर आचार्यपुत्र अश्वत्थामा म्हणाला, “ नृपहो, स्वामिभक्ति, देशकालादिकांची अनुकूलता, बल व राजनीति हीं अर्थसिद्धीचीं मुख्य साधनें होत, असें तज्ज्ञ लोकांचें मत आहे. आतां हीं साधनें अनुकूल असलीं तरी दैवाचें आणखी साहाय्य जर नसेल तर कार्यसिद्धि होणार नाहीं. स्वामिभक्ति वगैरे सर्व साधनें आपणांस अनुकूल असूनही आपल्या पक्षाचे देवतुल्य पराक्रमी, स्वामिभक्त, रणधुरंधर व प्रबळ असे महान् महान् महारथ युद्धांत पडले; एवढ्यावरून, दैवाची अनुकूलता आपणांस नाहीं असें मनांत आणून तुम्ही कदाचित् निराश होऊन जयाशा सोडून द्याल, पण असें करूं नका. साधनांची अनुकूलता असून दैवाची प्रतिकूलता असल्यास जसा कार्याचा नाश होतो, तशीच दैवाची अनुकूलता असून साधनांची प्रतिकूलता असल्यास कार्याचा नाश होत नाहीं. दैवाची अनुकूलता एकदां प्राप्त झाली म्हणजे सर्व गोष्टी स्वभावतःच अनुकूल होतात आणि मग इष्ट कार्य सिद्धीस जातें. तेव्हां

दैव अनुकूल करून देणारी गोष्ट कोणती, ह्याचा विचार केला पाहिजे. राजकारणी पुरुष राजनीतींतील तत्त्वांचा जर नीट विचार करतील व तदनुरूप वागतील, तर सर्वतोपरी दैव अनुकूल करून घेतां येईल. प्रस्तुत प्रसंगीं आपण सर्वांनीं मुख्य उद्देशावर लक्ष ठेवून सर्व गुणांनीं युक्त असा सेनापति नेमिला पाहिजे. सर्व वीरांमध्यें कर्ण हा श्रेष्ठ असा असून त्याच्या अंगीं सर्व गुण वास्तव्य करीत आहेत; ह्यास्तव, हे दुर्योधना, आपण कर्णावरच सैनापत्याचा अभिषेक करूं या. कर्णाला सेनापति केल्यावर आपण शत्रूंचें निर्दलन करण्यास समर्थ होऊं. कर्ण हा अतिशय बलिष्ठ व शूर आहे. तो सर्व शस्त्रास्त्रांत प्रवीण असून युद्धांत अजिंक्य आहे. तो यमधर्माप्रमाणें असह्य असून युद्धांत शत्रूंना जिंकण्यास समर्थ आहे. ह्याकरितां आपण त्यासच सैनापत्य द्यावें."

संजय सांगतोः—राजा धृतराष्ट्रा, आचार्यपुत्राचें हें भाषण श्रवण करून तुझ्या पुत्रानें (दुर्योधनानें) कर्णाविषयीं मोठी प्रबळ आशा धारण केली. 'भीष्म व द्रोण पडले तरी कर्ण हा पांडवांना जिंकील' अशी दुर्योधनास आधींच आशा वाटत होती, म्हणून त्या आशेला अश्वत्थाम्याकडून पुष्टीकरण मिळतांच त्याचें तें मंगलप्रद, हितावह, सत्य, प्रियकर आणि प्रेम व सत्कार ह्यांनीं भरलेलें भाषण श्रवण करून दुर्योधनाच्या मनाची अस्वस्थता दूर झाली; आणि स्वतःच्या पराक्रमाविषयीं पुनः विश्वास उत्पन्न होऊन त्यास मोठें धैर्य आलें व तो कर्णाला म्हणाला, "कर्णा, तुझ्या अंगचा पराक्रम व तुझें माझ्याविषयीं अतिशय प्रेम हीं मला विदित आहेत; तथापि मी तुला हिताचें वचन सांगतों, तें ऐक आणि नंतर जें तुला रुचेल तें कर. हे महाबाहो, तूं अत्यंत ज्ञाता असून तुझ्यावर माझी नेहमीं सर्व भिस्त आहे. भीष्म व द्रोण हे माझे सेनापति पतन पावले. ते जरी अतिरथ होते, तरी त्या उभयतांच्याहीपेक्षां तुझ्या ठिकाणीं अधिक सामर्थ्य आहे. ह्यासाठीं तूं माझ्या सैनापत्याचा अधिकार स्वीकार. कर्णा, मी तुला त्या दोघां वीरांपेक्षां अधिक महत्त्व देतों. पहा, ते दोघेही महाधनुर्धर वृद्ध व अर्जुनाविषयीं पक्षपाती होते. राधेया, त्यांस मीं जो एवढा मोठा मान दिला, तो केवळ तुझ्या सांगण्यावरून. बा कर्णा, भीष्मांच्या हातून ह्या महारणांत दहा दिवसांत पांडुपुत्रांचा नाश होऊं नये हें खचीत आश्चर्य होय. ह्यास कारण 'आपण पांडवांचे पितामह आहों' हा विचार भीष्मानें मनांत वागवून त्यांचा वध करण्याचें टाळलें, हेंच होय. इकडे पांडव मात्र भीष्माविषयीं पितामहत्व विसरले. तूं शस्त्रास्त्रांचा त्याग केला असतां अर्जुनानें शिखंडीला पुढें करून मोठ्या निकराचें युद्ध सुरू करून भीष्मास पाडिलें! ह्याप्रमाणें तो महाधनुर्धर भीष्म शरतल्पीं पडल्यावर तुझ्या सांगण्यावरून मीं पुरुषश्रेष्ठ द्रोणाचार्य ह्यांस सैनापत्याधिकार दिला; परंतु त्यांनींही शिष्यत्वबुद्धि मनांत आणूनच पांडवांस राखिलें असें मला वाटतें. पण त्या वृद्ध द्रोणाचार्यांनाही धृष्टद्युम्नानें लवकरच मारून टाकिलें! कर्णा, तुझ्या ठिकाणीं असा कांहीं असाधारण पराक्रम आहे कीं, धारातीर्थीं पतन पावलेल्या त्या प्रधान वीरांनीं सुद्धां तुझ्या पराक्रमाची प्रशंसा केली आहे. विचार करून पाहिलें असतां तुझ्यासारखा समरभूमीवर प्रताप गाजविणारा दुसरा वीर मला दिसून येत नाहीं. खचीत आह्मांला जय मिळवून देण्यास तूंच तेवढा समर्थ आहेस. पूर्वीं, मध्यंतरीं व तदनंतर तूं तसेंच आमचें हित केलें आहेस. ह्याकरितां त्या त्वां ह्या युद्धांत आमच्या सैन्याचा धुरीण व्हावें, हें योग्य होय. म्हणून सैनापत्याधिकाराचा अभिषेक स्वतःच आपणावर

करून घे. देवांचा सेनानी जसा महाबलिष्ठ स्कंद हा झाला, तसा तूं ह्या माझ्या सैन्याचा महाबलिष्ठ सेनानी हो. महेंद्राप्रमाणें तूं शत्रुरूप सर्व दानवगणांचा संहार कर. कर्णा, तूं रणशिरोभागीं उभा आहेस, असें पाहून महारथ पांडवांची व पंचालांची त्रेधा उडून, दानव जसे विष्णूला पाहतांच पळून जातात तसे ते तुला पाहतांच पळून जातील! ह्यास्तव, हे पुरुषव्याघ्रा, तूं महासेनेचें नियमन कर. एकदां तूं सैनापत्याधिकारीं आरूढ झालास म्हणजे ताबडतोब मंदबुद्धि पांडव अमात्यांसह, पंचालांसह व सृंजयांसह पळून जातील! ज्याप्रमाणें सूर्य हा उदयपर्वतावर आरूढ झाला म्हणजे आपल्या प्रतापानें प्रखर अंधकार नष्ट करितो, त्याप्रमाणें तूं सेनानीपदावर आरूढ होऊन आपल्या प्रतापानें शत्रूंना नष्ट करून टाक!"

संजय सांगतोः—राजा धृतराष्ट्रा, भीष्म व द्रोण हे पडले तरी कर्ण हा पांडवांना जिंकील अशी तुझ्या पुत्राला जी मोठी आशा होती, ती आशा अंतर्यामीं वागवून दुर्योधनानें कर्णाला असें म्हटलें कीं, "हे सूतपुत्रा, तुझ्या समोर उभा राहून युद्ध करण्याला पार्थ हा कधींही उत्सुक होणार नाहीं!"

कर्ण म्हणालाः—हे दुर्योधना, मीं तुला पूर्वींच सांगितलें आहे कीं, 'मी पुत्रांसहित व कृष्णासहित सर्व पांडवांना जिंकीन. मी तुझा सेनापति होईन ह्याबद्दल संशयच नाहीं. ह्याकरितां, हे महाराज दुर्योधना, स्वस्थ अस; व पांडव जिंकिलेच असें मान.'

संजय सांगतोः—राजा धृतराष्ट्रा, कर्णाचें हें भाषण ऐकून, देवेंद्र जसा देवांसहवर्तमान उठतो तसा दुर्योधन सर्व राजांसह कर्णावर सैनापत्याचा अभिषेक करण्याकरितां उठला; आणि देवांनीं जसा स्कंदाला सैनापत्याभिषेक केला, तसा त्या दुर्योधनप्रभृति विजयेच्छु सर्व राजांनीं कर्णावर यथाविधि सैनापत्याभिषेक केला. त्यांनीं प्रथम रेशमी वस्त्रांनीं शृंगारलेल्या उंबराच्या आसनावर कर्णाला बसविलें; आणि तो तेथें सुखानें अधिष्ठित असतां उदकानें भरलेल्या सुवर्णाच्या व मृत्तिकेच्या अभिमंत्रित कलशांनीं त्याप्रमाणेंच, ज्यांवर रत्नांचा व मौक्तिकांचा जडाव केलेला आहे अशा हस्तिदंताच्या पात्रांत आणि गव्यांच्या व गेंड्यांच्या शिंगांत पाणी भरून त्यांनीं, त्याप्रमाणेंच दुसऱ्या मंगलदायक सुगंधि पदार्थांनीं व लतापुष्पादिक वनस्पतींनीं, आणि त्या विधीकरितां शास्त्रानुसार मिळवून आणिलेल्या इतर नानाविध वस्तूंनीं त्या राजांनीं कर्णावर अभिषेक केला. नंतर श्रेष्ठ पदावर आरूढ झालेल्या त्या महात्म्या कर्णाची ब्राह्मण, क्षत्रिय, वैश्य व सन्मान्य शूद्र ह्यांनीं स्तुति करून त्याचा गौरव केला. मग त्या शत्रुसंहारक कर्णानें सत्पात्र ब्राह्मणांस दक्षिणा, गाई व संपत्ति दिली व नंतर त्यांनीं त्यास मंगलकारक आशीर्वाद दिले. त्या समयीं ब्राह्मण व बंदिजन ह्यांनीं कर्णाला म्हटलें कीं, "हे पुरुषर्षभा, तूं ह्या घोर संग्रामांत गोविंदासहित व अनुयायांसहित पांडवांस जिंक. राधेया, पांचालांसहवर्तमान सर्व पार्थांना ठार मार. ज्याप्रमाणें सूर्याचा उदय होतांच तो आपल्या उग्र किरणांनीं अंधकाराचा नाश करितो, त्याप्रमाणें तूं सैनापत्याधिकारावर येतांच शत्रूंचा नाश करून आपणांस जय संपादन कर. सूर्याचे प्रखर किरण अवलोकन करण्यास जशीं घुबडें समर्थ होत नाहींत, तसे कृष्णासहवर्तमान पांडव हे तूं सोडलेले बाण अवलोकन करण्यास समर्थ होणार नाहींत. कर्णा, ज्याप्रमाणें वज्रधारी इंद्रासमोर उभे राहण्यास दानव भितात, त्याप्रमाणेंच तूं हातांत शस्त्र घेऊन उभा राहिलास म्हणजे तुझ्यापुढें उभे राहण्यास पांचाल व पांडव हे भितील!"

राजा धृतराष्ट्रा, कर्णावर सैनापत्याभिषेक होतांच त्याची कांति अपरिमित वाढली, व तो तेजानें जणू काय दुसऱ्या सूर्याप्रमाणें झळाळूं लागला ! राजा, दुर्योधनानें कर्णावर सैनापत्याभिषेक केल्यावर त्याला आपण कृतार्थ झालों असें वाटलें. इकडे, मृत्यूनें प्रेरित केलेला तो कर्ण सेनापति होतांच सैन्याची व्यवस्था पाहूं लागला व त्यानें सूर्योदयाच्या समयीं सैन्याची रचना जेथच्या तेथें करण्याची आज्ञा दिली. राजा धृतराष्ट्रा, नंतर, ज्याप्रमाणें तारकासुराशीं युद्ध करितांना देवांनीं परिवेष्टित असलेला स्कंद शोभत होता, त्याप्रमाणें तुझ्या पुत्रांनीं परिवेष्टित असलेला तो कर्ण त्या महासमरभूमीवर शोभूं लागला.

अध्याय अकरावा.

—:०:—

व्यूहरचना.

धृतराष्ट्र विचारतोः—संजया, विकर्तनपुत्र कर्ण ह्याजला कौरवांच्या सेनेचें आधिपत्य प्राप्त होऊन त्याचें स्वतः दुर्योधनानें भावाप्रमाणें प्रेमळ भाषण करून अभिनंदन केल्यावर, कर्णानें सूर्योदयाच्या समयीं सैन्याची रचना वगैरे यथायोग्य प्रकारें करण्याविषयीं आज्ञा दिल्यानंतर त्या महाबुद्धिमान् कर्णानें पुढें काय केलें तें मला सांग.

संजय सांगतोः—राजा धृतराष्ट्रा, कर्णाचा अभिप्राय समजताच तुझ्या पुत्रांनीं आनंदकारक रणवाद्यें वाजवून सैन्याची रचना करण्यास आज्ञा दिली. पुष्कळ रात्र शिल्लक आहे तोंच तुझ्या सैन्यांत जिकडे तिकडे ' सैन्य सिद्ध करा ! ' ' सैन्य सिद्ध करा !' असा एकदम महाध्वनि उत्पन्न झाला ! युद्धाकरितां मोठमोठे हत्ती सज्ज होऊं लागले, ज्यांवर वरूथें (रथांचें संरक्षण करणारीं व योद्ध्यांची जागा दृष्टीस पडूं न देणारीं अशीं एका प्रकारचीं रथकवचें) चढविलीं आहेत, अशा रथांची सिद्धता होऊं लागली, लढाईकरितां कमरबस्ता बांधून वीर तयार होऊं लागले, लोक अश्वांवर सामानसुमान चढवूं लागले, आणि युद्धाला आतुर झालेले वीर परस्परांना त्वरा करण्यासाठीं आक्रोश करूं लागले, तेव्हां त्या हत्तींच्या, अश्वांच्या व वीरांच्या वगैरे ओरडण्यानें इतका मोठा कलकलाट झाला कीं, तो अगदीं स्वर्गमंडळास जाऊन भिडला !

नंतर, आदित्याप्रमाणें देदीप्यमान अशा रथांत आरूढ होऊन सेनापति सूतपुत्र कर्ण आपल्या सुवर्णपृष्ठ धनुष्यानिशीं रणभूमीवर दृग्गोचर झाला. त्याच्या रथावर श्वेत पताका फडकत होत्या, त्या रथाचे अश्व बगळ्यासारखे शुभ्र होते, त्याच्या ध्वजावर नागकक्षेचें (हत्तीच्या साखळदंडाचें) चिन्ह होतें, त्यावर लहान लहान घंटा लाविलेल्या होत्या, त्यावर शंभर बाणभाते ठेविलेले असून गदा व वरूथ हींही होतीं, आणि ह्याशिवाय त्या रथावर शतघ्नी नांवाच्या व दुसऱ्या शक्ति असून शूल, तोमर आणि पुष्कळ बाण होते. कर्णानें समरभूमीवर अवतीर्ण होतांच, सुवर्णाचें जाळीदार काम ज्यावर केलें होतें असा आपला शंख वाजविला, आणि आपल्या सुवर्णमंडित मोठ्या धनुष्याचा टणत्कार केला. तो महाधनुर्धर महारथ कर्ण रथारूढ झालेला पाहून जणू काय सूर्य हा उदयपर्वतावर आरूढ झाला असून तो आपल्या किरणांनीं अंधकाराचा नाश करीत आहे, असें भासलें. तेव्हां त्या विजयशाली कर्णाची ती वीरश्री अवलोकन करून कौरवांना भीष्माच्या, द्रोणाचार्यांच्या किंवा अन्य वीरांच्या मृत्यूचें कांहींएक वाटलें नाहीं. नंतर कर्णानें शंखध्वनि करून योद्ध्यांना त्वरा करण्याविषयीं इशारा केला आणि तदनुसार कौरवांचें अवाढव्य सैन्य रणांगणांत धावत येऊन सिद्ध झालें.

नंतर, कर्णानें त्या सैन्याचा मकराकार व्यूह रचिला, आणि तो स्वतः पांडवांना जिंकण्याच्या हेतूनें पुढें सरला. राजा, त्या मकराच्या मुखप्रदेशीं कर्ण स्वतः उभा राहिला. त्याच्या नेत्रांच्या जागीं शूर शकुनि व महारथ उलूक हे उभे राहिले. मस्तकप्रांतीं द्रोणपुत्र अश्वत्थामा उभा राहिला. मानेच्या ठिकाणीं सर्व सख्खे भाऊ उभे राहिले. मध्यभागीं मोठ्या सैन्यासह दुर्योधन राजा उभा राहिला. पुढील डाव्या पायाच्या जागीं कृतवर्मा उभा राहिला, आणि त्याच्या सभोंवतीं महापराक्रमी नारायण व गोपाळ वीर उभे राहिले. पुढील उजव्या पायाच्या जागीं अमोघवीर्य गौतम उभा राहिला व त्याच्या सभोंवतीं महाधनुर्धर त्रिगर्त व दाक्षिणात्य हे उभे राहिले. पाठीमागच्या डाव्या पायाच्या ठिकाणीं मद्रदेशांतून आणिलेल्या मोठ्या सेनेसहवर्तमान शल्य उभा राहिला. पाठीमागच्या उजव्या पायाच्या ठिकाणीं सत्यसंध सुषेण हा सहस्र रथ व तीनशें हत्ती ह्यांनिशीं उभा राहिला; आणि पुच्छाच्या जागीं महावीर्यवान् भ्राते चित्र व चित्रसेन राजे हे मोठ्या सैन्यासह उभे राहिले.

राजा धृतराष्ट्रा, ह्याप्रमाणें नरवरश्रेष्ठ कर्णानें समरांगणांत सैन्याची सिद्धता केल्यानंतर अर्जुनाकडे पाहून धर्मराज म्हणाला, " अर्जुना, हें कौरवांचें सैन्य समरभूमीवर कर्णानें कसें उभें केलें आहे, तें पहा. ह्यामध्यें महारथ व इतर वीर सैन्यसंरक्षणाकरितां सिद्ध आहेत. अर्जुना, कौरवांकडील श्रेष्ठ योद्धे पतन पावल्यामुळें, हें सैन्य जरी मोठें अवाढव्य दिसत आहे, तरी तें मला तृणतुल्य भासतें. कारण ह्यांत शिल्लक असलेले वीर अगदीं कमकुवत व हीनवीर्य आहेत! अर्जुना, ह्या सर्व सैन्यांत एक महाधनुर्धर कर्ण मात्र खरा पराक्रमी आहे. त्याच्या लढण्यास देव, असुर, गंधर्व, किन्नर व महोरग ह्यांसहवर्तमान चराचर तिन्ही लोक जरी सिद्ध झाले, तरी त्यांनाही तो महारथ जिंकितां येणार नाहीं. हे महाबाहो अर्जुना, आज तूं त्याचें हनन कर म्हणजे तुला जय मिळालाच असें मान. अर्जुना, आज तूं जर कर्णाचा वध करशील, तर द्वादश वर्षेपर्यंत तुझ्या हृदयांत खुपत असलेलें शल्यच उपटून टाकल्याप्रमाणें होईल! ह्यास्तव, हे अर्जुना, हा उद्देश मनांत आणून तूं आपल्या इच्छेनुरूप सैन्याची रचना कर."

राजा, नंतर अर्जुनानें भ्रातृवचनाचा विचार करून स्वसैन्याचा अर्धचंद्राकार व्यूह सिद्ध केला. त्या व्यूहाच्या डाव्या बाजूस भीमसेन उभा राहिला. उजव्या बाजूस महाधनुर्धर धृष्टद्युम्न उभा राहिला. मध्यभागीं धर्मराज व अर्जुन हे उभे राहिले. नकुल व सहदेव हे धर्मराजाच्या पृष्ठभागीं उभे राहिले. युधामन्यु व उत्तमौजा हे दोन पांचाल्य वीर अर्जुनाच्या रथाचीं चक्रें राखीत राहिले. अर्जुन हा त्यांस राखीत होता त्यामुळें त्यांनीं अर्जुनास क्षणभर सुद्धां सोडिलें नाहीं. आणि कवचें धारण करून युद्धार्थ सिद्ध असलेले बाकीचे राजे आपआपल्या सामर्थ्याप्रमाणें, पराक्रमाप्रमाणें व साहसाप्रमाणें योग्य अशा स्थानीं उभे राहिले. ह्याप्रमाणें पांडवांनीं मोठा व्यूह तयार केला.

धृतराष्ट्रा, अशा प्रकारें दोन्ही दळें सिद्ध झाल्यावर तुझ्याकडील महान् धनुर्धाऱ्यांनीं युद्धाविषयीं विचार मनांत आणिला. राजा, रणभूमीवर सूतपुत्र कर्णानें तुझ्या सेनेचा व्यूह सिद्ध केलेला पाहून बंधुंसहवर्तमान दुर्योधनाच्या मनांत लागलेंच आलें कीं, आतां पांडवांचा वध झालाच! त्याप्रमाणेंच तिकडे पांडवांच्या सैन्याचा व्यूह अवलोकन करून युधिष्ठिरालाही वाटलें कीं आतां कर्णासहित सर्व कौरव मृत्युमुखीं पडले! ह्याप्रमाणें दोन्ही पक्षांना आप-

आपल्यापरी जयप्राप्तीचा भरंवसा उत्पन्न झाला असतां रणवाद्यांचा गजर सुरू झाला. शंख, भेरी, पणव, आनक, दुंदुभि, डिंडिम व झर्झर हीं वाद्यें चोहोंकडे वाजूं लागलीं. दोन्ही सैन्यांत महान् महान् वाद्यांचा एकच घोष सुरू झाला. विजयेच्छु शूर योद्धे सिंहाप्रमाणें गर्जूं लागले. घोड्यांचें खिंकाळणें, हत्तींचें ओरडणें आणि रथचक्रांचें खडखडणें, ह्यांचा एकच महान् शब्द होऊं लागला. त्या समयीं, व्यूहाच्या पुरोभागीं चिलखत घातलेला महाधनुर्धर कर्ण उभा आहे, असें पाहून द्रोणाचार्यांच्या मृत्यूचें स्मरण सुद्धां कोणास झालें नाहीं. राजा, दोन्ही दळांत वीरश्रीनें सळसळणाऱ्या नरवीरांची गर्दी असून, ते मोठ्या शौर्यानें परस्परांना ठार मारण्याची वाट पहात होते. ह्याप्रमाणें उभय सैन्यांची सिद्धता अवलोकन करून व एकमेकांना पाहून कर्ण व अर्जुन हे अगदीं प्रक्षुब्ध झाले आणि ते सैन्यांमध्यें संचार करूं लागले. नंतर दोन्ही सेना थैमान करीत एकमेकींवर धावून गेल्या; नंतर युद्धाविषयीं आतुर झालेले ते वीर आपापल्या मुख्य मुख्य स्थानांपासून पुढें सरसावले; आणि मग त्या चतुरंग सैन्याचें निकराचें युद्ध सुरू होऊन उभय दळांत मोठा संहार होऊं लागला.

अध्याय बारावा.

—:०:—

क्षेमधूर्तीचा वध.

संजय सांगतो:—राजा धृतराष्ट्रा, तीं दोन्ही प्रचंड दळें एकमेकांना भिडलीं तेव्हां त्यांना युद्धाविषयीं अतिशय हुरूप चढला; त्यांतील योद्ध्यांना मोठी वीरश्री आली; घोड्यांना व हत्तींना स्फुरण चढून ते थैमान करूं लागले; आणि त्या सैन्यांवर देवदानवांच्या सैन्यांप्रमाणें दिव्य तेज झळकूं लागलें. ह्याप्रमाणें मोठ्या आवेशानें त्या सेनांची लगट होतांच रथ, अश्व, गज व पत्ति ह्यांचा उग्र पराक्रम दिसूं लागला. त्यांनीं एकमेकांवर एकसारखे असे प्रहार केले कीं, त्यांच्या योगानें मोठमोठे वीर आपले देह व पातकें धारातीर्थीं टाकून देऊन स्वर्गलोकीं चालते झाले! महान् महान् योद्ध्यांनीं महान् महान् योद्ध्यांच्या मस्तकांनीं भूतल आच्छादून टाकिलें, व त्यामुळें जिकडे तिकडे पूर्णचंद्रबिंबें किंवा सूर्यमंडलें पतन पावलीं असून चोहोंकडे पद्मांचा सुगंध चालला आहे असें वाटूं लागलें! त्या समयीं वीरांनीं आपल्या अर्धचंद्राकार बाणांनीं, भल्ल बाणांनीं, क्षुप्र बाणांनीं, तरवारींनीं, कुऱ्हाडींनीं व शूलांनीं प्रतिपक्ष्यांचीं मस्तकें उडविलीं. ज्यांचे बाहु पुष्ट व दीर्घ होते, अशा योद्ध्यांनीं आपल्याप्रमाणेंच पुष्ट व दीर्घ अशा बाहूंच्या वीरांचे बाहु तोडून टाकिले व ते धरणीवर पडून हातांतील शस्त्रांच्या व भूषणांच्या योगें भूपृष्ठावर शोभूं लागले. त्या समयीं त्यांचे ते आरक्तवर्ण हात व बोटें इतकीं कांहीं झळकत होतीं कीं, जणू काय गरुडानें मारून टाकलेले भयंकर पंचमुखी सर्पच तेथें पडले आहेत असें भासत होतें! त्याप्रमाणेंच, पुण्याचा क्षय झाला असतां स्वर्गवासी पुरुष जसे विमानांतून खालीं मृत्युलोकीं पडतात तसे शत्रूंच्या प्रहारांमुळें रथ, गज व अश्व ह्यांवरून वीर खालीं भूतलावर पडूं लागले! तसेच दुसरे शतावधि वीर हे बलिष्ठ वीरांच्या मोठमोठाल्या गदा, परिघ, मुसळें इत्यादिकांच्या योगें रणभूमीवर पतन पावले; आणि त्याप्रमाणेंच त्या घोर संग्रमांत रथांनीं रथांचा चुराडा केला. मदोन्मत्त हत्तींनीं मदोन्मत्त हत्तींचा फन्ना उडविला; आणि स्वारांनीं स्वारांना धुळींत मिळविलें! तसाच रथांच्या तडाक्यांत सांपडून माणसांचा नाश झाला; हत्तींच्या तडाक्यांत सांपडून रथांचा विध्वंस झाला आणि घोडेस्वारांचा पायदळानें व पायदळाचा

घोडेस्वारांनीं फन्ना उडविला! राजा धृतराष्ट्रा, त्या घनघोर युद्धांत अशी कांहीं एकच गर्दी उडाली कीं, रथ, अश्व व पायदळ ह्यांचा हत्तींनीं नाश केला; रथ, अश्व व हत्ती ह्यांचा पायदळानें संहार उडविला; रथ, पायदळ व हत्ती ह्यांचा अश्वांनीं विध्वंस केला; आणि मनुष्यें व हत्ती ह्यांचा रथांनीं फन्ना उडविला! सारांश, त्या समयीं दोन्ही पक्षांच्या चतुरंग दळांचें तुंबळ युद्ध सुरू होऊन हात, पाय, शस्त्रें व रथ ह्यांच्या योगें मोठा संहार होऊं लागला.

राजा धृतराष्ट्रा, ह्याप्रमाणें त्या दोन्ही सैन्यांत निकराचें युद्ध चाललें असतां भीमसेनास पुढें करून पांडव हे कौरवांवर चाल करून आले. त्या वेळीं पांडवांकडे धृष्टद्युम्न, शिखंडी, द्रौपदीचे पुत्र, प्रभद्रक, सात्यकि व द्राविड, सैन्यासह चेकितान, हे प्रमुख वीर असून, पांड्य, चोल व केरल हे मोठ्या सैन्यानिशीं व्यूह-रचना करून युद्धास सिद्ध होते. ह्या सर्व योद्ध्यांची छाती भरदार असून बाहु दीर्घ होते; ते उंच धिप्पाड असून त्यांचे नेत्र विशाल होते; त्यांचे दंत आरक्त असून त्यांच्या शरीरावर आभारणें होतीं. त्यांच्या अंगीं मदोन्मत्त गजांप्रमाणें शौर्य असून त्यांनीं नानाप्रकारच्या रंगांचीं वस्त्रें परिधान केलीं होतीं व अनेक सुगंधि द्रव्यें अंगाला लाविलीं होतीं; त्यांच्या कमरेस तरवारी असून हातांत पाश होते, त्यांच्या ठिकाणीं हत्तींचें निग्रहण करण्याचें सामर्थ्य असून ते मृत्यूला जुमानीत नव्हते. त्यांच्यामध्यें द्वैधीभाव मुळींच नसून ते एकमेकांना केव्हांही सोडीत नसत; त्यांच्यापाशीं बाणभाते असून हातांत धनुष्यें सज्ज होतीं; त्यांचे केश दीर्घ असून वाणी रसाळ होती; आणि त्यांची मुद्रा उग्र असून ते मोठे पराक्रमी होते. राजा, पांडवांकडील पायदळ, घोडेस्वार व दुसरे सर्व योद्धे ह्यांची स्थिति अशा प्रकारची होती. ह्याप्रमाणें पांडवांकडील सैन्यानें आपल्या सैन्यावर (कौरवांवर) चाल केल्यानंतर त्यांच्या पक्षाच्या आणखी शूर योद्ध्यांनीं कौरवांवर स्वारी केली. चेदि, पंचाल, केकय, कारूष, कोसल, कांच्य, मागध वगैरे सर्व पांडवपक्षीय वीरांनींही कौरवांवर हल्ला केला. त्यांचे रथ, अश्व, हत्ती व उग्र पायदळ हीं श्रेष्ठ प्रतीचीं असून त्यांच्याबरोबर नानाप्रकारचीं रणवाद्यें वाजत होतीं; आणि त्या वाद्यरवानें त्यांस इतका हर्ष झाला होता कीं, तें सर्व सैन्य आनंदांत केवळ नाचत होतें!

धृतराष्ट्रा, अशा प्रकारच्या त्या अवाढव्य व प्रबळ सैन्यासह भीमसेन कौरवांवर चालून आला. त्या सैन्याच्या मध्यभागीं भीमसेन गज-स्कंधावर आरूढ झालेला असून त्याच्या सभोंवतीं श्रेष्ठ महात त्याच्या संरक्षणार्थ सिद्ध होते. भीमसेन ज्या श्रेष्ठ हत्तीवर बसला होता त्यावर आवश्यक असलेले सर्व संस्कार यथाविधि केले असल्यामुळें तो दिव्य तेजानें शोभत होता. उदयपर्वताच्या अग्रभागीं विराजमान झालेला दिनकर जसा आपल्या अद्वितीय कांतीनें झळकत असतो, तसा तो वीरपुंगव भीमसेन त्या गजश्रेष्ठाच्या स्कंधदेशीं दिव्य कांतीनें झळाळत होता. त्याच्या अंगांत उत्कृष्ट प्रतीचें पोलादी चिलखत असून त्याच्यावर उत्तम उत्तम रत्नांचा जडाव केलेला होता; ह्यामुळें शरत्कालांत तारकांनीं व्याप्त असलेलें आकाश ज्याप्रमाणें दिसतें त्याप्रमाणें भीमसेनाचा तो कवचयुक्त देह दिसत होता. त्या वीराच्या हातांत एक तोमर असून त्याच्या मस्तकावर सुंदर किरीट होता. त्यानें नानाविध अलंकार धारण केले असून तो आपल्या देदीप्यमान तेजानें शरत्कालीन मध्याह्नीच्या सूर्याप्रमाणें शत्रूंस भाजून काढीत होता. अशा प्रकारें द्विपस्कंधावर दिव्य कांतीनें झळाळत

असलेल्या त्या पांडुपुत्रास दुरून अवलोकन करून, हत्तीवर आरूढ झालेल्या क्षेमधूर्तीनें त्यास युद्धार्थ आह्वान केलें; आणि मोठ्या उल्हासानें, आपल्याहूनही अधिक उल्हसित झालेल्या त्या पांडववीरांवर तो क्षेमधूर्ति चाल करून गेला.

नंतर त्या दोन्ही योद्ध्यांच्या भयंकर हत्तींचें युद्ध जुंपलें. त्या समयीं, वृक्षादिकांनीं युक्त असलेले ते दोन महान् पर्वत एकमेकांशीं स्वैर वृत्तीनें झगडत आहेत असा भास होऊं लागला. ह्याप्रमाणें ते दोन हत्ती परस्परांशीं लढत असतां त्यांजवरील वीर सूर्यकिरणांप्रमाणें दीप्तिमान् अशा आपल्या तोमरांनीं एकमेकांवर प्रहार करून मोठमोठ्यानें गर्जना करूं लागले. नंतर त्या दोन्ही वीरांची झुंज सुटली व ते एकमेकांपासून दूर दूर होऊन आपल्या हत्तीं-सहवर्तमान मंडलाकार भ्रमण करूं लागले; आणि मग त्यांनीं धनुष्यें हातांत घेऊन पर-स्परांवर बाणवृष्टि करण्यास प्रारंभ केला. ह्या-प्रमाणें ते दोन्ही योद्धे एकमेकांवर बाण टाकीत असतां प्रत्यंचेचा एकसारखा शब्द होत असून चोहोंकडे दोन्ही पक्षांतील सैनिकांत मोठा हुरूप व आनंद वाढत चालला होता. त्या वेळीं ते दोन्ही वीर सिंहांप्रमाणें गर्जूं लागले, आणि त्यांनीं आपापले हत्ती पुनः एकमेकांवर घातले. नंतर ते दोन्ही हत्ती आपापल्या शुंडा वर करून एकमेकांशीं झगडूं लागले आणि त्यांवरील पताका वायुवेगानें एकसारख्या फडकत असतां मोठी विलक्षण शोभा दृग्गोचर झाली. नंतर त्या गर्दींत त्या वीरश्रेष्ठांनीं एकमेकांचीं धनुष्यें तोडून टाकिलीं व ते पुनः आरोळ्या देत एकमेकांवर धावून गेले. मग त्यांनीं एकमेकांवर प्रावृड्धारेप्रमाणें शक्ति व तोमर ह्यांची वृष्टि केली. इतक्यांत क्षेमधूर्तीनें भीम-सेनाच्या वक्षःस्थलीं मोठ्या वेगानें तोमराचा प्रहार केला व नंतर पुनः पुनः आणखी सहा वेळां त्याच ठिकाणीं तोमरांची वृष्टि केली व मोठ्यानें गर्जना चालविली. राजा, त्या समयीं भीमसेनास फार क्रोध आला व तोमरांनीं विद्ध झालेला तो पांडुपुत्र, प्रखर किरणांनीं प्रदीप्त असून मेघमंडळानें विद्ध झालेल्या भास्कराप्रमाण शोभूं लागला! नंतर त्यानें सूर्या-प्रमाणें देदीप्यमान असें तें आपल्या हातांतलें पोलादी तोमर नीट नेम धरून समोर शत्रूवर फेंकिलें; तेव्हां तत्काळ त्या कुलूताधिपतीनें आपल्या धनुष्याची प्रत्यंचा ओढून दहा बाण मारिले व त्या तोमराचा चुराडा करून टाकिला आणि आणखी साठ बाण मारून भीमसेनाला विंधिलें. तेव्हां भीमसेनानेंही हातांत धनुष्य घेतलें व मेघाप्रमाणें गर्जना करून क्षेमधूर्तीच्या हत्तीवर बाणांचा प्रहार केला. त्या समयीं त्या बाणवृष्टीनें क्षेमधूर्तीचा तो बलिष्ठ हत्ती भयभीत होऊन कावराबावरा झाला व त्यास आवरून धरण्याविषयीं क्षेमधूर्तीनें केलेला सर्व प्रयत्न फुकट जाऊन, वाऱ्यानें अस्ताव्यस्त उधळून दिलेल्या मेघाप्रमाणें तो स्वैरवृत्तीनें पळत सुटला! तें पाहून भीमसेनाचा प्रबळ हत्ती त्याच्या पाठीस लागला; परंतु इतक्यांत क्षेमधूर्तीनें आपला हत्ती आपल्या ताब्यांत आणिला व त्याच्यावर चाल करून येणाऱ्या भीमाच्या हत्ती-वर त्यानें बाणवृष्टि केली. नंतर क्षेमधूर्तीनें नेम धरून आपले बांकदार पेऱ्याचे बाणानें भीम-सेनाचें धनुष्य तोडून टाकिलें आणि त्याच्या हत्तीस मर्मस्थळीं बाणांनीं विद्ध करून जर्जर केलें. तेव्हां तो भीमसेनाचा महान् हत्ती खालीं पडला. परंतु इतकें होण्याच्या पूर्वींच भीम-सेनानें आपल्या हत्तीवरून खालीं उडी मारिली व त्यानें शत्रूच्या हत्तीवर बाणप्रहार करून त्यास ठार केलें! ह्याप्रमाणें क्षेमधूर्तीचा हत्ती मृत झाला असतां तो हातांत शस्त्र घेऊन

हत्तीवरून खालीं उडी मारून भीमसेनावर धावून येत असतां भीमसेनानें त्याजवर गदेचा प्रहार केला व त्या प्रहारासरसा तो क्षेमधूर्ति गतप्राण होऊन आपल्या हत्तीच्या समीप शस्त्रांसहवर्तमान खालीं पडला! राजा धृतराष्ट्रा, अशा प्रकारें, वज्रानें विदीर्ण झालेल्या पर्वताप्रमाणें किंवा वज्रानें हत झालेल्या सिंहाप्रमाणें त्या पराक्रमी कुलूताधिपतीची अवस्था झालेली पाहून तुझ्या सैन्याची तारांबळ उडाली व त्यास जिकडे वाट मिळाली तिकडे तें पळून गेलें!

अध्याय तेरावा.

—:०:—

विंदानुविंदांचा वध.

संजय सांगतोः—राजा धृतराष्ट्रा, नंतर महाधनुर्धर शूर कर्णानें समरांगणांत पांडवांच्या सेनेवर सन्नतपर्व बाणांचा वर्षाव करण्यास प्रारंभ केला. त्याप्रमाणेंच कर्णाच्या समक्ष महारथ पांडवांनीं मोठ्या क्रोधानें बाणवृष्टि सुरू करून कौरवसैन्याचा वध आरंभिला; आणि कर्णानेंही लोहारांकरवीं पाणी देऊन धार दिलेले सूर्यकिरणांसारखे तेजस्वी बाण पांडवसैन्यावर टाकून त्याचा संहार करण्यास सुरुवात केली. राजा, कर्णाच्या बाणप्रहारांनीं विद्ध झालेले पांडवसैन्यांतील हत्ती एकसारखे ओरडूं लागले, त्यांची शक्ति अगदीं गलित झाली, त्यांचे देह अगदीं मलूल झाले, आणि ते सैरावैरा दाही दिशांस भटकूं लागले! राजा, ह्याप्रमाणें सूतपुत्र कर्णानें पांडवसेनेचा निःपात चालविला असतां त्या घनघोर युद्धांत मोठ्या त्वरेनें नकुल हा कर्णावर धावून गेला; अश्वत्थामा भयंकर कर्म करीत असतां त्याजवर भीमसेनानें हल्ला केला; आणि केकय देशचे राजे विंदानुविंद ह्यांस सात्यकीनें निवारिलें. त्याप्रमाणेंच चित्रसेन राजानें आपणावर चाल करून येणाऱ्या श्रुतकर्माशीं युद्ध आरंभिलें. प्रतिविंध्य हा सुंदर ध्वज व धनुष्य धारण करणाऱ्या चित्र राजावर चालून गेला, दुर्योधनानें धर्मराज युधिष्ठिर ह्याजवर हल्ला केला, आणि संशप्तकांच्या टोळ्यांवर अर्जुनानें मोठ्या आवेशानें चाल केली. राजा धृतराष्ट्रा, ह्याप्रमाणें मोठ्या निकराचें युद्ध चालू होऊन मोठमोठे योद्धे मरून पडूं लागले असतां, धृष्टद्युम्नाचें कृपाचार्याशीं व शिखंडीचें कृतवर्माशीं युद्ध जुंपलें; श्रुतकीर्तीनें शल्याला गांठलें; आणि माद्रीचा पुत्र महापराक्रमी सहदेव ह्यानें तुझा पुत्र दुःशासन यावर चाल केली.

इकडे, दोन्ही कैकेय राजांनीं प्रखर बाणांची वृष्टि करून सात्यकीला झांकून काढिलें; उलट सात्यकीनेही कैकेय राजांची तीच अवस्था करून टाकिली. राजा, त्या दोघां कैकेय विंदानुविंद भ्रात्यांनीं सात्यकीच्या वक्षःस्थलीं फारच बाणप्रहार केले. त्या समयीं जणू काय ते दोन हत्ती आपल्या शुंडांनीं महान् अरण्यामध्यें आपल्या प्रतिपक्षी हत्तीशीं झुंजत आहेत असाच भास होत होता. धृतराष्ट्रा, ह्याप्रमाणें त्या वीरांचें युद्ध चालू असतां सात्यकीनें त्या विंदानुविंदांवर शरांचा भडिमार एकसारखा चालविला होताच; ह्यामुळें त्या शरांनीं त्या कैकेय राजांचीं चिलखतें अगदीं फाटून व तुटून गेलीं होतीं; तरीही त्यांनीं न भितां नेटानें प्रयत्न करून सत्यकर्म सात्यकीला बाणांनीं विद्ध करून टाकिलें! राजा, ह्या प्रकारें त्या विंदानुविंदांनीं आपल्यापरी मोठा पराक्रम केला खरा; परंतु तो पाहून सात्यकीला नवल न वाटतां त्यानें उलट त्यांजकडे उपहासबुद्धीनें हंसून पाहिलें व त्यांजवर चोहों अंगांनीं बाणांचा वर्षाव करून त्यांस झांकून टाकिलें. अशा प्रकारें त्या शैनेयानें विंदानुविंदांचें निवारण केलें असतां त्यांनीं तत्काल पुनः सात्यकीचा रथ बाणांनीं झांकून काढिला. नंतर त्या महाप्रतापशाली शौरीनें विंदानु-

विंदांचीं तीं चित्रविचित्र धनुष्यें तोडून टाकिलीं व त्यांना समरांगणांत तीव्र बाण मारून कुंठित केलें. तेव्हां विंदानुविंदांनीं दुसरीं तसलींच धनुष्यें हातांत घेतलीं आणि फिरून जलाल बाणांच्या वृष्टीनें सात्यकीचा निरोध करून, तो जिकडे जिकडे गेला तिकडे तिकडे त्याच्या मागून त्याजवर बाणांची वृष्टि करीत ते चालले. त्यांनीं त्या बाणांचा गर्द वर्षाव असा कांहीं त्वरेनें केला कीं, कंक व मयूर ह्यांच्या पिसांचे पुंख असलेले ते सुवर्णमंडित मोठमोठे बाण दशदिशा प्रकाशित करून खालीं पडूं लागले ! परंतु त्या महान् युद्धांत बाणांची गर्दी अतिशय झाल्यामुळें अंतरिक्ष आच्छादून जाऊन त्या बाणांचा अंधकार पडला ! नंतर त्या महारथांनीं एकमेकांचीं धनुष्यें तोडून टाकिलीं. मग त्या युद्धधुरंधर सात्वतानें संतप्त होऊन दुसरें धनुष्य हातीं घेतलें; व त्यास प्रत्यंचा जोडून अनुविंदावर एक तीक्ष्ण क्षुरप्र बाण अशा प्रकारें टाकला कीं, त्यानें अनुविंदाचें तें मोठें शिर लागलेंच तुटून शंबरासुराच्या शिराप्रमाणें कुंडलांसहवर्तमान रणभूमीवर शोभत पडलें ! राजा, त्या समयीं कैकय वीरांना फारच भीति वाटली व दुःख झालें !

शूर अनुविंदाची ही अशी अवस्था पाहून, त्याचा भ्राता महारथ विंद ह्यानें दुसरें धनुष्य सिद्ध केलें व बाणवृष्टि करून सात्यकीचा प्रतिकार केला. नंतर त्यानें सहाणेवर धार लावलेल्या साठ स्वर्णपुंख बाणांनीं सात्यकीला विंधिलें व 'थांब थांब' म्हणून मोठ्यानें आरोळी दिली. मग त्या महारथ कैकेय राजानें ताबडतोब सात्यकीच्या बाहुप्रदेशीं व उरःप्रदेशीं सहस्रावधि बाण मारिले. त्या बाणांनीं रक्तबंबाळ झाल्यामुळें शरविद्ध झालेल्या सत्यविक्रम सात्यकीचा देह त्या प्रसंगीं फुललेल्या पळसाप्रमाणें दिसूं लागला ! ह्याप्रमाणें महात्म्या विंद राजानें सात्यकीच्या सर्व शरीरावर बाणांचे प्रहार केले असतां, सात्यकीनें किंचित् हास्य करून पंचवीस बाण त्या विंदराजावर टाकिले. नंतर दोघांचें घोर युद्ध होऊं लागलें. त्यांत त्यांनीं परस्परांचीं उत्तम धनुष्यें छेदून टाकिलीं; एकमेकांचे सारथि क्षणांत मारिले; व अश्वांना यमलोकीं पाठवून दिलें ! नंतर विरथ झालेले ते दोघे वीर हातांत तरवारी व शतावधि चंद्र ज्यांवर काढिले आहेत अशा ढाली घेऊन रणभूमीवर युद्ध करण्यास प्रवृत्त झाले. त्या समयीं पूर्वीं देव व असुर ह्यांच्या युद्धांत महाबलिष्ठ जंभ व इंद्र हे जसे शोभले, तसे ते श्रेष्ठ खड्ग धारण करणारे विंद व सात्यकि हे वीर शोभूं लागले ! ते मंडलाकार फिरून त्या महान् संग्रामांत एकमेकांवर चाल करून जात आणि एकमेकांना ठार करण्याकरितां अत्यंत प्रयत्न करीत. ह्याप्रमाणें क्रम चालू असतां सात्यकीनें कैकेय राजाची ढाल छेदून तिचे दोन तुकडे केले; लगेच विंदानेंही सात्यकीच्या ढालेची तीच व्यवस्था लाविली ! ह्या प्रकारें त्या दोघां वीरांनीं एकमेकांच्या ढाली तोडून टाकिल्यावर कैकेय राजा मंडलाकार फिरत सात्यकीवर धावून गेला. तो कांहींसा पुढें जाई व पुनः मागें येई; अशा रीतीनें त्यानें सात्यकीवर चाल केली असतां सात्यकीनें त्या शस्त्रधारी विंद राजाच्या कुशींत मोठ्या त्वरेनें तरवारीचा असा वार केला कीं, त्यासरसा तो विंद राजा कवचासह द्विधा भग्न होऊन वज्रानें भग्न झालेल्या पर्वताप्रमाणें एकदम खालीं पडला !

ह्या प्रकारें विंदाचा वध केल्यावर शूर महारथ शैनेय सात्यकि युधामन्यूच्या रथावर चढला आणि नंतर दुसरा रथ आणवून व त्याची यथाशास्त्र व यथाविधि सिद्धता करून त्यावर तो आरूढ झाला; आणि बाणवृष्टि करून कैकेयांच्या अवाढव्य सेनेचा त्यानें निःपात चाल-

विला. तेव्हां ती सेना समरांगणांत शत्रूस सोडून देऊन दाही दिशांस वाट मिळाली तिकडे उधळून गेली!

अध्याय चौदावा.

—:०:—

चित्रसेनाचा वध.

संजय सांगतोः—राजा धृतराष्ट्रा, विंद व अनुविंद ह्यांस सात्यकीनें ठार मारिल्यावर समरांगणांत श्रुतकर्मानें मोठ्या संतापानें चित्रसेन राजाला पन्नास बाण मारिले; तेव्हां त्या अभिसाराधिपति चित्रसेनानें श्रुतकर्मावर बांकदार पेऱ्यांचे नऊ बाण टाकिले आणि पांच बाणांनीं त्याच्या सारथ्यास विद्ध केलें. तें पाहून श्रुतकर्मा क्षुब्ध झाला आणि त्यानें सैन्याच्या अग्रभागीं असलेल्या चित्रसेन राजाच्या मर्मस्थलीं नाराच नांवाचा तीक्ष्ण बाण टाकिला! राजा धृतराष्ट्रा, महात्म्या श्रुतकर्मानें ह्याप्रमाणें चित्रसेनास बाणप्रहार करितांच तो अत्यंत विद्ध होऊन मूर्च्छित पडला व त्याचें देहभान सुटलें! नंतर महाविजयशाली श्रुतकर्मानें नव्वद बाणांनीं चित्रसेनास आच्छादित केलें. नंतर कांहीं वेळानें महारथ चित्रसेन सावध झाला व त्यानें भल्ल बाणानें श्रुतकर्माचें धनुष्य तोडून टाकून नऊ बाणांनीं त्यास विद्ध केलें. मग श्रुतकर्मानें दुसरें धनुष्य घेतलें. तें धनुष्य सुवर्णमंडित असून श्रुतकर्मानें त्या धनुष्याचें आकर्षण करून मोठ्या वेगानें बाणांचे ओघ चालू केले आणि चित्रसेन राजास शरविद्ध करून त्यानें रूप चित्रविचित्र बनविलें! तेव्हां तो चित्रविचित्र पुष्पमाला धारण करणारा तरुण चित्रसेन राजा सभेंत अलंकार घातलेला तरुण पुरुष जसा शोभतो तसा त्या समरांगणांत शोभूं लागला! नंतर त्या शूर चित्रसेनानें 'थांब, थांब,' असें म्हणून मोठ्या आवेशानें श्रुतकर्माच्या वक्षःस्थलावर नाराच बाण टाकिला आणि त्यासरसा श्रुतकर्माच्या वक्षःस्थलांतून रुधिराचा प्रवाह सुरू होऊन, पर्वतांतून जसा कावेचा रस वाहात असतो, तसा तो प्रवाह वाहूं लागला! तेव्हां श्रुतकर्माला रक्ताचें स्नान झालें व त्याचा देह रक्तासारखा लालभडक दिसूं लागला. त्या समयीं त्याची ती अवस्था अवलोकन करून जणू काय रणभूमीवर किंशुक वृक्षच फुटलेला आहे, असें वाटूं लागलें! नंतर शत्रूचा निरोध करण्यासाठीं प्रक्षुब्ध होऊन श्रुतकर्मानें चित्रसेनाच्या धनुष्याचे दोन तुकडे करून टाकिले आणि तीनशें नाराच बाण मारून त्यास आच्छादिलें. मग त्यानें दुसऱ्या एका तीक्ष्ण व धार लावलेल्या भल्ल बाणानें त्या महात्म्या चित्रसेनाचें शिरस्त्राण व मस्तक हीं उडविलीं! त्या समयीं चित्रसेनाचें तें दीप्तिमान् शिर, जणू काय स्वर्गांतून पृथ्वीवर यदृच्छेनें चंद्रबिंबच पडावें तसें पडलें! अभिसाराधिप चित्रसेन राजा ह्याप्रमाणें रणभूमीवर पतन पावतांच त्याचे सैनिक श्रुतकर्मावर मोठ्या आवेशानें धावून आले. तेव्हां धनुर्धर श्रुतकर्मा अतिशय क्षुब्ध झाला व मोठ्या क्रोधानें त्या सैन्यावर बाणांची वृष्टि करून, प्रलयकालीं प्रेताधिपति यम सर्व भूतांची जशी अवस्था करून सोडितो तशी त्यानें त्या चित्रसेनाच्या सैन्याची अवस्था करून सोडिली! राजा, तुझ्या नातवानें (श्रुतकर्मानें) बाणप्रहारांनीं जेव्हां रणभूमीवर त्या सैनिकांचा संहार चालविला तेव्हां वणव्यांत दग्ध होणाऱ्या हत्तींप्रमाणें ते सर्व वीर तेथून तत्काळ पळून गेले! आणि ह्याप्रमाणें शत्रुजयाविषयीं निरुत्साह झालेलें तें चित्रसेनाचें सैन्य पळत आहे असें अवलोकन करून श्रुतकर्मानें त्याजवर आणखी बाणवृष्टि करून तें पूर्णपणें उधळून दिलें!

चित्राचा वध.

राजा धृतराष्ट्रा, नंतर प्रतिविंध्यानें चित्रावर पांच बाण मारिले; तीन बाणांनीं सारथ्यास विद्ध केलें; आणि एक बाण टाकून ध्वज मोडिला. तेव्हां चित्रानें, ज्या स्वर्णपुंखाच्या ठिकाणीं कंक व मयूर ह्यांचीं पिसें बसविलीं होतीं, असे नऊ अणकुचीदार भल्ल बाण प्रतिविंध्याच्या बाहुप्रदेशीं व उरःप्रांतीं मारिले; परंतु इतक्यांत प्रतिविंध्यानें चित्राचें धनुष्य तोडून सहाणेवर लावून धार दिलेले पांच बाण त्याजवर सोडिले. नंतर चित्रानें तुझ्या नातवावर (प्रतिविंध्यावर) अग्निज्वालेप्रमाणें भयंकर अशी शक्ति सोडिली. ती शक्ति अत्यंत तीक्ष्ण व जलाल असून तिला सुवर्णाच्या घंटा लाविलेल्या होत्या. आपल्यावर उल्कापाताप्रमाणें एकाएकीं ती प्रचंड शक्ति येत आहे असें पाहून त्या प्रतिविंध्यानें हंसत हंसत त्या शक्तीचे दोन तुकडे करून टाकिले. राजा, ज्याप्रमाणें प्रलयकालीं वज्रपातानें सर्व भूतें त्रस्त होऊन जातात, त्याप्रमाणें प्रतिविंध्याच्या तीक्ष्ण शरपातानें ती शक्ति त्रस्त होऊन व फुटून तिचीं दोन शकलें झालीं! ह्याप्रमाणें त्या शक्तीची वाट लागल्यावर चित्रानें मोठी थोरली गदा घेतली व ती सुवर्णमंडित गदा त्यानें प्रतिविंध्यावर फेंकिली. त्या गदेच्या प्रहारानें प्रतिविंध्याचे अश्व व सारथि गतप्राण होऊन पडले आणि रथाचा चुराडा होऊन तोही त्या महान् संग्रामांत धरणीतलावर धाडकन् पतन पावला! इतक्यांत प्रतिविंध्यानें रथांतून खालीं उडी टाकिली आणि स्वर्णदंडांनीं विभूषित केलेली शक्ति चित्रावर सोडली! परंतु ती शक्ति आपणावर येत आहे असें पाहून चित्राचा धीर सुटला नाहीं व ती आपल्या अंगावर येतांक्षणींच तिचा निग्रह करून त्या महाधीर चित्रानें ती उलट प्रतिविंध्यावर टाकिली. तेव्हां त्या महातेजस्वी शक्तीनें रणांगणांत त्या शूर प्रतिविंध्यास गांठलें व त्याचा उजवा बाहु छेदून टाकून ती स्वतः महीतळीं पतन पावली आणि तिच्या योगें तें महीतळ विद्युल्लतेप्रमाणें प्रकाशित झालें. नंतर प्रतिविंध्यानें क्रोधायमान होऊन चित्राचा वध करण्याकरितां सुवर्णभूषित तोमर चित्रावर फेंकिलें, तेव्हां तें तत्काळ चित्राच्या शरीरावरील आवरणाचें भेदन करून त्याच्या वक्षःस्थलीं घुसलें; आणि महान् सर्प जसा एखाद्यास दंश करून हां हां म्हणतां बिळांत शिरतो, तसें तें हां हां ह्मणतां त्या चित्राचा प्राण घेऊन भूमींत शिरलें! आणि तत्काळ तो चित्र राजा परिघतुल्य असे ते दीर्घ व पुष्ट बाहु अस्ताव्यस्त पसरून समरांगणांत मरून पडला! राजा, ह्याप्रमाणें चित्राची अवस्था अवलोकन करून तुझ्या सेनेंतील पराक्रमी वीर मोठ्या आवेशानें चोहोंकडून प्रतिविंध्यावर धावून गेले; आणि त्यांनीं प्रतिविंध्यावर नानाप्रकारचे बाण व घंटा लाविलेल्या शतघ्नी नामक शक्ति टाकून, मेघ जसे सूर्यास आच्छादितात, तसें प्रतिविंध्यास आच्छादिलें. परंतु त्या महाबाहु प्रतिविंध्यानें बाणांचें जाळें पसरून, वज्रधारी इंद्रानें ज्याप्रमाणें आसुरी सैन्याची दाणादाण करून टाकिली त्याप्रमाणें तुझ्या त्या सर्व सैन्याची दाणादाण करून टाकिली! त्या समयीं समरभूमीवर पांडवांनीं तुझ्या सैनिकांस ठार मारण्याचा असा क्रम सुरू केला कीं, वाऱ्यानें उधळून दिलेल्या मेघांप्रमाणें तुझे सैनिक एकदम दशदिशांस पळून गेले! ह्याप्रमाणें तुझ्या सैन्याची दुर्दशा होऊन तें सैरावैरा चोहोंकडे पळूं लागलें असतां एकटा अश्वत्थामा मात्र पुढें होऊन एकदम महाबलिष्ठ भीमसेनावर चाल करून गेला. तेव्हां त्यांची निकराची लगट होऊन, पूर्वीं देवदैत्यां-

च्या युद्धांत वृत्रासुर व इंद्र ह्यांचें जसें भयंकर युद्ध झालें, तसें त्यांचें भयंकर युद्ध जुंपलें!

अध्याय पंधरावा.

—:o:—

अश्वत्थामा व भीमसेन ह्यांचें युद्ध.

संजय सांगतोः—राजा धृतराष्ट्रा, चित्र राजाचा वध होऊन कौरवसैन्याची दाणादाण झाली तेव्हां अश्वत्थामा पुढें होऊन त्यानें भीमसेनावर मोठ्या त्वरेनें बाण टाकिला व आपल्या अंगीं असलेलें अपूर्व अस्त्रलाघव दाखविलें, नंतर त्यानें सर्व मर्मस्थळें ध्यानांत आणून सहाणेवर धार दिलेले नव्वद बाण नेमके भीमसेनाच्या मर्मस्थळीं सोडिले. ह्याप्रमाणें तीक्ष्ण बाणांनीं अश्वत्थाम्यानें भीमसेनास आच्छादित केलें असतां, किरणशलाकांनीं अनुविद्ध असलेल्या रविबिंबाप्रमाणें रणभूमीवर तो भीमसेन दिसूं लागला! नंतर भीमसेनानें नीट नेम धरून सहस्त्रावधि बाण अश्वत्थाम्यावर मारिले व मोठा सिंहनाद केला; पण अश्वत्थाम्यानें उलट बाण मारून त्या सर्वांचा प्रतिकार केला व हंसत हंसत भीमसेनाच्या ललाटावर एक नाराच नामक बाण टाकून त्यास विंधिलें! राजा, वनांत मदोन्मत्त गेंड्याच्या मस्तकावर आढळणारें शृंग तो गेंडा जसें सहज धारण करितो, तसा तो भालपटलीं रुतलेला बाण त्या भीमसेनानें सहज धारण केला! राजा, ह्या प्रकारें अश्वत्थामा भीमसेनाच्या नाशाकरितां प्रयत्न करीत असतां त्या पराक्रमी भीमसेनानें हंसत हंसत तीन नाराच बाण अश्वत्थाम्याचे भालप्रदेशीं टाकिले; तेव्हां तीन शृंगें धारण करणारा पर्वतराज पावसाळ्यांत जलाचे ओघ वाहात असतां जसा दिसतो तसा तो त्रिशृंगरूप तीन बाण धारण करणारा ब्राह्मण रक्ताचे ओघ वाहात असतां दिसूं लागला! नंतर द्रोणपुत्रानें शंभर बाण टाकून आपल्याकडून भीमसेनाला पीडा दिली; पण वाऱ्यानें जसा पर्वत कंपायमान होत नाहीं, तसा तो पांडुपुत्र त्या बाणांनीं कंपायमान झाला नाहीं! त्याप्रमाणेंच भीमसेनानेंही मोठ्या वीरश्रीनें द्रोणपुत्रावर शतावधि तीक्ष्ण बाण टाकिले; पण जलप्रवाहाच्या योगानें जसा पर्वत हालत नाहीं, तसा तो अश्वत्थामा त्या बाणवृष्टीनें हालला नाहीं! ह्या प्रकारें ते दोघे बलिष्ठ महारथ आपआपल्या श्रेष्ठ रथांत आरूढ होऊन एकमेकांना भयंकर शरवृष्टीनें आच्छादून टाकीत असतां आपल्या दिव्य तेजानें फारच शोभूं लागले! जणू काय ते दोन आदित्य जगाचा क्षय करण्याकरितां संदीप्त झाले असून आपल्या बाणरूप किरणांनीं एकमेकांस दग्ध करीत आहेत, असें भासलें! त्या भयंकर संग्रामामध्यें ते दोघे वीर एकमेकांवर चढ करण्याचा प्रयत्न करीत असतां मोठ्या धैर्यानें शरांचा वर्षाव करीत युद्धभूमीवर वाघांप्रमाणें एकमेकांवर धावून जात होते. त्या वेळीं त्यांची जी अवस्था दृग्गोचर होत होती, ती पाहून जणू काय त्या उग्र व अजिंक्य वीरांच्या हातांतलीं धनुष्यें हीं त्यांचीं वक्त्रें व त्या धनुष्यांपासून सुटणारे शर ह्या त्यांच्या दाढा असा भास होत होता! शिवाय त्या उभयतांच्या सभोंवार बाणांचें छत झाल्यामुळें ते अदृश्य झाले असून जणू काय मेघमंडलानें अदृश्य झालेले ते सूर्यचंद्रच असावेत असें दिसत होतें! राजा, ह्याप्रमाणें कांहीं वेळ स्थिति राहून नंतर ते दोघेही पराक्रमी योद्धे दृग्गोचर झाले, तेव्हां मेघमंडळानें आच्छादित केलेले मंगळ व बुध मेघपटलांतून मुक्त झाले असतां जसे दिसतात, तसे ते भीम व अश्वत्थामा हे दोघे वीर दिसले. नंतर त्या दोघांचा आणखी त्याच ठिकाणीं

निकराचा संग्राम सुरू झाला असतां अश्वत्थाम्यानें भीमसेनास उजवीकडे घातलें; आणि मेघ पर्वतावर जशी पर्जन्याची वृष्टि करितात, तशी त्यानें भीमसेनावर बाणांची भयंकर वृष्टि केली. राजा, अशा प्रकारें अश्वत्थाम्याची सरशी झालेली पाहून तें भीमसेनास मुळींच खपलें नाहीं. ताबडतोब भीम त्याच ठिकाणावरून अश्वत्थाम्याच्या शरवृष्टीचा प्रतिकार करूं लागला. नंतर ते दोघे वीर मंडलाकार फिरत एकमेकांवर चालून जाऊन कधीं पुढें कधीं मागें असे प्रसंगानुरूप संचार करीत असतां त्यांचें मोठें तुंबळ युद्ध जुंपलें. त्यांनीं नानाप्रकारच्या मार्गांनीं व मंडलांनीं एकमेकांवर हल्ले केले; आणि मोठ्या आवेशानें बाणांचा ओतप्रोत मारा करून एकमेकांच्या वधासाठीं पराकाष्ठेचा यत्न केला. त्या प्रसंगीं प्रत्येकाची इच्छा रणांगणांत दुसऱ्यास विरथ करावें ही होती. तेव्हां महारथ अश्वत्थाम्यानें मोठमोठ्या अस्त्रांची योजना केली; परंतु अस्त्रांची योजना करूनच भीमसेनानें अश्वत्थाम्याचा प्रतिकार केला! राजा, त्या वेळीं अस्त्रांचें मोठें घोर युद्ध चालू झालें! जणू काय जगताच्या प्रलयकालीं ग्रहांचेंच भयंकर युद्ध सुरू आहे असा भास होऊं लागला! त्या योद्ध्यांनीं परस्परांवर सोडलेले बाण एकमेकांशीं असे लगटले कीं, त्यांच्या आघातांनीं उत्पन्न झालेला प्रकाश दशदिशांच्या ठिकाणीं व्याप्त होऊन तुझ्या सेनेच्या सभोंवार सर्वत्र उजेड पडला! राजा, त्या समयीं आकाशांत जिकडे तिकडे बाणांची गर्दी होउन जाऊन, प्रलयकाळीं उल्कांनीं अंतरिक्ष व्याप्त झालें असतां जशी भीति उत्पन्न होते, तशी अत्यंत भीति उत्पन्न झाली! बाणाभिघातापासून ज्या ठिणग्या चालू झाल्या त्यांनीं आगी लावल्या व त्यांत दोन्ही सैन्यें दग्ध होऊं लागलीं! तेव्हां तेथें सिद्ध मंडळी प्राप्त झाली आणि म्हणाली, "अहो, सर्व युद्धांमध्यें हें युद्ध मोठें श्रेष्ठ होय. आजपर्यंत जीं युद्धें झालीं तीं सर्व ह्या युद्धाच्या सोळाव्या कलेचीही बरोबरी करणार नाहींत. ह्यापुढें असलें भयंकर युद्ध कधींही होणार नाहीं. अहो, हे ब्राह्मणक्षत्रिय (अश्वत्थामा व भीमसेन हे दोघेजण) युद्धकलेमध्यें किती निष्णात आहेत बरें? अहो, ह्या महापराक्रमी वीरांचें केवढें हें शौर्य? कायहो ह्या भीमाची शक्ति! ह्या अश्वत्थाम्याचें अस्त्रनैपुण्य तरी किती सांगावें! अहो, ह्यांचें केवढें लोकोत्तर वीर्य? अहो, ह्यांच्या ठिकाणीं केवढें युद्धकौशल्य? अहो, जणू काय जगताचा संहार करणारे हे प्रति यमच ह्या रणभूमीवर झगडत आहेत! अथवा जणू काय हे दोघे भयंकर पुरुषव्याघ्र प्रत्यक्ष रुद्र, रवि किंवा यमच असावेत!" राजा धृतराष्ट्रा, सिद्धांच्या मुखांतून हे असे उद्गार पुनःपुनः निघूं लागले; त्या स्थळीं प्राप्त झालेल्या देवांनीं सिंहनाद केला; आणि त्या दोघां वीरांचा तो अद्भुत व अचिंत्य पराक्रम अवलोकन करून सिद्ध व चारण ह्यांचे समुदाय मोठ्या विस्मयांत पडले! तेव्हां देव, सिद्ध व मोठमोठे ऋषि त्या योद्ध्यांची वाहवा करूं लागले; आणि "हे महाबाहो द्रोणपुत्रा, शाबास! हे पांडुपुत्रा भीमसेना, शाबास!" असे त्यांनीं उद्गार काढिले.

राजा धृतराष्ट्रा, ते दोघे शूर वीर समरांगणांत एकमेकांशीं लढत असतां त्यांचा जो क्रम चालू होता, तो तसाच पुढें चालला. त्यांनीं एकमेकांना अपकार केले. संतापानें डोळे वटारून ते एकमेकांकडे पाहूं लागले. क्रोधानें त्यांचे नेत्र आरक्त झाले, क्रोधानें त्यांचे ओंठ थडथड हालूं लागले. व त्यांनीं संतापानें दांतओंठ खाण्यास आरंभ केला. त्या महारथांनीं बाणांच्या वृष्टीनें परस्परांस आच्छादून टाकिलें. जणू काय त्या लोकोत्तर वीरांच्या धनुष्यांपासून

शररूप जलाच्या धारा सुरू असून मध्यंतरीं शस्त्राघातापासून विद्युल्लतेचा लखलखाट चालला होता! अशा प्रकारें निकराचें युद्ध चालू असतां त्यांनीं एकमेकांचे ध्वजांवर, सारथ्यांवर व अश्वांवर बाणवृष्टि करून त्या सर्वांस विद्ध करून टाकिलें. नंतर त्यांनीं अत्यंत क्षुब्ध होऊन परस्परांच्या वधार्थ बाणवृष्टि करण्यास तत्काळ आरंभ केला. त्या दुर्धर्ष वीरांनीं सैन्याच्या अग्रभागीं उभे राहून वज्रासारखे कठोर बाण एकमेकांवर टाकले; आणि त्या बाणांच्या अतिशय वेगामुळें त्या दोघांही वीरांस अतिशय पीडा होऊन ते रथाच्या वीरस्थानीं मूर्च्छित पडले! तेव्हां अश्वत्थाम्याच्या सारथ्यानें अश्वत्थामा निश्चेष्ट पडला असें पाहून त्यास रणभूमींतून सर्व सैन्याच्या देखत एकीकडे नेलें; व त्याचप्रमाणें भीमसेनाच्या सारथ्यानेंही, भीमसेन पुनः पुनः बाणवेदनेनें विव्हळत आहे असें अवलोकन करून त्यासही रणांतून एकीकडे नेलें!

अध्याय सोळावा.

—:०:—

अर्जुन व संशप्तक ह्यांचें युद्ध.

धृतराष्ट्र विचारतोः—संजया, अर्जुनाचें संशप्तकांबरोबर जें युद्ध झालें, व त्याप्रमाणेंच दुसऱ्या राजांचें पांडवांशीं जें युद्ध झालें, त्याचें वर्णन करून मला सांग. तसेंच, हे संजया, अश्वत्थाम्याचें अर्जुनाशीं जें युद्ध झालें, व त्याप्रमाणेंच दुसऱ्या राजांचें पांडवांशीं जें युद्ध झालें त्याचेंही वर्णन कर.

संजय सांगतोः—राजा धृतराष्ट्रा, महान् महान् वीरांचा शत्रूंबरोबर जो संग्राम झाला, व ज्यामध्यें पुष्कळ वीरांचा नाश होऊन त्यांचें देह व पातकें धारातीर्थीं पतन पावलीं, त्या संग्रामाचें मी सविस्तर वर्णन करितों तें श्रवण कर.

राजा, संशप्तकांचें सैन्य म्हणजे केवळ सागराप्रमाणें अवाढव्य होतें; पण त्यांत अर्जुनानें प्रवेश केला व त्या शत्रुसंहारक वीरानें महान् वाऱ्याप्रमाणें त्या सेनासमुद्रास क्षुब्ध करून टाकिलें! नंतर त्यानें संशप्तक वीरांवर धार लावलेले भल्ल बाण टाकले व त्यांच्या योगें त्या वीरांचीं मस्तकें तत्काळ तोडून टाकून त्यांनीं तें भूमंडळ आच्छादिलें! राजा, त्या समयीं पूर्णचंद्रबिंबाप्रमाणें सुंदर, व ज्यांवर उत्कृष्ट नेत्र, भ्रूकुटि व दंतपंक्ति विराजित आहेत, अशीं तीं मुखकमलें जणू काय आपल्या नालबंधापासून वियुक्त होत्सातीं त्या भूप्रदेशीं विखरून पडलीं आहेत असा भास होऊं लागला! राजा, त्या युद्धांत अर्जुनानें वस्तऱ्यासारख्या तीक्ष्ण बाणांनीं शत्रूंचे पुष्कळ बाहु तोडून टाकिले. ते बाहु उत्कृष्ट वळखर, लांब, बळकट, चंदन व अगुरु ह्यांच्या उट्या दिलेले, आयुधें धारण केलेले, तलत्र (एक प्रकारचें चर्मावरण) घातलेले, व पंचमुखी सर्पांप्रमाणें करतलानें युक्त असे होते; आणि त्याप्रमाणेंच अर्जुनानें त्या युद्धांत अश्व, अश्वेतर प्राणी, सारथि, ध्वज, चाप, बाण व रत्नादिकांनीं अलंकृत असे हस्त पुनःपुनः भल्ल बाणांच्या प्रहारानें तोडून टाकिले. राजा, त्या भयंकर रणकंदनांत अर्जुनानें पुष्कळ रथ व रथी, द्विप व द्विपी आणि घोडे व घोडेस्वार हे सहस्रावधि बाणांच्या योगें यमसदनीं पाठविले. राजा, ह्याप्रमाणें अर्जुनानें संशप्तकांचा संहार चालविला असतां त्याजवर संशप्तकांपैकीं महान् महान् वीर अत्यंत क्षुब्ध होऊन वृषभांसारखे डुरकण्या फोडीत धावून आले. त्या समयीं जणू काय ते मदोन्मत्त बैल मोठ्या आवेशानें माज केलेल्या गाईवर धावून येत आहेत असा भास झाला! आणि त्या वेळीं त्यांनीं आपणांवर प्रहार करणाऱ्या त्या पृथापुत्रावर

बाणांचा असा कांहीं वर्षाव चालविला कीं, जसे काय ते आपल्या शिंगांनीं त्या नगाधिपतीला ढोंसे मारीत आहेत असे भासलें ! राजा, त्या प्रसंगीं अर्जुनाचें व संशप्तकांचें जें युद्ध झालें, तें पाहून अंगावर अगदीं कांटाच उभा राहात होता ! जणू काय त्रैलोक्य जिंकण्याच्या हेतूनें दैत्यांचें देवेंद्राशींच युद्ध चाललें आहे, असें तेव्हां वाटलें! राजा, त्या युद्धांत अर्जुनानें संशप्तकांच्या अस्त्रांचें आपल्या अस्त्रांनींच निवारण केलें; आणि त्यांचीं अस्त्रें ह्या प्रकारें क्षीण केल्यावर पुष्कळ बाणप्रहारांनीं त्यांस विद्ध करून त्यानें त्यांचा तत्काळ प्राण घेतला ! राजा, संशप्तकांशीं युद्ध करितांना अर्जुनानें जो कांहीं पराक्रम केला, त्याचें काय वर्णन करावें ? त्यानें शत्रूंकडील रथांचीं चक्रें, आंस, धुऱ्या, जोखड इत्यादिकांचा चुराडा केला; आयुधें व बाणभाते हीं लयास नेलीं; ध्वज मोडून टाकिले; बंधनरज्जु व अश्वांच्या लगामा तोडिल्या; रथधूरीचा अग्रभाग व वरूथ (रथसंरक्षणाकरितां केलेलें एक प्रकारचें पटल) हीं नष्ट केलीं; रथांतील बैठक पाडिली; धुऱ्यांच्या पुढील लांकूड मोडिलें; आणि रथांत बसण्याची जागा व आंस ह्यांना जोडणारे सांधे तोडिले. सारांश, ज्याप्रमाणें वारा सुटला असतां तो प्रचंड मेघांचीं छकलें छकलें करून त्यांची दाणादाण करून देतो, त्याप्रमाणें अर्जुनानें त्या संशप्तकांच्या सैन्यांचीं छकलें छकलें करून त्यांची दाणादाण करून दिली ! अर्जुनाचें तें घोर कृत्य पाहून सर्वांस मोठा विस्मय वाटला; व शत्रूंस महाभीति उत्पन्न झाली.! त्या प्रसंगीं जयानें (अर्जुनानें) सहस्र महारथांची बरोबरी करणारा असा जो पराक्रम केला, तो अवलोकन करून सिद्ध, देवर्षि व चारण ह्यांचे समुदाय त्याची वाहवा करूं लागले; देवांनीं दुंदुभि वाजविल्या आणि कृष्ण व अर्जुन ह्यांच्या मस्तकांवर पुष्पांची वृष्टि केली ! राजा, त्या समयीं आकाशवाणी झाली कीं, " अहो, चंद्र, सूर्य, अग्नि व वायु ह्यांची कांति, द्युति, दीप्ति व बल हीं नित्य धारण करणारे जे वीर ते हे कृष्ण व अर्जुन होत ! अहो, हे एका रथांत बसलेले वीर ब्रह्मा व ईशान ह्यांप्रमाणें अजिंक्य आहेत ! अहो, हे नरनारायण सर्व प्राण्यांमध्यें श्रेष्ठ होत ! " राजा, धृतराष्ट्रा, अंतरिक्षांत उत्पन्न झालेले हे शब्द श्रवण करून अश्वत्थाम्याला मोठें आश्चर्य वाटलें; आणि तो रणांगणांत मोठ्या तयारीनें कृष्णार्जुनांवर धावून गेला. त्या समयीं अर्जुन मोठे भयंकर बाण मारीत आहे, असें अवलोकन करून अश्वत्थामा आपला बाणयुक्त हात वर करून हसत हसत हाक मारीत अर्जुनास म्हणाला, " हे वीरा, ह्या ठिकाणीं हा मी पूज्य अतिथि प्राप्त झालों आहें, वाटत असेल तर तूं आज मला अगदीं मनापासून युद्धरूप आतिथ्य अर्पण कर."

राजा, अशा प्रकारचें प्रास्ताविक शब्द बोलून द्रोणपुत्रानें अर्जुनाला युद्धार्थ आह्वान केलें. तेव्हां अर्जुनाला मोठी धन्यता वाटली व तो जनार्दनास म्हणाला, " हे जनार्दना, मला सध्या संशप्तकांचा वध कर्तव्य आहे; आणि अश्वत्थामा तर मला आह्वान करीत आहे; तेव्हां आतां प्रथम काय करावें तें सांग. जर तुझ्या विचारास येत असेल, तर मोठ्या आदरानें प्रथम अतिथिसत्कार करीन व मग संशप्तकांना मारीन! " राजा, अर्जुनाचें हें भाषण श्रवण करून कृष्णानें अर्जुनास द्रोणपुत्रासमीप नेलें. कारण अश्वत्थाम्यानें वीरविधीनें अर्जुनास युद्धार्थ आह्वान केल्यामुळें, वायु जसा यज्ञाकरितां इंद्रास क्षणांत घेऊन जातो, तसा तो माधव अर्जुनास अश्वत्थाम्यासमीप क्षणांत घेऊन गेला !

अश्वत्थामा व अर्जुन ह्यांचें युद्ध.

नंतर कृष्ण अश्वत्थाम्याला अभिवंदन करून व अश्वत्थाम्याच्या चित्ताची एकाग्रता पाहून म्हणाला, "अश्वत्थाम्या, अगदीं विलंब न करितां तूं सुस्थिर चित्तानें बाण सोड व तुझ्यावर जे येतील ते सहन कर. सेवकांना आपल्या स्वामीच्या ऋणांतून मुक्त होण्याला ही योग्य संधि आहे. पहा—ब्राह्मणांचा विवाद सुरू झाला असतां त्याचा निर्णय जसा सूक्ष्म असतो, तसा क्षत्रियांच्या विवादाचा नसतो. क्षत्रियांचा लढा पडला म्हणजे जय किंवा अपजय ह्यांच्या योगें त्याचा निर्णय होतो व तो निर्णय सर्व जगास कळण्याजोगा स्पष्ट असतो. ह्यासाठीं तूं केवळ मूर्खपणामुळें अर्जुनापासून ज्या आतिथ्याची अपेक्षा करीत आहेस, तें आतिथ्य प्राप्त करून घेण्याकरितां तूं आज मोठ्या सावधानचित्तानें अर्जुनाशीं युद्ध कर."

राजा धृतराष्ट्रा, कृष्णाचें हें भाषण श्रवण करून अश्वत्थाम्यानें 'बरें आहे' म्हणून त्यास उत्तर दिलें आणि कृष्णावर साठ बाण व अर्जुनावर तीन बाण सोडिले. तेव्हां अर्जुन अगदीं क्षुब्ध झाला व त्यानें तीन बाण टाकून अश्वत्थाम्याचें धनुष्य भंगिलें. नंतर अश्वत्थाम्यानें पहिल्यापेक्षां अधिक भयंकर धनुष्य धारण केलें आणि तें तत्काळ सज्ज करून त्यानें कृष्णार्जुनांवर बाणांचा भडिमार चालविला. त्यानें प्रथम वासुदेवावर तीनशें बाण व अर्जुनावर एक हजार बाण सोडिले. नंतर त्यानें सुस्थिर उभें राहून अर्जुनावर नेम धरून सहस्रावधि, लक्षावधि व कोट्यवधि बाणांचा वर्षाव केला. राजा, त्या समयीं अश्वत्थाम्याच्या भात्यांतून, धनुष्यापासून, प्रत्यंचेपासून, बाहूंपासून, हस्तांपासून, उरापासून, मुखापासून, नासिकेपासून, नेत्रांतून, कर्णांतून, मस्तकांतून, गात्रांतून, लोमांतून, कवचांतून, रथांतून व ध्वजांतून एकसारखे बाण सुटूं लागले; आणि अशा प्रकारें कृष्णार्जुनांना मोठ्या बाणजालकानें विद्ध करून त्यानें प्रहृष्ट मनानें महामेघाप्रमाणें गर्जना केली. तेव्हां ती गर्जना ऐकून अर्जुन कृष्णास म्हणाला, "हे कृष्णा, माझ्याविषयीं ह्या द्रोणपुत्राची किती दुष्ट बुद्धि आहे, ती पाहिलीसना? अरे, आपणांवर ह्यानें काय तें बाणांचें जाळें पसरिलें, परंतु एवढ्यावरून आपणांस मृत्यु प्राप्त झाला असें हा मानीत आहे. पण त्याची ही समजूत मी आपल्या सामर्थ्यानें व युद्धनैपुण्यानें आतां हाणून पाडितों!" धृतराष्ट्रा, अर्जुनानें असे उद्गार काढून, अश्वत्थाम्यानें टाकलेल्या प्रत्येक बाणाचे तीन तीन तुकडे केले; व सूर्य जसा क्षणांत धुक्याचें निवारण करितो, तसें त्यानें त्या सर्व बाणांचें क्षणांत निवारण केलें.

अर्जुन व संशप्तक ह्यांचें पुनः युद्ध.

राजा धृतराष्ट्रा, नंतर पुनः अर्जुन संशप्तकांकडे वळला. घोडे, सारथि, रथ, हत्ती, पायदळ व ध्वज ह्यांच्या समुदायांवर अर्जुनानें जलाल बाण टाकून त्या सर्वांना विद्ध केलें. तेव्हां त्या स्थळीं जे कोणी पुरुष आढळले,—ते मग कोणत्याही रूपानें असले तरी त्यांचें त्यांस आपण अर्जुनाच्या शरांनीं आच्छादित झालों आहों असें दिसून आलें. राजा, अर्जुनाच्या गांडीवापासून सुटलेल्या त्या बाणांचें सामर्थ्य काय वर्णावें? नानाप्रकारचीं रूपें धारण केलेले ते बाण समीप असणाऱ्या किंवा कोसभर लांब गेलेल्या हत्तींना, वीरांना वगैरे ठार करीत. ज्याप्रमाणें वनामध्यें कुऱ्हाडींनीं तोडलेले मोठमोठे वृक्ष पटापट खालीं कोसळतात, त्याप्रमाणें भल्ल बाणांनीं तोडून टाकलेल्या मदोन्मत्त हत्तींच्या त्या शुंडा पटापट खालीं कोसळल्या. ह्याप्रमाणें त्या हत्तींचीं मस्तकें तुटतांच त्यांचीं तीं पर्वतप्राय धडें त्यांवर आरूढ झालेल्या

स्वारांसहित खालीं पडलीं. जणू काय त्या समयीं इंद्राच्या वज्रानें चूर्ण केलेले पर्वतांचे समुदायच खालीं पडत आहेत असा भास झाला. राजा, नंतर अर्जुनानें बाणांचा वर्षाव करून, जे गंधर्वनगरांसारखे (मेघमंडळांसारखे) प्रचंड व ज्यांस शिकवून तरबेज केलेले वेगवान् अश्व जोडिले आहेत, आणि ज्यांत धुरंधर योद्धे आरूढ झाले आहेत अशा रथांचा चुराडा उडवून त्यांतील वीरांचा भूतलावर सडा घातला! मग अर्जुनानें आपली दृष्टि मोठमोठे घोडेस्वार व पायदळ ह्यांजवर वळवली आणि त्या प्रलयकालीन सूर्यानें संशप्तक महार्णवाचें अगाध व दुःशोष्य असें तें उदक प्रखर शरकिरणांनीं शोषून टाकिलें!

राजा धृतराष्ट्रा, नंतर अर्जुनानें लागलाच मोठ्या आवेशानें द्रोणपुत्ररूप महागिरि नाराचरूप वज्रानें पुनः विंधिला. तेव्हां आचार्यपुत्र पुनः क्षुब्ध होऊन त्यानें आपले बाण अर्जुनाच्या अश्वांवर, सारथ्यावर व अर्जुनावर सोडिले, आणि त्या वीरांचें पुनः युद्ध सुरू झालें. अर्जुनानें अश्वत्थाम्यावर पुनः नाराच बाण टाकिले व तें पाहून अश्वत्थाम्यानें कोपायमान होऊन अर्जुनावर अस्त्रांचा भडिमार चालविला. तेव्हां अर्जुनानें अश्वत्थामरूप सत्पात्र अतिथीचा योग्य सत्कार करण्याकरितां संशप्तकांना अजीबात सोडून दिलें, आणि मग अश्वत्थाम्याचें व अर्जुनाचें पुनः तुंबळ युद्ध चालू झालें!

अध्याय सतरावा.

—:०:—

अश्वत्थाम्याशीं युद्ध.

संजय सांगतोः—राजा धृतराष्ट्रा, नंतर शुक्र व अंगिरस ह्यांप्रमाणें सामर्थ्य असलेल्या त्या अश्वत्थामार्जुनांचें मोठ्या निकराचें युद्ध सुरू झालें. जणू काय ते शुक्र व अंगिरसच नक्षत्रास उद्देशून मोठ्या आवेशानें आकाशांत झगडत आहेत असें भासलें. ते आपल्या देदीप्यमान शरकिरणांनीं परस्परांस असे संतप्त करूं लागले कीं, त्यामुळें, वक्री झालेल्या व फाजील चालणाऱ्या ग्रहांच्या योगें जशी पीडा होते, तशी त्यांजपासून सर्व लोकांस पीडा होऊं लागली. नंतर अर्जुनानें मोठ्या जोरानें अश्वत्थाम्याच्या दोन्ही भ्रुकुटींच्या मध्यभागीं नाराच बाण मारिला. तेव्हां तो द्रोणपुत्र अश्वत्थामा ऊर्ध्वरश्मि रवीप्रमाणें शोभायमान दिसूं लागला. मग अश्वत्थाम्यानें शतावधि बाणांनीं कृष्णार्जुनांस विद्ध केलें. तेव्हां बाणरूप रश्मिजालांनीं संगत झालेले ते दोघे वीर प्रलयकालच्या प्रचंड सूर्यासारखे झळाळूं लागले. पुढें कांहीं वेळानें कृष्णाची उमेद कमी झालीसें पाहून अर्जुनानें चोहोंकडून अस्त्रधारांचा वर्षाव करणारी एक शक्ति अश्वत्थाम्यावर सोडिली; आणि वज्र, अग्नि किंवा यमदंड ह्यांप्रमाणें प्राणसंहारक बाणांची एकसारखी वृष्टि चालविली. तेव्हां अश्वत्थाम्यानें कृष्ण व अर्जुन ह्यांच्या मर्मस्थळीं असे तीक्ष्ण बाण मारिले कीं, त्या बाणांनीं प्रत्यक्ष मृत्यूलाही व्यथा झाली असती! राजा त्या अतुलप्रतापी रौद्रकर्म्या अश्वत्थाम्यानें नेम धरून मोठ्या वेगानें अर्जुनावर शरौघ सोडिला असतां अर्जुनानें त्याचा प्रतिकार केला; आणि त्या महापराक्रमी वीराच्या अश्वांवर, सारथ्यावर व ध्वजावर उत्कृष्ट पुंखांचे व महावीर्यवान् असे दुप्पट बाण टाकून तो पुनः संशप्तकांच्या सैन्यावर चाल करून गेला.

पुनः संशप्तकांशीं युद्ध.

नंतर अर्जुनाचें व संशप्तकांचें युद्ध फिरून सुरू झालें. त्यांत अर्जुनानें आपणासमोर नेटानें

उभे राहिलेल्या संशप्तकांचीं धनुष्यें, बाण, प्रत्यंचा बाणभाते, बाहु, हस्त, हस्तांतील शस्त्रें, छत्रें, ध्वज, अश्व, रथांतील आयुधें, वस्त्रें, पुष्पमाला, अलंकार, सुंदर ढाली, आवडतीं चिलखतें व सर्व मस्तकें नेमानें बाण मारून तोडून टाकिलीं. राजा, त्या समयीं संशप्तकांपैकीं जे वीर मोठ्या वेगानें अर्जुनावर धावून आले, त्यांचे शस्त्रास्त्रांनीं सुसिद्ध असलेले रथ, अश्व, नाग ह्यांजवर अर्जुनानें बाणांचा असा भडिमार केला कीं, त्या बाणांनीं त्या रथादिकांचा नाश होऊन त्या रथादिकांवर आरूढ झालेल्या वीरांसहित ते बाण रणभूमीवर पतन पावले. तेव्हां रणांगणांत भूमितल नरशिरांनीं व्याप्त झालें. पूर्णेंदु, सूर्य व कमलें ह्यांप्रमाणें तेजःपुंज किरीट, माला व अलंकार ह्यांनीं विराजमान, व भल्ल बाण, अर्धचंद्र बाण व क्षुर बाण ह्यांनीं त्रुटित झालेल्या अशा मस्तकांची भूप्रदेशीं अगदीं गर्दी होऊन गेली ! नंतर कलिंग, वंग, अंग व निषाद ह्या देशांतील वीर अर्जुनास ठार मारण्याच्या हेतूनें गजासुरासारख्या प्रचंड शक्तीनें युक्त असलेल्या हत्तींवर आरूढ होऊन, दैत्यांचा दर्प दूर करणारा अर्जुन अग्रभागीं उभा होता त्याजवर तुटून पडले ! तेव्हां अर्जुनानें त्या हत्तींच्या शुंडा तोडल्या; त्यांजवर आरूढ झालेल्या वीरांचीं कवचें व ढाली भंगिल्या; त्यांचे प्राण घेतले; त्यांच्या ध्वजपताका मोडिल्या; आणि मग ते वीर वज्रानें हत केलेल्या पर्वताच्या शृंगांप्रमाणें धडाधड खालीं पडले !

अश्वत्थाम्याशीं पुनः युद्ध.

ह्याप्रमाणें संशप्तकांची वाट लाविल्यावर अर्जुनानें प्रातःकालीन सूर्याप्रमाणें तेजस्वी बाण पुनः अश्वत्थाम्यावर सोडिले. त्या वेळीं, उदय पावणाऱ्या सूर्याला ज्याप्रमाणें वायूनें महामेघमंडळानें आच्छादित करावें, त्याप्रमाणें अर्जुनानें बाणजालकानें त्या अश्वत्थाम्याला आच्छादित केलें. तेव्हां अर्जुनाच्या त्या बाणांचें अश्वत्थाम्यानें तीक्ष्ण बाणांनीं निवारण करून पुनः कृष्णार्जुनांस बाणांनीं आच्छादिलें व मोठी प्रचंड गर्जना केली ! त्या वेळीं जणू काय ग्रीष्म ऋतूच्या अंतीं मेघानें आकाशांत चंद्रसूर्यांस आच्छादून मोठी गर्जना केल्याचा भास झाला. तेव्हां अर्जुनानें पुढें होऊन अश्वत्थाम्याला व त्याच्या समवेत असलेल्या तुझ्या दुसऱ्या सर्व वीरांना सुपुंख बाणांनीं विद्ध केलें व अश्वत्थाम्यानें सोडलेल्या सर्व बाणांचा प्रतिकार करून बाणकृत अंधकार एकदम पळवून लाविला ! राजा, त्या समयीं सव्यसाची अर्जुन भात्यांतून बाण केव्हां काढीत असे, तो धनुष्याला केव्हां जोडीत असे व शत्रूवर केव्हां सोडीत असे, हें कांहींच कळत नसे; परंतु रथी, नाग, अश्व, पायदळ ह्यांच्या देहांत खचून बाण घुसले असून ते पटापटा मरून पडत आहेत, असें मात्र दृष्टीस पडे ! तेव्हां अगदीं विलंब न करितां अश्वत्थाम्यानें दहा उत्तम नाराच बाण धनुष्याला जोडिले व त्यानें जणू काय एकच बाणाप्रमाणें ते सर्व सुपुंख बाण सोडिले. त्यांपैकीं पांच बाणांनीं अर्जुन विद्ध झाला व राहिलेले पांच बाण कृष्णाला जाऊन लागले. ह्याप्रमाणें इंद्रकुबेरसदृश ते सर्वनरवर बाणहत होतांच त्यांच्या देहांतून रुधिराचे प्रवाह वाहूं लागले. तेव्हां तें पाहून संपूर्णास्त्रविद्याविशारद अश्वत्थाम्याच्या हस्तें ते पराभव पावून धारातीर्थीं पडले असा सर्वांचा समज झाला !

राजा, नंतर कृष्णानें अर्जुनास म्हटलें, " बा अर्जुना, अद्याप तुझ्या हातून ह्या वीराचा निकाल लागत नाहीं हें कसें ? अरे, अशी ही चुकी तुझ्या हातून कां व्हावी बरें ? अरे, ह्या वीराचा वध कर. एखाद्या व्याधीवर औषधोपाय न केल्यास ती जशी अनावर होऊन पीडा

करिते, तशी ह्या अश्वत्थाम्याचा वेळींच निग्रह न केल्यास ह्यापासूनही पीडा झाल्याशिवाय राहाणार नाहीं, हें लक्षांत असूं दे." राजा धृतराष्ट्रा, नंतर अर्जुनानें कृष्णास 'बरें आहे' म्हणून उत्तर दिलें आणि सावधान चित्तानें नेम धरून अश्वत्थाम्यावर क्रोधानें बाण टाकिले. त्या बाणांचीं अग्रें बोकडाच्या कानाच्या अग्राप्रमाणें असून अर्जुनानें गांडीव धनुष्यापासून फेंकलेल्या त्या बाणांनीं, चंदनाची उटी दिलेले अश्वत्थाम्याचे ते श्रेष्ठ बाहु, तसेंच वक्षस्थळ, मस्तक व अप्रतिम मांड्या हीं विद्ध केलीं, आणि घोड्यांच्या लगामा छेदून टाकून घोड्यांवर प्रहार केला! तेव्हां त्या समयीं अश्वत्थाम्याच्या घोड्यांनीं त्याचा रथ रणांगणांतून एकीकडे पुष्कळ दूर नेला!

अश्वत्थाम्याचा पराजय.

राजा धृतराष्ट्रा, ह्याप्रमाणें अश्वत्थाम्याच्या घोड्यांनीं वायुवेगानें अश्वत्थाम्याला रणभूमींतून एकीकडे नेल्यावर, पार्थशरांनीं अतिशय विद्ध झालेल्या त्या अश्वत्थाम्यानें नीट विचार करून, पार्थाशीं पुनः युद्ध करावयाचें नाहीं असें ठरविलें; कारण त्या अंगिरसकुलावतंस अश्वत्थाम्याचा निश्चय झाला कीं, जिकडे कृष्णार्जुन आहेत तिकडेच जय असावयाचा! ह्याप्रमाणें मनाचें समाधान करून अश्वत्थाम्यानें घोडे आवरून धरिले; आणि रथ, अश्व व नर ह्यांनीं गजबजून गेलेल्या कर्णाच्या सैन्यांत प्रवेश केला. राजा, अशा प्रकारें अश्वत्थाम्यासारखा अत्यंत विरोधी वीर त्याच्या अश्वांनीं रणांगणांतून काढून एकीकडे नेला असतां जणू काय मंत्रौषधिक्रियांनीं देहांतून व्याधिच काढून नेला असें वाटलें! राजा, ह्याप्रमाणें अश्वत्थाम्याची वाट लागल्यानंतर मग कृष्ण व अर्जुन हे पुनः संशप्तकांवर चालून गेले. त्या समयीं त्या रथावरील पताका वाऱ्यानें फडकत असून चक्रांच्या खडखडण्यानें मेघगर्जनेप्रमाणें शब्द होत होता.

अध्याय अठरावा.

—:०:—

दंडधाराचा वध.

संजय सांगतोः--राजा धृतराष्ट्रा, नंतर उत्तरेकडे पांडवांच्या सैन्यामध्यें मोठा कोलाहल उत्पन्न झाला; व तो दंडधारानें पांडवांकडील रथी, नाग, अश्व व पत्ति ह्यांचा वध चालविल्यामुळें उद्भवला आहे, असें त्यांच्या लक्षांत आलें. तेव्हां कृष्णानें ताबडतोब रथ मागें वळविला व गरुडाप्रमाणें किंवा वायूप्रमाणें वेगवान् अशा त्या आपल्या अश्वांना हांकीत असतांनाच तो अर्जुनास म्हणाला, "अर्जुना, मगध देशाचा राजा आपल्या वीर्यशाली द्विरदाच्या योगें मोठा पराक्रमी झालेला आहे. युद्धविद्या व सामर्थ्य ह्यांमध्यें तो भगदत्तापेक्षां मुळींच कमी नाहीं. ह्यास्तव तूं ह्यास आधीं मार व मग पुनः संशप्तकांचा वध कर." राजा, हें असें भाषण समाप्त होत आहे तोंच कृष्णानें अर्जुनाचा तो रथ दंडधारासमीप आणून भिडविला.

राजा, मगधाधिपति दंडधार हा हस्तियुद्धांत मोठा पराक्रमी होता. आदित्यादिक नवग्रहांमध्यें केतूच्या ठिकाणीं जसा असह्य प्रताप आहे, तसाच त्याच्या ठिकाणीं होता. ज्याप्रमाणें धूमकेतूच्या योगें सर्व अफाट पृथ्वीला पीडा होते, त्याप्रमाणें त्या सर्व अफाट पांडवसैन्याला त्यापासून पीडा होत होती. त्यानें पांडवांच्या सैन्यांत मोठा दारुण संहार चालविला होता. तो इतका पराक्रमी होता कीं, गजासुराप्रमाणें समर्थ. महान् मेघाप्रमाणें गर्जणाऱ्या, व शत्रूंचा संहार उडविणाऱ्या अशा आपल्या हत्तीवर बसून तो बाण-

वृष्टीच्या योगें रथ, नाग, अश्व व मनुष्यें ह्यांचे हजारों समुदाय ठार मारीत असे. त्याप्रमाणेंच दंडधाराचा तो अद्वितीय हत्ती वाजी व सारथि ह्यांसहवर्तमान रथांना व मनुष्यांना पायांखालीं तुडवीत असे; आणि कालचक्राप्रमाणें फिरून आपल्या पुढल्या पायांनीं व सोंडेनें दुसऱ्या हत्तींना तो मृत्युमुखीं लोटीत असे. त्याप्रमाणेंच पोलादी चिलखतें व सुंदर अलंकार घातलेल्या वीरांना अश्वांसहित व पायदळासहित ठार मारून त्यांना तो दंडधार आपल्या त्या श्रेष्ठ व बलिष्ठ हत्तीकडून देवनळाप्रमाणें कडकडां तुडवीत असे!

धृतराष्ट्रा, अशा प्रकारच्या त्या हत्तीवर बसून दंडधारानें पांडवसैन्यांत मोठा संहार चालविला असतां, ज्यामध्यें प्रत्यंचेच्या टणत्कारांचे व रथचक्रांच्या नेमींचे घणघणाट होत आहेत; ज्यामध्यें मृदंग, दुंदुभि व पुष्कळ शंख वाजत आहेत; आणि ज्यामध्यें हजारों रथ, अश्व व हत्ती ह्यांची गर्दी आहे, अशा त्या सैन्यामध्यें दंडधाराच्या त्या अपूर्व हत्तीवर अर्जुनानें आपला रथ घातला. तेव्हां दंडधार अर्जुनावर बारा, कृष्णावर सोळा, व प्रत्येक अश्वावर तीन तीन बाण टाकून मोठ्यानें गर्जला आणि पुनःपुनः मोठमोठ्यानें हंसूं लागला. तेव्हां अर्जुनानें भल्ल बाण सोडून दंडधाराच्या धनुष्याची दोरी छेदिली, बाण तोडिले, धनुष्य मोडून टाकिलें आणि सुंदर ध्वज भंगिला व त्यानें दंडधाराच्या हत्तीच्या महातांना व पादरक्षकांना वधिलें. तेव्हां तें पाहून त्या मगधाधिपतीला फारच क्रोध आला व त्यानें आपला तो घातुक मदोन्मत्त हत्ती वायुवेगानें अर्जुनावर सोडून कृष्णार्जुनांना अत्यंत क्रोध आणण्याकरितां त्यांजवर तोमरांची वृष्टि केली. त्या वेळीं अर्जुनानें गजशुंडेसारखे शोभणारे ते दंडधाराचे बाहु व पूर्णचंद्राप्रमाणें तेजस्वी असें त्याचें तें मुख हीं वस्तऱ्याप्रमाणें जलाल बाणांनीं एकदम तोडिलीं, आणि त्याच्या हत्तीवर शतावधि बाण टाकिले. तेव्हां अंगावर सुवर्णकवच घातलेला तो हत्ती कांचनालंकारांनीं चमकणाऱ्या पार्थबाणांनीं व्याप्त झाला असतां, रात्रीं दावानलानें ज्याच्यावरील वृक्षलता प्रज्वलित झाल्या आहेत अशा पर्वताप्रमाणें शोभूं लागला. ह्याप्रमाण अर्जुनाच्या बाणांनीं दंडधाराचा हत्ती ओतप्रोत व्याप्त झाला असतां त्याला दुःसह वेदना होऊं लागल्या; तो मेघगर्जनेप्रमाणें गर्जूं लागला; चालतां चालतां तो मार्गांत चक्कर खाऊन पडूं लागला; व अत्यंत व्याकूळ होऊन वज्रविदारित पर्वताप्रमाणें धाडकन् महातासह खालीं मरून पडला व त्याच्याबरोबर दंडधाराचेंही प्राणोत्क्रमण झालें!

दंडाचा वध.

ह्याप्रमाणें समरांगणांत दंडधार पडतांच त्याचा भाऊ दंड हा कृष्णार्जुनांस मारण्याच्या इच्छेनें चाल करून आला. दंडाच्या हत्तीचा वर्ण बर्फासारखा शुभ्र होता, त्यावर सुवर्णाचे हार झळकत होते व त्याचा देह हिमालयाच्या शिखराप्रमाणें प्रचंड होता. नंतर दंडाचें व अर्जुनाचें युद्ध जुंपलें. दंडानें सूर्यकिरणांप्रमाणें तेजस्वी अशीं तीन जलाल तोमरें कृष्णावर व पांच अर्जुनावर टाकिलीं आणि मोठ्यानें आक्रोश केला; परंतु अर्जुनानें तसाच आक्रोश करून क्षुरप्र बाणांनीं त्याचे दोन्ही बाहु तोडले; व चंदनाची उटी दिलेले, उत्तम अंगदें धारण केलेले, व हातांत तोमरें घेतलेले असे ते भुज हत्तीवरून एकदम खालीं पडत असतां जणू काय पर्वताच्या शिखरावरून दोन सुंदर महान् सर्पच खालीं पडत आहेत असा भास झाला! त्याप्रमाणेंच अर्जुनानें अर्धचंद्र बाण मारून दंडाचें शिर तोडून पाडलें!

आणि त्याबरोबर लागलेंच त्याचें धड रक्तबंबाळ होऊन, तेंही, सूर्य ज्याप्रमाणें अस्ताचलावरून पश्चिमेस पतन पावतो त्याप्रमाणें, भूमीवर पतन पावलें! नंतर अर्जुनानें सूर्यकिरणांसारखे लखलखीत असे श्रेष्ठ बाण टाकून दंडाचा तो शुभ्रमेघतुल्य महान् हत्ती विद्ध केला; तेव्हां वज्रानें हत केलेल्या हिमालय पर्वताच्या शिखराप्रमाणें तो हत्ती महान् शब्द करीत धरणीवर पडला! तदनंतर दंडधार व दंड ह्यांच्या सैन्यांत त्यांच्यासारखेच जे दुसरे प्रबळ वीर हत्तींच्या योगानें लढणारे होते, त्यांनीं अर्जुनावर हल्ला केला. परंतु त्यांचीही वाट दंडधार व दंड ह्यांच्याप्रमाणें होऊन ते वीर व त्यांचे ते हत्ती मृत्युमुखीं पतन पावले व त्यामुळें शत्रूच्या त्या अफाट सैन्याची फळी फुटली! आणि युद्धाची अशी गर्दी उडाली कीं, हत्ती, घोडे, रथ व पायदळ यांच्या टोळ्या एकमेकांवर तुटून पडून मोठा आक्रोश करीत एकमेकांस मारीत असतां रणांगणांत मरून पडल्या!

राजा धृतराष्ट्रा, नंतर देवगण इंद्रास म्हणतात त्याप्रमाणें अर्जुनाला त्याच्या सैनिकांनीं आवरून म्हटलें, "हे वीरा, ज्याला मृत्यूप्रमाणें लोक भीत होते, त्या शत्रूला तूं सुदैवानें मारिलें आहेस! जर तूं आज हें महत्कार्य केलें नसतेंस, तर आज आपणांस जो आनंद झाला आहे तो आपल्या शत्रूस झाला असता व आपला समूळ उच्छेद झाल्याशिवाय राहिला नसता!" राजा, ह्या प्रकारचें पुष्कळ भाषण सुहृदांनीं केलें तें श्रवण करून अर्जुनाचें मन मोठें प्रसन्न झालें; आणि तो त्या सुहृद्मंडळीचा यथाशक्ति सत्कार करून पुनः संशप्तकांच्या नाशाकरितां तिकडे चालता झाला.

अध्याय एकोणिसावा.

—:०:—

संकुलयुद्ध.

संजय सांगतोः—राजा धृतराष्ट्रा, दंडधार व दंड ह्यांचा वध करून अर्जुन पुनः संशप्तकांकडे वळल्यानंतर, अंगारक (मंगळ) ज्याप्रमाणें वक्रगामी व अतिवक्रगामी झाला असतां फार नाश करितो, त्याप्रमाणें त्यानें पुष्कळ संशप्तकांवर बाण टाकून त्यांचा फार नाश केला. पार्थाच्या बाणांनीं हत झालेले वीर, अश्व, रथ व कुंजर पळूं लागले, व्याकूळ झाले, सैरावैरा धावूं लागले, पतन पावले व मेले! त्या समयीं युद्धभूमीवर शत्रूंकडील जे योद्धे अर्जुनाशीं लढत होते, त्यांजवर अर्जुनानें भल्लबाण, क्षुरबाण, अर्धचंद्रबाण व वासराच्या दांतांसारखे बाण सोडून त्यांचे घोडे, घोडेस्वार, सारथि, ध्वज, धनुष्यें, बाण, हात, हातांतील आयुधें, बाहु व मस्तकें हीं तोडून टाकिलीं. तेव्हां, माज केलेल्या धेनूच्या प्राप्तीकरितां एका वृषभावर जसे दुसरे अनेक वृषभ तुटून पडतात, तसे त्या अर्जुनावर दुसरे शतावधि व सहस्रावधि शूर वीर धावून येऊन तुटून पडले. तेव्हां अर्जुनाचें व त्यांचें जें युद्ध झालें तें पाहून अंगावर कांटाच उभा राहिला! त्रैलोक्य जिंकून घेण्याकरितां ज्याप्रमाणें दैत्यांचें इंद्राशीं युद्ध झालें, त्याप्रमाणेंच तें युद्ध झालें. त्या युद्धांत उग्रायुधाच्या पुत्रानें भयंकर सर्पाप्रमाणें तीन बाण अर्जुनावर टाकिले, पण अर्जुनानें तत्काळ त्याचें शिर तोडून टाकून धड पृथ्वीवर पाडिलें! तेव्हां त्या संशप्तकांस फारच त्वेष चढला; व त्यांनीं चोहोंकडून चवताळून येऊन, वाऱ्यानें उसळून दिलेले मेघ जसे हिमालय पर्वतावर वर्षाकालांत जलवृष्टि करितात, तशी त्या संशप्तक वीरांनीं अर्जुनावर नानाप्रकारच्या शस्त्रांची वृष्टि केली. त्या वेळीं अर्जुनानें आपणावर

आलेल्या सर्व अस्त्रांचें अस्त्रांनींच निवारण केलें व त्या प्रतिस्पर्धी योद्ध्यांवर बाणांचा वर्षाव करून त्या सर्वांस विद्ध करून टाकिलें. त्या समयीं अर्जुनानें बाणप्रहार करून शत्रूंच्या रथांचे त्रिवेणु तोडले, घोडे मारले, सारथि पाडिले, हातांतलीं तूणीरें भंगिलीं, रथ, रथचक्रें व ध्वज ह्यांचा चुराडा केला, रथबंधनें, अश्वरश्मि व रथांचे आंस हीं कापून टाकिलीं, रथांचे तळ व अश्वबंधनकाष्ठें हीं तोडिलीं, आणि रथांवरील सर्व सामुग्रीचा नाश केला. राजा, अर्जुनानें त्या वेळीं रणांगणांत रथादिकांचा जो भयंकर विध्वंस केला, तो पाहून जणू काय अग्नि, वायु व जलवृष्टि ह्यांनीं श्रीमंतांच्या घरांचा विध्वंस केला असतां जो प्रकार दिसतो, तसा प्रकार दिसला ! त्या समयीं अर्जुनानें वज्राप्रमाणें किंवा विद्युल्लतेप्रमाणें प्रखर बाण टाकून हत्तींचीं मर्मस्थलें फोडिलीं, तेव्हां वज्रपात झाला असतां किंवा वीज पडली असतां पर्वताच्या शिखरावरील घरें जशीं धाडकन् खालीं पडतात तसे ते हत्ती धाडकन् खालीं पडले ! त्याप्रमाणेंच, अर्जुनाच्या बाणांचा तडाखा सुरू झाला, तेव्हां अनेक घोडे व त्यांवरील स्वार जिभा बाहेर काढून, आंतडीं तुटून रक्तबंबाळ होऊन, डोळे पांढरे करून व व्याकूळ होऊन पटापट मरून पडले ! राजा, सव्यसाचीनें नर, अश्व व नाग ह्यांजवर इतकी बाणवृष्टि केली कीं, त्यांचीं शरीरें ओतप्रोत बाणांनीं व्याप्त होऊन ते आक्रोश करीत धावूं लागले, आणि व्याकूळ होऊन अडखळून पतन पावले. राजा, त्या युद्धांत शिळेवर धार लावून तयार केलेले, आणि वज्र, विद्युल्लता किंवा विष ह्यांप्रमाणें घातुक असे अनेक बाण मारून, इंद्रानें जसा दानवांचा सहार केला, तसा अर्जुनानें शत्रुसैन्याचा संहार केला. तेव्हां, राजा, बहुमूल्य कवचें व अलंकार अंगावार घातलेले, नानाप्रकारचीं वस्त्रें परिधान केलेले, व अनेकविध आयुधें घेतलेले असे वीर आपल्या रथांसुद्धां व ध्वजांसुद्धां रणांगणांत पार्थबाणांनीं हत होऊन पडले. राजा, ह्याप्रमाणें अर्जुनानें शत्रुसैन्यांतील वीरांना जिंकून धारातीर्थीं पाडिलें असतां, ते पुण्यकर्मी, कुलवान् व ज्ञानवान् वीर आपले देह भूमीवर ठेवून सत्कर्मांच्या योगें स्वर्गलोकास चालते झाले !

कृष्णाचें भाषण.

धृतराष्ट्रा, नंतर ताबडतोब त्या श्रेष्ठ महारथ अर्जुनावर तुझ्या पक्षाकडील नानादेशांचे अधिपति क्रोधायमान होऊन आपआपल्या सैन्यानिशीं धावून गेले. त्यांच्या त्या चतुरंग सैन्यांतील वीरांनीं अर्जुनास ठार मारण्याच्या उद्देशानें त्याजवर विविध अस्त्रांचा भडिमार चालविला; परंतु त्या योधरूप महामेघांनीं बाणरूप जी जलवृष्टि केली, तिचा तीक्ष्ण बाण मारून अर्जुनरूप वातानें तत्काळ नाश करून टाकिला ! नंतर अश्व, गज, रथ व पत्ति ह्यांनीं व्याप्त असलेला व शस्त्रास्त्रांनीं दुर्भेद्य बनलेला असा तो सेनासागर शस्त्रास्त्रसेतूनें एकदम ओलांडून जाण्याचा निश्चय करून अर्जुन शत्रुसैन्यावर बाणवर्षाव करीत असतां त्यास कृष्णानें म्हटलें, “ हे अनघा अर्जुना, हा असा खेळत कां बसला आहेस ? अरे, संशप्तकांचें निर्दलन करून तूं लवकर कर्णवधाचा उद्योग आरंभ. ” राजा, तेव्हां अर्जुनानें कृष्णाचें तें म्हणणें मान्य केलें, आणि उर्वरित असलेल्या संशप्तकांवर शरवृष्टि करून, इंद्रानें जसा दैत्यांचा संहार केला तसा त्यानें मोठ्या आवेशानें त्या संशप्तकांचा संहार केला. राजा, त्या वेळीं अर्जुनाचें विलक्षण अस्त्रनैपुण्य दृष्टीस पडलें. तो भात्यांतून बाण केव्हां काढितो, धनुष्याला तो केव्हां जोडितो किंवा शत्रूवर तो लागलाच केव्हां सोडितो, हें सावधानचित्तानें पाहाणाऱ्या

लोकांना सुद्धां समजत नसे. राजा, तें पाहून कृष्णास सुद्धां आश्चर्य वाटलें. धृतराष्ट्रा, हंसांनीं ज्याप्रमाणें सरोवरांत मज्जन करावें, त्याप्रमाणें अर्जुनाचे ते हंसांशुगौर (सूर्यकिरणांप्रमाणें कांतिमान्) बाण शत्रूच्या सैन्यांत प्रवेश करीत; आणि शत्रूंचा प्राण घेऊन मग रणभूमीवर पतन पावत! त्या समयीं तो सर्व प्रकार अवलोकन करून कृष्ण अर्जुनास बोलूं लागला.

कृष्ण म्हणाला:—अर्जुना, ह्या भरतकुलोत्पन्न वीरांचा व ह्या पृथ्वीवरील इतर राजांचा हा महाभयंकर संहार होण्याचें कारण दुर्योधनच होय. हे भारता, मोठमोठ्या धनुर्धरांचीं रणभूमीवर पतन पावलेलीं हीं सुवर्णपृष्ठ धनुष्यें, त्याप्रमाणेंच त्यांचे हे अलंकार व बाणभाते अवलोकन कर. तसेच हिरणमय पुंखांचे, बांकदार पेऱ्यांचे, तेलपाणी करून चकचकीत बनविलेले, व जणू काय सर्पासारखे दुसऱ्यांचा प्राण घेण्याकरितां सोडिलेले हे नाराच बाण आणि चित्रविचित्र व सुवर्णालंकृत तोमरें इतस्ततः पसरलीं आहेत तीं पहा. तशाच पृष्ठभागीं सोन्याचें कोंदणकाम केलेल्या ह्या खालीं पडलेल्या ढाली, हे सुवर्णानें मढविलेले भाले, ह्या कांचनभूषित शक्ति, जांबूनद सोन्याचे पट्टे बसविलेल्या ह्या अवजड गदा, ह्या हिरणमय ऋष्टि (दुधारी तरवारी), हे सुवर्णमंडित पट्टे, सुवर्णखचित दांड्यांच्या ह्या गळून पडलेल्या कुऱ्हाडी, हे परिघ, ह्या गोफणी, ह्या भ्रुशुंडी, हे कुणप (एक प्रकारचे भाले.) हे पोलादी कुंत (भाले). हीं मोठमोठालीं मुसळें व नानाप्रकारचीं दुसरीं आयुधें हातांत धारण करून जय मिळविण्याकरितां युद्ध करीत असतां मरून पडलेले हे जोरदार वीर जणू काय जिवंतच दिसत आहेत हें अवलोकन कर. गदाप्रहारांनीं ज्यांच्या गात्रांचा चुराडा झाला आहे, मुसळांनीं ज्यांचीं मस्तकें फुटलीं आहेत, आणि हत्ती, घोडे, रथ इत्यादिकांनीं ज्यांना तुडविलें आहे, असे हे सहस्रावधि वीर पहा. शर, शक्ति, ऋष्टि, तोमर, खड्ग, पट्टे, प्रास, बडगे इत्यादिकांनीं मनुष्यें, गज, अश्व इत्यादिकांचीं शरीरें विदीर्ण होऊन त्यांतून रक्ताचे ओघ चालत असलेल्या ह्या शत्रूंच्या प्रेतांनीं ही रणभूमि कशी आच्छादून गेली आहे, ती पाहिलीसना? त्याप्रमाणेंच चंदनाची उटी दिलेल्या, अंगदें धारण केलेल्या, उत्कृष्ट अलंकार घातलेल्या, तलत्र परिधान केलेल्या व केयूरें चढविलेल्या बाहूंनीं अंगुलित्राणें घातलेल्या व अलंकार धारण केलेल्या हातांनीं, हत्तीच्या सोंडेप्रमाणें भरदार अशा मांड्यांनीं, आणि मौलीमध्यें श्रेष्ठ रत्नें खोंविलीं आहेत व कर्णांत कुंडलें घातलीं आहेत अशा मस्तकांनीं हें भूमितल कसें शोभत आहे तें अवलोकन केलेंस काय? हे पहा, सुवर्णाच्या लहान लहान घंटा टांगलेले उत्कृष्ट रथ कसे पार भंगून गेले आहेत! हे पहा, अश्वांच्या अंगांतून रक्ताचे कसे पाट वाहात आहेत! ही पहा, रथांच्या तळभागांची काय वाट झाली आहे ती! त्याप्रमाणेंच हे बाणभाते पहा, विविध ध्वजपताका पहा, योद्ध्यांचे महान् महान् शंख पहा, हीं शुभ्र चामरें पहा, हे बाहेर लांब जिभा काढून पर्वतासारखे रणांगणांत पडलेले हत्ती पहा, हीं चित्रविचित्र निशाणें पहा, हे मरून पडलेले गजयोद्धे पहा, हे झूल घातलेले एकत्र जमलेले हत्तींचे समुदाय पहा, आणि हीं हत्तींवर घालण्याचीं चित्रविचित्र आसनें फाटून तुटून गेलीं आहेत तीं पहा! त्याप्रमाणेंच, जखमी झालेले हत्ती पडले तेव्हां त्यांच्या अंगावरील घंटा कशा पार फुटून गेल्या आहेत त्या पहा! त्याप्रमाणेंच, ज्यांच्या दांड्यांना वैडूर्य रत्नें जडविलीं आहेत, असे हे अंकुश खालीं पडले आहेत ते पहा, अश्व जोडण्याचे हे सुंदर दंड व

अश्वांच्या छातीवर बांधण्याचे रत्नखचीत पट्टे पहा. घोडेस्वारांच्या हातांतील ध्वजांचे शेवटांस भरजरी वस्त्रें लावलेलीं आहेत तीं पहा. चित्रविचित्र, रत्नजडीत व भरजरी खोगिरें आणि रंकूचर्में रणांगणांत पडलीं आहेत तीं अवलोकन कर. राजे लोकांचे चूडामणी, सुंदर सुवर्णहार, छत्रें, चामरें व व्यजनें पडलीं आहेत हीं अवलोकन कर. त्याप्रमाणेंच, सरोवरांत जसे कुमुदांचे व पद्मांचे समुदाय प्रफुल्लित होऊन त्या सरोवराचा पृष्ठभाग आच्छादित झालेला दिसतो, तसा हा भूप्रदेश—कुंडलांसहित असणाऱ्या, ज्यांवरील श्मश्रु व्यवस्थितपणें राखिली आहे अशा, व चंद्राप्रमाणें किंवा नक्षत्रांप्रमाणें शोभणाऱ्या वीरशिरांनीं आच्छादित झालेला दिसत आहे हें अवलोकन कर. हीं पहा, ह्या रणांगणांत राजे लोकांचीं शिरःकमलें कशीं विखरून पडलीं आहेत तीं! जणू काय शरत्कालांत तारागणांनीं विचित्र दिसणाऱ्या व चंद्राचा शुभ्र प्रकाश पडलेल्या आकाशामध्यें दीप्तिमान् असणारी ही नक्षत्रमालाच आहे असें वाटतें! अर्जुना, हें सर्व कृत्य ह्या रणांगणांत तूं केलें आहेस व तें तुला अनुरूप आहे! अर्जुना, फार कशाला, हा इतका प्रताप स्वर्गांत त्या इंद्रानें केल्यास त्याचीही धन्यता होईल, मग तुझी होईल ह्यांत वानवा ती कोणती?

धृतराष्ट्रा, ह्याप्रमाणें त्या रणभूमीवरील प्रकार कृष्णानें अर्जुनास दाखविला; आणि तो पुढें जात असतां त्यास दुर्योधनाच्या सैन्यांत मोठी गडबड ऐकूं आली. त्यानें शंख, दुंदुभि, भेरी, पणव इत्यादिकांचे शब्द श्रवण केले; आणि रथ, गज, अश्व व शस्त्रें यांचे भयंकर ध्वनि त्याच्या कानीं पडले. नंतर कृष्णानें अश्वांना इषारा देऊन वायुवेगानें अर्जुनाचा रथ त्या सैन्यांत नेला, आणि पाहिलें तों, पांड्यानें तुझ्या सैन्याला फार पीडा दिली आहे असें त्यास आढळून आलें व त्या योगें त्यास विस्मय वाटला. राजा आयुष्य समाप्त झालेल्या प्राण्यांना यम जसा ठार मारितो, तसे त्या अस्त्रविद्याविशारद पांड्यानें युद्धामध्यें नानाविध बाणांनीं शत्रूकडील ठळक ठळक वीर मारिले होते; आणि गज, वाजी व मनुष्यें ह्यांचीं शरीरें बाणप्रहारांनीं विद्ध करून त्यांस मृत्युमुखांत लोटिलें होतें. राजा, शत्रूकडील महान् महान् वीरांनीं जीं अस्त्रें पांड्यावर सोडिलीं, व ज्या नानाविध शस्त्रांचे प्रहार त्याजवर केले, त्या सर्वांचा प्रतिकार पांड्यानें बाणांनीं केला; व इंद्रानें ज्याप्रमाणें दैत्यांना वधिलें, त्याप्रमाणें पांड्यानें शत्रूंला वधिलें.

अध्याय विसावा.

—:०:—

पांड्याचा वध.

धृतराष्ट्र म्हणालाः—संजया, तूं मला ह्या लोकप्रसिद्ध वीराचें (पांड्य राजाचें) नांव पूर्वींच सांगितलें आहेस, परंतु समरांगणांत त्यानें कोणकोणतीं कर्में केलीं, तीं कांहीं सांगितलीं नाहींस; ह्यास्तव त्या महान् योद्ध्याचा पराक्रम तूं आज सविस्तर निवेदन कर; आणि त्याचें युद्धकौशल्य, प्रभाव, प्रमाण, शौर्य व अभिमान हीं सर्व यथास्थितपणें सांग.

संजय म्हणालाः—राजा धृतराष्ट्रा, भीष्म, द्रोण, कृपाचार्य, अश्वत्थामा, कर्ण, अर्जुन व वासुदेव हे सर्व धनुर्विद्येंत मोठे निपुण आहेत, ही गोष्ट तुलाही मान्य आहे; परंतु ह्या सर्व महारथ्यांना पांड्य राजा यःकश्चित् मानीत असे. कोणत्याही राजास आपल्या बरोबरीचा मानण्यास तो राजी नसे. भीष्मद्रोणांशीं आपलें साम्य करणें हें त्यास मुळींच खपत नव्हतें; आणि वासुदेव व अर्जुन ह्यांच्यापेक्षां आपल्या अंगीं न्यूनपणा आहे असें मानण्यास तो बिल-

कूल कबूल नव्हता! असो. सर्व राजांमध्यें श्रेष्ठ अशा त्या महान् शस्त्रधारी पांड्य राजानें यमाप्रमाणें संतप्त होऊन मोठ्या आवेशानें कर्णाच्या सैन्यावर स्वारी केली. तेव्हां कर्णाच्या सैन्यांतील रथ, अश्व व पायदळांतील मोठमोठे वीर ह्यांची त्रेधा उडून तें सर्व सैन्य कुंभाराच्या चक्राप्रमाणें गरगरां फिरूं लागलें! वायु ज्याप्रमाणें मेघांना उधळून लावितो, त्याप्रमाणें त्या पांड्य राजानें नेमानें बाण मारून कर्णाच्या सैन्यांतील गज, अश्व, सारथि, ध्वज, रथ व आयुधें ह्यांचा नाश करून तें सैन्य उधळून लाविलें! इंद्र जसा वज्रानें पर्वतांचा चुराडा करितो, तसा पांड्यानें गज, गजयोद्धे, पादरक्षक, घोडेस्वार, घोडे, शक्ति, प्रास, तूणीर, आयुधें, ध्वज व पताका ह्यांचा चुराडा करून टाकिला. त्याप्रमाणेंच त्यानें पुलिंद, खस, बाल्हीक, निषाद, आंध्रक, कुंतल, दाक्षिणात्य व भोज ह्या शूर व रणधुरंधर वीरांवर बाणवृष्टि करून ह्यांच्या कवचांचा व शस्त्रांचा नाश केला व त्यांस धारातीर्थी पाडिलें; आणि याप्रमाणें पांड्यानें कर्णाच्या चतुरंग सैन्याचा रणभूमीवर बाणप्रहारानें संहार चालविला असतां त्या विजयशाली वीरावर युद्धदुर्मद अश्वत्थामा मोठ्या आवेशानें चाल करून गेला.

नंतर त्यानें मोठ्या गौरवानें हसत हसत पांड्य राजास हाक मारून म्हटलें:—हे कमलनयना भूमिपाला, तूं मोठा कुलीन व ज्ञाता आहेस. तुझें बल व शौर्य अगाध असल्यामुळें तुझी कीर्ति इंद्राप्रमाणें पसरली आहे. तूं आपल्या दीर्घ हस्तांत धनुष्य धारण करून प्रत्यंचेचा टणत्कार व बाणांचा वर्षाव सुरू केलास म्हणजे जणू काय तूं महामेघ शत्रूंवर अत्यंत वेगानें जलाची वृष्टिच करीत आहेस असा भास होतो. राजा, तुझ्याशीं युद्ध करण्याला माझ्याशिवाय अन्य वीर योग्य दिसत नाहीं; कारण तूं एकटा अनेक रथ, गज, अश्व व पत्ति ह्यांचा चुराडा करून टाकितोस. राजा, तुझा हा प्रताप अवलोकन केला असतां जणू काय अरण्यामध्यें निर्भयपणें संचार करणारा भीमपराक्रमी पंचाननच श्वापदांचे कळपच्या कळपच मारून टाकीत आहे, असें वाटतें! राजा, तुझ्या ह्या महान् रथाचा असा कांहीं घोष होत आहे कीं, सर्व पृथ्वी व अंतरिक्ष हीं त्याच्या योगानें दुमदुमून जाऊन जसा कांहीं वर्षाऋतूच्या अंतीं मेघच गर्जत आहे असें भासतें! ह्यास्तव, हे पांड्यराजा, तुझ्या ह्या अगाध सामर्थ्यामुळें दुसरा कोणी वीर तग धरील असें मला वाटत नाहीं. म्हणून अशा समयीं त्वां माझ्याशीं युद्ध करावें हेंच विहित होय. ह्याकरितां, भात्यांतून विषारी सर्पाप्रमाणें भयंकर असे बाण बाहेर काढून तूं एकट्या मजवर भडिमार कर; आणि अंधकासुराचें व त्र्यंबकाचें जसें युद्ध झालें, तसें तुझें व माझें युद्ध होऊं दे.

राजा धृतराष्ट्रा, ह्याप्रमाणें द्रोणपुत्राचें भाषण श्रवण करून पांड्यराजा मलयध्वज ह्यानें त्यास अनुमोदन दिलें; व नंतर 'आतां तूं माझ्यावर शरवृष्टि सुरू कर' असें म्हणून अश्वत्थाम्यानें त्या पांड्यराजावर बाण टाकिला असतां तत्काळ त्यानें उलट बाणवृष्टि करून द्रोणपुत्रास विद्ध केलें! तेव्हां अश्वत्थाम्यानें हसत हसत अग्नीच्या ज्वालांप्रमाणें अतिशय प्रखर असे बाण मलयध्वजाच्या मर्मस्थळीं मारिले, नंतर अश्वत्थामा क्रुष्टा[1] नामक दहाव्या गतीनें मलय-

१ बाणांच्या गति दहा आहेत. त्यांचें स्पष्टीकरण असें:---(१) उन्मुखी---मस्तकावर बाण मारण्यांत येतो ती. (२) अभिमुखी ज्या गतीनें हृदयावर बाण मारण्यांत येतो ती. (३) तिर्यक्--कुक्षिविदारण करणारी. (४) मंदा--ज्या गतीनें थोडीशी त्वचा मात्र भेदिली जाते ती. (५) गोमूत्रिका---कवच भेदणारी व सव्यापसव्य बाण फेंकले जाणारी. (६) ध्रुवा---निश्चयानें नेम साधणारी. (७) स्खलिता-हूल दाखविण्याकरितां नेम चुकविणारी.(८)यमकाक्रांता---

(पुढें चालू.)

ध्वजावर बाणांचा वर्षाव करूं लागला. त्यानें ती गति देऊन मोठमोठे सुतीक्ष्ण, धार दिलेले व मर्मभेदक असे नाराच बाण शत्रूवर सोडिले, तेव्हां ते सर्व बाण पांड्यराजानें नऊ निशित (सहाणेवर लावलेले) बाण टाकून छेदिले; आणि आणखी चार बाण सोडून तत्काळ त्यानें अश्वत्थाम्याच्या अश्वांचा वध केला व त्याच्या धनुष्याची ती अवाढव्य प्रत्यंचाही तोडून टाकिली. राजा धृतराष्ट्रा, नंतर शत्रुसंहारक द्रोणपुत्रानें त्या धनुष्यास दुसरी प्रत्यंचा चढविली, तों इकडे त्याच्या सेवकांनीं तावडतोब त्याच्या रथास दुसरे उत्कृष्ट अश्व जोडून पुनः त्याचा रथ युद्धार्थ सिद्ध केला. मग अश्वत्थाम्यानें पांड्यराजावर सहस्रावधि बाण टाकून दशदिशा व अंतरिक्ष हीं बाणांनीं व्याप्त करून सोडिलीं ! त्या समयीं तो महात्मा द्रोणपुत्र बाणांचा एकसारखा भडिमार करीत असतां, त्याचे ते बाण कधींही संपणार नाहींत हें पांड्यराजाला माहीत असतांही त्या वीरशिरोमणीनें मोठ्या प्रयत्नानें अश्वत्थाम्याच्या त्या बाणांचा विध्वंस केला आणि समरांगणांत रथचक्राच्या दोन रक्षकांवर निशित बाण टाकून त्यांस ठार मारिलें ! राजा, तेव्हां शत्रूचें तें युद्धलाघव अवलोकन करून अश्वत्थाम्यानें मंडलाकार बाण फेंकण्यास प्रारंभ केला; आणि पर्जन्याप्रमाणें बाणांची वृष्टि करून पांड्यराजाला झांकून काढिलें ! त्या वेळीं अर्ध्या प्रहराइतक्या अवधींत अश्वत्थाम्यानें, आठ बैल लाविलेले आठ गाडे वाहून नेतील इतके बाण पांड्यराजावर सोडिले ! राजा, त्या समयीं अश्वत्थाम्याला इतका क्रोध चढला होता कीं, जणू काय तो काळाचाही काळ असावा असें भासूं लागलें ! व ज्यांनीं ज्यांनीं त्याच्याकडे दृष्टि फेंकिली, ते सर्व बहुतकरून देहभान विसरून मूर्च्छित पडले ! राजा धृतराष्ट्रा, त्या घनघोर संग्रामांत अश्वत्थाम्यानें शत्रुसैन्यावर अशी बाणवृष्टि केली कीं, जणू काय पर्वत व वृक्ष ह्यांनीं आच्छन्न असलेल्या भूप्रदेशावर ग्रीष्म ऋतूच्या अंतीं पर्जन्याचीच वृष्टि होत आहे, असें वाटूं लागलें ! परंतु असें झालें असतांही पांड्यराजानें वायव्यास्त्राची योजना करून द्रोणपुत्राची ती बाणवृष्टि संपुष्टांत आणिली व मोठ्या आनंदानें गर्जना करण्यास प्रारंभ केला. ह्याप्रमाणें तो पांड्यराजा गर्जत असतां, चंदनागुरूचीं पुटें दिलेला व मलयपर्वताच्या चिन्हानें युक्त असा तो पांड्यराजाचा ध्वज अश्वत्थाम्यानें मोठ्या वीरश्रीनें भग्न केला; त्याच्या रथाचे चारही अश्व मारून एका बाणानें सारथि पाडिला; व मेघाप्रमाणें गर्जना करणारें असें त्याचें तें धनुष्य अर्धचंद्र बाणानें तोडून टाकून रथाचे तिलतुल्य तुकडे उडविले; आणि पांड्यराजाच्या सर्व अस्त्रांचें आपल्या अस्त्रांनीं निवारण करून व त्याचीं सर्व आयुधें भग्न करून त्यास अगदीं पेंचाटींत घातलें ! राजा धृतराष्ट्रा, त्या समयीं अश्वत्थाम्यानें पांड्यराजाला ठारच मारिलें असतें, परंतु केवळ आणखी युद्ध करण्याची इच्छा मनांत धरून त्यानें ती गोष्ट केली नाहीं !

असो; ह्याप्रमाणें पांड्यराजाचें व अश्वत्थाम्याचें युद्ध चालू असतां इकडे कर्णानें पांडवांच्या गजसेनेवर हल्ला करून पांडवांचें तें अवाढव्य सैन्य पळवून लाविलें. त्यानें पांडवांकडील रथ्यांचे रथ भग्न करून त्यांस विरथ केलें; आणि हत्ती, घोडे व पायदळ ह्यांजवर बांकदार पेऱ्यांचे पुष्कळ बाण टाकून त्यांस अगदीं जर्जर करून सोडिलें !

(मागील पानावरून पुढें चालू.)
ज्या गतीनें लक्ष्याचा भेद करून पुनःपुनः बाण फेंकितां येतात ती. (९) क्रुष्टा--लक्ष्याच्या एखाद्या भागावर प्रहार करितां येतो अशी. (१०) क्रुष्टा--ज्या गतीनें शत्रूचें मस्तक तोडून त्यास दूर फेंकून देतां येते ती.

राजा धृतराष्ट्रा, महाधनुर्धर अश्वत्थाम्यानें शत्रुसंहारक व रथिश्रेष्ठ अशा पांड्यराजाला विरथ करून केवळ युद्धलालसेनें जिवंत ठेविल्यानंतर, ज्याच्यावरील वीर युद्धांत पतन पावला होता असा एक महाबलिष्ठ व शस्त्रास्त्रांनीं सुसज्ज असा हत्ती द्रोणपुत्राच्या शरांनीं विद्ध होऊन तत्काळ मोठ्या आवेशानें गर्जना करीत पांड्यराजावर धावून आला. धृतराष्ट्रा, पांड्यराजा मलयध्वज हा हत्तींबरोबर युद्ध करण्यांत मोठा तरबेज असल्यामुळें, सिंह जसा गर्जना करीत पर्वतशृंगावर एकदम आरूढ होतो, तसा तो पांड्यराजा त्या पर्वतशृंगतुल्य द्विपश्रेष्ठावर एकदम आरूढ झाला आणि त्यानें मोठ्या आवेशानें, बळानें व क्रोधानें अंकुशप्रहार करून त्यास क्षीणवीर्य करून सोडिलें. नंतर तत्काळ त्या पांड्यराजानें सूर्यकिरणाप्रमाणें उज्ज्वल असें तोमर अश्वत्थाम्यावर टाकून मोठी गर्जना केली आणि 'पडलासरे पडलास!' असें मोठ्या उल्हासानें वारंवार ओरडत त्यानें उत्कृष्ट हिरे, उत्तम रत्नें व सुवर्ण यांच्या जडावानें अलंकारिलेल्या व वस्त्रें, पुष्पें व मौक्तिकें ह्यांनीं शृंगारिलेल्या अशा त्या अश्वत्थाम्याच्या किरीटावर मोठ्या वेगानें दुसरें तोमर टाकिलें. तेव्हां त्या तोमरप्रहाराबरोबर सूर्य, चंद्र, ग्रह व अग्नि ह्यांप्रमाणें देदीप्यमान असा तो किरीट, वज्राच्या प्रहारानें पर्वताचा कडा जसा धाडकन् धरणीतलावर पडतो, तसा खालीं पडला व फुटून त्याचे तुकडे तुकडे झाले! राजा धृतराष्ट्रा, पांड्य राजाच्या ह्या कृत्यानें अश्वत्थाम्यास अतिशय कोप चढला; नागराजाला पादप्रहार झाला असतां तो जसा क्षुब्ध होतो, तसा तो क्षुब्ध झाला; आणि त्यानें कालदंडाप्रमाणें अत्यंत भयंकर असे चौदा बाण बाहेर काढिले. त्यांपैकीं त्यानें त्या हत्तीच्या चार पायांवर चार व शुंडेवर एक असे पांच बाण टाकिले; त्याप्रमाणेंच पांड्यराजाच्या दोन बाहूंवर दोन व मस्तकावर एक असे तीन बाण मारिले; आणि राहिलेले सहा बाण त्यानें पांड्यराजाच्या समीप संचार करणाऱ्या सहा महारथांवर सोडिले. राजा, ह्याप्रमाणें अश्वत्थाम्याच्या बाणांचा प्रहार होतांच पांड्यराजाचे ते दीर्घ, बळकट, उत्कृष्ट चंदनाची उटी दिलेले व सुवर्ण, रत्नें व हिरे ह्यांचे अलंकार धारण केलेले बाहु भूतलावर पतन पावले व गरुडानें टाकून दिलेल्या सर्पाप्रमाणें वळवळ करूं लागले! त्याप्रमाणेंच पांड्यराजाचें पूर्णशशिबिंबाप्रमाणें शोभणारे आणि क्रोधानें लाल झालेले नेत्र व तरतरीत नासिका धारण करणारें असें तें उभयभीं कुंडलांच्या तेजानें शोभणारें मुख, विशाखांच्या अंतर्भागीं चंद्रबिंबच झळकावें, तसें झळकूं लागलें! राजा, त्या हत्तीवर अश्वत्थाम्यानें जे पांच जलाल बाण मारिले होते, त्यांच्या योगानें त्या हत्तीचे सहा भाग झाले; व खुद्द पांड्यराजावर जे तीन बाण टाकले होते त्यांनीं त्याचे चार भाग झाले; व जणू काय त्या दहा भागांनीं युद्धकुशल अश्वत्थाम्यानें दशदेवतांस उद्देशून दहा आहुतीच अर्पण केल्या! राजा धृतराष्ट्रा, ह्या युद्धांत पांड्यराजानें अश्व, कुंजर व मनुष्यें ह्यांचा संहार उडवून राक्षसांच्या यथेष्ट भोजनाची व्यवस्था केल्यानंतर, स्मशानांतील अग्नि ज्याप्रमाणें प्रेतबलीनें तृप्त झाल्यावर सलिलसेचनानें शांत होतो, तसा तो पांड्यराजा शांत झाला! ह्याप्रमाणें त्या पांड्यराजाचा वध होतांच, कृतकृत्य झालेल्या त्या अस्त्रनिपुण द्रोणपुत्रासमीप तुझा पुत्र दुर्योधन आप्तसुहृदांसह प्राप्त झाला; व बलीला जिंकल्यानंतर अमरेश्वरानें विष्णूचा जसा गौरव केला, तसा त्यानें मोठ्या आनंदानें त्या अश्वत्थाम्याचा अत्यंत गौरव केला!

अध्याय एकविसावा.

—:०:—

संकुलयुद्ध.

धृतराष्ट्र म्हणाला:—संजया, अश्वत्थाम्यानें पांड्यराजाचा वध केला व त्या महापराक्रमी कर्णानें पांडवांचें सर्व सैन्य उधळून लाविलें, तेव्हां मग समरांगणांत अर्जुनानें काय केलें बरें ? बा संजया, अर्जुन हा मोठा बलवान् असून सर्व शस्त्रास्त्रांत पारंगत आहे; व कोणत्या समयास काय केलें पाहिजे हें त्यास उत्कृष्ट कळत असून, भगवान् शंकरानें त्यास वर दिला आहे कीं, कोणत्याही प्राण्यापासून तुझा पराभव होणार नाहीं. म्हणून ! संजया, मला त्या शत्रुसंहारक धनंजयाचें फार भय वाटत आहे. ह्याकरितां त्यानें रणभूमीवर काय काय केलें तें मला निवेदन कर.

संजय म्हणाला:—राजा धृतराष्ट्रा, पांड्यराजा पतन पावतांच कृष्णानें मोठ्या त्वरेनें अर्जुनाला हिताची गोष्ट सांगितली. तो म्हणाला, "बा अर्जुना, मला आज युधिष्ठिर राजा व इतर पांडुपुत्र कोठें दिसत नाहींत. ते सर्व युद्धपराङ्मुख होऊन पळून गेले असें वाटतें; परंतु ते जर परत आले असते, तर शत्रूचें हें अवाढव्य सैन्य खचीत भग्न झालें असतें. पहा, अश्वत्थाम्याच्या संकल्पानुरूप कर्णानें सृंजयांचा वध केला; आणि त्याप्रमाणेंच अश्व, रथी व नाग ह्यांचा मोठा संहार उडविला !" राजा धृतराष्ट्रा, ह्याप्रमाणें युद्धभूमीवरील सर्व प्रकार वीर वासुदेवानें अर्जुनास निवेदन केला असतां, अर्जुनानें त्या सर्वांचा विचार केला; व धर्मराजाला घोर भीति उत्पन्न झाली आहे, असें पाहून "हे हृषीकेशा, आतां अगदीं विलंब करूं नको; रथ चालव." असें त्यानें कृष्णास सांगितलें. तेव्हां कृष्णानें अश्वांस इशारा करितांच तो अजिंक्य रथ लागलाच चालू होऊन शत्रूंशीं येऊन भिडला व पुनः मोठें दारुण युद्ध मातलें ! त्या ठिकाणीं फिरून कौरवपांडवांकडील धीरवीर एकत्र मिळाले. त्यांत भीमसेनप्रभृति पांडव व कर्णप्रभृति कौरव असून त्या सर्वांचा असा कांहीं निकराचा संग्राम सुरू झाला कीं, त्याच्या योगें यमाच्या राष्ट्रांतील लोकांची संख्या भराभर वाढूं लागली ! त्या समयीं ते सर्व वीर परस्परांना ठार मारण्याच्या हेतूनें धनुष्यें, बाण, परिघ, खड्ग, पट्टे, तोमर, मुसळें, भ्रुशुंडि, शक्ति, ऋष्टि, कुऱ्हाडी, गदा, प्रास, धार दिलेले भाले, भिंदिपाल (गोफणगुंडे) व मोठमोठाले अंकुश घेऊन एकमेकांवर धावून गेले. त्या वेळीं रथचक्रांचा, बाणांचा व प्रत्यंचेचा असा कांहीं महान् शब्द होऊं लागला कीं, त्याच्या योगानें दिशा, उपदिशा, अंतरिक्ष, स्वर्ग व पृथ्वी हीं सर्व दुमदुमून गेलीं. तेव्हां त्या महान् शब्दानें, युद्धभूमीवर प्राप्त झालेल्या वीरांस अतिशय वीरश्री उत्पन्न झाली; आणि शत्रूंस मारून घोर कलहाची समाप्ति करावी असें मनांत आणून ते मोठ्या आवेशानें परस्परांशीं लढूं लागले. त्या वेळीं ज्या, तलत्रें, धनुष्यें, गर्जणारे कुंजर, पदाति व पतन पावणारीं मनुष्यें ह्यांचा महान् शब्द सर्वत्र भरून गेला. ते शूर वीर गर्जना करीत एकमेकांशीं लढत असतां नानाविध शस्त्रास्त्रांचा असा कांहीं भयंकर ध्वनि उठत होता कीं, तो ऐकून सैनिकांना अत्यंत भीति उत्पन्न झाली, त्यांच्या तोंडचें पाणी पळालें, व ते पतन पावूं लागले ! राजा, ह्याप्रमाणें समरांगणांत त्या योद्ध्यांचा महान् घोष चालू असतां व ते योद्धे शस्त्रास्त्रांचा वर्षाव करीत असतां अधिरथाचा पुत्र वीर कर्ण ह्यानें बाणांची वृष्टि करून पांडवांकडील पुष्कळ वीरांना धारातीर्थीं पाडिलें. त्या समयीं त्यानें बाणांचा भडिमार करून अश्व, सारथि व ध्वज ह्यांसमवेत वीस पांचालवीरांना

यमपुरीचा मार्ग दाखविला. तेव्हां तत्काळ पांडवांकडील महान् महान् वीर्यशाली योद्धे मोठ्या झपाट्यानें अस्त्रांची वृष्टि करीत कर्णावर धावत येऊन त्यांनीं त्यास चोहोंकडून वेढिलें. नंतर तेथें मोठें घोर युद्ध चालू झालें. त्यांत कर्णानें सभोंवतालीं वेढा दिलेल्या पांडवसैन्या-वर बाणांचा वर्षाव करून त्याची अशी दाणादाण उडविली कीं, जणू काय हा महान् गजसारसादिक पक्षिगणांनीं व कम-लांनीं व्याप्त असलेल्या सरोवरांत प्रविष्ट होऊन तेथें मोठा अनर्थ उडवीत आहे असें भासूं लागलें! पांडवसैन्याच्या मध्यभागीं प्रविष्ट झालेल्या राधेयानें भोंवतालच्या पांडववीरांवर उत्तम धनुष्याच्या प्रत्यंचेपासून निशित बाणांची वृष्टि करून त्यांचीं मस्तकें दूर उडवून देण्यास आरंभ केला, तेव्हां वीरांच्या ढाली व चिलखतें छिन्नभिन्न होऊन पृथ्वीवर गळून पडूं लागलीं. राजा, कर्णाचे बाण इतके कांहीं उग्र व जलाल होते कीं, एका बाणासरसाच शत्रूचा निःपात उडे. त्याची बाण टाकण्याची पद्धतिही विचित्र होती. सारथि ज्याप्रमाणें अश्वांवर चाबुकांचे प्रहार करितो, त्याप्रमाणें कवच, देह व प्राण ह्यांचा संहार उडविणारे ते आपले बाण धनु-ष्याच्या प्रत्यंचेपासून तो असे कांहीं युक्तीनें सोडी कीं, त्यांच्या योगें शत्रूकडील वीरांचें तलत्र विद्ध होऊन त्यांचे हात एकदम उत-रावे! राजा, कर्णाचें व पांडवसेनेचें ह्याप्रमाणें भयंकर युद्ध चाललें असतां, तावडींत सांपड-लेल्या मृगगणांना सिंह ज्याप्रमाणें मोठ्या वेगानें मारून टाकितो, त्याप्रमाणें कर्णानें आपल्या बाणांच्या तावडींत सांपडलेल्या पांडव-योद्ध्यांना, सृंजयांना व पांचालांना मोठ्या वेगानें मारून टाकिलें! तेव्हां पांचालांचा राजा, द्रौपदीचे पुत्र, नकुलसहदेव व युयुधान हे सर्व एकत्र होऊन कर्णावर चाल करून आले; आणि मोठा घोर संग्राम सुरू झाला. त्या समयीं कौरव, पांडव व पांचाल हे पुनः आपल्या प्रिय प्राणांची पर्वा न धरितां एकमेकांवर प्रहार करूं लागले. त्या वीरांच्या अंगांत कवचें असून त्यांच्याबरोबर शस्त्रास्त्रांची सिद्धता उत्तम होती; आणि त्यांच्या मस्तकांवर शिरस्त्राणें असून अंगावर भूषणें होतीं. त्या महाबलिष्ठ वीरांपैकीं कित्येकांच्या हातांत गदा, कित्येकांच्या हातांत मुसळें व कित्ये-कांच्या हातांत परिघ होते. जणू काय काल-दंडच अशीं तीं आयुधें हातांत उंच धरून ते वीर मोठ्या आवेशानें ओरडत, शत्रूंना आह्वान करीत व स्वतःची वढाई मारीत मोठ्या वेगानें एकमेकांवर तुटून पडले! नंतर त्यांचें घनघोर युद्ध जुंपलें. तेव्हां ते परस्परांवर असे घाव घालूं लागले कीं, कित्येकांच्या शरीरांतून रक्ताचे पाट चालू झाले; त्यांचीं आयुधें गळालीं; डोळे फुटले; मस्तकें भग्न झालीं, मज्जा बाहेर आली; दांतांच्या कवळ्या उघड्या पडल्या; आणि त्यांचीं मुखें रक्तबंबाळ झाल्यामुळें डाळिंबा-सारखीं लाल दिसूं लागलीं; आणि ते वीर शस्त्रास्त्रांनीं परिवेष्टित होत्सात, कंठांत प्राण आणून केवळ जिवंत राहिले आहेत, असें दिसलें! त्या वेळीं त्या महान् युद्धांत कित्येकांनीं संक्रुद्ध होऊन दुसऱ्या वीरांस कुऱ्हाडींनीं तोडिलें, पट्टिशांचे व तरवारीचे दुसऱ्यांवर वार केले; शक्ति व गोफणगुंडे दुसऱ्यांवर फेंकिले; आणि नखर, प्रास, तोमर इत्यादिकांनीं दुसऱ्यांस विद्ध करून रणांगणांत पाडिलें. राजा, त्या समयीं एकमेकांच्या हस्तें मरून पडलेल्या योद्ध्यां-च्या रक्तबंबाळ शरीरांतून रक्ताचा असा कांहीं लोट वाहूं लागला कीं, जणू काय तोडून टाक-लेल्या रक्तचंदनाच्या खोडांतून सुस्निग्ध व आरक्त रसच बाहेर पडत आहे, असा भास झाला! राजा, तेव्हां समरभूमीवर असा संमर्द

मातला कीं, हजारों रथांनीं हजारों रथांचा चुराडा केला; हत्तींनीं हत्ती मारून टाकिले; मनुष्यांनीं मनुष्यांस वधिलें; व अश्वांनीं अश्वांचा विध्वंस उडविला. त्याप्रमाणेंच योद्ध्यांनीं क्षुर, भल्ल व अर्धचंद्र बाणांचा भडिमार करून ध्वज, मस्तकें, छत्रें, गजशुंडा, मनुष्यांचे भुज वगैरे तोडून टाकिले; आणि मनुष्यें, कुंजर, अश्व व रथ ह्यांचा संहार केला. राजा, त्या युद्धांत घोडेस्वारांनीं मारिलेले शूर वीर, व शुंडा तुटलेले हत्ती हे पताका व ध्वज ह्यांसहवर्तमान पर्वताच्या कड्याप्रमाणें रणभूमीवर पतन पावले. राजा, त्या युद्धांत पायदळांनीं मोठें विलक्षण युद्ध केलें. त्यांनीं हत्ती, घोडेस्वार व रथ ह्यांवर चाल करून पुष्कळांचा संहार उडविला व पुष्कळांस घायाळ करून मरणोन्मुख केलें. ह्याप्रमाणें पायदळांनीं हत्ती व घोडेस्वार ह्यांची चोहोंकडे दुर्दशा करून टाकिली असतां उलट घोडेस्वारांनींही पायदळांवर हल्ले केले व त्यांस रणांगणांत ठार करून टाकिलें. राजा, त्या वेळीं रणभूमीवरील जो कांहीं हृदयद्रावक देखावा दृष्टीस पडला त्याचें काय वर्णन करावें ! रणांगणांत पतन पावलेल्या वीरांचीं मुखें व गात्रें कोमेजलेल्या कमळांसारखीं व पुष्पमालांसारखीं दिसूं लागलीं. हत्ती, घोडे व मनुष्यें ह्यांचे ते सुंदर व अतिशय कांतिमान् देह मळकट वस्त्रांप्रमाणें दिसूं लागून पहाणाऱ्यास त्यांपासून अत्यंत किळस वाटूं लागला !

अध्याय बाविसावा.

—:०:—

संकुलयुद्ध.

संजय म्हणाला:—राजा धृतराष्ट्रा, नंतर तुझ्या पुत्रानें आज्ञा केल्यावरून मोठमोठे महात आपआपल्या हत्तींनिशीं मोठ्या क्रोधानें धृष्टद्युम्नाचा वध करण्याच्या इच्छेनें पार्षतावर (धृष्टद्युम्नावर) चाल करून गेले. त्या समयीं पूर्वेकडील व दक्षिणेकडील देशांतील महान् महान् गजयोद्धे आणि त्याप्रमाणेंच अंग, वंग, पुंड्र, मागध, ताम्रलिप्तक, मेकल, कोशल, मद्र, दशार्ण, निषध व कलिंग ह्या देशांतले गजयुद्धांत कुशल असे वीर ह्या सर्वांनीं पांचालांच्या सेनेवर शर, तोमर व नाराच बाण यांची पर्जन्यधारेप्रमाणें वृष्टि केली. तेव्हां त्या योद्ध्यांनीं शत्रूंचा विध्वंस करण्याकरितां पायांच्या टांचा, अंगठे व अंकुश ह्यांनीं प्रेरणा देऊन जे हत्ती पांचालसैन्यावर घातले त्यांजवर धृष्टद्युम्नानें नाराच बाण टाकून त्यांस आच्छादून काढिलें. त्यानें त्या पर्वतप्राय अशा हत्तींना कोणाला दहा, कोणाला सहा व कोणाला आठ असे निशित बाण मारून त्या सर्वांस अगदीं विद्ध केलें, तरी अस्ताव्यस्त न होतां, त्यांनीं धृष्टद्युम्नाच्या भोंवतालीं जो वेढा दिला होता, तो तसाच राखिला. तेव्हां, ज्याप्रमाणें सूर्यास मेघांनीं झांकून काढावें, त्याप्रमाणें धृष्टद्युम्नास त्या हत्तींनीं झांकून काढिलें होतें. ह्यास्तव, धार दिलेलीं जलाल शस्त्रें हातांत घेऊन पांडववीर व पंचालवीर धृष्टद्युम्नास साह्य करण्याच्या हेतूनें गर्जना करीत त्या हत्तींच्या समुदायावर चाल करून गेले. नंतर त्यांनीं त्या हत्तींवर शस्त्रास्त्रांचा एकसारखा भडिमार सुरू केला आणि रणवाद्यें व प्रत्यंचेचे टणत्कार ह्यांच्या तालावर ते वीर नृत्य करूं लागले ! ह्याप्रमाणें उभयपक्षांची अगदीं लगट उडाली असतां नकुल, सहदेव, द्रौपदीपुत्र, प्रभद्रक, सात्यकि, शिखंडी व वीर्यवान् चेकितान ह्यांनीं, मेघ जसे पर्वतावर जलवृष्टि करितात, तशी भोंवतालून त्या कौरवसैन्यावर शरवृष्टि केली. इकडे म्लेच्छांनीं धृष्टद्युम्नावर सोडिलेले हत्ती चवताळून गेले व त्यांनीं आपल्या सोंडांनीं मनुष्यें, रथ व हत्ती

ह्यांस ओढून घेऊन पायांखालीं तुडवून ठार मारिलें; त्याप्रमाणेंच त्यांनीं कित्येकांना दांत भोंसकून वधिलें आणि कित्येकांना सोंडांनीं वर उचलून आपटून मारिलें; त्यांनीं कित्येकांना दांत भोंसकले तेव्हां ते त्या दांतांबरोबर वर उचलले गेले; व मग वरून खालीं पडले तेव्हां प्रेक्षकांचीं हृदयें फाटलीं!

ह्याप्रमाणें त्या हत्तींनीं अनर्थ चालविला असतां सात्यकीनें अग्रभागीं वंगराजाचा हत्ती अवलोकन करून त्यावर उग्रवेगानें नाराच बाण टाकिला; आणि त्याचीं मर्मस्थळें भेदन करून त्यास खालीं पाडिलें. राजा, सात्यकीनें जो हा बाण त्या हत्तीवर टाकिला, तो त्या वंगराजावरच बसला असता, पण त्यानें तो चुकविला; परंतु त्याचा हत्ती रणांगणांत पडतां पडतां वंगराजा त्या हत्तीवरून उडी टाकूं लागला, तेव्हां सात्यकीनें त्याच्या वक्षस्थळीं नाराच बाण मारिला व त्यासरसा तो वंगराजाही भूमीवर पतन पावला! इकडे पुंड्रराजा धृष्टद्युम्नावर चाल करून येत असतां त्याचा तो महान् हत्ती पाहून तो जणू काय चालणारा पर्वतच आहे, असा भास झाला. सहदेवानें त्या हत्तीवर तीन नाराच बाण नेम धरून मारिले आणि त्याच्यावरील पताका, ध्वज, महात व कवच ह्या सर्वांचा विध्वंस करून त्यानें त्या हत्तीस वधिलें, आणि नंतर तो अंगाधिपतीवर धावून आला. ह्या समयीं नकुलानें सहदेवाला थांबवून धरिलें व आपण स्वतः यमदंडाप्रमाणें प्रखर असे तीन नाराच बाण अंगाधिपतीवर व शंभर बाण त्याच्या हत्तीवर टाकिले. नंतर तेथें अंगाधिपति व नकुल ह्यांचा भयंकर संग्राम सुरू झाला. अंगाधिपतीनें सूर्यकिरणांप्रमाणें प्रज्वलित अशीं आठशें तोमरें नकुलावर टाकिलीं; परंतु नकुलानें प्रत्येकाचीं तीन तीन खंडें करून त्या सर्वांचा विध्वंस उडविला! नंतर पंडुपुत्रानें त्या म्लेंच्छ अंगाधिपतीचें शिर अर्धचंद्र बाणानें उडविलें आणि तो आपल्या हत्तीसहवर्तमान रणांगणांत मरून पडला! ह्याप्रमाणें गजयुद्धांत निपुण असा तो तरुण अंगाधिपति रणभूमीवर पतन पावला, तेव्हां ताबडतोब सर्व अंगदेशीय गजयोद्धे आपआपल्या हत्तींवर बसून नकुलावर चाल करून आले. त्या समयीं त्यांच्या त्या हत्तींवर पताका फडकत असून त्या हत्तींच्या शुंडा सुंदर दिसत होत्या; आणि तशाच त्यांच्या त्या हत्तींवर भरजरी झुली व झालरी असून ते हत्ती प्रदीप्त पर्वताप्रमाणें देदीप्यमान् दिसत होते. राजा, अंगदेशीय योद्ध्यांनीं नकुलावर चाल करितांच मेकल, उत्कल, कालिंग, निषध व ताम्रलिप्तक ह्या देशच्या वीरांनींही तेंच केलें. त्या सर्व वीरांनीं नकुलाचा प्राण घेण्याच्या उद्देशानें त्याजवर शर व तोमर ह्यांची वृष्टि चालविली; आणि दिवाकरास ज्याप्रमाणें मेघसमुदाय झांकून टाकितो, त्याप्रमाणें त्यांनीं नकुलास झांकून टाकिलें. तेव्हां पांडवसैन्याची फारच लगबग उडाली; आणि पांडव, पांचाल व सोमक हे तत्काळ नकुलाच्या साहाय्याकरितां त्याच्या समीप प्राप्त झाले. मग तेथें रथी व गजयोद्धे ह्यांचें घोर युद्ध प्रवर्तलें. रथ्यांनीं सहस्रावधि बाण व तोमरें हत्तींवर सोडून हत्तींचीं गंडस्थळें, विविध मर्मस्थानें, दंत व अलंकार हे छिन्नभिन्न करून टाकिले. त्यांपैकीं आठ महान् हत्तींवर सहदेवानें चौसष्ट अत्यंत प्रखर बाण टाकिले; आणि त्यांस तत्काळ त्यांवरील योद्ध्यांसुद्धां रणभूमीवर पाडिलें! त्याप्रमाणेंच दुसऱ्या पुष्कळ हत्तींवर कुलदीपक नकुलानें उत्कृष्ट धनुष्याच्या साहाय्यानें सरळ गतीनें चालणारे नाराच बाण नेम धरून मारिले व त्यांचा संहार उडविला. नंतर पांचाल, शैनेय, द्रौपदेय, प्रभद्रक व शिखंडी

ह्यांनीं शत्रूकडील महान् महान् हत्तींवर अशी शरवृष्टि केली कीं, ते द्विरदरूप पर्वत पांडुवीररूप अंबुधरांच्या बाणरूप जलधारांनीं विदीर्ण होऊन जणू काय वज्रप्रहारांनींच फुटून जात आहेत, असें भासूं लागलें ! राजा धृतराष्ट्रा, ह्याप्रमाणें तुझ्या पक्षाकडील महान् महान् हत्तींचा पांडवांकडील महान् महान् रथ्यांनीं नाश केला, तेव्हां नदीचें तीर विदीर्ण झालें असतां ज्याप्रमाणें तींतील उदक सैरावैरा धावूं लागतें, त्याप्रमाणें तुझें सैन्य सैरावैरा धावूं लागलें. राजा, ह्याप्रमाणें तुझें सैन्य बेहोष होऊन पळूं लागलें तेव्हां पांडवांच्या सैन्यानें त्याची अगदींच दाणादाण करून सोडिली व पुनः ते वीर कर्णावर चाल करून गेले.

अध्याय तेविसावा.

—:०:—

सहदेव व दुःशासन ह्यांचें युद्ध.

संजय म्हणालाः—राजा धृतराष्ट्रा, सहदेव हा पूर्वीं सांगितल्याप्रमाणें अत्यंत क्रोधायमान होऊन शरवृष्टीनें तुझें सैन्य जाळूं लागला असतां त्यावर दुःशासन धावून गेला व मग त्या दोघां भ्रात्यांचें घोर युद्ध चालू झालें; तेव्हां तें पाहून महारथ्यांनीं सिंहनाद केला व ते आपलीं वस्त्रें फडकावूं लागले. राजा, त्या समयीं तुझ्या पुत्रानें क्रोधानें धनुष्य धारण करून त्या महाबलवान् सहदेवाच्या वक्षस्थळावर तीन बाण मारिले. नंतर सहदेवानें तुझ्या पुत्रावर नाराच बाण टाकून त्यास विद्ध केलें व लागलेच आणखी सत्तर बाण त्याजवर व तीन बाण त्याच्या सारथ्यावर सोडिले. तेव्हां दुःशासनानें त्या घोर रणांत सहदेवाचें धनुष्य छेदिलें आणि सहदेवाच्या बाहूंवर व उरावर ब्याहात्तर बाण मारिले. नंतर सहदेव चवताळला व त्यानें त्या भयंकर युद्धांत खड्ग धारण करून तें जोरानें वेग देऊन ताबडतोब तुझ्या पुत्राच्या रथावर फेंकिलें. तेव्हां त्या खड्गानें दुःशासनाचें चाप, प्रत्यंचा व बाण हीं तुटलीं; व मग आकाशांतून सर्प जसा खालीं पडावा तसें तें खालीं भूमीवर पडलें. ह्याप्रमाणें दुःशासनाच्या धनुष्याची वाट लाविल्यानंतर सहदेवानें पुनः दुसरें धनुष्य धारण केलें; आणि त्या प्रतापशील वीरानें प्राणान्त करणारा बाण दुःशासनावर सोडिला. तेव्हां तो यमदंडतुल्य जलाल बाण आपणावर येत आहे असें अवलोकन करून तुझ्या पुत्रानें त्याजवर पाजविलेलें खड्ग हाणून त्याचे दोन तुकडे केले, व तें खड्ग मोठ्या त्वरेनें सहदेवावर फेंकून त्या बलिष्ठ वीरानें दुसरें धनुष्य व बाण हातीं घेतला. इकडे दुःशासनाचें तें खड्ग आपणावर येत आहे असें पाहून सहदेवानें त्याजवर एकदम निशित बाण टाकिले व सहज हंसत हंसत त्याचा विध्वंस उडविला ! नंतर, राजा, त्या घोर संग्रामांत तुझ्या पुत्रानें चौसष्ट बाण ताबडतोब सहदेवाच्या रथावर फेंकिले; परंतु ते वेगानें येत असतां त्यांतील प्रत्येकावर पांच पांच बाण टाकून सहदेवानें त्या सर्वांचा निकाल उडविला. ह्याप्रमाणें तुझ्या पुत्राच्या त्या भयंकर बाणांचें निवारण केल्यानंतर सहदेवानें तुझ्या पुत्रावर पुष्कळ बाण सोडिले; परंतु त्यांतील प्रत्येकावर तीन तीन बाण सोडून तुझ्या पुत्रानें त्या सर्वांचा विध्वंस केला व पृथ्वीलाही भेदून करून जाईल अशी मोठी प्रचंड गर्जना ठोकली ! नंतर दुःशासनानें त्या रणांत पांडुसुताला विद्ध करून त्याच्या सारथ्यावर नऊ बाण सोडिले. तेव्हां, हे राजा, तो प्रतापशाली सहदेव पुनः संतापला व त्यानें मृत्युकालांतकाप्रमाणें घोर असा शर महान् धनुष्याला लावून तें धनुष्य ओढिलें आणि तुझ्या पुत्रावर तो सोडिला ! राजा, त्या समयीं तो शर तुझ्या पुत्राच्या बळकट कवचाचें विदारण करून त्याच्या शरीरांत घुसला; व तो

त्यांतून बाहेर पडून, पन्नग जसा वारुळांत प्रविष्ट होतो, तसा भूगर्भांत प्रविष्ट झाला ! राजा, त्या वेळीं तुझा तो महारथ पुत्र मूर्छित पडला ! आणि त्याची ती अवस्था अवलोकन करून त्याचा सारथि घाबरून गेला व त्यानें आपणावर शत्रूकडील जलाल बाणांची वृष्टि होत असतांही दुःशासनाचा तो रथ एकीकडे नेला ! राजा, ह्याप्रमाणें पांडुनंदन सहदेवानें तुझ्या पुत्राचा पराजय केला, व नंतर त्याची व दुर्योधनाच्या सैन्याची गांठ पडून मग त्यानें दुर्योधनाच्या सैन्याची अगदीं दाणादाण उडविली ! सारांश, राजा, ज्याप्रमाणें मनुष्यानें क्रोधायमान होऊन मुंग्यांच्या समुदायाचें निर्दलन करावें, त्याप्रमाणें त्या सहदेवानें कौरवीसेनेचें निर्दलन केलें !

अध्याय चोविसावा.

—:०:—

कर्णयुद्ध.

नकुलाचा पराभव.

संजय म्हणालाः—राजा धृतराष्ट्रा, दोन्ही दळांचें समरांगणांत निकराचें युद्ध होऊन पांडुपुत्र नकुल हा मोठ्या आवेशानें कौरवांच्या सैन्याची दाणादाण करीत असतां कर्णानें क्रोधायमान होऊन त्याला प्रतिबंध केला. तेव्हां नकुल हंसत हंसत कर्णास म्हणाला, “ कर्णा, बहुत काळानंतर दैवतांच्या कृपेनें मी तुझ्या दृष्टीस पडलों, ही मोठी उत्तम गोष्ट होय; हा मी तुझ्यासमोर युद्धार्थ सिद्ध आहे. पहा, अधमा, ह्या सर्व अनर्थांचें आणि मूळ वैराचें व कलहाचें कारण तूंच होय. बाबा, तुझ्या अपराधामुळेंच आपसांत युद्ध लागून कौवरपांडवांचा हा आज भयंकर संहार चालला आहे. ह्याकरितां आज मी तुला रणभूमीवर वधून कृतकृत्य होतों आणि कलहाचें बीज नाहींसें करितों ! ”

राजा धृतराष्ट्रा, नकुलाचें हें भाषण श्रवण करून सूतपुत्र कर्णानें नकुलास उत्तर दिलें, “ नकुला, राजपुत्रास उचित असेंच तुझें हें भाषण आहे; आणि शिवाय तुझ्यासारख्या धनुर्धराला हें अधिकच शोभत आहे ! बा वीरा, तूं आतां मजवर प्रहार कर. तुझा पराक्रम पहावा, अशीच माझी इच्छा आहे. शूरा, रणभूमीवर आधीं पराक्रम गाजव आणि मग त्याची बढाई मार ! बाळा, बडबड करून न दाखवितां शूर पुरुष युद्धांत पराक्रम करितात; ह्यास्तव तुझ्या अंगीं जें कांहीं सामर्थ्य असेल, त्या सर्व सामर्थ्यानें तूं माझ्याशीं युद्ध कर; मी आज तुझा दर्प उतरून टाकितों ! ” राजा धृतराष्ट्रा, ह्याप्रमाणें भाषण करून कर्णानें तत्काळ नकुलावर बाणांचा भडिमार आरंभिला आणि त्यास त्र्याहात्तर बाणांनीं विद्ध केलें. तेव्हां तत्काळ नकुळानें सर्पाच्या विषाप्रमाणें जलाल असे ऐशीं बाण कर्णावर सोडिले; तें पाहून महाधनुर्धर कर्णानें नकुलाचें धनुष्य छेदून टाकिलें; आणि सहाणेवर धार लावून तयार केलेले तीस स्वर्णपुंख बाण सोडून त्यास जर्जर केलें. तेव्हां ते बाण नकुलाचें कवच भेदून आंत घुसले; व सर्प ज्याप्रमाणें भूमीचें भेदन करून भूगर्भांतील उदक पितात, त्याप्रमाणें नकुलाच्या देहाचें भेदन करून त्यांतील रुधिर प्याले ! राजा धृतराष्ट्रा, ह्याप्रमाणें कर्णानें नकुलाची अवस्था करून टाकिली असतां नकुलानें दुसरें महाप्रचंड हेमपृष्ठ धनुष्य धारण केलें आणि कर्णावर सत्तर व त्याच्या सारथ्यावर तीन असे एकंदर त्र्याहात्तर बाण टाकिले; आणि क्रोधायमान होऊन प्रखर अशा क्षुरप्र बाणानें कर्णाचें धनुष्य तोडून त्या छिन्नधन्व्या कर्णावर तीनशें बाण टाकिले व सर्व

जगांत विख्यात अशा त्या महारथाला (कर्णाला) त्या वीर नकुलानें हंसत हंसत जर्जर करून सोडिलें! आणि, राजा, अशा प्रकारें पांडुपुत्रानें कर्णाची दुर्दशा केलेली पाहून समरांगणांतील सर्व रथ्यांना व अंतरिक्षांतील सर्व देवतांना मोठा विस्मय वाटला!

नंतर कर्णानें दुसरें धनुष्य धारण करून नकुलाच्या खवाट्यांत पांच बाण मारिले; व ते त्या स्थळीं रुतून राहिले असतां स्वकिरणांनीं भुवनांत प्रभा पसरणाऱ्या सूर्याप्रमाणें तो शोभूं लागला. तेव्हां नकुलानें कर्णावर सात बाण टाकिले आणि पुनः त्याच्या धनुष्याचीं टोंकें छेदिलीं. त्या वेळीं कर्णानें दुसरें अधिक वेगवान् असें धनुष्य घेतलें आणि नकुलाच्या भोंवतालीं सर्व दिशांस बाणांनीं आच्छादित केलें. ह्याप्रमाणें कर्णानें बाणांचा भडिमार चालवून नकुलाला एकदम झांकून काढिलें असतां, त्या महारथ पांडुपुत्रानें तत्काल आपल्या बाणांनींच ते सर्व बाण तोडून टाकिले. राजा, नंतर आकाशांत सर्वत्र बाणांचें जाळें पसरून जणू काय काजव्यांचे समुदाय चोहोंकडे पसरत आहेत असें भासलें. ह्याप्रमाणें जिकडे तिकडे बाणच बाण होऊन अंतरिक्ष आच्छादून गेलें असतां, टोळधाड आली असतां जसा अंधार पडतो, तसा सर्वत्र अंधार पडला. राजा, सुवर्णानें मढविलेले ते बाण एकसारखे सुटूं लागले तेव्हां जणू काय आकाशांत क्रौंचपक्ष्यांच्या रांगा उडत आहेत, असें वाटूं लागलें. अशा प्रकारें सर्व अंतरिक्ष बाणजालानें व्याप्त होऊन सूर्यबिंब अदृश्य झालें असतां प्रकाश, किरण किंवा कोणताही स्थूल-सूक्ष्म जीव वगैरे कांहींएक आकाशांतून भूमीवर उतरत नाहींसें झालें. ह्याप्रमाणें उभय वीरांच्या शरसंघांनीं आकाश व्याप्त होऊन मार्ग निरुद्ध झाला असतां ते महात्मे कर्ण व नकुल हे प्रलयकालीन सूर्याप्रमाणें दिसूं लागले! राजा, त्या समयीं कर्णाच्या बाणांनीं सोमकांचा फार नाश होऊं लागला व ते अत्यंत आर्त होऊन पटापट धरणीवर मरून पडूं लागले; आणि नकुलाच्या बाणांनीं तुझ्या सैन्याची तीच अवस्था होऊं लागून, वाऱ्यानें उधळून दिलेल्या मेघांप्रमाणें त्याचा विध्वंस उडाला! राजा धृतराष्ट्रा, अशा प्रकारें त्या दिव्य शरवृष्टीनें उभय दळांत भयंकर संहार होऊं लागला! राजा, तेव्हां त्यांतील सैनिक आपल्या प्राणांच्या त्राणाकरितां शरवृष्टि चुकवून युद्धचमत्कार पहात एकीकडे उभे राहिले. ह्या प्रकारें कर्णनकुलांनीं आपल्या बाणांनीं समरभूमींतील वीर पळवून लाविल्यानंतर ते महात्मे एकमेकांवर बाणवर्षाव करूं लागले. त्या वेळीं त्यांनीं समरांगणांत नानाविध दिव्य अस्त्रांचा प्रभाव प्रदर्शित केला; व परस्परांना ठार मारण्याच्या इच्छेनें त्यांनीं परस्परांस बाणवृष्टीनें आच्छादिलें. तेव्हां नकुलानें कंकपुंख व बर्हिपुंख बाणांनीं सूतपुत्राला विद्ध करून अंतरिक्ष व्याप्त केलें आणि कर्णानेंही आपल्या जलाल बाणांनीं नकुलास आच्छादून अंतरिक्ष भरून काढिलें. राजा, त्या समयीं ते दोघे वीर जणू काय शरगृहांत प्रविष्ट होत्साते मेघाच्छादित सूर्यचंद्रांप्रमाणें कोणालाही दिसत नाहींतसे झाले!

राजा धृतराष्ट्रा, अशी स्थिति प्राप्त झाली असतां कर्णाला अतिशय संताप आला व त्यानें मोठ्या त्वेषानें नकुलावर बाणांचा भडिमार करून त्यास चोहोंकडून आच्छादून टाकिलें; परंतु, राजा, मेघांनीं सूर्यास आच्छादित केलें तरी त्यांपासून जशी सूर्यास व्यथा होत नाहीं, तशी नकुलाला कर्णानें बाणवृष्टीनें आच्छादित केलें तरी त्या बाणांपासून त्याला मुळींच व्यथा झाली नाहीं. तेव्हां तें पाहून अधिरथपुत्र कर्ण ह्यास मोठें कौतुक वाटलें आणि त्यानें समरांगणांत चोहोंकडून शतावधि व सहस्रावधि शरसमुदाय नकुलावर फेंकून आपल्या त्या दिव्य बाणांनीं

मेघमंडळाप्रमाणें सर्व आकाश व्याप्त करून टाकिलें. नंतर कर्णानें महात्म्या नकुलाचें धनुष्य छेदिलें आणि हंसत हंसत त्याच्या सारथ्याला स्थानभ्रष्ट करून खालीं पाडिलें. मग कर्णानें धार लाविलेले चार बाण टाकून नकुलाच्या रथाचे चारही अश्व मारिले आणि बाणांचा खूप सपाटा चालवून त्याच्या त्या दिव्य रथाचे, पताकेचे, चक्ररक्षकांचे, गदेचे, खड्गाचे, शतचंद्र कवचाचे व इतर सर्व उपकरणांचे तिलप्रायखंड केले! राजा, अशा प्रकारें नकुल हा हताश्व, विरथ व विगतकवच झाला तेव्हां तो ताबडतोब परिघ धारण करून युद्धार्थ रणभूमीवर उभा राहिला. नंतर कर्णानें नकुलावर सुतीक्ष्ण व बळकट बाणांची वृष्टि सुरू केली, पण नकुल हा आयुधहीन (धनुष्यहीन) आहे, हें मनांत आणून कर्णानें आपले पुष्कळ बांकदार बाण नकुलावर टाकले तरी त्यांपासून नकुलास फारशी व्यथा होणार नाहीं, अशी दक्षता ठेविली. राजा, ह्याप्रमाणें शस्त्रास्त्रनिपुण व महाबलवान् कर्ण नकुलास मारण्यास उद्युक्त झाला असतां, नकुल हा व्याकूळ होऊन एकाएकीं मागें सरला; परंतु इतक्यांत राधापुत्र कर्ण हसंत हसंत त्याचा पाठलाग करीत गेला व त्यानें हातांत सज्ज असलेलें आपलें धनुष्य नकुलाच्या कंठावर जोरानें फेंकिलें. राजा, त्या समयीं अंतरिक्षांत खळें पडलेला चंद्र किंवा इंद्रधनुष्यानें परिवेष्टित असलेला शुभ्र मेघ जसा शोभतो, तसा महाधनुष्यानें कंठदेशीं आसक्त असलेला तो नकुल शोभूं लागला! तेव्हां कर्ण नकुलास म्हणाला, “नकुला, व्यर्थ कीं रे बडबड केलीस! आतां माझ्या हातून पुनःपुनः प्रहार सोशीत मृत्युमुखांत पडत असतां फिरून पहिल्याप्रमाणें खुषींत येऊन तसल्या वल्गना कर पाहूं! बा पांडवा, कौरव मोठे बलिष्ठ आहेत! ह्यास्तव त्यांच्याबरोबर युद्ध करण्याचें सोडून दे! बाळा, आपल्या बरोबरीचे योद्धे पाहून त्यांच्याशींच त्वां युद्ध करावें हें चांगलें! जा, आतां खेद करूं नको! तूं आपल्या घराची वाट धर किंवा जेथें कृष्णार्जुन असतील तेथें जाऊन त्यांचा आश्रय कर!” राजा धृतराष्ट्रा, असे उद्गार काढून कर्णानें नकुलास तेथेंच सोडिलें. त्यानें त्या समयीं नकुलास ठारच मारिलें असतें; पण त्या शूरास धर्मतत्त्व पूर्ण विदित असून शिवाय कुंतीचें वचनही आठवत होतें; ह्यास्तव नकुलाचा प्राण न घेतां त्यानें त्यास जाऊं दिलें!

असो; ह्याप्रमाणें कर्णापासून सुटका झाल्यानंतर नकुल हा अत्यंत लज्जित होऊन युधिष्ठिराच्या रथाकडे चालता झाला. युधिष्ठिराच्या समिप प्राप्त झाल्यावर तो त्याच्या रथावर चढला, व कुंभांत अडकलेल्या सर्पाप्रमाणें दुःखसंतप्त होऊन सुस्कारे टाकीत तडफडूं लागला!

राजा धृतराष्ट्रा, ह्या प्रकारें नकुलाचा पराभव केल्यानंतर कर्ण हा लागलाच पांचालांवर चाल करून गेला. त्या समयीं त्याच्या रथावर अनेक पताका फडकत असून रथाला जोडिलेले अश्व चंद्राप्रमाणें शुभ्र होते. राजा, कौरवसेनेचा अधिपति आपणांवर चाल करून येत आहे असें जेव्हां पांचालांच्या रथसमुदायांनीं अवलोकन केलें, तेव्हां पांडवांच्या सैन्यांत एकच कल्होळ उडाला! नंतर त्या बलिष्ठ सूतनंदनानें मध्याह्नाच्या समयास चक्राप्रमाणें संचार करीत करीत पांडवांच्या सैन्यांत फारच संहार उडविला. त्या युद्धांत पांचालांच्या रथसमुदायांचा फारच नाश झाला; कित्येकांच्या रथांचीं चक्रें छिन्नभिन्न होऊन त्यांवरील ध्वजपताकांचा चुराडा उडाला, कित्येकांचे सारथि मेले, कित्येकांचे रथ अश्वहीन झाले व कित्येक रथांचे अक्ष तुटले. ह्याप्रमाणें दुर्दशा झाली असतां ते पंचालवीर आपल्या त्या मोडक्यातोडक्या रथांतून रणभूमीवरून पलायन करीत

आहेत असें आढळलें. त्या वेळीं जिकडे तिकडे एकच लगबग उडाली. महान् वणव्यांत सांपडलेल्या हत्तींचीं गात्रें दग्ध झालीं असतां ते जसे सैरावैरा धावूं लागतात, तसे ते पांचालांचे हत्ती कर्णाच्या बाणाग्नीनें दग्ध होत्साते सैरावैरा धावूं लागले ! त्या युद्धांत कित्येक हत्तींचीं गंडस्थळें फुटलीं, शुंडा तुटल्या, गात्रें छिन्नभिन्न झालीं, पुच्छें लयास गेलीं, चिलखतें फाटलीं, आणि ते सर्व रुधिरानें न्हाणिलेले हत्ती महात्म्या कर्णाच्या बाणप्रहारानें मेघांप्रमाणें विस्कळीत होऊन धारातीर्थीं पतन पावले ! राजा, त्या भयंकर युद्धांत कित्येक हत्ती नाराच बाण व तोमर ह्यांच्या योगें भयभीत होऊन कर्णावरच धावून गेले; पण शलभ अग्नीवर धावून गेले असतां त्यांची जी वाट लागते तीच वाट त्यांची लागली ! त्या समयीं कित्येक महान् हत्ती एकमेकांवर प्रहार करून आपसांत झगडूं लागले व त्यांचीं शरीरें छिन्नभिन्न होऊन त्यांतून रुधिराचे प्रवाह वाहूं लागले. तेव्हां जणू काय पर्वताच्या उदरांतून उदकाचेच प्रवाह वहात आहेत असा भास झाला !

राजा धृतराष्ट्रा, त्या भयंकर संग्रामांत मोठमोठ्या अश्वांचीही अशीच दुर्दशा उडाली. कित्येक अश्वांचीं उरश्छदें (उरावरील आवरणें) नाहींतशीं झालीं, शेपट्या तुटल्या, अंगावरचीं सोन्याचीं, रुप्याचीं व कांस्याचीं भूषणें आणि दुसरे अलंकार गळून पडले, लगामा तुटल्या, चामरें व खोगिरें नाहींतशीं झालीं, बाणभाते पतन पावले, आणि शूर व युद्धांत शोभणारे स्वार मृत्युमुखीं पडून ते सर्व अश्व व्याकूळ होऊन इतस्ततः धावूं लागले ! राजा, तशीच कित्येक घोडेस्वारांची जी दाणादाण झाली ती विचारूंच नको ! त्यांच्या हातांतले प्रास, खड्ग व ऋष्टि नाहींतशा झाल्या; त्यांच्या अंगांत काय तीं चिलखतें असून मस्तकांवर शिरस्त्राणें मात्र होतीं; आणि त्यांचे हस्तपादादिक अवयव छिन्नभिन्न झाले असून त्याच विपन्न स्थितींत ते इकडे तिकडे धावत-पळत होते ! धृतराष्ट्रा, पुष्कळ रथांचीही तशीच अवस्था झाली ! त्यांवर आरूढ असलेले रथी पतन पावल्यामुळें त्यांचे ते सुवर्णमंडित रथ त्यांस जोडलेले अश्व भडकल्यामुळें मोठ्या त्वरेनें धावत आहेत असें दिसलें. त्यांपैकीं कित्येकांचे अक्ष व तुंब तुटले असून चक्रें मोडलीं होतीं; आणि त्याप्रमाणेंच कित्येकांचे ध्वज व पताका नष्ट झाल्या असून ईषादंड (जोखड बांधण्याचा वासा) व कळस भंगले होते.

राजा धृतराष्ट्रा, त्या घनघोर संग्रामांत सूतपुत्र कर्णाच्या भयंकर शरवृष्टीनें पुष्कळ रथी पतन पावले व पुष्कळ इतस्ततः पळत सुटले ! अनेक रथी विशस्त्र होऊन व अनेक सशस्त्रच असून रणांगणांत मरून पडले ! याप्रमाणेंच पुष्कळ हत्ती त्या रणभूमिवर सैरावैरा भ्रमण करितांना आढळले; त्यांच्या शरीरांवर तारकांचीं जाळीं असून जागोजाग उत्कृष्ट घंटा बांधिलेल्या होत्या; तशाच त्यांजवर चित्रविचित्र वर्णांच्या पताका फडकत असून ते सर्व हत्ती चोहोंकडे पळत होते ! राजा, त्या युद्धांत कर्णाच्या चापापासून सुटलेल्या बाणांनीं तुटून पडलेले बाहु, मांड्या, मस्तकें व इतर अवयव हे जिकडे तिकडे दृग्गोचर होत होते. राजा, त्या समयीं पांडवांकडील जे योद्धे कर्णाशीं लढत होते, त्यांचा कर्णाच्या तीव्र बाणांनीं घोर संहार झाला. तेव्हां रणांगणांत कर्णानें सृंजयांवर बाणांचा भडिमार करून त्यांस अगदीं जर्जर केलें, तरी जिवावर उदार झालेले ते सृंजय कर्णावरच चालून गेले; व अखेरीस, टोळ जसे अग्नींत पडून भस्म होतात तशी त्यांची गति झाली ! राजा, त्या भयंकर रणांत कर्णानें चोहोंकडे पांडवांचें सैन्य जाळण्याचा असा

कांहीं सपाटा चालविला कीं, जणू काय तो महाभयानक प्रलयकालीन अग्निच आहे असें वाटून पांचालांपैकीं अवशिष्ट राहिलेल्या महारथ वीरांस त्या प्रबल योद्ध्यापासून पराङ्मुख होऊन पळून जावें लागलें! राजा धृतराष्ट्रा, ह्याप्रमाणें पांडवसेनेनें पळ काढिला असतां कर्णानें पाठलाग करून त्या सेनेवर बाणांची दुर्धर वृष्टि केली आणि त्यांचीं कवचें व ध्वज विदीर्ण करून टाकून त्यांस अगदीं 'त्राहि भगवन्' करून सोडिलें!

अध्याय पंचविसावा.

—:०:—

युयुत्सूचा पराभव.

संजय सांगतोः—राजा धृतराष्ट्रा, तुझ्या पुत्राचें मोठें सैन्य युयुत्सु[1] हा पळवून लावीत असतां त्याजवर तत्काळ उलूकानें हल्ला करून त्यास "थांब, थांब" असें म्हटलें. तेव्हां युयुत्सूनें धार दिलेल्या तीक्ष्ण बाणानें महाबल उलूकावर वज्रतुल्य प्रहार केला. त्या वेळीं उलूक खवळला आणि त्याचें व युयुत्सु ह्याचें तुंबळ युद्ध सुरू झालें. त्यांत उलूकानें तुझा पुत्र युयुत्सु ह्याचें धनुष्य अणीदार क्षुरप्र बाणानें तोडून त्याजवर बाणप्रहार केला. तेव्हां युयुत्सूनें संतप्त होऊन क्रोधानें नेत्र लाल केले आणि तें छिन्न धनुष्य फेंकून देऊन अधिक वेगवान् असें दुसरें धनुष्य हातांत घेतलें. नंतर त्यानें उलूकावर साठ व सारथ्यावर तीन बाण टाकून पुनः उलूकावर आणखी बाणांचा भडिमार चालविला. त्या समयीं उलूकानें सुवर्णमंडित असे वीस बाण युयुत्सूवर सोडिले आणि क्रोधायमान होऊन समरांगणांत त्यानें युयुत्सूचा महान् कांचनध्वज युयुत्सूच्या समोर तोडून खालीं पाडिला!

[1] धृतराष्ट्राचा दासीपुत्र. हा पांडवांच्या पक्षास मिळाला होता.

नंतर युयुत्सूचा क्रोध अनावर होऊन त्यानें उलूकाच्या वक्षस्थळीं पांच बाण अत्यंत त्वेषानें मारिले. तेव्हां रणांगणांत उलूकानें तेल लावून पाजविलेला भल्ल बाण टाकून युयुत्सूच्या सारथ्याचें शिर उडविलें; व तें आकाशांतून जशी उल्का खालीं पडावी, तसें भूतलावर एकदम पडलें! नंतर उलूकानें युयुत्सूच्या चारही अश्वांवर बाणप्रहार करून ते ठार केले आणि पुनः युयुत्सूवर पांच बाण टाकिले. तेव्हां युयुत्सु अतिशयितच विद्ध झाला व तो अखेरीस निरुपाय होऊन दुसऱ्या रथावर चढून एकीकडे सरला! ह्याप्रमाणें युयुत्सूचा पराभव करून उलूक हा पांचाल व सृंजय ह्यांजवर चालून गेला व त्यानें त्यांजवर निशित बाणांची वृष्टि केली.

राजा धृतराष्ट्रा, तुझा पुत्र श्रुतकर्मा ह्यानें मोठ्या शौर्यानें शतानीकावर हल्ला करून अर्ध्या निमेषांत त्याचे अश्व व सारथि ह्यांस ठार मारिलें. तेव्हां त्या महारथ शतानीकानें अश्वहीन रथावर उभें राहून मोठ्या क्रोधानें तुझ्या पुत्रावर अशी गदा झुगारिली कीं, ती त्याच्या रथाचें, अश्वाचें व सारथ्याचें चूर्ण करून ताबडतोब खालीं पडली व धरणीतल हादरून जाऊन जणू काय विदीर्णच झालें! नंतर, कुरुकुलाची कीर्ति वाढविणारे असे ते दोघेही विरथ झालेले वीर एकमेकांकडे टौकारून पहात पहात युद्धापासून परावृत्त झाले. राजा, तुझ्या पुत्राची गाळण उडून तो विविंशूच्या रथावर चढला आणि शतानीकानेंही त्वरा करून प्रतिविंध्याच्या रथावर आरोहण केलें.

सुतसोम व सौबल ह्यांचें युद्ध.

राजा, नंतर सुतसोम व शकुनि ह्यांचें युद्ध सुरू झालें. शकुनीनें क्रोधानें निशित बाण टाकून सुतसोमास विद्ध केलें; परंतु पर्जन्यवृष्टि कितीही झाली असतां पर्वत जसा कंप

पावत नाहीं, तसा तो पराक्रमी सुतसोम सौबलाच्या बाणवृष्टीनें मुळींच कंप पावला नाहीं. राजा, नंतर सुतसोमानें आपल्या पित्याचा अत्यंत वैरी जो शकुनि त्याजवर अनेक सहस्र बाण टाकून त्यास झांकून काढिलें; परंतु शकुनीनें आपल्या बाणांचा उलट भडिमार चालवून ते सर्व बाण तत्काळ छेदिले. ह्याप्रमाणें विचित्र युद्ध करून शत्रूच्या सर्व बाणांचा समरांगणांत निःपात उडविल्यानंतर अस्त्रविशारद सौबलानें क्रोधायमान होऊन सुतसोमास तीन बाणांनीं विंधिलें; आणि त्याचे अश्व, ध्वज व सारथि ह्यांजवर बाणांचा वर्षाव करून त्यांचे तिलतुल्य तुकडे उडविले. राजा, त्या समयीं सुतसोमाची ती विपन्नावस्था अवलोकन करून प्रेक्षकजनांत मोठा हाहाःकार झाला व सर्वजण आक्रोश करूं लागले!

राजा धृतराष्ट्रा, नंतर हताश्व, विरथ व छिन्नध्वज असा तो धनुर्धर सुतसोम श्रेष्ठ धनुष्य धारण करून रथांतून खालीं उतरला, व भूमीवर उभा राहून स्वर्णपुंख निशित बाणांचा भडिमार करून त्यानें तुझ्या श्यालकाचा रथ आच्छादून टाकिला. राजा, त्या वेळीं सौबलाच्या रथावर टोळधाडीप्रमाणें जरी बाणांचे ओघ येत होते, तरी त्यांच्या योगें त्या महारथाच्या चित्ताला अणुमात्र व्यथा उत्पन्न झाली नाहीं. त्यानें तत्काळ उलट शरवृष्टि सुरू केली आणि सुतसोमाच्या सर्व बाणांचें चूर्ण करून टाकिलें. राजा, त्या समयीं त्या दोन्ही शूर वीरांचें तें अनुपम युद्धसामर्थ्य अवलोकन करून तेथें असलेले योद्धे व अंतरिक्षांत जमलेले सिद्ध ह्यांस अतिशयित आनंद वाटला; आणि रथांत अधिष्ठित असलेल्या शकुनीशीं पादचारी सुतसोम इतक्या उत्कृष्ट रीतीनें लढत असून अश्रद्धेय व अद्भुत पराक्रम दाखवीत आहे असें पाहून त्यांनीं त्याचे धन्यवाद गाइले!

नंतर शकुनीनें बांकदार पेऱ्यांचे, महावेगवान् व तीक्ष्ण असे अनेक बाण सोडून सुतसोमाचें धनुष्य छेदिलें व त्याच्या सर्व बाणभात्यांचा विध्वंस उडविला. ह्याप्रमाणें धनुष्य-हीन झाल्यावर सुतसोम हातांत खड्ग घेऊन युद्ध करूं लागला. राजा, वैदूर्यरत्नाप्रमाणें देदीप्यमान, हस्तिदंताची मूठ असलेलें, व निर्मल आकाशाप्रमाणें नील कांति धारण करणारें असें तें खड्ग युद्धपटु सुतसोम हा गर्जना करीत फिरवूं लागला तेव्हां जणू काय तो कालदंडच आहे, असें सौबलास वाटलें! राजा, तें दिव्य खड्ग फिरवीत सुतसोमानें मोठ्या आवेशानें चौदाही मंडलें हजारों वेळां केलीं. राजा, ह्या युद्धधुरंधर बलवान् वीरानें भ्रांत, उद्भ्रांत, आविद्ध, आप्लुत, विप्लुत, सृत, संपात, समुदीर्ण इत्यादि सर्व मंडलें रणांगणांत अनेक वेळां करून दाखविलीं. नंतर पराक्रमी सौबलानें सुतसोमावर पुनः बाणांचा भडिमार सुरू केला. पण ते सर्व बाण आपणावर पडले नाहींत तोंच सुतसोमानें आपल्या खड्गानें त्यांचे तत्काळ तुकडे उडविले!

धृतराष्ट्रा, नंतर शत्रुसंहारक सौबल अतिशयच क्रुद्ध झाला; आणि त्यानें सर्पाच्या विषाप्रमाणें जलाल शर सुतसोमावर टाकिले. परंतु त्या युद्धविद्याविशारद महाबलिष्ठ सुतसोमानें आपल्या खड्गानें त्यांचाही फडशा उडविला. तेव्हां त्याचें तें गरुडतुल्य युद्धलाघव अवलोकन करून सर्वांस विस्मय वाटला! राजा, पुढें तो सुतसोम अनुलोम-विलोम मंडलाकार परिभ्रमण करीत असतां, सौबलानें त्याचें तें देदीप्यमान खड्ग सुतीक्ष्ण क्षुरप्र बाणानें तोडिलें. तेव्हां त्या महान् खड्गाचा तुटलेला भाग एकदम खालीं पडला व मुठीकडील अर्धा भाग

१ ह्याचें स्पष्टीकरण द्रोणपर्व अध्याय १९१ यांतील भ्रांत या शब्दावरील टीपेंत केलें आहे तें पहा.

मात्र सुतसोमाच्या हातांत उरला. परंतु आपलें खड्ग तुटलें असें तत्काल सुतसोमाच्या ध्यानांत आलें व त्यानें सहा पावलें मागें सरून हातांत उरलेलें खंड सौबलावर मोठ्या जोरानें झुगारिलें. तेव्हां तें स्वर्णवज्रविभूषित खड्ग, सौबलाचें धनुष्य व प्रत्यंचा ह्यांस तोडून तत्काळ भूतलावर पतन पावलें !

राजा, नंतर सुतसोम हा श्रुतकीर्तीच्या महान् रथावर चढला; आणि सौबलही दुसरें घोर धनुष्य धारण करून पांडवसैन्यावर धावून जाऊन भयंकर संहार उडवूं लागला. तेव्हां पांडवांच्या सैन्यांत एकच गहजब झाला आणि त्या प्रबळ, सशस्त्र व दृप्त (गर्वानें चढून गेलेल्या) सैन्याचा महात्म्या सौबलापुढें टिकाव न लागतां अखेरीस तें घाबरून पळत सुटलें आणि देवराज इंद्रानें जसें दैत्य सैन्य मर्दून टाकिलें, तसें त्या सौबलानें पांडवीय सैन्य मर्दून टाकिलें !

अध्याय सा्व्विसावा.

—:०:—

धृष्टद्युम्नाचा पराजय !

संजय सांगतो:—राजा धृतराष्ट्रा, वनांत सिंहाला अवलोकन करितांच शरभ जसें त्याचें निवारण करितो; तसें कृपाचार्यानें युद्धांत धृष्टद्युम्नाचें निवारण केलें. त्या बलिष्ठ गौतमानें पार्षतास (धृष्टद्युम्नास) असें खिळून टाकिलें कीं, त्यास एक पाऊलभरही सरतां येईना. कृपाचार्यांचा रथ धृष्टद्युम्नाच्या रथावर तुटून पडलेला अवलोकन करून अखिल प्राण्यांस भीति उत्पन्न झाली; आणि त्या सर्वांनीं, आतां धृष्टद्युम्नाचा खचित नाश होतो, असें मानिलें. त्या वेळीं रथी व घोडेस्वार हे अगदीं निराश होऊन म्हणाले, " अहो, धृष्टद्युम्नानें द्रोणाचार्यांचा वध केला, त्यामुळेंच निःसंशय हा नरश्रेष्ठ कृपाचार्य खवळला आहे ! आतां ह्या रणधुरंधर महादेदीप्यमान, दिव्यास्त्रविद् महात्म्या शारद्वतापुढें ह्या धृष्टद्युम्नाचा काय निभाव लागणार ! अहो, अशा ह्या दुर्धर प्रसंगीं गौतमापासून धृष्टद्युम्न वचावेल काय ? अहो, ही सर्व सेना ह्या घोर संकटांतून पार पडेल काय ? ह्या ब्राह्मणाच्या तडाक्यांतून येथें प्राप्त झालेले आम्ही सर्व योद्धे जिवंत सुटूं काय ? अहो, ह्या ब्राह्मणानें हें जें अंतकाप्रमाणें उग्र स्वरूप धारण केलें आहे, त्यावरून पहातां आज हा द्रोणाचार्यांप्रमाणें शौर्य गाजविणार ह्यांत संदेह नाहीं ! पहा, कृपाचार्य हा युद्धकलेंत मोठा निपुण व नेमकेच बाण टाकून शत्रूंस हां हां म्हणतां रणांत पाडणारा आहे; ह्या शस्त्रास्त्रविद् महापराक्रमी योद्ध्याला सदासर्वकाळ विजय प्राप्त होतो; आणि असा हा वीर्यशाली वीर अत्यंत क्रोधायमान होऊन धृष्टद्युम्नाशीं युद्ध करीत असून धृष्टद्युम्न तर आज ह्या भयंकर समरांत युद्धपराङ्मुख झालेला दिसत आहे, तेव्हां आतां होणार तरी कसें !"

राजा धृतराष्ट्रा, कृपाचार्य व धृष्टद्युम्न हे एकमेकांशीं झुंजत असतां उभय दळांतील वीरांच्या मुखांतून असे नानाप्रकारचे उद्गार निघालेले ऐकूं आले. इकडे शारद्वत कृपाचार्यानें क्रोधाचा सुस्कारा टाकून पार्षताच्या सर्व मर्मस्थळीं इतके बाण मारिले कीं, तो अगदीं निश्चेष्ट होऊन बेशुद्ध पडला व त्यास पुढें काय करावें हें कांहींएक सुचेनासें झालें. तेव्हां त्याचा सारथि त्यास म्हणाला, " महाराज, आपण क्षेम आहांना ? युद्धामध्यें असा घोर प्रसंग आपणांवर आलेला मीं कधीं पाहिला नाहीं ! महाराज, द्विजश्रेष्ठानें आपल्या सर्व मर्मस्थलांवर नेम धरून जे बाण मारिले त्यांनीं आपल्या मर्मांचें विदारण झालें नाहीं, हा केवळ दैवयोग असें मला वाटतें. समुद्राच्या ओघानें

विरुद्ध झालेली नदी जसा आपला प्रवाह मागें फिरविते, तसा मी हा आपला रथ आतां ताबडतोब मागें फिरवितों. महाराज, ज्यानें तुम्हांला सर्वतोपरी कुंठित करून सोडिलें, तो ब्राह्मण तुमच्या हस्तें रणभूमीवर पडेल, असा संभव दिसत नाहीं. ह्यास्तव अशा प्रसंगीं युद्धपराङ्मुख होणें हेंच श्रेयस्कर होय.

राजा धृतराष्ट्रा, नंतर धृष्टद्युम्न आर्तस्वरानें म्हणाला, "बा सारथे, माझें चित्त अगदीं गांगरून गेलें आहे; माझ्या सर्व अंगास घाम सुटला असून शरीर अगदीं कंपायमान व पुलकित झालें आहे. ह्यास्तव अशा ह्या समयीं कृपाचार्याला चुकवून जिकडे अर्जुन असेल तिकडे हळूहळू जावें हेंच विहित दिसतें. सारथे, प्रस्तुत प्रसंगीं मी अर्जुन किंवा भीम ह्यांस जाऊन मिळालों, तरच आज माझा तरणोपाय आहे अशी मला पूर्ण खात्री वाटते." राजा, नंतर सारथ्यानें अश्वांना इशारा करून वेगानें रथ चालविला; व जेथें महाधनुर्धर भीम तुझ्या सैन्याशीं लढत होता, तेथें तो रथ आणून सोडिला. धृतराष्ट्रा, धृष्टद्युम्नाचा रथ पळ काढून धावूं लागला असें पहातांच गौतमानें शतावधि बाणांचा भडिमार करीत त्याचा पाठलाग केला आणि वारंवार शंखनाद करून दशदिशा दुमदुमून टाकिल्या! राजा, ह्याप्रमाणें धृष्टद्युम्न व कृपाचार्य ह्यांचें घोर युद्ध होऊन, जसें महेंद्रानें नमुचीला अगदीं जर्जर केलें तसेंच कृपाचार्यानें धृष्टद्युम्नाला जर्जर केलें!

शिखंडीचा पराभव !

धृतराष्ट्रा, भीष्माच्या मृत्यूचें कारण जो बलाढ्य शिखंडी, त्याला समरांगणांत हार्दिक्यानें (कृतवर्म्यानें) गांठलें व पुनःपुनः हंसत हंसत त्यास त्यानें अडविलें. तेव्हां दोघांचें युद्ध सुरू झालें. त्यांत शिखंडीनें हृदीकांच्या महारथावर (हार्दिक्यावर) पांच निशित भल्ल बाण टाकून त्याचा खवाटा विद्ध केला. नंतर कृतवर्मा खवळला आणि त्यानें साठ बाण शिखंडीवर सोडून एका बाणानें त्याचें धनुष्य सहज तोडून टाकिलें. तेव्हां द्रुपदाचा पुत्र बलिष्ठ शिखंडी हा दुसरें धनुष्य धारण करून मोठ्या क्रोधानें 'थांब थांब' असें म्हणत हार्दिक्यावर धावून गेला आणि त्यानें सुवर्णपुंख व अतिशयित प्रखर असे नव्वद बाण त्याजवर सोडिले; पण ते सर्व बाण हार्दिक्याच्या चिलखतापासूनच मागें परतून भूतलावर पतन पावले! ह्याप्रमाणें आपले बाण व्यर्थ झालेले अवलोकन करून शिखंडीनें सुतीक्ष्ण क्षुरप्र बाणानें कृतवर्म्याचें धनुष्य तत्काळ छेदिलें व भग्नशृंग वृषभाप्रमाणें भासमान होणाऱ्या त्या छिन्नचाप कृतवर्म्याच्या बाहूंवर व वक्षस्थळीं त्यानें मोठ्या आवेशानें ऐशीं बाण टाकिले. राजा, ह्याप्रमाणें कृतवर्मा हा शिखंडीच्या बाणांनीं अतिशय विक्षत झाला तेव्हां कुंभाच्या मुखांतून जसे पाण्याचे लोट चालावे तसे त्याच्या गात्रांतून रुधिराचे पाट चालूं लागले, आणि त्याचें सर्व शरीर रक्तानें स्नात होऊन गैरिक (गेरूचे ओघ वहात असलेल्या) पर्वताप्रमाणें आरक्त दिसूं लागलें. नंतर त्या प्रतापशाली हार्दिक्याला अतिशयित त्वेष आला व त्यानें दुसरें धनुष्य धारण करून शिखंडीच्या स्कंधदेशीं बाणांचा भडिमार चालू केला. तेव्हां शाखाप्रशाखांनीं भरून गेलेला मोठा थोरला वृक्ष जसा शोभतो, तसा स्कंधप्रदेशीं बाणसमुदायानें विद्ध झालेला तो शिखंडी शोभूं लागला! नंतर दोघांचें मोठ्या निकराचें युद्ध सुरू झालें; आणि परस्परांनीं परस्परांवर अतिशय बाणवृष्टि करून एकमेकांस रक्तानें न्हाणिलें. तेव्हां एकमेकांना ठार मारण्यासाठीं झगडणाऱ्या त्या महारथ वीरांस पाहून जणू काय मदोन्मत्त वृषभ तुफान होऊन एकमेकांवर शृंग-

प्रहार करीत आहेत, असा भास होऊं लागला!

राजा धृतराष्ट्रा, नंतर दोघे वीर आपल्या रथांनीं हजारों मंडलें करूं लागले; व तशांत कृतवर्म्यानें सहाणेवर धार लावून सुतीक्ष्ण केलेले सत्तर सुवर्णपुंख बाण टाकून पार्षतास (शिखंडीस) विद्ध केलें; आणि मोठ्या चलाखीनें एक प्राणांतक भयंकर बाण त्याजवर टाकिला. राजा, भोजाधिपति कृतवर्म्याचा तो जलाल बाण शिखंडीस सहन झाला नाहीं. त्याच्या योगें शिखंडीचें देहभान सुटलें व तो एकदम खालीं पडला; पण ध्वजयष्टीचा आधार मिळाल्यामुळें तो कसाबसा सावरला. राजा धृतराष्ट्रा, ती दुर्धर अवस्था अवलोकन करून, हार्दिक्याच्या बाणानें अतिशयित पीडित झालेल्या व पुनःपुनः संतापानें सुस्कारे टाकणाऱ्या त्या शिखंडीचा रथ त्याच्या सारथ्यानें तत्काळ रणभूमींतून मागें वळवून एकीकडे नेला; आणि ह्याप्रमाणें शूर शिखंडीचा पराभव होतांच पांडवसेनेवर चोहोंकडून शत्रुसैन्य तुटून पडलें व त्यानें तिची दाणादाण करून तिला उधळून लाविलें!

अध्याय सत्ताविसावा.

—:०:—

संशप्तकांचा पराजय.

संजय सांगतोः—राजा धृतराष्ट्रा, वाऱ्याची व कापसाच्या ढिगाची गांठ पडली असतां वारा जसा त्या कापसाला चोहोंकडे उधळून लावितो, तशी अर्जुनाची व तुझ्या सैन्याची गांठ पडतांच अर्जुनानें तुझ्या सैन्याला चोहोंकडे उधळून लाविलें. राजा, त्रिगर्त, शिबि, कौरव, शाल्व, संशप्तक, नारायण नामक सैन्य, त्याप्रमाणेंच सत्यसेन, चंद्रदेव, मित्रदेव, सुतंजय, सौश्रुति, चित्रसेन, मित्रवर्मा आणि भ्रात्यांसह महेष्वास व नानाशस्त्रविशारद पुत्रांसह त्रिगर्ताधिपति हे सर्व अर्जुनावर चाल करून आले आणि त्यांनीं त्याजवर बाणांची अतिशय वृष्टि केली. राजा, त्या समयीं ती बाणवृष्टि अवलोकन करून जणू काय समुद्रावर जलाचे ओघ कोसळत आहेत असें वाटलें! धृतराष्ट्रा, ते सर्व लक्षावधि कौरववीर अर्जुनावर उसळून आले खरे; परंतु गरुडास पाहून पन्नगांची जी अवस्था होते, तीच अवस्था त्या सर्वांची होऊन त्यांचा पूर्ण विध्वंस उडाला! राजा, अर्जुनापुढें आपला टिकाव लागत नाहीं असें पाहून त्या सर्व योद्ध्यांनीं युद्धापासून पराङ्मुख होऊन आपला जीव जगवावयास पाहिजे होता; पण त्यांनीं तसें केलें नाहीं व अग्निज्वालेवर उडी टाकणाऱ्या शलभांप्रमाणें अर्जुनावर चाल करून येणाऱ्या त्या सर्व कौरवीय वीरांना मृत्युपंथ अनुसरावा लागला!

राजा, त्या युद्धांत सत्यसेनानें तीन, मित्रदेवानें त्रेसष्ट, चंद्रसेनानें सात, मित्रवर्मानें त्र्याहात्तर, सौश्रुतीनें सात, शत्रुंजयानें वीस, सुशर्मानें नऊ अशा बहुत वीरांनीं अर्जुनावर बाणवृष्टि केली; पण त्या सर्वांना उलट बाण मारून अर्जुनानें विद्ध केलें. पंडुपुत्रानें सौश्रुतीवर सात, सत्यसेनावर तीन, शत्रुंजयावर वीस, चंद्रदेवावर आठ, मित्रदेवावर शंभर, श्रुतसेनावर तीन, मित्रवर्मावर नऊ व सुशर्मावर आठ बाण टाकिले. त्यानें शत्रुंजय राजाला निशित बाण मारून ठार केलें, सौश्रुतीचें मस्तक शिरस्त्राणासह उडविलें व चंद्रदेवावर बाणांचा भडिमार करून त्यास तत्काळ मृत्युमुखांत लोटिलें! त्याप्रमाणेंच त्यानें महारथ वीर त्याच्याशींच झगडत होते त्यांपैकीं प्रत्येकावर पांच पांच बाण टाकून त्यांचें निवारण केलें; पण इतक्यांत सत्यसेनानें संक्रुद्ध होऊन रणांगणांत कृष्णावर नेम धरून मोठें थोरलें तोमर फेंकिलें व बहुत आवेशानें सिंहनाद केला! राजा,

सत्यसेनाचें तें स्वर्णभूषित पोलादी तोमर कृष्णाच्या उजव्या भुजाचें भेदन करून धरणींत प्रविष्ट झालें आणि तोमरविद्ध झालेल्या त्या महात्म्या माधवाच्या हस्तांतून प्रतोद व हयरश्मि सुटून खालीं पडले ! तेव्हां वासुदेवाची ती अवस्था अवलोकन करून धनंजयाला अत्यंत क्रोध आला व तो कृष्णास म्हणाला, " हे महाबाहो, सत्यसेनाच्या समीप रथ घेऊन चल, म्हणजे मी त्याजवर तीक्ष्ण शर टाकून त्यास यमसदनीं पाठवितों ! " नंतर कृष्णानें दुसरा प्रतोद घेतला व हयांचे रश्मि धारण करून पुनः पूर्ववत् रथ चालवून तो सत्यसेनाजवळ आणिला. राजा धृतराष्ट्रा, नंतर अर्जुनानें सत्यसेनावर तीक्ष्ण शरांचा भडिमार करून त्यास मोठ्या पेंचांत आणिलें, आणि धार लावून तयार केलेले भल्ल बाण टाकून त्याचें महत् शिर कुंडलांसमवेत तोडून रणांगणांत पाडिलें ! ह्याप्रमाणें सत्यसेनाची वाट लाविल्यावर अर्जुनानें मित्रवर्मावर निशित बाणांची वृष्टि आरंभिली आणि त्याच्या सारथ्यावर तीक्ष्ण वत्सदंत (वासराच्या दांतासारखा अणीदार) बाण टाकिला; व त्या दोघांना धारातीर्थी पाडिलें ! नंतर पुनः अर्जुनानें संशप्तकांवर शतावधि बाण सोडिले आणि क्रोधानें शतावधि व सहस्रावधि संशप्तगणांचा संहार उडविला ! राजा, नंतर महारथ अर्जुनानें रौप्यपुंख क्षुरप्र बाणानें महात्म्या मित्रसेनाचें मस्तक तोडिलें आणि क्रोधायमान होऊन सुशर्म्याच्या जत्रुदेशीं (खवाट्यामध्यें) बाणप्रहार केले, तेव्हां होते नव्हते तेवढे सर्व संशप्तक एकत्र होऊन त्यांनीं अर्जुनाला गराडा घातला; व चोहोंकडून बाणांची वृष्टि सुरू करून त्यांनीं दशदिशा दणाणून सोडिल्या. ह्याप्रमाणें संशप्तकांनीं धनंजयाला कोंडून टाकिलें असतां इंद्रतुल्य पराक्रम करून दाखविणाऱ्या त्या अतुलप्रताप पांडववीरानें ऐंद्र अस्त्राची योजना केली व तत्काळ सहस्रावधि बाणांचे ओघ संशप्तकांवर कोसळूं लागले. राजा, नंतर ध्वज व धनुष्यें हीं तुटून पडण्यास प्रारंभ झाला; रथ, जोखडें, बाणभाते व पताका हीं तुटून मोडून खालीं पडूं लागलीं; रथांचे कणे, चाकें, दोरखंडें, अश्वांच्या लगामा, कूवर, वरूथ व बाण हीं कोसळूं लागलीं; घोडे, प्रास, ऋष्टि, गदा, परिघ, शक्ति, तोमर, पट्टे, शतघ्नी, चक्रें, बाहु, मांड्या, कंठसूत्रें, अंगदें, केयूरें, हार, अलंकार, कवचें, छत्रें, व्यजनें, मुकुट व मस्तकें हीं पटापट भूतलावर आपटूं लागलीं; व त्या योगें जिकडे तिकडे महान् शब्द उद्भवला ! राजा, त्या समयीं कुंडलांनीं युक्त असलेलीं, सुंदर नयनांनीं शोभणारीं व पूर्णचंद्राप्रमाणें कांतिमान् दिसणारीं अशीं शिरें अंतरिक्षांत उगवलेल्या तारकांच्या समुदायाप्रमाणें रणांगणांत सर्वत्र दृष्टीस पडूं लागलीं. त्याप्रमाणेंच ज्यांवर उत्तम माला व उंची वस्त्रें झळकत आहेत आणि ज्यांना चंदनाची उटी दिलेली आहे, अशीं धडें रणभूमीवर सर्वत्र दिसूं लागलीं ! राजा, तेव्हां तें समरांगण गंधर्वनगराप्रमाणें भयंकर भासूं लागलें ! ज्याप्रमाणें पर्वत कोसळून त्यांचीं शिखरें विदीर्ण होऊन इतस्ततः पडलीं असतां तो भूभाग दुर्गम होतो; त्याप्रमाणें राजपुत्र व इतर क्षत्रिय आणि त्यांचीं मोठमोठीं चतुरंग सैन्यें व हत्ती हे इतस्ततःमरून पडल्यामुळें तें महीतल दुर्गम झालें ! त्या समयीं तो महात्मा पंडुपुत्र आपल्या भल्ल बाणांनीं शत्रूंचें चतुरंगबळ मर्दीत असतां, त्याच्या रथाला मार्गच मिळेनासा झाला ! जिकडे तिकडे रथ मोडून पडल्यामुळें त्यांचीं चाकें मार्गांत पडून मार्गाचा रोध झाला होता ! त्या प्रसंगीं समरांगणांत रुधिराचा इतका कर्दम पडला कीं, त्यांत

अर्जुनाच्या रथाचीं चक्रें रुतून गेलीं आणि मनोमारुतवेगानें चालणाऱ्या त्या अश्वांना तो रथ ओढून नेण्यास महाप्रयास पडले! राजा, ह्याप्रमाणें अर्जुनाच्या हातून भयंकर संहार झाला तेव्हां शत्रूंकडील राहिलें-साहिलें बहुतेक सैन्य युद्धविन्मुख झालें व त्यानें पळ काढिला. असो; हे धृतराष्ट्रा, अशा प्रकारें अर्जुनानें बहुत संशप्तकगणांना जिंकिलें असतां तो विधूम अग्नीप्रमाणें देदीप्यमान भासूं लागला!

अध्याय अठ्ठाविसावा.

—:०:—

संकुलयुद्ध.

संजय सांगतोः—राजा धृतराष्ट्रा, युधिष्ठिर हा कौरवसैन्यावर बाणांचा भडिमार करीत असतां स्वतः दुर्योधन राजा मोठ्या धैर्यानें त्याच्याशीं लढूं लागला. तुझा पुत्र महारथ दुर्योधन ह्यानें धर्मराजावर मोठ्या त्वेषानें उलट हल्ला केला, तेव्हां धर्मराजानें त्याजवर मोठ्या वेगानें बाण टाकून त्यास 'थांब, थांब' असें म्हटलें. परंतु इतक्यांत दुर्योधनानें अत्यंत क्रोधायमान होऊन धर्मराजावर नऊ व सारथ्यावर एक असे दहा भल्ल बाण सोडिले आणि मग मोठ्या निकराचें युद्ध सुरू झालें. त्या समयीं युधिष्ठिरानें सहाणेवर धार लावून तयार केलेले तेरा स्वर्णपुंख बाण दुर्योधनावर टाकिले; चार बाणांनीं त्याच्या रथाचे चारी घोडे मारिले; पांचवा बाण मारून सारथ्याचें मस्तक अंतरिक्षांत उडवून दिलें; सहावा बाण टाकून ध्वज मोडिला; सातव्या बाणानें धनुष्य तोडिलें; आठवा बाण सोडून भूतलावर खड्ग पाडिलें व पुनः पांच बाण टाकून दुर्योधनास अगदीं संकटांत घातलें. नंतर हताश्व असा तुझा पुत्र रथांतून खालीं उडी टाकून भूतलावर उभा राहिला व त्याची ती दीन अवस्था अवलोकन करून कर्ण, द्रौणि, कृपाचार्य वगैरे योद्धे त्याच्या मदतीकरितां तेथें एकदम धावून आले. पण इतक्यांत तेथें युधिष्ठिराच्या समीप सर्व पांडुपुत्र प्राप्त झाले; आणि मग मोठें घोर युद्ध प्रवर्तलें! राजा, त्या समयीं त्या घोर संग्रामांत सहस्रावधि रणवाद्यें वाजूं लागलीं व सर्वत्र रणसंमर्द माजून एकच कलकलाट सुरू झाला. पांचालांचें व कौरवांचें युद्ध जुंपलें होतें, तेथें पायदळ पायदळावर तुटून पडलें; मोठमोठे हत्ती एकमेकांशीं झगडूं लागले; रथ्यांनीं रथ्यांवर हल्ले केले; व घोडेस्वारांनीं घोडेस्वारांना गांठलें! राजा, त्या घोर संग्रामांत शस्त्रास्त्रांनीं युक्त अशा श्रेष्ठ योद्ध्यांचीं नानाविध व अचिंत्य द्वंद्वें अशीं विलक्षण रीतीनें युद्ध करूं लागलीं कीं, तें पाहून मोठें आश्चर्य वाटलें! ते सर्व शूर वीर, परस्परांच्या वधाची इच्छा करून मोठ्या आवेशानें एकमेकांशीं लढले, आणि युद्धसंबंधीं जे नियम पाळणें अवश्य होतें, ते सर्व नियम योग्य प्रकारें पाळून त्यांनीं मोठ्या खुबीनें व चपलतेनें आपलें विचित्र युद्धकौशल्य दाखविलें. त्यांनीं एकमेकांना समोरासमोर लढून समरांगणांत ठार केलें,—पाठीमागें लढून कोणाचाही नाश केला नाहीं. तें युद्ध थोडा वेळपर्यंत मात्र प्रेक्षणीय वाटलें; परंतु पुढें त्याची मर्यादा सुटली व ते वीर उन्मत्तपणानें बेहोष होऊन लढूं लागले. त्या युद्धांत रथ्यांनीं हत्तींना गांठून त्यांजवर बांकदार पेऱ्यांच्या निशित बाणांची वृष्टि केली व त्यांस यमसदनीं पाठविलें. त्याचप्रमाणें हत्तीही जागोजाग घोड्यांवर तुटून पडले आणि त्यांनीं पुष्कळ घोड्यांना सोंडांनीं ओढून व आपटून क्रूरपणानें ठार मारिलें. तसेंच पुष्कळ घोडेस्वारांनीं मोठमोठ्या घोड्यांना गराडा घातला व त्यांजवर हल्ला करून आवेशानें टाळ्या वाजविल्या; तेव्हां ते घोडे बिचकून चोहोंकडे सैरावैरा धावूं लागले आणि मग

त्या घोड्यांना व पळणाऱ्या मोठमोठ्या हत्तींना घोडेस्वारांनीं पाठीमागून व बाजूंकडून हल्ले करून ठार मारिलें. राजा, त्याप्रमाणेंच कित्येक मदोन्मत्त कुंजरांनीं बहुत अश्वांचा पाठलाग करून त्यांस दांत भोंसकून वधिलें किंवा अतिशय तुडवून मर्दिलें! कित्येकांनीं चवताळून जाऊन घोड्यांना व त्यांच्यावरील स्वारांना दांतांनीं जखमी केलें आणि कित्येकांनीं त्यांना मोठ्या जोरानें आपटून फेंकून दिलें! इकडे संधि साधून पायदळानें हत्तींवर हल्ले केले व त्यांस अगदीं जर्जर करून उधळून लाविलें; तेव्हां ते भयभीत होऊन आर्तस्वर करीत दशदिशांस पळून गेले! राजा, कित्येक ठिकाणीं पायदळाचीही अशीच दुर्दशा झाली. पायदळांतील शिपाई आपल्या अंगावरील दागदागिन्यांचा भार टाकून देऊन मोठ्या त्वरेनें पळून जात असतां रणांगणांत गजयोद्धयांनीं ' जय मिळविण्यास हा योग्य प्रसंग आहे, ' असें मनांत आणून त्यांचा पाठलाग केला; युद्धभूमीवर पतन पावलेलीं त्यांचीं चित्रविचित्र आभरणें आपल्या हत्तींकडून उचलून घेतलीं; आणि त्या सैनिकांवर चाल करून त्यांस गजदंतांनीं विद्ध केलें. तेव्हां पायदळाचें व गजयोद्धयांचें युद्ध जुंपलें. आपल्यावर हत्तींनीं हल्ला केला असें पाहून पायदळानें त्यांस उलट गराडा घातला; आणि त्यानें मोठ्या आवेशानें गजयोद्धयांना ठार मारण्यास प्रारंभ केला. त्या युद्धांत गजयोद्धयांनीं कित्येक सैनिकांस हत्तींच्या सोंडांनीं अंतरिक्षांत फेंकून दिलें व ते भूतलावर पडतांना त्यांना सुशिक्षित हत्तींकडून नेमकेंच जोरानें भोंसकलें! कित्येकांस हत्तींनीं एकदम आपल्या दांतांनीं नेमकेंच विद्ध करून ठार मारिलें! कित्येक सैनिक आपली टोळी सोडून दुसऱ्या टोळींत जाऊन मिळाले; पण ते हत्तींच्या पायांखालीं सांपडून त्यांचा चुराडा झाला! कित्येक सैनिकांस हत्तींनीं आपल्या सोंडांनीं पंख्यासारखें गरगर फिरवून रणभूमीवर आपटून यमलोकीं पाठविलें आणि कित्येक सैनिक दुसऱ्या हत्तींवर चाल करून गेले असतां ते हत्तींच्या तडाक्यांत सांपडून जिकडे तिकडे त्यांचीं शरीरें अतिविद्ध होऊन छिन्नभिन्न झालीं. तेव्हां बाजूस असलेल्या महापराक्रमी रथ्यांनीं व घोडेस्वारांनीं त्या हत्तींवर हल्ला केला आणि त्यांच्या गंडस्थळांवर, गालांवर व दोन्ही दांतांच्या मधील सोंडेच्या भागावर प्रास, तोमर व शक्ति ह्यांचा भडिमार चालवून त्यांस अगदीं जेरीस आणिलें असतां त्यांपैकीं कित्येक हत्ती भूतलावर पटापटा मरून पडले! ह्याप्रमाणें दोन्हीं दळें एकवटून निकराचें युद्ध चालू असतां, घोडेस्वारांनीं पायदळांतील शिपायांवर मोठ्या आवेशानें तोमरें टाकून त्यांस ढालींसुद्धां भूमीशीं खिळिलें व ठार मारिलें. त्याप्रमाणेंच कित्येक हत्ती कवचधारी रथ्यांवर धावून गेले व त्यांनीं त्या रथ्यांस रथांतून ओढून अंतरिक्षांत मोठ्या वेगानें फेंकून जमिनीवर आपटिलें. इकडे कित्येक रथ्यांनीं त्या हत्तींवर नाराच बाणांचा वर्षाव केला, तेव्हां त्यांची दुर्दशा होऊन वज्रानें विदीर्ण झालेल्या पर्वताच्या शिखरांप्रमाणें ते धडाधड जमिनीवर कोसळले! राजा, त्या महान् रणांत योद्धयांनीं योद्धयांना गांठून त्यांजवर मुष्टिप्रहार केले; एकमेकांनीं एकमेकांना शेंडी धरून ओढून आणि भूमीवर आपटून व फेंकून ठार मारिलें; कित्येकांनीं प्रतिस्पर्ध्यांना हात लांब करून ओढून खालीं पाडिलें व त्यांच्या छातीवर पाय देऊन ते धडपड करीत असतां त्यांचीं मस्तकें उडविलीं; कित्येकांनीं शत्रूंच्या उरांत शस्त्रें भोंसकलीं; कित्येकांनीं भयंकर मुष्टियुद्ध आरंभलें; कित्येकांनीं एकमेकांच्या केंसांला हात घालून लढाई सुरू केली; कित्येक एकमेकांना

दंडांनीं हाणूं लागले; आणि कित्येकांनीं एकमेकांवर नानाविध शस्त्रें चालविलीं. राजा, त्या वेळीं असा कांहीं रणसंमर्द मातला कीं, कोणकोणाला मारीत आहे, हें कांहींच कळेनासें झालें व वीर पुरुष भाराभर समरांगणांत पडून त्यांचीं शतावधि व सहस्रावधि कबंधें रणभूमीवर उभीं राहिलीं आणि त्यांचीं तीं रुधिरस्नात कवचें व वस्त्रें लालभडक रंगविलेल्या वस्त्रांप्रमाणें शोभूं लागलीं !

राजा धृतराष्ट्रा, शस्त्रादिकांनीं परिपूर्ण व दारुण असें हें युद्ध चालू असतां, झपाट्यानें वाहणाऱ्या गंगेच्या प्रवाहाप्रमाणें त्याचा गंभीर शब्द उद्भवला व त्यानें सर्व ब्रह्मांड दुमदुमून गेलें. बाणप्रहारांनीं व्याकूळ झालेल्या त्या योद्ध्यांना आपला कोण व परका कोण ही ओळख राहिली नाहीं; आणि युद्ध करणें हें आपलें कर्तव्य समजून जयाच्या अपेक्षेनें ते लढत राहिले. राजा, त्या समयीं उभय पक्षांकडील वीरांनीं परकीयांना व स्वकीयांनाही ठार मारिलें आणि सर्वत्र एकच अनर्थ झाला ! रणभूमीवर जिकडे तिकडे मोडलेले रथ आणि मरून पडलेले गज, अश्व व नर ह्यांची एकच गर्दी झाल्यामुळें क्षणांत सर्व भूतल अगम्य होऊन सर्वत्र रक्ताचे पाट वाहूं लागले ! त्या युद्धांत कर्णानें पंचालांस व धनंजयानें त्रिगर्तांस मारिलें; आणि भीमसेनानें कौरवांचा संहार उडवून हस्तिसेनेचा फडशा उडविला ! राजा धृतराष्ट्रा, कौरवांकडील व पांडवांकडील सेना ह्याप्रमाणें यशःप्राप्तीची हाव धरून एकमेकींशीं लढत असतां अपराह्णकाळीं दोन्ही पक्षांमध्यें हा असा भयंकर नाश झाला !

अध्याय एकोणतिसावा.

—::—

युधिष्ठिर व दुर्योधन यांचें युद्ध.

धृतराष्ट्र विचारितो:—संजया, अतिशय तीव्र व दुःसह असे अनेक दुःखकारक प्रसंग वर्णन करून आणि माझ्या पुत्रांची जी भयंकर हानि झाली ती सांगून तूं जें युद्धाचें यथार्थ स्वरूप माझ्या निदर्शनास आणिलेंस, त्यावरून पाहतां 'कौरव नष्ट झालेच' असें मी निश्चयानें मानितों ! सूता, युधिष्ठिरानें महारथ दुर्योधनास विरथ करून मोठ्या संकटांत घातलें म्हणून तूं सांगितलेंस; तर पुढें युधिष्ठिर व दुर्योधन ह्यांनीं एकमेकांशीं कसें युद्ध केलें आणि अपराह्णकाळीं एकंदर युद्ध कशा प्रकारें झालें, तें सविस्तर सांग. संजया, तुझी वर्णन करण्याची शैली फारच चांगली आहे.

संजय सांगतो:—राजा धृतराष्ट्रा, दुर्योधन राजा विरथ होऊन भूतलावर उभा असतां, इकडे दोन्हीं दळें एकमेकांशीं लगट करून मोठ्या निकरानें लढत होतीं. उभय पक्षांचें चतुरंग सैन्य परस्परांशीं झगडत असून त्यांपैकीं बहुत वीर एकमेकांच्या हस्तें धारातीर्थीं पतन पावत होते. अशा स्थितींत तुझा पुत्र दुर्योधन दुसऱ्या रथावर आरूढ झाला व सविष सर्पाप्रमाणें महाक्रोधानें क्षुब्ध होऊन त्यानें धर्मराज युधिष्ठिरावर दृष्टि फेंकिली आणि मोठ्या त्वरेनें सारथ्यास म्हटलें, "हे सारथे, चल, चल. ज्या ठिकाणीं कवचधारी युधिष्ठिर राजा मस्तकावर धरलेल्या छत्रानें शोभत आहे, त्या ठिकाणीं मला लवकर ने." राजा धृतराष्ट्रा, महारथ दुर्योधनाची अशी आज्ञा होतांच सारथ्यानें तो श्रेष्ठ रथ रणांगणांत धर्मराजाच्या अग्रभागीं चालविला. तेव्हां तें पाहून धर्मराजा मदोन्मत्त कुंजराप्रमाणें क्षुब्ध झाला; व त्यानेंही आपल्या सारथ्यास 'दुर्योधनाकडे रथ

चालव ' ह्मणून आज्ञा केली. नंतर ते दोघेही महाबलिष्ठ वीर भ्राते एकमेकांवर तुटून पडले; व त्या युद्धदुर्मद महाधनुर्धरांनीं अत्यंत क्षुब्ध होऊन समरांगणांत परस्परांवर बाणवृष्टि सुरू केली. त्या वेळीं दुर्योधनानें सहाणेवर धार लावून तीक्ष्ण केलेल्या भल्ल बाणानें धर्मराजाचें धनुष्य तोडिलें; परंतु युधिष्ठिरास तो अपमान सहन न होतां त्यानें क्रोधायमान होऊन नेत्र आरक्त केले; आणि हातांतील तें छिन्न धनुष्य फेंकून देऊन दुसरें धनुष्य उचलिलें व सैन्याच्या अग्रभागीं उभें राहून दुर्योधनाचा ध्वज व धनुष्य हीं दोन्हीं तोडून टाकिलीं ! मग दुर्योधनानें आणखी दुसरें धनुष्य धारण केलें व युधिष्ठिरावर बाणवृष्टि आरंभिली. तेव्हां दोघांचा घोर संग्राम सुरू झाला. दोघेही अतिशयित खवळले व एकमेकांवर एकसारखे बाण टाकूं लागले. तेव्हां जणू काय ते दोघे सिंह परस्परांना जिंकण्याच्या इच्छेनें एकमेकांवर तुटून पडले आहेत, असें भासलें. माजलेले बैल जसे डुरकण्या फोडीत एकमेकांवर धावून जाऊन एकमेकांस विद्ध करितात, तसा क्रम त्यांनीं आरंभिला. ते दोघेही महारथ परस्परांचें व्यंग कोठें सांपडतें ह्याजवर दृष्टि ठेवून मोठ्या आवेशानें लढूं लागले; आणि त्यांनीं एकमेकांवर निकराचा भडिमार करून एकमेकांचे देह रुधिरपरिप्लुत करून टाकिले, तेव्हां जणू काय ते पलाशवृक्षच पुष्पित झाले आहेत, असा भास होऊं लागला ! राजा धृतराष्ट्रा, नंतर ते दोन्ही योद्धे वारंवार सिंहगर्जना करूं लागले; त्याप्रमाणेंच त्यांनीं धनुष्यांचे टणत्कार केले व हातांनीं मोठमोठ्यानें टाळ्या वाजविल्या; आणि महान् शंखनाद करून एकमेकांस अतिशय पीडा दिली ! नंतर युधिष्ठिरानें अत्यंत क्रोधायमान होऊन वज्राप्रमाणें दुःसह असे तीन बाण तुझ्या पुत्राच्या वक्षःस्थलावर टाकिले; परंतु तुझ्या पुत्रानें तत्काळ उलट पांच स्वर्णपुंख निशित बाण धर्मराजावर सोडून त्यास विद्ध केलें. तदनंतर दुर्योधनानें धर्मराजावर भयंकर शक्ति फेंकिली. ती शक्ति अग्नीप्रमाणें देदीप्यमान असून कोणाचाही संहार करण्यास समर्थ अशी होती. ती जलाल शक्ति मोठ्या वेगानें आपणावर येत आहे, असें पाहून धर्मराजानें एकदम तीक्ष्ण बाण तिजवर टाकून तिचे तुकडे केले व दुर्योधनावरही पांच बाण सोडिले ! तेव्हां घोंघावत जाणारी ती स्वर्णदंड शक्ति अग्निज्वालेप्रमाणें दशदिशा प्रकाशमान करीत महान् उल्केसारखी भूतलावर एकदम पतन पावली ! ह्याप्रमाणें आपली शक्ति विच्छिन्न झालेली अवलोकन करून तुझ्या महाबलिष्ठ पुत्रानें नऊ निशित भल्ल बाण टाकून धर्मराजाला अतिशय विद्ध केलें; तेव्हां शत्रुसंहारक धर्मराजानें दुर्योधनाला मारण्याच्या उद्देशानें तत्काळ बाण काढिला व तो धनुष्याला जोडून अशा त्वेषानें तुझ्या पुत्रावर सोडिला कीं, तो त्याला मूर्च्छित करून जमिनींत घुसला ! नंतर दुर्योधन अत्यंत कोपला व ताबडतोब गदा उचलून कलहाचा अंत करण्याकरितां धर्मराजावर धावून गेला. तेव्हां तो गदापाणी दुर्योधन दंडधारी अंतकाप्रमाणें आपणावर चालून येत आहे, असें पाहून धर्मराजानें त्याजवर महान् उल्केप्रमाणें प्रज्वलित अशी देदीप्यमान व प्रचंड वेगानें चालणारी भयंकर शक्ति सोडिली! राजा, तुझा पुत्र रथारूढ असतां त्या शक्तीनें तुझ्या पुत्राचें चिलखत विदारण करून वक्षःस्थल भेदिलें व त्यासरसा तो अत्यंत व्याकूळ होऊन मूर्च्छित पडला ! राजा धृतराष्ट्रा, दुर्योधनाची ती अवस्था अवलोकन करून भीमसेनाला आपल्या प्रतिज्ञेची आठवण झाली व तो " राजा, तूं ह्याला मारूं नको." असें युधिष्ठिराला ह्मणाला. तेव्हां

धर्मराज युधिष्ठिर थांबला; परंतु इतक्यांत, व्यसनार्णवांत निमग्न झालेल्या त्या दुर्योधनाच्या साहाय्याकरितां तत्काळ कृतवर्मा त्या स्थळीं प्राप्त झाला; आणि नंतर हेमपट्टांकित गदा धारण करून भीमसेन रणांगणांत त्या कृतवर्म्यावर मोठ्या वेगानें धावून गेला व मग त्यांचें युद्ध जुंपलें; पण अखेरीस त्यांत कौरवांची दाणादाण झाली! राजा धृतराष्ट्रा, तुझे पुत्र व पांडव ह्यांचें जयाच्या अपेक्षेनें अपराह्णकाळीं अशा प्रकारें युद्ध झालें!

अध्याय तिसावा.

—:०:—

प्रथमदिनसमाप्ति.

संजय ह्मणालाः—राजा धृतराष्ट्रा, नंतर तुझ्या पक्षाचे पराक्रमी वीर कर्णाला पुढें करून मागें वळले आणि मग त्यांचा व पांडवांचा देवदानवांच्या संग्रामाप्रमाणें घोर संग्राम झाला. त्या समयीं गज, अश्व, रथ, पदाति, शंख व नानाविध शस्त्रपात ह्यांचा शब्द होऊं लागला. तेव्हां योद्ध्यांस फारच त्वेष आला आणि त्यांनीं मोठ्या क्रोधानें आपआपल्या प्रतिस्पर्ध्यांवर हल्ले करून त्यांजवर शस्त्रास्त्र-प्रहार करण्यास आरंभ केला. त्या वेळीं त्या घोर युद्धांत पाजविलेल्या कुऱ्हाडी, तरवारी, पट्टे, विविध बाण व गजाश्वादिक वाहनें ह्यांच्या योगें चतुरंग सैन्य धारातीर्थीं पतन पावलें. वीरशिरांनीं सर्व भूतल आच्छन्न होऊन सूर्यचंद्रांप्रमाणें देदीप्यमान, शुभ्र दंतांनीं विराजित, सुंदर नेत्रनासिकांनीं चित्ताकर्षक आणि रुचिर मुकुटकुंडलांनीं सुभूषित अशीं अगणित मुखकमलें त्या स्थळीं शोभूं लागलीं. त्या ठिकाणीं शतावधि परिघ, मुसळें, शक्ति, तोमरें, नखर, भुशुंडि व गदा ह्यांच्या प्रहारांनीं सहस्रावधि कुंजर, अश्व व मनुष्यें ह्यांचा संहार उडून रुधिराच्या नद्या वाहूं लागल्या; आणि समरांगणांत हत झालेल्या व घायाळ पडलेल्या चतुरंग सैन्याचा तो हृदयविदारक भयंकर देखावा पाहून जणू काय पितृपति यमाचें तें प्रलयकालीन राष्ट्रच आहे असें सर्वांस वाटलें!

राजा धृतराष्ट्रा, नंतर तुझ्या सैन्यांतील महान् महान् योद्धे तुझ्या देवतुल्य पुत्रांसह असंख्य सेनेसहवर्तमान शिनिपुत्र सात्यकि ह्याजवर चाल करून गेले. त्या समयीं मोठमोठे वीर, अश्व, रथ व द्विप ह्यांनीं गजबजून गेलेली ती कौरवसेना देवासुरांच्या सेनेप्रमाणें अत्यंत भयंकर दिसली व तिच्यामध्यें सागरासारखा गंभीर ध्वनि उद्भवला. नंतर समरांगणांत देवेंद्राप्रमाणें पराक्रम गाजविणाऱ्या त्या विष्णुतुल्य कर्णानें दिनकरकिरणांसारखे प्रखर बाण मारून शिनिप्रवीर सात्यकीला समरभूमीवर विद्ध केलें. तेव्हां तत्काळ सात्यकीनें विविध बाणांचा भडिमार चालू केला व त्यानें भुजंगाच्या विषाप्रमाणें जलाल अशा अनेक बाणांनीं त्या वीरश्रेष्ठ कर्णाला, त्याच्या सारथ्याला, रथाला व अश्वांना झांकून काढिलें. राजा, ह्याप्रमाणें सात्यकीनें कर्णाला मोठ्या पेंचांत घातलें, तेव्हां तुझ्या पक्षाचे अतिरथ योद्धे चतुरंग सैन्यासमवेत त्या महारथ कर्णाच्या मदतीकरितां एकदम धावून आले; परंतु समुद्रासारख्या त्या अफाट सैन्यावर द्रुपदसुतप्रमुख पांडववीरांनीं तत्काळ हल्ला केला आणि मग गज, अश्व, रथ व नर ह्यांचा भयंकर क्षय झाला!

राजा धृतराष्ट्रा, नंतर पुरुषश्रेष्ठ कृष्णार्जुन शत्रुसेनेचा वध करण्याचा निर्धार करून पुढें झाले. त्यांनीं प्रथम आह्णिक (ब्रह्मचिंतन वगैरे) आटपलें, मग भगवान् शंकराची यथाविधि पूजा केली आणि नंतर ताबडतोब तुझ्या सैन्यावर हल्ला केला. त्या वेळीं मेघगर्जनेप्रमाणें गडगड

शब्द करणारा, वाऱ्यानें ध्वजपताका फडफडत असलेला, व शुभ्र अश्व जोडलेला असा तो अर्जुनाचा रथ समीप आलेला पाहून तुझ्या सैन्यांतील वीरांनीं भावी अनर्थाबद्दल अनुमान केलें. नंतर अर्जुन गांडीवाचा टणत्कार करीत बाणांचा भडिमार करूं लागला; आणि जणू काय रथावर नाचावयासच लागून त्यानें अंतरिक्ष व दिशोपदिशा शरवृष्टीनें गच्च भरून काढिल्या ! त्या समयीं, राजा, वारा ज्याप्रमाणें मेघांचा नाश करून टाकितो, त्याप्रमाणें पंडुपुत्रानें शत्रूंच्या विमानतुल्य रथांचा आयुध, ध्वज व सारथि ह्यांसहवर्तमान बाणवृष्टीनें नाश करून टाकिला; पुष्कळ हत्ती व त्यांजवरील महात ह्यांस ध्वजपताका व आयुधें ह्यांसह भूतलीं पाडिलें; आणि तीच अवस्था घोडे, घोडेस्वार व पायदळ ह्यांची करून तुझ्या सैन्यास "त्राहि भगवन्" करून सोडिलें ! तेव्हां अंतकाप्रमाणें क्षुब्ध झालेला तो महारथ अर्जुन आपल्या सैन्यास आवरत नाहीं असें पाहून, दुर्योधन एकटा त्याजवर सरळ घुसणाऱ्या बाणांची वृष्टि करीत धावून गेला. त्याबरोबर तत्काळ अर्जुनानें सात बाण सोडिले आणि दुर्योधनाचें धनुष्य, सारथि, अश्व व ध्वज ह्या सर्वांचा नाश करून एका बाणानें त्याच्या मस्तकावरील छत्र छेदिलें; आणि नववा प्राणघातक जलाल बाण दुर्योधनावर टाकिला. परंतु द्रोणपुत्रानें तो मध्यंतरींच तोडून त्याचे सात तुकडे केले ! तेव्हां अर्जुनानें द्रोणपुत्राचें धनुष्य छेदिलें व त्याच्या रथाचे अश्व ठार केले; त्याप्रमाणेंच त्यानें कृपाचार्याच्या त्या भयंकर धनुष्याची वाट लाविली, आणि मग तो हार्दिक्याचें धनुष्य छेदून आणि त्याचे अश्व व ध्वज ह्यांचा विध्वंस उडवून दुःशासनावर चालून गेला व त्याचेंही धनुष्य भग्न करून नंतर त्यानें कर्णाला गांठिलें !

इकडे कर्ण सात्यकीशीं युद्ध करीत होता तो आपणावर अर्जुन आला असें पाहून एकदम सात्यकीला सोडून अर्जुनावर धावून गेला व त्यानें अर्जुनावर तीन व कृष्णावर वीस असे बाण मारून पुनःपुनः तोच क्रम चालविला. राजा, त्या समयीं युद्धांत शत्रूंचें निर्दलन करणाऱ्या क्रोधायमान शतक्रतूप्रमाणें कर्णानें कृष्णार्जुनांवर एकसारखी अस्खलित बाणवृष्टि केली, तरी त्यांस किंचित् सुद्धां ग्लानि आली नाहीं. राजा, ह्याप्रमाणें कर्ण हा कृष्णार्जुनांवर शरवर्षाव करूं लागला, तेव्हां सात्यकि पुढें आला व त्यानें कर्णावर प्रथम नव्याण्णव व मग पुनः शंभर असे उग्र बाण टाकिले; आणि नंतर पांडवांच्या सैन्यांतील मोठमोठ्या सर्व वीरांनीं कर्णावर बाणांचा भडिमार चालू केला. त्या समयीं युधामन्यु, शिखंडी, द्रौपदीचे पुत्र, प्रभद्रक, उत्तमौजा, युयुत्सु, नकुलसहदेव, धृष्टद्युम्न, बलिष्ठ चेकितान व महाधार्मिक युधिष्ठिर हे सर्व रथी-महारथी योद्धे आणि त्याप्रमाणेंच चेदि, कारूष, मत्स्य व केकय ह्या देशचीं सैन्यें हीं भयंकर हत्ती, घोडे, रथ व पायदळ ह्यांसहवर्तमान कर्णावर चालून आलीं, व त्यांनीं कर्णाला ठार मारण्याचा निश्चय करून समरांगणांत त्याला गराडा घातला आणि कठोर भाषणें करीत नानाविध शस्त्रास्त्रांचा त्याजवर भडिमार सुरू केला !

राजा, ह्याप्रमाणें चोहोंकडून शस्त्रवृष्टि होऊं लागली तरी कर्णाला यत्किंचित् भीतीचा स्पर्श झाला नाहीं. त्यानें उलट जलाल बाण सोडण्यास आरंभ केला, व आपणावर येणारीं शस्त्रास्त्रें छेदून टाकून, मारुत जसा वृक्षांचा विध्वंस उडवितो, तसा त्यानें शत्रुसैन्याचा विध्वंस उडविला. राजा, त्या वेळीं कर्ण हा क्रोधायमान होऊन रथी, महातांसुद्धां हत्ती, स्वारांसहित घोडे व पायदळ यांच्या मोठमोठ्या

टोळ्या ह्यांचा एकसारखा संहार करीत आहे असें दिसूं लागलें आणि ह्याप्रमाणें पांडवांच्या सैन्याचीं आयुधें, वाहनें, देह व प्राण हीं नष्ट होऊं लागलीं, तेव्हां उर्वरित सैन्य युद्धविमुख होऊन पळ काढण्याच्या बेतांत आलें; परंतु इतक्यांत अर्जुनानें स्मित करून कर्णाच्या अस्त्रांवर आपलीं अस्त्रें टाकण्यास प्रारंभ केला व हां हां ह्मणतां भूतल, अंतरिक्ष व सभोंवतालच्या सर्व दिशा शरवृष्टीनें व्यापून काढिल्या. त्या समयीं कौरवांच्या सैन्यावर अर्जुनाच्या बाणांचा जो वर्षाव होत होता, तो पाहून जणू काय मुसळांची किंवा परिघांची धारच कोसळत आहे असें भासलें; आणि त्या बाणांपैकीं कित्येकांनीं शतघ्नीप्रमाणें व कित्येकांनीं उग्र वज्राप्रमाणें शत्रुसैन्याचा भयंकर संहार होऊं लागला! राजा, त्या समयीं अर्जुनाच्या बाणप्रहारांनीं कौरवांकडील हत्ती, घोडे, रथ व पायदळ हीं सर्व बेहोष झालीं आणि डोळे मिटून भयंकर आक्रोश करीत केवळ धारातीर्थीं देह ठेवण्याच्या इच्छेनें तें चतुरंग सैन्य शत्रूशीं लढूं लागलें; पण अखेरीस अर्जुनाच्या दुःसह बाणप्रहारांनीं अत्यंत आर्त झाल्यामुळें तें रणांगणांतून पळत सुटलें!

राजा धृतराष्ट्रा, ह्याप्रमाणें तुझें सैन्य जयाची आशा धरून शत्रुसैन्याशीं झगडत असतां सूर्य अस्ताचलाप्रत प्राप्त होऊन अदृश्य झाला. आणि मग लवकरच चोहोंकडे अंधकार पडल्यामुळें व त्यांतूनही विशेषतः दशदिशा धुळीनें व्यापून गेल्यामुळें, पुढें बरें किंवा वाईट काय झालें, तें कांहींच दिसलें नाहीं; परंतु इतकें खरें कीं, तुझ्या पक्षाचे महाधनुर्धर वीर रात्रीस युद्ध करण्यास भ्याले व ते सर्व योद्ध्यांसहित समरांगणांतून निघून गेले! राजा. ह्याप्रमाणें कौरवांनीं पळ काढिला असतां पांडव हे विजयी होत्साते मोठ्या आनंदानें आपल्या शिबिरांत जाण्यास निघाले. त्या समयीं पांडवांच्या सैन्यांत नानाविध वाद्यांचा घोष सुरू झाला; आणि पांडववीर सिंहनाद करून शत्रूंचा उपहास व कृष्णार्जुनांची प्रशंसा करूं लागले. राजा, अशा प्रकारें कौरवसेनेचा पराभव करून पांडवांनीं आपली सर्व सेना एकत्र जमविली, तेव्हां तत्पक्षीय राजांनीं व सैनिकांनीं पांडवांना आशीर्वाद दिले. त्या वेळीं ती सर्व विजयी सेना अवलोकन करून पांडवांनाही मोठा हर्ष झाला; आणि नंतर ते पांडव, सर्व राजे व सैनिक रात्रीं आपआपल्या मुक्कामास जाऊन तेथें त्यांनीं रात्र घालविली! राजा धृतराष्ट्रा, नंतर त्या शून्य व भयाण समरभूमीवर राक्षस, पिशाचें व श्वापदें ह्यांच्या झुंडीच्या झुंडी प्राप्त होऊन तें रुद्राचें क्रीडास्थानच होय असें सर्वत्र भासूं लागलें!

अध्याय एकतिसावा.

—:०:—

कर्ण व दुर्योधन ह्यांचा संवाद.

धृतराष्ट्र ह्मणालाः—संजया, आपल्याकडील सर्व योद्ध्यांना अर्जुनानें केवळ आपल्या स्वतःच्या इच्छेनेंच वधिलें हें उघड आहे. बाबा, अर्जुनाचा पराक्रम कांहीं सामान्य नव्हे. त्या शस्त्रधारी योद्ध्याची समरांगणांत गांठ पडली असतां प्रत्यक्ष अंतकाचीही सुटका होणें कठीण! पहा, एकट्या पार्थानें सुभद्रेचें हरण केलें, त्यानें एकट्यानेंच अग्नीची तृप्ति केली. आणि त्यानें एकट्यानेंच अखिल भूमंडल जिंकून सर्व राजांना मांडलिक बनविलें! अरे, त्या दिव्य धनुर्धराची महती किती वर्णावी! त्यानें एकट्यानें निवातकवचांचा संहार उडविला, किरातरूपानें स्थित असलेल्या भगवान् शंकराशीं त्यानें एकट्यानेंच युद्ध केलें, घोषयात्रेच्या प्रसंगीं त्यानें एकट्यानेंच दुर्योधना-

दिक भारतवीरांचा बचाव केला, त्यानें एकट्यानेंच शंकराचा प्रसाद जोडिला, आणि त्या प्रतापशाली वीरानें एकट्यानेंच सर्व भूपाल जिंकून टाकिले! संजया, अशा त्या महान् वीराशीं झुंजणारे मत्पक्षीय वीर (कौरव) हे निंद्य नव्हत, ते सर्वथा प्रशंसनीयच मानिले पाहिजेत; ह्यास्तव कौरवांनीं जें काय केलें असेल तें निवेदन कर. तसेंच त्या समयीं पुढें दुर्योधनानें काय केलें तेंही सांग.

संजय ह्मणालाः—राजा धृतराष्ट्रा, पांडवसैन्यानें कौरवसैन्याची दाणादाण उडविली तेव्हां कौरवांकडील बहुत वीर रणभूमीवर पडले, पुष्कळांचे हस्तपादादिक अवयव छिन्नविछिन्न झाले, अनेकांच्या हातांतलीं आयुधें पतन पावलीं व चिलखतें फाटून गेलीं, आणि बहुतांचीं वाहनें नष्ट होऊन चोहोंकडे एकच हाहाःकार उडाला! तेव्हां तुझ्या पक्षाचे राहिलेसाहिले योद्धे क्रोधानें जळफळत शिबिराप्रत प्राप्त झाले. राजा, त्या समयीं तत्पक्षीय वीर जणू काय पायांखालीं तुडविलेल्या व दांत पाडून निर्विष केलेल्या सर्पांप्रमाणें भासत होते! असो. सर्वजण गोटांत जमल्यानंतर त्यांनीं फिरून मसलत करण्यास प्रारंभ केला. त्या वेळीं कर्ण हा सर्पाप्रमाणें क्रोधाचे सुस्कारे देत व हात-बोटें मोडीत तुझ्या पुत्रांकडे पाहून सर्वांस ह्मणाला, "अहो, आज अर्जुनानें एकाएकीं बाणवृष्टि करून आपणांस पराभूत केलें ह्याचें कारण त्याची दक्षता, दूरदृष्टि, दृढबुद्धि व समयज्ञता हें असून शिवाय त्यास प्रसंगानुरूप वेळोवेळीं अधोक्षजाकडून स्वकर्तव्याबद्दल उत्तम सूचना मिळत असत हेंही आहे; परंतु, राजा, मी तुला असें खातरीनें सांगतों कीं, उद्यां मी अर्जुनाचे सर्व मनोरथ नष्ट करीन."

राजा धृतराष्ट्रा, ह्याप्रमाणें कर्णाचें भाषण श्रवण करून दुर्योधनानें 'बरें आहे,' ह्मणून ह्मटलें व कौरवपक्षाच्या महान् महान् राजांना विश्रांति घेण्याविषयीं अनुज्ञा दिली; आणि नंतर ते सर्व राजे आपआपल्या तंबूंत गेले व रात्रभर स्वस्थ झोंप घेऊन पुनः मोठ्या उल्हासानें युद्धाकरितां बाहेर पडले. पुढें ते सर्व योद्धे समरांगणांत प्राप्त होऊन पाहातात तों कुरुश्रेष्ठ धर्मराजानें बृहस्पति व शुक्राचार्य ह्या उभयतांनाही संमत असा एक दुर्जय व्यूह मोठ्या श्रमानें रचिला आहे, असें त्यांस आढळून आलें. तेव्हां अशा ह्या व्यूहाचें भेदन करण्यास वृषभतुल्य स्कंध धारण करणारा, युद्धांत पुरंदराप्रमाणें प्रताप गाजविणारा, मरुद्गणांप्रमाणें बलिष्ठ, कार्तवीर्याप्रमाणें वीर्यवान् असा हा महापराक्रमी वीर कर्णच समर्थ आहे असें मनांत आणून शत्रुसंहारक दुर्योधनानें कर्णाचें स्मरण केलें; व सर्व सैन्याच्या मनांत तेंच येऊन, प्राणसंकटांत बंधुच जसें रक्षण करितो, तसें ह्या समयीं महाधनुर्धर कर्णच आपलें रक्षण करील, असे उद्गार सर्वजण काढूं लागले व सर्वांचें मन कर्णाकडे लागलें.

धृतराष्ट्र ह्मणालाः—बा संजया, तुह्मां सर्वांचें मन कर्णावर लागलें असतां मग दुर्योधनानें काय केलें बरें? थंडीनें कुडकुडलेला प्राणी जशी सूर्यदर्शनाची अपेक्षा करितो, तशी व्यूहाला भ्यालेल्या सैन्यानें कर्णाच्या भेटीची अपेक्षा केली काय? रात्रीस सर्व सैन्य आपआपल्या शिबिरास जाऊन प्रातःकाळीं पुनः युद्धास आरंभ झाला, तेव्हां विकर्तनपुत्र कर्णानें कशा प्रकारें युद्ध केलें? त्याप्रमाणेंच कर्णाशीं सर्व पांडव कसे लढले? संजया, कर्णाचें सामर्थ्य काय म्हणून सांगावें? तो प्रतापशाली वीर एकटा सृंजयांसहित पांडवांना ठार करण्यासारखा! त्याच्या बाहूंच्या ठिकाणीं इंद्र किंवा विष्णु ह्यांच्याप्रमाणें युद्धसामर्थ्य! त्या महात्म्याचीं शस्त्रास्त्रें व पराक्रम हीं केवळ भयंकर!

बरें, अर्जुनानें दुर्योधनाला अत्यंत जर्जर केलेलें पाहून व त्याप्रमाणेंच इतर पांडवांचा अतिशयित पराक्रम अवलोकन करून त्या महारथ कर्णानें काय केलें? संजया, कर्णाच्या आश्रयावरच दुर्योधन इतका उन्मत्त झाला व त्याची भावी नाशावर दृष्टि गेली नाहीं. अरेरे! मूर्ख दुर्योधनानें पुनः युद्धांत कर्णाच्या बळावर पुत्रांसमवेत व कृष्णासमवेत पांडुपुत्रांना जिंकण्याची उमेद धरिली काय? अरे, कर्णासारखा महान् योद्धा समरांगणांत पांडवांना जिंकण्यास समर्थ झाला नाहीं ही मोठ्या दुःखाची गोष्ट होय. खचित दैवाची प्रतिकूलता हेंच ह्याचें कारण होय. अरेरे! द्यूताचें हें भयंकर फळ प्रस्तुत प्राप्त होत आहे! संजया, दुर्योधनाच्या दुष्ट कृत्यांपासून उत्पन्न झालेले दुःखरूप जलाल व घोर असे अनेक शर मला सहन केले पाहिजेतना! बा संजया, त्या द्यूतप्रसंगीं कर्णाला सौबल हा मोठा मुत्सद्दी वाटला, नाहीं बरें? अरेरे! कर्णासारख्या प्रतापशाली वीराच्या इच्छेनुरूप दुर्योधन हा नेहमीं वागत असतां त्या महान् युद्धामध्यें माझ्या पुत्रांचा नित्य पराभव व नाश झालेला मी ऐकितों, समरांगणांत पांडवांचें निवारण करण्यास कोणीही समर्थ होत नाहीं, व ते खुशाल माझ्या सेनेचा संहार उडवीत आहेत, तेव्हां दैव हें बलवत्तर खरें, असेंच म्हटलें पाहिजे!

संजय म्हणालाः—राजा धृतराष्ट्रा, द्यूत वगैरे जीं कारणें तुम्हीं पूर्वीं उपस्थित केलीं तीं सर्व न्याय्यच होतींना? अरे, जी गोष्ट होऊन गेली, तिचा मागून विचार करून तळमळत बसावयाचें हा मानवी स्वभावच दिसतो! परंतु त्यापासून कांहींएक लाभ होत नाहीं; उलट हानि मात्र होते. कारण ज्या कार्याला आपण अंतरलों, तें तर पुनः साध्य होत नाहींच, पण त्याच्या चिंतेनें आपला नाश मात्र होतो! राजा, आतां राज्यलाभ आदिकरून मनीषा सिद्धीस जाणें अशक्यच होय; कारण, तुला योग्यायोग्य कृत्य कोणतें हें कळत असतांही तूं त्याचा पूर्वीं विचार केला नाहींस. राजा, पांडवांशीं युद्ध करूं नको म्हणून तुला नानाप्रकारें सांगितलें असतां त्याचा तूं अविचारानें अव्हेर केलास आणि तूं पांडवांना उद्देशून बहुविध घोर पापकर्में केलींस; ह्यास्तव, राजा, क्षत्रियांचा हा जो महान् संहार घडत आहे, ह्याचें कारण तूंच होय! असो; राजा, आतां त्या गत गोष्टींचा विचार करण्यांत अर्थ नाहीं; व्यर्थ शोक करून काय उपयोग! पुढें जो कांहीं घोर नाश झाला, तो सर्व श्रवण कर.

प्रभातीं दुर्योधनाकडे जाऊन त्याला कर्ण म्हणालाः—राजा, आज मी प्रतापशाली अर्जुनाशी युद्ध करून त्याला वधीन किंवा तो मला वधील. मला व त्याप्रमाणेंच त्यालाही बहुत कार्यें असल्यामुळें हा वेळपर्यंत त्याचा व माझा युद्धप्रसंग घडला नाहीं. पण आतां मी यथाबुद्धि जें कांहीं सांगत आहें तें हें कीं, रणांत अर्जुनाला मारल्याशिवाय मी माघारा येणार नाहीं! राजा, आपल्या ह्या सैन्यांतले मोठमोठे योद्धे समरांगणांत पतन पावले असून मी मात्र काय तो इंद्रानें दिलेल्या शक्तीनें रहित होत्साता रणभूमीवर उभा आहें. ह्यासाठीं अशा ह्या समयीं अर्जुन मजवर चालून आल्याशिवाय रहाणार नाहीं; म्हणून ह्या प्रसंगीं जें श्रेयस्कर होईल असें मला वाटत आहे, तें ऐक. राजा, माझ्या व अर्जुनाच्या दिव्य आयुधांचें सामर्थ्य अगदीं समान आहे. शत्रूंनीं अस्त्रवृष्टि केली असता तिचा भेद करण्यांत, लांबवर बाण फेंकण्यांत, नेमकाच शिताफीनें बाण मारण्यांत व अस्त्रांचा वर्षाव करण्यांत सव्यसाची अर्जुनाची व माझी बरोबरी होणार नाहीं. शारीरबल, मानसिक धैर्य, अस्त्रनैपुण्य, युद्ध-

विक्रम व अचूक शरसंधान ह्यांमध्येंही अर्जुनापेक्षां माझ्या ठिकाणीं अधिक सामर्थ्य आहे. आणि त्याप्रमाणेंच अखिल आयुधांमध्यें वरिष्ठ असें जें विजय नामक धनुष्य तेंही मजपाशीं सिद्ध आहे. राजा, माझ्या ह्या विजय चापाची महती काय वर्णावी! पूर्वीं विश्वकर्म्यानें इंद्राचें प्रिय करण्याच्या हेतूनें हें तयार करून इंद्राला दिलें; तेव्हां त्याच्या साहाय्यानें इंद्रानें अनेक दैत्यसमुदायांस जिंकिलें. राजा ह्या धनुष्याचा केवळ टणत्कार कानीं पडतांच दशदिशांच्या ठिकाणीं दैत्यांची मोठी त्रेधा उडून जाई! असें हें अपूर्व धनुष्य इंद्रानें परशुरामाला दिलें; आणि नंतर परशुरामानें मला अर्पण केलें. राजा, मी आज अर्जुनाशीं त्या धनुष्यानें युद्ध करणार; आणि समरांगणांत इंद्रानें अखिल दैत्यांचा जसा संहार उडविला तसा मी त्या महापराक्रमी व महाशक्तिमान् अर्जुनाचा संहार उडविणार! राजा, माझ्या ह्या विजय चापापुढें गांडीव चापाची मुळींच प्रतिष्ठा नाहीं. अरे, भार्गवानें ह्या चापानेंच एकवीस वेळां निःक्षत्रिय पृथ्वी केली! ह्या धनुष्याचें दिव्य व अनुपम सामर्थ्य खुद्द भार्गवानें मला वर्णन करून सांगितलें आहे. ह्यास्तव आज मी हें धनुष्य घेऊन अर्जुनाशीं लढेन आणि त्याला मारून तुला व तुझ्या सर्व बांधवांना प्रमुदित करीन. राजा, एकदां मी अर्जुनाला वधिलें कीं सर्व उर्वीतल निर्वीर झालें म्हणून समज. मग पर्वत, वनें, द्वीपें ह्यांसहवर्तमान समुद्रवलयांकित पृथ्वी तुझ्या हस्तगत होईल; आणि पुत्रपौत्रांसमवेत तूं तिचा अखंड उपभोग घेशील. राजा, आज मला कोणतीही गोष्ट अशक्य नाहीं. व त्यांतून तुझें प्रिय करावें हाच माझा मुख्य उद्देश असल्यामुळें, जें जें म्हणून अवश्य तें तें करण्यास मी अगदीं तयार आहें आणि धर्मास अनुसरून आचरण करणाऱ्या ब्रह्मनिष्ठ पुरुषास सिद्धि जशी निश्चयानें प्राप्त होते, तशी मी अंगीकारलेल्या या विहित कृत्यास ती निश्चयानें प्राप्त होईल. राजा, अग्नीशीं झुंजण्यास जसा वृक्ष समर्थ होत नाहीं, तसा रणांगणांत माझ्याशीं झुंजण्यास अर्जुन हा समर्थ होणार नाहीं; तथापि अर्जुनापेक्षां मजपाशीं काय न्यून आहे, हेंही म्यां तुला विदित करावें हा माझा धर्म होय. राजा दुर्योधना, अर्जुनाच्या त्या धनुष्याची ज्या दिव्य असून त्याचे ते महान् बाणभातेही मोठे दिव्य आहेत. त्याप्रमाणेंच अर्जुनाचा सारथि गोविंद हा जसा आहे, तसा माझा सारथि नाहीं. अर्जुनाचें तें श्रेष्ठ गांडीव धनुष्य युद्धांत मोठें अजिंक्य व दिव्य असें आहे खरें, परंतु माझें विजय नामक महाधनुष्यही तसेंच प्रतापशाली व श्रेष्ठ आहे. राजा, धनुष्याचा विचार केल्यास मी अर्जुनापेक्षां अधिक बलवान् आहें ह्यांत संदेह नाहीं; पण अर्जुन हा माझ्यापेक्षां कोणकोणत्या बाबतींत अधिक बलवान् आहे तें श्रवण कर. राजा, अर्जुनाचें सारथ्य करण्यास दाशार्ह हा सिद्ध असून सर्व जगत् त्यास नमस्कार करीत आहे; त्याप्रमाणेंच अर्जुनाचा तो दिव्य व कांचनमंडित रथ अग्निदत्त असल्यामुळें तो सर्वतोपरी दुर्भेद्य असा आहे; तसेंच अर्जुनाच्या रथाचे ते बलिष्ठ अश्व मनोवेगानें पळणारे असून त्याच्या त्या दिव्य ध्वजाच्या ठिकाणीं द्युतिमान् व विस्मयकारक असा वानर अधिष्ठित आहे; आणि सर्व ब्रह्मांडाला उत्पन्न करणारा भगवान् कृष्ण हा त्याच्या त्या रथाचें संरक्षण करीत आहे. राजा, यद्यपि ह्या इतक्या गोष्टी मजपाशीं कमती आहेत, तथापि त्या अर्जुनाशीं युद्ध करण्याची मी इच्छा करीत आहें. राजा, आपल्या पक्षाकडे असलेला हा रणधुरंधर शल्य कृष्णाप्रमाणें सारथ्यकर्मांत फार कुशल आहे. ह्यास्तव तो जर माझें सारथ्य करील, तर तुला

खचित विजय प्राप्त होईल; ह्यासाठीं, तो महापराक्रमी शल्य माझें सारथ्य करील व माझ्या रथावर गार्ध्रपत्र बाणांचा विपुल पुरवठा होईल आणि उत्तमोत्तम अश्वांनीं युक्त असे बलिष्ठ बलिष्ठ रथ नित्य माझ्या मागें चालत असतील, अशी सर्व व्यवस्था लाव, ह्मणजे माझ्या ठिकाणीं अर्जुनापेक्षां अधिक सामर्थ्य येईल. राजा, कृष्णापेक्षां शल्य हा सारथ्यांत अधिक कुशल आहे व अर्जुनापेक्षां मी युद्धकर्मांत अधिक प्रवीण आहें. राजा, परवीरघ्न दाशार्ह कृष्ण अश्वविद्येंत जितका निपुण आहे, तितकाच निपुण महारथ शल्यही त्या विद्येंत आहे. शिवाय बाहुवीर्यांत मद्रराज शल्याची बरोबरी करील असा कोणीही नाहीं, आणि त्याप्रमाणेंच अस्त्रविद्येंत कोणताही धनुर्धर माझ्यापुढें टिकाव काढणार नाहीं. ह्यास्तव, माझ्या इच्छेप्रमाणें मला शल्य सारथि मिळेल व इतर सर्व गोष्टी अनुकूल होतील, तर मी अर्जुनाला युद्धांत निःसंदेह जिंकीन. राजा, ह्याप्रमाणें सर्व सिद्धता झाल्यावर, इंद्रप्रमुख देवही माझ्यावर चाल करून येण्यास समर्थ होणार नाहींत. एकदां तूं माझे मनोरथाप्रमाणें सर्व गोष्टी घडवून आण, ह्मणजे मी संग्रामांत काय काय करून दाखवितों तें तुझ्या दृष्टीस पडेल. राजा फार काय सांगूं ? असें झाल्यावर माझ्याशीं भिडण्यास सुरासुरही समर्थ होणार नाहींत, मग मानुषयोनींत जन्म पावलेल्या पांडुसुतांची ती कथा काय ? माझ्या इच्छेनुरूप सर्व व्यवस्था जमल्यावर आपणाशीं युद्धास प्रवृत्त झालेल्या पांडवांना मी पूर्णपणें जिंकलेंच म्हणून समज !

संजय सांगतोः—राजा धृतराष्ट्रा, परमप्रतापी कर्णानें ह्याप्रमाणें भाषण केलें तेव्हां दुर्योधनाला मोठें समाधान वाटलें व तो मोठ्या गौरवानें बोलूं लागला.

दुर्योधन ह्मणालाः—कर्णा, तुझ्या ह्मणण्याप्रमाणें मी सर्व कांहीं करितों. ज्यांवर बाणभाते ठेविले असून ज्यांस अश्व जोडिले आहेत असे रथ रणांगणांत तुझ्या मागें नित्य चालत राहातील; व त्याचप्रमाणेंच गार्ध्रपत्र शरांचा तुझ्या रथावर भरपूर पुरवठा होईल; आणि आह्मी सर्व भपाल तुझ्या पाठीवर त्वत्साहाय्यार्थ सिद्ध राहूं.

संजय सांगतोः—राजा, ह्याप्रमाणें प्रोत्साहनपर भाषण करून तुझा प्रतापशाली पुत्र मद्राधिपति शल्याकडे जाऊन त्याशीं बोलूं लागला.

अध्याय बत्तिसावा.

—:०:—

शल्याची सारथ्यार्थ प्रार्थना.

संजय सांगतोः—राजा धृतराष्ट्रा, नंतर तुझा पुत्र दुर्योधन हा मद्राधिपति महारथ शल्य ह्याजकडे मोठ्या विनयानें गेला व त्यास प्रेमपूर्वक म्हणाला, “ हे महाभागा मद्रेश्वरा, तूं सत्यव्रत असून शत्रूंचा ताप वाढविणारा आहेस व तुझ्या अंगीं रणशौर्य असल्यामुळें तुला पाहून शत्रूंची अगदीं त्रेधा उडून जाते; त्याप्रमाणेंच, हे वक्तृत्वकुशला, सर्व महान् महान् राजांमध्यें कर्णाच्या साहाय्याकरितां मी स्वतः तुलाच अतिशय पसंत करितों, हेंही तूं ऐकिलें आहेसच; ह्यास्तव, हे शत्रुपक्षसंहारका अद्वितीय वीरा मद्रेशा, मी तुला हात जोडून प्रांजळपणें अशी प्रार्थना करितों कीं, हे महारथा, अर्जुनाचा नाश करण्यासाठीं व माझें हित करण्यासाठीं तूं सारथ्य करण्याची कृपा कर. जर तूं सारथ्य करशील तर राधेय कर्ण हा खचित माझ्या शत्रूंना जिंकून टाकील. हे शल्या, रणभूमीवर वासुदेवाप्रमाणें कर्णाचें सारथ्य करण्यास योग्य असा तुझ्यावांचून दुसरा कोणी दिसत नाहीं. तेव्हां ब्रह्मदेवानें शंकराचें सारथ्य पतकरून जसें त्याचें रक्षण केलें, तसें तूं कर्णाचें

सारथ्य पतकरून त्याचें सर्व प्रकारें रक्षण कर. हे मद्राधिपा, सर्व आपत्तींमध्यें कृष्ण ज्याप्रमाणें अर्जुनाचें प्रतिपालन करितो, त्याप्रमाणें तूं आज राधेयाचें प्रतिपालन कर. अरे, आपल्या पक्षाचे मुख्य वीर काय ते भीष्म, द्रोण, कृप, कर्ण, वीर्यवान् भोज, सौबल शकुनि, अश्वत्थामा, तूं व मी असे नऊ, आणि आपण तदनुसार आपलें सैन्य विभागून त्याचे नऊ भाग केले; परंतु महात्मे भीष्म व द्रोण ह्यांचे भाग आतां राहिले नाहींत. त्या महान् वीरांनीं आपआपल्या भागांकडून वास्तविकपणें जो कांहीं शत्रुसंहार करावयाचा त्याहूनही अधिक केला, परंतु त्या दोघांही महाधनुर्धरांचा रणांगणांत शत्रूंनीं कपटानें वध केला! असो. हे मद्रराजा, ते दोघेही योद्धे अचाट पराक्रम गाजवून इहलोक सोडून स्वर्गलोकीं चालते झाले व त्याप्रमाणेंच आपल्याकडील दुसऱ्याही पुष्कळ वीरपुंगवांनीं आपआपल्या शक्त्यनुरूप प्रताप दाखवून व शत्रुहस्तें वध पावून स्वर्गलोकचा मार्ग आक्रमिला! अशा प्रकारें, हे मद्रेश्वरा, माझ्या सैन्याची दुर्दशा झाली असून आतां त्यांत फारसे वीर राहिले नाहींत. आरंभीं पांडवांचें सैन्य आपल्यापेक्षां कमी असतां आपल्या सैन्याची ही अशी दुर्दशा झाली, तेव्हां आतां काय करावें बरें? प्रस्तुत पांडव आपल्यापेक्षां बलिष्ठ झाले असून त्यांच्या ठिकाणीं खरोखरीच विलक्षण पराक्रम विद्यमान आहे; ह्यास्तव त्यांच्या हातून आपल्या सेनेचा नाश होणार नाहीं असा कांहीं तरी उपाय योज. आज कौरवसेनेंतील मोठमोठे योद्धे समरांगणांत पांडुतनयांनीं वधिले असून एक महाबाहु कर्ण व एक सर्वलोकमहारथ तूं असे दोघे मात्र माझ्या हिताकरितां तत्पर आहां. आज कर्णाच्या मनांत अर्जुनाशीं युद्ध करावें असें आहे, व कर्णाच्या हस्तें कौरवपक्षास खचित विजय प्राप्त होईल अशी मला पूर्ण खातरी वाटते. पण त्याचें सारथ्य करण्यास योग्य असा कोणीही श्रेष्ठ पुरुष ह्या भूतलावर दिसत नाहीं. म्हणून, अर्जुनाच्या रथावर कृष्ण जसा उत्तम सारथि आहे, तसा तूं कर्णाच्या रथावर सारथि हो. राजा शल्या, कृष्ण हा सारथ्य करून अर्जुनाचें संरक्षण करीत असल्यामुळें अर्जुन कसकसे पराक्रम करूं शकला, हें सर्व तुला दिसत आहेच. पूर्वीं अर्जुनाच्या अंगीं असलें अद्वितीय शौर्य दृग्गोचर झालें नाहीं. त्यानें पूर्वीं असा शत्रुनाश कधींही केला नव्हता. हल्लीं त्याचा जो हा प्रताप व्यक्त होत आहे, तो त्या कृष्णार्जुनांच्या संघशक्तीचा परिणाम होय. ते दोघे आतां एकत्र झाल्यामुळें कौरवांची ही महाचमू प्रत्यहीं रणांगणांतून विदीर्ण होऊन उध्वस्त होत चाललेली दिसत आहे. हे महाद्युते, प्रस्तुत कर्णाच्या व तुझ्या अशा दोघांच्या मात्र सैन्यांचे कांहीं भाग अवशिष्ट आहेत, ह्यास्तव तुम्हीं दोघांनीं आपलीं सैन्यें एकत्र करून एकदम शत्रूंचा नाश करा. ह्या महान् युद्धामध्यें, अरुणाच्या मदतीनें सूर्य जसा अंधःकाराचा उच्छेद करितो, तसा तूं कर्णाच्या मदतीनें शत्रूंचा उच्छेद कर. राजा शल्या, प्रातःकालीन सूर्याप्रमाणें द्युतिमान् असे तुम्ही कर्णशल्य रणांगणांत शत्रुनाशार्थ उद्युक्त झालां म्हणजे पांडवांकडील मोठमोठे महारथ तत्काळ पलायन करतील. सूर्यारुणांना पाहून अंधःकार जसा नष्ट होतो, तद्वत् तुम्हांला पाहून पांचाल व सृंजय ह्यांसमवेत सर्व पांडव नष्ट होतील. अरे, ही तुमची जोडी मोठी अपूर्व होय. कर्ण हा रथ्यांमध्यें श्रेष्ठ व मद्राधिपति तूं सारथ्यांमध्यें श्रेष्ठ! आजपर्यंत असा हा अपूर्व योग पूर्वीं कधीं जमला नाहीं व पुढें कधीं जमणारही नाहीं. ज्याप्रमाणें सर्व

संकटांमध्यें अर्जुनाला कृष्ण संभाळतो, त्याप्रमाणें रणांगणांत कर्णाला त्वां संभाळावें हें उचित होय. हे मद्रेश्वरा, कर्णाचें सारथ्य करण्यास तूं सिद्ध झालास तर समरांगणांत कर्णावर चालून येण्यास प्रत्यक्ष इंद्रप्रमुख देवांचीही छाती होणार नाहीं, मग यःकश्चित् पांडवांची ती कथा काय? ह्या माझ्या भाषणावर तूं पूर्ण भरंवसा ठेव. "

संजय सांगतोः—राजा धृतराष्ट्रा, दुर्योधनाचें भाषण शल्याला मुळींच मानवलें नाहीं. त्याच्या योगें तो अतिशय संतापला, कपाळाला आठ्या घालून व भुंवया चढवून पुनः पुनः हातबोटें मोडूं लागला, आणि क्रोधानें त्याचे नेत्र आरक्त होऊन गरगर फिरूं लागले! राजा, कुल, शील, ज्ञान, विभव व बल ह्यांविषयीं शल्यास मोठा अभिमान होता. ह्यास्तव, तो दुर्योधनास असें ह्मणाला.

शल्य म्हणतोः—राजा गांधारीपुत्रा, तूं माझा उघड उघड अवमान करितोस, ह्यावरून खचित तुला माझ्या सामर्थ्याविषयीं शंका आहे, ह्यांत संदेह नाहीं; अरे, नाहीं तर तूं मला सारथ्य कर म्हणून कधींही बिनदिक्कतपणें बोलला नसतास! अरे, तूं माझ्यासारख्या वीरापेक्षां कर्णाला अधिक मानितोस व त्याची प्रौढी गातोस, परंतु मी त्याला माझ्याशीं तुल्य असा वीर गणीत नाहीं हें पक्कें ध्यानांत ठेव. राजा. ज्या महाबलिष्ठ वीराला म्यां जिंकावें असें तुला वाटत असेल, त्या वीराचें नांव मला सांग, ह्मणजे त्यास जिंकून मी आपला आल्या मार्गानें परत जाईन; अथवा, हे कुरुनंदना, आज मी एकटाच शत्रूंशीं युद्ध करितों, ह्मणजे युद्धांत शत्रूंना भस्म करून टाकण्याचें सामर्थ्य माझ्या अंगीं किती आहे हें तुझ्या दृष्टोत्पत्तीस येईल! राजा दुर्योधना, आह्मांसारखे पुरुष अंतर्यामीं योग्य असा अभिमान बाळगून आपआपल्या अंगीकृत कार्यास प्रवृत्त होत असतात; ह्याकरितां तूं आम्हांविषयीं शंका घ्यावीस हें सर्वथैव अनुचित होय. राजा, युद्धसामर्थ्यासंबंधानें तूं माझी मानखंडना अगदीं करूं नको. हे माझे वज्रतुल्य बळकट व सुदृढ बाहू अवलोकन कर; तसेंच हें माझें देदीप्यमान धनुष्य व सर्पतुल्य शर पहा; त्याप्रमाणेंच वायुवेगानें चालणाऱ्या उत्कृष्ट अश्वांनीं युक्त अशा ह्या माझ्या युद्धार्थ सिद्ध असलेल्या रथाकडे दृष्टि टाक; आणि तद्वतच हेमपट्टविभूषित अशी ही माझी गदा अवलोकन कर. राजा, मी आपल्या पराक्रमानें ही सर्व पृथ्वी फोडून टाकीन, सर्व पर्वत इतस्ततः फेंकून देईन, व सर्व समुद्र कोरडे पाडीन! तेव्हां अशा प्रकारें शत्रुनिग्रह करण्यास समर्थ अशा प्रबळ योद्ध्याला नीच पुरुषाचें सारथ्य करण्यास तूं सांगत आहेस तें काय म्हणून? ह्यास्तव, राजा, नीचकुलोत्पन्न अधिरथपुत्र जो कर्ण त्याचें सारथ्य करण्याच्या कामावर तूं माझी नेमणूक करूं नयेस, हें चांगलें. पापकुलांतील पुरुषाचें दास्य करण्यास श्रेष्ठ कुलांत जन्मलेला मी योग्य नाहीं. आतां कदाचित् तूं ह्मणशील कीं, 'हा शल्य प्रस्तुत माझ्या अधीन आहे, ह्यास्तव मी सांगेन तें ह्यानें ऐकिलें पाहिजे' पण हें तुझें ह्मणणें ठीक नाहीं. सध्या मी तुझ्या अधीन झालेला आहें खरा, पण तो तुझ्या सत्तेनें अधीन झालों आहें असें नाहीं, मी आपण होऊन प्रेमानें तुझ्या अधीन झालेला आहें. ह्याकरितां, वरिष्ठ कुलांत जन्मलेल्या मला जर तूं नीच-कुलोत्पन्न कर्णाच्या दास्यांत टाकशील, तर ह्या नीचोच्चधर्मांत उत्पन्न होणाऱ्या वैपरीत्याचें पातक तुझ्या माथीं बसेल हें पक्कें ध्यानांत ठेव. राजा दुर्योधना, ब्रह्मदेवानें आपल्या मुखापासून ब्राह्मणांची उत्पत्ति केली, त्यानें क्षत्रियांस आपल्या बाहूंपासून निर्माण

केलें, वैश्य हे ब्रह्मदेवाच्या मांड्यांपासून उत्पन्न झाले, आणि शूद्र हे पायांपासून निर्माण झाले, अशी स्पष्ट श्रुति आहे. ह्या चार वर्णांपासून अनुलोमज व प्रतिलोमज अशी वर्णविशेष द्विधा सृष्टि झाली आहे. इतर वर्णांचें संरक्षण करणें, संपत्ति मिळविणें व तिचें दान वगैरे करणें हें काम क्षत्रियांनीं करावें; यज्ञयाग करविणें, वेदविद्या शिकविणें व निर्मल दानांचा प्रतिग्रह करणें ह्या गोष्टी करून लोकांवर अनुग्रह करण्याकरितां ह्या भूतलावर ब्राह्मणांची स्थापना करण्यांत आली आहे; त्याप्रमाणेंच वैश्यांचा आचार ह्मटला ह्मणजे त्यांनीं कृषिकर्म करावें, पशु पाळावे व दानधर्म करावे, हा होय; आणि शूद्रांचें स्वकर्तव्य कोणतें ह्मणशील तर त्यांनीं वरिष्ठ अशा तिन्ही वर्णांची परिचर्या(नोकरी)करावी हें आहे. राजा, सूतांचें विहित कर्म ह्मटलें ह्मणजे ब्राह्मण व क्षत्रिय ह्यांची सेवा करावी. सूताची आज्ञा क्षत्रियांनीं मानावी हा मुळींच सदाचार नव्हे. मी मूर्धाभिषिक्त राजर्षि असून मोठा कुलीन आहें. मी प्रख्यात महारथ असून माझें दास्य व स्तवन बंदिजनांनीं (**सूतांनीं**) करणें हा धर्म होय. ह्यास्तव अशी मोठी योग्यता धारण करणाऱ्या शत्रुबलसंहारक महावीरानें म्यां रणांगणांत सूतपत्र कर्णाचें सारथ्य करणें हें सर्वथा अनुचित होय. अशा करण्यानें माझा मानभंग होईल. ह्यास्तव, हे गांधारीपुत्रा, आतां युद्ध करण्याची माझी इच्छा नाहीं, तूं आज मला स्वगृहीं जाण्यास अनुमोदन दे.

संजय सांगतोः—राजा धृतराष्ट्रा, ह्याप्रमाणें भाषण करून युद्धधुरंधर शल्य हा संतप्त होत्साता तत्काळ उठला व राजसमूहांतून चालता झाला. तेव्हां मोठ्या गौरवानें व प्रेमानें तुझ्या पुत्रानें त्यास थांबवून धरिलें व सर्वार्थसिद्धि करून देणारें सामपूर्वक मधुर भाषण केलें. त्या समयीं दुर्योधन त्यास ह्मणाला, "हे मद्रराज शल्या, तूं जें म्हणालास तें निःसंशयपणें सत्य होय; पण माझा जो कांहीं हेतु आहे, तो ध्यानांत आण. राजा, कर्ण हा तुझ्यापेक्षां अधिक पराक्रमी आहे असें मी म्हणत नाहीं, अथवा तुझ्या युद्धनैपुण्याबद्दलही माझ्या मनांत शंका येत नाहीं. मद्राधिपति शल्य हा असत्य असें भाषण करण्यास सिद्ध होणार नाहीं अशीच माझी खात्री आहे. आजपर्यंत तुझ्या घराण्यांतील श्रेष्ठ पुरुष ऋत (सत्य) भाषणच करीत आले व ह्यामुळेंच तुला आर्तायनि[१] (सत्यवक्त्यांच्या कुलांत जन्मलेला) असें नांव प्राप्त झालें असें मी मानितों. त्याप्रमाणेंच, हे मानदा, युद्धामध्यें तूं शत्रूंच्या हृदयांत शल्यवत् पीडा करितोस, म्हणूनच तुला शल्य हें नांव ह्या भूतलावर मिळालें असें सांगतात. हे उदारा धर्मज्ञा शल्या, तूं जें कांहीं पूर्वीं म्हटलें आहेस, तदनुरूपच मी तुझी प्रार्थना करीत आहें, तर तूं तें सर्व कर. मद्रेश्वरा, तुझ्यापेक्षां वीर्यवान् राधेय हा नाहीं व मीही नाहीं. प्रस्तुतच्या युद्धांत माझी तुला अशी विनंति आहे कीं, तूं कर्णाच्या बलिष्ठ अश्वांचें नियंत्रण कर. राजा, कर्ण हा धनंजयापेक्षां अधिक गुणी आहे असा माझा समज आहे व तूं वासुदेवापेक्षां अधिक गुणी आहेस असें सर्व लोक मानितात. राजा, कर्ण हा अस्त्रविद्येंत अर्जुनापेक्षां अधिक निपुण आहे आणि तूं अश्वज्ञानांत व बलांत वासुदेवापेक्षां अधिक समर्थ आहेस. हे मद्राधिपा, कृष्णाला अश्वविद्या उपलब्ध आहे खरी; पण त्याच्या दुप्पट ती तुला उपलब्ध आहे. ह्यास्तव मी तुझी योग्यता कृष्णापेक्षांही अधिक मानितों !"

शल्य म्हणालाः—राजा दुर्योधना, भर-

१ ऋतं एव अयनं आश्रयः येषां ते ऋतायनाः । तेषां गोत्रापत्यं आर्तायनिः ।

सैन्यामध्यें ज्या अर्थी तूं मला कृष्णापेक्षां अधिक वर्चस्व देत आहेस, त्या अर्थी मी तुजवर प्रमुदित झालों आहें! हा पहा अर्जुनाशीं युद्ध करण्यास सिद्ध झालेल्या त्या पराक्रमी व विजयशाली राधेयाचें सारथ्य करण्यास मी तयार आहें! तथापि, राजा, माझी एक अट मात्र आहे. ती ही कीं, मला जें उचित दिसेल तें मी कर्णाला बोललों असतां तें त्यानें सहन केलें पाहिजे.

संजय सांगतोः—राजा धृतराष्ट्रा, शल्याचें हें भाषण ऐकून कर्णासहित दुर्योधनानें 'बरें आहे' असें म्हणून त्यास अनुमोदन दिलें.

अध्याय तेहतिसावा.

—:०:—

त्रिपुराख्यान.

दुर्योधन म्हणालाः—हे मद्राधिपा शल्या, मी पुनः जें कांहीं सांगतों तें श्रवण कर. पूर्वी देव व दैत्य ह्यांचें युद्ध चालू असतांना जें कांहीं घडलें, व जें मीं पित्याच्या समीप महर्षि मार्कंडेयांपासून ऐकिलें, तें मी तुला सविस्तर निवेदन करितों, तर तूं तें चित्त देऊन ऐक; त्याविषयीं कोणत्याही प्रकारची शंका मनांत आणूं नको. राजा, पूर्वी देव व दैत्य हे परस्परांना जिंकण्याच्या उद्देशानें भयंकर युद्ध करीत असतां तारकासुराची देवांना फार भीति पडली. तेव्हां तारकासुराचा नाश केल्याशिवाय आपला हृद्रोग जाणार नाहीं, असें मानून देवांनीं दैत्यांशीं मोठ्या निकराचें युद्ध आरंभिलें व त्यांत देवांना यश येऊन दैत्यांचा अगदीं मोडही झाला, असें सांगतात. ह्याप्रमाणें दैत्यांची वाताहत झाली असतां तारकासुराचे तीन पुत्र ताराक्ष, कमलाक्ष व विद्युन्माली हे घोर तपश्चर्या करण्यास प्रवृत्त झाले व त्यांनीं ती उत्तम प्रकारें चालवून आपलीं पुष्ट शरीरें अगदीं कृश करून टाकिलीं. राजा, त्या तपोनुष्ठानांत त्यांनीं बाह्येंद्रियांचा जय, चित्ताची एकाग्रता, अंतर्बाह्य शुद्धि व समाधियोग हीं इतकीं सिद्ध केलीं कीं, पितामह ब्रह्मदेव त्यांजवर प्रसन्न होऊन वर देण्यास उद्युक्त झाला. त्या वेळीं तारकादि तीनही असुरपुत्रांनीं ब्रह्मदेवापाशीं 'आम्हांस कोणत्याही प्राण्यापासून केव्हांही मरण येऊं नये.' म्हणून वर मागितला; पण तेव्हां लोकनायक प्रभु ब्रह्मदेवानें लागलेंच सांगितलें कीं, 'असुरपुत्रहो, कोणत्याही प्राण्यापासून मृत्यु येऊं नये हें तुमचें मागणें अनुचित होय; जगांत सर्वामरत्व कोणालाही नाहीं, ह्यास्तव तुह्मी येथून चालते व्हा. ह्याशिवाय दुसरा एखादा जो तुम्हांला आवडत असेल तो वर मागा.' राजा शल्या, नंतर त्या तीनही दैत्यपुत्रांनीं पुनः पुनः खलबतें केलीं व आपल्या मनाचा निश्चय करून ते फिरून सर्वलोकाधिपति ब्रह्मदेवाप्रत जाऊन मोठ्या विनयानें त्यास म्हणाले कीं, "हे पितामहा, तीन पुरांचा आश्रय करून तुझ्या कृपेनें ह्या लोकीं सर्व भूमंडलाचें आम्हांस आक्रमण करितां येईल, एक सहस्र वर्षेंपर्यंत आम्हीं ह्याप्रमाणें भूमंडलाचें आक्रमण केल्यावर मग आमचीं हीं तीनही पुरें एकत्र होतील व आह्मी सर्वजण एक्या ठिकाणीं जमूं, आणि त्यानंतर ह्या एकरूप झालेल्या तीनही पुरांना एका बाणानें जो देवाधिदेव भग्न करील, त्यापासून आम्हांस मृत्यु येईल, असा वर तूं आम्हांला दे."

राजा, असुरपुत्रांची ही प्रार्थना ब्रह्मदेवानें लागलीच मान्य केली व 'तुमची इच्छा पूर्ण होईल.' असा वर अर्पण करून तो स्वर्गास चालता झाला. इकडे तारकादि दैत्यसुतांना मोठा आनंद झाला; त्यांनीं परस्परांमध्यें पुढील कार्याची चर्चा केली व महासुर मयाला तीन पुरें निर्माण करण्याच्या कामावर नेमिलें. राजा, तो महाबुद्धिमान् मया-

सुर म्हणजे केवळ विश्वकर्मा, दैत्यदानवांना अत्यंत वंदनीय, व आरंभिलेल्या कार्यांत सदा अविश्रांत असा असल्यामुळें, उद्दिष्ट हेतूच्या सिद्धीकरितां घोर तपश्चर्या करून त्यानें तिच्या बळावर तीन पुरें रचिलीं. त्या तिहीं-पैकीं एक पुर सुवर्णाचें, एक पुर रजताचें, व एक पुर कृष्णलोहाचें होतें. सुवर्णपुर स्वर्गांत होतें, रजतपुर अंतरिक्षांत होतें, व लोहपुर पृथ्वीवर होतें. ह्या तिन्ही पुरांची रचना अशी कांहीं अपूर्व होती कीं, जणू काय त्यांतील प्रत्येक पुर चक्रावरच बसविलेलें होतें व त्यामुळें तें यथेष्ट संचार करीत असे ! मद्रराजा, त्या तीनही पुरांपैकीं प्रत्येकाची लांबी व रुंदी शंभर शंभर योजनें असून त्यांत घरें, वाडे, प्राकार, तोरणें वगैरे पुष्कळ होतीं, त्यांमध्यें मोठमोठ्या वाड्यांची जरी अगदीं दाटी झालेली होती, तरी विस्तृत मार्गांमुळें मोकळी जागाही विपुल होती. त्यांमध्यें बहुविध प्रासाद व वेशीही पुष्कळ होत्या आणि त्यामुळें मोठी रम्य शोभा दिसत होती. राजा, त्या मोठ्या पुरांमध्यें निरनिराळे राजे होते. देदीप्यमान सुवर्णपुराचा अधिपति महात्मा ताराक्ष होता. रजतपुराचा स्वामी कमलाक्ष हा होता, व लोहपुर हें विद्युन्मालीचें होतें. राजा मद्रेश्वरा, ह्याप्रमाणें ते तिघे दैत्यराजे पुरप्राप्तीनें प्रबळ झाले, तेव्हां अस्त्रवीर्यानें सर्व त्रैलोक्य आक्रमून वरचढ बनले व मदांध होत्साते ‘ प्रजापति ब्रह्मदेव तो कोणता ? ’ असें ह्मणूं लागले ! राजा, ह्याप्रमाणें त्या दुर्धर दैत्यराजांचा चोहोंकडे प्रताप गाजूं लागतांच, ज्यांचा देवांनीं पराभव करून टाकिला होता असे कोट्यवधि दैत्य-दानव पुनश्च मदोन्मत्त होऊन चोहोंकडून त्यांस येऊन मिळाले आणि महत् ऐश्वर्याची मनीषा धरून दुर्गम अशा त्रिपुरांत त्यांनीं वास्तव्य केलें. राजा शल्या, ह्या प्रकारें मय-निर्मित त्रिपुरांमध्यें सर्वत्र दैत्यदानवांची गर्दी जमली असतां त्या सर्वांची यथास्थित व्यवस्था व दिनचर्या मयासुराकडून चालत असे. ते सर्व असुर मयाच्या आश्रयानें व सल्लामसलतीनें निर्धा-स्तपणें आपला व्यवसाय करीत असत; आणि त्रिपुरांत राहाणारा कोणताही असुर ज्या ज्या गोष्टीची इच्छा करी, ती ती गोष्ट मयासुर आपल्या मायेनें त्यास संपादन करून देत असे.

मद्रेश्वरा, तारक्षाला हरि नामक महा-बलिष्ठ पुत्र होता. त्यानें घोर तप करून पिता-मह ब्रह्मदेवाला तृप्त केलें; आणि माझ्या पुरींत अशा प्रकारची एक वापी निर्माण व्हावी कीं, ‘ जिच्यामध्यें शस्त्रांनीं हत झालेले दैत्य-दानव टाकिले असतां त्यांचें संजीवन होऊन ते पूर्ववत् बलिष्ठ व्हावे. ’ असा त्यापाशीं वर मागि-तला. ब्रह्मदेवानें तो वर तारक्षपुत्राला दिल्या-बरोबर त्यानें मृतसंजीविनी वापी (विहीर) सुवर्णपुरींत निर्माण केली. नंतर, तिच्यांत जो मृत वीर टाकावा तो मृत्युसमयीं ज्या वेषानें व ज्या रूपानें असेल, त्या वेषानें व त्या रूपानें तत्काळ पुनः युद्धार्थ प्रकट होऊं लागला. राजा, ह्याप्रमाणें ती वापी प्राप्त होतांच, दैत्यांपैकीं जे कोणी धारातीर्थी पडत ते पुनः उठत. यामुळें त्यांचा जोर विलक्षण वाढून ते दैत्यदानव सर्व लोकांना गांजूं लागले. राजा, ह्याप्रमाणें असुर महातपःसिद्धीनें संपन्न झाले, तेव्हां त्यांचा अगदीं क्षय होईनासा झाला व त्यामुळें देवांची भीति वाढूं लागली. अशा रीतीनें दैत्य प्रबळ होतांच त्यांची विवेकबुद्धि अस्तंगत झाली व त्यांस लोभमोहांनीं ग्रस्त करून टाकलें. पुढें ते अगदीं निर्लज्ज होऊन त्यांनीं सर्व जगभर धुमाकूळ माजविला; व वरप्राप्तीनें अंध झालेल्या त्या दैत्यांना जेथें जेथें व जेव्हां जेव्हां गणांसह देव आढळले, तेथून तेथून व तेव्हां तेव्हां त्यांनीं त्यांना पळवून लावून

स्वच्छंदानें मन मानेल तें करण्याचा क्रम आरंभिला. त्यांनीं देवांचीं आवडतीं उद्यानें, ऋषींचे पुण्यकारक आश्रम व जगतीतलावरील सुंदर सुंदर देश ह्यांचा विध्वंस उडविला आणि ते उच्छृंखल होऊन दुष्ट आचरण करूं लागले. ह्याप्रमाणें दैत्यांनीं सर्व त्रैलोक्यास 'त्राहि भगवन्' असें करून सोडिलें, तेव्हां सर्व देवांसमवेत इंद्र हा त्या त्रिपुरांशीं लढण्यास सिद्ध झाला व त्यानें चोहों बाजूंनीं त्या पुरांवर वज्रप्रहार करून तीं पुरें भग्न करण्याचा प्रयत्न चालविला; परंतु पुरंदर इंद्राला त्यांत यश आलें नाहीं. ब्रह्मदत्त वरानें अभेद्य झालेल्या त्या तीनही पुरांवर इंद्राचें वीर्यवान् आयुध जेव्हां व्यर्थ झालें, तेव्हां इंद्रानें भयभीत होऊन आरंभिलेला यत्न तसाच सोडून दिला. व तो आपल्या समागमें असलेल्या अखिल देवांसहर्तमान पितामह ब्रह्मदेवाकडे गेला; आणि त्यानें असुरांपासून होत असलेल्या सर्व दुर्धर यातना त्यास निवेदन केल्या. इंद्रप्रभृति सर्व देव ब्रह्मदेवापाशीं प्राप्त झाल्यावर त्या सर्वांनीं प्रथम त्यास साष्टांग प्रणिपात केले व इत्थंभूत वर्तमान सांगून त्रिपुरनाशार्थ उपाय विचारला.

तेव्हां ब्रह्मदेवानें देवांस म्हटलें:—देवहो, जो कोणी तुमचा अपराध करितो तो माझाही अपराध करितो, असें मी मानितों. दुष्ट दुरात्मे असुर हे नित्य तुमचा द्वेष करीत असल्यामुळे ते माझे नित्य वैरी होत. माझी सर्व भूतांविषयीं निःसंशय समबुद्धि आहे, हें खरें; तथापि, धर्ममर्यादेचें उल्लंघन करणारांस वधावें हा मीं नियम ठेविलेला आहे. अहो, तीं तीनही दुर्गम पुरें एका बाणानें भग्न झालीं पाहिजेत,—ह्याशिवाय अन्य उपायांनीं तीं भग्न व्हावयाचीं नाहींत; आणि तीं एका बाणानें भेदन करण्यास शंकरावांचून इतर देव समर्थ होणार नाहींत. ह्यास्तव, तुह्मी सर्व देवहो, त्या महासमर्थ, विजयशाली, अंगीकृत कार्यांत अविश्रांत श्रम करणाऱ्या युद्धधुरंधर शंकराची प्रार्थना करून त्याजकडून त्रिपुरनाशाचें काम करून घ्या; त्याच्याच हातून त्या दैत्यांचा वध निश्चयानें होईल.

राजा मद्रेशा, ह्या प्रकारें ब्रह्मदेवाचें भाषण ऐकून, तपश्चर्या व व्रतवैकल्यें करून शाश्वत ब्रह्माचें चिंतन करणारे ते धर्मशील देव ब्रह्मदेवाला अग्रभागीं घालून ऋषींसहवर्तमान पूर्ण मनोभावानें भगवान् शंकराला शरण गेले; आणि त्यांनीं भयप्रसंगीं अभय देणाऱ्या, सर्वांच्या अंतर्यामीं अधिष्ठान करणाऱ्या, सर्व त्रैलोक्यभर व्याप्त असलेल्या, निर्गुण निर्विकार महात्म्या शंकराची उग्र सूक्तांनीं स्तुति केली. राजा, ज्या भगवान् शंकरानें नानाविध विशिष्ट तपश्चर्या करून आपल्या मनोवृत्तीचें दमन केलें, ज्याला आत्मानात्मविचाराचें पूर्ण ज्ञान आहे, व जो आत्म्याला सदासर्वकाळ पूर्ण कह्यांत ठेवितो, त्या तेजोराशि उमापति महेशास जेव्हां त्यांनीं पाहिलें, तेव्हां भगवंताचें तें मंगलकारक लोकोत्तर रूप अवलोकन करून त्यांच्या मनोवृत्ति स्तब्ध झाल्या व त्यांनीं सर्व विश्व हें एकाच परमात्म्याचें नानाविध भासणारें स्वरूप होय अशी कल्पना केली; आणि त्यांनीं प्रत्येकीं आपल्या मनांत जें भगवत्स्वरूप चिंतिलें होतें, तेंच त्या महात्म्याच्या ठायीं दृग्गोचर झालेलें पाहून सर्वांस मोठा चमत्कार वाटला; व जगत्पति शंकर हा सर्वभूतमय आहे अशी पूर्ण खातरी होऊन देव व ब्रह्मर्षि ह्यांनीं धरणीतलावर लोटांगण घातलें. नंतर भगवान् शंकरानें प्रोत्साहनपर भाषणानें त्यांचें स्वागत करून त्यांस उठविलें आणि बोला बोला असें तो स्मितपूर्वक ह्मणाला. ह्याप्रमाणें त्र्यंबकाची आज्ञा झाली तेव्हां त्यांच्या मनाला मोठा धीर आला व

त्यांनीं श्रीशंकराची स्तुति करण्यास आरंभ केला.

त्या समयीं ते ब्रह्मर्षि व देव ह्मणाले:—हे प्रभो देवाधिदेवा शंभो, तूं धनुष्य व वनमाला हीं धारण केलीं आहेस, प्रजापति दक्ष ह्याच्या मखाचा तूंच विध्वंस केलास, सर्व प्रजापति तुझा स्तव करितात, तूं स्तुतीस योग्य असून आजपर्यंत पुष्कळांनीं तुझी स्तुति केली आहे व पुष्कळांकडून प्रस्तुत तुझी स्तुति होत आहे. तुझा वर्ण पिंगट व आरक्त असून तूं मोठा उग्र आहेस, तुझी ग्रीवा नीलवर्ण असून तूं शूल धारण केला आहेस, तुझ्या ठिकाणीं अमोघ पराक्रम वसत आहे, तुझे नेत्र मृगनेत्रांप्रमाणें पाणीदार आहेत, तूं महान् महान् आयुधांनीं युद्ध करितोस, तूं मोठा पवित्र व शुद्ध आहेस, तूं विध्वंस व क्षय करणारा आहेस, तुझें निग्रहण करण्यास कोणीही समर्थ नाहीं, तूं जगाचा संहारकर्ता आहेस, तूं ब्रह्मनिष्ठ असून ब्रह्मस्वरूप आहेस, तुझी सत्ता सर्वत्र चालते, तूं अपरिच्छिन्न असल्यामुळें तुझें नामरूपादिकांनीं वर्णन करणें अशक्य होय, तूं सर्व विश्वाचें नियंत्रण करितोस, चर्म हें तुझें वसन होय, तूं नित्य तपश्चर्येंत रत असतोस, तूं सदा व्रतादिकांचें अनुष्ठान करितोस, कार्तिकेय हा तुझा पुत्र होय, तुला तीन नयन आहेत, तूं मोठमोठीं आयुधें धारण करितोस, तूं शरणागतांचें संकट निवारितोस, तूं ब्रह्मद्वेष्ट्यांचे समुदाय मृत्युमुखीं लोटितोस, तुझ्यापासूनच वनस्पतींचें संरक्षण होतें, नरांचा पालनकर्ता तूंच होस, इंद्रियांचा व यज्ञांचा स्वामी तूंच आणि तुझ्यापाशीं मोठी सेना व अमित विक्रम वास करीत आहे; हे देवाधिदेवा त्र्यंबका, मन, वाणी व कर्म हीं सर्व आह्मी त्वत्पर करीत आहों, तर आम्हां दीन जनांना अभय देऊन आमचे मनोरथ सिद्धीस ने.

मद्रेश्वरा, ह्याप्रमाणें स्तव श्रवण करून भगवान् शंकर प्रसन्न झाला व त्यानें त्या देवब्राह्मणांचें स्वागतपूर्वक अभिनंदन करून ‘ तुमची भीति नष्ट होईल. ’ असा वर दिला आणि ‘ आणखी काय करूं ? बोला. ’ असें ह्मटलें.

अध्याय चौतिसावा.

—:०:—

त्रिपुरवधोपाख्यान.

दुर्योधन म्हणाला:—हे मद्राधिपा शल्या, ह्याप्रमाणें महात्म्या शंकराकडून पितर, देव व ऋषि ह्यांच्या समुदायांना अभय मिळालें, तेव्हां ब्रह्मदेवानें शंकराचा मोठा सत्कार करून लोकहितकारक भाषण केलें.

ब्रह्मदेव ह्मणाला:—हे देवेश्वरा शंकरा, तुझ्या अनुग्रहामुळेंच मी हा प्राजापत्याधिकार चालवीत आहें; आणि ह्या अधिकाराच्या बळावरच मीं दानवांना मोठा वर दिला आहे; पण प्रस्तुत दानवांनीं अमर्याद वर्तन चालविल्यामुळें, पूर्वीं घडलेल्या व पुढें घडून येणाऱ्या गोष्टींवर सत्ता चालविणाऱ्या शंकरा, त्यांच्या वधाकरितां तुझ्यावांचून दुसरा कोणी समर्थ होईल असें मला वाटत नाहीं; म्हणून हे देवाधिदेवा, शरण आलेल्या ह्या देवब्राह्मणांवर कृपा करून तूं ह्या दानवांचा संहार कर. हे मानदा, तुझ्या प्रसादामुळेंच ह्या सर्व जगाला सुख मिळालें आहे; हे लोकेशा, तूंच सर्वांचें आश्रयस्थान आहेस; आणि ह्यामुळेंच आम्हीं हे सर्व तुला शरण आलों आहों.

स्थाणु ह्मणाला:—ब्रह्मप्रभृति देव-ऋषींनो, तुमच्या सर्व शत्रूंचा वध करावा असें माझ्या मनांत येतें; परंतु तसें करण्याला मला एकट्याला उमेद नाहीं; कारण, सुरद्वेष्टे दैत्यदानव हे मोठे बलिष्ठ आहेत. ह्यास्तव तुम्हीं सर्व एक होऊन माझ्या अर्ध्या बळाचें साहाय्य घेऊन शत्रूंशीं युद्ध करा व त्यांचा विध्वंस उडवा. अहो,

तुम्हीं एकत्र झाल्यावर तुमचें सामर्थ्य अचाट वाढेल, कारण संघशक्ति ही मोठी अनिवार्य होते.

देव ह्मणाले:---भगवन् शंकरा, आमच्या ठिकाणीं जितकें बल व तेज आहे, त्याच्या दुप्पट बल व तेज त्या असुरांच्या ठिकाणीं आहे, असें आह्मांस वाटतें; कारण, त्यांचें बल व तेज आह्मीं पाहिलें आहे.

श्रीभगवान् ह्मणाला:---देवादिकहो, तुह्मांस पीडा करणारे ते पातकी दैत्यदानव सर्वतोपरी वध्य होत; ह्यास्तव माझ्या अर्ध्या बलानें व तेजानें त्या सर्व शत्रूंचा नाश करा.

देव ह्मणाले:---हे महेश्वरा, तुझें अर्धें बल व तेज धारण करण्यास आह्मीं समर्थ नाहीं; ह्यास्तव आमच्या सर्वांच्या अर्ध्या बलतेजानें तूंच शत्रूंना वधून टाक.

श्रीभगवान् ह्मणाला:---देवादिकहो, जर तुह्मांला माझें बल धारण करण्याला मुळींच सामर्थ्य नसेल, तर तुमच्या बलसाहाय्यानें आपलें बल वृद्धिंगत करून मीच ह्यांचा वध करण्यास सिद्ध आहें.

राजा शल्या, ह्याप्रमाणें भाषण ऐकून देवादिकांनीं ' बरें आहे ' असें ह्मटलें; आणि नंतर त्या भगवान् शंकरानें त्या देवादिकांच्या अर्ध्या शक्तीनें आपल्या शक्तीस वृद्धिंगत केलें. राजा, तदनंतर शंकराचें बल सर्वांपेक्षां अधिक वाढलें व त्यामुळें तेव्हांपासून त्यास **महादेव** हें नांव प्राप्त झालें.

पुढें महादेव ह्मणाला:—देवहो, मी धनुष्य व बाण धारण करून रथांत अधिष्ठित होईन व तुमच्या त्या दैत्यदानव शत्रूंस समरांगणांत ठार करीन. ह्मणून तुह्मी मजकरितां रथ व त्याप्रमाणेंच धनुष्यबाण हीं सिद्ध करा, ह्मणजे मी शत्रूंना आजच्या आज भूतलावर पाडून टाकितों.

देव ह्मणाले:---हे देवेश्वरा शंकरा, सर्व त्रैलोक्यामध्यें जितक्या म्हणून मूर्ति आहेत, तितक्या सर्वांचें तेज एकत्र करून त्या योगें महाबलिष्ठ असा एक उत्कृष्ट रथ विश्वकर्म्याकडून अत्यंत चातुर्यानें आह्मी सिद्ध करितों.

राजा शल्या, नंतर महान् महान् देवांनीं रथ सिद्ध केला. त्यांनीं विष्णु, सोम व अग्नि ह्यांची शंकराच्या बाणाच्या ठिकाणीं योजना केली, अग्नीला त्या बाणाच्या शृंगाकार काड्याच्या ठिकाणीं, सोमाला पात्याच्या ठिकाणीं व विष्णूला पात्याच्या अग्रभागाच्या ठिकाणीं योजिलें. त्या सुरोत्तमांनीं मोठमोठीं नगरें, पर्वत, वनें व द्वीपें ह्यांनीं युद्ध व सर्व प्राण्यांस आश्रयस्थान अशा वसुंधरा देवीची रथाच्या ठिकाणीं योजना केली. त्यांनीं मंदर पर्वताला त्या रथाचा अक्ष (आंस), गंगेला जंघा, दिशा व उपदिशा ह्यांना त्या रथावरील अलंकार, नक्षत्रमंडल हें ईषा (आंस व जूं यांना बांधावयाचें आडवें लांकूड), कृतयुग हें जूं, भुजगोत्तम वासुकि हा त्या रथाचा कूबर (जूं बांधावयाची दांडी), हिमालय व विंध्य ह्या पर्वतांना अनुक्रमें अपस्कर(मागें बांधावयाची दांडी) व चक्रांचे आधार, आणि उदयास्तपर्वतांना रथाचीं चक्रें बनविलें. त्यांनीं दानवांचा आश्रय जो श्रेष्ठ समुद्र त्याला दुसरा अक्ष व सप्तर्षिमंडलाला परिष्कर (रथाच्या चाकांवरील धांवा वगैरे) बनविलें. त्यांनीं गंगा, यमुना, सरस्वती व आकाश ह्यांना धुरा बनविलें, इतर सर्व नद्या व जलाशय ह्यांची बंधादि सामग्रीच्या स्थानीं योजना केली, व अहोरात्र, कला, काष्ठा, ऋतु ह्यांना अनुकर्ष (रथाच्या अधोभागीं असणारी दांडी), आणि देदीप्यमान ग्रहनक्षत्रांना वरूथ (रथावरील चिलखत) बनविलें. त्यांनीं त्रिवेणुतुल्य धर्म, अर्थ, काम ह्या तिहींना रथांतील तल्पें (आरोहस्थानें), फलपुष्पांनीं भरलेल्या ओषधीलतांना घंटा, सूर्यचंद्रांना दुसरीं चक्रें, आणि दिवस

व रात्र ह्यांना डावीकडील व उजवीकडील सुंदर बाजू बनविलें. त्यांनीं धृतराष्ट्रप्रमुख दहा नागपतींना दुसरी ईषा, भयंकर व फुसकारणाऱ्या सर्पांना बंधनरज्जू, आकाशाला जूं, संवर्तक व बलाहक मेघांना जुंवावरील चर्में, त्याप्रमाणेंच कालपृष्ठ, नहुष, कर्कोटक, धनंजय व इतर दुसरे जे नाग त्यांना अश्वांचे मानेवरील केसर, दिशा व उपदिशा ह्यांना रथाला जोडलेल्या अश्वांचे लगाम, संध्या, धृति, मेधा, स्थिति, सन्नति आणि ग्रह-नक्षत्रादिकांनीं व्याप्त असें अंतरिक्ष ह्यांना रथाचें चमकदार बाह्यावरण, सुर, अंबु, प्रेत व वित्त ह्यांचे अधिपति अनुक्रमें इंद्र, वरुण, यम व कुबेर ह्यांना रथाचे अश्व. सिनीवाली (सचंद्र अमावास्या), अनुमति (कलाहीन पौर्णिमा), कुहू (चंद्ररहित अमावास्या), श्रेष्ठ राका (कलापूर्ण पौर्णिमा) ह्यांना अश्वबंधनें, व सिनीवाली आदिकरून तिथींच्या अधिष्ठात्या पितरांना अश्वांच्या टांचा, नाल, कंटक वगैरे, आणि धर्म सत्य, तप व अर्थ ह्यांना दोरखंडें बनविलीं. त्यांनीं मन हें त्या रथाचा मुख्य आधार, वाग्देवी सरस्वती ही चालण्याचा मार्गच, व नानाप्रकारचे वर्ण ह्या वायुप्रेरित चित्रविचित्र पताका बनविल्या; आणि विद्युत् व इंद्रधनुष्य हीं झळाळत असल्यामुळें त्या रथाला अद्वितीय कांति प्राप्त झाली. वषट्कार हा त्या रथावर प्रतोद झाला, गायत्री ही शीर्षबंधन झाली, पूर्वीं महात्म्या शंकराच्या यज्ञाला संवत्सरात्मक जो काल सुनिश्चित करून ठेविलेला होता, तो त्याचें धनुष्य झाला, सावित्री ही रौद्रस्वन करणारी मोठी ज्या बनली, कालचक्र हें सुदुर्भेद्य, निर्मल, देदीप्यमान व रत्नखचित दिव्य कवच झालें, श्रीमान् कनकपर्वत जो मेरु तो ध्वजयष्टि बनला, विद्युल्लतेनें अलंकृत असे मेघ पताका बनले, आणि ऋत्विजांच्या मध्यंतरीं जणू काय प्रज्वलित असलेले पावकच त्या रथावर आरूढ होऊन त्याचें दिव्य तेज फांकूं लागलें ! राजा मद्रेशा, ह्या प्रकारें सिद्ध केलेला तो रथ पाहून देव अगदीं विस्मित झाले, आणि सर्व त्रिभुवनांतील लोकोत्तर विभूति एकत्र झालेल्या अवलोकन करून देवांना मोठा चमत्कार वाटला व त्यांनीं महात्म्या शंकराला तो दिव्य रथ सिद्ध असल्याबद्दल निवेदन केलें.

मद्रराज शल्या, ह्याप्रमाणें शत्रूंचा संहार करणारा दिव्य रथ देवांनीं सिद्ध केला आहे, असें पाहिल्यावर त्यांत शंकरानें आपलीं महान् महान् आयुधें ठेविलीं. आकाश हें ध्वजयष्टीच्या जागीं योजिलें व तिच्या अग्रभागीं नंदिकेश्वराला बसविलें. नंतर ब्रह्मदंड, कालदंड, रुद्रदंड व ज्वर हे रथावर आरूढ झाले व चारही दिशा रोखून रथाच्या सर्व बाजू राखूं लागले. त्या महात्म्या देवश्रेष्ठाचे रथाचीं चक्रें अथर्वण व अंगिरस ह्यांनीं संभाळलीं. ऋग्वेद, सामवेद व पुराणें हीं रथाच्या पुढें चालूं लागलीं. इतिहास व यजुर्वेद ह्यांनीं पृष्ठभाग संभाळला. सर्व दिव्य विद्या व वाणी ह्या सभोंवतालीं उभ्या राहिल्या. आणि त्याप्रमाणें वषट्कार, ॐकार व मंत्रादिक हे सर्व रथाच्या अग्रभागीं अधिष्ठित होऊन मोठी अपूर्व शोभा दिसूं लागली. नंतर कालरूप रुद्रानें युद्धार्थ षट्ऋतूंच्या योगें चित्रविचित्र भासणारें संवत्सररूप धनुष्य घेऊन आपली स्वतःची छाया हीच त्या धनुष्याला अखंड ज्या लाविली. ह्याप्रमाणें काल हा भगवान् रुद्र, संवत्सर हें त्याचें धनुष्य व कालरात्रि ही त्या रुद्रधनुष्याची अभंग ज्या झाली; आणि विष्णु, अग्नि व सोम हे त्या रुद्राचा बाण बनले. राजा, हें सर्व जगत् अग्नि, सोम व विष्णु ह्यांचेंच विशिष्टरूप आहे, व भगवान् अमिततेजस्वी रुद्राचा आत्मा म्हटला म्हणजे विष्णु हाच होय; ह्यास्तव रुद्राच्या त्या अपूर्व धनुष्याच्या प्रत्यंचेचा केवळ टणत्कारही असुरांना

सहन झाला नाहीं. शिवाय शंकरानें सोमविष्ण्वग्निमय अशा त्या बाणावर भृगु व अंगिरस ह्यांच्या संतापामुळें स्वतःला उत्पन्न झालेला असह्य क्रोध स्थापन केला होता. असो; राजा मद्रेश्वरा, भगवान् शंकराचें सामर्थ्य काय वर्णावें ? त्या नीललोहित, धूम्रवर्ण व कृत्तिवास जगत्पालकाच्या ठिकाणीं सहस्रावधि आदित्यांची कांति झळाळत असून जणू काय तो तेजाच्या ज्वालांनीं चोहोंकडून आवृत झाला होता. तो मोठमोठ्या दुर्धर व अढळ वीरांनाही च्युत करण्यास समर्थ असून ब्रह्मद्वेष्ट्यांचा विध्वंसक व संहारक होता. धर्मशील जनांचें परित्राण करणें व अधर्मशील जनांचा उच्छेद उडविणें हेंच त्याचें ब्रीद असून, त्याच्या भोंवतालीं अत्यंत पराक्रमी, भयंकर, मनोवेगानें चाल करून जाणारे व दुर्धर्ष्य असे गण म्हणजे जणू काय त्याच्या मनाच्या चतुर्दश वृत्तिच आपआपलीं कार्यें करण्यास सिद्ध होत्या. राजा, ह्या प्रकारें भगवान् शंकर शत्रुमर्दनार्थ रथारूढ होण्यास तयार झाला, तेव्हां त्याच्या ठिकाणीं व त्याप्रमाणेंच त्याच्या गात्रांच्या ठायीं अधिष्ठित असलेल्या ह्या स्थावरजंगम सर्व विश्वाच्या ठिकाणीं मोठी अद्भुत कांति दृग्गोचर होऊं लागली. राजा, अशा रीतीनें त्या लोकोत्तर रथांत कवचधारी भगवान् शंकर धनुष्य धारण करून व त्या धनुष्यावर सोमविष्ण्वग्निसंभव दिव्य बाण चढवून अधिष्ठित होण्यास सिद्ध आहे असें अवलोकन करितांच देवांनीं देवश्रेष्ठ वायूकडून सुगंधाची समृद्धि करविली व त्यायोगें आतां अनुकूल वारा वाहात आहे, अशी खातरी होऊन सर्वांस मोठा आनंद झाला ! नंतर महादेव शंकर त्या दिव्य रथावर आरूढ झाला तेव्हां देवांना सुद्धां भय उत्पन्न झालें व सर्व धरणी जणू काय कंपायमान होऊन हादरून गेली ! राजा, तो भगवान् देवाधिदेव शंकर रथावर चढण्यास सिद्ध झाला असतां महान् महान् ऋषि, देवगंधर्वसमुदाय व अप्सरांचे समूह ह्यांनीं त्याची स्तुति आरंभिली. मोठमोठे ब्रह्मर्षि व देवगंधर्व त्याचें सामर्थ्य वर्णन करूं लागले, स्तुतिपाठकांनीं स्तव चालविला आणि नृत्यगायनांत कुशल अशा अनेक अप्सरा नृत्यगायन करूं लागल्या. तेव्हां वर देणाऱ्या खड्गचापबाणधर श्रीभगवान् शंकरानें मोठ्या प्रसन्न मुद्रेनें इतस्ततः नेत्रकटाक्ष टाकून हंसत हंसत देवांना म्हटलें, ‘ देवहो, माझें सारथ्य कोण करणार ? ’ तेव्हां देवसमुदायांनीं उत्तर दिलें, ‘ हे महादेवा, ज्यास तूं आज्ञा करशील, तो तुझें सारथ्य करण्यास सिद्ध आहे, ह्यांत अणुमात्र संदेह नाहीं.’ तेव्हां फिरून भगवान् शंकर देवांस म्हणाला, ‘ देवहो, ज्याचें बळ माझ्याहून अधिक आहे असें तुम्हांस वाटत असेल, तो कोण हें प्रथम आपसांत ठरवून त्याला माझें सारथ्य सांगा. आतां अगदीं वेळ लावूं नका, त्वरा करा. ’ राजा शल्या, ह्याप्रमाणें भगवान् शंकराचें भाषण श्रवण करून देवांचे समुदाय ब्रह्मदेवाकडे गेले व त्यांनीं त्यास सुप्रसन्न करून घेऊन म्हटलें कीं, “ हे ब्रह्मदेवा, दैत्यदानवांचा निग्रह करण्यासंबंधानें तूं आम्हांस जसें करावयास सांगितलेंस तसें आह्मीं केलें आहे. भगवान् शंकर आम्हांवर प्रसन्न झाला असून त्याच्या इच्छेप्रमाणें विचित्र आयुधांनीं सुसंपन्न असा रथही आह्मीं सिद्ध केला आहे. फक्त त्या रथावर सारथ्य करण्यास योग्य असा कोणी आह्मांस आढळत नाहीं. म्हणून हे देवाधिदेवा, कोणी तरी सारथि सिद्ध कर. हे विभो, तूं पूर्वीं आह्मांशीं म्हटलें आहेस कीं, मी तुमचें हित करीन. तर प्रस्तुत समयीं आतां आमची ही अडचण दूर करून तूं आपली ती वाणी यथार्थ करून दाखव. हे पितामहा, भगवान् शंकरा-

करितां जो रथ आह्मीं तयार केला आहे त्याचें वर्णन काय करावें? तो लोकोत्तर रथ देवांच्या विभूतिमत्तत्त्वांचा बनविला असून मोठा बलाढ्य व शत्रुविध्वंसक आहे. दानवांचें धाबें दणाणून देणारा पिनाकपाणि शंकर हा त्या रथावर युद्धार्थ सिद्ध आहे. त्या रथाला चार वेद हे उत्कृष्ट अश्व जोडिले आहेत. पर्वतांसह पृथ्वी हें त्या रथाचें शरीर होय, आणि नक्षत्रमंडल हे त्या रथाचे अलंकार होत. हे देवाधिदेवा, अशा त्या दिव्य रथावर भगवान् शंकर हा आरूढ झाला आहे, पण त्याला सारथि कोण मिळतो ह्या चिंतेंत आह्मी आहों. हे पितामहा, अशा प्रकारच्या दिव्य रथाच्या ठिकाणीं जे गुण आहेत, त्यांहून अधिक गुणशाली पुरुष सारथि असल्याशिवाय आपलें उद्दिष्ट कार्य सिद्ध होणार नाहीं, हें व्यक्त होय. पहा, आह्मीं सांगिल्याप्रमाणें अपूर्व असा तो रथ, त्यास लाविलेले ते लोकोत्तर अश्व, त्यावर युद्धार्थ सिद्ध असलेला तो महाबलिष्ठ योद्धा, तीं अश्रुतपूर्व कवचें व आयुधें, आणि तें विलक्षण धनुष्य ह्या सर्वांचा विचार केला म्हणजे तुझ्याशिवाय दुसरा कोणी सारथि आम्हांस सांप्रत योग्य दिसत नाहीं. हे देवश्रेष्ठा, सर्व गुणांनीं संपन्न असा तूंच एक असून तुझ्या ठिकाणीं मात्र सर्व देवांपेक्षां अधिक सामर्थ्य आहे. ह्यास्तव तूं आतां अगदीं विलंब न करितां रथावर आरूढ हो आणि त्या बलिष्ठ हयांचें नियंत्रण कर; म्हणजे देवांना जय मिळेल व दैत्यदानवांचा संहार होईल." राजा शल्या, ह्याप्रमाणें प्रार्थना करून देवांनीं पितामह ब्रह्मदेवाच्या चरणीं लोटांगण घातलें व त्याला प्रसन्न करून घेऊन त्याजकडून शंकराचें सारथ्य करविलें, असें आह्मी ऐकितों.

पितामह ब्रह्मदेव म्हणालाः—हे देवहो, तुम्हीं म्हणालां ह्यांत असत्य असें कांहीं एक नाहीं. भगवान् कपर्दी शंकर हा युद्ध करीत असतां त्याचें सारथ्य करण्यास हा मी सिद्ध आहें, पहा.

राजा शल्या, नंतर जगताची उत्पत्ति करणाऱ्या पितामह ब्रह्मदेवाला देवांनीं महात्म्या शंकराचें सारथ्य करण्यास सांगितलें, व लागलाच तो पितामह लोकनायक ब्रह्मदेव त्या श्रेष्ठ रथावर आरूढ होण्यास रथासमीप प्राप्त झाला. तेव्हां वायुवेगानें चाल करणाऱ्या त्या रथाच्या अश्वांनीं एकदम भूमीवर लोटांगण घालून ब्रह्मदेवाविषयीं अत्यंत आदर व्यक्त केला! नंतर, आपल्या दिव्य कांतीनें झळकणारा तो भगवान् ब्रह्मदेव रथावर आरूढ होऊन त्यानें घोड्यांचे लगाम व चाबूक आपल्या हातांत धारण केला आणि त्यानें त्या वेगवान् घोड्यांस उठवून शंकरास ह्मटलें कीं, आतां रथावर आरूढ हो. तेव्हां तत्काळ भगवान् स्थाणु हा विष्णुसोमाग्निसंभव असा बाण धारण करून रथावर चढला व त्यानें आपल्या धनुष्यानें शत्रूंचीं हृदयें विदीर्ण करून सोडिलीं. राजा, भगवान् शंकर रथावर आरूढ होतांच पुनः महान् महान् ऋषि, देव, गंधर्व व अप्सरा ह्यांचे समुदाय त्याचा स्तव करूं लागले. त्या समयीं आपल्या तेजानें तीनही लोकांना प्रदीप्त करून टाकणारा भगवान् शंकर रथावर अधिष्ठित होत्साता फिरून इंद्रप्रमुख देवांना म्हणाला, 'हे देवहो, हा शंकर दैत्यांना मारणार नाहीं, अशी चिंता अगदीं करूं नका. ह्या माझ्या बाणानें असुर मेलेच अशी खात्री बाळगा.' राजा शल्या, तेव्हां देवांनीं "खचित खचीत" असे उद्गार काढून "दैत्य मेलेच" म्हणून मानिलें आणि भगवंताचें वचन कधींही मिथ्या होणार नाहीं असा पूर्ण भरंवसा बाळगून त्यांना मोठें समाधान वाटलें. नंतर भगवान् शंकर त्या महान् व अनुपम रथांतून सर्व देवगणांसहवर्तमान युद्धार्थ चालू झाले. त्या

समयीं त्याच्या समीप नित्य हजर असणारे पार्षद् त्या प्रतापशाली वीराची स्तुति करूं लागले, दुसरे मांसाद अजिंक्य सेवक आनंदानें नाचूं लागले, व कित्येक गण सभोंवतालीं धावत सुटून एकमेकांवर ओरडूं लागले; आणि त्याप्रमाणेंच महान् भाग्यशाली व गुणसंपन्न तपस्वी, देव व इतर पुरुष सर्वतोपरी महादेवाचा जय व्हावा म्हणून चिंतन करूं लागले. ह्याप्रमाणें त्रैलोक्याचें हित करणारा भगवान् देवाधिदेव शंकर युद्धार्थ बाहेर पडला, तेव्हां देवांनाच नव्हे, तर सर्व जगताला आनंद झाला. राजा शल्या, त्या वेळीं ऋषिजन बहुविध स्तवांनीं महादेवास प्रोत्साहन देऊन त्याची वीरश्री पुनःपुनः अधिकाधिक करीत तेथेंच राहिले, व सहस्रावधि गंधर्व नानाप्रकारचीं वाद्यें वाजवून जयजयकार करूं लागले. असो; राजा मद्रेश्वरा, वर देणारा भगवान् ब्रह्मदेव महादेवाचें सारथ्य करण्यासाठीं सिद्ध होऊन रथावर चढला व त्यानें असुरांवर जाण्याकरितां रथ चालू केला, तेव्हां भगवान् विश्वाधिपति महादेव "उत्तम! उत्तम!" असे उद्गार काढून हसंत हसंत ह्मणाला कीं, 'हे ब्रह्मदेवा, जिकडे दैत्य आहेत, तिकडे रथ चालव. घोडे मोठ्या सावधगिरीनें हाक, व आज मी रणांगणांत शत्रूंचा नाश करीत असतां माझें बाहुबल अवलोकन कर.' राजा शल्या, ह्याप्रमाणें शंकराचें भाषण श्रवण करितांच, मनोवेगानें व वायुवेगानें चाल करून जाणाऱ्या त्या अश्वांना दैत्यदानवांनीं रक्षण केलेल्या तीन पुरांकडे जाण्याकरितां ब्रह्मदेवानें इशारा केला व त्याबरोबर ते अश्व बेफाम होऊन असे पळत सुटले कीं, जणू काय ते अंतरिक्ष पिऊनच टाकीत आहेत असा भास झाला! असो; त्रैलोक्यास वंदनीय अशा त्या अश्वांना दैत्यदानवांच्या त्या तीन पुरांसन्निध पोंचण्याला फारसा वेळ लागला नाहीं. त्यांनीं हां हां म्हणतां भगवान् शंकराचा तो दिव्य रथ त्रिपुराच्या अभिमुख नेला व तो तेथें जाऊन थडकतांच नंदिकेश्वरानें असा मोठा शब्द केला कीं, त्याच्या योगानें दशदिशा दुमदुमित होऊन तारकाचे बहुत वंशज व दुसरे दैत्यदानव पटापट मरून पडले! नंतर त्या त्रिपुरांतील दुसरे दैत्यदानव युद्धार्थ पुढें सरसावले तेव्हां त्रिशूलधारी भगवान् स्थाणु इतका संतप्त झाला कीं, त्याचा तो क्रोध पाहून सर्व भूतें भिऊन गेलीं व सर्व त्रैलोक्य थरथरूं लागलें. राजा शल्या, नंतर भगवान् महादेवानें धनुष्याला बाण चढविला तेव्हां जी अवस्था झाली ती काय वर्णावी! त्या समयीं घोर चिन्हें दृग्गोचर झालीं. भगवान् शंकराच्या त्या अद्वितीय रथावर सोम, अग्नि व विष्णु हे बाणस्थित असून शिवाय शंकर व ब्रह्मदेव हे योद्धा व सारथि ह्या रूपांनीं स्थित होते. दैत्यदानवांना अवलोकन करून ह्या पांचहीजणांचा अत्यंत क्षोभ झाला व ह्यामुळें शंकरानें धनुष्याचें आस्फालन केलें तेव्हां तो रथ अंतरिक्षांतून एकदम खालीं आला! राजा, ह्याप्रमाणें तो रथ अधोभागीं आलेला पाहून, भगवान् शंकराच्या बाणाग्रीं विष्णूचें वास्तव्य होतेंच, म्हणून तो तेथून एकदम निघाला व त्यानें वृषरूप धारण करून तो महारथ वर उचलिला. परंतु तितक्यांत मध्यंतरीं तो रथ खालीं येत असतां व असुरसमुदाय मोठी गर्जना करीत असतां अश्वांच्या पाठीवर व नंदिकेश्वराच्या मस्तकावर उभें राहून मोठ्या आवेशानें भगवान् शंकरानें मोठी आरोळी दिली आणि दानवांचें पुर नीट निरखून पहात असतां त्यानें वृषभाचे खूर द्विधा केले व अश्वांचे स्तन छाटून टाकिले. राजा, ह्याप्रमाणें अद्भुत कर्म करणाऱ्या बलवान् शंकरानें पीडिल्यामुळें ह्या वेळेपासून बैलांच्या खुरांना गेळीं झालीं व अश्वांचे स्तन

अजीच गेले. असो; नंतर महादेवानें आपलें धनुष्य सज्ज करून त्यास तो बाण लाविला व त्यास पाशुपतास्त्राची जोड देऊन त्रिपुराचें चिंतन करीत तो स्वस्थ राहिला. अशा रीतीनें धनुष्यबाण सिद्ध करून तो त्रिपुराचें अनुसंधान करीत असतां कांहीं कालानें तिन्ही पुरें एकत्र झालीं व तीं तशीं एक झालेलीं पाहून महात्म्या देवांना अत्यंत आनंद झाला आणि सर्व देव, सिद्ध व महान् महान् ऋषि शंकराचा जयजयकार करून त्याची अतिशय स्तुति करूं लागले. इतक्यांत असुरांचें हनन करण्यास उद्युक्त झालेल्या, अवर्णनीय व भयंकर असें शरीर धारण करणाऱ्या दुर्धरप्रतापी महादेवाच्या अग्रभागीं तें त्रिपुर दृग्गोचर होतांच भगवान् लोकेश्वरानें आपल्या दिव्य धनुष्याची प्रत्यंचा ओढून त्रिभुवनांतील सर्व बळ ज्यांत भरलें होतें असा तो दुःसह बाण त्यावजर टाकिला व त्यासरसा भयंकर हाहाःकार होऊन तीं तिन्ही पुरें भूमीवर पडलीं ! आणि त्यांना व त्यांतील सर्व दैत्यदानवांना जाळून टाकून भगवान् महादेवानें त्यांस पश्चिमसमुद्रांत फेंकून दिलें ! राजा मद्रेशा, सर्व त्रिभुवनाचें कल्याण करावें ह्या हेतूनें भगवान् महेश्वरानें संतप्त होऊन ह्याप्रमाणें त्रिपुराला व त्यांतील सर्व दैत्यदानवांना दग्ध केलें. राजा, त्या वेळीं भगवान् शंकराच्या ठिकाणीं जो क्रोधाग्नि प्रदीप्त झाला होता, त्यानें सर्व त्रैलोक्य भस्म करून टाकिलें असतें, परंतु शंकरानें आपण होऊनच तो आवरिला व सर्व त्रैलोक्याला वांचविलें. ह्याप्रमाणें त्रिपुराचा व दैत्यदानवांचा विनाश झालेला पाहून देव, ऋषि व इतर सर्व जन ह्यांना स्वास्थ्य प्राप्त झालें, आणि त्यांनीं त्या अद्वितीय वीर्य धारण करणाऱ्या देवाधिदेवाची उत्कृष्ट प्रकारें स्तुति केली. तेव्हां भगवान् शंकरानें त्या देवादिकांना स्वस्थानीं जाण्याची आज्ञा दिली आणि ते ब्रह्मदेवप्रभृति सर्व देव व ऋषि वगैरे अंगीकृत कार्यांत कृतार्थ होत्साते आपआपल्या स्थलीं मोठ्या आनंदानें परत गेले. राजा शल्या, सुरासुरांवर अधिकार चालविणाऱ्या भगवान् लोकस्रष्ट्या महेश्वरानें सर्व त्रिभुवनाचें ह्या प्रकारें कल्याण केलें. आतां माझी तुला इतकीच प्रार्थना आहे कीं, त्या अमोघवीर्यशाली लोकस्रष्ट्या भगवान् पितामहानें जसें त्या महादेवाचें सारथ्य केलें, तसें तूं या महात्म्या राधेयाचें सारथ्य कर. तुझ्या ठिकाणीं कृष्णापेक्षां, कर्णापेक्षां व अर्जुनापेक्षां अधिक पराक्रम वसत आहे, ह्याची शंकाच नाहीं. राजा, युद्धकलेमध्यें कर्ण हा शंकराप्रमाणें आहे व राजनीतीमध्यें तर तूं ब्रह्मदेवाप्रमाणें आहेस; ह्यास्तव ब्रह्मदेव व शंकर हे ज्याप्रमाणें असुरांचा समूळ नाश करण्यास समर्थ झाले, त्याप्रमाणें तुम्ही दोघे माझ्या शत्रूंचा नाश करण्यास समर्थ व्हाल. म्हणून, हे शल्या, जेणेंकरून आज त्या कर्णाच्या हातून श्वेताश्व अर्जुनाचा वध होऊन पांडवांच्या सेनेचा विध्वंस उडेल असें लवकर कर. हे मद्रेश्वरा. आज तूं जर कर्णाचें साचिव्य (सारथ्य) करशील. तरच आमची राज्याशा, जीविताशा व विजयेच्छा परिपूर्ण होईल. आमचें स्वतःचें, कर्णाचें, राज्याचें व जयाचें भवितव्य आतां तुझ्यावर अवलंबून आहे. ह्यास्तव कर्णाच्या रथाच्या उत्कृष्ट अश्वांचें नियंत्रण करण्यास तूं सिद्ध हो. आतां मी तुला दुसरा एक इतिहास सांगतों, तो श्रवण कर. हा इतिहास माझ्या पित्याला एका धर्मनिष्ठ ब्राह्मणानें सांगितला तेव्हां मीं तो ऐकिला आहे. कार्यकारणभावानें युक्त असा हा मनोहर इतिहास श्रवण करून तूं आपल्या मनाचा पूर्ण निश्चय ठरव व जें उचित दिसेल तें कर; उगीच शंका काढीत बसूं नको.

राजा शल्या, जमदग्नि नांवाचा एक महा-

विख्यात पुरुष भृगुकुलांत होऊन गेला. प्रतापशाली व गुणसंपन्न असा जो प्रख्यात परशुराम तो त्याचा पुत्र. त्यानें अस्त्रप्राप्तीस्तव तीव्र तपश्चर्या करून भगवान् शंकरास सुप्रसन्न करून घेतलें. परशुरामाची समाधानवृत्ति, इंद्रियनिग्रह, एकनिष्ठता, दृढभक्ति व पूर्ण शांति अवलोकन करून भगवान् महादेव संतुष्ट झाला व परशुरामाचें हृद्गत जाणून तो त्याजपुढें प्रकट होऊन म्हणालाः—परशुरामा, मी तुझ्यावर संतुष्ट झालों आहें, तुझें कल्याण होवो, तुला काय पाहिजे हें मी जाणतों. तूं आपलें मन निर्मल कर म्हणजे तुझ्या इच्छा परिपूर्ण होतील. जेव्हां तूं पवित्र होशील, तेव्हां तुला जीं अस्त्रें हवीं आहेत तीं मी देईन. भार्गवा, अपात्र व असमर्थ अशा पुरुषाला जर अस्त्रांची प्राप्ति झाली, तर त्यांपासून त्याचें हित न होतां उलट तीं अस्त्रें त्यास जाळून टाकितात. राजा शल्या, देवाधिदेव शंकराचें भाषण श्रवण करून जामदग्न्यानें (परशुरामानें) त्या महात्म्यास साष्टांग प्रणिपात केला आणि मोठ्या विनयानें म्हटलें, 'भगवन्, जेव्हां हा दास अस्त्रधारणास योग्य आहे असें आपणांला वाटेल, तेव्हांच आपण मजवर अनुग्रह करून माझे मनोरथ सिद्धीस न्यावे.'

राजा शल्या, नंतर परशुरामानें अंतरिंद्रियांचा व बाह्येंद्रियांचा पूर्ण निग्रह करून घोर तप आरंभिलें आणि पूजाअर्चा, होमहवन, जपजाप्य इत्यादिकांच्या योगें बहुत वर्षेपर्यंत शंकराची आराधना करून त्यास प्रसन्न केलें. तेव्हां भगवान् शंकर आपल्या पत्नीसमक्ष परशुरामाचे अनेक गुण वर्णन करून म्हणालाः—हा दृढव्रत परशुराम नित्य माझ्या ठिकाणीं एकनिष्ठ भक्ति करीत आहे. राजा शल्या, ह्याप्रमाणेंच भगवान् शंकरानें परशुरामाचे अनेक गुण देवांच्या व पितरांच्या समक्ष अनेकवार कथन केले. अशा प्रकारें परशुराम शिवाराधनेंत व्यग्र असतां, इकडे दैत्यांचें प्राबल्य फार झालें. ते दर्पमोहादिकांनीं फार उन्मत्त होऊन देवांना अतिशय पीडा करूं लागले. तेव्हां देवांनीं एकत्र होऊन त्यांचा नाश करण्याचा निश्चय ठरविला व त्याप्रमाणें त्यांनीं प्रयत्न चालविले, पण त्यांत त्यांना यश आलें नाहीं. तेव्हां मग ते उमापति भगवान् शंकराकडे गेले व त्यांनीं "देवा, आमच्या शत्रूंचा वध कर." अशी भक्तिपूर्वक प्रार्थना केली. त्या समयीं भगवान् शंकरानें दैत्यांच्या क्षयाची प्रतिज्ञा करून परशुरामाला बोलावून आणून म्हटलें, 'हे भार्गवा, देवांचे शत्रु दैत्य हे एकत्र मिळून देवांना पीडा करीत आहेत, ह्यास्तव तूं त्यांना ठार मार म्हणजे त्या योगें सर्व लोकांचें कल्याण होऊन मलाही मोठा संतोष वाटेल.' राजा शल्या, हें भाषण ऐकून परशुराम वर देणाऱ्या भगवान् त्र्यंबकास ह्मणाला, 'हे देवाधिदेवा, समरांगणांत दानवांचा वध करण्याइतकी माझ्या अंगीं शक्ति कोठें आहे? कारण, दानव हे युद्धधुरंधर असून अस्त्रविद्येंत निपुण आहेत व मजला तर अस्त्रविद्या मुळींच उपलब्ध नाहीं' तेव्हां महादेव ह्मणाला, 'परशुरामा, तूं जा, माझी तुला आज्ञा असल्यामुळें तूं दानवांचा संहार करशील, सर्व शत्रूंना जिंकशील व तुला सर्व गुण यथास्थितपणें प्राप्त होतील.' राजा, ह्याप्रमाणें भगवद्वाक्य श्रवण करून परशुरामानें ती आज्ञा शिरसा मान्य केली आणि जयप्राप्त्यर्थ पुण्याहवाचनादि करवून तो दानवांशीं युद्ध करण्यास बाहेर पडला. नंतर महाबलवान् व मदोन्मत्त दानवांची गांठ पडतांच परशुराम त्यांस म्हणाला, 'मदोत्कट दानवहो, मजशीं युद्ध करण्यास सिद्ध व्हा. महासुरांनो, तुम्हांला जिंकण्यासाठीं देवाधिदेव शंकरानें मला पाठविलें आहे.' राजा शल्या, परशुरामाचें हें भाषण ऐकून दानवांनीं त्याच्याशीं

युद्ध करण्यास प्रारंभ केला व त्यांत परशुरामानें वज्रासारखे भयंकर प्रहार करून दानवांचा निःपात उडविला. ह्याप्रमाणें दानवांचा संहार करून परशुराम परत भगवान् शंकरासमीप आला. तेव्हां शंकरानें परशुरामाच्या देहावरून हात फिरवून, त्याच्या देहावर जे शस्त्रांचे वार वगैरे झाले होते ते सर्व नाहींतसे केले आणि त्याच्या पराक्रमानें संतुष्ट होऊन त्यास अनेक वर दिले. त्या समयीं भगवान् शंकर परशुरामास मोठ्या प्रेमानें म्हणाला, ‘ हे भृगुनंदना, तुझ्या शरीरावर शस्त्रप्रहारांचे जे हे व्रण झाले आहेत त्यांवरून तुझ्या ठिकाणीं अमानुष पराक्रम वसत आहे हें व्यक्त होतें. ह्यास्तव आतां तुला जीं दिव्य अस्त्रें पाहिजे असतील तीं तूं मजपासून ग्रहण कर. ’

दुर्योधन सांगतोः—राजा मद्रेश्वरा, नंतर परशुरामाला जीं जीं नानाविध अस्त्रें व वर पाहिजे होते, ते ते भगवान् शंकरानें त्याला दिले; व त्यांचा स्वीकार करून तो महातपस्वी परशुराम कृतार्थ होत्साता शंकराची अनुज्ञा घेऊन परत गेला. असो; हा इतिहास मीं त्या वेळीं त्या ब्राह्मणापासून ऐकिला. पुढें परशुरामानें शंकरापासून प्राप्त झालेली ती धनुर्विद्या मोठ्या आनंदानें महात्म्या कर्णाला सांगितली. राजा शल्या, जर कर्णाच्या ठिकाणीं कांहीं वैगुण्य असतें, तर त्याला परशुरामानें तीं दिव्य अस्त्रें कधींही दिलीं नसतीं, हें निःसंशय होय. शिवाय, मद्रेश्वरा, कर्ण हा सूतकुलांत जन्मलेला आहे असें मला मुळींच वाटत नाहीं. हा क्षत्रियांच्या कुलांत देवांशानें जन्मला असून त्याच्या कुलाचें ज्ञान ह्याच्या देहघटनेवरून व पराक्रमावरून व्हावें ह्याच उद्देशानें ह्यास टाकून दिलें असावें असा माझा समज आहे. खचित कर्ण हा सूतकुलांत जन्म पावला नाहीं; कारण, हा सकुंडल, सकवच, दीर्घबाहु व महारथ असून सूर्यतुल्य पराक्रमी आहे; तेव्हां हा सूतकुलांत उत्पन्न होणें संभवतच नाहीं. अरे, मृगीपासून कोठें व्याघ्राची उत्पत्ति होईल काय ? राजा, ह्या वीराचे हे गजशुंडेप्रमाणें पीनबाहु व त्याप्रमाणेंच ह्याचें हें शत्रूंशीं झुंजणारें विशाल वक्षस्थळ पहा. राजेंद्रा, खचित हा वैकर्तन कर्ण सामान्य वीर नव्हे. हा महात्मा असून परशुरामाचा शिष्य असल्यामुळें मोठा पराक्रमी आहे !

अध्याय पसतिसावा.

—:०:—

शल्यसारथ्यस्वीकार.

दुर्योधन ह्मणालाः—राजा शल्या, ह्या प्रकारें त्रिपुरनाशार्थ सृष्टिकर्त्या भगवान् ब्रह्मदेवानें शंकराचें सारथ्य केलें. प्रस्तुत प्रसंगीं रथ्यापेक्षां अधिक पराक्रमी अशा सारथ्याची अपेक्षा आहे; म्हणून, हे नरशार्दूला, तूं समरांगणांत कर्णाचें सारथ्य कर. ज्याप्रमाणें देवांनीं त्या प्रसंगीं मोठ्या प्रयत्नानें शंकराहून बलिष्ठ अशा ब्रह्मदेवाला सारथ्य करण्यास उद्युक्त केलें, त्याप्रमाणें आह्मी मोठ्या प्रयत्नानें कर्णाहून बलिष्ठ अशा तुला सारथ्य करण्यास उद्युक्त करीत आहों, तर तूं अगदीं विलंब न करितां कर्णाचें सारथ्य करण्यास सिद्ध हो.

शल्य म्हणालाः—राजा दुर्योधना, मींही त्या ब्रह्मरुद्रांचें हें लोकोत्तर व अतिमानुष आख्यान पुष्कळांच्या तोंडून ऐकिलें आहे. प्रपितामह ब्रह्मदेवानें शंकराचें सारथ्य पतकरिलें व शंकरानें एका बाणानें त्रिपुरांचा नाश करून असुरांचा विध्वंस उडविला, ही गोष्ट मला विदित आहे व त्याप्रमाणेंच कृष्णालाही विदित आहे. कारण, मागें झालेल्या व पुढें होणाऱ्या सर्व गोष्टींचें यथार्थ ज्ञान कृष्णास नाहीं असें कसें घडेल ? हे भारता, कृष्णानें

अर्जुनाचें सारथ्य स्वीकारलें ह्यांतलें मर्म तरी हेंच होय. ' स्वयंभू ब्रह्मदेवानें जर रुद्राचें सारथ्य करण्यास मागें घेतलें नाहीं, तर मग अर्जुनाचें सारथ्य करण्यास आपण काय म्हणून मागें घ्यावें ? ' हाच विचार करून कृष्णानें अर्जुनाचें सारथ्य पतकरिलें हें निर्विवाद होय. राजा, यदाकदाचित् सूतपुत्र कर्णानें कुंतीपुत्र अर्जुनाला वधिलें, तथापि पांडवसैन्याची वाताहत होईल अशी शंका घेऊं नको; कारण, समरांगणांत अर्जुन पडल्यास कृष्ण स्वतः युद्ध करूं लागेल आणि मग क्रोधायमान झालेल्या त्या शंखचक्रगदाधारी महात्म्या वार्ष्णेयाच्या हस्तें तुझी सेना भस्म होईल. राजा, मग तुझ्या सैन्यापैकीं एकही भूपाल त्याजपुढें उभा राहाण्यास समर्थ होणार नाहीं !

संजय सांगतोः—राजा, ह्याप्रमाणें मद्राधिपति शल्याचें भाषण श्रवण करूनही तुझ्या पुत्राची उमेद खचली नाहीं. त्यानें मोठ्या हिमतीनें उत्तर दिलें, " हे महाबाहो शल्या, कर्णाचें सामर्थ्य सामान्य नाहीं, हें लक्षांत ठेव. रणांगणांत हा प्रतिसूर्यच आहे. हा सर्व शस्त्रधाऱ्यांमध्यें श्रेष्ठ असून सर्व शास्त्रांत पारंगत आहे. त्याच्या प्रत्यंचेचा महान् व हृदयभेदक शब्द कानीं पडतांच पांडवसेनेची तारंबळ उडून ती दशदिशांस पळून जाते. हे महाबाहो शल्या, रात्रीच्या समयीं घटोत्कच हा शतावधि माया उत्पन्न करून त्यांच्या आड गुप्त असतां कर्णानें त्यास कसें वधिलें हें तूं स्वतःच पाहिलें आहेस. त्याप्रमाणेंच कर्ण हा अशा प्रकारचीं भयंकर कृत्यें करीत असतां अर्जुनाला किती भय पडलें होतें व तो कौरवसैन्याच्या समोर येण्यास कसा धजेनामा झाला होता हेंही तुला विदित आहेच. तसेंच कर्णानें बलवान् भीमसेनाला धनुष्याच्या अग्रानें टोंचून ' हे मूर्खा, खादाडा, ' असें म्हटलें हेंही तुला आठवत असेलच. मद्रेश्वरा, कर्णाच्या अंगीं मोठा विलक्षण पराक्रम वास करीत आहे. त्यानें शूर माद्रीपुत्रांना महान् युद्धांत जिंकून ठारच मारिलें असतें; परंतु कांहीं विशेष हेतूनें त्यानें त्यांस न वधितां नुसतें जिंकिलें मात्र. वृष्णिकुलप्रवीर सात्यकि हा मोठा रणधुरंधर योद्धा, पण कर्णानें त्या शूराला युद्धांत जिंकून बलात्कारानें विरथ केलें. त्याप्रमाणेंच धृष्टद्युम्नप्रमुख सर्व सृंजय वीर व इतर योद्धे ह्यांची रणांगणांत किती तरी वेळां कर्णानें हंसत हंसत दुर्दशा उडवून दिली आहे. तसेंच या लोकोत्तर महारथाचें सामर्थ्य असें अद्वितीय आहे कीं, हा एकदां संतापला असतां वज्रधर इंद्रालासुद्धां ठार केल्याशिवाय रहाणार नाहीं ! तेव्हां अशा ह्या अतुलप्रतापी कर्णाला युद्धांत पांडव कसे जिंकितील ? तशांत, तुझ्यासारखा सारथि मिळाला म्हणजे कांहींच चिंता करण्याचें कारण रहाणार नाहीं ! पहा—तूं सर्व शास्त्रें जाणणारा असून सर्व विद्यांत प्रवीण आहेस. बाहुवीर्यांत तुझी बरोबरी करील असा एकही वीर ह्या भूतलावर नाहीं. तुझ्या ठिकाणीं दुःसह प्रताप वसत असल्यामुळें तूं शत्रूंच्या हृदयांत शल्यवत् पीडा करीत असतोस आणि ह्यामुळेंच तुला **शल्य** हें नांव पडलें आहे. तुझ्याशीं गांठ पडली तेव्हां सर्व सात्वतांना तुझ्यापुढें हार खावी लागली. तेव्हां तुझ्यापेक्षां कृष्णाच्या ठिकाणीं अधिक बल आहे असें कसें म्हणावें ? असो; आतां, अर्जुन रणांगणांत पडल्यास कृष्ण हा पांडवसैन्याचा पुढाकार घेऊन कौरवसैन्यावर चालून येईल म्हणून जसें तूं म्हणतोस, तसें मीही म्हणतों कीं, कर्ण जर धारातीर्थी पतन पावला तर तूंही कौरवांचें प्रचंड सैन्य घेऊन पांडवांवर चालून जाशील ! राजा शल्या, वासुदेव मात्र रणभूमीवर कौरवसैन्याचें

निवारण करील व तूं कांहीं पांडवसैन्याचें निर्दलन करण्यास समर्थ होणार नाहींस, असें कसें म्हणावें ? राजा, तुजकरितां युद्धामध्यें मी आपल्या भावांप्रमाणें व इतर सर्व भूपालांप्रमाणें धारातीर्थी देह ठेवण्यास सिद्ध आहें !"

शल्य म्हणालाः—हे मानदा दुर्योधना, ज्या अर्थी तूं सर्व सैन्यासमक्ष माझी प्रशंसा करून मला कृष्णाहून अधिक पराक्रमी असें म्हणत आहेस, त्या अर्थी मी तुझ्यावर मोठा प्रसन्न झालों आहें. अर्जुनाशीं युद्ध करणाऱ्या यशस्वी राधेयाचें सारथ्य करण्यास तुझ्या इच्छेनुरूप हा मी सिद्ध आहें पहा. पण माझी इतकीच अट आहे कीं, माझ्या मनाला वाटेल तें मी कर्णाला बोलेन !

संजय सांगतोः—धृतराष्ट्रा, ह्याप्रमाणें शल्याचें भाषण श्रवण करून कर्णासमवेत दुर्योधनानें सर्व क्षत्रियांसमक्ष 'ठीक आहे.' असें म्हटलें आणि लगेच शल्यानें 'कर्णाचें सारथ्य मीं स्वीकारिलें.' असें आश्वासान दिलें. तेव्हां दुर्योधनास मोठा संतोष झाला व त्यानें कर्णास आलिंगिलें. त्या समयीं बंदीजनांनीं स्तुति चालविली असतां तो पुनः कर्णास म्हणाला कीं, 'कर्णा, रणांगणांत महेंद्रानें जसा दानवांचा नाश केला, तसा तूं पांडवांचा नाश करून टाक.' राजा, अशा प्रकारें शल्यानें सारथ्यकर्म पतकरिलेलें पाहून कर्णाला मोठा आनंद झाला व तो पुनः दुर्योधनाला ह्मणाला, 'राजा, मद्रराजानें सारथ्याधिकार स्वीकारिला खरा, पण तो जें कांहीं बोलत आहे त्यावरून त्याचें अंतःकरण प्रसन्न आहे असें दिसत नाहीं; ह्यास्तव, तूं फिरून गोड शब्दांनीं त्याला आपलासा करून घे. धृतराष्ट्रा, नंतर महाबुद्धिमान् अस्त्रविद्याप्रवीण व बलिष्ठ असा दुर्योधन मद्राधिपति शल्याला गंभीर वाणीनें म्हणाला, "हे मद्रपते, आज अर्जुनाशीं युद्ध करावें अशी कर्णाची इच्छा आहे, ह्यास्तव आज त्याचें सारथ्य करून त्वां त्यास विजय मिळवून द्यावा. आज कर्णाच्या मनांत शत्रूंकडील इतर सर्व वीरांस मारून अर्जुनालाही मारावें असें आहे; म्हणून पुनः पुनः माझी तुला अशी प्रार्थना आहे कीं, तूं कर्णाचें सारथ्य कर. राजा, ज्याप्रमाणें लोकोत्तर सारथि कृष्ण हा योग्य सल्लामसलत सांगून अर्जुनाचें पालन करीत आहे, त्याचप्रमाणें तूंही कर्णाचें सर्व प्रकारें पालन कर."

संजय सांगतोः—नंतर शल्यानें शत्रुसंहारक दुर्योधनाला आलिंगन दिलें व मोठ्या आनंदानें असें भाषण केलें.

शल्य म्हणालाः—राजा दुर्योधना, जर तुझें असें म्हणणें असेल, तर तुला जें कांहीं प्रिय वाटत असेल तें सर्व करण्यास मी सिद्ध आहें. राजा, जी जी गोष्ट माझ्या हातून होण्यासारखी आहे, ती ती गोष्ट मी अगदीं मनापासून कसूर न करितां करीन व तुझें कार्य पल्ल्यास नेईन. माझी म्हणून तुजपाशीं इतकीच अट आहे कीं, मी हितबुद्धीनें जें कांहीं प्रिय किंवा अप्रिय कर्णाला बोलेन, त्या सर्वांची कर्णानें व त्वां मला क्षमा करावी.

कर्ण म्हणालाः—हे मद्रपते, ठीक आहे. ज्याप्रमाणें शंकराच्या हितासाठीं ब्रह्मदेव उद्युक्त होता, किंवा अर्जुनाच्या हिताकरितां कृष्ण उद्युक्त आहे, त्याचप्रमाणें नेहमीं आमच्या हितासाठीं तूं उद्युक्त अस ह्मणजे झालें.

शल्य ह्मणालाः—कर्णा, स्वतःची निंदा किंवा स्तुति अथवा दुसऱ्याची निंदा किंवा स्तुति ह्या चार गोष्टी भल्या मनुष्यास वर्ज्य आहेत. परंतु तुला माझा भरंवसा यावा म्हणून मी तुला स्वतःच्या स्तुतीनें युक्त असें जें कांहीं सांगत आहें, तें नीट ऐकून घे. हे श्रेष्ठा, मी मातलीप्रमाणें इंद्राचें सारथ्य करण्यास योग्य आहें. प्रसंगानुरूप अवधान राखणें, योग्य

रीतीनें अश्व चालविणें, पुढील संकटाचा आगाऊ अंदाज करणें, त्याचा उपसर्ग न होण्याविषयीं जपणें व तशांतून संकट ओढवल्यास त्यांतून पार पडणें, ह्या सर्व गोष्टी मला उत्तम येत आहेत. ह्यास्तव तूं अर्जुनाशीं युद्ध करीत असतां तुझ्या अश्वांना मी उत्तम प्रकारें प्रेरणा देऊन तुझें कार्य पार पाडीन. कर्णा, तूं अगदीं काळजी करूं नको.

अध्याय छत्तिसावा.

—:०:—

कर्णाशीं शल्याचें भाषण.

दुर्योधन ह्मणालाः—कर्णा, हा मद्रराज शल्य तुझें सारथ्य करील; हा सारथ्यकर्मांत मोठा निपुण आहे. कृष्णाहूनही हा अधिक युक्तीनें रथ चालवितो. देवराज इंद्राचा सारथि जसा मातलि, तसा हा रथ चालविण्यांत कुशल आहे. तो मातलि ज्याप्रमाणें इंद्राच्या रथाला जोडिलेल्या अश्वांचें नियंत्रण करितो, त्याप्रमाणें आज हा शल्य तुझ्या रथाच्या अश्वांचें नियंत्रण करील. तुझ्यासारखा परमप्रतापी वीर रथावर अधिष्ठित असतां व मद्रराज शल्यासारखा अद्वितीय पुरुष त्याचें सारथ्य करीत असतां समरांगणांत तुझा दिव्य रथ खचित पांडवांचा पराभव करील, ह्यांत वानवा नाहीं !

संजय सांगतोः—राजा धृतराष्ट्रा, नंतर प्रातःकाल झाल्यावर दुर्योधन फिरून त्या पराक्रमी मद्रराज शल्याला रणभूमीवर म्हणाला, 'हे मद्रेशा, कर्णाच्या रथाच्या ह्या दिव्य अश्वांना समरांगणांत चालव, तुझें पाठबळ असलें म्हणजे कर्ण हा धनंजयाला जिंकून टाकील." राजा धृतराष्ट्रा, दुर्योधनाच्या तोंडचे हे शब्द ऐकून 'बरें आहे' असें म्हणून शल्य रथावर चढला. अशा प्रकारें शल्य सारथ्य करण्यास सिद्ध होऊन समीप येतांच कर्णानें आनंदित होऊन त्यास आग्रहानें म्हटलें, 'सूता शल्या, माझ्याकरितां तूं सत्वर श्रेष्ठ रथ सिद्ध करून घेऊन ये.' राजा, नंतर शल्यानें कर्णाकरितां विजयशाली व मेघसमुदायाप्रमाणें महान् असा मंगलदायक उत्कृष्ट रथ यथाविधि सिद्ध करून कर्णापाशीं आणिला; व 'कर्णा, विजयी हो' असें म्हणून तो रथ आणिल्याचें त्यानें कर्णास निवेदन केलें. तो रथ अवलोकन करून महारथ कर्णानें त्या रथाची यथाविधि पूजा केली. धृतराष्ट्रा, तो रथ सामान्य नव्हता. पूर्वींच ब्रह्मवेत्त्या पुरोहितानें त्या रथावर मंत्रादिकांच्या योगें संस्कार करून तो पवित्र व श्रेष्ठ बनविला होता.

असो; कर्णानें त्या रथाची पूजा करून त्यास प्रदक्षिणा केली व नंतर एकाग्र चित्तानें सूर्याची प्रार्थना केल्यावर समीपभागीं प्राप्त झालेल्या मद्रराज शल्याला 'आतां तूं रथावर चढ' असें म्हटलें. तेव्हां कर्णाच्या त्या महान् व बलाढ्य रथावर, पर्वतावर ज्याप्रमाणें सिंह चढतो, त्याप्रमाणें तो महाप्रतापी शल्य चढला. ह्याप्रमाणें आपल्या दिव्य रथावर शल्य अधिष्ठित झालेला पहातांच, विद्युद्वान् मेघमंडलावर सूर्य जसा आरूढ होतो, तसा त्या लोकोत्तर रथावर कर्ण आरूढ झाला. अशा रीतीनें, अग्नि किंवा आदित्य ह्यांच्याप्रमाणें प्रखर तेज धारण करणारे ते दोघे बलाढ्य योद्धे रथावर अधिष्ठित झाले, तेव्हां जणू काय अंतरिक्षांत मेघसमुदायावर अग्नि व सूर्यच अधिष्ठित झाले आहेत असें भासूं लागलें ! राजा, ह्याप्रमाणें ते द्युतिमान् वीर एके रथांत विराजित असतां बंदीजन त्यांची स्तुति करूं लागले. तेव्हां जणू काय यज्ञांत सदस्य व ऋत्विक् हे इंद्र व अग्नि ह्यांचीच स्तुति करीत आहेत, असें वाटूं लागलें.

धृतराष्ट्रा, अशा प्रकारें महारथ कर्ण युद्धा-

ला सिद्ध होऊन आपल्या त्या घोर धनुष्याच्या प्रत्यंचेचा टणत्कार करीत असतां जणू काय खळें पडलेल्या सूर्याप्रमाणें भासूं लागला; व तो त्या दिव्य रथावर असतां त्याच्या हातांतील शर हे जसे काय किरणच वाटून, मंदारपर्वतावर सूर्यच आरूढ झालेला आहे असें वाटलें. असो; नंतर त्या महाबाहु व महापराक्रमी कर्णाला दुर्योधन म्हणाला, "कर्णा, भीष्म व द्रोण ह्यांच्या हातून जें दुष्कर कर्म समरांगणांत घडलें नाहीं, व जें घडावें म्हणून सर्व धनुर्धरांची व माझी इच्छा, तें कर्म तूं आज कर. हे अधिरथा, भीष्म व द्रोण हे अर्जुन व भीमसेन ह्यांस खचित वधितील असें आम्हांस वाटत होतें, पण त्यांजकडून तें घडलें नाहीं; ह्यास्तव आज तें कर्म तूं कर आणि जणू काय तूं दुसरा देवेंद्रच आहेस असा पराक्रम गाजव. बा कर्णा, आज तूं धर्मराजाला धर किंवा अर्जुन, भीम, नकुल, सहदेव ह्यांना ठार मार. कर्णा, आज तुला जय मिळो; तुझें कल्याण होवो. हे नरश्रेष्ठा, आतां जा; पांडवांचें सैन्य जाळून टाक." राजा, नंतर हजारों तूर्यें व लाखों नौबदी वाजूं लागल्या, तेव्हां अंतरिक्षांत मेघगर्जनाच होत आहे असें भासलें. नंतर दुर्योधनाच्या प्रोत्साहपनर भाषणास मान देऊन महारथ कर्णानें युद्धविशारद शल्यास म्हटलें, "हे महाबाहो, आतां रथ चालू कर. हा पहा मी आतां धनंजयाला, भीमसेनाला, उभयतां माद्रीपुत्रांना किंवा युधिष्ठिराला ठार करितों ! शल्या, मी आज शेंकडों व हजारों कंकपत्र बाण मारीत असतां माझ्या अंगीं बाहुबल कसें काय आहे, तें आज धनंजयानें पहावें. शल्या, मी आज अतिशय जलाल बाण पांडवांवर सोडीन; आणि त्या योगें पांडवांचा विध्वंस उडून दुर्योधनाला जय मिळेल."

शल्य म्हणाला,—हे सूतपुत्रा, तूं पांडवांना असे यःकश्चित् मानितोस काय ? अरे त्यांचा पराक्रम सामान्य मानूं नको. ते सर्वशास्त्रपारंगत असून महाधनुर्धर आहेत. ते सर्वजण एकसारखे महाबलिष्ठ असून रणांतून कधींही माघार घेणारे नाहींत. त्या महाभाग्यवान् पांडवांच्या ठिकाणीं खरें क्षात्रतेज विद्यमान असून ते सर्वतोपरी अजिंक्य आहेत. अरे, त्यांच्या अंगीं इतकें शौर्य आहे कीं, ते प्रत्यक्ष शतक्रतु इंद्राला सुद्धां भय उत्पन्न करितील. राधेया, हें तुझें भाषण लवकरच बंद पडेल. वज्राच्या भयंकर शब्दाप्रमाणें गांडीवाचा भयंकर निर्घोष युद्धभूमीवर तुझ्या कानीं पडेल, तेव्हां मग तूं हे असले उद्गार काढणार नाहींस. त्याप्रमाणेंच, कर्णा, समरांगणांत हत्तींची सेना भीमसेनाच्या हातून निर्दत होऊन मरून पडलेली जेव्हां तूं पहाशील, तेव्हां मग तुझें हें बोलणें आपोआपच नाहींसें होईल. तसेंच धर्मराज व नकुलसहदेव हे आपल्या तीक्ष्ण बाणांनीं अंतरिक्ष व्याप्त करून मेघांप्रमाणें चोहोंकडे छाया पाडतील, आणि दुसरेही बलाढ्य राजे व वीर सर्वत्र मोठ्या शिताफीनें शत्रूंचा वध करीत आहेत असें तुला आढळेल, तेव्हां मग तुझी ही बडबड अनायासेंच नष्ट होईल.

संजय सांगतोः—राजा धृतराष्ट्रा, मद्राधिपति शल्याचें हें भाषण कर्णाला रुचलें नाहीं व तो त्या महाशूर शल्याला 'रथ पुढें चालव' असेंच म्हणाला.

अध्याय सदतिसावा.

—:०:—

कर्ण व शल्य ह्यांचा संवाद.

संजय सांगतोः—राजा धृतराष्ट्रा, महाधनुर्धर कर्ण युद्धार्थ सिद्ध आहे असें पाहून कौरवांकडील सर्व योद्ध्यांना मोठा आनंद झाला; व त्यांनीं चोहोंकडे वारंवार आरोळ्या देण्यास

प्रारंभ केला. त्या समयीं नगारेनौबदी वाजूं लागल्या, बाणांचा शब्द होऊं लागला व अश्वगजादिकांची गर्जना सुरू झाली. राजा, अशा प्रकारें मोठ्या उल्हासानें तुझ्याकडील वीर पांडवांशीं लढण्यास निघाले, त्या समयीं त्यांनीं असा निर्धार केला कीं, समरांगणांत मरणच प्राप्त झाल्यास गोष्ट निराळी, परंतु दुसऱ्या कोणत्याही कारणानें समरभूमीवरून माघारें म्हणून यावयाचें नाहीं. राजा, ह्याप्रमाणें मोठ्या आवेशानें कर्ण व इतर योद्धे युद्धास निघाले तेव्हां अनेक उत्पात दृग्गोचर झाले; पृथ्वी कंपायमान होऊन हादरली व त्यामुळें मोठा भयंकर दणदणाट झाला! सूर्यप्रभृति सप्तग्रह एकमेकांवर चाल करून जात आहेत असें भासलें! जिकडे तिकडे उल्कापात होऊं लागले व दशदिशा दग्ध होण्यास प्रारंभ झाला. अंतरिक्षांत मेघ नसतांही धडाधड विजा पडूं लागल्या व भयंकर वारे वाहूं लागले; पुष्कळ मृग व पक्षी तुझ्या सैन्याला वारंवार डावी घालूं लागले; आणि त्या योगें, महान् अरिष्ट कोसळणार असें त्यांनीं सुचविलें. त्याप्रमाणेंच कर्णाच्या रथाचे अश्व भूमीवर अडखळून पडले. आकाशांतून हाडांची भयंकर वृष्टि सुरू झाली. आयुधें पेटलीं. ध्वज कंपित झाले आणि अश्वादिक वाहनांच्या नेत्रांतून अश्रु गळूं लागले! राजा धृतराष्ट्रा, हे व असेच दुसरे पुष्कळ घोर उत्पात होऊं लागून कौरवांचा भयंकर संहार उडणार अशीं दारुण दुश्चिन्हें दृष्टिगोचर झालीं. परंतु कौरवांकडील योद्ध्यांना दुर्दैवानें घेरून टाकिल्यामुळें त्यांनीं त्या दुश्चिन्हांस मुळींच जुमानिलें नाहीं; आणि सूतपुत्राच्या प्रयाणकालीं मोठमोठ्या क्षत्रियांनीं ‘ तूं विजयी हो ’ अशा मंगलदायक शब्दांनीं त्यास प्रोत्साहन दिलें. राजा, त्या समयीं कौरवांकडील वीरांची विवेकबुद्धि इतकी अस्तंगत झाली होती कीं, त्या सर्वांना पांडव हे आतां जिंकलेच असें वाटलें!

इकडे रथारूढ झालेल्या शत्रुसंहारक कर्णाचें तेज फारच वाढलें,—तो अगदीं सूर्याप्रमाणें किंवा अग्नीप्रमाणें देदीप्यमान भासूं लागला, व त्यास असा कांहीं गर्व वाटला कीं, आपण भीष्म व द्रोण ह्यांच्यापेक्षांही अधिक बलवान् व शूर आहों! नंतर तो अर्जुनाच्या कृत्यांचा विचार करून इतका संतापला कीं, जणू क्रोधाचे सुस्कारे टाकूं लागला आणि अहंपणानें व दर्पानें क्षुब्ध होऊन मद्राधिपति शल्यास म्हणाला, “ शल्या, मीं हातांत आयुध घेऊन रथांत अधिष्ठित असतां प्रत्यक्ष वज्रपाणि इंद्रही क्रुद्ध होऊन माझ्या समोर आल्यास मी त्यास भिणार नाहीं! ज्या अर्थीं पांडवांशीं लढत असतां भीष्मादिक महान् महान् वीरांना रणभूमीवर देह ठेवावे लागले, त्या अर्थीं पांडवांशीं युद्ध करण्यास प्रवृत्त होतांना माझ्या मनास चंचलता उत्पन्न व्हावी हें उचित होय; पण माझी कांहीं तशी स्थिति झालेली नाहीं! सर्वथैव वंदनीय अशा त्या भीष्मद्रोणांच्या ठिकाणीं जरी महेंद्राप्रमाणें किंवा विष्णूप्रमाणें सामर्थ्य होतें, जरी ते महान् महान् रथ, अश्व व गज ह्यांचा संहार करण्यास समर्थ होते, आणि जरी ते जणू काय अमरच होते असें म्हणण्यास प्रत्यवाय नाहीं, तरी त्यांचाही पांडवांकडून नाश झालेला आपण पहात आहों; तेव्हां प्रस्तुत समयीं ह्या रणांगणांत मला भीति उत्पन्न व्हावी हें अगदीं साहजिक आहे पण मला कांहीं आज भीति वाटत नाहीं! मला हेंच मोठें गूढ पडलें आहे कीं, युद्धांत मोठमोठाले बलाढ्य राजे, त्यांचे सारथि, रथ, अश्व वगैरे शत्रूंकडून मरण पावत असतां महान् अस्त्रवेत्ता ब्राह्मणश्रेष्ठ द्रोण गुरु सर्व पांडवांना मारून टाकल्याशिवाय राहिला कसा?

कौरवहो, द्रोणाच्या ह्या कृत्याचा विचार करून ह्या महान् युद्धप्रसंगीं मी तुह्मांस जें कांहीं सांगत आहें, तें नीट ऐका. असें पहा—अर्जुन हा प्रत्यक्ष उग्रस्वरूप काळच होय. तो समोर आला असतां त्याच्याशीं टक्कर देईल असा काय तो एकटा मीच. माझ्याशिवाय दुसरा कोणीही त्याच्यापुढें तग काढणार नाहीं! अहो, द्रोणाच्या ठिकाणीं युद्धकला, बल, विवेक, दूरदर्शित्व व महास्त्रविद्या हीं सर्व सिद्ध असतां त्या महात्म्याला सुद्धां मृत्युमुखीं पडावें लागलें, तेव्हां इतरांची ती कथा काय? मला तर आज असें वाटतें कीं, ते सर्व मरणोन्मुखच झालेले आहेत. अहो, ह्या लोकीं कर्म व दैव ह्यांची सांगड असल्यामुळें मोठा विचार करूनही मला कोणतीही वस्तु शाश्वत दिसत नाहीं. पहा, प्रत्यक्ष द्रोणाचार्यांची जर ही गति झालेली आपण पहातों, तर सूर्योदय होईपर्यंत तरी आपण निःसंशयपणें जिवंत राहूं असें कोण ह्मणूं शकेल? खचित मला तर असें वाटतें कीं, अस्त्रें, आयुधें, बल, पराक्रम, नानाविध कृत्यें किंवा राजनीतिनैपुण्य ह्यांपैकीं एकही गोष्ट मनुष्यास सुख देण्यास समर्थ नाहीं. पहा, द्रोणाचार्यांची योग्यता काय लहानसान होती? त्यांचें तेज तर प्रत्यक्ष अग्नि किंवा आदित्य ह्यांप्रमाणें होतें, त्यांचा पराक्रम तर प्रत्यक्ष विष्णु किंवा इंद्र ह्यांप्रमाणें होता, व त्यांचें राजनीतिनैपुण्य तर प्रत्यक्ष शुक्राचार्य किंवा बृहस्पति ह्यांप्रमाणें होतें, तथापि ह्यांपैकीं एकाच्यानेंही त्या बलाढ्य वीराचें रक्षण करवलें नाहीं!

"असो; शल्या, प्रस्तुत आपल्या ह्या सैन्याची कशी दुर्दशा झाली आहे ती पहातोसना? धार्तराष्ट्रांचा पराभव झाल्यामुळें जिकडे तिकडे स्त्रिया व कुमार दीनपणानें आक्रोश करीत आहेत, तेव्हां अशा ह्या संकटामध्यें जर कोणी कांहीं पराक्रम करून दाखविणारा असेल तर तो मीच होय! ह्यास्तव आतां अगदीं विलंब न करितां शत्रुसैन्याकडे रथ चालव आणि तो सत्यसंध युधिष्ठिर, भीमसेन, अर्जुन, वासुदेव, सात्यकि, सृंजय, नकुल व सहदेव ह्यांची व माझी रणांगणांत गांठ पडेल असें कर. राजा शल्या, माझ्यावांचून दुसऱ्या कोणत्याही वीराला त्यांच्याशीं लढण्याला छाती व्हावयाची नाहीं; म्हणून तूं ताबडतोब हा रथ पांचाल, पांडव व सृंजय जेथें असतील त्या बाजूला चालू कर. त्यांना मी आज युद्धांत वधीन किंवा मी स्वतः तरी यमसदनाचा मार्ग धरीन. शल्या, त्या शूर वीरांच्या समुदायांत प्रवेश करण्यास मी अगदीं समर्थ आहें, अशी तूं खातरी बाळग. आतां आपल्या प्राणांकडे लक्ष देणें हें मला सर्वथा अनुचित होय. अशा प्रकारें वर्तन करणें म्हणजे दुर्योधनाशीं द्रोह करणेंच होय. ह्यास्तव, द्रोणाप्रमाणें समरांगणांत मरून जावें हेंच मी इष्ट मानितों. कोणाही मनुष्याला, मग तो शहाणा असो किंवा वेडा असो, आयुष्याचा क्षय झाला म्हणजे मृत्यूच्या पेंचांतून सुटतां यावयाचें नाहीं. म्हणून मी आज पांडवांवर चाल करून जाणारच, मग माझें कांहींही होवो; दैवाचा प्रतिकार करणें सर्वथा अशक्य आहे. हे मद्रेशा, दुर्योधन माझें कल्याण करण्यास सदासर्वकाळ उद्युक्त आहे. म्हणून त्याचे मनोरथ पूर्ण करणें हें माझें कर्तव्य आहे असें मी मानितों; आणि त्यासाठीं मी आपल्या सर्व सुखांना, फार तर काय, मी आपल्या ह्या प्रिय प्राणांनाही मुकण्यास सिद्ध आहें. शल्या, माझा हा दिव्य रथ मोठा बलाढ्य आहे. ह्याला व्याघ्रचर्माचें आवरण असून ह्याचा आंस मुळींच वाजत नाहीं; ह्यांतील आसनें सुवर्णमय असून ह्याचे त्रिवेणु रुप्याचे आहेत; आणि ह्यास सर्वोत्कृष्ट अश्व जोडलेले असून हा मला परशुरामाकडून

मिळाला आहे. त्याप्रमाणेंच ह्या रथावर असलेलीं हीं माझीं चित्रविचित्र धनुष्यें, ध्वज, गदा, भयंकर बाण, खड्ग, दुसरीं श्रेष्ठ आयुधें व उग्र ध्वनि करणारा हा शुभ्र शंख अवलोकन कर. ध्वजपताकांनीं शोभणाऱ्या, वज्रपाताप्रमाणें शब्द करणाऱ्या, श्वेत हयांनीं युक्त व दिव्य भात्यांनीं विराजमान असणाऱ्या ह्या सर्वोत्तम रथांत बसून मी आज युद्ध करणार व अर्जुनाला मोठ्या निग्रहानें ठार मारणार! सर्वभक्षक मृत्युही जरी त्यास मोठ्या दक्षतेनें राखण्यास तयार झाला, तरी मी त्याचें आज कांहीं चालूं देणार नाहीं. एक तर मी त्यास आज ठार करीन किंवा मी स्वतः भीष्मांप्रमाणें यमसदनाचा मार्ग धरीन! शल्या, फार बोलण्यांत काय अर्थ! जरी यम, वरुण, कुबेर, इंद्र हे सर्व महान् महान् देव आपआपल्या गणांसह अर्जुनाचें संरक्षण करण्यास सिद्ध झाले, तरी मी त्या अर्जुनाचा त्या सर्व देवांसह पराभव करीन हें खचित समज!"

संजय सांगतोः—ह्याप्रमाणें त्या युद्धातुर झालेल्या कर्णाच्या वल्गना श्रवण करून मद्राधिपति शल्य मोठ्यानें हंसला व धिक्कारपूर्वक उत्तर देऊन त्यानें त्याचा निषेध केला.

शल्य म्हणालाः—कर्णा, थांब थांब, असें बढाईचें भाषण करूं नको. तुला युद्ध करण्याविषयीं कितीही आवेश उत्पन्न झालेला असला, तरी असें अमर्याद भाषण करणें युक्त नव्हे. अरे, तो नरश्रेष्ठ धनंजय कोठें? आणि तूं नराधम कर्ण कोठें? त्या अर्जुनाच्या पराक्रमाचा विचार तरी तूं केला आहेस का? अरे, उपेंद्रानें रक्षण केलेली द्वारका म्हणजे देवेंद्रानें रक्षण केलेला स्वर्गच होय; आणि असें असतां बलात्कारानें तींतून अर्जुनानें सुभद्रेचें हरण केलें, तेव्हां हा काय अर्जुनाचा सामान्य पराक्रम? अर्जुनावांचून दुसरा कोणता पुरुष हें कृत्य करण्यास समर्थ झाला असता बरें? बा कर्णा, मृगवधासंबंधानें कलह उत्पन्न होऊन युद्ध सुरू झालें तेव्हां त्रिभुवनाधीश देवाधिदेव शंकराशीं लढण्यास देवेंद्राप्रमाणें पराक्रम गाजविणाऱ्या अर्जुनावांचून दुसरा कोणता योद्धा तयार झाला असता? कर्णा, अर्जुनाचा प्रताप खरोखरीच दुर्धर आहे. सुर, असुर, महोरग, नर, गरुड, पिशाच्च, यक्ष, राक्षस ह्या सर्वांचा बाणवृष्टीनें पराभव करून अर्जुनानें अग्नीला त्याचा हविर्भाग अर्पण करून (खांडवन देऊन) तृप्त केलें, तेव्हां हा त्याचा प्रताप किती अगाध आहे बरें? असो; कर्णा, जेव्हां धृतराष्ट्राच्या पुत्राला शत्रूंनीं हरण केलें, तेव्हां सूर्यसदृश बाणांचा वर्षाव करून अर्जुनानें शत्रूंना रणांगणांत ठार केलें व त्या धृतराष्ट्रपुत्रास सोडवून आणून पुनः कौरवांच्या हवालीं केलें, ती वेळ तुला आठवतेना? बरें तेंही असो; कर्णा, कलहप्रिय धृतराष्ट्रपुत्रांचें गंधर्वांशीं युद्ध सुरू झालें तेव्हां प्रथम तूं तर पळून गेलास! व मग चित्ररथादिक गंधर्वांनीं कौरवांना जेव्हां बांधून नेलें; तेव्हां त्या गंधर्वांना जिंकून पांडवांनीं कौरवांना सोडविलें, त्या वेळची तरी तुला आठवण आहे का! अरे, अर्जुनाचा तो दिव्य पराक्रम किती वर्णावा? तुला गोग्रहणप्रसंग स्मरतच असेल. त्या वेळचें कौरवांचें तें सैन्य केवढें अवाढव्य! त्या समयीं त्या सैन्यांत भीष्म, द्रोण, अश्वत्थामा आदिकरून कौरवपक्षाचे महान् महान् योद्धे युद्ध करण्यास तत्पर असतां तुम्ही कौरवांनीं त्या अर्जुनाला कां रे जिंकलें नाहीं? आणि उलट त्यानेंच तुमची दैना उडविली ती कां? असो; कर्णा, मला तर असें वाटतें कीं, पुनः आज हें दुसरें महान् युद्ध तुझ्या मृत्यूकरितांच घडून येत आहे! जर का तूं आज शत्रूंना भिऊन पळून गेला नाहींस, तर तूं रणांगणांत

जातांच खचित मृत्युमुखीं पडलास ह्मणून समज !

संजय सांगतो:—राजा धृतराष्ट्रा, ह्याप्रमाणें मद्राधिपति शल्य हा मोठ्या कळवळ्यानें कर्णाला अर्जुनाचें अद्वितीय सामर्थ्य वर्णन करून सांगत असतां, त्या योगें अतिशय संताप उत्पन्न होऊन तो सेनापति शत्रुसंहारक कर्ण शल्याला म्हणाला, " हे शल्या, पुरे पुरे, फार बडबड करूं नको. खचित माझें व त्याचें युद्ध सुरू झालेंच म्हणून समज. जर आतां ह्या युद्धांत त्यानें मला जिंकिलें, तर मग तुझें हें भाषण वाजवी होईल. "

संजय सांगतो:—कर्णाचें हें भाषण ऐकून शल्यानें त्यावर अधिक कांहीं उत्तर न देतां ' बरें, तसेंच होईल ! ' इतकेंच म्हटलें. नंतर कर्णानें शल्याला ' रथ चालव ' असें युद्धावेशानें सांगितलें; तेव्हां पांढरे शुभ्र घोडे जोडलेला तो रथ सारथि शल्यानें चालू केला. मग, सूर्य ज्याप्रमाणें तिमिराचा विध्वंस करीत पुढें जातो, त्याप्रमाणें तो बलाढ्य रथ शत्रुसैन्याचा विध्वंस करीत पुढें गेला. अशा प्रकारें चाललेल्या त्या आपल्या व्याघ्रचर्मपरिवेष्टित आणि श्वेताश्वयुक्त रथाकडे पाहून कर्ण संतुष्ट झाला; आणि पांडवांच्या सेनेकडे अवलोकन करून घाईघाईनें अर्जुनाची चौकशी करूं लागला.

अध्याय अडतिसावा.

—:०:—

कर्णाची बढाई !

संजय सांगतो:—राजा, ह्याप्रमाणें कर्ण जेव्हां पांडवांशीं लढण्यास निघाला, तेव्हां तुझ्या सैन्याला मोठा आनंद वाटला. पुढें तो समरभूमीवर पांडवांच्या सान्निध प्राप्त झाला, तेव्हां त्यास पांडवांकडील जो जो वीर भेटला त्याला त्याला त्यानें ' अर्जुन कोठें आहे ? ' ह्मणून विचारिलें; आणि शिवाय असेंही सांगितलें कीं, जो कोणी पुरुष आज मला महात्मा श्वेतवाहन अर्जुन दाखवील, त्याला मी हवें असेल तितकें धन देईन; जर तेवढ्यानें त्याचें समाधान झालें नाहीं, तर त्यास मी गाडीभर रत्नें अर्पण करीन; आणि इतक्यानेंही जर त्यास तृप्ति वाटली नाहीं, तर मी शंभर गाई व तितकींच कांस्याचीं दोहनपात्रें देईन. अथवा अर्जुन दाखविणाऱ्या पुरुषाला मी शंभर उत्तम गांव व कृष्णकेशांनीं युक्त अशीं खेचरें लावलेला शुभ्र रथ अर्पण करीन; जर इतक्यावर तो संतुष्ट झाला नाहीं, तर त्याला मी हत्तींसारखे बलाढ्य असे सहा बैल लावलेला सुवर्णरथ आणि रत्नाभरणांनीं अलंकृत व निष्कांचे हार धारण करणाऱ्या व गायननर्तनांत कुशल अशा शंभर सुंदर स्त्रिया अर्पण करीन; जर इतक्यानेंही त्याचा संतोष झाला नाहीं, तर त्याला मी शंभर हत्ती, शंभर सुवर्णरथ आणि बळकट, गुणवान्, विनयशील, कार्यक्षम व उत्तम शिकविलेले असे दहा सहस्र उत्तम अश्व देईन; अथवा, ज्यांचीं शिंगें सुवर्णानें मढविलीं आहेत अशा चारशें सवत्स धेनु अर्जुन दाखविणाऱ्या पुरुषाला अर्पण करीन, इतक्यानें जर त्याचें समाधान झालें नाहीं; तर त्याला मी ह्याहून अधिक मोठी देणगी म्हणजे रत्नखचित सौवर्ण अलंकारांनीं युक्त असे पांचशें अश्व व शिवाय उत्तम प्रकारें शिकवून तयार केलेले अठरा दुसरे अश्व देईन; अथवा अर्जुन दाखविणाऱ्या पुरुषाला कांबोज देशांतील उत्तम अश्व जोडलेला सुवर्णमंडित शुभ्र रथ अर्पण करीन; जर तितक्यावर त्याचें समाधान झालें नाहीं, तर, ज्यांच्या गळ्यांत सुवर्णाचे हार शोभत आहेत, ज्यांच्या शरीरावर नानाविध हेमभूषणें विराजित आहेत, ज्यांचें जन्म समुद्राच्या परतीरीं झालें आहे, व ज्यांस उत्तम महातांकडून शिकवून तयार केलें आहे, असे

सहार्शे हत्ती मी त्याला देईन; आणि इतक्यानेंही जर त्याची तृप्ति झाली नाहीं, तर मी त्याला अधिक महत्त्वाची देणगी म्हणजे भरवस्तीचे, धनदौलतीनें युक्त, वनें व जलाशय ह्यांच्या समीप असलेले, जेथें कसलीही भीति नाहीं असे सर्व समृद्धीनें ओतप्रोत भरलेले व राजेलोकांनींही उपभोग घेण्यास योग्य असे चौदा गांव अर्पण करीन, अथवा अर्जुन दाखविणाऱ्या पुरुषाला गळ्यांत पुतळ्यांचे वगैरे हार शोभणाऱ्या मागध देशांतल्या तरुण शंभर दासी मी देईन; जर एवढ्यानें त्याची मनीषा पूर्ण झाली नाहीं, तर तो पुरुष जें जें कांहीं मागेल तें तें देण्यास मी सिद्ध आहें. फार काय, पुत्र, दारा, उपभोग्य वस्तु वगैरे जें कांहीं दुसरें मजपाशीं आहे, तेंही मी त्याची इच्छा असल्यास देण्यास तयार आहें; आणि जो कोणी मला कृष्णार्जुन दाखवील, त्याला कृष्णार्जुनांस मारून त्यांचें सर्व वित्त मी देईन !

राजा धृतराष्ट्रा, समरांगणांत कर्णानें अनेकांपाशीं असें भाषण केलें; आणि मग समुद्रापासून उत्पन्न झालेला आपला दिव्य व सुस्वर शंख वाजविला. राजा, कर्णाचें तें भाषण श्रवण करून दुर्योधनाला व त्याच्या अनुयायांना मोठा आनंद झाला. तेव्हां कौरवांच्या सैन्यांत दुंदुभि, मृदंग व इतर वाद्यें वाजूं लागलीं. वीर मोठमोठ्यानें सिंहनाद करूं लागले, हत्तींनीं गर्जना चालविल्या, आणि आनंदित झालेले योद्धे आनंदानें आरोळ्या देऊं लागले. ह्याप्रमाणें जिकडे तिकडे आनंदाचें भरतें येऊन मोठ्या बढाईनें भाषण करणारा तो महारथ वीर कर्ण आतां शत्रुसैन्यावर उडी घालणार, इतक्यांत मद्राधिपति शल्य मोठ्यानें हंसून त्यास असें भाषण बोलला.

अध्याय एकुणचाळिसावा.

—:०:—

कर्णाचा धिक्कार !

शल्य म्हणाला:—कर्णा, पुत्र किंवा हत्तीसारखे बलाढ्य असे सहा बैल लाविलेला सुवर्णरथ कोणालाही देऊं नको. आज तुला अर्जुन भेटेल. अरे, कुबेराप्रमाणें धन देण्यास तूं प्रस्तुत प्रसंगीं सिद्ध झाला आहेस, हा तुझा केवळ मूर्खपणा होय. आज तूं अनायासेंच धनंजयाला पाहाशील. तूं महामूर्खाप्रमाणें धनाचा व्यर्थ व्यय करीत आहेस, पण अपात्र पुरुषाला द्रव्यदान केलें असतां कोणते दोष घडतात, हें तुझ्या लक्षांत कसें येत नाहीं ? अरे, तूं धनाची जी ही उधळपट्टी मांडिली आहेस तिच्या योगें तुला अनेक यज्ञ करितां येतील ! ह्यास्तव अशी ही उधळपट्टी न करितां नानाप्रकारचे यज्ञ कर. कृष्ण व अर्जुन ह्यांना मारण्याची जी तुझी मूर्खपणाची इच्छा, ती तर व्यर्थच आहे; कारण, युद्धांत कोल्ह्यानें सिंहाच्या जोडीला मारिल्याचें आम्हीं अद्याप कधींच ऐकिलें नाहीं. ज्या अर्थीं तूं भलतीच गोष्ट करावी म्हणून इच्छीत आहेस, आणि तुझा कोणीही निषेध करीत नाहीं, त्या अर्थीं तुला कोणी मित्र आहेत असें मला वाटत नाहीं. बाबारे, जे कोणी तूं आगींत पडत असतां तुझें तत्काळ निवारण करितील, तेच तुझे खरे मित्र होत. तुझा कार्याकार्यविचार सुटला, ह्यावरून तुझी मृत्यूची घटी नजीक आली ह्यांत संदेह नाहीं. जगावयाची इच्छा असलेला असा कोणता पुरुष असलें हें असंबद्ध व अश्राव्य भाषण मुखावाटे काढील ! गळ्यांत धोंडा बांधून केवळ बाहुबलानें समुद्र तरणें किंवा पर्वताच्या शिखरावरून खालीं उडी टाकणें हें जसें अशक्य, तशीच तुझी ही इच्छा घडून येणें अशक्य होय. बा कर्णा, जर आपलें बरें होण्याची तूं

इच्छा करीत असशील, तर तूं एकटा धनंजयाशीं लढूं नको. तुम्हीं स्वपक्षाचे सर्व वीर एकत्र होऊन सैन्याची व्यूहरचना करून सुरक्षित व्हा आणि मग धनंजयाशीं गांठ घाला. कर्णा, दुर्योधनाचें हित व्हावें म्हणूनच मी हें तुला सांगत आहें. त्याचा नाश व्हावा अशी माझी मुळींच इच्छा नाहीं. जर तुला जिवंत रहाण्याची इच्छा असेल, तर माझ्या ह्या भाषणावर श्रद्धा ठेव.

कर्ण ह्मणालाः—शल्या, मी आपल्या स्वतः-च्याच बाहुबलाच्या जोरावर रणांत अर्जुनाशीं गांठ घालण्याची इच्छा करीत आहें; तूं मात्र वरून मित्रासारखें दाखवून पोटांत मला शत्रूसारखें भय घालीत आहेस! पण कोणीही—नव्हे, प्रत्यक्ष इंद्र जरी वज्र उगारून आला, तरी तोही मला माझ्या ह्या निश्चयापासून ढळविण्यास समर्थ होणार नाहीं, मग इतर यःकश्चित् मर्त्याची कथा काय ?

संजय सांगतोः—कर्णाचें हें भाषण ऐकून त्यास अतिशय क्रोध आणण्याच्या हेतूनें मद्राधिपति शल्य पुनः म्हणाला, “ कर्णा, जेव्हां अर्जुनानें मोठ्या वेगानें व शिताफीनें गांडीवाच्या प्रत्यंचेपासून सोडिलेले कंकपत्र तीक्ष्ण शर तुला चोहोंकडून ग्रासून टाकतील, तेव्हां मग अर्जुनाशीं युद्ध करण्यास उद्युक्त झाल्याबद्दल तुला पश्चात्ताप होईल! त्याप्रमाणेंच जेव्हां सव्यसाची पार्थ दिव्य धनुष्य धारण करून तीक्ष्ण बाणांच्या वृष्टीनें तुझ्या सैन्याला व तुला जर्जर करील, तेव्हां मग तूं मागून हळहळूं लागशील. बा कर्णा, आईच्या मांडीवर लोळणारें अज्ञान बाळ जसें आकाशांतील चंद्र हरण करूं पहातें, तसा तूं रथामध्यें विराजित असलेल्या अर्जुनाला आज जिंकूं पहात आहेस. कर्णा, अर्जुनाचा पराक्रम किती भयंकर आहे ह्याचा विचार न करितां तूं आज अर्जुनाशीं लढण्याचा बेत केला आहेस, तेव्हां अत्यंत जलाल अशा त्रिशूलावरच तूं आपलीं गात्रें घांशीत आहेस, असें मला वाटतें. एखाद्या मूर्ख अल्लड हरिणानें चवताळलेल्या घिप्पाड सिंहाला युद्ध करण्यास आह्वान करावें तद्वत् तूं आज अर्जुनाला युद्धार्थ आह्वान करीत आहेस. हे सूतपुत्रा, तूं त्या महापराक्रमी राजपुत्राला युद्धार्थ बोलावूं नको. ज्याप्रमाणें अरण्यांत मांस खाऊन तृप्त झालेल्या कोल्ह्यानें सिंहाला युद्धार्थ बोलवावें, त्याप्रमाणें तुझें हें करणें आहे. बाबा, पार्थाशीं तुझी गांठ पडली ह्मणजे तुझा व्यर्थ नाश होईल रे! कर्णा, तूं केवळ ससा, जणू काय नांगराच्या फाळाप्रमाणें दांत असलेल्या त्या मदोन्मत्त महान् हत्तीशीं झगडूं पहात आहेस! तूं पार्थाशीं युद्ध करण्याची इच्छा करीत आहेस, पण तुझें हें कृत्य एखाद्या मूढानें बिळांत असलेल्या महाविषारी कृष्णसर्पाला काष्ठानें टोंचून प्रक्षुब्ध करावें तसें आहे. कर्णा, सिंहाची खोडी काढून त्याजपुढें जशी कोल्ह्यानें कुई करावी, तशी तूं त्या अर्जुनाची खोडी काढून त्याजपुढें बढाई मिरवूं पहात आहेस! अथवा महावेगवान् पक्षिराज गरुडाला सर्पानें युद्धार्थ बोलवावें, त्याप्रमाणें तूं अर्जुनाला युद्धार्थ बोलावित आहेस! किंवा चंद्राच्या उदयकाळीं भरती येऊन वाढत चाललेला व ज्यामध्यें लक्षावधि जलचर प्राणी इतस्ततः भ्रमण करीत आहेत असा भयंकर महासागर तूं केवळ बाहुबलानेंच तरून जाण्याची इच्छा करीत आहेस! अथवा, बा कर्णा, तीक्ष्ण शृंगें असलेल्या व दुंदुभीप्रमाणें डुरकणाऱ्या मदांध बैलालाच स्वतःशीं झगडण्यास बोलावित आहेस, तेव्हां ह्यास काय ह्मणावें? कर्णा, महान् शब्द करणाऱ्या महामेघापुढें ज्याप्रमाणें बेडकानें ओरडावें, त्याप्रमाणें तुझें हें कृत्य आहे! अर्जुनाची योग्यता

वास्तविकपणें मेघाप्रमाणेंच होय; कारण तो ह्या लोकीं मेघाप्रमाणें सर्वांच्या इच्छा परिपूर्ण करून लोकांस सुख देणारा आहे. अरे, कुत्र्यानें आपल्या घरीं राहून वनांतील वाघावर भुंकावें, तद्वत् तूं येथून अर्जुनावर भुंकत आहेस. कर्णा, कोल्हा सुद्धां शशकांनीं परिवेष्टित होत्साता स्वतःला सिंहच मानीत असतो, पण हा त्याचा भ्रम सिंहाची गांठ पडतांच क्षणांत नष्ट होतो; तद्वत्, जेथपावेतों तुझी व अर्जुनाची गांठ पडली नाहीं, तेथपावेतों तूंही आपणास महापराक्रमी म्हणून खुशाल मान; पण ते कृष्णार्जुन एकाच रथावर सूर्यचंद्रांप्रमाणें स्थित असलेले तुझ्या दृष्टीस पडले म्हणजे हा तुझा भ्रम तेव्हांच नाहींसा होईल! कर्णा, जोंपर्यंत घोर रणामध्यें गांडीवाचा ध्वनि तुझ्या कानीं पडला नाहीं, तोंपर्यंतच तुला हें मनास वाटेल तें बरळतां येईल. पण रथांचा घणघणाट व प्रत्यंचांचा दणदणाट ह्यांनीं दशदिशा व्याप्त झाल्या म्हणजे व्याघ्रास पाहाणाऱ्या कोल्ह्याप्रमाणें तुझी अवस्था क्षणांत होईल! कर्णा, तूं नेहमींचा कोल्हा व अर्जुन हा नेहमींचा सिंह होय. हे मूढा, तूं खऱ्या वीराचा द्वेष करितोस ह्यास्तव मला तूं कोल्हाच वाटतोस. बा कर्णा, ज्याप्रमाणें मूषक व मार्जार, कुत्रें व वाघ, कोल्हा व सिंह, ससा व हत्ती, खोटें व खरें, किंवा विष व अमृत ह्यांमध्यें बलाबलांच्या संबंधानें महदंतर आहे, त्याप्रमाणें तूं व अर्जुन ह्यांमध्यें विहिताविहित कर्मासंबंधानें महदंतर आहे. तुम्ही दोघेही आपआपल्या कर्मांनीं प्रसिद्धच आहां!

अध्याय चाळिसावा.

—:०:—

कर्णाचें शल्यास प्रत्युत्तर.

संजय सांगतोः—राजा धृतराष्ट्रा, ह्याप्रमाणें अमितप्रतापी शल्यानें कर्णाचा धिक्कार केला, तेव्हां कर्णाला शल्याचा अतिशय संताप आला, आणि त्याला शल्य हें नांव पडण्याचें कारण त्याची कठोर वाणी हेंच असलें पाहिजे असें मनाशीं ठरवून, कर्णानें शल्यास असें म्हटलें.

कर्ण ह्मणालाः— शल्या, गुणवानांचे गुण जाणण्यास गुणवानच मनुष्य पाहिजे, इतरांस ते जाणतां यावयाचे नाहींत. तूं तर गुणरहित, तेव्हां तुला गुणावगुणांचें ज्ञान कसें असणार? शल्या, महात्म्या अर्जुनाचीं महान् महान् अस्त्रें, क्रोध, पराक्रम, धनुष्य, शर व प्रताप हीं सर्व मला माहीत आहेत; त्याप्रमाणेंच, भूपतींचा नायक जो कृष्ण त्याची महती ही मला जितकी विदित आहे, तितकी ती तुला विदित नाहीं. आज समरांगणांत गांडीवधारी अर्जुनाला जें मी युद्धार्थ आह्वान करीत आहें, तें तरी मी आपल्या स्वतःच्या व अर्जुनाच्या वीर्याचा विचार करूनच करीत आहें. शल्या, मजपाशीं असलेला हा लोकोत्तर बाण पाहिलास का? ह्याचे पुंख उत्तम असून हा रक्तप्राशन करणारा आहे; हा मीं एकटाच एका भात्यांत ठेविला आहे; ह्यास तीक्ष्ण धार दिलेली असून उत्तम तेलपाणी केलें आहे; त्याप्रमाणेंच हा उत्कृष्ट शृंगारला असून ह्यास मीं चंदनाच्या चूर्णांत ठेवून दिलें आहे; मी ह्याची बहुत वर्षें पूजा करीत असून हा सर्परूप आहे; ह्याच्या ठिकाणीं भयंकर विष वसत असून ह्याला मनुष्यें, घोडे व हत्ती ह्यांचे जमावच्या जमाव ठार करण्याचें सामर्थ्य आहे; ह्याचें रूप मोठें उग्र व घोर असून हा चिलखतें व अस्थि ह्यांचें विदारण करणारा आहे; ह्या बाणाचें बळ इतकें अश्रुतपूर्व आहे कीं, मी क्रुद्ध झाल्यास ह्याच्या योगें महागिरि मेरू सुद्धां भेदून टाकीन; व हा बाण मी अर्जुनावांचून किंवा देवकीपुत्रावांचून अन्यावर कधींही सोडणार नाहीं, हें तूं खचित

समज. शल्या, ह्या बाणानें मी आज वासुदेव-धनंजयांशीं युद्ध करीन आणि अतिशय क्षुब्ध झालेल्या माझें हें कर्म पाहून मला लोक बरेंच ह्मणतील. शल्या, सर्व यादववीरांचें वैभव कृष्णाच्या ठिकाणीं वास करितें व सर्व पांडवांची विजयश्री अर्जुनाच्या ठिकाणीं प्रतिष्ठित आहे; ह्यास्तव ह्या दोघांशीं एकदां गांठ पडली म्हणजे कोण बरें मागें वळेल? ते दोघेही पुरुषव्याघ्र रथामध्यें एके ठिकाणीं अधिष्ठित होऊन मजशीं युद्ध करण्यास जर प्राप्त झाले, तर, शल्या, माझ्या जन्माचें सार्थकच घडलें ह्यांत संदेह नाहीं. शल्या, कृष्णार्जुन हे आतेमामेभाऊ होत. कृष्ण हा अर्जुनाचा मामेभाऊ व अर्जुन हा कृष्णाचा आतेभाऊ. हे दोघेही भ्राते नित्य विजयी आहेत, पण आज मी ह्यांची एका बाणानें, सूत्रांत ओंविलेल्या रत्नांप्रमाणें माळ करून ह्यांस ठार मारितों पहा! शल्या, वानरध्वज अर्जुनाच्या हातांतलें गांडीव व गरुडध्वज कृष्णाच्या हातांतलें चक्र हे भित्र्यांचे बागुलबोवा होत, पण मला तर त्यांच्या योगें उलट आनंदच होत आहे. शल्या, तूं मूर्ख असून शिवाय दुष्टही आहेस; घोर रणांत अवश्य असणारें जें युद्धनैपुण्य तें तुझ्या ठिकाणीं वसत नसल्यामुळें प्रस्तुत समयीं तुझी छाती फाटून जाऊन भीतीनें तूं पुष्कळ बडबड चालविली आहेस; अथवा तूं जी कृष्णार्जुनांची एवढी महती गात आहेस, त्यांतलें कारण तुझें तुलाच माहीत! हे नीचदेशजा शल्या, समरांगणांत आज मी कृष्णार्जुनांना मारिल्यावर तुलाही बंधूंसहवर्तमान ठार करणार! हे क्षत्रियकुलकलंका दुष्टा पापदेशजा शल्या, मित्राचा बहाणा करून शत्रूप्रमाणें तूं त्या उभय कृष्णांविषयीं माझ्या मनांत भय उत्पन्न करीत आहेस काय? एक ते आज मला ठार मारतील किंवा मी त्यांना ठार मारीन. मला माझ्या बळाची पूर्ण खातरी आहे, मला कृष्णार्जुनाचें बिलकूल भय वाटत नाहीं. फार काय, आज हजारों कृष्ण किंवा शेंकडों अर्जुन जरी माझ्याशीं लढण्यास सिद्ध झाले, तरी तितक्या सर्वांना मी एकटा वधीन. तूं आतां निमूट बस आणि माझा पराक्रम पहा. हे कुदेशजा, स्त्रिया, मुलें, वृद्धजन व तशांत विशेषेंकरून मौजेनें प्रवास करणारे लोक हे, नीच मद्रदेशीय लोकांविषयीं जणू काय विद्येचा पाठच असें मानून, ज्या गोष्टी वारंवार सांगत असतात, त्या गोष्टी तूं मजपासून ऐक. ब्राह्मणांनीं ह्या गोष्टी अशाच पूर्वीं राजांपुढें सांगितलेल्या आहेत. आतां त्या मी तुला सांगतों. मूर्खा, त्या तूं ऐकून घेऊन शांतपणें सहन कर किंवा तुला जर त्यांविषयीं उत्तर देणें असेल तर दे.

शल्या, मद्रदेशांतला मनुष्य म्हटला म्हणजे तो नेहमीं मित्राचा द्रोह करावयाचा; तूं आमचा द्रोह करीत आहेस, ह्याचें कारण तरी तूं मद्रदेशांतला आहेस हेंच होय. मद्रदेशांतील लोक अधम व कुत्सित भाषण करणारे असल्यामुळें मैत्री ही तेथें माहीतच नाहीं; मद्रदेशस्थ पुरुष हा नेहमीं दुष्टपणा करावयाचा; त्यास कधींही सत्याची किंवा सरळपणाची ओळखही असावयाची नाहीं, व मद्रक पुरुषाच्या ठायीं आमरण दौरात्म्य रहावयाचें, असें आह्मीं ऐकिलें आहे. शल्या, मद्रदेशांत पिता, पुत्र, माता, सासू, सासरा, मामा, जांवई, मुलगी, भाऊ, नातू व दुसरे बांधव, त्याचप्रमाणें सोबती, पाहुणे आणि दासदासी वगैरे इतर मंडळी, हीं सर्व एके ठिकाणीं मिसळतात. शिवाय त्या देशांत स्त्रिया कोणत्याही पुरुषांशीं स्वेच्छेनें सहवास करितात; मग ते पुरुष त्यांच्या ओळखीचे असोत किंवा नसोत! त्या दुराचरणी व मांसाशनी पुरुषांच्या घरीं त्यांस मद्य व गोमांस खावयास सांपडून हंसण्या-

खिदळण्याला मिळालें म्हणजे झालें! शल्या, ज्या देशांतील लोक भलतींसलतीं गाणीं गातात, स्वच्छंदानें वर्तन करितात, व मनास वाटेल तसें एकमेकांना बोलतात, त्या देशांत धर्मबुद्धि कशी वास करील? मद्रदेशांतील लोक मदांध असून अमंगल कृत्यांविषयीं त्यांची ख्याति आहे. ह्यास्तव त्यांच्याशीं कोणीं वैरही करूं नये व मैत्रीही करूं नये. मद्रदेशांत मित्रत्व हें नाहींच. मद्रदेशीय मनुष्य म्हणजे दुष्कृत्यांचा केवळ पुतळाच. मद्रदेशांत जसा आचरणाचा विधिनिषेध नाहीं, तसा त्या देशांतील लोकांच्या सहवासानें गांधारदेशांतीलही आचारविचार नष्ट होईल. ज्याप्रमाणें, यज्ञांत राजा हाच जर याजकाचें कर्म करणारा असला तर त्या यज्ञाचें फळ व्यर्थ होतें, किंवा ज्याप्रमाणें शूद्राचा संस्कार करणारा विप्र मानहानीस प्राप्त होतो, किंवा ज्याप्रमाणें ब्रह्मद्वेष्टे पुरुष नेहमीं अपयश जोडितात, त्याप्रमाणेंच मद्रकांशीं संगति ठेवणाऱ्या पुरुषाची अवस्था होते. म्हणून, हे मद्रदेशीया शल्या, तुझ्याशीं मैत्री करण्यास मी सिद्ध नाहीं. हे वृश्चिका, आतां तुझ्या विषाची मी मुळींच पर्वा करीत नाहीं. आथर्वण मंत्रानें मी त्याचा प्रतिकार करून बसलों आहें. विंचू चावून त्याच्या विषवेगानें मनुष्य तडफड करून नाचूं लागला म्हणजे शहाणे लोक त्याजवर औषधि-उपचार किंवा मंत्रप्रयोग वगैरे करून त्याची बाधा दूर करितात हें खरें, पण त्या विंचवाची गांठच पडूं दिली नाहीं म्हणजे सर्वच कारभार आटोपला! ह्यास्तव, आतां मी तुझा संबंधच तोडतों म्हणजे झालें. शल्या, मीं सांगितलेल्या ह्या सर्व गोष्टींचा विचार करून तूं मुकाट्यानें रहा व आणखी जें कांहीं सांगतों तें ऐक.

शल्या, मद्रदेशांत स्त्रिया दारू पिऊन धुंद होतात व वसनादिकांचा त्याग करून नाचत सुटतात! तेथें वैवाहिक विधींनीं स्त्रीपुरुषांचे संबंध नियत होत नाहींत व तेथील स्त्रिया मन मानेल त्या पुरुषाला वरितात. तेव्हां तशा प्रकारच्या स्त्रियांच्या उदरीं जन्म पावल्यामुळें तुला धर्म सांगण्याचा अधिकार कसा येतो? अरे, ज्या स्त्रियांना आपण कोण ही भावना सुद्धां नाहीं, उंट किंवा गाढवें ह्यांप्रमाणें ज्या उभ्यानेंच नैसर्गिक क्रिया करितात, त्या तसल्या निर्लज्ज व भ्रष्ट स्त्रियांचा तूं पुत्र; तेव्हां तूं येथें धर्मोपदेश करण्याचा व्यर्थ अट्टाहास कां करितोस? शल्या, मद्रदेशांतल्या स्त्रीपाशीं कोणी जर मद्य मागितलें, तर ती त्या मागणाऱ्याला कुले खाजवीत खाजवीत असें भयंकर उत्तर देते कीं, मजपाशीं कोणीही माझें प्रियकर मद्य मागूं नये; मी त्याला पाहिजे तर पुत्र देईन किंवा पतिही देईन, पण मद्य म्हणून देणार नाहीं! त्याचप्रमाणें, शल्या, मद्रदेशांतील मुलीही मोठ्या निर्लज्ज, केंसाळ व खादाड असून बहुधा अनाचारी असतात, असें आम्हीं ऐकिलें आहे. शल्या, अशा प्रकारच्या एक का अनेक, किती तरी गोष्टी मी किंवा दुसरा कोणी तुला सांगूं शकेल! अरे, मद्रदेशांतलीं किंवा सिंधसौवीर देशांतलीं माणसें म्हणजे केशाग्रापासून नखाग्रापर्यंत दुराचरणाचे पुतळेच होत; पातकी देशांत जन्मल्यामुळें त्यांस म्लेच्छच म्हटलें तरी चालेल; ह्यास्तव त्यांना धर्माधर्मविचार कसा कळणार? आम्हीं असें ऐकिलें आहे कीं, क्षत्रियांचा मुख्य धर्म म्हणजे रणांगणांत मरावें व सज्जनांच्या आदरास पात्र व्हावें. ह्यासाठीं मी हा देह धारातीर्थी ठेवणार! युद्धांत मरून स्वर्ग मिळवावा हा तर माझा मूळचाच संकल्प आहे; व ह्याच हेतूनें माझा प्रिय मित्र दुर्योधन ह्याची मीं मैत्री जोडिली. प्रस्तुत माझे हे प्राण व माझ्याजवळ असलेली सर्व कांहीं धनदौलत ही

त्या दुर्योधनाकरितां आहे असें मी समजतों. हे पापदेशजा, तूं तर पांडवांना फितूर झालेला आहेस, ह्यांत संदेहच नाहीं; कारण, शत्रूंप्रमाणें तूं सर्व विपरीत सल्ला देत आहेस. पण, शल्या, तूं ही पक्की खातरी ठेव कीं, तुझ्यासारख्या शेंकडों जणांनीं जरी माझें मन फिरविण्याचा प्रयत्न केला, तरी मी खचित युद्धविमुख होणार नाहीं. पहा, धर्मवेत्त्या मनुष्याला नास्तिकांनीं कितीही अन्यथाबुद्धि सांगितली, तरी त्याचें मन स्वधर्मापासून भ्रष्ट होईल काय? शल्या, घामाघूम झालेल्या हरिणाप्रमाणें तूं आतां खुशाल तळमळत बैस; मी तुझी पर्वा करीत नाहीं. क्षात्रधर्माला अनुसरून वर्तन करणाऱ्या ह्या कर्णाला आतां भीति म्हणून शिवणारच नाहीं. क्षत्रियांचें मुख्य व्रत रणांत पडावें. पण माघारें वळूं नये, असें आहे. शल्या, माझा गुरु परशुराम ह्यानें मला जें पूर्वीं अंतिम साध्य म्हणून सांगितलें आहे, त्याचें मला विस्मरण झालें नाहीं. कौरवांचें परित्राण करण्यास व पांडवांना वधण्यास मी सिद्ध झाल्यामुळें, पुरूरव्याच्या अप्रतिम गुणांचें मी अनुकरण करीत आहें अशी तुझी पक्की खातरी असूं दे. शल्या, तिन्ही लोकांत असा एकही प्राणी नाहीं कीं, जो मला ह्या माझ्या बेतापासून परावृत्त करील. शल्या, ह्या माझ्या प्रतिज्ञेचा नीट विचार कर व गप रहा. व्यर्थ भिऊन जाऊन अशी बडबड करूं नको. हे अधमा मद्रका, तुला मारून मी आतां हिंसक प्राण्यांची धन करणार नाहीं. मित्राच्या कार्याकडे लक्ष देऊन व तुला मारिल्यानें धृतराष्ट्र व दुर्योधन ह्या दोघांनाही बरें वाटणार नाहीं असें मनांत आणून तुला मी जीवदान देतों; पण, मद्रेश्वरा, जर का तूं असलें भाषण फिरून बोलशील, तर मात्र वज्रतुल्य गदेनें तुझें मस्तकच फोडून टाकीन हें पक्कें ध्यानांत ठेव! हे पापदेशजा शल्या, आज कृष्णार्जुनांनीं कर्णाला किंवा कर्णानें कृष्णार्जुनांना रणांगणांत ठार मारिलें असें लोक पाहातील किंवा ऐकतील! असो. राजा धृतराष्ट्रा, ह्याप्रमाणें बोलून कर्णानें पुनः मद्राधिपति शल्याला 'रथ चालव, रथ चालव' असें मोठ्या त्वरेनें सांगितलें.

अध्याय एकेचाळिसावा.

—:०:—

हंसकाकीयोपाख्यान.

संजय सांगतोः—राजा धृतराष्ट्रा, युद्धास आतुर झालेल्या कर्णाचें हें असें भाषण श्रवण करून शल्यानें पुनः कर्णाला उत्तर दिलें व एक कथा सांगितली. शल्य म्हणालाः—कर्णा, यज्ञयाग करणाऱ्या व संग्रामांतून पळून न जाणाऱ्या मूर्धाभिषिक्त राजांच्या कुलांत मी जन्मलों असून मी नित्य धर्माप्रमाणें वर्तणारा आहें. अरे, दारू पिऊन बेफाम झालेल्या मनुष्यासारखा तूं वाटेल तें बोलत आहेस. परंतु इतका जरी तूं बहकला आहेस, तरी तुला स्नेहधर्मामुळें ताळ्यावर आणावें असा माझा विचार आहे. मी तुला आतां हा एक कावळ्याचा दाखला सांगतों तो आधीं ऐक; आणि मग "हे कुलकलंका मतिमंदा, तुला वाटेल तें तूं कर. कर्णा, माझ्या मनांत तुझ्याविषयीं कांहींएक पापबुद्धि नाहीं, कीं जिच्याबद्दल मी निरपराधी असतांही तूं मला वधावेंस. तशांतून, तुझें हिताहित कशामध्यें आहे हें जर मला कळत आहे, आणि मी तुझ्या रथावर सारथि असून दुर्योधनाच्या कल्याणाची जर अपेक्षा करीत आहें, तर विहिताविहित विचार तुला कळवावा हा माझा अवश्य धर्म होय. कर्णा, कोणता भूभाग सपाट आहे व कोणता उंचसखल आहे, रथ्याच्या हातून होण्यासारखें कोणतें कृत्य आहे व कोणतें नाहीं,

त्याप्रमाणेंच रथ्याला व हयांना नित्य श्रम व त्रास कशापासून होतो; रथ्यानें जें आयुध उचलिलें असेल त्याच्या योगें उद्दिष्ट कार्य सिद्धीस जाईल कीं नाहीं, मृगपक्ष्यादिकांच्या स्वरांवरून वगैरे भावी परिणामाविषयीं काय अंदाज होतो, अश्वांना रथाचा भार वाहून नेतां येईल कीं नाहीं, शरीरांत घुसलेले बाण उपटून काढून त्यांच्या जखमा कशा बऱ्या कराव्या, कोणत्या अस्त्रावर कोणत्या अस्त्राचा प्रयोग करावा, कोणत्या समयीं कोणत्या प्रकारें लढावें, आणि आधिभौतिक व आधिदैविक कारणें अनुकूल कशीं करून घ्यावीं, वगैरे सर्व गोष्टींचा विचार करणें हें मी तुझा सारथि असल्यामुळें माझें कर्तव्य होय; आणि ह्यासाठीं मी तुला फिरून हा एक दाखला सांगतों, तो ऐक.

कर्णा, समुद्राच्या परतीरास एक वैश्य रहात असे. त्याजपाशीं धनधान्यांची समृद्धि होती. तो यज्ञयागादिक करीत असे. तो मोठा दाता व क्षमाशील होता. तो वर्णाश्रमधर्म उत्तम रीतीनें पाळीत असे. त्याचें आचरण शुद्ध होतें. त्याला पुष्कळ पुत्र होते. तो त्यांवर फार प्रेम करीत असे. तो सर्वच प्राण्यांवर ममता करीत असे. तो ज्या राजाच्या राज्यांत रहात असे, तो राजाही मोठा धार्मिक होता, व त्यामुळें तो वैश्य निर्भयपणें त्या स्थळीं रहात असे. कर्णा, त्या वैश्याला पुष्कळ पुत्र होते म्हणून मीं तुला आतांच सांगितलें. त्या भाग्यवान् वैश्यकुमारांचें उष्टें खाऊन वाढलेला असा एक कावळा तेथें होता. त्या कावळ्यास ते वैश्यपुत्र सदोदीत मांस, भात, दहीं, दुध, खीर, मध, घृत वगैरे पदार्थ देत आणि त्या उच्छिष्ट अन्नावर पुष्ट होऊन उन्मत्त झालेला तो कावळा आपल्या बरोबरीच्या व आपल्याहून वरिष्ठ अशा पक्ष्यांचा उपमर्द करी.

एके समयीं, कर्णा, समुद्राच्या परतीरीं, जेथें तो वैश्य रहात होता तेथें बरेच हंस प्राप्त झाले. ते अतिशय वेगानें उडत असत व त्यांच्या ठिकाणीं गरुडाप्रमाणें दूर अंतर चालून जाण्याचें बळ होतें, त्यांचें नेहमींचें वास्तव्य मानससरोवरीं असून त्यांची चित्तवृत्ति सदासर्वकाळ प्रसन्न असे. ते हंस त्या स्थळीं आलेले जेव्हां वैश्यकुमारांनीं पाहिले, तेव्हां त्यांनीं त्या कावळ्याला ह्मटलें कीं, 'हे विहंगमा, आमच्या मतें सर्व पक्ष्यांमध्यें तूंच अत्यंत प्रबळ आहेस.' कर्णा, त्या वैश्यकुमारांना तरी तितपतच अक्कल होती, ह्मणून त्यांनीं त्या कावळ्याला अशा प्रकारें चढविलें. वैश्यकुमारांचें हें ह्मणणें ऐकून, आधींच अंध झालेल्या त्या बेट्या मूर्ख कावळ्यानें तें खरेंच मानिलें; आणि नंतर, तो उष्टें खाऊन पुष्ट झालेला कावळा सुदूरपाती हंसांच्या समीप गेला आणि त्या हंसांत मुख्य हंस कोणता ह्मणून विचारूं लागला. पुढें त्या मतिमंद कावळ्याला त्या हंसांत जो श्रेष्ठ हंस वाटला त्याला तो ह्मणाला कीं, 'आपण उड्डाण करूं या.' तेव्हां कावळ्याचें तें भाषण श्रवण करून त्या ठिकाणीं प्राप्त झालेले ते सर्वच हंस मोठ्यानें हंसले आणि त्यांनीं त्याचा धिक्कार केला.

ते हंस कावळ्याला ह्मणाले:—कावळ्या, आह्मी मानसवासी हंस ही पृथ्वी फिरत असतों. आमच्याइतके दूरवर उडून जाणारे दुसरे कोणीही पक्षी नाहींत; ह्मणून सर्व पक्षी आह्मांस अतिशय मान देतात. हे मूर्खा, तूं तर यःकश्चित् कावळा, आणि असें असतां मानसवासी, सुदूरपाती व बलिष्ठ अशा हंसांशीं उडूं या ह्मणून गोष्ट काढितोस हें कसें! अरे, मी तुह्मांबरोबर उडण्यास सिद्ध आहें ह्मणून आह्मांशीं बोलण्यास तुला कांहींच वाटत नाहीं काय? कर्णा, हंसांचें हें भाषण ऐकून तो चढून गेलेला कावळा उलटा त्यां-

चा पुनःपुनः उपहास करूं लागला, आणि आपल्यां जातीस अनुरूपच असें त्यानें भाषण केलें.

कावळा ह्मणालाः—हंसहो, मला खचित एकशें एक प्रकारचीं उड्डाणें करितां येतात. प्रत्येक उड्डाण शंभर शंभर योजनांचें असून मोठें मौजेचें व इतरांपासून भिन्न भिन्न असें मी करितों, त्यांतील कित्येकांचीं नांवें—उड्डीन (वर जाणें), अवडीन (खालीं येणें), प्रडीन (सर्वत्र जाणें), डीन (कोणत्याही प्रकारें जाणें), निडीन (सावकाश जाणें), संडीन (गमत गमत जाणें), तिर्यग्डीन (वांकडेंतिकडें चालणें), विडीन (वेडावीत चालणें), परिडीन (वाटेल तिकडे जाणें), पराडीन (मागें वळणें), सुडीन (स्वर्गांत जाणें), अभिडीन (समोर जाणें), महाडीन (सरळ चालणें), निर्डीन (निश्चल चालणें), अतिडीन (झपाट्यानें जाणें), डीनडीनक, संडीनोड्डीन, पुनर्डीनविडीनक, संपात (एकाद्या जागीं उडी घालणें), पक्षसंपात (एकाद्या जागीं उडी घालून लागलेंच तेथून निघून जाणें), समुदीष (खालीं व वरतीं जाणें), व्यतिरिक्तक (निघतांना पक्षसंपाताचा बेत दाखविणें व प्रत्यक्ष निराळ्याच प्रकारें जाणें), गतागत व प्रतिगत वगैरे आहेत. आज हीं सर्व उड्डाणें मी तुह्मांला करून दाखवीन, तेव्हां तुह्मांला माझा पराक्रम दिसून येईल. मी आतां ह्या उड्डाणांपैकीं कोणत्या तरी एका उड्डाणानें अंतरिक्षांत उडून जाणार आहें; तर हंसहो, मी आतां कोणतें उड्डाण करून दाखविणें तुह्मांस उचित वाटतें तें सांगा आणि तुह्मीं कोणतें उड्डाण करणार तें आपसांत ठरवून माझ्याबरोबर या. पक्ष्यांनो, ह्या इतक्या प्रकारच्या निरनिराळ्या गतींनीं तुह्मांला माझ्याबरोबर अंतरालांत उडावयाचें आहे ! कर्णा, ह्याप्रमाणें कावळ्याचें भाषण श्रवण करून एक हंस खदखदां हंसून कावळ्याला जें काय ह्मणाला तें मी तुला सांगतों ऐक.

हंस ह्मणालाः—कावळ्या, तूं खरोखरीच एकशें एक उड्डाणें करून दाखविशील; पण आह्मांला इतर सर्व पक्ष्यांप्रमाणें काय तें एकच उड्डाण साधतें व तेंच उड्डाण आह्मी करूं. आम्हांस दुसरें उड्डाण येत नाहीं, तुला वाटेल तें उड्डाण तूं कर, आमची कांहीं हरकत नाहीं. कर्णा, हंसाचें हें भाषण ऐकून, त्या उच्छिष्टपुष्ट कावळ्याच्या सभोंवतीं जे दुसरे कावळे जमा झाले होते ते मोठ्यानें हंसले व म्हणाले, "कायहो, एकाच उड्डाणानें शंभर उड्डाणांना हा हंस कसा मागें टाकील ? शंभरांपैकीं एका उड्डाणानेंच हा कावळा एक उड्डाण जाणणाऱ्या हंसाला जिंकील; कारण कावळा हा मोठा बलिष्ठ असून त्वरेनें पळणारा आहे !"

कर्णा, नंतर तो हंस व कावळा स्पर्धेनें अंतरिक्षांत उडावयास लागून धावूं लागले. हंस हा एका गतीनेंच चालत होता व कावळा मात्र शंभर गति दाखवीत होता. ते दोघेही आपआपला पराक्रम व्यक्त करून एकमेकांस थक्क करण्याचा प्रयत्न करीत होते ! कावळ्यानें पुनः पुनः जीं चित्रविचित्र उड्डाणें करून दाखविलीं, तीं पाहून इतर कावळ्यांना अनावर आनंद झाला व ते मोठमोठ्यानें गर्जूं लागले. इतर हंस कावळ्याच्या त्या गति पाहून खदखदां हंसले व त्यांनीं बाकीच्या कावळ्यांचा उपहास केला. तो उच्छिष्टपुष्ट कावळा जसजसा पुढें जाऊं लागला, तसतसा इतर कावळ्यांस अधिकाधिकच हर्ष झाला आणि ते वारंवार इकडे तिकडे नाचूं बागडूं लागले. वृक्षांवर जावें आणि

१ येथपासून पुढील उड्डाणें हीं एक किंवा अनेक उड्डाणांचीं मिश्रणें आहेत.

खालीं यावें, असा त्यांनीं क्रम आरंभिला; आणि नानाप्रकारें कावकाव करून, आपल्या पक्षाला आतां जय खास मिळणार असें दर्शविलें. इकडे अंतरिक्षांत कावळ्याबरोबर उडणाऱ्या हंसानें आपली ती मंद गति एकसारखी ठेविली होती आणि त्यामुळें कांहीं वेळपर्यंत तो मागें रहात चालला होता. तेव्हां तें पाहून कावळे हंसांना धिक्कारपूर्वक म्हणाले, हंसहो, तुह्मांपैकीं अंतरिक्षांत उडत असलेला हा हंस कसा मागें पडला हें पाहिलेंतना? कर्णा, कावळ्यांचें तें भाषण ऐकून आकाशगामी हंसानें मोठ्या वेगानें पश्चिमेकडील मार्ग धरिला; व जें मकरांचें मुख्य स्थान अशा समुद्रावर तो प्राप्त झाला. तेव्हां कावळाही त्याबरोबर तिकडे गेला. पण दमल्याभागल्यास विश्रांति घेण्याकरितां वृक्ष किंवा द्वीप वगैरे कांहीं नाहीं, असें पाहून त्याचें धाबें दणाणलें व तो कासावीस झाला. कर्णा, समुद्र म्हणजे तो किती अगाध; नानाविध जलचरांचें तें वसतिस्थान; त्यांत शेंकडों मोठमोठाले प्राणी रहात असल्यामुळें आकाशापेक्षांही तो फार भयंकर; समुद्राइतकें खोल असें दुसरें कांहींही नाहीं; त्यांत चारही दिशांस जिकडे तिकडे पाणीच; व त्याच्या लाटा किती तरी प्रचंड; तेव्हां त्यापुढें यःकश्चित् कावळ्याचा तो पाड काय? असो. अशा त्या भयंकर सागराचें हंसानें कांहीं वेळ आक्रमण केलें तेव्हां कावळ्याला आपल्याबरोबर चालवत नाहीं असें हंसाच्या लक्षांत आलें आणि त्यानें मागें वळून कावळ्याची स्थिति नीट निरखून पाहिली व तो कावळ्याची वाट पहात उभा राहिला. नंतर कावळा अगदीं थकून जाऊन हंसाच्या समीप प्राप्त झाला, तेव्हां आतां हा खचित पाण्यांत पडून बुडून मरणार असें पाहून हंसानें सज्जनांचें व्रत मनांत आणिलें व त्याला म्हटलें कीं, 'कावळ्या, तूं आम्हांला पुष्कळ प्रकारचीं उड्डाणें सांगितलींस, पण आतां तूं जें हें उड्डाण करीत आहेस तें कांहीं सांगितलें नाहींस; आणि ह्यामुळें मी मोठ्या गूढांत पडलों आहें. कावळ्या, प्रस्तुत तूं जें उड्डाण करीत आहेस, ह्याचें नांव काय बरें? सध्या तूं पंखांनीं व चोंचीनें पाणी पुनःपुनः फडफडवीत आहेस! तेव्हां ही तुझी कोणती गति ती सांग पाहूं. कावळ्या, भिऊं नको, ये ये, लवकर ये, हा पहा मी तुझी वाट पहात आहें!'

शल्य म्हणालाः—हे दुष्टा कर्णा, हंसाचे ते शब्द श्रवण करून, हताश होऊन पाण्यावर धडपड करीत असलेला तो कावळा हंसाला म्हणाला, "हंसा, आह्मां कावळ्यांची शक्ति ती किती! आह्मीं कावकाव करीत फिरावें! मी तुला शरण आलों आहें, तर तूं मला जीवदान देऊन कांठावर घेऊन चल!" कर्णा, थकून गेलेला तो कावळा धडपड करीत हंसाला ह्याप्रमाणें म्हणत असतां अखेरीस एकाएकीं समुद्रांत पडला, व तो आतां मरणार, इतक्यांत हंस त्याला म्हणाला, "कावळ्या, मला एकशें एक उड्डाणें करितां येतात, असें जें तूं म्हणाला होतास, त्याचें आतां स्मरण कर. तूं तर पूर्वी फार बढाईचें भाषण केलें होतेंस, तुझी शक्ति तर माझ्यापेक्षां अधिक, आणि असें असून तूं इतका दमून समुद्रांत पडलास हें काय?" कर्णा, असें हें भाषण ऐकून कावळा अगदीं दीन वदनानें वर पाहून हंसाला म्हणालाः—हंसा, मीं उष्टें खाऊन उन्मत्त झाल्यामुळें स्वतःला गरुडासारखें मानिलें व पुष्कळ इतर कावळे आणि दुसरे पक्षी ह्यांचा उपमर्द केला. पण आतां माझी धडगत नाहीं. मी तुजपाशीं जीवदान मागतों, तर तूं मला द्वीपाच्या किनाऱ्यावर पोंचतें कर.. जर मी सुखरूपपणें स्वदेशास गेलों तर मी कोणाचाही अवमान करणार नाहीं! कसेंही

करून तूं मला संकटांतून वांचव ! कर्णा, ह्याप्रमाणें कावळ्यानें मोठ्या दीनपणानें हंसाची पुनःपुनः विनवणी केली, तेव्हां हा आतां कावकाव करीत समुद्रांत खचित बुडून मरणार असें हंसानें पाहून मोठ्या त्वरेनें त्यास पावलांनीं वर काढिलें व हळूच आपल्या पृष्ठभागीं धारण करून पुनः पूर्वस्थळीं हां हां म्हणतां नेलें आणि नंतर तो हंस मनोवेगानें यथोद्दिष्ट देशास निघून गेला. कर्णा, उच्छिष्टपुष्ट कावळ्याची ह्याप्रमाणें त्या हंसानें पुरती रग जिरविली, तेव्हां तो बल, वीर्य इत्यादिकांचा गर्व टाकून देऊन शांत व विवेकशील बनला.

कर्णा, त्या कावळ्याप्रमाणेंच तुला धार्तराष्ट्रांनीं उच्छिष्टावर वाढविल्यामुळें तूं धुंद होऊन आपल्या बरोबरीच्या व आपल्याहून वरिष्ठ अशा जनांचा अवमान करीत आहेस. कर्णा, विराटनगरीमध्यें द्रोण, अश्वत्थामा, कृप व त्याप्रमाणेंच भीष्म आदिकरून कौरव तुझें रक्षण करण्यास सिद्ध असतां तुझ्या हातून त्या एकट्या अर्जुनाचा वध कां बरें झाला नाहीं ? अरे, सिंहानें ज्याप्रमाणें कोल्ह्यांची दुर्दशा करावी, त्याप्रमाणें एकट्या अर्जुनानें जेव्हां तुमची दुर्दशा उडवून तुह्मांस ' दे माय धरणी ठाय ' करून सोडिलें, तेव्हां तुझें सामर्थ्य कोठें होतें ? अरे, सव्यसाची अर्जुनानें तुझ्या भ्रात्यास वधिलेलें पाहून सर्व कौरवांसमक्ष प्रथम तर तूंच पळून गेलास ! त्याप्रमाणेंच द्वैतवनांत गंधर्वांनीं जेव्हां तुझ्यावर हल्ला केला, तेव्हां सर्व कौरवांना सोडून देऊन प्रथम पळाला तो कोण ? कर्णा, चित्रसेनप्रभृति गंधर्वांना समरांगणांत जिंकून व ठार मारून दुर्योधनाला भार्येसहवर्तमान सोडविलें तें अर्जुनानेंच. परशुरामानें राजदरबारांत सर्व सभासद अधिष्ठित असतां कृष्ण व अर्जुन ह्यांचा पूर्वींचा पराक्रम वर्णन केलेला

१ विराटपर्व अध्याय ५४ पहा.

आहे; आणि त्याचप्रमाणें भीष्मद्रोण ह्यांच्या मुखांवाटे राजांसमक्ष कृष्णार्जुन अवध्य आहेत असे जे नित्य उद्गार निघत असत ते तूं ऐकिले आहेसच. कर्णा, एक कीं दोन गोष्टींत अर्जुन तुझ्यापेक्षां बलवत्तर आहे म्हणून सांगूं ? ज्याप्रमाणें सर्व प्राण्यांत ब्राह्मण हा श्रेष्ठ होय, त्याप्रमाणें सर्व बाबतींत अर्जुन हा तुझ्यापेक्षां श्रेष्ठ आहे. आतां लवकरच उत्कृष्ट रथांत आरूढ झालेले ते कृष्णार्जुन तुझ्या दृष्टीस पडतील. कर्णा विवेकसंपन्न कावळ्यानें हंसाचा आश्रय केला, तद्वत् तूं विवेकसंपन्न होऊन कृष्णार्जुनांचा आश्रय कर. कर्णा, जेव्हां एकाच रथांत अधिष्ठित झालेले ते रणधुरंधर कृष्णार्जुन तूं पाहाशील, तेव्हां मग तूं ही बढाई टाकून निमूट बसशील; आणि जेव्हां शतावधि शरांनीं अर्जुन तुझा दर्प नाहींसा करील, तेव्हां मग तुला तुझ्यामधलें व अर्जुनामधलें अंतर समजून येईल ! कर्णा, कृष्णार्जुन हे देव, दैत्य व मनुष्यें ह्यांमध्यें प्रख्यात आहेत. त्या तेजस्वी वीरांपुढें तूं केवळ खद्योताप्रमाणें आहेस. ह्यास्तव तूं त्यांचा मूर्खपणानें अवमान करूं नको. कर्णा, कृष्णार्जुन हे सूर्यचंद्रांप्रमाणें महादेदीप्यमान् असून तूं केवळ काजव्याप्रमाणें अल्प तेजस्वी आहेस हा विचार मनांत आणून कृष्णार्जुनांची मानखंडना करण्याचें सोडून दे; आणि ते नरसिंह मोठे महात्मे आहेत असें मनांत वागवून स्वतःची प्रौढी मिरवीत न बसतां मुकाट्यानें रहा.

अध्याय बेचाळिसावा.

—:०:—

कर्णाचें शल्याशीं आवेशाचें भाषण.

संजय सांगतोः---मद्राधिपति शल्याचें तें अप्रिय भाषण श्रवण करून महात्म्या कर्णाचा त्यावर विश्वास बसला नाहीं आणि तो शल्याला

ह्मणाला, " शल्या, कृष्णार्जुन कशा प्रकारचे आहेत, तें मला माहीत आहे. अर्जुन व त्याचा सारथि कृष्ण ह्यांची शक्ति व महास्त्रें ह्यांची मला आजमितीस जशी सविस्तर माहिती आहे, तशी तुला नाहीं. ते कृष्णार्जुन शस्त्र-धारण करणारांमध्यें जरी श्रेष्ठ असले, तरी त्यांच्याशीं मी निर्भयपणें युद्ध करीन; पण ब्राह्मणश्रेष्ठ जो परशुराम त्यानें मला जो शाप दिला आहे, त्याची मला आज आठवण होऊन त्यामुळें मात्र माझें मन अस्वस्थ होत आहे ! शल्या, परशुरामानें मला शाप कां दिला तें ऐक. पूर्वीं दिव्य अस्त्राची प्राप्ति व्हावी ह्मणून मी परशुरामाकडे ब्राह्मण आहें असें सांगून राहिलें होतों, तेव्हां देवराज इंद्रानें केवळ अर्जुनाचें हित करण्याच्या उद्देशानें मला विघ्न केलें. त्या समयीं इंद्र एका भयंकर कीटकाचें रूप घेऊन माझ्या मांडीच्या समीप आला व त्यानें माझ्या मांडीवर मस्तक ठेवून परशुराम गुरु निद्रित असतां माझी मांडी फोडिली. तेव्हां माझ्या शरीरांतून रक्ताचा मोठा प्रवाह वाहूं लागला, परंतु परशुराम गुरु रागावेल ह्या भयानें मीं आपली मांडी अगदीं ढळूं दिली नाहीं. नंतर परशुराम जागा झाल्यावर तो रक्तौघ त्याच्या दृष्टीस पडला, तेव्हां माझें तें धैर्य अव-लोकन करून तो मला ह्मणाला कीं, ' तूं कांहीं ब्राह्मण नव्हेस; कोण आहेस तें सांग. ' तेव्हां शल्या, मी खरोखरी सूत आहें, असें त्यास सांगितलें. तें ऐकून परशुरामास माझा फार राग आला व त्यानें मला शाप दिला कीं, कर्णा, ज्या अर्थीं तूं आपली सूतजाति मला न सांगतां हें अस्त्र तूं मजपासून संपादन केलें आहेस, त्या अर्थीं हें तुला वेळीं आठवणार नाहीं. ह्याचा उपयोग तुला तुझा मृत्युकाल आला नाहीं तोंपर्यंतच होईल; कारण ब्राह्मणाशिवाय अन्याच्या ठिकाणीं ब्रह्म हें स्थिर रहात नाहीं ! शल्या, तें दिव्य अस्त्र आज ह्या घोर संग्रामांत मला मुळींच आठवत नाहीं; ह्यास्तव, भारतीय वीरांत प्रमुख असा हा महाभयंकर सर्वसंहारक व अत्यंत प्रबळ योद्धा अर्जुन आज पुष्कळ मोठमोठ्या क्षत्रि-यांस वधील व मोठा हाहाःकार उडेल, असें मला वाटतें. शल्या, यद्यापि असें घडण्याचा संभव असला, तथापि मी त्या उग्रधनुर्धर, महाप्रतापी, असह्यबल, सत्यसंध व महाभीति-प्रद धनंजयाला मृत्युमुखीं लोटीन ह्याविषयीं संदेह नाहीं. मजपाशीं दुसरें एक अस्त्र सिद्ध आहे, त्याच्या योगें मी रणांगणांत महान् महान् शत्रूंना व त्याचप्रमाणें त्या लोकोत्तर अर्जुनाला वधीन. पहा, समुद्र हा मोठा वेगवान् व अगाध आहे, तो किती तरी प्राण्यांना आपल्यामध्यें बुडवून टाकितो; तथापि त्या अगाध व अवा-ढव्य समुद्राला त्याची मर्यादा दाबून टाकिते; तद्वत्, अर्जुन हा कितीही प्रबळ योद्धा असला व तो समुद्राच्या लाटांप्रमाणें बाणांची वृष्टि करून क्षत्रियांचा संहार करण्यास कितीही उद्युक्त झाला, तरी समुद्राच्या मर्यादेप्रमाणें, त्याजवर बाणांचा वर्षाव करून, मी त्यास आळा घालीन. शल्या, ज्याच्या तोडीचा कोणीही धनुर्धर नर नाहीं व जो सुर किंवा असुर ह्यांना युद्धांत जिंकील, अशा त्या महा-प्रताप धनंजयाशीं आज मी घोर संग्राम करीन तो पहा. शल्या, आज अत्यंत अभिमानी व युद्धाभिलाषी अर्जुन आपल्या दिव्य अस्त्रांचा भडिमार करीत मजवर चालून आला म्हणजे त्याच्या अस्त्रांचा मी आपल्या श्रेष्ठ अस्त्रांनीं नाश करून त्यास धारातीर्थीं पाडीन. आज बाणवृष्टीनें सूर्याप्रमाणें दशदिशा उज्ज्वलित व प्रदीप्त करून टाकणाऱ्या त्या लोकोत्तर अर्जुनाला मेघाप्रमाणें मी बाणांनीं पार झांकून टाकीन. ऊर्ध्वभागीं धूम्राचे लोट उसळत

असून जो पेटत चालला आहे अशा अग्नीला ज्याप्रमाणें पर्जन्यवृष्टीनें शांत करावें, त्याचप्रमाणें मी ह्या सर्व लोकांस जाळून टाकणाऱ्या अर्जुनाला बाणवृष्टीनें शांत करीन. शल्या, अर्जुन ह्मणजे केवळ क्षुब्ध झालेला भयंकर विषारी सर्पच होय; त्याच्या ठिकाणीं अग्नीसारखा महाप्रताप वास करीत आहे; पण त्याजवर मी आज भल्ल शर टाकून त्याला जर्जर करीन. अर्जुनाचा पराक्रम मोठा अपूर्व आहे, त्याला जिंकणें मोठें अशक्य आहे, तो एकदां बाणांचा वर्षाव करूं लागला म्हणजे शत्रूवर बाणरूप झंझावातच सुरू होतो असें म्हटलें तरी चालेल; पण असें असलें तरी, हिमवान् पर्वताप्रमाणें संक्रुद्ध झालेल्या अर्जुनाची ती बाणवृष्टि मी सहन करीन. शल्या, अर्जुन हा रथाचे मार्ग जाणण्यांत मोठा पंडित असून तो अत्यंत प्रबळ वीर आहे, तथापि मी त्याचें आज समरांगणांत कांहींएक चालूं देणार नाहीं. शल्या, ज्या लोकोत्तर रणधुरंधरानें सर्व पृथ्वी जिंकिली व ज्यानें खांडवप्रस्थांत देवतांसहवर्तमान सर्व भूतांना जिंकून टाकिलें, त्याच्याशीं मी युद्ध करीन. शल्या, जो मोठा अभिमानी, अस्त्रविद्यापारंगत, शिताफीनें आयुधांचा प्रयोग करणारा व दिव्य अस्त्रांचा वेत्ता, त्या श्वेतहय प्रबळ अर्जुनाबरोबर युद्ध करून वांचेल असा माझ्याव्यतिरिक्त दुसरा कोणता पुरुष आहे बरें ? मी आज त्या अतिरथ अर्जुनावर निशित बाणांची वृष्टि करून त्याचें शिर धडापासून वेगळें करीन ! शल्या, आज समरांगणांत अर्जुनाशीं युद्ध करून एक तर मी त्यास जिंकीन किंवा मी स्वतः युद्धांत देह ठेवीन. शल्या, त्या वासवोपम अर्जुनाशीं एका रथानें युद्ध करील असा माझ्याशिवाय दुसरा कोणीही योद्धा नाहीं. आज त्या महावीराचा पराक्रम मी क्षत्रियमंडळांत मोठ्या आनंदानें रणभूमीवर वर्णन करीन. त्वां महामूर्खानें अर्जुनाचा पराक्रम मला सांगण्याचें कांहींएक कारण नव्हतें. तूं अप्रिय गोष्टी करणारा असून अतिशय निष्ठुर व नीच आहेस; शिवाय क्षमाशील मनुष्याची तूं निंदा करितोस व स्वतः तुझ्या ठिकाणीं तर क्षमेचा लेशही नाहीं. तुझ्यासारख्या शेंकडों मनुष्यांचा मीं वधच केला असता, पण माझ्या ठिकाणीं सहनशीलता असल्यामुळें आणि देशकालपरिस्थितीचा मी विचार करणारा असल्यामुळें मी ती गोष्ट करण्यास राजी नाहीं. हे पापिष्ठा, तूं जें मला अप्रिय बोललास त्यांत तुझा हेतु पांडवांचें बरें करावें हाच होता. शल्या, तूं फार कुटिल आहेस व ह्यामुळेंच मी तुझ्याशीं सरळपणानें वागत असतां तूं माझा द्रोह करण्यास उद्युक्त झालास. तूं आज माझ्याशीं कपट करून केवळ मित्रद्रोहच केलास असें मी ह्मणतों. कारण मैत्री ही सप्तपदांत घडते. असो; शल्या, हा मोठा दारुण प्रसंग प्राप्त झाला आहे; कारण दुर्योधन स्वतः युद्धार्थ सिद्ध होऊन आला आहे. अरे, दुर्योधनाची इच्छा सिद्धीस जावी ह्यासाठीं माझा जीव तिळतिळ तुटत आहे, आणि तूं तर त्याचें अहित चिंतीत आहेस ! अरे, जो मनुष्य दुसऱ्यावर प्रेम करितो, त्याला आनंदवितो, त्याला प्रसन्न करितो, त्याला राखितो, त्याला मोठेपणा देतो, आणि त्याचें सुख पाहून संतोष पावतो, त्यास मित्र ह्मणतात. शल्या, मी तुला सांगतों कीं, हे सर्व गुण माझ्या ठिकाणीं वसत आहेत आणि हें सर्व खुद्द दुर्योधन जाणत आहे. शल्या, जो मनुष्य दुसऱ्याचा नाश किंवा शासन करितो, त्याला मारण्यासाठीं शस्त्रादिक पाजळतो, त्याला इजा करितो, त्याला रडायला लावितो, त्याला दुःख देतो, आणि पुष्कळ प्रकारांनीं पीडा करितो,

त्याला शत्रु ह्मणतात. शल्या, मी तुला सांगतों कीं, हे सर्व दुर्गुण तुझ्या ठिकाणीं वसत आहेत आणि ते तूं माझ्या प्रत्ययास आणून दिले आहेस! शल्या, दुर्योधनाची इच्छा सफल होण्याकरितां, तुला आनंदविण्याकरितां, जयप्राप्तीकरितां, माझें स्वतःचें कर्तव्य सिद्धीस नेण्याकरितां आणि ईश्वराचे हेतु परिपूर्ण करण्याकरितां आज मी मोठ्या दक्षतेनें कृष्णार्जुनांशीं युद्ध करीन, तें पहा. ब्रह्मशिर आदिकरून ब्रह्मास्त्रें, ऐंद्रवारुण, आदिकरून दिव्यास्त्रें, व दिव्यधनु आदिकरून भौमास्त्रें तूं अवलोकन कर. ज्याप्रमाणें एक मदोन्मत्त हत्ती दुसऱ्या मदोन्मत्त हत्तीला ठार मारून टाकितो, त्याप्रमाणें मी आज त्या महाप्रतापी अर्जुनाला ठार करून टाकीन. आज मी बलाढ्य व अजिंक्य असें ब्रह्मास्त्र मला जय प्राप्त व्हावा म्हणून अर्जुनावर सोडीन व जर का ऐननिकराच्या प्रसंगीं माझ्या रथाचें चाक पडलें (जमिनींत रुतलें वगैरे) नाहीं तर त्या माझ्या अस्त्रापासून खचित अर्जुनाची मुटका होणार नाहीं. शल्या, हें तूं पक्कें ध्यानांत ठेव कीं, मी आज दंडधारी यमाला, पाशधारी वरुणाला, गदाधारी कुबेराला, वज्रधारी इंद्राला किंवा दुसऱ्या कोणत्याही आततायी शत्रूला भिणार म्हणून नाहीं. आज मला त्या अर्जुनाचें किंवा जनार्दनाचेंही भय वाटत नाहीं. आजच्या घोर रणांत मी त्या दोघांशींही युद्ध करीन.

शल्या, एके प्रसंगीं मी आपल्या विजय चापाच्या योगें अस्त्रक्षेपणाचा अभ्यास करीत फिरत असतां अज्ञानानें जे घोर व भयंकर बाण सोडिले, त्यांतील एक बाण एका ब्राह्मणाच्या होमधेनूचें वासरूं वनांत निर्जनप्रदेशीं चरत होतें त्याला चुकून लागला व तें मरण पावलें. तेव्हां तो ब्राह्मण मला म्हणाला कीं, ज्या अर्थीं तूं उन्मत्तपणानें माझ्या होमधेनूचें वासरूं मारिलें आहेस त्या अर्थीं युद्धांत अगदीं ऐनआणीबाणीच्या प्रसंगीं तुझ्या रथाचें चाक खाचेंत रुतेल! शल्या, ह्यासाठीं ब्राह्मणाच्या ह्या शापवचनाला मी फार भीत आहें. हे मद्राधिपा, हे सोमवंशीय राजे सुख प्राप्त करून घेण्याला व दुःखाचें निवारण करण्याला समर्थ आहेत. ह्यास्तव, मी त्या ब्राह्मणाला एक सहस्त्र गाई व सहाशें बैल देण्यास तयार झालों, पण तो ब्राह्मण संतुष्ट झाला नाहीं. नंतर मी त्या ब्राह्मणाला सातशें उत्तम हत्ती आणि शेंकडों दास व दासी देऊं लागलों, पण त्यानें सुद्धां त्या द्विजश्रेष्ठाची तृप्ति झाली नाहीं. मग मी चौदा हजार काळ्या कपिला गाई श्वेतवत्सांनीं युक्त अशा त्याजपुढें उभ्या केल्या, पण त्यानें सुद्धां ब्राह्मणाचें मन प्रसन्न झालें नाहीं. नंतर मीं यच्चयावत् अपेक्षित वस्तूंनीं भरलेलें माझें घर व माझ्या जवळ होतें नव्हतें तेवढें सगळें धन त्यास मोठ्या आदरानें दिलें, पण त्यानें त्याची इच्छा केली नाहीं. त्या समयीं मी फारच हताश होऊन मोठ्या दीनपणानें त्याची प्रार्थना केली; तेव्हां तो ब्राह्मण मला म्हणाला कीं, हे सूता, माझें भाषण कधींही अन्यथा होणार नाहीं. असत्य भाषणानें प्राण्यांचा नाश होईल व त्यामुळें मला पाप लागेल. ह्यासाठीं धर्मरक्षणावर दृष्टि देऊन मी असत्य भाषण करण्यास कधींही राजी नसतों. सूता, ब्राह्मणाच्या योगक्षेमाचें साधन तूं कधींही नष्ट करूं नको. आतां तूं जो माझा अपराध केलास, त्याचें तुला प्रायश्चित्त मिळालेंच आहे. माझें वचन अन्यथा करण्यास ह्या लोकीं कोणीही समर्थ नाहीं; ह्यास्तव आतां ह्या माझ्या शापाचें फल भोगण्याची तयारी ठेव!

शल्या, जरी तूं माझा अधिक्षेप करीत आहेस, तरी तुला मीं हें वृत्त मित्रबुद्धीनें निवेदन केलें आहे. तूं माझा निंदक आहेस

ही गोष्ट मी जाणून आहें ह्यास्तव मी जें आतां सांगेन तें तूं मुकाट्यानें ऐक.

अध्याय त्रेचाळिसावा.

—:०:—

शल्याधिक्षेप !

संजय सांगतोः—राजा धृतराष्ट्रा, ह्याप्रमाणें शल्यास निरुत्तर करून शत्रुसंहारक कर्ण पुनः त्यास म्हणालाः—शल्या, जरी तूं मला दाखला देऊन कितीही सांगितलेंस, तरी इतकें पक्कें लक्षांत ठेव कीं, तुझ्या भाषणानें युद्धामध्यें माझ्या हृदयाला भीतीचा स्पर्श म्हणून व्हावयाचा नाहीं. अरे, इंद्रासहवर्तमान सर्व देव जरी माझ्याशीं युद्ध करण्यास प्राप्त झाले तरीही मला भय वाटणार नाहीं, मग कृष्णार्जुनांचें भय वाटण्याची गोष्ट कशाला पाहिजे? अरे, केवळ भाषणानें मी म्हणून कधींही भिणार नाहीं. ज्याला तुझ्या शब्दांनीं समरभूमीवर भीति उत्पन्न होईल तो कोणी दुसरा असेल, तो मी नव्हे. शल्या, तूं जे मला वाक्प्रहार केलेस, त्यांवरून तुझा नीचपणा मात्र व्यक्त झाला, दुसरें कांहीं नाहीं. नीचाचें सामर्थ्य म्हटलें म्हणजे तें इतक्यापुरतेंच. हे दुर्मते, माझ्या गुणांची प्रशंसा करण्यास तूं असमर्थ आहेस आणि उलट खूब बडबड मात्र चालविली आहेस, पण कर्ण हा युद्धप्रसंगीं भिण्याकरितां जन्मला नाहीं,—पराक्रम करून दाखवावा व विजय मिळवावा एवढ्यासाठींच माझा जन्म आहे. शल्या, तुझ्या ह्या दुर्भाषणास्तव मीं तुला ठारच मारिलें असतें, परंतु तूं माझा सारथि आहेस. तुझ्या ठिकाणीं माझें प्रेम आहे, व दुर्योधनाचें कल्याण करावें हा माझा हेतु आहे, ह्या तीन कारणांनीं सांप्रत तूं जिवंत आहेस. कर्णा, दुर्योधनाचें महत्कार्य सिद्धीस नेण्याचा हा समय आहे, आणि दुर्योधनानें तें कार्य माझ्यावर सोंपविलें आहे ह्यामुळें प्रस्तुत समयीं तुझें जीवित सुरक्षित आहे. शल्या, मी तुझ्यापाशीं करार करून चुकलों आहें कीं, तूं मला कितीही अप्रिय बोललास तरी मी तें सहन करीन. शल्या, मला तुझ्या साहाय्याची जरूरी नाहीं. तुझ्यासारखे सहस्र शल्य जरी मला मदत करूं लागले, तरी त्यांची पर्वा न करितां मी एकटाच शत्रूंना जिंकीन. मित्रद्रोहापासून पातकाची प्राप्ति होते आणि ह्यामुळेंच तूं प्रस्तुतकालीं जिवंत आहेस !

अध्याय चवेचाळिसावा.

—:०:—

कर्णकृत वाहीकनिंदा.

शल्य म्हणालाः—कर्णा, मी एकटाच शत्रूंना जिंकीन म्हणून जें कांहीं तूं बोललास, ती खरोखरी तुझी बडबड होय. मी मात्र एकटा तुझ्यासारखे सहस्र कर्ण जरी माझ्या मदतीस आले तरी त्यांस न जुमानितां समरांगणांत शत्रूंना जिंकीन !

संजय म्हणालाः—राजा धृतराष्ट्रा, ह्याप्रमाणें क्रुद्ध होऊन शल्यानें कठोर भाषण केलें, तेव्हां कर्णानें पुनः त्याच्या दुपटीनें कठोर असें भाषण केलें.

कर्ण म्हणालाः—हे मद्राधिपा शल्या, आतां मी तुला जें सांगणार आहें, तें एकाग्रचित्तानें श्रवण कर. हें मी धृतराष्ट्राच्या समीप ब्राह्मणाच्या तोंडून ऐकिलें आहे. मद्रेश्वरा, धृतराष्ट्राच्या गृहीं ब्राह्मणांकडून नानाविध देशांचे व बहुत राजांचे मनोहर इतिहास सांगण्यांत येत असत. तेथें कोणी एका वृद्ध द्विजवर्यानें पूर्वीच्या कथा सांगितल्या, तेव्हां तो वाहीक व मद्र ह्या देशांतील लोकांची निंदा करून म्हणाला, अहो, हिमवान्, गंगा, सरस्वती, यमुना व कुरुक्षेत्र ह्या पांचांपासून जे लोक दूर राहातात

आणि सिंधु, शतद्रु, विपाशा, इरावती, चंद्रभागा व वितस्था ह्या नद्यांच्या मधील प्रदेशांत जे लोक राहातात, ते वाहीक लोक अपवित्र व धर्मबाह्य असल्यामुळें त्यांच्याशीं संपर्क करूं नये. मला लहानपणापासून स्मरण आहे कीं, ह्या प्रदेशांतील राजवाड्यांच्या द्वारांसमीप मद्यपानगृह व गोवधशाळा म्हणून असावयाचीच! मी फार गुप्त अशा एका कार्यासाठीं वाहीक देशांत राहिलों होतों. तेव्हां वाहीकांशीं माझा जो सहवास झाला त्यावरून त्यांचा आचारविचार मला माहीत झाला आहे. शाकल नामक नगर, आपगा नामक नदी व जार्तिक नामक वाहीकांचा प्रांत हीं सर्व अतिनिंद्य आहेत. येथील लोक फार दुराचरणी आहेत. ते भडबुंजाकडील भाजके दाणे व गौड्य नांवाचें मद्य सेवन करितात. त्याचप्रमाणें ते गोमांस, लसूण, मांसयुक्त वडे व विकत आणलेला भात वगैरे खातात. त्यांच्या ठिकाणीं सौजन्य म्हणून मुळींच नाहीं. तेथील स्त्रिया मद्यप्राशन करून नगरामध्यें गृहभित्तीच्या बाहेर उटी किंवा माळा वगैरे कांहींएक धारण न करितां खुशाल गातात व नाचतात. मग त्यांस वस्त्रांचें सुद्धां भान राहात नाहीं. त्या धुंद झालेल्या स्त्रिया एकदां गाऊं लागल्या म्हणजे अश्लील पद्यें म्हणतात. त्यांचें तें गायन म्हणजे जणू काय गर्दभाचें किंवा उंटाचें ओरडणेंच होय. त्या स्त्रिया मैथुनकालीं स्वपरपुरुषविचार सुद्धां करीत नाहींत. त्यांचें वर्तन सर्वतोपरी स्वच्छंद व निर्मर्याद असतें. त्या बेहोष झालेल्या स्त्रिया एकमेकींची थट्टामस्करी अतिशय करितात. त्या एकमेकांना (नवऱ्याचा मारखाऊ इ.) अभद्र शब्दांनीं हाका मारितात. आणि कोणत्या दिवशीं कसें वागावें ह्याचा लवमात्र विधिनिषेध न बाळगितां त्या हलकट स्त्रिया आरडतात, खिदळतात व नाचतही सुटतात! शल्या, त्या धुंद स्त्रियांत राहाणारा कोणी एक अतिशय हलकट वाहीक पुरुष कुरुजांगल देशांत असतां मोठ्या दिलगिरीनें त्या धुंद स्त्रियांपैकीं एकीची आठवण करून जें काय म्हणाला तें ऐक. तो वाहीक म्हणालाः—अरेरे! ती यौवनभरानें मुसमुसलेली युवती झिरझिरीत वस्त्र परिधान करून खचित माझें स्मरण करीत अंथरुणावर तळमळत असेल! म्हणून मी ह्या कुरुजांगल देशांतून तिच्या भेटीकरितां तिकडे जावें हें उचित होय. आतां मी प्रथम शतद्रु ओलांडीन व नंतर रमणीय अशा इरावतींतून पलीकडे स्वदेशीं जाईन आणि आपल्या प्रियेला भेटेन! अरेरे! ज्यांच्या भालप्रदेशांतील हाडें मोठीं स्थूल आहेत, अशा त्या सुंदर स्त्रियांची व माझी कधीं गांठ पडेल बरें! त्या रम्य स्त्रियांचे विलास कायहो वर्णावे! त्यांचे नेत्रप्रांत मनशीळाप्रमाणें लकाकत असून त्यांच्या नेत्रांत उत्कृष्ट अंजनें शोभत असतात. त्या मनोहर स्त्रिया शाली व चर्में परिधान करून सुखोपभोगार्थ उत्सुक होत्सात्या मृदंग, आनक, शंख, मर्दल, इत्यादि वाद्यांच्या स्वरांत व तालांत दंग होऊन मोठमोठ्यानें गातात आणि शिवाय त्यांच्या त्या गायनाला गर्दभ, उंट व खेचरें ह्यांच्या शब्दांनीं पुष्टीकरण मिळत असतें! अशा त्या विलासी स्त्रिया शमी, पीलु व कण्हेर ह्यांच्या बागांत आरामस्थानीं मला केव्हां भेटतील बरें? अहो, त्या देशांतील पुरुषांचें तरी काय वर्णन करावें! वडे, घारगे, ताकांत कालविलेले सातूचे पिंड हे खाऊन पुष्ट झालेले तेथील लोक मार्गांत दुसऱ्या प्रवाशांना भेटले असतां त्यांचीं वस्त्रें ओढून त्यांना कितीही मारीत सुटतात! सारांश, मद्राधिपा, वाहीक देशांतील स्त्रिया व पुरुष हीं दोन्ही धर्मबाह्य व अत्याचार करणारीं आहेत. तेव्हां कोणता विचारी पुरुष क्षणभर तरी त्या देशांत राहाण्यास राजी होईल बरें? मद्रराजा

शल्या, ब्राह्मणानें दुराचरणी वाहीक लोकांचें हें असें वर्णन केलें. त्या लोकांच्या पापपुण्यांचा सहावा भाग ग्रहण करणारा तूं आहेस; ह्यास्तव तुझ्या ठिकाणीं तदनुरूपच पापपुण्यांचा संचय असला पाहिजे हें उघड आहे.

शल्या, तो ब्राह्मण अशा प्रकारचें भाषण करून त्या अनीतिमान् वाहीकांविषयीं आणखी काय म्हणाला तें ऐक. तेथें त्या भरवस्तीच्या शाकल नगरांत नेहमीं कृष्णचतुर्दशीला रात्रीस दुंदुभि वाजवून एक राक्षसी मोठमोठ्यानें ओरडून असें म्हणत असे कीं, अहो, गाईचें मांस व गौड दारू मनमुराद सेवन करून ह्या शाकल नगरांत मी पुनः वाहीक लोकांचीं गाणीं केव्हां गाईन बरें? अहो, येथील धिप्पाड तरुण स्त्रियांसमवेत मोठ्या थाटानें मला कांदे, मद्य व पुष्कळ मेंढे ह्यांजवर कधीं हात मारायला सांपडेल? अहो, डुकराचें, कोंबड्याचें, गाईचें, गाढवाचें, उंटाचें व मेंढ्याचें वगैरे मांस ज्यांस खावयास मिळत नाहीं, त्यांचें जन्म निरर्थक होय! शल्या, ज्या नगरांतील लहानमोठे सर्व रहिवाशी दारू पिऊन अशा प्रकारचीं गाणीं गातात, त्या नगरांत धर्माचें नांव तरी असेल काय? शल्या, ह्याशिवाय कौरवसभेंत ब्राह्मण जें कांहीं आणखी म्हणाला तें मी तुला आतां सांगतों. शल्या, ज्या प्रदेशांत पीलु वनें आहेत तेथें पंचनद्या वाहातात. त्या पांच नद्यांचीं नांवें शतद्रु, विपाशा, इरावती, चंद्रभागा व वितस्था हीं आहेत. ह्यांशिवाय तेथें हिमालयापासून दूर वाहात जाणारी सिंधु नदी ही सहावी आहे. ह्यांच्यामधील भूप्रदेशास आरट्ट देश असें म्हणतात. त्या देशांतील लोक धर्महीन असल्यामुळें तेथें कोणींही जाऊं सुद्धां नये. शल्या, ज्या लोकांचे उपनयनादि संस्कार होत नाहींत, जे शूद्रादिकांपासून अन्यजातीय स्त्रियांच्या ठिकाणीं जन्म पावतात व जे यज्ञादिक क्रिया करीत नाहींत, अशा त्या वाहीक व इतर धर्महीन लोकांनीं देव, पितर व ब्राह्मण ह्यांना उद्देशून कांहीं दानधर्म, श्राद्धतर्पण इत्यादिक केलें असतां ते देवपितर वगैरे त्या दानधर्मादिकांचा स्वीकार करीत नाहींत. तो विद्वान् ब्राह्मण कुरुसभेंत आणखी असेंही म्हणाला कीं, वाहीक लोक काष्ठाच्या कुंड्यांतून व मातीच्या भांड्यांतून अन्न सेवन करितात. त्या भांड्यांना मग जरी सातूचें पीठ किंवा मद्य लागलेलें असलें, अथवा जरी तीं कुत्र्यानें चाटलेलीं असलीं तरी त्यांना कांहींच वाईट वाटत नाहीं. वाहीक लोक मेंढीचें, उंटाचें व गाढवीचें दूध प्राशन करितात व त्याप्रमाणेंच त्या दुधापासून होणारे घृतादिक पदार्थही सेवन करितात. त्या अधमांना अभक्ष्य पदार्थ म्हणून कोणताही नाहीं. त्यांच्यामध्यें जारज संततीचें अतिशय प्रमाण असतें. शल्या, ह्यास्तव आरट्ट देशांतील वाहीकांचा विचारी मनुष्यानें सर्वतोपरी त्याग करणें अवश्य आहे, ही गोष्ट लक्षांत ठेव; व तो ब्राह्मण आणखी जें कांहीं कुरुसभेंत म्हणाला तें ऐक. तो ब्राह्मण म्हणाला कीं, युगंधर[1] नगरांत दूध पिऊन, अच्युतस्थलांत राहून आणि भूतिलयांत स्नान करून कोणता मनुष्य स्वर्गास जाईल बरें? ज्या प्रदेशांत हिमालयांतून निघालेल्या पांच नद्या वाहातात, त्या प्रदेशास आरट्ट नामक वाहीक देश असें म्हणतात. त्या देशांत सुजनानें दोन दिवस सुद्धां राहूं नये. विपाशेमध्यें वहि व हीक अशीं दोन

---

१ युगंधर नगरांत उंटाचें वगैरे दूध विकण्यांत येतें. ह्यास्तव तेथें अपेय दुग्ध प्राशन करण्यांत येण्याचा संभव आहे. अच्युतस्थलांत स्त्रियांचे आचारविचार फारच गर्हणीय असल्यामुळें मनुष्याचें पाऊल वांकड्या वाटेंत पडण्याचा अतिशय संभव आहे. आणि भूतिलयांत चांडालांचा व ब्राह्मणादिकांचा एकच पाणवठा असल्यामुळें तेथें स्पर्शास्पर्शविचार नष्ट होऊन जाईल.

पिशाचें वास करितात. वाहीक ही त्या दोन पिशाचांची संतति होय. वाहीक ही प्रजापति ब्रह्मदेव ह्याची संतति नव्हे. त्या हीनकुलांत जन्मलेल्या लोकांना विविध धर्मांचें ज्ञान कसें असेल बरें? व त्याचप्रमाणें कारस्कर, माहिषक, कालिंग, केरल, कर्कोटक, वीरक, इत्यादिक दुर्धर्मी लोकांशींही संपर्क करूं नये. ह्या प्रकारचें हें असें भाषण एका मोठ्या अवाढव्य राक्षसीनें तीर्थयात्रा करणारा एक ब्राह्मण एक रात्रभर वसतीस राहिला असतां त्यापाशीं केलें. आरट्ट देशांत वाहीक तीर्थाच्या ठिकाणीं अधम ब्राह्मणांची फार पुरातन कालापासून वसति आहे. ते वेदाध्ययन व यज्ञयागादिक क्रिया करीत नाहींत. ते धर्मबाह्य असून शूद्रांपासून अन्य स्त्रियांच्या ठिकाणीं जन्म पावल्यामुळें त्यांनीं दिलेलें अन्न वगैरे देवता ग्रहण करीत नाहींत. प्रस्थल, मद्र, गांधार, आरट्ट, खस, वसाति, सिंधुसौवीर, ह्या देशांतील सर्व लोक बहुधा अतिशय निंद्य आचरणाचे असतात.

अध्याय पंचेचाळिसावा.

—:०:—

कर्ण व शल्य यांचा संवाद.

कर्ण म्हणालाः—शल्या, माझ्या बोलण्याकडे नीट लक्ष दे. मी तुला फिरून जें कांहीं सांगत आहें, तें एकाग्र चित्तानें ऐक. पूर्वी आमच्या घरीं एक ब्राह्मण पाहुणा आला होता. तो आमच्या देशांतील आचारविचार पाहून मोठा संतुष्ट झाला व म्हणाला, " मी हिमालय पर्वताच्या शिखरावर एकटाच पुष्कळ दिवस राहिलों; आणि नंतर, ज्यांत नानाविध धर्म प्रचलित आहेत असे बहुत देश पाहिले. पण माझा समज असा आहे कीं, ह्या ठिकाणच्या प्रजा कोणत्याही प्रकारचें धर्मविरुद्ध कृत्य करीत नाहींत. सर्वांचें मत असें आहे कीं, वेदपारग ब्राह्मण जे नियम घालून देतात तोच धर्म होय. नानाविध देशांतून प्रवास करितां करितां मी वाहीक देशांत प्राप्त झालों आणि तेथें ऐकिलें कीं, वाहीक देशांत मनुष्य प्रथम ब्राह्मण बनतो, नंतर तो क्षत्रिय होतो, त्यानंतर तो वैश्य होतो, मग तो शूद्र बनतो आणि मग तो नापित होतो; ह्याप्रमाणें तो नापित झाला तरी पुनः ब्राह्मण होतो आणि ब्राह्मण झाल्यावर त्याचाच पुढें गुलाम होतो! एकाच कुलांत एक ब्राह्मण व त्याचे इतर बंधु मनास वाटेल तें कर्म करणारे हीनजातीचे बनतात! गांधार, मद्रक आणि वाहीक हे लोक अगदीं अल्पबुद्धीचे आहेत. सर्व पृथ्वी हिंडल्यानंतर मी वाहीक देशांत गेलों, तेव्हां मला सर्व पृथ्वीवर जी गोष्ट आढळली नाहीं ती तेथें आढळली. त्या देशांत मला सर्वत्र धर्मसंकर आढळून आला!"

बा शल्या, मी तुला आणखी कांहीं जें सांगतों तें नीट श्रवण कर. वाहीकांच्या निंदेनें भरलेला असा हा इतिहास मला एका दुसऱ्या ब्राह्मणापासून कळला आहे. पूर्वीं आरट्ट देशांत एक साध्वी रहात असे, एके समयीं चोरट्यांनीं तिचें हरण करून तिच्याशीं अनाचार केला. तेव्हां तिनें त्या चोरट्यांना शाप दिला कीं, " सभर्तृक स्त्रीचें पातिव्रत्य ज्या अर्थीं तुम्हीं नष्ट केलें, त्या अर्थीं तुमच्या कुलांतील स्त्रिया वेश्या होतील! नराधमहो, ह्या घोर पातकापासून तुमची सुटका होणार नाहीं!" ह्याप्रमाणें तें शापवृत्त निवेदन केल्यावर तो ब्राह्मण पुढें म्हणाला, " ह्यामुळेंच आरट्ट देशांत बहिणीच्या मुलांना वारसाचा हक्क प्राप्त होतो व पुत्रांना तो प्राप्त होत नाहीं. कुरु, पंचाल, शाल्व, मत्स्य, नैमिष, कोसल, काश, पौंड्र, कालिंग, मागध, चेदि ह्या देशांतील लोक महाभाग्यवान् असून ह्यांस सनातन धर्माचें यथार्थ ज्ञान आहे. चोहोंकडे अनीतिमान् लोक आढळतात, पण ते

बहुतकरून वाहीकांच्या इतके दुराचरणी नसतात. मत्स्य, कुरु, पंचाल, नैमिष, चेदि वगैरे प्रमुख देशांतील लोक शाश्वत धर्माचें परिपालन करितात, परंतु मद्रदेशांतील व पांचनदांतील लोक कुटिल असून धर्माचा लोप मात्र करितात.

शल्या, धर्म व आचरण ह्यांतलें रहस्य जाणणारा तो ब्राह्मण ह्याप्रमाणें बोलल्यानंतर अगदीं स्तब्ध बसला! शल्या, मद्र, आरट्ट व वाहीक ह्या देशांचा तूं राजा असल्यामुळें त्या देशांतील प्रजांच्या शुभाशुभकर्मांचा षड्भाग तुझ्या पदरीं पडत असतो, ह्यास्तव त्या प्रजांच्या नीतिमत्तेकडे त्वां लक्ष पुरविलें पाहिजे. प्रस्तुतकालीं तुझ्याकडून त्यांचें योग्य परिपालन घडत नसल्यामुळें सर्वत्र देशभर जो अनाचार प्रवृत्त झाला आहे, त्याचें पातक तुझ्याच माथीं वसत आहे. जो राजा प्रजांचें रक्षण करितो त्यास प्रजांच्या पुण्याचा अंश प्राप्त होतो; व जो प्रजांचें रक्षण करीत नाहीं त्यास त्यांचें पातक मात्र मिळतें! शल्या, पूर्वी सर्व देशांत सनातन धर्माचा जिकडे तिकडे उत्कर्ष व प्रशंसा चालली असतां पांचनद देशांतील धर्मलोप अवलोकन करून पितामह ब्रह्मदेवानें त्या देशाचा अगदीं धिक्कार केला. शल्या, पांचनद देशांतील लोक म्हटले म्हणजे कृतयुगांत सुद्धां अधर्माचरण करणारे; त्या वेळीं सुद्धां त्यांचें वर्तन धर्मबाह्य असून त्यांच्यांत शूद्रांपासून अन्य स्त्रियांच्या ठिकाणीं संतति जन्मास येत असे. तेव्हां ब्रह्मदेवानेंही ज्या धर्माची गर्हा केली, त्या धर्माचा अवलंब करणारा तूं लोकांना धर्मोपदेश करण्यास कसा पात्र होशील? शल्या, ह्याप्रमाणें पांचनदीय लोकांच्या धर्माची हेलना प्रत्यक्ष ब्रह्मदेवानेंही केली. सर्व भूतलावर वर्णाश्रमधर्म यथास्थित चालले असतां ब्रह्मदेवानें ह्या पांचनदांचा असा उपहास केला. शल्या, मी तुला आणखी इतिहास निवेदन करितों तो श्रवण कर.

कल्माषपाद नामक राक्षस सरोवरांत बुडत असतां म्हणाला, "भिक्षा मागणें हें क्षत्रियांना लांछन आहे, व्रतादिकांचा त्याग करणें हें ब्राह्मणांना लांछन आहे, वाहीक लोक हें भूतलाला लांछन आहे व मद्रस्त्रिया हें सर्व स्त्रीजातीला लांछन आहे!" शल्या, तो राक्षस बुडत होता तेव्हां त्याला हात देऊन कोणीं एका राजानें वर काढून विचारलें, तेव्हां तो ह्मणाला कीं, "म्लेच्छजाति ही सर्व मनुष्यांना लांछन आहे, औष्ट्रिक (तेल काढणारे लोक) हे म्लेच्छांना लांछन आहेत, षंढ हे औष्ट्रिकांना लांछन आहेत, राजपुरोहित हे षंढांना लांछन आहेत, आणि ज्या अर्थी तूं मला सोडीत नाहींस त्या अर्थी राजयाजक व याज्य आणि मद्रक ह्यांचें जें लांछन तेंच तुझें लांछन होईन!" शल्या, इतकें बोलून त्या राक्षसानें पुढें असेंही ह्मटलें कीं, राक्षस किंवा विषवीर्य ह्यांच्या योगें हत झालेल्या मनुष्यांना हें सिद्ध वचन केवळ उत्कृष्ट औषधच होय. शल्या, पंचाल देशांतील लोक वेदांस फार मान देतात, कौरवेय हे धर्मानुष्ठानास फार मान देतात, मत्स्य देशांतील लोक सत्यास फार मान देतात, शूरसेन देशांतले लोक यज्ञयागांस फार मान देतात, प्राच्य देशांतील लोक शूरवृत्तीस फार मान देतात, दाक्षिणात्य लोक धर्मसंग्रहास फार मान देतात, वाहीक हे चौरकर्मास फार मान देतात, आणि सुराष्ट्रांतले लोक संकरवृत्ति चाहातात. कृतघ्नता, परवित्तापहार, मद्यपान, गुरुपत्नीगमन, कठोर भाषण, गोवध, रात्रिभ्रमण, बहिर्गेह व परवस्त्रोपभोग हाच ज्यांचा धर्म त्यांना अधर्म तो कोणता? अरेरे, अशा त्या आरट्ट व पांचनदीय लोकांना धिक्कार असो! शल्या, पांचाल,

कुरु. नैमिष व मत्स्य ह्या देशांतील लोक धर्म जाणतात, आणि उदीच्य, आंगक व मागध हे लोक फार प्राचीन काळापासून सनातन धर्माचें परिपालन करणाऱ्या लोकांचें अनुकरण करितात. अग्निप्रमुख देवांनीं पूर्व दिशेचा आश्रय केला आहे, शुभ कर्म करणाऱ्या यमानें रक्षिलेल्या दक्षिण दिशेचा आश्रय पितरांनीं केला आहे, सुरांचा प्रतिपालक बलिष्ठ असा जो वरुण त्यानें पश्चिम दिशेचा आश्रय केला आहे, आणि भगवान् सोम ब्राह्मणांसह उत्तर दिशेचें रक्षण करीत आहे. त्याप्रमाणेंच राक्षस व पिशाच्च हे नगाधिराज हिमवानाचें आणि गुह्यक गंधमादन पर्वताचें रक्षण करीत आहेत. शल्या, वाहीकादि देशांचें रक्षण करण्यास कोणीही विशिष्ट देवता तत्पर आहे, असें नाहीं. भगवान् विष्णु हा सर्वच प्राण्यांचें रक्षण करितो, ह्यास्तव वाहीक वगैरे देशांचेंही तो निश्चयेंकरून रक्षण करीत आहेच; पण ह्या कार्यासाठीं विशिष्ट देवता उद्युक्त नसल्यामुळें वाहीकादिक लोकांचा अधिकार फारच गौण होऊन ते अगदीं मूर्ख बनले आहेत. शल्या, मागध लोकांना केवळ चिन्हांवरून एखादी गोष्ट समजते; कोसल लोकांना एखादी गोष्ट नीट समजण्यास ती प्रत्यक्ष पहावी लागते; कुरु व पंचाल ह्या देशांतील लोकांना एखादी गोष्ट अर्धवट सांगतांच समजते; शाल्वांना सविस्तर सांगितल्याशिवाय कांहींच समजत नाहीं; आणि पर्वतावर राहाणारे लोक शिबि लोकांप्रमाणें सर्वतोपरी मतिमंदच होत ! शल्या, यवन हे सर्वज्ञ आहेत; शूर तर त्यांहूनही अधिक ज्ञाते आहेत; म्लेच्छ हे स्वतःच्या मतानें जें उचित दिसेल तें करितात; आणि इतर लोक, उचित अशी जी गोष्ट त्यांना सांगावी तितकी मात्र करितात. वाहीक लोकांना हिताची गोष्ट सांगितली असतां ती मुळींच मान्य होत नाहीं आणि मद्रक तर ह्या सर्वांच्या पलीकडे गेलेले आहेत ! शल्या, तुझी स्थितिही अशाच प्रकारची आहे; सर्व पृथ्वीवर मद्रक हे अतिशय नीच होत. मद्यपान, गुरुस्त्रीगमन, भ्रूणहत्या व परधनापहार हा ज्यांना विहिताचार वाटतो, त्यांना अनाचार तो कोणता ? असो; अशा त्या आरट्ट व पांचनद देशांतील लोकांना धिक्कार असो ! शल्या, ह्या माझ्या सर्व म्हणण्याचा विचार करून निमूट बैस. ह्यावर आतां उलट भाषण करूं नको. आधीं तुला वधून मग कृष्णार्जुनांना वधण्याची पाळी मला येऊं नये !

शल्य ह्मणालाः—कर्णा, ज्या देशाचा तूं अधिपति आहेस, त्या अंग देशांत दुःखितांचा त्याग करणें व बायकामुलांचा विक्रय करणें ह्या गोष्टी प्रचलित आहेत. रथ व अतिरथ ह्यांचा वृत्तांत सांगत असतां भीष्मानें जें कांहीं तुला सांगितलें त्याचा विचार करून तूं आपले दोष मनांत आण आणि क्रोध सोडून दे. कर्णा, सदाचरणी ब्राह्मण, सदाचरणी क्षत्रिय, सदाचरणी वैश्य, सदाचरणी शूर आणि सदाचरणी स्त्रिया सर्वत्र असतात. दुसऱ्याची निंदा करण्यांत सुख मानणारे, दुसऱ्याला पीडा करणारे, आणि विषयांत दंग असणारे लोकही सर्वत्र असतात. दुसऱ्याचे दोष वर्णन करून सांगण्यांत प्रत्येकजण सदासर्वकाळ कुशल असतो. कोणालाही स्वतःचा दोष कळत नाहीं, आणि जरी तो कळला तरी त्यापासून त्याला वाईट वाटत नाहीं. आपल्या धर्माला अनुसरून वर्तन करणारे राजे सर्वत्र असतात व ते दुःशील मनुष्यांचा सर्वत्र निग्रहही करितात, आणि धर्मशील लोकही सर्वत्र असतात. कर्णा, देशांत सामान्यतः सर्वत्र लोक अनाचार करितात असें कोठेंही घडत नाहीं. ज्यांचें आचरण देवांपेक्षांही श्रेष्ठ असे सत्पुरुषही सर्वत्र असतात !

संजय सांगतोः—राजा, नंतर दुर्योधनानें

कर्णाला मित्रभावानें दोन गोष्टी सांगितल्या, शल्याचीही हात जोडून प्रार्थना केली, आणि त्यांचा जो वाक्कलह चालला होता त्याचें निवारण केलें. ह्याप्रमाणें दुर्योधनानें निवारित केल्यावर कर्ण पुढें कांहींएक बोलला नाहीं व शल्यही शत्रूच्या अभिमुख झाला. मग कर्णानें मोठ्या आनंदानें 'शल्या, रथ चालूं दे' अशी पुनः शल्याला सूचना केली.

अध्याय शेचाळिसावा.

—:०:—

व्यूहरचना.

संजय सांगतोः—नंतर, हे भरतश्रेष्ठा, शत्रूंच्या सैन्याला दाद देणार नाहीं असा मोठा बळकट व लोकोत्तर व्यूह पांडवांनीं रचिला असून धृष्टद्युम्न हा त्याचें संरक्षण करीत आहे, असें कर्णाच्या दृष्टीस पडलें. तें पाहून, शत्रूला ताप देणारा तो महायोद्धा कर्ण क्रोधाविष्ट होऊन जण काय थरथर कांपत कांपत सिंहासारखी गर्जना करीत पांडवांवर चालून गेला. राजा, त्या वेळीं त्या सिंहनादानें, रथांच्या दणदणाटानें व रणवाद्यांच्या घोषानें पृथ्वी जणू काय हादरून जाऊन कांपूं लागली ! धृतराष्ट्रा, मग कर्णानेंही पांडवांच्या व्यूहाचा भेद करण्यास योग्य असा दुसरा व्यूह सिद्ध केला. आणि इंद्रानें जसा दैत्यांचा मोड करून टाकिला, तसा त्यानें पांडवसैन्याचा मोड करून युधिष्ठिरावर बाणवृष्टि चालविली व त्यास डाव्या बाजूला सारिलें !

धृतराष्ट्रानें विचारलें:—संजया, पांडवांकडील व्यूहांत धृष्टद्युम्नादिक प्रबळ योद्धे व भीमसेनादिक पांडव रक्षणार्थ सिद्ध असतां त्यांच्याशीं टक्कर देण्यास कर्णानें दुसरा व्यूह केला तो कसा बरें ? पांडवांकडील सर्व योद्धे महाधनुर्धर असून ते प्रत्यक्ष देवांनाही अजिंक्य असे होते; मग त्यांच्यावर वरचढ असा व्यूह कर्णाला कसा करितां आला ? संजया, आपल्या सैन्याचे पक्ष व प्रपक्ष कसे बनविले होते ? ते पक्षप्रपक्ष बनविल्यावर त्या सैन्याची यथायोग्य योजना कसकशी केली होती ? त्याप्रमाणेंच पांडवांनींही माझ्या सैन्याशीं युद्ध करण्याकरितां आपल्या सैन्याची रचना कशी केली होती ? पुढें अत्यंत भयंकर युद्ध सुरू झालें तें कसें ? आणि कर्ण हा युधिष्ठिरावर बाणवृष्टि करीत चालून गेला, त्या वेळीं अर्जुन कोठें होता ? संजया, अर्जुन समीप असतां युधिष्ठिरावर चालून जाण्यास कोण समर्थ होईल ? ज्या महावीरानें पूर्वीं एकट्यानें खांडववनांत सर्व प्राण्यांना जिंकलें, त्याच्याशीं युद्ध करून जिवंत राहाण्याची इच्छा करणारा कर्णाशिवाय दुसरा कोणता वीर आहे बरें ?

संजय सागतोः—राजा धृतराष्ट्रा, तुला व्यूहरचना कशी केली होती, अर्जुन कशा प्रकारें युद्धास प्राप्त झाला, आणि उभय सैन्यांतील सैनिकांनीं आपआपल्या सेनानायक भूपतींच्या आसमंतात् उभे राहून युद्ध कसें केलें, तें मी आतां सांगतों. शारद्वत कृप, वेगवान् मागध व सात्वतकुलोत्पन्न कृतवर्मा ह्यांनी उजवे बाजूचा आश्रय केला होता. त्यांच्यापलीकडे महारथ शकुनि व उलूक हे हातांत देदीप्यमान प्रास असलेल्या गांधार देशांतील बलवान् घोडेस्वारांनिशीं कौरवसेनेचें संरक्षण करीत होते. शिवाय त्यांच्यासमवेत अजिंक्य अशा पार्वतीय (पर्वतावर राहाणाऱ्या) सैनिकांचा जणू काय टोळधाडीप्रमाणें असंख्य जमाव असून तो पिशाच्चांप्रमाणें भयंकर दिसत होता. डाव्या बाजूस, संग्रामांतून माघार न घेणाऱ्या चौतिस हजार संशप्तकांचे रथ होते आणि त्या युद्धकुशल महायोद्ध्यांसह तुझे पुत्र कृष्णार्जुनांचा वध करण्याच्या इच्छेनें पांडवांशीं लढण्यास

तयार होते. संशप्तकांच्यापलीकडे कांबोज, शक व यवन होते. ते सर्व योद्धे कर्णाच्या आज्ञेप्रमाणें आपापल्या रथांत अधिष्ठित होऊन घोडेस्वार व पायदळ ह्यांसह युद्धार्थ सिद्ध होत्साते महाबल कृष्ण व अर्जुन ह्यांस संग्रामार्थ आह्वान करीत होते. राजा धृतराष्ट्रा, सैन्याच्या मध्यभागीं सेनापति कर्ण हा चित्रविचित्र रंगांचें चिलखत घालून व बाहुभुषणें आणि माळा धारण करून सैन्याच्या अग्रभागाचें रक्षण करीत असतां पुनःपुनः प्रत्यंचेचें आकर्षण करितांना शोभत होता; आणि त्याच्या सभोंवतीं त्याचे पुत्र सक्षुब्ध होऊन कौरवसैन्याचें रक्षण करण्यांत निमग्न होते. सैन्यसमुदायांनीं परिवृत असलेला व एका मोठ्या बलाढ्य हत्तीवर आरूढ झालेला महाबाहु दुःशासन व्यूहाच्या पृष्ठभागीं होता. त्याची कांति सूर्याप्रमाणें किंवा अग्नीप्रमाणें झळाळत होती. त्याचे नेत्र पिंगट वर्णाचे असून त्याचें रूप मोठें आल्हादकारक होतें. धृतराष्ट्रा, दुःशासनाच्या मागें स्वतः राजा दुर्योधन होता. त्याच्या भोंवतालीं चित्रविचित्र अस्त्रें व चिलखतें धारण करून त्याचे भ्राते आणि अत्यंत वीर्यशाली मद्रक व केकयवीर त्याच्या संरक्षणार्थ सिद्ध होते. त्यामुळें देवांनीं परिवेष्टित असलेल्या शतक्रतु इंद्राप्रमाणें तो शोभत होता! त्या रथसैन्याच्या पाठीमागें अश्वत्थामा व कौरवांकडील दुसरे प्रबळ महारथ असून त्यांच्यामागें शूर म्लेच्छ व नेहमीं मदोन्मत्त असलेले व तोयवृष्टि करणाऱ्या मेघांप्रमाणें मदवृष्टि करणारे असे मोठमोठे हत्ती होते. त्या हत्तींवर ध्वजपताका झळकत असून त्यांवर आरूढ झालेल्या योद्ध्यांच्या हातांत दिव्य आयुधें असल्यामुळें जणू काय द्रुमवंत पर्वतांप्रमाणेंच ते हत्ती शोभत होते. आणि ते हत्ती समरांगणांत भ्रमण करीत असतां त्यांचें पादरक्षण करण्यासाठीं सहस्रावधि शूर व जिवावर उदार झालेले पदाति वीर हातांत कुऱ्हाडी व तरवारी घेऊन तत्पर होते. सारांश, राजा, त्या व्यूहांत गज, अश्व व रथ हीं जीं सेनेचीं तीन मुख्य अंगें तीं सर्व बलिष्ठ असल्यामुळें देव किंवा दानव ह्यांच्या व्यूहाप्रमाणें तो कौरवसेनेचा व्यूह अत्यंत शोभत होता! राजा, बृहस्पतीच्या मताप्रमाणें रणधुरंधर कर्णानें रचिलेला तो महाव्यूह जणू काय नाचतच असून त्याच्या योगें शत्रुसैन्याला मोठी भीति उत्पन्न झाली. त्या सैन्याच्या पक्षप्रपक्षांतून युद्धास आतुर झालेले महान् महान् हत्ती, घोडे व रथ हे वर्षाकालारंभींच्या बगळ्यांच्या समूहाप्रमाणें जेव्हां एकसारखे बाहेर उसळूं लागले, तेव्हां त्या सैन्याच्या बिनीवर कर्ण आहे असें पाहून शत्रुसंहारक महावीर अर्जुनाला युधिष्ठिर राजा म्हणाला, "हे अर्जुना, समरभूमीवर कर्णानें सैन्याचा हा महाव्यूह सिद्ध केला आहे तो पहा. पक्षप्रपक्षांनीं युक्त असलेली ही सेना फारच पराक्रमी दिसत आहे. ह्यास्तव, हें अवाढव्य रिपुसैन्य आपला पराभव करणार नाहीं अशी तोड काढ." धृतराष्ट्रा, धर्मराजाचें भाषण श्रवण करून अर्जुन त्याला हात जोडून म्हणाला, "महाराज, आपण म्हणतां तसा सर्व प्रकार आहे खरा; आतां ह्या व्यूहाचा घात करण्यासाठीं जें उचित तें मी करितों. ह्या व्यूहाचा नाश करण्यास प्रधान वीरांचा वध करणें अवश्य होय, म्हणून आतां मी त्यांचा वध करितों."

युधिष्ठिर म्हणालाः—अर्जुना, तर मग स्वतः तूं कर्णावर चालून जा; भीमसेन दुर्योधनावर चालून जाईल. नकुल वृषसेनावर चालून जाईल; सहदेव शकुनीवर चालून जाईल; शतानीक दुःशासनावर चालून जाईल; शिनिपुंगव सात्यकि हार्दिक्यावर चालून जाईल; धृष्टद्युम्न अश्वत्थाम्यावर चालून जाईल; मी स्वतः कृपा-

वर चालून जातों; द्रौपदीचे पुत्र बाकीच्या धार्तराष्ट्रांवर चालून जातील; आणि माझ्या पक्षाचे उरलेले वीर आपआपल्या प्रतिस्पर्धी वीरांवर चालून जातील!

संजय सांगतोः—धर्मराजाचें भाषण ऐकून धनंजयानें 'बरें आहे' असें म्हटलें आणि आपल्या सैन्यसमुदायांस धर्मराजाच्या इच्छेनुरूप शत्रुसैन्यावर चाल करून जाण्यास आज्ञा दिली व तो आपण स्वतः सैन्याच्या बिनीवर झाला. राजा, त्या समयीं ते कृष्णार्जुन अगदीं आद्य अशा रथांत अधिष्ठित होऊन शत्रूंवर चाल करून गेले. धृतराष्ट्रा, तो रथ म्हणजे प्रत्यक्ष मूर्तिमंत आद्य अग्नितत्त्वच होय. कारण, सर्व विश्वाचें योगक्षेम चालविणारा जो पुरातन अग्नि, तो ब्रह्मदेवाच्या मुखापासून उत्पन्न झाला असून तोच जलाधीश सोमरस होय. देव आणि ब्राह्मण ह्यांच्या मतें हा जलाधीश सोमच पुढें अश्वरूप झाला आणि त्यानें आपली शक्ति चार ठिकाणीं विभागून चार अश्वांचीं रूपें घेतलीं व ह्याप्रमाणें रथरूप बनून त्यानें क्रमानें ब्रह्मदेव, ईशान, इंद्र व वरुण ह्यांस पूर्वी वाहून नेलें. असो; ह्याप्रमाणें त्या आद्य रथांतून कृष्णार्जुन कर्णावर चालून गेले तेव्हां त्यांचा तो लोकोत्तर रथ आपणावर येत आहे असें पाहून शल्य पुनः त्या युद्धदुर्मद कर्णाला म्हणाला, "कर्णा, हा तो अर्जुनाचा रथ आला पहा! ह्या रथाचे अश्व शुभ्र असून ह्यावर कृष्ण हा सारथि आहे! कर्णा, ज्याचा तूं शोध करीत आहेस तो हा अर्जुन शत्रुसैन्याचा संहार उडवीत येत आहे. कर्मफलाप्रमाणें ह्याचें निवारण करण्याला सर्व सैन्यही समर्थ होणार नाहीं. हा पहा मेघगर्जनेप्रमाणें गंभीर ध्वनि कानीं पडत आहे! निःसंशयपणें हे वासुदेव व धनंजयच असले पाहिजेत! हा पहा धुरळा कसा उडून त्यानें अगदीं अंतरिक्ष व्यापून टाकिलें. जणू काय चक्रांच्या धावांनीं चिरली गेल्यामुळें ही धरणी थरथरां कांपत आहे! हा पहा तुझ्या सैन्याच्या आसमंतात् सोसाट्याचा वारा सुटला! हे पहा हिंसक पशु मोठ्यानें आरडूं लागले! मृग भयंकर आक्रोश करूं लागले! कर्णा, पहा हा कसा घोर व भीतिप्रद केतु मेघपटलाप्रमाणें सूर्यबिंबाला झांकून उभा आहे! हें दुश्चिन्ह अवलोकन करून तर माझ्या अंगावर कांटाच उभा रहात आहे! त्याप्रमाणेंच हे मोठमोठाले उन्मत्त वाघ व दुसरे नानाविध पशूंचे कळपच्या कळप सूर्याकडे टौकारून पहात आहेत! तसेंच हे हजारों घोर कंकपक्षी व गिधाडें जमलीं आहेत पहा! हे सर्व पक्षी एकमेकांकडे पहात असून जणू काय एकमेकांशीं बोलतच आहेत! त्याप्रमाणेंच, हे कर्णा, तुझ्या रथावरील हीं मोठमोठीं रंगीत चामरें जळूं लागलीं आणि ध्वज कांपूं लागला! तसेंच तुझ्या ह्या महान् रथाला जोडलेले मोठमोठाले व महावेगवान् सुंदर अश्व जणू काय अंतरिक्षांत गरुडाप्रमाणें उड्डाण करण्यास समर्थ आहेत, तरी त्यांना कांपरें भरलें! अस्तु. कर्णा, खचित ह्या दुश्चिन्हांवरून मला वाटतें कीं, आज रणांगणांत सहस्त्रावधि राजे मृत्युमुखीं पडतील! कर्णा, हा पहा शंखांचा घोर ध्वनि उठून अंगावर कांटा उभा राहिला! व त्याप्रमाणेंच आनकांच्या, मृदंगांच्या, बहुविध बाणांच्या, मनुष्यें, अश्व व गज ह्यांच्या आणि तलत्रावर बसणाऱ्या प्रत्यंचेच्या फटकाऱ्यांच्या शब्दांनीं सर्व दिशा दुमदुमून गेल्या! कर्णा, ह्या पहा मोठमोठ्या वीरांच्या रथांवर सोन्यारुप्यांच्या भरजरी वस्त्रांच्या पताका झळकत आहेत, त्यांवर कारागिरांनीं सोन्याचे चंद्र, सूर्य व तारे काढिले असून त्यांस घागऱ्या लाविलेल्या आहेत, आणि वाऱ्यानें हालत असल्यामुळें त्या

चित्रविचित्र रंगांच्या पताका जणू काय मेघमंडळावर चमकणाऱ्या विद्युल्लतेप्रमाणें शोभत आहेत! कर्णा, त्याचप्रमाणें वाऱ्यानें फडफडणाऱ्या ध्वजांकडे पहा; आकाशांत देवांचीं विमानें तरंगतांना दिसतात, त्याप्रमाणें ते रथांवर दिसत आहेत! कर्णा, महात्म्या पांचालांचे हे सपताक रथ अवलोकन कर; त्याप्रमाणेंच हा विजयशाली वीर कुंतीपुत्र अर्जुन तुझ्यावर चाल करून येत आहे तो पहा; हा पहा ह्या अर्जुनाच्या ध्वजावर शत्रूंना भीति उत्पन्न करणारा भयंकर मारुति मोठ्या थाटानें बसला असून तो आपल्याकडे सर्वांचें चित्त आकर्षित आहे! हें पहा बुद्धिवान् कृष्णाचें चक्र; त्याप्रमाणेंच गदा, शार्ङ्गधनुष्य, शंख आणि वक्षस्थळीं अत्यंत शोभणारा कौस्तुभ मणि! हा पहा शार्ङ्गगदाधर अतिवीर्यवान् वासुदेव वायुवेगानें चालणाऱ्या शुभ्र अश्वांना चालवीत इकडे येत आहे! हा पहा सव्यसाची अर्जुनाच्या गांडीव धनुष्याच्या प्रत्यंचेचा टणत्कार ऐकूं येऊं लागला! हे पहा अर्जुनानें शिताफीनें मारलेले तीक्ष्ण बाण शत्रूंचें कंदन करूं लागले! हीं पहा आरक्त, विशाल व विस्तृत अशा नेत्रांनीं युक्त व मुख पूर्णचंद्राप्रमाणें शोभणारीं अशीं पलायन न करणाऱ्या राजांचीं मस्तकें सर्वत्र पडलीं असून, त्यांनीं समरभूमि गच्च भरून गेली आहे! आणि त्याप्रमाणेंच हे हातांत आयुधें घेऊन शत्रूंवर चालून जाणाऱ्या प्रबळ वीरांचे सुवासिक अनुलेपनें फांसलेले द्वारांच्या अडसरांप्रमाणें प्रचंड बाहु आयुधांसह तुटून पडत आहेत पहा! त्याचप्रमाणें, ज्यांचे नेत्र व जिव्हा नष्ट झाल्या आहेत असे घोडे व त्यांवरील स्वार समरांगणांत पडत आहेत व पडले आहेत ते अवलोकन कर! तसेंच हे पर्वताच्या शिखरांप्रमाणें महान् महान् हत्ती अर्जुनाच्या अस्त्रप्रहारांनीं छिन्नभिन्न होऊन भूमीवर कोसळतांना जणू काय पर्वतांचीं शिखरेंच कोसळून पडत आहेत असा भास होतो! आणि ज्यांतील राजे हत झाले आहेत असे गंधर्वनगरांप्रमाणें मोठमोठाले रथ धडाधड खालीं पडतांना पाहिले म्हणजे जणू काय हीं क्षीणपुण्य झालेल्या देवांचीं विमानेंच कोसळत आहेत असें दिसतें! कर्णा, नानाविध पशूंच्या सहस्रावधि कळपांना ज्याप्रमाणें सिंह व्याकूळ करून सोडितो, त्याप्रमाणें तुझें हें सैन्य अर्जुनानें अतिशय व्याकूळ करून टाकिलें आहे पहा! हें पहा तुझें चतुरंग सैन्य पांडवांवर तुटून पडलें आहे, पण त्यावर उलट चाल करून पांडव त्याचा नाश करीत आहेत! हा पहा मेघांनीं आच्छादिलेल्या सूर्याप्रमाणें अर्जुन आतां दिसेनासा झाला! फक्त त्याच्या ध्वजाचें अग्र दिसत आहे व प्रत्यंचेचा शब्द ऐकूं येत आहे! कर्णा, ज्याची तूं चौकशी करीत आहेस तो श्वेताश्व कृष्णसारथि अर्जुन शत्रूंचा विध्वंस उडवितांना तुझ्या आज दृष्टीस पडेल! आज तुला ते दोघे शत्रुसंहारक पुरुषव्याघ्र आरक्त नेत्र केलेले व एका रथांत आरूढ झालेले दिसतील! राधेया, ज्याचा सारथि कृष्ण व ज्याचें धनुष्य गांडीव अशा त्या अर्जुनाला जर आज तूं वधिलेंस, तर तूं आमचा राजा होशील! हा पहा अर्जुन संशप्तकांनीं आह्वान केल्यामुळें त्यांच्यावर चाल करून निघाला! आतां हा त्यांचें युद्धांत खचित कंदन करील!" राजा धृतराष्ट्रा, ह्याप्रमाणें शल्याचें भाषण ऐकून कर्णाला फार संताप आला व तो शल्याला म्हणाला, "शल्या, हा पहा अर्जुन कसा क्रुद्ध झालेल्या संशप्तकांनीं चोहोंकडून घेरून टाकिला! मेघाच्छादित सूर्याप्रमाणें तो अगदीं अदृश्य झाला!

शल्या, आतां अर्जुन ह्या योधसागरांत बुडालाच म्हणून समज ! ”

शल्य म्हणालाः—कर्णा, वरुणाला उदकानें किंवा अग्नीला इंधनानें कोणी ठार मारील काय ? अथवा वाऱ्याचें निग्रहण किंवा महासागराचें प्राशन कोणी करील काय? कर्णा, मला अर्जुनाचें सामर्थ्य अशा प्रकारचें वाटतें! फार कशाला, युद्धांत अर्जुनाला जिंकणें झाल्यास तें इंद्रासहवर्तमान देवांच्यानें किंवा दानवांच्यानेंही होणार नाहीं! तुला जर अशी प्रौढी दाखविल्यानें समाधान किंवा सुख वाटत असेल, तर तूं खुशाल तसें कर; पण मी तुला साफ सांगतों कीं, तुझ्या अंगीं युद्धांत अर्जुनाला जिंकण्याचें सामर्थ्य नाहीं. दुसरी एखादी गोष्ट करण्याविषयीं तूं इच्छा धर. कर्णा, जो कोणी अर्जुनाला समरांत जिंकील, तो बाहुबलानें पृथ्वीला उचलील किंवा स्वतःच्या क्रोधाग्नीनें सर्व प्रजा जाळील अथवा स्वर्गांतून देवांना खालीं पाडील असें मी मानितों ! पहा, हा महापराक्रमी महाबाहु भीम आपल्या दिव्य कांतीनें झळाळत जणू काय दुसऱ्या मेरु पर्वताप्रमाणेंच उभा आहे! हा मोठा रागीट व नित्य क्षुब्ध असून रात्रंदिवस वैराचें स्मरण करीत असतो ! हाही कौरवांच्या नाशाची इच्छा करून युद्धांत लढण्यास सिद्ध आहे ! हा पहा महाधर्मनिष्ठ धर्मराज युधिष्ठिर; रणांगणांत ह्याचा पराभव करणें मोठें दुर्घट असून हा शत्रूंचीं स्थानें जिंकून घेण्यांत मोठा पटाईत आहे ! हे पहा नकुलसहदेव जणू अश्विनीकुमारच ! ह्यांना युद्धांत जिंकणें सर्वतोपरी अशक्य होय ! हे पहा द्रौपदीचे पांच पुत्र, जणू पांच पर्वतच होत ! हे सर्व अर्जुनाप्रमाणें वीर्यवान् असून युद्धासाठीं तयार आहेत ! हे पहा धृष्टद्युम्नादिक द्रुपदपुत्र; हे महातेजस्वी, वीर्यवान्, अभिमानी व खातरीनें शत्रूंना जिंकणारे आहेत ! हा पहा सात्वद्वर सात्यकि, ह्याच्या अंगीं इंद्राप्रमाणें दुःसह बल असून हा आपल्यावर क्रोधायमान यमाप्रमाणें युद्ध करण्याच्या इच्छेनें धावून येत आहे ! राजा धृतराष्ट्रा, ह्याप्रमाणें कर्ण व शल्य ह्यांचें भाषण होत आहे इतक्यांत त्या दोन्ही सेना एकाएकीं गंगायमुनांप्रमाणें एकत्र मिळाल्या !

अध्याय सत्तेचाळिसावा.

—:०:—

संकुलयुद्ध.

धृतराष्ट्र विचारतोः—संजया, व्यूह करून युद्धार्थ सिद्ध झालेलीं तीं दोन्ही दळें एकमेकांत मिसळल्यानंतर पार्थानें संशप्तकांवर व कर्णानें पांडवांवर कसा हल्ला केला तो प्रकार सविस्तर सांग. तूं ह्या कामांत मोठा कुशल आहेस. संजया, रणभूमीवर वीर पुरुष जे पराक्रम करून दाखवितात, ते ऐकूं लागलों म्हणजे माझी तृप्तिच कधीं होत नाहीं.

संजय सांगतोः—राजा, तुझ्या पुत्राचें दुष्ट आचरण हें ह्या सर्व युद्धाच्या बुडाशीं आहे, हें लक्षांत ठेविलें पाहिजे. असो; त्या वेळीं शत्रूंचें मोठें अवाढव्य सैन्य युद्धार्थ तयार आहे असें पाहून अर्जुनानें आपल्या सैन्याचा व्यूह सिद्ध केला. त्यांत हत्ती, घोडे, रथ व पायदळ हीं अगदीं ओतप्रोत असून त्या महान् सैन्याच्या बिनीवर धृष्टद्युम्नाची योजना केली होती. ज्याच्या रथाच्या अश्वांचा वर्ण पारावताप्रमाणें होता व ज्याची कांति चंद्रसूर्याप्रमाणें होती, असा तो पार्षतवीर धृष्टद्युम्न हातांत धनुष्य धारण करून उभा असतां प्रत्यक्ष देहधारी यमाप्रमाणें शोभत होता. युद्धास आतुर झालेले सर्व द्रौपदीपुत्र त्या पार्षताचें संरक्षण करण्यांत तत्पर होते. त्यांच्या अंगांत दिव्य चिलखतें व हातांत दिव्य आयुधें

असून त्यांचा पराक्रम अगदीं शार्दूलांप्रमाणें होता. त्यामुळें, चंद्राभोंवतीं देदीप्यमान तारागणांचा वेढा असतां जशी शोभा दिसते, तशी शोभा दिसत होती. पुढें संशप्तकांनीं रणांगणांत आपली सेना व्यूह करून उभी केलेली आहे असें जेव्हां अर्जुनानें पाहिलें, तेव्हां तो क्रोधायमान होऊन गांडीव धनुष्यानें बाणांची वृष्टि करीत त्या सेनेवर चालून गेला आणि अर्जुनास ठार मारण्याच्या इच्छेनें संशप्तकही अर्जुनावर धावून आले. धृतराष्ट्रा, संशप्तक हे विजय मिळविण्याच्या दृढनिश्चयानें युद्धार्थ सिद्ध झाले होते; मेलों तरी बेहत्तर, पण रणांतून म्हणून माघारें फिरावयाचें नाहीं, अशी त्यांची शपथच होती; आणि त्यांच्या सैन्यांत नर, अश्व, मत्त गज व रथ ह्यांचा अतिशयच भरणा होता. शूर वीरांच्या समुदायांनीं व सेनापतींनें युक्त अशा त्या संशप्तकांच्या सैन्यानें तत्काळ अर्जुनावर बाणवर्षाव करण्यास प्रारंभ केला. नंतर त्यांचें व अर्जुनाचें तुमुल युद्ध झालें. तशा प्रकारचें घोर युद्ध अर्जुन व निवातकवच ह्यांमध्यें मात्र झालेलें आमच्या ऐकिवांत आहे. त्या समयीं शत्रूंचे रथ, अश्व, ध्वज, गज, पदाति, बाण, धनुष्यें खड्गें, चक्रें, कुऱ्हाडी, आयुधांसहित उभारलेले भुज, नानाप्रकारचीं शस्त्रास्त्रें आणि सहस्रावधि मस्तकें अर्जुनानें तोडून समरांगणांत पाडिलीं; आणि त्या वेळीं अर्जुनाचा रथ सैन्यरूप महावर्तामध्यें सांपडून जणू काय पाताळाच्या तळींच गेला असें वाटून संशप्तकांनीं मोठमोठ्यानें वीरश्रीच्या आरोळ्या देण्यास प्रारंभ केला. इतक्यांत शत्रूंचा जो वेढा पडला होता त्याचा पुनः भेद करून शत्रुसैन्याचा संहार करीत अर्जुन पुढें झाला आणि त्यानें क्रुद्ध झालेल्या रुद्राप्रमाणें उजवीकडे व पृष्ठभागीं शत्रुसैन्यरूप पशूंना ठार मारण्याचा तडाखा सुरू केला! राजा, नंतर पांचाल, चेदि व सृंजय ह्यांचा तुझ्या सैन्याशीं मोठा दारुण संग्राम झाला. कृप, कृतवर्मा व शकुनि हे आपल्याबरोबर युद्धार्थ उतावीळ झालेलीं प्रक्षुब्ध सैन्यें घेऊन पांडवांच्या रथसैन्यावर प्रहार करण्याच्या उद्देशानें कोसल, काश्य, मत्स्य, कारूष, केकय आणि महाशूर शूरसेन ह्यांच्यावर मोठ्या आवेशानें तुटून पडले; आणि मग त्या दोन्ही दळांचें अत्यंत अनर्थकारक असें घोर युद्ध होऊन त्यांत बहुत क्षत्रिय, वैश्य व शूद्र योद्धे धारातीर्थीं पतन पावून त्यांचे प्राण, देह व पातकें ह्यांचा नाश झाला आणि त्यांस पुण्य व यश ह्यांची प्राप्ति होऊन ते स्वर्गास गेले! हे भरतर्षभा, इकडे पांडव, पांचाल, चेदि व सात्यक ह्यांजबरोबर कर्ण निकराचें युद्ध करीत असतां आपले भ्राते व कौरवांकडील दुसरे महान् महान् योद्धे व महारथ मद्रक यांसह दुर्योधन राजा कर्णाच्या साहाय्यार्थ आला व त्यानें कर्णाचें उत्तम प्रकारें रक्षण केलें. त्या समयीं कर्णानें तीक्ष्ण बाणांच्या वर्षावानें पांडवपक्षाच्या त्या प्रचंड सैन्याला वस्त्रहीन, आयुधहीन व प्राणहीन केलें आणि मोठमोठ्या रथ्यांना ठार मारून युधिष्ठिरावर चाल केली व स्वर्गलोक आणि दिव्य यश ह्यांची जोड करून घेऊन त्यानें कौरवसैन्यांत जिकडे तिकडे आनंदीआनंद करून सोडिला! धृतराष्ट्रा, मनुष्यें, अश्व व गज ह्यांचा संहार करणारा कौरव व सृंजय ह्यांमध्यें झालेला हा संग्राम केवळ देवदानवांच्या संग्रामाप्रमाणें अत्यंत भयंकर झाला!

अध्याय अठेचाळिसावा.

—:०:—

संकुलयुद्ध.

धृतराष्ट्र विचारतोः—संजया, कर्ण हा पांडवांच्या सैन्यांत प्रवेश करून त्याचा नाश करीत

असतां दुर्योधनाची व त्याची गांठ पडल्यावर मग त्यानें काय केलें तें मला सविस्तर सांग. संजया, पांडवांकडील कोणकोणत्या योद्धयांनीं कर्णाचें निवारण केलें व कर्णानें कोणकोणत्या वीरांचें मर्दन करून युधिष्ठिरावर बाण सोडिले, तें मला निवेदन कर.

संजय सांगतोः—राजा धृतराष्ट्रा, धृष्टद्युम्न-प्रमुख पांडवांकडील वीर युद्धार्थ सिद्ध आहेत असें पाहून कर्णानें तत्काळ त्या शत्रुकर्षक पांचाल वीरांवर हल्ला केला. तेव्हां आपल्यावर कर्ण झपाट्यानें चाल करून येत आहे असें अवलोकन करून, हंस जसे महासागरावर जातात तसे ते महद्युतिमान् पांचाल वीर त्या महात्म्या कर्णावर गेले. नंतर सहस्रावधि शंखांचा हृदयभेदक ध्वनि दोन्ही दळांतून बाहेर पडूं लागला; त्याप्रमाणेंच दुंदुभींचा दारुण शब्द, नानाविध बाणांचे प्रहार, गज व अश्व ह्यांची गर्जना, रथांचा घणघणाट व वीरांचा सिंहनाद सुरू होऊन मोठी भीति उत्पन्न झाली! त्या समयीं पर्वत, वृक्ष व समुद्र ह्यांसुद्धां सर्व धरणी, वायु व मेघ ह्यांसह सर्व आकाश आणि सूर्य, चंद्र, ग्रह व नक्षत्रें ह्यांसहवर्तमान सर्व अंतरिक्ष भीतीनें अगदीं कंपायमान झालें आहे असें सर्व प्राण्यांस वाटलें व त्यांचीं धाबीं अगदीं दणाणून गेलीं! आणि ज्या प्राण्यांना कमी धैर्य होतें त्यांनीं तर बहुधा पटापटा प्राणच सोडिले! त्या समयीं कर्ण तर अत्यंतच चवताळला आणि त्यानें लागलेंच शस्त्र उचलून इंद्रानें जसा असुरसेनेचा संहार उडविला तसा पांडवसेनेचा भयंकर संहार उडविला! त्या वेळीं तत्काळ कर्णानें पांडवसैन्यांत घुसून त्याजवर एकसारखी बाणवृष्टि चालविली आणि सत्याहत्तर महान् महान् प्रभद्रक वीरांना धारातीर्थीं पाडिलें! नंतर त्या महारथानें आपल्या रथांत ठेवलेले पंचवीस निशित सुपुंख शर पंचवीस पांचालांवर टाकून त्यांना वधिलें आणि त्याप्रमाणेंच शत्रुसैन्यांचें हृदय विदारण करणाऱ्या सुवर्णपुंख बाणांची वृष्टि करून शतावधि व सहस्रावधि चेदि वीर ठार मारिले! राजा, अशा प्रकारें कर्ण युद्धामध्यें अमानुष पराक्रम गाजवीत असतां पांचालांच्या रथसमुदायांनीं त्यास गराडा घातला. तेव्हां कर्णानें पांच दुःसह बाण नेमके मारून रणांगणांत भानुदेव, चित्रसेन, सेनाबिंदु, तपन व शूरसेन ह्या पांच पांचाल वीरांना वधिलें! राजा, ह्याप्रमाणें शूर पांचालांचा कर्णानें सायकांची वृष्टि करून घोर संहार आरंभिला, तेव्हां पांचालसैन्यांत महान् हाहाःकार झाला! नंतर त्या घोर संग्रामांत पांचालांच्या दहा रथांनीं कर्णाला आणखी वेढा घातला; त्या समयीं कर्णानें बाणांनीं त्यांचाही तत्काळ विध्वंस उडविला. तेव्हां कर्णाच्या रथचक्रांचे रक्षक कर्णपुत्र सुषेण व सत्यसेन हे जिवाची आशा न धरितां मोठ्या आवेशानें लढूं लागले. त्याप्रमाणेंच कर्णाचा ज्येष्ठ पुत्र महारथ वृषसेन स्वतः कर्णाच्या रथाच्या पृष्ठभागीं उभा राहून कर्णाचें संरक्षण करूं लागला. ह्याप्रमाणें कर्ण हा पांडवांच्या सैन्याचा संहार उडवूं लागला असतां धृष्टद्युम्न, सात्यकि, भीमसेन, द्रौपदीपुत्र, जनमेजय, शिखंडी, मोठमोठे प्रभद्रक वीर, चेदि, केकय, पांचाल, नकुलसहदेव आणि मत्स्य हे सर्व चिलखतें घातलेले वीर राधेयास ठार मारण्याच्या इच्छेनें त्यावर चाल करून गेले; आणि पावसाळ्यांत पर्वतावर मेघ जलवृष्टि करितात तद्वत त्यांनीं कर्णावर नानाविध आयुधांचे प्रहार व बाणांची वृष्टि केली. त्या समयीं, पित्याचें संरक्षण करण्याकरितां कर्णाचे पुत्र व तुझ्या पक्षाचे दुसरे वीर ह्यांनीं पांडवसैन्याचें निवारण केलें. सुषेणानें भीमसेनाचें धनुष्य भल्ल बाणानें छेदिलें व त्याच्या हृदयाचा सात नाराच

बाणांनीं वेध करून मोठ्यानें आरोळी मारिली. तेव्हां महाप्रतापी भीमानें दुसरें सुदृढ धनुष्य सज्ज केलें व त्याच्या योगें सुषेणाचें धनुष्य तोडून मोठ्या क्रोधानें त्याजवर दहा बाण टाकिले व जणू काय बाणवर्षाव करीत तो नाचूं लागला! त्या वेळीं भीमानें तत्काळ कर्णाला ब्याहात्तर निशित बाणांनीं विंधिलें आणि भानुसेन नामक कर्णपुत्रावर दहा बाण सोडून त्याचे अश्व, सारथि, आयुध व ध्वज ह्यांसह त्याचा शिरच्छेद करून त्यास त्याच्या मित्रांच्या समोर मध्यभागीं भूमितलावर पाडिलें. त्या प्रसंगीं क्षुर बाणानें छिन्न केलेलें व चंद्रबिंबाप्रमाणें कांतिमान् दिसणारें तें भानुसेनाचें सुंदर मुखकमल जणू काय नुकतेंच नालापासून खुडिलें आहे असें भासूं लागलें! राजा, ह्याप्रमाणें कर्णपुत्राला वधिल्यानंतर भीम पुनः तुझ्या सैन्याला पीडा करूं लागला. त्यानें कृप व हार्दिक्य ह्यांचीं धनुष्यें छिन्नविच्छिन्न करून त्यांनाही अगदीं जर्जर केलें. त्यानें दुःशासनावर तीन व शकुनीवर सहा लोखंडी बाण टाकिले आणि उलूक व पतत्रि ह्यांना विरथ केलें. नंतर त्यानें सुषेणावर बाणवृष्टि करून ‘तूं आतां मेलासच!’ अशी मोठ्यानें आरोळी दिली; पण इतक्यांत कर्णानें भीमसेनाचें धनुष्य छेदून त्याला तीन बाण मारिले. मग भीमानें दुसरें धनुष्य धारण करून त्यास उत्तम पेऱ्यांचा व अत्यंत जलाल असा बाण लाविला आणि तो त्यानें सुषेणावर सोडिला. परंतु आपल्या पुत्राचें रक्षण करावें, ह्या हेतूनें कर्णानें तो बाण छेदून टाकून उलट भीमसेनाचा वध करण्याच्या इच्छेनें त्याजवर ब्याहात्तर तीक्ष्ण शर मर्मस्थळीं मारिले. इकडे सुषेणानें मोठें बळकट धनुष्य धारण करून नकुलाच्या बाहूंवर व वक्षस्थळीं पांच बाण सोडिले; तेव्हां नकुलानें सुषेणावर मोठमोठे व दुःसह असे वीस बाण टाकिले आणि इतकी मोठ्यानें गर्जना केली कीं, त्या गर्जनेनें कर्णही भिऊन गेला! पण, राजा, त्या महारथ सुषेणानें नकुलावर दहा तीव्रगामी शर सोडिले व क्षुरप्र बाणानें त्याचें धनुष्य छेदिलें. तेव्हां नकुल क्रोधानें अगदीं बेफाम झाला व समरांगणांत दुसरें धनुष्य घेऊन त्यानें नऊ बाणांनीं सुषेणाचें निवारण केलें. त्या समयीं त्यानें दशदिशा बाणाच्छादित करून टाकिल्या आणि सारथ्याला ठार मारून सुषेणालाही तीन बाणांनीं विद्ध केलें व त्याच्या सुदृढ धनुष्यावर तीन भल्ल बाण टाकून त्याचेही तीन तुकडे उडविले! तेव्हां सुषेणाचा क्रोध मनस्वीच वाढला; आणि मग त्यानें लागलेंच दुसरें धनुष्य उचलिलें आणि साठ शरांनीं नकुलाला व सात शरांनीं सहदेवाला विद्ध केलें. तेव्हां त्यांचें जें घोर व महान् युद्ध झालें त्याला देवासुरयुद्धांशिवाय अन्य उपमा शोभत नाहीं! त्या समयीं सात्यकीनें वृषसेनाच्या सारथ्यावर तीन बाण टाकून त्याला वधिलें; एका भल्ल बाणानें त्याचें धनुष्य तोडिलें; सात बाणांनीं त्याचे अश्व मारिले; एका बाणानें त्याचा ध्वज उडविला; आणि तीन बाणांनीं त्याचें वक्षस्थळ विद्ध केलें. राजा, त्या वेळीं वृषसेन हा स्वरथावर अगदीं मूर्च्छित पडला; पण लवकरच तो सावध होऊन सात्यकीचा वध करण्याच्या इच्छेनें त्याजवर ढालतवार घेऊन धावून गेला. तेव्हां तो वृषसेन मोठ्या आवेशानें आपणावर चालून येत आहे असें अवलोकन करून सात्यकीनें दहा वाराहकर्ण बाणांनीं वृषसेनाची ती ढालतरवार छेदून टाकिली! इतक्यांत दुःशासनानें त्या रथहीन व आयुधहीन झालेल्या वृषसेनाची ती अवस्था अवलोकन करून त्यास आपल्या रथांत घेतलें व त्या युद्धातुर झालेल्या वीराला तेथून दूर नेलें.

नंतर महारथ वृषसेन हा दुसऱ्या रथावर आरूढ झाला; आणि त्यानें द्रौपदीपुत्रांवर ऱ्याहात्तर, सात्यकीवर पांच, भीमसेनावर चौसष्ट, सहदेवावर पांच, नकुलावर तीस, शतानीकावर सात, शिखंडीवर दहा, धर्मराजावर शंभर आणि ह्याप्रमाणेंच दुसऱ्या महान् महान् जयेच्छु वीरांवर विपुल शरवृष्टि करून त्यांस अगदीं त्रस्त करून सोडिलें व त्या दुर्धर योद्ध्यानें रणांगणांत कर्णाच्या पृष्ठभागाचें संरक्षण केलें. नंतर सात्यकीनें नऊ पोलादी बाण टाकून दुःशासनाचा सारथि व घोडे ह्यांस ठार मारिलें व त्याच्या रथाचे तुकडे उडवून त्याच्या भालप्रदेशीं तीन बाण सोडिले. मग पुनः यथाविधि सिद्ध केलेल्या दुसऱ्या रथावर दुःशासन आरूढ झाला व तो कर्णाच्या पथकांतून पांडवांशीं युद्ध करूं लागला. नंतर धृष्टद्युम्नानें कर्णावर दहा बाण सोडिले; द्रौपदीच्या पुत्रांनीं ऱ्याहत्तर बाण सोडिले; सात्यकीनें सात बाण सोडिले; भीमसेनानें चौसष्ट बाण सोडिले; सहदेवानें सात बाण सोडिले; नकुलनें तीस बाण सोडिले; शतानीकानें सात बाण सोडिले; शिखंडीनें दहा बाण सोडिले; धर्मराजानें शंभर बाण सोडिले आणि ह्याप्रमाणेंच दुसऱ्या महान् महान् विजयेच्छु योद्ध्यांनीं त्या महारणांत महाधनुर्धर कर्णावर अतिशय बाणवृष्टि केली. तेव्हां त्या सर्व योद्ध्यांवर प्रत्येकीं कर्णानें दहा दहा जलाल बाण मारून त्यांचा त्यानें रथांतून पाठलाग केला. राजा, त्या समयीं महात्म्या कर्णाचें अस्त्रवीर्य व बाण टाकण्याची शिताफी पाहून आम्हांला मोठा चमत्कार वाटला. कर्ण हा भात्यांतून बाण काढितो केव्हां, धनुष्याला तो लावितो केव्हां आणि शत्रूंवर तो सोडितो केव्हां, हें आम्हांस मुळींच समजेना! पण पटापट शत्रु मरून पडत आहेत असें मात्र दिसे. आकाश, अंतरिक्ष, पृथ्वी व दिशा ह्यांमध्यें जिकडे तिकडे बाणच बाण होऊन त्या स्थळीं जणू काय आरक्त मेघांनीं नभोमंडळ अदृश्यच झाल्याप्रमाणें भासे! ह्याप्रमाणें बाणवर्षाव करण्याचा सपाटा चालवीत असतां तो प्रतापशाली कर्ण जणू काय आपल्या रथावर नाचत आहे असें वाटे! असो; ज्यांनीं ज्यांनीं कर्णावर जितके जितके बाण टाकिले होते, त्यांच्या-त्यांच्यावर त्यांच्या त्यांच्या तिप्पट तिप्पट बाण कर्णानें टाकिले आणि पुनः प्रत्येकावर शंभर शंभर व दहा दहा बाण मारून मोठ्यानें गर्जना केली. तेव्हां त्यांच्या योगें अश्व, सारथि व रथ ह्यांचा चुराडा होऊन त्या महावीरांची फळी फुटली आणि नंतर शरवृष्टीनें प्रबळ शत्रुसैन्याची दाणादाण करून तो शत्रुसंहारक कर्ण निर्भयपणें गजसेनेंत घुसला! मग संग्रामांतून पराङ्मुख न होणाऱ्या चेदिवीरांचे तीनशें रथ भग्न करून कर्णानें युधिष्ठिरावर तीक्ष्ण बाणांची वृष्टि केली. तेव्हां पांडवांकडील महान् महान् वीर सात्यकि, शिखंडी वगैरे धर्मराजाचें रक्षण करण्याकरितां त्याच्या सभोंवतीं वेढा देऊन उभे राहिले आणि त्याप्रमाणेंच तुझ्या पक्षाचे शूर व मोठमोठे सर्व वीर दुर्धर अशा कर्णाच्या भोंवतीं त्याच्या संरक्षणार्थ दक्षतेनें उभे राहिले. राजा, त्या समयीं नानाविध वाद्यांचा घोष सुरू झाला आणि महान् महान् शूर वीर सिंहासारखी गर्जना करूं लागले. नंतर युधिष्ठिरप्रभृति धैर्यशाली पांडववीर आणि कर्णप्रभृति धैर्यशाली कौरववीर एकत्र होऊन त्यांचें मोठें तुमुल युद्ध झालें.

अध्याय एकुणपन्नासावा.

—:०:—

कर्णाच्या हस्तें युधिष्ठिराचा पराभव.

संजय सांगतो:—राजा, नंतर कर्ण हा पांडवांच्या त्या सेनेची दाणादाण करून हजारों

रथ, गज, अश्व व पायदळ ह्यांसह युधिष्ठिरावर चालून गेला. त्या प्रसंगीं शत्रूंनीं सहस्रावधि नानाविध शस्त्रास्त्रें त्याजवर टाकिलीं, पण त्या सर्वांचा त्यानें शतावधि जलाल बाण मारून फडशा उडवून दिला आणि धीटपणानें शत्रूंना बाणविद्ध करून सोडिलें. तेव्हां कर्णानें कित्येक पांडववीरांचीं मस्तकें, बाहु व मांड्या छेदून त्यांस भूतलावर पाडिलें आणि त्यामुळें सैन्यांत दाणादाण होऊन बाकीचे योद्धे पळत सुटले. त्या वेळीं सात्यकीनें द्राविड व निषाद पायदळ फिरून कर्णावर प्रेरिलें आणि मग ते सर्व नरवीर कर्णास ठार मारण्याच्या इच्छेनें त्यावर धावून आले. त्या समयीं मोठेंच रणकंदन झालें आणि त्यांत कर्णानें पांडववीरांवर बाणांचा भडिमार करून त्यांचीं शिरस्त्राणें व भुज हे छेदिले. तेव्हां कुऱ्हाडीनें तोडिलेलें शालवृक्षांचें बन जसें एकदम धडाधड भूतलावर पडतें, तसें तें पायदळ छिन्नभिन्न होऊन एकदम धडाधड भूतलावर पडलें. ह्याप्रमाणें कर्णाच्या हस्तें शेंकडों, हजारों, लाखों वीर युद्धांत मरण पावून त्यांचे देह समरभूमीवर पडले, पण त्यांच्या दिव्य प्रतापाची कीर्ति दाही दिशांस पसरली. अशा प्रकारें, धृतराष्ट्रा, क्रुद्ध झालेल्या यमधर्माप्रमाणें कर्ण रणांगणीं भयंकर संहार करीत असतां, व्याधीचा जसा मंत्रौषधींनीं प्रतिकार करावा, तसा त्याचा प्रतिकार करण्याकरितां पांडुपांचालवीरांनीं त्याजवर हल्ला केला; पण अत्यंत भयंकर रोग मंत्रौषधींना जुमानीत नाहीं, तद्वत् कर्णानें त्या पांडुपांचालांना जुमानिलें नाहीं व त्यांचें मर्दन करून पुनः उलट युधिष्ठिरावर चाल केली. परंतु ह्या समयीं युधिष्ठिराचें संरक्षण करण्यासाठीं पांडु, पांचाल व केकय ह्या सर्वच वीरांनीं एकदम त्याजवर हल्ला केला, तेव्हां मृत्यु जसा ब्रह्मवेत्त्यांपुढें कुंठित होतो तसा तो त्यांजपुढें कुंठित झाला! त्या समयीं कर्ण ह्या पूर्णपणें आपल्या समीप कह्यांत आलेला पाहून युधिष्ठिरानें क्रोधानें आरक्त नेत्र करून त्यास म्हटलें, "मूर्खा सूतपुत्रा कर्णा, माझें म्हणणें ऐक. अरे, तूं युद्धांत वेगवान् अर्जुनाशीं स्पर्धा करितोस; व त्याप्रमाणेंच दुर्योधनाच्या इच्छेनुरूप वागून तूं नेहमीं आह्मांला रोष करितोस; पण आज तुझ्या अंगीं जें बलवीर्य व पांडुपुत्रांविषयीं द्रोहबुद्धि असेल, ती सर्व मोठा प्रताप गाजवून आह्मांपुढें व्यक्त कर. अरे, ह्या घोर रणांत आज तुझी युद्धाची सर्व हाव मी नष्ट करून टाकितों."

राजा धृतराष्ट्रा, ह्याप्रमाणें भाषण करून युधिष्ठिरानें दहा सुवर्णपुंख लोहमय बाण कर्णावर सोडिले; तेव्हां उलट शत्रुनाशक महाधनुर्धर कर्णानें युधिष्ठिरावर दहा वत्सदंत बाण हंसत हंसत सोडिले. राजा, ह्याप्रमाणें युधिष्ठिराच्या भाषणाविषयीं कर्णानें बाणप्रहाराच्या योगें धिक्कार प्रदर्शित केला, तेव्हां अग्नींत आहुति टाकिल्यावर तो अग्नि जसा अधिकाधिक भडकत जातो तसा तो युधिष्ठिर क्रोधानें अधिकच भडकला आणि जणू काय त्याच्या देहांतून अग्नीच्या ज्वाळाच निघत आहेत असें भासूं लागलें! राजा, त्या समयीं जणू काय प्रलयकालीं ब्रह्मांडाचें दहन करण्याकरितां हा दुसरा संवर्ताग्निच चेतला आहे, असें सर्वांस वाटूं लागलें! नंतर युधिष्ठिरानें आपल्या सुवर्णमंडित प्रचंड महाधनुष्याचा टणत्कार केला व पर्वतांचेंही विदारण करील असा मोठा तीक्ष्ण शर त्यास जोडिला आणि सूतपुत्राला ठार करण्याच्या हेतूनें धनुष्याची प्रत्यंचा आकर्ण ओढून तत्काल तो त्याजवर सोडिला. तेव्हां वज्रपाताप्रमाणें भयंकर शब्द होऊन तो एकाएकीं महारथ कर्णाच्या डाव्या कुशींत घुसला आणि त्याच्या योगें त्याचें देहभान नष्ट होऊन गात्रें विगलित झालीं व हातांतलें धनुष्य खालीं पडून तो रथा-

मध्यें शल्याचा समोर निश्चेष्ट होऊन मूर्च्छित पडला! तेव्हां कौरवसैन्यांत मोठा हाहाःकार उडाला आणि ह्याप्रमाणें धर्मराजाचा पराक्रम अवलोकन करून पांडवसेनेंत जिकडे तिकडे सिंहनाद व आनंदाच्या आरोळ्या सुरू झाल्या. नंतर लवकरच कर्ण सावध झाला व धर्मराजाचा वध केल्याशिवाय रहावयाचें नाहीं, असा त्या क्रूरपराक्रमी महान् वीरानें संकल्प ठरविला. मग त्यानें तत्काळ आपलें सुवर्णमंडित प्रचंड विजय धनुष्य ताणिलें व पाजविलेल्या बाणांचा वर्षाव करून धर्मराजाला झांकून टाकिलें. तेव्हां महात्म्या युधिष्ठिराच्या रथाच्या चक्रांचे रक्षक चंद्रदेव व दंडधर हे दोन पांचाल्य वीर त्या पराक्रमी कर्णानें दोन क्षुर बाणांनीं वधिले. राजा, चंद्राच्या समीप जसे पुनर्वसूंचे तारे शोभतात तसे ते दोन धर्मराजाचे देदीप्यमान वीर रथाच्या समीप त्याच्या पार्श्वभागीं शोभत होते. ह्याप्रमाणें त्या दोन वीरांचा कर्णानें नाश केला, तेव्हां युधिष्ठिरानें पुनः तीस बाणांनीं कर्णाला विद्ध केलें; आणि सुषेण व सत्यसेन ह्यांजवर तीन तीन बाण सोडिले; आणि शल्यावर नव्वद व कर्णावर पुनः त्र्याहात्तर आणि त्याच्या रक्षकांवर प्रत्येकीं तीन तीन सरलगामी बाण टाकिले. तें पाहून कर्ण हंसूं लागला व त्यानें धर्मराजाला भल्ल बाणानें विद्ध करून त्याजवर आणखी साठ बाण सोडून मोठ्यानें गर्जना केली. तेव्हां पांडवांकडील वीर अगदीं संतापले व ते धर्मराजाचें रक्षण करण्यासाठीं कर्णावर एकसारखी बाणांची वृष्टि करीत धावून गेले. त्या समयीं सात्यकि, चेकितान, युयुत्सु, पांड्य, धृष्टद्युम्न, शिखंडी, द्रौपदीचे पुत्र, प्रभद्रक वीर, भीमसेन, नकुल, सहदेव, शिशुपालाचा पुत्र, कारूष, मत्स्यशेष, केकय व कौशिक ह्या सर्व प्रबल योद्ध्यांनीं त्वरा करून वसुषेणावर बाणप्रहार केले आणि जनमेजय व पांचाल्य ह्यांनींही बाणांचा भडिमार चालवून कर्णावर हल्ला केला. त्या समयीं त्या सर्वांनीं वाराहकर्ण, वत्सदंत, विपाठ, क्षुरप्र, चटकामुख इत्यादि नानाविध अमोघ निशित बाण आणि अनेक प्रकारचीं दुसरीं भयंकर आयुधें कर्णावर सोडिलीं व कर्णाचें हनन करण्याच्या इराद्यानें रथ, अश्व, गज इत्यादिकांसह त्याजवर हल्ला करून त्यास वेढा दिला. तेव्हां कर्णानें ब्रह्मअस्त्राचा प्रयोग केला व दशदिशांना शरवर्षावानें झांकून काढिलें. त्या समयीं कर्णाचें वीर्य हाच कोणी एक भयंकर अग्नि शररूप ज्वालांनीं पांडवसैन्यरूप अरण्य जाळीतच चालला आहे असें भासूं लागलें! नंतर महाधनुर्धर महात्म्या कर्णानें हंसून मोठमोठ्या अस्त्रांचें संधान केलें आणि धर्मराजाचें धनुष्य शरवृष्टीनें छेदून टाकिलें. नंतर कर्णानें क्षणांत बांकदार नव्वद तीक्ष्ण बाण धर्मराजावर सोडून त्याचें चिलखत भेदिलें आणि तें रत्नखचित सुवर्णमय कवच खालीं पडत असतां, विद्युल्लतेनें युक्त अशा वातप्रेरित अभ्रांतून सूर्यकिरण पार गेल्यानें चोहोंकडे जशी प्रभा फांकते, तशी दिव्य प्रभा फांकली! जणू काय धर्मराजाच्या अंगावरून खालीं पडलेलें तें चित्रविचित्र चिखलत नक्षत्रादिकांनीं देदीप्यमान भासणारें नभोमंडलच होय असा भास झाला! ह्याप्रमाणें धर्मराजा कवचहीन झाला तेव्हां त्याचें शरीर बाणप्रहारांनीं रक्तबंबाळ झालें. मग त्यानें तत्काळ पोलादी शक्ति कर्णावर सोडली. तेव्हां ती प्रज्वलित शक्ति आपणावर अंतरिक्षांतून येत आहे असें पाहून कर्णानें सात बाणांनीं ती तोडून टाकून खालीं पाडिली. नंतर युधिष्ठिरानें कर्णाच्या हृदयावर, बाहूंवर व ललाटावर चार चार तोमरें टाकिलीं व मोठ्या आनंदानें गर्जना केली. त्या समयीं कर्णाच्या देहांतून रक्ताचे

ओघ वाहूं लागले व तो क्रुद्ध झालेल्या सर्पा-प्रमाणें सुसकारे टाकूं लागला. मग त्यानें भल्ल बाणानें धर्मराजाचा ध्वज छेदिला, तीन बाणांनीं धर्मराजास विद्ध केलें, त्याचे बाणभाते तोडिले व रथाचे तिळाएवढाले तुकडे उडविले. राजा धृत-राष्ट्रा, नंतर धर्मराजा दुसऱ्या रथांत आरूढ झाला. त्या रथाला जोडिलेल्या अश्वांचा वर्ण हस्ति-दंताप्रमाणें शुभ्र असून त्यांचीं पुच्छें काळीं-कुळकुळीत होतीं. धर्मराजा ह्या रथांत बसून मोठ्या कष्टानें युद्धपराङ्मुख झाला व पळूं लागला! कारण, त्याच्या समीप असलेला त्याचा सारथि हत झाल्यामुळें कर्णाच्या समोर तग काढवेल असें त्यास वाटलें नाहीं. इकडे कर्णानें युधिष्ठिरावर चाल करून त्याचा पाठलाग केला; आणि वज्र, छत्र, अंकुश, ध्वज, कूर्म, अंबुज, आदिकरून लक्षणांनीं युक्त अशा आपल्या सुंदर हस्तानें आपणा स्वतःस पवित्र करून घेण्यासाठीं त्यानें धर्मराजाच्या स्कंधप्रदेशीं स्पर्श केला; व आतां तो त्यास बलात्कारानें धरणार इतक्यांत त्याला कुंतीच्या भाषणाचें स्मरण झालें. तशांत त्याला शल्यानेंही म्हटलें कीं, 'बा कर्णा, तूं त्या राजश्रेष्ठाला धरूं नको. तूं त्याला धरिलेंस तर तो तुला व मला तत्काळ भस्म करून टाकील!' तेव्हां कर्णानें

युधिष्ठिराचा धिक्कार

करीत त्यास हंसत हंसत म्हटलें, "अरे, क्षत्रिय-कुलांत जन्मास येऊन क्षात्रियधर्म पालन करणारा वीर भयभीत होऊन प्राण रक्षण करण्याकरितां घोर समरांत रण सोडून कसा बरें पळूं लागेल! मला वाटतें कीं, तूं क्षात्रधर्मात कुशल नाहींस. तुझ्या ठिकाणीं ब्राह्म बल असल्यामुळें तूं स्वाध्याय, यज्ञानुष्ठान इत्यादिकांत निमग्न असावेंस; ह्यास्तव, हे कौंतेया, तूं युद्ध करूं नको. व वीरपुरुषांच्या वाटेस जाऊं नको. त्यांना अप्रिय बोलण्याचें सोडून दे व महासंग्रामापासून निवृत्त हो. राजा, तुला कोणाला अप्रिय बोलावयाचें असल्यास ते लोक दुसरे होत; माझ्यासारख्यांना त्वां अप्रिय भाषण केव्हांही करूं नये. समरांगणांत मजसारख्यांशीं अयोग्य भाषण केल्यानें हें असें फळ मिळतें व याहूनही आणखी वाईट फळ मिळेल! ह्यासाठीं, हे युधिष्ठिरा, आतां तूं स्वगृहीं जा किंवा ज्या ठिकाणीं ते केशवार्जुन असतील त्या ठिकाणचा मार्ग धर. राजा, रणांगणांत कोणताही प्रसंग प्राप्त झाला तरी हा कर्ण तुला वधणार नाहीं!" ह्याप्रमाणें भाषण करून त्या महाबलवान् कर्णानें धर्मराजाला सोडून दिलें; व इंद्रानें असुरसेनेचा नाश केला तद्वत बाकीच्या पांडवसेनेचा धुव्वा उडविला.

संकुलयुद्ध.

इकडे, कर्णाच्या हातून सुटका झाल्यावर धर्मराजा मोठा लज्जित होऊन त्वरेनें मार्गे वळला व तें पाहून चेदि, पांडव, पांचाल, सात्यकि, द्रौपदीचे पुत्र व माद्रीपुत्र नकुलसहदेव हे सर्व त्याच्यामागून माघारे फिरले. नंतर कौरवसैन्यासहवर्तमान कर्ण हा मोठ्या वीरश्रीनें त्यांचा पाठलाग करूं लागला. त्या समयीं दुंदुभि, शंख, मृदंग, त्याचप्रमाणें धनुष्यांचे टणत्कार व वीरांच्या सिंहगर्जना ह्यांचा एकच घोष होऊं लागला. इतक्यांत युधिष्ठिर घाईघाईनें श्रुतकीर्तीच्या रथावर चढला आणि कर्णाचा पराक्रम पाहूं लागला. तेव्हां पांडवांचें सैन्य पटापट मृत्युमुखीं पडत आहे असें पाहून धर्मराजाला अतिशय संताप आला व तो आपल्या योद्ध्यांना म्हणाला, 'अरे! असे स्वस्थ कां बसलां? ह्या कौरवसैन्याचा वध करून टाका.' ह्याप्रमाणें धर्मराजाची आज्ञा होतांच पांडवांकडील भीमसेनादिक सर्व महारथ तुझ्या पुत्रांवर धावून आले. त्या समयीं रथ, अश्व, गज व पायदळ ह्यांचा व शस्त्रास्त्रांचा मोठा भयंकर शब्द होऊं लागला. दोन्ही पक्षांतील महान्

महान् वीर ' उठा, मारा, चला, पाडा, ' अशी गर्जना करूं लागले आणि घोर युद्ध प्रवृत्त होऊन एकमेकांनीं एकमेकांना ठार मारिलें. राजा, त्या वेळीं बाणांची इतकी वृष्टि झाली कीं, तिच्या योगें अभ्रपटलाप्रमाणें अंतरिक्ष आच्छादित होऊन चोहोंकडे अंधःकार पडला; कोणी कोणास ओळखेनासें झालें; त्या रणसंमर्दांत ध्वज, पताका, छत्रें, सारथि, अश्व, आयुधें इत्यादिकांचा विध्वंस उडाला; आणि मोठमोठाले भूपाल हात, पाय, धड, डोकीं वगैरे तुटून जाऊन क्षितितलावर मरून पडले ! त्या समयीं, पर्वतांच्या कड्यावरून मोठमोठे अजस्त्र हत्ती वर बसलेल्या योद्धयांसुद्धां धडाधड खालीं पडत आहेत किंवा पर्वतांचीं शिखरें वज्रप्रहारांनीं भिन्न होऊन एकदम खालीं कोसळत आहेत, असें सर्वांना वाटलें! राजा धृतराष्ट्रा, त्या समयीं उभय दळांत जें निकराचें युद्ध झालें त्याचें काय वर्णन करावें ? हजारों घोडे व त्यांवरील स्वार अंगांवरील कवचें व अलंकार ह्यांची मोडतोड व विध्वंस उडून रणभूमीवर मरून पडले; त्याचप्रमाणें रथ्यांनीं रथ्यांवर हल्ले करून बाणप्रहारांनीं त्यांस विरथ केलें व वधिलें; आणि पायदळाच्या हजारों टोळ्या रणांगणांत गतप्राण होऊन पडल्या. तेव्हां विशाल, विस्तृत व आरक्त अशा नेत्रांनीं व चंद्र किंवा कमल ह्यांप्रमाणें शोभणाऱ्या मुखांनीं युक्त अशा त्या युद्धपटु वीरांच्या मस्तकांनीं ती समरभूमि सर्वतोपरी आच्छादून गेली व ज्याप्रमाणें पृथ्वीवर त्याप्रमाणेंच अंतरिक्षांत भयंकर शब्द ऐकूं येऊं लागला ! राजा, ह्याप्रमाणें शतावधि व सहस्त्रावधि वीर रणभूमीवर एकमेकांना ठार मारीत असतां एक मोठाच चमत्कार दृष्टीस पडला. त्या समयीं अंतरिक्षांत अप्सरांचे समूह विमानांत आरूढ होऊन तें युद्ध पहात होते, त्यांनीं गायनवादन आरंभिलें व धारातीर्थीं पतन पावलेल्या योद्धयांना आपल्या विमानांत घालून स्वर्गास नेलें ! राजा, हें आश्चर्य अवलोकन करून त्या युद्धधुरंधर वीरांना अधिकच वीरश्री चढली व प्रत्यक्ष स्वर्गप्राप्तीची इच्छा करून जो तो मोठ्या आवेशानें आपआपल्या प्रतिस्पर्ध्यावर प्रहार करूं लागला. त्या प्रसंगीं रथ्यांनीं रथ्यांशीं, पायदळानें पायदळाशीं, हत्तींनीं हत्तींशीं व घोड्यांनीं घोड्यांशीं मोठें विचित्र युद्ध आरंभिलें आणि मोठाच गजवाजिनरक्षय सुरू झाला ! जिकडे तिकडे धूळच धूळ होऊन अंधकार पडला व आपपरांची ओळख नाहींशी होऊन स्वकीयस्वकीयांचें व परकीय-परकीयांचेंच युद्ध मातलें. कोणी एकमेकांचे केश ओढून मारूं लागले, कोणी एकमेकांना दातांनीं चावूं लागले, कोणी एकमेकांना नखांनीं फाडूं लागले, कोणीं एकमेकांवर मुष्टि हाणिल्या, आणि कोणीं कोणीं तर बाहुयुद्धाला आरंभ केला. राजा, अशा प्रकारचा घोर संग्राम चालू होऊन देह, पातकें व प्राण ह्यांचा संहार घडूं लागला, तेव्हां मनुष्यें, हत्ती व घोडे ह्यांच्या देहांतून रक्ताचे पाट सुरू होऊन त्यांची मोठी नदी बनली आणि रणभूमीवर पतन पावलेले बहुत नर, नाग व हय ह्यांचीं शरीरें तींतून वाहून गेलीं. राजा, नर, अश्व, गज ह्यांच्या रुधिरप्रवाहानें उत्पन्न झालेल्या त्या महाघोर सरितेमध्यें मांसशोणित ह्यांच्या मिश्रणापासून फारच कर्दम मातला आणि तींत चतुरंग सैन्य सांपडून जाऊन मोठीच भीति उद्भवली ! त्या समयीं विजयप्राप्तीच्या हावेमुळें कितीएकांनीं ती नदी ओलांडिली व कितीएक तिच्या कांठावरच कुंठित होऊन बसले, कितीएकांनीं त्या नदींत उड्या टाकिल्या व परतीरास जाण्याचा प्रयत्न केला, कितीएक धडपड करितां करितां बुडून तळाशीं गेले, कितीएक तींत पोहूं लागले,

कितीएकांनीं केवळ स्नान मात्र करून आपलें शरीर, चिलखत, आयुधें व वस्त्रें हीं लाल करून टाकिलीं, कितीएकांनीं त्या रुधिरसरितेंतलें उदक प्राशन केलें, आणि कितीएक अगदीं निर्वीर्य व म्लान होऊन तींत मरण पावले! राजा, त्या समयीं रथ, अश्व, नाग, नर, आयुधें, आभरणें, वस्त्रें, चिलखतें जीं उध्वस्त झालीं होतीं व होत होतीं, तीं सर्व व त्याप्रमाणेंच भूमि, आकाश अंतरिक्ष व दशदिशा हीं सर्व बहुधा आरक्त व लाल दिसत होतीं. त्या वेळीं जिकडे तिकडे रक्ताची दुर्गंधि, जिकडे तिकडे रक्ताचाच स्पर्श, जिकडे तिकडे रक्तच रक्त व तें सळसळत वहात असतां होत असलेला शब्द, ह्या सर्वांच्या योगें सैन्याला बहुधा अतिशय चिळस व विषाद वाटला! अशा त्या भयंकर स्थितींत सात्यकि, भीमसेन आदिकरून पांडवपक्षीय महान् योद्ध्यांनीं फिरून उचल करून तुझ्या सैन्यावर हल्ला केला आणि त्यांचा तो आवेश दु:सह आहे असें पाहून तुझ्या सैन्याचें धाबें दणाणलें व त्यानें माघार घेतली! राजा, एकदां तुझें सैन्य युद्धपराङ्मुख झालें असें दिसून येतांच शत्रूंनीं त्याजवर अशी निकराची गर्दी केली कीं, तत्काळ तुझ्या सैन्यांतील रथ, हत्ती, घोडे व मनुष्यें ह्यांची दाणादाण उडाली; त्यांच्या हातांतील आयुधें व अंगावरील कवचें ह्यांचा शत्रूंनीं विध्वंस उडविला; आणि जिकडे तिकडे तुझ्या सैन्यांतील वीर मरून पडूं लागले! राजा, अरण्यांत सिंहांनीं गजयूथावर झडप घातली म्हणजे त्या गजांची जशी दैना उडते, तशी तुझ्या सैन्याची दैना झालेली त्या वेळीं दिसून आली!

अध्याय पन्नासावा.

—:०:—

कर्णापयान.

संजय सांगतो:—ह्याप्रमाणें पांडवांनीं तुझ्या सैन्यावर हल्ला करून त्याची अगदीं दाणादाण करून टाकिली, तेव्हां दुर्योधनानें चोहोंकडून त्यास आवरून धरण्याचा प्रयत्न केला. आसमंताद्भागीं जे योद्धे व सैन्य पळत सुटलें होतें, त्यास त्यानें मोठमोठ्यानें ओरडून 'पळूं नका' म्हणून सांगितलें, पण ते योद्धे व सैन्य परत आलें नाहीं. तेव्हां मग व्यूहाच्या पक्षप्रपक्षभागीं असलेले सौबल शकुनि व इतर कौरव शस्त्रास्त्रांसहित समरांगणांत भीमसेनावर चाल करून गेले. ह्याप्रमाणें कौरव भूपालांसहवर्तमान भीमसेनावर चालले आहेत असें पाहून कर्णानेंही तोच विचार मनांत आणिला; आणि मद्रराज शल्याला 'भीमाच्या रथाकडे आपला रथ चालव' म्हणून सांगितलें; तेव्हां ताबडतोब शल्यानें कर्णाच्या रथाचे ते हंसवर्ण श्रेष्ठ अश्व जिकडे भीम होता तिकडे चालविले. त्याबरोबर ते तत्काळ भीमसेनाच्या रथाजवळ येऊन युद्धार्थ तोंड देऊन उभे राहिले. इकडे, कर्ण आपल्यावर चाल करून येत आहे असें पाहून भीमाला अत्यंत क्रोध उत्पन्न झाला व तो त्याचा वध करण्याचा संकल्प करून सात्यकि व धृष्टद्युम्न ह्यांस म्हणाला, "तुम्ही धर्मात्म्या युधिष्ठिराचें संरक्षण करावें; हा आतांच माझ्या डोळ्यांदेखत मोठ्या प्राणसंकटांतून कसाबसा सुटला आहे; दुर्योधनाचा संतोष करावा म्हणून दुष्ट कर्णानें माझ्यासमोर ह्याचें चिलखत छिन्नविछिन्न करून ह्यास कवचहीन केलें आहे. मी आज कर्णाला मारून धर्मराजाच्या दु:खाचा अंत करितों. आज मोठ्या निकराचें युद्ध करून एक तर मी कर्णाला वधीन किंवा कर्ण मला वधील, हें मी तुम्हांला निश्चयानें सांगतों.

अहो, आज मी धर्मराजाला ठेव म्हणून तुमच्या हवालीं करितों. तुम्ही सर्व मोठ्या उल्हासानें त्याचें संरक्षण करण्यास झटा. ”

ह्याप्रमाणें भाषण करून, सिंहासारखी मोठी गर्जना करीत व दशदिशा दुमदुमून टाकीत महाबाहु भीमसेन हा अधिरथ कर्णावर चाल करून गेला. तेव्हां भीम आपल्यावर मोठ्या वेगानें चालून येत आहे असें पाहून त्याच्याबरोबर युद्ध करण्यास उत्सुक झालेल्या कर्णाला महापराक्रमी मद्रराज शल्य म्हणाला, “ कर्णा, महाबाहु पांडुपुत्र भीमसेन अत्यंत क्रोधायमान होऊन तुझ्यावर चालून येत आहे पहा. मला वाटतें, दीर्घकालपर्यंत सांचविलेल्या क्रोधाचा परिणाम तुझ्यावर घडवून आणण्याचा खचित याचा बेत असावा. अशा प्रकारचें भीमसेनाचें उग्ररूप मीं पूर्वीं कधींच पाहिलें नाहीं. फार कशाला, कर्णा, अभिमन्यूच्या किंवा घटोत्कचाच्या वधसमयींही त्यास इतका क्रोध चढलेला मला दिसला नाहीं. प्रस्तुतकाळीं हा केवळ प्रलयकालीन अग्नीप्रमाणें भासत आहे. ह्या समयीं ह्याजबरोबर सर्व त्रैलोक्य जरी युद्धार्थ सिद्ध झालें, तरी त्या सर्वांचें हा एकटा निवारण करील! ”

संजय सांगतोः—राजा, ह्याप्रमाणें मद्राधीश शल्य कर्णाशीं बोलत आहे तोंच क्रोधानें प्रदीप्त झालेला भीम कर्णाच्या समीप येऊन धडकला. तेव्हां राधेय कर्ण मोठ्यानें हंसून म्हणाला, “ हे मद्रेश्वरा, तूं आज भीमासंबंधानें जें कांहीं मला म्हटलेंस, तें निःसंशय सत्य आहे. हा मोठा शूर, वीर व कोपिष्ट आहे; ह्याला आपल्या देहाची सुद्धां पर्वा नाहीं; कोणत्याही प्राण्यापेक्षां ह्याचें बल अधिक आहे; त्या वेळीं विराटनगरांत अज्ञातवासांत असतां द्रौपदीचे मनोरथ पूर्ण करण्याच्या इच्छेनें ह्यानें केवळ स्वतःच्या बाहुबलानें गुप्तपणानें गणांसहित कीचकाला ठार मारिलें; आणि तोच हा आज ह्या युद्धाच्या बिनीवर क्रोधानें संतप्त होत्साता माझ्याबरोबर झुंजण्यास उद्युक्त झालेला आहे. अरे त्याच्याबरोबर लढण्यास हातांत दंड धारण करून प्रत्यक्ष यम जरी आला, तरी ह्यास भय म्हणून वाटावयाचें नाहीं. ह्यास्तव मला वाटतें कीं, फार दिवसांपासून मीं जो मनोरथ योजिला आहे कीं, युद्धांत अर्जुनाला मी वधीन किंवा अर्जुन मला वधील, तो कदाचित् भीमाच्या समागमानें आजच सिद्धीस जाईल! कारण, भीमाला जर मीं मारिलें किंवा विरथ केलें, तर मजवर अर्जुन सहजीच चालून येईल आणि मग माझा मनोरथ अनायासेंच सिद्धीस जाईल. ह्यास्तव, शल्या, ह्या समयीं तुला जें उचित दिसत असेल तें तूं त्वरित कर. ” महापराक्रमी कर्णाचें असें भाषण श्रवण करून शल्य त्याला म्हणाला, “ हे महाबाहो कर्णा, तूं बलिष्ठ भीमावर चालून जा. भीमाचें निरसन केल्यावर तुझी व अर्जुनाची भेट होईल. कर्णा, फार दिवसांपासून जी तुझी इच्छा आहे, ती आज सिद्धीस जाईल, हें मी खचित सांगतों. ” ह्याप्रमाणें शल्याचें भाषण श्रवण करून कर्ण त्याला पुनः म्हणाला, “ शल्या, युद्धांत अर्जुन मला मारील किंवा मी त्याला मारीन; ह्यासाठीं युद्धांत नीट चित्त घालून जेथें वृकोदर असेल तेथें चल! ”

संजय सांगतोः—हे प्रजानाथा, नंतर शल्यानें रथ चालविला; आणि ज्या ठिकाणीं भीमसेन कौरवसैन्याला पळवून लावीत होता, त्या ठिकाणीं तो हांहां म्हणतां प्राप्त झाला. राजा, तेथें भीम व कर्ण यांची गांठ होतांच दुंदुभींचा व इतर तूर्यादिक रणवाद्यांचा महान् शब्द होऊं लागला. तेव्हां भीमसेनास अधिकच क्रोध चढला आणि त्यानें तीक्ष्ण व लकलकीत बाणांची वृष्टि करून कर्णाचें दुर्धर सैन्य चोहोंकडे

पळवून लाविलें. राजा, त्या समयीं कर्ण व भीम ह्यांचें रणांगणांत फारच घोर व तुंबळ युद्ध सुरू झालें. नंतर क्षणभर भीमाची सरशी होऊन त्यानें कर्णाला मागें हटविलें, पण भीम आपल्यावर तुटून पडत आहे असें पाहून कर्णाला अतिशय क्रोध चढला व त्यानें त्याच्या वक्षस्थळीं बाण मारून तत्काळ बाणवर्षावानें पुनः त्याला आच्छादित केलें. तेव्हां भीमानें उलट कर्णावर धार दिलेले नऊ बांकदार बाण सोडिले, पण कर्णानें फिरून बाणांचा भडिमार चालवून त्याचें धनुष्य मध्यें छेदून त्याचे दोन तुकडे केले आणि त्या चापहीन झालेल्या भीमाच्या छातींत असा तीक्ष्ण बाण मारिला कीं, तो कवचाचा भेद करून एकदम शरीरांत घुसला! धृतराष्ट्रा, असें झालें तरीही भीमसेनाचें अवसान कमी झालें नाहीं. त्यानें लागलेंच दुसरें धनुष्य हातांत घेतलें आणि सूतपुत्र कर्णाच्या मर्मस्थळीं जलाल बाण मारण्यास प्रारंभ केला; आणि तो इतक्या मोठ्यानें गर्जूं लागला कीं, त्याच्या योगें भूमि व आकाश थरथर कांपूं लागलीं! राजा, नंतर कर्णानें भीमसेनावर पंचवीस तीक्ष्ण बाण मारिले. त्या समयीं, वनांत मदोन्मत्त होऊन धुंद झालेल्या कुंजरावर जणू काय उल्कांचा वर्षावच झाला असें सर्वांना वाटलें. त्या वेळीं कर्णाच्या त्या बाणांनीं भीमसेनाचें शरीर अगदीं फाटून गेलें. त्यामुळें तो क्रोधानें इतका बेफाम झाला कीं, त्यानें तत्काळ कर्णाचा वध करण्याकरितां आपल्या धनुष्याला अत्यंत वेगवान्, अत्यंत बळकट व पर्वतांचा सुद्धां भेद करणारा असा मोठा उग्र शर जोडून त्या धनुष्याची प्रत्यंचा जोरानें आकर्ण ओढिली व मोठ्या त्वेषानें तो शर कर्णाचें हनन करण्यास्तव त्याजवर सोडिला! धृतराष्ट्रा, बलवान् वायुपुत्र भीमसेनानें सोडिलेला तो बाण वज्रासारखा शब्द करीत—ज्याप्रमाणें पर्वतामध्यें वज्र घुसतें त्याप्रमाणें—त्या रणभूमीवर कर्णाच्या शरीरांत घुसला आणि त्याच्या योगें तो सेनापति कर्ण रथामध्यें बेशुद्ध व निश्चेष्ट होऊन पडला! तेव्हां तो मूर्च्छित पडला आहे असें पाहून मद्राधिप शल्यानें रणभूमींतून त्याचा रथ काढून एकीकडे नेला! ह्याप्रमाणें कर्णाचा पराभव झाला तेव्हां, पूर्वीं इंद्रानें दानवांची जशी दाणादाण करून टाकिली तशी भीमसेनानें त्या कौरवांच्या महान् सेनेची दाणादाण करून सोडिली!

अध्याय एकावन्नावा.

—:०:—

भीमहस्तें सहा धार्तराष्ट्रांचा वध.

धृतराष्ट्र विचारतोः—संजया, कर्णासारख्या महाबाहु वीराला रथोपस्थीं मूर्च्छित पाडावें, हें भीमानें केवढें दुर्घट कर्म केलें? सूता, रणांत एकटा कर्ण संजयांसह पांडवांना मारून टाकील असें पुनःपुनः दुर्योधन मजपाशीं म्हणाला होता; आणि असें असतां कर्णाचा भीमानें समरांगणांत पराभव केला, तेव्हां मग दुर्योधनानें पुढें काय केलें?

संजय सांगतोः—राजा धृतराष्ट्रा, त्या वीर समरांत कर्ण युद्धविमुख होऊन मागें परतला असें जेव्हां दुर्योधनानें पाहिलें; तेव्हां तो आपल्या भ्रात्यांना म्हणाला, 'अहो लवकर जा आणि त्या कर्णाचें संरक्षण करा; नाहीं तर भीमसेनानें उत्पन्न केलेल्या ह्या प्रासंकटांत तो मरून जाईल! राजा, दुर्योधनाची अशी आज्ञा होतांच त्याचे भ्राते भीमसेनास ठार मारण्याच्या इच्छेनें क्रोधायमान होऊन पतंग जसे अग्नीवर तुटून पडतात तसे त्या भीमसेनावर तुटून पडले. श्रुतर्वा, दुर्धर, क्राथ, विवित्सु, विकट, सम, निषंगी, कवची, पाशी, नंद, उपनंद, दुष्प्रधर्ष, सुबाहु, वातवेग, सुवर्चस, धनुर्ग्राह, दुर्मद,

जलसंध, शल, सह, हे सर्व वीर्यशाली महाबल बंधु रथांसह मोठ्या वेगानें भीमसेनावर चालून गेले व त्यांनीं त्यास चोहोंकडून वेढून त्याजवर नानाप्रकारच्या बाणांचा भडिमार चालविला. तेव्हां तुझ्या पुत्रांनीं चालविलेला तो अपाटयाचा मारा अवलोकन करून बलिष्ठ भीमसेनानें तत्काळ त्यांचे शंभर रथांचा विध्वंस उडविला. राजा, त्या समयीं भीमसेनानें क्रोधायमान होऊन विवित्सूवर एक भल्ल बाण टाकिला व त्यासरसें त्याचें तें पूर्णचंद्राप्रमाणें शोभणारें मस्तक कुंडलें व शिरस्त्राण ह्यांसह भूमीवर पतन पावलें ! ह्याप्रमाणें तो शूर विवित्सु रणांगणांत पडला असें पाहून त्याचे भ्राते अधिकच चवताळले आणि समरभूमीवर चोहों बाजूंनीं भीमपराक्रमी भीमसेनावर मोठ्या त्वेषानें धावून गेले. तेव्हां भीमानें पुनः मोठ्या आवेशानें बाणवृष्टि सुरू केली आणि दोन भल्ल बाण टाकून तुझे देवतुल्य पुत्र विकट व सह ह्या उभयतांना ठार करून वाऱ्यानें उन्मूलित केलेल्या वृक्षांप्रमाणें त्यांस भूतलावर पाडिलें; नंतर भीमानें त्वरा करून एक अत्यंत जलाल बाण क्रोथावर सोडिला; त्यासरसा तो गतप्राण होऊन रणांगणांत पतन पावला आणि चोहोंकडे महान् हाहाःकार झाला ! ह्याप्रमाणें तुझ्या धनुर्धर पुत्रांचा व योद्ध्यांचा एकसारखा संहार होऊं लागला, तेव्हां तुझ्या सैन्याची त्रेधा उडून मोठी दाणादाण झाली. इतक्यांत महाबलिष्ठ भीमसेनानें नंदोपनंदांना यमसदनीं पाठविलें ! त्या समयीं तुझ्या पुत्रांचा धीर अगदींच सुटला व ते भीमानें केलेल्या बाणांच्या भडिमारानें विव्हल होऊन चोहोंकडे पळत सुटले ! तेव्हां प्रलयकालीन यमाप्रमाणें रणांगणांत संक्रुद्ध झालेल्या भीमसेनाला पाहून आणि तुझे पुत्र तशा प्रकारें धारातीर्थीं पडलेले अवलोकन करून सूतपुत्र कर्णाला अतिशय वाईट वाटलें; व त्यानें पुनः आपल्या हंसवर्ण अश्वांना भीमसेनावर चाल करून जाण्यासाठीं इशारा केला. राजा, कर्णाच्या सूचनेप्रमाणे मद्राधिप शल्यानें तत्काळ कर्णाचा तो रथ भीमसेनाच्या रथापाशीं आणून युद्धार्थ सज्ज ठेविला व मग

भीम व कर्ण यांचें युद्ध

जुंपून मोठा भयंकर व तुमुल संग्राम मातला. ह्याप्रमाणें फिरून कौरवपांडवांचीं दळें एकत्र होऊन ते दोन महारथ कर्ण व भीम हे एकमेकांशीं लगट करून युद्ध करूं लागले. तेव्हां आतां हें युद्ध कशा प्रकारचें होणार ? अशी मला मोठी चिंता पडली. नंतर तुझ्या पुत्रांच्या समक्ष रणांगणांत युद्धविशारद भीमसेनानें कर्णावर बाणांचा भडिमार करून त्यास झांकून टाकिलें. त्या वेळीं कर्णाला अत्यंत क्रोध चढला व त्या अस्त्रविद्यानिपुण महावीर कर्णानें नऊ लोहमय बांकदार भल्ल बाण सोडून भीमसेनाला विद्ध केलें. तेव्हां भीमपराक्रमी महाबाहु भीमानें कर्णापर्यंत प्रत्यंचा आकर्षण करून पूर्ण वेगानें सात बाण कर्णावर सोडिले; आणि मग तर कर्णाचा संताप अनावर होऊन त्यानें सर्पाप्रमाणें सुसकारे टाकीत भीमसेनाला अतिशय बाणवर्षावानें आच्छादित करून टाकिलें. उलट भीमानेंही महारथ कर्णावर एकसारखा बाणांचा लोट चालविला व कौरवसेनेच्या समक्ष मोठ्यानें गर्जना केली. तेव्हां कर्ण फारच क्षोभला व त्यानें सुदृढ धनुष्य धारण करून सहाणेवर धार दिलेल्या दहा कंकपत्र बाणांनीं भीमसेनास विद्ध करून एका निशित भल्ल शरानें भीमसेनाचें धनुष्य तोडून टाकिलें. नंतर महाबाहु भीमानें सुवर्णाचे पट्टे बसवून मंडित केलेली घोर गदा हातांत घेतली, तेव्हां जणू काय तो दुसरा यमदंडच आहे असा भास झाला. मग भीमसेनानें कर्णाला ठार मारण्याच्या हेतूनें मोठ्यानें आरोळी देऊन कर्णावर ती गदा फेंकली, तेव्हां ती वज्रासारखा सों सों

शब्द करीत त्याजवर गेली; पण कर्णानें सर्पाप्रमाणें भयंकर शरांचा भडिमार करून तिचे तुकडे तुकडे उडवून टाकिले. नंतर भीमानें बळकट धनुष्य धारण करून शत्रुसंहारक कर्णाला बाणांनीं आच्छादित केलें. त्या समयीं कर्णभीमांचें अत्यंत भयंकर व निकराचें युद्ध सुरू झालें. तेव्हां जणू काय ते परस्परांना वधण्याच्या इच्छेनें वालिसुग्रीवच पुनःपुनः झगडत आहेत, असा भास झाला! त्या प्रसंगीं कर्णानें आपल्या बळकट धनुष्याची ज्या आकर्ण ओढून भीमसेनाला पूर्ण वेगानें फेंकिलेल्या तीन बाणांनीं फार विद्ध केलें; तेव्हां त्या अतिविद्ध झालेल्या महाधनुर्धर भीमसेनानें कर्णाचा देह विदारण करून जाण्यास समर्थ असा एक भयंकर बाण कर्णावर सोडिला आणि तो तत्काळ कर्णाचें चिलखत व शरीर भेदन करून पन्नग वारुळांत शिरतो त्याप्रमाणें भूगव्हरांत शिरला! राजा धृतराष्ट्रा, त्या बाणाची वेदना कर्णाला सहन झाली नाहीं, व ज्याप्रमाणें क्षितिकंप झाला असतां पर्वत थरथरां हालतो, त्याप्रमाणें तो विव्हल होऊन रथामध्यें हालूं लागला. नंतर कर्णाचा क्रोध अनावर होऊन तो अगदीं नखशिखांत पेटला; आणि त्यानें भीमसेनावर पंचवीस बाण सोडिले. त्यानें एकसारखा बाणवर्षाव करून एका बाणानें भीमसेनाचा ध्वज तोडिला, एक भल्ल बाण फेंकून त्याचा सारथि मारिला, नंतर लागलेंच एका वेगवान् बाणानें त्याचें धनुष्य छेदिलें आणि पुढें एका क्षणांत भयंकर पराक्रम करणाऱ्या त्या भीमसेनाला सहज फारसे आयास न पडतां हंसत हंसत विरथ केलें!

भीमयुद्ध.

धृतराष्ट्रा, नंतर विरथ झालेला तो भीमसेन हातांत गदा धारण करून हंसत हंसत वायुवेगानें आपल्या श्रेष्ठ रथांतून तत्काळ उडी मारून खालीं उतरला, आणि शरत्कालीन मेघांची वारा दाणादाण करून टाकितो त्याप्रमाणें त्यानें तुझ्या सैन्याची गदाप्रहारांनीं अगदीं दाणादाण करून टाकिली. त्या समयीं क्रोधायमान झालेल्या शत्रुसंहारक भीमानें गालांवर, नेत्रांवर, गंडस्थळांवर, मस्तकांवर व इतर मर्मस्थानांवर नेमके गदाप्रहार करून मोठे प्रचंड व नांगरांच्या इसाडांप्रमाणें फार लांबलांब दातांनीं झुंजणाऱ्या सातशें मदोन्मत्त हत्तींना एकदम विद्ध केलें. राजा, त्या समयीं गजसैन्याची मोठीच तारंबळ उडाली व ते हत्ती भयभीत होऊन सैरावैरा धावूं लागले. तेव्हां महातांनीं पुनः त्यांना आवरून भीमावर सोडिलें; व दिवाकराला मेघ जसे झांकून टाकितात, तसें त्यांनीं भीमसेनाला झांकून टाकिलें. त्या वेळीं, भीमानें भूमीवर उभें राहून इंद्र ज्याप्रमाणें पर्वतांचा वज्रप्रहारानें विध्वंस उडवितो त्याप्रमाणें सातशें हत्तींचा त्यावरील स्वारांसुद्धां व आयुधध्वजांसुद्धां विध्वंस उडविला! नंतर सुबलपुत्र शकुनि ह्याचे अतिशय बलाढ्य असे बावन्न हत्ती भीमसेनावर धावून आले, पण शत्रुसंहारक भीमानें त्या सर्वांचा संहार करून शंभर रथांचा संपूर्ण चुराडा उडविला. शिवाय शेंकडों पायदळ त्याजवर चालून आलें, त्यास त्यानें यमसदनीं पोंचवून तुझ्या सैन्याला त्रस्त करून टाकिलें. राजा, ह्या समयीं महात्म्या भीमानें पराक्रमानें व त्याप्रमाणेंच सूर्यानें प्रखर उन्हानें तुझ्या सैन्याला अत्यंत पीडिलें, तेव्हां अग्नीवर टाकिलेल्या चर्माप्रमाणें तुझें तें सैन्य संकुचित झालें व भीमाशीं लढण्याचा नाद सोडून दशदिशांस पळून गेलें! नंतर, राजा, चर्माचें कवच ज्यांवर होतें असे पांचशें दुसरे रथ मोठा दणदणाट करीत भीमावर चालून गेले व त्यांनीं एकसारखा चोहोंकडून तीक्ष्ण बाणांचा भडिमार चालविला;

पण विष्णूनें असुरांचा जसा संहार उडविला, तसा भीमानें गदेनें त्या सर्व रथांतले वीरांचा, आयुधांचा व ध्वजपताकांचा संहार उडविला! मग शकुनीनें महापराक्रमी तीन हजार घोडेस्वार शक्ति, ऋष्टि, प्रास वगैरे आयुधांनीं सुसज्ज असे भीमसेनावर पाठविले; परंतु ते आपल्यावर येत आहेत असें पाहून तत्काळ मोठ्या वेगानें भीमसेन उलट त्यांजवर तुटून पडला व ते नानाप्रकारचीं मंडळें करीत येत असतां त्यांस त्यानें गदाप्रहारांनीं मृत्युमुखीं लोटिलें! राजा, सौबलाच्या त्या घोडेस्वारांची व भीमसेनाची लगट होऊन त्यांचें जेव्हां घोर युद्ध प्रवृत्त झालें, तेव्हां हत्तींवर पाषाणांची वृष्टि झाली असतां जसा मोठा शब्द होतो, तसा त्या घोडेस्वारांवर भीमाच्या गदेचे प्रहार होत असतां भयंकर शब्द होत होता. राजा, शेवटीं भीमानें शकुनीच्या त्या उत्तम घोडेस्वारांचा नाश केला आणि मग तो दुसऱ्या रथांत आरूढ होऊन मोठ्या क्रोधानें कर्णावर चालून गेला; कारण इकडे मध्यंतरीं समरांगणांत कर्णानें युधिष्ठिरावर चाल करून त्यास बाणाच्छादित केलें होतें; व त्याचा सारथि मारून त्याजवर सरळ जाणाऱ्या कंकपत्र बाणांचा भडिमार करीत त्याचा पाठलाग चालविला होता. तें पाहून भीमसेनाला अतिशय क्रोध चढला व त्यानें तत्काळ कर्णाला बाणवृष्टीनें झांकून काढिलें. राजा, आपल्या पाठीवर भीमसेन आला असें पाहून कर्णानें धर्मराजाचा पाठलाग करण्याचें सोडून दिलें व मागें वळून भीमसेनाला चोहों बाजूंनीं तीक्ष्ण शरांनीं आच्छादित केलें. राजा, ह्याप्रमाणें भीमसेनाच्या रथाला कर्णानें शरवृष्टीनें अदृश्य करून टाकिलेलें पाहून, भीमसेनाच्या मागें महाबल सात्यकि होता त्यानें कर्णावर बाणवृष्टि चालविली. तेव्हां कर्ण जरी अगदीं बाणत्रस्त झाला होता तरी त्यानें सात्यकीवर हल्ला केला आणि मग त्या दोघां महाधनुर्धरांचें तुमुल युद्ध जुंपलें. ते दोघेही मोठ्या निकराचें युद्ध करूं लागले व त्यांनीं एकमेकांवर प्रखर शर मारण्याचा तडाखा चालविला. त्या समयीं त्यांनीं बाणांचा इतका भडिमार केला कीं, आकाशांत क्रौंच पक्ष्यांच्या पृष्ठाप्रमाणें आरक्त वर्णाचें एक भयंकर बाणजालच पसरिलें आहे असें दिसूं लागलें. राजा, त्या वेळीं आह्मांला अथवा शत्रूंना, जिकडे तिकडे बाणांचें छत पडल्यामुळें, सूर्याची प्रभा किंवा दिशा-उपदिशा ह्यांचें ज्ञान मुळींच होत नव्हतें. त्या समयीं कर्णपांडवांनीं जे एकसारखे सहस्रावधि शरांचे ओघ एकमेकांवर चालविले होते, त्यांच्या योगें सूर्याचें भरमध्यान्हीचें तेजही नष्ट झालें होतें. राजा, ह्याप्रमाणें कर्णानें विलक्षण पराक्रम करून दाखविला तेव्हां त्याच्या मदतीस सौबल, कृतवर्मा, अश्वत्थामा व कृप हे आले, आणि मग त्यांचें व पांडवांचें पुनः घोर युद्ध सुरू झालें. तेव्हां कौरवांना मोठी उमेद आली व त्यांचें जें सैन्य पूर्वीं दाणादाण होऊन पांगत चाललें होतें तें पुनः एकवटून पांडवांशीं मोठ्या त्वेषानें लढूं लागलें. राजा, वर्षाकालारंभीं समुद्र क्षुब्ध झाला असतां जसा त्याचा मोठा भयंकर शब्द होतो, तसा तीं उभय दळें एकत्र होऊन लढूं लागलीं तेव्हां भयंकर शब्द होऊं लागला! राजा, तीं सैन्यें अमदीं लगट करून मोठ्या वीरश्रीनें एकमेकांवर भरदोनप्रहरीं तुटून पडलीं तेव्हां त्यांचा जो संग्राम झाला, तसा संग्राम पूर्वीं झालेला आम्हीं कधीं ऐकिला नाहीं व पाहिलाही नाहीं! ज्याप्रमाणें सागराच्या लाटा एकमेकांवर उसळतात, त्याप्रमाणें त्या सैन्याच्या टोळ्या एकमेकांवर उसळल्या आणि समुद्राप्रमाणें गर्जना करीत

एकमेकांत मिळून जाऊन नद्यांच्या संगमाप्रमाणें त्या अगदीं एकजीव झाल्या. राजा, त्या समयीं त्यांचें फारच तुंबळ युद्ध झालें. दोन्ही सैन्यांतील योद्धे दिव्य पराक्रम गाजवून उत्कृष्ट कीर्ति मिळविण्याच्या इच्छेनें एकमेकांशीं झगडूं लागले. ते आपापल्या प्रतिस्पर्ध्यांचीं नांवें घेऊन त्यांच्या मातृवंशांत किंवा पितृवंशांत कोणी कांहीं रणांत नीच कृत्य किंवा हीन आचरण केलें असल्यास तें मोठ्यानें ओरडून सांगूं लागले; आणि अशा प्रकारें ते एकमेकांना दरडावीत घोर पराक्रम करीत असतां माझी तर अशी समजूत झाली कीं, आतां हे खचित जिवंत रहात नाहींत ! व त्या दोन्ही सेनांतील त्या महान् महान् संक्रुद्ध वीरांचीं तीं शरीरें अवलोकन करून माझ्या मनांत आतां पुढें कसें काय होणार, ह्याविषयीं फारच मोठी भीति उत्पन्न झाली. असो; राजा, नंतर त्या कौरवपांडवसैन्यांतील महारथांनीं एकमेकांवर तीक्ष्ण सायकांची वृष्टि करून एकमेकांना धारातीर्थी पाडण्याचा तडाखा सुरू केला.

अध्याय बावन्नावा.

—:०:—

संकुलयुद्ध.

संजय सांगतोः—हे महाराजा, समरांगणांत ते क्षत्रिय वैरामुळें एकमेकांना ठार मारण्याची इच्छा करून एकमेकांवर शस्त्रास्त्रांचे प्रहार करूं लागले. त्या समयीं रथ, गज, अश्व व नर ह्यांचे मोठमोठाले समुदाय जिकडे तिकडे मोठी लगट करून अगदीं निकरानें लढूं लागले. त्या भयंकर रणांत गदा, परिघ, कणप, प्रास, भिंदिपाल व भुशुंडी ह्या आयुधांचे एकसारखे परस्परांवर आघात होऊं लागले. चोहोंकडून बाणांची वृष्टि इतकी झाली कीं, ती जणू काय टोळधाडच असें भासत होतें! हत्तींनीं हत्तींवर, घोड्यांनीं घोड्यांवर, रथ्यांनीं रथ्यांवर व पायदळानें पायदळावर हल्ले करून एकमेकांना ठार मारिलें. त्याप्रमाणेंच पायदळ घोडेस्वारांवर व रथगजांवर, रथ हत्तींवर व घोड्यांवर आणि वेगवान् हत्ती बाकीच्या तीन अंगांवर झडपा घालून मोठा घोर संहार सुरू झाला ! राजा, ते शूर वीर आरोळ्या देऊन परस्परांचा प्राण घेऊं लागले, तेव्हां जणू काय ती समरभूमि पशुवधाचीच जागा होय असें सगळ्यांना भासलें ! त्या वेळीं पृथ्वीवर जिकडे तिकडे रुधिरच होऊन गेलें ! पर्जन्यकाळीं भूमीवर इंद्रगोपांच्या रांगा चालत असतां ती जशी दिसते, अथवा पक्का तांबडा रंग दिलेलीं पांढरीं वस्त्रें परिधान केलेली तरुण स्त्री जशी दिसते, त्याप्रमाणें वसुंधरा आरक्तवर्ण दिसत होती; आणि तिच्यावर जागोजागीं मांसशोणितांचे ढीग पसरले असल्यामुळें जणू काय ती सुवर्णाचीच बनविलेली आहे, असें भासत होतें. राजा, त्या रणांगणांत तुटलेलीं मस्तकें, भुज व मांड्या आणि इतस्ततः विकीर्ण झालेलीं कर्णभूषणें, अलंकार, हार, शूर महेष्वासांचीं शरीरें, ढाली, ध्वज, पताका, हीं सर्वत्र पडलीं होतीं ! राजा, त्या युद्धांत हत्तींवर हत्तींनीं हल्ले करून त्यांस आपल्या दांतांनीं विद्ध केलें, तेव्हां ते विद्ध झालेले हत्ती फारच तेजस्वी दिसूं लागले. ज्याप्रमाणें धातुमंडित पर्वतांमधून कावेचे प्रवाह चालू असतां ते पर्वत दिसतात, तसे ते हत्ती अंगांतून रुधिराचे प्रवाह वहात असल्यामुळें दिसूं लागले. राजा, त्या हत्तींवर जीं तोमरें घोडेस्वारांनीं मारिलीं होतीं किंवा जीं त्यांच्या देहांत घुसावीं म्हणून समोर धरून भोंसकलीं होतीं, तीं सर्व त्या हत्तींनीं आपल्या सोंडांनीं उपटून किंवा मोडून टाकिलीं होतीं. राजा, नाराच बाणांनीं त्या हत्तींवरील कवचें छिन्न झाल्यामुळें, हिंवाळ्याच्या प्रारंभीं अभ्रहीन

पर्वत जसे दिसावे, तसे ते महान् महान् हत्ती दिसत होते. राजा, कित्येक हत्तींच्या अंगांत सुवर्णपुंख बाण रुतले असल्यामुळें उल्कांनीं पेटलेल्या पर्वताप्रमाणें त्यांचे देह प्रज्वलित दिसत होते. राजा, त्या समयीं कित्येक हत्ती दुसऱ्या हत्तींनीं प्रहार केल्यामुळें मोठमोठ्या सपक्ष पर्वताप्रमाणें नाश पावले; कित्येक हत्ती शरीरांत शल्यें रुतल्यामुळें जखमी होऊन आपल्या कपोलप्रांतांसह व गंडस्थळांसह रणांगणांत तडफड करीत होते; कित्येक नानाप्रकारें भयंकर गर्जना करीत सिंहांसारखे ओरडत होते; व पुष्कळ सैरावैरा धावत होते, व कित्येक दुःखानें आक्रोश करीत होते. तसेंच सुवर्णालंकारांनीं भूषित केलेले कित्येक घोडे बाणप्रहारांनीं विद्ध होऊन समरभूमीवर मरून पडले, कित्येक अगदीं हैराण होऊन जगाच्या जागीं बसले, आणि कित्येक तर दशदिशांना पळत सुटले ! कित्येक घोडेस्वारांनीं आपल्या घोड्यांवर शरतोमरांचा वर्षाव झाला असतांही ते तसेच पुढें चालविले होते, पण त्यांचें देहभान सुटल्यामुळें ते नानाविध चेष्टा करीत व बहुविध चालींनें दौडत महीतलावर धडाधड पडूं लागले! राजा, त्या समरांगणांत पायदळाचीही तशीच दुर्दशा उडाली. घायाळ होऊन पडलेलीं मनुष्यें आक्रोश करीत विव्हळत होतीं. कित्येक आपल्या आप्तसुहृदांना, कित्येक आपल्या पितृपितामहांना आणि कित्येक तेथें जीं दुसरीं मनुष्यें धावत होतीं त्यांना पाहून त्यांच्या प्रख्यात गोत्रनामांचा उच्चार करीत एकमेकांशीं त्यांची स्तुति करीत होतीं. त्यांचे छिन्नभिन्न झालेले हजारों सुवर्णालंकृत बाहु नानाविध प्रकारें चलनवलन करीत होते. कित्येक बाहु वर्तुळाकार गरगर फिरत होते, कित्येक वेड्यावांकड्या रीतींनीं धडपडत होते, कित्येक खालीं पडत होते, कित्येक वर उडत होते, कित्येक एकदां खालीं आपटले म्हणजे वर उठत नसत, कित्येक एकसारखे थरथर स्फुरण करीतच रहात, आणि कित्येक तर पांच फडांच्या भुजंगांप्रमाणें सळाळ्या मारीत होते ! राजा, सर्पाच्या शरीराप्रमाणें मांसल व पुष्ट आणि चंदनाची उटी दिलेले असे ते भुज रुधिरांत माखून गेल्यामुळें केवळ सुवर्णाच्या ध्वजांप्रमाणें अत्यंत देदीप्यमान दिसत होते.

ह्याप्रमाणें घोर रणकंदन चाललें असतां चोहोंकडे अगदीं एकच गर्दी होऊन आपण कोणाशीं लढत आहों हेंही भान न रहातां ते वीर परस्परांवर प्रहार करूं लागले. त्या समयीं जिकडे तिकडे धूळच धूळ झाल्यामुळें व सर्व सैनिक हातघाईवर येऊन एकसारखे शस्त्रास्त्रांचा प्रहार करीत सुटल्यामुळें अंतर्बाह्य तम माजलें व आपला कोण आणि परका कोण ही ओळख बुजून जाऊन मोठें भयंकर युद्ध मातलें ! राजा, त्या समयीं रक्ताच्या मोठ्या नद्या वाहूं लागल्या ! वीरमस्तकरूप पाषाणांनीं त्या अगदीं आच्छादित झाल्या, वीरकेशरूप शैवालानें त्यांचे पृष्ठभाग हिरवे दिसूं लागले, वीरांचीं हाडें हे जणू काय त्या नद्यांतील मासेच इतस्ततः दिसूं लागले, रत्नखचित हेममय धनुष्यें, शर व गदा ह्या जणू काय अंतरिक्षांतील ज्योतींच्या (ग्रहनक्षत्रादिकांच्या) प्रभाच होत असें भासूं लागलें, मांस व शोणित ह्यांचा चिखल हा जणू काय त्या नद्यांतील कर्दमच होय असें वाटलें, आणि त्या नद्यांच्या रक्तरूप उदकाला एकसारखी भरती येत असल्यामुळें सर्वांना मोठें भय पडून गेलें व शूरांना मात्र आनंद लोटला ! राजा, यमसदनाला नेऊन पोंचविणाऱ्या त्या भयंकर नद्यांत पुष्कळ पुरुषांनीं बुड्या मारून क्षत्रियांना भय उत्पन्न केलें व ते आपण स्वतः मरून गेले ! राजा, त्या ठिकाणीं हिंसक प्राणी अक्राळविक्राळ ओरडत चोहोंकडे

भ्रमण करीत असल्यामुळें यमाच्या नगरीप्रमाणें ती युद्धभूमि भयंकर दिसत होती. त्या रणांगणांत चोहोंकडे वीरपुरुषांचीं असंख्य कबंधें उठून उभीं राहिलीं; आणि मांसशोणितांचें मनमुराद सेवन करून तृप्त झालेले भूतगण सर्वत्र नाचूं लागले! राजा, कावळे, बगळे व गिधाडें हीं मेद, मज्जा, वसा, मांस व रक्त हीं यथेष्ट खाऊन इतस्ततः खुशाल धावत आहेत, असें दिसूं लागलें. राजा, मरणाची भीति म्हणून सर्वांना असावयाचीच; तथापि शूर वीरांनीं ती भीति सोडून देऊन योद्ध्यांचें व्रत कोणतें हें मनांत वागविलें आणि त्यांनीं निर्धास्तपणें प्रताप गाजविण्यास प्रारंभ केला. राजा, त्या भयाण रणभूमीवर जेथें शर व शक्ति ह्या सर्वत्र पसरल्या होत्या व हिंसक प्राण्यांच्या टोळ्यांच्या टोळ्या जमल्या होत्या, तेथें पराक्रमी वीर आपलें शौर्य दाखवीत आणि आपलें गोत्र, नाम, पितृनाम वगैरे एकमेकांना सांगत फिरतां फिरतां त्यांनीं शक्ति, तोमर व पट्टे ह्यांचे प्रहार करून परस्परांना वधण्याचा क्रम सुरू केला, आणि पुनः अत्यंत भयंकर युद्ध होऊं लागून, सागरांत फुटकी नाव बुडून नाश पावते तद्वत् त्या समरांत कौरवीय सेना नाश पावली!

अध्याय त्रेपन्नावा.

—:०:—

संशप्तकवध.

संजय सांगतोः—राजा, अशा प्रकारें घोर संग्राम सुरू होऊन क्षत्रियांचा संहार चालला असतां, जेथें अर्जुनानें संशप्तकांचें, कोसलांचें व नारायण नामक सेनेचें कंदन केलें, तेथून गांडीवाचा महान् शब्द ऐकूं येऊं लागला. राजा, त्या रणांत क्षुब्ध झालेल्या जयेच्छु संशप्तकांनीं चोहोंकडून अर्जुनाच्या मस्तकावर जो शरवर्षाव केला, तो सर्व त्यानें मोठ्या हिमतीनें व शौर्यानें सहन करून, उलट त्यांच्या श्रेष्ठ रथ्यांवर, धार देऊन जलाल केलेल्या कंकपत्र बाणांचा भडिमार चालविला; आणि त्या रथसेनेंत घुसून उत्कृष्ट आयुध धारण केलेल्या सुशर्म्याला गांठिलें. तेव्हां, राजा, त्या श्रेष्ठ रथ्यानें अर्जुनावर बाणांचा भडिमार केला व त्याप्रमाणेंच संशप्तकांनींही त्यास बाणांनीं आच्छादून टाकिलें. नंतर सुशर्म्यानें दहा बाण मारून अर्जुनाला विद्ध केलें आणि जनार्दनाच्या उजवे बाहूवर तीन बाण टाकिले. नंतर त्यानें एक भल्ल बाण सोडून अर्जुनाचा ध्वज छेदिला; तेव्हां त्यावर अधिष्ठित असलेला विश्वकर्म्यानें निर्माण केलेला जो महान् वानरराज मारुति, त्यानें मोठ्यानें गर्जना केली आणि त्या भयंकर गर्जनेनें तत्काळ तुझ्या सैन्याला धडकी भरून तें निश्चेष्ट पडलें! त्या समयीं, राजा, तें तुझें सैन्य नानाविध पुष्पांनीं भरून गेलेल्या चैत्ररथवनाप्रमाणें दिसूं लागलें! नंतर कांहीं वेळानें तें सैन्य सावध झालें; आणि मग, पर्वतावर मेघ जशी जलवृष्टि करितात, तशी तुझ्या पक्षाच्या वीरांनीं अर्जुनावर बाणवृष्टि केली; आणि सर्वांनीं मिळून अर्जुनाच्या त्या महान् रथाला गराडा घालून त्यास अडविण्याचा यत्न चालविला. त्या समयीं अर्जुन तुझ्या वीरांवर तीक्ष्ण बाणांचा भडिमार करून त्यांस ठार मारूं लागला, तरी त्यांनीं आपला यत्न न सोडितां उलट चवताळून जाऊन अर्जुनाचे अश्व, रथचक्रें व धुरी हीं सर्व कुंठित व भग्न करून टाकण्याचा उपक्रम आरंभिला. ह्याप्रमाणें तुझ्या सैन्यांतील सहस्रावधि वीरांनीं अर्जुनाच्या रथाचें निग्रहण केल्यावर सर्वांनीं मोठ्यानें सिंहगर्जना केली. त्या वेळीं कित्येकांनीं केशवाच्या महान् भुजांना आणि दुसऱ्या कित्येकांनीं रथांत अधिष्ठित असलेल्या

अर्जुनाला मोठ्या आवेशानें धरिलें. परंतु नंतर केशवानें त्या भयंकर युद्धांत आपले बाहु गद्गद् हालविले आणि दुष्ट हत्ती ज्याप्रमाणें आपणावर अधिष्ठित असलेल्या लोकांना क्षणांत खालीं पाडितो, त्याप्रमाणें त्यानें त्या बाहुधारकांना क्षणांत खालीं पाडिलें! राजा, महारथांनीं आपल्यास गराडा घातला आहे, आणि आपला रथ कुंठित केला असून कृष्णालाही शत्रुसैन्यानें धरिलें आहे, असें जेव्हां अर्जुनानें पाहिलें, तेव्हां त्याला अनावर क्रोध चढला आणि त्यानें आपल्या रथावर चढलेल्या पायदळास भराभर खालीं लोटिलें आणि सभोंवतालीं गराडा घालून राहिलेल्या सैन्याला शरवृष्टीनें झांकून काढून कृष्णाला म्हटलें, " हे महाबाहो कृष्णा, मी जरी सहस्रावधि संशप्तकांना मारीत आहें, तरी ह्या संशप्तकांच्या महान् सैन्यानें केवढें दारुण कर्म आरंभिलें आहे पहा. हे यदुपुंगवा, रथाला कुंठित करण्यासाठीं हें असें घोर युद्ध चाललें असतां त्यास तोंड देईल असा माझ्याशिवाय दुसरा कोणताही वीर ह्या भूतलावर नाहीं. "

राजा धृतराष्ट्रा, असें बोलून अर्जुनानें देवदत्त व कृष्णानें पांचजन्य शंख वाजविला आणि त्याचा शब्द तत्काळ पृथ्वीवर व अंतरिक्षांत भरून जाऊन संशप्तकांचें सैन्य भीतीनें गांगरून सैरावैरा पळूं लागलें! हे महाराजा, नंतर शत्रुसंहारक अर्जुनानें पुनःपुनः नागास्त्राचें आवाहन करून कौरवसैन्याचे पाय सर्परज्जूंनीं बांधून टाकिले. तेव्हां जणू काय कौरववीरांच्या पायांत लोखंडी बिड्याच पडल्याप्रमाणें होऊन ते अगदीं जागच्या जागीं खिळल्यामारखे स्तब्ध झाले. नंतर, ज्याप्रमाणें तारकासुराच्या वधसमयीं इंद्रानें दैत्यांना ठार मारिलें, त्याप्रमाणें पांडुनंदनानें त्या निश्चेष्ट वीरांस ठार मारिलें. राजा, अशा प्रकारें अर्जुन त्यांचा संहार उडवूं लागला तेव्हां त्यांनीं अर्जुनाचा तो श्रेष्ठ रथ अडविला होता तो सोडून दिला व हातांतलीं शस्त्रास्त्रें खालीं टाकण्यास आरंभ केला! राजा, त्या वीरांचे पाय अगदीं जखडून गेल्यामुळें त्यांचें चलनवलनही बंद झालें आणि मग त्यांचा बांकदार बाणांनीं अर्जुनानें जो विध्वंस उडविला त्याचें काय वर्णन करावें? ज्या वीरांना उद्देशून अर्जुनानें नागास्त्र सोडिलें होतें ते सर्व योद्धे रणांगणांत भुजंगांच्या धुडांनीं परिवेष्टित झाले व त्यामुळें त्यांची फारच शोचनीय अवस्था झाली! नंतर तो सर्व प्रकार अवलोकन करून महारथ सुशर्म्यानें तत्काळ सौपर्णास्त्राचें अभिमंत्रण केलें. त्याबरोबर जिकडे तिकडे गरुड उत्पन्न होऊन समरांगणांत मातलेल्या सर्पांवर ते भराभर उड्या घालून त्यांस खाऊं लागले! तेव्हां त्या नागांची फारच तारंबळ उडाली आणि ज्यांच्या ज्यांच्या म्हणून ते पक्षी दृष्टीस पडले त्यांनीं त्यांनीं एकदम पळून जाण्याचा मार्ग आरंभिला! नंतर, राजा, क्षणांत तें कौरवसैन्य पादबंधापासून मुक्त झालें; व मेघजालकापासून मुक्त झालेला भास्कर जसा प्रखर तेजानें प्रजांना तप्त करितो, तसा तो सेनासमूह शत्रूंना तप्त करूं लागला! त्या समयीं कौरवांकडील योद्धे अर्जुनाच्या रथावर बाणांचा वर्षाव व शस्त्रांचे प्रहार करूं लागले आणि त्यांनीं विविध शस्त्रास्त्रांनीं चोहोंकडून त्यास विद्ध केलें. तेव्हां शत्रुसंहारक अर्जुनानें कौरववीरांनीं केलेली ती प्रचंड शस्त्रास्त्रवृष्टि उलट बाणवर्षाव करून भेदून टाकिली आणि फिरून तो आपला प्रताप गाजवूं लागला! इतक्यांत सुशर्म्यानें अर्जुनाच्या हृदयांत एक बांकदार बाण मारिला व आणखी तीन बाण शरीराच्या दुसऱ्या भागांवर टाकिले! तेव्हां अर्जुन अतिशयित विद्ध होऊन आपल्या स्थानीं वळवळत पडला असतां कौरवांकडील सर्व वीर ' अर्जुन मेला!

अर्जुन मेला!' असें मोठमोठ्यानें ओरडूं लागले! त्या वेळीं शंख, भेरी व अनेक रणवाद्यें वाजूं लागलीं आणि सर्वत्र सिंहनाद होऊं लागले! इतक्यांत अर्जुन सावध झाला व त्यानें ताबडतोब ऐंद्र अस्त्र सोडिलें! तेव्हां लागलेच चोहोंकडे हजारों बाण उत्पन्न झाले आणि त्यांनीं दशदिशांच्या ठिकाणीं तुझ्या सैन्याला ठार करण्याचा सपाटा चालविला! राजा, मग जेव्हां लक्षावधि हय व रथ समरभूमीवर उच्छिन्न होऊन पडूं लागले, तेव्हां संशप्तकांना व गोपालांना अतिशय भीति उत्पन्न झाली! त्या समयीं कोणालाही अर्जुनाला विद्ध करण्याची छाती होईना; आणि अखेरीस तुझ्याकडील योद्धे पहात असतां अर्जुनानें तुझ्या सैन्याचा निःपात उडविला व सहस्रावधि वीरांना धारातीर्थीं पाडून, धूमरहित झालेल्या अग्नीप्रमाणें तो शोभूं लागला! धृतराष्ट्रा, त्या प्रसंगीं अर्जुनानें चौदा हजार योद्धे, दहा हजार रथ व तीन हजार हत्ती ह्यांचा नाश उडविल्यावर फिरून संशप्तकांनीं त्याला गराडा घातला आणि मारावें किंवा मरावें असा निश्चय करून ते अर्जुनाशीं घोर युद्ध करूं लागले.

अध्याय चौपन्नावा.

—:०:—

शिखंडीचा पराजय.

संजय सांगतोः——याप्रमाणें संशप्तकांचें व अर्जुनाचें घोर युद्ध सुरू होऊन अखेरीस संशप्तकांना अर्जुनानें जेव्हां अगदीं जर्जर करून सोडिलें, तेव्हां, समुद्रावर फुटक्या नावेचा जसा विध्वंस होतो तसा कौरवसेनेचा आतां अगदीं पूर्ण विध्वंस होणार असें पाहून कृतवर्मा, कृपाचार्य, अश्वत्थामा, कर्ण, उलूक, सौबल, दुर्योधन राजा व त्याचे भ्राते हे सर्व रणांगणांत कौरवसैन्याच्या मदतीकरितां मोठ्या वेगानें धावून आले; आणि मग त्यांचा व पांडवसैन्याचा जो मोठा भयंकर संग्राम सुरू झाला, तो पाहून कांहीं वेळपर्यंत भिव्यांना मोठें भय वाटलें आणि शूरांना मोठा आनंद झाला! त्या समयीं रणभूमीवर कृपाचार्यानें एकसारखा बाणांचा भडिमार चालवून टोळधाडीप्रमाणें सृंजयांना झांकून काढिलें. तेव्हां शिखंडीला मोठा क्रोध आला व त्यानें तत्काळ त्या गौतमावर चाल केली आणि त्या द्विजपुंगवावर चोहोंकडून बाणांचा पाऊस पाडिला! त्या समयीं महास्त्रवेत्त्या कृपाचार्यानें शिखंडिप्रेरित त्या सर्व बाणसमूहाचा नाश उडवून उलट मोठ्या क्रोधानें दहा बाणांनीं समरांगणांत शिखंडीला विद्ध केलें. तेव्हां शिखंडीला पुनः क्रोध चढला आणि त्यानें क्रोधायमान झालेल्या कृपाचार्याला सरळ घुसणारे सात कंकपत्र बाण टाकून घायाळ केलें. त्या वेळीं महारथ कृपाचार्य अतिशयित विद्ध झाला व त्यानें शिखंडीवर तीक्ष्ण शर सोडून त्याचे अश्व, रथ व सारथि ह्यांचा नाश उडविला. तेव्हां ताबडतोब ढालतरवार घेऊन महारथ शिखंडी हा अश्वहीन झालेल्या आपल्या रथांतून उडी मारून खालीं उतरला व त्यानें कृपाचार्यावर एकदम हल्ला केला. त्या वेळीं शिखंडी मोठ्या आवेशानें आपणावर चालून येत आहे असें पाहून कृपाचार्यानें बांकदार बाणांच्या भडिमारानें त्यास असें झांकून काढिलें कीं, जणू काय शिखंडीवर शिलावृष्टिच होत आहे असा त्या वेळीं भास झाला व त्यामुळें रणांगणांत शिखंडी निश्चेष्ट उभा राहिला! राजा, ह्याप्रमाणें कृपाचार्यानें शिखंडीला शराच्छादित करून टाकिलें असें पाहून तत्काळ महारथ धृष्टद्युम्न कृपाचार्यावर उलट चालून गेला; पण धृष्टद्युम्न कृपाचार्याच्या रथावर धावून येत आहे असें पाहातांच महारथ कृतवर्म्यानें मोठ्या आवेशानें त्याजवर चाल करून त्यास अडवून टाकिलें. तेव्हां

कृपाचार्यावर आपल्या सैन्यासह व पुत्रांसह युधिष्ठिरानें चाल केली; परंतु त्यांचा अश्वत्थाम्यानें प्रतिकार केला. नंतर महारथ नकुल व सहदेव हे मोठ्या त्वरेनें पुढें झाले; पण त्यांजवर बाणांची वृष्टि करून तुझ्या पुत्रानें त्यांचें निवारण केलें. मग भीमसेन, करूष, केकय व सृंजय हे युद्धाला प्रवृत्त झाले; पण त्या सर्वांना समरांगणांत कर्णानें मागें हटविलें. इकडे पुनः शारद्वत कृपाचार्यानें युद्धामध्यें शिखंडीवर मोठ्या वेगानें बाणांचा भडिमार चालविला, तेव्हां जणू काय तो त्याला जाळीतच आहे असें सर्वांस वाटलें. तथापि कृपाचार्यानें चोहोंकडून सोडिलेले ते स्वर्णभूषित बाण शिखंडीनें पुनःपुनः आपली तरवार गरगर फिरवून तोडून टाकिले; पण इतक्यांत शारद्वतानें आणखी बाण सोडून शिखंडीच्या हातांतील शतचंद्र ढालीचा भंग केला ! तेव्हां जिकडे तिकडे कौरवसैन्यांत आनंदाच्या आरोळ्या सुरू झाल्या ! नंतर, धृतराष्ट्रा, चर्महीन झालेला तो शिखंडी नुसतें खड्ग घेऊनच कृपाचार्यावर धावला; पण त्या वेळची त्याची स्थिति पाहून, एखाद्या रोग्यानें जसें मृत्यूच्या जबड्यांत सांपडावें, तसा तो शारद्वताच्या हातांत सांपडला आहे असें दिसत होतें ! राजा, नंतर कृपाचार्यानें बाणप्रहार करून शिखंडीला अगदीं दीन करून सोडिलें, तेव्हां चित्रकेतूचा पुत्र सुकेतु हा तावडतोब त्यास साहाय्य करण्याकरितां धावून आला आणि त्यानें मोठ्या शौर्यानें कृपाचार्याच्या रथावर पुष्कळ जलाल बाणांची वृष्टि केली. तेव्हां सुकेतूचें व कृपाचार्याचें युद्ध जुंपलें; आणि ह्याप्रमाणें कृपाचार्य सुकेतूशीं झुंजण्यांत व्यग्र झाला असें पाहून शिखंडी लागलाच युद्धपराङ्मुख होऊन पळून गेला !

सुकेतुवध.

राजा, इकडे सुकेतु व कृपाचार्य ह्यांचें युद्ध चालू असतां सुकेतूनें गौतमावर प्रथम नऊ बाण सोडून त्यास विद्ध केलें; नंतर त्यानें त्यावर सत्तर बाण टाकिले; आणि मग फिरून तीन बाण सोडिले; आणि शेवटीं बाणांचा भडिमार करून त्यानें गौतमाचें सशर धनुष्य तोडिलें, एका बाणानें त्याचा सारथि मारिला, आणि सर्व मर्मस्थळीं त्यास विद्ध केलें ! तेव्हां कृप फारच खवळला व त्यानें नवें बळकट धनुष्य धारण करून सुकेतूच्या सर्व मर्मस्थळीं तीस बाण टाकिले ! राजा, त्या योगें सुकेतूचीं सर्व गात्रें विव्हळ झालीं; आणि भूमिकंप झाला असतां वृक्ष जसा कंपायमान होऊन धाडकन् पडतो, तसा तो सुकेतु कंपायमान होऊन आपल्या रथांत धाडकन् पडला ! राजा धृतराष्ट्रा, ह्याप्रमाणें सुकेतु हा विव्हळ होऊन पडत आहे इतक्यांत गौतमानें त्याजवर क्षुरप्र बाण सोडिला व शिरस्त्राण, देदीप्यमान कुंडलें व किरीट ह्यांनीं युक्त असें तें त्याचें मस्तक छेदून टाकिलें ! राजा, सुकेतूचें तें मस्तक श्येनाच्या मुखांतलि मांसपिंडाप्रमाणें प्रथम भूमीवर पडलें व मग त्याचा तो देह पडला ! राजा, ह्याप्रमाणें सुकेतूचा नाश झाला तेव्हां त्याचें सैन्य अतिशय भयभीत झालें व तें गौतमाशीं लढाई न करितां त्यास सोडून देऊन दशदिशांस पळून गेलें !

कृतवर्मा व धृष्टद्युम्न यांचें युद्ध.

राजा, इकडे धृष्टद्युम्नाला रणभूमीवर महारथ कृतवर्म्यानें अडवून ठेवून मोठ्या दांडगाईनें ' थांब थांब ' असें म्हटलें, तेव्हां रणांगणांत त्या उभयतांचें घोर युद्ध सुरू झालें. त्या समयीं जणू काय ते दोन क्रुद्ध श्येन पक्षी मांसपिंडाकरितां झगडत आहेत असें भासलें. तेव्हां धृष्टद्युम्न फार क्रोधायमान झाला व त्यानें कृत-

वर्म्याच्या वक्षस्थळावर नऊ बाण मारिले. त्या समयीं त्या बाणांनीं अतिशय विद्ध होऊन कृतवर्म्यानें पार्षतावर बाणांचा भडिमार चालविला आणि त्याचे अश्व व रथ ह्यांस बाणाच्छादित करून टाकिलें. राजा, पाऊस कोसळत असतां मेघांनीं आच्छादित झालेला सूर्य जसा दृग्गोचर होत नाहीं, तसा तो धृष्टद्युम्न बाणवृष्टीनें आच्छादित झाल्यामुळें दृग्गोचर झाला नाहीं. नंतर धृष्टद्युम्नानें उलट बाणांचा भडिमार चालू केला आणि आपल्या सुवर्णालंकृत बाणसमूहानें कृतवर्म्याच्या बाणसमूहाचा भेद करून बाणप्रहारांमुळें व्रणयुक्त झालेला तो धृष्टद्युम्न रणभूमीवर आपलें दिव्य तेज बाहेर टाकूं लागला ! नंतर सेनापति धृष्टद्युम्नानें अतिशय संतप्त होऊन कृतवर्म्यावर एकदम भयंकर बाणवृष्टि आरंभिली; परंतु कृतवर्म्यानें उलट सहस्रावधि बाणांचा भडिमार करून रणांगणांत धृष्टद्युम्नाच्या शरवृष्टीचें निवारण केलें. ह्याप्रमाणें आपण केलेली बाणवृष्टि व्यर्थ झाली असें पाहून धृष्टद्युम्न कृतवर्म्याच्या समीप येऊन त्याच्याशीं युद्ध करूं लागला आणि मोठ्या त्वेषानें त्यानें एक धार दिलेला भल्ल बाण टाकून त्याचा सारथि यमसदनीं पाठविला. अशा प्रकारें धृष्टद्युम्नानें कृतवर्म्यास सारथिहीन केलें. तेव्हां कृतवर्मा मोठा बलिष्ठ होता तरी त्यास बलवान् धृष्टद्युम्नानें जिंकलें; आणि मग कौरवसैन्यावर आणखी बाणवृष्टि करून धृष्टद्युम्नानें तत्काळ त्याचा निरोध करण्याचा उद्योग आरंभिला; पण तुझ्या सैन्यांतील योद्धे सिंहासारखी गर्जना करीत धृष्टद्युम्नावर चालून आले आणि मग पुनः घोर युद्धास प्रारंभ झाला !

अध्याय पंचावन्नावा.

—:०:—

अश्वत्थाम्याचा पराक्रम.

संजय सांगतोः—इकडे सात्यकि व द्रौपदीचे शूर पुत्र हे युधिष्ठिराचें संरक्षण करीत आहेत असें पाहून अश्वत्थाम्यानें मोठ्या उल्हासानें युधिष्ठिरावर हल्ला केला. त्यानें त्या समयीं सहाणेवर धार देऊन जलाल केलेल्या स्वर्णपुंख भयंकर बाणांची मोठ्या शिताफीनें वृष्टि चालविली आणि आपल्या रथानें नानाविध मंडळें करीत व बाणक्षेपणाविषयीं अपूर्व कौशल्य दाखवीत तो युधिष्ठिरादिकांच्या समीप प्राप्त झाला. राजा, नंतर त्या महास्त्रवेत्त्या द्रोणपुत्रानें दिव्यास्त्रांनीं अभिमंत्रित केलेल्या बाणांनीं अंतरिक्ष व्यापून टाकिलें आणि युद्धभूमीवर धर्मराजाला बाणाच्छादित केलें. राजा, त्या वेळीं सर्वत्र अश्वत्थाम्याचे बाणच बाण होऊन गेल्यामुळें सर्व समरांगण बाणरूप बनून तेथें दुसरें कांहींएक दृष्टीस पडत नव्हतें. अंतरिक्षांत जिकडे तिकडे स्वर्णपुंख बाणांचें जाळें पसरलें असल्यामुळें जणू काय तेथें भरजरीचें छतच ताणलें आहे, असें भासत होतें ! आणि त्यामुळें अंतरिक्षाचा वरील भाग देदीप्यमान बाणांनीं आच्छन्न होऊन अभ्रांच्या छायेप्रमाणें भूतलावर छाया पडली होती ! राजा, त्या वेळीं आह्मांला मोठा चमत्कार वाटला तो हा कीं, अंतरिक्षांत बाणजालकाच्या वरतीं जे प्राणी भ्रमण करीत होते, त्यांस त्या बाणपटलाच्या खालीं येण्याला मुळींच मार्ग मिळत नव्हता ! राजा, अश्वत्थाम्यानें ही जी अपूर्व शरवृष्टि करून दशदिशा व्याप्त करून टाकिल्या त्याचा परिणाम असा झाला कीं, सात्यकि, धर्मराज, त्याप्रमाणेंच इतर योद्धे व सैनिक हे जरी विजयप्राप्त्यर्थ झटत होते, तरी त्यांच्यानें कोणताही पराक्रम होईना ! द्रोणपुत्राचें

हस्तलाघव अवलोकन करून युधिष्ठिरादिक महारथांना मोठा विस्मय वाटला व मध्यान्हकालच्या प्रखर सूर्याकडे ज्याप्रमाणें कोणालाही पहावत नाहीं, त्याप्रमाणें त्या युधिष्ठिरादिक सर्व क्षत्रियांना अश्वत्थाम्याकडे पहावेनासें झालें! राजा नंतर अश्वत्थाम्यानें पांडवसैन्याचा संहार चालविला, तेव्हां सात्यकि, युधिष्ठिर, पांचाल व द्रौपदीपुत्र हे सर्व महारथ वीर एकत्र झाले आणि त्यांनीं मरणाची भीति सोडून देऊन त्या भयंकर अश्वत्थाम्यावर हल्ला केला. त्या वेळीं पहिल्यानें सात्यकीनें सत्तावीस शिलीमुख, व मागून सात स्वर्णभूषित नाराच बाण मारून अश्वत्थाम्याला विद्ध केलें. नंतर युधिष्ठिरानें ब्याहात्तर, प्रतिविंध्यानें सात, श्रुतकर्म्यानें तीन, श्रुतकीर्तीनें सात, सुतसोमानें नऊ व शतानिकानें सात असे बाण मारून अश्वत्थाम्याला विद्ध केलें आणि त्याचप्रमाणें दुसऱ्याही पुष्कळ शूर वीरांनीं चोहोंकडून अश्वत्थाम्यावर बाणांचा भडिमार चालविला. राजा, तें पाहून अश्वत्थाम्याला अतिशय संताप आला व त्यानें सर्पासारखे सुसकारे टाकीत सात्यकीवर पंचवीस, श्रुतकीर्तीवर नऊ, सुतसोमावर पांच, श्रुतकर्म्यावर आठ, प्रतिविंध्यावर तीन; शतानिकावर नऊ, युधिष्ठिरावर पांच आणि त्याप्रमाणेंच इतर पराक्रमी वीरांवर प्रत्येकीं दोन दोन बाण टाकून त्यांस विद्ध केलें व श्रुतकीर्तीचें धनुष्य जलाल बाणांनीं छेदिलें! राजा, नंतर महारथ श्रुतकीर्तीनें दुसरें धनुष्य धारण केलें आणि पहिल्यानें तीन व मागाहून दुसरे पुष्कळ तीक्ष्ण बाण सोडून अश्वत्थाम्याला विद्ध केलें. तेव्हां द्रोणपुत्रानें पुनः चोहोंकडे बाणांचा वर्षाव चालविला आणि पांडवांचें सर्व सैन्य बाणाच्छादित करून टाकिलें. मग अश्वत्थाम्यानें धर्मराजाचें धनुष्य छेदिलें व त्यावर हंसत हंसत तीन बाण सोडिले. तेव्हां धर्मपुत्र युधिष्ठिरानें दुसरें प्रचंड धनुष्य धारण करून अश्वत्थाम्याच्या भुजांवर व छातीवर सत्तर बाण टाकून त्यास विद्ध केलें. इतक्यांत युधिष्ठिरावर अश्वत्थाम्यानें बाण टाकिल्यामुळें क्षुब्ध झालेल्या सात्यकीनें तीक्ष्ण अर्धचंद्र बाणानें अश्वत्थाम्याचें धनुष्य भंगून मोठ्यानें गर्जना केली! तेव्हां आपलें धनुष्य तुटलें असें पाहून त्या महाशक्तिमान् अश्वत्थाम्यानें तत्काळ शक्ति फेंकून शैनेयाच्या (सात्यकीच्या) रथावरील सारथि धारातीर्थी पाडिला! नंतर प्रतापशाली द्रोणपुत्रानें दुसरें धनुष्य घेऊन शैनेयाला शराच्छादित केलें व त्यामुळें युद्धभूमीवर सारथिहीन झालेल्या त्या सात्यकीच्या रथाचे घोडे बेफाम होऊन हवे तसे धावत सुटले! तेव्हां युधिष्ठिराचें सैन्य त्या महाधनुर्धर अश्वत्थाम्यावर मोठ्या त्वेषानें निशित बाणांचा वर्षाव करीत चाल करून गेलें; परंतु आपणावर येणाऱ्या त्या क्रोधायमान वीरांचा त्या द्रोणपुत्र अश्वत्थाम्यानें हंसत हंसत विध्वंस उडविला; राजा, ज्याप्रमाणें अरण्यांत अग्नि भडकला असतां तो त्या अरण्यांतील तृणादिकांना क्षणांत भस्म करितो, त्याप्रमाणें शररूप ज्वालांनीं चेतलेल्या त्या अश्वत्थामारूप अग्नीनें पांडवसेनारूप तृणादिकांचें भस्म करून टाकिलें! याप्रमाणें पांडवांचें तें सैन्य अश्वत्थाम्यानें भस्म केलें असतां, ज्याप्रमाणें नदीच्या मुखाशीं तिमि नामक मत्स्यानें जलाचा क्षोभ करावा, त्याप्रमाणें त्या अश्वत्थाम्यानें पांडवसैन्याचा क्षोभ करून टाकिला! राजा, त्या समयीं द्रोणपुत्राचा तो अद्वितीय पराक्रम अवलोकन करून सर्वांना असें वाटलें कीं, आतां द्रोणपुत्राच्या हस्तें सगळे पांडव मेलेच ह्यांत संशय नाही! तेव्हां द्रोणाचा शिष्य महारथ युधिष्ठिर हा संतप्त होत्साता अश्वत्थाम्याला म्हणाला, "बा अश्वत्थामन्, तुझ्या ठायीं ममता अथवा कृतज्ञता

अगदींच नाहीं हें कसें ? हे पुरुषव्याघ्रा, तूं आज मलाच ठार मारण्याची इच्छा करीत आहेस हें काय ? अरे, ब्राह्मणानें दान, अध्ययन व तपश्चर्या करावी; धनुष्य धारण करून दुसऱ्याचा प्राण घेणें हें क्षत्रियांचें विहित कर्म होय. ह्यासाठीं तूं केवळ नांवाचा ब्राह्मण होय. हे महाबाहो, हा पहा तुझ्या समक्ष मी कौरवांना युद्धांत जिंकितों, तुझ्या अंगीं जो कांहीं पराक्रम असेल तो तूं व्यक्त कर. तूं ब्राह्मणाधम आहेस, ह्यांत तिळमात्र संदेह नाहीं ! " धृतराष्ट्रा, धर्मराजाचें भाषण श्रवण करून द्रोणपुत्र अश्वत्थामा हंसला व युधिष्ठिर जें कांहीं बोलला तें सत्य आहे असा विचार करून त्यानें कांहींच उत्तर दिलें नाहीं. नंतर, क्रोधायमान झालेला यम ज्याप्रमाणें प्राण्यांचा संहार करण्यास उद्युक्त होतो, त्याप्रमाणें पांडवसैन्याचा संहार करण्यास उद्युक्त होऊन अश्वत्थाम्यानें धर्मराजाला बाणाच्छादित केलें; आणि त्याबरोबर धर्मराजा तत्काळ त्या प्रचंड सेनेला सोडून देऊन युद्धविमुख होऊन रणांतून निघून गेला; आणि धर्मराजा युद्धांतून निवृत्त झाला असें पाहून महात्मा द्रोणपुत्रही तेथून चालता झाला ! राजा, धृतराष्ट्रा, ह्याप्रमाणें त्या घोर रणांत धर्मराजानें अश्वत्थाम्यापासून आपली सुटका करून घेतली; पण तो क्रूर कर्म करून तुझ्या सैन्याचा नाश करण्याकरितां पुनः तुझ्या सैन्यावर चालून आला !

अध्याय छपन्नावा.

—:o:—

संकुलयुद्ध.

संजय सांगतो:——इकडे पांचाल, चेदि व केकय ह्यांसह भीमानें कर्णावर हल्ला केला असतां स्वतः कर्णानें त्या सर्व वीरांवर बाणांचा वर्षाव करून त्यांचें निवारण केलें. नंतर त्यानें भीमसेनाच्या डोळ्यांदेखत समरांगणांत चेदिकारूप व सृंजय ह्यांच्या महारथांना वधिलें. तेव्हां महारथ कर्णाला सोडून देऊन भीमसेनानें कौरवांच्या सेनेवर हल्ला केला; आणि तृणराशीला जाळून टाकणाऱ्या अग्नीप्रमाणें तो त्या कौरवसेनेला जाळून टाकूं लागला ! इकडे कर्णानेंही संग्रामांत सहस्त्रावधि महाधनुर्धर पांचाल, केकय व सृंजय ह्यांना ठार मारिलें. राजा, त्या समयीं महारथ अर्जुनानें संशप्तकांचा संहार उडविला; वृकोदरानें कुरुसेनेचा फडशा पाडिला आणि कर्णानें पांचाल वीरांचा विध्वंस उडविला ! त्या वेळीं ते तीन अग्नितुल्य भयंकर योद्धे क्षत्रियांना दग्ध करूं लागले असतां समरांगणांत अखेरीस तीं तिन्ही सैन्यें नष्ट झालीं; आणि ह्या घोर सर्व अनर्थाला मूळ कारण पाहूं लागलें असतां तुझी दुष्ट सल्ला हेंच होय ! असो; नंतर दुर्योधन फारच क्रुद्ध झाला आणि त्यानें नऊ बाणांनीं नकुलाला व त्याच्या चारही अश्वांना विद्ध करून क्षुर बाणानें सहदेवाचा कांचनध्वज छेदिला. तेव्हां वीरशिरोमणि नकुल व सहदेव हे फारच खवळले आणि समरांगणांत तुझ्या पुत्रावर नकुलानें सात व सहदेवानें पांच बाण टाकिले. त्या समयीं दुर्योधनाला अनावर संताप आला व त्यानें तत्काळ त्या दोन्ही वीरांच्या वक्षस्थळीं पांच पांच बाण मारिले आणि दुसरे दोन भल्ल बाण सोडून त्या दोघांचींही धनुष्यें छेदिलीं व एकाएकीं त्यांजवर एकवीस बाण टाकून त्यांस विद्ध केलें ! तेव्हां समरभूमीवर ते दोघे प्रतापशाली योद्धे नकुलसहदेव इंद्रधनुष्याप्रमाणें सुंदर व श्रेष्ठ धनुष्यें धारण करून दुर्योधनाशीं लढण्यास सिद्ध झालेले पाहून जणू काय ते दुसरे देवच आहेत असें भासलें ! नंतर, राजा, पर्वतावर महामेघ जशी वृष्टि करितात, तशी घोर वृष्टि ते शूर भ्राते दुर्योधनावर करूं लागले ! तेव्हां तुझा पुत्र महारथ

दुर्योधन हा फारच क्षोभला आणि त्यानें एकसारखा बाणवर्षाव चालू करून त्या महेष्वास पांडुपुत्रांना कुंठित करून टाकिलें ! त्या समयीं तुझ्या पुत्राचें बाणनिक्षेपणाविषयीं असें कांहीं लोकोत्तर कौशल्य दृष्टीस पडलें कीं, तेव्हां त्याच्या धनुष्याचें मंडल व त्यापासून एकसारखे चोहोंकडे बाहेर पडत असलेले बाण मात्र दिसत असत ! राजा, दुर्योधनानें अशा प्रकारें बाणांचा भडिमार करून सूर्यकिरणांप्रमाणें दश दिशा व्याप्त केल्या व त्या योगें सर्व आकाश बाणाच्छादित होऊन जिकडे तिकडे अंधःकार पडला ! ह्याप्रमाणें दुर्योधनाचा प्रताप अवलोकन करून माद्रीपुत्रांना तो जणू काय प्रलयकालीन यमच आहे असें वाटलें आणि आतां माद्रीपुत्र खचित मृत्यूच्या जबड्यांत सांपडले असें सर्व महारथ्यांना वाटलें. नंतर, राजा, पांडवांचा सेनापति पार्षत धृष्टद्युम्न हा जेथें सुयोधन राजा घोर पराक्रम करीत होता तेथें आला व त्यानें शूर नकुलसहदेवांच्या पुढें होऊन दुर्योधनावर सायकांचा भडिमार चालवून त्याला मागें हटविलें. राजा, तेव्हां तुझ्या अतुलप्रतापी पुत्राला फारच क्रोध आला व त्यानें सूड उगविण्याचे हेतूनें मोठ्यानें हंसून प्रथम धृष्टद्युम्नावर पंचवीस बाण टाकिले आणि मग पुनः पांसष्ट बाणांचा वर्षाव करून व मोठ्यानें गर्जना करून एका जलाल क्षुरप्र शरानें समरांगणांत धृष्टद्युम्नाचें बाणासह धनुष्य व तलत्राण हीं छेदिलीं ! राजा, त्या समयीं त्या परमप्रतापी पांचाल वीरानें तें छिन्न धनुष्य फेंकून दिलें आणि मोठ्या त्वरेनें दुसरें मोठें बळकट धनुष्य धारण केलें. तेव्हां त्याला इतका क्रोध चढला होता कीं, त्याचे नेत्र रुधिरासारखे आरक्त दिसूं लागले व तो अगदीं अग्नीसारखा पेटला ! राजा, नंतर दुर्योधनाच्या शरप्रहारांनीं विद्ध झालेल्या महेष्वास धृष्टद्युम्नानें दुर्योधनाला वधण्याच्या इराद्यानें त्याजवर सहाणेवर धार देऊन तीक्ष्ण केलेले पंधरा नाराच बाण टाकिले, तेव्हां ते कंकपुंख आणि मयूरपुंख जलाल बाण लागलेच मोठ्या वेगानें सर्पासारखे फणाणत दुर्योधनाच्या हेममय कवचाचें भेदन करून त्याच्या शरीरांत घुसले व तेथून तत्काळ बाहेर पडून मोठ्या जोरानें भूगह्वरांत शिरले ! राजा, त्या समयीं तुझा पुत्र अतिविद्ध होऊन, वसंत ऋतूंत प्रफुल्लित झालेला मोठा थोरला पळस जसा आरक्त दिसतो, तसा आरक्त दिसूं लागला ! नंतर राजा, धृष्टद्युम्नाच्या बाणप्रहारांनीं जर्जर झालेला तो कवचहीन दुर्योधन राजा अतिशय क्षोभला व त्यानें एका भल्ल बाणानें धृष्टद्युम्नाचें धनुष्य छेदून टाकिलें ! मग तुझ्या पुत्रानें पुनः त्वरा करून धनुष्यहीन झालेल्या त्या धृष्टद्युम्नाच्या भालप्रदेशीं दोन्ही भिवयांच्या मध्यें दहा बाण मारिले. लोहारानें पाणी देऊन पाजविलेले ते दहा बाण धृष्टद्युम्नाच्या कपाळांत रुतले असतां जणू काय मधुप्राशनाच्या इच्छेनें प्रफुल्लित कमलावर भ्रमरच अधिष्ठित आहेत असा भास झाला. नंतर महात्म्या धृष्टद्युम्नानें तें मोडकें धनुष्य फेंकून दिलें आणि दुसरें धनुष्य व सोळा भल्ल बाण हातांत घेऊन प्रथम पांच भल्ल बाणांनीं दुर्योधनाचे अश्व व त्याचा सारथि वधिला; नंतर एक भल्ल बाण सोडून त्याचें सुवर्णमंडित धनुष्य तोडिलें आणि उरलेल्या दहा भल्ल बाणांचा वर्षाव करून सोपस्कर रथ, छत्र, शक्ति, खड्ग, गदा व ध्वज ह्यांचा विध्वंस उडविला ! राजा, ह्याप्रमाणें दुर्योधन कवचहीन, आयुधहीन व रथहीन झाला आणि त्याचा सुवर्णालंकृत, चित्रविचित्र, गजचिन्हित व मंगलदायक ध्वज तुटला असें सर्व राजांनीं अवलोकन केलें, तेव्हां कौरवसैन्यांत मोठी धांदल उडाली व तत्काळ त्याचे भ्राते त्याच्या संरक्षणार्थ आले; आणि धृष्टद्युम्नाच्या समक्ष

मोठ्या धीटपणानें दंडधारानें दुर्योधनाला रथांत घेऊन एकीकडे नेलें.

इकडे कर्णाचें व सात्यकीचें युद्ध चाललें होतें, त्यांत कर्णानें सात्यकीला जिंकलें व तो महाबल योद्धा तत्काळ दुर्योधन राजाला सोडविण्याकरितां द्रोणहंत्या धृष्टद्युम्नावर बाणांची वृष्टि करीत चालून आला. इतक्यांत सात्यकि पुनः युद्धभूमीकडे माघारा वळला व त्यानें बाणांचा भडिमार करीत लागलाच कर्णाचा पाठलाग केला. राजा, त्या समयीं, एक दांताळ हत्ती दुसऱ्या हत्तीचा पाठलाग करीत धावत आहे कीं काय असें भासलें. तेव्हां, राजा, कर्ण आणि पार्षत ह्यांच्या मध्यंतरीं दोन्ही सैन्यांतील महान् महान् वीरांचें भयंकर युद्ध चालू झालें. त्या वेळीं कौरवांकडील किंवा पांडवांकडील एकही योद्धा युद्धपराङ्मुख झाला नाहीं; आणि ते वीर मोठ्या निकरानें लढूं लागले! नंतर कर्णानें तत्काळ पांचालांवर हल्ला केला; आणि मग मध्यान्हाच्या समयीं दोन्ही दळांमध्यें नर, वाजी व गज ह्यांचा भयंकर संहार करणारा घोर संग्राम सुरू झाला ! तेव्हां आपणांवर कर्ण येत आहे असें पाहून, पक्षी जसे झाडावर चालून जातात, तसे सर्व विजयेच्छु पांचाल वीर त्यावर तत्काळ चालून गेले आणि ते सर्व मोठ्या नेटानें कर्णाचा पराभव करण्यास झटत असतां कर्णानें क्रुद्ध होऊन आपणावर चाल करून आलेल्या त्या सर्व पांचालांवर बाणांचा भडिमार केला. राजा, त्या समयीं व्याघ्रकेतु, सुशर्मा, चित्र, उग्रायुध, जय, शुक्ल, रोचमान व अजिंक्य सिंहसेन हे आठ महान् महान् पांचाल वीर आपल्या रथांतून नरश्रेष्ठ कर्णावर बाणांचा वर्षाव करीत त्याच्या नजीक आले व त्यांनीं त्यास चोहोंकडून वेढा दिला. तेव्हां रणांगणास शोभविणारा तो कर्ण अतिशय संतापला आणि त्यानें त्या आठांवर दुरूनच आठ तीक्ष्ण बाण सोडून त्यांस त्रस्त केलें. नंतर त्या प्रतापशाली राधेयानें युद्धकलेंत पटाईत अशा हजारों योद्ध्यांना त्या रणभूमीवर ठार मारिलें. त्या समयीं क्रोधायमान झालेल्या कर्णानें जिष्णु, जिष्णुकर्मा, देवापि, भद्र, दंड, चित्र, चित्रायुध, हरि, सिंहकेतु, रोचमान, महारथ शलभ आणि दुसरे पुष्कळ चेदि महारथ ह्यांना वधिलें. राजा, कर्णानें जेव्हां ह्या महारथांचा प्राण घेतला तेव्हां त्याच्या देहावर रक्ताच्या चिळकांड्या उडून रुद्राच्या देहाप्रमाणें त्याचा देह भयंकर व भव्य दिसूं लागला. त्या समयीं कर्णानें शत्रुसैन्यांतील मातंगांवर बाणांचा असा भडिमार केला कीं, त्यांच्या योगें ते भयभीत होऊन चोहोंकडे पळत सुटले व त्यामुळें रणांगणांत जिकडे तिकडे सर्व वीर घाबरून गेले. अखेरीस त्या मातंगांना रणांगणांत पाठलाग करणाऱ्या कर्णाचे ते बाण सहन होईनातसे झाले आणि ते युद्धभूमीवर आपले देह धाडकन् टाकून नानाप्रकारचा आर्त स्वर करीत वज्रप्रहारानें भिन्न झालेल्या पर्वतांप्रमाणें एकदम पडूं लागले ! तेव्हां कर्णाच्या मार्गांत जिकडे तिकडे रथ, गज, अश्व व नर ह्यांचा खच पडून सर्व भूतल झांकून गेलें! त्या वेळीं त्या घोर समरांत कर्णानें जें भयंकर कर्म केलें, तशा प्रकारचें भयंकर कर्म समरभूमीवर भीष्म, द्रोण किंवा दुसरे कोणतेही तुझ्या पक्षाचे वीर ह्यांच्या हातून घडलें नाहीं ! त्या युद्धांत कर्णानें हत्तींचा, घोड्यांचा, रथांचा व नरांचा फारच भयंकर संहार केला ! ज्याप्रमाणें मृगांमध्यें सिंह निर्भयपणें संचार करितो, त्याप्रमाणें पांचालांमध्यें कर्ण हा निर्भयपणें संचार करीत होता; आणि ज्याप्रमाणें भयभीत झालेल्या मृगांना सिंह हा चोहोंकडे पळवून लावितो, त्याप्रमाणें पांचालांच्या रथसमुदायांना कर्णानें

चोहोंकडे उधळून लाविलें! सिंहाच्या जबड्यांत सांपडल्यावर मृग जसे कधींही जिवंत रहात नाहींत, तसा कर्णाच्या तडाक्यांत सांपडल्यावर कोणताही महारथ जिवंत राहिला नाहीं! आणि अग्नींत पडलेले प्राणी जसे जळून खाक होतात, तसे कर्णरूप दावाग्नींत पडलेले सृंजय जळून खाक झाले! राजा, त्या युद्धांत कर्णानें जो पराक्रम केला त्याचें काय वर्णन करावें! त्यानें चेदि, कैकेय व पांचाल ह्यांच्या शूरमान्य अशा बहुत वीरांना 'मी कर्ण आहें' असें सांगून जेव्हां वधिलें, तेव्हां त्याचा तो लोकोत्तर पराक्रम पाहून माझ्या मनाला तर असें वाटलें कीं, आतां एकही पांचाल्याला हा कर्ण युद्धांत जिवंत ठेवीत नाहीं! धृतराष्ट्रा, ह्याप्रमाणें सूतपुत्रानें पुनः पुनः युद्धांत पांचालांचा संहार उडविला, तेव्हां धर्मराज युधिष्ठिरास अतिशय संताप येऊन त्यानें एकदम कर्णावर हल्ला केला आणि मग धृष्टद्युम्न, द्रौपदीपुत्र व दुसरे पुष्कळ शतावधि वीर ह्यांनीं कर्णाच्या रथाला वेढा घालून त्यास कोंडून टाकिलें! त्या समयीं शिखंडी, सहदेव, नकुल, नाकुलि, जनमेजय, शैनेय, पुष्कळ प्रभद्रक वीर आणि सेनापति धृष्टद्युम्न ह्या प्रबळ वीरांनीं रणांगणांत कर्णावर बाणवृष्टि चालविली व तें पाहून उलट कर्णही त्यांजवर अस्त्रांचा वर्षाव करूं लागला. त्या समयीं राजा, गरुड जसा पन्नगांवर उड्या घालितो तसा तो एकटा कर्ण त्या बहुत चेदिपंचालपांडववीरांवर उड्या घालूं लागला आणि मग त्यांचें देवदानवांच्या युद्धाप्रमाणें घोर युद्ध जुंपलें! त्या युद्धांत ते सर्व महान् धनुर्धर एकत्र होऊन कर्णावर बाणांचा प्रचंड भडिमार करीत असतां, कर्णानें एकट्यानें त्यांजवर उलट बाणवर्षाव केला; आणि दिवाकर ज्याप्रमाणें एकटा अंधःकाराचा विध्वंस उडवितो त्याप्रमाणें त्यानें एकट्यानें त्या प्रचंड शत्रुसैन्याचा विध्वंस उडविला! राजा, ह्याप्रमाणें कर्ण हा पांडवांशीं लढत असतां भीमसेनानें क्रोधायमान होऊन कुरुसैन्यावर सर्व दिशांस यमाच्या दंडाप्रमाणें तीक्ष्ण शरांचा वर्षाव चालू केला. त्या समयीं तो महाधनुर्धर भीमसेन एकटा समरांगणांत वाहीकांवर, केकयांवर, मत्स्यांवर, वासात्यांवर, मद्रांवर व सैंधवांवर शरवृष्टि करूं लागला, तेव्हां तो अत्यंत शोभला. त्या युद्धांत भीमानें गजांवर त्यांच्या मर्मस्थानीं अशी बाणवृष्टि केली कीं, तिच्या योगें ते गज अधिरूढ असलेल्या वीरांसुद्धां हत होऊन मराभर रणांगणांत पडूं लागले आणि त्यामुळें सर्व पृथ्वी कंपित झाली! त्या वेळीं हत्तींप्रमाणेंच इतर सैन्याचीही दुर्दशा उडाली. रणांगणांत घोडे व त्यांवरील स्वार आणि पायदळ हीं बाणहत होऊन रक्त ओकून मरून पडलीं. त्याप्रमाणेंच भीमानें हजारों रथ्यांना बाणांच्या भडिमारानें आयुधहीन करून समरभूमीवर पाडिलें, तेव्हां जखमी झालेल्या त्या सर्व योद्ध्यांनीं भीमाच्या भयानें प्राण सोडिले! राजा, त्या समयीं रणांगणांत रथी, सारथि, घोडेस्वार, पदाति, घोडे व हत्ती ह्या सर्वांवर भीमसेनाच्या बाणांचा वर्षाव होऊन त्यांचा संहार झाला, तेव्हां सर्व वसुधा त्यांनीं आच्छादिली गेली! त्या घोर रणांत दुर्योधनाचें सर्व सैन्य भीमाच्या भयानें थिजून गेलें व त्या जखमी झालेल्या सैन्याच्या ठायीं उत्साह किंवा हालचाल कांहींएक न उरतां त्याची अगदीं दीन अवस्था झाली! राजा, शरदृतूमध्यें समुद्र जसा अगदीं निश्चल असतो, तसें तुझें तें सैन्य अगदीं निश्चल झालें! जरी तुझ्या सैन्याच्या ठिकाणीं क्रोध, पराक्रम व शक्ति हीं परिपूर्ण होतीं, तरी त्याचा दर्प भीमसेनाच्या हस्तें नष्ट झाल्यामुळें तें सैन्य अगदीं

निस्तेज व फिकें पडलें! ह्याप्रमाणें संग्राम माजून दोन्ही सैन्यें परस्परांस वधीत असतां शरीरावर जिकडे तिकडे रुधिरच रुधिर होऊन त्यांनीं जणू काय रुधिरांत स्नानच केलें आहे असा भास झाला! अशा प्रकारें दोन्ही दळांत संहार चालू असतां रणांगणांत क्रुद्ध होऊन कर्णानें पांडवसेनेवर व भीमानें कौरवसेनेवर चाल केली; आणि ते दोघेही योद्धे शत्रुसैन्यास पिटाळून लावीत असतां फारच शोभले.

राजा, इकडे अर्जुनाचा आणि संशप्तकांचा भयंकर व अद्भुत संग्राम चालू असतां वीर-शिरोमणि अर्जुनानें संशप्तकांच्या पुष्कळ टोळ्यांना ठार मारिल्यानंतर वासुदेवाला म्हटलें, "हे जनार्दना, मी ज्याच्याशीं युद्ध करीत आहें तें हें संशप्तकसैन्य नाश पावलें आहे. हे पहा संशप्तकांचे महारथ आपआपले सैन्यसमुदाय बरोबर घेऊन पळत आहेत; मृगांना जसा सिंहाचा शब्द सहन होत नाहीं, तसे ह्यांना माझे बाण सहन होत नाहींत! कृष्णा, ह्या महारणामध्यें सृंजयांच्या अवाढव्य सेनेची दाणादाण झालेली दिसते; कारण बुद्धिमान् कर्णाचा हा गजकक्षांकित ध्वज धर्मराजाच्या सैन्यामध्यें आनंदानें फडकतांना दिसत आहे! कृष्णा, दुसरे महारथ युद्धांत कर्णाला जिंकण्यास समर्थ नाहींत; कर्णाच्या अंगीं कसें काय बल व पराक्रम आहे हें तूं जाणतच आहेस; ह्यास्तव ह्या संशप्तकांना सोडून देऊन, ज्या स्थलीं कर्णानें आपल्या सैन्याची दाणादाण उडविली आहे तिकडे जावें हें मला उचित दिसतें. ह्यासाठीं जें तुला योग्य दिसेल तें तूं कर."

धृतराष्ट्रा, अर्जुनाचें तें भाषण श्रवण करून गोविंदानें हंसून म्हटलें, 'बा अर्जुना, तूं कौरवांचा लवकर वध कर.' राजा, नंतर गोविंदानें अर्जुनाच्या रथाला लाविलेल्या हंसवर्ण हयांना इशारा करितांच ते कृष्णार्जुनांस घेऊन तुझ्या महान् सैन्यांत घुसले आणि केशवानें प्रेरिलेले ते सुवर्णालंकृत श्वेत अश्व आंत प्रविष्ट झाल्याबरोबर तुझ्या सैन्याची दाणादाण होऊन तें चारही दिशांस पळूं लागलें! राजा, ज्या रथाचा मेघगर्जनेप्रमाणें घणघणाट चालला होता आणि ज्याच्या ध्वजावर मारुति अधिष्ठित होता, असा तो अर्जुनाचा रथ, वरील ध्वजपताका फडकत फडकत विमान जसें अंतरिक्षांत शिरतें, तसा त्या कौरवसेनेंत शिरला. राजा, ते केशवार्जुन तुझ्या त्या महान् सैन्याची फळी फोडून आंत घुसले व क्रोधानें अगदीं आरक्त नेत्र करून इतस्ततः पाहूं लागले, तेव्हां त्यांच्या ठिकाणीं अत्यंत तेज दृग्गोचर झालें! राजा, कर्णानें म्हणजे कर्णाच्या ध्वजानें आह्वान केल्यामुळें त्या स्थलीं प्राप्त झालेले ते युद्धविशारद कृष्णार्जुन जणू काय रणरूप यज्ञांत ऋत्विजांनीं यथाविधि हवन केल्यामुळें प्रकट झालेले अश्विनीकुमारच होत असें वाटलें! ते नरशार्दूल कौरवसैन्यावर आधींच संतापलेले होते, आणि ते जेव्हां मग प्रत्यक्ष कर्णाच्या सैन्यांत शिरले, तेव्हां तर महान् अरण्यांत पारध्यांनीं आरडाओरड करून चवताळून टाकिलेल्या हत्तींप्रमाणें अधिकच संतापले! असो. धृतराष्ट्रा, नंतर अर्जुन हा रथसमुदाय व अश्वसेना ह्यांचें मंथन करून सैन्यामध्यें कालपाश धारण करणाऱ्या यमाप्रमाणें संचार करूं लागला! ह्याप्रमाणें समरांगणांत अर्जुनानें तुझ्या सेनेवर दरारा बसविला, तेव्हां तुझ्या पुत्रानें पुनः अर्जुनावर हल्ला करण्याविषयीं संशप्तकांना आज्ञा केली.

नंतर एक हजार रथ, तीनशें हत्ती, चौदा हजार घोडेस्वार आणि धनुष्य धारण करून नेमकेच बाण मारणारें युद्धविशारद व शूर असें दोन लक्ष पायदळ ह्यांसहवर्तमान संशप्तकांचे महारथ वीर चोहोंकडून अर्जुनावर धावून

आले व त्यांनीं एकसारखा बाणांचा भडिमार करून त्यास झांकून टाकिलें. तेव्हां अर्जुनानें उलट संशप्तकांवर शरवृष्टि चालवून त्यांचा असा नाश केला कीं, जणू काय तो पाशपाणि यमच घोर संहार करीत आहे असें दिसलें आणि त्यामुळें अर्जुनाचें तेज अधिकच वाढलें! राजा, नंतर अर्जुनानें विद्युल्लतेप्रमाणें देदीप्यमान व सुवर्णाच्या अलंकारांनीं सुशोभित अशा बाणांची एकसारखी वृष्टि करून सर्व आकाश अगदीं खचून भरून काढिलें, तेव्हां सर्वत्र सर्पांचेंच आवरण पडलें आहे, असें भासलें! राजा, त्या समयीं तो महाशक्तिमान् कुंतीपुत्र सुवर्णाच्या पुंखांचे व जलाल अग्रांचे बांकदार बाण दाही दिशांस सोडून सर्व अंतरिक्ष बाणाच्छन्न करीत असतां टणत्कारांच्या शब्दानें पृथ्वी, आकाश, समुद्र, पर्वत व दशदिशा तडातड फुटतच आहेत असा भास होत होता! राजा, महारथ अर्जुनानें ह्याप्रमाणें बाणांचा भडिमार करून संशप्तकांच्या सैन्यांतील दहा हजार राजे मारिले व मग तो लागलाच व्यूहाच्या प्रपक्षाप्रत आला. राजा, त्या वेळीं त्या प्रपक्षाचें संरक्षण कांबोजराज सुदक्षिण हा करीत होता. तेव्हां अर्जुनानें त्या प्रपक्षावर मोठ्या त्वेषानें भल्लवर्षाव करून आपल्यावर धावून येणाऱ्या शत्रुसैन्याचीं आयुधें, हात, बाहु, मस्तकें वगैरे तोडून टाकिलीं आणि इंद्रानें जसा दानवांचा संहार उडविला, तसा त्यांचा घोर संहार उडविला! राजा,त्या वेळीं हातपाय इत्यादि अवयव छिन्न झालेले व हातांतील आयुधें गळून गेलेले ते संशप्तक वीर, सोसाट्याच्या वाऱ्यानें खांद्या तुटून भग्न झालेल्या वृक्षांप्रमाणें रणांगणांत कोसळून पडले! राजा, ह्या प्रकारें संशप्तकांच्या रथ, गज, वाजी व नर ह्यांच्या समुदायांचा अर्जुनानें भयंकर संहार केला, तेव्हां सुदक्षिणाचा धाकटा भाऊ अर्जुनावर बाणवर्षाव करीत चालून आला; पण अर्जुनानें त्याजवर दोन अर्धचंद्र बाण सोडून त्याचे परिघतुल्य बाहु कापून काढिले व एक क्षुर बाण सोडून त्याचें पूर्णचंद्राप्रमाणें दीप्तिमान् असें शिर छेदिलें! त्या समयीं त्या कांबोज वीराच्या देहांतून रक्ताचे पाट वाहूं लागले व मनाशिळाचा पर्वत वज्रानें भग्न झाला असतां त्याचें शिखर असें खालीं कोसळतें, तसा तो आपल्या अश्वावरून एकदम खालीं कोसळला! ह्याप्रमाणें तो सुंदर, धिप्पाड, कमलनेत्र व कांचनस्तंभाप्रमाणें देदीप्यमान असा कांबोज योद्धा हत होऊन छिन्नभिन्न झालेल्या हेमगिरीसारखा रणांगणांत पतन पावला असें जेव्हां दिसलें, तेव्हां पुनः घोर व अत्यंत आश्चर्यकारक तुंबळ संग्राम सुरू झाला! राजा, त्या समयीं लढणाऱ्या वीरांची बहुविध अवस्था झाली. प्रत्येकाच्या अंगांत बाण घुसून कांबोज, यवन व शक हे योद्धे आपआपल्या अश्वांसहवर्तमान हत होऊन रणांत पडले, तेव्हां जिकडे तिकडे सर्व रक्तमय होऊन लाल झालें! रथांचे अश्व व सारथि हे मेले, घोड्यांवरील स्वार पडले, हत्तींवरचे वीर भग्न झाले आणि हत्ती मेल्यामुळें त्यांवरील वीर हताश झाले. अशा प्रकारें त्या घोर संग्रामांत दोन्हीं दळें झुंजत असतां फारच भयंकर जनसंहार घडला! अशा रीतीनें कौरवसैन्याच्या पक्षप्रपक्षांचा अर्जुनानें वध केला, तेव्हां त्या बलिष्ठ धनुर्धरावर तत्काळ अश्वत्थाम्यानें हल्ला केला.

राजा, त्या समयीं अश्वत्थाम्यानें आपलें तें सुवर्णमंडित प्रचंड धनुष्य व सूर्यकिरणांप्रमाणें देदीप्यमान असें तें भयंकर बाण धारण करून संतापानें व सूड उगविण्याच्या इच्छेनें आ पसरून डोळे लाल केले, तेव्हां जणू काय प्रलयकालीं किंकर नामक दंड धारण करून क्रुद्ध झालेला मूर्तिमंत यमच पुढें उभा आहे, असें सर्वांस भासलें! नंतर त्या लोकोत्तर योद्ध्याच्या धनुष्यापासून बाणांचे ओघ पांडव सैन्यावर येऊं लागले व

ते त्यास सहन न होऊन त्याची मोठी दाणादाण झाली! राजा, नंतर अश्वत्थाम्यानें दाशार्ह कृष्णाला रथांत अवलोकन करितांच पुनः तीक्ष्ण बाणांचा भडिमार चालविला आणि रथामध्यें अधिष्ठित झालेल्या कृष्णार्जुनांस चोहोंकडून बाणाच्छादित करून टाकिलें! मग अश्वत्थाम्यानें जलाल बाणांचा आणखी वर्षाव करून त्या उभयतां कृष्णार्जुनांस अगदीं निश्चेष्ट केलें आणि ते दोघे स्थावरजंगम विश्वाचे प्रतिपालक महापुरुष बाणाच्छन्न झाले असें पाहून जिकडे तिकडे मोठा हाहाःकार उडाला! त्या समयीं तत्काळ सिद्धचारणांचे संघ त्या स्थळीं सभोंवतीं मिळाले आणि 'लोकांचें कल्याण होवो!' असें त्यांनीं ध्यान चालविलें! राजा, अश्वत्थाम्यानें कृष्णार्जुनांना शरवर्षावानें झांकून काढिलें तेव्हां त्याचा जसा पराक्रम मीं पाहिला, तसा पराक्रम मीं पूर्वीं कधींही पाहिला नव्हता! राजा, तेव्हां अश्वत्थाम्यानें पुनः पुनः केवळ टणत्कार केला म्हणजे शत्रूंची मोठी त्रेधा उडून जाई व त्यांस तो सिंहरवच भासे! समरांगणांत अश्वत्थामा सव्यापसव्य बाणवर्षाव करीत असतां त्याच्या प्रत्यंचेची जी हालचाल होत असे, ती पाहिली म्हणजे केवळ मेघमंडलावर विद्युल्लताच नृत्य करीत आहे असें दिसे. राजा, अर्जुन हा तशा प्रकारचा त्वरित शरवृष्टि करणारा व सुदृढहस्त वीर असतांही त्या समयीं द्रोणपुत्राला अग्रभागीं अवलोकन करून त्याचें भान नष्ट झालें व त्यास आपण अगदीं निर्बल आहों असें वाटलें. आणि त्या रणांत अश्वत्थाम्याचा तो उग्र पराक्रम पाहून त्याजकडे कोणालाही पाहावेनासें झालें. ह्याप्रमाणें अश्वत्थामा व अर्जुन ह्यांचा घोर संग्राम होत असतां क्षणोक्षणीं द्रोणपुत्राचा प्रताप वाढत चाललेला व पार्थ प्रतापहीन झालेला पाहून कृष्णाला मोठा क्रोध आला व तो संतापाचे सुसकारे टाकीत जणू काय नेत्रांनीं दशदिशा जाळीत युद्धामध्यें वारंवार अश्वत्थाम्याकडे व अर्जुनाकडे पाहूं लागला! तेव्हां संतप्त झालेला कृष्ण अर्जुनाला ममतेनें म्हणाला, "पार्था, मला हा आज मोठा चमत्कार वाटतो कीं, आमच्या ह्या संग्रामांत द्रोणपुत्रानें तुझ्यावर सरशी केली! बा अर्जुना, तुझें बाहुबल व युद्धसामर्थ्य पूर्ववत् आहेना? तूं गांडीव धारण करून रथांत अधिष्ठित आहेसना? तूं युद्धनिपुण आहेस खरा, परंतु तुझे भुज किंवा मुष्टि हीं भग्न झालीं नाहींतना? बा अर्जुना, ह्या युद्धांत अश्वत्थाम्याचें वीर्य वाढत चाललेलें मी पाहातों; तेव्हां तूं 'तो गुरुपुत्र आहे' असा विचार तर केला नाहींसना? अर्जुना, अश्वत्थामा हा गुरुपुत्र असला तरी तूं त्याची उपेक्षा करूं नको; हा काल उपेक्षा करण्याचा नाहीं!" धृतराष्ट्रा, ह्याप्रमाणें कृष्णाचें भाषण श्रवण करितांच अर्जुनानें चौदा भल्ल बाण उचलिले व जलदी करून त्यानें अश्वत्थाम्याचें धनुष्य तोडिलें आणि रथ, ध्वज, छत्र, पताका, शक्ति व गदा ह्या सर्वांचा विध्वंस उडविला! नंतर त्यानें अगदीं विलंब न करितां अश्वत्थाम्याच्या खवाटीवांत वत्सदंत बाणांचा भडिमार केला, त्याबरोबर तो मूर्च्छित पडून ध्वजयष्टीवर सांवरून राहिला! राजा, ह्याप्रमाणें अर्जुनानें अश्वत्थाम्याची विपन्न अवस्था केली, तेव्हां त्याच्या सारथ्यानें तो बेशुद्ध पडला असें पाहून त्याचें अर्जुनापासून संरक्षण करण्याकरितां त्यास रणांगणांतून एकीकडे नेलें! नंतर शत्रुसंहारक अर्जुनानें दुर्योधनाच्या देखत तुझ्या सैन्यांतील शतावधि व सहस्रावधि वीर वधिले! राजा, अशा प्रकारचा हा घोर संहार उभय दळांमध्यें झाला व ह्या सर्व अनर्थाचें कारण तुझी दुष्ट सल्ला हेंच होय! राजा, कुंतीपुत्रानें संशप्तकांस, कृपो-

दरानें कुरूंना आणि कर्णानें पांचालांना रणांगणांत हां हां ह्मणतां ठार मारून जिकडे तिकडे मोठा हाहाःकार उडवून दिला ! अशा प्रकारें महान् महान् वीर रणांत पतन पावल्यानंतर चोहोंकडे अगणित कबंधें उठून उभीं राहिलीं ! राजा, मध्यंतरीं संग्रामांत युधिष्ठिरावर भयंकर प्रहार झाल्यामुळें त्यास अतिशय वेदना प्राप्त होऊन तो एक कोसभर रण सोडून एकीकडे गेला व तेथें त्यानें विसावा घेतला !

अध्याय सत्तावन्नावा.

—:०:—

अश्वत्थाम्याची प्रतिज्ञा.

संजय सांगतोः—हे भरतश्रेष्ठा, नंतर दुर्योधन कर्णाजवळ जाऊन त्याला व मद्राधिप शल्याला व त्याप्रमाणेंच दुसऱ्या राजांना ह्मणाला, " हे वीरहो, हें स्वर्गद्वार आपल्याला आपण होऊन अनायासें मोकळें मिळालें आहे ! कर्णा, जे भाग्यवान् क्षत्रिय असतात त्यांना मात्र अशा प्रकारचें युद्ध करावयाची संधि प्राप्त होते ! शूर योद्धयांना जर त्यांच्या बरोबरीचे दुसरे शूर योद्धे लढण्यास मिळाले, तर तें त्यांना इष्टच असतें; ह्यासाठीं तशा प्रकारची ही संधि आपणांस प्राप्त झाली आहे, हें तुह्मी लक्षांत ठेवा. ह्या समयीं समरांगणांत जर तुह्मी पांडवांना ठार माराल, तर सर्वोपभोगांनीं समृद्ध अशी ही पृथ्वी तुह्मांस प्राप्त होईल; आणि जर तुह्मी शत्रूंच्या हस्तें धारातीर्थीं पतन पावाल, तर तुह्मांस वीरलोक मिळेल !" राजा, दुर्योधनाचें हें भाषण श्रवण करून क्षत्रियश्रेष्ठांना मोठा आनंद झाला व त्यांनीं वीरश्रीच्या गर्जना करण्यास प्रारंभ केला. इतक्यांत चोहोंकडे रणवाद्येंही वाजूं लागलीं आणि दुर्योधनाच्या सैन्याला मोठें स्फुरण चढलें. त्या समयीं अश्वत्थाम्यानें तुझ्या वीरांना अतिशय आनंद होईल असें भाषण केलें. तो ह्मणाला, " वीरहो, सर्व सैन्याच्या समक्ष आणि तुह्मी सर्व योद्धे पहात असतां धृष्टद्युम्नानें माझ्या पित्यानें शस्त्रन्यास केला असतां त्यास वधिलें ! तेव्हां त्याच्या त्या दुष्ट कृत्याचा सूड घेण्यासाठीं व मित्र दुर्योधन ह्याचे मनोरथ सिद्धीस नेण्यासाठीं मी जी खरोखरी प्रतिज्ञा करीत आहें, ती श्रवण करा. भूपालहो, धृष्टद्युम्नाला ठार मारिल्याशिवाय मी आपल्या अंगांतलें हें चिलखत काढणार नाहीं ! आणि माझी प्रतिज्ञा खोटी झाल्यास माझा स्वर्गलोक अंतरेल ! अर्जुन, भीमसेन किंवा दुसरा जो कोणी योद्धा रणांत धृष्टद्युम्नाचें रक्षण करील, त्याला मी समरांगणांत बाणांनीं वधीन ! "

धृतराष्ट्रा, ह्याप्रमाणें अश्वत्थामा बोलल्यानंतर सर्व भारती सैन्य युद्धासाठीं धावून गेलें ! त्या समयीं कौरवांनीं पांडवांवर व पांडवांनीं कौरवांवर हल्ला केला. तेव्हां महारथांचें फारच भयंकर व मोठ्या निकराचें युद्ध जुंपलें ! पुढें कुरुसृंजयांमध्यें घोर संग्राम सुरू होऊन जसा काय प्रलयकालचा जनक्षयच चालू आहे असें दिसूं लागलें ! राजा, त्या वेळीं समरभूमीवर घोर संग्राम सुरू होऊन परस्परांचा संहार होऊं लागला असतां त्या महान् नरवीरांना पाहण्यासाठीं देव व अप्सरा यांसह सर्व भूतें एकत्र जमलीं. राजा, त्या वेळीं रणांगणांत त्या शूर वीरांनीं आपआपलीं कर्में उत्तम प्रकारें पार पाडून जो प्रताप गाजविला, तो अवलोकन करून अप्सरांना फार आनंद झाला. त्यांनीं त्या लोकोत्तर वीरांवर दिव्य माला, विविध व दिव्य सुगंध आणि दिव्य नानाविध रत्नें ह्यांची वृष्टि केली आणि समीरणानें तो सुगंध एकूण एक वीरश्रेष्ठांना पावता केला; व अशा प्रकारें वायूच्या सेवेनें अधिक उत्तेजित झालेले ते सर्व योद्धे परस्परांना बधीत असतां अखे-

रीस आपण स्वतः धरणीवर पडले! राजा, त्या घनघोर समरांत महान् महान् वीर, दिव्य माला व चित्रविचित्र सुवर्णपुंख बाण ह्यांनीं सर्व क्षितितल आच्छादित झाल्यामुळें तें नक्षत्रसमूहानें चित्रविचित्र झालेलें नभोमंडलच होय असें भासूं लागलें! राजा, त्या समयीं अंतरिक्षांत 'शाबास! शाबास' असे शब्द उठले, जिकडे तिकडे रणवाद्यें वाजूं लागलीं, त्यांत आणखी प्रत्यंचेचे व रथांच्या धावांचे विविध स्वन मिसळले, आणि शिवाय त्यांत वीरांच्या सिंहनादांची भर पडतच होती; ह्यास्तव रणांगणांतील त्या महान् कोलाहलानें अतिशय भीति उत्पन्न केली!

अध्याय अठ्ठावन्नावा.

—:०:—

कृष्णकृत समरभूवर्णन.

संजय सांगतोः—राजा, अर्जुन, भीमसेन व कर्ण हे संतप्त होऊन युद्ध करीत असतां वीरपुरुषांमध्यें हा असा महान् संग्राम झाला! द्रोणपुत्राचा पराजय केल्यावर व दुसऱ्या महारथांना जिंकिल्यावर अर्जुन कृष्णाला म्हणाला, "हे महाबाहो कृष्णा, पांडवांचें सैन्य कसें पळून जात आहे तें पहा. हा कर्ण समरांगणांत महारथांचा कसा संहार करीत आहे, तें अवलोकन कर. हे दाशार्हा, मला धर्मराज युधिष्ठिर कोठें दिसत नाहीं व त्याचा ध्वजही मला आढळत नाहीं. जनार्दना, आतां दिवसाचा हा तिसरा भाग मात्र अवशिष्ट राहिला आहे. येथें धार्तराष्ट्रांपैकीं कोणीही माझ्याशीं समरभूमीवर लढत नाहीं; म्हणून तूं माझ्या बऱ्याकरितां जेथें युधिष्ठिर असेल तिकडे चल. हे वार्ष्णेया, युधिष्ठिर व भीमसेन हे खुशाल आहेत असें पाहून नंतर मी शत्रूंशीं रण करीन." राजा धृतराष्ट्रा, मग बीभत्सूच्या इच्छेप्रमाणें कृष्णानें तत्काळ तो रथ चालू केला; आणि जेथें युधिष्ठिर व महारथ सृंजय हे तुझ्या सैन्याशीं मारूं किंवा मरूं हा दृढ संकल्प करून लढत होते तेथें ते कृष्णार्जुन प्राप्त झाले. तेव्हां त्या ठिकाणीं जनक्षय चालला असतां ती संग्रामभूमि अवलोकन करून कृष्ण अर्जुनाला म्हणाला, "अर्जुना, पृथ्वीवर दुर्योधनाकरितां क्षत्रियांचा जो हा भयंकर क्षय चालला आहे, तो पहा. अर्जुना, धारातीर्थीं पतन पावलेल्या योद्धयांच्या हातांतून गळून पडलेलीं हीं सुवर्णपृष्ठ धनुष्यें व महामूल्यवान् बाणभाते अवलोकन कर; त्याचप्रमाणें हे बांकदार पेऱ्यांचे सुवर्णपुंख बाण व धार देऊन तेलपाणी केल्यामुळें कात टाकलेल्या भुजंगमांप्रमाणें दिसणारे हे नाराच शर पहा; तशींच हीं हस्तिदंती मुठींचीं व सोन्याचें कोंदणकाम केलेलीं खड्गें आणि आंतून सुवर्णमय अशीं चर्में वीरांच्या हातांतून गळून पडलीं आहेत तीं अवलोकन कर; तसेच हे सुवर्णाच्या पट्ट्या बसविलेले प्रास, हेमालंकृत शक्ति, जांबूनदाच्या पत्र्यांनीं मढविलेल्या प्रचंड गदा, सुवर्णमय ऋष्टि, हेमभूषित पट्टे, रत्नखचित हिरण्मय दंडांनीं युक्त अशा कुऱ्हाडी, पोलादी भाले, मोठमोठालीं मुसळें, चित्रविचित्र शतघ्नी शक्ति, प्रचंड परिघ, चक्रें, तोमरें आणि दुसरीं नानाविध आयुधें वीरांच्या हातांतून समरभूमीवर पडलीं आहेत तीं पहा! अर्जुना, हे सर्व विजयेच्छु पराक्रमी योद्धे ह्या महारणांत जरी मरून पडले आहेत, तरी ह्यांच्यासमवेत ह्यांचीं शस्त्रास्त्रें विद्यमान् असल्यामुळें मला हे जिवंतच भासतात! अर्जुना, त्याप्रमाणेंच गदांच्या प्रहारांनीं गात्रें चूर्ण झालेले, मुसळांनीं डोकीं फुटलेले आणि हत्ती, घोडे व रथ ह्यांनीं तुडविलेले सहस्रावधि वीर मरून पडले आहेत ते अवलोकन कर. त्याप्रमाणेंच, हे पार्था, शर, शक्ति, ऋष्टि, पट्टे, परिघ, पोला-

दाचे भयंकर भाले व कुऱ्हाडी ह्यांच्या प्रहारांनीं छिन्नभिन्न होऊन मृत झालेल्या व रुधिराच्या चिळकांड्या उडणाऱ्या हय, गज व नर ह्यांच्या शरीरांनीं ही रणभूमि कशी झांकून गेली आहे पहा ! तसेच येथें चंदनाची उटी दिलेले, अंगदें धारण केलेले, हेमालंकारांनीं भूषविलेले, तलत्राणांनीं युक्त व केयूरांनीं मंडित असे भुज इतस्ततः पडले असल्यामुळें पृथ्वी कशी दिसत आहे ती अवलोकन कर. त्याप्रमाणेंच ह्या रणांगणांत अंगुलित्राणांनीं युक्त असे महान् महान् योद्ध्यांचे अलंकारिलेले हात, हत्तीच्या शुंडेप्रमाणें पुष्ट व बळकट अशा मांड्या, कुंडलांनीं व उत्तम चूडामणींनीं शृंगारलेलीं मस्तकें ह्यांचा अगदीं खच पडल्यामुळें ह्या वसुंधरेला कांहीं विलक्षणच शोभा प्राप्त झाली आहे ! त्याप्रमाणेंच ह्या समरभूमीवर हात, हाय व माना तुटून जाऊन नुसतीं जीं वीरांचीं रक्तानें माखलेलीं धडें पडलीं आहेत, त्यांवर दृष्टि दिली ह्मणजेही रणभूमि खचीत ज्वालारहित अशा शांत अग्निनीं युक्त असलेलें केवळ यज्ञकुंडच होय असा भास होतो ! अर्जुना, ह्या स्थळीं सुवर्णाच्या घंटा लाविलेले अनेक सुंदर भग्न रथ व बाणप्रहारांनीं आंतडीं लोंबून मरून पडलेले घोडे अवलोकन कर. त्याप्रमाणेंच, अर्जुना, हे रथांचे कणे, बाणांचे भाते, पताका, नानाविध ध्वज, रथ्यांचे मोठमोठे श्वेत शंख, चामरें, जिभा काढून पडलेले हे पर्वततुल्य हत्ती, त्यांजवरील चित्रविचित्र निशाणें, तसेच हे हत झालेले हयगज, हत्तींचे हौदे व अंबाऱ्या, चर्में व शाली, हत्तींच्या अंगांवरील फाटून तुटून गेलेलीं भरजरीचीं मनोहर वस्त्रें व झुली, मोठमोठाले हत्ती खालीं पडल्यामुळें फुटून गेलेल्या अनेक घंटा, भूमीवर पडलेले हे वैदूर्यदंड, सुंदर अंकुश, घोडेस्वारांच्या हातांत असलेले सुवर्णमय चाबूक, घोड्यांचीं सुवर्णालंकृत व रत्नखचित खोगिरें, भूपतींच्या मस्तकांवरील रत्नें, मनोहर कांचनमाला, छत्रें, चामरें व पंखे हे येथें गळून पडले आहेत पहा. त्याप्रमाणेंच, अर्जुना, रुधिराचा कर्दम मातलेल्या ह्या धरणीवर जिकडे तिकडे चंद्र व नक्षत्रें ह्यांप्रमाणें कांतिमान्, मनोहर कुंडलांनीं विराजित व झोंकदार केशकलापांनीं सुंदर शोभणारीं हीं वीरांचीं मुखकमलें विकीर्ण झालीं आहेत तीं अवलोकन कर. अर्जुना, तसेच हे जखमी होऊन रडत आरडत चोहोंकडे समरांगणांत पडलेले योद्धे पहा. हे अद्यापि कुडींत प्राण धरून आहेत आणि ह्यांचे आप्तसुहृद हातांतील शस्त्रास्त्रें टाकून देऊन ह्यांच्या समीप एकसारखे विलाप करीत ह्यांची नानाप्रकारें शुश्रूषा करण्यांत निमग्न आहेत. अर्जुना, तसेच हे दुसरे महापराक्रमी वीर दुसऱ्या शूर वीरांना बाणाच्छादित करून विजय मिळविण्याच्या इच्छेनें क्षुब्ध होऊन पुनः युद्धाला जात आहेत, त्यांजवर दृष्टि दे. त्याप्रमाणेंच, अर्जुना, हीं मनुष्यें कशीं जिकडे तिकडे धावपळ करीत चाललेलीं आहेत तीं पहा. अरे, रणांत पतन पावलेल्या ह्यांच्या नातलगांनीं ह्यांजपाशीं उदक मागितल्यामुळें तें आणण्यासाठीं तीं इतक्या लगबगीनें चाललीं आहेत. अर्जुना, हीं पहा बहुत मनुष्यें पाणी पाणी करीत हिंडतांना पटापट मरत आहेत ! कितीएक पाणी घेऊन आलेलीं शूर मनुष्यें तृषार्त झालेल्या आप्तांना बेशुद्ध पाहून तें पाणी फेंकून देऊन आक्रोश करीत एकमेकांकडे धावत आहेत ! कितीएक तान्हेलेले योद्धे पाणी पितांपितांच प्राण सोडीत आहेत पहा ! त्याप्रमाणेंच कितीएक बंधुवत्सल वीर आपल्या प्रिय बांधवांना सोडून ह्या महान् समरभूमीवर युद्ध करण्याकरितां चोहोंकडे धावत आहेत ! आणि त्याप्रमाणेंच

दुसरे कितीएक योद्धे दांतओंठ चावीत आणि भुंवया चढवून क्रोधमुद्रेनें सभोंवतालीं पहात चालले आहेत !

राजा, ह्याप्रमाणें भाषण करून, जिकडे युधिष्ठिर होता तिकडे कृष्ण रथ घेऊन निघाला व जातांना अर्जुनानेंही नृपतिदर्शनार्थ फार उत्सुक होऊन 'गोविंदा, चल, चल.' असा त्यास पुन:पुन: तगादा केला. धृतराष्ट्रा, माधवानें ती युद्धभूमि पार्थाला दाखवून मग युधिष्ठिराकडे जाण्याची त्वरा केली, व तो हळूच अर्जुनाला ह्मणाला, "बा पांडुपुत्रा, तो पहा तेथें धर्मराजा युधिष्ठिर असून त्याजवर दुसरे भूपाल चाल करून गेले आहेत; तसाच तो पहा कर्ण जसा काय रणरंगावर अग्निच चेतला आहे! तो पहा महाधनुर्धर भीम युद्धार्थ परत येत आहे; आणि पांचाल, सृंजय व पांडव ह्यांचें केवळ मुखच असे जे धृष्टद्युम्नादिक प्रबल योद्धे ते त्याच्यामागून येत आहेत. हें पहा कौरवांचें अफाट सैन्य पांडवांनीं परत येऊन एका क्षणांत उधळून दिलें! अर्जुना, हा पहा कर्ण पळत सुटलेल्या कौरवचमूला आवरून धरण्याविषयीं झटत आहे. तसाच तो यमाप्रमाणें वेगवान् व इंद्राप्रमाणें प्रतापशाली महाधनुर्धर द्रोणपुत्र अश्वत्थामा तिकडेच चालला आहे! अर्जुना, रणांगणांत त्वेषानें चाललेल्या त्या अश्वत्थाम्यावर महारथ धृष्टद्युम्नानें हा हल्ला केला पहा! अरे, इकडे सृंजयांचा रणभूमीवर नाश होऊं लागला पहा!" राजा, ह्याप्रमाणें रणांगणांतली सर्व स्थिति त्या महापराक्रमी वासुदेवानें अर्जुनाला निवेदन केली; आणि मग तेथें मोठा घोर संग्राम सुरू झाला. नंतर उभय दळें मारूं किंवा मरूं अशा निर्धारानें एकवटून दोहोंकडील वीर सिंहासारखी गर्जना करूं लागले आणि मग दोन्ही सैन्यांत मोठी भयंकर प्राणहानि झाली; व ह्या सर्व अनर्थाचें मुख्य कारण म्हटलें ह्मणजे तुझी दुष्ट सल्ला हेंच होय!

अध्याय एकुणसाठावा.

—:०:—

अश्वत्थाम्याचा पराभव.

संजय सांगतो:—नंतर पुन: कौरव व सृंजय हे मोठी लगट करून निकरानें लढूं लागले. त्या समयीं पांडवांकडे युधिष्ठिर व कौरवांकडे कर्ण हे प्रमुख होते. राजा, तेव्हां कर्णानें पांडवांशीं फार भयंकर युद्ध चालविलें आणि त्यांत अतोनात प्राणहानि होऊन यमाच्या राष्ट्राची वृद्धि झाली व प्रेक्षकांच्या अंगावर कांटा उभा राहिला! राजा, तो तुंबळ व घोर संग्राम प्रवृत्त होऊन रक्ताच्या नद्या वाहूं लागल्या आणि शूर संशप्तकांचा महान् संहार घडून त्यांचें अगदीं थोडें सैन्य अवशिष्ट राहिलें. तेव्हां धृष्टद्युम्न, सर्व भूपाल व पांडव हे कर्णावरच चालून गेले; परंतु युद्धास उतावीळ झालेल्या त्या विजयेच्छु वीरांना, नदीच्या प्रवाहास पर्वत ज्याप्रमाणें अडवून धरितो, त्याप्रमाणें एकट्या कर्णानें समरांगणांत अडवून धरिलें. राजा, नंतर कर्णाची व त्या महारथ्यांची लढाई होऊन, पर्वतापुढें जलाचे ओघ फुटून जशी त्यांची चोहोंकडे दाणादाण होऊन जाते, तद्वत् त्या महारथ्यांची कर्णापुढें मोठी दाणादाण झाली! राजा, त्यांचा त्या समयीं फार घनघोर संग्राम झाला व तो पाहून अंगावर अगदीं कांटाच उभा राहिला! तेव्हां धृष्टद्युम्नानें बांकदार बाणानें राधेयाला समरांगणांत विद्ध केलें व त्यास 'थांब थांब' असें म्हटलें. त्या वेळीं तत्काळ महारथ कर्णानें मोठ्या क्रोधानें आपल्या श्रेष्ठ विजय चापानें बाणांचा भडिमार करून धृष्टद्युम्नाचें धनुष्य तोडून टाकिलें, व त्याजवर नऊ सर्पतुल्य जलाल बाण सोडिले; तेव्हां लागलेच

ते बाण त्या महात्म्या धृष्टद्युम्नाच्या सुवर्णमय कवचांत घुसून रुधिराच्या ओघांत माखून जाऊन इंद्रगोपांच्या रांगांप्रमाणें शोभूं लागले! तेव्हां महारथ धृष्टद्युम्नानें आपल्या हातांतलें तें तुटकें धनुष्य फेंकून दिलें व दुसरें धनुष्य धारण करून कर्णाला सत्तर बांकदार पेऱ्यांच्या प्रखर शरांनीं विद्ध केलें. राजा, नंतर कर्णानें शत्रूंना ताप देणाऱ्या धृष्टद्युम्नाला जलाल बाणांनीं झांकून काढिलें; तेव्हां द्रोणशत्रु महाधनुर्धर धृष्टद्युम्नानें निशित बाणांची कर्णावर वृष्टि केली. तें पाहून पुनः कर्णानें सुवर्णालंकृत एक बाण अशा त्वेषानें धृष्टद्युम्नावर टाकिला कीं, जणू काय तो दुसरा यमदंडच होय असें वाटलें! परंतु तो भयंकर बाण मोठ्या वेगानें धृष्टद्युम्नावर जात आहे असें पाहून सात्यकीनें मोठ्या शिताफीनें बाणवृष्टि करून मध्यंतरींच त्याचे शतावधि तुकडे उडविले! राजा, मग कर्णानें सात्यकीवर चोहोंकडून बाणांचा भडिमार चालवून त्यास अगदीं अडविलें व समरांगणांत सात नाराच बाणांनीं त्यास विद्ध केलें. तेव्हां उलट सात्यकीनें कर्णावर सुवर्णमंडित बाण सोडण्याचा सपाटा लाविला आणि मग त्या उभयतांचें असें कांहीं भयंकर व अश्रुतपूर्व युद्ध जुंपलें कीं, तें पाहाण्याला किंवा त्याचें वर्णन ऐकण्यालाही भय वाटूं लागलें! राजा, त्या वेळीं समरभूमीवर कर्णसात्यकींनीं जो कांहीं विलक्षण पराक्रम करून दाखविला, तो पाहून, त्या ठिकाणीं जे प्राणी जमले होते त्यांच्या अंगावर अगदीं कांटाच उभा राहिला!

राजा, इकडे मध्यंतरीं अश्वत्थाम्यानें महाबलवान् धृष्टद्युम्नावर हल्ला केला व त्या शत्रुसंहारक व विजयशील वीराला शत्रूंच्या नगरांना जिंकणाऱ्या अश्वत्थाम्यानें क्रोधायमान होऊन म्हटलें कीं, 'हे ब्रह्मघ्ना, थांब थांब, माझ्या हातून तूं आज जिवंत सुटणार नाहींस!' राजा, असें बोलून अश्वत्थाम्यानें मोठ्या त्वरेनें अत्यंत तीक्ष्ण व धार देऊन जलाल केलेले भयंकर बाण सोडण्याचा सपाटा लाविला व धृष्टद्युम्नास हां हां ह्मणतां बाणाच्छादित करून टाकिलें! राजा, त्या समयीं ते दोघेही महारथ एकमेकांना ठार मारण्याविषयीं अतिशय प्रयत्न करूं लागले आणि त्यांचें फारच निकराचें युद्ध प्रवर्तलें. राजा, समरांगणांत धृष्टद्युम्नाला पाहून द्रोणाला जशी भीति पडली व तो केवळ आपला मृत्युच होय असें जसें त्याला वाटलें, तशीच ह्या समयीं समरभूमीवर आपल्या समोर अश्वत्थाम्याला पाहून धृष्टद्युम्नाला भीति पडली व तो केवळ आपला मृत्युच होय असें त्याला वाटलें! पण, राजा, धृष्टद्युम्नाला माहीत होतें कीं, आपल्याला रणांगणांत शस्त्रापासून मुळींच भय नाहीं, म्हणून तो मोठ्या वेगानें अश्वत्थाम्यावर धावून गेला! त्या वेळीं जणू काय प्रलयकालीं कालावर कालच धावून गेला असें भासलें! राजा, त्या समयीं धृष्टद्युम्न आपल्यावर चाल करून आला असें पाहून अश्वत्थामा नखशिखांत संतापानें पेटला व तो क्रोधाचे सुसकारे टाकीत धृष्टद्युम्नावर उलट धावून गेला! राजा, परस्परांना अवलोकन करितांच त्यांचा विलक्षण क्षोभ झाला आणि मग आपल्या समीप प्राप्त झालेल्या धृष्टद्युम्नाला प्रतापशाली द्रोणपुत्र मोठ्या त्वरेनें म्हणाला, 'हे पांचालाधमा' मी तुला आज यमसदनीं पाठवून देतों. तूं पूर्वीं द्रोणाला वधून जें घोर पातक केलेंस, त्याचें अत्यंत दुःखदायक असें फळ आज तुला प्राप्त होईल! जर ह्या दुर्धर समयीं अर्जुन तुला साहाय्य करण्याला प्राप्त झाला नाहीं, अथवा तूं जर प्राणसंरक्षण करण्याकरितां रणांगणांतून पळून गेला नाहींस, तर मी म्हणतों त्याप्रमाणें निश्चयानें घडेल!' राजा, अश्वत्थाम्याचें हें भाषण श्रवण करून

प्रतापशाली धृष्टद्युम्नानें त्यास म्हटलें, 'हे अश्वत्थामन्, तुझा पिता रणांगणांत निकरानें लढत असतां ज्या माझ्या खड्गानें त्यास उत्तर दिलें, तेंच माझें हें खड्ग ह्या प्रसंगीं तुला उत्तर देईल ! जर त्या महाप्रतापी द्विजवर्य द्रोणाचार्यालाही मीं रणांत ठार मारिलें, तर तुझ्यासारख्या केवळ नामधारी द्विजाला ठार मारण्याइतका मी पराक्रमी नाहीं असें कसें घडेल ?' राजा धृतराष्ट्रा, असें म्हणून सेनापति धृष्टद्युम्न अतिशय चवताळला आणि त्यानें एका निशित बाणानें अश्वत्थाम्यास विद्ध केलें. तेव्हां अश्वत्थाम्यानें संक्रुद्ध होऊन धृष्टद्युम्नावर बांकदार पेऱ्यांचे बाण सोडण्यास आरंभ केला व त्यानें दशदिशा अदृश्य करून टाकिल्या. राजा, त्या समयीं अंतरिक्ष, दिशा व सभोंवतालचे योद्धे हीं सर्व सहस्रावधि शरांनीं आच्छन्न होऊन दिसत नाहींतशीं झालीं. तेव्हां धृष्टद्युम्नानेंही रणास शोभविणाऱ्या अश्वत्थाम्यावर कर्णाच्या समक्ष प्रचंड शरवृष्टि केली व त्यास बाणांनीं झांकून काढिलें ! नंतर कर्णानेंही शत्रुसैन्यावर हल्ला केला आणि त्यानें एकट्यानें पांचाल, पांडव, द्रौपदीचे पुत्र, युधामन्यु व महारथ सात्यकि ह्यांस मोठ्या पराक्रमानें चोहोंकडे मागें हटविलें आणि त्यामुळें तें पाहून सर्वांस मोठें आश्चर्य वाटलें ! इकडे धृष्टद्युम्नानें युद्धांत अश्वत्थाम्याचें धनुष्य छेदिलें, तेव्हां अश्वत्थाम्यानें तें तुटलेलें धनुष्य फेंकून देऊन दुसरें धनुष्य धारण केलें आणि मोठ्या त्वेषानें सर्पतुल्य भयंकर बाणांचा भडिमार करून धृष्टद्युम्नाचें धनुष्य, शक्ति, गदा, ध्वज, हय, सारथि व रथ ह्यांचा निमिषांत विध्वंस उडविला ! राजा, नंतर त्या चापहीन, रथहीन, अश्वहीन व सारथिहीन झालेल्या धृष्टद्युम्नानें सूर्यासारखें देदीप्यमान प्रचंड खड्ग व शतावधि चंद्र बसविलेली ढाल हातांत घेतली; पण असा चमत्कार झाला कीं, धृष्टद्युम्न हा ती ढालतरवार घेऊन रथांतून खालीं उतरला नाहीं तोंच त्याची ती ढालतरवार दृढायुध अश्वत्थाम्यानें नेमकेच शिताफीनें भल्ल बाण सोडून तत्काळ तोडून टाकिली ! ह्याप्रमाणें, राजा, धृष्टद्युम्नाचा रथ नष्ट झाला, अश्व मेले, धनुष्य तुटलें आणि शस्त्रास्त्रांचा भडिमार होऊन त्याचा देह छिन्नविच्छिन्न झाला, तथापि इतकें करूनही जेव्हां बाणवृष्टीनें अश्वत्थाम्याच्या हातून तो धारातीर्थी पडेना, तेव्हां अश्वत्थाम्यानें आपलें धनुष्य टाकून दिलें व तो लागलाच तसाच धृष्टद्युम्नावर धावून गेला; आणि, राजा, ज्याप्रमाणें पन्नगोत्तमावर झडप घालण्याकरितां गरुड मोठ्या आवेशानें उडी टाकितो, त्याप्रमाणेंच महात्म्या अश्वत्थाम्यानें मोठ्या आवेशानें धृष्टद्युम्नावर झडप घालण्याकरितां उडी टाकिली !

राजा धृतराष्ट्रा, इतक्यांत माधव अर्जुनाला म्हणाला, 'अर्जुना, धृष्टद्युम्नाला ठार मारण्याकरितां अश्वत्थाम्यानें केवढा भयंकर यत्न चालविला आहे तें पहा. आतां तो धृष्टद्युम्नाला वधील ह्यांत संदेह नाहीं. ह्यासाठीं, हे महाबाहो अर्जुना, द्रोणपुत्ररूप मृत्यूच्या जबड्यांत सांपडलेल्या धृष्टद्युम्नाला मुक्त कर.' राजा, ह्याप्रमाणें भाषण करून प्रतापवान् वासुदेवानें जेथें अश्वत्थामा धृष्टद्युम्नाशीं लढत होता तिकडे अश्वांना प्रेरिलें. राजा, नंतर वासुदेवाचा इषारा होतांच ते चंद्रासारखे दीप्तिमान् अश्व जणू काय अंतरिक्ष भराभरा पिऊन टाकीत अश्वत्थाम्याच्या रथासन्निध येऊन पोहोंचले. तेव्हां महाबल अश्वत्थाम्यानें ते महापराक्रमी कृष्णार्जुन उभयतां तेथें प्राप्त झाले असें पाहून धृष्टद्युम्नाला ठार मारण्यासाठीं पराकाष्ठा चालविली व आतां हा धृष्टद्युम्नाचे पंचप्राण बाहेर ओढणार, इतक्यांत महाबलिष्ठ अर्जुनानें अश्वत्थाम्यावर बाणांचा

भडिमार आरंभिला ! राजा, नंतर ते गांडीव धनुष्यापासून सुटलेले हेममय घोर शर सर्प जसे वारुळांत शिरतात तसे तत्काळ अश्वत्थाम्याचे देहांत शिरले आणि त्यांच्या योगें विव्हल होऊन अश्वत्थामा समारांगणांत धृष्टद्युम्नाला सोडून देऊन लागलाच आपल्या रथावर आरूढ झाला व त्यानें बळकट धनुष्य धारण करून अर्जुनावर बाणांची वृष्टि सुरू केली. राजा, धृतराष्ट्रा, ह्याप्रमाणें अश्वत्थाम्याच्या कचाट्यांतून धृष्टद्युम्नाची सुटका झाल्याबरोबर सहदेवानें त्या प्रबल योद्ध्याला रथामध्यें घातलें आणि समरांगणांतून एकीकडे नेलें. राजा, नंतर अश्वत्थामा व अर्जुन ह्यांचें युद्ध सुरू झालें. राजा, अश्वत्थाम्यानें आपल्यावर बाणांचा भडिमार चालविला असें अवलोकन करून उलट अर्जुनानेंही अश्वत्थाम्यावर बाणवर्षाव चालू केला. तेव्हां अश्वत्थाम्याला अनावर क्रोध चढला व त्यानें अर्जुनाच्या बाहूंवर व उरावर बाण मारिले. त्या समयीं अर्जुन अतिशय क्षुब्ध झाला व त्यानें यमदंडाप्रमाणें भयंकर असा नाराच बाण अश्वत्थाम्याच्या स्कंधप्रदेशावर टाकिला आणि त्यामुळें तो महाद्युतिमान् द्रोणपुत्र शरवेगानें कळवळून जाऊन समारांगणांत आपल्या रथावर वीरस्थानीं मूर्छित पडला ! राजा, नंतर कर्णानें रणांगणांत वारंवार अर्जुनाकडे डोळे फाडून पहात पहात त्याच्याशीं द्वैरथयुद्ध करण्याच्या इच्छेनें आपल्या धनुष्याच्या प्रत्यंचेचे टणत्कार केले. इतक्यांत अश्वत्थामा अधिकच विव्हल झाला असें पाहून त्याच्या सारथ्यानें त्वरा करून त्याचा रथ रणांगणांतून एकीकडे नेला ! राजा, ह्याप्रमाणें धृष्टद्युम्नाची मुक्तता व अश्वत्थाम्याची दुर्दशा झालेली अवलोकन करून पांचालांस जयप्राप्तीविषयीं मोठी आशा उत्पन्न झाली व ते मोठमोठ्यानें सिंहनाद करूं लागले ! जिकडे तिकडे सहस्रावधि दिव्य वाद्यें वाजूं लागलीं आणि सर्वत्र आनंदाचा गजर झाला ! राजा धृतराष्ट्रा, तेव्हां अर्जुन कृष्णाला म्हणाला कीं, 'आतां संशप्तकांकडे रथ घेऊन चल. कारण, त्यांचा वध करणें हें माझें मुख्य कर्तव्य होय !' नंतर, राजा, ज्यावर अनंत पताका लाविल्या होत्या असा तो रथ कृष्णानें वायुवेगानें—किंबहुना मनोवेगानें—संशप्तकांप्रत नेला.

अध्याय साठावा.

—:०:—

श्रीकृष्णाचें भाषण.

संजय सांगतोः—राजा, संशप्तकांकडे जात असतां मध्यंतरीं कृष्णानें धर्मराज युधिष्ठिराकडे बोट दाखवून अर्जुनास म्हटलें, " अर्जुना, तो तुझा भ्राता युधिष्ठिर पहा; त्यास ठार मारण्याकरितां महाधनुर्धर प्रबळ कौरव त्याचा पाठलाग करीत आहेत; आणि तें पाहून अतिशय क्षुब्ध झालेले युद्धधुरंधर बलवान् पांचाल वीर त्या महात्म्याचें रक्षण करण्यासाठीं त्याच्या साहाय्यार्थ धावत आहेत. तसाच हा सर्व जगताचा राजा दुर्योधन अंगांत चिलखत चढवून रथसैन्यासहवर्तमान धर्मराजाच्या पाठीस लागला आहे. हे पहा धर्मराजाला ठार मारण्याची इच्छा करणाऱ्या ह्या बलवान् दुर्योधनाबरोबर त्याचे भ्राते तिकडेच चालले आहेत व ते सर्व युद्धकलेंत मोठे निष्णात असून त्यांच्या केवळ स्पर्शानेंसुद्धां महाविषारी सर्पाच्या विषाप्रमाणें मृत्यु आल्याशिवाय राहाणार नाहीं ! त्याप्रमाणेंच, हे पुरुषव्याघ्रा, दात्याकडे जसे याचक जातात, तसे हे कौरवांकडील द्विप, अश्व, रथ व नर त्या युधिष्ठिराचा प्राण घेण्याकरितां त्याच्याकडे जात आहेत पहा ! सात्यकि व भीम ह्यांनीं त्यांस मागें हटविलें, तरी इंद्र व अग्नि ह्यांनीं वारंवार मागें हटविलें असतांही अमृत

हरण करण्यासाठीं दैत्य जसे पुनःपुनः पुढें झालेंच, तसेच ते युधिष्ठिराच्या वधाकरितां पुनःपुनः पुढें होतच आहेत ! अर्जुना, कौरवांकडे अफाट सैन्य असल्यामुळें पुनःपुनः हे महाधनुर्धर बलवान् महारथ वीर धनुष्यांच्या प्रत्यंचांचें आस्फालन करीत, सिंहांप्रमाणें गर्जत व शंख फुंकीत, पावसाळ्यांत जसे जलाचे ओघ समुद्रावर चालून जातात तसे धर्मराजावर चालून जात आहेत ! अर्जुना, प्रस्तुत युधिष्ठिराची स्थिति मोठी अनुकंपनीय होय ! दुर्योधनाच्या कचाट्यांत तो इतका सांपडला आहे कीं, जणू काय तो मृत्यूच्या मुखांतच उभा आहे ! अर्जुना, यज्ञकुंडांतील प्रज्वलित अग्नींत आहुति दिल्याप्रमाणें त्याचें आतां भस्म होण्यास अगदीं विलंब लागणार नाहीं ! अर्जुना, धार्तराष्ट्राची सेना व्यूह करून यथायोग्य रीतीनें उभी असल्यामुळें प्रत्यक्ष इंद्रही त्या दुर्योधनाच्या बाणप्रहारांत सांपडल्यास त्याची सुटका होण्यास कठीण पडेल ! अर्जुना, एकदां दुर्योधन मोठ्या त्वेषानें बाणांचा भडिमार करूं लागला म्हणजे त्या क्रोधायमान अंतकाचा तो वेग रणांत सहन करील असा कोणता पुरुष आहे बरें ? अरे, दुर्योधनानें, अश्वत्थाम्यानें, शारद्वत कृपानें व कर्णानें सोडिलेल्या बाणांचा वेग इतका दुर्धर असतो कीं, तो पर्वतांचाही भंग करून टाकील ! अर्जुना, युधिष्ठिराचा पराक्रम कांहीं सामान्य नव्हे, तथापि त्या शत्रूंना पीडा देणाऱ्या पांडुपुत्राला कर्णानें युद्धांतून परत जाण्यास लाविलें ! अर्जुना, कर्ण हा मोठा बलवान् नेमकेच बाण मारणारा, युद्धकलेंत पटाईत व शस्त्रास्त्रांत प्रवीण आहे; शिवाय त्याला महाबलवान् कौरवांचें साहाय्य आहे; तेव्हां तो रणांगांत युधिष्ठिराला पीडा देईल ह्यांत संदेह नाहीं. अर्जुना, पूर्वी हा तत्त्ववेत्ता युधिष्ठिर समरभूमीवर कर्णादिक वीरांशीं लढत असतां कर्णादिकांनीं घोर पराक्रम करून ह्याला मोठ्या संकटांत पाडलें होतें ! हे भरतसत्तमा, युधिष्ठिराची काया उपवासादिकांनीं अगदीं क्षीण झाली आहे; अरे, हा ब्रह्मचिंतनांत मोठा बलिष्ठ आहे, पण क्षात्रविद्येंत तितका प्रवीण नाहीं; आणि असें असतां ह्या वीराची कर्णाशीं गांठ पडल्यामुळें आतां ह्या प्राणसंकटांतून हा युधिष्ठिर कसा मुक्त होईल ह्याची मला चिंता वाटते ! अर्जुना, जयेच्छु कौरव मोठमोठ्यानें गर्जना करून व महान् महान् शंख वाजवून, युधिष्ठिराला मारा ! युधिष्ठिराला मारा ! म्हणून कसे ओरडत आहेत ते पाहिलेसना ? मला तर असें वाटतें कीं, ज्या अर्थी हा कोपिष्ठ व प्रतापशाली भीमसेन शत्रूंकडील हा सिंहनाद निमूटपणें सहन करीत आहे, त्या अर्थी आज युधिष्ठिर खचित वांचत नाहीं ! हा पहा कर्ण महाबलाढ्य कौरवांना युधिष्ठिरावर हल्ला करण्यास सांगत आहे व हे महारथ तदनुरूप स्थूणाकर्ण, इंद्रजाल व पाशुपत ह्या अस्त्रांचें आवाहन करून धर्मराजाला शस्त्रजालांनीं झांकून काढीत आहेत ! ह्यास्तव, प्रस्तुत समयीं धर्मराजाची ही विपन्न अवस्था मनांत आणून त्याला मदत करण्याकरितां धनुर्धरश्रेष्ठ पांचालपांडव कसे मोठ्या वेगानें तिकडे जात आहेत ते पहा. जर ते ह्या वेळीं त्वरा करून त्यास हात द्यावयास गेले नाहींत, तर तो खचित ह्या आपत्सागरांत बुडून जाईल आणि मग पांडवपांचालांचें सर्व बल व्यर्थ होईल ! अर्जुना, हा पहा धर्मराजाचा ध्वज दिसत नाहींसा झाला ! कर्णानें बाणांचा भडिमार करून तो तोडून टाकिला ! अरे नकुल, सहदेव, सात्यकि, शिखंडी, धृष्टद्युम्न, भीम, शतानीक, पांचाल व चेदि हे सर्व पहात असतां कर्णानें हें कृत्य केलें ! हा पहा कर्ण रणांत बाणांचा वर्षाव करून कमलिनींचा विध्वंस उडविणाऱ्या हत्तीप्रमाणें

पांडवसेनेचा विध्वंस उडवीत आहे! हे पांडुनंदना, तुझ्या सैन्यांतले हे रथ पळून चालले पाहिलेस काय? अरे, ही पहा ह्या महारथाची कशी त्रेधा उडाली आहे! तसेंच हे पहा आपल्या सैन्यांतील हत्ती कर्णानें बाणप्रहारांनीं विद्ध केल्यामुळें आर्तस्वर करीत दशदिशांस पळत आहेत! त्याप्रमाणेंच शत्रुसंहारक कर्णानें उधळून दिलेला हा रथसमुदाय चोहोंकडे एकसारखा धावत सुटला आहे! अर्जुना, गजकक्षेचें चिन्ह असलेला कर्णाचा हा श्रेष्ठ ध्वज जिकडे तिकडे फिरत चालला आहे पहा! हा पहा कर्ण तुझ्या सैन्याचा विध्वंस उडवून शतावधि शरांचा वर्षाव करीत भीमसेनावर धावून गेला! अर्जुना, ज्याप्रमाणें महान् रणांत इंद्रानें दैत्यांवर शस्त्रप्रहार चालविला असतां त्यांची दाणादाण उडून ते पळून गेले, त्याप्रमाणें कर्णाच्या शरप्रहारांनीं दाणादाण होऊन हे पांचाल महारथ पळून जात आहेत! अर्जुना, हा पहा कर्ण युद्धांत पांचाल व पांडुसृंजय यांना जिंकून सभोंवार सर्व दिशांकडे न्याहाळून पहात आहे. माझा तर असा समज आहे कीं, तो तुझीच वाट पहात आहे! अर्जुना, हा पहा कर्ण आपलें श्रेष्ठ धनुष्य आस्फालीत असतां किती शोभत आहे! जणू काय दैत्यांना जिंकिल्यावर सुरसंघांनीं परिवृत असलेला हा देवेंद्रच होय असें मला भासतें! हे पहा कौरवांचे वीर कर्णाचा पराक्रम पाहून मोठमोठ्यानें गर्जत आहेत व त्यामुळें चोहोंकडे पांडवांची व सृंजयांची तारांबळ उडाली आहे! हा पहा कर्ण महारणांत पांडवांना अगदीं भयभीत करून आपल्या सर्व सैनिकांना चेव आणण्यासाठीं त्यांना म्हणत आहे कीं, ‘ कौरवहो, तुमचें कल्याण होवो. आतां तुह्मी फार त्वरा करून अशा मोठ्या निकरानें चाल करा कीं, एकही सृंजय तुमच्या हातांतून जिवंत सुटणार नाहीं! तुह्मी सर्व अगदीं एकत्र होऊन हल्ला करा; आह्मी तुमच्या मागून येतों.’ अर्जुना, हा पहा असें बोलून कर्णानें मागून बाणांचा भडिमार चालू केला! अर्जुना, हा कर्ण पहा; ह्याच्या मस्तकावर कांतिमान् शंभर ताड्यांचें देदीप्यमान श्वेत छत्र शोभत असल्यामुळें जणू उदयपर्वतावर चंद्रबिंबच उगवलें आहे! हा पहा कर्ण तुझ्यावर नेत्रकटाक्ष फेंकीत आहे; आतां हा मोठ्या वेगानें समरांगणांत तुझ्यावर खचित धावून येईल! अर्जुना, हा पहा कर्ण प्रचंड धनुष्य धारण करून रणांत सर्पविषाप्रमाणें भयंकर बाण सोडीत आहे! अर्जुना, हा पहा कर्ण तुझा वानरध्वज अवलोकन करून मागें वळला; आतां हा तुझ्याशीं युद्ध करण्यास खचित येईल! पण, अर्जुना, प्रज्वलित अग्नीच्या मुखांत उडी घालणाऱ्या शलभाची जी गति होते तीच गति ह्याची होईल! तुझ्यावर कर्ण हा एकटाच चालून येत आहे असें पाहून त्याच्या संरक्षणासाठीं दुर्योधन रथसैन्य बरोबर घेऊन मागें वळला पहा; ह्या दुष्ट दुरात्म्याला ह्या सर्वांसहवर्तमान मोठ्या प्रयत्नानें ठार मारून यश, राज्य व उत्तम सुख ह्यांची त्वां जोड करून घ्यावी! तुम्ही दोघेही योद्धे मोठे बलिष्ठ व कीर्तिमान् असल्यामुळें तुमचें युद्ध म्हणजे देवदानवांच्या युद्धाप्रमाणें फार भयंकर होईल; ह्यासाठीं तुम्हां दोघांचा घोर संग्राम माजून त्यांत तुझा पराक्रम सर्व कौरवांच्या दृष्टीस पडावा! अर्जुना, तूं क्षुब्ध झालास व त्याप्रमाणेंच कर्णही क्षुब्ध झाला, आणि मग तुम्हां दोघांचें युद्ध लागलें, म्हणजे क्रुद्ध झालेला दुर्योधन पुढें कांहींएक करणार नाहीं! अर्जुना, तूं विहित कर्म करण्यास उद्युक्त आहेस; आणि कर्ण हा धर्मराज युधिष्ठिराचा अपराधी आहे, असा विचार करून, जें समयास उचित असेल तेंच तूं आतां कर. अर्जुना, तूं

युद्ध करितांना नीट दक्षता ठेवून महारथ कर्णावर चालून जा. हे पहा बलाढ्य व वीर्यशाली पांचशें श्रेष्ठ रथ, पांच हजार हत्ती, दहा हजार घोडेस्वार व लक्षावधि पायदळ अगदीं जूट करून एकमेकांच्या संरक्षणासाठीं अवश्य तितकी काळजी घेत तुझ्यावर चालून येत आहे. हा पहा ह्या सर्व सैन्याच्या अग्रभागीं अश्वत्थामा आहे. म्हणून ह्या सर्व सैन्याचा तूं त्वरित नाश करून टाक. अर्जुना, प्रथम ह्या रथसैन्याचा संहार उडव आणि मग महाबलिष्ठ, लोकविख्यात व महाधनुर्धर जो कर्ण त्यावर मोठ्या आवेशानें चालून जाऊन त्याला आपलें सामर्थ्य दाखव. अर्जुना, हा पहा कर्ण क्रोधायमान होऊन पांचालांवर धावत सुटला! हा पहा धृष्टद्युम्नाच्या रथासमीप त्याचा ध्वज दिसूं लागला! आतां हा फार थोड्या अवधींत पांचालांजवळ येऊन भिडेल असें मला वाटतें!

"अर्जुना, आतां मी तुला एक प्रिय वार्ता निवेदन करितों. हा पहा धर्मराज युधिष्ठिर सुरक्षित व खुशाल आहे! हा पहा महाबाहु भीमसेन मागें वळून सैन्याच्या बिनीवर अधिष्ठित झाला व त्याच्यासमवेत सृंजयांचें सैन्य व सात्यकि आहे! हा पहा भीमसेन व महात्मे पांचाल ह्यांनीं निशित शरांचा भडिमार करून कौरवांना वधण्याचा सपाटा सुरू केला! हें पहा कौरवांचें सैन्य विमुख होऊन पळत सुटलें! ह्या पहा भीमाच्या शरप्रहारांनीं कौरवसेनेच्या अंगांतून रक्ताच्या धारा वाहूं लागल्या! हा पहा जिकडे तिकडे रक्ताचा कर्दम माजून पिकें जळून गेलेल्या क्षेत्राप्रमाणें समरभूमीवर मोठी विपन्न दशा दिसूं लागली! अर्जुना, हा पहा सर्पाप्रमाणें खवळलेला वीरश्रेष्ठ भीमसेन मागें वळून कौरवांच्या सैन्याची दाणादाण उडवीत आहे! ह्या पहा कौरवसेनेच्या चंद्र, सूर्य व तारे ह्यांनीं अलंकृत केलेल्या पिंवळ्या, तांबड्या, काळ्या व पांढऱ्या पताका आणि छत्रें सर्वत्र पडत आहेत! हे पहा सुवर्णाचे, रजताचे, पितळेचे व इतर धातूंचे नानाविध ध्वज पटापट खालीं पडत आहेत! तसेंच हे पहा हत्तीघोडे रणांगणांत मरून पडत आहेत! त्याप्रमाणेंच हे पहा धीट पांचालांनीं नानाप्रकारचे बाण मारून विद्ध केलेले अनेक रथी आपआपल्या रथांतून खालीं पडत आहेत! तसेच हे वेगवान् पांचाल वीर धार्तराष्ट्रांच्या नरहीन झालेल्या हत्तींवर, घोड्यांवर व रथांवर चालून जात आहेत पहा! हा पहा ह्या दुर्धर्ष नरव्याघ्रांनीं जिवावर उदार होऊन भीमसेनाच्या आश्रयानें कौरवसेनेचा घोर संहार आरंभिला! हे पहा पांचाल वीर मोठमोठ्यानें गर्जत व शंख फुंकीत बाणांचा भडिमार करीत रणांगणांत शत्रूंवर धावून जात आहेत! ह्या पांचालांचा केवढा प्रताप आहे तो अवलोकन कर! हे पहा पांचाल—जसे क्रुद्ध झालेले सिंह हत्तींच्या शरीरांचे लचके तोडितात तसे—कौरवांच्या शरीरांचे लचके तोडीत आहेत! हे पहा पांचाल वीर स्वतः निःशस्त्र असतां सशस्त्र शत्रूंच्या हातांतील शस्त्रें हिसकावून घेऊन त्यांनींच शत्रूंना बिनहरकत ठार करीत असून आनंदानें ओरडत आहेत! हीं पहा शत्रूंचीं मस्तकें व भुज भग्न होऊन पडत आहेत. हें पहा पांचालांचें चतुरंग सैन्य सर्वत्र विजयीच होत चाललें आहे! मानससरोवरांतून आलेले हंस जसे मोठ्या वेगानें गंगेंत प्रवेश करितात, तसे हे पांचाल मोठ्या वेगानें कौरवसैन्यांत प्रवेश करून त्याची अगदीं दुर्दशा उडवीत आहेत! पांचालांच्या निवारणाकरितां कृपकर्णादिकांनीं अगदीं पराकाष्ठा केली, परंतु अखेरीस भीमाच्या अस्त्रांपुढें त्यांचें कांहीं न चालतां त्यांचा अगदीं मोड झाला व शेवटीं धृष्टद्युम्नादिकांनीं सहस्रावधि शत्रूंचा संहार केला! हा पहा

शत्रूंनीं पुनः पांचालांस चोहोंकडून गराडा दिला! पण ही पहा वायुपुत्र भीमानें कौरवांवर उडी घालून बाणांच्या भडिमारानें त्या अफाट सैन्याची पुनः अधिक दैना करून सोडिली! हे पहा भीमसेनाच्या भयानें कौरवांचे रथ कसे गांगरून गेले! हे पहा भीमानें नाराच बाण मारून भग्न केलेले हत्ती खालीं पडत आहेत! जणू काय हीं वज्रधर इंद्रानें भग्न केलेलीं पर्वतांचीं शिखरेंच कोसळत आहेत! हे पहा भीमसेनानें बांकदार पेऱ्यांच्या बाणांनीं विद्ध केलेले महान् महान् हत्ती सैरावैरा पळत असून आपल्याच सैन्याला पायांखालीं तुडवीत आहेत! अर्जुना, आतां आपणांस खचित विजय मिळणार असें समजून रणांगणांत भीमसेन मोठमोठ्यानें सिंहासारखी भयंकर गर्जना करीत आहे, हें पाहिलेंसना? हा पहा निषादांचा राजा नैषादि क्रोधायमान होऊन भीमसेनाला ठार मारण्याच्या इच्छेनें आपल्या श्रेष्ठ हत्तीवर बसून तोमरांचा वर्षाव करीत दंडधारी यमाप्रमाणें भीमसेनावर धावून आला! हे पहा त्याचे तोमरांसहवर्तमान हात भीमसेनानें गर्जना करून अग्नि व सूर्य ह्यांप्रमाणें देदीप्यमान अशा जलाल दहा नाराच बाणांनीं तोडून टाकिले व त्यास शेवटीं मृत्युमुखीं लोटिलें; अर्जुना, हा पहा भीम नैषादीला वधून मागें वळला व दुसऱ्या हत्तींवर प्रहार करूं लागला! हे पहा ह्या घनःशाम हत्तींवर महात आरूढ आहेत, त्यांजवर वृकोदरानें शक्ति व तोमरें ह्यांचा भडिमार चालविला आहे! हा पहा तुझ्या वडील भ्रात्यानें निशित बाणांचा वर्षाव करून प्रत्येक वेळीं ध्वजपताकांसहित सात सात हत्ती वधण्याचा सपाटा लाविला! हे पहा बाकीचे हत्ती प्रत्येकावर दहा दहा नाराच बाण सोडून भीमसेनानें वधिले! अर्जुना, हा क्रोधायमान भीमसेन पुनः इकडे येऊन इंद्राप्रमाणें पराक्रम गाजवूं लागल्यामुळें आतां धार्तराष्ट्रांच्या गर्जना अगदीं ऐकूं येईनातशा झाल्या! हें पहा तीन अक्षौहिणी कौरवसैन्य एकत्र होऊन भीमसेनावर चालून आलें, परंतु तें सर्व संक्रुद्ध झालेल्या भीमसेनानें मागें दडपिलें. अर्जुना, मध्यान्हींच्या सूर्याकडे दुखऱ्या डोळ्यांच्या मनुष्यांना जसें पाहावत नाहीं तसें ह्या भीमसेनाकडे ह्या दुर्बल राजांना मुळींच मान वर करून पाहावत नाहीं! अर्जुना, ज्याप्रमाणें सिंहाला पाहून मृगांची गाळण उडते, त्याप्रमाणें भीमाला पाहून ह्या भूपाळांची गाळण उडाली आहे! व युद्धभूमीवर ह्याप्रमाणें भीमसेनाच्या शरवृष्टीमुळें त्यांस आतां सुखाची—जयाची—आशाच करणें नको!”

संजय सांगतोः—राजा, ह्याप्रमाणें कृष्णानें जें कांहीं सांगितलें तें श्रवण करून, आणि भीमसेनानें जें दुर्घट कर्म केलें तें पाहून, कौरवांचें जें सैन्य अवशिष्ट राहिलें होतें त्याचा अर्जुनानें संहार केला. राजा, नंतर त्यानें संशप्तकांचा विध्वंस उडविण्यास प्रारंभ केला. तेव्हां त्यांपैकीं पुष्कळ वीर दाही दिशांस पळून गेले व बाकीचे धारातीर्थीं पतन पावून इंद्राच्या आतिथ्यास पात्र होऊन सुखी झाले! त्या समयीं पार्थानें बांकदार पेऱ्यांचे बाण सोडून कौरवांचें चतुरंग सैन्य ठार केलें!

अध्याय एकसष्टावा.

—:०:—

संकुलयुद्ध.

धृतराष्ट्र विचारतोः—संजया, भीमसेन व युधिष्ठिर हे परत येऊन पांडवांनीं व सृंजयांनीं माझ्या सैन्याचा संहार उडविण्यास प्रारंभ केला व माझें सैन्य वारंवार खिन्न होऊन पळून जाऊं लागलें तेव्हां मग कौरवांनीं काय केलें तें मला सांग.

संजय सांगतोः---राजा धृतराष्ट्रा, रणांगणांत महाबाहु भीमसेन परत आला असें पाहून प्रतापशाली सूतपुत्र कर्णाला मनस्वी क्रोध चढला व तो आरक्त नेत्र करून भीमसेनावर चालून गेला. तेव्हां त्यानें पाहिलें तों कौरवांची सेना भीमसेनाला भिऊन युद्धविमुख होत्साती पळत आहे, असें त्यास आढळून आलें; म्हणून त्यानें प्रथम मोठ्या यत्नानें ती सेना आवरून धरिली आणि तिचा योग्य बंदोबस्त करून मग तो युद्धदुर्मद पांडवांवर चाल करून गेला. त्या समयीं कर्ण आपल्यावर आला असें पाहून पांडवांकडील महारथांनीं रणांगणांत बाणांचा भडिमार करीत त्याजवर हल्ला केला. त्या वेळीं भीमसेन, सात्यकि, शिखंडी, जनमेजय, बलवान् धृष्टद्युम्न व सर्व प्रभद्रक वीर कर्णाला ठार मारण्याच्या इच्छेनें संक्रुद्ध होऊन जयाची आशा करीत तुझ्या सैन्यावर चोहोंकडून तुटून पडले. राजा, तेव्हां तुझ्या सेनेंतील महारथ वीरही तत्काळ पांडवांना ठार करण्याच्या इराद्यानें शत्रूंवर धावून गेले आणि मग तीं ध्वजपताकादिकांनीं युक्त अशीं दोन्ही चतुरंग दळें एकवटलीं, तेव्हां तें अवाढव्य सैन्य फारच अद्भुत दिसूं लागलें! राजा, त्या वेळीं शिखंडीनें कर्णावर हल्ला केला, धृष्टद्युम्नानें महासेनेनें युक्त अशा दुःशासनावर हल्ला केला, नकुलानें वृषसेनावर, युधिष्ठिरानें चित्रसेनावर व सहदेवानें उलूकावर हल्ला केला, सात्यकीनें शकुनीवर हल्ला केला, द्रौपदीपुत्रांनीं कौरवांवर हल्ला केला, महारथ द्रोणपुत्रानें मोठ्या दक्षतेनें अर्जुनावर हल्ला केला. महेष्वास युधामन्यूवर कृपानें हल्ला केला, बलवान् कृतवर्म्यानें उत्तमौजावर हल्ला केला, आणि महाबाहु भीमसेनानें तुझ्या पुत्रांवर व बाकीच्या कौरवसेनेवर हल्ला केला व त्यानें एकट्यानें त्या सर्व सेनेला मागें हटवून टाकिलें! राजा धृतराष्ट्रा, नंतर कर्ण हा धीटपणानें समरभूमीवर संचार करीत असतां भीष्माचें हनन करणाऱ्या शिखंडीनें बाणांचा भडिमार करून त्यास कुंठित केलें. तेव्हां कर्ण फार संतप्त होऊन दांतओंठ खाऊं लागला आणि मग त्यानें शिखंडीच्या भुंवयांच्या मध्यंतरीं तीन बाण मारून त्यास विद्ध करून टाकिलें! राजा धृतराष्ट्रा, कर्णानें शिखंडीला जे हे तीन बाण मारिले, ते त्याच्या भालप्रदेशीं तसेच रुतून राहिले व त्यामुळें जणू काय रुप्याच्या पर्वतावर तीन शृंगेंच वाढलीं आहेत अशी मोठी शोभा दिसली! राजा, ह्याप्रमाणें कर्णानें शिखंडीला अतिशयित विद्ध केलें तेव्हां शिखंडीनें उलट समरांगणांत नव्वद धार दिलेले बाण कर्णावर सोडिले. तें पाहून महारथ कर्णानें तीन बाण मारून शिखंडीचे घोडे व सारथि ह्यांस वधिलें व एक क्षुरप्र बाण सोडून त्याचा ध्वज छेदून टाकिला! राजा, नंतर महारथ शिखंडी हा अश्वहीन झालेल्या रथांतून उडी मारून खालीं उतरला आणि त्या शत्रुसंहारक वीरानें क्रोधायमान होऊन कर्णावर शक्ति सोडिली! तेव्हां कर्णानें तीन बाण मारून शिखंडीची ती शक्ति तोडिली आणि पुनः त्याजवर नऊ निशित बाण सोडिले. राजा, त्या समयीं ते बाण आपल्यावर येत आहेत असें पाहून शिखंडीनें ते बाण चुकविले व आधींच अतिशयित जखमी झालेला तो नरोत्तम शिखंडी रणभूमींतून तत्काळ एकीकडे झाला! नंतर कर्णानें पांडवांच्या सैन्याची दाणादाण केली; व ज्याप्रमाणें सोसाट्याचा वारा कापसाला दाही दिशांस उधळून टाकितो, त्याप्रमाणें त्यानें शत्रुसैन्याला पार उधळून दिलें!

राजा, इकडे धृष्टद्युम्नाचें व दुःशासनाचें युद्ध लागलें होतें, त्यांत धृष्टद्युम्नानें दुःशासनाच्या वक्षस्थळीं तीन बाण मारिले असतां दुःशासनानें उलट एक बांकदार पेऱ्यांचा सुवर्ण-

पुंख भल्ल बाण सोडून धृष्टद्युम्नाचा डावा बाहु विद्ध केला. तेव्हां धृष्टद्युम्नाला फार क्रोध चढला व त्यानें तत्काळ एक भयंकर बाण दु:शासनावर फेंकिला ! त्या समयीं धृष्टद्युम्न-प्रेरित तो महावेगवान् शर आपल्यावर येत आहे असें पाहून त्याजवर तुझ्या पुत्रानें तीन बाण सोडिले व त्याचा तत्काळ विध्वंस उड-विला ! नंतर दु:शासनानें सुवर्णमंडित मतरा भल्ल बाण धृष्टद्युम्नाच्या वक्षस्थळीं व बाहूंवर मारिले आणि त्याबरोबर तो पार्षत धृष्टद्युम्न अतिशय क्षुब्ध झाला व त्यानें अत्यंत जलाल असा क्षुरप्र बाण टाकून दु:शासनाचें धनुष्य तोडिलें व त्यामुळें सर्व सैन्य मोठ्यानें ओरडूं लागलें ! राजा, नंतर तुझ्या पुत्रानें दुसरें धनुष्य धारण केलें व हंसत हंसत चोहोंकडून बाणांचा भडिमार करून धृष्टद्युम्नाला जागच्या जागीं खिळून टाकिलें ! राजा, तुझ्या शूर पुत्राचा तो पराक्रम पाहून योद्ध्यांना रणांगणांत तो मोठा चमत्कार वाटला आणि सिद्ध व अप्सरांचे समुदाय ह्यांनीं तर तें अतिशयच नवल मानिलें ! राजा, त्या समयीं तो महाबल धृष्टद्युम्न त्या प्राणसंकटांतून मुक्त होण्यासाठीं प्रयत्न करीत होता; परंतु त्या बाणांच्या वेढ्यांतून बाहेर पडलेला तो आम्हांला दिसला नाहीं; सिंहानें ज्याप्रमाणें हत्तीला एका जागीं खुंटवून ठेवावें, त्याप्रमाणें दु:शासनानें त्यास एका जागीं खुंट-वून ठेविलें ! राजा, नंतर सेनापति धृष्टद्युम्नाला सोडविण्याकरितां पांचालांनीं रथ, गज व अश्व ह्यांसहवर्तमान तुझ्या पुत्रावर हल्ला केला आणि मग उभय दळांचा असा कांहीं घोर संग्राम सुरू झाला कीं, त्यांत जणू काय प्रलयकाल-चाच प्राणिसंहार होऊं लागला !

धृतराष्ट्रा, इकडे वृषसेनानें नकुलाला पांच लोहबाणांनीं विद्ध केलें व पुनः पित्याच्या समीप असतां त्यानें आणखी तीन बाण नकुला-वर सोडले. मग शूर नकुलानें हंसत हंसत एक अतिशय प्रखर नाराच बाण टाकून वृष-सेनाला हृदयप्रदेशीं फार विद्ध केलें. तेव्हां बलवान् नकुलाच्या त्या शरानें वृषसेन फारच पीडित झाला व त्यानें उलट वीस बाण शत्रूवर सोडिले; पण तें पाहून नकुलानेंही लागलेच पांच बाण वृषसेनावर टाकिले ! राजा, त्या समयीं ते दोघेही वीर फार खवळले व एकमेकांवर हजारों बाण सोडून त्यांनीं एकमेकांस बाणांनीं झांकून काढिलें ! तेव्हां त्या दोघांही योद्ध्यांचीं सैन्यें फुटलीं व सैरावैरा धावूं लागलीं ! इतक्यांत कौरवांची सेना पळूं लागली असें पाहून कर्ण त्या ठिकाणीं प्राप्त झाला व त्यानें मोठ्या हिंमतीनें त्या सैन्यास आळा घातला. इकडे कर्ण परतल्यानंतर नकुल हा कौरवांवर चालून गेला व कर्णाचा पुत्र वृषसेन हा रणांगणांत नकुलाला सोडून तत्काळ कर्णाच्या रथासमीप येऊन त्याच्या रथाचें चक्र संभाळूं लागला !

इकडे, क्रुद्ध झालेल्या उलूकाला रणांगणांत प्रतापशाली सहदेवानें मागें हटविलें आणि त्याचे चारही घोडे व सारथि ह्यांस यम-सदनीं पाठवून दिलें ! नंतर उलूकानें आपल्या रथांतून खालीं उडी टाकिली व आपल्या पित्याला संतोषविणाऱ्या त्या महावीरानें ताबड-तोब त्रिगर्तांच्या सैन्यावर हल्ला केला. इकडे, सात्यकीनें धार देऊन जलाल केलेल्या वीस नाराच बाणांचा भडिमार करून शकुनीला विद्ध केलें व हंसत हसत भल्ल बाणानें त्याचा ध्वज तोडिला ! तेव्हां क्रोधायमान झालेल्या प्रतापी शकुनीनें रणांगणांत सात्यकीच्या चिल-खताचा भेद केला व उलट त्याचा कांचनध्वज छेदिला ! नंतर सात्यकीनें जलाल बाणांचा भडिमार करून शकुनीला विद्ध केलें; आणि सारथ्यावर तीन बाण टाकिले व तत्काळ अश्वांवर बाण सोडून त्यांस यमसदनीं पाठविलें !

तेव्हां शकुनि एकदम रथांतून उडी मारून खालीं आला व महात्म्या उलूकाच्या रथावर चढला. त्या समयीं तत्काळ उलूकानें त्यास युद्धशाली सात्यकीपासून सुरक्षित राखण्यासाठीं रणांतून एकीकडे नेलें ! तेव्हां सात्यकीनें कौरवसेनेवर मोठ्या आवेशानें हल्ला केला आणि त्यामुळें तें सैन्य फार लवकर फुटलें व सात्यकीच्या बाणप्रहारांनीं जर्जर होऊन दशदिशा धुंडाळीत नष्ट झालें ! इकडे तुझ्या पुत्रानें भीमसेनाला रणांत मागें हटविलें; पण भीमानें त्या लोकेश्वर दुर्योधनाला क्षणांत अश्वहीन, रथहीन, सूतहीन व ध्वजहीन करून टाकिलें व त्यामुळें पांडवसैन्याला मोठा आनंद झाला ! तेव्हां दुर्योधन भीमसेनाच्या दृष्टीआड गेला आणि मग सर्व कौरवसैन्यानें भीमसेनावर चाल केली. राजा, त्या समयीं भीमसेनाला ठार मारण्याच्या इच्छेनें तुझें सैन्य मोठमोठ्यानें आरोळ्या देऊं लागलें आणि दोन्ही सैन्यें निकरानें लढूं लागलीं. तेव्हां युधामन्यूनें कृपाला बाणविद्ध करून त्याचें धनुष्य ताबडतोब छेदिलें. त्या वेळीं शस्त्रधरश्रेष्ठ कृपानें दुसरें धनुष्य हातांत घेतलें आणि त्यानें युधामन्यूचा ध्वज, सारथि व छत्र हीं तोडून भूमीवर पाडिलीं. तेव्हां मग महारथ युधामन्यु स्वतः रथ घेऊन रणांगणांतून एकीकडे गेला !

राजा धृतराष्ट्रा, इकडे उत्तमौजानें घोर पराक्रमी भयंकर हार्दिक्यावर (कृतवर्म्यावर) बाणांचा एकदम भडिमार करून, मेघ ज्याप्रमाणें पर्वताला आच्छादित करितो, त्याप्रमाणें हार्दिक्याला आच्छादित केलें ! त्या समयीं त्या दोघांचें जसें तुंबल व घोर युद्ध झालें, तसें युद्ध मीं पूर्वीं कधींही पाहिलें नव्हतें. राजा, तेव्हां हार्दिक्यानें उत्तमौजाच्या हृदयांत असे बाण मारिले कीं, त्यामुळें तो तत्काळ रथांत वीरस्थानीं खालींच बसला ! मग सारथ्यानें उत्तमौजाची ती दुर्दशा अवलोकन करून तत्काळ त्यास एकीकडे नेलें आणि मग सर्वच कौरवसैन्य भीमसेनावर तुटून पडलें ! तेव्हां दुःशासन व शकुनि ह्यांनीं प्रचंड गजसेनेसहवर्तमान भीमसेनास वेढा घातला व त्याजवर लहान लहान बाणांची विपुल वृष्टि चालविली. त्या समयीं भीमसेनानें शतावधि बाणांचा क्रुद्ध दुर्योधनावर भडिमार करून त्यास मागें हटविलें व मोठ्या त्वेषानें गजसेनेवर हल्ला केला ! त्या वेळीं कौरवांची ती गजसेना एकाएकीं भीमसेनावर उसळून आली; पण भीमसेनानें तत्काळ संक्रुद्ध होऊन दिव्य अस्त्रांचें आवाहन केलें आणि मग तुंबळ संग्राम सुरू होऊन कौरवांच्या हत्तींना पांडवांच्या हत्तींनीं इतके प्रहार केले कीं, जणू काय त्या समयीं देवेंद्र हा वज्रानें असुरांचाच विध्वंस करीत आहे, असें भासलें ! राजा, त्या समयीं वृकोदरानें कौरवांच्या गजसेनेस वधीत असतां बाणांचा भडिमार करून टोळधाड जशी वृक्षाला आच्छादिते तसें सर्व अंतरिक्ष आच्छादिलें. तेव्हां कौरवांकडील हत्तींचे हजारों कळप भीमसेनावर धावून आले; परंतु त्या सर्वांची भीमसेनानें अगदीं वाताहत करून टाकिली ! राजा, त्या वेळीं सुवर्णाच्या जालकांनीं व रत्नखचित अलंकारांनीं शृंगारलेले ते प्रचंड हत्ती रणांगणांत विद्युल्लतेनें युक्त अशा मेघांप्रमाणें शोभत असतां भीमसेनानें त्यांचा घोर संहार आरंभिला व मग ते सैरावैरा दशदिशांस पळूं लागले ! राजा, त्या समयीं कित्येक हत्तींचीं वक्षस्थळें विदारित होऊन ते समरभूमीवर पतन पावले आणि पतन पावलेल्या व पडणाऱ्या सुवर्णालंकृत गजांनीं ती सर्व भूमि आच्छन्न होऊन जणू काय तिजवर विदीर्ण झालेले पर्वतच इतस्ततः विखरले आहेत असें भासूं लागलें ! राजा, त्या वेळीं महादेदीप्यमान रत्नांनीं मंडित असलेले ते गजयोद्धे रणांत

पडले असतां जणू काय तेथें क्षीणपुण्य ग्रहच पतन पावले आहेत असें भासलें ! राजा, त्या समयीं भीमसेनाच्या शरप्रहारांनीं शतावधि हत्तींचीं गंडस्थळें भग्न होऊन, मस्तकें फुटून व शुंडा तुटून त्यांची मोठी दुर्दशा उडाली ! त्या वेळीं धातूंनीं चित्रविचित्र शोभणाऱ्या पर्वताप्रमाणें ते भीमसेनाच्या बाणांनीं विद्ध झालेले महान् महान् रक्तबंबाळ हत्ती भयार्त होऊन रक्त ओकत धरणीवर पडले ! राजा, तेव्हां बाणांचा भडिमार करणाऱ्या त्या वृकोदराचे चंदनाची उटी दिलेले ते भुज रणभूमीवर केवळ महाभुजंगांप्रमाणें भासले व त्याच्या प्रत्यंचेचा शब्द केवळ वज्रनिर्घोषाप्रमाणें होत असल्यामुळें रणांगणांतील हत्तींची मोठी त्रेधा उडून ते मलमूत्र विसर्जन करीत फार पळत सुटले ! राजा, त्या समयीं त्या एकट्या बुद्धिमान् भीमसेनाचें तें घोर कर्म अवलोकन करून जणू काय रुद्र हा सर्व प्राण्यांचा संहार उडवीत आहे असा भास झाला !

अध्याय बासष्टावा.

—:०:—

संकुलयुद्ध.

संजय सांगतोः—नंतर, ज्यास शुभ्र अश्व जोडिले आहेत व ज्यावर नारायण सारथ्य करीत आहे, अशा श्रेष्ठ रथांतून श्रीमान् अर्जुन रणांगणांत प्राप्त झाला; आणि येतांच, वारा जसा समुद्रास क्षुब्ध करितो, तसें त्यानें तें अश्वादिकांनीं ओतप्रोत भरलेलें तुझें सैन्य क्षुब्ध करून सोडिलें ! राजा, त्या समयीं कौरवसैन्यांत फारच धांदल उडाली; व अर्जुनाचें आपल्याकडे अवधान नाहीं अशी संधि पाहून, क्रोधायमान झालेला दुर्योधन आपणावर सूड घेण्याच्या इच्छेनें चालून येणाऱ्या युधिष्ठिरावर अर्ध्या सैन्यासह एकदम तुटून पडला आणि त्यास मागें रेटून त्यानें तेहेतीस क्षुरप्र बाणांच्या भडिमारानें विद्ध करून टाकिलें ! तेव्हां कुंतीपुत्र युधिष्ठिराला मनस्वी क्रोध चढला आणि त्यानें तीस भल्ल बाण दुर्योधनावर मोठ्या आवेशानें टाकिले ! त्या समयीं युधिष्ठिराला ठार मारण्याच्या इच्छेनें कौरवांकडील वीर त्याजवर धावून गेले, पण त्यांचा दुष्ट हेतु तत्काळ ध्यानांत आणून कुंतीपुत्राचें संरक्षण करण्याकरितां पांडवांकडील महारथ एकदम त्याच्यासभोंवतीं जमले. त्या वेळीं नकुल, सहदेव, धृष्टद्युम्न व भीमसेन हे आपल्या बरोबर अक्षौहिणी सैन्य घेऊन धर्मराजाच्या समीप आले व त्यांनीं युधिष्ठिरास वेढून राहिलेल्या कौरवांच्या महारथांवर बाणांचा भडिमार चालविला. तेव्हां त्या सर्व महाधनुर्धरांवर कर्णानें भयंकर शरवृष्टि आरंभिली व त्यांस जागच्या जागीं खिळून टाकिलें. नंतर त्या धृष्टद्युम्नादिक प्रबल पांडवयोद्ध्यांनीं शरतोमरांचा एकसारखा वर्षाव करून कर्णाला मागें हटविण्याची पराकाष्ठा केली; पण तेव्हां राधेयानें असा अद्वितीय प्रताप गाजविला कीं, त्याजकडे मान वर उचलून पहाण्याचीही कोणाची छाती झाली नाहीं ! अखेरीस त्या सर्व पांडवीय महाधनुर्धरांवर सर्वशस्त्रास्त्रविशारद कर्णानें बाणांचा घोर भडिमार करून त्यांस मागें हटविलें ! राजा, नंतर प्रतापवान् सहदेवानें ताबडतोब शीघ्र अस्त्राचें आवाहन केलें आणि दुर्योधनावर वीस बाण मारिले ! राजा, त्या समयीं अंगांतून रुधिराचे ओघ वहात असलेल्या मातंगाप्रमाणें तो पर्वततुल्य अढळ योद्धा रणांगणांत शोभला ! तेव्हां तुझ्या पुत्राच्या देहांत जलाल व तीक्ष्ण बाण रुतलेले अवलोकन करून महारथ कर्णास मोठा क्रोध चढला व त्यानें तत्काळ अस्त्रांचें अभिमंत्रण करून युधिष्ठिराच्या व धृष्टद्युम्नाच्या सैन्यावर बाणांची वृष्टि चालवून त्याचा घोर संहार

आरंभिला! तेव्हां महात्म्या सूतपुत्रानें बाणप्रहारांनीं जर्जर करून सोडिलेलें तें धर्मराजाचें सैन्य भराभर पळून गेलें! राजा, त्या समयीं सूतपुत्राच्या धनुष्यापासून असा कांहीं अपूर्व बाणवर्षाव झाला कीं, पहिल्यानें सुटलेल्या बाणांच्या पुंखांवर मागून सुटलेल्या बाणांचे फाळ सटासट आपटावयास लागून त्या एकमेकांच्या संघर्षणानें मोठा अग्नि भडकला! राजा, नंतर कर्णानें टोळधाडीप्रमाणें शरांचे ओघ दशदिशांस शत्रूंवर सोडिले व ते शत्रूंच्या अंगांत मोठ्या वेगानें घुसले! राजा, त्या समयीं रक्तचंदनाची उटी दिलेले व रत्नखचित सुवर्णालंकारांनीं भूषविलेले कर्णाचे ते बाहु मोठ्या सपाट्यानें बाणक्षेप करीत असतां इतके एकसारखे मागें–पुढें होत होते कीं, त्याची ती लोकोत्तर अस्त्रक्रिया अवलोकन करून सर्वांस मोठें नवल वाटलें! राजा, ह्याप्रमाणें दाही दिशा बाणांनीं अत्यंत व्याप्त करून टाकिल्यानंतर कर्णानें धर्मराज युधिष्ठिरावर बाणांचा जबर भडिमार करून त्यास अगदीं आर्त करून सोडिलें! तेव्हां युधिष्ठिर फारच चवताळला आणि त्यानें लागलेच पन्नास निशित बाण कर्णावर टाकिले! राजा, त्या समयीं त्या उभयतांनीं झपाट्याची शरवृष्टि चालवून घोर युद्ध आरंभिलें, तेव्हां चोहोंकडे अंधःकार पडला आणि तुझ्या सैन्याचा युधिष्ठिरानें भयंकर विध्वंस उडविण्यास प्रारंभ केला; तेव्हां तुझ्या सैन्यांत महान् हाहाःकार होऊं लागला! राजा, त्या वेळीं धर्मात्म्या युधिष्ठिरानें सहाणेवर धार देऊन तीक्ष्ण केलेले अनेक प्रकारचे कंकपत्र बाण, भल्ल बाण, शक्ति, ऋष्टि, मुसळें इत्यादि आयुधांची शत्रुसैन्यावर प्रचंड वृष्टि केली व शत्रूंना अगदीं 'त्राहि भगवन्' करून सोडिलें! आणि, राजा, तेव्हां त्या पांडुपुत्रानें जिकडे जिकडे म्हणून क्रोधमुद्रेनें अवलोकन केलें तिकडे तिकडे तुझें सैन्य जागच्या जागीं नाश पावलें! राजा, तें पाहून कर्णाला जो क्रोध आला तो काय वर्णावा? तो अगदीं संतापून जाऊन दांतओंठ चावूं लागला आणि धर्मराजाचा सूड घेण्याकरितां मोठ्या आवेशानें नाराच, अर्धचंद्र व वत्सदंत बाणांचा भडिमार करीत समरांगणांत युधिष्ठिरावर धावून गेला! तेव्हां युधिष्ठिरानेंही सुवर्णपुंख जलाल बाणांचा कर्णावर वर्षाव केला; पण इतक्यांत हंसत हंसत कर्णानें पुनः धार दिलेल्या कंकपत्र बाणांनीं व तीन भल्ल बाणांनीं युधिष्ठिराचें वक्षस्थळ भेदिलें व त्यामुळें तो अतिशयित विव्हल होऊन रथांत मटकन् खालीं बसला आणि 'सूता, रथ एकीकडे ने!' असें मोठ्यानें म्हणाला! राजा, तेव्हां दुर्योधनप्रभृति सर्व कौरव मोठमोठ्यानें गर्जना करून 'धर्मराजाला धरा, धर्मराजाला धरा!' असें ओरडत चोहोंकडून त्याजवर धावले; पण इतक्यांत सतराशें केकय योद्धे पांचालांसमवेत कौरवसैन्यावर तुटून पडले आणि मग मोठा घोर संग्राम चालू होऊन जनक्षय सुरू असतां महाबल भीम व दुर्योधन ह्यांचें भयंकर युद्ध जुंपलें.

अध्याय त्रेसष्टावा.

—:०:—

धर्माचा पराभव!

संजय सांगतोः—राजा धृतराष्ट्रा, मग कर्णानेंही केकयांच्या महारथांवर शरांचें जाळें पसरण्यास प्रारंभ केला व जे महाधनुर्धर त्याच्याशीं तोंड देऊन लढूं लागले त्यांस त्यानें उधळून लाविलें! राजा, ते केकय वीर राधेयाचें निवारण करण्यास झटत असतां कर्णानें त्यांचे पांचशें रथ यमसदनीं पाठविले! तेव्हां युद्धांत राधेयाचा दुर्धर पराक्रम अवलोकन करून कर्णाच्या बाणांनीं जर्जर झालेल्या केकयांनीं राधेयाशीं लढण्याचा नाद सोडून दिला

व ते भीमसेनाला जाऊन मिळाले. तेव्हां कर्णानें बाणांचा भडिमार करून पांडवाच्या रथसेनेची पार दाणादाण उडविली व नंतर तो एकटा आपल्या रथांतून युधिष्ठिरावर चालून गेला. राजा, त्या समयीं युधिष्ठिर हा मोठ्या विपन्न अवस्थेंत होता. बाणप्रहारांनीं घायाळ झाल्यामुळें दोन्ही अंगांस नकुल व सहदेव हे त्याच्या संरक्षणार्थ यत्न करीत होते व तशा स्थितींत बेशुद्ध असलेला तो धर्मराज युधिष्ठिर हळूहळू सैन्याच्या गोटाचा मार्ग आक्रमीत होता. राजा, अशा प्रकारें युधिष्ठिर हा रणांगणांतून युद्धपराङ्मुख होऊन परत जात असतां दुर्योधनाचें हित करावयाचें ह्या इच्छेनें कर्णानें त्या घायाळ पाडुपुत्रास गांठलें व त्याजवर तीन जलाल बाण सोडिले ! तेव्हां धर्मराजा स्वःतचें दुःख विसरला व त्यानें तत्काळ उलट कर्णाच्या वक्षस्थळावर आणि सारथ्यावर मिळून तीन व चार हयांवर चार बाण मारिले ! राजा, तें पाहून शत्रुसंहारक माद्रीपुत्रः नकुलसहदेव युधिष्ठिराच्या रथाचीं चक्रें राखीत होते ते, कर्णानें धर्मराजाला वधूं नये म्हणून कर्णावर धावून गेले आणि त्यांनीं मोठ्या निकरानें कर्णावर पृथक् पृथक् बाणांचा भडिमार चालविला. तेव्हां त्या दोघां महात्म्या शत्रुसंहारक पांडुपुत्रांवर कर्णानें धार दिलेले दोन भल्ल बाण सोडिले व त्यांस विद्ध केलें; आणि त्यानें समरांगणांत हस्तिदंताप्रमाणें शुभ्र, मनोवेगानें पळणारे व कृष्णवर्ण पुच्छांचे ते युधिष्ठिराच्या रथाचे घोडे ठार मारिले आणि आणखी एका भल्ल बाणानें हंसत हंसत त्याचें शिरस्त्राण खालीं पाडिलें ! राजा, त्याप्रमाणेंच प्रतापशाली कर्णानें धीमान् नकुलाचेही घोडे मारिले आणि त्याचें धनुष्य व रथाची धुरी हीं छेदून टाकिलीं ! तेव्हां ते युधिष्ठिर व नकुल हे दोघे भ्राते अतिशय विव्हल होऊन रथहीन व अश्वहीन झाले व तेव्हां सहदेवाच्या रथावर चढले ! त्यांची ती अनुकंपनीय अवस्था अवलोकन करून शत्रुसंहारक मातुल शल्य कर्णास म्हणालाः--बा राधेया, आज तुला पृथापुत्र अर्जुनाशीं युद्ध करावयाचें आहे तें सोडून देऊन तूं विनाकारण संतप्त होऊन युधिष्ठिराशीं लढत आहेस तो काय म्हणून ? बा, अशा रीतीनें शस्त्रास्त्रांचा पुरवठा कमी पडला, तुझें चिलखत फाटून तुटून गेलें, बाण संपले, भाते नाहींतसे झाले, सारथि व घोडे थकले व तूं शत्रूंकडून बाणच्छन्न झालास, आणि मग का जर तुझी अर्जुनाशीं गांठ पडली, तर मग खचित तुझी उपहासास्पद स्थिति होईल ! राजा धृतराष्ट्रा, ह्याप्रमाणें शल्य मामानें कर्णाला सांगितलें तरी कर्णानें क्षुब्ध होऊन युधिष्ठिरावर बाणवृष्टि करण्याचा सपाटा चालू ठेविलाच आणि त्या माद्रीपुत्रांना शरविद्ध करून अखेरीस त्यानें मोठ्यानें हंसून बाणांच्या भडिमारानें धर्मराजाला युद्धविमुख होण्यास भाग पाडिलें ! तेव्हां शल्य मोठ्यानें हंसून पुनः कर्णाला म्हणालाः--कर्णा, तुझा युधिष्ठिराला ठार मारण्याचा निश्चय दिसतो; पण हें तुझें अनुचित कृत्य होय ! अरे, ज्याचा वध तुझ्या हातून घडेल अशा भिस्तीनें दुर्योधन तुला सतत एवढा मान देत आला, त्या अर्जुनाला तूं मार; तुला युधिष्ठिराला मारून लाभ तो कोणता आहे ? अरे, हा पहा कृष्णार्जुनांच्या शंखांचा व त्याप्रमाणेंच अर्जुनाच्या धनुष्याचा घोर ध्वनि पर्जन्यकाळांतील घनगर्जनेप्रमाणें कानीं पडूं लागला ! हा पहा अर्जुनानें शरवर्षाव करून कौरवांच्या महान् महान् रथांचा नाश आरंभिला ! ही पहा त्यानें आपली सर्व सेना समरांगणांत बाणांनीं व्याप्त केली ! हे पहा युधामन्यु व उत्तमौजा ह्या शूराच्या पृष्ठाचें रक्षण करीत आहेत. हा पहा शूर सात्यकि ह्याच्या रथाचें डावें चाक व धृष्टद्युम्न उजवें चाक संभाळीत

आहे! भीमानें तर दुर्योधन राजाशीं युद्ध आरंभिलें आहे; ह्यासाठीं आज आपणां सर्वांच्या देखत तो त्यास वधणार नाहीं, अशी व्यवस्था आपण केली पाहिजे. कर्णा, पहा—रणांगणाला शोभविणाऱ्या दुर्योधनास भीमसेनानें कसें ग्रासिलें आहे! ह्यास्तव असें कर कीं, आतां त्याची भीमसेनापासून सुटका होईल! जर त्याची व तुझी गांठ पडली आणि त्याची मुक्तता झाली, तर तूं मोठें आश्चर्यकारक कृत्य केलेंस असें होईल; म्हणून तूं त्याला मदत कर आणि त्यास प्राणसंकटांतून सोडव! माद्रीपुत्र नकुलसहदेव व युधिष्ठिर ह्यांस मारण्यांत अर्थ तो कोणता बरें?

राजा धृतराष्ट्रा, शल्याचें हें भाषण राधेयाला मानवलें; व तो प्रतापशाली कर्ण, भीमसेनाच्या अगदीं कचाट्यांत दुर्योधन सांपडला आहे असें पाहून त्याला सोडविण्यासाठीं शल्याच्या म्हणण्याप्रमाणें अजातशत्रु धर्मराज युधिष्ठिर व नकुलसहदेव ह्यांस सोडून दुर्योधनाकडे निघाला; तेव्हां मद्रराजानें प्रेरिलेले ते अश्व जणू काय अंतरिक्षांतून चौखूर दौडत तत्काळ दुर्योधनाच्या सन्निध कर्णरथाला घेऊन प्राप्त झाले! राजा, ह्याप्रमाणें कर्ण हा तिकडे गेला तेव्हां इकडे धर्मराज युधिष्ठिर, नकुल व सहदेव हे ताबडतोब महावेगवान् रथांतून आपल्या शिबिराप्रत निघून गेले! तेथें गेल्यावर तो घायाळ व लज्जायमान् झालेला युधिष्ठिर राजा रथांतून खालीं उतरला व सुंदर शय्येवर निजला. मग देहांत रुतलेले बाण वगैरे काढल्यावर अंतर्यामीं अतिशयित तळमळणाऱ्या त्या पृथापुत्रानें महारथ माद्रीपुत्रांस म्हटलें:—पांडवहो, तुम्ही अगदीं विलंब न करितां भीमसेनाच्या सैन्याला जाऊन मदत करा. वृकोदरानें केवळ मेघाप्रमाणें गर्जना करीत युद्ध आरंभिलें आहे! राजा धृतराष्ट्रा, नंतर तो महारथ नकुल दुसऱ्या रथांत आरूढ झाला व मग ते दोघे पराक्रमी व शत्रुसंहारक भ्राते नकुलसहदेव अत्यंत वेगानें चालणाऱ्या रथांतून सैन्यासहवर्तमान भीमसेनाप्रत आले!

अध्याय चौसष्टावा.

—:०:—

धर्मराजाचा शोध.

संजय सांगतो:—राजा, इकडे अश्वत्थामा हा बरोबर पुष्कळ रथांचा समुदाय घेऊन अर्जुन जेथें होता तेथें एकाएकीं चालून गेला; पण तो आपल्यावर चालून येत आहे असें पाहून कृष्णसख शूर अर्जुनानें—समुद्राला जशी त्याची मर्यादा अडवून धरिते तसें त्याला मोठ्या आवेशानें अडवून धरिलें. तेव्हां प्रतापशाली द्रोणपुत्र फारच क्षोभला व त्यानें कृष्णार्जुनांवर बाणांचा भडिमार करून त्यांस झांकून टाकिलें. तें पाहून पांडवांकडील महारयांस व एकंदर सर्व कौरवसैन्यास मोठें आश्चर्य वाटलें! नंतर अर्जुनानें हंसत हंसत दिव्य अस्त्राचें आवाहन केलें; पण अश्वत्थाम्यानें तत्काळ त्याचा समरांगणांत प्रतिकार केला. राजा, त्या समयीं अश्वत्थाम्याला ठार मारण्याकरितां अर्जुनानें जीं जीं अस्त्रें त्याजवर सोडिलीं त्या त्या सर्वांचा महाधनुर्धर अश्वत्थाम्यानें विध्वंस उडविला! राजा, तेव्हां अश्वत्थामा व कुंतीपुत्र ह्यांचा घोर अस्त्रसंग्राम चालू असतां आम्हांला अश्वत्थामा म्हणजे आ पसरून उभा असलेला साक्षात् यमच होय असें भासलें! त्या वेळीं अश्वत्थाम्यानें सरळ चाल करून जाणाऱ्या बाणांचा वर्षाव करून दशदिशा व्यापून टाकिल्या व वासुदेवाच्या उजव्या भुजाला तीन बाणांनीं विद्ध केलें! तेव्हां अर्जुनानें त्या महात्म्या अश्वत्थाम्याचे सर्व अश्व ठार मारिले व रणभूमीवर जणू काय सर्व पृथ्वीचा समावेश करील अशी मोठी प्रचंड रुधिरनदी प्रवृत्त

केली! राजा, ती नदी फारच भयंकर असून वीराला परलोकास पोंचविण्याचें उत्तम साधन होते आणि तिच्यामध्यें रणांत अर्जुनाच्या शरप्रहारांनीं हत झालेले अश्वत्थाम्याचे सर्व रथी रथांसह वहात चालले होते! राजा, त्या समयीं द्रोण-पुत्र व अर्जुन ह्यांचें दारुण व निकराचें युद्ध चाललें असतां भयंकर संहार उडाला! किती-एक रथांचे अश्व व सारथि हत होऊन रथ उघडे पडले; कितीएक अश्व वीरहीन उधळूं लागले; कितीएक गज वीर रणां-गणांत मेल्यामुळें सैरावैरा धावत सुटले; आणि कितीएक वीर हत्ती पडल्यामुळें हताश झाले! राजा, त्या घोर युद्धांत दोघांही वीरांनीं मोठा उग्र प्रताप गाजविला! अर्जुनानें बाणांचा वर्षाव करून कौरवांचे बहुत रथी व घोडेस्वार ठार मारिल्यामुळें घोडे उधळूं लागले; तेव्हां त्या विजयशाली पांडुपुत्रावर वीर्यवान् अश्वत्थामा तत्काळ चालून आला व त्यानें आपल्या सुवर्णमंडित प्रचंड धनुष्याच्या योगें त्याच्या-सभोंवतीं तीक्ष्ण शरांची वृष्टि करून त्यास अगदीं बाणाच्छादित करून सोडिलें आणि मोठ्या निष्ठुरपणानें त्याच्या वक्षस्थळीं बाण-प्रहार केले! राजा, द्रोणपुत्राच्या त्या शरांनीं अर्जुन फारच विद्ध झाला व त्यानें तत्काळ गांडीव धनुष्यानें बाणांचा भडिमार करून अश्व-त्थाम्याचें धनुष्य छेदून टाकिलें! तेव्हां अश्व-त्थाम्यानें समरांगणांत वज्रतुल्य परिघ धारण केला व तो अर्जुनावर सोडिला; पण तो सुवर्ण-भूषित परिघ आपणावर येत आहे असें पाहून अर्जुनानें बाणांचा वर्षाव करून हंसत हंसत तत्काळ तो तोडून टाकिला. तेव्हां वज्र-प्रहारांनीं फोडून टाकिलेला पर्वत जसा धाडकन् पडतो तसा तो धाडकन् रणांगणांत पडला. राजा, तें पाहून महारथ द्रोणपुत्राला मनस्वी क्रोध चढला व त्यानें ऐंद्र अस्त्राचें अभिमंत्रण करून मोठ्या त्वेषानें अर्जुनावर बाणांचा भडिमार चालविला! तेव्हां अर्जुनानें तें अवलोकन करून आपलें गांडीव धनुष्य उच-लिलें आणि महेंद्रानें उत्पन्न केलेल्या श्रेष्ठ अस्त्राचें आवाहन करून अश्वत्थाम्याच्या ऐंद्र अस्त्राचा त्यानें विध्वंस उडविला आणि क्षणांत अश्व-त्थाम्याचा रथ बाणांनीं झांकून टाकिला! त्या समयीं अश्वत्थाम्यानें पांडवप्रेरित बाणौघाचा भेद करून उलट मोठ्या शौर्यानें एकदम कृष्णावर शंभर व अर्जुनावर तीनशें क्षुद्र बाण जोरानें फेंकिले! तेव्हां अर्जुनानें गुरुपुत्राच्या मर्मस्थळीं शंभर बाण मारिले आणि तुझ्या सैन्याच्या डोळ्यांदेखत त्याचे अश्व, सारथि व धनुर्ज्या ह्यांजवर जबर बाणवृष्टि केली! नंतर अर्जुनानें पुनः अश्वत्थाम्याच्या जिव्हाळीं बाणांचा वर्षाव केला व त्याच्या सारथ्यावर भल्ल बाण सोडून त्यास रथांतून खालीं पाडिलें! तेव्हां अश्वत्थाम्यानें स्वतः अश्वांचें नियंत्रण केलें व लगलाच बाणांचा भडिमार चालवून कृष्णार्जुनांस बाणांनीं झांकून टाकिलें! राजा, त्या समयीं अश्वत्थामा स्वतः सारथ्यही करीत होता व अर्जुनाशीं लढतही होता! आणि ह्यामुळें त्याचा तो अद्भुत पराक्रम पाहून सर्व योद्ध्यांनीं त्याचे फार फार धन्यवाद गाइले! राजा, नंतर अर्जुनानें मोठ्यानें हंसून रणा-मध्यें द्रोणपुत्राच्या अश्वांचे रश्मि तत्काळ क्षुरप्र बाणानें छेदिले आणि त्यांजवर बाणांची अतिशय वृष्टि केली; तेव्हां त्या बाणांचा वेग त्या अश्वांस सहन न होऊन ते उधळूं लागले. तें पाहून तुझ्या सैन्याला मोठी धास्ती पडली व मोठा हाहाःकार उडाला व अशा प्रकारें पांडवांनीं कौरवसेनेला जरब घालून विजय-प्राप्तीच्या आशेनें जलाल बाणांचा चोहोंकडे त्यावर भडिमार चालविला असतां तें एक-सारखें पळत सुटलें! राजा, नंतर समरांगणांत

कौरवांची अफाट सेना पांडवांनीं जयाच्या आशेनें, पुनःपुनः नानाविध रीतींनीं युद्ध करणाऱ्या तुझ्या पुत्रांच्या समक्ष, सौबल शकुनीच्या समक्ष व कर्णाच्या समक्ष, उधळून लाविली; आणि तुझ्या पुत्रांनीं जरी तिला आवरून धरण्याचा प्रयत्न केला, तरी चोहोंकडून पांडवांच्या बाणप्रहारांनीं जर्जर झाल्यामुळें ती म्हणून थांबली नाहीं! राजा, तेव्हां तुझ्याकडील योद्धे जिकडे तिकडे पळूं लागल्यामुळें तुझ्या पुत्रांचें तें मोठें सैन्य घाबरून अगदीं व्याकुल झालें आणि कर्णानें 'थांबा, थांबा' म्हणून कितीही कंठशोष केला तरी महात्म्या पांडवांच्या हातून त्याचा वध होऊं लागल्यामुळें तें रणांगणांत उभें राहिलें नाहीं! व ह्याप्रमाणें कौरवांच्या सैन्याची अगदीं दाणादाण झालेली पाहून, 'आतां आपणांस खचित जय मिळणार' अशी पांडवांनीं गर्जना केली!

धृतराष्ट्रा, तेव्हां दुर्योधन मोठ्या प्रेमानें कर्णाला म्हणाला, "बा कर्णा, ही आपली प्रचंड सेना पांचलांनीं कशी आर्त करून सोडिली हें पाहिलेंसना? अरे, तूं येथें असतांही भीतीनें गांगरून ही धूम पळत आहे! ह्यासाठीं प्रस्तुत समयीं जें उचित तें तूं कर. हे वीरा, हे पहा पांडवांनीं उधळून दिलेले सहस्रावधि योद्धे समरांगणांत 'कर्णा, कर्णा' असेंच ओरडत आहेत!" राजा, ह्याप्रमाणें दुर्योधनाचें भाषण श्रवण करून त्या बलिष्ठ कर्णानें हंसत हंसत मद्राधीपाला म्हटलें, "शल्या, माझ्या बाहूंची शक्ति व अस्त्रांचें सामर्थ्य पहा. आज मी पांडवांसहवर्तमान सर्व सृंजयांना युद्धांत ठार करितों. हे नरशार्दूला, आतां रथ चालू कर, आपल्यास खचित यश मिळेल!" असें बोलून प्रतापशाली सूतपुत्रानें पुरातन व श्रेष्ठ असें विजय धनुष्य हातांत घेतलें आणि तें सज्य करून त्याचें पुनःपुनः आस्फालन केलें. नंतर त्यानें शपथा घेऊन व खात्री देऊन, जे योद्धे युद्धविमुख होऊन पळून चालले होते त्यांची समजूत घातली; आणि त्यांस आश्वासन देऊन परत फिरविल्यावर, त्या महाबल व अमेयपराक्रमी वीरानें भार्गवास्त्राची योजना केली. राजा, नंतर समरांगणांत कर्णाच्या त्या विजय धनुष्यापासून कोट्यावधि बाण सुटूं लागले आणि त्या घोर व देदीप्यमान अशा कंकपुंख व मयूरपुंख शरांनीं सर्व पांडवसेना आच्छादित होऊन सर्वत्र घन अंधःकार पडला! राजा, त्या समयीं पांचालांच्या सैन्यांत त्या बलिष्ठ भार्गवास्त्राच्या योगें मोठा घोर अनर्थ होऊं लागला व त्यामुळें भयंकर हाहाःकार उद्भवला! राजा, तेव्हां सहस्रावधि हत्ती, घोडे, रथ व नर चोहोंकडे धडाधड पृथ्वीवर मरून पडूं लागले व त्यामुळें सर्व पृथ्वी हादरून जाऊन थरथरां कांपूं लागली! राजा, त्या वेळीं पांडवांचें तें सर्व अवाढव्य सैन्य घाबरून गेलें आणि एकटा महावीर कर्ण मात्र धूम्ररहित अग्नीप्रमाणें शत्रूंचें भस्म करीत शोभूं लागला! राजा, त्या समयीं चेदि व पांचाल ह्यांचा कर्णानें विध्वंस आरंभिला; तेव्हां वणव्यांत सांपडलेल्या हत्तींप्रमाणें ते चेदिपांचाल वीर चोहोंकडे बेहोष होऊन देहभान विसरले आणि ते वाघांप्रमाणें मोठमोठ्यानें गर्जूं लागले! राजा, त्या घोर संग्रामांत अखेरीस त्यांची भयानें फारच त्रेधा उडाली; आणि ते इतका आक्रोश करूं लागले कीं, जणू काय प्रलयकालीं सर्व प्राणी आर्तस्वर काढीत आहेत असा भास झाला! राजा, कर्णानें जेव्हां त्यांचा संहार आरंभिला तेव्हां पशुपक्ष्यादिकांना सुद्धां फार भय वाटलें! त्या सूतपुत्रानें जेव्हां सृंजयांची घोर हत्या चालू केली, तेव्हां ते वारंवार कृष्णार्जुनांना मोठमोठ्यानें हाका मारूं लागले! जणू काय तेव्हां प्रेतराजाच्या नगरीं-

तील तीं प्रेतें भयभीत होत्सातीं प्रेतराजालाच आवाहन करीत आहेत असा भास झाला ! राजा, ह्याप्रमाणें पांडुसृंजयांच्या सेनेंत घोर हाहाःकार झालेला श्रवण करून व कर्ण हा त्यांत भार्गवास्त्रानें घोर अनर्थ करीत आहे, असें पाहून अर्जुन वासुदेवाला म्हणाला, 'हे महाबाहो कृष्णा, ह्या भार्गवास्त्राचा उग्र प्रताप अवलोकन केलास काय ? ह्या अस्त्राचा रणांत प्रतिकार अगदीं अशक्य होय ! तसाच ह्या महारणांत हा कर्ण, किती खवळला आहे तो पहा. ह्यानें केवळ यमाप्रमाणें दारुण कर्म आरंभिलें आहे ! हा पहा हा एकसारखा घोड्यांना इशारा करीत माझ्याकडे टौकारून पहात आहे ! आतां मला कर्णापुढून पळूनही जाणें शक्य नाहीं ! युद्धांत मनुष्य जिवंत राहिला तर त्यास जय किंवा अपजय प्राप्त होईल; परंतु तो जर मेलाच, तर मग त्याचा नाशच झाला; मग त्याला जय मिळण्याची आशा तरी आहे का ?' राजा धृतराष्ट्रा, ह्याप्रमाणें अर्जुनाचें भाषण श्रवण करून कृष्णानें त्या महाबुद्धिवान् धर्मजयाशीं समयोचित भाषण केलें. त्या समयीं कृष्ण म्हणाला, 'पार्था, कर्णानें युधिष्ठिराला अतिशय घायाळ केलें आहे, ह्यासाठीं प्रथम तूं त्याची भेट घेऊन त्याला आश्वासन दे आणि मग कर्णाला वधण्याच्या उद्योगास लाग.' राजा धृतराष्ट्रा, ह्याप्रमाणें भाषण करून कृष्णानें युधिष्ठिराची भेट घेण्यासाठीं अर्जुनाचा रथ तिकडे चालविला; आणि मध्यंतरीं कर्ण हा अधिक दमून गेला म्हणजे त्यास अल्प आयासानें मारितां येईल असें त्यानें अंतर्यामीं योजिलें! राजा, नंतर तत्काळ अर्जुन हा बाणविद्ध झालेल्या धर्मराजास पहाण्याच्या इच्छेनें रथांतून जात असतां त्यानें सर्व सैन्य नीट निरखून पाहिलें, पण त्यांत त्याला धर्मराज युधिष्ठिर कोठेंही दिसला नाहीं !

अध्याय पांसष्टावा.

—:०:—

युधिष्ठिर व कृष्णार्जुन ह्यांची भेट.

संजय म्हणालाः—राजा धृतराष्ट्रा, ह्याप्रमाणें दिव्य धनुष्य धारण करणाऱ्या धनंजयानें द्रोणपुत्र अश्वत्थाम्याचा पराजय करून मोठा दुर्घट प्रताप गाजविल्यावर शत्रूंनीं त्याच्यापुढें अगदीं हात टेंकले, तेव्हां तो आपलें सैन्य अवलोकन करण्याकरितां तेथून निघून पांडवसैन्याच्या समीप येऊन पहातो तों त्यांतील योद्धे आपआपल्या टोळ्यांनिशीं कौरवसैन्यांशीं लढत आहेत असें त्याच्या दृष्टीस पडलें. राजा, तेव्हां तो विजयशाली सव्यसाची अर्जुन आपल्या सन्निध प्राप्त झाला असें पाहून त्या शूर वीरांस मोठा आनंद झाला आणि नंतर त्या महात्म्या पृथापुत्रानें त्या स्थळीं युद्धाला तोंड देऊन उभ्या असलेल्या त्या अनेक रथ्यांच्या पूर्व पराक्रमाची प्रशंसा केली. मग त्यानें तेथें 'युधिष्ठिर कोठें आहे ?' म्हणून चौकशी केली; पण त्यास सुगावा लागला नाहीं. तेव्हां तो मग मोठ्या त्वरेनें भीमाजवळ गेला आणि त्यानें धर्मराज युधिष्ठिर कोठें आहे म्हणून त्यास विचारिलें. तेव्हां भीम म्हणाला, 'अर्जुना, कर्णाच्या बाणप्रहारांनीं अत्यंत विव्हल होऊन धर्मराज येथून युद्धविमुख होऊन निघून गेला; आतां तो बहुधा क्वचितच जिवंत असेल !' राजा धृतराष्ट्रा, तेव्हां अर्जुन भीमाला म्हणाला, 'भीमा, तूं राजाची खुशाली काढण्यासाठीं तेथून त्वरित जा. खचित तो कर्णाच्या बाणप्रहारांनीं अतिशयित विद्ध झाल्यामुळें विसावा घेण्यासाठीं शिबिरांत गेला असेल. भीमा, धर्मराजाच्या कुशलतेविषयीं तूं अगदीं शंका घेऊं नको. पहा, त्या महाशक्तिमान् वीरावर द्रोणाचार्यानें अगदीं जलाल शरांचा भयंकर वर्षाव केला असतांही द्रोणाचार्यांच्या वधापर्यंत तो जयाची

आशा बाळगून जिवंत राहिला! ह्यास्तव तो महापराक्रमी पांडवाग्रणी युधिष्ठिर आज कर्णाच्या बाणांनीं युद्धभूमीवर प्राणसंकटांत पडला असेल इतकेंच; ह्यासाठीं तूं त्याची कुशलवार्ता काढण्यासाठीं त्वरित शिबिरांत जा. मी येथें रहातों व शत्रुसमुदायांना अडवून धरितों.' राजा धृतराष्ट्रा, तेव्हां भीमसेन म्हणाला, 'हे महाबलवंता, राजाचा समाचार काढण्यास तूं स्वतःच जा. मी जर आतां येथून गेलों, तर शत्रूंकडील महान् महान् योद्धे 'भीम भित्रा आहे' म्हणून डांगोरा पिटतील!' राजा धृतराष्ट्रा, तेव्हां अर्जुन भीमसेनास म्हणाला, 'हे भीमसेना, माझ्या अग्रभागीं संशप्तक लढण्यास सिद्ध असल्यामुळे आज त्यांना वधिल्याशिवाय शत्रुसैन्याच्या पुढून मला निघून जातां येत नाहीं.' राजा, त्यावर भीमसेन अर्जुनाला म्हणाला, 'अर्जुना, आज समरभूमीवर मी सर्व संशप्तकांशीं एकटा युद्ध करितों; तूं आतां खुशाल शिबिरांत जाऊन धर्मराजाचें क्षेमवृत्त काढ. राजा धृतराष्ट्रा, सत्यपराक्रमी भीमसेनाचें तें भाषण श्रवण करून महात्मा धैर्यशाली कपिध्वज अर्जुन हा युधिष्ठिराची भेट घेण्यास निघाला व त्यानें वृष्णिकुलावतंस अनंतवीर्य कृष्णाला म्हटलें, 'कृष्णा, हा सैन्यसागर सोडून देऊन आपला रथ शिबिराकडे चालव. केशवा, अजातशत्रु युधिष्ठिराला भेटण्याची मला फारच उत्कंठा झाली आहे.'

संजय म्हणाला:—राजा धृतराष्ट्रा, नंतर सर्व दाशार्हांमध्यें अग्रगण्य असा तो कृष्ण अश्वांना इषारा करण्याच्या वेळीं भीमाला म्हणाला:—'भीमा, तूं जें कृत्य करण्याचें पतकरिलें आहेस, तें तुला मुळींच अशक्य नाहीं. मी आतां जातों, तूं आज पार्थाच्या शत्रूंना (संशप्तकसमुदायांना) ठार मार.' राजा धृतराष्ट्रा, मग गरुडाप्रमाणें धावणाऱ्या अशा त्या अश्वांना मोठ्या वेगानें चालवून, जेथें युधिष्ठिर राजा होता तेथें कृष्णानें अर्जुनाचा रथ नेला. नंतर ते उभयतां पुरुषोत्तम कृष्णार्जुन हे रथांतून खालीं उतरले व त्यांनीं एकटा युधिष्ठिर जेथें शय्येवर पडून राहिला होता तेथें जाऊन त्यास अभिवंदन केलें. राजा, त्या क्षमामूर्ति नरशार्दूल वीरश्रेष्ठ धर्मराजाच्या सन्निध जेव्हां ते कृष्णार्जुन गेले, तेव्हां जणू काय अश्विनीकुमार मोठ्या आनंदानें इंद्राच्या भेटीसच प्राप्त झाले आहेत असें वाटलें! नंतर, सूर्यानें जसें अश्विनीकुमारांचें अभिनंदन केलें किंवा बृहस्पतीनें जसें महासुर जंभाच्या वधानंतर शक्रविष्णूंचें अभिनंदन केलें, तसें त्या धर्मराजानें कृष्णार्जुनांचें अभिनंदन केलें; आणि अर्जुनानें कर्ण हा खचित रणांगणांत वधिला असें मानून प्रेमानें व आनंदानें सद्गदित होऊन धर्मराजानें कृष्णार्जुनांशीं मोठ्या गौरवाचें व मनोरम असें भाषण केलें.

अध्याय सहासष्टावा.

—:०:—

युधिष्ठिराचें भाषण.

युधिष्ठिर म्हणाला:—कृष्णार्जुनहो, मी तुमचें स्वागत करितों. तुमच्या भेटीनें मला फारच आनंद झाला आहे. तुम्हां दोघांस कांहींएक इजा न होतां तुमच्या हातून कर्णाचा वध झाला हें फार चांगलें झालें! अहो, कर्णाचें वर्णन काय करावें? सर्व शस्त्रास्त्रांत विशारद असा तो कर्ण युद्धांत अगदीं सर्पाप्रमाणें क्षुब्ध होत असे. सर्व कौरवांचा तोच पुढारी असून त्यांचें सर्व सुख व बल तोच होता. धनुर्धर वृषसेन व सुषेण हे त्याच्या संरक्षणार्थ सतत तत्पर असत. प्रत्यक्ष भार्गवानें त्याच्यावर अनुग्रह करून अस्त्र दिल्यामुळें त्यास विलक्षण सामर्थ्य प्राप्त झालें होतें; आणि त्यामुळेंच तो सर्व लोकांत अजिंक्य व श्रेष्ठ असा बनला होता. तो लोकमान्य महारथ धार्तराष्ट्रांचा

त्राता असून कौरवसैन्यांचा नायक होता. तो शत्रुसैन्यांचा संहारक असून अहितचिंतकांच्या समुदायांचा विध्वंसक होता. तो नित्य दुर्योधनाच्या कल्याणाकरितां व आमच्या दुःखाकरितां तत्पर असे. घोर रणांत प्रत्यक्ष इंद्रप्रमुख देवांचीही त्याच्या वाटेस जाण्याची छाती नव्हती. त्याचा प्रताप अगदीं अग्नीसारखा व बल अगदीं वायूसारखें होतें. पाताललोकाप्रमाणें तो गंभीर (खोल), सुहृदांचा तो आनंदवर्धक आणि माझ्या मित्रांचा तो अंतक होता; ह्यास्तव घोर युद्धांत त्यास ठार मारून सुदैवानें तुम्ही सुखरूपपणें मजप्रत आलां हें पाहून, जणू काय माझ्यापुढें दैत्यास मारून दोन देवच प्राप्त झाले आहेत असें मला भासतें. कृष्णार्जुनहो, आज त्या प्रतापी वीरानें माझ्याशीं फार भयंकर युद्ध केलें. युद्धांत त्याचें तें घोर कर्म पाहून, जणू काय सर्व प्राण्यांचा संहारकर्ता प्रत्यक्ष यमच माझ्याशीं झगडत आहे असें मला वाटलें. त्यानें माझा ध्वज छेदिला आणि पार्ष्णि (पाठ राखणारा) व सारथि ह्यांस वधिलें; आणि युयुधान, धृष्टद्युम्न, नकुलसहदेव, शिखंडी, द्रौपदीचे पुत्र व पांचाल ह्या सर्वांसमक्ष त्यानें माझे घोडे मारिले. आज वीर्यशाली कर्णानें प्रथम युयुधानादिक पांडववीरांना व दुसऱ्या पुष्कळ सैन्यसमूहांना जिंकिलें आणि मग माझ्याशीं घोर संग्राम आरंभिला; पण मीं जरी त्याच्याशीं लढण्याची अगदीं पराकाष्ठा केली, तरी त्यानें मला अखेरीस जिंकिलें. नंतर त्यानें माझा पाठलाग केला व माझ्या संरक्षकांचा पराभव करून तो मला पुष्कळ दुरुत्तरें बोलला व निःसंशयपणें त्यानें माझा अवमान केला. आज मी जो जिवंत राहिलों, त्याचें श्रेय त्या पराक्रमी भीमसेनाला आहे. अहो, फार बोलण्यांत हांशील तें कोणतें? आज कर्णानें माझ्याशीं जें वर्तन केलें तें मला सहन होत नाहीं! अर्जुना, ज्याच्या भयानें तेरा वर्षेंपर्यंत मला रात्रीची झोंप आली नाहीं व दिवसासही कशापासून सुख वाटलें नाहीं, त्याच्या द्वेषानें मी अगदीं नखशिखांत पेटलों आणि त्याच्या हातून मी आतां मरणार अशी जेव्हां वेळ आली, तेव्हां वाध्रीणस पक्ष्याप्रमाणें मी पलायन करून हा येथें येऊन पडलों! माझा सर्व वेळ त्याच्याविषयीं चिंतन करण्यांत गेला. मी युद्धांत कर्णाचा नाश कसा करूं शकेन, हाच मला एकसारखा घोर लागला होता. जागेपणीं व झोंपेंत मला जिकडे तिकडे कर्णच सदा दिसत होता. मला हें सर्व जगत् कर्णरूपच भासत होतें. अर्जुना, कर्णाच्या भीतीनें मी जेथें जेथें गेलों, तेथें तेथें मला कर्णच माझ्यापुढें उभा आहे असें दिसलें. आणि शेवटीं त्या महाशूर कर्णानेंच मला हय व रथ यांसह जिंकलें व ह्या ठिकाणीं जिवंत येऊं दिलें! परंतु आज रणास शोभविणाऱ्या कर्णानें जर मला ह्याप्रमाणें अगदीं जखमी करून टाकिलें आहे, तर मग ह्या माझ्या जीविताचा तो उपयोग काय? आणि राज्य मिळवून तरी मला काय करावयाचें आहे? अर्जुना, भीष्म, द्रोण किंवा कृप ह्यांच्याशींही लढत असतां जें दुःख मला प्राप्त झालें नाहीं, तें दुःख ह्या महारथ सूतपुत्राशीं लढत असतां आज माझ्या वांट्यास यावें काय? अर्जुना, आज मी तुला तुझें क्षेम विचारीत आहें ह्याचें तरी कारण हेंच. असो; आतां तूं कर्णाला कशा प्रकारें वधिलेंस तें सर्व वृत्त सविस्तर सांग. अर्जुना, इंद्राप्रमाणें बलवान्, यमाप्रमाणें पराक्रमी व परशुरामाप्रमाणें अस्त्रविद्याप्रवीण अशा त्या कर्णाचा तूं कसा बरें नाश केलास? अरे, तो सर्व प्रकारच्या युद्धांत निष्णात व जगत्प्रख्यात महारथ धनुर्धरांमध्यें श्रेष्ठ व जगांत एक अद्वितीय पुरुष होता; धृतराष्ट्र व त्याचे पुत्र

हे जे त्यास इतका मान देत आले ह्याचें कारण त्याच्या हातून तुझा वध घडेल अशी त्यांची पूर्ण श्रद्धा होती हेंच होय; आणि असें असतां तूं त्याचा वध केलास तो कसा बरें ? अर्जुना, दुर्योधनाचें तर मत असें होतें कीं, सर्व कौरव-वीरांत जर कोणी तुला मारण्यास समर्थ असला तर तो एकटा कर्णच; तेव्हां त्याला तूं ज्या युक्तीनें मारिलेंस ती युक्ति कोणती ती सांग पाहूं. अर्जुना, अशा त्या योद्ध्याचें त्याच्या सुहृदांच्या डोळ्यांदेखत तूं मस्तक उडविलेंस म्हणजे खरोखरी सिंहानें रुरूचें[1] मस्तक उडवावें तसेंच हें तूं कर्म केलेंस ह्यांत संदेह नाहीं. अर्जुना, तुला शोधण्याकरितां त्या सूतपुत्रानें समरभूमीवर दशदिशा धुंडाळिल्या, व रणांगणांत जो तुझा पत्ता लावून देईल त्याला हत्तीप्रमाणें बळकट असे सहा बैल देण्यास जो तयार झाला, तो दुष्ट कर्ण प्रस्तुतकालीं तुझ्या कंकपत्र बाणांनीं विद्ध होत्साता रणभूमीवर मरून पडला आहे काय ? अर्जुना, तूं रणांगणांत कर्णास मारिलें ही गोष्ट मला फारच आवडली; कारण तो चढून जाऊन गर्वानें व शौर्याच्या अहंपणानें एकसारखा तुझा शोध करीत फिरत होता; आणि तुझा सुगावा लागावा म्हणून दुसऱ्यांस सुवर्णाचा उत्तम रथ, हत्ती, घोडे व बैल देण्यास तयार झाला होता; आणि शिवाय तो नीच तुझी नेहमीं स्पर्धा करीत असे. अर्जुना, जो नेहमीं शौर्याच्या घमेंडीनें कौरवसभेंत वाटेल तशी बढाई मारीत असे आणि ज्यावर दुर्योधनाचें अतिशय प्रेम होतें, त्या पातकी कर्णाला तूं आज रणांत मारिलेंसना ? अर्जुना, तुझ्या धनुष्यापासून सुटलेल्या आरक्त बाणांच्या प्रहारांनीं सर्व गात्रें छिन्नविच्छिन्न होऊन तो पापी कर्ण आज धारातीर्थीं पतन पावून त्या दुर्योधनाचे जणू काय दोन्ही बाहु तुटलेना ? अर्जुना, राजसभेंत दुर्योधनाला प्रसन्न करून घेण्याकरितां कर्ण हा मोठ्या घमेंडीनें "अर्जुनाला मी मारीन !" म्हणून जे मूर्खपणाचे उद्गार काढीत असे ते अखेरीस खोटे ठरलेना ? अरे, जोंपर्यंत अर्जुन जिवंत आहे, तोंपर्यंत मी मुळींच पाय धुणार नाहीं म्हणून ज्यानें नित्य नियम पाळला होता, तो कर्ण आज मृत झालाना ? अरे, ज्या दुष्ट दुरात्म्यानें कौरवसभेंत मोठमोठे वीर अधिष्ठित असतां द्रौपदीला म्हटलें कीं, "द्रौपदि, ह्या दुबळ्या, नीच व हीनवीर्य पांडवांना तूं कां बरें सोडीत नाहींस ?" आणि तशीच ज्यानें प्रतिज्ञा केली कीं, "कृष्णार्जुनांचा वध जर मीं केला नाहीं तर मी युद्धांतून परत येणार नाहीं!" तो पापबुद्धि कर्ण तुझ्या बाणांनीं भग्न होऊन भूतलावर पडलाना ? अर्जुना, सृंजयकौरवांचा जो हा घोर संग्राम झाला आणि ज्यामध्यें मला शेवटीं ही विपन्न अवस्था भोगावी लागली त्याची तुला माहिती लागल्यामुळें तर तूं आज कर्णाला मारिलेंस नाहींना ? अर्जुना, त्या महामूर्खावर गांडीव धनुष्याच्या योगें जलाल बाणांची वृष्टि करून त्याचें तें कांतिमान् मस्तक युद्धामध्यें तोडून तें तूं धडापासून निराळें केलेंस काय ? अर्जुना, मला तर असें वाटतें कीं, माझ्यावर कर्णानें बाणांचा भडिमार केला तेव्हां मीं तुझें स्मरण करून 'अर्जुना, तूं ह्या कर्णाला मार' म्हणून जें ध्यान केलें, तें माझें ध्यानच तूं कर्णाच्या वधानें सफल करून दाखविलेंस ! अर्जुना, ज्याच्या आश्रयामुळें चढून जाऊन दुर्योधन आमचा धिक्कार करीत असे, त्या कर्णाला, आज ठार करून तूं त्या दुर्योधनाला लंगडा पाडिलासना ? अर्जुना, ज्यानें पूर्वीं सर्व कौरवांसमक्ष सभेमध्यें आम्हांला षंढ असें म्हटलें, त्या दुष्ट व खुनशी कर्णाला तूं आज युद्धांत गांठून वधिलेंस काय ? पूर्वीं जो नीच सूत-

१ एक जातीचा हरिण.

पुत्र सौबलानें जिंकलेल्या द्रौपदीला देखील फरफरां ओढीत आण म्हणून बोलावयास चुकला नाहीं, त्याला तूं आज ठार केलेंसना ? अरे, पितामह भीष्मानें अर्धरथ म्हटल्याबद्दल ज्या मूर्ख धनुर्धराला राग आला व ज्यानें सर्व भूमंडळावर श्रेष्ठतम अशा त्या भीष्माची हेळणा केली, त्या कर्णाला तूं वधिलेंसना ? नाहीं, माझ्या हृदयांत संतापापासून उत्पन्न झालेला व मानखंडनारूप वायूनें अधिक चेतविलेला प्रखर अग्नि भडकलेला आहे, तर "आज मीं युद्धांत कर्णाला मारिलें" असें मजपाशीं बोल व तो अग्नि विझव. अर्जुना, कर्णवधाची वार्ता मला मोठी दुर्लभ वाटते; ह्यासाठीं तूं कर्णाला कशा प्रकारें मारिलेंस तें सांग. हे प्रवीरा, वृत्रासुराचें इंद्राकडून वधवृत्त कळण्याकरितां भगवान् विष्णु हा जशी चिंता करीत होता, तशीच चिंता मी कर्णवधाचें वृत्त तुजपासून कळण्याकरितां नित्य करीत आहें !

अध्याय सदुसष्टावा.

—:०:—

अर्जुनाचें भाषण.

संजय सांगतोः—राजा धृतराष्ट्रा, ह्याप्रमाणें धर्मशील, विजयशाली व धैर्यवान् युधिष्ठिर राजानें कर्णाविषयीं जे कांहीं संतापाचे उद्गार काढिले, ते श्रवण करून त्याला महात्मा अनंतवीर्य अतिरथ अर्जुन असें बोलला.

अर्जुन म्हणालाः—हे धर्मराजा, मी आज संशप्तकांशीं युद्ध करीत असतां कौरवांकडील प्रमुख वीर अश्वत्थामा हा सर्पतुल्य भयंकर शरांचा भडिमार करीत एकाएकीं माझ्या अग्रभागीं प्राप्त झाला आणि त्यानें मेघगर्जनेप्रमाणें घणघणाट करणाऱ्या माझ्या रथाभोंवतीं आपल्या सैन्याचा वेढा दिला. तेव्हां मीं पांचशें कौरववीरांना ठार मारिलें व मग खुद्द अश्वत्थाम्यावर चाल केली. राजा, त्या वेळीं मला पाहतांच, द्विपेंद्र ज्याप्रमाणें सिंहावर उडी घालितो, त्याप्रमाणें त्यानें मोठ्या निकरानें मजवर उडी घातली; आणि मीं जो कौरवसैन्याचा संहार चालविला होता, तो बंद पाडण्याचा यत्न केला. तेव्हां कौरवांकडील त्या प्रबळ व अढळ अशा द्रोणपुत्र अश्वत्थाम्यानें सहाणेवर धार देऊन विषाप्रमाणें किंवा अग्नीप्रमाणें जलाल केलेले बाण माझ्यावर व जनार्दनावर मारून आम्हांस अगदीं आर्त करून सोडिलें. राजा तो योद्धा माझ्याशीं झुंजत असतां त्याच्याबरोबर आठआठ बैलांच्या आठ गाड्या बाणांनीं भरलेल्या होत्या ! तितके सर्व बाण त्यानें माझ्यावर सोडिले, पण मीं उलट बाणवृष्टि करून, वारा जसा मेघसमुदायाचा विध्वंस उडवितो, तसा त्या सर्वांचा विध्वंस उडविला ! धर्मराजा, नंतर अश्वत्थाम्यानें आणखी अनेक बाणांचे समूह मोठ्या त्वेषानें कर्णापर्यंत प्रत्यंचा ओढून मजवर सोडिले आणि आपल्या अंगीं जितकें अस्त्रनैपुण्य व बळ होतें तितक्या सर्वांचा मोठ्या निकरानें उपयोग करून त्यानें पावसाळ्यांतील सजल मेघांप्रमाणें मजवर बाणांचा पाऊस पाडिला ! राजा, त्या समयीं तो भात्यांतून बाण केव्हां काढी, धनुष्याला ते केव्हां जोडी, शत्रूंवर सोडी ते उजव्या हातानें कीं डाव्या हातानें, वगैरे कांहींच समजत नसे; आणि तो समरांगणांत एकसारखा बाणांचा भडिमार करी तेव्हां त्याचें तें ताणलेलें धनुष्य मंडलाकार गरगर फिरत आहे, इतकें मात्र दिसे ! राजा, त्या वेळीं अश्वत्थाम्यानें माझ्यावर व वासुदेवावर पांच पांच निशित बाण टाकून आह्मां दोघांना विद्ध केलें ! परंतु मी लागलेंच एका निमिषांत तीस वज्रतुल्य तीक्ष्ण बाण त्याजवर सोडिले आणि ते

त्याच्या देहांत घुसून तो क्षणांत साळपक्ष्यासारखा दिसूं लागला! राजा, ह्या प्रकारें मीं अश्वत्थाम्यास शरविद्ध केलें असतां त्याच्या देहांतून रक्ताचे पाट वाहूं लागले आणि मग मीं त्याप्रमाणेंच बाकीच्या योद्ध्यांवर बाणांचा भडिमार केल्यानंतर त्यांचीही वाट तीच होऊन ते देखील रक्तांत अगदीं न्हाले, तेव्हां नाइलाज होऊन अश्वत्थामा कर्णाच्या रथसेनेंत शिरला. राजा, अशा प्रकारें अश्वत्थाम्याची शक्ति कुंठीत होऊन तो कर्णाश्रयास गेला, तेव्हां कर्णानें त्याच्या त्या पराजय पावलेल्या सैन्याची स्थिति अवलोकन केली असतां त्यांतले वीर अगदीं भयभीत झाले असून हत्ती व घोडे अगदीं पळत सुटले आहेत असें त्याच्या दृष्टीस पडलें. राजा, नंतर त्या निग्रही कर्णानें पन्नास श्रेष्ठ रथांसह एकदम मजवर चाल केली; परंतु मी त्या सर्व रथांचा तत्काळ विध्वंस उडवून आणखी पुढें युद्ध न करितां तुला भेटण्यासाठीं जलदीनें येथें निघून आलों. धर्मराजा, तेव्हां पांडवसेनेची फारच भयप्रद स्थिति झाली. ज्याप्रमाणें सिंहाला पाहून गाई अगदीं गतप्राण होतात, त्याप्रमाणें सर्व पांचाल कर्णाला पाहून अगदीं गतप्राण झाले. प्रभद्रक तर अगदीं कर्णाच्या कचाट्यांतच सांपडले. जणू काय ते मृत्यूच्या विवृत तोंडांतच उभे राहिले! कर्णानें तत्काळ त्यांच्या सतराशें रथांचा नाश करून त्यांस यमसदनीं पाठविलें आणि एकसारखा घोर संहार आरंभिला. राजा, हा त्याचा क्रम आह्मी तेथें जाईपर्यंत चालू होता. आह्मांला त्यानें पाहिल्यानंतर मात्र मग ती स्थिति बदलली, परंतु तेव्हां आह्मीं असें ऐकिलें कीं, अश्वत्थाम्यानें तुला गांठून घायाळ केलें व मग कर्णानेंही तुझ्यावर क्रूर दृष्टि फेंकिली, ह्यामुळें तूं रणांतून निवृत्त झालास. असो; धर्मराजा, दुष्ट कर्णापासून पराङ्मुख होऊन येथें आल्यासारखा तुला विसावा तरी मिळाला काय? राजा, नंतर कर्णानें अपूर्व भार्गवास्त्र सोडून जो कांहीं अनर्थ केला तो मग माझ्या दृष्टीस पडला. प्रस्तुत सृंजयांमध्यें दुसरा एकही योद्धा असा नाहीं कीं, जो आज त्या महारथ कर्णापुढें टिकाव धरील. ह्यासाठीं त्याच्या नाशाकरितां मलाच उद्युक्त झालें पाहिजे. आतां शैनेय सात्यकि व धृष्टद्युम्न ह्यांनीं माझ्या रथाचीं चक्रें राखावीं, शूर युधामन्यु व उत्तमौजा ह्यांनीं माझ्या पृष्ठभागाचें संरक्षण करावें, आणि मीं बलाढ्य रथांत अधिरूढ होऊन शत्रुसैन्यांत प्रवेश करावा, हेंच इष्ट होय. इंद्रानें जसें वृत्राला गांठिलें तसें आज मी रणांगणांत कर्णाला गांठीन व त्याच्याशीं लढेन; पण तो आज माझ्या दृष्टीस कसा पडतो हीच काळजी आहे. राजा, चल, आणि मी विजयप्राप्तीकरितां कर्णाशीं किती निकराचें युद्ध करितों तें पहा. राजा, प्रस्तुत रणांगणांत प्रभद्रक कर्णाशीं लढत आहेत, पण ते जणू काय मदोन्मत्त बैलांच्या शिंगांच्या कचाट्यांतच सांपडले आहेत! राजा, रणभूमीवर सध्या आठ हजार राजपुत्र स्वर्गलोकाच्या प्राप्तीकरितां युद्ध करीत आहेत. ह्यासाठीं आज जर मीं घोर युद्ध करून मोठ्या आवेशानें कर्णाला त्याच्या बांधवांसुद्धां वधिलें नाहीं, तर प्रतिज्ञाभंगाचें घोर पातक मला लागेल! म्हणून, धर्मराजा, मी आतां तुझा निरोप घेतों; तूं मला विजयप्राप्त्यर्थ आशीर्वाद दे. हे पहा कौरव भीमसेनाला ग्रासीत आहेत! मी आतां त्वरित रणांगणांत जाऊन कौरवांच्या सर्व सैन्याला व कर्णाला ठार मारितों.

अध्याय अडसष्टावा.

—:०:—

युधिष्ठिराचा क्रोध!

संजय सांगतोः—राजा धृतराष्ट्रा, ह्याप्रमाणें

महावीर्यशाली कर्ण अद्याप जिवंत असून प्रताप गाजवीत आहे, असें जेव्हां युधिष्ठिराला कळलें, तेव्हां त्या अमितबल धर्मराजाला अर्जुनाविषयीं फारच क्रोध आला व कर्णाच्या शरांनीं संतप्त झालेला तो ज्येष्ठ पांडुपुत्र अर्जुनाला म्हणाला कीं, "अर्जुना, तुझें सैन्य सभ्या चोहोंकडे पळत असून त्याची अगदीं गर्हणीय स्थिति झाली आहे, आणि अशा स्थितींत तूं भीमाला सोडून देऊन कर्णाचा वध न करितां आपला जीव राखण्याकरितां येथें आलास; तेव्हां मला असें वाटतें कीं, पृथेच्या उदरीं तूं जन्मास न येतास तर फार चांगलें झालें असतें! अर्जुना, तूं द्वैतवनांत काय बोललास तें तुला आठवतेंना? 'खरोखरी मी एकटा रथावर आरूढ होऊन कर्णाला ठार मारीन;' असें तूं तेव्हां म्हणालास आणि आज कर्णाच्या भीतीनें गांगरून जाऊन भीमसेनाला रणांत टाकून येथें पळून आलास ह्याला काय म्हणावें? जर त्या वेळीं 'मी कर्णाशीं युद्ध करूं शकणार नाहीं' असें मला तूं द्वैतवनांत साफ सांगितलें असतेंस, तर आम्ही सर्व प्रसंगास अनुरूप अशी सगळी व्यवस्था करून मगच ह्या कृत्यास तयार झालों असतों! अर्जुना, ह्याप्रमाणें तूं त्या समयीं विहित गोष्ट करण्याची सोडून दिलीस आणि उलट माझ्याशीं कर्णवधाची प्रतिज्ञा केलीस व आज ती प्रतिज्ञा पूर्ण न करितां तसाच मजकडे निघून आलास; तेव्हां आम्हांला भरशत्रूंच्या मध्यें आणून खडकावर आपटून आमचे तुकडे तुकडे उडवून टाकिलेस ते कां बरें? अर्जुना, तुझ्यापासून आमचें बहुत कल्याण होईल व आमचे मनोरथ सिद्धीस जातील, ह्या आशेनें आम्हीं तुला पुष्कळ आशीर्वाद दिले; पण ते सर्व विफल होऊन, फलार्थी जनांना ज्याप्रमाणें फलांनीं भरलेला वृक्ष न मिळतां केवळ पुष्पांनीं भरलेला वृक्ष मिळावा त्याप्रमाणें आमची अवस्था झाली! अर्जुना, ज्याप्रमाणें आमिषाच्या रूपानें गळ हातीं यावा किंवा अन्नाच्या रूपानें विषाची प्राप्ति व्हावी, त्याप्रमाणें राजाच्या रूपानें आम्हांस हा विनाश मात्र भोगणें आला! अर्जुना, आज तेरा वर्षेंपर्यंत सतत आशेनें आम्ही तुझ्यावर अवलंबून राहिलों आणि शेतांत बीं पेरल्यावर देव वेळच्या वेळीं पाऊस पाडील असा भरंवसा ठेवून जसें स्वस्थ बसावयाचें तसे आम्ही तूं पराक्रम करशील असा भरंवसा ठेवून स्वस्थ बसलों; पण अखेरीस तूं आम्हां सर्वांस नरकांत लोटलेंस! मूर्खा अर्जुना, तूं जन्मास येऊन सात दिवस झाल्यावर आकाशवाणीनें कुंतीला सांगितलें कीं, "हे कुंति, हा तुझा पुत्र इंद्राप्रमाणें प्रताप गाजवील व सर्व शूर शत्रूंना वधील! ह्याच्या ठिकाणीं दिव्य तेज असल्यामुळें हा खांडववनांत देवांच्या समुदायांना व इतर सर्व प्राण्यांना जिंकील. हा मद्र, कलिंग व केकय ह्या देशांना हस्तगत करील आणि सर्व राजांमध्यें कौरवांना वधील. ह्याच्यापेक्षां श्रेष्ठ असा धनुर्धर पुढें व्हावयाचा नाहीं. ह्याला कोणताही प्राणी केव्हांही जिंकणार नाहीं. हा मोठा इंद्रियनिग्रही होऊन सर्व विद्यांत नैपुण्य मिळवील आणि केवळ आपल्या इच्छेनें सर्व भूतांना स्वाधीन करून घेईल. कुंति, हा तुझा महात्मा पुत्र कांतीनें चंद्राप्रमाणें, वेगानें वायूप्रमाणें, स्थैर्यानें मेरूप्रमाणें, शांतीनें पृथ्वीप्रमाणें, तेजानें सूर्याप्रमाणें, लक्ष्मीनें कुबेराप्रमाणें, शौर्यानें इंद्राप्रमाणें व शक्तीनें विष्णूप्रमाणें होऊन अदिति पुत्र जो विष्णु त्याच्याप्रमाणें शत्रूंचा नाश करील. हा तुझा वीर्यशाली पुत्र आपल्या आप्तसुहृदांच्या जयाकरितां व शत्रूंच्या नाशाकरितां प्रख्यात होऊन ह्याच्यापासून पुढें एक शूर घराणें स्थापन होईल!" अर्जुना, ह्याप्रमाणें शतशृंग पर्वताच्या माथ्यावर अंतरिक्षांत महान् महान् तपस्व्यांना

ऐकूं जाईल अशा प्रकारें आकाशवाणी झाली आणि त्याप्रमाणें कांहीं घडून तर आलें नाहीं; तेव्हां देवही असत्य भाषण करितात असें निःसंशय ठरलें; नाहीं बरें ? अर्जुना, त्याप्रमाणेंच दुसरे मोठमोठे ऋषिवर्य नेहमीं तुझा असाच गौरव करीत आले; आणि ह्यामुळें, दुर्योधनाचा उत्कर्ष होईल व कर्णाला तूं इतका घाबरून जाशील असें मला केव्हांही वाटलें नाहीं. अरे, दुर्योधन पूर्वींच म्हणून गेला होता कीं, युद्धांत महाबलिष्ठ कर्णाच्या समोर उभें राहाण्याची अर्जुनाची छाती होणार नाहीं; आणि ते दुर्योधनाचे शब्द मीं आपल्या मूर्खपणामुळें खोटे मानिले व त्यामुळेंच मीं आपल्याला ह्या भयंकर दुःखांत घालून घेऊन ह्या शत्रूंच्या समुदायामध्यें ही अगाध नरकाची जोड मिळविली ! अर्जुना, मी कर्णाशीं मुळींच युद्ध करणार नाहीं म्हणून तूं मला तेव्हांच सांगितलें असतेंस तर बरें झालें असतें. कारण मग सृंजय, केकय व इतर आप्तसुहृद ह्यांना मी युद्धाकरितां व्यर्थ बोलाविलें नसतें. सध्याच्या ह्या स्थितींत कर्णाशीं, दुर्योधनाशीं अथवा जे दुसरे योद्धे आम्हांशीं लढण्यास आले आहेत त्यांच्याशीं युद्ध करितांना आज आतां मला कांहींच करितां यावयाचें नाहीं. कृष्णा, आतां मी सर्वतोपरी सूतपुत्र कर्णाच्या कह्यांत सांपडलों, तेव्हां माझें जिणें आज व्यर्थ होय ! अरे, कौरव, माझे इष्टमित्र किंवा जे दुसरे वीर येथें युद्धार्थ सिद्ध आहेत, त्यांपुढें ही माझी केवढी दुःसह विटंबना ! अर्जुना, आज जर तुझा तो पुत्र महारथ अभिमन्यु जिवंत असता, तर त्यानें खचित शत्रूंचा निःपात उडविला असता आणि मग माझा आज युद्धांत खचित पराभव झाला नसता ! किंवा घटोत्कच जर समरांत सुरक्षित राहिला असता, तर मला जयाची आशा होती ! मला तर असें वाटतें कीं, मीं जीं दुष्ट पातकें पूर्वीं केलीं त्यांच्या प्राबल्यामुळेंच तूं इतका तृणप्राय निर्वीर्य झालास व त्या दुरात्म्या कर्णानें माझी अशी मानखंडना केली आणि ज्याम कोणी बांधव नाहींत अशा एखाद्या दीन मनुष्याप्रमाणें मला शोचनीय अवस्था प्राप्त झाली ! अरे, जो एखाद्याला आपत्तींत सोडून देईल, त्याला काय बांधव किंवा प्रिय सुहृद असें म्हणावें ? आपत्ति प्राप्त झाली असतां ती दूर करण्यास झटणें हेंच आप्तांचें व सुहृदांचें कर्तव्य होय, असें फार प्राचीन काळापासून ज्ञाते पुरुष सांगत आले आहेत व त्यांनीं त्याप्रमाणें नित्य वर्तनही केलें आहे. अर्जुना, तूं कर्णाला भ्यालास हें खरोखरी मोठें आश्चर्य होय; कारण तुझा रथ प्रत्यक्ष त्वष्ट्यानें निर्माण केल्यामुळें त्याच्या ठिकाणीं दिव्य सामर्थ्य वास करीत आहे; त्याचा आंस घांसत असतां मुळींच वाजत नाहीं; आणि शिवाय त्याच्या ध्वजावर मारुति अधिष्ठित आहे; त्याचप्रमाणें तुझ्या हातांतली तरवार सुवर्णाच्या पट्यांनीं अलंकृत असून तुझें हें गांडीव धनुष्य सहा हात लांबीचें आहे; आणि शिवाय तुझ्या रथावर केशव हा तुझें सारथ्य करीत आहे; तेव्हां तूं कर्णाला भिऊन पळून आलास. हें खचित मोठें नवल नव्हे काय ? अर्जुना, तूं आपलें गांडीव धनुष्य जर केशवाला दिलें असतेंस आणि त्याचें सारथ्य जर तूं केलें असतेंस, तर वज्रधर इंद्रानें वृत्राला जसें वधिलें तसें केशवानें त्या उग्र कर्णाला रणांत केव्हांच वधिलें असतें ! अर्जुना, अर्जुनही जर तुला त्या भयंकर कर्णाला युद्धांत जर्जर करण्याची शक्ति नसेल, तर जो कोणी भूपाळ अस्त्रविद्येंत तुझ्यापेक्षां अधिक प्रवीण असेल, त्याला तूं आपल्या हातांतलें हें गांडीव धनुष्य आज देऊन टाक; म्हणजे तो तरी कर्णाला

रणांत मारून टाकील; व आधींच स्त्रीपुत्रांनीं विहीन झालेल्या आणि राज्य व सुख ह्यांस पार अंतरलेल्या आम्हांला—पातकी पुरुष हेच ज्याचे अधिकारी अशा—त्या अगाध नरकांतून सोडवील! हे दुरात्म्या, तूं संग्रामांतून पळून आलास ह्याच्यापेक्षां तूं कुंतीच्या उदरीं जन्मासच आला नसतास किंवा पांचवे महिन्यांत गर्भपात होऊन नष्ट झाला असतास तर फार चांगलें झालें असतें! अर्जुना, तुझ्या या गांडीव धनुष्याला, बाहुवीर्याला, असंख्यात बाणसमुदायांना, ध्वजस्थित मारुतीला आणि अग्निदत्त रथाला धिक्कार असो.

अध्याय एकुणसत्तरावा.

—:०:—

कृष्णकृत सत्यासत्यनिर्णय.

संजय सांगतोः—राजा, ह्याप्रमाणें युधिष्ठिराचें भाषण श्रवण करून श्वेतवाहन कुंतिपुत्र अर्जुनानें क्रोधायमान होऊन युधिष्ठिराला ठार मारण्याच्या उद्देशानें हातांत खड्ग घेतलें. तेव्हां त्याची ती क्रोधमुद्रा अवलोकन करून त्याचा विचार काय आहे हें चित्तज्ञ केशवानें तत्काळ ताडिलें; आणि 'अर्जुना, हातांत खड्ग कशाला घेतलेंस?' असा त्यास प्रश्न केला. नंतर कृष्ण त्याला आणखी ह्मणाला, "धनंजया, ज्याचा तुला वध करावयाचा आहे असें ह्या स्थलीं तर कांहींच दिसत नाहीं. तिकडे त्या कौरवांना तर धीमान् भीमसेनानें ग्रासून टाकिलें आहे; आणि तुझें तर येथें परत येण्याचें कारण धर्मराजाचें कुशलवृत्त काढावें हेंच होतें व आतां तुझी आणि धर्मराजाची भेट होऊन तो कुशल आहे असें तुला दिसून आलें; तेव्हां खरोखरी तुला आनंद व्हावयाचा तो एकीकडे राहून हें तूं वेड्यासारखें भलतेंच काय मनांत आणिलें आहेस? अर्जुना, तूं ज्याचा वध केला पाहिजेस, असा ह्या वेळीं कोणीही मला दिसत नाहीं; तेव्हां हें खड्ग बाहेर काढण्याचें प्रयोजन कोणतें? तुझ्या चित्ताला कांहीं भ्रंश तर झाला नाहींना? तूं मनांत तरी काय आणिलें आहेस?" याप्रमाणें कृष्णानें विचारलें, तेव्हां युधिष्ठिराकडे पहात व क्रोधानें सापासारखे सुसकारे टाकीत अर्जुन कृष्णाला म्हणाला, "कृष्णा, 'दुसऱ्याला गांडीव धनुष्य दे म्हणून जो मला आज्ञा करील, त्याचें मस्तक मी उडवीन!' असा मीं गुप्तपणें नियम केलेला आहे. प्रस्तुत प्रसंगीं धर्मराजानें 'गांडीव धनुष्य दुसऱ्यास दे' म्हणून तुझ्या समक्ष मला आज्ञा केली आहे; ह्यास्तव ही दुःसह आज्ञा सहन न करितां मी ह्या धर्मशील युधिष्ठिर राजाला ठार करणार! आपली प्रतिज्ञा पूर्ण करण्यासाठीं मीं हें खड्ग हातांत घेतलें आहे. ह्यानें युधिष्ठिराला वधून मी सत्याचा उतराई होईन आणि शोक व चिंता नष्ट करीन! कृष्णा, माझा हा असा मानस आहे; ह्या वेळीं म्यां काय करावें ह्याविषयीं तुझें काय मत आहे तें सांग. तुला ह्या जगताचें सर्व भूतभविष्य विदित आहे; ह्याकरितां तूं जसें सांगशील तसें मी करीन!"

संजय सांगतोः—राजा धृतराष्ट्रा, अर्जुनाचें हें म्हणणें ऐकून कृष्णानें त्याचा धिक्कार केला व पुढें ह्मटलें, "हे पुरुषव्याघ्रा अर्जुना, तुला हा भलत्याच समयीं क्रोध चढलेला पाहून मला तर असें वाटतें कीं, तूं वृद्धांची सेवा कधीं केली नाहींस. ज्याला धर्माचीं सूक्ष्म तत्त्वें समजतात, तो पुरुष, तुझ्यासारखा मूर्ख धर्मलोपाच्या भीतीनें प्रस्तुत प्रसंगीं जें करण्यास उद्युक्त झाला आहे, तसलें कृत्य कधींही करणार नाहीं! जो मनुष्य (१) अगदीं निषिद्ध व (२) वर्ज्य असलीं तरी विहित, अशा दोन प्रकारच्या कर्मांतील भेद जाणीत नाहीं व त्यांची सलमिसल करितो, त्याला अधम ह्मटलें पाहिजे.

शिष्यांनीं धर्मतत्त्वें प्रतिपादन करण्याविषयीं गुरूंची प्रार्थना केली असतां त्या गुरूंनीं संक्षेपानें व विस्तारानें जे सिद्धांत त्या शिष्यांना सांगितले, ते तुला माहीत नाहींत. कार्याकार्यनिर्णयासंबंधानें पंडितांचे जे सिद्धांत आहेत, त्यांचें ज्याला ज्ञान नाहीं, तो पुरुष असाच तुझ्याप्रमाणें भांबावून जाऊन वेड्यासारखी भलतीच गोष्ट करण्यास तयार होतो! अर्जुना, कार्याकार्य विचार करितां येणें मुळींच सुलभ नाहीं. त्याला श्रुतींचें यथार्थ ज्ञान अवश्य आहे; पण तें तर तुला अगदींच नाहीं. कारण, तूं धर्मज्ञ ह्मणून जें कृत्य करण्यास सिद्ध झाला आहेस, तें केवळ तुझ्या अज्ञानाचेंच निदर्शक होय! अर्जुना, तूं मोठा धार्मिक ना? मग प्राण्यांचा वध करणें हा धर्म किंवा अधर्म सांग पाहूं? मला तर अहिंसा हा परम धर्म वाटतो! एक वेळ असत्य भाषण केलें तरी चालेल पण प्राणिहिंसा ही सर्वथा निषिद्ध होय! आणि असें जर आहे, तर दुसऱ्या एखाद्या सामान्य पुरुषाप्रमाणें ज्येष्ठ भ्रात्याला व तशांत धर्मज्ञ राजाला वधण्यास उद्युक्त होणें हें सर्वथा अनुचित नव्हे काय? हे नरश्रेष्ठा मानवा अर्जुना, जो आपल्याशीं युद्ध करीत नाहीं, जो युद्धापासून पराङ्मुख आहे, जो पळत सुटला आहे, जो शरण आलेला आहे, जो आपल्यापुढें हात जोडून उभा आहे, व ज्याची विचारशक्ति सुटली आहे, त्याचा वध करणें हें सज्जनांना मान्य नाहीं; आणि ह्या सर्व गोष्टी तुझ्या ज्येष्ठ भ्रात्याच्या ठिकाणीं विद्यमान आहेत; ह्यास्तव तूं जी गोष्ट करावयास तयार झाला आहेस ती गोष्ट करण्याचें सोडून दे. अर्जुना, आधीं तूं जो हा पूर्वीं नियम केलास, तोच मुळीं चुकीचा आहे. ह्यासाठीं तूं मूर्खपणानें अधर्ममूलक कर्म करीत आहेस, ह्यांत संदेह नाहीं. अर्जुना, धर्माचीं तत्त्वें फार सूक्ष्म व अगाध आहेत; ह्यास्तव त्यांचें नीट मनन न करितां एकदम तूं वंदनीय अशा पुरुषाला ठार मारण्याच्या हेतूनें त्याजवर धावून जात आहेस ह्याला काय म्हणावें? अर्जुना, आतां मी तुला धर्माचें हें गूढ तत्त्व निरूपण करून सांगतों. हें तुला पूर्वीं भीष्मानें, युधिष्ठिरानें, विदुरानें अथवा भाग्यवान् कुंतीनें कदाचित् सांगितलें असेलच. ह्यासाठीं, धनंजया, मी आतां जें कांहीं सांगेन तें सावधान चित्तानें ऐक. बाबारे, जो सत्य सांगेल तो साधु, सत्यापेक्षां अधिक श्रेष्ठ असें कांहींएक नाहीं; परंतु सत्यास अनुसरून वर्तन करितांना सत्याच्या तत्त्वांवर अनुसंधान ठेवून त्याचा यथायोग्य निर्णय ठरविणें हें फार अवघड आहे. एखादी गोष्ट सत्य जरी असली, तरी ती बोलतां येणार नाहीं व एखादी गोष्ट असत्य जरी असली तरी ती बोलतां येईल; आणि अशा स्थितींत असत्य हें सत्य व सत्य हें असत्य असा त्यांचा व्युत्क्रम होईल. पहा—विवाहकालीं, संभोगसमयीं, प्राणसंकटांत, सर्व मालमिळकत, घरदार वगैरे जाण्याचा प्रसंग आला असतां, व ब्राह्मणाचें हित साधत असेल तर मनुष्यानें असत्य भाषण केलें तरी चालेल. ह्या पांच प्रसंगीं असत्य भाषणाच्या योगें पातक लागत नाहीं. अज्ञ पुरुष सत्यासत्यविवेकांतील हें मर्म न जाणतां केवळ सत्यालाच तेवढे धरून बसतात आणि तदनुसार वागतात. ह्यास्तव, सत्यासत्यांचें रहस्य ज्याला कळेल तोच धर्मज्ञ होय. म्हणून बलाकासारख्या सुज्ञ पुरुषानें अंधवधासारखें दारुण कर्म करून मोठें पुण्य जोडिलें; व कौशिकासारख्या अज्ञ पुरुषानें सरित्संगमीं चोरट्यांना खरा पत्ता सांगण्यासारखें धार्मिक कर्म करूनही महापाप संपादिलें, तर त्यांत आश्चर्य तें कसलें?

अर्जुनानें विचारिलें:—भगवंता कृष्णा, बलाकानें व कौशिकानें जें काय केलें तें मला नीट सांग.

वासुदेव म्हणाला:---अर्जुना, पूर्वी बलाक नांवाचा कोणी एक व्याध होता. तो स्त्रीपुत्रांच्या उपजीविकेकरितां मृगांचा वध करीत असे,---मृगांची हत्या करावी असा त्याचा वास्तविक हेतु मुळींच नव्हता. तो नेहमीं स्वधर्माप्रमाणें वर्तन करून वृद्ध मातापितरांचा व आश्रित जनांचा चरितार्थ चालवी. तो सदोदीत खरें बोले आणि कोणाचेंही अनिष्ट चिंतीत नसे. तो एकदां मृगया करण्यास निघाला असतां त्याला एकही मृग मिळाला नाहीं. तेव्हां त्याला अखेरीस एक हिंसक प्राणी पाणी पितांना दृष्टीस पडला. तो अंधळा असल्यामुळें केवळ वासावरच इतर प्राण्यांची हत्या करीत असे. तसलें सावज जरी बलाकानें पूर्वी कधीं पाहिलें नव्हतें, तरी त्यानें तें मारिलें, आणि त्याच्या हातून त्या अंध श्वापदाचा वध होतांच आकाशांतून त्याजवर पुष्पवृष्टि सुरू झाली, अप्सरांच्या गायनवादनांच्या मनोहर स्वरांनीं अंतरिक्ष दुमदुमून गेलें आणि त्या बलाक व्याधाला नेण्याकरितां स्वर्गांतून विमान उतरलें! अर्जुना, त्या हिंसक प्राण्यानें तपश्चर्या करून सर्व प्राण्यांचा वध करण्याविषयीं वर मिळविला होता; आणि ह्यामुळेंच ब्रह्मदेवानें त्यास अंध केलें होतें. अशा प्रकारें सर्व प्राण्यांचा वध करण्याविषयीं निश्चय करणाऱ्या त्या क्रूर श्वापदाला बलाकानें जेव्हां वधिलें, तेव्हां बलाक प्राणिहत्येच्या पातकांत न पडतां उलट स्वर्गास गेला! तेव्हां धर्माचें तत्त्व किती गूढ आहे तें मनांत आण. असो; आतां तुला कौशिकाची कथा सांगतों. कौशिक नांवाचा कोणी एक तपस्वी होता. त्याला श्रुतींचें फारसें ज्ञान नव्हतें. नद्यांच्या संगमावर गांवाच्या जवळच तो रहात असे. नेहमीं खरें बोलावयाचें असें त्याचें व्रत असे, ह्यामुळें सत्यवक्ता अशी त्याची प्रख्याति झाली होती. एका प्रसंगीं चोरट्यांच्या भीतीनें कांहीं लोक त्या वनांत आले. इकडे चोरट्यांनीं संतापून जाऊन त्या लोकांचा एकसारखा शोध सुरू केला. फिरतां फिरतां ते चोरटे सत्यवादी कौशिकाजवळ आले व त्यांनीं ' महाराज, पुष्कळसे लोक इकडून कोणत्या मार्गानें गेले तें सांगा बरें? असा त्यास प्रश्न केला. आणि त्यास आणखी असें म्हटलें कीं, ' आम्हीं तुम्हाला खरें विचारीत आहों; जर तुम्हाला माहीत असेल तर तुम्ही आम्हांला खरें सांगा. ' अर्जुना, तेव्हां कौशिकानें त्या चोरट्यांना खरें सांगितलें. तो म्हणाला, ' अहो, ह्याच वनांत लतावृक्षांची गर्द झाडी आहे, तींत ते आहेत!' अर्जुना, ह्याप्रमाणें त्या चोरांना कौशिकानें त्या लोकांचा खरा मार्ग दाखविला; आणि नंतर त्या चोरट्यांनीं त्यांना गाठून निर्दयपणानें त्यांचा वध केला असें म्हणतात. अर्जुना, कौशिकानें हें जें सत्य भाषण केलें, तें सत्य असलें तरी दुरुक्तच होय. त्या महान् अधर्माचरणामुळें, कौशिकाला भयंकर नरकांत पडावें लागलें! कारण, त्यास धर्माचीं सूक्ष्म तत्त्वें माहीत नसल्यामुळें, अर्धवट शिकलेला मूर्ख मनुष्य जसा धर्माचें रहस्य स्वतः जाणीत नाहीं व त्यांत संशय उत्पन्न झाला असतां वृद्धांकडून त्याचें निराकरण करून घेत नाहीं आणि शेवटीं नरकवासाला पात्र होतो, तशीच त्याची अवस्था झाली! असो; अर्जुना, आतां सत्यासत्यविवेकाचें किंवा

धर्माधर्मविचाराचें मर्म

कोणतें तें सांगतों तें ऐक. कित्येक प्रसंगीं धर्माचें तत्त्व मनांत येणें मोठें कठीण पडतें; ह्यासाठीं त्याचें बरोबर ज्ञान होण्यास तर्काची मदत घ्यावी लागते. पुष्कळ लोक असें म्हणतात कीं, धर्माचें तत्त्व श्रुतींतच आहे. ह्यावर मी असें म्हणतों कीं, धर्माचें तत्त्व श्रुतींत आहे हें खरें; पण सर्वच गोष्टी श्रुतींत सांगून त्यांचा

तेथें ऊहापोह केलेला नाहीं. **धर्माचें मूल तत्त्व प्राण्यांचा उत्कर्ष व्हावा हेंच होय;** आणि ह्याच तत्त्वाच्या अनुरोधानें श्रुतींत धर्माची व्याख्या केली आहे. प्राण्यांच्या उत्कर्षाचें बिज अहिंसेंत म्हणजे परपीडा न करण्यांत आहे. म्हणून, ज्यांत अहिंसा घडेल म्हणजे दुसऱ्यास पीडा होणार नाहीं, तोच धर्म होय असा सिद्धांत समज. हिंसा करणाऱ्या पुरुषांच्या हातून दुसऱ्याला पीडा होऊं नये हाच धर्माचा हेतु होय. धर्म शब्दाचा अर्थच बंधन असा होतो; व हें बंधन एक किंवा दोन अशा मर्यादित व्यक्तींना नसून सर्व प्रजांना आहे. ह्यासाठीं धर्माचें यथार्थ लक्षण मनांत आणितांना त्याची धारकता म्हणजे समाजाला बांधून टाकण्याची शक्ति विचारांत घेतली पाहिजे. तेव्हां एखाद्या नियमाच्या ठिकाणीं अशा प्रकारची धारकता आहे, हें कसें जाणावें? तर त्यावर उत्तर हेंच कीं, एक तर तो नियम श्रुतींत सांगितलेला असावा किंवा तो अहिंसातत्त्वाशीं विरुद्ध नसल्यामुळें तो श्रुतींतून निघतो असें तर्कानें घेतां यावें. जर ह्या दोहोंपैकीं एकही गुण विवक्षित नियमवाक्याच्या ठायीं विद्यमान नसेल, तर तो नियम वेदबाह्य होय. कित्येक लोक केवळ जनरीतीवर हवाला देऊन श्रुतिबाह्य नियमांचा स्वीकार किंवा श्रुतिप्रणीत नियमांचा अव्हेर करितात, पण हें त्यांचें करणें सर्वथैव अनुचित आहे; ह्यासाठीं त्यांच्याशीं बोलूं सुद्धां नये. कोणत्याही धार्मिक नियमाला वेदवचनाचा अशा प्रकारें प्रत्यक्ष किंवा अप्रत्यक्ष रीतीनें आधार असला पाहिजे. जर त्याला तसा आधार नसेल तर तो नियमच नव्हे. अशा प्रसंगीं त्या नियमाचें उल्लंघन करण्यास कोणतीही हरकत नाहीं; किंबहुना अशा समयीं त्या नियमाचें बेलाशक उल्लंघन करणें हेंच श्रेयस्कर होय. कित्येक लोकांचा मूल व्रत (नियम) करण्यांत हेतु एक असतो व मग ते दुसऱ्याच हेतूनें त्या व्रताचें समर्थन करूं लागतात; परंतु त्या योगें त्यांच्या पदरीं दांभिकपणा येऊन ते त्या व्रतफलाला अंतरतात, असें ज्ञात्यांचें मत आहे. प्राणसंकटांत, विवाहकालीं, सर्व जातीचा नाश होण्याचा प्रसंग आला असतां किंवा थट्टामस्करी करितांना असत्य भाषण केलें, तरी त्यापासून पाप लागत नाहीं. धर्माचें तत्त्व यथार्थपणें जाणणाऱ्या लोकांना त्यांत कांहीं अधर्मच वाटत नाहीं. एखाद्याला चोरांनीं गांठलें, तर त्या समयीं खुशाल खोट्या शपथा घेऊन त्यांच्यापासून सुटका करून घेतली पाहिजे. होतां होईल तों चोरांना धन मिळूं देणें वाजवी नाहीं; कारण पापी (नीच, दुष्ट वगैरे) लोकांना धन दिलें असतां तें दात्याला नरकांत पाडील! आणि ह्यासाठींच धर्मपालनाकरितां असत्य भाषण केल्यानें तो मनुष्य असत्यवादी ठरणार नाहीं! अर्जुना, हें धर्माधर्मविवेकांतलें मर्म मीं आज तुला तुझें हित व्हावें म्हणून विशद करून सांगितलें आहे. आतां मला सांग बरें युधिष्ठिराचा वध करणें प्रशस्त कीं अप्रशस्त?

अर्जुन म्हणालाः—कृष्णा, एखादा महाबुद्धिमान् व दूरदर्शी पुरुष जशी केवळ हिताची सल्ला देईल, तशीच तूं ही सल्ला मला दिली आहेस. तूं माझ्या मातापितरांच्या जागीं आहेस. तुझा मला मोठा आधार आहे. तुझ्यावर मी सर्वस्वी अवलंबून आहें. तुला ज्याचें ज्ञान नाहीं असें तिन्ही लोकांत कांहींएक नाहीं. ह्यासाठीं मला तूं प्रत्यक्ष धर्ममूर्तिच वाटतोस. तुला धर्माचें यथार्थ तत्त्व विदित आहे; म्हणून धर्मराज युधिष्ठिरास मारावें हें मला उचित दिसत नाहीं. तथापि मीं केलेल्या ह्या प्रतिज्ञेच्या संबंधानें आणखी एक गोष्ट माझ्या मनांत घोळत आहे ती तुला सांगतों. हे दाशार्हा, ' तूं अधाशी

आहेस ' असें जर कोणी भीमसेनाला म्हणाला, तर त्याला ठार मारण्याची जशी भीमाची प्रतिज्ञा आहे, तशीच ही माझी प्रतिज्ञा होय. ' तुझ्याहून बळानें किंवा अस्त्रांनीं जो कोणी वरिष्ठ असेल त्यास तूं हें गांडीव धनुष्य दे,' म्हणून तुझ्या समक्ष धर्मराजा मला पुनःपुनः म्हणाला. ह्यासाठीं माझ्या प्रतिज्ञेप्रमाणें मीं त्यास ठार मारिलें पाहिजे; परंतु जर का मीं त्यास ठार मारिलें, तर मी क्षणमात्र सुद्धां जिवंत रहाणार नाहीं; तेव्हां ह्या पातकाची जोड न होतां आत्मघात टळावा म्हणून मला धर्मराजाचा वध करितां येत नाहीं, हें उघडच आहे; तथापि मी धर्मराजाला वधण्याचें मनांत आणिलें ह्यापासूनही माझें सर्व वीर्य भ्रष्ट होऊन माझी विवेकबुद्धि नाश पावेल ह्याला उपाय काय? तेव्हां लोकांत माझी प्रतिज्ञा तर खरी व्हावी आणि धर्मराज व मी ह्या दोघांपैकीं कोणाचाही अंत होऊं नये, अशी कांहीं तरी तोड काढ!

वासुदेव म्हणाला:--अर्जुना, धर्मराजानें तुला ' गांडीव दुसऱ्यास दे ' म्हणून कां म्हटलें, ह्याचा तूं नीट विचार कर. तो अगदीं थकून गेला असून घायाळ व विव्हळ झालेला आहे. सूतपुत्रानें तीक्ष्ण बाणांच्या भडिमारानें रणांगणांत त्यास अगदीं जर्जर केल्यामुळें अतिशयित संतापून जाऊन त्यानें तुला असें अनुचित भाषण केलें. " प्रस्तुत समयीं जर अर्जुनाला क्षुब्ध केलें नाहीं, तर अर्जुन हा कर्णाला रणांत वधणार नाहीं!" हाच विचार युधिष्ठिराच्या मनांत प्रबळ झाला, आणि तुझ्याशिवाय दुसऱ्या कोणा वीराला कर्णाला वधण्याची शक्ति नाहीं, हेंही तो जाणून आहे; म्हणूनच धर्मराजा माझ्या समक्ष ते कठोर शब्द बोलला ह्यांत संदेह नाहीं. अर्जुना, धर्मराजाची अशी समजूत आहे कीं, पांडवांचा नाश करण्यास सतत उद्युक्त असलेल्या नित्यदुर्धर पराक्रमी कर्णाशीं आज रणांत युद्धरूप द्यूतच केलें पाहिजे. ह्या द्यूतांत एकदां कर्ण पडला कीं कौरवांचें क्षणांत निर्दलन झालेंच म्हणून समजावें. म्हणून ह्या सर्व अंतस्थ हेतूंचें मनन करून तूं धर्मराजाला वधण्याचा विचार सोडून दे आणि आपली प्रतिज्ञाही खरी कर. आतां, धर्मराजा जिवंत असूनही मृत कसा होईल ह्याविषयीं तुला उत्कृष्ट युक्ति सांगतों ती ऐक. अर्जुना, सन्मान्य पुरुष जोंपर्यंत मान मिळवितो. तोंपर्यंतच ह्या जीवलोकांत तो जिवंत असतो. एकदां त्याचा अवमान झाला कीं तो जिवंत असूनही मेल्याप्रमाणेंच झाला! अर्जुना, धर्मराजाला भीम, नकुल, सहदेव व तूं--तुम्ही चौघेही बंधु आणि सर्व शूर व वृद्ध पुरुष नित्य मान देतां; ह्यासाठीं, जर त्याचा यत्किंचित् अवमान झाला, तर तो मेलाच म्हणून समजण्यास हरकत ती कोणती? अर्जुना, तूं युधिष्ठिराला अहो न म्हणतां अरे म्हण (युधिष्ठिराची तूं निंदा कर) म्हणजे त्या सन्मान्य पुरुषाला तूं मारिल्याप्रमाणेंच झालें! अर्जुना, ही जी मीं तोड काढिली आहे, हिला आधार अथर्वांगिरसी नामक श्रेष्ठ श्रुतीचा आहे. हितेच्छु पुरुषांनीं नेहमीं बेलाशक ह्या श्रुतीला प्रमाण मानून वर्तन करावें. गुरूला अहो न म्हणतां अरे म्हणणें म्हणजे वध न करितां वध करणें होय. ह्यासाठीं तूं धर्मराजाला मी सांगत आहें असें म्हण, म्हणजे त्याला हे तुझे अनुचित शब्द ऐकून मृतप्राय दुःख होईल; नंतर तूं त्याच्या पायांवर मस्तक ठेव आणि त्याचें सांत्वन करून त्याची क्षमा माग. अर्जुना, तुझा भ्राता धर्मराजा मोठा बुद्धिमान् असल्यामुळें, धर्माचें मर्म तेव्हांच त्याच्या लक्षांत येईल आणि तो तुझ्यावर बिलकूल राग करणार नाहीं. असो; अर्जुना, ह्याप्रमाणें तूं कर, म्हणजे तुझी असत्यापासून

सुटका होईल व भ्रातृवधापासूनही सुटका होईल; आणि मग उमेदीनें तूं कर्णाला ठार मार.

अध्याय सत्तरावा.

—:०:—

युधिष्ठिराचें सांत्वन.

संजय सांगतोः—राजा धृतराष्ट्रा, ह्याप्रमाणें प्रिय सखा जनार्दन ह्यानें जी युक्ति सांगितली ती अर्जुनाला फार आवडली; आणि नंतर, जे तो पूर्वी कधींही बोलला नव्हता, तें फार कठोर शब्द धर्मराजाला बोलला.

अर्जुन म्हणालाः—राजा, रणांगणापासून कोसावर दूर रहावयाचें व असें भाषण करावयाचें, हें तुला मुळींच शोभत नाहीं! भीमानें जर मला दोष दिला, तर तो शोभेल; कारण तो रणांगणांत मोठमोठ्या योद्ध्यांशीं लढत तरी आहे! ह्या वेळपर्यंत त्यानें युद्धभूमीवर शत्रूंना वेळच्या वेळीं जर्जर केलें असून पुष्कळ शूर राजांना, मोठमोठ्या रथ्यांना, उत्तम उत्तम हत्तींना, पराक्रमी घोडेस्वारांना व अगणित दुसऱ्या वीरांना वधिलें आहे. ह्याशिवाय तो युद्धांत सहस्र हत्तींना व दशसहस्र कांबोज व पार्वतीय योद्ध्यांना ठार मारून, सिंह जसा मृगांना ठार मारून गर्जना करितो, तशी मोठमोठ्यानें गर्जना करीत आहे! राजा, भीमानें जो अचाट पराक्रम चालविला आहे, तो तुझ्या हातून कदापि होणार नाहीं. त्यानें रथांतून खालीं उडी टाकून हातांत गदा घेऊन तिनें समरांगणांत अश्व, रथ व द्विप ह्यांचा संहार उडविला आहे, श्रेष्ठ खड्गानें हत्ती, घोडे, रथ व पायदळ ह्यांना वधिलें आहे, आणि रथाच्या अवयवांनीं व धनुष्यानें जणू काय सैन्याचें भस्मच उडविलें आहे! राजा, तो इंद्रतुल्य पराक्रमी वीर इतका बलाढ्य आहे कीं, तो केवळ पायांखालीं तडवन व दंडांनीं बडवून शत्रूंना यमसदनीं पाठवितो! त्याच्या ठिकाणीं यमाप्रमाणें किंवा कुबेराप्रमाणें अगाध सामर्थ्य वसत असल्यामुळें तो मोठ्या शौर्यानें शत्रूंच्या सेनेला ठार करितो! तेव्हां त्या बलशाली भीमसेनानें माझी निंदा केली तर चालेल, पण ज्या तुला स्वतःचें संरक्षण करण्यासही नित्य सुहृदांची जरूर लागते, त्या तुला माझी निंदा कशी करितां येईल बरें? पहा, तो भीम महारथांना, मोठमोठ्या गजांना, हयांना व पायदळांतील शूर वीरांना वधून कौरवसैन्यांत एकटा घुसला आहे; त्याप्रमाणेंच त्यानें कलिंग, वंग, अंग, निषाद व मागध देशांतील सैन्यांचा संहार उडवून, शिवाय सदासर्वकाळ मदोन्मत्त असलेल्या व नीलमेघांप्रमाणें भव्य दिसणाऱ्या शत्रूंकडील अनेक हत्तींचा विध्वंस उडविला आहे; तसाच तो रथांत अधिरूढ होऊन जरूर त्या समयीं समरांगणांत पावसाच्या सरींप्रमाणें बाणांचा भडिमार करीत असतो; आणि आजच त्यानें बाणांच्या प्रहारांनीं समरभूमीवर आठशें हत्तींच्या गंडस्थळांचे व शुंडाग्रांचे तुकडे उडविले; तेव्हां त्यानें जर मला नांवें ठेविलीं तर हरकत नाहीं. राजा, महान् महान् द्विजांचें बल वाणींत असतें व क्षत्रियांचें बल बाहूंत असतें, असें म्हणतात. राजा, तूं बोलण्यांत पटाईत असून अत्यंत निष्ठुर आहेस आणि ह्यामुळें तुला आपल्याप्रमाणेंच मीही दुर्बळ आहें असें वाटतें! राजा, मी आपल्या स्त्रिया, पुत्र, जीवित व देह ह्यांची पर्वा न करितां नित्य तुझ्या बऱ्यासाठीं झटत आहें आणि असें असतां तूं ह्याप्रमाणें वाक्प्रहार करीत आहेस, तेव्हां तुझ्यापासून मला सुख मिळेल असें वाटत नाहीं. तुझ्यासाठीं महारथांचा मी वध करीत असतां तूं द्रौपदीच्या शयनावर पडून माझी निर्भर्त्सना करावा हें मला उचित दिसत नाहीं; यावरून मला

तूं अतिशय निर्दय वाटतोस. युद्धामध्यें सत्यप्रतिज्ञ भीष्मानें आपल्याला मृत्यु कोणापासून आहे हें स्वतः सांगितलें, तेव्हां तुझ्या हितासाठींच मीं त्या महात्म्या शिखंडीचें संरक्षण करण्याचें पतकरिलें व त्याच्या हस्तें भीष्माला रणांगणांत पाडिलें. राजा, असें जरी आहे, तरी आतां तुला राज्य मिळावें हें मला उचित दिसत नाहीं; कारण तूं मोठा भयंकर द्यूतकार आहेस. नीच लोक जें दुराचरण करितात तें स्वतः करून तूं आतां आम्हांकडून शत्रूंना जिंकण्याची हाव धरिली आहेस. राजा, द्यूतामध्यें बहुत दोष आहेत व त्यापासून पातकें लागतात असें सहदेवानें सांगितलें. तें सर्व ऐकूनही तूं नीच .लोकांप्रमाणें द्यूतास प्रवृत्त झालास व त्यामुळें आपल्याबरोबर आम्हां सर्वांनाही नरकांत पाडिलेंस! राजा, तुझ्या द्यूतामुळें आमचें सर्व सुख नष्ट झालें. तूं स्वतःच हें सर्व महत्संकट उत्पन्न केलेंस आणि आतां आम्हांस दुःशब्द बोलत आहेस! राजा, आमच्या हस्तें हत होऊन हें शत्रुसैन्य हातपाय वगैरे तुटून विलाप करीत रणांगणांत कसें पडलें आहे पहा! ह्या सर्व घातुक कर्माला कारण तूं आहेस, तुझ्यामुळेंच कौरव दोषी झाले आणि त्यांचा आज वध होत आहे! हे पहा दोन्ही सैन्यांतील चारही दिशांकडले महान् महान् योद्धे समरांगणांत लोकोत्तर प्रताप गाजवून मरून पडले आहेत! राजा, तूं जुगारी, तुझ्यामुळेंच राज्याचा नाश व तुझ्यामुळेंच हा मोठा भयंकर अनर्थ उद्भवला! ह्यासाठीं, हे मंदभाग्या, आतां क्रूर वाक्प्रतोदांनीं तूं आम्हांस आणखी फटके देऊन व्यर्थ क्षुब्ध करूं नको!

संजय सांगतोः---राजा धृतराष्ट्रा, सव्यसाची अर्जुन बुद्धीचें स्थैर्य करून हे असे कठोर व हृदयभेदक शब्द धर्मराजाला बोलला खरा; पण त्या धीमान् धर्मभीरु पांडुपुत्राला आपण केलेल्या त्या दुष्कर्माबद्दल लागलाच फार खेद झाला आणि त्यानें पश्चात्तापानें तळमळून जाऊन दुःखाचे सुसकारे टाकीत एकदम पुनः म्यानांतून खड्ग बाहेर काढिलें! तेव्हां तें पाहून तत्काळ कृष्ण त्यास म्हणालाः—अर्जुना, फिरून आकाशासारखी लकलकणारी ही तरवार म्यानांतून कां बरें बाहेर काढिलीस? माझ्या ह्या प्रश्नाचें पुनः उत्तर दे म्हणजे तुझे मनोरथ सिद्धीस जाण्यासाठीं जरूर तो उपाय मी तुला सांगेन. राजा, ह्याप्रमाणें कृष्णाचें भाषण ऐकून, अनुतापानें विव्हल झालेला अर्जुन फिरून म्हणालाः--कृष्णा, आज मी बलात्कारानें आपला हा देह ह्या तरवारीनें कापून टाकणार! कारण, ह्याच्या योगें मीं मोठें दुष्ट कर्म केलें!

धृतराष्ट्रा, अर्जुनाचे ते उद्गार श्रवण करून तो महाधर्मनिष्ठ कृष्ण त्याला ह्मणाला, "हे अर्जुना, तूं जें कांहीं धर्मराजाला बोललास, त्याच्या योगानें तुझ्या मनाला हा इतका विषाद वाटला तो कां? हे अरिघ्ना, तूं अगदीं आत्महत्या करण्यास सिद्ध झाला आहेस; पण, अर्जुना, सत्पुरुषांनीं ह्या मार्गाचें अवलंबन कधींही केलेलें नाहीं. अरे, तूं जर आज अधर्म घडूं नये ह्मणून खरोखरीच तरवारीनें ज्येष्ठ भ्रात्याचा वध केला असतास, तर मग तुझी काय अवस्था झाली असती व मग तूं आज काय बरें केलें असतेंस? अर्जुना, धर्म हा मोठा सूक्ष्म व दुर्बोध आहे. अज्ञ जनांस त्याचें नीट स्वरूप कळणें फारच अशक्य! ह्यासाठीं, मी जें कांहीं सांगतों, तें चांगलें लक्षपूर्वक ऐक. अरे, प्रस्तुत प्रसंगीं तूं आत्महत्या करण्यास तयार झाला आहेस, पण ह्यापासून तुला भ्रातृवधापेक्षांही घोर पातक लागून अधिक भयंकर अशा नरकांत पडावें लागेल! ह्मणून आतां तूं आपल्या स्वतःच्या गुणांची

प्रौढी मिरव, ह्मणजे आत्महत्या केल्याप्रमाणें होईल!" राजा धृतराष्ट्रा, नंतर अर्जुनानें कृष्णाचें ह्मणणें मान्य केलें व धनुष्य वांकवून आत्मश्लाघा करण्याच्या उद्देशानें महाधर्मनिष्ठ युधिष्ठिराला ह्मटलें:—धर्मराजा, माझ्यासारखा धनुर्धर एका पिनाकी शंकरावांचून दुसरा कोणीही नाहीं. तोही माझ्या सामर्थ्याची वाहवा करितो. मी एका क्षणांत सर्व चराचर विश्वाचा संहार उडवीन. राजा, मीच दिशा-दिशांच्या ठिकाणीं राज्य करणाऱ्या राजांसुद्धां सर्व दिशा जिंकून तुझें आधिपत्य सर्वत्र स्थापिलें. माझ्या पराक्रमामुळेंच दक्षिणायुक्त राजसूय शेवटास गेला व ती दिव्य सभा तुला प्राप्त झाली. माझ्या हातामध्यें धार दिलेले बाण आणि बाण जोडलेलें धनुष्य नेहमीं सज्ज व ताणलेलें असतें. माझ्या पायांवर रथांचीं व ध्वजांचीं चिन्हें आहेत. माझ्यासारखा वीर युद्धार्थ प्रवृत्त झाला असतां त्याला जिंकण्यास कोणीही समर्थ नाहीं. उत्तरेकडील, पश्चिमेकडील, पूर्वेकडील व दक्षिणेकडील सर्व योद्ध्यांचा मीं अगदीं उच्छेद करून टाकिला आहे. आतां संशप्तकांचें मात्र सैन्य अवशिष्ट आहे. मीं एकट्यानें अर्धें सैन्य ठार मारिलें. राजा, देवांच्या सेनेप्रमाणें प्रतापशाली अशी ही भारती सेना माझ्या हस्तें रणांत मरून पडली आहे. अस्त्रज्ञ वीरांना मी अस्त्रांनींच मारितों, आणि त्यामुळेंच माझ्या हातून हें त्रैलोक्य भस्म झालें नाहीं. ज्यांच्याशीं युद्ध करावयाचें त्यांच्या पात्रापात्रतेचा जर मीं विचार केला नसता, तर आज हें सर्व विश्व कधींच नष्ट झालें असतें! कृष्णा, आतां ह्या विजयशाली रथांत बसून ताबडतोब सूतपुत्राला वधण्यास जाऊं चला. राजाच्या मनाला आज पूर्ण विश्रांति मिळेल; कारण मीं बाणप्रहारांनीं रणांत आज कर्णाला वधीन. राजा धृतराष्ट्रा, असें बोलल्यावर फिरून अर्जुन युधिष्ठिराला ह्मणाला:—धर्मराजा, आज मी कर्णाला मारीन किंवा कर्ण मला मारील; ह्यास्तव आज एक तर कर्णमाता पुत्रहीन होईल किंवा कुंती पुत्रहीन होईल! युधिष्ठिरा, मी तुला खचित सांगतों कीं, आज मीं कर्णाला ठार केलें नाहीं तर अंगांतील कवच काढणार नाहीं!

संजय सांगतो:—राजा, ह्याप्रमाणें भाषण करून अर्जुनानें पुनः महाधर्मनिष्ठ युधिष्ठिरापुढें आपलीं शस्त्रास्त्रें व धनुष्य टाकून दिलें आणि तत्काळ तो म्यानांत तरवार घालून लज्जायमान होत्साता खालीं मान करून हात जोडून उभा राहिला व ह्मणाला:—धर्मराजा, रागावूं नको, प्रसन्न हो, क्षमा कर; मी असें कां बोललों ह्याचें कारण पुढें तुला विदित होईल, मी तुला नमस्कार करितों! राजा धृतराष्ट्रा, प्रतापी अर्जुनानें ह्याप्रमाणें भाषण करून, शत्रूंच्या पराक्रमाला सहन करणाऱ्या धर्मराजाच्या समोर उभें राहून पुनः ह्मटलें, "धर्मराजा, माझ्या ह्या बोलण्याचें कारण लांबणीवर न पडतां लवकरच व्यक्त होईल. हा पहा मी रणांगणांत भीमाला विश्रांति देण्याकरितां व कर्णाला ठार मारण्याकरितां येथून निघालों. राजा, तुझें बरें करण्यासाठींच माझें हें जीवित आहे, अशी तूं खरोखरी पक्की खातरी बाळग." राजा धृतराष्ट्रा, असें बोलून अर्जुनानें युधिष्ठिराचे पाय धरिले आणि नंतर तो पराक्रमी वीर युद्धाला जाण्यासाठीं निघाला. तेव्हां अर्जुनाच्या त्या कठोर भाषणाच्या योगें संतप्त होत्साता धर्मराज युधिष्ठिर शय्येवरून उठला आणि मोठ्या खिन्न मनानें ह्मणाला, "अर्जुना, मीं मोठें अनुचित कर्म करून तुह्मां सर्वांना घोर संकटांत पाडिलें! ह्यासाठीं ह्या अधम कुलांगाराचें मस्तक आज तूं तोडून टाक! अर्जुना, मी मोठा नीच असून नीच कृत्यांत

अगदीं निमग्न झालेला आहें; माझी अक्कल नष्ट झाली असून मी अगदीं म्याड व आळशी आहें; आणि मी मोठा निर्दय व वृद्धांचा अपमानकर्ता आहें; तेव्हां सतत ह्या दुष्टाची आज्ञा पाळून तुला लाभ तो कोणता? ह्यासाठीं हा पहा मी नीच आजच वनांत जातों! तूं माझ्याव्यतिरिक्त खुशाल रहा! महात्मा भीमसेन राज्यपदाला योग्य आहे! मीं पडलों षंढ, तेव्हां मला राज्याची उठाठेव कां असावी? अर्जुना, तूं रागानें जें हें बोललास तें आणखी सहन करण्यास मी समर्थ नाहीं. आतां भीमच राजा होवो! माझी जर आज इतकी मानखंडना झाली, तर मला आतां जगून तरी काय कर्तव्य?" राजा धृतराष्ट्रा, असें बोलून युधिष्ठिर एकदम ती शय्या सोडून लगबगीनें वनांत जाण्यासाठीं निघाला; पण तितक्यांत कृष्णानें त्याच्या पायांवर मस्तक ठेवून हात जोडून ह्मटलें:—धर्मराजा, सत्यसंध अर्जुनाची गांडीव धनुष्यासंबंधानें काय प्रतिज्ञा आहे, हें प्रसिद्ध असल्यामुळें तुला विदित असेलच! जो कोणी त्यास 'तूं हें गांडीव दुसऱ्यास दे' असें ह्मणेल, त्याला वधण्याचा त्याचा संकल्प आहे; आणि तूंच हें असें त्याला ह्मणालास, तेव्हां अर्जुनानें आपली ती प्रतिज्ञा खरी करण्यासाठीं माझ्या सल्ल्यानें हा तुझा अवमान केला आहे. गुरुजनांचा अवमान करणें ह्मणजे त्यांचा वधच करणें होय. ह्याकरितां, हे महाबाहो युधिष्ठिरा, अर्जुनाची प्रतिज्ञा सत्य व्हावी ह्मणून मी व अर्जुन अशा आह्मीं दोघांनीं जो तुझा अवमान केला आहे, त्याजबद्दल आह्मी तुला शरण येऊन तुझी क्षमा मागत आहों; तर तूं आह्मांस आमच्या अपराधाची क्षमा कर. आज त्या पातकी राधेयाच्या रक्तानें भूमि प्राशन करील हें तूं पक्कें समज; आतां राधेय मेलाच ह्मणून खुशाल मान; ज्याच्या वधाची तूं इच्छा करीत आहेस, त्याचें जीवित आतां उरलेंच नाहीं! राजा धृतराष्ट्रा, धर्मराज युधिष्ठिरानें आपल्या पदीं लीन झालेल्या कृष्णाचें हें भाषण श्रवण करून मोठ्या लगबगीनें त्यास उठविलें आणि नंतर हात जोडून ह्मटलें:—कृष्णा, तूं ह्मटलेंस त्याप्रमाणें माझ्या हातून मर्यादेचें उल्लंघन झालें खरें; गोविंदा, तूं आज मला ताळ्यावर आणून महान् प्रसंगांतून सोडविलेंस! अच्युता, आज तुझ्यामुळेंच आह्मी उभयतां भावी घोर अनर्थांतून मुक्त झालों. कृष्णा, समुद्रांत पडलेल्या मनुष्याला जसा नावेचा आश्रय मिळावा, तसा आज आह्मां दोघांना तुझा आश्रय मिळाला! नाहींपेक्षां बुद्धिभ्रष्ट झालेले आह्मी दोघेही ह्या दुःखशोकार्णवांत बुडून जाऊन सर्वस्वी नष्ट झालों असतों! अच्युता, आज तूं योग्य मार्ग दाखविल्यामुळें अमात्यांसमवेत व गुरुजनांसमवेत आह्मांला तूं भयंकर संकटांतून पार पाडिलेंस!

अध्याय एकाहत्तरावा.

—:०:—

अर्जुनाची प्रतिज्ञा.

संजय सांगतोः—राजा, युधिष्ठिराच्या पायांवर मस्तक ठेवून अर्जुन रडूं लागला असतां युधिष्ठिरानें त्यास उठविलें व प्रेमानें त्यास आलिंगन देऊन तोही त्याच्याबरोबर रडूं लागला! राजा, नंतर ते दोघेही पराक्रमी भ्राते पुष्कळ वेळ रडले आणि अशा प्रकारें दुःखमुक्त होऊन एकमेकांवर पूर्ववत् प्रसन्न झाले. मग धर्मराजानें अर्जुनाला पुनः आलिंगिलें आणि मोठ्या प्रीतीनें त्याच्या मस्तकाचें अवघ्राण करून वारंवार आश्चर्यानें चकित होऊन महाधनुर्धर अर्जुनाला ह्मटलें:—हे महाबाहो अर्जुना, कर्णानें सर्व सैन्याच्या समक्ष, मी त्याच्याशीं लढण्याची पराकाष्ठा करीत असतां माझें कवच, ध्वज, धनुष्य, शर, शक्ति व हय

ह्यांजवर बाणांचा भडिमार करून त्या सर्वांचा विध्वंस उडविला, ह्यामुळें मी अगदीं दुःखानें आर्त झालों आहें, मला आतां जगण्यांत अर्थ वाटत नाहीं. अर्जुना, जर तूं त्यास आज युद्धांत ठार मारिलें नाहींस, तर मी खचित प्राण देणार ! मला जगून तरी काय करावयाचें आहे ? राजा धृतराष्ट्रा, ह्याप्रमाणें धर्मराजाचें भाषण श्रवण करून अर्जुनानें त्याला उत्तर दिलें:—राजा, मी आज सत्याची, तुझी, भीमाची, नकुलाची व सहदेवाची शपथ घेऊन सांगतों कीं, मी आज समरांगणांत कर्णाला वधीन किंवा स्वतः हत होऊन भूतलावर पडेन ! आज मी खरोखरी अशीच प्रतिज्ञा करून शस्त्रास हात घालीत आहें ! राजा धृतराष्ट्रा, अर्जुनानें ह्याप्रमाणें युधिष्ठिराला सांगितलें व मग कृष्णाला ह्मटलें:—कृष्णा, आज रणांत मी कर्णाला वधीन ह्यांत संदेह नाहीं; पण मला त्या दुरात्म्याच्या वधाकरितां तुझ्याकडून समयोचित सल्ला मिळावा. तुझें कल्याण असो.

राजा धृतराष्ट्रा, ह्याप्रमाणें अर्जुनाचें भाषण श्रवण करून कृष्ण अर्जुनाला ह्मणाला, " हे भरतश्रेष्ठा, त्या महाबल कर्णाला मारण्यास तूं समर्थ आहेस. हे महारथा, मीही नेहमीं हाच विचार करीत आहें कीं, तूं रणांत त्या कर्णाचा कसा वध करशील ? " राजा धृतराष्ट्रा, नंतर मतिमान् कृष्ण पुनः धर्मराजाला म्हणाला, " युधिष्ठिरा, अर्जुनाच्या मनाला अधिक उमेद येईल असें कर व त्या दुरात्म्याच्या वधाकरितां ह्यास आज अनुज्ञा दे. हे पांडुपुत्रा, तुला कर्णानें बाणांचा भडिमार करून अगदीं आर्त करून टाकल्याचें मीं व ह्या अर्जुनानें ऐकिलें ह्मणून आह्मीं उभयतां तुझें कुशलवृत्त जाणण्याकरितां येथें आलों. राजा, सुदैवानें तूं सुरक्षित आहेस व शत्रूंच्याही हस्तगत झाला नाहींस. हे अनघा, आतां तूं अर्जुनाला प्रोत्साहन देऊन जयप्राप्त्यर्थ आशीर्वाद दे. "

युधिष्ठिर ह्मणालाः—अर्जुना, ये ये, मला आलिंगन दे; तूं जें मला बोललास तें अगदीं उचित व हितकरच होतें; व ह्यास्तव त्या सर्वांची मीं तुला क्षमा केली आहे. धनंजया, माझी तुला अनुज्ञा आहे, तूं कर्णाला ठार मार, अर्जुना, मी तुला जें कांहीं निष्ठुरपणें बोललों, त्याबद्दल रागावूं नको !

संजय सांगतोः- राजा धृतराष्ट्रा, नंतर अर्जुनानें युधिष्ठिराचे पाय धरिले व पायांवर मस्तक ठेविलें; तेव्हां युधिष्ठिरानें अर्जुनाला उठविलें आणि तो दुःखार्त झाला आहे असें पाहून त्यास आलिंगन दिलें व मस्तकाचें अवघ्राण करून पुनः म्हटलें:—हे महाबाहो धनंजया, तूं मला अतिशयच मान दिलास; तुला विजयश्री व विपुल वैभव प्राप्त होवो !

अर्जुन म्हणालाः—धर्मराजा, बलानें गर्विष्ठ झालेल्या त्या पातकी राधेयाला आज मी रणांत गांठून शरांचा भडिमार करून त्याला व त्याच्या अनुयायांना वधीन. त्या दुष्ट कर्णानें आकर्ण धनुष्य ओढून बाणप्रहारांनीं तुला जर्जर केलें, त्याचें हें दारुण फळ त्याला आज प्राप्त होईल ! राजा, आज मी कर्णाला ठार मारीन व मग तुला समरांगणांतून भेटण्यास येईन, हें खचित सांगतों. आज जर माझ्या हातून समरभूमीवर कर्ण पडला नाहीं, तर मी खचित परत येणार नाहीं, हें मी तुझ्या पायांची शपथ घेऊन सांगतों.

संजय सांगतोः—राजा धृतराष्ट्रा, अर्जुनाची ही प्रतिज्ञा श्रवण करून युधिष्ठिराचें मन मोठें प्रसन्न झालें आणि त्यानें अभिनंदनपर भाषण केलें. त्या वेळीं युधिष्ठिर म्हणालाः—अर्जुना, तुला अक्षय्य कीर्ति, यथेष्ट आयुष्य, पूर्ण जय व विपुल वीर्य हीं मिळून तुझ्या हातून शत्रूंचा संहार घडो ! देवता तुझें भाग्य वाढवोत !

आणि माझ्या इच्छेनुरूप तुला सर्व कांहीं प्राप्त होवो ! आतां तूं युद्धाला जा व कर्णाला त्वरित मार; आणि वृत्रासुराला मारून इंद्रानें जसा विजय मिळविला, तसा तूं कर्णाला मारून विजय मिळव !

अध्याय बहात्तरावा.

—:o:—

कृष्णाचें प्रोत्साहनपर भाषण.

संजय सांगतोः—राजा धृतराष्ट्रा, ह्याप्रमाणें धर्मराज युधिष्ठिर प्रसन्न झालेला पाहून अर्जुनाला मोठा आनंद झाला व तो सूतपुत्राच्या वधार्थ तयार होऊन कृष्णाला म्हणालाः-कृष्णा, फिरून माझा तो बलाढ्य रथ सिद्ध कर, त्याला उत्तम अश्व जोड व त्याजवर सर्व शस्त्रास्त्रांची सामग्री तयार ठेव. आतां विलंब करून उपयोग नाहीं; म्हणून त्वरा करून, अश्वशिक्षकांनीं शिकवून तयार केलेले ते अश्व फिरून आणण्यास सांग आणि त्यांजवर रथोपकरणें घालून ते रथाला लाव व कर्णाला ठार मारण्याच्या उद्देशानें आतां त्वरित शत्रूंवर चल.

राजा धृतराष्ट्रा, महात्म्या फाल्गुनाचें असें भाषण श्रवण करून कृष्णानें दारुकाला अर्जुनाच्या इच्छेप्रमाणें सर्व व्यवस्था करण्यास सांगितलें; आणि नंतर दारुकानें व्याघ्रचर्माचें कवच असलेला तो अर्जुनाचा शत्रुसंहारक रथ सज्ज करून तेथें आणिला व रथ तयार आहे म्हणून अर्जुनास कळविलें. तेव्हां महात्म्या दारुकानें अश्व जोडून तयार करून आणिलेला तो रथ पाहून अर्जुनानें धर्मराजाचा निरोप घेतला, ब्राह्मणांकडून पुण्याहवाचन करविलें, आणि मग तो त्या श्रेष्ठ रथावर आरूढ झाला नंतर महाबुद्धिमान् धर्मराजानें अर्जुनाला मंगलदायक आशीर्वाद दिले आणि मग अर्जुन कर्णावर चालून गेला. राजा धृतराष्ट्रा, अर्जुन कर्णावर चालून येत आहे असें जेव्हां प्राण्यांनीं अवलोकन केलें, तेव्हां त्यांना असें वाटलें कीं, महात्म्या अर्जुनाच्या हातून आतां कर्ण मेलाच, ह्यांत संदेह नाहीं ! राजा, त्या समयीं जिकडे तिकडे सर्व दिशा स्वच्छ दिसूं लागल्या; चाष, शतपत्र व क्रौंच हे अर्जुनाला उजवी घालूं लागले; आणि पुं नामक पुष्कळ पक्षी मोठ्या आनंदानें शुभ व मंगल ध्वनि करून अर्जुनाला युद्ध करण्याविषयीं त्वरा कर म्हणून सुचवूं लागले ! राजा, त्याप्रमाणेंच कंक, गृध्र, बक, श्येन व कावळे अर्जुनाच्या रथाच्या अग्रभागीं मांससेवन करण्याच्या हेतूनें जलद धावूं लागले; आणि ते भयानक विहंगम आपल्या पुढें पळत चालले आहेत असें पाहून अर्जुनाला त्या शुभ शकुनांच्या योगें कर्णाच्या वधाविषयीं व कौरवांच्या संहाराविषयीं फारच भरंवसा उत्पन्न झाला; तथापि अर्जुन हा कर्णावर चालून जात असतां त्याला अतिशय घाम सुटला आणि हें महत्कृत्य कसें पार पडेल अशी मोठी चिंताही पडली ! त्या समयीं अर्जुनाची ती सचिंत स्थिति अवलोकन करून कृष्ण अर्जुनास म्हणाला, "अर्जुना, संग्रामांत बाणांचा भडिमार करून तूं आजपर्यंत ज्यांना जिंकलेंस, त्यांना जिंकण्याला तुझ्यावांचून दुसरा कोणीही मनुष्य ह्या लोकीं समर्थ झाला नसता, मीं आजवर पुष्कळ शूर पुरुष पराक्रमानें जणू काय प्रतिइंद्रच असे पाहिले, पण ते समरांत तुझी गांठ पडली असतां धारातीर्थी देह ठेवून श्रेष्ठ गतीस पावले ! अर्जुना, भीष्म, द्रोण, भगदत्त, अवंतीचे विंदानुविंद, कांबोजाधिपति सुदक्षिण, महाबलशाली श्रुतायुष व अच्युतायुष असल्या लोकोत्तर वीरांवर चाल करून सुरक्षित राहील असा तुझ्यावांचून कोण आहे बरें ! तुझ्यापाशीं दिव्य अस्त्रें, विलक्षण सामर्थ्य, बाण सोडण्याची हातोटी, युद्धांत लागणारें बुद्धिस्थैर्य,

ज्ञानोत्पन्न विनय, बरोबर नेम धरणें, अचूक बाण सोडणें आणि दूरवर लक्ष पुरविणें, इत्यादिक गोष्टी यथास्थित असल्यामुळें तूं ह्या स्थावरजंगम विश्वासुद्धां देवांना व गंधर्वांना ठार करशील! अर्जुना, ह्या पृथ्वीवर तर तुझ्याप्रमाणें धुरंधर योद्धा एकही नाहीं! जे कित्येक पराक्रमी धनुर्धर क्षत्रिय आहेत त्यांमध्यें व देवांमध्यें सुद्धां तुझ्या बरोबरीचा कोणीही वीर मीं पाहिला नाहीं व ऐकिलाही नाहीं! अर्जुना, तुझ्यासारखा एकही योद्धा ह्या जगतांत नसण्याचें कारण हें कीं, ज्या ब्रह्मदेवानें हे प्राणी उत्पन्न केले, त्यानेंच हें तुझें प्रचंड गांडीव धनुष्य उत्पन्न केलें हें होय. अर्जुना, यद्यपि असा सर्व प्रकार आहे, तथापि तुला पथ्यकारक अशी गोष्ट सांगणें हें माझें कर्तव्य होय. हे महाबाहो, कर्णाची योग्यता मात्र लहानसहान आहे असें समजूं नको. खरोखरी तो रणाचें भूषणच होय! कर्ण हा मोठा बलवान्, अभिमानी, अस्त्रविद्याप्रवीण, भाग्यवान्, विचित्र युद्ध करणारा व देशकालज्ञ महारथ आहे. अर्जुना, फार कशाला, तो तुझ्या बरोबरीचा अथवा तुझ्याहून अधिक आहे, असेंही म्हणण्यास हरकत नाहीं! ह्यास्तव, तुला मोठ्या दक्षतेनें घोर संग्रामांत त्याच्याशीं युद्ध करून त्यास वधिलें पाहिजे. अर्जुना, कर्णाच्या अंगीं अग्नीप्रमाणें तेज, वायूप्रमाणें वेग, यमाप्रमाणें क्रोध व सिंहाप्रमाणें बळ आहे. तो आजानुबाहु असून त्याची छाती भरदार आहे. त्याची उंची आठ हात आहे. तो मोठा अजिंक्य, शूर व सुंदर आहे. त्याच्या ठिकाणीं योद्ध्याचे सर्व गुण आहेत. मित्रांना तो सुख देणारा आहे. तो नित्य पांडवांचा द्वेष करितो; आणि कौरवांच्या हितार्थ उद्युक्त असतो; तुझ्याशिवाय कोणीही त्यास वधण्यास समर्थ नाहीं. फार कशाला, इंद्रप्रमुख देवांच्या हातूनही तो अवध्यच आहे. ह्यासाठीं, अर्जुना, तूं त्या बलाढ्य वीराला आज ठार मार. अर्जुना, कर्ण हा इतका शक्तिमान् आहे कीं, मांसशोणितांनीं युक्त अशा प्राण्यांकडून, फार काय, प्रत्यक्ष देवांकडूनही--त्यांनीं सर्वांनीं एकत्र होऊन कितीही दक्षतेनें युद्ध केलें तरी—रथासहवर्तमान कर्णाचा पराभव होणें अशक्य आहे! ह्यासाठीं, अर्जुना, तूंच हें आज महत्कार्य कर. अर्जुना, त्या दुष्ट दुरात्म्याला पांडवांशीं विरोध करण्यापासून कांहींएक हित नाहीं; तथापि तो पातकी सदासर्वकाळ पांडवांचा घात करण्याची इच्छा करितो; ह्याकरितां आज त्याला तूं जिवंत ठेवूं नको. अर्जुना, तो महारथ वीर दुर्जय्य आहे खरा, तथापि तूं त्याला यमाच्या स्वाधीन करण्यास योग्य आहेस; ह्याकरितां त्याचें आज हनन कर आणि धर्मराजाविषयीं आपलें प्रेम दाखव. अर्जुना, मला माहीत आहे कीं, तुझ्या ठिकाणीं अगाध सामर्थ्य असल्यामुळें सुरांना व असुरांनाही तूं अजिंक्य आहेस. ह्यास्तव, जो मदांध दुरात्मा नित्य पांडवांना धिक्कारितो, व ज्यामुळें दुर्योधनाला मी प्रबळ आहें असें वाटतें, त्या पापमूलक सूतपुत्र कर्णाला तूं आज ठार मार. अर्जुना, कर्ण हा केवळ वाघ आहे. त्याच्या हातांतील खड्ग ही त्या व्याघ्राची जिव्हा होय; धनुष्य हें त्याचें तोंड होय; बाण ह्या त्याच्या दंष्ट्रा होत व वेग हा त्याचा दर्प होय! अर्जुना, मी तुला आज्ञा करितों कीं, आपल्या बळानें व पराक्रमानें सिंह जसा हत्तीला वधितो, तसा तूं त्याला रणांत वध. अर्जुना, ज्याच्या पराक्रमामुळें दुर्योधन तुझ्या पराक्रमाला धिक्कारितो, त्या वैकर्तन कर्णाला तूं आज संग्रामांत ठार कर.

अध्याय त्र्याहात्तरावा.

—:०:—

कृष्णकृत अर्जुनपराक्रमवर्णन.

संजय सांगतोः—राजा धृतराष्ट्रा, नंतर अर्जुन हा कर्णाला ठार मारण्याच्या निश्चयानें शत्रुसैन्यावर चाल करून जात असतां अमितवीर्यवान् कृष्ण फिरून त्याला म्हणाला, " अर्जुना, अश्व, नर व गज ह्यांचा भयंकर संहार सुरू होऊन आज सतरा दिवस झाले, आरंभीं तुझें सैन्य पुष्कळ होतें, परंतु शत्रूंशीं लढतां लढतां तें अगदीं थोडें उरलें आहे, त्याप्रमाणेंच कौरवांचें सैन्यही अफाट होतें, परंतु तुझी व त्याची गांठ पडून त्याचाही रणकंदनांत फडशा झाला आहे. हे पहा तुझ्या सैन्यांतले भूपाळ, सृंजय व पांडव वीर तुझ्यासारखा प्रतापशाली सेनापति असल्यामुळें एकत्र मिळून कसे व्यवस्थितपणानें कौरवांशीं लढत आहेत! हा पहा पांचाल, पांडव, मत्स्य, कारूष व चेदि ह्या शत्रुसंहारक योद्ध्यांनीं तुझ्या पाठबळावर भिस्त ठेवून शत्रूंचा कसा घोर नाश केला आहे! हीं दोन्हीं सैन्यें मोठीं प्रबळ व पराक्रमी आहेत. रणांगणांत निकराचें युद्ध चालू असतां कौरवांना जिंकील असा कोण आहे बरें? तसेंच पांडवांकडील महारथांचें संरक्षण तूं करीत आहेस, ह्यास्तव त्यांनाही जिंकण्याची कोणाला शक्ति नाहीं; कारण अर्जुना, तुझें सामर्थ्य मोठें अगाध आहे ह्यांत अगदीं संदेह नाहीं. सुर, असुर व नर ह्या सर्वांसहवर्तमान तिन्ही लोक एकत्र होऊन तुझ्याशीं लढण्यास सिद्ध झाले तरी तूं एकटा त्यांना जिंकशील; मग कौरवांच्या सैन्याची पर्वा ती काय? हे पुरुषशार्दूला, तुझ्यावांचून दुसऱ्या कोणत्या इंद्रतुल्य पराक्रमी वीरानें भगदत्त राजाला जिंकिलें असतें बरें? त्याप्रमाणेंच तुझ्या ह्या अफाट सेनेचा तूं संरक्षणकर्ता असल्यामुळें कोणीही भूपाळ वर डोळा करून हिजकडे पहाण्यास समर्थ नाही. त्याप्रमाणेंच नित्य तुझें पाठबळ असल्यामुळें रणांगणांत शिखंडी व धृष्टद्युम्न ह्यांनीं भीष्म व द्रोण ह्यांस वधिलें! अर्जुना, जर असें नसतें तर इंद्राप्रमाणें अत्यंत प्रतापशाली अशा त्या महारथ भीष्मद्रोणांस युद्धांत जिंकण्यास कोण समर्थ झाला असता बरें? भीष्म, द्रोण, कर्ण, कृप, अश्वत्थामा, सौमदत्ति, कृतवर्मा, जयद्रथ, शल्य व दुर्योधन राजा हे सर्व योद्धे शस्त्रास्त्रांत पारंगत, युद्धांतून पराङ्मुख न होणारे, अक्षौहिणींचे अधिपति व समरांगणांत अतिशय पराक्रम गाजविणारे असे असल्यामुळें तुझ्यावांचून दुसरा कोणता पुरुष त्यांना जिंकिता बरें? अर्जुना, तूं शत्रुसैन्याच्या अनेक टोळ्यांचा विध्वंस करून त्यांचे अश्व, रथ व गज ह्यांची वाताहत उडविलीस आणि बहुविध देशांतून युद्धार्थ आलेल्या भयंकर वीरांना धारातीर्थीं पाडिलेंस; त्याप्रमाणेंच गोवास, दासमीय, वसाति, प्राच्य, वाटधान व अभिमानी भोज ह्या सर्व प्रक्षुब्ध क्षत्रियांची आणि तुझी व भीमाची समरांगणांत गांठ होऊन त्यांचें तें अश्वगजांनीं गजबजून गेलेलें सर्व सैन्य नाश पावलें! अर्जुना, भयंकर पराक्रम करणारे उग्र तुषार, यवन, खश, दार्वाभीसार, दरद, शक, माठर, तंगण, आंध्रक, पुलिंद, उग्रपराक्रमी किरात, म्लेच्छ, पर्वतीय व सागरतीरीं वसति करून राहिलेले योद्धे हे सर्व युद्धक्रियेमध्यें निपुण, महाबलिष्ठ व मोठ्या त्वेषानें युद्ध करणारे असल्यामुळें ह्यांनीं दुर्योधनाला विजय मिळवून देण्याच्या इच्छेनें तुझ्या सैन्याशीं गदाप्रहारांनीं तुंबळ युद्ध चालविलें, तेव्हां तुझ्यावांचून दुसरा कोणीही त्यांस जिंकण्यास समर्थ झाला नसता! अर्जुना, कौरवांचें प्रचंड व बलिष्ठ सैन्य व्यूह करून उभें राहिलें आहे असें पाहून, जर तूं संरक्षण करण्यास

पाठीवर नसतास तर कोणता पुरुष त्याजवर चालून गेला असता बरें! सागराप्रमाणें अफाट व धुळीनें व्याप्त झालेल्या त्या कौरवसैन्याचा क्रोधायमान झालेल्या पांडवांनीं जो संहार उडविला, त्याचें कारण तरी तुझा त्यांना आश्रय आहे हेंच होय. मागधांचा अधिपति महाबल जयत्सेन ह्यास अभिमन्यूनें युद्धांत मारल्याला आज सात दिवस झाले. नंतर त्या मागधराजाच्या पाठीमागून त्याच्या संरक्षणासाठीं चालत असलेल्या दहा हजार भयंकर हत्तींचा भीमानें गदाप्रहार करून संहार केला; आणि त्यानें दुसरे शतावधि हत्ती व रथ ह्यांचा मोठ्या आवेशानें नाश करून टाकिला. त्या समयीं कौरवदळांत महान् भीति उत्पन्न झाली आणि अखेरीस हत्ती, घोडे व रथ ह्यांसहवर्तमान त्या सर्व सैन्याचा भीमसेनाच्या हस्तें नाश होऊन त्या सर्वांनीं यमपुरीचा रस्ता आक्रमिला!

"अर्जुना, त्या समयीं सैन्याच्या बिनीचा पांडवांनीं निःपात उडविला तेव्हां भीष्मानें पांडवांवर भयंकर बाणांचा वर्षाव चालू केला आणि मग त्या महान् अस्त्रवेत्त्यानें चेदि, काशि, पांचाल, करुष, मत्स्य व केकय यांना शरांनीं आच्छादित करून मृत्युमुखांत लोटून दिलें! त्या वेळीं भीष्माच्या धनुष्यापासून सुटलेल्या त्या सरळ चालणाऱ्या रुक्मपुंख व शत्रुदेहविदारक बाणांनीं अंतरिक्ष अगदीं ओतप्रोत व्याप्त झालें. त्या समयीं त्यानें बाणांचा असा कांहीं भडिमार आरंभिला कीं, तो एकेका तडाक्यास सहस्रावधि रथांचा सप्पा उडवूं लागला. तेव्हां त्यानें एक लक्ष महाबलिष्ठ नर व गज हे एकत्र होऊन लढत असतां त्यांस ठार मारिलें. त्या समयीं भीष्माचें व त्या तुझ्या सैन्याचें मोठें विचित्र युद्ध झालें. तेव्हां तुझ्या वीरांनीं नऊ प्रकारच्या गतींनीं युद्ध केलें; परंतु अखेरीस त्या सर्व गतींचा कांहीं उपयोग होत नाहीं असें पाहून त्यांनीं त्या सोडून दिल्या व दहाव्या गतीचा अंगीकार करून कौरवांच्या गजांवर, अश्वांवर व नरांवर हल्ला करून त्यांस बाणविद्ध केलें. त्या समयीं भीष्मानें समरांगणांत पुनः पांडवसेनेवर बाणांचा भडिमार केला आणि ह्याप्रमाणें दहा दिवसपर्यंत तुझ्या सैन्याशीं झगडत असतां भीष्मानें तुझ्या पक्षाचे अनेक रथ वीरहीन केले आणि पुष्कळ हत्ती व घोडे वधून समरांगणांत रुद्राप्रमाणें किंवा उपेंद्राप्रमाणें आपलें उग्र रूप दाखविलें! त्या समयीं भीष्मानें पांडवांचें सैन्य अगदीं पेंचाटींत घातलें व त्याचे अगदीं तुकडे तुकडे उडविले. तेव्हां त्यानें चेदि, पांचाल व केकय भूपाळांस ठार मारिलें आणि रथ, अश्व व गज ह्यांनीं गजबजून गेलेल्या पांडवसेनेला जाळून टाकण्याचा क्रम आरंभिला. अर्जुना, आपण जर नावेप्रमाणें साहाय्य केलें नाहीं, तर हा मंदमति दुर्योधन खचित आपत्सागरांत बुडून जाईल असा विचार करून भीष्मानें जेव्हां भयंकर पराक्रम करण्यास सुरुवात केली, तेव्हां सूर्याच्या प्रदीप्त किरणांप्रमाणें दुःसह असें तें त्याचें तेज पाहून महान् महान् आयुधें धारण करणाऱ्या अगणित सृंजयपदातींना व दुसऱ्या राजांना त्याकडे वर मान करून पाहवेनासें झालें; तथापि तो विजयशाली महावीर रणांगणांत परिभ्रमण करीत असतां ते सृंजय व पांडव मोठी पराकाष्ठा करून त्याजवर चालून गेले, पण अखेरीस भीष्मानें त्या सर्वांची दाणादाण करून टाकून आपलें एकवीरत्व सर्वांच्या निदर्शनास आणिलें! अशा त्या अद्वितीय योद्ध्याला अखेरीस शिखंडीनें तुझ्या साहाय्यामुळें गांठलें, आणि त्या महाव्रत पुरुषश्रेष्ठावर बांकदार पेऱ्यांच्या बाणांचा भडिमार केला; व शेवटीं वृत्रासुराची इंद्रापुढें जी अवस्था झाली, तीच अवस्था त्या महावीराची तुझ्यापुढें झाली!

अर्जुना, तो हा पितामह भीष्म शरशय्येवर पडला आहे पहा !

" नंतर महारथ द्रोणानें पांच दिवसपर्यंत प्रताप गाजवून शत्रुसैन्याचा विध्वंस उडविला. त्या समयीं त्यानें अभेद्य व्यूह सिद्ध करून पांडवांकडील अनेक महारथांना वधिलें व जयद्रथाचें कांहीं काळपर्यंत संरक्षण केलें. त्या भयंकर योद्ध्यानें यमाप्रमाणें उग्र रूप धारण करून रात्रियुद्धांत शत्रूंवर असा कांहीं बाणांचा भडिमार केला कीं, त्यांच्या योगें तें शत्रुसैन्य जळून खाक झालें ! परंतु, अर्जुना, अखेरीस त्या प्रतापशाली भारद्वाजाची धृष्टद्युम्नाशीं गांठ पडून त्याला समरांगणांत देह ठेवावा लागला ! अर्जुना, जर त्या समयीं तूं कौरवांकडील कर्णप्रभृति महारथांचें निवारण केलें नसतेंस, तर खचित द्रोणाचा नाश झाला नसता. तेव्हां तूं एकट्यानें कौरवांचें सर्व सैन्य थांबवून धरिलेंस आणि ह्यामुळेंच धृष्टद्युम्नाला द्रोणाचा वध करितां आला ! अर्जुना, जयद्रथ राजाच्या वधप्रसंगीं तूं जो कांहीं पराक्रम केलास, तसा पराक्रम समरांगणांत तुझ्यावांचून दुसरा कोणता क्षत्रिय करील बरें ! त्या वेळीं देखील तूं प्रचंड कौरवसेनेचें स्तंभन केलेंस व शूर वीरांचें हनन करून आपल्या अस्त्रबलानें व वीर्यबलानें जयद्रथाला मारिलेंस. अर्जुना, जयद्रथाला तूं जें वधिलेंस, तें केवळ सर्व भूपतींना मोठें नवल वाटत आहे ! पण मला मात्र त्यांत कांहीं विशेष वाटत नाहीं. माझी तर अशी समज आहे कीं, ज्यांचा तुझ्या हातून क्षणांत नाश व्हावयाचा त्यांनीं तुझ्याबरोबर एक दिवसभर जर टिकाव धरिला, तर ते खचित बलिष्ठच असले पाहिजेत.

" असो; भीष्म व द्रोण हे पतन पावले तेव्हां कौरवांच्या सैन्याचें सर्वस्वच नष्ट झालें असें मी मानितों. आज ही कौरवसेना भयंकर दिसत आहे खरी, परंतु तिच्यामधले महान् महान् योद्धे व अश्व, गज आणि रथ नष्ट झालेले आहेत. सूर्य, चंद्र किंवा नक्षत्रें हीं अस्तंगत झालीं असतां आकाश जसें उदास दिसतें तसें हें कौरवसैन्य आज उदास दिसत आहे. पूर्वीं इंद्रानें प्रताप गाजवून जशी असुरसेना उध्वस्त करून टाकिली, तशीच तूं आपल्या प्रतापानें ही कौरवसेना उध्वस्त करून टाकिली आहेस. अर्जुना, कौरवांच्या सैन्यांत अश्वत्थामा, कृतवर्मा, कर्ण, कृप व शल्य असे पांच महारथ काय ते अवशिष्ट आहेत. आज तूं त्यांचा वध कर आणि द्वीपें, नगरें, आकाश, जल, पाताल, पर्वत व महावनें ह्यांसहवर्तमान सर्व पृथ्वी धर्मराजाला मिळवून दे. पूर्वीं विष्णूनें दैत्यदानवांचा वध करून ज्याप्रमाणें इंद्राला तिन्ही लोकांचें आधिपत्य मिळवून दिलें, त्याप्रमाणें तूं कौरववीरांचा वध करून अमितवीर्यवान् युधिष्ठिराला ह्या वसुंधरेचें आधिपत्य मिळवून दे. अर्जुना, विष्णूनें दैत्यदानवांचा संहार केला तेव्हां देवांना जसा आनंद झाला, तसा तुझ्या हातून शत्रूंचा संहार होऊन आज पांचालांना आनंद होवो. अर्जुना, द्रोणाचार्यांच्या ठिकाणीं तुझी भक्ति असल्यामुळें जर तूं अश्वत्थाम्यावर कृपा करीत असशील, कृपाचार्यांच्या ठिकाणीं पूज्यबुद्धि ठेवून त्याला मारण्याला जर तूं तयार नसशील, आपल्या मातेचे बंधुवर्गाविषयीं सन्मानबुद्धि धारण करून तूं कृतवर्म्याला वधण्यास जर राजी नसशील, अथवा मद्राधीश शल्य राजा आपला मातुल आहे असें मनांत आणून त्याला वधावें असें जर तुझ्या मनांत येत नसेल, तर निदान पांडवांविषयीं दुष्ट बुद्धि धारण करणाऱ्या त्या दुरात्म्या कर्णाला तरी आज तूं तीक्ष्ण बाणांचा भडिमार करून ठार मार. अर्जुना, हें तुझें कृत्य विहित आहे; ह्यांत कांहींएक दोष नाहीं. ह्याम

आह्मां सर्वांची अनुज्ञा आहे; ह्यांत कांहींएक पाप नाहीं. हे अनघा अर्जुना, दुर्योधनानें रात्रींच्या समयीं तुझ्या मातेला पुत्रांसहवर्तमान जाळण्याचा जो प्रयत्न केला व तुह्मांला द्यूतार्थ जें प्रवृत्त केलें, त्या सर्वाला मूळ कारण हा दुष्ट कर्णच होय. दुर्योधनाला नेहमीं असें वाटतें कीं, 'कर्ण आहे ह्मणूनच आपला बचाव आहे!' अर्जुना, मूर्ख दुर्योधन संतप्त होऊन तेव्हां मला सुद्धां बांधण्यास उद्युक्त झाला! दुर्योधनाची अशी खातरी आहे कीं, कर्ण हा खचित सर्व पांडवांना जिंकील. अर्जुना, दुर्योधनाला तुझें सामर्थ्य किती आहे हें माहीत आहे, तथापि कर्णाच्या बलावर विश्वास ठेवून त्यानें तुझ्याशीं हें युद्ध आरंभिलें; कारण कर्ण नेहमीं दुष्ट दुर्योधनास उमेद येण्यासाठीं 'मी सर्व पांडवांना व दाशार्ह कृष्णाला मारीन' असें त्याजपाशीं ह्मणत असतो. अर्जुना, आज समरांगणांत कर्ण गर्जत आहे, ह्यासाठीं त्याचा तूं वध कर. दुर्योधनानें तुह्मांस उद्देशून जीं जीं पापें केलीं, त्या सर्वांचें आदिकारण हा दुष्टबुद्धि कर्ण होय. अर्जुना, दुर्योधनाच्या सहा क्रूर महारथांनीं अभिमन्यूला जेव्हां वधिलें, त्या वेळेचें स्मरण झालें ह्मणजे माझा जो संताप होतो, तो काय सांगूं? अर्जुना, त्या समयीं अभिमन्यूनें लहानसहान पराक्रम केला नाहीं. त्यानें द्रोण, अश्वत्थामा, कृप व इतर वीर ह्यांची दुर्दशा उडविली, हत्तींवरील योद्धे वधिले, महारथांना रथहीन केलें, घोड्यांवरील स्वार ठार मारिले, आणि पायदळाला आयुधहीन करून धारातीर्थी पाडिलें! अर्जुना, तो बैलाच्या खांद्याप्रमाणें भरदार खांद्याचा बलाढ्य योद्धा कौरवांशीं लढत असतां महारथांना जर्जर करून आणि अश्व, नर व गज ह्यांचा संहार उडवून बाणप्रहारांनीं शत्रुसैन्य जाळूं लागला, तेव्हां त्याच्या त्या लोकोत्तर शौर्यामुळें कुरुकुलाची व यदुकुलाची कीर्ति वृद्धिंगत झाली! अर्जुना, अभिमन्यूचा तो अलौकिक पराक्रम अवलोकन करून कर्णानें वास्तविक स्तब्ध रहावयास पाहिजे होतें, परंतु तशांतही तो त्याच्या नाशाकरितां झटतच होता, ही गोष्ट मनांत येऊन नखशिखांत माझा देह पेटतो, हें मी तुला शपथपूर्वक सांगतों! अर्जुना, तशा समयींही कर्ण हा अभिमन्यूवर चालून गेला, पण रणांत अभिमन्यूनें त्याच्यावर बाणांचा असा कांहीं भडिमार चालविला कीं, त्यामुळें त्याच्यानें अभिमन्यूच्या समोर उभें राहावेना. त्याच्या देहांतून रक्ताचे ओघ वाहूं लागले व तो घायाळ होऊन मूर्च्छित पडला! नंतर सावध झाल्यावर कर्णानें आपली ती स्थिति अवलोकन केली, तेव्हां त्याला मोठा क्रोध येऊन तो संतापाचे सुसकारे टाकूं लागला आणि जीविताविषयीं निराश होऊन आतां रणांगणांतून निघून जावें हेंच त्यास श्रेयस्कर वाटलें; व तो बाणप्रहारांनीं विव्हल होऊन अगदीं थकून गेल्यामुळें तसाच तेथें राहिला. इतक्यांत द्रोणानें अभिमन्यूचें धनुष्य तोडून टाकण्याविषयीं समयोचित सूचना केली ती ऐकून कर्णानें तत्काळ अभिमन्यूचें धनुष्य छेदिलें आणि मग त्या निःशस्त्र वीरावर बाकीचे पांच कुटिल महारथ बाणांचा भडिमार करीत धावून आले व त्यांनीं अभिमन्यूला ठार मारिलें तें पाहून सर्वांना अतिशय दुःख झालें! पण त्या समयीं देखील दुष्ट कर्ण व दुर्योधन ह्यांना मोठा आनंद झाला व ते मोठ्यानें हंसले! अर्जुना, कौरवसभेंत कौरवांच्या व पांडवांच्या समक्ष कर्णानें द्रौपदीला जें कठोर भाषण केलें, तें तुला आठवत असेलच. त्या वेळीं कर्ण द्रौपदीला ह्मणाला, "द्रौपदी, पांडवांचा पूर्ण नाश होऊन ते आतां कायमचे नरकांत पडले! ह्यास्तव, सुंदरी, तूं आतां अन्य पति कर! हे मंजुभाषिणी कमलनयने, तूं आतां दुर्योधनाची दासी होऊन

त्याच्या मंदिरांत प्रविष्ट हो! कृष्णे, आतां पांडव मेलेच! आतां त्यांची तुझ्यावर कांहीं-एक सत्ता उरली नाहीं! हे पांचालि, खचित तूं दासभार्या असून स्वतः दासी झाली आहेस! आज पृथ्वीवर दुर्योधन काय तो एकटा राजा! इतर सर्व राजे त्याची सेवा करून त्याचें योगक्षेम चालवितात! ही पहा सर्व पांडवांची एकसारखी गति झाली! हे सर्व दुर्योधनाच्या वीर्यापुढें फिक्के पडून एकमेकांकडे टकमकां पहात आहेत! हे सर्व षंढ खचित नरकांतच लोळत आहेत! आतां ह्यांना दासांप्रमाणें दुर्योधनाची सेवा करावी लागेल!"

अर्जुनाला उत्तेजन.

"अर्जुना, तो अत्यंत दुष्ट बुद्धीचा कर्ण धर्माधर्म–विचार न करितां त्या समयीं ह्याप्रमाणें द्रौपदीला जें कांहीं बोलला, तें सर्व दुर्भाषण तूं ऐकिलें आहेसच. ह्यास्तव तूं आज आपले सुवर्णमंडित व सहाणेवर धार देऊन जलाल केलेले प्राणघातक शर त्याजवर सोड व त्याला वधून त्याची बडबड कायमची नष्ट कर. आज तुझ्या गांडीव धनुष्यापासून सुटलेले सुवर्णपुंख भयंकर नाराच बाण विद्युल्लतेसारखे झळाळत कर्णाच्या देहांत शिरोत आणि त्याला भीष्माच्या व द्रोणाच्या भाषणाचें स्मरण होवो! आज तुझे बाण कर्णाचें कवच भेदून त्याचें रक्त प्राशन करोत आणि त्याला मर्मस्थळीं विद्ध करून यमसदनीं मोठ्या वेगानें पाठवोत! अर्जुना, आज कर्णाला रथांतून खालीं पडतांना पाहून बाणप्रहारांनीं जर्जर करून सोडलेल्या राजांमध्यें मोठा हाहाःकार उडून त्यांना अगदीं दैन्य येवो; आणि सर्व बंधुवर्ग हे कर्ण निरायुध होत्साता रणांगणांत रक्तबंबाळ होऊन लोळत पडला आहे असें पाहून हळहळत पडोत! अर्जुना, तुझ्या भल्ल बाणानें भग्न झालेला कर्णाचा हस्तिकक्ष ध्वज कंपायमान होऊन भूमीवर पडो व तुझ्या शतावधि शरांनीं छिन्न झालेला अश्वहीन व वीरहीन असा कर्णाचा सुवर्णमंडित रथ अवलोकन करून भयभीत होत्साता शल्य पळून जावो! आणि अर्जुना, ह्याप्रमाणें तुझ्या हातून कर्णाचा वध झाला असें पाहून आज दुर्योधन हा राज्याविषयीं व स्वतःच्या जीविताविषयीं निराश होवो!

"अर्जुना, हे पांचाल वीर कर्णावर कसे धावून चालले आहेत ते पाहिलेस काय? कर्णानें तर तीक्ष्ण बाणांचा भडिमार करून ह्यांचा अगदीं संहार चालविला आहे, तरी ते पांडवांना विजय मिळावा ह्मणून एकसारखे झटत आहेत! हे पहा पांचाल, द्रौपदेय, धृष्टद्युम्न, शिखंडी, धृष्टद्युम्नाचे पुत्र, शतानीक, नकुलाचा पुत्र, खुद्द नकुल, सहदेव, दुर्मुख, जनमेजय, सुधर्मा व सात्यकि हे अगदीं कर्णाच्या तडाक्यांत सांपडले आहेत. अर्जुना, रणांगणांत कर्णानें पांचालांचा जो संहार आरंभिला आहे, त्यामुळें तुझे बंधुवर्ग कसा भयंकर आक्रोश करीत आहेत तो ऐकिलास का? पांचाल हे कांहीं झालें तरी भिऊन रणांगणांतून पळून जाणारे नाहींत; कारण ते महाधनुर्धर तुंबळ युद्ध करीत असतां मरणाची मुळींच पर्वा करीत नाहींत. अरे, ज्या एकट्यानें सर्व पांडवसैन्याला ओतप्रोत बाणांनीं व्यापिलें, त्या भीष्माची गांठ पडल्यावर सुद्धां जे युद्धपराङ्मुख झाले नाहींत, ते महारथ पांचाल कर्णाची गांठ पडून त्याशीं युद्ध करीत असतां पळून जातील असें कसें होईल? अर्जुना, पांचाल हे मोठे शूर आहेत. द्रोणाचार्यानें त्यांचा प्रत्येक दिवशीं संहार उडविला आणि त्यांच्या रथसेनेंत घुसून तो यमाप्रमाणें आपला प्रताप गाजवूं लागला; तथापि पांडवांना विजयश्री प्राप्त व्हावी ह्या उद्देशानें जे पांचाल त्या सर्व धनुर्धरांमध्यें

श्रेष्ठ अशा द्रोणाचार्यावर तुटून पडले, व ज्यांनीं द्रोणाच्या प्रज्वलित अस्त्राग्नीस न जुमानितां युद्धांत कौरवांना जिंकण्याचा नित्य मोठ्या नेटानें उद्योग चालविला, ते पांचाल कर्णाला भिऊन पळून जातील असें कधीं तरी संभवेल काय ? अर्जुना, शूर कर्णानें आपल्यावर धावून आलेल्या वेगवान् पांचालांना शरप्रहारांनीं विद्ध करून, प्रज्वलित अग्नि जसा पतंगांचा प्राण घेतो तसा यानें ह्या पांचालांचा प्राण घेतला पहा ! अर्जुना, हे पहा आणखी पांचाल कर्णावर चाल करून गेले, पण त्यांचाही कर्णाकडील योद्धे खचित मोड करतील ! पांडवांसाठीं प्राण देण्यास सिद्ध झालेल्या त्या पांचाल वीरांची कर्णानें पुनः दुर्दशा करून टाकिली पहा ! हा पहा, शतावधि पांचालांना हा कर्ण मृत्युमुखांत लोटूं लागला; आतां जर तूं त्यांच्या संरक्षणाकरितां पुढें झाला नाहींस, तर कर्णप्रतापरूप अगाध महासागरांत त्या भारतीय महाधनुर्धरांना नौकादिकांचा आश्रय न मिळाल्यामुळें ते खास बुडून जातील ! अर्जुना, ऋषिश्रेष्ठ भार्गव परशुरामापासून कर्णानें जें महाभयंकर अस्त्र मिळविलें, त्याचें हें उग्र रूप दृग्गोचर होऊं लागलें ! हें पहा तें दारुण अस्त्र पांडवांच्या महासैन्यास वेढा देऊन त्यास जाळून टाकून स्वतःच्या तेजानें प्रज्वलित झालें ! हे पहा कर्णाच्या धनुष्यापासून सुटलेले शर भ्रमरांच्या समुदायांप्रमाणें तुझ्या सैन्यावर येत असून तुझ्या सैन्याची दैना उडवीत आहेत ! अर्जुना, हे पहा भार्गवास्त्रापुढें पांचाल वीरांनीं हात टेंकले व ते दशदिशांस पळून जाऊं लागले ! अर्जुना, कौरवांविषयीं नित्य कोपाविष्ट असलेला भीमसेन चोहोंकडून सृंजयांनीं परिवेष्टित होत्साता कर्णाशीं लढत आहे व कर्ण त्याजवर जलाल बाणांचा भडिमार करीत आहे पहा. अर्जुना, ह्या वेळीं तूं जर कर्णाची उपेक्षा केलीस, तर देहांत प्रविष्ट झालेला रोग जसा उपेक्षा केली असतां अखेरीस प्राण घेतल्याशिवाय रहात नाहीं, तसा तो कर्ण पांडव, सृंजय व पांचाल ह्यांचा प्राण घेतल्याशिवाय रहाणार नाहीं ! जो कर्णाशीं युद्ध करून सुरक्षित आपल्या गृहीं परत येईल असा युधिष्ठिराच्या सैन्यांत तुझ्यावांचून दुसरा कोणताही वीर मला दिसत नाहीं; ह्यासाठीं तूंच आज जलाल बाणांची वृष्टि करून कर्णाला ठार मार आणि आपली प्रतिज्ञा सिद्धीस नेऊन यश मिळव. अर्जुना, कर्णासहवर्तमान सर्व कौरवांना युद्धांत जिंकण्यास तूं समर्थ आहेस. तुझ्याशिवाय अन्याच्या हातून हें कृत्य खचीत होणार नाहीं हें मी तुला शपथपूर्वक सांगतों; ह्यासाठीं, अर्जुना, महारथ कर्णाला समरांगणांत वधून तूं कृतार्थ व सुखी हो. ”

अध्याय चौऱ्याहत्तरावा.

—:०:—

अर्जुनाचें भाषण.

संजय सांगतोः—राजा धृतराष्ट्रा, कृष्णानें ह्याप्रमाणें प्रोत्साहनपर भाषण केलें तें श्रवण करून अर्जुनाला मोठी उमेद आली; व आपल्या हातून कर्णवधाचें महत्कृत्य कसें पार पडेल अशी जी त्याला चिंता पडली होती, ती नाहींशी होऊन तत्काळ त्याला स्फुरण चढलें; आणि तो प्रत्यंचेवरून हात फिरवून व कर्णावर धनुष्य रोंखून लागलेंच त्याचें आस्फालन करूं लागला. राजा, त्या समयीं

अर्जुन ह्मणालाः—केशवा, मला सर्व आधार तुझा आहे. घडलेल्या व घडणाऱ्या सर्व कृत्यांचा वास्तविक कर्ता तूंच होस. ह्यासाठीं तुझ्या प्रसादानें आज मला विजयश्री वरील ह्यांत मुळींच संदेह नाहीं. गोविंदा, सर्व त्रैलोक्य एकवटून

माझ्याशीं युद्धार्थ सिद्ध झालें, तरी त्या सर्वाला घोर संग्रामांत मी तुझ्या साहाय्यानें ठार करीन; मग यःकश्चित् कर्णाची ती पर्वा काय? जनार्दना, पांचालांचें सैन्य पळत आहे, रणांगणांत कर्ण मोठ्या शौर्यानें लढत आहे, व त्याप्रमाणेंच इंद्राच्या अशनीसारखें कर्णानें सोडिलेलें हें भार्गवास्त्र दशदिशा जाळून फस्त करीत आहे, तरी आतां ह्या संग्रामांत मी कर्णाला मारून असा कांहीं लोकोत्तर प्रताप गाजवीन कीं, ही पृथ्वी आहे तोंपर्यंत हिजवरील सर्व प्राणी आजच्या ह्या घोर युद्धाची कथा नित्य सांगत राहातील! कृष्णा, आज मी ह्या गांडीवाच्या योगें कर्णावर बाणांचा अतिशय भडिमार करीन व त्यास मृत्युसदनीं पाठवीन! खचित आज धृतराष्ट्र राजा 'अरेरे, मूर्ख दुर्योधनाला राज्याभिषेक करून मीं मोठी चुकी केली!' असा आपल्या स्वतःला दोष देऊन हळहळूं लागेल! खचित आज राज्य, सुख, लक्ष्मी, राष्ट्र, नगर व पुत्र ह्या सर्वांना धृतराष्ट्र अंतरेल आणि मोठाच अनर्थ उद्भवेल! कृष्णा, जो राजा गुणवंताचा द्वेष करितो व निर्गुणी पुरुषाला अधिकार देतो, तो सर्वांचा त्वरित क्षय घडवून आणवून मग रडत बसतो! कृष्णा, आंब्यांची मोठी थोरली राई आहे, ती जर एखाद्यानें तोडून टाकिली, तर त्यास अतिशय दुःख झाल्याशिवाय राहील काय; खचित आज सूतपुत्राचा मीं वध केला ह्मणजे दुर्योधनाची सर्वच आशा नाहींशी होईल; मग त्याला राज्याची आशा राहाणार नाहीं व जीविताचीही आशा राहाणार नाहीं. कृष्णा, आज मीं बाणप्रहरांनीं कर्णाचे तुकडे उडविले ह्मणजे दुर्योधनाला तुझ्या सामवचनांचें स्मरण होईल! आतां मी शकुनीला शररूप फांसे, गांडीवरूप फांसे ठेवण्याची पिशवी व रथरूप सोंगट्यांचा पट हीं सर्व दाखवितों! आज मी जलाल बाणांच्या भडिमारानें कर्णाला वधून, धर्मराजा फार दिवस जी घोर चिंता करीत आहे ती एकदांची नाहींशी करून टाकितों! कृष्णा, आज मी सूतपुत्राला ठार मारिलें ह्मणजे युधिष्ठिराला मोठा आनंद होईल व तो सुप्रसन्न चित्तानें सदोदीत सुख भोगील! केशवा, आज मी कर्णावर असा दुर्धर व अप्रतिम बाण सोडीन कीं, तो तत्काळ कर्णाचा प्राण घेईल! कृष्णा, ज्या दुष्टानें माझा वध करण्याकरितां असा पण केला आहे कीं, 'मीं जोंपर्यंत अर्जुनाला मारिलें नाहीं तोंपर्यंत पायच धुणार नाहीं,' त्या कर्णाचा देह मी आज बांकदार बाणांच्या वृष्टीनें रथांतून खालीं पाडीन आणि त्याचा तो पण मिथ्या करीन. कृष्णा, ज्याला सर्व पृथ्वीवर मीच काय तो वीर असें वाटतें व ह्या घमेंडीनें जो इतर वीरांचा उपमर्द करितो, त्या अधम कर्णाचें रक्त आज ही भूमि प्राशील! कृष्णा, धृतराष्ट्राच्या मान्यतेनें कर्ण हा आपल्या गुणांची बढाई मारीत 'कृष्णे, तुझे पति आतां मेले!' ह्मणून जें कांहीं बोलला, तें सर्व आज माझे हे तीक्ष्ण बाण मिथ्या ठरवितील आणि सर्पाप्रमाणें क्षुब्ध होऊन त्याचें रक्त पितील! कृष्णा, आज मी मोठ्या चलाखीनें विजेसारखे देदीप्यमान नाराच बाण गांडीवापासून सोडीन ते कर्णाला खचित प्ररम गतीला पोंचवितील! कृष्णा, त्या समयीं कौरवसभेंत पांडवांची हेलना करून कर्ण द्रौपदीला जें कांहीं क्रूर भाषण बोलला, त्याचा त्याला आज पश्चात्ताप होईल! कृष्णा, पांडव हे षंढ आहेत कीं मर्द आहेत ह्याचा निर्णय आज दुरात्म्या कर्णाच्या वधानें घडेल! कृष्णा, 'धृतराष्ट्रपुत्रहो, तुह्मांला पांडुपुत्रांपासून मी बचावीन' अशी कर्णाची ती आत्मश्लाघा माझे धार दिलेले हे बाण मिथ्या करून दाखवितील! कृष्णा, कौरवहो, पांडवांना पुत्रादिकांसहवर्तमान ठार मारून

त्यांचा सर्व उद्योग मी समाप्त करितों ! ' अशी ज्यानें फुशारकी मिरविली, त्या कर्णाला मी आज सर्व धनुर्धरांच्या समक्ष ठार मारीन ! कृष्णा, ज्याच्या बाहुबलावर विसंबून मूर्ख दुर्योधनानें आमचा नित्य अपमान केला, त्या कर्णाचा आज युद्धांत वध करून मी धर्मराजाला संतोषवीन ? माधवा, मी आज प्रथम नानाविध शरांचा मोठ्या आवेशानें शत्रूंवर असा कांहीं भडिमार करीन कीं, ते अगदीं त्रस्त होऊन बाणप्रहारांनीं पटापट धारातीर्थी पडूं लागले ह्मणजे रथकुंजरादिकांनीं मही अगदीं चित्रविचित्र होईल आणि मग तेथें त्या घोर संग्रामांत प्रतापशाली कर्ण हा प्राप्त झाला असतां बाणवृष्टीनें मी त्याचा प्राण घेईन ! कृष्णा, आज मी कर्णाला वधिलें ह्मणजे धृतराष्ट्राचे पुत्र व तत्पक्षीय भूपाळ घाबरून जाऊन सिंहाला भिऊन पळत सुटणाऱ्या मृगांप्रमाणें दशदिशांस पळून जातील ! गोविंदा, आज मी सुहृदांसह व पुत्रांसह कर्णाला युद्धांत वधिलें ह्मणजे दुर्योधन राजा स्वतःला दोष लावून हळहळूं लागेल ! कृष्णा, आज कर्णाला हत झालेला पाहून सूड घेण्यासाठीं धडपडणारा दुर्योधन राजा ' सर्व धनुर्धरांमध्यें अर्जुनच श्रेष्ठ ' असें जाणील ! कृष्णा, आज मी कर्णाचा वध करून पुत्र, पौत्र, अमात्य व सेवक ह्यांसहवर्तमान धृतराष्ट्र राजाला सर्व राज्यांत निराश्रित करून सोडीन ! केशवा, आज चक्रांग (बगळे) व दुसरे नानाविध मांसाद पक्षी माझ्या बाणांनीं छिन्नभिन्न करून टाकिलेल्या कर्णाच्या गात्रांवर खुशाल संचार करतील ! कृष्णा, मी आज समरभूमीवर सर्व वीरांच्या देखत जलाल अशा विपाठ व क्षुर बाणांनीं कर्णाचें मस्तक छेदून त्याच्या देहाचे तुकडे तुकडे उडविले ह्मणजे युधिष्ठिराची महान् चिंता दूर होईल व त्याच्या चित्ताला स्वास्थ्य मिळेल ! कृष्णा, आज मीं बंधुवर्गासमवेत राधेयाला ठार मारिलें ह्मणजे धर्मपुत्र युधिष्ठिराचें मन प्रसन्नता पावेल ! कृष्णा, आज मी कर्णाबरोबर त्याचे जे नीच अनुयायी आहेत त्यांजवर देखील अग्नीप्रमाणें प्रखर व सर्पाप्रमाणें भयंकर असे शर टाकीन व सुवर्णाचीं चिलखतें चढविलेल्या आणि जडावाचीं कुंडलें धारण केलेल्या योद्ध्यांनीं हें महीतल झांकून काढीन ! हे मधुसूदना, आज अभिमन्यूच्या सर्व शत्रूंचीं शिरें व गात्रें जलाल बाणांनीं छेदून त्यांचीं मी छकलें उडवीन आणि कौरवहीन पृथ्वी करून ती धर्मराजाला देईन किंवा अर्जुनरहित मेदिनी होऊन तिजवर तुला भ्रमण करावें लागेल ! कृष्णा, आज कर्णाचा वध करून सर्व धनुर्धरांच्या कौरवांविषयीं जो माझा संताप होत आहे त्याच्या, व गांडीवापासून सोडिलेल्या शरांच्या ऋणांतून मी मुक्त होईन ! कृष्णा, माझ्या मनाला तेरा वर्षें जी तळमळ लागलेली आहे, ती आज एकदांची संपेल ! कृष्णा, इंद्रानें शंबरासुराला जसें वधिलें तसें मी आज कर्णाला वधिलें ह्मणजे मित्रकार्यासाठीं उद्युक्त झालेल्या सोमकांच्या महारथांना कृतार्थता वाटेल; आणि मीं कर्णाला वधून जय मिळविला ह्मणजे सात्यकीला माझ्याविषयीं किती कौतुक उत्पन्न होईल हें सांगतांच येत नाहीं ! कृष्णा, आज मीं कर्णाला व त्याच्या महारथ पुत्राला रणांत ठार मारिलें असतां भीमाला, नकुलाला, सहदेवाला व सात्यकीला अतिशय आनंद वाटेल ! कृष्णा, आज घोर रणांत मी कर्णाला मारून पांचाल, धृष्टद्युम्न व शिखंडी ह्यांच्या ऋणांतून उत्तीर्ण होईन ! आज क्रोधायमान झालेला अर्जुन समरांत कौरवांचा व कर्णाचा संहार उडवील तो सर्व वीरांच्या दृष्टीस पडेल ! आणि मग मी पुनः तुझ्याजवळ स्वतःची थोरवी सांगेन !

कृष्णा, ह्या लोकीं धनुर्विद्येंत किंवा पराक्रमांत माझी बरोबरी करणारा कोणी तरी आहे काय? तसाच माझ्यासारखा शांत व कोपिष्ठ असा तरी दुसरा कोणी आहे काय? मज महाधनुर्धराशीं सुर, असुर व इतर सर्व प्राणी एकत्र होऊन लढण्यास प्राप्त झाले असतांही मी आपल्या बाहुबलानें त्या सर्वांना जिंकीन! खचित मी मोठ्या बलाढ्य योद्ध्यांपेक्षांही बलाढ्य आहें! गांडीव धनुष्यापासून बाणांचा भडिमार करून, हिमकांच्या शेवटीं तृणराशीवर पतन पावलेल्या अग्नीप्रमाणें सर्व कौरवांना व बाल्हिकांना सैन्यासह मी एकटा मोठ्या आवेशानें जाळून टाकीन! हीं पहा माझ्या हातांवर बाणचिन्हें लिहिलेलीं असून हें बाण लावून आकर्ण ओढिलेलें दिव्य धनुष्यही दृग्गोचर होत आहे! ह्याप्रमाणेंच माझ्या पायांवर ध्वजांचीं व रथांचीं चिन्हें आहेत, तेव्हां माझ्यासारख्या लोकोत्तर वीराला युद्धांत जिंकण्यास कोण समर्थ होईल?

संजय सांगतोः—राजा धृतराष्ट्रा, तो अद्वितीय अर्जुन ह्याप्रमाणें कृष्णाला ह्मणाला व क्रोधानें रक्तवत् आरक्त नेत्र करून तत्काळ भीमाला सोडविण्याकरितां आणि कर्णाचें मस्तक उडविण्याकरितां रणामध्यें घुसला.

अध्याय पंचाहत्तरावा.

—:०:—

संकुलद्वंद्वयुद्ध.

धृतराष्ट्र विचारतोः—बा संजया, पांडव-सृंजय व कौरव ह्यांनीं अगदीं लगट करून अतिशय दारुण व अगाध संग्राम चालविला असतां तेथें रणांगणांत अर्जुन प्राप्त झाल्यावर मग त्याचें व कर्णाचें जें युद्ध जुंपलें त्याचें सविस्तर वर्णन कर.

संजय सांगतोः—मोठमोठ्या ध्वजांनीं शोभायमान असलेलीं तीं दोन्ही प्रचंड सैन्यें जेव्हां अगदीं एकवटून लढूं लागलीं, तेव्हां उष्णकाळच्या अखेरीस मेघांचे समुदाय जशा भयंकर गर्जना करितात, तशीं दुंदुभींच्या ध्वनींच्या योगें भयंकर गर्जना करूं लागलीं. त्या समयीं त्या दोन्ही दळांतील प्रचंड गज ह्मणजे जणू काय मेघच; शस्त्रास्त्रें ह्या जलधारा; वाद्यें, रथांच्या धावा व टाळ्या हे मेघध्वनि; सुवर्णमंडित आयुधें ही वीज; आणि शर, खड्गें व नाराच बाण ह्या जणू काय पर्जन्याच्या सरीच असें भासत होतें! राजा, त्यांनीं समरभूमीवर खड्गादिकांच्या योगें एकसारखा क्षत्रियसंहार चालविला होता व त्यामुळें रणांगणांत रुधिराचे ओघ मोठ्या वेगानें वहात होते! राजा, अकाळीं भयंकर पर्जन्यवृष्टि झाल्यानें जसा प्राण्यांचा संहार होतो, तसा त्या वेळीं उभय सैन्यांत प्राण्यांचा मोठा संहार झाला! त्या समयीं तीं दोन्ही दळें मोठ्या विचित्र रीतींनीं युद्ध करीत होतीं. कोठें कोठें अनेक रथी एकत्र होऊन एका रथ्याला चोहोंकडून घेरीत व त्यास यमसदनीं पाठवून देत; कोठें कोठें एकच रथी एकाच रथ्याला जर्जर करून ठार मारी; कोठें कोठें एक रथी अनेक बलाढ्य रथ्यांनाही मृत्युमुखांत लोटी; कोठें कोठें एकटा रथी दुसऱ्या रथ्यावर हल्ला करून त्यास त्याच्या सारथ्यासुद्धां व अश्वांसुद्धां ठार करी; आणि कोठें कोठें एकटा गजयोद्धा बहुत रथ्यांवर व घोडेस्वारांवर चाल करून त्यांस वधी! अशा प्रकारें कौरवपांडवांचें तुंबळ युद्ध चाललें असतां अर्जुन तेथें आला; आणि कौरवांवर एकसारखा बाणांचा पाऊस पाडीत, सारथि व अश्व ह्यांसह रथ्यांना, घोड्यांसहवर्तमान स्वारांना व पायदळांच्या अनेक टोळ्यांना ठार मारण्याचा सपाटा लावून त्यानें सर्व कौरवसेनेची मोठी त्रेधा उडवून दिली! त्या घोर संग्रा-

मांत कृप व शिखंडी हे एकमेकांशीं लढूं लागले; दुर्योधनाला सात्यकीनें गांठिलें; श्रुतश्रव्याचें अश्वत्थाम्याशीं युद्ध जुंपलें; युधामन्यु चित्रसेनावर चालून गेला; महान् सृंजय वीर उत्तमौजा हा कर्णपुत्र सुषेणाशीं लगट करून झगडूं लागला; क्षुधार्त सिंह ज्याप्रमाणें मोठ्या वृषभावर धावून जातो, त्याप्रमाणें सहदेव शकुनीवर चालून गेला; नकुलपुत्र तरुण शतानीक व कर्णपुत्र तरुण वृषसेन हे एकमेकांवर बाणांचा भडिमार करूं लागले; विचित्र युद्ध करणारा बलाढ्य माद्रीपुत्र नकुल ह्यानें कृतवर्म्यावर चाल केली; पांचालांचा अधिपति सेनानायक धृष्टद्युम्न ह्यानें कर्ण व त्याचें सैन्य ह्यांशीं युद्ध आरंभिलें; दुःशासनानें संशप्तकांच्या प्रचंड भारतीय सेनेसहवर्तमान युद्धांत असह्यप्रतापवान् दुर्धर भीमसेनावर हल्ला केला; आणि मग अतिशय निकराचें घोर रणकंदन चालू झालें. त्यांत उत्तमौजानें मोठ्या वीरश्रीनें कर्णाच्या पुत्राचें मस्तक उडविलें आणि तें भूतलावर पतन पावलें, तेव्हां पृथ्वी व अंतरिक्षांत महान् ध्वनि उद्भवला! राजा, तेव्हां सुषेणाचें मस्तक रणांगणांत पतन पावलेलें पाहून कर्णाला मनस्वी दुःख झालें व त्यानें तत्काळ मोठ्या क्रोधानें धार दिलेल्या जलाल बाणांचा वर्षाव करून उत्तमौजाचा, ध्वज व हय ह्यांचा विध्वंस उडविला! इतक्यांत उत्तमौजा तीक्ष्ण बाणांची वृष्टि करीत कृपाचार्याच्या समीप गेला आणि लखलखीत खड्गानें पृष्ठरक्षकांचा प्राण घेऊन व कृपाचार्यांचे घोडे मारून शिखंडीच्या रथावर चढला. तेव्हां कृप हा रथहीन झाला आहे असें पाहून शिखंडीनें त्याजवर बाण सोडण्याचें मनांत आणिलें नाहीं. पण तितक्यांत अश्वत्थामा कृपाचार्याच्या रथाजवळ आला; व चिखलांत रुतलेल्या बैलाला जसें वर काढावें, तसें त्यानें कृपाचार्याला त्या प्राणसंकटांतून वर काढिलें! इकडे, राजा, हेमकवच धारण केलेल्या वायुपुत्र भीमानें जलाल बाणांचा भडिमार करून मध्यान्हींच्या ग्रीष्मकालीन सूर्याप्रमाणें तुझ्या सैन्याला अगदीं त्रस्त करून सोडिलें!

अध्याय शहात्तरावा.

—:०:—

भीमसेन व विशोक ह्यांचा संवाद.

संजय सांगतोः—नंतर त्या तुंबल युद्धांत कौरवांकडील बहुत योद्ध्यांनीं भीमसेनाला गराडा घालून त्याजवर बाणांचा वर्षाव आरंभिला; तेव्हां भीमसेन सारथ्याला म्हणाला, 'सूता, जिकडे धृतराष्ट्राचे पुत्र असतील तिकडे माझा रथ मोठ्या वेगानें घेऊन चल. मी आतां त्या धृतराष्ट्रपुत्रांना यमसदनीं पाठवून देतों! भीमसेनाची अशी आज्ञा होतांच सारथ्यानें लागलाच मोठ्या वेगानें तो रथ तुझ्या पुत्रांच्या सैन्यासमीप नेला. तें पहातांच तुझ्या सैन्यांतले इतर हत्ती, घोडे, रथ व पायदळ ह्यांनीं चोहोंकडून तेथें धावून येऊन भीमसेनाच्या त्या महावेगवान् श्रेष्ठ रथावर सर्व बाजूंनीं सुवर्णपुंख बाणांचा एकसारखा भडिमार सुरू केला. पण महात्म्या भीमसेनानें उलट सुवर्णपुंख बाणांचा वर्षाव करून, आपणांवर येत असलेले ते सर्व बाण छेदिले आणि त्यामुळें भीमसेनाच्या बाणांनीं दोनदोन तीनतीन तुकडे झालेले ते शत्रूंकडील सर्व बाण भूतलावर पतन पावले. ह्याप्रमाणें कौरवांकडील सर्व बाणांचा विध्वंस उडवून रथ, गज, अश्व व नर ह्यांना भीमसेनानें एकसारखा ठार मारण्याचा सपाटा चालविला; तेव्हां वज्रप्रहारानें हत झालेले पर्वतच खालीं कोसळत आहेत असें वाटलें व त्या महान् क्षत्रियांत जिकडे तिकडे एकच कल्होळ उडाला! मग, पक्षी जसे चोहोंकडून वृक्षावर चालून जातात, तसे ते सर्व कौरववीर त्या

भीमसेनावर चालून गेले आणि मग पुनः भयंकर रणकंदन मातलें! राजा, ह्या वेळीं तुझें सैन्य जेव्हां भीमावर तुटून पडलें, तेव्हां त्या अनंतवीर्यवान् भीमसेनानें पराक्रमाची अगदीं पराकाष्ठा केली. जणू काय प्रलयकालीं सर्व प्राण्यांचा अंत करणारा काळच त्रैलोक्य जाळण्यास उद्युक्त झाला आहे असें त्या समयीं भासलें; आणि आ पसरून धावून आलेल्या यमाच्या तोंडांत ज्याप्रमाणें भूतगण प्रविष्ट व्हावे, त्याप्रमाणें भीमसेनापुढें तुझ्या सैनिकांची अवस्था होऊन त्यांच्यानें तग काढवेनासा झाला; व सोसाट्याच्या वाऱ्यानें उधळून दिलेल्या मेघसमुदायाची जशी दाणादाण उडते, तशी भीमसेनानें उधळून दिलेल्या तुझ्या सैन्याची दाणादाण उडून तें सर्व भयभीत होत्सातें दशादिशांस पळून गेलें! तेव्हां बुद्धिमान् बलिष्ठ भीमसेन मोठ्या आनंदानें पुनः सारथ्याला म्हणाला, "सूता, ते एकवटून आपणावर येत असलेले रथ व ध्वज आपले आहेत किंवा शत्रूंचे आहेत हें नीट पहा बरें. मी युद्धांत गर्क असल्यामुळें मला त्याचा निश्चय होत नाहीं. कदाचित् माझ्या हातून आपल्याच सैन्यावर बाणांची वृष्टि होईल, ह्यासाठीं नीट न्याहाळून पहा. विशोका, मी जिकडे तिकडे पाहातों, तिकडे तिकडे मला शत्रूंचेंच सैन्य दिसत आहे. सर्वत्र शत्रूंचेच रथ व ध्वजाग्रें अवलोकन करून मला फार भय वाटतें! पहा धर्मराजा दुःखार्त असून अर्जुन अद्यापि आला नाहीं; ह्यासाठीं माझ्या जिवाला फारच तळमळ लागली आहे. सारथे विशोका, मला अतिशय दुःख होतें तें हें कीं, धर्मराजा मला शत्रूंमध्यें सोडून आपण निघून गेला! ह्यावरून तो जिवंत आहे कीं मृत झाला हेंही मला समजत नाहीं! अर्जुन जर परत येता, तर कांहीं तरी समाचार कळला असता; पण तोही अद्याप आला नाहीं, तेव्हां तो तरी खुशाल आहेना, अशी मला अधिकच चिंता वाटत आहे! असो; विशोका, असें जरी आहे, तरी शत्रूंचें हें बलाढ्य सैन्य आज रणांगणांत म्यां मोठ्या आवेशानें वधिलें असतां आज तुला व मला दोघांनाही मोठा आनंद होईल. ह्याकरितां तूं माझ्या रथावरील सर्व बाणभाते तपासून पहा आणि प्रत्येकांत कोणकोणत्या जातींचे व कोणकोणत्या प्रमाणांचे किती किती बाण शिल्लक आहेत तें मला नीट सांग."

विशोक म्हणालाः—वीरा भीमसेना, आपल्या रथावर साठ हजार मार्गण बाण आहेत. त्याप्रमाणेंच क्षुर व भल्ल हे प्रत्येकीं दहा दहा हजार आहेत; नाराच बाण दोन हजार आहेत, व प्रदर बाण तीन हजार आहेत. भीमा, आपल्या रथावर जो शस्त्रास्त्रांचा सांठा अवशिष्ट आहे, तो वाहून नेण्याला सहा बैलांचा रणगाडा कांहीं समर्थ होणार नाहीं! ह्यासाठीं, हे प्राज्ञा, गदा, खड्गें, प्रास, मुद्गर, शक्ति, तोमरें, वगैरे जीं तुझीं आयुधें, त्यांपैकीं सहस्रावधि जरी तूं शत्रूंवर टाकिलींस, तरी कांहीं हरकत नाहीं. आयुधें संपतील अशी तूं मुळींच भीति बाळगूं नको.

भीमसेन म्हणालाः—सूता विशोका, आजच्या ह्या भयंकर संग्रामांत तूं माझा पराक्रम अवलोकन कर. मी आज शत्रूंवर अत्यंत वेगवान् बाणांचा भडिमार करून ही सर्व समरभूमि आच्छादून टाकीन आणि अंतरिक्षभर बाणांचें छत पसरून सर्वत्र अंधःकार पाडीन व जणू काय ही यमपुरीच होय असें सर्वांच्या प्रत्ययास आणून देईन! सूता, आज लहानथोर सर्व पार्थिवांना एक तर हा भीमसेन युद्धांत पडला असें दिसेल, किंवा ह्या एकट्यानें रणांगणांत सर्व कौरवांना जिंकिलें असें त्यांच्या निदर्शनास येईल! बाबारे, आज एक तर सर्व कौरव रणांगणांत पडतील, किंवा सर्व लोक

माझ्या बालपणापासून ह्या वेळपर्यंतच्या सर्व पराक्रमांचें स्मरण करून नित्य माझें वर्णन करीत रहातील! एक तर एकटा मी त्या सर्वांना वधीन किंवा ते सर्व मला वधितील! सूता, ज्यांच्या कृपेनें उत्तम कर्म करण्याचें सामर्थ्य येतें त्या देवांनीं मात्र आज मजवर प्रसन्न होऊन मला पराक्रम करण्याची शक्ति द्यावी. सूता, यज्ञांत आह्वान केलें असतां इंद्र जसा तेथें त्वरित प्राप्त होतो, तसा ह्या समयीं येथें शत्रुसंहारक अर्जुन प्राप्त झाला तर चांगलें होईल. विशोका, ह्या भारती सेनेची कशी दाणादाण उडाली पहा. अरे; हे भूपाळ पळून कां बरें जाऊं लागले? खचित महाबुद्धिमान् नरश्रेष्ठ सव्यसाची अर्जुनानें ह्या सैन्यावर मोठ्या वेगानें बाणांचा भडिमार करून त्यास बाणांनीं झांकून काढण्याचा क्रम आरंभिल्यामुळें ही सर्व धावपळ उडाली आहे ह्यांत संदेह नाहीं! विशोका, हे पहा रणांगणांत ध्वज, गज, हय व नर हे एकसारखे पळत आहेत! तसेच हे पहा रथ व त्यांवरील वीर हे शर व शक्ति ह्यांनीं हत होत्साते धूम ठोकून पळत आहेत! सूता, ही पहा कौरवसेना धनंजयाच्या कांचनमंडित मयूरपुंख वज्रतुल्य बाणांनीं कशी ग्रस्त होऊन मृत्युमुखीं पडत आहे व वारंवार तिच्या मदतीला बाहेरून अधिक अधिक भरती होत आहे! सूता. ते पहा रथ, अश्व व गज उधळत चालले असून त्यांखालीं पायदळाच्या टोळ्यांचा अतिशय चुराडा उडत आहे! वणव्यांत सांपडलेल्या हत्तींप्रमाणें बेफाम होऊन हें सर्वच कौरवसैन्य हाहाःकार करीत पळत सुटलें पहा! विशोका, रणांगणांत हे प्रचंड हत्ती कशी महान् गर्जना करीत आहेत ती अवलोकन कर!

विशोक म्हणालाः— भीमसेना, अर्जुन इकडे आला, ह्यांत संशय तो कसला? अरे, क्षुब्ध झालेल्या अर्जुनानें गांडीवाचा जो टणत्कार चालविला आहे, त्याचा घोर शब्द तुला ऐकूं येत नाहीं काय? अरे, तुझे कान शाबूत आहेतना? भीमा, तुझे आज सर्व मनोरथ सिद्धीस गेले! तो पहा गजसैन्यांत मारुति दिसूं लागला! ती पहा गांडीवाची प्रत्यंचा नीलवर्ण मेघापासून उसळणाऱ्या विद्युल्लतेप्रमाणें स्फुरण पावत आहे! तो पहा अर्जुनाच्या ध्वजाग्रावर आरूढ झालेला वानर आसमंतात् पहात आहे! ती पहा त्या मारुतीला पाहून रणांगणांत शत्रुसैन्याची कशी त्रेधा उडाली! अरे, मला स्वतःला सुद्धां त्याजकडे पाहून भय उत्पन्न झालें! तो पहा अर्जुनाचा चित्रविचित्र किरीट किती झळकत आहे! तो पहा त्या किरीटावरील दिव्य मणि दिवाकराप्रमाणें तळपत आहे व अर्जुनाच्या बगलेंतला भयंकर शब्द करणारा देवदत्त शंख शुभ्र मेघांप्रमाणें दिसत आहे! तो पहा प्रतोदधारी जनार्दन शत्रूंच्या सेनेंतून रथ घेऊन इकडे येत आहे! त्याच्या बगलेंत सूर्याप्रमाणें कांतिमान्, वज्राप्रमाणें बळकट नाभि असलेलें, वस्तऱ्याप्रमाणें जलाल धार दिलेलें, यदुकुलाची कीर्ति वाढविणारें व त्यामुळें सदासर्वकाळ यादव ज्याची पूजा करितात असें तें चक्र शोभत आहे! भीमसेना, त्या पहा अर्जुनानें क्षुर बाणांचा भडिमार करून महान् महान् हत्तींच्या सरळ वृक्षांसारख्या प्रचंड शुंडा छेदून टाकिलेल्या खालीं पडत आहेत! ते पहा आणखी अर्जुनाच्या बाणांनीं हत झालेले मोठमोठे हत्ती व त्यांवरील योद्धे वज्रानें तोडून टाकिलेल्या पर्वताप्रमाणें धडाधड खालीं आदळत आहेत! तसाच, हे कौंतेया, चंद्राप्रमाणें अत्यंत तेजस्वी असा तो कृष्णाचा श्रेष्ठ पांचजन्य शंख अवलोकन कर; त्याप्रमाणेंच त्याच्या वक्षःस्थलावरील तो देदीप्यमान कौस्तुभ मणि व कंठीं विराजणारी ती वनमाला पहा! भीमा, ह्यावरून खचित तो महारथ अर्जुनच शत्रूंच्या सैन्याची

दाणादाण उडवीत उत्कृष्ट शुभ्र अश्व जोडलेल्या व कृष्ण सारथि असलेल्या रथांत आरूढ होऊन इकडे येत आहे. भीमसेना, गरुडाच्या पंखांपासून उत्पन्न झालेल्या प्रचंड वाऱ्यानें मोठमोठालीं अरण्यें उध्वस्थ होऊन कोसळतात, तसें हें इंद्रतुल्य महापराक्रमी अर्जुनाच्या शरप्रहारांनीं विदीर्ण झालेलें कौरवांचें चतुरंग सैन्य कोसळत आहे पहा! अर्जुनानें महान् बाणांचा वर्षाव करून रणामध्यें हे चारशें रथी, अश्व व सारथि ह्यांसह ठार मारिले पहा! त्याप्रमाणेंच त्यानें सातशें हत्ती आणि अनेक रथ, अश्व व पदाति ह्यांचा हा नाश उडविला तो अवलोकन कर! भीमा, हा पहा बलिष्ठ अर्जुन कौरवांचा संहार करीत 'चित्रा' नक्षत्राप्रमाणें तुझ्या संनिध येत आहे; आतां तुझे हेतु सिद्धीस गेले ह्यांत संदेह नाहीं. आतां तुझे शत्रु मेलेच! तूं आतां चिंता करूं नको. तूं दीर्घायु हो व तुझें बल वृद्धिंगत होवो.

भीमसेन म्हणालाः—सूता विशोका, अर्जुन प्राप्त झाला अशी जी प्रिय वार्ता तूं मला सांगितलीस, त्यामुळें मी प्रसन्न झालों आहें. मी तुला चौदा उत्तम गांव, शंभर दासी व वीस रथ देईन.

अध्याय सत्याहत्तरावा.

--:०:--

शकुनीचा पराभव.

संजय सांगतोः—इकडे, रथांचा घणघणाट व रणांगणांत लढणाऱ्या योद्ध्यांची सिंहगर्जना श्रवण करून अर्जुन कृष्णाला म्हणाला, 'कृष्णा, आतां अश्वांना जलद चालव.' तेव्हां कृष्ण अर्जुनाला म्हणाला, 'हा पहा मी हां हां म्हणतां जेथें भीमसेन आहे तेथें रथ घेऊन जातों.' राजा, असें म्हणून कृष्णानें सुवर्ण, मौक्तिकें व रत्नें ह्यांच्या अलंकारांनीं शृंगारलेले असे शुभ्र अश्व ज्यास जोडिले होते असा तो अर्जुनाचा रथ जलद चालविला. तें पाहून, अत्यंत क्रोधायमान झालेला देवेंद्र वज्र हातांत घेऊन जंभासुराला वधून विजय मिळविण्याकरितांच निघाला आहे असा भास झाला! राजा धृतराष्ट्रा, नंतर अर्जुनाचा तो रथ तत्काळ कौरवसेनेसमीप प्राप्त झाला तेव्हां त्याजवर शत्रूंकडील रथ, अश्व, गज व पदाति ह्यांचे समुदाय चवताळून एकदम धावून आले; आणि त्यांनीं बाणांच्या शब्दांनीं, रथांच्या घणघणाटांनीं व घोड्यांच्या टापांनीं सर्व भूमंडल व दाही दिशा दुमदुमून सोडिल्या! राजा, त्या समयीं अर्जुनाचें व त्या कौरवसैन्याचें मोठें घनघोर युद्ध झालें व त्यांत बहुत वीरांच्या देहांचा, प्राणांचा व पातकांचा संहार उडाला! जणू काय त्या वेळीं त्रैलोक्य मिळविण्यासाठीं विजयिश्रेष्ठ देवाधिदेव विष्णु व असुर हेच लढत आहेत असें भासलें! राजा, त्या भयंकर संग्रामांत शत्रूंनीं जीं लहान मोठीं शस्त्रास्त्रें अर्जुनावर टाकिलीं तीं सर्व त्या किरीटमाली पांडुपुत्रानें तोडिलीं; आणि उलट शत्रूंवर धार दिलेल्या क्षुर, अर्धचंद्र व भल्ल बाणांचा भडिमार करून पटापटा त्यांचे बाहु उतरले व मस्तकें छेदिलीं! राजा, त्या वेळीं छत्रें, चामरें, ध्वज, अश्व, गज, रथ व पत्तिगण हे अनेक प्रकारांनीं उध्वस्त व विरूप होऊन रणांगणांत पडूं लागले, तेव्हां जणू काय वाऱ्यानें उन्मूलित झालेल्या वृक्षांचीं बनेंच भूतलावर कोसळत आहेत असें वाटलें! राजा, ज्यांवर सुवर्णाचीं जाळीं घातलीं होतीं आणि ज्यांवर ध्वज, पताका व वीर हे विराजत होते, असे ते प्रचंड हत्ती सुवर्णपुंख शरांनीं विद्ध होत्साते भूतलावर पतन पावले तेव्हां जणू मोठमोठाले पर्वतच प्रज्वलित झाले आहेत असें दिसूं लागलें! ह्याप्रमाणें वज्रतुल्य उत्तम शरांचा भडिमार करून अश्व, गज व रथ ह्यांचा नाश

उडविल्यावर, पूर्वी बलाचा वध करण्याकरितां इंद्र जसा त्याजवर चालून गेला, तसा अर्जुन हा कर्णाचा वध करण्यासाठीं तत्काळ त्याजवर चालून गेला. तेव्हां, राजा, मगर जसा समुद्रांत प्रवेश करितो, तसा त्या महाबाहु शत्रुसंहारक पुरुषव्याघ्र अर्जुनानें तुझ्या सैन्यांत प्रवेश केला. त्या समयीं तुझ्या सैन्याला मोठी वीरश्री चढली आणि तुझ्या सैन्यांतले रथ, गज, अश्व व नर हे चोहोंकडून धावून येऊन अर्जुनावर तुटून पडले! आणि तें सर्व कौरवदळ अर्जुनावर चालून आलें तेव्हां मोठा भयंकर ध्वनि उत्पन्न झाला; जणू काय खवळलेला समुद्रच गर्जत आहे असें तेव्हां वाटलें! त्या समयीं रणांगणांत तुझ्या सैन्यांतले ते प्रतापशाली महारथ योद्धे आपल्या प्राणांची मुळींच पर्वा न करितां मोठ्या त्वेषानें अर्जुनावर धावून आले व त्यांनीं अर्जुनावर एकसारखा बाणांचा वर्षाव सुरू केला. तेव्हां, सोसाट्याचा वारा जसा मेघांची दाणादाण उडवितो तशी अर्जुनानें उलट शत्रूंवर बाणवृष्टि करून त्यांची दाणादाण उडविली! परंतु इतक्यांत ते सर्व महाधनुर्धर वीर एकत्र होऊन पुनः आपल्या रथांतून अर्जुनावर बाणांचा वर्षाव करीत चालून आले आणि त्यांनीं त्यास जलाल बाणांनीं विद्ध केलें. तें पाहून अर्जुनाला अतिशय संताप चढला आणि त्यानें हजारों रथ, वाजी व हत्ती ह्यांस बाणप्रहारांनीं हत करून यमसदनीं पाठविलें! राजा, अर्जुनाचा असा भयंकर पराक्रम अवलोकन करून तुझ्या सैन्यांतल्या महारथांना अतिशय भीति पडली व ते आपआपल्या रथांतून एकामागून एक चालते झाले! कौरवांकडील ते महारथ मोठ्या निकरानें अर्जुनाशीं लढत असतां अर्जुनानें त्यांपैकीं चारशें महारथांना जलाल बाणांच्या भडिमारानें यमलोकीं पाठविलें! ह्याप्रमाणें नानाविध निशित शरांचा वर्षाव करून अर्जुनानें समरांगणांत कौरवांकडील महारथांचा संहार आरंभिला, तेव्हां त्यांची उमेद अगदीं नष्ट झाली व ते अर्जुनाला सोडून देऊन दशदिशांस पळून गेले! सैन्याच्या बिनीवर आरंभींच जेव्हां ही धावपळ सुरू झाली, तेव्हां पर्वताच्या कड्यावर समुद्राचा प्रचंड ओघ आदळून फुटला असतां जसा महान् शब्द होतो तसा महान् शब्द त्या पळणाऱ्या सैन्यांत होऊं लागला!

असो; अशा प्रकारें कौरवसैन्याला तीक्ष्ण बाणांनीं अत्यंत विद्ध करून त्याची दाणादाण उडविल्यावर अर्जुन कर्णाच्या सैन्याच्या अग्रभागीं प्राप्त झाला. त्या समयीं, राजा, पूर्वी गरुड सर्पांवर चालून गेला तेव्हां जशी त्यानें गर्जना केली, तशी शत्रूंवर चाल करितांना अर्जुनानें प्रचंड गर्जना केली; आणि तो महान् शब्द श्रवण करून महाबल भीमसेन अतिशय आनंदित झाला व त्यास अर्जुनाला भेटण्याची उत्कट इच्छा उत्पन्न झाली. राजा, अर्जुन रणांगणांत आला असें कानीं पडतांच प्रतापशाली भीमसेनाची वीरश्री अत्यंत वाढली व त्यानें आपल्या जिवाकडे न पहातां शत्रूंचा संहार उडविण्यास प्रारंभ केला. त्या समयीं तो प्रतापवान् वायुपुत्र वायुवेगानें वायूसारखी झडप घालीत शत्रूंमध्यें संचरूं लागला आणि त्यामुळें तुझें सैन्य जर्जर होऊन, फुटलेली नाव जशी समुद्रांत बुडून नष्ट होते, तसें विदीर्ण होऊन नष्ट झालें! तेव्हां भीमानें मोठ्या चलाखीनें शत्रूंवर उग्र बाणांचा भडिमार करून त्यांचे हस्तपादादिक अवयव छेदिले व त्यांस यमसदनीं पाठविलें! त्या वेळीं भीमाचें तें अमानुष बल अवलोकन करून सर्वांना तो प्रलयकालीन यमच वाटला व त्याच्यापुढें सर्व योद्धे भयभित होऊन व्याकूळ पडले! राजा, ह्याप्रमाणें त्या बलिष्ठ कौरवसैन्याची भीमसेनानें दुर्दशा उडविली तेव्हां दुर्योधन राजा महा-

धनुर्धर योद्ध्यांना व सर्व सैनिकांना म्हणाला, वीरहो, तुह्मी सर्व मिळून भीमाचा वध करा. एकदां भीमाचा वध झाला म्हणजे सर्व पांडव-सैन्य वधिलेंच असें मी समजतों ! ' दुर्योधनाची ती आज्ञा कौरवांकडील सर्व योद्ध्यांना मानवली आणि त्यांनीं चोहोंकडून बाणांचा वर्षाव करून भीमसेनाला झांकून काढिलें ! त्या वेळीं अनेक हत्ती आणि जयेच्छु नर व रथी हे वृकोदरावर धावून गेले व त्यांनीं त्यास चोहोंकडून घेरून टाकिलें. ह्याप्रमाणें जेव्हां त्या शूर कौरवांनीं भीमसेनाला सर्व बाजूंनीं वेढा घातला, तेव्हां जणू काय चंद्राला नक्षत्रांनींच वेढिलें आहे किंवा पूर्णचंद्राच्या सभोंवतीं खळेंच पडलें आहे असें वाटूं लागलें ! त्या समयीं भीमसेनाचा तो पराक्रम पाहून रणांगणांत प्रत्यक्ष नरश्रेष्ठ अर्जुनच नळपत आहे असें सर्वांस भासलें ! त्या वेळीं कौरवांकडील वीरांचें व भीमसेनाचें मोठें तुंबळ युद्ध सुरू झालें. तेव्हां कौरवांकडील सर्व शूर भूपाळांनीं वृकोदराला ठार मारण्याच्या हेतूनें संतापानें डोळे लाल करून त्याजवर भयंकर शरवृष्टि केली; पण भीमसेनानें त्या महासेनेवर बांकदार पेऱ्यांच्या बाणांचा भडिमार चालवून तिची फळी फोडली; व तिचें विदारण करून, मासा जसा उदकांत लाविलेल्या जाळ्यांतून निसटून जातो तसा तो पांडुपुत्र शत्रूंच्या त्या वेढ्यांतून निसटून गेला ! त्या समयीं भीमानें समरांगणांतून पराङ्मुख न होणारे दहाहजार हत्ती, दोन लक्ष दोनशें मनुष्यें, पांच हजार घोडे व शंभर रथी वधिले आणि शोणिताची नदीच उत्पन्न केली ! राजा, त्या भयंकर रुधिर-नदीचें काय वर्णन करावें ? रुधिर हें त्या नदींतलें उदक होय; रथ हे भोंवरे होत, हत्ती ह्या सुसरी होत; मनुष्यें हे मासे होत; अश्व हे नक्र होत; केश हें शेवाळ व हिरवें गवत होय; व छिन्न भुज हे महान् महान् सर्प होत ! राजा, त्या नदींतून पुष्कळ रत्नांचे समुदाय वहात चालले होते ! तिच्यामध्यें वीरांच्या मांड्या ह्या जणू काय सुसरीच होत्या; मज्जा हाच चिखल झाला होता; मस्तकें हे दगड होते; धनुष्यें हीं काश तृणाप्रमाणें दिसत होतीं; बाण हे लव्हाळ्याप्रमाणें दिसत होते; गदा व परिघ हीं पक्ष्यादिकांची बसण्याचीं स्थळें होतीं; छत्रें व ध्वज हे हंस होते; उत्तम शिरस्त्राणें हा फेंस होता; हार हीं कमळें होतीं; धूलिकण हे त्या कमळांतले रजःकण होते; पुष्पमाळा ह्या लाटा होत्या; आर्यजन हे तिच्यांतील जलचर होते; भीरुजनांना ती नदी अत्यंत दुस्तर होती; योद्धे हे तिच्यांतील मगर होते; आणि अशा प्रकारची ती लोकोत्तर नदी पितृलोकाप्रत वहात चालली होती ! राजा, भीमसेनानें ती भयंकर नदी एका क्षणांत निर्माण केली ! ज्याप्रमाणें उग्र वैतरणी नदी अज्ञ जनांना उतरून जातां येत नाहीं, त्याप्रमाणेंच ती घोर व दुस्तर रुधिरसरित् भित्र्या जनांना अधिक भीति उत्पन्न करणारी असल्यामुळें त्यांना उतरून जातां येण्यासारखी नव्हती ! राजा, तो महारथ पांडुपुत्र भीमसेन कौरवसैन्यांत जिकडे जिकडे घुसला, तिकडे तिकडे त्यानें शतावधि व सहस्त्रावधि योद्ध्यांना ठार मारिलें ! राजा, ह्याप्रमाणें समरभूमीवर भीमसेनाचा विलक्षण पराक्रम अवलोकन करून दुर्योधन राजा शकुनीला म्हणाला, " मामा, युद्धांत महाबल भीमसेनाला कसें तरी करून जिंक; भीमसेन एकदा जिंकला गेला म्हणजे पांडवांचें प्रचंड सैन्य जिंकलेंच म्हणून समज."

धृतराष्ट्रा, नंतर प्रतापवान् शकुनि भ्रात्यासह भीमसेनाशीं घोर संग्राम करण्यासाठीं निघाला; आणि समुद्राची सीमा जशी समुद्राला अडवून धरिते, तसें त्यानें त्या महापराक्रमी भीमसेनाला अडवून धरिलें ! राजा, त्या समयीं

शकुनीनें एकसारखा जलाल बाणांचा भडिमार भीमसेनावर चालविला, पण भीमसेनानें त्यास न जुमानितां उलट बाणांचा वर्षाव करून शकुनीला मागें हटविलें! तेव्हां शकुनीनें भीमाच्या डाव्या कुशीवर व वक्षस्थळीं धार दिलेल्या सुवर्णपुंख बाणांची वृष्टि केली आणि त्यामुळें ते कंकपिच्छ व मयूरपिच्छ बाण महात्म्या भीमसेनाचें कवच भेदून त्याच्या शरीरांत घुसले व त्यांच्या योगें तो पांडुपुत्र अतिशय विद्ध झाला! नंतर भीमसेनानें एक सुवर्णमंडित बाण मोठ्या क्रोधानें शकुनीवर सोडिला, परंतु महाबल शकुनीनें तो बाण आपल्यावर येत आहे असें पाहून उलट नेमकाच बाण मारून त्याचे सात तुकडे केले! ह्याप्रमाणें भीमसेनाचा बाण फुकट जाऊन भूमीवर पडला तेव्हां त्यास अत्यंत क्रोध चढला व त्यानें हंसत हंसत एका भल्ल बाणानें सौबलाचें धनुष्यच छेदून टाकिलें! तेव्हां पराक्रमी सौबलानें तें छिन्न धनुष्य फेंकून दिलें आणि तत्काळ दुसरें धनुष्य धारण करून त्यापासून बांकदार पेऱ्यांचे सोळा भल्ल बाण भीमसेनावर टाकिले! त्यांपैकीं दोन बाण त्यानें सारथ्यावर सोडिले; सात बाण खुद्द भीमसेनावर टाकिले! एक बाण सोडून ध्वज तोडिला; दोन बाणांनीं छत्र विदारिलें आणि चार बाणांनीं चारी घोडे विद्ध केले! तेव्हां, प्रतापशाली भीमसेन फारच चवताळला आणि त्यानें सुवर्णाचा दंड असलेली पोलादी शक्ति समरांगणांत शकुनीवर तत्काळ सोडिली! भीमानें मोठ्या वेगानें सोडिलेली ती शक्ति नागिणीच्या जिव्हेप्रमाणें चपळाई करून ताबडतोब महात्म्या शकुनीवर आली, परंतु शकुनीनें तीच सुवर्णमंडित पोलादी शक्ति झेलून धरून उलट मोठ्या क्रोधानें भीमसेनावर भिरकावून दिली! तेव्हां ती शक्ति वीर्यशाली भीमसेनाच्या उजव्या बाहूचें विदारण करून अंतरिक्षांतून च्युत झालेल्या विद्युल्लतेप्रमाणें भूगह्वरांत प्रविष्ट झाली! त्या समयीं चोहोंकडे धार्तराष्ट्रांनीं एकच गर्जना आरंभिली; पण भीमाला तें मुळींच सहन झालें नाहीं; त्यानें स्वतःच्या प्राणांची पर्वा न धरितां तत्काळ दुसरें सज्ज धनुष्य धारण करून मोठ्या जलदीनें सौबलाच्या सैन्यावर बाणांचा भडिमार चालविला आणि क्षणांत समरांगणीं सर्व शत्रुसैन्य बाणाच्छादित करून टाकिलें! राजा धृतराष्ट्रा, त्या वेळीं भीमसेनानें सौबलाचे चारही अश्व, सारथि व ध्वज ह्यांचा भल्ल बाणांनीं विध्वंस उडविला, तेव्हां सौबलानें त्वरा करून त्या अश्वहीन झालेल्या रथांतून खालीं उडी टाकिली व तो क्रोधानें आरक्त नेत्र करून सुसकारे टाकीत भीमसेनावर एकसारखा चोहोंकडून बाणांचा भडिमार करूं लागला. तें पाहून प्रतापवान् भीमसेनानें तत्काळ त्या बाणांचा प्रतिकार केला आणि पुनः सौबलाचें धनुष्य छेदून त्याजवर तीक्ष्ण शरांची वृष्टि आरंभिली! राजा, ह्याप्रमाणें त्या शत्रुसंहारक शकुनीला बलवान् भीमसेनानें अतिशयित विद्ध केलें; तेव्हां ते दुःसह शरप्रहार त्यास सहन झाले नाहींत व तो तत्काळ घायाळ होऊन भूतलावर मरणोन्मुख पडला! तेव्हां तुझ्या पुत्रानें सौबलाची ती भयंकर अवस्था मनांत आणून रणांगणांत भीमसेनाच्या देखत त्यास रथांत घालून एकीकडे नेलें! राजा, शकुनीची ह्याप्रमाणें अवस्था झालेली पाहून धार्तराष्ट्र अतिशयित घाबरले व ते युद्धविमुख होत्साते भीमसेनापासून आपला बचाव होण्याकरितां चोहोंकडे पळून गेले! अशा प्रकारें दुर्योधन राजा शकुनि मामाच्या प्राणरक्षणाकरितां वेगवान् अश्व जोडिलेल्या अशा रथांतून भयभीत होत्साता रणांगणांतून पळून गेला, तेव्हां तें पाहून तुझ्या सैन्यांतले इतर वीर आपल्या प्रतिपक्ष्यांशीं युद्ध करावयाचें सोडून देऊन चोहोंकडे पळत सुटले! ह्याप्रमाणें सर्व

कौरवसैन्य युद्धांतून मोठ्या वेगानें माघारें धावूं लागलें, तेव्हां भीमानें त्याजवर एकसारखा बाणांचा भडिमार चालवून त्यास वधण्याचा क्रम आरंभिला; पण इतक्यांत कर्णाची व त्या सैन्याची गांठ पडली आणि तें कर्णाच्या छत्राखालीं पुनः पांडवांशीं युद्ध करूं लागलें. राजा, फुटक्या तारवांतले लोक द्वीपाप्रत पोंचले असतां जशी त्यांस शांतता वाटते; तशी त्या कौरवसैन्यास महाबल कर्णाची भेट झाल्यामुळें मोठी शांतता वाटली; आणि त्यास पुनः मोठा धीर येऊन तें सुप्रसन्न मनानें ' मारूं किंवा मरूं ' असा निश्चय ठरवून पांडवांशीं लढण्यास सिद्ध झालें !

अध्याय अठ्ठ्याहत्तरावा.

--:०:--

कर्णाचा पराक्रम.

धृतराष्ट्र विचारतोः---संजया, रणांगणांत भीमसेनानें कौरवसैन्याचा मोड केला, तेव्हां मग दुर्योधन, शकुनि, विजयशाली कर्ण, कृप, कृतवर्मा, अश्वत्थामा, दुःशासन किंवा दुसरे माझ्या पक्षाचे वीर काय म्हणाले ? संजया, भीमसेन हा एकटा माझ्या सर्व योद्ध्यांशीं लढला हें मला मोठें आश्चर्य वाटत आहे ! संजया, राधेयानें शत्रूंशीं युद्ध करितांना आपली प्रतिज्ञा पाळिलीना ? संजया, शत्रुसंहारक कर्ण हा सर्व कौरवांचें सुख, आश्रय, प्रतिष्ठा व जीविताची आशा होय ! ह्यासाठीं अमितवीर्यवान् पांडुपुत्र भीमसेनानें कौरवांचें दळ भग्न केलेलें पाहून मग युद्धांत अधिरथपुत्र राधेयानें काय केलें बरें ? तसेंच, कौरव सेनेची ह्याप्रमाणें दाणादाण व विध्वंस उडाला असतां माझे पराक्रमी पुत्र व त्याप्रमाणेंच इतर सर्व महारथ भूपाळ ह्यांनीं तरी जें काय केलें तें सर्व मला निवेदन कर, संजया, तूं ह्या कामीं मोठा कुशल आहेस.

संजय सांगतोः---तिसरे प्रहरीं प्रतापशाली सूतपुत्रानें भीमसेनाच्या देखत सर्व सोमकांना ठार मारिलें व तें पाहून भीमसेनानेंही कौरवांच्या अत्यंत बलिष्ठ सैन्याला वधण्याचा सपाटा सुरू केला ! तेव्हां कर्ण शल्याला म्हणाला, ' मला पांचालांजवळ घेऊन चल. ' राजा, नंतर मद्राधिपानें कर्णाच्या रथाचे महावेगवान् श्वेत अश्व मोठ्या जलदीनें चालविले आणि चेदि, पांचाल व करूष ह्यांच्या सैन्यांसमीप प्राप्त होऊन तो रथ त्या प्रचंड सैन्यांत घातला; आणि कर्णानें जेथें जेथें तो रथ नेण्यास सांगितलें, तेथें तेथें त्यानें मोठ्या आनंदानें तो रथ नेला. राजा, त्या समयीं तो व्याघ्रचर्मावगुंठित मेघतुल्य कर्णरथ आपल्या सेनेंत परिभ्रमण करीत आहे असें पाहून पांडुपांचालांना मोठें भय पडलें. त्या वेळीं, पर्वताचा कडा कोसळत असतां जसा भयंकर ध्वनि उत्पन्न होतो, तसा त्या महान् रणांत कर्णाच्या रथाचा घणघणाट सुरू झाला. नंतर कर्णानें प्रत्यंचेचें आकर्ण आकर्षण करून शतावधि व सहस्रावधि जलाल बाणांची पांडवसेनेवर वृष्टि चालविली, तेव्हां कर्णाचें तें विलक्षण शौर्य अवलोकन करून पांडवांकडील महाधनुर्धर महारथ योद्धे त्याजवर एकदम चाल करून आले व त्यांनीं त्यास चोहोंकडून वेढा घातला ! त्या समयीं कर्णाला ठार मारण्याच्या हेतूनें शिखंडी, भीमसेन, धृष्टद्युम्न, नकुल, सहदेव, सात्यकि व द्रौपदीचे पुत्र ह्यांनीं त्यास चोहों बाजूंनीं गराडा घालून त्याजवर बाणांचा वर्षाव आरंभिला. त्या वेळीं शूर सात्यकीनें धार दिलेले वीस बाण कर्णाच्या खवाट्यांत मारिले; तसेच शिखंडीनें पंचवीस, धृष्टद्युम्नानें सात, द्रौपदीच्या पुत्रांनीं चौसष्ट, सहदेवानें सात आणि नकुलानें शंभर बाण

मारून कर्णाला समरांगणांत विद्ध केलें; आणि त्याप्रमाणेंच बलिष्ठ भीमसेनानें क्रोधायमान होऊन बांकदार पेऱ्यांचे नव्वद बाण कर्णाच्या जत्रुप्रदेशीं मारिले. राजा, तेव्हां महाबल राधेयानें हंसत हंसत आपल्या धनुष्याचा टण-त्कार करून शत्रूंवर जलाल बाणांचा भडिमार चालविला व त्यास अगदीं जेरीस आणून प्रत्ये-कावर पांच पांच बाण सोडिले. नंतर कर्णानें सात्यकीचें धनुष्य व ध्वज हीं छेदिलीं आणि त्याला वक्षस्थळीं नऊ बाणांनीं विद्ध केलें. मग त्यानें क्रोधायमान होऊन भीमसेनावर तीस बाण टाकिले आणि एका भल्ल बाणानें सहदे-वाचा ध्वज तोडिला व तीन बाणांनीं त्याचा सारथि ठार केला! नंतर डोळ्यांचें पातें लवतें न लवतें इतक्या वेळांत त्या प्रतापशाली कर्णानें द्रौपदीपुत्रांना रथहीन करून सोडिलें व तें पाहून सर्वांना मोठा चमत्कार वाटला! मग बांकदार पेऱ्यांच्या शरांचा भडिमार करून कर्णानें शिखंडी, भीमसेन, सात्यकि, सहदेव वगैरे सर्व वीरांना मागें हटविलें आणि मग त्यानें शूर पांचालांना व चेदींच्या महारथांना बाणप्रहारांनीं जर्जर करून सोडिलें! राजा, नंतर कर्णानें चेदिपांचालांना ठार मारण्याचा सपाटा चालविला, तेव्हां चेदि व मत्स्य हे तशा प्राणसंकटांतूनही कर्णावर तुटून पडले आणि त्यांनीं त्या लोकोत्तर वीरावर बाणांचा भडिमार आरंभिला. त्या समयीं महारथ सूतपुत्रानें उलट त्या चेदिमत्स्यांवर जलाल बाण टाकून त्यांस वधण्याचा सपाटा चालविला. तेव्हां त्यांच्यानें तग काढवेनासा होऊन, सिंहाला भिऊन श्वापदें जशीं पळून जातात तसे ते चोहोंकडे पळून गेले! समरांगणांत प्रतापशाली सूतपुत्रानें एकट्यानें विजयप्राप्त्यर्थ पराकाष्ठा करीत असणाऱ्या पांड-वांकडील धनुर्धर योद्ध्यांचें विलक्षण सामर्थ्यानें शरवर्षाव करून निवारण केलें, हा मला केवळ अद्भुत चमत्कार वाटला! महात्म्या कर्णाचें तें हस्तलाघव अवलोकन करून सर्व देव, सिद्ध व चारण ह्यांना मोठा संतोष झाला व महाधनु-र्धर धार्तराष्ट्रांनीं त्या अतुलवीर्यवान् महारथा-ग्रणीला फारच बहुमानानें पूजिलें! नंतर, उन्हा-ळ्यांत तृणामध्यें चेतलेला महान् अग्नि जसा त्या तृणाला दग्ध करितो, तसें त्या कर्णानें शत्रुसैन्य दग्ध केलें! तेव्हां पांडवांच्या सैन्याला टिकाव काढवेनासा झाला व ते पांडवीय योद्धे रणांत महारथ कर्णाला पाहून युद्धविमुख होत्साते पळत सुटले! पण तशांतही पांचाल हे कर्णाशीं महाघोर संग्राम करूं लागले, परंतु कर्णाच्या त्या लोकोत्तर धनुष्यापासून त्यांच्या-वर तीक्ष्ण बाणांची वृष्टि सुरू झाली तेव्हां त्यांचाही धीर सुटून जाऊन ते मोठमोठ्यानें ओरडूं लागले व त्यामुळें पांडवांचें तें प्रचंड सैन्य घाबरून गेलें! राजा, त्या समयीं पांडवांची अशी खातरी झाली कीं, रणांगणांत कर्ण तेवढा एक वीर खरा! नंतर पुनः शत्रुसंहारक कर्णानें लोकोत्तर पराक्रम गाजविला आणि त्यामुळें पांडवांपैकीं कोणालाही त्याच्याकडे वर मान करून पहाण्याची छाती होईनाशी झाली! तो प्रकार असा कीं, पांडवांनीं कर्णावर मोठ्या त्वेषानें हल्ला केला, प्रचंड पर्वताशीं पाण्याच्या लोटाची गांठ पडली असतां जसा तो लोट फुटून त्याची वाताहत होते, तशी कर्णापुढें त्या पांडवसैन्याची वाताहत झाली! त्यासमयीं कर्ण हा धूमरहित अग्नीप्रमाणें रणांगणांत पांडवांच्या आवाढव्य सेनेला जाळूं लागला! त्यावेळीं त्यानें बाणांचा नेमकाच भडिमार करून शत्रुसैन्यांतील वीरांचीं मस्तकें, सकुंडल कर्ण, बाहु, हस्तिदंताच्या मुठी अस-लेलीं खड्गें, ध्वज, शक्ति, हय, गज, विविध रथ, पताका, पंखे, आंस, धुऱ्या व लहान-मोठीं चाकें ह्या सर्वांचा मोठ्या शौर्यानें विध्वंस

उडविला! त्यावेळीं कर्णानें जे हत्ती व घोडे वधिले त्यांच्या मांसशोणितांचा कर्दम मातून पृथ्वीचा पृष्ठभाग दिसेनासा झाला आणि गज, अश्व, पदाति व रथ उध्वस्त होऊन जिकडे तिकडे पसरल्यामुळें, सर्व भूप्रदेश उंचसखल दिसूं लागला आणि सर्वच विपरीत देखावा दृग्गोचर झाला! त्या रणसंमर्दांत कर्णानें अस्त्रप्रभाव प्रकट करून कांचनमंडित बाणांचें असें छत पसरिलें कीं, त्या घोर अंधःकारांत आपल्याकडील योद्धे कोणते व शत्रूंकडील योद्धे कोणते हेंही समजेना! कर्णानें अशा प्रकारें दिव्य पराक्रम गाजवून पांडवांच्या महारथांना बाणांनीं अगदीं झांकून काढिलें; आणि त्यांनीं जरी पुनःपुनः वर डोकें काढण्याचा मोठ्या शौर्यानें प्रयत्न केला, तरी क्षुब्ध झालेला सिंह जसा मृगसंघांना ठार मारूं लागला म्हणजे ते चोहोंकडे पळून जातात तसे ते पांडववीर कर्णाच्या शरप्रहारांनीं रणांगणांत पडूं लागले तेव्हां चोहोंकडे पळून गेले! ह्याप्रमाणें कर्णानें समरांगणांत रथश्रेष्ठ पांचालांची दैना उडवून त्यांना अगदीं 'त्राहि भगवन्' करून सोडिल्यानंतर, लांडगा जसा पशूंना ठार मारितो तसें त्यानें तें सैन्य ठार मारिलें! ह्याप्रमाणें कर्णानें पांडवसेनेची दुर्दशा उडविल्यावर महाधनुर्धर धार्तराष्ट्र मोठी भयंकर गर्जना करीत त्या स्थळीं प्राप्त झाले. दुर्योधन राजालाही कर्णाचा तो दिव्य पराक्रम पाहून मोठा आनंद झाला व त्याच्या आज्ञेनें सर्वत्र नानाविध वाद्यें वाजूं लागलीं! राजा, इतक्याउप्परही पराजित झालेले ते महाधनुर्धर पांचाल वीर 'मारूं किंवा मरूं' असा निश्चय करून कर्णाशीं लढण्यास पुनः सिद्ध झाले, पण तत्काळ कर्णानें त्यांशीं घोर समर आरंभून त्यांचा पुनःपुनः मोड करून टाकिला! त्या वेळीं कर्णानें पांचालांचे वीस व चेदींचे शंभर रथी क्रोधानें बाण सोडून ठार केले आणि रथांतील वीरस्थानें, अश्वांचे पृष्ठभाग व गजांचे स्कंधप्रदेश शून्य करून पायदळाला उधळून दिलें; तेव्हां त्या शत्रूपीडक महावीराकडे मध्यान्हीच्या सूर्याप्रमाणें कोणासही पहावेनासें झालें आणि तो शूर धनुर्धर कालासारखा झळकूं लागला! प्राणिगणांचा वध करून महाबलवान् यम जसा शोभतो तसा तो महाबलवान् कर्ण पांडवांच्या चतुरंग बलाचा वध करून लोकोत्तर वीर्यानें शोभूं लागला! त्या अद्वितीय कर्णानें सोमकांचा अशा प्रकारें वध केल्यावर पांचालांनीं मोठा विलक्षण पराक्रम करून दाखविला; कर्णानें त्यांना वधण्याचा सपाटा चालविला असतांही ते घोर संग्रामांत कर्णापासून यत्किंचित् मागें न सरतां एकसारखे त्याच्याशीं झुंजत राहिले! तेव्हां दुर्योधन, दुःशासन, कृप, अश्वत्थामा, कृतवर्मा व महाबल शकुनि ह्यांनीं त्या पांडवसैन्यावर हल्ला केला आणि त्यांपैकीं शतावधि व सहस्रावधि वीरांना ठार मारिलें! तेव्हां कर्णाचे दोन पुत्रही समरांगणांत पांडवांशीं लढत होते. त्या सत्यप्रतापी उभय बंधूंनीं मोठ्या क्रोधानें पांडवांचें सैन्य इतस्ततः पुष्कळ वधिलें. राजा, त्या समयीं मोठा घोर संग्राम झाला! त्यांत शूर पांडव, धृष्टद्युम्न, शिखंडी व द्रौपदीचे पुत्र ह्यांनीं अगदीं क्षुब्ध होऊन तुझ्या सैन्याचाही मोठा संहार उडविला! असो; ह्याप्रमाणें भीमाच्या हस्तें तुझ्या सैन्याचा व कर्णाच्या हस्तें पांडवांच्या सैन्याचा मोठा नाश झाला!

अध्याय एकुणऐशींवा.

—:०:—

शल्यकृत कर्णप्रोत्साहन.

संजय सांगतोः— हे महाराजा, इकडे अर्जुनानेंही कौरवांचें चतुरंग दळ वधिलें व महान् रणामध्यें सूतपुत्र कर्ण क्रोधायमान

झालेला अवलोकन करून शत्रुसैन्याशीं मोठें दारुण युद्ध आरंभिलें आणि महीतलावर शोणितची केवळ नदीच उत्पन्न केली! हत सैन्याचें मांस, मज्जा व अस्थि ह्यांचा त्या नदी-मध्यें चिखल मातला होता; मनुष्यांचीं मस्तकें हे त्या नदींतले पाषाण होते; आणि हत्ती व घोडे हे त्या नदीचे तीर होते! शूर योद्ध्यांच्या अस्थिसंचयांनीं ती रुधिरनदी अगदीं व्याप्त झालेली होती; तेथें कावळे व गिधाडें हीं ओर-डत असल्यामुळें जणू त्या नदीचा आक्रोश चालला होता; तिच्यामध्यें जीं छत्रें वहात होतीं तीं पाहून हंस व नावाच तिजवर चालत आहेत असें दिसत होतें; त्या नदींतून प्रबळ योद्धे जणू महान् महान् वृक्षांप्रमाणें वहात चालले होते; योद्ध्यांचे हार हीं त्या नदींतलीं कमळें होतीं; उंची शिरोभूषणें हा त्या उदका-वरील फेन होता; आणि धनुष्यें व शर ह्या ध्वजपताकाच होत्या! त्या नदींतून मनुष्यांचीं फुटकीं तुटकीं मस्तकें इतस्ततः वाहात होतीं; तिच्यामध्यें ढाली व चिलखतें हीं गरगर फिरत होतीं; आणि रथ हे तराफेच तरंगत होते! राजा, अशी ती भयंकर नदी विजयशील पुरु-षांना अनायासें उतरून जाण्यास योग्य होती व भीरुजनांना अगदींच सुदुस्तर होती! असो; शत्रुसंहारक नरवीर अर्जुनानें अशा प्रकारची शोणितसरित् चालू केल्यानंतर तो कृष्णाला असें भाषण बोलला.

अर्जुन म्हणालाः---कृष्णा, हा पहा रणां-गणांत सूतपुत्राचा ध्वज दिसत आहे. हे पहा भीमसेनादिक पांडववीर त्याच्याशीं लढत आहेत. हे पहा कर्णाला भिऊन पांचाल पळत सुटले! हा पहा दुर्योधन राजा कर्णानें पराभूत केलेल्या पांचालसैन्याला उधळून लावीत असतां श्वेतछत्रामुळें कसा शोभत आहे तो! आणि तसेच हे पहा कृप, कृतवर्मा व महारथ अश्व-त्थामा कर्णाच्या पाठबळावर त्या दुर्योधनाचें संरक्षण करीत आहेत. कृष्णा, जर आपण ह्या कौरववीरांचें हनन केलें नाहीं, तर हे खचित सोमकांना वधितील! हा पहा तो मोठ्या कुश-लतेनें घोड्यांचे लगाम चालविणारा शल्य कर्णा-च्या रथावर कसा शोभत आहे! कृष्णा, मला असें वाटतें कीं, त्वां आतां त्या महारथ सूत-पुत्राच्या समीप माझा हा रथ घेऊन चलावें; आज मी सूतपुत्राला समरांगणांत ठार मारिल्या-शिवाय कधींही परत येणार नाहीं! जनार्दना, जर आज माझ्या हातून कर्णाचा वध घडला नाहीं, तर तो आपल्या डोळ्यांदेखत सर्व पांड-वांना व महारथ सृंजयांना ठार करील ह्यांत संदेह नाहीं!

संजय सांगतोः---नंतर महाबाहु कृष्णानें तत्काळ अर्जुनाचा रथ कौरवसैन्यावर चाल-विला आणि अर्जुनानें कर्णाशी द्वैरथयुद्ध करावें ह्या उद्देशानें तो रथ महाधनुर्धर कर्णाच्या रथाशीं अगदीं भिडविला; तेव्हां समारांगणांत अर्जुन प्राप्त झाला असें पहातांच चोहोंकडे पांडव-सैन्याला मोठा धीर आला. राजा, त्या समयीं समरभूमीवर अर्जुनाच्या रथाचा जो घणघणाट चालला होता, तो ऐकून जणू काय इंद्राच्या वज्राचा किंवा मेघांच्या समुदायाचाच शब्द होत आहे असें वाटत होतें. राजा, ह्याप्रमाणें अतुलवीर्य सत्यविक्रम पांडुपुत्र अर्जुन आपल्या रथांतून दणाणत तुझ्या सैन्याला जिंकीत कर्णा-च्या सन्निध जात असतां त्याच्या रथाचे ते श्वेत अश्व, कृष्ण सारथि व ध्वज अवलोकन करून मद्रराज शल्य कर्णाला म्हणाला, "कर्णा, ज्याची तूं चौकशी चालविली आहेस, तो ह्या श्वेताश्व कृष्णसारथि अर्जुनाचा रथ शत्रूंचा संहार करीत आपल्या समीप प्राप्त झाला पहा! हा पहा कुंतीपुत्र अर्जुन गांडीव धनुष्याचा टणत्कार करीत उभा आहे! बाबारे, जर आज

तूं त्याला वधिलेंस, तर खचित आपलें कल्याण झालेंच म्हणून समज. कर्णा, जिच्यावर चंद्र व नक्षत्रें चमकत असून जिला किंकिणी व पताका लाविलेल्या आहेत, अशी ती अर्जुनाच्या धनुष्याची प्रत्यंचा अंतरिक्षांतल्या विद्युल्लतेप्रमाणें कशी झळकत आहे ती पाहिलीसना! हा पहा अर्जुनाच्या ध्वजाग्रावर मारुति असून तो चोहोंकडे पहात आहे व त्याला अवलोकन करून वीरांची त्रेधा उडाली आहे! त्याचप्रमाणें अर्जुनाच्या रथावर त्याचा सारथि जो कृष्ण अधिष्ठित आहे, त्याचीं शंख, चक्र, गदा व शार्ङ्ग धनुष्य हीं आयुधें पहा! हा पहा गांडीव धनुष्याचा टणत्कार ऐकूं येत आहे! हे पहा त्या कुशल धनुर्धराचे जलाल बाण शत्रूंचा संहार उडवूं लागले! हीं पहा रणांतून पळून न जाणाऱ्या योद्ध्यांचीं मस्तकें विशाल, विस्तृत व आरक्त अशा नेत्रांनीं व पूर्णचंद्रतुल्य मुखांनीं महीतलाला आच्छादित करून कशीं शोभत आहेत तीं! हे पहा सुगंधि पदार्थांची उटी दिलेले शूर वीरांचे परिघतुल्य बाहु आयुधांसहवर्तमान वर उडून खालीं पडत आहेत! हे पहा स्वारांसहित घोडे जिह्वा तुटून व नेत्र फुटून भूतलावर मरून पडले आहेत व पडत आहेत! हे पहा सुवर्णाच्या अलंकारांनीं शोभणारे पर्वताच्या शिखरांसारखे प्रचंड हत्ती अर्जुनाच्या शरप्रहारांनीं गंडस्थळांचें विदारण होऊन पर्वताप्रमाणें धडाधड भूतलावर कोसळत आहेत! तसेच हे महान् महान् भूपाळ क्षीणपुण्य देव जसे विमानांतून खालीं पडतात तसे हत्तींवरून खालीं पडत आहेत! कर्णा, सिंहानें ज्याप्रमाणें हजारों नानाविध पशूंना व्याकूळ करून सोडावें, त्याप्रमाणें अर्जुनानें कौरवांचें हें सैन्य अगदीं व्याकूळ करून सोडिलें आहे तें पाहिलेंस काय! दुर्धर अर्जुन मोठमोठ्या वीरांचा वध करून आतां तुला वधण्याकरितां इकडे चालून येत आहे! ह्यासाठीं तूं आतां एकदम त्याजवर चालून जा! अर्जुनानें शत्रूंना मारण्याचा सारखा तडाखा लाविल्यामुळें कौरवांची अगदीं त्रेधा उडाली असून अर्जुनाच्या भयानें जिकडे तिकडे पळ काढीत आहेत! ह्यास्तव अर्जुन आतां बाकीच्या सैन्याकडे दुर्लक्ष करून तुला ठार मारण्यासाठीं इकडे त्वरेनें धावून येत आहे, असें मीं त्याच्या शरीराच्या उठावावरून मानितों! कर्णा वृकोदराला तूं जी पीडा केलीस, तिच्या योगानें संतप्त झालेला अर्जुन आतां तुझ्याशिवाय दुसऱ्या कोणत्याही वीराशीं लढण्याची इच्छा करणार नाहीं! तूं धर्मराजाला विरथ करून अति घायाळ केलेंस, व त्याप्रमाणेंच शिखंडी सात्यकि, धृष्टद्युम्न, द्रौपदीचे पुत्र, युधामन्यु, उत्तमौजा, नकुल, सहदेव ह्यांनाही जर्जर करून सोडिलेंस, हें कळल्यामुळें आतां बलाढ्य व शत्रुसंहारक अर्जुन एका रथानें तुझ्यावर तुटून पडेल! आतां तूं जर उशीर करशील तर क्रोधानें आरक्त केलेला हा अर्जुन सर्व भूपाळांना ठार मारण्याकरितां आपल्या सैन्यावर चालून येईल; ह्यासाठीं तो दूर आहे तोंच तूं त्याचें निवारण कर! बाबारे, तुझ्याशिवाय दुसरा वीर त्याजवर चालून जाण्यास समर्थ होणार नाहीं! कर्णा, समुद्राची सीमा त्याचा निरोध करिते, तसा क्रोधायमान अर्जुनाचा निरोध करण्यास समर्थ असा तुझ्यावांचून एकही वीर ह्या लोकांत मला आढळत नाहीं. ह्या समयीं अर्जुनाच्या पृष्ठभागीं किंवा पार्श्वभागीं कोणीही वीर त्याचें संरक्षण करीत नाहींत,—तो एकटाच तुझ्यावर येत आहे; म्हणून तूं ही संधि साधून त्याचा वध कर व कार्यभाग सिद्धीस ने! रणांत कृष्णार्जुनांशीं युद्ध करण्याला तूं एकटा समर्थ आहेस. हे राधेया, अर्जुनाचा वध करणें हें

कार्य तुझ्याव्यतिरिक्त दुसऱ्या कोणाकडूनही होणार नाहीं; ह्याकरितां तूं आतां पुढें हो! भीष्म, द्रोण व द्रौणि ह्यांच्याप्रमाणें तूं प्रतापशाली आहेस; म्हणून घोर संग्रामांत आपल्यावर चालून येणाऱ्या धनंजयाचें तूं निवारण कर. अर्जुन हा केवळ जीभ काढून खावयास आलेल्या सापाप्रमाणें, डुरकण्या फोडणाऱ्या बैलाप्रमाणें किंवा अरण्यांतील वाघाप्रमाणें भयंकर आहे; ह्यासाठीं तूं त्याला ठार मार. हे पहा महारथ धार्तराष्ट्र व भूपाळ अर्जुनाच्या भीतीनें निराश होत्साते धूम पळत आहेत; युद्धांत त्यांचें भय दूर करील असा तुझ्याशिवाय दुसरा कोणीही योद्धा नाहीं! हे सर्व कौरव रणांगणांत तुझ्या आधारावर विसंबून लढत आहेत; 'प्रसंगीं आपलें संरक्षण कर्ण हा करील!' अशी त्यांची तुझ्यावर मोठी भिस्त आहे; म्हणून वैदेह, अंबष्ठ, कांबोज, नग्नजित् व गांधार ह्या अजिंक्य योद्ध्यांना जिंकितांना तूं जें कांहीं धैर्य दाखविलेंस, तें धैर्य तूं आतां दाखव; आणि अर्जुनावर चालून जा. हे महाबाहो कर्णा, तूं मोठ्या वीरश्रीनें कृष्णार्जुनांवर चाल करून त्यांचें निवारण कर."

कर्ण म्हणालाः—शल्या, तुझा नेहमींचा स्वभाव कायम आहे; तथापि ह्या वेळीं तुझें भाषण मला प्रिय वाटतें. तुला धनंजयाची फार भीति पडली आहे; पण तशी भीति पडण्याचें मुळींच कारण नाहीं. शल्या, युद्धकलेंत निपुण अशा ह्या वीराचें (माझें) बाहुसामर्थ्य तूं आज अवलोकन कर. मी आज एकटा पांडवांचें हें प्रचंड सैन्य व कृष्णार्जुन ह्यांना समरांगणांत निजवीन. शल्या, आज जर मीं युद्धांत त्या दोन वीरांना वधिलें नाहीं, तर रणांगणांतून परत जाणार नाहीं, हें पक्कें लक्षांत ठेव. शल्या, युद्धांत जय अमक्यालाच मिळेल हें निश्चयानें सांगणें अवघड आहे; ह्यासाठीं मी इतकेंच म्हणतों कीं, एक तर त्या दोघांच्या हस्तें मी रणांत मरून पडेन, किंवा मी त्या दोघांना ठार करून विजयी होईन!

शल्य म्हणालाः—कर्णा, महारथांचें म्हणणें असें आहे कीं, रथश्रेष्ठ अर्जुन हा एकटा असतां देखील युद्धांत अजिंक्य आहे; मग त्याच्या संरक्षणार्थ कृष्ण हा त्याच्या समीप असल्यास त्याला जिंकण्यास येथें कोण समर्थ होईल बरें!

कर्ण म्हणालाः—शल्या, मला जें विदित आहे, त्यावरून मी असें सांगतों कीं, ह्या भूतलावर अर्जुनासारखा उत्कृष्ट रथी कधींही झाला नाहीं! तेव्हां अशा ह्या लोकोत्तर योद्ध्याशीं महान् संग्राम करून मी तुला आज आपला पराक्रम दाखवितों तो अवलोकन कर. शल्या, हा पांडुपुत्र अर्जुन रणांगणांत श्वेत हय जोडिलेल्या रथांतून परिभ्रमण करीत आहे; कदाचित् तो आज मला मारील किंवा मी त्याला मारीन. जर का त्यानें मला मारिलें, तर माझ्या मृत्यूबरोबर ह्या सर्व कौरवांचा अंत झाला म्हणून समज. शल्या, ह्या राजपुत्र अर्जुनाच्या हातांना घाम किंवा कंप म्हणून कधींही माहीत नाहीं. ते मोठे पुष्ट असून त्यांजवर घट्टे पडलेले आहेत. ह्याचीं आयुधें मोठीं बळकट असून तो मोठा कुशल व जलद बाण सोडणारा आहे. ह्याची बरोबरी करील असा कोणीही वीर नाहीं. जसा एक बाण घ्यावा, तसे हा एकदम अनेक कंकपत्र बाण घेऊन तत्काळ त्यांची योजना करितो आणि ते अमोघ बाण कोसावर जाऊन शत्रूंवर पडतात; तेव्हां असल्या ह्या अपूर्व योद्ध्यासारखा दुसरा योद्धा ह्या पृथ्वीवर कोण आहे? खांडववनांत त्या वेगवान् अतिरथ योद्ध्यानें एकट्या कृष्णाच्या साहाय्यानें अग्नीला तृप्त केलें आणि तेथें अग्नीपासून गांडीव धनुष्य, श्वेत अश्व

जोडिलेला व महान् घोष करणारा उग्र रथ, मोठमोठे दोन अक्षय्य व दिव्य बाणभाते आणि उत्कृष्ट आयुधें हीं मिळविलीं व कृष्णानें आपलें चक्र मिळविलें! त्याप्रमाणेंच अर्जुनानें इंद्रलोकीं त्या सर्व असंख्यात कालकेय दैत्यांना वधिलें व तेथें देवदत्त शंख मिळविला! तेव्हां अशा त्या लोकोत्तर योद्ध्यापेक्षां अधिक पराक्रमी असा ह्या पृथ्वीवर कोणता वीर सांपडेल ? शल्या, ज्या शूर धनुर्धरानें प्रत्यक्ष महादेवाशीं घोर युद्ध करून अस्त्रप्रताप दाखविला आणि त्यास संतुष्ट करून त्याजपासून त्रैलोक्याचा संहार करण्यास समर्थ असें महाभयंकर पाशुपत अस्त्र संपादन केलें, त्याचा महिमा काय वर्णावा ? शल्या, पृथक् पृथक् लोकपालांनीं एकत्र होऊन युद्धामध्यें अमेय शक्तीचीं प्रचंड अस्त्रें अर्जुनास दिलीं व त्यांच्या योगें त्यानें कालकेयादिक सर्व असुरांना रणांत तेव्हांच ठार मारिलें ! त्याप्रमाणेंच विराटपुरीमध्यें आम्ही सर्व एकत्र होऊन गोधनें आणण्यास गेलों असतां त्यानें एका रथानें रणांत आम्हां सर्वांचा पराभव करून गोधनें परत नेलीं व महारथांचीं वस्त्रें हिरावून घेतलीं ! ह्याकरितां, शल्या, अशा प्रकारें वीर्य व गुण ह्यांनीं युक्त, कृष्णासह रणांगणांत युद्धार्थ उभा असलेल्या व भूपाळांमध्यें श्रेष्ठ अशा त्या लोकोत्तर योद्ध्याला जर मीं युद्धासाठीं आह्वान केलें, तर माझ्या ठिकाणीं सर्व लोकांत इतरत्र न आढळणारें विलक्षण सामर्थ्य वसत आहे असें मानण्यास हरकत कोणती ? शल्या, तो अतुलबल व अनंतवीर्यशाली भगवान् केशव ज्याचें संरक्षण करण्यास सतत सिद्ध आहे, त्या अर्जुनाच्या सामर्थ्याचें वर्णन काय करावें ? शिवाय तिन्ही लोक एकत्र होऊन प्रयत्न करूं लागले असतां देखील ज्याचे सर्व गुण सहस्रावधि वर्षांत वर्णिले जाणें अशक्य होय, तो महात्मा शंख, चक्र व खड्ग धारण करणारा विजयशाली वासुदेव त्याच्या रथावर सारथ्य करीत आहे; ह्यासाठीं त्या दोघांना एका रथावर अवलोकन करून मला फार भय पडलें आहे ! शल्या, रणांगणांत जितके धनुर्धर आहेत त्यांपेक्षां अर्जुन हा प्रबळ आहे व नारायण तर चक्रयुद्धांत अजिंक्यच आहे; तेव्हां अशा ह्या जोडीपुढें प्रत्यक्ष हिमालय पर्वतही स्वस्थानापासून चलित होईल, पण हे दोन वीर अणुरेणु ढळणार नाहींत ! शल्या, कृष्णार्जुन हे दोघेही महारथ शूर व बलिष्ठ असून दृढायुध व वज्रासारखे कठीण आहेत; तेव्हां त्यांजवर माझ्याशिवाय दुसरा कोणता योद्धा चाल करून जाईल बरें ? शल्या, अर्जुनाशीं युद्ध करावें म्हणून माझा जो संकल्प, तो आतां फार थोड्या अवकाशांत सिद्धीस जाईल; आतां मी तत्काळ मोठें अद्भुत व विचित्र युद्ध त्यांच्याशीं करीन ! आज कदाचित् त्या युद्धांत मी त्यांना मारीन किंवा ते मला मारतील, हें खास समज !

संजय सांगतोः—शत्रुसंहारक कर्णानें शल्याला ह्याप्रमाणें बोलून रणामध्यें मेघाप्रमाणें मोठ्यानें गर्जना केली ! नंतर तुझा पुत्र दुर्योधन तेथें आला व त्यानें त्याचें अभिनंदन करून त्यास प्रोत्साहन दिलें. तेव्हां कर्ण हा दुर्योधन, कृप, कृतवर्मा, सहानुज गांधारपति, गुरुसुत अश्वत्थामा, आपला धाकटा भाऊ, त्याप्रमाणेंच गजवीर, अश्ववीर व पदाति ह्या सर्वांस म्हणाला, "वीरहो, तुम्ही सर्व कृष्णार्जुनांवर चाल करा; त्यांना चोहोंकडून कोंडा; आणि सर्व बाजूंनीं त्यांजवर ताबडतोब मोठ्या वेगानें बाणवृष्टि चालवा; म्हणजे तुमच्या बाणप्रहारांनीं ते अतिशय घायाळ झाल्यावर मी त्यांस आज सहज वधीन !" तेव्हां 'बरें आहे'

असें म्हणून ते सर्व भूपाळ मोठ्या त्वरेनें अर्जुनावर त्याच्या वधार्थ चाल करून गेले आणि त्या सर्व महारथांनीं कर्णाच्या आज्ञेप्रमाणें समरांगणांत अर्जुनावर अगणित बाणांचा भडिमार चालविला! राजा, त्या समयीं, महासागर जसा नद व नद्या ह्यांना ग्रस्त करून टाकितो, तसें समरांगणांत अर्जुनानें त्या सर्व वीरांना ग्रस्त केलें! त्या वेळीं अर्जुन हा आपले दिव्य शर धनुष्याला केव्हां जोडी व केव्हां सोडी हें शत्रूंना मुळींच दिसत नसे. परंतु त्यांच्या शस्त्रप्रहारांनीं शकलें उडून कौरवांकडील नर, अश्व व कुंजर हे रणांगणांत पटापट पडत असत! राजा, त्या वेळीं अर्जुनाचें जें दिव्य तेज झळाळत होतें, त्याचें काय वर्णन करावें? त्या समयीं अर्जुनास पाहून जणू काय प्रलयकालीन सूर्यच तळपत आहे असा भास होत होता. अर्जुनानें बाणांचा जो भडिमार चालविला होता ते जणू काय त्या सूर्याचे किरणच असून गांडीव धनुष्य हें त्या देदीप्यमान सूर्याचें मंडलच होतें! ह्यास्तव, राजा, दुखऱ्या डोळ्यांच्या मनुष्यांना जसें सूर्याकडे पाहावत नाहीं, तसें त्या कौरवसैन्याला अर्जुनाकडे पाहावलें नाहीं! कौरवांकडील महारथ जे जलाल बाण अर्जुनावर सोडीत, ते सर्व तो पृथापुत्र हंसत हंसत उलट बाणांचा मोठ्या वेगानें भडिमार करून छेदीत असे! राजा, ज्याप्रमाणें सूर्य हा ग्रीष्म ऋतूंत सर्व जलाशयाचें उदक सहज आकर्षण करून घेतो, त्याप्रमाणें अर्जुनानें कौरवांकडील वीरांचे सर्व बाण सहज आकर्षण करून घेऊन तें सैन्य जाळून टाकण्यास प्रारंभ केला! तेव्हां कृप, कृतवर्मा, स्वतः तुझा पुत्र दुर्योधन व महारथ अश्वत्थामा, हे पर्जन्य पर्वतावर उदकाची वृष्टि करितो त्याप्रमाणें अर्जुनावर बाणांची वृष्टि करीत धावून आले, परंतु अर्जुनास ठार मारण्याकरितां उद्युक्त झालेल्या त्या सर्व धनुर्धरांनीं मोठ्या प्रयत्नानें घोर संग्रामांत जे तीक्ष्ण शर अर्जुनावर सोडिले, त्या सर्वांचा त्या पांडुतनयानें तत्काळ शरवर्षाव करून विध्वंस उडविला व उलट प्रत्येकावर तीन तीन बाण टाकून त्यानें त्यांस वक्षस्थळीं विद्ध करून सोडिलें! तेव्हां अश्वत्थाम्यानें पुनः धनंजयावर दहा, अच्युतावर तीन व चार घोड्यांवर चार असे प्रखर बाण सोडिले आणि ध्वजस्थित मारुतीला तर नाराच शरांनीं झांकून काढिलें! अश्वत्थाम्याचें तें कृत्य अवलोकन करून अर्जुनाचें धैर्य रतिमात्र कमी झालें नाहीं. त्यानें ताबडतोब तीन बाण सोडून अश्वत्थाम्याचें प्रस्फुरण पावणारें तें धनुष्य तोडून टाकिलें, त्याप्रमाणेंच एका क्षुर बाणानें सारथ्याचें मस्तक छेदिलें, चार बाण टाकून चारही घोड्यांना मारिलें आणि पुनः तीन बाण सोडून अश्वत्थाम्याचा ध्वज खालीं पाडिला! त्या समयीं अश्वत्थामा अतिशय चवताळला आणि त्यानें हातांतलें तें छिन्न आयुध भूतलावर फेंकून देऊन मणि, वज्र व सुवर्ण ह्यांनीं शृंगारलेलें व तक्षकाच्या देहाप्रमाणें कांतिमान् असें दुसरें बहुमोल धनुष्य—पर्वताच्या तटावरून एखादा महान् भुजंग उचलून घ्यावा तसें—उचलून घेतलें व त्यास प्रत्यंचा जोडून तें सज्ज केलें; आणि त्या गुणशाली द्रोणपुत्रानें कृष्णार्जुनांशीं अगदीं लगट करून त्यांजवर प्रचंड शरांचा भडिमार आरंभिला! तें पाहून कृप, कृतवर्मा, दुर्योधन व इतर महारथ ह्यांनीं बाणांचा वर्षाव करून अर्जुनाशीं मोठा घोर संग्राम सुरू केला आणि सूर्याला ज्याप्रमाणें मेघांनीं झांकून काढावें, त्याप्रमाणें त्यांनीं कृष्णार्जुनांस बाणांनीं झांकून काढिलें! त्या वेळीं कार्तवीर्याप्रमाणें उग्र प्रताप गाजविणाऱ्या अर्जुनानें कृपाचें धनुष्य व बाण आणि त्याप्रमाणेंच त्याचे अश्व, सारथि व ध्वज ह्यांज-

वर बाणांचा भडिमार केला; आणि पूर्वी इंद्रानें जसें बलीला जेरीस आणिलें तसें त्यानें त्या कृपाला जेरीला आणिलें! तेव्हां कृपास आयुधहीन करून घोर रणकंदनांत त्याचा ध्वज पाडिल्यावर त्यावर अर्जुनानें अशी कांहीं बाणवृष्टि केली कीं, पूर्वी त्यानें भीष्माला जसें सहस्त्रावधि शरांनीं विद्ध करून सोडिलें तसेंच ह्या प्रसंगीं कृपालाही सहस्त्रावधि शरांनीं विद्ध करून सोडिलें! राजा, मग प्रतावान् अर्जुनानें तुझा पुत्र मोठमोठ्यानें गर्जना करीत लढत होता त्याजवर शरवर्षाव आरंभिला व त्याचें धनुष्य आणि ध्वज हीं तोडून कृतवर्म्याचे अश्व वधिले व त्याचा रथ धुळीस मिळविला! नंतर त्यानें मोठ्या त्वरेनें कौरवसैन्यांतले हत्ती, घोडे व रथ आणि त्याप्रमाणेंच त्यांजवरील वीर, सारथि व ध्वज ह्यांचा संहार उडविला; आणि मग कौरवांच्या सैन्यांत एकच हाहाःकार होऊन, पाण्याचा बंधारा फुटला असतां तें पाणी जसें इतस्ततः मोठ्या वेगानें धावूं लागतें तसें तें कौरवांचें प्रचंड सैन्य विस्कळित होऊन मोठ्या वेगानें चोहोंकडे धावूं लागलें! मग केशवानें तत्काळ अर्जुनाचा रथ एका बाजूस वळवून त्या भयभीत झालेल्या शत्रूंना आपल्या उजवीकडे घेतलें; परंतु इतक्यांत त्वरेनें एकीकडे वळलेल्या त्या अर्जुनावर—वृत्रहंत्या देवेंद्रावर जसे असुर धावून आले तसे—पुनः युद्धार्थ उत्सुक झालेले दुसरे कौरववीर ध्वज फडकत असलेल्या उत्कृष्ट रथांतून धावून आले! पण त्या समयीं शिखंडी, शैनेय, नकुल व सहदेव हे अर्जुनावर धावून येणाऱ्या त्या कौरववीरांवर चालून गेले आणि निशित शरांचा भडिमार करून त्यांनीं त्यांना मागें हटविलें व मोठ्यानें गर्जना करीत त्यांची दाणादाण उडवून दिली! राजा, नंतर रणांगणांत कौरव व सृंजय ह्यांचें निकराचें युद्ध सुरू झालें! त्या समयीं दोन्ही दळांतील क्रोधायमान वीरांनीं सरळ चालणारे प्रखर शर एकमेकांवर सोडण्याचा सपाटा लाविला, तेव्हां जणू काय देवदानवांचें तुंबळ युद्ध मातलें आहे असा भास होऊं लागला! त्या वेळीं जय मिळविण्यासाठीं व स्वर्गास जाण्यासाठीं उतावीळ झालेलीं तीं दोहों पक्षांकडील चतुरंग सैन्यें एकमेकांवर तुटून पडून मोठमोठ्यानें गर्जूं लागलीं आणि बाणांचा भडिमार चालवून परस्परांना जखमी करूं लागलीं, तेव्हां त्या महात्म्या शूर सैनिकांनीं परस्परांवर इतकी बाणवृष्टि केली कीं, त्या घोर संग्रामामध्यें अंतरिक्षांत बाणांचें छत लागून चोहोंकडे अंधःकार पडला आणि दिशा, उपदिशा व सूर्याची प्रभा ह्या सर्व अंधःकारांत गडप झाल्या!

अध्याय ऐशींवा.

—:०:—

संकुलयुद्ध.

संजय सांगतोः—राजा धृतराष्ट्रा, इकडे कौरवांकडील प्रबळ वीरांनीं भीमावर हल्ला करून त्यास अगदीं प्राणसंकटांत घातलें असतां त्याला त्यांतून सोडविण्यासाठीं अर्जुन हा कर्णाचें सैन्य सोडून तिकडे गेला; व कौरवांचे जे योद्धे भीमावर तुटून पडले होते, त्यांजवर बाणांचा भडिमार करून त्यानें त्यांस यमलोकीं पाठविलें! राजा, त्या वेळीं अर्जुनानें चोहोंकडे इतके बाण सोडिले कीं, त्यांनीं सर्व नभोमंडल व्याप्त होऊन अदृश्य झालें व खालीं महीतलावर तुझ्या सैन्याचा फडशा पाडिला! राजा, त्या समयीं अंतरिक्षांत चोहोंकडे जे बाणसमूह भ्रमण करीत होते, ते पाहून जणू काय पक्ष्यांचे थवे आकाशांत फिरत आहेत असें वाटूं लागलें; आणि अशा प्रकारें सर्व अंतरिक्ष बाणांनीं भरून काढून अर्जुन हा शत्रुः

सैन्याचा वध करीत असतां जसा काय तो कौरवसैन्याचा काळच होय असें सर्वांस भासलें! राजा, त्या वेळीं अर्जुनानें कौरवांवर भल्ल, क्षुरप्र व पाजविलेले नाराच बाण सोडून त्यांचीं गात्रें व मस्तकें छेदिलीं आणि हातपाय तोडून, कवचें फाडून व मस्तकें उडवून ज्या वेळीं त्यानें चोहोंकडे वीरांचीं कलेवरें रणांगणांत पाडण्याचा क्रम आरंभिला त्या वेळीं पडलेल्या व पडत असलेल्या धडांनीं सर्व रणभूमि आच्छादित झाली! राजा, तेव्हां धनंजयाच्या शरांनीं कितीएक शकट, रथ, अश्व व गज हे छिन्नभिन्न होऊन त्यांचा अगदीं चुराडा उडाला आणि कितीएक गात्रहीन व व्यंग झाले; आणि त्यामुळें महावैतरणीप्रमाणें समरभूमि दुर्गम, उंचसखल व भयंकर दिसूं लागली! राजा, त्या समयीं इषा, चक्रें, अक्ष, भल्ल, तसेंच अश्वहीन व साश्व योद्धे, आणि त्याप्रमाणेंच ससारथि व असारथि रथ ह्यांनीं सर्व महीतल झांकून गेलें! त्या वेळीं, राजा, ज्यांच्यावर चिलखतें घातलीं होतीं, जे नित्य युद्धासाठीं मदोन्मत्त असत, ज्यांवर सुवर्णाचे अलंकार विराजित होते, ज्यावर अंगांत हेममय कवचें घातलेले वीर शोभत होते, आणि ज्यांना क्रूर महातांनीं मांड्या व आंगठे ह्यांनीं ताडण करून क्षुब्ध व क्रोधायमान केलें होतें, असे चौदाशें सुंदर हत्ती अर्जुनानें जलाल बाणांच्या भडिमारानें रणांगणांत वधिले! राजा, त्या वेळीं धनंजयाच्या बाणांनीं विद्ध झालेल्या त्या महान् महान् कुंजरांनीं ती भूमि आस्तृत झाली तेव्हां जणू काय तिजवर प्रचंड पर्वताचीं मोठमोठालीं शिखरेंच पतन पावलीं आहेत असें वाटलें! राजा, त्या समयीं अर्जुनाचा रथ त्या रणभूमींतून परिभ्रमण करीत असतां जिकडे जिकडे जाई, तिकडे तिकडे त्याला- सूर्याचे किरण जसे मेघांतून मार्ग काढतात तसा,--रणभूमीवर पतन पावलेल्या त्या मदस्राव करणाऱ्या मेघतुल्य हत्तींतून मार्ग काढावा लागे! राजा, ह्याप्रमाणें अर्जुनानें मनुष्यें, गज, अश्व व रथ ह्यांचा अनेक प्रकारांनीं विध्वंस उडवून व युद्धनिपुण वीरांचे देह, शस्त्रें, कवचें व यंत्रें ह्यांनीं रणांतला मार्ग बंद करून मग गांडीव धनुष्याचा महाभयंकर टणत्कार आरंभिला, तेव्हां जणू काय अंतरिक्षांत घोर घनगर्जना सुरू झाली असें वाटूं लागलें! त्या समयीं धनंजयाच्या शरप्रहारांनीं जर्जर झालेली ती कौरवसेना भयभीत होत्साती समुद्रावर वादळांत सांपडलेल्या मोठ्या नौकेप्रमाणें फुटून गेली आणि मग तिची फारच दुर्दशा उडाली! राजा, त्या वेळीं अर्जुनानें गांडीव धनुष्याच्या योगें नानाविध प्राणघातक बाणांचा शत्रुसैन्यावर भडिमार चालविला, तेव्हां ते अग्नि, उल्का व विद्युत्पात ह्यांप्रमाणें तुझ्या सैन्याला जाळूं लागले आणि महान् पर्वतावर रात्रीच्या समयीं कळकांच्या बेटाला आग लागली असतां तेथें जसा ज्वाळांचा भडका होतो तसा तुझ्या सैन्यांत अर्जुनाच्या शराग्नीनें एकच भडका झाला! राजा, ह्याप्रमाणें अर्जुनानें तुझ्या सैन्याचा बाणप्रहारांनीं चुराडा उडवून, जाळूनपोळून व विध्वंस उडवून नाश केला तेव्हां तें मोठ्या अरण्यांत वणव्यांत सांपडलेल्या श्वापदांप्रमाणें दशदिशांस पळून गेलें! राजा, ह्या प्रकारें सव्यसाची अर्जुनानें कौरवांना जाळून टाकिलें तेव्हां रणांगणांत उद्विग्न झालेल्या कौरवसैन्यानें भीमसेनाला सोडून देऊन पळ काढिला आणि मग विजयी अर्जुन भीमसेनाच्या सन्निध जाऊन क्षणभर तेथें स्वस्थ राहिला. तेव्हां तेथें अर्जुनानें धर्मराजाचें स्वास्थ्य व कुशलवृत्त भीमसेनास निवेदन केल्यावर त्या उभय भ्रात्यांची पुढील कार्याबद्दल मसलत झाली; आणि मग भीमसेनाची आज्ञा घेऊन

अर्जुन हा रथाच्या घणघणाटानें अंतरिक्ष व महीतल दुमदुमून टाकीत पुनः युद्धार्थ निघाला. राजा, त्या समयीं लागलाच दुःशासनापेक्षां लहान अशा तुझ्या दहा महाबलाढ्य शूर पुत्रांनीं त्याला वेढा दिला. उल्का जशा हत्तीला जर्जर करून सोडितात, तद्वत् त्या धार्तराष्ट्रांनीं बाणांच्या भडिमारानें अर्जुनाला जर्जर करून सोडिलें आणि हातांतलीं धनुष्यें आकर्ण ओढीत ते शूर कौरववीर जणू काय नाचूंच लागले! राजा, तेव्हां कृष्णानें अर्जुनाचा रथ एकीकडे वळवून त्या धार्तराष्ट्रांना आपल्या उजवीकडे घातलें आणि आतां हे अर्जुनाच्या हस्तें तत्काळ मृत्युमुखीं पडलेच' असा आपल्या मनाशीं निर्धार करून ठेविला! राजा, त्या समयीं त्या शूर धार्तराष्ट्रांना अर्जुन हा माघारा वळलासें वाटलें व ते लागलेच त्याच्यावर चाल करून आले! परंतु अर्जुनानें त्यांजवर नाराच व अर्धचंद्र बाणांचा वर्षाव करून त्यांचे ध्वज, चाप व बाण तत्काळ तोडून टाकिले आणि आणखी दहा भल्ल बाणांनीं क्रोधानें आरक्तनेत्र झालेलीं व दांतओंठ चावीत असलेलीं त्यांचीं तीं मस्तकें भूतलावर तोडून पाडिलीं व त्यामुळें जणू काय पृथ्वीवर कमलेंच प्रफुल्लित झालेलीं आहेत असें सर्वांस वाटलें! असो; राजा, ह्याप्रमाणें सुवर्णमंडित बाहुभूषणें धारण केलेल्या त्या दहा कौरवांना दहा सुवर्णपुंख भल्ल बाणांनीं मोठ्या वेगानें ठार मारून शत्रुसंहारक अर्जुन हा पुढें चालता झाला!

अध्याय एक्यायशींवा.

—:०:—

संकुलयुद्ध.

संजय सांगतोः—राजा धृतराष्ट्रा, ज्याच्या ध्वजावर कपिश्रेष्ठ मारुति अधिष्ठित होता असा तो अर्जुन भीमसेनास भेटून महावेगवान् रथांतून पुढें चालला असतां त्याजवर कौरवांकडील नव्वद रथ्यांनीं हल्ला केला; आणि "आम्ही जर रणांतून पळून जाऊं तर शाश्वत नरकांत पडूं!" अशी घोर शपथ घेऊन त्या नरव्याघ्र संशप्तकांनीं समरभूमीवर त्या नरव्याघ्र अर्जुनाला चोहोंकडून गराडा घातला! राजा, इकडे कृष्णानें अर्जुनाच्या रथाचे महावेगवान्, सुवर्णालंकृत व मौक्तिकांच्या जालकांनीं आच्छादित असे ते श्वेत अश्व संशप्तकांकडे लक्ष न देतां थेट कर्णाच्या रथावर चालविले, तेव्हां त्या रथाच्या भोंवतालीं वेढा देऊन त्याजबरोबर धावणाऱ्या संशप्तकांनीं एकसारखा अर्जुनावर बाणांचा भयंकर वर्षाव चालविला! राजा, त्या समयीं अर्जुनानें त्वरेनें तत्काळ त्या नव्वद संशप्तकांवर धार दिलेल्या बाणांचा भडिमार करून त्यांचीं धनुष्यें छेदिलीं व त्यांस त्यांच्या सारथ्यांसुद्धां ठार मारून त्यांचे ध्वज खालीं पाडिले! राजा, त्या समयीं ते संशप्तक वीर अर्जुनाच्या नानाविध बाणांनीं हत होत्साते भूतलावर पडले. तेव्हां जणू काय स्वर्गांतून क्षीणपुण्य झालेले सिद्धच विमानांसहित भूतलावर पडले असें सर्वांस वाटलें! राजा, नंतर त्या भरतश्रेष्ठ अर्जुनाच्या सभोंवतीं कौरवांकडील धीट अशा रथ, गज, अश्व व नर ह्यांनीं पुनः वेढा घातला आणि त्याजवर शक्ति, ऋष्टि, तोमर, प्रास, गदा, खड्गें व बाण ह्यांची वृष्टि करून त्यास अडवून धरिलें! राजा, त्या वेळीं कौरवयोद्ध्यांनीं सभोंवार अंतरिक्षांत बाणांचें जें छत उभारलें होतें त्याचा उलट बाणांचा भडिमार चालवून—सूर्य जसा अंधःकाराचा नाश करितो तसा—अर्जुनानें नाश केला! तेव्हां दुर्योधनाच्या आज्ञेवरून म्लेच्छांनीं आपले तेरा हजार उन्मत्त हत्ती अर्जुनावर दोन्ही बाजूंनीं घातले आणि त्याजवर कर्णी, नाराच

व नालीक बाण, तोमर, प्रास, शक्ति, मुसलें, भिंदिपाल इत्यादि शस्त्रास्त्रांचा भयंकर भडिमार करून त्यास जेरीस आणिलें! पण त्या म्लेच्छ सैनिकांनीं स्वतः व हत्तींच्या शुंडांनीं जी अनुपमेय शस्त्रास्त्रवृष्टि अर्जुनावर चालविली होती, तिचा त्या पांडुपुत्रानें धार दिलेल्या अर्धचंद्र व भल्ल बाणांनीं लागलाच विध्वंस उडविला; आणि वज्रप्रहारांनीं जसा पर्वतांचा नाश करावा, तसा त्या लोकोत्तर वीरानें नानाप्रकारचे उत्कृष्ट बाण टाकून त्या सर्व हत्तींचा त्यांवरील वीरांसुद्धां व ध्वजपताकांसुद्धां एकदम नाश केला! त्या समयीं, राजा, सुवर्णाचे हार ज्यांच्या गळ्यांत शोभत होते असे ते अर्जुनाच्या हेमपुंख शरांनीं विद्ध झालेले प्रचंड हत्ती अग्निज्वाळांनीं भडकलेल्या पर्वतांप्रमाणें रणभूमीवर दिसूं लागले! राजा, त्या समयीं मनुष्यें, गज व अश्व ह्यांनीं एकच गर्जना केली, पण ती सर्व गांडीवाच्या घोषांत नष्ट झाली! असो. अखेरीस बाणप्रहारांनीं जर्जर झालेले हत्ती व वीरहीन झालेले घोडे बेफाम होऊन दशदिशांस पळून गेले आणि हजारों रथ वीरहीन व अश्वहीन होत्साते जणू काय मेघसमुदायांप्रमाणें जागोजाग दृग्गोचर झाले! राजा त्या वेळीं रणांगणांत अश्वहीन झालेल्या योद्ध्यांची फारच दुर्दशा उडाली! ते अर्जुनाला भिऊन इतस्ततः पळूं लागले, पण ते जिकडे जिकडे गेले तिकडे तिकडे अर्जुनाच्या बाणांनीं त्यांचा पिच्छा पुरविला आणि अखेरीस त्यांना इहलोकची यात्रा सोडून देऊन धारातीर्थी देह ठेवावे लागले! राजा, ह्याप्रमाणें त्या समयीं अर्जुनानें असें कांहीं अपूर्व बाहुबल व्यक्त केलें कीं, त्यानें एकट्यानें रणांत गज, अश्व व रथ ह्यांना जिंकून टाकिलें! राजा, नंतर पुनः कौरवांकडील महान् गजसैन्यानें, अश्वसैन्यानें व रथसैन्यानें अर्जुनाला गराडा घातला असें भीमसेनानें पाहिलें, तेव्हां तो पांडुतनय जे कितीएक उर्वरित रथी त्याजपाशीं लढत होते त्यांस सोडून देऊन मोठ्या वेगानें अर्जुनाच्या रथासमीप प्राप्त झाला; आणि ज्यांतील महान् वीर आधींच अर्जुनानें वधिले होते असें तें अवशिष्ट सैन्य उधळून लावून तो फिरून अर्जुनाला जाऊन भेटला. राजा, त्या समयीं अर्जुनाच्या हातून जें प्रबळ अश्वसैन्य शिलक राहिलें होतें त्याच्याशीं भीमसेनानें घोर संग्राम करून त्या सर्वांचा त्यानें गदाप्रहारांनीं अंत केला! राजा, त्या लोकोत्तर वीर्यशाली भीमसेनानें तत्काळ मनुष्यें, हत्ती व घोडे ह्यांवर गदा फेंकून त्यांचा संहार आरंभिला तेव्हां जणू काय नर, गज व अश्व ह्यांना भक्षण करणारी व कोट, नगरें, वाडे व वेशी ह्यांना भंगणारी अतिशय भयंकर व दारुण अशी ती कालरात्रिच आहे असें भासूं लागलें! राजा भीमसेनानें त्या घोर गदेनें पोलादी चिलखतें घातलेले बहुत घोडे व घोडेस्वार ह्यांजवर प्रहार केले, तेव्हां ते मोठमोठ्यानें ओरडत व दांतओठ खात रक्तबंबाळ होऊन भूतलावर पडले आणि त्यामुळें हाडें, मस्तकें व हातपाय छिन्नविच्छिन्न झालेल्या त्या सैन्यावर मांसभक्षक अनेक हिंस्र पशु चरूं लागले आणि ते रक्त, मांस व चरबी हीं यथेच्छ सेवून तृप्त झाले! राजा, अशा प्रकारें गदाधर भीमसेन दहा हजार घोडे व अगणित पायदळ ह्यांचा संहार उडवून इतस्ततः परिभ्रमण करूं लागला तेव्हां जणू काय कालदंड धारण करून यमच आपणावर चालून आला आहे असें तुझ्या सैनिकांस वाटलें! नंतर, राजा, माजलेल्या कुंजराप्रमाणें क्षुब्ध झालेला तो पांडुतनय भीमसेन—मगर जसा सागरांत घुसतो तसा—कौरवांच्या गजसैन्यांत घुसला आणि तें आलोडन करून त्यानें आपल्या प्रचंड गदेनें तें सर्व सैन्य क्षणांत यमसदनीं

पाठविलें! राजा, त्या वेळीं ते मदोन्मत्त हत्ती बाणविद्ध होत्साते आपणांवर अधिष्ठित असलेल्या वीरांसुद्धां व ध्वजपताकांसुद्धां जिकडे तिकडे रणांगणांत पडूं लागले तेव्हां जणू काय सपक्ष पर्वतच भूतलावर धडाधड कोसळत आहेत असें आम्हांस भासलें! राजा, ह्याप्रमाणें महाबल भीमसेन गजसेनेचा वध करून पुनः स्वरथावर चढला आणि अर्जुनाच्या पृष्ठभागीं प्राप्त झाला. राजा, त्या समयीं कौरवांचें तें प्रचंड सैन्य अगदीं दीन होऊन माघारें वळण्याच्या बेतांत आलें; परंतु त्याजवर बहुधा चोहोंकडून शस्त्रास्त्रांचा भडिमार चालू असल्यामुळें तें तेथेंच थांबलें. तेव्हां कौरवसैन्याची ती दुर्दशा अवलोकन करून अर्जुनानें प्राणघातकी बाणांचा त्याजवर वर्षाव आरंभिला आणि तें सर्व चतुरंग सैन्य बाणाच्छादित झालें, तेव्हां केसरांनीं युक्त असलेलीं कदंबपुष्पें जशीं शोभतात, तसें तें शोभूं लागलें! राजा, त्या समयीं अर्जुनाच्या शरप्रहारांनीं षटापट कौरवसैन्य समरांगणांत पडूं लागलें असतां सर्वत्र एकच हाहाःकार उडाला आणि गरगर फिरणाऱ्या प्रज्वलित कोलिताप्रमाणें तें सैन्य इतस्ततः भ्रमण करूं लागलें! राजा, तेव्हां कौरवांच्या अवाढव्य सेनेशीं अर्जुनानें जें तुंबळ युद्ध केलें त्यांत कौरवांकडील एकून एक सर्व रथी, गज, अश्व व नर बाणविद्ध होत्साते जणू काय प्रज्वलित झाले आहेत असें वाटलें; आणि त्यांचीं चिलखतें बाणांनीं फाटून जाऊन त्यांच्या देहांतून रुधिराच्या धारा उसळूं लागल्या तेव्हां जणू काय तें फुललेल्या अशोकांचेंच बन होय असा सर्वांस भास झाला! असो. राजा धृतराष्ट्रा, ह्याप्रमाणें सव्यसाची अर्जुनाचा दिव्य प्रताप अवलोकन करून कौरवांकडील सर्व वीर कर्णाच्या जीविताविषयीं निराश झाले आणि रणांगणांत अर्जुनाचे बाणप्रहार आपणांस दुःसह होत असा पूर्ण निर्धार ठरवून व आपणांस आतां अर्जुनानें जिंकिलेंच असें मानून ते मागें वळले; आणि अर्जुनाच्या बाणांच्या भडिमारांत आपले देह धारातीर्थीं ठेवीत भयभीत होत्साते कर्णाला समरभूमीवर सोडून देऊन आरडत ओरडत दशदिशांस पळून गेले! राजा, मग त्यांजवर शतावधि बाण सोडीत अर्जुनानें त्यांचा पाठलाग केला आणि तें पाहून भीमसेनप्रमुख सर्व पांडवीय योद्ध्यांना मोठा आनंद झाला! राजा, नंतर तुझे पुत्र कर्णाच्या रथासमीप त्याच्या आश्रयार्थ गेले व ते सर्व प्राणसंकटरूप अगाध सागरांत बुडत आहेत असें पाहून कर्ण हा त्यांना जणू काय द्वीपच झाला! राजा, गांडीवाला भिऊन पळून गेलेले कौरवयोद्धे कर्णाच्या आश्रयार्थ गेले असतां जणू काय दांत पाडून निर्विष केलेले ते सर्पच होत असें सर्वांस भासलें! राजा, कर्मे करणारे जीव मृत्यूला भ्याल्यावर पुण्याचाच आश्रय करितात, तद्वत् महात्म्या अर्जुनाला भ्यालेल्या त्या सर्व कौरववीरांनीं कर्णाचाच आश्रय केला; तेव्हां कर्ण हा त्यांची ती विपन्न अवस्था पाहून "वीरहो, भिऊं नका; निर्भयपणें मजजवळ या!" असें त्यांस म्हणाला. राजा, ह्याप्रमाणें तुझ्या सैन्याची अर्जुनानें वाताहत केली असें पाहून शत्रुसंहार करण्याच्या इच्छेनें कर्णानें आपल्या धनुष्याचें आस्फालन आरंभिलें आणि संतापानें सुसकारे टाकीत त्या महाधनुर्धर कर्णानें अर्जुनाच्या वधाचा निश्चय ठरविला. नंतर अधिरथपुत्र कर्ण हा अर्जुनाच्या देखत प्रचंड धनुष्याचा टणत्कार करीत पुनः पांचालांवर धावून गेला; परंतु तें पाहून तत्काळ रक्तासारखे लाल डोळे करून पांचाल वीरांनीं क्षणांत कर्णाला बाणांच्या प्रचंड वृष्टीनें झांकून काढिलें; तेव्हां, राजा, कर्णानें उलट हजारों बाण पांचालांवर सोडिले व त्यांना ठार मारून रणांगणांत पाडिलें! राजा, त्या समयीं दुर्यो-

धनाच्या कल्याणाकरितां अत्यंत प्रयत्न करणाऱ्या सूतपुत्रानें पांचालांना वधण्याचा जेव्हां क्रम आरंभिला, तेव्हां पांचालांच्या सैन्यांत एकच हाहाःकार प्रवर्तला !

अध्याय त्र्यायशींवा.

—:०:—

दुःशासन व भीमसेन ह्यांचें युद्ध.

संजय सांगतोः—राजा धृतराष्ट्रा, कवचधारी अर्जुनानें कौरवांचा मोड करून त्यांची दाणादाण उडविली, तेव्हां, वारा जसा मेघसमुदायांचा नाश करितो तसा कर्णानें प्रचंड बाणवृष्टीनें पांचालांचा नाश केला ! राजा, त्या वेळीं कर्णानें जनमेजय नामक पांचालाच्या सारथ्यावर अंजलिक नांवाचे बाण मारिले व त्याला रथावरून खालीं पाडून त्या रथाचे अश्व वधिले ! नंतर त्यानें शतानीक व सुतसोम ह्यांवर भल्ल बाणांचा भडिमार केला व त्यांचीं धनुष्येंही छेदून टाकिलीं ! मग त्यानें सहा बाणांनीं धृष्टद्युम्नाला विंधिलें आणि तत्काळ मोठ्या वेगानें त्याचे अश्व ठार मारिले ! नंतर त्यानें सात्यकीचे घोडे वधिले आणि कैकेयराजाचा पुत्र विशोक ह्यास यमसदनीं पाठविलें ! राजा, तेव्हां कैकेयाचा सेनापति उग्रकर्मा हा विशोकास कर्णानें वधिलें असें पाहून मोठ्या आवेशानें कर्णावर तुटून पडला आणि त्यानें अत्यंत उग्र वेगाच्या शरांचा एकसारखा वर्षाव करून कर्णाचा पुत्र प्रसेन ह्यास जर्जर केलें ! राजा, त्या समयीं कर्णानें तीन अर्धचंद्र बाण मोठ्यानें हंसून उग्रकर्म्यावर सोडिले आणि त्याचे दोन बाहु व मस्तक हीं तोडिलीं; तेव्हां कुऱ्हाडींनीं तोडलेला शालवृक्ष जसा भूतलावर कोसळतो, तसा तो उग्रकर्मा शीर्षभूजांनीं वियुक्त होत्साता रथांतून धाडकन् खालीं समरांगणांत कोसळला ! राजा, कर्णपुत्र प्रसेन हाही मोठा प्रतापशाली होता; त्याजवर उग्रकर्म्यानें प्रचंड शरवृष्टि चालविली असतांही त्यानें हताश्व सात्यकीवर सरळ चालणारे निशित बाण सोडून त्यास अगदीं बाणाच्छादित करून टाकिलें व तो बाणांचा भडिमार करीत जणू काय नाचूंच लागला; परंतु इतक्यांत त्याजवर सात्यकीनें उलट बाण मारिले व त्यामुळें तो गतजीवित होऊन भूतलावर पडला ! राजा, आपला पुत्र प्रसेन हा रणांत पडला असें पाहून कर्णाला मोठा संताप उत्पन्न झाला व त्यानें शिनिश्रेष्ठ सात्यकीला वधण्याच्या हेतूनें “ शैनेया, मेलास ! मेलास ! ” असें मोठ्यानें ओरडून त्याजवर जलाल बाण सोडिला ! पण तितक्यांत शिखंडीनें सात्यकीवर येणारा तो बाण तीन बाणांनीं छेदिला व दुसरे तीन बाण सोडून त्यानें कर्णाला विद्ध केलें ! तेव्हां कर्णानें दोन क्षुर बाणांनीं शिखंडीचें धनुष्य व ध्वज हीं तोडिलीं आणि सहा बाणांनीं शिखंडीला विद्ध करून धृष्टद्युम्नाच्या पुत्राचें मस्तक उडविलें ! राजा, त्याप्रमाणेंच महात्म्या कर्णानें त्या समयीं सुतसोमावर एक जलाल बाण टाकून त्यास विंधिलें; आणि मग तेथें जो घनघोर संग्राम सुरू झाला त्यांत कृष्ण हा अर्जुनास म्हणाला कीं, “ अर्जुना, आतां कर्णाच्या हातून सर्व पांचाल मृत्युमुखीं जाणार ! ह्यासाठीं आतां विलंब न करितां कर्णावर हल्ला कर व त्यास ठार मार ! ” राजा, कृष्णाचें हें भाषण श्रवण करून अर्जुन हा मोठ्यानें हंसला आणि त्यानें लागलाच कृष्णाला आपला रथ कर्णाच्या रथावर चालविण्यासाठीं सांगितलें. राजा, तेव्हां कर्णानें पांचालांचा जो वध चालविला होता तो बंद करण्यासाठीं व त्यांचें त्या प्राणसंकटांतून परित्राण करण्यासाठीं अर्जुनानें कर्णावर चाल केली आणि भयंकर शब्द करणाऱ्या गांडीवाचें आस्फालन करून ज्येचे तळहातांवर तडाखे सुरू केले आणि अगणित

बाणांची जिकडे तिकडे वृष्टि करून एकदम बाणांचें छत्र उभारिलें व सर्वत्र अंधःकार पाडून शत्रुसैन्यांतले हत्ती, घोडे, रथ व ध्वज ह्यांचा निःपात उडविला! राजा, तेव्हां गांडीवाचें मंडल करून अर्जुनानें दशदिशांस बाणांचा भडिमार आरंभिला असतां त्या भयंकर समयीं अंतरिक्षांत सर्वत्र प्रतिध्वनि संचरित झाला आणि पक्ष्यांना ऊर्ध्वप्रदेशीं अवसर न मिळून ते सर्व पर्वतांच्या गुहांतून लपून बसले! राजा, त्या समयीं अर्जुनाच्या पृष्ठभागाचें रक्षण करीत महापराक्रमी भीमसेन हा आपल्या रथांतून अर्जुनाच्या मागून येत होता तो अर्जुनास येऊन मिळाला; आणि मग ते दोघे पांडुपुत्र कर्णावर त्वरेनें चालून गेले व त्यांनीं अतिशय लगट करून शत्रूशीं युद्ध आरंभिलें! राजा, मध्यंतरीं त्या महाबलाढ्य सूतपुत्रानें सोमकांना अगदीं पेचाटींत घालून त्यांच्याशीं घोर युद्ध चालविलें व त्यांस अगदीं जर्जर करून त्यांचे रथ, अश्व व गज ह्यांच्या समूहांस आणि सर्व दिशांस बाणांनीं झांकिलें! राजा, तेव्हां कर्णावर उत्तमौजा, जनमेजय आणि क्रुद्ध झालेले युधामन्यु व शिखंडी हे धृष्टद्युम्नासह मोठमोठ्यानें गर्जना करीत धावून आले व त्यांनीं बाणांचा भडिमार करून कर्णास विंधिलें! त्या पांच पांचाल महारथांनीं कर्णावर मोठ्या निकरानें हल्ला केला तरी ते—इंद्रियांचे विजय जसे आत्मवेत्त्या मनुष्याला मनोनिग्रहापासून ढळवूं शकत नाहींत तसे—कर्णाला स्वरथापासून ढळवूं शकले नाहींत! तेव्हां कर्णानें उलट बाणवृष्टि करून त्यांचीं धनुष्यें, ध्वज, वाजी, सारथि व पताका ह्यांचा चुराडा उडविला आणि पांचावर पांच बाण सोडून त्यांना विद्ध केलें व तो सिंहासारखा गर्जूं लागला! राजा, त्या वेळीं कर्ण हा शत्रुसैन्यावर बाणांचा भडिमार करीत असतां त्याच्या धनुर्ज्येचा जो टणत्कार चालला होता, त्याच्या योगें वृक्ष व पर्वत ह्यांसमवेत सर्व पृथ्वी भग्न झाली असें वाटलें आणि त्यामुळें सर्व जनता घाबरून गेली! राजा, कर्णाचें धनुष्य म्हणजे दुसरें इंद्रधनुष्यच होतें. त्या प्रचंड धनुष्याचें आकर्ण आकर्षण करून कर्ण हा जेव्हां शत्रूंवर बाणवर्षाव करूं लागला, तेव्हां जणू काय रणांगणांत परिवेषानें युक्त असा दुसरा सूर्यच तळपत आहे असें भासूं लागलें! त्या समयीं कर्णानें बारा जलाल बाण सोडून शिखंडीला विंधिलें, नंतर त्यानें सहा बाण उत्तमौजावर टाकिले, तीन बाणांनीं युधामन्यूला विद्ध केलें आणि त्यानें सोमक (जनमेजय) व धृष्टद्युम्न ह्यांजवर तीन तीन बाण सोडिले! राजा, त्या वेळीं त्या घोर संग्रामांत सूतपुत्रानें त्या पांचही महारथांचा पराभव केला; आणि आत्मज्ञानी मनुष्यापुढें जसे पंच-इंद्रियार्थ व्यर्थ होऊन त्यांचें कांहींएक चालत नाहींसें होतें, तसें कर्णापुढें त्यांचें सर्व शौर्य व्यर्थ होऊन त्यांचे सर्व प्रयत्न कुंठित झाले आणि मग कौरवसैन्यास मोठा आनंद झाला! राजा, ह्याप्रमाणें कर्णप्रतापरूप सागरांत ते पांचही महारथ बुडावयास लागून, तारवें फुटलेल्या व्यापाऱ्यांप्रमाणें जेव्हां त्यांचा समूळ विध्वंस होण्याचा समय येऊन ठेपला, तेव्हां जणू काय त्यांस बळकट अशीं नवीन तारवें प्राप्त करून देऊन त्यांचा उद्धार करावा म्हणून द्रौपदीचे पुत्र त्या पंचमातुलांच्या साहाय्यार्थ सुव्यवस्थित रथांतून त्यांच्या समीप प्राप्त झाले. तेव्हां तत्काळ सात्यकीनें जलाल बाणांचा भडिमार करून कर्णाचे सर्व बाण तोडून टाकिले आणि कर्णाच्या देहाचें लोहबाणांच्या प्रहारांनीं विदारण करून तुझ्या ज्येष्ठ पुत्रावर आठ बाण सोडिले! राजा, त्या समयीं त्याजवर कृप, कृतवर्मा, दुर्योधन व स्वतः कर्ण हे चौघे वीर तीक्ष्ण बाणांची वृष्टि करूं लागले आणि मग त्या सात्यकीचें व ह्या

चौघांचें जें युद्ध मातलें तें पाहून जणू काय दिक्पालांशींच दैत्यांचा राजा लढत आहे, असा भास होऊं लागला ! राजा, त्या वेळीं सात्यकीनें पूर्ण ताण देऊन प्रत्यंचेचें आस्फालन करीत शत्रूंवर इतक्या अपरिमित शरांचा वर्षाव केला कीं, शरत्कालिन मध्यान्हीच्या रवीप्रमाणें त्याजकडे कोणासही पहावेना ! राजा, तेव्हां कवचें घातलेले ते महाबलाढ्य शिखंडिप्रभृति पांचाल महारथ पुनः रथांत आरूढ होऊन एकदम सात्यकीच्या संरक्षणार्थ त्या स्थळीं प्राप्त झाले; व इंद्राच्या साहाय्यार्थ उद्युक्त झालेले मरुद्गण ज्याप्रमाणें शत्रूंशीं युद्ध करितात, त्याप्रमाणें त्यांनीं कौरवांशीं युद्ध केलें ! तेव्हां, राजा, पूर्वीं देवदैत्यांचें जसें दारुण युद्ध झालें, तसें कौरवपांडवांचें दारुण युद्ध झालें आणि त्यांत रथ, गज व अश्व ह्यांचा भयंकर संहार घडला ! राजा, त्या वेळीं दोनही दळांतील चतुरंग सैन्यें नानाविध शस्त्रास्त्रांनीं परिवेष्टित झालीं आणि एकमेकांच्या हस्तें विद्ध होत्सातीं आर्त स्वरानें आक्रोश करीत धारातीर्थीं देह ठेवूं लागलीं ! राजा, अशा प्रकारें घनघोर संग्राम चालू असतां तुझा पुत्र शूर दुःशासन हा बाणांचा भडिमार करीत भीमसेनावर धावून गेला; पण तो आपल्यावर चालून आला असें पाहातांच महारुरूवर ज्याप्रमाणें सिंहानें उडी घालावी, त्याप्रमाणें वृकोदरानें तत्काळ त्यावर उडी घातली ! राजा, त्या समयीं त्या बलाढ्य योद्ध्यांचें मोठें दारुण युद्ध जुंपलें ! जणू काय ते शंबरशक्रांप्रमाणें एकमेकांवर क्रोधायमान होऊन प्राणांचे जुगार खेळूं लागले ! त्यांनीं परस्परांवर प्राणघातकी उग्र शरांचा अतिशय मारा चालविला आणि ते इतक्या आवेशानें लढूं लागले कीं, जणू काय ज्यांच्या गंडस्थळांतून एकसारखा मदस्राव चालला आहे असे कामशांत्यर्थ आंधळे झालेले दोन मदोन्मत हत्ती माज केलेल्या हत्तिणींकरितां झगडत आहेत असें वाटूं लागलें ! राजा, तेव्हां भीमसेनानें त्वरा करून दोन क्षुर बाण सोडिले आणि दुःशासनाचें धनुष्य व ध्वज हीं तोडून त्याच्या भालप्रदेशावर एक बाण मारिला आणि मग त्याच्या सारथ्याचें मस्तक छेदून भूतलावर पाडिलें ! राजा त्या समयीं दुःशासनानें दुसरें धनुष्य घेतलें व भीमसेनावर बारा बाण सोडून स्वतः रथ चालविला आणि सरळ जाणाऱ्या बाणांचा भडिमार करून भीमसेनास आच्छादिलें; आणि मग त्यानें सूर्यकिरणांप्रमाणें देदीप्यमान् सुवर्ण व रत्नें ह्यांनीं सुशोभित, इंद्राच्या वज्राप्रमाणें सुदुःसह व भीमसेनाचें शरीर भेदन करण्यास समर्थ असा भयंकर बाण भीमसेनावर टाकिला ! राजा, त्या बाणानें भीमसेनाचा देह विदीर्ण झाला आणि सर्व गात्रें निर्वीर्य होऊन तो शूर पांडुपुत्र हात पसरून मूर्च्छित पडला ! राजा, त्या वेळीं तो भूतलावरच पडला असता, परंतु रथाचा आधार मिळाला म्हणून तसें झालें नाहीं. असो; कांहीं वेळानें तो पुनः सावध झाला व त्यानें मोठ्यानें गर्जना केली.

अध्याय त्र्यायशींवा.

—:०:—

दुःशासनाचा वध !

संजय सांगतोः—राजा धृतराष्ट्रा, तेव्हां राजपुत्र दुःशासन व भीमसेन ह्यांचें फार भयंकर युद्ध सुरू झालें ! त्या समयीं रणांगणांत दुःशासनानें भीमसेनाच्या धनुष्यावर एक बाण सोडून तें छेदून टाकिलें आणि मग साठ बाण मारून सारथ्याला विंधिलें ! नंतर त्यानें प्रथम भीमसेनावर मोठ्या वेगानें नऊ बाण सोडिले आणि मग मोठ्या त्वरेनें एकसारखा जलाल बाणांचा वर्षाव आरंभिला ! राजा, तेव्हां तो शूर पांडुपुत्र अतिशय चवताळला व त्यानें

भयंकर शक्ति तुझ्या पुत्रावर सोडिली! त्या वेळीं ती अतिघोर शक्ति प्रज्वलित अशा उल्केप्रमाणें आपला प्राण घेण्यास चालून येत आहे असें पाहून महात्म्या दुःशासनानें कर्णापर्यंत प्रत्यंचा ओढून एकामागून एक दहा जलाल बाण तिजवर टाकून तिचा चुराडा उडवून दिला! तेव्हां तुझ्या पुत्राचें तें अघटित कर्म अवलोकन करून सर्व योद्ध्यांना मोठा आनंद झाला व सर्वांनीं त्याचे धन्यवाद गाइले! राजा, नंतर दुःशासनानें तत्काळ उलट भीमसेनावर एक तीव्र बाण सोडून त्यास गाढ वेध केला आणि त्यामुळें भीमसेन संतापून जाऊन नखशिखांत पेटला व डोळे फाडीत दुःशासनाला म्हणाला कीं, 'हे वीरा, तूं मला आज अत्यंत विद्ध केलेंस; पण आतां मी तुला जो गदाप्रहार करीन तो सोस म्हणजे झालें!' राजा धृतराष्ट्रा, संतप्त झालेल्या भीमसेनानें ह्याप्रमाणें आरडून भाषण केल्यावर लागलीच दुःशासनाच्या वधाकरितां आपली भयंकर गदा हातांत घेतली आणि तो फिरून त्यास म्हणाला, 'हे दुष्टा, आज मी समरांगणांत तुझें रक्त प्राशन करीन!' राजा, नंतर तुझ्या पुत्रानें भीमसेनाचें तें भाषण श्रवण करून जणू काय मूर्तिमंत मृत्युच अशी प्रचंड शक्ति मोठ्या वेगानें त्याजवर सोडिली, पण ती दारुण शक्ति आपल्यावर येत आहे असें पाहून भीमसेनानें मोठ्या क्रोधानें आपली भयंकर गदा तिजवर फेंकिली; तेव्हां ती त्या शक्तीचें एकदम विदारण करून दुःशासनाच्या मस्तकावर जाऊन आपटली! त्या समयीं, राजा, हत्तीच्या गंडस्थळांतून जसा मदस्राव होतो तसा त्या शूर वीराच्या मस्तकांतून रुधिरस्राव सुरू झाला! इतक्यांत त्या घोर रणकंदनांत भीमसेनानें दुःशासनावर दुसरी गदा फेंकिली आणि तिच्या आघाताबरोबर दुःशासन हा दहा धनुष्यांइतक्या अंतरावर रणांगणांत धाडकन् जाऊन पडला! राजा, भीमसेनाच्या त्या गदाप्रहारानें दुःशासनाची फारच दुर्दशा झाली; गदेचा वेग सहन न झाल्यामुळें तो थरथरा कांपूं लागला; गदेच्या प्रहारानें त्याचें चिलखत, आभरणें, अंबर व माला हीं विध्वस्त झालीं; आणि दुःसह वेदनांनीं तळमळून जाऊन तो अगदीं गडबडां लोळूं लागला! राजा, त्या तुंबळ युद्धांत भीमसेनाच्या गदाप्रहारांनीं दुःशासनाचे घोडे व सारथि ह्यांचा वध झाला आणि रथाचा अगदीं चुराडा होऊन गेला! ह्याप्रमाणें दुःशासनाची विपन्न अवस्था अवलोकन करून सर्व पांचालांना आनंदाचें भरतें आलें व ते मोठमोठ्यानें सिंहगर्जना करूं लागले! अशा रीतीनें दुःशासनाला धरणीवर पाडिल्यावर भीमसेन हा आनंदानें इतका गर्जूं लागला कीं, त्याच्या योगें दशदिशा दुमदुमून गेल्या व आसमंताद्भागीं लढत असलेले सर्व भूपाल मूर्च्छित पडले! राजा, नंतर भीमसेनही आपल्या रथांतून लागलाच खालीं उतरून मोठ्या वेगानें दुःशासनावर धावून गेला; आणि मग तेथें आसमंताद्भागीं महान् महान् वीरांशीं अत्यंत तुंबळ युद्ध करीत असतां, तुझ्या पुत्रांनीं पूर्वीं कौरवसभेंत जें जें दुर्वर्तन केलें तें सर्व आठवून तो अचिंत्यकर्मा महाबलवान् भीमसेन अतिशय संतप्त झाला! त्या समयीं दुःशासनाला आपल्या समोर अवलोकन करून भीमसेनाच्या डोळ्यांपुढें त्या रजस्वला द्रौपदीचें केशग्रहण व वस्त्रहरण हें मूर्तिमंत उभें राहिलें आणि पांडवांनीं माना एकीकडे वळविल्या असतां त्या साध्वीला दुष्ट कौरवांनीं जीं दुःखें दिलीं त्यांचीही त्याला एकदम आठवण झाली! राजा, त्या वेळीं भीमसेनाचें मन संतापानें तळमळलें व घृताभिधार केलेला अग्नि ज्याप्रमाणें धडधड पेटतो त्याप्रमाणें तो क्रोधानें एकदम पेटला! राजा, मग तो कर्ण, दुर्योधन, कृप, अश्वत्थामा

व ' कृतवर्मा ह्यांस म्हणाला, समस्त वीरहो, आज ह्या दुष्ट दुःशासनाला मी ठार मारितों; तुम्हांत सामर्थ्य असेल तर ह्याचें संरक्षण करा !

राजा धृतराष्ट्रा, मग अत्यंत बलिष्ठ असा तो भीमसेन मोठ्या वेगानें एकदम दुःशासनावर धावला; आणि सिंह जसा महान् गजाला पकडून धरितो, तसें त्यानें ठार मारण्याच्या उद्देशानें दुःशासनाला कर्ण व दुर्योधन ह्यांच्या समक्ष पकडून धरिलें; व त्याजकडे क्रूर मुद्रेनें अवलोकन करून त्यानें मोठ्या दक्षतेनें त्याच्या नरड्यावर पाय दिला आणि त्याचे प्राण घेण्याकरितां लखलखीत व जलाल खड्ग हातांत घेऊन नखशिखांत क्रोधानें थरथरणारा तो पांडुपुत्र भीमसेन दुःशासनाला म्हणाला, ' हे दुरात्म्या, कर्णदुर्योधनांसहवर्तमान मोठ्या आनंदानें तूंच ना आम्हांस ' गायरे गाय ' असें म्हणालास ! बरें तर, राजसूय यज्ञांत अवभृथस्नानानें द्रौपदीचे जे केश पवित्र झाले, ते तूं कोणत्या हातानें ओढलेस, हे ह्या भीमसेनास सांग पाहूं ? ' राजा धृतराष्ट्रा, भीमसेनाचे ते अत्यंत दारुण शब्द श्रवण करून दुःशासनानें भीमसेनाकडे निरखून पाहिलें आणि संतापानें जळफळूं लागून कौरवसोमकांसमक्ष डोळे गरगरां फिरवीत तो भीमसेनास म्हणालाः—हे भीमा, हा पहा हत्तीच्या शुंडेप्रमाणें पुष्ट, सहस्रावधि गाईंचें दान करणारा आणि क्षत्रियांचा विध्वंस उडविणारा असा हा माझा हात—ह्यानेंच मीं याज्ञसेनीचे केश मुख्य मुख्य कौरव व तुमचे सभासद ह्यांच्या समक्ष ओढिले ! राजा धृतराष्ट्रा, ह्याप्रमाणें राजपुत्र दुःशासन ह्याचें तें भाषण श्रवण करून भीमसेनानें दुःशासनाचें वक्षस्थळ पीडित केलें व त्याचे दोन्ही हात जोरानें धरून मोठ्यानें गर्जना केली आणि सर्व योद्ध्यांना म्हटलें:— ' वीरहो, ज्याला सामर्थ्य असेल त्यानें ह्या वेळीं दुःशासनाचें रक्षण करावें ! मी आतां ह्याचा हा हात उपटून काढितों !' राजा, असें म्हणून, प्राणोत्क्रमण करण्याच्या बेतांत आलेल्या त्या दुःशासनाला भीमसेनानें मोठ्या आवेशानें आपटिलें आणि त्याचा तो हात उपटून आपल्या वज्रतुल्य हातानें त्यास त्या वीरांमध्यें वधिलें ! राजा, त्या समयीं रणांत पतन पावलेल्या त्या वीराचें वक्षस्थळ विदारून भीमसेन त्यांतलें कोंबट कोंबट रुधिर प्याला आणि मग त्यानें खड्गाचा वार करून त्याचें मस्तक धडापासून निराळें केलें ! राजा, आपली प्रतिज्ञा खरी करून दाखविण्यास सिद्ध झालेला तो बुद्धिमान् भीमसेन पुनःपुनः दुःशासनाच्या रक्ताची रुचि घेऊन क्रोधमुद्रेनें आसमंताद्भागीं अवलोकन करीत करीत म्हणालाः—अहो, ह्या शत्रुशोणिताची रुचि किती अपूर्व म्हणून सांगावी ! मातेचें दुग्ध मधु, घृत, मधूपासून उत्कृष्ट रीतीनें सिद्ध केलेलें मद्य, उत्तम उदक, दह्यापासून किंवा दुधापासून काढलेलें लोणी किंवा सुरा, अमृत वगैरे जे दुसरे गोड रस आहेत ते सर्व ह्या रुधिररसापुढें अगदीं तुच्छ आहेत! असो; राजा, नंतर घोर कर्म करणारा तो संतप्त भीमसेन मृदुस्मित करून पुनः म्हणालाः—बा दुःशासना, काय करूं रे ! मृत्यूनेंच तुझें रक्षण केलें ! नाहींपेक्षां आणखी तुझा समाचार घेतला असता ! राजा, असें बोलून पुनःपुनः दुःशासनाचें रक्त पिण्यास धावून जाणाऱ्या आनंदित भीमसेनाला त्या वेळीं ज्यांनीं ज्यांनीं पाहिलें ते सर्व भयभीत होत्साते धडाधड भूतलावर पतन पावले ! तसेच जे कोणी व्यथित होऊन रणांगणांत पडले नाहींत त्यांच्या हातांतून शस्त्रें गळालीं आणि ते घाबरून जाऊन मोठमोठ्यानें ओरडूं लागले व त्यांनीं डोळे मिटून सभोंवतालचा कानोसा घेतला ! राजा; त्या वेळीं ज्यांनीं ज्यांनीं भीमसेनाला दुःशासनाचें रक्त पितांना पाहिलें ते सर्व भयभीत होत्साते "खचित हा मनुष्य नव्हे !" असे उद्गार काढीत

पळून गेले! राजा, भीमसेनाचें तें उग्र रूप व रुधिरप्राशन अवलोकन करून लोक “ खचित हा राक्षस आहे! ” असें म्हणत चित्रसेनासह धूम ठोकून निघून गेले! राजा, ह्याप्रमाणें चित्रसेन राजपुत्र युद्धविमुख होऊन रणांगणांतून पळून जाऊं लागला तेव्हां युधामन्यूनें सैन्यासह त्याजवर हल्ला केला आणि त्यानें मोठ्या धैर्यानें तत्काळ सात जलाल बाण त्याजवर टाकिले! राजा, त्या समयीं तो राजपुत्र चित्रसेन पायांखालीं तुडविलेल्या सर्पाप्रमाणें उसळून माघारा वळला व त्यानें त्या पांचालवीरावर तीन व त्याच्या सारथ्यावर सहा बाण सोडून त्यास विद्ध केलें! तेव्हां तो शूर युधामन्यु फारच चवताळला आणि त्यानें उत्तम नेम धरून एक सुपुंख, अणीदार व धार दिलेला जलाल बाण आकर्ण ओढून चित्रसेनावर टाकिला व त्याचें मस्तक उडविलें! राजा, ह्याप्रमाणें चित्रसेन हा धारातीर्थी पडतांच त्याचा भ्राता कर्ण हा क्रोधायमान होऊन मोठ्या शौर्यानें पांडवीय सेनेवर हल्ला करून तिला उधळून लावूं लागला; पण इतक्यांत त्या अमितवीर्यवान् वीराला तत्काळ नकुलानें अडवून धरिलें!

राजा धृतराष्ट्रा, इकडे खुनशी दुःशासनाला भीमसेनानें तेथेंच मारिलें आणि पुनः त्याच्या रुधिरानें ओंजळ भरून सर्व वीरांच्या समक्ष तो मोठ्यानें म्हणालाः—हे पुरुषाधमा (दुःशासना)! हें पहा तुझ्या नरड्याचें रक्त मी पीत आहें! पुनः मोठ्या आनंदानें ‘ गायरे गाय ’ असें म्हण पाहूं! अरे, त्या समयीं ‘गायरे गाय’ असें म्हणून जे आम्हांपुढें नाचले, त्यांच्यापुढें आतां आम्ही तेच शब्द उच्चारून नाचत आहों! नीचा दुःशासना, प्रमाणकोटीस माझें शयन, मला कालकूटाचें भोजन, कृष्णसर्पांकडून मला दंश, लाक्षागृहांत आमचा दाह, द्यूत करून आमचें राज्यहरण, आमचा वनवास, द्रौपदीचें केशग्रहण, रणांत शस्त्रास्त्रांचे आम्हांवर प्रहार, स्वगृहीं आमचे हाल व विराटनगरींतल्या आमच्या नानाविध यातना, ह्या सर्वांना कारण वास्तविक तूंच आहेस! तुझ्याच सल्ल्यावरून शकुनि, दुर्योधन व कर्ण ह्यांनीं ही सर्व मसलत उभारिली! दुःशासना, तुझ्यासारख्या दुष्ट पुत्रांच्या मसलतीस अनुमोदन देऊन मूर्ख धृतराष्ट्रानें जें तुम्हांस उत्तेजन दिलें, त्यामुळेंच आम्हांला बहुविध दुःखें भोगावीं लागलीं व सुखाचा कधीं लेशही प्राप्त झाला नाहीं! राजा धृतराष्ट्रा, भीमसेन ह्याप्रमाणें उद्गार काढून नंतर अर्जुनासमीप आला व तेथें त्यानें फिरून तेच उद्गार मोठ्या आनंदानें कृष्णार्जुनांजवळ काढिले. राजा, त्या वेळीं त्याचें सर्व शरीर रुधिरानें माखलें असून त्याच्या तोंडांतून रक्त थबथबां भूमीवर गळत होतें! तेव्हां तो शूर भीमसेन पुनः क्रोधायमान होऊन ह्मणालाः—कृष्णार्जुनहो, दुःशासनाला उद्देशून रणांत मीं जी प्रतिज्ञा केली होती, ती मीं आज सिद्धीस नेली! आतां मी ह्या रणभूमिवर दुसरा यज्ञपशु जो दुर्योधन त्यास वधीन आणि त्याचें मस्तक पायांखालीं तुडवून सर्व कौरवांसमक्ष समाधान पावेन! असो; राजा धृतराष्ट्रा, इतकें बोलून रुधिरानें माखलेला तो पांडुपुत्र भीमसेन मोठ्या आनंदानें गर्जूं लागला, तेव्हां जणू काय वृत्रासुराला वधून महात्मा इंद्रच गर्जत आहे असें सर्वांस भासलें!

अध्याय चौऱ्यायशींवा.

—:०:—

नकुलाचा पराजय.

संजय सांगतोः—राजा धृतराष्ट्रा, भीमसेनाच्या हस्तें दुःशासन मरण पावला, तेव्हां दुःखानें अगदीं तळमळून जाऊन त्याचे महापराक्रमी व रणांतून पराङ्मुख न होणारे दहा

महारथ भ्राते निषंगी, कवची, पाशी, दंडधार, धनुर्धर, अलोलुप, सह, षंढ, वातवेग व सुवर्चस्, हे घोर क्रोधरूप विषानें सळाळत भीमसेनावर भयंकर बाणवृष्टि करीत धावून आले, आणि त्यांनीं त्यास बाणांनीं झांकून मागें हटविलें. तेव्हां तो भीम अतिशयित संतापला आणि क्रोधानें इंगळासारखे आरक्त नेत्र करून अंतकाप्रमाणें शोभूं लागला! नंतर, राजा, सुवर्णाचीं बाहुभूषणें धारण केलेल्या त्या दहा धार्तराष्ट्रांवर भीमसेनानें दहा सुवर्णपुंख महावेगवान् भल्ल बाण सोडिले आणि त्या सर्वांस यमसदनीं पाठविलें; तेव्हां कर्णाच्या समक्ष तुझें सैन्य भयभीत होऊन पळून गेलें! अशा प्रकारें, राजा, अंतक ज्याप्रमाणें प्राण्यांचा संहार करितो, त्याप्रमाणें भीमानें कौरवसैन्याचा संहार केला तेव्हां कर्ण देखील घाबरून गेला; व त्याची ती शूर मुद्रा भयानें काळवंडलेली अवलोकन करून रणशाली मद्राधीश शल्यानें कालास अनुरूप असें भाषण केलें.

शल्य म्हणालाः—कर्णा, भिऊं नको; असें भिणें तुझ्यासारख्याला उचित नाहीं. हे पहा भीमसेनाच्या भयानें आर्त झालेले भूपाळ पळत सुटले आहेत; दुर्योधन तर आपल्या भ्रात्यांच्या मरणानें विव्हल होऊन मूर्च्छित पडला आहे; आणि महात्मा भीमसेन दुःशासनाचें रक्त पिऊं लागतांच दुःखानें गांगरून गेलेले इतर उर्वरित धार्तराष्ट्र व कृपप्रभृति वीर दुर्योधनाच्या भोंवतालीं जमून त्याचें सांत्वन करीत आहेत! कर्णा, प्रस्तुत समयीं पांडवांचें तेज फारच वाढलें आहे; जणू काय आपली साध्य वस्तु आपल्याला प्राप्त झाली, असें ते मानीत आहेत. हे पहा अर्जुन आदिकरून शूर पांडुपुत्र युद्धाकरितां तुझ्यावरच चालून येत आहेत. ह्यासाठीं, कर्णा, ह्या समयीं तूं असा निर्वीर्य न होतां आपलें क्षात्रतेज प्रकट करून मोठ्या शौर्यानें अर्जुनाला सामोरा जा. कर्णा, दुर्योधनानें सर्व भार तुझ्यावर टाकिला आहे; म्हणून, हे महाबाहो, तूं यथाशक्ति व यथाबल आपला कार्यभाग सिद्धीस ने. बाबारे, तूं विजयी झालास तर तुझी दिगंत कीर्ति होईल; व पराजय पावलास तर तुला निश्चयानें स्वर्ग मिळेल! हा पहा तुझा पुत्र वृषसेन तूं मोहापन्न झालास असें पाहून मोठ्या क्रोधानें पांडवांवर चालून गेला! राजा धृतराष्ट्रा, अमितवीर्यवान् शल्याचें हें भाषण श्रवण करून कर्णानें पुनः आपलें मन सुस्थिर केलें आणि पांडवांशीं युद्ध करण्याचा दृढनिश्चय ठरविला! राजा, इकडे क्रोधायमान झालेला वृषसेन शत्रुसेनेवर धावून गेला आणि अग्रभागीं भीमसेन हा यमदंडाप्रमाणें गदा धारण करून तुझ्या सैन्याशीं लढत होता त्याजवर त्यानें हल्ला केला; पण इतक्यांत संतप्त झालेल्या महाप्रतापी नकुलानें त्यास मार्गांत अडवून पूर्वी जंभासुराला ठार मारण्यासाठीं इंद्रानें त्याशीं घोर युद्ध केलें, तद्वत् त्या नकुलानें रणांगणांत वीरश्रीनें लढणाऱ्या वृषसेनावर बाणांचा भडिमार चालवून त्याशीं घोर युद्ध केलें! राजा, त्या समयीं नकुलानें क्षुर बाण सोडून वृषसेनाचा रत्नखचित ध्वज छेदिला आणि भल्ल बाण सोडून त्याचें सुवर्णमंडित धनुष्य तोडिलें! तेव्हां अस्त्रविद्यानिपुण वृषसेनानें तत्काळ दुसरें धनुष्य घेतलें आणि नकुलावर दिव्य बाणांचा भडिमार चालविला! राजा, त्या वेळीं वाऱ्यासारखी बाणवृष्टि करणारा तो कर्णपुत्र वृषसेन क्रोधानें इतका लाल झाला कीं, जणू काय घृताच्या आहुतींनीं अग्निच धडाधड भडकत चालला आहे असें भासूं लागलें! राजा, नंतर वृषसेनानें नकुलाचे सुवर्णजालालंकृत चारही वनायुज वेगवान् श्वेत अश्व ठार मारिले, आणि त्यामुळें तो पांडुपुत्र लागलाच रथांतून खालीं उतरला; व ज्यावर उत्तम रुप्याच्या चांदिण्या बसविल्या आहेत

अशी ढाल व आकाशाप्रमाणें झळकणारें खड्ग धारण करून तो पक्ष्यासारखा अंतरिक्षांतून इकडे तिकडे झडपा घालूं लागला ! राजा, त्या समयीं विचित्र रीतींनीं युद्ध करणाऱ्या त्या नकुलानें हां हां म्हणतां कौरवसैन्यांतले रथ, अश्व व गज हे खड्गप्रहारांनीं अश्वमेधांतल्या पशूंप्रमाणें ठार मारिले आणि महान् संहार उडविला ! राजा, तेव्हां त्या एकट्या जयेच्छु पांडुतनयानें अनेक देशांहून आणिलेल्या दोन हजार युद्धप्रवीण व उत्तम चंदनाची उटी धारण केलेल्या सत्यप्रतिज्ञ वीरांना वधिलें ! राजा, तें पाहून वृषसेनानें त्या नकुलावर चोहोंकडून एकसारखा बाणांचा भडिमार केला आणि त्यांच्या योगें तो पांडुपुत्र विद्ध होत्साता अतिशय चवताळला व आपल्याला भीमसेनाचें पाठबळ आहे हें मनांत आणून त्या घोर रणकंदनांत अतिशय प्रताप गाजवूं लागला ! राजा, तेव्हां कर्णपुत्रानें नकुल हा कौरवांचे अनेक नर, अश्व, गज व रथ ह्यांचा विध्वंस उडवीत असतां त्याजवर मोठ्या क्रोधानें अठरा बाण टाकून त्यास अत्यंत विद्ध केलें ! राजा, त्या समयीं नकुल हा पुनः अतिशय क्षोभला; व आमिषाच्या लोभानें श्येन पक्षी पंख पसरून जशी मोठ्या आवेशानें उडी घालितो, तशी त्यानें कर्णात्मजावर धावून जाऊन एकदम उडी घातली ! राजा, त्या वेळीं वृषसेनानें उलट त्या महापराक्रमी नकुलावर जलाल बाणांचा वर्षाव केला; परंतु नकुलानें वृषसेनाचे ते सर्व बाणसमुदाय फुकट घालविले व तो खड्गचर्मासहित चित्रविचित्र रीतींनीं रणांगणांत संचार करूं लागला ! राजा, नंतर त्या घोर संग्रामांत प्रथम कर्णपुत्रानें नकुलावर भयंकर शरवृष्टि करून त्याच्या हातांतलें सहस्रतारकांनीं युक्त असें चर्म तत्काळ छेदिलें आणि मग आणखी सहा निशित बाण जोरानें टाकून त्याच्या हातांतलें तें तीक्ष्ण धारेचें, प्रचंड भार सोसणारें शत्रूंचा अंत करणारें, सर्पासारखें प्राणघातकी व अत्यंत घोर असें विकोश व पोलादी खड्ग, तो आवेशानें परजीत असतां, तोडून त्याचें वक्षस्थळ देदीप्यमान् तीक्ष्ण बाणांनीं अतिशय विद्ध केलें ! राजा, ह्याप्रमाणें वृषसेनानें इतर योद्ध्यांच्या हातून न घडणारें व थोरांस अत्यंत मान्य असें दारुण कर्म रणांत करून दाखविलें, तेव्हां बाणप्रहारांनीं विद्ध झालेला तो महात्मा अश्वहीन नकुल त्वरा करून भीमसेनाच्या रथांत अर्जुनाच्या समक्ष —सिंह जसा पर्वताच्या शिखरावर उडी मारून चढतो तसा—चढला; आणि मग तें पाहून क्षुब्ध झालेल्या वृषसेनानें एकाच रथांत अधिष्ठित असलेल्या त्या भीमसेन-नकुलांवर त्यांचें विदारण करण्याच्या उद्देशानें जोराची शरवृष्टि आरंभिली ! राजा, ह्याप्रमाणें नकुलाचा रथ भग्न करून वृषसेनानें बाणवर्षावानें त्याचें खड्ग छेदून टाकिलें; तेव्हां बाकीचे प्रधान कौरववीर एकत्र होऊन नकुलावर धावून आले व तो भीमसेनाच्या रथावर चढला असें पाहून त्यांनीं त्या दोघांही पांडववीरांवर अतिशय निकरानें बाणांचा भडिमार केला ! राजा, मग त्या कौरववीरांचें व भीमार्जुनांचें तुंबळ युद्ध सुरू झालें ! अग्नीचें आह्वान करून त्यास घृतादिकांच्या अभिधारानें प्रज्वलित करावें, त्याप्रमाणेंच जणू काय त्या कौरवयोद्ध्यांनीं भीमार्जुनांचें आह्वान करून शरवृष्टीनें त्यांस प्रज्वलित केलें होतें; ह्यास्तव सभोंवतालीं कौरवसेनेचा गराडा पाहून त्या सेनेवर व वृषसेनावर त्या क्षुब्ध झालेल्या भीमार्जुनांनीं बाणांचा अतिशय भडिमार चालविला ! इतक्यांत अर्जुनाच्या रथावर ध्वजप्रदेशीं मारुति अधिष्ठित होता, तो अर्जुनाला म्हणाला, 'अर्जुना, नकुलाची काय अवस्था झाली आहे ती पाहिलीसना ? हा कर्णपुत्र वृषसेन आपल्याला अतिशय पीडा करीत आहे; ह्यासाठीं तूं

त्याजवर चालून जा!' राजा, नंतर मारुतीचें तें भाषण श्रवण करून अर्जुनानें तत्काळ आपला रथ भीमसेनाच्या रथाजवळ नेला; व ह्याप्रमाणें अर्जुन हा आपल्या सन्निध प्राप्त झाला असें पाहून नकुलानें त्यास म्हटलें:–' अर्जुना, ह्या कर्णपुत्र वृषसेनाचा त्वरित नाश कर!' राजा धृतराष्ट्रा, ह्याप्रमाणें एकाएकीं रणांगणांत नकुलानें अर्जुनाला असें समक्ष म्हटलें तेव्हां अर्जुनानें कृष्णाला आपला रथ एकदम झपाट्यानें वृषसेनाकडे चालव म्हणून सांगितलें!

अध्याय पंचायशींवा.

—:०:—

संकुलयुद्ध.

संजय सांगतो:—राजा धृतराष्ट्रा, नंतर थोड्याच वेळांत नकुलाच्या पराजयाचें वर्तमान पांडवसैन्यांत पसरलें. नकुल हा रथहीन झाला, त्याचें धनुष्य व खड्ग हीं भग्न झालीं, शत्रूंनीं बाणांचा भडिमार करून त्यास जर्जर केलें, व अखेरीस वृषसेनाच्या अस्त्रप्रभावापुढें तर त्याला हातच टेंकावे लागले, असें जेव्हां पांडवांकडील प्रबळ योद्ध्यांस समजलें, तेव्हां त्यांची फारच लगबग उडाली; व तत्काळ द्रुपदराजाचे पांच पुत्र, सात्यकि व द्रौपदीचे पांच पुत्र असे एकंदर अकरा महान् महान् योद्धे शत्रूंना टक्कर देऊन त्यांचा नाश करण्याकरितां, ज्यांच्यावरील उत्तम सारथि भरधाव चाललेल्या अश्वांचें नियंत्रण करीत आहेत, ज्यांच्यावरील ध्वजपताका वाऱ्यानें फडाडत आहेत, आणि ज्यांच्या दणदणाटाचा प्रचंड ध्वनि होत आहे, अशा रथांतून शस्त्रास्त्रांसह फार त्वरेनें वृषसेनावर धावून गेले; आणि त्यांनीं भयंकर सर्पाप्रमाणें प्राणघातकी बाणांचा एकसारखा भडिमार करून तुझ्या सैन्यांतील चतुरंग वीरांचा संहार आरंभिला! राजा, तेव्हां कौरवांकडील प्रमुख रथी कृप, हार्दिक्य, अश्वत्थामा, दुर्योधन, शकुनिसुत, वृक, क्राथ व देवावृध हे हत्ती किंवा मेघ ह्यांच्याप्रमाणें दणदणाट करणाऱ्या रथांतून बाणांची घोर वृष्टि करीत त्यांजवर एकदम चालून गेले आणि त्यांनीं पांडवांच्या त्या एकादश वीरांवर अत्यंत जलाल बाण सोडून त्यांस जागच्या जागीं खिळिलें! राजा, तें पाहून पांडवांकडील कुलिंद योद्ध्यांनीं नवीन मेघांप्रमाणें श्यामवर्ण व गिरिशिखरांप्रमाणें प्रचंड असे आपले महावेगवान् गज कौरवयोद्ध्यांवर घातले; आणि मग, जे हिमालय पर्वतावर वाढलेले, ज्यांवरील शस्त्रास्त्रांची व इतर सर्व व्यवस्था उत्तम होती, ज्यांवर युद्धार्थ आतुर झालेले रणकुशल योद्धे अधिष्ठित होते व ज्यांवर सुवर्णाचीं जाळीं पसरलीं होतीं असे ते मदोन्मत्त हत्ती सविद्युत् मेघांप्रमाणें शोभूं लागले! राजा, त्या समयीं कुलिंदराजाच्या पुत्रानें प्रथम दहा पोलादी बाण सोडून कृप, त्याचा सारथि व त्याचे अश्व ह्यांना विंधिले; परंतु नंतर त्याजवर कृपानें भयंकर बाणांचा भडिमार करून त्यास हत केलें व तो लागलाच हत्तीसहवर्तमान रणभूमीवर पडला! राजा, मग कुलिंदपुत्राचा धाकटा भाऊ सूर्यकिरणांप्रमाणें देदीप्यमान् अशा पोलादी तोमरांचा भडिमार करीत कृपाच्या रथावर चालून गेला आणि तो मोठ्यानें गर्जना करून कृपाशीं लढत असतां गांधारपतीनें त्याचें शिर उडविलें! राजा, नंतर मोठें तुंबळ युद्ध जुंपलें व त्यांत कुलिंदांचा नाश झाला. तेव्हां तुझ्या सैन्यांतील महारथ मोठ्या आनंदानें मोठमोठ्यानें शंख वाजवूं लागले व ते सधनुष्य वीर बाणांचा वर्षाव करीत शत्रूंवर चालून गेले! राजा, तेव्हां पुन: कौरव व पांडुसृंजय ह्यांचें अत्यंत निकराचें युद्ध सुरू झालें व त्यांत शर, खड्गें, शक्ति, ऋष्टि, गदा व कुऱ्हाडी ह्यांचे दोन्ही दळांतील वीरांनीं एकमे-

कांवर प्रहार चालविल्यामुळें अश्व, गज व नर ह्यांचा भयंकर प्राणनाश प्रवर्तला, आणि दोन्ही चतुरंग दळें परस्परांच्या हस्तें भूतळावर मरून पडूं लागलीं आणि राहिले साहिले सैनिक दश-दिशांस पळून गेले. तेव्हां जणू काय प्रचंड वाऱ्यानें विद्युल्लतेनें युक्त असे मेघसमुदायच भग्न करून दशदिशांस उधळून लाविले, असें सर्वांस वाटलें! राजा, नंतर भोजाधिप कृतवर्म्यानें शता-निकाच्या अनेक महागजांवर, रथांवर, अश्वां-वर व पायदळावर हल्ला केला आणि त्यानें त्यांवर बाणांचा भयंकर वर्षाव आरंभिला; तेव्हां ते गतप्राण होऊन पटापट धरणीतलावर, पतन पावले! राजा, इतक्यांत अश्वत्थाम्यानें सर्व आयुधें व ध्वजपताका ह्यांनीं युक्त अशा तीन सवीर हत्तींवर प्रचंड शरवृष्टि केली; आणि त्यांस ठार करून, इंद्र जसा अशनिपातानें प्रचंड गिरी भूतलावर पाडितो तसें त्यानें त्या तीनही महागजांना धारातीर्थीं पाडिलें! राजा, तेव्हां कुलिंदपुत्राचा दुसरा भाऊ फारच क्षोभला व त्यानें तुझ्या पुत्राच्या वक्षस्थळीं जलाल बाणांचा भडिमार केला; पण तुझ्या पुत्रानें लागलाच उलट तीक्ष्ण शरांचा वर्षाव करून त्याचें शरीर व द्विप ह्यांस वधिलें! राजा, तेव्हां तो प्रचंड द्विप व त्यावरील तो राजपुत्र ह्यांच्या देहांतून चोहोंकडे—ज्याप्रमाणें पर्जन्यकाळच्या आरंभीं वज्रानें भग्न झालेल्या गैरिक (कावेच्या) पर्व-तांतून आरक्त उदकाचे प्रवाह चालतात तसे—रक्ताचे प्रवाह चालू झाले! राजा, इतक्यांत कुलिंदपुत्र दुसऱ्या हत्तीवर चढला आणि मग तो हत्ती क्राथ, त्याचा सारथि, त्याचे अश्व व रथ ह्यांजवर तुटून पडला! परंतु तितक्यांत क्राथानें त्याजवर भयंकर बाणवर्षाव केला व त्यामुळें वज्रहत पर्वताप्रमाणें तो महान् गज आपल्या अधिपतीसह रणांगणांत पतन पावला! पण राजा, इतक्यांत पर्वतावर वाढलेल्या दुसऱ्या एका गजारूढ वीरानें रथांत अधिष्ठित असलेल्या दुर्जय क्राथाधिपतीवर शरवर्षाव आरं-भिला आणि मग त्यामुळें तो क्राथराज अश्व, सारथि, शरासन व ध्वज ह्यांसहित विद्ध होऊन सोसाटयाच्या वाऱ्यानें भग्न केलेल्या प्रचंड वृक्षा-प्रमाणें धाडकन् खालीं पडला! राजा, त्या समयीं त्या गजारूढ पार्वतीय वीरावर वृकानें बारा बाण टाकून त्यास अतिशयित विंधिलें; परंतु त्या पार्वतीय वीरानें आपला महान् गज उलट त्याजवर घालून त्याच्या चार पायांखालीं त्याला, त्याच्या अश्वांना व रथाला तुडवून त्या सर्वांचा चुराडा उडविला! राजा, तेव्हां त्या प्रचंड हत्तीवर व त्याजवरील स्वारावर बभ्रु-सुतानें भयंकर बाणांचा भडिमार केला व त्यास भूतलावर पाडिलें; पण इतक्यांत त्या देवावृध-पुत्राला (बभ्रुसुताला) सहदेवाच्या पुत्रानें बाण-वृष्टीनें आर्त करून खालीं पाडिलें; तेव्हां पुनः त्या पार्वतीय कुलिंदज वीरानें दंत, शुंडा, पाद इत्यादिकांनीं प्रबळ योद्ध्यांचा नाश करण्यास योग्य अशा त्या आपल्या हत्तीला मोठ्या वेगानें शकुनीवर घालून त्यास पीडित केलें; परंतु शकुनीनें तितक्यांत त्याचें मस्तक छेदिलें! राजा, नंतर शतानिकानें तुझ्या सैन्यांतील मोठमोठाले गज, हय, रथ व पदाति ह्यांवर मोठ्या वेगानें हल्ला केला; आणि मग गरुडाच्या पंखांनीं वादळ उत्पन्न केल्यावर सर्पांचा जसा भयंकर संहार उडतो, तसा तुझ्या सैन्यांत भयंकर संहार घडून तुझ्या सैन्याचे तुकडे तुकडे होऊन तें सर्व रणांगणांत पडलें! राजा, तेव्हां तुझ्या पक्षाच्या कलिंगपुत्रानें हंसत हंसत नकुलाच्या पुत्रावर बहुत तीक्ष्ण शरांचा मारा करून त्यास विद्ध केलें, परंतु तितक्यांत नाकुलीनें मोठ्या क्रोधानें क्षुर बाण सोडून त्या कलिंगपुत्राचें मुख-कमल छेदिलें!

वृषसेनाचा वध.

राजा धृतराष्ट्रा, नंतर कर्णाच्या पुत्रानें तीन पोलादी बाण शतानिकावर, तीन अर्जुनावर, तीन भीमावर, सात नकुलावर व बारा जनार्दनावर सोडिले; आणि त्या समयीं त्याचें तें अमानुष कर्म अवलोकन करून कौरवांस मोठा आनंद झाला व ते त्याचे धन्यवाद गाऊं लागले! परंतु, राजा, तेथेंही धनंजयाचा पराक्रम जाणणारे जे कित्येक दूरदृष्टि योद्धे होते त्यांचा समज निराळाच झाला व त्यांनीं 'अरेरे, आतां हा खचित होमकुंडांत पडला' असेंच मानिलें! राजा, नंतर शत्रुसंहारक पुरुषश्रेष्ठ अर्जुन ह्यानें सर्व सैन्यामध्यें माद्रीसुत नकुल हा अश्वहीन झालेला अवलोकन करून आणि कृष्ण हा बाणप्रहारांनीं अतिशय घायाळ झाला आहे असें पाहून कर्णाच्या अग्रभागीं वृषसेन उभा होता त्याजवर सहस्रावधि बाणांचा भडिमार करीत एकदम चाल केली; पण त्या वेळीं तो महारथ वीरशिरोमणि मोठ्या त्वेषानें आपल्यावर धावून येत आहे असें ध्यानांत आणून कर्णपुत्र वृषसेन —पूर्वीं नमुचि जसा महेंद्रावर तुटून पडला तसा— त्या पांडुपुत्रावर तुटून पडला; आणि त्यानें रणांगणांत अर्जुनावर एक निशित बाण टाकून त्यास विंधिलें व नमुचीनें इंद्रास विद्ध केल्यावर जशी भयंकर गर्जना केली, तशी त्यानें त्या समयीं भयंकर गर्जना केली! राजा, नंतर पुनः वृषसेनानें अर्जुनाच्या डाव्या खांद्यावर उग्र बाणांचा भडिमार करून कृष्णावर नऊ बाण सोडिले आणि फिरून दहा बाणांनीं अर्जुनाला विंधिलें! राजा, तेव्हां अर्जुनाला कांहींसा क्रोध आला आणि त्यानें वृषसेनाला ठार मारण्याचा निश्चय ठरविला! मग त्यानें घनघोर रणकंदनांत संतापानें कपाळाला तीन आंठ्या पडतील इतक्या भुंवया चढविल्या आणि कर्णसुताला वधण्याच्या हेतूनें समरांगणांत त्यावर जलाल बाणांचा वर्षाव आरंभिला! राजा, त्या वेळीं प्रत्यक्ष यमाचाही संहार करण्यास समर्थ अशा त्या अर्जुनानें आरक्त नेत्र करून मोठ्यानें हंसत हंसत दुर्योधन आणि अश्वत्थामा आदिकरून इतर सर्व योद्धे ह्यांच्या समक्ष कर्णाला निक्षून सांगितलें:—कर्णा, आज तुझ्या डोळ्यांदेखत मी रणांगणांत ह्या पराक्रमी वृषसेनाला निशित बाणांच्या प्रहारांनीं यमसदनीं पाठवितों! हे सूतपुत्रा, तुह्मीं सर्वांनीं माझ्या पुत्राला वधिलें ही तुह्मीं फार निंद्य गोष्ट केली असें लोक बोलतात; कारण तो वीर त्या समयीं एकटा असून त्याच्या समीप मी किंवा दुसरा कोणी वीर त्याच्या आश्रयासाठीं तेथें नव्हता! कर्णा, अशा प्रकारचें दुराचरण करण्यास मी सिद्ध नाहीं. मी तुम्हा सर्वांच्या देखत ह्या वृषसेनाला वधीत आहें! ह्याकरितां, रथ्यांनो, आतां तुह्मीं त्याचा बचाव करा. मूर्खा कर्णा, प्रस्तुत समयीं प्रथम मी ह्या वृषसेनाला ठार मारितों आणि मग तुला ठार मारीन! कर्णा, सर्व कलहाचें आदिकारण तूंच असून तुला दुर्योधनानें आश्रय दिल्यामुळें तूं फार मदोन्मत्त झाला आहेस; ह्यासाठीं आज रणांत मोठ्या आवेशानें मी तुला ठार मारीन; व ज्या अधमाच्या अविचारानें हा मोठा भयंकर प्राणिक्षय घडला त्या दुर्योधनाला भीमसेन ठार मारील! राजा धृतराष्ट्रा, असें म्हणून अर्जुनानें आपल्या धनुष्याच्या प्रत्यंचेवरून हात फिरविला आणि रणांगणांत वृषसेनावर नेम धरून त्यास वधण्याकरितां एकसारखी शरवृष्टि चालू केली! राजा, त्या समयीं अर्जुनानें प्रथम निःशंकपणें दहा बाण वृषसेनाच्या मर्मस्थळीं टाकिले आणि मग आणखी चार जलाल क्षुर बाण सोडून त्याचें धनुष्य, बाहु व मस्तक हीं छेदिलीं! राजा, त्यासमयीं, पर्वताच्या शिखरावरून वाऱ्यानें भग्न

झालेला प्रचंड सुपुष्पित शालवृक्ष जसा खालीं धाडकन् कोसळतो, तसा तो अर्जुनाच्या शरांनीं छिन्न झालेला बाहुहीन व शीर्षहीन वृषसेन रथांतून धरणीतलावर धाडकन् कोसळला ! राजा, ह्याप्रमाणें रणांत आपल्या समक्ष आपल्या पुत्राचा अर्जुनाच्या हस्तें वध झाला असें पाहून कर्णाला अनावर क्रोध चढला आणि त्यानें एकदम आपल्या रथांतून कृष्णार्जुनांवर हल्ला केला !

अध्याय शायशींवा.

--:०:--

श्रीकृष्णाचें उत्तेजनपर भाषण.

संजय सांगतोः--धृतराष्ट्रा, खवळलेल्या समुद्रानें तीरावर चालून जावें तद्वत् तो देवांना सुद्धां दुर्निवार्य असा योद्धा कर्ण गर्जना करीत आपणावर चालून येत आहे असें पाहून पुरुषोत्तम दाशार्ह कृष्ण मोठ्यानें हंसून अर्जुनाला म्हणाला, " अर्जुना, ज्यावर शल्य सारथि आहे व ज्याला श्वेत अश्व जोडिले आहेत, असा हा कर्णाचा रथ समीप आला पहा. धनंजया, आतां तुला कोणाशीं युद्ध करावयाचें आहे ह्याचें नीट मनन कर आणि चित्त सुस्थिर ठेव. अर्जुना, कर्णाच्या रथावर सर्व प्रकारची सामग्री कशी सज्ज आहे ती अवलोकन कर. हा पहा श्वेत अश्व जोडिलेल्या ह्या रथावर कर्ण उभा आहे. ह्या रथावर नानाविध ध्वजपताका कशा फडकत आहेत पहा. ह्यावर घागऱ्यांच्या किती तरी माळा लोंबत आहेत ! ह्यास जोडिलेले हे श्वेत अश्व इतक्या वेगानें हा रथ वाहून आणीत आहेत कीं, जणू काय आकाशांतून विमानच चालत आहे ! तमाच हा महात्म्या :कर्णाचा नागकक्षांकित ध्वज पहा. जणू काय हा आकाशांत पडलेल्या इंद्रधनुष्याप्रमाणें शोभत आहे ! हा पहा दुर्योधनाचें प्रिय करण्याची इच्छा करणारा कर्ण आपल्या समीप येऊन ठेपला ! हा पहा पर्जन्यधारांप्रमाणें शरधारा आपल्यावर सोडीत आहे ! हा पहा मद्राधीश शल्य रथाच्या अग्रभागीं अधिष्ठित आहे ! हें पहा ह्यानें अतुलप्रतापी राधेयाच्या अश्वांचें नियमन चालविलें आहे ! हा पहा दुंदुभींचा व शंखांचा भयंकर ध्वनि ऐकूं येऊं लागला ! अर्जुना, चोहोंकडे बहुविध सिंहगर्जना होत आहेत, त्या ऐकिल्यास काय ? हा पहा सर्व ध्वनींहूनही अधिक असा कर्णाच्या विजय धनुष्याच्या प्रत्यंचेचा ध्वनि स्पष्ट ऐकूं येत आहे. हे पहा पांचाल महारथ आपआपल्या सैन्यांसह फाटाफूट होऊन पळूं लागले ! महान् अरण्यांत चवताळलेल्या सिंहाला पाहून मृग जसे धावत सुटतात, तसे हे धावत सुटले पहा. ह्यास्तव, अर्जुना, आतां विलंब लावून उपयोग नाहीं. तुझ्या अंगीं जें कांहीं सामर्थ्य असेल तें प्रकट करून तूं ह्याला मारच ! तुझ्याशिवाय दुसऱ्या कोणाला कर्णाची शरवृष्टि सोसवणार नाहीं. त्याच्याशीं लढण्यास एकटा तूंच मात्र समर्थ आहेस. अर्जुना, सुर, असुर व गंधर्व ह्यांसहित स्थावरजंगम तिन्ही लोक जरी तुझ्याशीं लढण्यास सिद्ध झाले तरी त्या सर्वांना तूं जिंकल्याशिवाय राहाणार नाहींस, हें मला माहीत आहे. अर्जुना, ज्या भयंकर, उग्र व महात्म्या त्र्यंबक कपर्दी शंकराकडे लोकांना नुसती मान वर करूनही पाहावत नाहीं--मग त्याशीं युद्ध करण्याची गोष्ट तर एकीकडेच राहिली ! त्या सर्व प्राण्यांचें कल्याण करणाऱ्या प्रत्यक्ष महादेवाशीं युद्ध करून तूं त्याचें आराधन केलेंस, आणि त्यामुळें सर्व देवांनीं तुला वर दिले, तेव्हां तुझी योग्यता किती वर्णावी ? अर्जुना, इंद्रानें जसें नमुचीला वधिलें, तसें तूं आज त्या देवाधिदेव त्रिशूलधारी शंकराच्या प्रसादानें कर्णाला वध. पार्था, सदा तुझें कल्याण होवो आणि युद्धांत तुला जय मिळो ! "

अर्जुनानें म्हटलें:--कृष्णा, मला जय खास मिळेल; जयाविषयीं मला यत्किंचित् वानवा नाहीं; कारण, सर्व लोकांमध्यें श्रेष्ठ असा जो तूं त्या तुझी प्रसन्नता मीं जोडिली आहे. हे महारथा कृष्णा, आतां घोडे चालव. आज हा अर्जुन समरांत कर्णाला वधिल्याशिवाय क्वचित माघारा येणार नाहीं. गोविंदा, आज माझ्या शरांनीं कर्णाच्या देहाचे तुकडे तुकडे झालेले तुला दिसतील किंवा कर्णानें मला वधिलें असें तुला आढळेल! कृष्णा, सर्व त्रैलोक्यास भ्रांत करून सोडणारें असें हें घोर युद्ध सुरू झालें म्हणून समज. आतां ह्या युद्धाचें वर्णन पृथ्वी आहे तों लोक सांगत राहातील!

संजय सांगतो:--राजा, ज्याला क्लेश म्हणून कधींही माहीत नाहींत अशा त्या कृष्णाला अर्जुन ह्याप्रमाणें म्हणाला; आणि मग, एका हत्तीनें दुसऱ्या हत्तीवर जसें चालून जावें तसा तो अर्जुन रथांतून कर्णावर चालून गेला! त्या वेळीं अर्जुनानें कृष्णाला 'लवकर घोडे चालव, उशीर होऊं लागला' असा फार नेट लाविला; आणि मग कृष्णानें विजयप्राप्त्यर्थ आशीर्वाद देऊन त्याच्या इच्छेनुरूप मनोवेगानें घोडे चालविले व क्षणांत तो रथ कर्णाच्या अग्रभागीं येऊन उभा राहिला!

अध्याय सत्त्यायशींवा.

--:०:--

कर्णार्जुनसमागम.

संजय सांगतो:--इकडे, राजा, आपला पुत्र वृषसेन अर्जुनाच्या हस्तें मरण पावला असें पाहून कर्णाला मनस्वी क्रोध आला व त्याबद्दल अर्जुनाचा सूड घ्यावा म्हणून तो अत्यंत तळमळूं लागला! नंतर, पुत्रशोकामुळें त्याच्या नेत्रांतून अश्रुप्रवाह वहात होते ते त्यानें पुसिले; आणि लागलाच तो शूर वीर रथांतून अर्जुनाबरोबर युद्ध करण्याकरितां त्याच्या अभिमुख प्राप्त झाला व त्यानें क्रोधानें आरक्त नेत्र करून त्यास युद्धार्थ आव्हान केलें! राजा, मग त्या दोन्ही योद्ध्यांचे ते सूर्यतुल्य व व्याघ्रचर्मावगुंठित महान् रथ त्या स्थळीं एममेकांशीं भिडले, तेव्हां जणू काय ते दोन आदित्यच एकत्र झाले आहेत असें सर्वांस वाटलें! त्या वेळीं राजा, ते दोघेही महात्मे श्वेताश्व शत्रुसंहारक दिव्य वीर अंतरिक्षांत एकत्र झालेल्या सूर्यचंद्रांप्रमाणें शोभूं लागले व त्यांना पाहून सर्व सैन्यें अगदीं विस्मित झालीं! तेव्हां त्रैलोक्य जिंकिण्यासाठीं इंद्र व विरोचनपुत्र बलि हे एकमेकांशीं मोठ्या दक्षतेनें झगडत आहेत असें भासूं लागलें! ते दोन्ही रथ एकमेकांवर उड्या घालीत असून त्यांच्या घणघणाटानें, प्रत्यंचांच्या टणत्कारानें व तलत्राणावरील आघातध्वनीनें आणि त्याप्रमाणेंच बाणांच्या सणसणाटानें व वीरांच्या सिंहगर्जनांनीं अंतरिक्ष व्याप्त झालेलें पाहून व तसेच त्यांचे ध्वज परस्परांशीं अगदीं भिडले असें अवलोकन करून भूपालांना मोठा चमत्कार वाटला! राजा, कर्णाच्या ध्वजावरील हत्तीचा साखळदंड व अर्जुनाच्या ध्वजावरील मारुति हीं जेव्हां एकमेकांवर जणू झडपा घालीत आहेत असें पुनःपुनः आढळूं लागलें, तेव्हां त्या दोन्ही रथांची ती विलक्षण लगट झालेली अवलोकन करून सर्व पार्थिव सिंहनाद करून दोन्ही धनुर्धरांचे एकसारखे धन्यवाद गाऊं लागले! राजा, त्या समयीं त्या दोन्ही वीरांचें द्वैरथयुद्ध पाहून सहस्रावधि योद्ध्यांनीं दंड ठोकले व वस्त्रें फडकाविलीं! त्या वेळीं कर्णाला उत्तेजन देण्याकरितां कौरवांनीं चोहोंकडे वाद्यघोष सुरू केले व शंख फुंकिले; आणि इकडे धनंजयाला वीरश्री चढण्याकरितां पांडवांनीं रणवाद्यें व शंख ह्यांच्या शब्दांनीं दशदिशा दुमदुमून सोडिल्या! सारांश, राजा, ते कर्णार्जुन

एकमेकांशीं झुंजत असतां शूरांचे बाहुध्वनि, सिंहगर्जना, वाद्यांचे घोष, इत्यादिकांनीं जिकडे तिकडे मनस्वीच दणदणाट होऊन गेला ! राजा, कर्णार्जुनांचें काय वर्णन करावें ? रथांत अधिष्ठित असलेल्या त्या दोघांही नरवर महारथांच्या हातांत प्रचंड धनुष्यें असून त्यांच्या रथांत शरशक्ति, इतर आयुधें व ध्वज हीं होतीं; त्यांच्या अंगांत चिलखतें असून कमरेस खड्ग होतीं; त्यांजपाशीं दिव्य शंख असून उत्कृष्ट बाणभाते होते; त्यांच्या रथांना श्वेत हय असून ते दोघेही वीर अत्यंत देखणे होते; त्यांच्या शरीरांवर रक्तचंदनाची उटी असून ते दोघेही माजलेल्या वृषभांप्रमाणें धुंद दिसत होते; त्यांच्या हातांतलीं धनुष्यें विद्युल्लतेनें सहित अशा इंद्रधनुष्यांप्रमाणें झळाळत असून नानाविध शस्त्रसंपत्तीनें ते लढत होते; त्यांच्या मस्तकांवर चामरें झळकत असून पार्श्वभागीं व्यजनवायु चालला होता; त्यांच्यावर श्वेत छत्रें शोभत असून त्यांच्या रथांवर शल्य व कृष्ण हे त्यांचें सारथ्य करीत होते; त्या दोघांही वीरांचीं स्वरूपें समान असून त्यांचे खांदे सिंहासारखे भरदार होते; त्यांचे बाहु दीर्घ असून त्या दोघांनींही आरक्त नेत्र केले होते; त्यांच्या गळ्यांत सुवर्णाचे हार विलसत असून त्यांची छाती भरदार होती; ते दोघेही अत्यंत बलवान् असून एकमेकांना वधण्यासाठीं झटत होते; ते परस्परांना जिंकण्यास उद्युक्त झाले असून गोठ्यांतल्या मदोन्मत्त बैलांप्रमाणें एकमेकांवर उसळ्या घेत होते; ते दोघेही पर्वतांप्रमाणें भव्य असून मद गाळणाऱ्या हत्तींप्रमाणें क्षुब्ध झाले होते; ते सर्पांच्या पोरांप्रमाणें चपळ असून यमाप्रमाणें भयंकर होते; त्यांच्या ठिकाणीं सूर्यचंद्राप्रमाणें कांति असून इंद्रवृत्रांप्रमाणें ते खवळून जाऊन झुंजत होते; महाग्रहांप्रमाणें ते चवताळलेले असून जणू काय जगाच्या नाशार्थ उद्युक्त झाले होते; ते दोघेही वीर देवांश असून त्यांचें बल वरून देवांप्रमाणेंच होतें; ते दोघेही योद्धे महाप्रतापी असून समरांगणांत नानाविध शस्त्रें धारण करून मोठ्या वीरश्रीनें लढत होते व जणू काय ते सूर्यचंद्रच यदृच्छेनें युद्धास प्रवृत्त झाले होते ! राजा, ते दोघेही व्याघ्रतुल्य योद्धे ऐकमेकांशीं लगट करून झगडत आहेत असें जेव्हां तुझ्या सैनिकांनीं पाहिलें, तेव्हां त्यांस अतिशय आनंद झाला; परंतु जय कोणाला मिळेल हें कोणाला देखील सांगतां येईना व सर्वच संशयांत पडले ! ते दोघेही वीर उत्कृष्ट आयुधें धारण करून रणांत अगदीं पराकाष्ठेचा पराक्रम करीत आहेत, दोघेही बाहुशब्दानें सर्व अंतराल व्यापीत आहेत, दोघांचाही प्रताप व सामर्थ्य सर्वांस विश्रुत आहे, दोघेही समरभूमीवर शंबर व इंद्र ह्यांप्रमाणें विलक्षण युद्धकौशल्य व्यक्त करीत आहेत, दोघेही सहस्रार्जुनाप्रमाणें किंवा दाशरथि रामाप्रमाणें अपूर्व बल दाखवीत आहेत, आणि दोघेही शंकराप्रमाणें किंवा अमोघवीर्य विष्णूप्रमाणें मोठ्या आवेशानें झुंजत आहेत, असें जेव्हां सिद्धचारणांच्या समुदायांनीं पाहिलें, तेव्हां त्यांना अतिशय विस्मय वाटला ! नंतर, राजा, तुझे पुत्र आपआपल्या सैन्यांसहवर्तमान तत्काळ रणास शोभविणाऱ्या महात्म्या कर्णाच्या सभोंवतीं जमले; आणि त्याप्रमाणेंच धृष्टद्युम्नादिक पांडवीय वीर त्या लोकोत्तर अर्जुनाच्या आसमंताद्भागीं गराडा घालून उभे राहिले ! त्या समयीं कौरवपांडव हे आपआपल्या तर्फे कर्णार्जुनांस इरईस घालून जुगारच खेळत होते ! कौरवांनीं रणांत कर्णाला पणास लाविलें होतें ! व पांडवांनीं अर्जुनाला लाविलें होतें; आणि तीं दोन्ही दळें त्या द्यूतपरिषदेचे सभासद बनून त्या द्यूतांत कोण हरतें हें पाहाण्यास सिद्ध झालीं होतीं ! राजा, त्या दोघां वीरां-

पैकीं कोणी तरी हरणार व कोणी तरी जिंकणार, हें अगदीं निश्चित होतें; तरी त्यांनीं जो द्यूतसंग्राम चालविला होता, त्यावरून अमुकच विजयी होईल हें कांहीं सांगतां येण्यासारखें नव्हतें! अशा प्रकारें ते कर्णार्जुन मोठ्या त्वेषानें लढून आपला दिव्य प्रताप गाजवीत होते, एकमेकांना ठार मारण्याकरितां एकमेकांवर चवताळून उड्या घालीत होते, आणि जणू काय इंद्रवृत्रांप्रमाणें परस्परांचे प्राण घेण्यास उद्युक्त झाले असून, भयंकर रूप धारण करणाऱ्या प्रचंड धूमकेतूंसारखे एकमेकांशीं झगडत होते. राजा, त्या समयीं अंतरिक्षामध्यें जे प्राणी युद्धप्रेक्षणार्थ जमले होते, त्यांच्यांत कर्णार्जुनांसंबंधानें मोठा वादविवाद चालला होता; त्यांत कोणी कर्णाला नांवें ठेवीत होते व कोणी अर्जुनाला नांवें ठेवीत होते; आणि कोणी कर्णाची प्रशंसा करीत होते व कोणी अर्जुनाची प्रशंसा करीत होते. सर्वांनीं आपापसांत जी कांहीं चर्चा चालविली होती, तीवरून त्यांचें सर्वांचें ऐकमत्य असें मुळींच दिसलें नाहीं. देव, दानव, गंधर्व, पिशाच्च, उरग व राक्षस ह्यांनीं कर्णार्जुनांच्या युद्धाविषयीं आपसांत एकमेकांशीं विरुद्ध असे पक्ष अंगिकारले होते. अंतरिक्ष हें कर्णाविषयीं आणि पृथ्वी ही धनंजयाच्या जयाविषयीं मातेप्रमाणें चिंता करीत होती. त्याप्रमाणेंच गिरि, सागर, नद्या, इतर जलाशय, वृक्ष, ओषधि हीं सर्व एक होऊन पृथ्वीप्रमाणें अर्जुनाच्या अभीष्टचिंतनांत निमग्न होतीं; आणि असुर, यातुधान व गुह्यक हे कर्णाकडले व मुनि, चारण, सिद्ध, वैनतेय, पक्षी, रत्नें, निधि, सर्व वेद, इतिहास, उपवेद, उपनिषदें, त्यांचीं रहस्यें, त्यांचे संग्रह, वासुकि, चित्रसेन, तक्षक, मणिक, सर्प, काद्रवेय, काद्रवेयसंतति आणि विषारी नाग हीं सर्व अर्जुनाकडील झालीं होतीं. हे महाराजा, ऐरावत व त्याची प्रजा, कामधेनु व त्यांची प्रजा आणि वैशालीचे पुत्रपौत्र भोगी (सर्प) ह्यांनीं अर्जुनाचा व क्षुद्र सर्पांनीं कर्णाचा पक्ष घेतला होता. लांडगे, हिंसक पशु, शुभ मृग व पक्षी हे सर्व पार्थाच्या जयाविषयीं अपेक्षा करीत होते; आणि त्याप्रमाणेंच वसु, मरुत्, साध्य, रुद्र, विश्वेदेव, अश्विनीकुमार, अग्नि, इंद्र, सोम, पवन व दशदिशा हीं धनंजयाकडलीं असून सर्व आदित्यांनीं कर्णाचा पक्ष स्वीकारिला होता. वैश्य, शूद्र, सूत आणि इतर सर्व संकरजाति ह्या सर्वांचा कल कर्णाकडे असून, आपल्या गणांसुद्धां व सेवकांसुद्धां देव व पितर आणि त्याप्रमाणेंच यम, कुबेर व वरुण, तसेच ब्राह्मण, क्षत्रिय, यज्ञ व दक्षिणा ह्यांनीं अर्जुनाचा आश्रय केला होता. प्रेत, पिशाच्च, क्रव्याद (हिंसक) प्राणी, कस्तूरीमृग, राक्षस, जलजंतु, कुत्रीं व कोल्हीं ह्यांनीं कर्णाचा पक्ष घेतला होता. देवर्षि, ब्रह्मर्षि व राजर्षि ह्यांचे समुदाय अर्जुनाकडले झाले होते; आणि तुंबुरुप्रभृति गंधर्व देखील अर्जुनाचेंच हित चिंतीत होते!

राजा, त्या दिव्यप्रतापी कर्णार्जुनांचा संग्राम पाहाण्यासाठीं मंडळी फारच जमली होती. प्राधेचे पुत्र, मौनीचे पुत्र, गंधर्वांचे समुदाय व अप्सरांचे समूह हे लांडगे, पक्षी, हत्ती, घोडे, रथ व पायदळांतील मनुष्यें ह्यांजवर आणि मोठमोठे ब्रह्मनिष्ठ ऋषि हे वायु व मेघ ह्यांजवर आरूढ होऊन युद्धचमत्कार अवलोकन करण्याकरितां त्या स्थळीं प्राप्त झाले होते. देव, दानव गंधर्व, नाग, यक्ष, विहग, वेदवेत्ते महर्षि, स्वधाभुक् पितर, तप, विद्या आणि अनेक प्रकारच्या गुणांनीं व शक्तींनीं युक्त अशा ओषधि आकाशांत गोळा होऊन त्यांनीं मोठी गजबज चालविली होती; आणि त्याप्रमाणेंच तेथें अंतरिक्षांत ब्रह्मर्षि व प्रजापति ह्यांसहवर्तमान ब्रह्मदेव आला असून शंकरही आपल्या

वाहनावर आरूढ होऊन आला होता. राजा, ते कर्णधनंजय एकमेकांशीं भिडून युद्ध करूं लागले तेव्हां 'अर्जुन हा कर्णाला जिंको' असें इंद्र म्हणाला; व 'कर्ण हा अर्जुनाला जिंको' असें सूर्यानें म्हटलें. राजा, तेव्हां 'माझा पुत्र कर्ण हा समरांगणांत अर्जुनाला मारून विजयी होवो' असा आशीर्वाद सूर्यानें दिला; आणि 'माझा पुत्र अर्जुन हा युद्धभूमीवर आज कर्णाला वधून जय मिळवो' असे उद्गार इंद्रानें काढिले. राजा, अशा प्रकारें भिन्न पक्ष घेतलेल्या त्या दोघांही देवश्रेष्ठांमध्यें मोठा विवाद चालू झाला. राजा, त्या कर्णार्जुनांच्या विजयासंबंधानें देवदानवांनीं निरनिराळे पक्ष अंगिकारिले होते. ते महात्मे कर्णार्जुन परस्परांशीं लढण्यास सिद्ध झाले तेव्हां देवर्षि, चारण, सर्व देवगण व सर्व भूतें ह्यांसहवर्तमान सर्व त्रैलोक्य थरथर कांपूं लागलें! सर्व देवांनीं अर्जुनाचा पक्ष घेतला आणि सर्व असुरांनीं कर्णाचा पक्ष घेतला. ह्याप्रमाणें कौरवपांडवांकडील श्रेष्ठ महारथ कर्ण व अर्जुन ह्यांपैकीं कोण विजयी होणार, ह्याजबद्दल जेव्हां विलक्षण विवाद उत्पन्न झाला, तेव्हां देवांनीं स्वयंभू प्रजापति ब्रह्मदेव ह्याची प्रार्थना करून त्यास विचारिलें, 'ह्या कुरुपांडवयोद्ध्यांपैकीं कोण विजयी होईल बरें? देवा, ह्या दोघांही नरसिंहांची बरोबरी होवो! हे स्वयंभो, कर्णार्जुनांच्या विवादानें सर्व जग संशयांत पडलें आहे; ह्यास्तव ह्यांपैकीं खरोखरी कोण विजयी होईल, हें तूं आह्मांला सांग. देवा, हे दोघे समसमान पराक्रम करतील, असें म्हटलेंस तरी चालेल.'

राजा धृतराष्ट्रा, देवांच्या मुखावाटे निघालेलें हें भाषण श्रवण करून महाबुद्धिमान् देवेंद्रानें ब्रह्मदेवाला प्रणिपातपूर्वक तें सर्व निवेदन केलें आणि म्हटलें, "भगवन्, आपण पूर्वींच सांगितलें आहे कीं, कृष्णार्जुनांना सदासर्वदा विजय मिळावयाचाच; तर आतां आपल्या प्रसादानें तसेंच घडून यावें आणि ह्या दासाचे मनोरथ सिद्धीस जावे." राजा, नंतर ब्रह्मदेव व शंकर हे देवेंद्राला म्हणाले, "हे त्रिदशेश्वरा, ह्या महात्म्या अर्जुनाला जय मिळेल ह्यांत संदेह नाहीं. अरे, ज्यानें खांडववनांत अग्नीला संतोषविलें आणि स्वर्गास येऊन तुला मदत केली, त्याला जर जय मिळाला नाहीं, तर तो कोणाला मिळेल? इंद्रा, कर्ण हा दानवांच्या पक्षाचा आहे, तेव्हां त्याचा पराभव करणें अवश्य होय. असें केल्यानें देवांचें कार्य घडेल ह्यांत संशय नाहीं. हे त्रिदशाधिपा, सर्वांना स्वकार्य साधणें हे अत्यंत महत्वाचें आहे. शिवाय महात्मा धनंजय नेहमीं सत्याविषयीं व धर्माविषयीं तत्पर आहे, ह्यास्तव त्यालाच निश्चयानें जय मिळेल. हे शतलोचना, ज्यानें भगवान् वृषभध्वजाला संतुष्ट केलें, व ज्याचें सारथ्य लोकनायक विष्णु स्वतः करीत आहे, त्याला कसा बरें विजय प्राप्त होणार नाहीं? इंद्रा, अर्जुनाचें सामर्थ्य अगदीं अद्वितीय आहे; तो मोठा बलिष्ठ व शूर असून त्याच्या ठिकाणीं इंद्रियनिग्रहशक्ति पूर्णपणें वसत आहे; त्यानें उत्कृष्ट तपश्चर्या केली असून अस्त्रविद्येंत पूर्ण प्राविण्य संपादिलें आहे; त्या देदीप्यमान् पुरुषाच्या अंगीं सर्व गुण विद्यमान् असून संपूर्ण धनुर्वेद त्यास उत्तम अवगत आहे; शिवाय तो ज्या कार्यास उद्युक्त झाला आहे, तें देवांचें कार्य होय. पांडवांनीं वनवासादिक भोगून अतिशय क्लेश सोशिले, परंतु स्वकर्तव्यापासून ते विमुख झाले नाहींत. अर्जुनाच्या ठिकाणीं उत्तम तपस्सिद्धि वसत असल्यामुळें तो कोणतेंही कार्य निश्चयानें सिद्धीस नेईल. त्याचें महात्म्य इतकें आहे कीं, अनुकूल किंवा प्रतिकूल अशा दैवाचेंही तो कांहींएक चालूं देणार

नाहीं, आणि असें झालें म्हणजे सर्व लोकांचा भयंकर नाश निश्चयानें घडून येईल! देवेंद्रा, एकदां हे कृष्णार्जुन खवळले म्हणजे जगांतील सर्व स्वास्थ्य संपलेंच म्हणून समज! ह्या दोन पुरुषश्रेष्ठांपासून नेहमीं जगताची उत्पत्ति होते. नरनारायण नामक जे पुराण ऋषिश्रेष्ठ ते हेच होत. ह्याकरितां ह्या दोन प्रतापशाली नियंत्या पुरुषांचें कोणाकडूनही नियमन होणें अशक्य. ह्यांची बरोबरी करणारा प्राणी स्वर्गांत किंवा मृत्युलोकीं कोणीही सांपडावयाचा नाहीं. देवर्षि व चारण ह्यांसहवर्तमान सर्व लोक आणि तसेच देवगण व सर्व भूतें हीं ह्या दोघांच्या मागें असतात; आणि ह्यांच्याच प्रभावानें सर्व जगाचें योगक्षेम चाललें आहे. आतां कर्णाविषयीं म्हणशील तर त्या विकर्तकपुत्र नरश्रेष्ठ शूर वीराला विजय न मिळतां तो कृष्णार्जुनांस मिळणें इष्ट. कर्णानें वसुलोकीं किंवा मरुल्लोकीं अथवा द्रोणभीष्मांबरोबर नाकलोकीं रहावें!"

ब्रह्मदेव व शंकर ह्यांचें हें असें भाषण श्रवण करून सहस्राक्ष इंद्रानें त्यांच्या त्या अनुशासनाबद्दल मोठी आदरबुद्धि व्यक्त केली आणि सर्व देव व इतर प्राणी ह्यांस म्हटलें, "देवादिकहो, भगवान् ब्रह्मदेव व शंकर ह्यांनीं काय सांगितलें तें तुम्हीं ऐकिलेंच आहे. सर्व कांहीं त्यांनीं सांगितल्याप्रमाणेंच घडून येईल. तुम्ही अगदीं निश्चिंत असा." राजा, इंद्राचें भाषण श्रवण करून सर्व देवांना व प्राण्यांना मोठा विस्मय वाटला व त्यांनीं इंद्राचा मोठा गौरव केला. नंतर देवांनीं पुष्पवृष्टि आरंभिली व मोठ्या आनंदानें नानाविध मंगलवाद्यें सुरू केलीं, आणि ते देव, दानव व गंधर्व हे सर्व त्या नरशार्दूलांचें तें द्वैरथयुद्ध अवलोकन करण्यासाठीं तेथेंच थांबले. राजा, त्या वेळीं त्या दोघांही महात्म्या योद्ध्यांच्या रथांना श्वेत दिव्य अश्व असून त्यांवर ते वीरश्रीच्या योगें अतिशय झळाळत होते. तेथें रणांगणांत जे वीर कृष्णार्जुनांभोंवतीं जमले होते आणि तसेच जे कर्णशल्यांभोंवतीं जमले होते त्या सर्वांनीं पृथक् पृथक् शंख वाजविण्यास प्रारंभ केला; आणि मग परस्परांची स्पर्धा करणाऱ्या त्या कर्णार्जुनांचें शक्रशंबराप्रमाणें घोर युद्ध चालू झालें व त्या योगें भीरुजनांची पांचावर धारण बसली! राजा, प्रलयकालीं अंतरिक्षांत राहुकेतु जसे निर्मल दिसतात, तसे त्या दोन्ही वीरांच्या रथांवरचे ध्वज निर्मल दिसूं लागले! कर्णाच्या ध्वजावरील हत्तीचा रत्नखचित बळकट साखळदंड इंद्रधनुष्याप्रमाणें विशाल व सर्पाप्रमाणें भयंकर दिसत होता; आणि अर्जुनाच्या ध्वजावरील मारुति यमाप्रमाणें आ करून बसला असून आपल्या भयंकर दाढांनीं व दिव्य कांतीनें सूर्याप्रमाणें लोकांचे डोळे दिपवीत असून त्यांस घाबरवून सोडीत होता! राजा, गांडीव धारण करणाऱ्या अर्जुनाच्या ध्वजावर अधिष्ठित असलेल्या मारुतीच्या मनांत युद्ध करण्याची इच्छा उत्पन्न झाली व तो आपलें स्थान सोडून मोठ्या वेगानें कर्णाच्या ध्वजावर येऊन बसला व गरुड जसा सर्पाला फाडितो तसें त्यानें आपल्या दांतांनीं व नखांनीं मोठ्या आवेशानें कर्णाच्या ध्वजावरील हस्तिकक्षेला फाडून टाकिलें! त्या वेळीं, राजा, घागऱ्या लाविलेली ती हस्तिकक्षा यमपाशाप्रमाणें क्षुब्ध होऊन जणू त्या कपिश्रेष्ठावर चालून गेली; आणि मग द्यूतप्रसंगीं ठरल्याप्रमाणें त्या दोन्ही वीरांचें घोर द्वैरथयुद्ध चालू झालें तेव्हां प्रथम त्या ध्वजांचेंच युद्ध जुंपलें! नंतर, राजा, त्या दोन्ही वीरांच्या रथांचे हय एकमेकांच्या स्पर्धेनें एकमेकांवर हिंसूं लागले. मग सारथिही परस्परांकडे डोळे फाडून पाहूं लागले; परंतु त्यांत अखेरीस कृष्णानें दृष्टिपातरूप शरांनीं शल्यास जिंकून टाकिलें! इतक्यांत कर्णार्जुनांनीं एकमेकां-

कडे क्रुद्ध दृष्टीनें पाहून जणू काय युद्ध आरंभिलें, पण त्यांतही कुंतीपुत्राचाच विजय झाला. तेव्हां कर्ण स्मित करून शल्याला म्हणाला, "शल्या, यदाकदाचित् आज अर्जुनानें मला जर युद्धांत वधिलें, तर तूं रणांत पुढें खरोखर काय करशील तें मला सांग!" तेव्हां शल्यानें उत्तर केलें, "कर्णा, जर तुला आज अर्जुनानें रणांत वधिलें तर मी एका रथानें त्या उभयतां कृष्णार्जुनांना ठार मारीन!"

संजय सांगतो:- इकडे अर्जुनानेंही तोच प्रश्न कृष्णास विचारिला, तेव्हां कृष्ण मोठ्यानें हंसून त्यास म्हणाला, "अर्जुना, मी जें हें तुला सांगत आहें, तें अगदीं खरें आहे. बाबारे, कर्णानें जर तुला वधिलें तर सूर्य हा स्वस्थानापासून भ्रष्ट होईल, किंवा महासागर वाळून जाईल, अथवा अग्नि उष्णतेचा त्याग करील हें खचित समज. अर्जुना, कर्णाच्या हस्तें तुझा वध घडणें हें सर्वथा असंभवनीय होय. ह्याउपरही जर का हें घडलें तर सर्व त्रैलोक्याचा प्रलयच होईल! पण तशांतही मी केवळ बाहुबलानें कर्ण व शल्य ह्यांना ठार मारीन ह्यांत संदेह नको!" राजा, ह्याप्रमाणें कृष्णाचें भाषण श्रवण करून कपिध्वज अर्जुन मोठ्यानें हंसला आणि कधींही क्लेश न पावणाऱ्या कृष्णाला म्हणाला, "कृष्णा, कर्ण व शल्य ह्यांचा नाश करण्याइतकें माझ्या एकट्याच्या अंगीं सामर्थ्य आहे. हा पहा मी आज ध्वजपताकांसह, रथ, वाजी व शल्य ह्यांसह, छत्र व कवच ह्यांसह आणि शक्ति, शर व धनुष्य ह्यांसह कर्णाला बाणांच्या भडिमारानें छिन्नभिन्न करून त्याचे तुकडे उडवितों! कृष्णा, आतां ह्या गोष्टीस फार वेळ नको. अरण्यांत हत्ती जसा वृक्षाचा चुराडा करितो, तसा मी आतांच्या आतांच रथ, अश्व, शक्ति, कवच व आयुधें ह्यांसहवर्तमान कर्णाचा चुराडा करितों! कृष्णा, आज कर्णाच्या भार्यांना वैधव्य प्राप्त झालें! आज खचित त्यांना अनिष्ट स्वप्नेंही पडलीं असतील! खचित कर्णाच्या स्त्रिया गतभर्तृका झालेल्या आज तूं पाहाशील! कृष्णा, माझा संताप अजून कमी होत नाहीं! ह्यानें पूर्वीं जें कांहीं केलें तें माझ्या डोळ्यांपुढें उभें आहे! अरे, ह्या मूर्खानें द्रौपदीला सभेंत ओढून आणावें काय? ह्यानें कांहीं तरी दूरवर दृष्टि दिली पाहिजे होती कीं नाहीं! आम्हांला हा किती तरी हंसला! आणि ह्यानें आमची किती तरी पुनःपुनः मानखंडना केली! असो; कृष्णा, मदोन्मत्त वारण जसा फुललेल्या वृक्षाचा समूळ नाश करितो, तसा मी आज ह्याचा समूळ नाश करितों! हे मधुसूदना, आज कर्णाला मीं ठार मारिलें म्हणजे 'सुदैवानें तूं विजयी झालास' असे मधुर शब्द आज तुझ्या कानीं पडतील! कृष्णा, आज तूं मोठ्या आनंदानें अभिमन्यूच्या मातेचें व आपल्या आतेचें म्हणजे कुंतीचें सांत्वन करण्यास समर्थ होशील! आणि, कृष्णा, आज तूं अमृततुल्य शब्दांनीं दुःखाकुल धर्मराज व द्रौपदी ह्यांचें समाधान करशील!"

अध्याय अठ्यायशींवा.

—:०:—

अश्वत्थाम्याचा दुर्योधनास उपदेश.

संजय सांगतो:—राजा धृतराष्ट्रा, कर्णार्जुनांचें युद्ध पहावयास आकाशांत देव, दैत्य, नाग, सिद्ध, यक्ष, गंधर्व, राक्षस, अप्सरा, ब्रह्मर्षि, राजर्षि व गरुड आदिकरून श्रेष्ठ पक्षी ह्यांचे समुदाय जमल्यामुळें त्यास मोठी विस्मयकारक शोभा प्राप्त झाली होती. त्या समयीं गायन, वादन, स्तुति, नृत्य, हसणेंखिदळणें, इत्यादिकांच्या मधुर शब्दांनीं सर्व अंतरिक्ष दुमदुमून गेल्यामुळें तें पाहून मनुष्यें अगदीं स्तब्ध झालीं आणि त्यांस

विलक्षण चमत्कार वाटला! तेव्हां दोन्ही सैन्यांना मोठा आनंद व हुरूप उत्पन्न झाला आणि त्यांनीं शंख फुंकून व रणवाद्यें सुरू करून सिंहाप्रमाणें गर्जण्यास प्रारंभ केला. त्या शब्दानें सर्व भूतल दणाणून सोडून दशदिशा व्याप्त केल्या आणि मग दोन्ही दळें एकमेकांवर तुटून पडून भयंकर संग्राम चालू झाला! राजा, त्या समयीं समरांगणांत रथ, गज, अश्व व नर ह्यांची एकच गर्दी उडाली; जिकडे तिकडे शर, खड्ग, शक्ति व ऋष्टि ह्यांचे दारुण प्रहार होऊं लागले; भीरुजनांचें धाबें दणाणलें; घोर संहार घडूं लागून सर्वत्र हत देहांचे ढीग पडले; जिकडे तिकडे रुधिराचा कर्दम मातला; आणि युद्ध पाहून जणू काय देवदानवांचेंच युद्ध चालू आहे असें भासलें! अशा प्रकारें तुंबळ व दारुण संग्राम चालू असतां कवचें धारण केलेले धनंजय व कर्ण ह्यांनीं परस्परांवर सरळ जाणाऱ्या निशित बाणांचा इतका भयंकर वर्षाव केला कीं, त्यांनीं दाही दिशा व प्रतिपक्ष्यांचीं सैन्यें बाणांनीं झांकून काढिलीं आणि मग त्या शरच्छायेंत कोणासच कांहींएक दिसेनासें झालें! तेव्हां दोन्ही सैन्यांतले वीर भ्याले आणि त्यांपैकीं कांहींनीं कर्णाचा व कांहींनीं अर्जुनाचा आश्रय केला. पण इतक्यांत असा चमत्कार घडला कीं, पूर्वपश्चिम वायूंप्रमाणें त्या दोघांही वीरांनीं परस्परांचीं अस्त्रें नष्ट केलीं; आणि त्यामुळें, घनांधःकारांत सूर्यचंद्रांचा उदय झाला असतां ज्याप्रमाणें त्यांची अद्वितीय प्रभा फांकते, त्याप्रमाणें त्या उभयतां कुरुपांडवयोद्ध्यांची अद्वितीय प्रभा भासली! मग त्या दोन्ही सैन्यांतील वीरांना त्यांच्या सेनानायकांनीं 'पळूं नका पळूं नका' म्हणून सांगितलें; आणि मग ते सर्व वीर जेथच्या तेथें—पूर्वीं सुर व असुर हे जसे वासव व शंबर ह्यांच्या भोंवतालीं उभे राहिले होते तसे—कर्णार्जुनांच्या भोंवतालीं लढत उभे राहिले! राजा, त्या समयीं दोन्ही सैन्यांत मृदंग, भेरी, पणव व आनक ह्यांचा प्रचंड घोर ध्वनि चालला असून शिवाय योद्ध्यांचा सिंहनाद एकसारखा होत होता; त्यामुळें अंतरिक्षांत मेघगर्जना चालू असतां सूर्यचंद्र जसे शोभतात, तसे ते कर्णार्जुन रणांगणांत शोभत होते! त्या वेळीं त्या उभय वीरांचें तेज पाहून प्रेक्षकांच्या चित्तावर कांहीं लोकोत्तरच परिणाम घडे. ते दोघेही बलाढ्य वीर आपआपल्या महाधनुर्मंडलांच्या केंद्रांत उभे असून, सहस्रावधि जळजळ बाण त्या मंडलांपासून बाहेर पडत असत; ह्यामुळें जणू काय ते दोन सूर्य आपल्या दुःसह किरणांनीं स्थावरजंगम जगताला प्रलयकाळीं जाळूनच टाकीत आहेत असें भासत होतें! राजा, कर्णार्जुन हे दोघेही अजिंक्य, दोघेही यमाप्रमाणें शत्रूंचा संहार करणारे, दोघेही एकमेकांस ठार मारण्याला तत्पर, दोघेही घोर संग्रामांत न भिणारे आणि दोघेही रणकुशल असे होते. ते दोघे एकमेकांशीं लढत असतां जसे काय महेंद्र आणि जंभच परस्परांशीं झुंजत आहेत, असें वाटलें! त्या दोन्ही महाधनुर्धरांनीं एकमेकांवर मोठमोठीं अस्त्रें सोडिलीं आणि त्यांनीं भयानक शरांचा भडिमार करून असंख्य नर, अश्व व गज ह्यांचा संहार उडविला! ह्याप्रमाणें त्या बलाढ्य पुरुषश्रेष्ठांनीं दोन्ही सैन्यांतील चतुरंग दळांचा विध्वंस आरंभिला, तेव्हां—सिंहानें अनर्थ उडविला असतां वन्य पशु जसे सैरावैरा पळूं लागतात तशीं—तीं चतुरंग दळें भयभीत होत्सातीं दशदिशांस पळूं लागलीं आणि मग चोहोंकडे एकच हाहाःकार उडाला! नंतर दुर्योधन, कृतवर्मा, शकुनि, कृप व अश्वत्थामा हे पांच महारथ बाणांचा वर्षाव करीत कृष्णार्जुनांवर धावून गेले व त्यांनीं त्यांस विद्ध

केलें. तेव्हां धनंजयानेंही त्यांजवर बाणांचा भडिमार आरंभिला आणि त्यांचीं धनुष्यें, बाणभाते, ध्वज, हय, रथ व सारथि ह्यांचा एकदम नाश करून कर्णावर अत्यंत तीक्ष्ण असे बारा बाण टाकिले! इतक्यांत, राजा, अर्जुनाचा प्राण घेण्याकरितां मोठ्या त्वरेनें कौरवांकडील शंभर रथ त्याजवर धावून आले, आणि त्याप्रमाणेंच शक, तुषार व यवन ह्यांच्या घोडेस्वारांनीं कांबोज देशांतील बलाढ्य योद्ध्यां-सह अर्जुनाला वधण्याच्या उद्देशानें त्याजवर मोठ्या त्वेषानें हल्ला केला! पण अर्जुनानें त्यांवर उलट क्षुर बाणांची वृष्टि आरंभिली आणि त्यांचीं मस्तकें छेदून, श्रेष्ठ आयुधें धारण केलेल्या त्या वीरांना त्यांच्या हातांतील बाणांसुद्धां धरणीवर पाडिलें! त्या समयीं जे हय, कुंजर, रथ व नर अर्जुनाशीं लढत होते, त्या सर्वांचा घोर संहार करून त्यांना अर्जुनानें मृत्युमुखीं लोटिलें, तेव्हां कौरवसेनेंत मोठा आकांत उडाला; व आकाशांतील प्रेक्षक-समूह अतिशय आनंदित होऊन देवांनीं मंगलवाद्यें वाजविलीं आणि जिकडे तिकडे 'शाबास! शाबास!' अशा शब्दांनीं सर्व नभोमंडल व्याप्त झालें; व अंतरिक्षांतून शुभ पुष्पांची व सौगंधिक पदार्थांची वृष्टि चालू होऊन ती भूतलावर वायूच्या योगें अर्जुना-च्या मस्तकावर येऊन पोंचली, तेव्हां देव व मनुष्यें ह्यांच्या दृष्टीसमोर घडलेला तो अद्भुत चमत्कार अवलोकन करून सर्व प्राण्यांस मोठा विस्मय उत्पन्न झाला! राजा, तें पाहून तुझा पुत्र दुर्योधन व सूतपुत्र कर्ण ह्यांस मात्र व्यथा किंवा आश्चर्य वाटलें नाहीं आणि त्यांनीं मात्र आपला पहिला निश्चय ठाम ठेविला! त्या समयीं अश्वत्थाम्यानें दुर्योधनाचें सांत्वन करण्यासाठीं त्याचा हात धरून म्हटलें, "दुर्योधना, कृपा करून माझ्या भाषणाकडे लक्ष दे. आतां शांतता धारण कर व पांडवांशीं जें हें वैर आरंभिलें आहेस, तें संपव. धिक्कार असो या कलहाला! अरे, ज्या वैरांत ब्रह्मदेवासारखा महाज्ञानी व अस्त्रवेत्ता जो माझा पिता तो हत झाला आणि तसेंच भीष्मप्रभृति महारथ यमसदनीं गेले, तें वैर आतां पुढें चालविण्यांत कोणता लाभ होणार? अरे, मी आणि माझा मातुल कृप हे तर अवध्य आहों; ह्याकरितां तूं आतां पांड-वांशीं सख्य करून ते आणि तुम्ही मिळून हें राज्य करा. अरे, धनंजय हा माझ्या सांगण्या-वरून युद्ध बंद करण्यास राजी होईल व जना-र्दन तर केव्हांही विरोधाची इच्छा करीत नाहीं; कदाचित् तूं म्हणशील कीं, बाकीचे पांडुपुत्र युद्ध संपविण्यास खुषी होणार नाहींत, तर तो-ही प्रकार तसा नाहीं; कारण, प्राणिमात्राचें हित व्हावें व रक्तपात घडूं नये, हेंच युधिष्ठिराला सदासर्वकाळ प्रिय असून, भीम व नकुलसहदेव हे त्याच्या अगदीं आज्ञेंत आहेत. ह्यासाठीं, दुर्योधना, प्रस्तुत समयीं तूं जर पांडुपुत्रांशीं गोडी करशील तर तुझ्या इच्छेनेंच सर्व प्रजांचें कल्याण घडेल! राजा, आतां जे कोणी बंधुवर्ग अवशिष्ट राहिले आहेत, त्यांस स्वस्थानीं जाण्यास अनुज्ञा दे व सैनिकांना युद्ध बंद करण्यास सांग. दुर्योधना, ह्या प्रसंगीं माझें हें म्हणणें जर तूं मान्य केलें नाहींस, तर तूं रणांत शत्रूंच्या हस्तें खचित पतन पावशील व मग हळहळशील! राजा, अर्जुनानें एकट्यानें कसा काय प्रताप गाजविला हें तूं व सर्व जगानें पाहिलेंच आहे; असला हा अद्वितीय पराक्रम इंद्राला, यमाला, कुबेराला किंवा फार कशाला—प्रत्यक्ष भगवान् ब्रह्मदेवाला सुद्धां—करितां येणार नाहीं! दुर्योधना, इंद्रादिक देवांच्यापेक्षांही अर्जुनाच्या ठिकाणीं सद्गु-णांचें अधिक वास्तव्य आहे; मीं जर त्याला कांहीं सांगितलें, तर तो खचित त्याचा अना-

दूर करणार नाहीं. राजा, निःसंशयपणें तो तुझ्या आज्ञेंत वागेल; ह्यासाठीं तूं आतां पांडवांचें वैर सोड. दुर्योधना, माझीही तुझ्याविषयीं सदोदीत अत्यंत बहुमानबुद्धि आहे; म्हणून मी हें फार प्रेमानें तुला सांगत आहें. राजा, तुझ्या मनांत पांडवांशीं साम करण्याचें आलें म्हणजे मग मी कर्णाचेंही मन वळवून त्यास युद्धापासून निवृत्त करण्यास सिद्ध आहें. राजा, ज्ञाते लोकांच्या मतें चार प्रकारांनीं मित्र बनवितां येतात. त्यांतील पहिला प्रकार म्हणजे कित्येक पुरुष स्वभावतःच मित्र असतात; दुसरा प्रकार असा कीं, कित्येक पुरुष गोड बोलण्यानें व मन वळविण्यानें मित्र होतात; तिसरा प्रकार, धनादिकांच्या देण्ग्यांनीं मित्र बनविणें; आणि चौथा प्रकार, शौर्यानें जरबेस आणून मैत्री जोडणें. राजा, पांडवांना मित्र बनविणें झाल्यास तुला हीं चारी साधनें अनुकूल आहेत. वीरा, जन्मतः पांडव व तुह्मी हे बांधव आहां; ह्यासाठीं त्यांशीं गोडीनें वाग आणि आपला कार्यभाग साध. राजा, तूं एकदां प्रसन्न होऊन पांडवांचा मित्र झालास म्हणजे सर्व जगाचें तूं निरुपमेय कल्याण करशील!"

अश्वत्थाम्यानें मोठ्या काकुळतीनें दुर्योधनाला ह्याप्रमाणें हितबुद्धि सांगितली; पण नंतर कांहीं वेळ विचार करून दुर्योधनानें दुःखाचा सुसकारा टाकिला व मोठ्या खिन्नतेनें म्हटलें, "द्रोणपुत्रा, तूं म्हणतोस तें खरें; परंतु मी जें कांहीं तुला सांगत आहें तें ऐकून घे. हे अश्वत्थामन्, दुष्टवृकोदरानें वाघासारखी दुःशासनावर झडप घालून त्यास ठार मारिल्यावर जे कांहीं उद्गार काढिले, ते माझ्या मनांत एकसारखे घोळत आहेत; तूंही ते ऐकिले आहेसच. तेव्हां आतां गोडीनें तंटा कसा मिटेल बरें? शिवाय, आपल्याला साम करण्याचें कांहीं प्रयोजनही दिसत नाहीं; कारण, वारा कितीही प्रचंड असला तरी तो जसा महागिरी मेरूपुढें निर्वीर्य होतो, तशीच स्थिति प्रस्तुत प्रसंगीं अर्जुनाची होईल. अर्जुनानें कितीही पराक्रम गाजविला, तरी त्याचें कर्णापुढें कांहींएक चालणार नाहीं, हें तूं पक्कें ध्यानांत ठेव. शिवाय पांडवांचा आतां मजवर भरंवसाही बसणार नाहीं; कारण त्यांच्या तरी मनांत वैराचीं कारणें नित्य घोळत असतीलच. ह्याशिवाय, हे गुरुपुत्रा, आतां युद्ध करूं नको म्हणून तूं कर्णाला सांगावेंस हें देखील मला उचित दिसत नाहीं; कारण आज अर्जुन अतिशय थकून गेला असल्यामुळें कर्ण त्यास तेव्हांच वधील." राजा, तुझ्या पुत्रानें अश्वत्थाम्याला पुनःपुनः ह्याप्रमाणें सांगितलें; आणि त्याचें मन वळविल्यावर आपल्या सैनिकांना आज्ञा दिली व म्हटलें, "वीरहो, स्थिरचित्तानें शत्रूंवर चाल करून बाणांचा भडिमार चालवा; असे स्वस्थ कां आहां!"

अध्याय एकुणनव्वदावा.

—:०:—

कर्णार्जुनांचें द्वैरथयुद्ध.

संजय सांगतोः—राजा धृतराष्ट्रा, तुझा पुत्र दुर्योधन ह्यानें ह्या वेळेस तरी दूरवर विचार करावयास पाहिजे होता; पण त्यानें तसें न करितां आपल्या सैनिकांस शत्रूंवर चालून जाण्यास आज्ञा दिली आणि मग शंख व भेरी ह्यांचा प्रचंड घोष सुरू होऊन ते नरवीर श्वेतहय कर्णार्जुन एकमेकांशीं मोठ्या निकरानें भिडले! त्या समयीं त्या प्रबळ योद्ध्यांचा जो संग्राम सुरू झाला, तो पाहून जणू हिमालय पर्वतावरचे दोन मदोन्मत्त हत्ती, माजास आलेल्या हत्तिणीकरितां, लांब वाढलेल्या सुळ्यांनीं एकमेकांवर प्रहार करीत झगडत आहेत, असें भासूं लागलें! राजा, त्या महारथांच्या युद्धाचें काय वर्णन करावें! ज्याप्रमाणें एका

मेघानें दुसऱ्या मोठ्या मेघावर सहज चाल करावी, किंवा एका पर्वतानें दुसऱ्या पर्वतावर उडी टाकावी, त्याप्रमाणें ते दोघे वीर धनुष्यांच्या टणत्कारांनीं व रथांच्या घणघणाटांनीं दशदिशा व्याप्त करून बाणांचा भयंकर वर्षाव करीत एकमेकांवर उड्या टाकूं लागले! त्या बलाढ्य वीरांनीं परस्परांवर जी लोकोत्तर शरवृष्टि चालविली होती, ती अवलोकन करून जणू काय --ज्यांच्यावर मोठमोठीं शिखरें, वृक्ष, वनस्पति, औषधि आणि नानाविध झरे ह्यांचें वास्तव्य आहे, असे--मोठे प्रचंड पर्वतच एकमेकांवर आदळून परस्परांवरील शिखरादिकांचा चुराडा करीत आहेत, असें भासत होतें! राजा, त्यावेळीं त्या उभयतां कुरुपांडववीरांचें जें भयंकर युद्ध झालें, तें पाहून इंद्र व बलि हेच एकमेकांशीं झुंजत आहेत, असें वाटलें! तेव्हां त्यांनीं परस्परांवर जो बाणांचा भडिमार केला तो खचित त्यांनीं म्हणूनच सोशिला, इतरांना तो मुळींच सहन झाला नसता! त्या समयीं स्वतः त्यांच्या व त्याप्रमाणेंच त्यांच्या सारथ्यांच्या आणि अश्वांच्या शरभिन्न देहांतून इतके रुधिराचे पाट वाहूं लागले कीं, त्यांचे ते रथ तत्काळ शोणिताचे केवळ ह्रदच बनले; आणि त्यांतील सर्व उपकरणें हीं त्या ह्रदांतील विपुल कमलें, दगड, गोटे, मत्स्य, कूर्म व पक्षिगण ह्यांजप्रमाणें शोभूं लागून त्या रुधिराशयांवर वाऱ्याच्या योगें लाटा उसळण्यास प्रारंभ झाला! राजा, अशा प्रकारें ध्वजपताकांनीं शोभणारे ते दोन्ही रथ अगदीं लगट करून एकमेकांवर उड्या टाकीत असतां, त्यांतील योद्ध्यांनीं शौर्याची अशी कांहीं पराकाष्ठा केली कीं, जणू काय ते दोन इंद्रतुल्य महारथ परस्परांवर वज्रतुल्य शरांचा वर्षाव करीत महेंद्रवृत्रांप्रमाणें एकमेकांशीं झगडत आहेत असें भासूं लागलें! राजा, त्या समयीं त्या कुरुपांडवयोधांचें तें लोकोत्तर युद्ध पाहून विचित्र कवचें, आभरणें, वस्त्रें व आयुधें ह्यांनीं युक्त अशीं तीं उभय पक्षांकडील प्रबळ चतुरंग सैन्यें आश्चर्यानें अगदीं चकित झालीं व त्यांना अतिशय कंप सुटला! राजा, हीच अवस्था अंतरिक्षांत जमलेल्या प्रेक्षकगणांची झाली; पण इतक्यांत; एक मदोन्मत्त हत्ती जसा दुसऱ्या मदोन्मत्त हत्तीवर उडी घालितो, तशी अर्जुनानें कर्णाला ठार मारण्याच्या हेतूनें जेव्हां त्यावर उडी घातली, तेव्हां तें पाहून आकाशगत कित्येक प्रेक्षकांस युद्ध पाहाण्याची अधिक लालसा उत्पन्न झाली व त्यांनीं मोठ्या आनंदानें सिंहनादपूर्वक वस्त्रें फडकावून व हात हालवून अर्जुनास प्रोत्साहन दिलें! राजा, त्या वेळीं सोमक पुढें सरले; आणि त्यांनीं "अर्जुना, कर्णाला ठार मार; आतां त्याचें मस्तक उडव; विलंब लावूं नको एकदां दुर्योधनाची राज्यतृष्णा लयास ने." असें मोठ्यानें अर्जुनाला सांगितलें! राजा, तें ऐकून आपलेही बहुत वीर पुढें सरले आणि कर्णाला म्हणाले, "कर्णा, जा जा, अर्जुनावर उडी घाल, आणि त्याजवर सुतीक्ष्ण शरांची वृष्टि करून त्यास यमसदनीं पाठव व पांडवांना पुनः कायमचे वनवासांत धाडून दे!"

राजा, नंतर कर्णानें प्रथम अर्जुनाला दहा प्रखर बाणांनीं विंधिलें, तेव्हां तें पाहून अर्जुनाला हंसूं आलें व त्यानें तत्काळ दहा उग्र जलाल बाणांनीं कर्णाचें वक्षस्थळ विद्ध केलें! तेव्हां त्यांची फारच झटापट सुरू झाली आणि त्यांनीं परस्परांवर सुपुंख बाणांचा भडिमार आरंभिला! त्या समयीं त्यांचा फारच रणसंमर्द मातला आणि मोठ्या वीरश्रीनें परस्परांचे देह विदारण करीत ते एकमेकांवर अतिशय तुटून पडले! तेव्हां अर्जुनानें एकदां दोन्ही भुजांवर व गांडीवावर हात फिरविला! आणि आपल्या त्या भयंकर धनुष्याच्या योगें कर्णावर

नाराच, नालीक, वराहकर्ण, क्षुर, आंजलिक, अर्धचंद्र, वगैरे बाणांची अशी घोर वृष्टि केली कीं, ते सर्व पार्थशर इतस्ततः आकाशांत सर्वत्र पसरले, आणि सायंकाळीं पक्ष्यांचे समुदाय जसे खालीं मान वांकवून वृक्षावर आपल्या घरट्यांत प्रवेश करितात, तसे कर्णाच्या रथावर व कर्णाच्या देहांत प्रवेश करूं लागले ! परंतु राजा, पुढें असा चमत्कार झाला कीं, विजयशाली अर्जुनानें जे हे बाण मोठ्या क्रोधानें भुंवया चढवून कर्णावर टाकिले होते, ते सर्व कर्णानें उलट बाण सोडून तेव्हांच भग्न केले आणि अर्जुनाचा तो सर्व प्रयत्न व्यर्थ दवडिला ! तें पाहून अर्जुनानें कर्णाचा वध करण्याकरितां त्याजवर शत्रुसंहारक आग्नेय अस्त्राची योजना केली आणि त्याच्या योगें पृथ्वी, नभोमंडल, दिशा व सूर्याचा मार्ग हीं सर्व अग्निज्वालांनीं प्रदीप्त होऊन कर्णाचा देह पेटला ! तेव्हां रणांगणांत कौरववीरांची फारच दुर्दशा उडाली. त्यांच्या शरीरावरील वस्त्रें भडकलीं आणि त्यामुळें, अरण्यांत वेळूंचें बन पेटलें म्हणजे जसा भयंकर शब्द होतो, तसा अतिभयंकर शब्द होऊं लागला व ते सर्व वीर घाबरून मोठ्या जलदीनें जिकडे वाट सांपडली तिकडे पळून गेले ! राजा, त्या समयीं अर्जुनाच्या त्या आग्नेय अस्त्राचा नाश करण्यासाठीं रणांगणांत कर्णानें वारुणास्त्र सोडिलें आणि तत्काळ त्याच्या योगें त्या अग्न्यस्त्राचा विध्वंस उडविला ! तेव्हां प्रथम मोठ्या वेगानें चोहोंकडे अंतरिक्षांत मेघसमुदाय धावून आले आणि त्यांनीं सर्व दिशा झांकून काढून सर्वत्र अंधःकार पाडिला व मग पर्वताप्रमाणें प्रचंड अशा त्या मेघांतून चोहोंकडे उदकाची अशी मुसळधार सुरू झाली कीं, तसलाही तो प्रचंड अग्नि त्या वृष्टीनें क्षणांत विझून गेला ! राजा, त्या वेळीं सर्व अंतरिक्ष व दशदिशा मेघाच्छन्न झाल्या; आणि जिकडे तिकडे निबिड काळोख पडून कांहींएक दिसेनासें झालें ! नंतर कर्णाच्या त्या मेघास्त्राचा अर्जुनानें वायव्यास्त्रानें प्रतिकार केला आणि सर्व मेघ उधळून लाविले ! पुढें त्या शत्रुसंहारक अर्जुनानें गांडीव धनुष्य, त्याची प्रत्यंचा व बाण ह्यांजवर अतिप्रभाव वज्रास्त्राचें अतिमंत्रण केलें आणि महेंद्राला अत्यंत प्रिय असें तें वज्रास्त्र कर्णावर सोडिलें ! राजा, तेव्हां गांडीव धनुष्यापासून वज्रतुल्य वेगवान् असे सहस्रावधि क्षुर, आंजलिक, अर्धचंद्र, नालीक, नाराच व वराहकर्ण बाण उसळून बाहेर पडूं लागले; व त्या महाप्रभाव, अतिशय प्रखर व गृध्रपुंख अशा वेगवान् बाणांनीं कर्णाला गांठून त्याचीं सर्व गात्रें, हय, धनुष्य, रथचक्रें, जूं व ध्वज ह्यांचा विध्वंस उडविला; आणि गरुडानें त्रस्त केलेल्या सर्पाप्रमाणें ते सर्व जलाल बाण सळसळत मोठ्या त्वरेनें भूमींत घुसले ! राजा, त्या समयीं कर्णाचा सर्व देह बाणविद्ध झाला आणि त्याच्या गात्रांतून रुधिराचे लोट बाहेर पडूं लागले व तो क्रोधानें अगदीं नखशिखांत पेटला ! राजा, तें पाहून त्या महेंद्रास्त्राचा (वज्रास्त्राचा) संहार करण्यासाठीं महात्म्या कर्णानें अत्यंत बळकट ज्या असलेलें आपलें धनुष्य वांकवून, समुद्रासारखें गंभीर घोष करणारें भार्गवास्त्र सज्ज केलें आणि अर्जुनानें सोडिलेले ते वज्रतुल्य बाणांचे समुदाय छेदून टाकून अर्जुनाचा तो भयंकर प्रयत्न वाया दवडिला; व मोठ्या क्रोधानें जलाल बाणांचा भडिमार चालवून महेंद्राप्रमाणें प्रताप गाजविणाऱ्या त्या कौरववीरानें भार्गवास्त्राच्या योगें घोर रणकंदनांत पांडवांचे रथ, नाग व पदाति ह्यांचा अत्यंत नाश केला; आणि सहाणेवर धार देऊन जलाल केलेल्या रुक्मपुंख बाणांचा एकसारखा वर्षाव करून त्यानें पांचालांपैकीं

प्रमुख योद्ध्यांना रणांगणांत शरविद्ध करून सोडिलें ! तेव्हां त्या पांचालांनीं व सोमकांनीं क्रोधायमान होऊन सर्व बाजूंनीं कर्णावर तीक्ष्ण बाणांचा भडिमार आरंभिला; पण सूतपुत्रानें उलट मोठ्या वीरश्रीनें त्यांजवर एकसारखे बाणांचे लोट सोडून त्यांस अगदीं जर्जर केलें व त्यांचे अनेक रथ, कुंजर व अश्व ह्यांस जलाल बाणांनीं विंधिलें, तेव्हां ते छिन्नभिन्न होत्साते रडत आरडत रणांगणांत मरून पडले ! राजा, त्या वेळीं तो भयंकर संहार अवलोकन करून जणू काय क्षुब्ध झालेल्या महाशक्तिमान् सिंहानें घोर अरण्यांत प्रचंड हत्तींचे कळपच मारून टाकिले, असा भास झाला ! ह्याप्रमाणें त्या शूर कर्णानें पांचालांकडील प्रमुख वीरांचा मोठ्या त्वेषानें वध केला तेव्हां त्याचें तेज फारच वाढलें; व तो अंतरिक्षांतील चंडकिरण भास्कराप्रमाणें आपल्या दिव्य कांतीनें झळाळूं लागला ! त्या समयीं तुझ्या सैन्यांतील वीरांना कर्णाचा जय झाला असें वाटलें, आणि ते मोठ्या आनंदानें सिंहांसारखे गर्जूं लागले; व त्या सर्वांनीं मानिलें कीं, कृष्णार्जुनांना कर्णानें अगदीं दीन करून सोडिल्यामुळें त्यांची आतां धडगत दिसत नाहीं !

ह्याप्रमाणें शत्रूंना सहन न होणारें असें तें महारथ कर्णाचें लोकोत्तर शौर्य पाहून आणि अर्जुनाचें तें महेंद्रास्त्र समरांगणांत कर्णानें उच्छिन्न केलें असें अवलोकून भीमाचा अगदीं संताप झाला ! त्याचे नेत्र क्रोधानें इंगळा-सारखे लाल दिसूं लागले; आणि तो हातबोटें मोडीत व संतापानें सुसकारे टाकीत सत्यप्रतिज्ञ अर्जुनाला म्हणाला, " हे विजयशीला पार्था, हा पातकी अधम सूतात्मज कर्ण, आज मोठ्या शौर्यानें तुझ्यासमक्ष रणभूमीवर अनेक प्रमुख पांचालांचा वध करूं शकला, हें झालें तरी कसें ! अरे, ज्या तुझ्यापुढें पूर्वीं देवांचें किंवा काल-केयांचें कांहींएक चाललें नाहीं, ज्या त्वां साक्षात् शंकराशीं बाहुयुद्ध केलें, त्या तुला यःकश्चित् सूतपुत्रानें दहा बाणांनीं प्रथमच विद्ध करावें आणि तूं सोडिलेल्या त्या निशित बाणांचा विध्वंस उडवावा, हें मला खचित आज मोठें नवल वाटतें ! अर्जुना, असा निर्वीर्य होऊं नको ! द्रौपदीला ह्या अधमानें जे क्लेश दिले, त्यांचें स्मरण कर ! अरे, 'पांडव हे षंढ आहेत' म्हणून जे ह्यानें कठोर व हृदयभेदक उद्गार काढिले, ते तूं कसा विसरलास ! ह्या दुष्टबुद्धि नराधम सूतपुत्र कर्णाला कसलीच भीति राहिली नव्हती काय ! असो; आज तें सर्व तूं आठवून ह्या नीचाला समरांगणांत ठार मारून टाक ! आतां उपेक्षा करण्यांत अर्थ नाहीं ! हे सव्यसाचिन्, आतां तूं काय म्हणून कर्णाला तत्काल वधीत नाहींस ! बाबारे, आतां अगदीं विलंब करूं नको; विलंब करण्याचा आज समय नाहीं ! ज्या धैर्यानें तूं सर्व प्राण्यांना जिंकलेंस आणि अग्नीला खांडववन अर्पण केलेंस, त्या धैर्यानें तूं आज कर्णाला ठार मार; हा पहा मीही ह्या आपल्या गदेनें त्या अधमाचें चूर्ण करून टाकितों ! " राजा, इतक्यांत कृष्णही अर्जुनाला म्हणाला, " अर्जुना, तुझ्या बाणांची कर्णानें कशी वाताहत उड-विली हें पाहिलेंसना ! अरे, या रणकंदनांत कर्णानें आपल्या अस्त्रांनीं तुझ्या ह्या अस्त्राचा भंग करून टाकावा, हें झालें तरी कसें ? तुझ्या-सारखा अमोघ वीर आज असा कसा अगदीं भ्रांत होऊन गेला ! हे कौरव आनंदानें गर्जत आहेत, इकडे तुझें लक्ष नाहीं काय ! त्या सर्वां-ना असें वाटत आहे कीं, आतां कर्णापुढें अर्जु-नाचा पराक्रम कुंठित झाला; आतां तूं कोण-तेंही अस्त्र सोडीसना, तें कर्णानें तोडिलेंच म्हणून हे समजतात ! ह्यासाठीं, बा अर्जुना, असें औदासीन्य धरूं नको ! ज्या धैर्यानें प्रत्येक युगामध्यें तूं तामस अस्त्रांचा संहार करून मदो-

न्मत्त राक्षस, क्षत्रिय किंवा दैत्य यांचा रणांगणांत विध्वंस उडविलास त्याच धैर्यानें तूं आज कर्णाशीं युद्ध करून त्यास ठार मार! अर्जुना, हें घे माझें सुदर्शन चक्र आणि ह्याच्या ह्या वस्तऱ्यासारख्या धारेनें—इंद्रानें जसें वज्रानें नमुचीचें मस्तक तोडिलें तसें—तूं आज मोठ्या वेगानें ह्या कर्णाचें मस्तक तोड! अर्जुना, हें कृत्य तुला मुळींच अवघड नाहीं. तुझ्या ठिकाणीं इतकें शौर्य आहे कीं, किरातरूपी भगवान् शंकराला तूं आपल्या अलौकिक प्रतापानें संतुष्ट केलेंस; म्हणून प्रस्तुत प्रसंगीं तूं आपला तो तसला प्रभाव पुनः प्रगट करून कर्ण व त्याचे अनुयायी ह्यांस ठार मार; आणि ही समुद्रवलयांकित समृद्ध पृथ्वी गांवें व शहरें ह्यांसह शत्रुरहित करून धर्मराजाला अर्पण कर व दिव्य यश जोड!"

कृष्णाचें हें भाषण श्रवण करून त्या अतिबलिष्ठ महात्म्या अर्जुनानें सूतपुत्राच्या वधाचा निश्चय ठरविला. राजा, त्या समयीं भीमसेन व कृष्ण ह्यांनीं जे जे उद्गार काढिले होते, त्या सर्वांचें अर्जुनानें नीट मनन केलें; आणि आपली सर्व यथास्थित तयारी आहे कीं नाहीं व आपण येथें काय म्हणून आलों आहों, ह्या सर्वांचें उत्तम चिंतन केलें आणि मग केशवास म्हटलें, "केशवा, आतां मी अतिशय घोर महास्त्र प्रकट करीत आहें; ह्याच्या योगें भूतपुत्राचा वध व सर्व जनतेचें कल्याण होईल! तर मला ब्रह्मदेव, शंकर, इतर देव, वेदवेत्ते मुनि व तूं ह्या सर्वांनीं अनुज्ञा द्यावी." राजा, कृष्णाला असें म्हणून सव्यसाची अनंतवीर्य अर्जुनानें भगवान् ब्रह्मदेवाला नमस्कार केला; आणि अंतर्यामीं ध्यान करून श्रेष्ठ व दुर्धर असें ब्रह्मास्त्र कर्णावर सोडिलें. पण, राजा, असा चमत्कार झाला कीं, कर्णानें त्याचा तत्काळ अंत केला व मोठ्या शौर्यानें अर्जुनावर वर्षाकालीन जलधारेप्रमाणें घोर शरवृष्टि केली! ह्याप्रमाणें अर्जुनाचें तें ब्रह्मास्त्रही रणांत कर्णाच्या हस्तें व्यर्थ झालें असें जेव्हां प्रबल भीमसेनानें पाहिलें, तेव्हां त्यास अनावर क्रोध चढला व तो नखशिखांत संतप्त होत्साता सत्यसंध अर्जुनाला म्हणाला, "अर्जुना, सर्व लोक तुला महान् ब्रह्मास्त्र जाणणारा असें म्हणतात ना! ह्याकरितां तूं दुसरें अस्त्र योज." राजा, भीमसेनाचें हें भाषण श्रवण करून अर्जुनानें दुसरें अस्त्र योजिलें आणि गांडीव धनुष्याच्या योगें सूर्यकिरणांप्रमाणें देदीप्यमान व सर्पांप्रमाणें प्राणघातकी अशा बाणांचा एकसारखा भयंकर मारा चालविला आणि दाही दिशा बाणाच्छन्न करून सोडिल्या! त्या समयीं प्रलयकालच्या अग्नीप्रमाणें किंवा सूर्याप्रमाणें प्रज्वलित असे ते अर्जुनानें सोडिलेले हजारों सुवर्णपुंख बाण क्षणांत चोहोंकडून कर्णाच्या रथावर आले व त्यांत तो आच्छादित होऊन अदृश्य झाला! नंतर अर्जुनानें भयंकर शूल, कुऱ्हाडी, चक्रें व शतावधि नाराच बाण ह्यांचा शत्रूंवर भडिमार आरंभिला आणि त्यांच्या योगें समरभूमीवर जिकडे तिकडे कौरवांचे वीर पटापट मरून पडूं लागले! राजा, त्या समयीं रणांगणांत शत्रूकडील कोणा एका वीराचें मस्तक छिन्न होऊन खालीं पडलें तें दुसऱ्या एका वीरानें पाहिलें, तेव्हां तो घाबरून जाऊन तत्काळ भूतलावर गतप्राण होऊन पडला! त्याप्रमाणेंच अर्जुनाच्या बाणानें दुसऱ्या एक कुरुवीराचा हत्तीच्या सोंडेसारखा पुष्ट बाहु तुटला व तो खड्गासहवर्तमान खालीं पडला! दुसऱ्या एका वीराच्या अंगांतलें चिलखत व डावा बाहु क्षुर बाणांच्या प्रहारानें छिन्न झाला व तो धरणीवर कोसळला! ह्याप्रमाणें कौरवसैन्यांतील सर्व प्रमुख योद्ध्यांची अर्जुनानें प्राणघातक भयंकर बाणांच्या भडिमारानें वाट लाविली आणि दुर्योधनाचें सर्व सैन्य

नामशेष करून सोडिलें! राजा, इकडे विकर्तनपुत्र कर्णानेंही रणांगणांत हजारों बाण पांडवांवर सोडिले व ते पावसाच्या सरींप्रमाणें सळाळत त्यांजवर आले! त्या समयीं त्या अतुलप्रतापी महाबलवान् कुरुवीरानें कृष्ण, अर्जुन व वृकोदर ह्यांजवर प्रत्येकीं तीन तीन बाण सोडिले! व तो प्रचंड स्वरानें रणांगणांत गर्जू लागला! राजा, तेव्हां कर्णाच्या बाणांनीं विद्ध झालेल्या अर्जुनानें भीमाकडे व कृष्णाकडे पाहिलें तों तेही आपल्याप्रमाणेंच शरविद्ध झालेले त्याला दिसले आणि त्यामुळें त्यास अनावर क्रोध चढून त्यानें तत्काळ पुनः अठरा बाण शत्रूवर सोडिले! त्यापैकीं एका बाणानें त्यानें कर्णाचा ध्वज तोडिला, चार बाणांनीं शल्याला व तीन बाणांनीं कर्णाला विंधिलें आणि दहा बाणांनीं सुवर्णकवच धारण केलेल्या सभापतीचें मस्तक उडवून टाकिलें. तेव्हां तो राजपुत्र मस्तकहीन, बाहुहीन, वाजिहीन, सारथिहीन, धनुर्हीन व ध्वजहीन होत्साता जखमी व मृत होऊन, कुऱ्हाडीनें तोडलेल्या शालतरूप्रमाणें रथांतून धाडकन् समरभूमीवर पडला! नंतर राजा, अर्जुनानें पुनः कर्णावर बाणांची वृष्टि केली! त्यानें तीन, आठ, दोन, चार व दहा असे बाण कर्णावर टाकून त्यास विद्ध केलें आणि मग कौरवांकडील आयुधांसहित चारशें गज, आठशें रथ, हजारों अश्व व त्यांजवरचे वीर आणि आठ हजार पायदळ ठार मारिलें व सरळ चालून जाणाऱ्या बाणांचा भडिमार चालवून रथ, सूत व ध्वज ह्यांसमवेत कर्णाला अदृश्य करून टाकिलें! राजा, त्या समयीं कर्णाच्या सभोंवतीं जें कौरवसैन्य होतें, त्याचा अर्जुनाच्या शरांनीं संहार होऊं लागला, तेव्हां त्यांतील वीर मोठमोठ्यानें ओरडून म्हणूं लागले कीं, 'कर्णा, अर्जुनावर बाणांचा घोर वर्षाव करून त्यास त्वरित विद्ध कर; नाहीं तर आतां हा सर्व कौरवांचा अंत करील!' राजा धृतराष्ट्रा, ह्याप्रमाणें कौरववीरांचा आक्रोश श्रवण करून कर्णानें मोठ्या दक्षतेनें अर्जुनावर एकसारखा अचूक बाणवर्षाव आरंभिला; तेव्हां ते बाण पांडुपांचालवीरांचीं मर्मस्थलें भेदून त्यांच्या देहांत घुसले व त्यांस त्यांनीं रणांगणांत गतप्राण करून पाडिलें! राजा, सर्व धनुर्धरांमध्यें श्रेष्ठ अशा त्या महाबलिष्ठ व शत्रूंचा संहार करणाऱ्या महास्त्रवेत्त्या कर्णार्जुनांनीं परस्परांवर व आपल्या प्रतिस्पर्धी सैन्यांवर घोर शस्त्रवृष्टि करून भयंकर अनर्थ चालविला असतां त्यांचें तें युद्ध अवलोकन करण्याकरितां—सुहृदांकडून व महान् महान् वैद्यांकडून मंत्रौषधींच्या योगानें शल्यहीन व व्यथाहीन झालेला—धर्मराज युधिष्ठिर सुवर्णाचें कवच धारण करून त्या स्थळीं त्वरित आला आणि तेथें समरांगणांत धर्मराजाला पाहून सर्व प्राण्यांना मोठा आनंद झाला! त्या वेळीं, राजा, जणू राहूपासून मुक्त झालेला समग्र चंद्रच विमल होत्साता आकाशांत उदित झाला आहे असें सर्वांस भासलें! राजा, ते दोन महाशूर शत्रुसंहारक प्रमुख वीर कर्णार्जुन हे परस्परांशीं लढत असतां त्यांचें तें युद्ध पाहाण्यासाठीं अंतरिक्षांत व भूप्रदेशीं जे लोक जमले होते, ते अगदीं स्वस्थपणानें त्यांचें तें युद्ध पहात होते! राजा, त्या समयीं धनंजय व कर्ण हे एकमेकांवर बाणांचा प्रचंड वर्षाव करीत असतां त्यांच्या धनुष्यांचा टणत्कार फारच भयंकर चालू झाला व तितक्यांत अर्जुनाची प्रत्यंचा आकर्ण ओढतां ओढतां एकाएकीं तुटली आणि त्याबरोबर प्रचंड कडकडाट झाला! तेव्हां ती संधि साधून कर्णानें प्रथम तत्काळ शंभर क्षुद्र बाण अर्जुनावर सोडिले; व मग त्यानें एकसारखा तडाखा चालविला; आणि धार देऊन तेलपाणी केलेले व कात टाकलेल्या सर्पाप्रमाणें भयंकर असे

साठ बाण वासुदेवावर टाकिले. नंतर त्यानें पुनः आठ बाण अर्जुनावर सोडिले; आणि मग आणखी सहस्त्रावधि जलाल बाणांचा भीमसेनावर भडिमार चालवून त्याला सर्व मर्मस्थलीं विद्ध केलें! राजा, ह्याप्रमाणें कर्णानें कृष्ण व अर्जुन व त्याप्रमाणेंच अर्जुनाचा ध्वज ह्यांजवर बाणांचा वर्षाव करून मग पार्थाचे अनुयायी व सोमक ह्यांजवर बाणांचा भडिमार चालविला; पण त्यांनीं तत्काळ उलट जलाल बाणांची कर्णावर वृष्टि करून, आकाशांत सूर्याला ज्याप्रमाणें मेघ झांकून टाकितात त्याप्रमाणें रणांगणांत कर्णाला झांकून टाकिलें व ते त्याजवर बाणांचा भडिमार करीत धावून आले! परंतु इतक्यांत, अस्त्रविद्यापारंगत सूतपुत्रानें, आपणावर धावून येणाऱ्या त्या पांडवीय वीरांवर अगणित बाण सोडिले; व त्यांस जागच्या जागीं खिळून टाकून, त्यांनीं सोडिलेल्या सर्व शरांचा विध्वंस उडविला आणि त्यांचे रथी, वाजी व हत्ती ह्यांचा संहार केला! राजा, नंतर कर्णावर आणखीही दुसरीं बलाढ्य पांडवसैन्यें धावून आलीं, पण त्यांवर त्या सूतपुत्रानें असा कांहीं घोर शरवर्षाव केला कीं, त्याच्या योगें त्यांचीं शरीरें विदीर्ण होऊन मोठमोठ्यानें रडत ओरडत त्यांनीं धारातीर्थी देह ठेविले! राजा, ज्याप्रमाणें महाबलवान् क्षुब्ध सिंहानें घोड्यांच्या प्रचंड टोळ्यांचा वध करावा, त्याप्रमाणें त्या समयीं त्या कुरुवीरानें त्या पांडवसैन्याचा वध केला! राजा, नंतर पुनः दोन्ही दळांत घोर रणकंदन माजलें. कर्णानें पुनः प्रमुख पांचालयोद्ध्यांचा भयंकर शरवर्षावानें नाश केला आणि अर्जुनानेंही बहुत कौरवांना समरभूमीवर निजविलें! राजा, तें पाहून तुझ्या सैनिकांस वाटलें कीं, आतां कर्णच विजयी झाला व ते आनंदानें टाळ्या वाजवून मोठमोठ्यानें सिंहनाद करूं लागले; आणि ह्याप्रमाणें तुझ्या सैन्यानें कर्णाविषयीं जयघोष चालविला तेव्हां त्या घनघोर संग्रामांत कृष्णार्जुन हे सर्वस्वी कर्णाच्या कचाट्यांत सांपडले असें सर्वांनीं मानिलें! राजा, त्या वेळीं कर्णाच्या शरांनीं जखमी झालेला अर्जुन अतिशय खवळला आणि त्यानें आपल्या धनुष्याची प्रत्यंचा वांकवून तत्काळ बाणांचा भडिमार सुरू केला; व कर्णानें जे बाण त्याजवर सोडिले होते, त्या सर्वांचा विध्वंस उडवून तो आणखी शरवर्षाव करीत कौरवांवर चालून गेला! राजा, त्या समयीं अर्जुनानें धनुष्याच्या प्रत्यंचेवरून एकदां हात फिरविला; आणि दोन्ही हातांनीं ठणत्कार करीत असा कांहीं बाणवर्षाव आरंभिला कीं, त्याच्या योगें एकाएकीं अंतरिक्षांत बाणांचें छत उभारलें जाऊन भूतलावर कांहींएक दिसेनासें झालें. राजा, त्यावेळीं अर्जुनानें कर्ण, शल्य व इतर सर्व कौरव ह्यांजवर अतोनात बाण सोडिले; आणि त्यांचे देह अगदीं शरविद्ध केले! राजा, तेव्हां अंतरिक्षांत बाणांची इतकी गर्दी झाली होती कीं, त्यांत पक्षी सुद्धां फिरत नव्हते; त्या समयीं तेथें फक्त वारा तेवढा वाहात होता आणि तो अंतरिक्षांत जमलेल्या भूतगणांच्या अंगावरून खालीं येत असल्यामुळें त्याचा दिव्य सुगंध सुटला होता! असो; राजा, नंतर अर्जुनानें हंसत हंसत दहा बाण शल्यावर टाकिले आणि त्याचें चिलखत अतिशय विदारिलें; मग त्यानें नेमकेच प्रथम बारा व मागाहून सात उग्र बाण कर्णावर सोडून त्यास विंधिलें; आणि मग त्या अतिशयित वेगवान् बाणांनीं कर्णाचीं सर्व गात्रें भिन्न होऊन त्यांतून रक्ताचे पाट वाहूं लागले, तेव्हां जणू काय श्मशानांत रुधिरानें न्हालेला शंकर रौद्रमुहूर्तावर (संध्याकाळीं राक्षस वेळेवर) क्रीडाच करीत आहे असें भासूं लागलें! राजा, नंतर त्या रामवतुल्य अर्जुनावर कर्णानें

तीन बाण सोडून त्यास विद्ध केलें; आणि अच्युतास ठार मारण्याच्या इराद्यानें त्याच्याही देहांत सर्पांसारखे सळसळत जाणारे पांच प्रज्वलित बाण घुसविले! तेव्हां कर्णानें मोठ्या वेगानें सोडिलेले ते सुवर्णालंकृत बाण पुरुषोत्तमाचें कवच विदारून त्याच्या देहांत शिरले व तेथून तत्काळ बाहेर पडून भूगह्वरांत जाऊन पाताळांतल्या भोगावतीचें स्नान करून पुनः माघारे आले; पण अर्जुनानें त्यांतील प्रत्येकावर दहा दहा भल्ल बाण नेमकेच सोडून त्या एकेकाचे तीन तीन तुकडे केले आणि मग ते तक्षकाच्या पुत्राच्या (अश्वसेनाच्या) पक्षाचे पांच प्रचंड सर्प (ते पांच बाण) अर्जुनाच्या अस्त्रांनीं छिन्नभिन्न होत्साते भूतलावर पतन पावले! राजा, नंतर अर्जुनाची दृष्टि कृष्णाच्या शरीराकडे गेली; आणि कर्णाच्या सर्पशरांनीं कृष्णाचा देह विदीर्ण झाला असें जेव्हां त्यानें पाहिलें, तेव्हां अग्नीनें जशी तृणाची रास पेटते तसा त्याचा देह क्रोधानें अगदीं पेटला आणि त्यानें निश्चयानें प्राणांचा घात करितील असे प्रज्वलित बाण आकर्ण ओढून कर्णाच्या मर्मस्थळीं टाकिले व त्यासरसा त्या वेदनांनीं तो कौरववीर कांपूं लागला; परंतु त्या समयीं त्याच्या ठिकाणीं प्रसंगानुरूप धैर्यबळ असल्यामुळें तो रथांतून खालीं मात्र पडला नाहीं! राजा, त्या वेळीं अर्जुनाचा कोप अनावर वाढला व त्यानें इतकी शरवृष्टि केली कीं, तिच्यामुळें जिकडे तिकडे बाणच बाण होऊन त्यांत दिशा, उपदिशा, सूर्याची प्रभा व कर्णाचा रथ हीं सर्व अगदीं अदृश्य झालीं व सर्वत्र दाट धुकेंच पसरलें आहे असें दिसूं लागलें! तेव्हां त्या शत्रुसंहारक पृथापुत्रानें कर्णाच्या रथाचीं चक्रें व बाजू राखणारे, त्याप्रमाणेंच त्या रथाच्या पुढें धावणारे व पाठ राखणारे वगैरे जे शेलके वीर दुर्योधनानें नेमिलें होते, या सर्व बलिष्ठ वीरांना रणांगणांत ठार मारिलें! त्या समयीं सव्यसाची अर्जुनानें कौरवांकडील एकंदर दोन हजार महान् महान् वीर रथ, अश्व व सारथि ह्यांसहवर्तमान क्षणांत यमसदनीं पाठविले! तें पाहून, राजा, तुझे पुत्र व उरलेले कौरवयोद्धे कर्णाला, आणि रणांत पडलेल्या व जखमी झालेल्या मुलांना व पितरांना समरभूमीवर सोडून रडत आरडत पळून गेले! तेव्हां कर्णानें सभोंवार पाहिलें तों भयभीत झालेले कौरव पळून गेल्यामुळें त्यास सर्व दिशा शून्य दिसल्या! तथापि त्या वीराच्या मनाला यत्किंचित् धास्ती वाटली नाहीं व तो तसाच मोठ्या वीरश्रीनें अर्जुनावर चालून गेला!

अध्याय नव्वदावा.

—:०:—

कर्णार्जुनयुद्ध.

संजय सांगतोः—राजा, नंतर अर्जुनाच्या शरवर्षावामुळें वाताहत होऊन पळून गेलेले कौरव अर्जुनाच्या बाणांच्या माऱ्याच्या पलीकडे जातांच तेथें थांबले, तों अर्जुनानें सोडिलेलें विद्युल्लतेसारखें देदीप्यमान् अस्त्र मोठ्या वेगानें सभोंवतालीं अधिकाधिक भडकत चाललें आहे, असें त्यांस दिसून आलें! राजा, अर्जुनानें अत्यंत क्षुब्ध होऊन कर्णाला ठार मारण्याकरितां मोठ्या त्वेषानें तें अस्त्र त्याजवर टाकिलें, तेव्हां तें त्या घनघोर संग्रामांत अतिशय भडकून कौरवांना जाळीत आकाशभर व्याप्त झालें. तेव्हां कर्णानें त्याच्यावर सुवर्णपुंख घोर शरांचा एकसारखा भडिमार आरंभिला आणि त्याचा तत्काळ नाश करून टाकिला! त्या समयीं महात्म्या कर्णानें आपल्या अमोघ धनुष्याच्या सुदृढ प्रत्यंचेचें आस्फालन करून शरांचे लोटच्या लोट शत्रूंवर चालू केले आणि परशुरामापासून मिळविलेल्या

शत्रुसंहारक महाप्रताप भूर्ताथर्वण अस्त्राचें अभिमंत्रण करून सहाणेवर पाजविलेल्या घोर बाणांचा भडिमार सुरू केला व तें अर्जुनाचें अस्त्र भंगून टाकिलें! नंतर अर्जुन व कर्ण ह्यांचा तुंबळ संग्राम सुरू झाला; आणि मदोन्मत्त हत्ती आपल्या दंतांच्या प्रहारांनीं जसे एकमेकांशीं झुंजूं लागतात, तसे ते दोघेही वीर्यशाली वीर एकमेकांवर घोर शरवृष्टि करून अतिशयित लढूं लागले! तेव्हां जिकडे तिकडे अगदीं बाणच बाण होऊन गेले आणि त्या कुरुपांडववीरांनीं सर्व अंतरिक्ष बाणांनीं अगदीं खचून काढिलें! त्यासमयीं आकाशांत बाणांचें मोठें छतच लागलें आहे असें कौरवसोमकांस दिसलें आणि सर्वत्र बाणांनीं निबिड अंधःकार पडल्यामुळें त्यांस कोणीही प्राणी दृग्गोचर झाला नाहीं! त्या वेळीं, राजा, नानाविध अस्त्रांत प्रवीण असे ते दोघेही महाधनुर्धर एकसारखे अगणित बाण सोडून समरभूमीवर चित्रविचित्र युद्धमार्ग दाखवीत असतां पराक्रम, अस्त्रज्ञता, युक्ति, शक्ति व शौर्य ह्यांत केव्हां केव्हां कर्णाची व केव्हां केव्हां अर्जुनाची सरशी दिसे! ह्याप्रमाणें समरांगणांत ते दोघेही वीर दारुण युद्ध करीत असतां, योद्ध्यांची दृष्टि कोण कोठें चुकतो हें पाहाण्यांत गर्क झाली; आणि अन्य वीरांना दुःसह असा तो त्या उभयतांचा प्रताप जेव्हां त्यांनीं अवलोकन केला, तेव्हां ते सर्व अगदीं चकित होऊन गेले! त्या समयीं राजा, अंतरिक्षांत जमलेल्या प्रेक्षकजनांनाही तें युद्ध पाहून मोठें कौतुक वाटलें आणि त्यांनीं 'शाबास कर्णा! शाबास अर्जुना!' असे धन्यवाद गाऊन सर्वत्र आकाशभर त्यांची स्तुति आरंभिली! राजा, ह्याप्रमाणें कौरवपांडववीरांचें निकराचें युद्ध चालून रथ, वाजी व कुंजर ह्यांच्या आघातांनीं महीतल अगदीं हादरून गेलें असतां, तिकडे अर्जुनाचा शत्रु अश्वसेन नामक नाग खांडववनांतून सुटून पृथ्वीच्या तळीं पाताळांत मोठ्या क्रोधानें जाऊन राहिला होता तो, त्या दुष्ट अर्जुनाचा सूड उगविण्यास ही संधि योग्य आहे, असें मनांत आणून एकदम मोठ्या वेगानें उसळी मारून भूतलावर आला आणि कर्णार्जुनांच्या घोर रणांत शररूप धारण करून एकाएकीं कर्णाच्या बाणभात्यांत प्रविष्ट झाला! राजा, त्या वेळीं समरांगणांत सर्वत्र बाणांचे लोट चालू होते व त्यांनीं सर्व नभोमंडल व्याप्त झालें असून तशांत आणखी ते दोघेही प्रबळ योद्धे बाणांचा भडिमार करीतच असल्यामुळें त्यांत कोठेंही वाव म्हणून उरला नव्हता! ह्यास्तव जिकडे तिकडे बाणपटलानें सर्वत्र अतिशय अंधःकार होऊन दुसरें कांहींएक दिसेनासें झालें, तेव्हां कौरव व सोमक अत्यंत भ्याले! अखेरीस ते दोघेही लोकोत्तर धनुर्धर जिवावर उदार होऊन अतुल प्रताप गाजवीत रणांगणांत अगदीं थकून जाऊन एकमेकांकडे डोळे वटारून पाहूं लागले, तेव्हां आकाशांत जमलेल्या अप्सरांच्या समुदायांनीं चंदनोदकाचें त्यांजवर सिंचन केलें आणि त्यांना चामरांनीं व पंख्यांनीं वारा घातला; व सूर्य आणि इंद्र ह्यांनीं आपलीं हस्तकमलें त्यांच्या मुखांवरून फिरवून त्यांचा परिश्रम दूर केला!

पार्थकिरीटपात!

राजा, नंतर फिरून त्या दोघांचें तुंबळ युद्ध सुरू झालें आणि त्यांत कर्णावर अर्जुनानें शरांचा मनस्वी मारा करून त्यास अगदीं गांगरून सोडिलें, तेव्हां त्याची अशी खातरी झाली कीं, आतां आपल्याच्यानें अर्जुनावर सरशी होत नाहीं; आणि अखेरीस, शरप्रहारांनीं घायाळ होऊन रक्तबंबाळ झालेल्या त्या कर्णानें अर्जुनाला वधण्याकरितां निर्वाणीचा म्हणून जो एक भयंकर, जलाल व बांकदार बाण फार दिवसांपासून सुवर्णाच्या भात्यामध्यें

चंदनाच्या चूर्णांत नित्य पूजा करून राखून ठेविला होता, तो ऐरावताच्या वंशांत जन्मलेला, शत्रुघातक, सर्पमुख, उग्र, प्रज्वलित व निशित असा बाण धनुष्याला जोडिला आणि त्या वीर्यशाली कर्णानें रणांगणांत अर्जुनाचें मस्तक उडविण्यासाठीं तो नेम धरून ओढिला! राजा, तेव्हां दिशा, उपदिशा व आकाश हीं पेटलीं; शतावधि भयंकर उल्का पतन पावल्या; आणि तो सर्प धनुष्याला लाविला आहे असें पाहून इंद्रादिक लोकपालांमध्यें मोठा हाहाःकार प्रवर्तला! राजा, कर्णानें धनुष्याला तो बाण लाविला तेव्हां त्यांत अश्वसेन नाग योगबलानें प्रविष्ट झाला आहे हें कर्णाला कांहीं माहीत नव्हतें; परंतु सहस्रनेत्र महेंद्रानें ती गोष्ट जाणून, आपला पुत्र आतां खास मेला म्हणून मानिलें व त्याचें सर्व धैर्य नष्ट होऊन त्याचीं सर्व गात्रें अगदीं गळून गेलीं! पण इतक्यांत कमलोद्भव ब्रह्मदेवानें इंद्राला म्हटलें, 'बा इंद्रा, असा घाबरूं नको; विजयश्री अर्जुनालाच वरील!'

इकडे कर्णानें तो भयंकर बाण धनुष्याला जोडून नेम धरून ओढिला आहे असें पाहून महात्मा मद्राधीश शल्य त्याला म्हणाला, "कर्णा, हा बाण अर्जुनाच्या मानेचें भेदन करणार नाहीं, ह्यास्तव नीट विचार करून अर्जुनाचें मस्तक छेदून टाकील अशा प्रकारें बाणाचें संधान कर!" राजा, तेव्हां क्रोधानें आरक्त नेत्र करून तो महावेगवान् सूतपुत्र कर्ण शल्याला म्हणाला, "शल्या, कर्ण हा दोन वेळां बाणसंधान करीत नाहीं; असें केल्यानें माझ्यासारख्यांना कुटिल योद्धे हें नांव प्राप्त होईल!" राजा, असें म्हणून कर्णानें बहुत वर्षेंपर्यंत मोठ्या काळजीनें पूजा करून ठेविलेला तो बाण अर्जुनावर सोडिला; आणि त्यानें 'अर्जुना, आतां तूं खचित मेलास' अशी धिक्कारपूर्वक मोठ्यानें गर्जना केली! राजा, कर्णाच्या हातांतून सुटलेला तो बाण अग्नीप्रमाणें किंवा सूर्याप्रमाणें झळाळत सारखा अंतरिक्षांतून अर्जुनावर येत आहे असें पाहून तत्काळ मोठ्या लगबगीनें कृष्णानें तो अर्जुनाचा श्रेष्ठ रथ सहज आपल्या पायानें खालीं दाबून थोडासा भूमींत रोंविला! त्या समयीं अर्जुनाच्या रथाचे ते चंद्रकिरणासारखे शुभ्रवर्ण व सुवर्णालंकृत अश्व गुडघे टेंकून उभे राहिले आणि तें पाहून अंतरिक्षांत एकदम जिकडे तिकडे मोठमोठ्यानें मधुसूदनाचे धन्यवाद सुरू झाले! कृष्णानें मोठ्या शिताफीनें अर्जुनाचा तो रथ भूमींत दडपला असें पाहून सर्वत्र सिंहनाद होऊं लागून चोहोंकडून कृष्णावर पुष्पवृष्टि झाली! इकडे कर्णानें टाकिलेला तो बाण बुद्धिमान् अर्जुनाच्या मानेवर न लागतां इंद्रानें दिलेल्या त्या बळकट किरीटाला मात्र लागला; आणि त्यायोगें, स्वर्ग, पृथ्वी, अंतरिक्ष व जल ह्या सर्वांमध्यें महाप्रख्यात असें तें अर्जुनाचें शिरोभूषण खालीं पडलें! राजा, अशा प्रकारें व्यालास्त्र, उत्कृष्ट अस्त्रशिक्षा व क्रोध ह्या सर्वांचें एकीकरण होऊन कर्णाच्या हस्तें अर्जुनाच्या मस्तकावरील जो मुकुट पतन पावला, त्याची महती केवढी होती हें काय सांगावें! त्याचें तेज केवळ सूर्य, चंद्र किंवा अग्नि ह्यांप्रमाणें दुर्धर होतें; त्यास सुवर्ण, मौक्तिकें, हिरे आदिकरून रत्नें ह्यांचा जडाव केलेला होता; तो मुकुट खुद्द इंद्राकरितां मोठ्या तपश्चर्येनें व प्रयत्नानें प्रत्यक्ष महाशक्तिमान् ब्रह्मदेवानें तयार केला होता; त्याचा घाट अतिशय सुंदर असून तो शत्रूंना भीति उत्पन्न करणारा व धारण करणाऱ्याला अत्यंत सुख देणारा असा होता; त्याचा दिव्य सुगंध फैलावत असून तो देवांच्या शत्रूंना वधण्याची इच्छा करणाऱ्या अर्जुनाला इंद्रानें मोठ्या प्रेमानें अर्पण

केला होता; आणि शंकर, वरुण, इंद्र व कुबेर ह्यांजकडून पिनाक, पाश, वज्र व उत्तम बाण ह्यांच्या योगें किंवा महान् महान् देव ह्यांजकडून तो भग्न होण्यास अशक्य होता! राजा, असें असतांही कर्णानें तो किरीट त्या नागशराच्या योगानें पाडून टाकिला! त्या दुष्ट हेतु धारण करणाऱ्या असत्यप्रतिज्ञ त्वेषवान् नागानें तो अत्यंत अद्भुत, महामूल्यवान् व सुवर्णालंकृत किरीट पार्थाच्या उत्तमांगापासून हरण केला! अर्जुनाच्या किरीटावर कर्णशराचा जेव्हां प्रहार झाला, तेव्हां, सुवर्णाच्या तारामंडळानें व्याप्त असलेला व ज्याच्यावर नागविषानें ज्वालांचे लोट चालले आहेत असा तो देदीप्यमान किरीट—आरक्तमंडल सूर्य जसा अस्ताचलावरून खालीं पडतो तसा—अर्जुनाच्या मस्तकावरून खालीं क्षितितलावर पडला! ज्याप्रमाणें महेंद्र हा आपल्या वज्रानें—ज्यांवर अंकुर व पुष्पें अतिशय आहेत अशा वृक्षांनीं व्याप्त असलेल्या—श्रेष्ठ गिरिशिखराला खालीं पाडितो, त्याप्रमाणें त्या अश्वसेन नागानें त्या शरसंधानानें—बहुत रत्नांनीं व्याप्त अशा—त्या श्रेष्ठ पार्थमुकुटाला मोठ्या त्वेषानें पार्थाच्या मस्तकावरून खालीं रणांगणांत पाडिलें! राजा, किरीट खालीं भूतलावर पडला तेव्हां, वादळाच्या योगें पृथ्वी, स्वर्ग, अंतरिक्ष व उदक हीं जशीं क्षुब्ध होऊन भयंकर शब्द होतो तसा अतियश भयंकर शब्द सर्व ब्रह्मांडभर झाला आणि सर्वलोक घाबरून जाऊन व्यथित होत्साते धडाधड ठेंचळून पडूं लागले! त्या समयीं, उंच पर्वताचें नीलशृंग ज्याप्रमाणें शोभतें, त्याप्रमाणें तो तरुण व नीलवर्ण अर्जुन किरीटावांचूनही शोभला! नंतर त्यानें आपलें श्वेत वस्त्र मस्तकावर गुंडाळून त्यांत आपले केस झांकून टाकिले; आणि मग, उदयपर्वतावर सूर्यकिरणांचा प्रकाश पडला असतां जशी उत्कृष्ट शोभा दिसते, तशी त्याच्या मस्तकावर त्या श्वेत शिरोभूषणाची कांति पडून उत्कृष्ट शोभा दिसली! सारांश, राजा अर्जुनानें खांडववनांत ज्या उग्रमुखी सर्पिणीला वधिलें, त्या सर्पिणीचा पुत्र अश्वसेन नांवाचा सर्प होता, त्यानें अर्जुनाचा वध करण्यासाठीं सूर्यपुत्र कर्णाच्या बाणाचा आश्रय केल्यावर कर्णानें तो शररूप सर्प रथावर अधिष्ठित असलेल्या अर्जुनावर सोडिला; परंतु त्या शरानें अर्जुनाच्या ग्रीवेचा भंग न होतां, प्रत्यक्ष ब्रह्मदेवानें इंद्राकरितां तयार केलेला अत्यंत दिव्य व दिवाकरकिरणांप्रमाणें अतिशय कांतिमान् असा मुकुट अर्जुनाच्या मस्तकावर विराजमान होता, तो मात्र खालीं पडला! आणि अश्वसेन सर्पाचा तो सूड घेण्याचा प्रयत्न पाहून मग अर्जुनानें त्याला ठार मारून यमसदनीं पाठविलें! असो.

कर्णानें सोडिलेला तो देदीप्यमान नागशर अर्जुनाच्या सुवर्णालंकृत किरीटाला खालीं पाडून जाळून टाकिल्यावर मागें वळला; व त्यानें पुनः कर्णाच्या बाणभात्यांत प्रवेश करण्याची इच्छा केली. पण, राजा, कर्णानें जेव्हां आपल्याला ओळखिलें असें त्या अश्वसेन नागानें पाहिलें, तेव्हां तो अश्वसेन नाग कर्णाला म्हणाला, "कर्णा, तूं मला अर्जुनावर सोडिलेस खरें, पण सोडितांना तूं मला नीट ओळखिलें नव्हतेंस; त्यामुळें मला अर्जुनाचें मस्तक हरण करितां आलें नाहीं. कर्णा, आतां तूं मला ओळखिलें आहेस; ह्यास्तव आतां रणांत तत्काळ तूं मला अर्जुनावर सोड; म्हणजे मी त्या तुझ्या व माझ्या रिपूचा क्षणांत नाश करीन!" राजा, अश्वसेनाचे ते शब्द श्रवण करून सूतपुत्रानें त्यास विचारिलें, "अरे उग्ररूप धारण करणारा तूं कोण आहेस?" तेव्हां त्या सर्पानें कर्णाला उत्तर दिलें, "कर्णा, मी अर्जुनाचा शत्रु अश्वसेन नाग आहें. माझ्या मातेचा अर्जुनानें

वध केल्यामुळें त्या अपराधाचा सूड घेण्यासाठीं मी टपून बसलों आहें. अरे, प्रत्यक्ष वज्रधर इंद्रही जरी अर्जुनाचें संरक्षण करण्यास उद्युक्त झाला, तरी त्यास मी यमसदनीं पाठविल्याशिवाय राहाणार नाहीं, ह्याकरितां माझी तुला इतकीच प्रार्थना आहे कीं, तूं मला पुनः अर्जुनावर टाक ! ”

कर्ण म्हणालाः—हे नागा, आज रणांगणांत कर्ण हा दुसऱ्याच्या बलावर भिस्त ठेवून जयाची आशा करण्यास सिद्ध नाहीं. अरे, एकचसा काय, पण शंभर अर्जुन जरी मला वधावयाचे असले, तरी मी एका बाणाचें दोन वेळां संधान करणारा नाहीं. बा नागा, अर्जुनाचा वध व्हावा हीच तुझी इच्छा ना? ठीक आहे. मजजवळ दुसरे व्यालशर आहेत, त्यांचें मी उत्तम दक्षतेनें व मोठ्या त्वेषानें संधान करून आज अर्जुनाला ठार मारीन; तूं त्याची काळजी करूं नको, खुशाल जा! राजा, ह्याप्रमाणें कर्णाचें भाषण ऐकून रणांगणांत नागराज अश्वसेन ह्याला फार क्रोध आला व तो तें भाषण सहन न करितां स्वतःच उग्र स्वरूप धारण करून पार्थाच्या वधाकरितां त्याजवर चालून गेला ! तेव्हां कृष्ण रणभूमीवर अर्जुनाला म्हणाला, ‘ अर्जुना, तूं ह्या आपल्या दावेदार सर्पाला ठार मार ! ’ राजा, त्या समयीं महाप्रताप्र गांडीवधारी अर्जुनानें कृष्णाला विचारिलें, ‘ कृष्णा, आज माझ्यावर स्वतः चालून येऊन जणू काय गरुडाच्या मुखांत उडी टाकणारा हा सर्प कोण बरें ! ’ तेव्हां कृष्ण म्हणाला, ‘अर्जुना, तूं धनुष्य धारण करून खांडववनांत अग्नीला संतुष्ट केलेंस, त्या वेळीं हा सर्प अंतरिक्षांत असून ह्याचा देह ह्याच्या मातेनें गुप्त राखिला होता; हा व ह्याची माता ही एकच समजून तूं ह्याच्या मातेला वधिलेंस, ह्यासाठीं तें वैर आठवून तो आज स्वतःच्या वधाकरितां तुझी खचित् प्रार्थना करीत आहे ! हा पहा आकाशांतून पतन पावणाऱ्या प्रज्वलित उल्केप्रमाणें तुझ्यावर आला ! ह्यास्तव तूं आतां त्याचा वध कर !

संजय सांगतोः—राजा धृतराष्ट्रा, नंतर अर्जुनानें सर्पाकडे वळून मोठ्या क्रोधानें सहा पाजविलेले जलाल बाण त्या सर्पावर टाकिले. तेव्हां आकाशांतून तिरप्या रेषेनें अर्जुनावर चालून येणारा तो सर्प छिन्नभिन्न होऊन भूतलावर मरून पडला ! राजा, ह्याप्रमाणें अर्जुनाच्या हातून नागराजाचा वध झाल्यावर त्या महाशक्तिमान् लोकनायक कृष्णानें आपल्या बाहुबलानें भूतलांतून अर्जुनाचा तो रथ लागलाच पुनः उचलून वर काढिला; परंतु नरवीर कर्णानें तितकीच संधि साधून तिरप्या नजरेनें दहा मयूरपिच्छ जलाल बाण अर्जुनावर सोडिले; तेव्हां अर्जुनानें अगदीं नेम धरून बारा तीक्ष्ण वराहकर्ण बाण व सर्पाच्या विषाप्रमाणें, वेगवान् व महाभयंकर असा एक नाराच बाण आकर्ण धनुष्य ओढून कर्णावर टाकिला ! राजा, त्या समयीं तो श्रेष्ठ बाण कर्णाचें चित्रविचित्र कवच विदारून त्याच्या शरीरांत घुसला; आणि त्याचें रक्त प्राशन करून रुधिरांत माखलेल्या पुंखासहित बाहेर पडून भूगह्वरांत प्रविष्ट झाला. तेव्हां त्या बाणप्रहारानें कर्णाला अतिशय क्रोध उत्पन्न झाला—जणू काय काठीनें सर्पासच बडविलें असें तेव्हां वाटलें! नंतर त्यानें घोर विषाप्रमाणें भयंकर बाण तत्काळ अर्जुनावर सोडण्यास प्रारंभ केला! त्यानें त्या समयीं बारा बाण जनार्दनावर आणि नव्याण्णव बाण अर्जुनावर सोडिले; आणि पुनः एका घोर बाणानें अर्जुनाचें विदारण करून मोठ्यानें हंसून गर्जना केली! राजा, कर्णाचें तें हंसणें अर्जुनाला सहन झालें नाहीं आणि त्यानें तत्काळ त्याच्या मर्मस्थळावर नेम धरून शंभर जलाल बाण मारिले; आणि इंद्रानें जसें बल

दैत्याला विदारिलें; तसें त्यानें कर्णाला विदारिलें! राजा, नंतर आणखी अर्जुनानें यमाच्या दंडाप्रमाणें प्राण घेणारे नव्वद उग्र बाण कर्णावर सोडिले आणि त्यांच्या योगानें विद्ध झालेला तो कुरुवीर वज्रविदारित पर्वताप्रमाणें कंप पावला; व उत्कृष्ट रत्नें, उत्तम हिरे आणि सुवर्ण ह्यांनीं अलंकारिलेलें त्याचें तें शिरोभूषण आणि अर्जुनानें शरपातानें छेदून टाकिलेलीं त्याचीं तीं उत्तम कुंडलें भूमीवर गळून पडलीं व मग अर्जुनानें त्याजवर बाणांचा आणखी भडिमार करून त्याचें महामूल्यवान् व उत्तम कारागिरांनीं मोठ्या प्रयत्नानें बहुत दिवस खपून बनविलेलें तें देदीप्यमान चिलखत क्षणांत छेदून त्याचे तुकडे तुकडे उडविले!

राजा, ह्याप्रमाणें कर्ण हा कवचहीन झाला तेव्हां अर्जुनानें त्याजवर मोठ्या क्रोधानें चार उत्कृष्ट प्रतीचे जलाल बाण सोडिले; आणि मग वात, पित्त, कफ व ज्वर ह्यांनीं अत्यंत पीडित झालेल्या रोग्याप्रमाणें तो कर्ण अतिशय तडफडूं लागला; नंतर अर्जुनानें आपल्या त्या महाधनुष्याच्या मंडलांतून अवधानपूर्वक मोठ्या वेगानें जलाल बाणांचा असा अचूक मारा चालविला कीं, त्याच्या योगें कर्णाचीं मर्मस्थळें भिन्न होऊन तो अगदीं घायाळ झाला! अशा प्रकारें नानाविध थोर शर मोठ्या त्वेषानें सोडून अर्जुनानें कर्णाला अगदीं नखाशिखांत बाणविद्ध केलें, तेव्हां त्याच्या देहांतून एकसारखे रुधिराचे प्रवाह वाहूं लागले; आणि तें पाहून, विदीर्ण झालेल्या कावेच्या पर्वतांतून आरक्त उदकच एकसारखें बाहेर पडत आहे असा भास झाला! नंतर अर्जुनानें आणखी नवीन, बळकट, सरळ चाल करून जाणारे व यमदंडाप्रमाणें प्राणघातक असे पोलादी बाण कर्णाच्या वक्षस्थळावर टाकिले, आणि कार्तिकेयानें जसें क्रौंच पर्वताचें विदारण केलें, तसें त्यानें त्या लोकोत्तर वीराच्या हृदयाचें विदारण केलें! त्या समयीं कर्णाची फार भयंकर अवस्था झाली; त्याची मूठ सुटली, त्याच्या हातांतलें तें इंद्रचापतुल्य दिव्य धनुष्य व श्रेष्ठ बाण खालीं पडले, आणि तो आपल्या वीरासनावरून घसरून रथांत मूर्छित पडला! राजा, त्या समयीं अर्जुनानें कर्णाला ठारच मारिलें असतें; परंतु कर्ण हा अशा प्रकारें विपन्न स्थितींत असतां त्यास ठार मारणें हें त्या शूर आर्याला प्रशस्त वाटलें नाहीं! राजा धृतराष्ट्र, त्या वेळीं कृष्णानें अर्जुनाला मोठ्या लगबगीनें विचारिलें, "अर्जुना, तूं वेडा तर नाहींसना? अरे, शत्रु दुर्बल झाले म्हणजे ज्ञानी लोक केव्हांही त्यांचा नाश करण्याला क्षणभर देखील विलंब लावीत नाहींत! बाबारे, शत्रूंचा वध करणें तो विशेषेंकरून ते संकटांत असतांच केला पाहिजे! शहाण्यानें अशा स्थितींत शत्रूचा नाश केल्यास त्याजकडून धर्माचरण होऊन शिवाय त्यास कीर्तिही मिळते! ह्यास्तव, अर्जुना, तुझा बलाढ्य शत्रु जो कर्ण त्याला एकदम वधण्याची त्वरा कर! बाबारे, तो ताजातवाना झाला म्हणजे पुनः पूर्ववत् तुझ्यावर उडी घालील; म्हणून, इंद्रानें जसें नमुचीला वधिलें, तसें तूं ह्या कुरुवीराला वध!" राजा, नंतर अर्जुनानें कृष्णाला 'बरें आहे' म्हणून म्हटलें; आणि तत्काळ जनार्दनाची पूजा करून पूर्वीं शंबरासुराला मारणाऱ्या इंद्रानें जसा बलीवर बाणांचा भडिमार केला, तसा त्या कर्णावर जलाल बाणांचा भडिमार केला! त्या समयीं अर्जुनानें कर्णावर, त्याच्या अश्वांवर व त्याच्या सारथ्यावर वत्सदंत बाणांची अतिशय वृष्टि करून त्यांना अगदीं बाणांनीं खचून काढिलें व मोठ्या आवेशानें सुवर्णपुंख बाण जिकडे तिकडे सोडून दशदिशा बाणांनीं आच्छादिल्या! राजा, त्या वेळीं वत्सदंत

शरांनीं नखशिखांत ओतप्रोत व्याप्त झालेला तो भरदार छातीचा कर्ण अतिशयित फुललेल्या अशोक, पलाश किंवा शाल्मलि वृक्षाप्रमाणें अथवा चंदनकाननानें युक्त अशा पर्वताप्रमाणें दिसूं लागला! समरभूमीवर कर्णाच्या देहांत त्या समयीं इतके बाण रुतले होते कीं, ज्यावरील शिखरें व दुऱ्या वृक्षांनीं अगदीं व्याप्त झाल्या आहेत किंवा ज्याच्यावर कर्णिकारवृक्षांची राई अत्यंत पुष्पित झालेली आहे, अशा मोठ्या प्रचंड पर्वताप्रमाणें तो दिसत होता! तथापि इतकें झालें तरी कर्णानें फिरून नानाविध बाणांचे लोट अर्जुनावर सोडण्याचा सपाटा चालविलाच होता; आणि त्यामुळें, सायंकाळीं सूर्य हा अस्ताचलावर मावळण्यासाठीं जात असतां त्याचें बिंब जसें दिसतें, तसा तो रक्तबंबाळ कर्ण शररूप किरणांचा सभोंवार भडिमार करीत असतां दिसला! तेव्हां पुनः कर्णार्जुनांचें भयंकर युद्ध सुरू झालें; त्यांत प्रथम कर्णानें कृष्णार्जुनांवर घोर सर्पाप्रमाणें जलाल बाण सोडिले; पण अर्जुनानें नंतर चोहोंकडे इतके जलाल बाण सोडिले कीं, अर्जुनाच्या त्या बाणांनीं कर्णाच्या बाणांचे तुकडे उडवून त्यांचा पूर्ण विध्वंस उडविला!

कर्णाच्या रथाच्या चक्राचें ग्रसन.

राजा, नंतर कर्णानें मोठी छाती करून, खवळलेल्या सर्पाप्रमाणें भयंकर बाण शत्रूंवर सोडिले. त्या समयीं त्यानें दहा बाण अर्जुनावर व सहा बाण कृष्णावर टाकिले. तेव्हां महामति अर्जुनानें त्या महान् युद्धांत इंद्राच्या वज्राप्रमाणें अत्यंत दारुण शब्द करणारा व सर्पविष किंवा अग्नि ह्यांप्रमाणें प्रखर असा एक पोलादी बाण एका भयंकर प्रचंड अस्त्राचें अभिमंत्रण करून कर्णावर सोडण्याचें मनांत आणिलें; तों कर्णाचा वधसमय प्राप्त झाला असें पाहून प्रत्यक्ष काल अदृश्यरूपानें कर्णाच्या समीप आला; व त्यानें विप्रकोपामुळें आतां कर्णाचा वध होणार हें दर्शविण्याकरितां कर्णाला म्हटलें, 'कर्णा, पृथ्वीनें तुझ्या रथाचें चाक गिळिलें!' नंतर, राजा, महात्म्या भार्गवानें जें अस्त्र कर्णाला दिलें होतें, तें त्यास आठवेनासें झालें; व तितक्यांत त्याच्या त्या मृत्युसमयीं त्याचा रथ घणघणाट करीत जात असतां त्याचें डावें चाकही भूमीनें गिळिलें; व मग समरांगणांत तो सूतपुत्र फारच विह्वल झाला! राजा, ब्राह्मणशापानें कर्णाच्या रथाचें चक्र भूमींत रुतलें तेव्हां तो रथ पार बांधिलेल्या सुपुष्पित वडाच्या किंवा पिंपळाच्या वृक्षाप्रमाणें कांहीं भूमींत व कांहीं वर असा दिसूं लागला; आणि त्याची गति कुंठित होऊन त्याजवर अधिरूढ असलेल्या वीराला परशुरामाच्या शापानें त्याजपासून संपादिलेल्या अस्त्राचें विस्मरण झाल्यामुळें तोही फार घाबरून गेला! राजा, इकडे आपण अर्जुनावर जे सर्पतुल्य भयंकर बाण सोडिले होते, ते सर्व अर्जुनानें तोडून टाकिले असें जेव्हां कर्णानें पाहिलें, तेव्हां त्याच्या मनास फारच विषाद उत्पन्न झाला; आणि त्याच्या मनांत ती सर्व दुःसह आपत्परंपरा उभी राहून भयानें त्याचें चित्त गांगरून गेलें! राजा, नंतर त्यानें हातबोटें मोडून निंदापूर्वक असे उद्गार काढिले, "अहो, धर्मवेत्ते पुरुष नेहमीं असें सांगत आले कीं, धार्मिक पुरुषाला धर्म हा निश्चयानें राखितो. बरें, आम्हांविषयीं म्हणाल तर आम्ही नित्य आमच्या बुद्ध्यनुरूप व शक्त्यनुरूप धर्माचरण करण्यास झटत आहों, आणि असें असतांही आम्हां धर्मशील जनांचें धर्म हा रक्षण न करितां आमचें उलट हननच करीत आहे; तेव्हां धर्मापासून सदासर्वकाळ कल्याण होतें असें मला वाटत नाहीं!" राजा, कर्ण हा असे उद्गार काढीत असतां त्याजवर अर्जुनानें बाणांचा भडिमार चालविला होताच; त्यामुळें तो

स्वस्थानापासून चलित झाला आणि इकडे रथाचे अश्व व सारथि ह्यांनाही अडखळल्यामुळें हिसके बसले! तेव्हां कर्णाचीं सर्व मर्मस्थळें बाणविद्ध झालीं होतीं, ह्यास्तव त्याच्या अंगीं पहिल्यासारखी शक्ति राहिली नव्हती आणि त्यामुळें तो आपला पुनःपुनः धर्मालाच दूषणें देत बसला होता! असो; नंतर कर्णानें हाताच्या ठिकाणीं अतिशय घोर असे तीन शर कृष्णाला व सात शर अर्जुनाला मारिले; आणि तें पाहून तत्काळ अर्जुनानें सरळ चालून जाणारे, इंद्राच्या वज्राप्रमाणें अनर्थ करणारे व अग्नीप्रमाणें जाळून टाकणारे असे सतरा अतिशय तीक्ष्ण बाण कर्णावर सोडिले. ते बाण कर्णाच्या देहांत घुसून मोठ्या वेगानें बाहेर आले व भूतलावर पडले. तेव्हां कर्ण अगदीं कंपित झाला व त्यानें आपल्या अंगीं जितकी शक्ति होती तितकी सर्व प्रकट करून मोठ्या स्थिरपणानें ब्रह्मास्त्राचें निमंत्रण केलें! तेव्हां, राजा, कर्णाच्या त्या ब्रह्मास्त्रावर अर्जुनानें ऐंद्रास्त्र योजिलें. त्या समयीं त्या शत्रुसंहारक वीरानें गांडीव, त्याची प्रत्यंचा व बाण ह्यांजवर ऐंद्रास्त्राचें अभिमंत्रण केलें; आणि इंद्राप्रमाणें बाणांचा असा भडिमार आरंभिला कीं, ते महातेजस्वी उग्र बाण एकसारखे कर्णाच्या रथावर आदळूं लागले! परंतु त्या सर्व बाणांचा महारथ कर्णानें उलट बाण सोडून संहार उडविला. तेव्हां कृष्ण अर्जुनाला म्हणाला, 'अर्जुना, राधेयानें ह्या सर्व बाणांचा चुराडा उडविला; ह्यास्तव दुसरें प्रचंड अस्त्र सोड.' नंतर, राजा, अर्जुनानें ब्रह्मास्त्राचें सम्यक् अभिमंत्रण करून कर्णावर शरांचा भयंकर वर्षाव चालवून त्यास झांकून काढिलें, पण उलट कर्णानें अतिशय जलाल बाण सोडून अर्जुनाची प्रत्यंचाच छेदिली! मग अर्जुनानें आपल्या गांडीवाला दुसरी, तिसरी, चौथी, पांचवी, सहावी, सातवी, आठवी, नववी, दाहावी, अकरावी अशा एकामागून एक—कर्णानें शतावधि बाण मारून जशजशा त्या प्रत्यंचा तोडिल्या; तसतशा नवीन शंभर प्रत्यंचा लाविल्या. परंतु इतक्या शंभर प्रत्यंचा अर्जुनापाशीं असतील असें कांहीं कर्णाला माहीत नव्हतें! राजा, नंतर अर्जुनानें नवी प्रत्यंचा लावून पुनः अस्त्राचें निमंत्रण केलें आणि सर्पतुल्य भयंकर शरांचा कर्णावर भडिमार चालवून त्यास अगदीं आच्छादून टाकिलें! राजा, तेव्हां देखील कर्णानें अर्जुनाच्या धनुष्याच्या प्रत्यंचा छेदण्याचें काम चालविलेंच होतें; परंतु अखेरीस अर्जुनानें इतक्या जलदीनें बाणवृष्टि आरंभिली कीं, त्याच्या प्रत्यंचेवर कर्णाची दृष्टि ठरत नाहींशी झाली व त्यामुळें मग प्रत्यंचेचें छेदन बंद पडलें! नंतर कर्णानें मोठा चमत्कार करून दाखविला. तो असा कीं, त्यानें अर्जुनाच्या अस्त्रांचा प्रतिकार करण्याकरितां दुसरींच अस्त्रें योजण्याचा क्रम सुरू केला; आणि त्यांत त्यानें अर्जुनावर सरशी केली! त्या समयीं अर्जुन हा कर्णास्त्रानें अतिशय पीडित झाला असें पाहून कृष्ण त्याला म्हणाला, 'अर्जुना, पुनःपुनः तीं तीं अस्त्रें सोड आणि कर्णाला मागें हटव.' राजा, नंतर शत्रुसंहारक अर्जुनानें अग्नीसारखा प्रखर व सर्पविषासारखा भयंकर असा एक पोलादी बाण घेऊन त्याजवर एका प्रचंड अस्त्राचें अभिमंत्रण करून तो बाण त्यानें कर्णावर सोडण्याचा विचार केला. तों मीं मघां सांगितल्याप्रमाणें कर्णाच्या रथाचें चाक पृथ्वीनें गिळिलें!

राजा धृतराष्ट्रा, त्या वेळीं तो सूतपुत्र ताबडतोब रथांतून खालीं उतरला आणि दोन्ही हातांनीं तें चक्र उचलून मोठ्या नेटानें वर काढूं लागला! राजा, त्या समयीं कर्णानें चक्र गिळून टाकणारी ती पृथ्वी सप्तद्वीपें, पर्वत, जल व अरण्यें ह्यांसहवर्तमान चार अंगुलें वर

उचलिली, तरी त्याच्या रथाचें तें चक्र वर निघालें नाहीं! तेव्हां कर्णाला अतिशय क्रोध चढला व त्याच्या नेत्रांतून अश्रुधारा वाहूं लागल्या आणि अर्जुन अगदीं खवळला आहे असें पाहून तो त्यास म्हणाला, "हे महाधनुर्धरा पार्था, क्षणभर थांब! हें भूमींत रुतलेलें चक्र मला वर काढूं दे! अर्जुना, दुर्दैवानें माझ्या रथाचें हें डावें चाक पृथ्वींत शिरलें आहे हें अवलोकन कर आणि कांहीं वेळ तूं आपले हेतु सिद्धीस नेऊं नको! बा वीरा, ह्या वेळीं मी अगदीं विपन्न अवस्थेंत आहें, तेव्हां जर तूं मजवर बाणक्षेपण करशील, तर तुझें तें वर्तन निंद्य होईल! क्षुद्र जनांप्रमाणें दुराचरण करणें तुला योग्य नाहीं! कौंतेया, युद्धकलेमध्यें तुझी गणना विशिष्ट पुरुषांत आहे, म्हणून तुझ्या हातून अधिक प्रशस्त असेंच कर्म घडलें पाहिजे! अर्जुना, धर्मयुद्ध करणारे शूर साधु पुरुष केंस पिंजारलेल्या, युद्धास विमुख झालेल्या, शरण आलेल्या, शस्त्र टाकून दिलेल्या, याचनेस उद्युक्त झालेल्या, ज्याला बाप नाहीं अशा, कवचहीन झालेल्या, व आयुधें गळून किंवा भंगून पडलेल्या वीरावर अथवा त्याप्रमाणेंच ब्राह्मणावर कधींही शस्त्रप्रहार करीत नाहींत! हे पांडवा, सर्व जगांत तूं अत्यंत शूर व धार्मिक आहेस; युद्धाचे धर्म तुला पूर्ण विदित आहेत; श्रुतींचें रहस्य तूं उत्कृष्ट जाणिलें आहेस; तुला दिव्य अस्त्रांचें उत्तम ज्ञान आहे; आणि कार्तवीर्यासारखा तूं अतुलवीर्यवान् आहेस! ह्यासाठीं, हे महाभुजा, मी हें चक्र भूमींतून वर उचलून काढीपर्यंत तूं माझ्यावर शरवृष्टि करूं नको! तूं रथावर अधिष्ठित आहेस व मी भूमीवर मोठ्या संकटांत आहें, इकडे तूं लक्ष दे! अर्जुना, मी तुला किंवा वासुदेवाला भीत नाहीं. तूं क्षत्रिय असून महान् कुलाचें विवर्धन करणारा आहेस; ह्यास्तव मी तुला इतकीच विनंति करितों कीं, क्षणभर तूं मला क्षमा कर!"

अध्याय एक्याण्णवावा.

—:०:—

कर्णाचा वध!

संजय सांगतोः—तेव्हां रथावर अधिष्ठित असलेला कृष्ण त्याला म्हणाला, "कर्णा, आतां ह्या स्थळीं तुला धर्माचें स्मरण होत आहे, हें तरी मोठें भाग्यच होय! पण, बहुधा नीच पुरुष संकटांत बुडाले म्हणजे दैवाला दोष लावितात. ते आपल्या दुष्कर्मांना दोष लावीत नाहींत. बा राधेया, दुर्योधन, दुःशासन, शकुनि व तूं ह्या तुह्मीं सर्वांनीं एक होऊन एकवस्त्रा द्रौपदीला जेव्हां सभेंत आणिलें; तेव्हां मात्र तुझ्या हृदयांत धर्माचा उजेड पडला नाहीं! त्याचप्रमाणें, कर्णा, कौरवसभेंत शकुनीनें जाणूनबुजून अक्षविद्येंत अज्ञान अशा धर्मराजाला कपटानें जिंकलें, त्या वेळीं तुझा धर्म कोठें गेला होता? त्याप्रमाणेंच, कर्णा, वनवासाचीं बारा वर्षें व अज्ञातवासाचें तेरावें वर्ष हीं संपल्यावरही पांडवांचें राज्य पांडवांना तुह्मीं परत दिलें नाहीं, तेव्हां तुझा धर्म कोठें गेला होता? बरें, दुर्योधनानें तुझ्या सल्ल्यानें भीमसेनाला विषान्न चारिलें व सर्प डसविले, तेव्हां तुझा धर्म कोठें गेला होता? त्याप्रमाणेंच, राधेया, वारणावतांत लाक्षागृहामध्यें पांडव निद्रित असतां त्या लाक्षागृहाला तूं बत्ती लाविलीस, तेव्हां तुझा धर्म कोठें गेला होता? त्याप्रमाणेंच, कर्णा, रजस्वला द्रौपदी सभेमध्यें दुःशासनाच्या तावडींत सांपडली असतां तूं दांत काढून हंसलास, तेव्हां तुझा धर्म कोठें गेला होता? त्याप्रमाणेंच, कर्णा, पूर्वीं नीचांनीं द्रौपदीला विनाकारण क्लेश दिले आणि ते तूं जवळ असूनही निमूटपणें पाहिलेस, तेव्हां तुझा धर्म कोठें गेला होता? त्याप्रमाणेंच

कर्णा, कृष्णे, पांडवांचा आतां नाश झाला व ते शाश्वत नरकांत पडले, ह्यासाठीं तूं आतां दुसरा पति कर! असें जेव्हां तूं गजगामिनीला म्हटलेंस आणि तिचा धिक्कार केलास, तेव्हां तुझा धर्म कोठें गेला होता? त्याप्रमाणेंच, कर्णा, तूं फिरून शकुनीचा आश्रय करून राज्यलोभानें पांडवांना द्यूतासाठीं बोलाविलेंस, तेव्हां तुझा धर्म कोठें गेला होता! त्याप्रमाणेंच, कर्णा, तुह्मीं पुष्कळ महारथांनीं एक होऊन रणांगणांत अभिमन्यु बाळाला कोंडून ठार मारिलें, तेव्हां तुझा धर्म कोठें गेला होता? बावारे, जर ह्या धर्माकडे तुह्मीं त्या वेळीं लक्ष दिलें नाहीं, तर आतां व्यर्थ कंठशोष करण्यांत काय हंशील? बा कर्णा, आज तूं कितीही धर्माचरण केलेंस, तरी तुझी आज जिवंतपणें सुटका व्हावयाची नाहीं! पहा--नल राजाला पुष्करानें द्यूतांत जिंकिलें, परंतु त्यानें पुनः स्वपराक्रमानें राज्य व यश मिळविलें; तसेंच हे सर्व पांडव बाहुबलानें व सोमकांच्या साहाय्यानें आपलें राज्य परत मिळविण्यासाठीं लोभ धरून मोठमोठ्या शत्रूंना संग्रामांत ठार मारतील; व नित्य धर्मावर पूर्ण भिस्त ठेऊन धार्तराष्ट्रांचा विध्वंस करतील आणि आपले मनोरथ सिद्धीस नेतील!"

संजय सांगतो, हे भारता, ह्याप्रमाणें कृष्णाचें भाषण श्रवण करून कर्णानें लाजून मान खालीं घातली; आणि तो क्रोधानें दांतओठ चावीत धनुष्य उचलून मोठ्या आवेशानें व शौर्यानें अर्जुनाशीं लढूं लागला! राजा, त्या समयीं वासुदेव हा नरवीर अर्जुनाला म्हणाला, 'हे महाबला, दिव्यास्त्रानेंच कर्णाला ठार मारून टाक!' राजा, कृष्णाचे हे शब्द अर्जुनाला मानवले व त्याला अतिशय क्रोध चढला; आणि कृष्ण हा कर्णाला जें कांहीं बोलला होता त्याचें त्यास स्मरण होऊन त्याचा देह संतापानें नखशिखांत पेटला व त्याच्या सर्व रोमरंध्रांतून क्रोधाच्या अगदीं ज्वाळा निघूं लागल्या! राजा, त्या समयीं अर्जुनाची ती तशी अद्भुत स्थिति अवलोकन करून कर्णानें अर्जुनावर ब्रह्मास्त्र सोडिलें व त्याजवर बाणांचा भडिमार करून पुनः रथाचें चाक वर उचलण्याचा यत्न केला! तेव्हां अर्जुनानेंही ब्रह्मास्त्रच सोडून कर्णावर उग्र शरवृष्टि केली आणि कर्णाचें ब्रह्मास्त्र व्यर्थ दवडिलें! नंतर अर्जुनानें आपणाला प्रिय असें दुसरें आग्नेय अस्त्र कर्णावर सोडिलें तेव्हां तें अग्नीसारखें भडकलें! तेव्हां कर्णानें त्यावर वारुणास्त्र टाकिलें व त्याचा उपशम केला! कर्णानें वारुणास्त्राचें अभिमंत्रण केलें असतां जिकडे तिकडे मेघच मेघ उत्पन्न झाले व त्यांनीं सर्वत्र अंधार पडून कांहींएक दिसेनासें झालें; तेव्हां वीर्यशाली अर्जुनानें लागलेंच न गडबडतां वायव्यास्त्र सोडिलें व राधेय हा पहात असतां त्यानें उत्पन्न केलेल्या त्या सर्व मेघांची दाणादाण करून त्यांस उधळून लाविलें! नंतर पांडुपुत्राला वधण्याकरितां कर्णानें प्रज्वलित अशा अग्नीसारखा एक भयंकर शर हातांत घेतला व धनुष्याची पूजा करून तो शर त्या धनुष्याला लाविला; तों, राजा, पर्वत, जल व अरण्यें ह्यांसहवर्तमान सर्व पृथ्वी हालूं लागली आणि प्रचंड वारा सुटून जिकडे तिकडे दगडगोटे उडूं लागले व दशदिशा धुळीनें भरून गेल्या! हे भारता, तेव्हां अंतरिक्षांत देवांमध्यें मोठा हाहाःकार उडाला आणि सूतपुत्रानें तो बाण धनुष्याला जोडिला असें पाहातांच पांडवांचा धीर सुटून ते अगदीं घाबरून गेले! राजा, नंतर कर्णानें इंद्राच्या वज्राप्रमाणें झळाळणारा असा तो जलाल बाण अर्जुनावर सोडिला, तेव्हां तो अर्जुनाचें हृदय विदारून--प्रचंड नाग जसा सळाळत वारुळांत घुसतो तसा--आंत घुसला आणि त्याच्या योगें महात्मा अर्जुन अतिशयित विद्ध होऊन थर-

थर कांपला व त्याच्या हातांतून गांडीव धनुष्य गळून खालीं पडलें ! राजा, त्या समयीं जणू काय धरणीकंप होऊन महान् पर्वतच थरथर हालला असें वाटलें ! ह्याप्रमाणें अर्जुनाची विपन्न अवस्था केल्यावर ती संधि साधून कर्णानें पुनः रथांतून खालीं उडी टाकिली व फिरून भूमींत रुतलेलें चाक वर काढण्याचा यत्न आरंभिला ! राजा, त्या वेळीं महाबलवान् कर्णानें मोठ्या जोरानें दोन्ही हातांनीं तें चाक वर उचलण्याचा प्रयत्न केला, पण त्याचें दैव प्रतिकूल झाल्यामुळें त्याचा तो प्रयत्न सिद्धीस गेला नाहीं ! इतक्यांत इकडे महात्मा अर्जुन पुनः सावध झाला व त्यानें दुसरा कालदंडच असा एक भयंकर प्रांजलिक बाण हातांत घेतला ! राजा, तेव्हां वासुदेव पुनः अर्जुनाला ह्मणाला, "अर्जुना, हा शत्रु पुनः रथावर आरूढ झाला नाहीं तों त्याचें बाणानें मस्तक उडव ! " तेव्हां 'बरें आहे' असें ह्मणून अर्जुनानें कृष्णाच्या सूचनेस मान दिला; व एक प्रज्वलित बाण धारण करून, कर्णाच्या रथाचें चाक भूमींत रुतलेलें आहे तोंच त्याच्या महान् रथाची सूर्याप्रमाणें शुभ्र व देदीप्यमान हस्तिकक्षा व ध्वज हीं तोडून टाकिलीं ! राजा, कर्णाच्या त्या ध्वजाचें काय वर्णन करावें ? ज्याच्यावर हत्तीचें प्रचंड दोरखंड लोंबत होतें, अशा त्या कर्णध्वजावर सुवर्ण, मौक्तिकें, रत्नें व हिरे ह्यांचें शिल्पकलेंत अत्यंत निपुण अशा कारागिरांनीं चित्रविचित्र कोंदणकाम केलें होतें; त्या सुवर्णालंकृत ध्वजाचा थाट मोठा सुंदर असून, तो जेथें जेथें असेल तेथें तेथें तुझें सैन्य नित्य विजयी व्हावयाचेंच असा अबाधित नियम चाललेला होता; तो वंदनीय ध्वज सन्निध प्राप्त झाला म्हणजे शत्रूंना महान् भीति उत्पन्न होई; आदित्याप्रमाणें देदीप्यमान असा तो ध्वज सर्व जगांत प्रसिद्ध होता; आणि त्याची कांति भानु किंवा चंद्र ह्यांप्रमाणें रमणीय होती ! राजा, अशा प्रकारचा तो कर्णाचा अद्वितीय ध्वज अर्जुनानें अतिशय धार दिलेल्या सुवर्णपुंख अग्नितुल्य प्रज्वलित क्षुरप्रबाणानें भग्न करून पाडिला, तेव्हां त्याजबरोबर कौरवांचें यश, दर्प, त्यांचे प्रियतम उद्दिष्ट हेतु व त्यांचीं कार्यें हीं सर्व भग्न होऊन समाप्त झालीं व महाभीतीनें त्यांचीं अंतःकरणें विदीर्ण होऊन जिकडे तिकडे महान् हाहाःकार उडाला! राजा, ह्याप्रमाणें कुरुकुलावतंस अर्जुनानें हां हां ह्मणतां रणांत कर्णाचा ध्वज तोडून पाडिला तेव्हां तुझ्या सैनिकांपैकीं कोणालाही आतां कर्णाला जय मिळेल अशी आशा उरली नाहीं, आणि ते सर्व हताश होत्साते हळहळूं लागले ! नंतर मोठ्या त्वरेनें अर्जुनानें महेंद्राच्या वज्रासारखा किंवा अग्नीच्या दंडासारखा भयंकर व रवीच्या किरणांसारखा तेजस्वी असा एक आंजलिक शर बाणभात्यांतून काढिला; आणि तो मर्मस्थलांचा भेद करणारा, रुधिर व मांस ह्यांनीं माखलेला, वैश्वानर किंवा सूर्य ह्यांसारखा प्रखर, महामूल्यवान्, नर, अश्व व गज ह्यांचे प्राण घेणारा, तीन हात लांब असलेला, ज्याला सहा पिसें पुंखस्थानीं लाविलीं होतीं असा, सहस्रनेत्र इंद्राच्या वज्राप्रमाणें बळकट, प्रलयकालच्या अग्नीप्रमाणें आ करून खाऊन टाकण्यास तयार, पिनाक धनुष्य व सुदर्शन चक्र ह्यांप्रमाणें दारुण व प्राण्यांचा समूळ घात करणारा असा बाण-- देवसंघांनाही जो दुर्निवार्य, सर्वांना जो नित्य वंदनीय व सुरासुरांनाही जो जिंकणारा अशा त्या महाधनुर्धर महात्म्या अर्जुनानें रणांगणांत मोठ्या आवेशानें उचलिला, असें पाहून सर्व स्थावरजंगम जग थरथर हालूं लागलें आणि 'सर्व जगत् सुखी असो' ! असे ऋषींनीं मोठ्यानें उद्गार काढिले ! राजा, नंतर त्या गांडीवधन्व्या अर्जुनानें तो अतुलवीर्यवान् शर धनुष्याला

जोडिला आणि त्याच्यावर महान् अस्त्राचें अभिमंत्रण करून तो आकर्ण ओढिला व आतां शत्रूवर सोडावयाचा, तों मोठ्या त्वरेनें त्यानें गांडीव धनुष्याला ह्मटलें, ' बा गांडीवा, महान् अस्त्राच्या शक्तीनें अभिमंत्रित केलेला हा प्रचंड बाण शत्रूच्या देहाचें व प्राणांचें हरण करो ! जर मीं तपश्चर्या केली असेल, गुरुजनांना संतोषविलें असेल आणि आप्तेष्टांचा हितबोध ऐकिला असेल, तर त्या सर्व पुण्याच्या योगानें सदासर्वकाळ जपून ठेवलेला हा माझा जलाल शर माझा प्रचंड शत्रु जो कर्ण त्याचा वध करो ! '

राजा धृतराष्ट्रा, असें बोलून धनंजयानें तो घोर बाण कर्णाच्या वधाकरितां त्याजवर सोडिला आणि अथर्वांगिरसी कृत्येप्रमाणें (प्राणघातक देवतेप्रमाणें) भयंकर व युद्धांत प्रत्यक्ष मृत्यूलाही दुःसह असा तो बाण अग्नीच्या ज्वाळेप्रमाणें कर्णावर जात असतां अर्जुन मोठ्या आनंदानें ह्मणाला कीं, ' ह्या बाणानें मला विजयी करावें आणि कर्णाला यमसदनीं पाठवावें ! ' राजा, नंतर तो बाण कर्णाचे प्राण घेण्याकरितां मोठ्या वेगानें त्याजवर धावून जात असतां त्याच्या योगें दशदिशा व अंतरिक्ष हीं पेटलीं; आणि अखेरीस, महेंद्राच्या वज्रानें जसें वृत्रासुराचें मस्तक उडविलें, तसें अर्जुनाच्या त्या बाणानें कर्णाचें मस्तक उडविलें ! राजा, ह्याप्रमाणें महेंद्रपुत्र अर्जुनानें श्रेष्ठ प्रतीच्या आंजलिक बाणावर महास्त्राचें अभिमंत्रण करून त्याच्या योगें तिसरे प्रहरीं विकर्तनपुत्र कर्णाचें मस्तक छेदून टाकिलें ! तेव्हां तें प्रथम भूतलावर पडलें आणि मग त्याचें तें धड खालीं कोसळलें ! राजा, प्रातःकालच्या सूर्यबिंबाप्रमाणें तेजस्वी आणि शरदृतूंतील मध्यान्हीच्या सूर्याप्रमाणें देदीप्यमान असें तें कर्णाचें मस्तक रणभूमीवर कौरवसैन्याच्या अग्रभागीं पतन पावलें, तेव्हां जणू काय आरक्तवर्ण सूर्यच अस्ताचलावरून खालीं पडला असें वाटलें ! राजा, त्या समयीं अत्यंत उदार अशा कर्णाच्या त्या उत्तमांगानें कर्णाचा तो नित्य सुख भोगणारा व अतिशय सुंदर असा देह मोठ्या कष्टानें सोडिला ! ज्याप्रमाणें एखाद्या धनिक पुरुषाला सर्व प्रकारच्या संपत्तीनें मुसमृद्ध असें आपलें प्रिय गृह सोडून देण्यास अवघड वाटतें, तसें कर्णाच्या मस्तकाला, आपण ज्याच्या योगें विलास भोगिले असें तें कर्णाचें शरीर सोडून देतांना फार अवघड वाटलें ! असो. राजा, प्रतापशाली कर्णाचें मस्तक भूतलावर पडल्यानंतर, बाणप्रहारांनीं आधींच छिन्नभिन्न होऊन गेलेलें त्याचें धिप्पाड शरीरही प्राणहीन होत्सातें रणांगणांत पडलें; आणि ज्याप्रमाणें कावेच्या पर्वताचें शिखर वज्रानें हत झालें असतां खालीं कोसळून त्यांतून आरक्तवर्ण उदकाचे प्रवाह चालतात, त्याप्रमाणें कर्णाच्या त्या देहव्रणांतून रुधिराचे प्रवाह एकसारखे चालू झाले ! राजा, इकडे कर्ण हा धारातीर्थीं पडतांच त्याच्या शरीरांतून एक ज्योति निघाली व ती अंतरिक्षांत सूर्यामध्यें जाऊन मिळाली, आणि हा चमत्कार सर्व मानव वीरांनीं रणांगणांत अवलोकन केला !

ह्याप्रमाणें अर्जुनानें कर्णाचा वध केला असें पाहातांच पांडवांनीं मोठमोठ्यानें शंख वाजविण्यास आरंभ केला ! त्याप्रमाणेंच कृष्णार्जुन हे मोठ्या प्रसन्न अंतःकरणानें शंखनाद करूं लागले ! आणि सोमकांनींही कर्णाला समरभूमीवर मरून पडलेला पाहून सिंहासारख्या गर्जना चालविल्या ! राजा, त्या वेळीं पांडवसैन्यांत जिकडे तिकडे आनंदानें वाद्यघोष होऊं लागला; योद्ध्यांनीं हात वर करून वस्त्रें फडकाविलीं; आणि आनंदानें त्यांचे देह स्फुरण पावून ते सर्व तत्काळ आपापल्या सैन्यासह अर्जुनाच्या समीप आले ! राजा, त्या समयीं

अर्जुनाच्या बाणप्रहारांनीं कर्णाचा वध होऊन तो भूतलावर मातींत पडला आहे असें जेव्हां कित्येक वीरांनीं पाहिलें, तेव्हां ते आनंदानें ' बरें झालें! बरें झालें! ' असें ओरडत व एकमेकांना मिठ्या मारीत अगदीं नाचूंच लागले! असो; राजा, प्रचंड वाऱ्यानें जसें पर्वताचें शिखर कोसळून पडावें, किंवा यज्ञाची समाप्ति झाली ह्मणजे जसा अग्नि शांत व्हावा, तसें कर्णाचें तें छिन्न झालेलें मस्तक अस्तंगत सूर्यबिंबाप्रमाणें रणांगणांत शोभत होतें! त्याणि त्याचा नखशिखांत बाणविद्ध आणि रुधिरौघानें परिप्लुत असा तो देह प्रकाशकिरणांनीं परिवृत अशा सूर्यबिंबाप्रमाणें झळकत होता! असो. राजा, ज्या कर्णरूप रवीनें शररूप किरणांनीं पांडवीय सेनेला दग्ध केलें, त्याच कर्णरूप भास्करास अखेरीस अर्जुनरूप बलिष्ठ कालानें अस्तंगत करून टाकिलें! राजा, अस्तास जाणारा सूर्य ज्याप्रमाणें प्रभा घेऊन नाहींसा होतो, त्याप्रमाणें अर्जुनानें कर्णावर टाकलेला बाण कर्णाच्या त्या मरणादिवशीं तिसरे प्रहरीं खुशाल कर्णाचें जीवित घेऊन कौरवांकडील सर्व सैन्यासमक्ष नाहींसा झाला! आणि ह्याप्रमाणें शूर कर्ण रणांत पतन पावल्यावर मद्राधीश शल्य त्याचा भग्नध्वज रथ घेऊन रणांगणांतून निघून गेला; व बाणप्रहारांनीं अत्यंत विद्ध झालेले कौरव भयभीत होत्साते अर्जुनाचा देदीप्यमान ध्वज अवलोकन करीत दूर पळून गेले!

अध्याय ब्याणणवावा.

—:०:—

शल्याचें परत येणें.

संजय सांगतो:—राजा धृतराष्ट्रा, ह्याप्रमाणें कर्णार्जुनांचा घनघोर संग्राम होऊन त्यांत कर्णाच्या रथाचें चाक भूमीनें गिळिल्यावर तो पादचारी कर्ण निकरानें युद्ध करीत असतां अर्जुनाच्या हस्तें मरण पावला असें अवलोकन करून, आणि त्याप्रमाणेंच बाणप्रहारांनी कौरवांचीं सैन्यें नष्ट झालीं असें पाहून, शल्य हा कर्णाचा तो मोडकातोडका व ध्वजरहित रथ घेऊन रणांगणांतून मागें वळला; आणि दुर्योधनाच्या समीप प्राप्त झाला, व त्यानें त्यास सर्व वृत्त निवेदन केलें! तेव्हां, राजा, युद्धांत कर्ण पडला आणि हत्ती, घोडे, रथ व नर ह्यांचा भयंकर संहार उडाला असें श्रवण करून दुर्योधनाचे नेत्र अश्रूंनीं भरून आले; आणि तो अत्यंत खिन्न होत्साता मोठ्या दैन्यानें पुनःपुनः दुःखाचे सुसकारे टाकूं लागला! राजा, अर्जुनाच्या हस्तें कर्ण मरण पावला असें म्हणण्यापेक्षां तो केवळ दैवघटनानुसार रणांत पडला असेंच मला वाटतें! कर्णाचा देह रणभूमीवर पतन पावला तेव्हां जणूं काय अंतरिक्षांतून सूर्यच यदृच्छेनें भूतलावर पतन पावला असें सर्वांना भासलें! असो; राजा, तो शूर कर्ण नखशिखांत बाणविद्ध होऊन धरणीवर पडला असतां व त्याच्या सर्व गात्रांतून रुधिराचे पाट वाहात असतां बहुत वीरपुरुष त्यास पाहाण्यासाठीं तेथें येऊन त्याजभोंवतालीं उभे राहिले! राजा, त्या समयीं जे पुरुष तेथें होते, त्यांची मनोवृत्ति भिन्नभिन्न प्रकारची झाली. अर्जुनादिक पांडवीय योद्ध्यांना मोठा आनंद वाटला; भीरुजन अतिशय घाबरले; कौरवांकडील वीर अत्यंत खिन्न झाले; आणि जे केवळ प्रेक्षक होते, त्यांना फार विस्मय वाटला! सारांश, त्या वेळीं शत्रूंकडील, तुझ्याकडील किंवा उदासीन असे जे पुरुष त्या स्थळीं प्राप्त झाले होते, ते आपापल्या प्रकृत्यनुसार सुखदुःखादिक विकार पावले! राजा, महावीर्यशाली कर्णाचें कवच, अलंकार, वस्त्रें व आयुधें ह्यांचा विध्वंस उडवून त्यास अर्जुनानें रणांगणांत ठार मारिलें, असें जेव्हां कौरवसैन्यांनीं ऐकिलें, तेव्हां भयाण

अरण्यांत म्होरक्या बैल ठार झाला असतां गाईंचे कळप जसे हताश होऊन सैरावैरा धांवत सुटतात तशीं तीं कौरवसैन्यें सैरावैरा धावत सुटलीं! राजा, त्या समयीं भीमानें तर प्रचंड गर्जना करून अंतरिक्ष व पृथ्वी अगदीं दणाणून सोडिली, तो मोठ्या आवेशानें बढाई मारीत नाचूं लागला, आणि त्यामुळें आतां भूमंडळ विदीर्ण होणार असें भासून सर्व धार्तराष्ट्र अतिशयित भयभीत झाले! राजा, त्याप्रमाणेंच त्यावेळीं सोमकांनीं व सृंजयांनीं शंख वाजविले आणि इतर क्षत्रियांनीं मोठ्या आनंदानें एकमेकांस आलिंगन दिलें! राजा, सिंहानें जसा हत्तीचा वध करावा, तसा अर्जुनानें रणांगणांत कर्णाशीं घोर संग्राम करून त्याचा वध केला आणि त्या नरश्रेष्ठानें आपली प्रतिज्ञा सिद्धीस नेऊन कर्णाचें वैर कायमचें संपविलें! राजा, नंतर मद्राधिप शल्य भयभीत होत्साता भग्नध्वज रथ घेऊन दुर्योधनाच्या समीप आला आणि नेत्रांतून अश्रु ढाळीत त्यानें मोठ्या कष्टानें दुर्योधनाला निवेदन केलें कीं, "दुर्योधन राजा, तुझ्या सैन्यांतील रथ, गज, अश्व व नर ह्यांचा संहार उडाला! रणांगणांत तुझ्या सैन्याची जी अवस्था झाली ती पाहून मला केवळ तें यमाचेंच राष्ट्र होय असें वाटलें! राजा, तुझ्या सैन्यांत पर्वताच्या शिखरांप्रमाणें प्रचंड असे गज, अश्व व नर ह्यांनीं एकमेकांना तुडविल्यामुळें फारच नाश झाला! राजा, कर्ण व अर्जुन ह्यांचें जसें युद्ध झालें तसें युद्ध आजपर्यंत कधींच झालें नाहीं? कर्णानें कृष्णार्जुनांना व त्याचप्रमाणें तुझ्या सर्व शत्रूंना अगदीं ग्रासून टाकिलें; परंतु खचित दैव हें पांडवांना अनुकूल झाल्यामुळें त्यानें पांडवांचें संरक्षण केलें व आमचा संहार उडविला! राजा, तुझा कार्यभाग सिद्धीस नेण्यासाठीं जे वीर तुझ्या बाजूनें लढत होते, त्यांचाही शत्रूंनीं मोठ्या त्वेषानें वध केला! राजा, तुझ्या पक्षाचे योद्धे बल, वीर्य, शौर्य, तेज व इतर गुण ह्यांमध्यें यम, कुबेर व इंद्र ह्यांप्रमाणें संपन्न असल्यामुळें अगदीं अवध्य असे होते, तथापि त्या सर्वांना पांडवांनीं रणांगणांत ठार मारिलें! हा सर्व दैवाचा खेळ आहे! ह्याविषयीं शोक करण्यांत अर्थ नाहीं! मनाचा धीर खचूं देऊं नको! नेहमीं जयच मिळेल असा काय भरंवसा आहे?" राजा धृतराष्ट्रा, ह्याप्रमाणें मद्राधीशाचें भाषण श्रवण करून आणि आपल्या हातून जीं जीं दुष्ट कृत्यें घडलीं होतीं तीं तीं मनांत आणून दुर्योधनाला अतिशय खेद वाटला व तो पुनःपुनः दुःखानें सुसकारे टाकीत मूर्छित पडला!

अध्याय त्र्याण्णवावा.

—:०:—

कौरवसैन्याचें पलायन.

धृतराष्ट्र विचारतोः—संजया, कर्णार्जुनांचा घोर संग्राम होऊन त्यांत दारुण समय प्राप्त झाला, शरवर्षावरूप भयंकर अग्नीनें कुरुसृंजयांचें सैन्य दग्ध होऊन पळून जाऊं लागलें. आणि अखेरीस बाणप्रहारांनीं त्याचा पूर्ण विध्वंस उडाला, तेव्हां मग त्या सैन्याची अवस्था काय झाली बरें?

संजय सांगतोः—राजा धृतराष्ट्रा, त्या वेळीं गज, अश्व व नर ह्यांचा रणभूमीवर जो महान् क्षय झाला, तो सावधान चित्तानें श्रवण कर. कर्णाला ठार मारून अर्जुनानें जेव्हां सिंहासारखी गर्जना आरंभिली, तेव्हां तुझे पुत्र फारच घाबरले आणि तुझ्या सैन्यांनीं एकदम पळ काढिला! राजा, त्या समयीं तुझ्याकडील कोणताही वीर त्या सैन्यांना आवरून धरण्यास किंवा शौर्यानें पांडवांवर चालून जाण्यास धजला नाहीं! त्या वेळीं कौरवसैन्यांचा महान् आधार जो कर्ण तो अर्जुनाच्या हस्तें रणांत पडतांच,

कौरवांकडील योद्ध्यांची, अगाध समुद्रांत तारूं फुटलें असतां त्यामध्यें बसलेल्या वणिग्जनांची जशी अवस्था होते तशी अवस्था झाली; आणि ते जीव घेऊन सैरावैरा पळत सुटले ! राजा, सेनानायक कर्ण हा पतन पावल्यावर, शस्त्रप्रहारांनीं घायाळ झालेले कौरववीर फारच भयभीत झाले आणि अगदीं दीन होत्साते 'आतां आम्हांस कोण तारील ! आतां आम्हांस कोण तारील ! ' असा आक्रोश करीत, सिंहत्रस्त मृगांप्रमाणें, भग्नशृंग वृषभांप्रमाणें किंवा दांत पाडिलेल्या सर्पांप्रमाणें वाट मिळाली तिकडे धूम ठोकून धावूं लागले ! राजा, सव्यसाची अर्जुनानें पराजित केल्यावर, ज्यांतील महान् महान् वीर रणांत पडले होते व निशित बाणांनीं ज्यांची अगदीं कत्तल होऊन पूर्ण वाताहत झाली होती, तीं तुझीं सैन्यें सायंकाळीं परत गोटांत गेलीं ! राजा, सूतपुत्राच्या वधानंतर तुझ्या पुत्रांची तर फारच दुर्दशा उडाली ! त्यांच्या अंगांतील कवचें फाटून तुटून गेलीं; हातांतील आयुधें गळून पडलीं; भयानें त्यांची धारण पांचावर बसल्यामुळें आपण कोणत्या दिशेस पळत आहों हेंही भान त्यांस उरलें नाहीं; आणि गडबडीनें आपापल्याच सैन्यांचा नाश करीत व परस्परांकडे दीनमुद्रेनें पहात, अहो, खचित अर्जुन माझाच पाठलाग करीत आहे ! अहो, खचित वृकोदर माझ्याच पाठीवर आला ! असें मानून घाबरले व बेशुद्ध होऊन धडाधड पडले ! राजा, मग त्या तुझ्या पुत्रांची व त्यांच्या सैन्यांची जी अवस्था झाली ती काय वर्णावी ! त्यांपैकीं कित्येक महारथ गजांवर, कित्येक हयांवर, कित्येक रथांवर आणि कित्येक तर पायदळांतील सैनिकांच्या खांद्यांवर वगैरे बसले आणि मोठ्या वेगानें पळून गेले ! राजा, ते योद्धे पळत असतां त्यांची अशी त्रेधा उडाली कीं, त्यांतील गजांनीं रथांचा, महारथांनीं घोडेस्वारांचा व घोड्यांच्या समुदायांनीं पायदळटोळ्यांचा पायांनीं तुडवून चेंदामेंदा केला ! राजा, हिंसक पशु व चोरटे ह्यांनीं गजबजून गेलेल्या अरण्यांत व्यापारी लोकांच्या वगैरे तांड्याचा आश्रय नाहींसा झाला म्हणजे प्रवासी जनांची जी दुर्धर अवस्था होते, तीच अवस्था कर्णाच्या वधानंतर तुझ्या योद्ध्यांची झाली ! त्या समयीं, राजा, वीररहित झालेले गज किंवा हस्तरहित झालेले नर जसे अगदीं दीन होतात, तसे तुझे वीर झाले; आणि त्या सर्वांना भीतीनें प्रत्येक वस्तूंत अर्जुन दिसूं लागला ! पुढें भीमसेनाच्या भयानें कौरवांकडील वीर पळत असलेले पाहून दुर्योधनानें मोठ्या दुःखानें 'हाय ! हाय ! ' असे उद्गार काढिले व आपल्या सारथ्याला म्हटलें, "बा सूता, माझ्या हातांत धनुष्य सज्ज असल्यामुळें भीमसेन माझ्या वाटेस जाणार नाहीं; ह्याकरितां सर्व सैन्यांच्या पिछाडीस माझा रथ सावकाश चालव. बा सारथे, आज भीमसेन जर माझ्याशीं युद्ध करण्यास प्राप्त झाला, तर त्यास मी खचित वधीन. समुद्र कितीही अफाट असला तरी तो जसा सीमेचें अतिक्रमण करूं शकत नाहीं, तसा तो महाधनुर्धर भीमसेन माझें अतिक्रमण करूं शकणार नाहीं ! सूता, आज मी त्या मानी भीमास, त्या कृष्णार्जुनांस व त्याचप्रमाणें दुसऱ्या महान् महान् पांडववीरांस ठार मारीन आणि कर्णाच्या ऋणांतून उतराई होईन ! "

राजा धृतराष्ट्रा, आर्य वीराला साजेल असें त्या कुरुराज दुर्योधनाचें तें भाषण श्रवण करून सूतानें दुर्योधनाच्या रथाचे ते सुवर्णाचे शृंगार चढविलेले अश्व हळूहळू चालविले; आणि तें पाहून, ज्यामध्यें रथ, अश्व व गज मुळींच नव्हते असें कौरवांचे पंचवीस हजार पायदळ एकदम युद्धाला तोंड देऊन उभें

राहिलें! राजा, त्या समयीं भीमसेन व धृष्टद्युम्न हे फारच संतापले व त्यांनीं चतुरंग सैन्यानिशीं बाणांचा भडिमार करीत एकदम त्याला वेढा दिला! राजा, मग दोन्ही दळांचें भयंकर रणकंदन सुरू झालें! त्या समयीं कौरवांकडील कित्येक वीर भीमसेन व धृष्टद्युम्न ह्यांचीं नांवें घेऊन त्यांच्यांशीं लढूं लागले; आणि त्यामुळें भीमसेनास फारच क्रोध चढून तो रथांतून लागलाच खालीं उतरला व हातांत गदा धारण करून त्यानें त्या कौरवसैन्याशीं युद्ध आरंभिलें! राजा, तेव्हां भीमसेन हा रथांतून खालीं उतरला ह्याचें कारण असें कीं, त्या समयीं कौरवांचें पायदळ मात्र त्या भीमसेन-धृष्टद्युम्नांशीं लढत होतें, ह्यास्तव पादचारी होऊन केवळ बाहुबलानें शत्रूंशीं युद्ध करावें हेंच त्या युद्धधर्मज्ञ कुंतीपुत्राला प्रशस्त वाटलें! त्या वेळीं भीमसेनानें सुवर्णालंकृत प्रचंड गदेनें दंडपाणि यमाप्रमाणें तुझ्या सर्व योद्ध्यांवर प्रहार चालविले; परंतु तुझेंही तें सर्व सैन्य पराक्रमी असल्यामुळें जिवाची आशा न धरितां समरांगणांत–टोळ जसे अग्नीवर तुटून पडतात तसे–भीमसेनावर तुटून पडलें; आणि मग मोठा घनघोर संग्राम माजून बेहोष होऊन झुंजत असलेले ते सर्व कौरववीर—प्राणिसमुदाय जसे यमदंडानें मरण पावतात तसे–एकाएकीं भीमसेनाच्या गदेनें मरण पावले! राजा, तेव्हां महाबलवान् भीमसेन श्येन पक्ष्यासारखा अंतरिक्षांत गरगर घिरट्या घालूं लागला आणि त्यानें गदेचे प्रहार करून तुझें पंचवीस हजार सैन्य मृत्युमुखीं लोटिलें! ह्याप्रमाणें तुझ्या नरसैन्याचा संहार उडविल्यावर सत्यपराक्रमी भीमसेन धृष्टद्युम्नाला पुढें करून तेथेंच उभा राहिला; इतक्यांत कौरवांच्या उर्वरित रथसेनेवर वीर्यशाली अर्जुनानें हल्ला केला आणि नकुल, सहदेव व महारथ सात्यकि हे तत्काळ मोठ्या वीरश्रीनें व वेगानें शकुनीवर चालून गेले! नंतर नकुल, सहदेव व सात्यकि ह्यांनीं जलाल बाणांचा भडिमार करून सौबलाचे बहुत घोडेस्वार ठार मारिले आणि मग ते मोठ्या त्वरेनें खुद्द सौबलावर धावून जाऊन तेथें मोठा भयंकर रणसंग्राम मातला! राजा, इकडे तुझ्या उर्वरित रथसेनेवर अर्जुनानें तिन्ही लोकांत प्रख्यात अशा गांडीव धनुष्याचा टणत्कार करीत हल्ला केला; तेव्हां त्याचा तो श्वेत अश्व जोडिलेला रथ, त्यावरील कृष्ण सारथि आणि त्यांत आरूढ असलेला अर्जुन ह्यांस पाहातांच तुझ्या सैनिकांचें धाबें दणाणलें व त्यांनीं तत्काळ पळ काढिला!

याप्रमाणें कर्णाच्या वधानंतर कौरवपांडवांचें पुनः युद्ध चालू झालें, त्यांत पांचालांचा महारथ महात्मा धृष्टद्युम्न ह्यानें बाणांचा भडिमार करून पंचवीस हजार वीरांना रथहीन केलें; व त्या सर्व पादचारी सैन्याला यमसदनीं पाठवून व भीमसेनाला पुढें करून तो रणांगणांत तत्काळ प्रकट झाला! राजा, तेव्हां तो शत्रुसंहारक महाधनुर्धर भाग्यशाली धृष्टद्युम्न, ज्याला पारव्यांच्या वर्णाप्रमाणें वर्ण असलेले अश्व जोडिले होते व ज्यावर कांचनाचा ध्वज झळकत होता अशा रथांत आरूढ होऊन समरांगणांत प्राप्त झाला असें पाहातांच तुझें सैन्य पुनः भ्यालें व पळत सुटलें! राजा, इकडे दोघे माद्रीपुत्र सात्यकीसह सौबल शकुनीशीं लढत होते, त्यांस आणखी चेकितान, शिखंडी व द्रौपदीचे पुत्र हे जाऊन मिळाले; आणि मग त्या सर्वांनीं तुझ्या प्रचंड सैन्याचें हनन करून आपले शंख वाजविले; व उरलेंसुरलें जें तुझें सैन्य युद्धविमुख होऊन पळून जाऊं लागलें, त्यांचा, चवताळलेल्या बैलांचा पाठलाग जसे दुसरे बैल करितात तसा, त्यांनीं पाठलाग केला! राजा, ह्याहीउपर जें तुझें रथसैन्य

अवशिष्ट राहिलें होतें, त्यावर महाबलिष्ठ सव्यसाची अर्जुनानें मोठ्या क्रोधानें चाल केली आणि त्यावर गांडीव धनुष्यानें शरांचा एकदम भडिमार चालविला! त्या समयीं जिकडे तिकडे अंधःकार पडला; आणि त्यामुळें, आधींच धुळीनें व्याप्त झालेल्या त्या महीतलावर कांहींएक दिसेनासें झालें! राजा, तेव्हां तुझ्या पक्षाचे सर्व योद्धे घाबरले व ज्यांना जिकडला मार्ग सांपडला तिकडे ते पळून गेले! ह्याप्रमाणें कौरवसैन्याचा अगदीं मोड झाला तेव्हां तुझा पुत्र दुर्योधन यानें जे शत्रु आपल्यावर चालून आले होते त्यांजवर एकदम हल्ला केला आणि त्यानें इतर पांडवांस--बलीनें जसें देवांना तसें--युद्धार्थ आह्वान केलें! नंतर ते सर्व पांडववीर एकत्र जमून मोठ्यानें गर्जना करीत दुर्योधनावर धावून आले आणि मग तेथें दोन्ही सैन्यांचा तुंबळ संग्राम माजला! राजा, त्या समयीं पांडवांकडील वीरांनीं वारंवार कौरवांची निंदा करीत त्यांजवर नानाविध शस्त्रास्त्रांचा मारा चालविला होता; आणि दुर्योधनही मोठ्या धैर्यानें रणांगणांत त्यांजवर जलाल शरांचा भडिमार करीत होता! त्या वेळीं दुर्योधनानें पांडवांच्या सैन्याशीं सर्वथा घोर युद्ध करून त्यांस अगदीं जर्जर केलें व मोठ्या क्रोधानें त्यांपैकीं शतावधि व सहस्रावधि वीर ठार मारिले! राजा, त्या वेळीं मला मोठा अद्भुत चमत्कार दिसला तो हा कीं, तुझा पुत्र एकटा असून, त्या सर्व एकत्र जमून आलेल्या पांडुसैन्याशीं लढत होता! त्या समयीं राजा, दुर्योधनानें आपल्या सैन्याची फारच शोचनीय अवस्था अवलोकन करून व तें अगदीं पळ काढण्याच्या बेतांत आहे असें पाहून त्यास थांबवून धरिलें; व तो महासमयज्ञ कुरुवीर त्यांस वीरश्री येण्यासाठीं म्हणाला, "वीरहो, मला असें एकही स्थळ दिसत नाहीं कीं, जेथें तुह्मी भयभीत होत्साते पळून गेल्यानें पांडवांपासून तुमची सुटका होईल! ह्यासाठीं तुम्हीं पळून जावें ह्यांत कोणता लाभ? बाबांनो, अशा ह्या प्रसंगीं तुम्ही दूरवर दृष्टि द्या! पहा--पांडवांचें सैन्य अगदीं थोडें आहे व कृष्णार्जुन तर शरप्रहारांनीं अगदीं घायाळ झाले आहेत! ह्यासाठीं मी आज सर्व पांडवांना वधून निश्चयानें जय मिळवीन! बाबांनो, जर का आतां तुम्ही भग्न होऊन पळ काढाल, तर पांडवांचा तुम्हीं अपराध केला असल्यामुळें पांडव तुमचा पाठलाग करून तुम्हांस कधींही वधिल्याशिवाय राहाणार नाहींत! वीरहो, आपल्यासारख्या क्षत्रियांना रणांत मरणें हें श्रेयस्करच होय! बाबांनो, क्षात्रधर्मानें युद्ध करणाऱ्या वीरांना संग्रामांत मृत्यु येणें हें सुखावहच आहे! कारण, जो रणांत देह ठेवितो त्याला दुःखाचा अनुभव प्राप्त होत नाहीं; इतकेंच नव्हे, तर तो मेल्यानंतर शाश्वत सुख भोगितो! ह्या स्थळीं विद्यमान असलेल्या सर्व योद्ध्यांनो, माझें भाषण सावधान श्रवण करा! अहो, जर यम हा सर्वांसच मारितो, त्यास शूराची पर्वा नाहीं व भित्र्याचीही नाहीं, तर मग माझ्यासारख्या क्षात्रधर्मी पुरुषांनीं युद्ध करून मरावें हाच मार्ग हिताचा नव्हे काय? अहो, असा कोण मूर्ख असेल कीं, त्याला अशा वेळीं जीव घेऊन पळून जाणें हेंच श्रेयस्कर वाटेल? अहो, पळून जाऊन त्या क्रुद्ध भीमसेनाच्या कचाटींत सांपडण्यापेक्षां वाडवडिलांनीं जो धर्म घालून दिला आहे त्याचें परिपालन करणें हेंच उत्तम! बाबांनो, क्षत्रियाला पलायन करण्यापासून फार घोर पातक लागतें; इतकें भयंकर पातक त्याला दुसऱ्या कोणत्याही दुराचरणापासून लागत नाहीं! कौरवहो, फार कशाला, युद्धधर्मापेक्षां अधिक श्रेयस्कर असा स्वर्गप्राप्तीचा दुसरा मार्गच नाहीं, हें तुम्ही पक्कें लक्षांत ठेवा! ह्यासाठीं, वीरांनो, आतां विलंब न

करितां धारातीर्थी देह ठेवा व तत्काळ स्वर्ग-सुख भोगा !"

संजय सांगतोः---राजा धृतराष्ट्रा, तुझा पुत्र ह्या प्रकारें उत्तेजनपर भाषण करीत असतांही, शरप्रहारांनीं अतिशयित घायाळ झालेले ते सर्व सैनिक तिकडे लक्ष न देतां चारी दिशांस पळून गेले !

अध्याय चौऱ्याणवावा.

—:०:—

रणभूमीचें वर्णन.

संजय सांगतोः---राजा धृतराष्ट्रा, कर्णाच्या वधानंतर कौरवांचें अवशिष्ट सैन्य रणांगणांतून पळून जाऊं लागलें, तेव्हां पुनः युद्धाकरितां त्याचें मन वळविण्यासाठीं तुझा पुत्र दुर्योधन ह्यानें जो प्रयत्न केला तो पाहून मद्राधिप शल्य भीतीनें अगदीं गांगरून गेला ! आणि तो दुर्योधनाशीं असें बोलला.

शल्य म्हणालाः---दुर्योधना, ही रणभूमि कशी भयंकर दिसत आहे ती पहा ! हा पहा येथें गज, अश्व व नर ह्यांचा कसा अगदीं खच पडला आहे ! गंडस्थळांतून सदोदीत मद गाळणारे पर्वतप्राय हत्ती येथें समरभूमीवर जिकडे तिकडे बाणप्रहारांनीं छिन्नभिन्न होत्साते किती पडले आहेत ते पहा ! त्यांपैकीं कित्येक दुःसह शरवेदनांनीं तडफडत आहेत व कित्येकांनीं प्राण सोडिले आहेत ! त्यांच्या शरीरांवरील चिलखतें, आयुधें, ढाली व खड्गें हीं इतस्ततः विकीर्ण झाल्यामुळें जणू काय प्रचंड पर्वत वज्रप्रहारांनीं भिन्न होऊन त्यांजवरील पाषाण, महाद्रुम व वनस्पति हीं चोहोंकडे विखरलीं आहेत ! आणि त्याप्रमाणेंच ह्या पहा त्या हत्तींच्या देहांवरील घंटा, अंकुश, तोमरें, ध्वज व सुवर्णाच्या जाळ्या इकडे तिकडे पसरल्या असून, त्यांच्या देहांवर शरांनीं ज्या जखमा झाल्या आहेत, त्यांतून एकसारखे रुधिराचे पाट वाहात आहेत ! राजा दुर्योधना, तशीच ह्या अश्वांची स्थिति अवलोकन कर ! हे पहा कित्येक अश्व किती आर्त होऊन धापा टाकीत आहेत व रक्त ओकत आहेत ! कित्येक गरगरां डोळे फिरवीत किती दीन स्वरानें ओरडत आहेत ! कित्येक क्षुब्ध होऊन जमिनीचा चावा घेत आहेत ! आणि कित्येक फारच आर्त शब्द करीत आहेत ! त्याप्रमाणेंच, राजा, गज व वाजी ह्यांजवरून बलात्कारानें खालीं पाडिलेल्या ह्या वीरसमुदायांकडे दृष्टि टाक ! हे पहा त्यांपैकीं कित्येक मृत झाले आहेत व कित्येकांच्या कंठांत प्राण आले आहेत ! राजा, ह्या समरभूमीवर रथ, गज, अश्व व नर ह्यांचा जो चुराडा झाला आहे, व त्यांत कित्येकांच्या देहांत जी धुगधुगी उरली आहे, त्या सर्वांचा विचार केला असतां ही भयकर रणभूमि ह्मणजे केवळ वैतरणीच होय असा भास होतो ! त्याप्रमाणेंच, राजा, रणभूमीच्या ह्या दुसऱ्या भागीं हत्तींची कत्तल उडून त्यांच्या प्रचंड शुंडा व पुष्ट अशीं दुसरीं गात्रें विखरलीं आहेत तीं पहा ! तसेच येथें कित्येक हत्ती थरथरत पडले आहेत तेही पहा ! त्यांचे दांत मोडले असून त्यांच्या तोंडांतून रक्ताचे पाट वहात आहेत व ते अत्यंत आर्त स्वरानें गर्जना करीत आहेत ! तसेच येथें महारथांचे समूह किती तरी नष्ट झाले आहेत, ते अवलोकन कर ! त्यांच्या रथांचीं चक्रें, धुरा व जोखडें बाणांनीं भग्न झालीं असून त्यांचे सारथि मरून पडले आहेत ! त्या रथांवरील ध्वजपताका व बाणभाते हीं समरभूमीवर पसरलीं असून हे सर्व महारथ सुवर्णाच्या जाळांनीं परिवेष्टित होत्साते अतिशय विद्ध होऊन सर्वत्र पडल्यामुळें सर्व महीतल जणू काय मेघमंडळानेंच आच्छादित झालें आहे असें दिसतें ! राजा, ह्या ठिकाणीं पतन पावलेल्या विजय-

शील गजयोद्धयांच्या, रथयोद्धयांच्या, अश्वयोद्धयांच्या व पदातींच्या देहांवरील चिलखतें, आभरणें, वस्त्रें व आयुधें हीं नष्ट झाल्यामुळें रणांगणांत अग्रभागीं पडलेले हे वीर जणू काय विझविलेले निखारेच होत असें भासतें ! तसेंच, राजा, येथें हे शरप्रहारांनीं विद्ध झालेले सहस्त्रावधि महान् महान् योद्धे रणांगणांत पडले असून इतस्ततः अवलोकन करीत आहेत त्यांजकडे नजर टाक ! जणू काय हे रणभूमीवर रात्रीच्या समयीं अंतरिक्षांतून ग्रहनक्षत्रादिक देदीप्यमान तेजोगोल पतन पावले असून त्यांच्या योगें हें महीतल तळपतच आहे असा भास होतो !

राजा, कर्णार्जुनांनीं बाणांचा भडिमार करून कौरव व सृंजय ह्यांचे जे महान् महान् वीर हस्तपादादिक अवयव तोडून समरांगणांत मूर्छित पाडिले, त्यांपैकीं कित्येकजण पुनः सावध होत आहेत ते पहा ! जणू काय विझविलेल्या इंगळांनीं पुनः पेटच घेतल्याप्रमाणें ते दिसत आहेत ! ह्या स्थळीं राजा, ज्याप्रमाणें प्रचंड सर्प खालीं मान करून वारुळांत प्रवेश करितात, त्याप्रमाणें कर्णार्जुनांच्या हस्तांतून सुटलेले बाण हत्ती, घोडे व मनुष्यें ह्यांचे देह विदारण करून व त्यांचे तत्काळ प्राण घेऊन भूगह्वरांत प्रविष्ट झाले ! राजा, येथें समरांगणांत कर्णार्जुनांच्या बाणप्रहारांनीं पतन पावलेलीं मनुष्यें, अश्व, गज, आणि मोडून व चूर्ण होऊन पडलेले रथ ह्यांच्या योगें ह्या भूतलाचा पृष्ठभाग स्पष्ट दिसत मुद्धां नाहीं ! राजा, हे पहा येथें किती तरी सुव्यवस्थित रथ मोडून पडले आहेत ! कर्णार्जुनांनीं त्यांजवर भयंकर बाण सोडून–त्यांवर उत्कृष्ट आयुधें, ध्वजपताका व इतर सर्व सामग्री उत्तम असतांही त्यांजवरील योद्धयांना वधिलें व त्यांचे तुकडे उडविले ! हे पहा त्यांवरील सारथि मरून पडले आहेत, हीं पहा त्यांचीं बंधनें तुटलीं आहेत, हीं पहा त्यांचीं चाकें, कणे, जोखडें व त्रिवेणु हीं भंगलीं आहेत, हीं पहा त्यांवरील आयुधें गळलीं आहेत, ह्या पहा त्यांवरील उपयुक्त जिनसा नाहींतशा झाल्या आहेत, हे पहा त्यांचे तुंबे मोडून गेले आहेत, हे पहा बाणभाते व रज्जु तुटले आहेत, आणि हीं पहा त्या रथांतील रत्नखचित आसनें भग्न झालीं आहेत ! राजा, अशा ह्या रथांनीं आच्छादित असलेली ही रणभूमि पाहून जणू काय शरत्कालीन मेघसमुदायांनीं अंतरिक्षच अदृश्य केलें आहे असें भासतें ! त्याप्रमाणेंच, राजा, ज्यांवर शस्त्रास्त्रादिकांची सामग्री यथास्थित सिद्ध आहे, अशा ह्या सुव्यवस्थित राजरथांकडे पहा ! ह्यांस महावेगवान् अश्व लाविलेले असून त्यांतील राजे धारातीर्थीं पतन पावल्यामुळें त्यांचे अश्व बेफाम होऊन रथांना घेऊन उधळत चालले आहेत ! त्याप्रमाणेंच हे पहा नर, रथ, अश्व व गज ह्यांचे समुदाय एकसारखे जलदीनें पळत आहेत आणि त्यामुळें एकंदर सैन्याची मोठी दुर्दशा उडाली आहे ! राजा, तसेच रणांगणांत पडलेले हे सुवर्णालंकृत पट्टे, तशाच धार दिलेल्या कुऱ्हाडी, जलाल शूल, मुसळें, मुद्गर, झगझगीत नग्न खड्गें, उत्तम सुवर्णाचे पत्रे बसविलेल्या गदा, धनुष्यें, सुवर्णाचीं बाहुभूषणें, सुवर्णपुंख बाण, देदीप्यमान ऋष्टि, विमल व विकोश प्रास, सुवर्णासारखे लखलखणारे दंड, छत्रें, पंखे, फुटलेले व गळलेले शंख, नानाविध हार, झुली, ध्वज, पताका, वस्त्रें, आभरणें, किरीट, शुभ्र मुकुट, माला, इतस्ततः पडलेलीं चामरें, मोतीं व पोंवळीं ह्यांचीं तेजस्वी पेंडीं, शिरपेंच, दंडांतलीं कडीं, श्रेष्ठ बाहुभूषणें, गेळ्यांतल्या पुतळ्यांच्या माळा, सोन्याचा सर, उत्तम रत्नें, हिऱ्यामोत्यांच्या जडावाचे नग आणि लहानमोठीं रत्नें किती पडलीं आहेत पहा ! सारांश, राजा, ह्याप्रमाणेंच नानाविध वस्तु, सुखाला अत्यंत उचित अशीं गात्रें, चंद्र-

तुल्य मुखांनीं युक्त अशीं मस्तकें, देह, भोग, दास, दासी व मनोहर विलास हीं सर्व सोडून, आपली धर्मनिष्ठा गाजवून आणि शुद्ध यश जोडून बहुत योद्धे हां हां म्हणतां स्वर्गलोकीं चालते झाले! ह्यास्तव, राजा दुर्योधना, आतां जे कोणी उर्वरित वीर युद्धविमुख होत्साते रणांगणांतून निघून जात आहेत, त्यांना जाऊं दे आणि तूंही माघारा फिरून शिबिरास चल! बाबा, हा पहा सूर्य अगदीं अस्तास गेला! ह्या सर्व अनर्थाचें कारण तूंचरे!

राजा धृतराष्ट्रा, दुर्योधनाला इतकें बोलून शोकानें व्याप्त झालेला शल्य स्तब्ध राहिला, तों दुर्योधनाचें दुःख अनावर वाढून त्यानें 'हे कर्णा! हे कर्णा!' असा एकच आक्रोश आरंभिला; आणि अखेरीस तो नेत्रांवाटे अतिशय अश्रु ढाळीत बेशुद्ध पडला! राजा, तेव्हां अश्वत्थामा आदिकरून सर्व योद्धे दुर्योधनासमीप गेले आणि त्यांनीं त्याला पुनःपुनः आश्वासन दिलें! राजा, ह्या समयीं पांडुपुत्र अर्जुन हा समरभूमीवर होताच; ह्यास्तव त्याचा तो अतितेजःपुंज महान् ध्वज आपल्याचकडे येत आहे कीं काय, हें पाहाण्यासाठीं त्यांचें लक्ष पुनःपुनः त्याजकडे लागलेंच होतें; आणि शिवाय त्यांनीं रणभूमीवर नर, गज व अश्व ह्यांच्या रुधिराचा कर्दम माजलेला जेव्हां पाहिला, तेव्हां तीं जणू काय सर्वदेहभर भरजरीचीं लाल वस्त्रें व आरक्त पुष्पमाळा धारण करून आपल्या दिव्य कांतीनें झळकणारी कोणी स्त्रीच होय असें त्यांस भासलें! राजा, ह्याप्रमाणें रुधिराच्या ओघामुळें त्या रणभूमीचें स्वरूप आच्छन्न झालेलें जेव्हां त्या कौरववीरांनीं पाहिलें, तेव्हां त्या अतिशय रौद्रसमयीं, ते सर्व वीर जरी रणांगणांत देह ठेवण्याचा निश्चय करून स्वर्गलोकीं जाण्यास सिद्ध झाले होते तरी त्यांची तेथें उभें राहाण्याची छाती होईना आणि कर्णाच्या वधानें शोकग्रस्त होत्साते "हे कर्णा! हे कर्णा!" असा आक्रोश करीत व सायंकाळीं आरक्त सूर्यबिंबाचें अवलोकन करीत मोठ्या त्वरेनें ते आपल्या शिबिरांत निघून गेले! असो; राजा, इकडे गांडीव धनुष्यापासून सुटलेले कितीएक सुवर्णपुंख निशित बाण कर्णाच्या देहांत घुसून त्याच्या देहाचें विदारण करून बाहेर पडून निघून गेले; तेव्हां त्यांचे पुंख रुधिरांत माखलें होते आणि कितीएक देदीप्यमान बाण त्याच्या त्या कांतिमान् देहांत तसेच रुतून राहिल्यामुळें जणू काय तो सहस्ररश्मि सूर्यच होय असें भासत होतें! राजा, कर्ण हा सूर्याचा पुत्र असून शिवाय तो महान् सूर्योपासक होता; ह्यासाठीं रणनदीमध्यें वीरशोणितोदकांत स्नान केलेल्या त्या कर्णाच्या शवाला भक्तानुकंपी भगवान् आरक्तवर्ण सूर्य करस्पर्श करून पुत्रमरणाबद्दल स्वतः स्नान करण्यासाठीं महान् समुद्राप्रत जात आहे असें जाणून आपणही आतां येथें राहाणें हें उचित नव्हे असें देव व ऋषि ह्यांच्या समुदायांनीं ठरविलें आणि ते आपआपल्या स्थानीं निघून गेले! आणि मग इतर जनही आपल्या इच्छेनुरूप अंतरिक्षांत किंवा भूप्रदेशीं चालते झाले! राजा, ह्याप्रमाणें कुरुपांडवांकडील प्रधान वीर जे कर्णार्जुन त्यांचें तें अद्भुत व घोर युद्ध पाहून सर्व जनांना मोठा विस्मय वाटला व ते त्याची प्रशंसा करीत निघून गेले!

इकडे रणांगणांत शहरप्रहारांनीं कर्णाच्या चिलखताचें विदारण होऊन त्याच्या देहांतून जे रुधिराचे लोट चालले होते त्यांनीं त्याचीं वस्त्रें आरक्त होऊन तो अगदीं नखशिखांत लाल दिसत होता! जरी त्या समयीं त्याच्या कुडींत प्राण उरला नव्हता, तरी त्याच्या देदीप्यमान कांतीनें त्यास अजून सोडिलें

नव्हतें! अद्यापि तो शूर वीर सुतप्त सुवर्णाप्रमाणें तेजस्वी आणि सूर्य किंवा अग्नि ह्यांप्रमाणें दीप्तिमान् दिसत असल्यामुळें जिवंतच आहे, असें सर्व प्राण्यांस वाटत होतें! राजा, सिंहाला पाहून जशी मृगांची त्रेधा उडते, तशी त्या हतवीराच्या प्रेतालाही पाहून सर्व योद्ध्यांची त्रेधा उडत होती! राजा, तो पुरुषशार्दूल गतप्राण होऊन पडला असतांही तो जीवमान आहे असेंच सर्वांना भासलें; कारण, त्या महारणधुरंधराच्या देहाला कोणतीच विकृति अद्यापि प्राप्त झाली नव्हती! राजा, रणभूमीवर शयन केलेल्या त्या विकर्तनपुत्राचा वेष मोठा सुंदर असून त्याच्या मानेवर मनोहर केशकलपांनीं युक्त असें रम्य मस्तक विराजत होतें आणि त्यामुळें त्याच्या मुखाची प्रभा पूर्णचंद्राप्रमाणें इतस्ततः फांकली होती! राजा, त्याप्रमाणेंच त्याच्या देहावर नानाविध अलंकार शोभत असून तप्तसुवर्णाप्रमाणें तळपणारीं अंगदें बाहुप्रदेशीं झळकत होतीं! अशा प्रकारचा तो रणांत पडलेला कर्णदेह अवलोकन करून, जणू काय शाखाप्रशाखांसह महान् वृक्षच भूतलावर पतन पावला आहे असें वाटलें! आणि, राजा, कर्णाच्या त्या दिव्य देहावर उत्कृष्ट सुवर्णाची कांति झळाळत असल्यामुळें जणू काय अग्नीच्या ज्वाळाच चालल्या आहेत असें भासत होतें! असो; राजा, अखेरीस अर्जुनानें त्या कर्णरूप प्रखर अग्नीवर शररूप जलवृष्टि करून त्याचा उपशम केला आणि त्यास परम गति प्राप्त करून दिली! राजा, कर्णाचा प्रताप काय वर्णावा? त्यानें रणांगणांत शत्रूंशीं घोर युद्ध केलें आणि मोठें उज्ज्वल यश मिळविलें! त्यानें बाणांचा भडिमार चालवून दशदिशा अगदीं प्रतप्त केल्या, पण अखेरीस अर्जुनाच्या दिव्य शौर्यापुढें त्याचें कांहींएक न चालून त्यास पुत्रासहवर्तमान धारातीर्थीं पडावें लागलें! राजा, त्या लोकोत्तर कुरुवीरानें पांडवांना व सर्व पांचालांना अस्त्रतेजानें अगदीं 'त्राहि भगवन्!' करून सोडिलें, शत्रूंवर जलाल बाणांचा पाऊस पाडून त्यांचा घोर संहार उडविला, आणि श्रीमान् सूर्याप्रमाणें सर्व जगत् तापविलें; परंतु शेवटीं आपल्या वाहनासुद्धां व पुत्रासुद्धां तो रणशय्येवर निद्रित झाला! राजा, कर्णाच्या दातृत्वाचें किती तरी वर्णन करावें! ज्याप्रमाणें कल्पवृक्षाचा नाश झाला असतां पक्षिसमुदायांचा महान् आश्रय नाहींसा होतो, त्याप्रमाणें कर्णाच्या नाशानें याचकांचा महान् आश्रय नाहींसा झाला! राजा, कर्णाकडे कोणीही याचना करो, त्याला तो कधीं 'नाहीं' असें न म्हणतां 'देतों' असेंच म्हणे! थोर लोक त्याला नेहमीं भला म्हणूनच म्हणत! त्या महात्म्यानें आपली सर्व संपत्ति ब्राह्मणांच्या हवालीं केली होती! फार कशाला, तो ब्राह्मणांना आपलें जीवित सुद्धां देण्यास तयार असे! तो महान् योद्धा सदासर्वकाळ स्त्रियांना प्रिय असून महान् दाता होता! असा तो लोकोत्तर पुरुष अर्जुनाच्या अस्त्राग्नीनें दग्ध होत्साता परलोकास गेला! राजा धृतराष्ट्रा, तुझा पुत्र दुर्योधन ह्यानें कर्णाच्या आश्रयावर सर्व भिस्त ठेऊन पांडवांशीं हा सर्व कलह केला, पण अखेरीस तो प्रतापशाली वीर स्वर्गास गेल्यामुळें त्याच्याबरोबर तुझ्या पुत्रांची सुखाशा, जयाशा व आधार हीं सर्व अस्तंगत झालीं! राजा, कर्ण रणांगणांत पडतांच नद्या स्तब्ध होऊन वाहतनाशा झाल्या, सूर्य मावळला, सोमपुत्र बुध ग्रह ह्याचें अग्नीप्रमाणें किंवा सूर्याप्रमाणें प्रखर तेज होऊन तो तिर्यग्गतीनें गमन करूं लागला, अंतरिक्ष अगदीं फाटलें, पृथ्वी मोठ्यानें गर्जूं लागली, सोसाट्याचे तुफानवारे चालू झाले, सर्व दिशा धुरानें व्याप्त होऊन पेटल्या, महासागर खवळून भयंकर

घोष करूं लागले, काननांसहित पर्वत कंपायमान झाले, सर्व प्राण्यांना विलक्षण भीति उत्पन्न झाली, बृहस्पति हा रोहिणी नक्षत्राच्या समीप येऊन अर्क किंवा चंद्र ह्याप्रमाणें तेज टाकूं लागला, अंतरिक्ष अंधःकारानें भरलें, पृथ्वी थरथरूं लागली, अग्नीप्रमाणें पेटलेल्या उल्का खालीं कोसळूं लागल्या, आणि राक्षस व इतर रात्रिंचर ह्यांस मोठा आनंद झाला! राजा, ज्या वेळीं चंद्रप्रकाशाप्रमाणें उज्वलित असें कर्णशिर अर्जुनानें क्षुर बाणानें तोडून पाडिलें, त्या वेळीं अंतरिक्षांत एकाएकीं देवांमध्यें देखील हाहाःकार उडाला! राजा, रणांगणांत देव, गंधर्व व मनुष्यें ह्या सर्वांना जो अत्यंत प्रशंसनीय, अशा त्या कर्णाला जेव्हां अर्जुनानें वधिलें, तेव्हां वृत्रासुराला वधिल्यावर इंद्राला जसें लोकोत्तर तेज चढलें, तसें त्या पांडुवीराला तेज चढलें! नंतर, राजा, मेघसमुदायाप्रमाणें गंभीर ध्वनि करणाऱ्या, शरदृतूंतल्या मध्यान्हीच्या दिवाकराप्रमाणें देदीप्यमान पताकांनीं शोभणाऱ्या, भयंकर शब्द करणाऱ्या ध्वजानें युक्त, हिम, चंद्र, शंख किंवा स्फटिक ह्याप्रमाणें शुभ्र आणि महेंद्राच्या अश्वांप्रमाणें अश्व जोडिलेल्या रथांत अधिष्ठित असलेले ते महेंद्रासारखे प्रतापवान्, आणि सुवर्ण, मौक्तिकें, रत्नें, हिरे व प्रवाळ ह्यांच्या अलंकारांनीं विराजमान असे अग्नि-दिवाकरांसारखे तेजःपुंज नरवीर पुरुषश्रेष्ठ कृष्णार्जुन मोठ्या वेगानें रणांगणांतून जाऊं लागले, तेव्हां जणू काय ते महाशूर विष्णुवासवच एका रथांत आरूढ असून झळाळत आहेत असें सर्वांस वाटलें! राजा, त्या समयीं अर्जुनानें मोठ्या त्वेषानें गांडीवाच्या प्रत्यंचेचा टणत्कार, टाळ्यांचा गजर व बाणांचा सणसणाट ह्यांनीं शत्रूंना अगदीं कळाहीन केलें; आणि मग ते गरुडध्वज व कपिध्वज अमितप्रभाव कृष्णार्जुन सुवर्णाच्या जाळ्यांनीं परिवृत होत्साते मोठमोठ्यानें गर्जत व शत्रूंच्या स्त्रियांचें काळीज दुभंग करीत पुढें चालले व त्यांनीं हिमाप्रमाणें शुभ्र असे शंख एकदम मोठमोठ्यानें वाजविण्यास प्रारंभ केला! राजा, या वेळीं पांचजन्य व देवदत्त ह्या दोन्ही शंखांचा असा कांहीं प्रचंड घोष होऊं लागला कीं, त्यानें आकाश, पृथ्वी व दशदिशा हीं सर्व दुमदुमून गेलीं! राजा, तेव्हां त्या कृष्णार्जुनांचा शंखनाद श्रवण करून सर्व कौरव घाबरले, तुझी सेना अगदीं भयभीत झाली; आणि युधिष्ठिराला मोठा आनंद वाटला! या शंखस्वनानें नद्या, पर्वत, गुहा व वनें हीं सर्व दणाणून गेलीं आणि सर्वत्र अगदीं मूर्तिमंत भीति भासूं लागली! तेव्हां कौरवसैन्यास मुळींच तग निघेना व तें सर्व मद्राधिप शल्य व कौरवाधिप दुर्योधन ह्यांस रणभूमीवर सोडून देऊन पळून गेलें! इकडे त्या महान् रणांत अतिशय शोभणाऱ्या धनंजयापाशीं सर्व भूतसमुदाय जमा झाले आणि त्या दिवाकरसदृश कृष्णार्जुनांचें त्यांनीं मोठ्या प्रेमानें अभिनंदन केलें! राजा, त्या समयीं त्या दोन्ही शत्रुसंहारक पुरुषश्रेष्ठांचीं शरीरें कर्णाच्या शरांनीं अगदीं विद्ध झालीं असून त्यांत ते बाण तसेच रुतन राहिले होते; त्यामुळें, समरभूमीवर त्या कृष्णार्जुनांना पाहून जणू काय अंधःकाराचा विध्वंस उडविल्यावर अंतरिक्षांत स्वच्छ सूर्यचंद्रच आपल्या किरणशलाकांनीं विराजत आहेत, असें वाटत होतें! राजा, नंतर त्या उभयतांनीं आपल्या देहांतील बाण काढून टाकिले; आणि मग ते दिव्यपराक्रमी कृष्णार्जुन आप्तसुहृदांनीं परिवेष्टित होत्साते आपल्या शिबिरास पुनः गेले! राजा, तेव्हां त्यांना पाहून जणू काय सदस्थांनीं आह्वान केलेले भगवान् विष्णु व वासव हेच तेथें प्राप्त झाले असें सर्वांस वाटलें! मग कर्णाचा वध करून परत आलेल्या त्या

कृष्णार्जुनांचा देव, गंधर्व, मनुष्य, चारण, महर्षि, यक्ष व महोरग ह्यांनीं अतिशय जय-जयकार केला आणि त्यांनीं त्यांस मोठ्या आदरानें पुजून त्यांच्या गुणांचें अतिशय वर्णन केलें! तेव्हां कृष्णार्जुनांनाही मोठी धन्यता वाटली; आणि बल दैत्याचा वध केल्यानंतर विष्णु व वासव ह्यांना जसा आनंद झाला, तसा सुहृद्गणांसहवर्तमान त्या कृष्णार्जुनांना अतिशय आनंद झाला!

अध्याय पंचाणवावा.

—:०:—

शिबिरप्रयाण.

संजय सांगतोः—राजा धृतराष्ट्रा, विकर्तन-पुत्र कर्ण रणांत पतन पावल्यावर कौरवांची फारच त्रेधा उडाली व ते सहस्रावधि वीर भय-भीत होत्साते इतस्ततः अवलोकन करीत चारी दिशांस पळून गेले! राजा, त्या समयीं जे वीर त्या घनघोर संग्रामांत बाणप्रहारांनीं अतिशय घायाळ झाले होते, त्यांची तर फारच दुर्दशा उडाली! हे महाराजा, ह्याप्रमाणें तुझ्या सैन्याचा जेव्हां अगदींच धीर सुटला, तेव्हां चोहोंकडे तुझ्या योद्ध्यांनीं रणांगणांतून आपापलीं सैन्यें मागें परतविण्याचा विचार ठरविला! आणि ज्या सैन्यांना दुर्योधन युद्धासाठीं प्रवृत्त करीत होता तीं सर्व अत्यंत दुःखित व उद्विग्न सैन्यें अखेरीस मागें परतलीं! इकडे दुर्योधनानेंही त्या कुरुयोद्ध्यांचा व कुरुसैन्यांचा हेतु मनांत आणून तदनुरूप आपला विचार बदलला व शल्याचा अभिप्राय घेऊन त्यानें सर्व सैन्यें मागें वळविलीं! राजा, तेव्हां लागलाच कृतवर्मा तुझ्या नारायण नामक सैन्याच्या अवशिष्ट रथांसह शिबिरास गेला; तसेच शकुनीनें सहस्र गांधार योद्धे बरोबर घेतले व शिबिराचा रस्ता धरला; त्याप्रमाणेंच शारद्वत कृप हा महामेघ-तुल्य कुंजरसेना घेऊन त्वरेनें शिबिरास गेला; नंतर शूर अश्वत्थामा पांडवांचा जय झाला असें पाहून पुनःपुनः दुःखाचे सुस्कारे टाकीत शिबिरास चालता झाला; इकडे सुशर्माही संश-प्तक सेनेचा जो प्रचंड भाग अवशिष्ट राहिला होता तो बरोबर घेऊन भयभीत मुद्रेनें इतस्ततः पहात शिबिराकडे वळला; तसाच दुर्योधन राजा-देखील अत्यंत खिन्न होत्साता आपल्या प्रताप-शाली बांधवांच्या मृत्यूमुळें हळहळत शिबिरास गेला; आणि तो महारथ शल्यही छिन्नध्वज रथांतून दशदिशांकडे दृष्टि टाकीत शिबिरास प्राप्त झाला! नंतर, राजा, भयानें कासावीस झालेले दुसरे अनेक महारथ लज्जेनें खालीं माना घालून व देहभान विसरून शिबिरास गेले आणि तसेच रुधिर ओकत व भयानें थरथरां कांपत सर्वच कौरववीर घायाळ होऊन शिबि-रास चालते झाले! राजा, त्या समयीं कौरवां-कडील महारथांपैकीं कित्येकजण अर्जुनाची व कित्येकजण कर्णाची वाहवा करूं लागले! तेव्हां सर्वच कौरव भ्याले व त्यांनीं वाट मिळाली तिकडे पळ काढिला! राजा, त्या वेळीं त्या घोर रणांगणांत जे तुझे सहस्रावधि वीर होते, त्यां पैकीं एकाच्याही मनांत युद्धाची इच्छा शिल्लक राहिली नाहीं! कर्णाचा जेव्हां वध झाला तेव्हां सर्वच कौरव निराश झाले! मग त्यांना जीवित, राज्य, स्त्रीपुत्र किंवा संपत्ति ह्यां-पैकीं कसलीच आशा उरली नाहीं! अखेरीस, राजा, शोकाकुल झालेल्या तुझ्या पुत्रानें मोठ्या श्रमानें सर्व महारथांस एकत्र जमविलें; आणि त्यांस 'आतां छावणींत जा' म्हणून सांगितलें. तेव्हां त्यांनीं दुर्योधनाची ती आज्ञा शिरसा-मान्य केली; आणि मोठ्या विषण्ण मनानें ते आपापल्या शिबिरास निघून गेले!

अध्याय शहाण्णवावा.

—:०:—

युधिष्ठिराचा हर्ष.

संजय सांगतोः—राजा धृतराष्ट्रा, ह्याप्रमाणें कर्णाचा वध होऊन कौरवसैन्य पळून गेलें तेव्हां कृष्णानें अर्जुनाला आलिंगन दिलें व मोठ्या आनंदानें म्हटलें:—बा धनंजया, वज्रधारी इंद्रानें वृत्राला वधिलें, तद्वत् तूं कर्णाला वधिलेंस! बाबा, आतां वृत्रवधाप्रमाणें हें कर्णवधाचें घोर वृत्तही मनुष्यें एकमेकांस कथन करतील! अर्जुना, युद्धांत महाप्रतापी इंद्रानें वज्राच्या योगें वृत्राला मारिलें आणि तूं ह्या गांडीव धनुष्याच्या योगें जलाल शरांची वृष्टि करून रणांत कर्णाला मारिलेंस! चल, आतां तुझा तो जगद्विख्यात दिव्य पराक्रम बुद्धिमान् धर्मराजाला निवेदन करण्यास जाऊं! अर्जुना, बहुत दिवसांपासून कर्णाला संग्रामांत ठार मारण्याची तूं इच्छा करीत होतास; ह्यासाठीं कर्णाचें वधवृत्त तूं आज धर्मराजाला सांगितलेंस म्हणजे तूं अनृणी होशील! अर्जुना, तूं व कर्ण एकमेकांशीं घोर संग्राम करीत असतां तो तुंबळ संग्राम पाहाण्यासाठीं पूर्वीं धर्मराज तेथें प्राप्त झाला होता; परंतु त्याच्या देहांत अतिशय खोल शर रुतले होते म्हणून तो रणभूमीवर उभा राहाण्यास समर्थ झाला नाहीं आणि ह्यास्तव तो शिबिरांत जाऊन तेथें पडून राहिला!

राजा धृतराष्ट्रा, कृष्णाचें हें भाषण श्रवण करून अर्जुनानें त्यास 'बरें आहे' असें म्हटलें आणि मग यदुपुंगवानें अर्जुनाचा तो रथ तत्काळ मागें वळविला आणि तो निघतांना सैनिकांस म्हणाला, 'वीरहो, मोठ्या सावधान चित्तानें शत्रूंना तोंड देऊन उभे असा! तुमचें कल्याण होवो!' राजा धृतराष्ट्रा, नंतर केशवानें धृष्टद्युम्न, युधामन्यु, नकुल, सहदेव, वृकोदर व युयुधान ह्यांस म्हटलें, 'योधहो, आम्ही कर्णवधाचें वृत्त धर्मराजाला निवेदन करण्यास जात आहों; ह्यासाठीं आम्ही परत येईपर्यंत तुम्ही सर्व नीट लक्ष ठेवून शत्रूंशीं युद्ध करा!' राजा धृतराष्ट्रा, कृष्णाचें तें भाषण ऐकून धृष्टद्युम्नादिक सर्व शूर योद्ध्यांनीं कृष्णार्जुनांना धर्मराजाकडे जाण्यासाठीं अनुमोदन दिलें व मग गोविंद अर्जुनाला घेऊन धर्मराजास जाऊन भेटला; आणि तो राजशार्दूल धर्मराज युधिष्ठिर भरजरीच्या श्रेष्ठ शय्येवर पडला असतां त्या कृष्णार्जुनांनीं मोठ्या आनंदानें त्याचे पाय धरिले! राजा, त्या समयीं कृष्णार्जुनांची ती प्रमुदित मुद्रा अवलोकन करून धर्मराजाच्या नेत्रांतून आनंदाश्रु वाहूं लागले व कर्णाचा खचित वध झाला असें मानून तो तत्काळ उठला आणि त्यानें प्रेमपुरस्सर त्या कृष्णार्जुनांस पुनःपुनः आलिंगन देऊन त्यांस सकल वृत्त विचारिलें! तेव्हां कृष्णार्जुनांनीं कर्णाच्या वधाचें यथास्थित सर्व वर्तमान त्यास निवेदन केलें आणि मग किंचित् हास्य करीत हात जोडून कृष्णानें हतरिपु धर्मराजाला म्हटलें:—धर्मराजा, सुदैवानें अर्जुन, भीम, नकुल, सहदेव व तूं स्वतः हे तुम्ही सर्व कुशल आहां! हा अंगावर कांटा उभा करणारा जो महान् वीरक्षयकारी भयंकर संग्राम घडला त्यांतून तुम्ही मोकळे झालां हें चांगलें झालें! ह्याकरितां आतां ह्यापुढें जीं कृत्यें केलीं पाहिजेत तीं करण्यास उद्युक्त व्हा! राजा, सुदैवानें महारथ सूतपुत्र कर्ण रणांत पडला आणि तुला विजयश्रीनें वरिलें! धर्मराजा, तुझें भाग्य खचित थोर होय; कारण, ज्या पुरुषाधमानें द्यूतांत जिंकलेल्या द्रौपदीची विटंबना केली, त्याचें शोणित आज भूमीनें प्राशिलें! राजा, तो तुझा शत्रु प्रस्तुत मातींत लोळत पडला असून त्याच्या सर्व देहांत नखशिखांत बाण रुतले आहेत व अगणित बाण-

प्रहारांनीं त्याचीं सर्व गात्रें छिन्नभिन्न झालीं आहेत ! हे महाभुजा युधिष्ठिरा, आतां तुला कोणीही शत्रु राहिला नाहीं; ह्यास्तव तूं आह्मां-सहवर्तमान विपुल भोग भोगण्यास सिद्ध हो !

संजय सांगतोः—राजा धृतराष्ट्रा, ह्याप्रमाणें महात्म्या केशवाचें भाषण श्रवण करून धर्म-राजाला मोठा आनंद झाला व ' महान् भाग्य! महान् भाग्य ! ' असे प्रथम उद्गार काढून मग तो दाशार्ह कृष्णाला म्हणाला, " हे महाबाहो देवकीनंदना, तुझ्या ठिकाणीं अशक्य असें काय आहे बरें ? तुझ्यासारखा सारथि व अर्जुना-सारखा यत्नवान् असे पुरुष एकत्र झाले असतां त्यांच्या हातून कर्णवधासारखीं लोकोत्तर कार्यें घडणें हें स्वाभाविकच आहे ! कृष्णा, हें सर्व तुमची बुद्धि व कृपा ह्यांचें फळ होय ! " राजा धृतराष्ट्रा, नंतर धर्मराजानें यदुपुंगवांचा अंगदालंकृत उजवा भुज धरिला व केशवार्जुनांस म्हटलें, " कृष्णार्जुनांनो, नारदानें मला तुमची सर्व कथा सांगितली आहे ! तुह्मी महात्मे प्राचीन ऋषिश्रेष्ठ धर्मात्मे नरनारायण देव आहां. महा-बुद्धिवान् तत्त्ववेत्ते कृष्णद्वैपायन व्यासही मला असेंच वेळोवेळीं सांगत आले आहेत. कृष्णा, हा धनंजय नित्य शत्रूंवर चालून जातो व केव्हांही माघार घेत नाहीं, ह्याचें इंगित तुझा प्रसाद हेंच होय ! कृष्णा, जेव्हां तूं अर्जुनाचें सारथ्य पतकरिलेंस, तेव्हांच आमचा पराजय न होतां आम्हांला जय मिळणार! असा आह्मी सिद्धांत ठरविला ! गोविंदा, भीष्म, द्रोण, महात्मा कर्ण, गौतम कृप, दुसरे शूर वीर व त्यांचे अनुयायी ह्यांचा वध किंवा पराजय होणें हें लहानसहान कृत्य नव्हे; माझ्या मतें तुझ्या बुद्धीमुळेंच हें सर्व घडून आलें ! "

राजा, धर्मराज युधिष्ठिर इतकें बोलून सुवर्णालंकृत रथावर आरूढ झाला. त्या रथास श्वेतवर्ण अश्व जोडले असून त्या अश्वांचीं पुच्छें काळीं होतीं व ते मनोवेगानें पळणारे होते. त्या रथावर धर्मराज चढतांच त्याचे भोंवतालीं त्याची सेना जमा झाली; आणि मग तो महाबाहु युधिष्ठिर कृष्णार्जुनांशीं प्रेम-पूर्वक भाषण करीत रणभूमि अवलोकन करण्या-साठीं निघाला आणि पुढें कृष्णार्जुनांशीं बोलत बोलत जात असतां रणांगणांत नरवीर कर्ण भूमीवर पडला आहे असें त्यानें पाहिलें ! ज्याप्रमाणें कदंबाच्या पुष्पाभोंवतीं सर्वत्र केसर व्याप्त असतात, त्याप्रमाणें त्या समयीं कर्णा-च्या देहाला सभोंवतीं शतावधि शर व्याप्त होते; आणि जणू काय अत्तरांत भिजविलेल्या सहस्रावधि सुवर्णदंड मशाली त्याच्या देहाच्या सभोंवतीं प्रज्वलित आहेत, असें भासत होतें! राजा, त्या वेळीं कर्णाचें कवच बाणप्रहारांनीं अगदीं फाटून तुटून गेलें होतें व कर्णाच्या समीप त्याचा पुत्रही मरून पडला होता ! तेव्हां धर्मराजानें त्या पितापुत्रांस अवलोकन केलें, तरी ते कर्णवृषसेन हेच होत अशी त्याची खातरी पटेना ! म्हणून त्यानें त्यांस पुनःपुनः निरखून पाहिलें आणि मग मात्र त्याची ते कर्णवृषसेनच होत अशी पूर्ण खातरी झाली ! राजा, मग तो धर्मराज पुनः कृष्णार्जुनांची प्रशंसा करूं लागला आणि म्हणाला, " गोविंदा, तुझ्यासारख्या महाप्राज्ञ शूर वीरानें संरक्षण करण्याचा पतकर घेतल्यामुळें मी आज भ्रात्यांसह पृथ्वीचा राजा झालों ! अतिमानी नरवीर जो राधेय, त्याच्या वधाचें वर्तमान श्रवण करून तो दुष्ट दुर्योधन आतां अगदीं निराश होईल ! रणांगणांत कर्ण पडला असें कानीं पडतांच दुर्योधनाला आतां जीवि-ताची त्याप्रमाणेंच राज्याचीही आशा राहाणार नाहीं ! हे पुरुषर्षभा, केवळ तुझ्या प्रसादामुळेंच आह्मी कृतार्थ झालों ! गोविंदा, खचित थोर भाग्यामुळेंच आज तुला विजयश्रीनें वरिलें !

थोर भाग्यामुळेंच आज आपला शत्रु कर्ण हत झाला! आणि आज थोर भाग्यामुळेंच अर्जुनाला विजय मिळाला! हे महाभुजा, तेरा वर्षेंपर्यंत आम्हांस झोंप कशी ती माहीत नाहीं व रात्रंदिवस आह्मी तळमळत होतों; पण तुझ्या कृपेमुळें आज आम्हांला स्वस्थ झोंप येईल!'

संजय सांगतोः–राजा, ह्याप्रमाणें धर्मराजानें कृष्ण व अर्जुन ह्यांची पुनःपुनः फारच प्रशंसा केली! धृतराष्ट्रा, कर्ण व त्याचा पुत्र हे दोघेही अर्जुनाच्या बाणांनीं रणांगणांत मरून पडलेले जेव्हां धर्मराजानें पाहिले, तेव्हां त्यास आपण पुनः जन्मलों असें वाटलें! तेव्हां महान् महान् महारथ मोठ्या आनंदानें त्याच्या समीप प्राप्त झाले आणि त्यांनीं त्याचा मोठा गौरव केला! राजा, तेव्हां भीम, नकुल, सहदेव, वृष्णींचा महारथ सात्यकि, धृष्टद्युम्न, शिखंडी व पांडुपांचालसृंजय हे सर्व धर्मराजाच्या सन्निध आले व त्यांनीं त्यास बहुमानपुरस्सर वंदिलें! त्या सर्वांनीं धर्मात्म्या धर्मराज युधिष्ठिराचा जयजयकार केला आणि ते सर्व विजयी व कृतार्थ असे महान् महान् योद्धे कृष्णार्जुनांची अनुरूप शब्दांनीं स्तुति करून मोठ्या हर्षानें आपआपल्या शिबिरास गेले! ह्याप्रमाणें अंगावर कांटा आणणारा असा हा भयंकर क्षात्रक्षय घडून आला; आणि ह्या सर्वांचें कारण तुझी अनुचित सल्ला हेंच आहे; ह्यासाठीं आतां हळहळण्यांत अर्थ नाहीं!

कथामाहात्म्य.

वैशंपायन सांगतातः–राजा, जनमेजया, ह्याप्रमाणें संजयापासून अप्रिय वृत्त श्रवण करून अंबिकासुत धृतराष्ट्र हा मुळें तुटलेला वृक्ष जसा धाडकन् पडतो तसा भूमीवर निश्चेष्ट पडला; आणि त्याजबरोबर त्याची स्त्री राज्ञी गांधारी ही देखील भावी अनर्थ मनांत येऊन खालीं पडली व कर्णाच्या मृत्यूबद्दल अत्यंत शोक करूं लागली! राजा, तेव्हां विदुरानें गांधारीला व संजयानें धृतराष्ट्र राजाला सावरून धरिलें आणि मग त्या उभयतांनीं धृतराष्ट्राचें सांत्वन केलें. मग विदुरसंजयांनीं धृतराष्ट्राला व कुरुस्त्रियांनीं गांधारीला उठविलें आणि दैव हें प्रबळ आहे व भवितव्याला मागें टाकणें अशक्य होय, असें मनांत आणून धृतराष्ट्राला अत्यंत खेद झाला व तो पुनः शोकाकुल होत्साता मूर्च्छित पडला. राजा जनमेजया, नंतर विदुरसंजयांनीं पुनः त्याचें सांत्वन केलें तेव्हां तो शून्यहृदय होत्साता स्तब्ध बसला! राजा, महात्मे धनंजय व कर्ण ह्यांचें हें भयंकर युद्ध म्हणजे महान् यज्ञच होय! जो पुरुष ह्या युद्धाचें वर्णन, पठन किंवा श्रवण करील, त्यास उत्तम रीतीनें सिद्धीस नेलेल्या यज्ञाचें फल प्राप्त होईल! राजा, विद्वान् पुरुष असें सांगतात कीं, भगवान् सनातन विष्णु हाच यज्ञ होय; आणि अग्नि, वायु व चंद्रसूर्य हेही यज्ञच होत; ह्यास्तव जो पुरुष मत्सर न करितां हा इतिहास श्रवण किंवा पठन करील, तो सुखी होऊन श्रेष्ठ लोकास जाईल! राजा, जे पुरुष ह्या दिव्य व पुण्यकारक ग्रंथाचें सदोदीत भक्तिपूर्वक परिशीलन करितील, त्यांस धन, धान्य व यश ह्यांची निःसंशयपणें प्राप्ति होईल! ह्याकरितां जो मनुष्य नेहमीं प्रेमपूर्वक हा ग्रंथ ऐकेल त्याला सर्व सुखें मिळतील! आणि त्या नरश्रेष्ठावर भगवान् विष्णु, ब्रह्मदेव व शंकर हे प्रसन्न होतील! राजा, ह्या ग्रंथाचें निदिध्यसन केल्यास ब्राह्मणाला वेदपठनाचें फल मिळेल, क्षत्रियाचें बल वाढून तो युद्धांत विजयी होईल. वैश्यांना अतिशय धन मिळेल

आणि शूद्रांचें आरोग्य वाढेल! राजा, ह्या ग्रंथांत भगवान् सनातन परमात्मा विष्णु ह्याचे गुण वर्णिले असल्यामुळें, ह्याच्या परिशीलनानें भगवान् व्यासांनीं कथन केल्याप्रमाणें मनुष्याचे सर्व मनोरथ पूर्ण होतात! आणि, जनमेजया, ह्या कर्णपर्वाचें श्रवण केलें असतां सवत्स अशा कपिला धेनूंचें वर्षभर नित्यदान केल्याप्रमाणें पुण्य जोडिलें जातें!

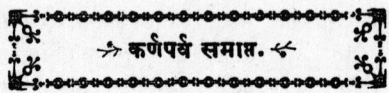

कर्णपर्व समाप्त.

श्रीमन्महाभारत.

शल्यपर्व.

अध्याय पहिला.

मंगलाचरण.

नारायणं नमस्कृत्य नरं चैव नरोत्तमम् ।
देवीं सरस्वतीं चैव ततो जयमुदीरयेत् ॥

ह्या अखिल ब्रह्मांडांतील यच्चयावत् स्थावर-जंगम पदार्थांच्या ठिकाणीं चिदाभासरूपानें प्रत्ययास येणारा जो नरसंज्ञक जीवात्मा, नर-संज्ञक जीवात्म्यास सदासर्वकाळ आश्रय देणारा जो नारायण नामक कारणात्मा, आणि नर-नारायणात्मक कार्यकारण सृष्टीहून पृथक् व श्रेष्ठ असा जो नरोत्तमसंज्ञक सच्चिदानंदरूप पर-मात्मा, त्या सर्वांस मी अभिवंदन करितों; तसेंच, नर, नारायण व नरोत्तम ह्या तीन तत्त्वांचें यथार्थ ज्ञान करून देणारी देवी जी सरस्वती, तिलाही मी अभिवंदन करितों; आणि त्या परमकारुणिक जगन्मातेनें लोकहित करण्याविषयीं माझ्या अंतःकरणांत जी स्फूर्ति उत्पन्न केली आहे, तिच्या साहाय्यानें ह्या भव-बंधविमोचक जय म्हणजे महाभारत ग्रंथाच्या शल्यपर्वास आरंभ करितों. प्रत्येक धर्मशील पुरु-षानें सर्वपुरुषार्थप्रतिपादक अशा शास्त्राचें विवे-चन करितांना प्रथम नर, नारायण आणि नरो-त्तम ह्या भगवन्मूर्तींचें ध्यान करून नंतर प्रति-पाद्य विषयाचें निरूपण करण्यास प्रवृत्त व्हावें हें सर्वथैव इष्ट होय.

धृतराष्ट्राचा भमोह.

जनमेजय विचारतोः—वैशंपायन मुने, ह्याप्रमाणें अर्जुनानें समरांत कर्णाचा वध केल्या-नंतर मग जे थोडेबहुत कौरव अवशिष्ट राहिले, त्यांनीं पुढें काय केलें? द्विजवर्या, कौरवांचा महान् योद्धा कर्ण हा समरभूमीवर पाहून पांडवांचें धैर्य, वीर्य, उत्साह, बल वगैरे सर्व

वृद्धिंगत झालीं असतां, समयावर दृष्टि देऊन दुर्योधन राजानें रणापासून निवृत्त होण्याचा विचार योजिला, किंवा त्यानें पांडवांशीं जो संग्राम आरंभिला होता तो तसाच पुढें चालविला, हें ऐकण्याची माझी मनीषा आहे, तर तें सांगा. माझ्या पूर्वजांचें श्रेष्ठ चरित्र ऐकत असतां माझी तृप्तिच होत नाहीं !

वैशंपायन सांगतातः—राजा जनमेजया, कर्णाच्या वधानें धृतराष्ट्रपुत्र दुर्योधन हा अगदीं शोकसागरांत बुडून गेला आणि त्याची सर्व आशा नष्ट झाली ! त्या समयीं त्यानें 'हे कर्णा, हे कर्णा !' असा फिरून फिरून एकसारखा आक्रोश आरंभिला. तेव्हां त्याची ती दुःखाकुल अवस्था पाहून, जे कोणी राजे रणांगणांत अवशिष्ट होते ते मोठ्या कष्टानें त्यास स्वशिबिरांत घेऊन गेले ! नंतर तेथें त्या भूपाळांनीं शास्त्रनिश्चित अनेक सिद्धांत सांगून त्याची समजूत घातली, तथापि त्याच्या मनांत कर्णाचें वधवृत्त एकसारखें घोळत असल्यामुळें त्याच्या चित्ताला मुळींच स्वस्थता वाटेना ! अखेरीस त्यानें "दैव खचीत बलवान् आहे, काय होणें असेल तें होईल !" असा आपल्या मनाशीं निर्धार ठरविला; आणि युद्ध करण्याचा निश्चय करून तो पुनः बाहेर पडला ! नंतर राजाधिराज दुर्योधनानें मद्राधिप शल्यावर सेनापत्याचा यथाविधि अभिषेक केला; आणि शल्य सेनापति व उर्वरित भूपाळ ह्यांसहवर्तमान तो पांडवांशीं युद्ध करण्यास निघाला ! नंतर, हे भरतश्रेष्ठा, कौरव व पांडव ह्यांचें देवासुरांप्रमाणें अतिशय दारुण व तुंबळ युद्ध झालें ! त्यांत शल्यानें मध्याह्न-कालापर्यंत भयंकर कंदन केलें, परंतु अखेरीस धर्मराजानें त्यास सैन्यासुद्धां ठार मारिलें ! तेव्हां तें पाहून बंधुहीन झालेला दुर्योधन राजा रणांगणांतून पळाला आणि शत्रूंच्या भयानें घोर ऱ्हदांत दडून बसला ! मग त्याच दिवशीं तिसरे प्रहरीं भीमसेन व पांडवांकडील महान् महान् वीर ह्यांनीं त्या ऱ्हदाला गराडा घातला व युद्धार्थ आव्हान देऊन भीमसेनानें दुर्योधनाला ऱ्हदाच्या बाहेर बोलाविलें आणि त्याच्याशीं घोर युद्ध करून त्यांत त्यास ठार मारिलें ! राजा जनमेजया, ह्याप्रमाणें कौरवाधीश महाधनुर्धर दुर्योधन हा भीमाच्या हस्तें रणभूमीवर पतन पावतांच कृप, कृतवर्मा व अश्वत्थामा हे तिघे कौरवांकडील अवशिष्ट योद्धे रात्रीच्या समयीं मोठ्या त्वेषानें निघाले व त्यांनीं पांचालसोमकांचा संहार उडविला ! नंतर दुसऱ्या दिवशीं सकाळीं संजय शिबिरांतून निघाला आणि दुःखशोकांनीं ग्रस्त होत्साता मोठ्या दीनमुद्रेनें कौरवपुरींत प्रविष्ट झाला ! राजा जनमेजया, मग तो शोकावेगानें थरथर कांपणारा सूत संजय दुखानें हात वर करीत रडत आरडत राजवाड्यांत शिरला; आणि "अहो, महात्म्या दुर्योधनाच्या वधानें आपण सर्व ठार बुडालों हो बुडालों ! खचीत दैव मोठें बलिष्ठ, पराक्रम हा व्यर्थ होय ! अहो, कौरव हे इंद्रासारखे पराक्रमी, पण पांडवांनीं त्या सर्वांना ठार मारिलें !" असा आक्रोश करूं लागला ! तेव्हां कौरवपुरींतील जनांनीं संजयाची ती विपन्न स्थिति अवलोकन करून आणि त्याच्या तोंडून युद्धाचें घोर वर्तमान ऐकून फारच आकांत केला ! राजा, त्या समयीं सर्व लोक अतिशय रडूं लागले ! चोहोंकडे आबालवृद्धांत मोठा कल्होळ उडाला ! सर्वांचीं मुखें म्लान झालीं ! आणि दुर्योधन मेला असें श्रवण करून जो तो धाय मोकलून रडूं लागला ! राजा, त्या समयीं त्या दुःखकारक वार्तेनें सामान्य जनांचींच मनें विदीर्ण झालीं असें नव्हे, तर मोठमोठे विचारी व धैर्यशाली पुरुषही गांगरून जाऊन अनावर दुःखानें अत्यंत पीडित होत्साते नष्टचित्त होऊन वेड्यासारखे

इतस्ततः धावूं लागले ! असो; नंतर तो दुःखाकुल झालेला संजय धृतराष्ट्र राजाच्या महालांत शिरला, तों तेथें नृपतिश्रेष्ठ प्रज्ञाचक्षु अनाथ धृतराष्ट्र राजा आसनावर स्थित असून त्याच्या सभोंवतीं त्याच्या सुना, गांधारी व विदुर आणि त्याप्रमाणेंच इतर आप्तसुहृत् व दुसरी हितचिंतक मंडळी अधिष्ठित आहे, आणि त्याचें मन कर्णाच्या वधामुळें आतां पुढें काय होईल ह्या विचारांत अगदीं निमग्न आहे, असें त्यानें पाहिलें ! राजा, त्या वेळीं संजयाची मनोवृत्ति दुःखभरानें व्याप्त असल्यामुळें त्याच्या मुखांतून स्पष्ट शब्दही निघतना ! तथापि अखेरीस रडत रडत मोठ्या कष्टानें ' हे नरशार्दूला भरतश्रेष्ठा, हा मी संजय तुला प्रणिपात करीत आहें, असें तो कसेंबसें धृतराष्ट्र राजाला म्हणाला ! राजा, नंतर त्यानें युद्धाचें वृत्त निवेदन केलें. तो म्हणालाः—राजा, मद्राधिप शल्य, सौबल शकुनि, त्या कपटी द्यूतकाराचा (शकुनीचा) महापराक्रमी पुत्र उलूक, सर्व संशप्तक, कांबोज, शक, म्लेंच्छ, पार्वतीय, यवन, प्राच्य, दाक्षिणात्य, उदीच्य, प्रतीच्य वगैरे सर्व महान् महान् योद्धे, राजे व राजपुत्र हे सगळे समरांगणांत पडले आणि त्याप्रमाणेंच भीमसेनानें आपल्या प्रतिज्ञेप्रमाणें दुर्योधनाला ठार मारिलें असून आतां तो भग्नोरु दुर्योधन राजा रक्तानें माखून धुळींत पडला आहे ! त्याप्रमाणेंच, राजा, धृष्टद्युम्न, अपराजित शिखंडी, उत्तमौजा, युधामन्यु, प्रभद्रक, पांचाल व चेदि ह्या सर्वांचा अंत झाला ! तुझे सर्व पुत्र पडले ! द्रौपदीचेंहि सर्व पुत्र नष्ट झाले ! आणि कर्णाचा प्रतापशाली शूर पुत्र वृषसेन वधिला गेला ! त्याप्रमाणेंच, राजा, सर्व मनुष्यें, हत्ती, घोडे व रथी हे युद्धांत पडले, आणि अखेरीस शिबिरांत फारच अल्प सैन्य शिलक राहिलें ! राजा, समरांगणांत कौरवपांडवांचा घोर संग्राम होऊन परस्परांच्या हस्तें परस्परांचा अंत झाला आणि कालानें ग्रस्त करून टाकिलेल्या ह्या विस्तीर्ण जगांत बहुधा स्त्रिया मात्र अवशिष्ट राहिल्या ! राजा, पांडवांकडील सात वीर व कौरवांकडील तीन वीर काय ते ह्या भयंकर रणकंदनांतून जगले; आणि ते कोणते म्हणशील तर पांच पांडव भ्राते हे पांच व कृष्ण आणि सात्यकि असे एकंदर सात पांडवांकडील, आणि कृप, कृतवर्मा व विजयशाली अश्वत्थामा हे एकंदर तीन कौरवांकडील, असे दहाजण मात्र जिवंत उरले ! राजा, ह्या भयंकर युद्धाकरितां दोन्ही पक्षांकडे ज्या प्रचंड अक्षौहिणी सेना जमल्या होत्या, त्यांपैकीं हे इतके दहा रथी मात्र अवशिष्ट राहिले असून बाकीचें सर्व सैन्य मृत्युमुखीं पडलें ! राजा, हा कालाचा खेळ होय ! त्यानेंच दुर्योधनाला व ह्या कलहाला पुढें करून सर्व जगताचा हा असा संहार उडविला !

वैशंपायन सांगतातः—राजा जनमेजया, संजयाच्या मुखांतून निघालेले हे दारुण शब्द श्रवण करून धृतराष्ट्र राजाचें काळीज फाटलें व तो भूतलावर मूर्च्छित पडला ! त्याच्या मागोमाग महाभाग्यवान् विदुरही शोकाकुल होऊन खालीं पडला आणि तदनंतर धृतराष्ट्राची पत्नी गांधारी व बाकीच्या सर्व कुरुस्त्रिया एकदम पटापट धरणीवर पतन पावल्या ! त्याप्रमाणेंच सर्व राजमंडल देखील बेशुद्ध होऊन भूतलावर पडलें व देहभान विसरून जाऊन दुःखभरानें निश्चेष्ट होत्सातें बडबड करूं लागलें ! तेव्हां जणू काय महान् पडद्यावरील तीं चित्रेंच होत असें दिसूं लागलें ! राजा, नंतर कांहीं वेळानें, पुत्रदुःखानें मूर्च्छित पडलेल्या धृतराष्ट्र राजाच्या देहांत थोडथोडें चलनवलन उत्पन्न झालें आणि मग लवकरच तो शुद्धीवर येऊन दुःखानें लटलट कांपत कांपत चोहोंकडे मान वळवून विदुरास म्हणालाः—

बा महाप्रज्ञा पंडिता विदुरा, प्रस्तुत समयीं तूंच मला मोठा आधार आहेस! बाबा, माझे एकूणएक सर्व पुत्र मृत्युमुखीं पडून आज माझी अशी अगदीं अनाथ अवस्था व्हावीना! राजा जनमेजया, धृतराष्ट्राच्या मुखांतून हे उद्गार बाहेर पडत आहेत तों पुनः त्याची चित्तवृत्ति बदलली व शोकाची लाट उसळून तो फिरून बेशुद्ध पडला! तेव्हां तें पाहून, जे कोणी आप्तसुहृत् तेथें होते त्यांनीं लागलेंच गार पाणी त्याच्यावर शिंपडिलें व ते त्याला पंख्यांनीं वारा घालूं लागले! राजा, नंतर पुष्कळ वेळानें धृतराष्ट्र राजा फिरून देहभानावर आला व पुत्र-दुःखानें विव्हल होत्साता कुंभांत टाकलेल्या सर्पाप्रमाणें एकसारखे सुस्कारे टाकीत स्तब्ध बसला! जनमेजया, त्या समयीं धृतराष्ट्राची ती दीन अवस्था पाहून संजय देखील रडूं लागला आणि मग भाग्यशाली गांधारी व इतर सर्व स्त्रिया अनावर आक्रोश करूं लागून मोठाच कल्होळ उद्भवला! राजा, मग धृत-राष्ट्राला पुष्कळ वेळपर्यंत वारंवार मूर्च्छा यावी व कांहीं वेळानें तो फिरून सावध व्हावा, असें चाललें होतें! अखेरीस त्यानें विदुराला सांगि-तलें कीं, 'विदुरा, भाग्यशाली गांधारी व ह्या सर्व स्त्रिया आणि त्याप्रमाणेंच हे सर्व आप्त-सुहृत् ह्यांनीं येथून जावें; ही मंडळी येथें असल्या-मुळें माझें मन फारच अस्वस्थ झालें आहे!' राजा जनमेजया, धृतराष्ट्राचें भाषण श्रवण करून विदुरानें पुनःपुनः कांपत कांपत त्या सर्व स्त्रियांची व आप्तसुहृदांची हळूहळू समजूत घालून त्यांस तेथून जाण्यास सांगितलें व नंतर ती सर्व मंडळी धृतराष्ट्र राजाची ती विपन्न स्थिति अवलोकन करून तेथून निघून गेली! राजा जनमेजया, नंतर संजयानें धृतराष्ट्र राजाकडे पाहिलें, तों तो अगदीं आर्त झाला असून स्फुंदत स्फुंदत पुनःपुनः दुःखाचे सुस्कारे टाकीत आहे, असें त्याच्या दृष्टीस पडलें! मग त्यानें हात जोडून मधुर भाषण करण्यास आरंभ केला; व शोकातुर झालेल्या त्या कुरुपतीला त्याच्या योगें बराच विवेक उत्पन्न झाला!

अध्याय दुसरा.

—:०:—

धृतराष्ट्राचा विलाप.

वैशंपायन सांगतातः—राजा जनमेजया, धृतराष्ट्राच्या समीप ज्या स्त्रिया वगैरे होत्या त्या तेथून निघून गेल्यानंतर अंबिकासुत धृत-राष्ट्राचा शोक कमी न होतां उलटा अत्यंत वाढला आणि तो मोठमोठ्यानें विलाप करूं लागला! राजा, त्या वेळीं तो संतापानें अगदीं पेटला व क्रोधानें कढत कढत सुस्कारे टाकीत आणि वारंवार दुःखानें हात चालवीत चिंतेमध्यें निमग्न होऊन असे उद्गार काढूं लागला!

धृतराष्ट्र म्हणालाः—संजया, हें किती दुःखकारक वर्तमान तूं मला सांगितलेंस! अरे, रणांत पांडवांपैकीं एकही न पडतां ते सर्व कुशल राहिले आणि माझे सर्वच पुत्र पडले हें झालें तरी कसें? संजया, माझें हें हृदय खचीत वज्रसारमयच आहे आणि त्यामुळेंच हें घोर वृत्त श्रवण करून त्याचे सहस्रावधि तुकडे झाले नाहींत! संजया, माझ्या पुत्रांचें वय, त्यांच्या बाललीला व त्या सर्वांचा हा अशा प्रकारें झालेला अंत हीं सर्व मनांत येऊन माझें चित्त अगदीं व्याकूळ होतें! बारे, मला नेत्र नसल्या-मुळें मीं त्यांचीं स्वरूपें पाहिलीं नाहींत; तरी पुत्रवात्सल्यामुळें मी त्यांजवर नित्य प्रेम करीत आलों! बा अनघा, त्यांचें बालपण संपून ते ज्वानींत आले व तदनंतर ते प्रौढ होऊन आपला मध्यकालांतील (तारुण्यांतील) कार्यभार वाहूं लागले, असें जेव्हां मीं ऐकिलें तेव्हां मला फार आनंद झाला! परंतु, संजया, आज

ते सर्व धारातीर्थी पतन पावले आणि त्यांचें तें वीर्य, शौर्य, ऐश्वर्य वगैरे व्यर्थ झालें असें श्रवण करून आतां माझी सर्व शांति गेली व माझ्या शोकाला पारावार राहिला नाहीं! ये ये, बाळा राजेंद्रा दुर्योधना, मला भेट दे! अरे, आतां मी अगदींच अनाथ झालोंरे! बाळा महाबाहो, तूं मला सोडून गेलास, पण आतां माझी वाट काय! अरे, किती तरी भूपाल तुझ्या साहाय्यार्थ तुझ्या पक्षाला येऊन मिळाले होते आणि अखेरीस त्या सर्वांना सोडून यः-कश्चित् दुष्ट राजाप्रमाणें रणांगणांत हत होऊन तूं शयन केलेंस, ह्यास काय म्हणावें? अरे, आज-पर्यंत आप्तसुहृदांना तूं आश्रय दिलास आणि आज माझ्यासारख्या वृद्धाला व आंधळ्याला सोडून कोठें चाललास? बाळा, तुझें तें प्रेम, तुझी ती कृपा व तुझी ती आदरबुद्धि आज कशी अस्तं-गत झाली! अरे, रणांत तुझा आजवर कधींही पराजय झाला नाहीं, आणि आज तर तुला पांडवांनीं वधिलें हें संभवावें तरी कसें! बाळा, मी उठलों असतां आतां मला ‘ बाबा, बाबा,’ असें कोण बरें म्हणेल! अरे आतां मला ‘ महाराज, महाराज,’ अशी सतत कोण बरें हाक मारील! अरे, आतां मला पुनःपुनः ‘ लोक-नाथा, लोकनाथा ’ असे शब्द कोण बरें उच्चा-रील! बाळा, आतां मला प्रीतीनें आलिंगन देऊन व माझ्याकडे सद्गदित नेत्रांनीं पाहून ‘ कुरुराज, आज्ञा करा! कुरुराज, आज्ञा करा!’ असें मला कोण बरें पुनः म्हणेल तें मला नीट सांग पाहूं! बाळा, तुझ्या तोंडून मीं असेही शब्द ऐकिले आहेत कीं, “ ह्या अफाट पृथ्वीवर जितकी माझी सत्ता आहे तितकी धर्मराजाची नाहीं! कौरवेश्वरा, भगदत्त, कृप, शल्य, आवंत्य, जयद्रथ, भूरिश्रवा, सोमदत्त, महाराज बाल्हिक, अश्वत्थामा, भोजाधिप, महाबल मागध, बृहद्बल, काशीराज, सौबल शकुनि, लक्षावधि म्लेच्छ, शक व यवन, कांबोज देशचा राजा सुदक्षिण, त्रिगर्तांचा अधिपति, पितामह भीष्म, भारद्वाज, गौतम, श्रुतायु, अयुतायु, वीर्यवान् शतायु, जलसंध, ऋष्यशृंगाचा पुत्र, राक्षस अलायुध, महाबाहु अलंबुष, महारथ सुबाहु, हे व ह्याप्रमाणेंच दुसरे पुष्कळ राजे हे सर्व माझ्याकरितां प्राणांची व धनाची पर्वा न करितां पांडवांशीं युद्ध कर-ण्यास तयार आहेत. ह्यासाठीं त्यांच्या मध्य-भागीं अधिष्ठित होऊन भ्रात्यांनीं परिवेष्टित होत्साता मी रणभूमीवर पांडव, पांचाल, चेदि, द्रौपदीचे पुत्र, सात्यकि, कुंतिभोज व घटोत्कच राक्षस ह्यांच्याशीं युद्ध करीन! नृपशार्दूला, हे सर्व पांडवीय योद्धे माझ्यावर धावून आले असतां समरांगणांत क्रोधायमान झालेला मी एकटा देखील त्यांचें निवारण करण्यास समर्थ आहें; मग पांडवांशीं वैर करणारे हे सर्व वीर माझ्यासमवेत असल्यास पांडवांच्या पराभवा-विषयीं वानवा ती कसली? अथवा, राजा, माझ्या पक्षाचे हे सर्व योद्धे पांडवांच्या अनु-यायांशीं लढून त्यांस युद्धांत वधितील आणि कर्ण व मी असे आम्ही दोघे एकत्र होऊन पांडवांना ठार मारूं! राजा, नंतर सर्व परा-क्रमी भूपाळ माझ्या आज्ञेंत वागतील आणि त्यांचा नायक जो महाबलवान् कृष्ण तो अंगांत चिलखत घालणार नाहीं! ” सूता संजया, ह्याप्रमाणें दुर्योधन माझ्याशीं अनेक वेळां बोलला असतां, त्याच्या सामर्थ्याचा विचार करून मीं तर आपल्या मनाशीं रणांत पांडव मेले असेंच ठरविलें होतें; परंतु आज स्थिति अशी झाली कीं, त्या पांडवांच्या मध्यभागीं उभें राहून मोठा पराक्रम गाजवीत असतां समरांगणांत माझेच पुत्र मृत्युमुखीं पडले! तेव्हां हा सर्व दैवाचा खेळ आहे, दुसरें काय? संजया, प्रतापशाली लोकनायक भीष्म जेव्हां

शिखंडीशीं लढत असतां पडतो म्हणजे जणू काय कोल्ह्याकडून सिंहाचा वध होतो, तेव्हां हें सर्व दैवच नव्हे का? अरे, द्रोणाचार्याची केवढी शक्ति! तो ब्राह्मण सर्व शस्त्रास्त्रविद्येंत निष्णात! आणि असें असतां युद्धांत पांडवांनीं त्याला वधावें, तेव्हां ही दैवघटना म्हणू नये तर दुसरें काय म्हणावें? अरे, दिव्यास्त्रवेत्ता महाबलिष्ठ कर्ण युद्धांत पडला; आणि त्याप्रमाणेंच भूरिश्रवा, सोमदत्त व बाल्हिक ह्यांची गति झाली, तेव्हां हें सर्व दैवदुर्विलसितच होय ह्यांत संदेह नाहीं! अरे, गजयुद्धांत प्रवीण असा भगदत्त व त्याप्रमाणेंच महाशूर जो जयद्रथ तोही जर युद्धांत मारला गेला तर हें दुर्दैव नव्हे तर दुसरें काय? अरे, सुदक्षिण, पुरुकुलोत्पन्न जलसंध, श्रुतायु व अयुतायु ह्यांसारखे महान् महान् योद्धे जर रणांत पडले, तर हें खचीत दुर्दैवच होय! संजया, महाबल पांड्य म्हणजे सर्व शस्त्रधरांमध्यें अग्रगण्य, आणि असें असतां पांडवांनीं त्यांस संग्रामांत ठार मारिलें, तेव्हां हें घडवून आणणारें दुर्दैवच नव्हे का? अरे, शूर बृहद्बल, महाबलवान् मागध, तसाच धनुर्धरांचा केवळ ध्वजच असा तो पराक्रमी उग्रायुद्ध, आवंत्य, त्रिगर्ताधिप व संशप्तक ह्या सर्वांनाही जेथें मृत्युमुखीं पडावें लागलें, तेथें दैव बलवान् म्हणावें किंवा दुसरें कांहीं बलवान् म्हणावें? संजया, अलंबुष, अलायुध राक्षस व ऋष्यशृंगाचा पुत्र आर्ष्यशृंगि ह्यांचाही जर वध झाला, तर हें दैवच नव्हे का? अरे, नारायण व गोपाळ नामक महान् महान् युद्धधुरंधर सैन्यें व त्याप्रमाणेंच सहस्त्रावधि म्लेच्छ वीर जर रणांत पडले, तर ह्याला दैवाचाच खेळ असें म्हणू नये काय? संजया, सौबल शकुनि व त्याप्रमाणेंच त्याचा महाबलवान् पुत्र कैतव्य (उलूक) हे वीर आपल्या सेनांसहवर्तमान रणांगणांत हत झाले, तर ह्याला दैव म्हणू नये, तर दुसरें काय ह्मणावें? सूता, हे सर्व योद्धे व तसेच दुसरेही पुष्कळ युद्धविशारद, अस्त्रविद्यापारंगत व परिघतुल्य बाहु धारण करणारे राजपुत्र व राजे जर रणांगणांत पतन पावले, तर तो खचीत दैवाचाच परिणाम होय! संजया, माझ्या पक्षाला जे बहुत क्षत्रिय येऊन मिळाले होते, त्यांचें सामर्थ्य काय वर्णावें? ते सर्व अतिशय शूर व महाधनुर्धर असून ते अस्त्रविद्याप्रवीण व रणांत शत्रूंवर मोठ्या त्वेषानें चाल करून जाणारे असे होते. नानाविध देशांहून प्राप्त झालेल्या त्या सर्व रणशूरांच्या ठिकाणीं केवळ महेंद्रतुल्य प्रताप वसत होता; आणि असें असतांही ते सर्व युद्धांत पतन पावले, तेव्हां हें खचीत दैवच, दुसरें काय? संजया, माझे प्रतापशाली पुत्र, पौत्र, भ्राते, मित्र वगैरे सर्व धारातीर्थी पडले, तेव्हां ही सर्व दैवाचीच लीला होय ह्यांत संदेह नाहीं; निःसंशयपणें, मनुष्य जेव्हां जन्मास येतो तेव्हांच तो आपल्याबरोबर बरें किंवा वाईट दैव घेऊन येतो! ज्या मनुष्याचें दैव बरें असतें, तो भाग्यवान् पुरुष सुख भोगितो; व ज्याचें दैव वाईट असतें तो अभागी पुरुष दुःखाचा वांटेकरी होतो! संजया, माझें दैव विपरीत असल्यामुळें आज माझे सर्व पुत्रादिक नष्ट होऊन मी सर्वतोपरी हा असा अनाथ झालों! अरे, आतां मी हा असा वृद्ध शत्रूंच्या हस्तगत झालों म्हणजे माझी वाट काय होईल? बाबा, ह्यापुढें आतां वनवासाशिवाय दुसरें कांहींही मला बरें दिसत नाहीं! अरे, संग्रामांत सर्व स्वकीयांचा संहार घडल्यामुळें आतां मला आप्तसुहृदांचा वगैरे कांहींच पाश उरला नाहीं; ह्याकरितां पंख तोडून टाकिलेल्या पक्ष्याप्रमाणें दीन अवस्था प्राप्त झालेल्या मला आतां वनवासच प्रशस्त होय! संजया, आतां दुर्योधन मेला, शल्य युद्धांत पडला, दुःशासन, विविंश, विकर्ण

वगैरे महाबल पुत्रांचीही तीच गति झाली. तेव्हां भीमसेन हा मला अतिशय कठोर शब्द बोलेल ते माझ्यानें कसे सहन होतील बरें! संजया, ज्या एकट्यानें माझे शंभर पुत्र वधिले, तो भीमसेन आतां पुनःपुनः दुर्योधनाचें वधवृत्त मजपुढें बोलूं लागला म्हणजे दुःखशोकांनीं व्याप्त झालेल्या मला त्याचे ते क्रूर शब्द मुळींच ऐकवणार नाहींत!

कथाप्रस्ताव.

वैशंपायन सांगतातः—राजा जनमेजया, ह्याप्रमाणें बंधुहीन झालेला तो वयोवृद्ध धृतराष्ट्र राजा अगदीं क्षुब्ध झाला आणि पुनःपुनः दुःसह पुत्रशोकानें मूर्च्छित पडूं लागला! राजा, अशा रीतीनें पुष्कळ वेळपर्यंत त्यानें विलाप केले आणि अखेरीस दुःखानें दीर्घ व कढत कढत असे सुस्कारे टाकीत व आपणावर गुदरलेल्या भयंकर अनर्थाचें मनन करीत अंतर्बाह्य दुःखानें व्याप्त होऊन त्यानें संजयाला युद्धाचें सविस्तर वर्णन करण्यास सांगितलें.

धृतराष्ट्र विचारतोः—संजया, भीष्म व द्रोण हे समरांगणांत पडले व त्याप्रमाणेंच कर्णाचाही अखेरीस वध झाला, तेव्हां माझ्या पक्षाच्या योद्धयांनीं आपला सेनापति कोण केला बरें? संजया, माझ्या सैनिकांनीं समरभूमीवर ज्याला ज्याला म्हणून सेनापति नेमिलें, त्याचा त्याचा पांडवांनीं फार थोड्या काळांत नाश केला हें पाहून मला मोठें आश्चर्य वाटतें! संजया, तुह्मी सर्व पाहात असतां अर्जुनानें भीष्माला भयंकर रणांत शरपंजरीं पाडिलें! पुढें तीच गति द्रोणाची झाली आणि तुह्मां सर्वांच्या समक्ष पांडवांनीं त्याचा वध केला! संजया, पुढें प्रतापवान् कर्णाचा सुद्धां ह्याच प्रकारें अंत झाला! तेव्हां तरी सर्व राजांसमवेत तुह्मी रणांगणांत कर्णाच्या समीप असतां अर्जुनानें कर्णाला ठार मारिलें! संजया, महात्म्या विदुरानें मला पूर्वींच सांगितलें होतें कीं, दुर्योधनाच्या अपराधामुळें सर्व प्रजा नष्ट होईल! संजया, आणखी तो असेंही म्हणाला होता कीं, कित्येक मूर्ख पुरुष ह्या जगांत कित्येक गोष्टी डोळ्यांनीं धडधडीत पहात असतांही त्यांस त्यांचा उमज पडत नाहीं, ह्यास काय म्हणावें? संजया, तेव्हां विदुर मला जें कांहीं म्हणाला, त्याचा त्या समयीं म्यां मूर्खानें विचार केला नाहीं; आणि अखेरीस त्या सत्यवादी, दूरदृष्टि व महाधर्मशील विदुराचें तथ्य वचन आज माझ्या अनुभवास येत आहे! संजया, बुडत्याचें पाऊल खोलांतच पडावयाचें; ह्यास्तव माझ्यापुढें हा सर्व दुःखभार ओढवला असल्यामुळें मीं त्या वेळीं विदुराच्या सांगण्याचा अनादर केला आणि त्याच अपराधाचें हें आतां घोर फळ मला प्राप्त झालें आहे! असो; बाबा, जें कांहीं रणभूमीवर घडून आलें असेल, तें सर्व पुनः विस्तृतपणें निवेदन कर!

संजया, रणांगणांत कर्ण पतन पावल्यावर कौरवांच्या सैन्यांच्या बिनीवर कोण होता? नंतर कृष्णार्जुन हे कौरवांवर चालून आले तेव्हां त्यांच्यावर उलट चाल कोणीं केली? संजया, मद्रराज शल्य ज्या वेळीं पांडवांशीं लढण्यास उद्युक्त झाला, त्या वेळीं रणांगणांत त्याच्या रथाचीं उजवें व डावें हीं चक्रें व त्याप्रमाणेंच त्याचा पृष्ठभाग कोणकोण राखीत होते? बा संजया, तुम्ही सर्व समरभूमीवर एकत्र होऊन निकरानें लढत असतां संग्रामांत पांडवांनीं महारथ मद्राधिप शल्याला व माझा पुत्र दुर्योधन ह्याला कसें बरें वधिलें? संजया, रणभूमीवर भारतीय वीरांचा जो महान् संहार घडला आणि तसाच त्यांत माझा पुत्र दुर्योधन हाही ज्या प्रकारें मारिला गेला, तें सर्व वर्तमान जसें घडलें असेल तसें सविस्तर निवेदन कर; व त्याप्रमाणेंच सर्व पांचाल व त्यांचे अनुयायी,

तसेच धृष्टद्युम्न, शिखंडी व द्रौपदीचे पांच पुत्र ह्यांच्या वधाचें वृत्त सांग! आणि त्याप्रमाणेंच पांडव, कृष्ण, सात्यकि, कृप, कृतवर्मा व अश्वत्थामा हे सर्व युद्धांतून कसे जिवंत राहिले ह्या सर्वांचें यथास्थित निरूपण कर; व रणांगणांत कोणकोणाचा संग्राम कसकसा झाला हें सर्व प्रस्तुत समयीं ऐकण्याची मी इच्छा करीत आहें, तर तूं ही माझी इच्छा सिद्धीस ने! संजया, तूं ह्या कामांत मोठा निष्णात आहेस!

अध्याय तिसरा.

—:०:—

कौरवांच्या सैन्यांची पळापळ.

संजय सांगतोः—राजा धृतराष्ट्रा, कौरवांच्या व पांडवांच्या सैन्यांनीं एकमेकांशीं घोर युद्ध करून जो भयंकर क्षय उडविला, त्याचें आतां मी सविस्तर वर्णन करितों; तर तूं तें सावधान चित्तानें ऐक. राजा, महापराक्रमी अर्जुनानें कर्णाचा वध केल्यानंतर तुझीं सैन्यें एकसारखीं पळत सुटलीं, तेव्हां दुर्योधनानें त्यांस युद्धार्थ फिरून रणांगणांत जमविलें; तरी तीं भयभीत होऊन पळून गेलींच! राजा, ह्याप्रमाणें कौरवसैन्यांनीं पळून जावें व कौरवाधिपतीनें त्यांस प्रोत्साहन देऊन पुनः युद्धार्थ उद्युक्त करावें, असा कितीएक वेळां क्रम चालला; पण त्यांत यश न येतां शेवटीं कौरवसैन्यें पळूनच गेलीं! राजा, इकडे रणभूमीवर कर्ण पडला आणि घोर संग्रामांत महान् महान् वीरांचा संहार घडला, तेव्हां अर्जुन एकसारखा सिंहनाद करूं लागला! राजा, त्या समयीं तुझ्या पुत्रांची अगदीं पांचांवर धारण बसली आणि सैन्यांची एकच पळापळ उडाली, तेव्हां त्यांस आवरून धरण्याला किंवा रणांगणांत शौर्यानें पांडवांवर चालून जाण्याला कोणत्याही वीरास धीर झाला नाहीं! राजा, सूतपुत्र कर्ण हा कौरवांचा द्वीपतुल्य महान् आधार होता! ह्यास्तव अर्जुनानें जेव्हां त्यास वधिलें, तेव्हां तुझ्या योद्ध्यांची अशी कांहीं विपन्न दशा झाली कीं, त्या वेळीं जणू काय ते नौका फुटल्यामुळें निराश्रित झालेले वणिग्जनच अगाध महासागराच्या परतीरास जाण्याचा प्रयत्न करीत आहेत, असें भासूं लागलें! राजा, कर्णाच्या वधानंतर कौरवदळें अतिशयच भ्यालीं व अर्जुनाच्या शरप्रहारांनीं अत्यंत घायाळ झालीं! त्या समयीं, सिंहानें त्रस्त केलेल्या मृगाप्रमाणें त्यांची अगदीं दीन अवस्था झाली; व तीं अनाथ होऊन, आतां ह्या घोर प्रसंगांत आपलें कोण बरें संरक्षण करील अशा विवंचनेंत पडलीं! राजा, सव्यसाची अर्जुनानें तुझ्या सैन्यांना जिंकलें तेव्हां शिंगें तोडिलेल्या बैलाप्रमाणें किंवा दांत पाडिलेल्या सर्पाप्रमाणें तीं अगदीं दीन होऊन सायंकाळीं परत आपआपल्या शिबिरांत गेलीं! राजा, सूतपुत्र कर्णाचा वध झाल्यावर तुझ्या सैन्यांची जी दुर्दशा उडाली तिचें काय वर्णन करावें? त्या समयीं तुझ्या सैन्यांतले महान् महान् योद्धे मरण पावले असून, राहिल्यासाहिल्या योद्ध्यांचीं शरीरें जलाल बाणांनीं छिन्नभिन्न होऊन त्यांचा अगदीं विध्वंस उडाला होता! राजा, कर्ण पडला तेव्हां तुझे पुत्र भयभीत होत्साते पळत सुटले! शरप्रहारांनीं त्यांचीं चिलखतें फाटून गेलीं व भयानें त्यांचें देहभान नष्ट झालें! पळत असतां आपण अमुक दिशेस जात आहों हेंही त्यांस अवधान राहिलें नाहीं! बेहोष होऊन पळत असतां त्यांनीं स्वपक्षीय वीरांना सुद्धां ठार मारिलें! अर्जुनाच्या भयानें त्यांस इतकें ग्रस्त केलें कीं, त्यांस जिकडे तिकडे पांडवच दिसूं लागले! "अहो, खरोखर माझ्याच मागें अर्जुन आला! माझ्याच मागें भीमसेन आला!" असें ते मानूं लागले! आणि

त्यांच्या मनाचें धैर्य अगदीं सुटून ते धडाधड खालीं पडले व मूर्च्छित झाले! राजा, त्या वेळीं कित्येक महारथ घोड्यांवर, कित्येक हत्तींवर रथांत, आणि कित्येक पायदळाच्या स्कंधावर वगैरे बसून मोठ्या वेगानें धावत सुटले! तेव्हां त्यांची अशी धांदल उडाली कीं, हत्तींनीं रथ मोडिले, महारथांनीं घोडेस्वार मारिले व अश्वसमुदायांनीं पायदळांस तुडविलें! आणि वन्य पशु व चोरटे ह्यांनीं गजबजलेल्या अरण्यांत ज्याप्रमाणें व्यापाऱ्यांच्या तांड्यापासून दूर राहिलेल्या मनुष्यांची वाताहत होते, त्याप्रमाणें कौरवांच्या त्या सेनेची अतिशयित वाताहत झाली! राजा, त्या समयीं कित्येक हत्तींवरील वीर मेले, कित्येक हत्तींच्या शुंडा तुटल्या, आणि जिकडे तिकडे भयानें सर्वत्र पार्थ व भीमसेन हे दिसूं लागले! राजा, नंतर भीमसेनाच्या भीतीनें हीं सर्व सैन्यें पळत आहेत असें मनांत आणून दुर्योधन राजा आपल्या सारथ्याला हाहाकारपूर्वक म्हणाला, "बा सूता, त्वरा कर, त्वरा कर, रथाचे घोडे लवकर चालव! माझा रथ ह्या सैन्यांच्या अगदीं मागें असल्यामुळें हीं सर्व सैन्यें भयभीत होऊन पळत आहेत! ह्यासाठीं मला लवकर पुढें जाऊं दे! ह्या सैन्यांच्या पृष्ठभागीं हातांत धनुष्यबाण धारण करून मी युद्धार्थ सिद्ध आहें, असें भीमसेनाच्या दृष्टीस पडलें म्हणजे माझ्यावर चालून येण्याची त्याची छाती होणार नाहीं; आणि तोच प्रकार अर्जुनाचा होऊन, प्रचंड सागराचें जसें त्याच्या मर्यादेपुढें कांहींएक न चालतां त्यास माघार घ्यावी लागते, तशी त्या भीमार्जुनांस माझ्यापुढें माघार घेऊन मागें वळावें लागेल! सारथे, आतां मी कृष्णार्जुन व अभिमानी भीमसेन आणि त्याप्रमाणेंच प्रमुख प्रमुख शत्रु ह्यांना वधून कर्णाच्या ऋणांतून उतराई होईन."

राजा धृतराष्ट्रा, ह्याप्रमाणें दुर्योधनानें शौर्याला व आपल्या श्रेष्ठ कुलाला साजेसें जें भाषण केलें, तें श्रवण करून त्याच्या सारथ्यानें सुवर्णाच्या अलंकारांनीं शृंगारिलेल्या अशा त्या घोड्यांना हळूच इशारा करितांच तो रथ वेगानें चालूं लागला आणि मग गज, अश्व व रथ ह्यांनीं हीन झालेले पुष्कळ शूर वीर आणि पंचवीस हजार पायदळ हळूहळू पांडवांशीं लढण्यास पुढें सरलें! राजा, नंतर कौरवांच्या व पांडवांच्या सैन्यांचें भयंकर युद्ध सुरू झालें! त्या समयीं भीमसेन व धृष्टद्युम्न हे क्रोधायमान होऊन चतुरंग सैन्यानिशीं त्या शत्रुसैन्यांवर तुटून पडले आणि त्यांनीं शरांची घोर वृष्टि आरंभिली! तेव्हां कौरवांकडील योद्ध्यांनींही त्या भीमसेन-धृष्टद्युम्नाशीं मोठ्या निकराचें युद्ध चालविलें आणि त्यांचीं मोठमोठ्यानें नांवें घेऊन त्यांस त्यांनीं चोहोंकडून वेढून टाकिलें! राजा, त्या वेळीं भीमसेनाला फारच संताप आला व तो त्या कौरववीरांशीं मोठ्या आवेशानें लढूं लागला! राजा, तेव्हां त्या महाधर्मशील भीमसेनाला रथांतून कौरवांशीं लढणें उचित वाटलें नाहीं; व ते जसे भूतलावर उभे राहून लढत होते, तसेंच आपणही लढावें असें मनांत आणून तो गदेसहवर्तमान रथांतून खालीं उतरला आणि केवळ बाहुबलाचा आश्रय करून तो शत्रूंशीं घोर युद्ध करूं लागला! राजा, त्या समयीं भीमसेनानें आपल्या सुवर्णमंडित प्रचंड गदेचे कौरवांवर इतके भयंकर प्रहार चालविले कीं, जणू काय तो दंडपाणि यमधर्मच प्राण्यांचा एकसारखा संहार करीत आहे असें सर्वांस भासलें! राजा, ह्याप्रमाणें भीमसेनाच्या हस्तें कौरवांकडील महान् महान् वीर रणांगणांत पतन पावले तेव्हां कौरवांकडील पायदळाला मनस्वी क्रोध आला; आणि टोळांनीं जशी अग्नीवर उडी घालावी, तशी त्यानें रणांत भीमसेनावर उडी घालून त्याशीं घोर युद्ध चालविलें! राजा,

तेव्हां ते कौरवांकडील शूर पदाति वीर मोठमोठ्यानें आक्रोश करूं लागले, परंतु भीमसेन त्यांजवर खड्गानें व गदेनें प्रहार करीत श्येनपक्ष्याप्रमाणें झडपा घालूं लागला, तेव्हां एकाएकीं अग्रभागीं काळ प्राप्त झाला असतां जशी प्राणिसमुदायांची भयंकर अवस्था होऊन ते सर्व मृत्युमुखीं पडतात, तशीच कौरवांकडील त्या सर्व पायदळाची अवस्था होऊन तें सर्व मृत्युमुखीं पडलें! राजा, ह्याप्रमाणें सत्यपराक्रमी भीमसेन तुझें पंचवीस हजार पायदळ ठार मारून नंतर धृष्टद्युम्नाला पुढें करून उभा राहिला. राजा, इकडे वीर्यशाली धनंजयानें, कौरवांचें जें रथसैन्य पळून जात होतें त्याचा पाठलाग केला; आणि त्याप्रमाणेंच नकुल, सहदेव व महाबल सात्यकि ह्यांनीं मोठ्या वीरश्रीनें शकुनीवर हल्ला करून त्याच्या सैन्यास प्राणसंकटांत घातलें! राजा, त्या समयीं त्यांनीं शकुनीचे अनेक घोडेस्वार जलाल शरांनीं ठार मारिले आणि नंतर तत्काळ खुद्द शकुनीवर चाल केली व मग मोठें तुंबळ युद्ध जुंपलें! राजा, इकडे अर्जुन सर्व त्रैलोक्यांत प्रख्यात अशा गांडीव धनुष्याचा टणत्कार करीत कौरवांच्या रथसैन्यांत प्रवेश करितो आहे, तों आपल्यावर श्वेतहय व कृष्णसारथि अर्जुन चालून आला इतकें पाहतांक्षणींच तुझ्या सैन्यांनीं घाबरून जाऊन पळ काढिला! परंतु इतक्यांत रथहीन व अश्वहीन झालेले पंचवीस हजार पायदळ योद्धे बाणांचा भडिमार करीत अर्जुनावर धावून आले व त्यांनीं त्यास वेढा दिला. पण तितक्यांत ताबडतोब भीमसेनासहवर्तमान पांचालांचा महारथ धृष्टद्युम्न ह्यानें त्यांजवर हल्ला केला व त्या सर्वांचा विध्वंस उडविला! राजा, ह्याप्रमाणें तो महाधनुर्धर, शत्रुसंहारक व विजयशाली पांचालराजपुत्र धृष्टद्युम्न हा, ज्यास पारावतवर्णाचे अश्व जोडिले होते व ज्यावर कोविदाराचा उत्तम ध्वज झळकत होता अशा रथांतून समरभूमीवर परिभ्रमण करीत आहे, असें जेव्हां तुझ्या योद्ध्यांनीं पाहिलें तेव्हां ते भयभीत होत्साते पळून गेले! राजा, इकडे यशस्वी नकुलसहदेवांनीं सात्यकीसह त्वरेनें अस्त्रवृष्टि करणाऱ्या शकुनीवर हल्ला करून त्यास व त्याच्या सैन्यास अगदीं जर्जर करून सोडिलें, तों चेकितान, शिखंडी व द्रौपदीचे पुत्र ह्यांनीं तुझ्या प्रचंड सेनेचा वध करून आपआपले शंख वाजविले! राजा, त्या वेळीं तुझें बाकीचें सैन्य धूम ठोकून पळून जाऊं लागलें, पण बैलांची झुंज होऊन पळ काढणाऱ्या बैलांचा जसे जय मिळविलेले बैल मोठ्या त्वेषानें पाठलाग करितात, तसा तुझ्या त्या सैन्याचा त्या चेकितानादिक पांडवीय वीरांनीं पाठलाग केला! इतक्यांत, राजा, तुझ्या पुत्राचें कांहीं अवशिष्ट सैन्य अद्यापि पांडवांशीं लढण्यास सिद्ध आहे असें पाहून अर्जुनास मनस्वी क्रोध आला आणि त्यानें तत्काळ बाणांचा भडिमार करून तें सर्व झांकून टाकिलें! राजा, त्या वेळीं अंतरिक्षांत धूळ उधळून चोहोंकडे अंधकार पडला आणि सर्व महीतल बाणांनीं व्याप्त होऊन कांहींच दिसेनासें झालें आणि कौरवसैन्य फारच भिऊन सर्व दिशांस पळून गेलें! राजा, ह्याप्रमाणें तुझ्या सर्व सैन्याचा मोड झाला तेव्हां कुरुराज दुर्योधन हा फारच चवताळला व अगदीं बेहोष होऊन आपल्या व शत्रूंच्या अशा दोन्ही सैन्यांवर मोठ्या आवेशानें चाल करून गेला! राजा, बलीनें ज्याप्रमाणें पूर्वीं देवांना युद्धार्थ आह्वान केलें होतें, त्याप्रमाणें त्या समयीं दुर्योधनानें सर्व पांडवांना युद्धार्थ आह्वान केलें; आणि मग ते मोठमोठ्यानें गर्जत असतां त्याजवर सर्व पांडव नानाविध शस्त्रास्त्रांची वृष्टि करीत व पुनःपुनः त्याला निंदीत एकदम धावून आले!

राजा, तेव्हां दुर्योधनानेंही मोठ्या शौर्यानें त्यांजवर शरवर्षाव आरंभिला आणि त्यांचा असा मोड करून टाकिला कीं, तो त्याचा पराक्रम पाहून आह्मांस मोठें आश्चर्य वाटलें! कारण, सर्व पांडवांनाही त्या एकट्या दुर्योधनाला त्या समयीं मागें हटवितां आलें नाहीं! असो; नंतर राजा, जवळच आपलें सैन्य पळून जाण्याच्या बेतांत होतें, तें दुर्योधनानें नीट न्याहाळून पाहिलें, तेव्हां तें अतिशय घायाळ झालें आहे असें त्याच्या नजरेस आलें! राजा, नंतर तुझ्या त्या पुत्रानें समयावर लक्ष देऊन त्या सर्व सैन्याला थांबवून धरिलें आणि त्यांतील योद्ध्यांना वीरश्री आणण्याकरितां तो म्हणालाः—वीरहो, पर्वतांवर किंवा भूमीवर असा एकही प्रदेश मला आढळत नाहीं कीं, जेथें तुम्ही गेल्यानें तुमची पांडवांपासून सुटका होईल! तर मग तुम्ही रणांगणांतून पळून गेल्यानें लाभ तो कोणता! अहो, प्रस्तुत समयीं पांडवांचें सैन्य अगदीं थोडें असून कृष्णार्जुन अतिशयित घायाळ झालेले आहेत; ह्यासाठीं जर आपण येथें युद्धास तोंड देऊन उभे राहिलों, तर खचीत आपण विजयी होऊं! जर तुम्ही येथून भग्न होऊन पळून जाल, तर तुम्ही पांडवांचे अपराधी असलयामुळें ते तुम्हांस पाठलाग करून ठार मारतील हें पक्कें समजा! म्हणून, वीरहो, पळून जाऊन मृत्युमुखीं पडण्यापेक्षां आपण लढाई करून धारातीर्थीं पतन पावलों तर तें श्रेयस्कर नाहीं का? अहो, क्षात्रधर्मानें युद्ध करून संग्रामांत मरण आलेलें फार उत्तम! कारण, अशा प्रकारें मृत झालेल्या प्राण्याला दुःख मुळींच होत नाहीं व शिवाय मेल्यावर त्यास सद्गति प्राप्त होते! ह्या स्थळीं प्राप्त झालेल्या सर्व क्षत्रियांनो, जर तुम्ही येथून पळून गेलां तर तुमचा शत्रु जो भीमसेन त्याच्या कचाटींत सांपडलांच म्हणून समजा! ह्यासाठीं, वाडवडिलांनीं आचरिलेल्या मार्गाचें तुम्हीं उल्लंघन करूं नये हें सर्वथैव इष्ट होय! अहो, रणांगणांतून पळून जाण्यापेक्षां अधिक भयंकर असें क्षत्रियाला पातक नाहीं! कौरवहो, क्षत्रियाला युद्धधर्मापेक्षां अधिक श्रेयस्कर असा दुसरा कोणताही स्वर्गास जाण्याचा मार्ग नाहीं! अहो, जो लोक मिळण्यास अत्यंत काळ लागतो, तो लोक युद्धधर्मानें वागणाऱ्या पुरुषाला युद्धापासून तत्काळ प्राप्त होतो!

राजा धृतराष्ट्रा, कौरवांकडील महारथांनीं दुर्योधनाचें तें भाषण शिरसा मान्य केलें; आणि हार घेऊन पळून जाणें नापसंत ठरवून ते सर्व क्षत्रिय तत्काळ पांडवांशीं तोंड देऊन लढण्यास सिद्ध झाले! राजा, नंतर पुनः दोन्ही दळांत देवदानवांप्रमाणें मोठें दारुण युद्ध सुरू झालें! राजा, त्या समयीं दुर्योधनानें सर्व कौरवसेनेसहवर्तमान युधिष्ठिरप्रमुख सर्व पांडवांवर हल्ला केला; व मग मोठा भयंकर संग्राम प्रवर्तला!

अध्याय चौथा.

--:०:--

कृपाचार्यांचें भाषण.

संजय सांगतोः—राजा धृतराष्ट्रा, मग रणांगणांत महान् महान् योद्ध्यांचे रथ व त्याप्रमाणेंच कित्येक रथांवरील सारथि बसण्याचीं आसनें मोडून पडलीं, तसाच जिकडे तिकडे हत्तींचा व पायदळांतील सैनिकांचा संहार उडाला, आणि ती समरभूमि रुद्राच्या क्रीडास्थानाप्रमाणें अतिशय भयंकर दिसूं लागली! राजा, तेव्हां लक्षावधि भूपाळ समरांगणांत पडून नामशेष झाले आणि त्यामुळें दुर्योधनाच्या हृदयाला दुःखाची धडकी बसून तो युद्धापासून पराङ्मुख झाला, व अर्जुनाचा तो लोकोत्तर पराक्रम अवलोकन करून तुझ्या सर्व सैन्याचा धीर अजीबात सुटला! राजा, त्या समयीं

तुझ्या सैन्यांत मोठा हाहाकार उडाला व आतां पुढें काय करावें ह्या विवंचनेंत प्रत्येक वीर पडला ! इतक्यांत पांडवांनीं तुझ्या सैन्याचा घोर नाश आरंभिला व त्यामुळें सर्व वीर मोठमोठ्यानें आक्रोश करूं लागले ! राजा, त्या वेळीं समरभूमीवर रणसंमर्द चालू असतां महान् महान् राजांचीं आभरणें भूतलावर पडलीं ! आणि तो सर्व हृदयविदारक देखावा पाहून वयोवृद्ध व उत्तमशील संपन्न अशा कृपाचार्याला मनस्वी करुणा उत्पन्न झाली व तो दिव्यतेजस्वी आणि उत्कृष्ट वक्ता ब्राह्मण दुर्योधन राजाच्या समीप येऊन त्यास मोठ्या दीनतेनें म्हणालाः—दुर्योधना, मी जें तुला सांगत आहें, तें नीट ऐकून घे; आणि जर तें तुला रुचलें, तर तूं त्याप्रमाणें वाग. राजेंद्रा, युद्धधर्म हाच क्षत्रियांला श्रेयस्कर मार्ग आहे, त्याहून अधिक श्रेयस्कर असा दुसरा कोणताही मार्ग नाहीं. क्षत्रियश्रेष्ठा, क्षत्रिय हे नित्य युद्धधर्माचाच आश्रय करून युद्ध करितात. बाबारे, क्षात्रधर्माचें आचरण करणाऱ्या पुरुषांला पुत्र, भ्राता, पिता, भाचा, मामा, आप्त इत्यादिकांशीं देखील युद्ध केलें पाहिजे ! रणांगणांत देह ठेवणें हा क्षत्रियांचा महान् धर्म होय व रणांतून पळून जाणें हा त्यांचा महान् अधर्म होय ! बाबा, जे कोणी जीव जगविण्याकरितां युद्धविमुख होत्साते पळून जातात त्यांस घोर नरकांत दिवस कंठावे लागतात ! ह्यास्तव, राजा, मी तुला कांहीं हिताची गोष्ट सांगतों, ती श्रवण कर. राजा, ह्या घोर युद्धांत भीष्म व द्रोण पडले, महारथ कर्णाचाही अंत झाला, जयद्रथ व तुझे भ्राते मारले गेले, आणि तुझा पुत्र लक्ष्मण ह्याचीही तीच वाट लागली; तेव्हां आतां असे कोण अवशिष्ट आहेत कीं, ज्यांसाठीं तुला कांहीं तरी कर्तव्य अवश्य आहे ? राजा, ज्यांवर सर्व भार टाकून त्वां निष्कंटक राज्याची इच्छा धरिली, ते सर्व शूर वीर रणांत देह ठेवून ब्रह्मनिष्ठांच्या गतीला गेले ! आणि आपण तर येथें गुणसंपन्न महारथांनीं वियुक्त होत्साते पुष्कळ राजे लोकांना मृत्युमुखांत लोटून अनुचित कर्म करीत आहों; ह्यास्तव आपल्याला पुढें दुःखांत दिवस कंठावे लागतील ! राजा, आज सर्व महारथ जिवंत असते तरी देखील अर्जुनाचा पराभव घडला नसता ! कारण, त्या महाबाहूचा शास्ता कृष्ण हा असल्यामुळें देव देखील त्याचा पराजय करण्यास असमर्थ आहेत ! राजा, कौरवसेना केवढी अफाट; पण ती जेव्हां इंद्रधनुष्याप्रमाणें कांतिमान् व इंद्रध्वजाप्रमाणें अतिशय उंच अशा वानराधिष्ठित अर्जुनध्वजाच्या समीप प्राप्त झाली, तेव्हां तिची कशी त्रेधा उडाली ती तूं पाहिलीसना ! दुर्योधना, भीमाचा सिंहनाद, कृष्णाचा पांचजन्यध्वनि व अर्जुनाचा गांडीवनिर्घोष हे कानीं पडतांच अंतःकरणें विदीर्ण होऊन किती बरें मूर्च्छा येते ! दुर्योधना, गांडीव धनुष्याची प्रत्यंचा दृष्टीस पडली म्हणजे जणू काय महान् वीज लवत आहे किंवा अलातचक्र (कोलिताचें वर्तुल) गरगरां फिरत आहे असें वाटून आपले डोळेच दिपून जातात ! राजा, सुवर्णालंकृत असें तें अर्जुनाचें प्रचंड धनुष्य एकदां संचलित झालें म्हणजे जणू काय दशदिशांच्या ठायीं मेघसमुदायांवर विद्युल्लताच नृत्य करीत आहे असा भास होतो ! राजा, अर्जुनाच्या रथाला जोडिलेले ते वेगशाली श्वेत अश्व चंद्राप्रमाणें किंवा काशतृणाप्रमाणें आपली प्रभा इतस्ततः प्रसृत करीत एकदां चालूं लागले म्हणजे जणू काय अंतरिक्ष पीतच आहेत असें भासतें ! आणि वायूनें ज्याप्रमाणें मेघमंडळाला प्रेरणा द्यावी, त्याप्रमाणें कृष्णानें त्या अश्वांना प्रेरणा दिली म्हणजे सुवर्णालंकारांनीं शृंगारलेले ते अश्व हां हां म्हणतां अर्जुनाचा रथ समरांगणांत घेऊन येतात ! राजा, शिशिर ऋतूंत भयंकर अग्नीनें जसें गवताला

जाळून टाकावें, तसें त्या अस्त्रविशारद अर्जुनानें तुझें तें सर्व सैन्य जाळून टाकिलें! राजा, महेंद्रासारखा दिव्यपराक्रमी असा तो धनंजय जेव्हां आपल्या सैन्यांत घुसला, तेव्हां जणू काय तो चार दांतांचा हत्तीच होय असें आपणांस वाटलें! राजा, नंतर त्यानें आपल्या सर्व सेनेची जी दाणादाण व नासाडी उडविली आणि तिच्या योगें आपल्याकडील भूपाळांना जी भीति उत्पन्न झाली, ती पाहून जणू काय हत्तीच कमलिनींचा विध्वंस करीत आहे असें सर्वांस भासलें! तो धनुष्याच्या टणत्कारानें जेव्हां कौरववीरांची धांदल उडवूं लागला, तेव्हां जणू काय सिंहच गर्जना करून हरणांच्या कळपांची पळापळ उडवीत आहे असें दिसूं लागलें! आणि सर्व लोकांत अत्यंत श्रेष्ठ असे ते दोन कवचधारी महाधनुर्धर वीरशिरोमणि कृष्णार्जुन सर्व लोकांत अत्यंत शोभले! राजा, हा अतिघोर संग्राम सुरू होऊन आज सतरा दिवस झाले व ह्यांत दोन्ही पक्षांकडील अगणित योद्धे समरांगणीं पडले! राजा, शरद्दतूंतल्या मेघसमुदायांना वारा उधळून लावितो, तद्वत् शत्रूंनीं तुझीं सैन्यें उधळून लाविलीं आणि त्यांचा जिकडे तिकडे भयंकर संहार झाला! राजा, महासागरांत वाऱ्यानें पालथी पाडिलेली नौका जशी हालते, तशी तुझी सेना सव्यसाची अर्जुनानें हालवून सोडिली! दुर्योधना, जयद्रथाच्या वधसमयीं तुझा तो सूतपुत्र कर्ण कोठें होता? तसाच तो अनुयायांसह द्रोण कोठें होता ? तसाच मी कोठें होतों? तूं कोठें होतास ? हार्दिक्य (कृतवर्मा) कोठें होता? दुःशासन कोठें होता? व त्याप्रमाणेंच तुझे ते इतर भ्राते कोठें होते ? राजा, आपल्या बाणांच्या आटोक्यांत जयद्रथ आला असें पाहून अर्जुनानें तुझे ते भ्राते, मामा, साहाय्यकर्ते व संबंधिजन ह्या सर्वांचा पराभव करून व त्यांच्या मस्तकांवर पाय देऊन त्यांच्या देखत जयद्रथाला ठार मारिलें, तेव्हां ह्यावरून आपल्या शौर्याची व कर्तृत्वाची परीक्षा झाली नाहीं का? ह्यास्तव, राजा, आपण आतां करणार तें काय? अरे, ह्या भूतलावर असा कोण पुरुष आहे कीं, तो अर्जुनाचा पराभव करील ? अरे त्या महाधनुर्धराचीं दिव्य व विविध अस्त्रें आणि त्याप्रमाणेंच त्याच्या गांडीवाचा तो निर्घोष ह्यांच्या योगें आमचें सर्व धैर्य अस्तंगत होतें! राजा, तुझ्या ह्या सेनेचा नायक हत झाल्यामुळें ही सेना चंद्रहीन रात्रीप्रमाणें अगदीं निस्तेज झाली आहे! सुकून गेलेल्या नदीचे कांठावरील वृक्ष हत्तीनें मोडून टाकिले असतां ती जशी अतिशय उदास दिसते, तशी ही सेना उदास दिसत आहे! राजा, प्रस्तुत समयीं ह्या सेनेचा अधिपति अस्तंगत झाल्यामुळें ही जणू काय नेत्रहीनच झाली आहे; ह्यास्तव जर आपण ह्यापुढें युद्ध चालविलें तर महाबाहु अर्जुन हा खुशाल हिजमध्यें यथेष्ट संचार करील; व अग्नि जसा गवताच्या गंजी जाळितो तसा तो ही सेना जाळून टाकील ! दुर्योधना, सात्यकीचा व भीमसेनाचा वेग इतका दुर्धर आहे कीं, तो पर्वत विदारील किंवा समुद्र कोरडे पाडील! राजा, भीमसेनानें सभेमध्यें जें म्हटलें होतें, तें बहुतेक खरें करून दाखविलें व जें राहिलेंसाहिलें असेल तें तो लवकरच खरें करील! दुर्योधना, कर्ण हा सेनापति असतांना अर्जुनानें पांडवांच्या सेनेचें कसें संरक्षण केलें व त्यामुळें तें व्यूह करून उभें राहिलेलें सैन्य किती प्रबळ झालें, हें तूं पाहिलेंच आहेस ! राजा, तुम्हीं पांडवांकडे कांहीं एक दोष नसतां विनाकारण जीं अनुचित कर्में करून त्यांस पीडा दिली, त्यांचेंच हें फल तुम्हांस प्राप्त झालें ! राजा, तूं केवळ स्वार्थाकरितां मोठ्या खटाटोपानें ही सर्व मंडळी जमविलीस आणि त्यांना व स्वतःला

प्राणसंकटांत घालून घेतलेंस ! राजा, झालें तें झालें; आतां तूं आपला स्वतःचा तरी जीव जगव ! बाबारे, जर हा जीव जगेल, तर सर्व कांहीं अनुकूल होईल ! पहा, भांडेंच जर फुटलें, तर त्यांतील पदार्थ वाहून गेल्याशिवाय राहील काय? ह्यासाठीं, दुर्योधना, आतां दूरवर दृष्टि दे! बाबा, पडत्या पक्षानें किंवा बरोबरीच्या पक्षानें संधिच करणें प्रशस्त ! जो पक्ष वृद्धिंगत होत असेल, त्यानें मात्र युद्धास प्रवृत्त व्हावें, असें बृहस्पतीचें मत आहे ! ह्यासाठीं तूं प्रस्तुत काळीं संधी करावा हेंच श्रेयस्कर नव्हे काय ? कारण, जे पूर्वीं आपण बलानें व शक्तीनें पांडवांपेक्षां प्रबळ होतों, ते आपण आतां पांडवांपेक्षां न्यून झालों आहों; म्हणून आतां आपण पांडवांशीं संधि करावा हेंच योग्य आहे ! राजा, ज्याला आपलें हित कशांत आहे हें समजत नाहीं, किंवा जो तें जाणत असूनही त्याचा अवमान करितो, त्याची मोठी हानि होते व तो राज्यादिकांला तत्काळ अंतरतो ! दुर्योधना, आपण जर युधिष्ठिराची प्रार्थना करून राज्य संपादिलें, तर त्यापासून आपलें जें कल्याण होईल, तसें कल्याण आपण पांडवांशीं युद्ध करून त्यांत पराभव झाल्यावर होणार नाहीं! राजा, धर्मराज युधिष्ठिर मोठा दयाळू आहे. तो विचित्रवीर्यपुत्राच्या (धृतराष्ट्राच्या) व कृष्णाच्या सांगण्यावरून तुला राज्याधिकार देईल ! राजा, विजयशाली युधिष्ठिर, अर्जुन व भीमसेन ह्यांस हृषीकेश कृष्ण जें सांगेल तें ते निःसंशयपणें करितील! राजा, कौरवेश्वर धृतराष्ट्राच्या वचनाचा अनादर कृष्ण केव्हांही करणार नाहीं ! आणि कृष्ण जें सांगेल, तें पांडुपुत्र निश्चयानें करीलच! राजा, ह्यास्तव पांडवांशीं युद्ध न करितां त्यांच्याशीं गोडी करावी हेंच सर्वथा प्रशस्त! राजा, माझ्या मनांत तुझ्याविषयीं कांहीं दुष्ट बुद्धि वसत आहे, किंवा मी प्राणरक्षणार्थ झटत आहें, म्हणून मी तुला असें सांगतों, असें मानूं नको:—जो मार्ग मला खरोखरी हितावह वाटतो, तोच मी तुला सांगत आहें. ह्याचा जर तूं अनादर करशील, तर तुला मरण प्राप्त झाल्यावर मग तूं मला स्मरशील ! राजा धृतराष्ट्रा, ह्याप्रमाणें वृद्ध शारद्वत कृपाचार्य दुर्योधनाला म्हणाला व पुष्कळ रडला; आणि अखेरीस दीर्घ व उष्ण सुस्कारे टाकीत हुंदके देत असतां त्याचें देहभान नष्ट झालें!

अध्याय पांचवा.

—:o:—

दुर्योधनाचें भाषण.

संजय सांगतोः——राजा धृतराष्ट्रा, ह्याप्रमाणें कृपाचार्यानें मोठ्या काकुळतीनें भाषण केलें तें श्रवण करून दुर्योधनानें दुःखाचा मोठा उष्ण सुस्कारा टाकिला आणि तो स्तब्ध राहिला ! राजा, नंतर महात्म्या शत्रुसंहारक दुर्योधनानें क्षणभर मनन केलें आणि मग तो कृपाचार्याला म्हणालाः—शारद्वता कृपाचार्य, सुहृदानें जें कांहीं सांगावयास पाहिजे तें सर्व तूं मला सांगितलें आहेस; त्याप्रमाणेंच, तूं जिवाची आशा न ठेवितां भयंकर युद्ध करून माझ्याकरितां जें करणें विहित होतें, तें सर्व केलें आहेस; आणि अतिशय पराक्रमी अशा महारथ पांडवांशीं युद्ध करितांना तूं त्यांच्या सैन्यांची दुर्दशा उडविलीस, तीही सर्व लोकांनीं पाहिली आहे! शारद्वता, मित्रानें जें जें कांहीं सांगणें अवश्य, तें सर्व तूं मला विदित केलेंस; तरी आसन्नमृत्यु प्राण्याला जसें औषध रुचत नाहीं, तसें तुझें हें भाषण मला मुळींच रुचत नाहीं ! हे विप्रवर्या, तुझें भाषण हेतु व कारणें ह्यांनीं युक्त असल्यामुळें मोठें न्याय्य व हितकर असें आहे; परंतु, हे महाबाहो, मला मात्र

तें पसंत पडत नाहीं ! कृपाचार्या, तुझें म्हणणें आतां आपण पांडवांशीं सख्य करावें हेंच ना? पण ती गोष्ट कशी घडेल? पहा, ज्या युधिष्ठिराला आम्हीं राज्यभ्रष्ट केलें, तो आतां पुनः आमच्यावर कसा विश्वास ठेवील बरें? अरे, ज्या महाधनाढ्य भूपतीला आम्हीं अक्षद्यूतांत जिंकिलें, तो आतां पुनः माझें भाषण कसें खरें मानील बरें? त्याप्रमाणेंच, हे द्विजश्रेष्ठा, निरंतर पार्थाच्या हितासाठीं तत्पर असा कृष्ण आमच्याकडे शिष्टाई करण्याकरितां आला असतां आम्हीं त्यास फसविलें हा आमचा केवढा अविचार बरें? तेव्हां आतां फिरून कृष्ण माझ्या शब्दावर कसा बरें भरंवसा ठेवील? ब्रह्मवर्या, सभेमध्यें प्राप्त झाल्यावर द्रौपदीनें जे विलाप केले ते कृष्ण विसरला असेल असें तुला वाटतें काय? मला तर असें वाटतें कीं, द्रौपदीचे ते विलाप व पांडवांचें तें राज्यहरण ह्या दोन्ही गोष्टी कृष्णाच्या मनांत नित्य घोळत असतील! ब्राह्मणा, कृष्णार्जुन हे दिसायला मात्र पृथक् पृथक्, पण वास्तविकपणें ते एकजीव असून सदासर्वकाळ एकमेकांच्या आश्रयानें राहतात, असें जें मीं पूर्वीं ऐकिलें होतें, तें मी आज प्रत्यक्ष पाहात आहें! कृपाचार्या, रणांगणांत अभिमन्यु पडला हें वर्तमान समजल्यापासून कृष्णाला धड झोंप येत नाहीं.—तो एकसारखा दुःखानें तळमळत आहे; तेव्हां तो आपल्या अपराध्यांना म्हणजे आम्हांला कशी क्षमा करील बरें! शारद्वता, अभिमन्यूच्या वधामुळें अर्जुनाची शांति अगदींच नष्ट झाली आहे; तेव्हां मीं जरी त्याची प्रार्थना केली, तरी तो माझ्या हितासाठीं कसा झटेल बरें? कृपाचार्या, मध्यम पांडव भीमसेन हा मोठा भयंकर व प्रबळ आहे, त्यानें तर घोर प्रतिज्ञा केली आहे, तेव्हां तो तुटेल तरी वांकावयाचा नाहीं! ब्राह्मणा, आतां राहिले ते दोघे जुळे पांडुपुत्र नकुलसहदेव! ते दोघेही शूर वीर कवचें घालून व खड्गें घेऊन यमाप्रमाणें मला वधण्याची वाट पहात आहेत! त्याप्रमाणेंच धृष्टद्युम्न व शिखंडी हेही मला पाण्यांत पाहात आहेत, तेव्हां त्यांच्याकडून माझ्या हिताविषयीं कसा प्रयत्न होईल बरें? द्विजश्रेष्ठा, दुःशासनानें द्रौपदी ही रजस्वला व एकवस्त्रा अशी असतांना तिला सभेमध्यें फरफरां ओढीत आणून सर्वांच्या समक्ष तिची विटंबना केली ही गोष्ट ते प्रतापी पांडव कशी विसरतील बरें? ब्रह्मवर्या, वस्त्रहीन अशा द्रौपदीची ती दीन मुद्रा अद्यापि पांडवांच्या दृष्टीपुढें आहे; ह्यास्तव त्यांना युद्धापासून कोणीही परावृत्त करूं शकणार नाहीं! कृपाचार्या, ज्या वेळीं आह्मीं द्रौपदीला क्लेश दिले, त्या वेळेपासून त्या दुःखित द्रौपदीनें भूमीवर शयन करून माझ्या नाशाकरितां आणि आपल्या भर्त्यांच्या अर्थसिद्धीकरितां घोर तपश्चर्या चालविली आहे व ही तिची घोर तपश्चर्या वैराच्या समाप्तीपर्यंत अशीच चालणार आहे. कृपाचार्या, काय त्या द्रौपदीची थोरवी सांगावी! वासुदेवाची सख्खी बहीण सुभद्रा ही आपला मान व गर्व टाकून द्रौपदीची दासी बनून तिची नित्य शुश्रूषा करीत आहे! द्विजवरा, ह्याप्रमाणें कलहाग्नीची ज्वाला जी इतकी भडकली ती आतां शांत होणें अशक्य होय! आतां पांडवांशीं संधि होईल हें मनांत सुद्धां आणूं नको! आपल्या हातून अभिमन्यूचा वध घडल्यामुळें धर्मराजा आपणांशीं तह करण्यास कसा तयार होईल? बरें, मीं तरी आजवर ह्या समुद्रवलयांकित पृथ्वीचा उपभोग घेऊन ह्याच्यापुढें केवळ पांडवांच्या कृपेनें राज्याचा कसा उपभोग घ्यावा! अरे, निरंतर ज्यानें सूर्याप्रमाणें सर्व राजांवर आपला प्रताप गाजविला, त्या म्यां युधिष्ठिराच्या मागून किंकराप्रमाणें कसें अनुवर्तन करावें? अरे, ज्यानें स्वतः पुष्कळ भोग

भोगिले व इतरांनाही बहुत संपत्ति अर्पण केली, त्या म्यां आतां नीच लोकांसहवर्तमान नीच वृत्तीनें कसे दिवस कंठावे बरें ? कृपाचार्या, तूं जी कांहीं मोठ्या काकुळतीनें मला हिताची गोष्ट सांगितलीस, तिचा मी द्वेष करीत नाहीं; परंतु इतकेंच सांगतों कीं, हा समय मात्र संधि करण्यास योग्य असा नव्हे ! हे शत्रुतापना, ह्या वेळीं अतिशय उचित अशी गोष्ट म्हणशील तर उत्तम प्रकारें युद्ध करणें हीच होय ! ब्राह्मणा, ह्या समयीं षंढत्व पतकरणें हें सर्वथा अनुचित; ह्यासाठीं आम्हीं निकरानें युद्ध करावें हेंच विहित ! शारद्वता, मीं पुष्कळ यज्ञयाग केले, ब्राह्मणांना विपुल दक्षिणा दिल्या, सर्व मनोरथ सिद्धीस नेले, वेद ऐकिले, आणि शत्रूंच्या मस्तकांवर उभाही राहिलों ! मीं आपल्या चाकरांना समृद्ध केलें, दीनजनांना संकटांतून उद्धरिलें, परराष्ट्रें जिंकिलीं, स्वराष्ट्राचें परिपालन केलें, विविध भोग भोगिले, धर्म, अर्थ व काम हे जोडिले, पितरांच्या ऋणांतून उत्तीर्ण झालों, आणि क्षात्रधर्महीं उत्तम प्रकारें पाळिला ! तथापि मला सुख म्हणून कोठें प्राप्त झालें नाहीं ! तेव्हां राष्ट्र व यश ह्यांची मला पर्वा ती कोणती ? ह्या लोकीं कीर्ति संपादन करणें हेंच कर्तव्य; आणि ती तरी युद्धानेंच मिळवावी, दुसऱ्या मार्गांनीं मिळविणें अयोग्य ! ह्यास्तव, ब्राह्मणश्रेष्ठा, पांडवांपाशीं मी हे असले हीन उद्गार काढण्यास तयार नाहीं ! हे रणशूरा, क्षत्रियानें घरांत मरावें हें सर्वथा निंद्य; घरांत अंथरुणावर पडून मरणें हा क्षत्रियाला मोठा अधर्म आहे ! अरे, जो मनुष्य महान् महान् यज्ञ करून अरण्यांत किंवा संग्रामांत आपला देह ठेवितो, तो प्रतिष्ठा जोडितो ! आणि जो मनुष्य जरेनें व दुखण्याबाहण्यानें आर्त होऊन दीनासारखा रडत आरडत आपल्या आक्रोश करणाऱ्या आप्तांमध्यें मरण पावतो, तो खचीत पुरुषच नव्हे ! कृपाचार्या, मी आतां पांडवांशीं घोर युद्ध करून, जे पुरुष विविध भोगांना सोडून देऊन श्रेष्ठ गतीला पोंचले आहेत त्यांमध्यें जाऊन बसेन ! अरे जे महाबुद्धिमान् शूर पुरुष सदाचरण ठेवितात, संग्रामांतून निवृत्त होत नाहींत, आपली प्रतिज्ञा खरी करून दाखवितात, यज्ञयागादि करितात, व शस्त्रयज्ञांत स्वतःची आहुति देऊन पवित्र होतात, त्या सर्वांना निःसंशयपणें स्वर्गांत स्थान मिळतें ! असे पुरुष समरांगणांत लढत असतां अप्सरांचे समुदाय खचीत त्यांजकडे अभिलाषबुद्धीनें पहात असतात, आणि हे वीर धारातीर्थीं देह ठेवून स्वर्गास गेले ह्मणजे त्यांच्या सेवेसाठीं त्यांजभोंवतीं अप्सरा जमल्या असून त्यांस मोठा आनंद झाला आहे व सुरसभेंतही त्यांचा मोठा जयजयकार चालला आहे असें निश्चयानें त्यांच्या पितरांच्या दृष्टीस पडतें ! कृपाचार्या, ज्या मार्गानें देव व संग्रामांतून विमुख न होणारे शूर पुरुष गेले, त्याच थोर मार्गाचें आपण अवलंबन केलें पाहिजे ! पहा, वृद्ध पितामह भीष्म, महाबुद्धिमान् गुरु द्रोण, त्याप्रमाणेंच जयद्रथ, कर्ण, दुःशासन इत्यादि सर्व थोर योद्ध्यांनीं ह्याच मार्गाचें अवलंबन केलें नाहीं काय ? अरे, माझा कार्यभाग घडवून आणण्याकरितां अनेक शूर राजे रणांत हत झाले व अनेकांचे देह बाणप्रहारांनीं भग्न होत्साते रक्तांत माखून भूमीवर पडले ! द्विजश्रेष्ठा, ते शस्त्रास्त्रवेत्ते शूर पुरुष व त्याप्रमाणेंच जे कोणी यथाशास्त्र यज्ञाराधन करितात ते पुरुष मेल्यानंतर हक्कानें इंद्राच्या सदनांत स्थान मिळवितात ! ब्रह्मन्, त्या महापुरुषांनीं जो मार्ग स्वतः घालून दिला आहे, तो जरी अवघड असला, तरी त्यापासून सुख होईल ह्यांत संदेह नाहीं; कारण जे पुरुष ह्या मार्गाचें मोठ्या शौर्यानें अवलंबन करितील ते अखेरीस सद्ग-

तीस जातील! कृपाचार्या, हा देह जगवावा व राजवैभव भोगावें ही गोष्ट कबूल न करण्यास ह्याशिवाय आणखीही कारणें आहेत. तीं कोणतीं ह्मणशील तर, ज्या शूरांनीं माझ्यासाठीं धारातीर्थीं आपले देह ठेविले, त्यांच्या उपकारांचा विचार केला ह्मणजे त्यांच्या ऋणाची फेड केल्यावांचून मीं राज्यवैभव भोगावें हें उचित नव्हे! आजे, भ्राते व मित्र ह्यांचा घात करून जर मीं आपले हे प्राण राखण्याच्या भरीस पडलों, तर खचीत लोक मला हंसतील! अरे, आप्तसुहृदांचा व भावांबंधूंचा वियोग सोसून राज्य मिळविणें—व तेंही विजय प्राप्त झाला ह्मणून नव्हे, तर विशेषेंकरून शत्रूंना पदर पसरून मिळविणें ह्यापेक्षां अधिक हीन असें कृत्य तरी कोणतें? मला तर हें कृत्य अगदीं लाजिरवाणें वाटतें! ह्यासाठीं, ज्यानें या सर्व जगताला जिंकून त्यावर आपलें आधिपत्य स्थापिलें, तो मी उत्तम प्रकारेंकरून शत्रूंशीं लढेन व नंतर स्वर्ग मिळवीन! ह्यावांचून अन्य उपायाची मला गरज नाहीं!

राजा धृतराष्ट्रा, ह्याप्रमाणें दुर्योधनाचें भाषण श्रवण करून सर्व क्षत्रियांनीं त्याची मोठी वाहवा केली व त्याचे धन्यवाद गाइले! तेव्हां पराभव झाल्याबद्दल जें त्यांस दुःख झालें होतें, तें ते तत्काळ विसरले; आणि प्रताप गाजविण्याची ईर्षा धरून मोठ्या वीरश्रीनें त्या सर्वांनीं लढण्याचा निश्चय ठरविला! राजा, नंतर त्या कौरववीरांनीं आपल्या घोड्यांना थोडा विसावा दिला; आणि मग युद्धाच्या उत्कट इच्छेनें रणभूमीपासून दोन योजनांहून थोडें कमी इतक्या अंतरावर दूर जाऊन, तेथें हिमालयाच्या पायथ्याशीं सुंदर, पवित्र व रमणीय अशा पठारावर मोकळ्या जागीं तळ दिला व सरस्वतीच्या कांठीं लाल उदकांत स्नानें करून ते तिचें पाणी प्याले! राजा, ते सर्व वीर युद्धार्थ पुनः सिद्ध झाले; ह्याचें कारण त्यांना तुझ्या पुत्रानें चेव आणिला हेंच होय! असो; नंतर त्यांनीं आपल्या मनाची भीति घालविली व त्याप्रमाणेंच इतरांनाहीं त्वेष उत्पन्न केला; आणि कालानें प्रेरित केलेले ते सर्व कौरवयोद्धे पुनः युद्धाची वाट पाहात बसले!

अध्याय सहावा.

—:०:—

शल्याभिषेकविचार.

संजय सांगतोः—राजा धृतराष्ट्रा, ह्याप्रमाणें हिमालयाच्या पायथ्याशीं पठारावर युद्धासाठीं आतुर झालेल्या त्या सर्व कौरवसेनेचा तळ पडला असतां त्या स्थळीं सर्व महान् महान् योद्धे मिळाले. तेथें शल्य, चित्रसेन, महारथ शकुनि, अश्वत्थामा, कृपाचार्य, सात्वत कृतवर्मा, सुषेण, अरिष्टसेन, वीर्यवान् धृतसेन, जयत्सेन वगैरे सर्व भूपाळ जमले व त्यांनीं रात्र तेथें घालविली. राजा, रणांगणांत कर्ण पडल्यावर विजयशाली पांडवांचा इतका दरारा बसला कीं, तुझ्या पुत्रांच्या मनाला स्वास्थ्य ह्मणून मिळालेंच नाहीं; पण ते ह्या स्थळीं हिमालयाच्या पठारावर आले तेव्हां मात्र त्यांस पुनः वीरश्री उत्पन्न झाली. राजा धृतराष्ट्रा, नंतर युद्ध करण्याचा निर्धार करून ते सर्व कौरव दुर्योधन राजाकडे गेले व त्याची यथाविधि पूजा करून शल्याच्या समक्ष त्यास ह्मणालेः—राजा दुर्योधना, तूं कोणी तरी सेनापति करून शत्रूंशीं लढण्यास सिद्ध व्हावें हें उचित होय. राजा, तूं सेनापतीची नेमणूक केलीस ह्मणजे तो आमचें संरक्षण करील व आह्मी शत्रूंना समरांगणांत जिंकूं!

राजा धृतराष्ट्रा, नंतर दुर्योधन रथांत अधिष्ठित होता तो तसाच अश्वत्थाम्याच्या समीप प्राप्त झाला. राजा, त्या द्रोणपुत्र अश्वत्थाम्याचें

काय वर्णन करावें? तो रथवराग्रणी युद्धकलेंत मोठा निपुण होता; युद्धांतले नानाविध हेतु त्यास उत्तम अवगत होते; रणांगणांत जणू काय तो प्रतियमच होता; त्याचे सर्व अवयव सुंदर असून त्याचें मस्तक शिरोभूषणानें आच्छादित होतें; त्याची मान शंखाप्रमाणें त्रिवलीनें युक्त होती; तो मोठें गोड भाषण करीत असे; त्याचे नेत्र प्रफुल्लित कमलपत्रांप्रमाणें दीर्घ व सतेज होते; त्याचें मुख वाघाच्या मुखाप्रमाणें उग्र होतें; मेरु पर्वताप्रमाणें तो भव्य होता; त्याचा खांदा, नेत्र, गति व स्वर हीं शंकराच्या नंदीप्रमाणें होतीं; त्याचे बाहु पुष्ट व दीर्घ असून त्यांचे सांधे मोठे बळकट होते; त्याची छाती फार रुंद व भरदार होती; त्याचें बल व वेग हीं गरुड व वायु ह्यांप्रमाणें होतीं; त्याची कांति सूर्याप्रमाणें व बुद्धि शुक्राप्रमाणें होती; त्याचें तेज, रूप व मुख हीं चंद्राप्रमाणें मोहक होतीं; त्याचें शरीर जणू काय सुवर्णकमलें एकत्र सांधून बनविलें होतें; त्याची कमर, मांड्या व पोटऱ्या अगदीं वाटोळ्या गरगरीत होत्या; त्याचीं पावलें, बोटें व नखें सुंदर होतीं; जणू काय ब्रह्मदेवानें कोठें काय गुण आहेत ह्याचें पुनःपुनः स्मरण करून तो देह मोठ्या प्रयत्नानें घडविला होता; त्याच्या ठिकाणीं सर्व लक्षणें विद्यमान असून त्यास सर्व श्रुति उत्तम येत होत्या; तो शत्रूंना मोठ्या आवेशानें जिंकीत असे; शत्रु कितीही बलवान् असले तरी त्यांची त्याच्यापुढें मात्रा चालत नसे; त्याला धनुर्वेदाचे चारही पाद व दहाही अंगें उपलब्ध होतीं; त्यास चारही वेद व इतिहास सांग विदित होते; अयोनिसंभव महातपस्वी द्रोणाचार्यानें त्र्यंबकाची उग्र व्रतांनीं एकाग्र आराधना केली, तेव्हां त्यापासून अयोनिसंभव स्त्रीच्या ठिकाणीं त्याचें जन्म झालें; त्याचें कर्म लोकोत्तर होतें; त्याचें सौंदर्यही ह्या भूतलावर अलौकिक होतें; तो सर्व विद्यांत पारंगत होता; तो सद्गुणांचा केवळ सागरच होता; आणि त्याच्या ठायीं अवगुणांचा तर लेशही नव्हता! राजा धृतराष्ट्रा, अशा त्या सर्वतोपरी महासमर्थ अश्वत्थाम्याच्या समीप तुझा पुत्र आला व त्यास म्हणालाः—हे गुरुपुत्रा, तूं आज आम्हां सर्वांना महान् आधार आहेस! ह्यास्तव, कोणाला सेनापति केल्यानें आपणांला रणांत पांडव जिंकितां येतील तें सांग म्हणजे तुझ्या आज्ञेनुसार मी सेनापति नेमितों.

अश्वत्थामा म्हणालाः—राजा दुर्योधना, या शल्याला तूं सेनापति कर. ह्याचें कुल, रूप, तेज, यश, वैभव व इतर सर्व गुण मोठे थोर असल्यामुळें सैनापत्याला हा सर्वतोपरी पात्र आहे. अरे, ह्याचें आपल्याविषयीं किती प्रेम आहे म्हणून सांगूं! ह्यानें तुझ्याविषयीं कृतज्ञता बाळगून आपल्या भागिनीच्या पुत्रांना सोडून दिलें आणि आपण ह्या पक्षाला येऊन मिळाला! ह्याची सेना अफाट असून हा कार्तिकेयाप्रमाणें पराक्रमी आहे! राजा, ह्याला जर तूं सेनापति करशील, तर देवांनीं अजिंक्य कार्तिकेयाला सेनापति करून जसें दानवांना जिंकिलें, तसें आपण पांडवांना जिंकूं!

राजा धृतराष्ट्रा, अश्वत्थाम्याच्या मुखांतून हे शब्द बाहेर पडतांच सगळे भूपाळ शल्याच्याभोंवतीं गराडा घालून उभे राहिले व त्यांनीं मोठमोठ्यानें शल्याचा जयजयकार चालविला! राजा, त्या समयीं त्यांनीं युद्ध करण्याचा जो निश्चय केला होता, तो त्यांचा निश्चय अगदीं सुदृढ झाला व त्याचा आवेश मनस्वीं वाढला! राजा, नंतर दुर्योधन रथांतून भूमीवर उतरला; आणि भीष्म व द्रोण ह्यांजप्रमाणें रणांत शौर्य गाजविणारा तो मद्राधिप शल्य रथांत अधिष्ठित होता त्यास हात जोडून म्हणाला, "हे मित्रवत्सला शल्या, आतां तुझ्या मित्रांना ही

मोठी उत्कृष्ट संधि प्राप्त झाली आहे; अशा ह्या समयींच सुज्ञ पुरुष मित्र किंवा अमित्र ह्यांची परीक्षा करितात! शल्या, तूं मोठा शूर आहेस; ह्यास्तव तूं ह्या सैन्याचा अधिपति हो! तूं समरांगणांत प्रविष्ट झालास म्हणजे पांडवांचें धैर्य नष्ट होईल आणि त्यांचे अमात्य व पांचाल हे गतवीर्य होत्साते स्तब्ध बसतील! राजा धृतराष्ट्रा, दुर्योधनाचें भाषण श्रवण करून वाक्पटु मद्रराज शल्य दुर्योधनाला म्हणालाः—राजा दुर्योधना, मीं जें करावें म्हणून तूं इच्छितोस, तें मी करण्यास सिद्ध आहें. हे कुरुराजा, माझे प्राण, राज्य व धनदौलत हीं सर्व तुझ्या बऱ्याकरितां खर्चीं घालण्यास मी राजी आहें.

दुर्योधन म्हणालाः—हे अतुलप्रतापी मातुला, मी तुला सेनापति नेमीत आहें. म्हणून, हे वीरश्रेष्ठा, स्कंदानें ज्याप्रमाणें समरांगणांत देवांचा प्रतिपाल केला, त्याप्रमाणें तूं आमचा प्रतिपाल कर! आतां, स्कंदावर जसा देवांच्या सैन्यापत्याधिकाराचा अभिषेक झाला, तसा तुजवर कौरवांच्या सैनापत्याधिकाराचा अभिषेक होवो; आणि महेंद्राकडून जसा दानवांचा संहार पडला, तसा तुझ्याकडून रणांत पांडवांचा संहार पडो!

अध्याय सातवा.

—:०:—

शल्यसैनापत्याभिषेक.

संजय सांगतोः—राजा धृतराष्ट्रा, दुर्योधनानें ह्याप्रमाणें जें भाषण केलें, तें श्रवण करून मद्राधीश शल्यानें त्यास उत्तर दिलें कीं, "हे महाबाहो वाक्यविशारदा दुर्योधना, कृष्णार्जुन हे रथावर अधिष्ठित असतां तुला फार पराक्रमी असे वाटतात, पण त्या उभयतांना बाहुबलामध्यें माझी कधींही बरोबरी करितां यणार नाहीं. राजा, मी एकदां क्षुब्ध झालों म्हणजे सुर, असुर व मानव ह्यांसहवर्तमान सर्व पृथ्वी जरी माझ्याशीं लढण्यास उठली तरी तिच्याशीं घोर युद्ध करीन; मग पांडवांची ती पर्वा काय? अरे, मी पांडवांना व त्याप्रमाणेंच त्यांच्या साहाय्यार्थ प्राप्त झालेल्या सोमकांनाही जिंकीन! मी तुझ्या सैन्याचें धुरीणत्व पतकरण्यास तयार आहें,—त्याची तुला शंका नको! राजा, आतां मी असा व्यूह रचितों कीं, त्याचें शत्रूंना बिलकूल भेदन करितां येणार नाहीं! दुर्योधना, ह्या माझ्या भाषणावर तूं पूर्ण भरंवसा ठेव! हें सर्वतोपरी सत्य आहे!" राजा धृतराष्ट्रा, शल्य ह्याप्रमाणें दुर्योधनास म्हणाला, तेव्हां दुर्योधनानें तत्काळ सेनेच्या मध्यभागीं शल्यावर सैनापत्याचा मोठ्या आनंदानें यथाशास्त्र व यथाविधि अभिषेक केला; आणि लागलाच तुझ्या सेनेंत जिकडे तिकडे महान् सिंहनाद सुरू होऊन मोठमोठ्यानें वाद्यें वाजूं लागलीं! राजा, नंतर महारथ मद्रक व कौरव हे मोठमोठ्यानें ओरडूं लागले व त्यांनीं रणांगणास शोभविणाऱ्या शल्याची स्तुति आरंभिली! ते म्हणालेः—राजा शल्या, दीर्घायुषी व विजयी हो; आणि आपल्याबरोबर युद्ध करण्याकरितां जे शत्रु जमून आले आहेत त्यांचा संहार उडीव! मद्रेश्वरा, तुझ्या बाहुबलाच्या आश्रयानें सर्व महाबलवान् धार्तराष्ट्रांना अखिल पृथ्वीचें निष्कंटक राज्य प्राप्त होवो! राजा, रणभूमीवर सुर, असुर व मानव हे सर्व जमून तुझ्याशीं युद्धास प्रवृत्त झाले असतां त्यांस सुद्धां जिंकण्यास तूं समर्थ आहेस! मग मृत्युवश असे जे सृंजयसोमक, त्यांना तेव्हांच जिंकिशील ह्यांत संदेह तो कोणता? राजा धृतराष्ट्रा, बलशाली मद्रराज शल्याचा त्या कौरवमद्रकांनीं ह्याप्रमाणें गौरव केला, तेव्हां धीरोदात्त पुरुषाप्रमाणें त्यास मोठी धन्यता वाटली. त्या समयीं

शल्य म्हणाला:—राजा दुर्योधना, आज मी रणांगणांत सर्व पांचाल व पांडव ह्यांना ठार मारीन, किंवा धारातीर्थीं देह ठेवून स्वर्गास जाईन! आज मोठ्या धैर्यानें संचार करितांना लोक मला पाहातील. आज सर्व पांडव, कृष्ण, सात्यकि, पांचाल, चेदि, द्रौपदीचे पुत्र, धृष्टद्युम्न, शिखंडी व सगळे प्रभद्रक ह्या सर्वांच्या दृष्टीस माझा पराक्रम, माझें महाधनुर्बल, अचूक बाणसंधान, अस्त्रवीर्य व बाहु हीं पडतील! आज पांडव, सिद्ध व चारण ह्यांनीं माझ्या बाहूंमध्यें किती पराक्रम आहे व माझ्या ठिकाणीं किती अस्त्रसंपत्ति वास करीत आहे हें पहावें! आज पांडवीय महारथांनीं माझा अतुल प्रताप अवलोकन करून त्याच्या प्रतिकारार्थ त्यांना ज्या कांहीं गोष्टी कर्तव्य असतील त्या कराव्या! मी आज पांडवांचीं सैन्यें दशदिशांस उधळून लावीन; आणि भीष्म, द्रोण व कर्ण ह्यांच्याहीपेक्षां अधिक पराक्रम गाजवून तुझ्या कल्याणासाठीं रणभूमीवर परिभ्रमण करीन!

संजय सांगतो:—राजा धृतराष्ट्रा, ह्याप्रमाणें कौरवांच्या सैन्यांच्या अधिपतीच्या जागीं शल्याची जेव्हां नेमणूक होऊन त्याजवर सेनापत्याधिकाराचा अभिषेक झाला, तेव्हां कौरवांच्या योद्ध्यांना कर्णवधामुळें जी चिंता पडली होती ती सर्व नष्ट झाली व त्यांचीं मनें प्रसन्न होऊन त्यांस विलक्षण वीरश्री चढली; आणि आतां पांडव हे मद्राधिपतीच्या हातांत सांपडून मृत्युमुखांत पडलेच असें त्यांनीं मानिलें! राजा, ह्याप्रमाणें कौरवसेनेला पुनः रणोत्साह उत्पन्न झाला व मग तिनें रात्रीस स्वस्थपणानें झोंप घेतली!

युधिष्ठिरोत्तेजन.

राजा धृतराष्ट्रा, इकडे पांडवांनीं तुझ्या सैन्यांची सिंहगर्जना श्रवण केली, तेव्हां राजा युधिष्ठिरानें सर्व क्षत्रियांसमक्ष कृष्णाला म्हटलें:—माधवा, धार्तराष्ट्रानें मद्राधिप शल्याला सेनापति केलें असून सर्व सैन्यांमध्यें त्या महाधनुर्धरावर सेनापत्याधिकाराचा अभिषेकही करण्यांत आला; ह्यास्तव, ह्या सर्वांचा विचार करून जें उचित दिसेल तें करण्याची व्यवस्था कर! कृष्णा, आमचा शास्ता व संरक्षक तूंच आहेस! ह्यासाठीं आतां पुढें काय करावयाचें तें सांग. राजा धृतराष्ट्रा, नंतर वासुदेव धर्मराजाला म्हणाला:—युधिष्ठिरा, मी आर्तायनीला (शल्याला) यथास्थितपणें जाणत आहें! तो मोठा वीर्यवान् व तेजस्वी असून मोठा पुण्यशील व महात्मा आहे! तो मोठा विचित्र योद्धा असून अचूक बाण मारण्यांत मोठा कुशल आहे! राजा, भीष्म, द्रोण किंवा कर्ण ह्यांच्या सारखाच केवळ तो आहे असें नाहीं, तर त्यांच्याहून तो विशेष सामर्थ्यवान् आहे असें मला वाटतें! मीं पुष्कळ विचार करून पाहिला परंतु तो युद्ध करूं लागला म्हणजे जो त्याची बरोबरी करील असा मला कोणीही वीर आढळत नाहीं! धर्मराजा, शल्य हा शिखंडी, अर्जुन, भीम, सात्यकि व तसाच धृष्टद्युम्न, ह्यांच्यापेक्षांही रणांगणांत अधिक बलवान् आहे! मद्राधिपतीच्या अंगीं सिंह किंवा हत्ती ह्यांप्रमाणें महान् शक्ति असून, प्रलयकालीं क्रोधायमान झालेला अंतक जसा प्राण्यांमध्यें संचार करितो, तसा तो शत्रूंमध्यें निर्धास्तपणें संचार करील! हे पुरुषव्याघ्र युधिष्ठिरा, आज तुझ्याशिवाय दुसरा कोणताही वीर त्याच्याशीं युद्ध करण्यास समर्थ नाहीं! धर्मराजा, क्षुब्ध झालेल्या मद्रेश्वर शल्याला जो रणांगणांत वधील असा एकटा तूंच होस! तुझ्याशिवाय दुसरा कोणताही योद्धा ह्या लोकीं अथवा देवलोकीं त्याच्याशीं लढण्यास योग्य नाहीं! राजा, प्रत्येक दिवशीं तुझ्या सैन्याशीं युद्ध

करून त्याला तो क्षुब्ध करितो; म्हणून शंबरासुराला जसें इंद्रानें वधिलें तसें त्याला तूं रणांत वध! राजा, शल्य हा अजिंक्य आहे, व ह्यामुळेंच धार्तराष्ट्रानें त्याला सेनापति नेमिलें आहे; पण जर का तो युद्धांत पडेल, तर तुला खचीत विजय मिळाला ह्मणून समज! राजा, तो एकदां रणांत पतन पावला म्हणजे मग हें सर्व प्रचंड कौरवसैन्य नष्टच झालें म्हणून मान! धर्मराजा, प्रस्तुत समयीं माझें हें भाषण ऐकून तूं महारथ मद्रराजावर चाल करून जा; आणि वासवानें जसें नमुचीला मारिलें तसें तूं त्याला मार! युधिष्ठिरा, शल्य हा मामा आहे, असें मनांत आणून आतां त्याच्यावर दया करणें प्रशस्त नव्हे! क्षात्रधर्मावर लक्ष ठेवून त्या मद्राधिपतीचा नाश कर! धर्मराजा, भीष्मद्रोणरूप सागराच्या परतीरास पोंचून, इतकेंच नव्हे, तर कर्णरूप पाताळाचा तळ काढून तूं शल्यरूप गोष्पदांत सपरिवार बुडूं नको! तुझ्या ठिकाणीं जें तपोबल व क्षात्रबल असेल, तें सर्व आज रणांगणांत दाखव व त्या महारथ शल्याला यमसदनीं पाठीव!

राजा धृतराष्ट्रा, शत्रुसंहारक कृष्णानें इतकें भाषण केल्यावर त्याची पांडवांनीं पूजा केली व मग तो संध्याकाळीं शिबिरास गेला! तदनंतर धर्मपुत्र युधिष्ठिरानें सर्व भ्रात्यांना व पांचालसोमकांना आपआपल्या डेऱ्यांस जाण्यास अनुज्ञा दिली, आणि मग विशल्य हत्तीप्रमाणें त्यानें स्वस्थ झोंप घेऊन ती रात्र घालविली! इकडे पांडव, पांचाल व इतर सर्व महारथ कर्णाच्या वधामुळें हर्षित होऊन त्या रात्रीस स्वस्थ निजले व सूतपुत्राला ठार मारून विजय मिळविल्यामुळें पांडवांचें तें अफाट व प्रबळ सैन्य जणू काय अगाध सागराच्या परतीरास पोंचल्याप्रमाणें प्रमुदित होऊन अगदीं निश्चित व प्रसन्न झालें!

अध्याय आठवा.

--:०:--

व्यूहरचना.

संजय सांगतोः---राजा धृतराष्ट्रा, रात्र संपल्यावर इकडे दुर्योधनानें सर्व कौरवांना म्हटलें---महारथहो, आतां सज्ज व्हा! राजा धृतराष्ट्रा, दुर्योधनाची ती आज्ञा श्रवण करून कौरवसेना लागलीच तयार झाली. तावडतोब सैनिकांनीं रथ जोडिले, कित्येकजण इकडे तिकडे धावूं लागले, हत्तींवर वस्त्राभरणें युद्धासामग्री घालून त्यांची सर्व सिद्धता करण्यांत आली, पायदळानें आपली सर्व तयारी केली, सहस्रावधि वीरांनीं रथांत आस्तरणें घातलीं आणि रणवाद्यांचा महान् शब्द चालू होऊन रणार्थ आतुर झालेल्या योद्धयांना, सैनिकांना व गजाश्वांना मनस्वी वीरश्री चढली! राजा, नंतर कौरवांचीं सर्व सैन्यें रणभूमीवर जाण्यास सिद्ध होऊन आपापल्या स्थानीं उभीं राहिलीं आणि मग मारूं किंवा मरूं असा संकल्प ठरवून त्यांनीं समरभूमीचा मार्ग धरिला. राजा, मग महारथांनीं सेनापति मद्रराज शल्य याच्या आज्ञेप्रमाणें सर्व सैन्यांचे विभाग केले आणि ते त्या त्या विभागांसह शल्यानें निर्दिष्ट केलेल्या जागीं जाऊन युद्धार्थ उभे राहिले. राजा, ह्याप्रमाणें सर्व व्यवस्था ठरवून टाकिल्यावर तुझे सर्व सैनिक, कृप, कृतवर्मा, अश्वत्थामा, शल्य, शकुनि व बाकीचे अवशिष्ट भूपाळ हे सर्व तुझ्या पुत्रापाशीं आले व त्यांनीं आपसांत ठराव केला कीं, कोणीही एकेकटयानें पांडवांशीं बिलकूल युद्ध करूं नये; जो कोणी एकटा पांडवांशीं लढेल किंवा जो कोणी लढणाऱ्याला एकटा सोडील त्याला पांचही महापातकें व उपपातकें लागतील! सर्वांनीं मिळून एकमेकांचा बचाव करित पांडवांशीं

युद्ध करावें व ह्यांत कोणींही हयगय करूं नये ! राजा धृतराष्ट्रा, ह्याप्रमाणें करार करून ते सर्व महारथ मद्रराजाच्या आज्ञेनें आपआपल्या स्थानीं जाऊन नंतर त्यांनीं तत्काळ शत्रूंवर हल्ला केला !

राजा धृतराष्ट्रा, त्याप्रमाणेंच इकडे पांडवांनींही त्या महान् युद्धाकरितां आपल्या सैन्याचा व्यूह सिद्ध केला व चोहोंकडून कौरवांशीं युद्ध करितां यावें अशी योजना करून ते कौरवांवर मोठ्या वेगानें चालून गेले. हे भरतश्रेष्ठा, खवळलेल्या समुद्राप्रमाणें तें प्रचंड सैन्य गर्जत असून त्याचा विस्तारही समुद्राप्रमाणें अवाढव्य होता ! आणि त्यांत रथगजादिक इतस्ततः भ्रमण करीत असल्यामुळें त्या सेनासागरावर जणू काय महान् महान् लाटाच उसळत होत्या !

धृतराष्ट्र विचारितोः—संजया, द्रोण, भीष्म व कर्ण हे युद्धांत कसे पतन पावले, हें मीं ऐकिलें. आतां मला आणखी शल्य व दुर्योधन हे रणांगणांत कसे पडले तें निवेदन कर. संजया, धर्मराजानें शल्याला व भीमसेनानें महाबाहु दुर्योधनाला रणांत कसें वधिलें तें सांग.

संजय सांगतोः—राजा धृतराष्ट्रा, समरांगणांत नर, गज व अश्व ह्यांचा जो भयंकर संहार उडाला, तो मी आतां तुला निरूपण करितों, तर तूं सावधान चित्तानें ऐक. राजा, द्रोण व भीष्म हे हत झाले, आणि सूतपुत्र कर्ण हा वधिला गेला, तेव्हां तुझ्या पुत्रांनीं शल्याला सेनापति केलें; आणि मग त्यांना पुनः उमेद चढून, आतां शल्य हा खचीत सर्व पांडवांना रणांगणांत ठार मारील अशी त्यांना मोठी आशा उत्पन्न झाली ! राजा, त्यांच्या मनांत ही आशा उद्भवल्यामुळें त्यांना फिरून मोठा धीर आला आणि त्यांनीं रणांगणांत मद्रराज शल्याचा आश्रय करून पुनः आपण सनाथ झालों असें मानिलें ! राजा, कर्ण हा रणांत ठार झाला असतां इकडे पांडवांनीं महान् सिंहनाद आरंभिला. तेव्हां कौरववीरांचें धाबें दणाणलें होतें; परंतु पुढें शल्याकडे सैनापत्य येऊन सर्व व्यवस्था यथास्थित झाली, तेव्हां कौरवसेनेला पुनः वीरश्री उत्पन्न झाली; आणि मग प्रतापी शल्यानें तुझ्या सैनिकांची अजीबात भीति उडवून टाकिली व कौरवसेनेचा सर्वतोपरी उत्कृष्ट व बळकट असा व्यूह निर्माण करून त्यानें समरभूमीवर पांडवांवर चाल केली ! राज , त्या वेळीं महारथ मद्राधिपति शल्य हा श्रेष्ठ रथांत आरूढ असून त्याच्या रथास सिंधु देशांतले अश्व जोडिले होते; त्याच्या हस्तांत, ज्याच्यापासून सुटलेला बाण कितीही बळकट पदार्थाचें मोठ्या आवेशानें क्षणांत भेदन करील, असें मोठें विचित्र धनुष्य नाचत होतें; त्याच्या रथावर कुशल सारथि अधिष्ठित असून त्याच्या योगें तो रथ अधिकच शोभत होता; आणि अशा त्या दिव्य रथावर शत्रुसंहारक शूर शल्य युद्ध करण्यास सिद्ध आहे असें पाहून तुझ्या पुत्रांची सर्व भीति नाहींशी होऊन त्यांस मोठी जयाशा उत्पन्न झाली ! राजा, ती कौरवसेना शत्रूंवर चाल करून निघाली तेव्हां अंगांत चिलखत घातलेला शल्य हा त्या सेनेच्या अग्रभागीं विनीवर उभा राहिला; आणि त्याच्या सभोंवतीं बलाढ्य मद्रक वीर व अजिक्य कर्णपुत्र हे गराडा घालून उभे राहिले ! त्यांच्या डाव्या बाजूस त्रिगर्तांसहवर्तमान कृतवर्मा उभा राहिला आणि उजव्या बाजूस शक व यवन ह्यांसहवर्तमान कृपाचार्य उभा राहिला ! पाठीमागें कांबोजांनीं परिवेष्टित असा अश्वत्थामा उभा राहिला; आणि महान् महान् कुरुवीरांनीं रक्षित असलेला दुर्योधन राजा मध्यभागीं अधिष्ठित झाला ! आणि तेथें रणांगणांत सौबल शकुनि

व त्याचा पुत्र महारथ कैतव्य (उलूक) हेही महान् अश्वसैन्य व इतर सैन्य घेऊन युद्ध करण्याकरितां सिद्ध राहिले !

राजा धृतराष्ट्रा, इकडे शत्रुसंहारक महाधनुर्धर पांडवांनींही आपल्या सेनेचे तीन विभाग केले व त्यांची व्यूहरचना करून ते कौरवसैन्यांवर चालून गेले ! धृष्टद्युम्न, शिखंडी व महारथ सात्यकि हे शल्याच्या सैन्याचा वध करण्याच्या इच्छेनें रणांगणांत त्याजवर धावले आणि स्वतः युधिष्ठिर राजा आपल्या सैन्यासह शल्यास ठार मारण्याच्या हेतूनें खुद्द त्याजवर चाल करून गेला ! शत्रुसंहारक महेष्वास अर्जुनानें कृतवर्मा व संशप्तकगण ह्यांजवर मोठ्या आवेशानें हल्ला केला ! आणि भीमसेन व महारथ सोमक हे युद्धांत शत्रूंचा संहार उडविण्याच्या इच्छेनें कृतवर्म्यावर चालून गेले ! नकुल व सहदेव ह्यांनीं आपआपल्या सैन्यांसह शकुनि व उलूक ह्यांजवर व त्यांच्या सैन्यांवर हल्ला केला आणि त्याप्रमाणेंच तुझ्याकडले सहस्रावधि वीर नानाप्रकारचीं आयुधें धारण करून समरभूमीवर मोठ्या त्वेषानें पांडवांवर तुटून पडले !

धृतराष्ट्र विचारितोः–संजया, महाधनुर्धर भीष्म, द्रोण व त्याप्रमाणेंच महारथ कर्ण हे समरभूमीवर पडल्यानंतर कौरवांचीं दळें थोडथोडीं शिलक राहिलीं होतीं. तशांत पुढें पांडवांची सरशी झाली व त्यांस युद्धाविषयीं अतिशय क्षोभ उत्पन्न झाला; तेव्हां मग रणभूमीवर कौरवपांडवांपैकीं कोणकोणाचें किती सैन्य अवशिष्ट होतें तें सांग पाहूं !

संजय सांगतोः–राजा धृतराष्ट्रा, नंतर युद्धार्थ सिद्ध झालेल्या आपली व पांडवांची कसकशी स्थिति होती आणि प्रत्येक पक्षाचें किती किती सैन्य शिलक होतें, तें श्रवण कर. राजा, त्या समयीं कौरवांकडे अकरा हजार रथ, दहा हजार सातशें हत्ती, दोन लक्ष घोडे आणि तीन कोटी पायदळ होतें; व पांडवांकडे सहा हजार रथ, सहा हजार हत्ती, दहा हजार घोडे आणि दोन कोटी पायदळ होतें. राजा, इतकेंच काय तें दोन्ही पक्षांमिळून सैन्य अवशिष्ट असून तें सर्व युद्धास सिद्ध झालेलें होतें. राजा, कौरवांकडील सैन्य मीं आतांच तुला सांगितलें त्याप्रमाणें निरनिराळे विभाग करून शल्य सेनापतीच्या आज्ञानुसार जय मिळविण्याच्या इच्छेनें क्षुब्ध होऊन पांडवांवर चालून गेलें, व शूर पांडवही विनयशाली नरव्याघ्र पांचालांसह जयप्राप्त्यर्थ रणांगणांत कौरवांवर तुटून पडले ! राजा, अशा प्रकारें तीं दोन्ही सैन्यें एकमेकांना ठार मारण्याच्या उद्देशानें अगदीं प्रातःकालीं एकमेकांशीं भिडलीं; आणि मग त्यांमध्यें अत्यंत भयंकर व दारुण असें युद्ध जुंपून परस्परांनीं परस्परांना ठार मारण्याचा क्रम आरंभिला !

अध्याय नववा.

—:०:—

संकुलयुद्ध.

संजय सांगतोः—राजा धृतराष्ट्रा, नंतर कौरव व सृंजय ह्यांचें फारच घोर व दारुण युद्ध सुरू झालें ! त्या समयीं जणू काय तें देव व दानव ह्यांचेंच युद्ध चालू आहे असें भासलें ! तेव्हां मनुष्यें, रथ, हत्तींचे व घोड्यांचे समुदाय आणि सहस्रावधि गजवीर व अश्ववीर मोठ्या शौर्यानें परस्परांशीं लढूं लागले ! भयंकर हत्ती एकमेकांवर चालून जात असतां जी महान् गर्जना करीत ती ऐकून जणू काय अंतरिक्षांत प्रावृट्कालाच्या आरंभीं मेघांचेच गडगडाट होत आहेत असा भास होई ! त्या वेळीं हत्तींच्या प्रहारांनीं कित्येक रथी रथांसुद्धां भग्न होऊन भूतलावर पडले ! मदोन्मत्त हत्तींनीं उधळून लाविल्यामुळें कित्येक योद्धे

रणांगणांत सैरावैरा धावत सुटले! कितीएक युद्धनिपुण रथ्यांनीं घोड्यांच्या समुदायांना व पादरक्षक योद्ध्यांना बाणांच्या भडिमारानें परलोकीं पाठविलें! युद्धामध्यें कसलेले असे कितीएक घोडेस्वार महारथांच्या सभोंवतीं गराडा घालून त्यांजवर प्रास, शक्ति व ऋष्टि ह्यांचा घोर वर्षाव करून रणांगणांत त्यांस मारीत धावूं लागले! कित्येक धनुर्धारी योद्धे महारथांना वेढा देऊन पुष्कळजण एकेकट्याला गांठून त्यांस यमसदनीं पाठवूं लागले! कित्येक महारथ हत्तींना व दुसऱ्या महारथांना चोहोंकडून अडवून धरून त्यांजवर शस्त्रास्त्रवृष्टि करूं लागले व ते दुरून एकेकटे लढत असतां त्यांस त्यांनीं ठार मारिलें! त्याप्रमाणेंच रथी क्रोधायमान होऊन हत्तींवर बाणांचा भयंकर भडिमार करीत असतां ते हत्ती त्या रथ्यांस गराडा घालून त्यांचा संहार उडवूं लागले! त्या समयीं हत्तींनीं हत्तींवर व रथ्यांनीं रथ्यांवर उड्या घालून त्यांचा शक्ति, तोमरें व बाण ह्यांनीं चुराडा केला! रणांगणांत रथ, अश्व व गज ह्यांनीं पायांखालीं तुडवून पायदळाचा घोर संहार उडविला आणि त्यामुळ जिकडे तिकडे मोठा हाहाकार झाला! तेव्हां चामरांनीं सुशोभित असलेले घोडे इतस्ततः अत्यंत वेगानें धावूं लागले, तेव्हां जणू काय हिमालयाच्या पठारावर मेदिनीचें प्राशन करीत हंसच धावत आहेत असें सर्वांस भासलें! राजा, त्या वेळीं घोड्यांच्या त्या टापांनीं चित्रविचित्र झालेली ती रणभूमि जणू काय नखाग्रांनीं विक्षत झालेल्या सुंदर स्त्रीप्रमाणें शोभायमान दिसूं लागली! घोड्यांच्या टापांच्या आवाजानें, रथांच्या चाकांच्या घणघणाटानें, पायदळाच्या आक्रोशानें, हत्तींच्या गर्जनेनें, रणवाद्यांच्या घोषानें आणि शंखांच्या नादांनीं भूमि इतकी दणाणून गेली कीं, जणू काय वज्रपातांनीं ती हादरून जाऊन भयंकर शब्द करीत आहे असें वाटलें! राजा, नंतर एकसारखा धनुष्यांच्या प्रत्यंचांचा महान् ध्वनि चालू झाला! जिकडे तिकडे देदीप्यमान् शस्त्रांचे प्रचंड लोट उसळूं लागले; आणि योद्ध्यांच्या अंगांतील चिलखतांची विलक्षण दीप्ति सर्वत्र पसरून कसलेंच ज्ञान होईनासें झालें! त्या समयीं मोठमोठ्या हत्तींच्या शुंडांप्रमाणें प्रचंड असे बहुत वीरबाहु छिन्न होऊन तडफड करीत भयंकर वेगानें वाटोळे फिरून नानाविध चेष्टा करूं लागले! तेव्हां धरणीतलावर वीरांचीं मस्तकें धडाधड कोसळूं लागलीं असतां जणू काय ताडांवरून ताडफळेंच खालीं आदळत आहेत असें ऐकूं येऊं लागलें! त्या वेळीं रक्तबंबाळ झालेलीं वीरशिरें पृथ्वीवर इतस्ततः पसरल्यामुळें जणू काय कांचनपद्मेंच यथाकालीं भूतलावर प्रफुल्लित झालीं आहेत असें दिसत होतें. तेव्हां रणांगणांत शस्त्रास्त्रांनीं विद्ध होऊन गतप्राण झालेल्या मस्तकांच्या मुखांतील नेत्र अगदीं टकटकीत दिसत असल्यामुळें जणू काय ती रणभूमि पुंडरीकांनींच आच्छादित आहे, असें भासत होतें! तेथें चंदनाची उटी दिलेले व बाहुभूषणें धारण केलेले मोठेमोठे भुज सर्वत्र पडले असल्यामुळें जणू काय इंद्राचे महान् महान् ध्वजच विराजत होते! त्या स्थळीं घोर संग्रामांत मोठमोठ्या भूपाळांच्या तुटलेल्या मांड्या जिकडे तिकडे पसरल्यामुळें जणू काय त्या हत्तींच्या दुसऱ्या शुंडाच होत असें भासत होतें; आणि तेथें सर्वत्र शेंकडों धडें, छत्रें, चामरें वगैरे पतन पावल्यामुळें जणू काय तें सेनावन फुललेंच आहे अशी शोभा दिसत होती! राजा, त्या ठिकाणीं रुधिरानें न्हालेले योद्धे मोठ्या शौर्यानें परिभ्रमण करीत असतां जणू काय फुललेले पळसाचे वृक्षच इतस्ततः धावत आहेत असें भासत होतें! राजा, तेथें

शरतोमरांनीं छिन्नविच्छिन्न होत्साते जे हत्ती रणांगणांत जिकडे तिकडे पडत होते, ते पाहून जणू काय महान् महान् मेघच छिन्नभिन्न होऊन पडत आहेत असें वाटे ! राजा, तेथें शूर योद्ध्यांकडून गजसैन्याचा संहार होत असतां तें पळूं लागलें म्हणजे जणू काय वाऱ्यानें उधळून दिलेले मेघच दशदिशांस धावत आहेत असें भासे ! आणि ते मेघाकार हत्ती अखेरीस चोहोंकडे भूतलावर पडत तेव्हां जणू काय प्रलयकालीं वज्रानें विदीर्ण झालेले पर्वतच खालीं पडत आहेत असें दिसे ! राजा, तेव्हां घोडे व घोडेस्वार हे रणांगणांत इतके मरून पडले कीं, त्यांच्या जिकडे तिकडे पर्वतप्राय राशी दिसूं लागल्या ! त्या समयीं रणभूमीवर वीरांना परलोकाप्रत पोंचविणारी केवळ नदीच वाहूं लागली ! त्या नदीमध्यें रुधिर हेंच उदक वहात असून रथ हे तिच्यामधले भोंवरे होते ! ध्वज हे तिच्यांतले वृक्ष असून हाडें हे तिच्यांतले दगड होते ! हत्ती हे तिच्यांतले खडक असून घोडे हे तिच्यांतले पाषाण होते ! मेद व मज्जा हा तिच्यांतला कर्दम असून छत्रें व गदा अनुक्रमें हंस व नावा होत्या ? कवचें व मंदिल ह्यांनीं ती नदी आच्छादित असून पताका हे तिच्यांतले सुंदर द्रुम होते ! आणि चक्रें हे तिच्या पृष्ठभागावर संचार करणारे चक्रवाक पक्षी असून, त्रिवेणु व दंड ह्यांनीं ती आच्छन्न होती ! राजा, अशी ती नदी पाहून शूरांना मोठी वीरश्री उत्पन्न होऊन भिऱ्यांची मोठी गाळण उडे ! राजा, कुरुसृंजयांचें घोर युद्ध सुरू होऊन रणांगणांत अशी जी मोठी भयंकर नदी वाहूं लागली, तो परलोकाप्रत जाण्याचा मार्ग असल्यामुळें, परिघतुल्य बाहु धारण करणारे ते शूर वीर वाहननौकांच्या योगें ती नदी उतरून परलोकाप्रत गेले ! राजा, त्या समयीं रणांगणांत कुरुसृंजयांचें अमर्याद युद्ध चालू होऊन चतुरंग दळांचा घोर सहार होऊं लागला, तेव्हां जणू काय तें देवदानवांचेंच युद्ध सुरू आहे असें भासलें ! राजा, तेव्हां समरभूमीवर असा कांहीं रणसंमर्द मातला कीं, जिकडे तिकडे बांधवांना मोठमोठ्यानें हाका मारण्यांत येऊं लागल्या; परंतु तेथें सर्वत्र मूर्तिमंत भीति दिसूं लागल्यामुळें आपल्या प्रिय बंधूंचा आक्रोश श्रवण करूनही त्यांच्या साहाय्यार्थ कोणीही धाव घेईनात ! राजा, अशा प्रकारें समरांगणांत घनघोर संग्राम चालू असतां अर्जुन व भीमसेन ह्यांनीं असा कांहीं विलक्षण प्रताप गाजविला कीं, त्याच्यापुढें शत्रूंची मति अगदीं गुंग झाली ! राजा, त्या समयीं तुझ्या त्या प्रचंड सेनेंतले वीर शत्रूंच्या हस्तें हत होऊन रणांगणांत पडूं लागले, तेव्हां जणू काय वारुणीच्या मदानें धुंद झालेल्या प्रमदाच भूतलावर इतस्ततः कोसळत आहेत असें दिसूं लागलें ! आणि अशा रीतीनें भीमसेन--धनंजयांनीं तुझ्या सेनेची दुर्दशा उडविल्या नंतर ते दोघेही वीर पुनःपुनः शंख वाजवून सिंहनाद करूं लागले ! राजा, मग तो भीमार्जुनांचा महान् शब्द श्रवण करून धृष्टद्युम्न--शिखंडी ह्यांनीं धर्मराजाला पुढें करून शल्यावर हल्ला केला ! तेव्हां मोठा भयंकर चमत्कार आमच्या दृष्टीस पडला तो हा कीं, ते सर्व पांडववीर एकत्रपणें व निरनिराळे शल्याशीं युद्ध करूं लागले ! राजा, तशांत त्या वेळीं अस्त्रविद्याप्रवीण, रणधुरंधर व शूर असे माद्रीपुत्र नकुलसहदेव मोठ्या त्वरेनें विजयाची हाव धरून शल्यावर तुटून पडले ! आणि मग विजयशाली पांडवांनीं शरप्रहारांनीं जर्जर करून मोडिलेल्या त्या तुझ्या सैन्याचा अगदीं नाइलाज होऊन अखेरीस तें सैन्य युद्धापासून पराङ्मुख झालें व मागें वळलें; परंतु इतक्यांत तुझ्या पुत्रांच्या समक्ष पांडवांनीं त्याचा घोर संहार

उडविला तेव्हां त्यांतील राहिलेसाहिले वीर दशदिशांस पळून गेले! राजा, त्या वेळीं तुझ्या योद्ध्यांमध्यें महान् हाहाकार प्रवर्तला ! तशांतही पळत सुटलेल्या त्या तुझ्या सैन्यांतले महात्मे जय मिळविण्याच्या इच्छेनें 'थांबा, थांबा' म्हणून ओरडत होते; परंतु पांडवांनीं त्या सैन्याची फारच दाणादाण उडविल्यामुळें तें एकदां पळत सुटलें तें पुनः युद्धार्थ मागें परतलें नाहीं! राजा, त्या समयीं तुझ्या सैन्यांतले योद्धे आपल्या प्रिय पुत्रांना, भ्रात्यांना, पितामहांना, मातुलांना, भाच्यांना, मित्रांना, अश्वांना व गजांना रणांगणांत सोडून देऊन मोठ्या लगबगीनें केवळ आपले प्राण जगविण्यासाठीं दशदिशांस पळून गेले!

अध्याय दहावा.

—:०:—

संकुलयुद्ध.

संजय सांगतोः—राजा धृतराष्ट्रा, ह्याप्रमाणें कौरवसैन्याची दाणादाण झालेली पाहून प्रतापशाली मद्राधिपति शल्य ताबडतोब आपल्या सारथ्याला म्हणाला, "हे सूता, महावेगवान् घोड्यांना लवकर चालव; तो पहा पांडुपुत्र धर्मराज युधिष्ठिर मस्तकावर शुभ्र छत्रानें विराजित असलेला आपल्या अग्रभागीं दृग्गोचर होत आहे! सारथे, मला त्या स्थळीं लवकर घेऊन चल आणि माझ्या अंगीं किती पराक्रम आहे तो पहा! सूता, आज रणांगणांत युधिष्ठिर हा माझ्यापुढें उभा राहाण्यास मुळींच समर्थ होणार नाहीं!" राजा धृतराष्ट्रा, ह्याप्रमाणें भाषण श्रवण करितांच मद्राधिप शल्याच्या सारथ्यानें तत्काळ तो रथ जेथें सत्यप्रतिज्ञ धर्मराज होता तेथें नेऊन पांडवांच्या प्रचंड सेनेशीं एकदम भिडविला; आणि समुद्राची सीमा जशी त्या उसळणाऱ्या समुद्राला मागें लोटिते, तसें त्या कौरवसेनापतीनें एकट्यानें पांडवांचें तें क्षुब्ध सैन्य मागें हटविलें! त्या समयीं, राजा, ज्याप्रमाणें पर्वताशीं गांठ पडली असतां वेगवान् समुद्र एकदम स्तब्ध होतो, त्याप्रमाणें शल्याशीं गांठ पडतांच पांडवांचें तें प्रचंड सैन्य एकदम स्तब्ध झालें! अशा प्रकारें मद्रराज शल्य रणांगणांत पांडवसैन्याशीं तोंड देऊन युद्ध करूं लागला, तेव्हां पुनः सर्व कौरव मारूं किंवा मरूं असा निर्धार ठरवून रणांगणांत परत आले; आणि मग आपआपल्या विभागीं व्यूह करून उभीं राहिलेलीं तीं सैन्यें पांडवांशीं अत्यंत भयंकर संग्राम करूं लागलीं व रणभूमीवर रक्ताचे पाट चालू झाले! राजा, त्या वेळीं युद्धधुरंधर नकुलानें कर्णाच्या पुत्र चित्रसेन ह्याजवर हल्ला केला आणि नंतर ते विचित्र धनुष्यें धारण केलेले दोघेही योद्धे एकमेकांना गांठून समरांगणांत एकमेकांवर असा घोर शरवर्षाव करूं लागले कीं, जणू काय अंतरिक्षांत एक मेघ उत्तरेकडून येऊन व एक मेघ दक्षिणेकडून येऊन ते परस्परांवर जलवृष्टि करीत आहेत असें भासूं लागलें! राजा, त्या समयीं त्या दोन्ही वीरांनीं एकमेकांशीं इतकी लगट केली कीं, त्यांच्यामध्यें मुळींच अंतर दिसत नव्हतें! ते दोघेही प्रबळ योद्धे शस्त्रास्त्रांत प्रवीण असून एकमेकांवर रथ घालण्याच्या कामीं मोठे पटाईत होते! आणि ते दोघेही परस्परांना ठार मारण्यास उद्युक्त झाले असून परस्परांचीं छिद्रें शोधण्यांत तत्पर होते! राजा, अशा प्रकारें ते दोघे महान् वीर परस्परांशीं झुंजत असतां चित्रसेनानें सहाणेवर धार दिलेला एक जलाल बाण नकुलाच्या धनुष्याच्या मुठीवर टाकिला व त्याचे तुकडे केले! नंतर त्यानें ताबडतोब मोठ्या धैर्यानें तीन सुवर्णपुंख जलाल बाण नकुलाच्या भालप्रदेशीं सोडिले व नकुलाच्या

घोड्यांवर तीक्ष्ण बाण मारून त्यांना यमसदनीं पाठविलें आणि त्याप्रमाणेंच ध्वज व सारथि ह्यांजवर तीन तीन बाण सोडून त्यांचाही विध्वंस उडविला. तेव्हां तो नकुल भालप्रदेशीं चित्रसेनानें टाकिलेल्या तीन शरांच्या योगें त्रिशृंग पर्वताप्रमाणेंच शोभूं लागला ! राजा, ह्याप्रमाणें रथहीन व धनुर्हीन झाल्यावर नकुलानें हातांत ढालतलवार घेतली, आणि सिंह जसा पर्वतावरून खालीं उतरतो तसा तो रथांतून खालीं उतरला व चित्रसेनावर धावून गेला; पण इतक्यांत, पायीं चालून जाणाऱ्या त्या पांडुपुत्रावर चित्रसेनानें घोर शरवृष्टि चालविली; परंतु नकुलानें मोठ्या शिताफीनें त्या सर्व शरवृष्टीचा ढालीच्या योगें निरोध केला आणि तो महाबाहु वीर तसाच विचित्र युद्ध करीत मोठ्या त्वेषानें चित्रसेनाच्या रथासमीप जाऊन सर्व सैन्याच्या समक्ष त्याच्या रथावर चढला आणि त्यानें खड्गानें त्याचें मस्तक छेदिलें ! तेव्हां सुंदर नासिका, विशाल नेत्र, तेजस्वी कुंडलें व दीप्तिमान् मुकुट ह्यांच्या योगें अतिशय शोभणारें तें चित्रसेनाचें मस्तक त्याच्या देहापासून वियुक्त होऊन भूतलावर पडलें व दिवाकराप्रमाणें तेजःपुंज असा तो त्याचा देह रथांत वीरासनीं पतन पावला !

ह्याप्रमाणें नकुलानें चित्रसेनाचा वध केलेला अवलोकन करून महारथांनीं त्याचे मोठे धन्यवाद गाइले व एकसारखी सिंहगर्जना आरंभिली ! इतक्यांत चित्रसेनाचे भ्राते महारथ सुषेण व सत्यसेन ह्यांनीं नकुलावर विविध शरांचा भडिमार चालू केला; आणि महान् अरण्यांत दोन वाघ हत्तीचा प्राण घेण्याकरितां त्यावर तुटून पडावे तद्वत् ते दोघे वीर तत्काळ त्या रथश्रेष्ठ पांडुपुत्रावर मोठ्या त्वेषानें तुटून पडले ! राजा, त्या वेळीं त्या दोघांनीं त्या एकट्या महारथ नकुलावर अशी कांहीं भयंकर शरवृष्टि केली कीं, जणू काय ते दोन प्रचंड मेघ जलवृष्टिच करीत आहेत असें दिसूं लागलें ! अशा रीतीनें नकुलाचा देह चोहोंकडून अतिशय बाणविद्ध झाला, तरी तो डगमगला नाहीं; त्यानें मोठ्या वीरश्रीनें दुसरें धनुष्य धारण केलें व तो ताबडतोब दुसऱ्या रथावर चढला आणि क्रोधायमान होऊन रणांगणांत यमाप्रमाणें उग्र प्रताप गाजवूं लागला ! नंतर चित्रसेनाच्या त्या भ्रात्यांनीं बांकदार पेऱ्यांच्या बाणांची घोर वृष्टि चालविली आणि नकुलाच्या रथाचा चुराडा उडविण्याचा प्रयत्न आरंभिला ! तेव्हां नकुलानें मोठ्यानें हंसून चार जलाल बाण सोडून सत्यसेनाचे चारी घोडे मारिले आणि एक सुवर्णपुंख निशित बाण टाकून त्याचें धनुष्यही छेदून टाकिलें ! राजा, नंतर ते सत्यसेन व सुषेण हे दुसऱ्या रथावर आरूढ झाले व पुनः नकुलावर धावून गेले ! तेव्हां प्रतापी नकुलानें मोठ्या धैर्यानें त्या घोर रणांत त्या दोघांही कर्णपुत्रांवर दोन दोन बाण सोडिले, त्यामुळें सुषेण हा अत्यंत संतापला आणि त्यानें हंसत हंसत रणांगणांत एका क्षुरप्र बाणानें नकुलाचें तें प्रचंड धनुष्य तोडिलें ! राजा, त्या समयीं नकुल हा संतापानें नखशिखांत पेटला व त्यानें सुषेणास पांच बाणांनीं विद्ध करून एका बाणानें त्याचा ध्वज उडविला आणि लागलेंच मोठ्या वेगानें सत्यसेनाचें धनुष्य व तलत्राण हीं तोडून टाकिलीं; तें पाहून सैन्यांत सर्वत्र महान् आक्रोश झाला ! नंतर सत्यसेनानें दुसरें वेगानें मारा करणारें व प्रचंड भार सहन करणारें असें धनुष्य घेतलें आणि बाणांचा भडिमार करून त्या पांडुपुत्राला चोहोंबाजूंनीं बाणांनीं झांकून काढिलें ! तेव्हां शत्रुसंहारक नकुलानें त्या सर्व बाणांचें निवारण केलें; आणि त्या सुषेण-सत्यसेनांवर प्रत्येकीं दोन दोन बाण सोडून त्यांस विंधिलें !

त्या वेळीं त्या दोघांही कर्णपुत्रांनीं उलट नकुलावर पृथक् पृथक् सरळ चाल करणाऱ्या बाणांची वृष्टि आरंभिली आणि तीक्ष्ण बाणांनीं त्याचा सारथि अतिशय विद्ध केला ! त्या समयीं प्रतापशाली सत्यसेनानें नकुलाच्या रथाची ईषा छेदिली आणि दोन निराळे बाण टाकून त्यानें मोठ्या शिताफीनें नकुलाचें धनुष्यही तोडून टाकिलें ! तेव्हां रथांत अधिष्ठित असलेल्या त्या अतिरथ नकुलानें आतां आपल्या रथावरील कोणती शक्ति सोडावी ह्याचा विचार केला; आणि तत्काळ सुवर्णाच्या दांड्याची, तीक्ष्ण अग्राची, तेलपाणी देऊन लखलखीत केलेली, अतिशय चकाकणारी व जणू काय वारंवार जीभ चाळवणारी महाविषारी नागीणच अशी एक महान् शक्ति उचलली आणि ती रणांत सत्यसेनावर फेंकिली ! राजा, त्या शक्तीनें सत्यसेनाच्या हृदयाचे शेंकडों तुकडे झाले व तो गतप्राण होऊन किंचित् वळवळ मात्र करीत रथावरून एकदम खालीं कोसळला ! राजा, ह्याप्रमाणें सत्यसेनाचा वध झालेला पाहून सुषेणाला अत्यंत क्रोध चढला आणि त्यानें तत्काळ पांडुनंदनाचा रथ भग्न करून त्यास पादचारी केलें ! त्या समयीं त्यानें चार बाणांनीं चार घोडे मारिले, एका बाणानें ध्वज तोडिला व तीन बाणांनीं सारथि मारिला ! राजा, अशा प्रकारें सुषेणानें नकुलाला विरथ केलेलें पाहून त्याच्या मदतीसाठीं द्रौपदीचा पुत्र सुतसोम हा रणांगणांत त्याजकडे रथ घेऊन गेला. तेव्हां तत्काळ नकुल हा सुतसोमाच्या रथावर चढला आणि सिंह जसा पर्वतावर आरूढ झाला असतां शोभतो, तसा तो भरतश्रेष्ठ तेथें शोभला ! राजा, नंतर नकुलानें दुसरें धनुष्य धारण करून सुषेणाशीं युद्ध आरंभिलें ! त्या समयीं ते दोघेही प्रबळ महारथ एकमेकांच्या वधाकरितां एकमेकांवर प्रचंड शरवर्षाव करूं लागले ! तेव्हां सुषेणाला फारच संताप चढला व त्यानें पांडुपुत्रावर तीन व सुतसोमावार वीस बाण बाहु व वक्षस्थळ ह्यांच्या ठिकाणीं मारिले ! त्या समयीं महाप्रतापी शत्रुसंहारक नकुलानें सुषेणावर घोर शरवृष्टि चालविली व सर्व दिशा बाणाच्छादित करून टाकिल्या ! राजा, नंतर नकुलानें तीक्ष्ण अग्राचा, धार देऊन अतिशय जलाल केलेला व महावेगानें शत्रूवर चालून जाणारा असा एक अर्धचंद्र बाण घेऊन तो रणांत कर्णपुत्रावर सोडिला आणि त्या बाणानें सुषेणाचें धड व मस्तक हीं पृथक् होऊन सर्व सैन्यासमक्ष तो वीर रणांगणांत पतन पावला व महात्म्या नकुलाचें तें अद्भुत कृत्य पाहून सर्वांस मोठें आश्चर्य वाटलें ! राजा, तो वीर्यशाली सुषेण जेव्हां भूतलावर पडला, तेव्हां जणू काय नदीच्या वेगानें कांठावरचा प्रचंड व बळकट वृक्षच कोसळून खालीं पडला असें भासलें ! ह्याप्रमाणें नकुलाचा घोर पराक्रम अवलोकन करून आणि कर्णपुत्राचा वध झालेला पाहून तुझ्या सेनेचा धीर सुटला व ती भयभीत होत्साती पळत सुटली ! परंतु तितक्यांत रणांगणामध्यें शत्रुसंहारक शूर सेनापति प्रतापशाली मद्रराज शल्य हा तिचें रक्षण करण्यास पुढें सरसावला. मग त्यानें तिला पुनः व्यवस्थितपणानें जागच्या जागीं अधिष्ठित करून निर्धास्तपणानें शत्रूंशीं लढण्यास तोंड दिलें व सिंहनाद करून धनुष्याचा दारुण ध्वनि आरंभिला!

ह्याप्रमाणें शल्यानें पांडवांशीं घोर समर आरंभिलें, तेव्हां त्या दृढधन्व्याच्या सैनापत्याखालीं युद्ध करीत असलेले सर्व कौरववीर भयरहित होत्साते चोहोंकडून पुनः त्याजपाशीं प्राप्त झाले व ते मोठ्या निकरानें पांडवांशीं युद्ध करण्यास पुढें सरले. असो; ह्याप्रमाणें त्या वेळीं महाधनुर्धर मद्राधिपतीच्या भोंवतालीं पांडवांशीं लढण्याकरितां प्रचंड कौरवसेना

जमली! राजा, तिकडे पांडवसेनेंत सात्यकि, भीमसेन, नकुल व सहदेव हे शत्रुसंहारक व विनयशाली धर्मराजास पुढें करून युद्ध करीत होते, ते रणांगणांत धर्मराजाच्या भोंवतालीं उभे राहिले, आणि त्यांनीं सिंहनाद करून शंखांचा व बाणांचा प्रचंड ध्वनि सुरू केला व ते नानाप्रकारें मोठमोठ्यानें ओरडूं लागले! राजा, तेव्हां इकडे तुझ्या सेनेलाही पुनः युद्धासाठीं मोठा चेव आला व सर्व सैनिक मद्राधिपतीच्या भोंवतालीं गराडा घालून उभे राहिले! राजा, मग दोन्ही सैन्यांचें फारच भयंकर युद्ध सुरू झालें! त्या वेळीं तीं दोन्ही दळें मारूं किंवा मरूं असा संकल्प करून जेव्हां लढूं लागलीं, तेव्हां त्यांचें तें समर पाहून भित्र्या लोकांना फारच भय वाटलें! पूर्वीं देवदानवांमध्यें जसा घोर संग्राम झाला, तसाच तो त्या शूर वीरांचा संग्राम झाला, व त्यांत यमराष्ट्राला फारच भर पडली! राजा, ह्याप्रमाणें भयंकर युद्ध चालू असतां कपिध्वज अर्जुन हा रणांगणांत संशप्तकांचा नाश करून परत आला व त्यानें त्या कौरवसेनेवर चाल केली! त्याप्रमाणेंच धृष्टद्युम्नादिक पांडववीरही त्या सेनेवर जलाल बाणांची वृष्टि करीत धावून गेले! आणि अशा प्रकारें चोहोंकडून एकच मारा सुरू झाला, तेव्हां कौरवसेना घाबरली व तिचें भान नष्ट झालें! राजा, त्या वेळीं पांडवांनीं कौरवांवर इतका भयंकर बाणवर्षाव केला कीं, त्याच्या योगें सर्व अंतरिक्ष व्याप्त होऊन दिशा, उपदिशा वगैरे कांहीं एक कळेनासें झालें! तेव्हां तुझ्या सेनेंतले महान् महान् वीर पडल्यामुळें पांडवांनीं तुझ्या सेनेची फारच दुर्दशा उडविली व तिला पार उधळून लाविलें! राजा. मग फारच घनघोर संग्राम चालू झाला. त्या वेळीं महारथ पांडवांनीं तुझी सेना ठार केली व त्याप्रमाणेंच तुझ्या पुत्रांनीं रणांत पांडवांवर चोहोंकडून हल्ला करून त्यांचेंही मोठें सैन्य मृत्यूच्या मुखांत लोटिलें! ह्याप्रमाणें भयंकर शरवृष्टि करून उभयतां सैन्यांनीं उभयतांचे शतावधि व सहस्रावधि योद्धे रणांगणांत पाडिले, तेव्हां दोन्ही सैन्यें प्रावृट्कालांत नद्या क्षुब्ध होतात तद्वत् अतिशय क्षोभलीं; आणि त्या भयंकर संग्रामांत दोन्ही सैन्यांना तीव्र भय उत्पन्न झालें.

अध्याय अकरावा.

—:०:—

भीमसेन व शल्य ह्यांचें युद्ध.

संजय सांगतोः—राजा धृतराष्ट्रा, ह्याप्रमाणें त्या दोन्ही दळांनीं परस्परांना अगदीं जर्जर करून परस्परांना ठार मारण्याचा क्रम आरंभिला, तेव्हां योद्धे पळावयास लागले, हत्ती उधळत सुटले, त्या घोर रणकंदनांत पायदळांनीं आक्रोश करून ओरडण्यास प्रारंभ केला, घोड्यांचा भयंकर संहार उडाला, महान् प्राणहानि सुरू झाली, सर्व जीवांचा घोर क्षय उद्भवला, नानाविध आयुधांचे समुदाय रणांगणांत पडले, रथ व गज ह्यांचा एकच संमर्द झाला, युद्धप्रवीण वीरांना महान् वीरश्री चढली, भीरुजनांची पांचावर धारण बसली, परस्परांना ठार मारण्याच्या इच्छेनें वीरपुरुषांनीं एकमेकांवर उड्या घातल्या, सर्वत्र घनघोर प्राणद्यूत चालू होऊन त्यांत यमराष्ट्राची भरती होऊं लागली. आणि पांडवांनीं कौरवांना व कौरवांनीं पांडवांना जलाल बाणांच्या भडिमारानें ठार मारिलें! अशा प्रकारें भित्र्या लोकांना भय उत्पन्न करणारा तो दारुण संग्राम चालू असतां प्रातःकालीं सूर्योदयाच्या सुमारासच हा असा भयंकर संहार घडला! राजा, त्या समयीं महात्म्या धर्मराजानें रक्षिलेले व अचूक बाण मारणारे पांडवांकडील

योद्धे मारूं किंवा मरूं अशा निर्धारानें कौरवसेनेशीं मोठ्या निकरानें लढूं लागले; आणि मग त्या बलिष्ठ ईर्ष्येस चढलेल्या व नेमका वर्षाव करणाऱ्या पांडववीरांच्या हस्तें वणव्यांत सांपडलेल्या हरिणांप्रमाणें कौरवसेना नष्ट होऊं लागली! ह्याप्रमाणें चिखलांत रुतलेल्या गाईसारखी कौरवसेनेची अगदीं विपन्न अवस्था झालेली अवलोकन करून त्या प्राणसंकटांतून तिला सोडविण्यासाठीं त्या समयीं कौरवसेनापति शल्य ह्यानें पांडवांच्या सेनेवर एकदम हल्ला केला! आणि अत्यंत क्षुब्ध होऊन कौरवचमूवर पांडव उसळून येत होते त्यांजवर त्यानें श्रेष्ठ धनुष्याच्या योगें महान् शरवृष्टि चालविली! राजा, त्या वेळीं पांडवही विजयप्राप्तीच्या इच्छेनें रणांगणांत मद्राधिपतीवर तुटून पडले; आणि त्यांनीं त्याजवर घोर शरांचा वर्षाव केला!

राजा, नंतर महारथ मद्राधिप शल्यानें शतावधि जलाल बाण मारून धर्मराजाच्या समक्ष पांडवांच्या सैन्याला जर्जर करून सोडिलें; तेव्हां नानाप्रकारचीं अनेक दुश्चिन्हें होऊं लागलीं! पर्वतांसहवर्तमान सर्व पृथ्वी भयंकर शब्द करून कंपायमान झाली! चोहोंकडे सदंड शूलांच्या अग्रांप्रमाणें प्रज्वलित दिसणाऱ्या उल्का फुटून जाऊन अंतरिक्षांतून रविमंडळास स्पर्श करून भूतलावर कोसळूं लागल्या! मृग, महिष आणि पक्षी हे तुझ्या सेनेला उजवी घालून जाऊं लागले! शुक्र, मंगळ व बुध हे धर्मराजाला सातवे म्हणजे बलिष्ठ झाले, व त्यामुळें सर्व पांडव लवकरच अखिल पृथ्वीचें साम्राज्य भोगणार हें त्यांनीं सूचित केलें! शस्त्रांच्या अग्रांपासून ज्वाला निघूं लागल्या व त्यामुळें डोळे दिपूं लागले! आणि पुष्कळ कावळे व घुबडें वीरांच्या मस्तकांवर व ध्वजांच्या शेंड्यांवर बसूं लागलीं! नंतर रणांगणांत जमलेल्या त्या सर्व सैनिकांमध्यें अत्यंत घोर युद्ध झालें! कौरवांकडील महान् महान् योद्धे आपआपल्या सर्व सैन्यासहवर्तमान पांडवांच्या सैन्यावर तुटून पडले; आणि सहस्रनेत्र इंद्र जसा पर्वतावर पर्जन्यवृष्टि करितो, तशी त्या शूर शल्यानें कुंतीपुत्र युधिष्ठिरावर बाणांची घोर वृष्टि केली! राजा, त्या वेळीं महाबलवान् मद्राधिपानें भीमसेन, नकुल, सहदेव, द्रौपदीचे सर्व पुत्र, धृष्टद्युम्न, सात्यकि व शिखंडी ह्या सर्वांवर प्रत्येकीं दहा दहा सुवर्णपुंख जलाल बाण टाकून त्या सर्वांस बाणविद्ध करून सोडिलें; आणि मग, प्रावृट्कालास प्रारंभ होण्याच्या वेळीं इंद्र ज्याप्रमाणें भयंकर जलवर्षाव करितो, त्याप्रमाणें त्यानें एकंदर सर्व पांडवसेनेवर घोर शरवर्षाव केला! राजा, त्या समयीं शल्याच्या बाणांनीं सहस्रावधि प्रभद्रक व सोमक रणांत पटापटां मरून पडले व पडत आहेत असें सर्वत्र दिसूं लागलें! राजा, तेव्हां पांडवांच्या सैन्यावर शल्यानें जी शरवृष्टि चालविली होती, ती पाहून जणू काय भ्रमरांचे थवे किंवा टोळांच्या धाडीच अथवा पर्जन्याच्या सरीच कोसळत आहेत, असें भासत होतें! त्या वेळीं शल्याच्या बाणांनीं हत्ती, घोडे, रथी व पायदळ हीं सर्व अगदीं आर्त होऊन भ्रांत झालीं व मोठमोठ्यानें आक्रोश करूं लागलीं! जणू काय शल्याच्या सर्व देहांत संताप व वीरश्री हीं भरलीं असून, प्रलयकालीं यम हा जसा सर्वांना ग्रस्त करितो, तसें त्यानें रणभूमीवर सर्व शत्रूंना ग्रस्त करून टाकिलें होतें! राजा, त्या समयीं महाबल मद्राधिपति शल्यानें मेघाप्रमाणें महान् गर्जना करीत पांडवसैन्यांचा असा दारुण संहार आरंभिला कीं, त्यांना अखेरीस आश्रयासाठीं अजातशत्रु धर्मराज युधिष्ठिर ह्याजपाशीं त्वरा करून जावें लागलें! तेव्हां शल्यानें मोठ्या शिताफीनें रणांगणांत पांडवसैन्यांवर जलाल

बाणांचा भडिमार करीत त्यांचा पाठलाग केला आणि शेवटीं घोर शरवृष्टि करीत तो युधिष्ठिरावरही चालून गेला! परंतु पायदळ व अश्व ह्यांसहवर्तमान शल्य हा क्रोधायमान होऊन आपणावर धावून आला असें पाहातांच, अंकुशांनीं ज्याप्रमाणें मदोन्मत्त हत्तीचा निरोध करावा, तसा तीक्ष्ण शरांचा मारा करून युधिष्ठिरानें त्याचा एकदम निरोध केला! राजा, त्या समयीं शल्यानें धर्मराजावर सर्पाप्रमाणें प्राणघातकी असा एक घोर बाण सोडिला व तो त्या महात्म्याच्या देहाचें विदारण करून वेगानें भूगह्वरांत शिरला! तें पाहून वृकोदराला अतिशय संताप आला व त्यानें तत्काळ सात बाणांनीं शल्यास विंधिलें! राजा, शल्यानें युधिष्ठिराला विदीर्ण केलेलें पाहून भीमसेनाप्रमाणें इतर पांडवीय वीरही अतिशय क्षुब्ध झाले व त्यांनीं मोठ्या आवेशानें शल्यावर बाण सोडिले! तेव्हां शत्रुसंहारक शूर शल्यावर सहदेवानें पांच बाण मारिले; नकुलानें दहा बाण मारिले; आणि मेघ जसे पर्वतावर जलवृष्टि करितात, तशी द्रौपदीच्या पुत्रांनीं त्याजवर घोर शरवृष्टि केली! ह्याप्रमाणें चोहोंकडून पांडवांनीं शल्याचें निवारण केलें, तेव्हां कृप व कृतवर्मा हे अगदीं क्षुब्ध होत्साते त्याचें संरक्षण करण्याकरितां त्या स्थळीं धावून गेले; नंतर महाबलवान् उलूक व सौबल शकुनि हेही त्यांस मिळाले; मग कांहीं वेळानें प्रबळ अश्वत्थामाही हंसत हंसत तेथें गेला; आणि इतक्यांत तुझे सर्व पुत्र तेथें जमून त्या सर्वांनीं त्या घोर समरांत शल्याचें संगोपन केलें! राजा, त्या वेळीं कृतवर्म्यानें तीन बाण भीमसेनावर सोडून त्यास विंधिलें आणि मग त्याजवर बाणांचा पाऊस पाडून त्या क्षुब्ध झालेल्या भीमसेनाला खुंटवून टाकिलें; कृपाचार्यानें संतप्त होऊन धृष्टद्युम्नावर बाणांचा भडिमार चालविला; शकुनीनें द्रौपदीच्या पुत्रांवर व अश्वत्थाम्यानें नकुलसहदेवांवर हल्ले केले; व समरांगणांत महाधनुर्धर प्रतापशाली प्रबल दुर्योधनानें कृष्णार्जुनांवर चाल करून भयंकर शरांचा घोर वर्षाव आरंभिला! ह्याप्रमाणें रणभूमीवर जिकडे तिकडे कौरव व पांडव ह्यांच्या शतावधि द्वंद्वांचें मोठें भयंकर व विचित्र युद्ध चालू झालें! तेव्हां भोजराज कृतवर्म्यानें युद्धांत भीमसेनाचे ऋक्षवर्ण अश्व ठार मारिले; आणि त्यामुळें अश्वहीन झालेल्या रथांतून तो पांडुपुत्र खालीं उतरला व हातांत गदा धारण करून शत्रूंचा संहार करूं लागला; तेव्हां जणू काय दंडधर कालच प्राण्यांचा संहार करीत आहे, असें सर्वांस भासलें! मद्राधिप शल्यानें अग्रभागीं सहदेवाचे अश्व वधिले व तें पाहून तत्काळ सहदेवानें तरवारीचा प्रहार करून शल्यपुत्राला यमलोकीं पाठविलें! इकडे गौतम व धृष्टद्युम्न ह्यांचा पुनः मोठ्या निकराचा संग्राम सुरू झाला; त्या समयीं ते दोघेही वीर मोठ्या शौर्यानें व धैर्यानें लढत असून एकमेकांना वधण्याविषयीं एकमेकांवर चढ करीत होते! त्या वेळीं त्या घनघोर संग्रामांत अश्वत्थाम्यानें फारसें क्रुद्ध न होतां केवळ हंसत हंसत द्रौपदीच्या पुत्रांवर प्रत्येकीं दहा दहा बाण सोडून त्यांस विंधिलें आणि फिरून भीमसेनाच्या अश्वांना ठार मारिलें! तेव्हां फिरून तत्काल तो बलिष्ठ पांडुतनय रथांतून उतरला आणि क्षुब्ध होऊन दंडपाणि अंतकाप्रमाणें शत्रुनाश करूं लागला! राजा, त्या वेळीं भीमसेनानें गदेचे प्रहार करून कृतवर्म्याचा रथ तोडिला व त्याचे अश्व वधिले आणि मग अखेरीस निरुपाय होऊन कृतवर्म्यानें त्या रथांतून खालीं उडी टाकिली व पलायन केलें! इकडे शल्यही फार चवताळला आणि त्यानें सोमकपांडवांचा विध्वंस उडवून जलाल बाणांच्या भडिमारानें युधिष्ठिरा-

ला पीडिलें ! तेव्हां तें पाहून भीमसेनाला अतिशय क्रोध चढला व दांतओंठ खाऊन मोठ्या आवेशानें त्यानें आपली गदा शल्याचे प्राण घेण्याकरितां उचलली ! राजा, भीमसेनाच्या त्या घोर गदेचें काय वर्णन करावें ? ती केवळ यमदंडाप्रमाणें झळकत असून कालरात्रीप्रमाणें शत्रूंचा संहार करण्यास समर्थ होती ! गज, अश्व व नर ह्यांचा प्राण घेणारें तें अत्यंत उग्र शस्त्र होतें ! त्या गदेवर चोहोंकडून सुवर्णाचे पट्टे बसविले असून ती जणू प्रज्वलित उल्काच भासत होती ! ती टोंकदार असून नागिणीप्रमाणें अतिशय उग्र होती ! ती लोहमय असून तिला केवळ वज्राप्रमाणें काठिन्य होतें ! विलासी स्त्रीच्या देहाला चंदन व इतर सुगंधि पदार्थ ह्यांची उटी असते तद्वत् त्या गदेला वसा, मेद व रक्त ह्यांची उटी असून ती यमाच्या जिव्हेप्रमाणें लवलवत होती ! तिला इंद्राच्या वज्राप्रमाणें शतावधि सुंदर घागऱ्या लाविल्या असून त्यांचा मोठा हृदयंगम ध्वनि होत होता ! तिचा आकार कात टाकलेल्या भयंकर सर्पाप्रमाणें असून ती गजमदानें माखलेली होती ! ती सर्व प्राण्यांना भय उत्पन्न करणारी असून स्वकीय सैन्याला अतिशय आनंदविणारी होती ! ती पर्वतांचीं शिखरें विदारणारी असून मृत्युलोकांत प्रख्यात होती ! ती गदा वज्रासारखी प्रचंड असून तिला अनेक रत्नें व हिरे ह्यांचा जडाव केलेला होता. त्या गदेच्या जोरावर महाबल भीमसेनानें कैलासलोकीं शंकराचा सखा प्रतापी कुबेर ह्यास युद्धार्थ बोलाविलें आणि क्रुद्ध झालेल्या त्या प्रबल भीमसेनानें महान् गर्जना करीत अनेक दांडग्या मायावी गुह्यकांना—त्यांनीं पुष्कळ रोध केला असतांही द्रौपदीचे इष्ट हेतु सिद्धीस नेण्यासाठीं तिच्या योगें —अलकापुरींत ठार मारिलें ! असो; राजा, ह्या प्रकारची ती दारुण गदा उचलून महाबाहु भीमसेन रणांगणांत शल्यावर धावून गेला आणि त्या युद्धविशारद पांडुपुत्रानें दारुण शब्द करणाऱ्या त्या गदेच्या प्रहारांनीं शल्याचे महावेगवान् चारही अश्व वधिले ! तें पाहून शल्याला अतिशय क्रोध चढला व त्यानें मोठ्यानें गर्जना करून भीमसेनाच्या सुदृढ वक्षस्थळीं तोमर फेंकिलें; तेव्हां तें त्याचें कवच विदारून त्याच्या हृदयांत घुसलें ! राजा, त्या समयीं वृकोदरानें शांतपणानें छातींत शिरलेलें तें तोमर उपटून काढिलें आणि लागलेंच मद्राधिपतीच्या सारथ्याचें हृदय भेदिलें ! राजा, तेव्हां तो शल्यसारथी भिन्नकवच होत्साता रक्त ओकत अग्रभागीं दीन होऊन मूर्च्छित पडला ! ह्याप्रमाणें भीमसेनानें आपल्या कृत्याचा प्रतिकार केलेला पाहून शल्यास मोठें आश्चर्य वाटलें व तो तत्काळ एकीकडे झाला ! आणि नंतर तो धर्मात्मा मद्राधीश हातांत गदा धारण करून भीमसेनाकडे पुनः पुनः पाहूं लागला ! असो; राजा, ह्याप्रमाणें रणांगणांत क्लेश न पावणाऱ्या अशा त्या भीमसेनाचें तें विलक्षण शौर्य पांडवांनीं पाहिलें. तेव्हां त्यांना मोठा आनंद झाला व त्यांनीं त्याची फार वाहवा केली !

अध्याय बारावा.

—:०:—

संकुलयुद्ध.

संजय सांगतोः—राजा, आपला सारथि पडला तेव्हां शल्य हा तत्काळ सबंध पोलादाची अशी गदा धारण करून पर्वतासारखा अढळ उभा राहिला ! त्या समयीं तो जणू प्रलयकालचा अग्निच भडकला आहे अथवा पाशधारी यमच क्षोभला आहे, किंवा शृंगासह कैलास पर्वतच उभा आहे, अगर वज्रधारी इंद्रच अथवा शूलधारी महादेवच युद्धार्थ सिद्ध

आहे, किंवा अरण्यांत मदोन्मत्त हत्तीच तुफान झालेला आहे, असें सर्वांस वाटलें ! नंतर त्याजवर भीमानें प्रचंड गदेसहवर्तमान मोठ्या आवेशानें हल्ला केला ! त्या वेळीं सहस्त्रावधि शंख व तूर्यें ह्यांचा महान् ध्वनि सुरू झाला; योद्धे मोठमोठ्यानें सिंहनाद करूं लागले; त्या योगें शूर वीरांना अतिशय वीरश्री चढली, आणि मग जिकडे तिकडे एकच गडबड उडून जाऊन दोन्ही दळांतील योद्धे सर्वत्र त्या शल्यभीमरूप प्रचंड गजांचा तो घनघोर संग्राम पाहून त्या दोघांचीही वाहवा करूं लागले ! राजा, रणांगणांत त्या भीमसेनाचा पराक्रम मद्राधिपति शल्य किंवा यदुनंदन बलराम ह्यांशिवाय अन्याला खचीत सहन झाला नसता; आणि तसाच त्या महात्म्या मद्राधीशाचाही गदावेग रणांगणांत सहन करण्यास एक वृकोदरच तेवढा समर्थ होता ! असो; नंतर शल्य व भीम हे दोघेही प्रबल वृषभांप्रमाणें मोठमोठ्यानें डुरकण्या फोडीत मंडलाकार फिरूं लागले, व त्यांनीं पुनःपुनः एकमेकांवर उड्या घालून गदाप्रहार आरंभिले ! त्या समयीं त्या दोघांनींही नानाविध मंडलें करून परस्परांवर गदा हाणिल्या, तेव्हां ते दोघेही समान पराक्रमी आहेत असें दिसून आलें ! राजा, शल्याच्या त्या गदेला तावलेल्या सुवर्णाप्रमाणें झळकणारीं वस्त्रें गुंडाळलेलीं असल्यामुळें जणू काय तिजपासून अग्नीच्या ज्वाळाच चालल्या होत्या; आणि त्यामुळें त्या गदेच्या योगें प्रेक्षकांना अतिशय भीति उत्पन्न होत होती ! त्याप्रमाणेंच तो महात्मा भीमसेन मंडलाकार परिभ्रमण करीत असतां त्याची गदा पाहून जणू काय मेघमंडलावर विद्युल्लताच चमकत आहे असा भास होई ! राजा, मद्रराज शल्यानें भीमसेनाच्या गदेवर आपली गदा हाणिली म्हणजे जणू काय ती पेट घेऊन अंतरिक्षांत तिच्यापासून ठिणग्यांचा फंवारा चालू होई; आणि त्याप्रमाणेंच भीमसेनानें शल्याच्या गदेवर आपल्या गदेचा प्रहार केला म्हणजे केवळ अंगाराचाच वर्षाव पडे ! ते दोन प्रचंड वीर झगडत असतां जणू काय दोन महान् हत्ती एकमेकांवर दंतप्रहार करून एकमेकांशीं लढत आहेत, किंवा दोन उन्मत्त बैल एकमेकांना शिंगें भोसकून एकमेकांशीं झुंजत आहेत, असें भासे ! आणि अखेरीस त्या उभयतांनीं एकमेकांवर तोत्रें (गदाविशेष) हाणावीं तशीं त्या गदांचीं अग्रें हाणिलीं व त्या योगें त्यांचीं गात्रें क्षणांत छिन्नभिन्न होऊन त्यांतून रुधिराचे ओघ चालू झाले ! राजा, त्या समयीं त्या दोघांही वीरांचे ते रक्तबंबाळ झालेले देह पाहून जणू काय ते फुललेले पळसाचे वृक्षच होत असा भास झाला व त्यांची अद्वितीय कांति दिसूं लागली ! त्यांचें तें घोर गदायुद्ध चालू असतां मद्राधिप शल्यानें भीमसेनाच्या डाव्या व उजव्या कुशीवर बहुत गदाप्रहार केले, परंतु तो महाबाहु कुंतीपुत्र अणुरेणु न ढळतां पर्वतासारखा सुस्थिर राहिला ! त्याप्रमाणेंच भीमसेनानें पुनःपुनः शल्यावर गदेचे मोठमोठे आघात केले; परंतु हत्तीनें महान् पर्वताला कितीही धडका मारिल्या तरी त्यावर जसा त्याचा कांहींच परिणाम होत नाहीं, तसा तो वीरश्रेष्ठ शल्य मुळींच व्यथा पावला नाहीं ! ते पुरुषसिंह परस्परांशीं भयंकर युद्ध करीत असतां त्यांच्या गदांचे जे आघात चालले होते, त्यांचा घोर शब्द दशदिशांच्या ठिकाणीं ऐकूं येई आणि जणू तीं दोन वज्रेंच आदळत आहेत असें वाटे ! राजा, नंतर ते दोघे महाप्रतापी वीर प्रचंड गदांसह एकमेकांशीं अधिक भिडले आणि पुनः मंडलें करीत एकमेकांवर गदा हाणूं लागले ! त्या वेळीं प्रत्येकजण आठ पावलें पुढें सरला; आणि लोहदंड उचलून ते दोघेही युद्ध

करूं लागले, तेव्हां त्यांचा अगदीं अमानुष पराक्रम दृग्गोचर झाला! एकमेकांना ठार मारण्याच्या इच्छेनें त्यांनीं एकमेकांवर मंडलाकार परिभ्रमण करीत हल्ले केले आणि त्यांत त्यांनीं आपल्या अंगचें अपूर्व युद्धकौशल्य दाखविलें! नंतर त्यांनीं आपल्या घोर गदा उंच केल्या, तेव्हां ते सशृंग पर्वतांप्रमाणें दिसूं लागले. मग ते मंडलें करीत एकमेकांवर धावून गेले; परंतु चमत्कार असा कीं, ते रणशूर वीर रणांत एकमेकांना भिडल्यावर अगदीं पर्वतप्राय अढळ उभे राहिले! मग ते परस्परांवर मोठ्या क्रोधानें एकसारखे भयंकर गदाप्रहार करूं लागले; आणि अखेरीस अत्यंत घायाळ होऊन दोघेही इंद्रध्वजाप्रमाणें एकदम भूतलावर पतन पावले, तेव्हां दोन्ही सैन्यांत एकच हाहाकार झाला! त्या समयीं दोघांनाही मर्मस्थळीं अतिशय इजा झाली असून ते दोघेही अगदीं विव्हल झाले होते! असो; मग रणांगणांत मद्राधिपतीला कृपाचार्यानें ताबडतोब आपल्या रथांत घातलें व रणभूमींतून एकीकडे नेलें! इकडे रणांगणांत भीमसेन मूर्च्छित पडला होता तो मद्यप्राशन करणाऱ्या मनुष्याप्रमाणें क्षणांत पुनः सावध झाला; आणि त्यानें फिरून गदा धारण करून मद्राधिपतीला युद्धार्थ आव्हान केलें! राजा, तेव्हां तुझ्या सैन्यांतले दुर्योधनप्रभृति सर्व शूर योद्धे नानाविध शस्त्रास्त्रांसह रणवाद्यांचा भयंकर गजर चालू असतां पांडवसेनेवर धावून आले आणि ते मोठमोठ्यानें ओरडत व हात वर करीत आणि शस्त्रें उगारीत पांडवसेनेवर तुटून पडले! तेव्हां कौरवांचें तें सैन्य आपल्यावर धावून येत आहे असें पाहातांच पांडवांना विलक्षण वीरश्री चढली व ते सिंहासारखी गर्जना करीत दुर्योधनादिक कुरुवीरांवर एकदम चालून गेले! ह्याप्रमाणें, हे भरतश्रेष्ठा, पांडवांचें सैन्य कौरवांवर उलट चाल करून जात असतां तुझ्या पुत्रानें तितक्यांत अगदीं विलंब न करितां प्रासानें चेकितानाचें वक्षस्थळ अतिशय विद्ध केलें; आणि त्यामुळें तो पांडववीर रुधिरप्रवाहांनीं सुस्नात होत्साता रथांत वीरासनीं मूर्च्छित पडला व मेला! अशा प्रकारें चेकितान मरण पावला तेव्हां पांडवीय महारथांनीं आपआपल्या पथकांतून कौरवसेनेवर एकसारखा भयंकर शरवर्षाव आरंभिला आणि ते सर्व रणधुरंधर वीर मोठ्या शौर्यानें सर्वत्र तुझ्या सैन्यांतून संचार करीत असतां त्यांजवर अद्वितीय तेज झळाळूं लागलें! तेव्हां कृपाचार्य, कृतवर्मा व महारथ शकुनि हे मद्रराजाला पुढें करून धर्मराजाशीं युद्ध करूं लागले; द्रोणाचार्यांचा वध करणारा जो महावीर्यशाली पराक्रमी धृष्टद्युम्न त्याशीं दुर्योधनानें युद्ध आरंभिलें; आणि, राजा, तुझ्या पुत्राच्या आज्ञेवरून तीन हजार रथी अश्वत्थाम्याला पुढें करून अर्जुनाशीं लढूं लागले! ह्या सर्व योद्ध्यांनीं विजय मिळविण्याचा पूर्ण संकल्प केला असून समरांगणांत आपले देह ठेवण्यास ते अगदीं सिद्ध होते. त्या वेळीं, राजा, महान् सरोवरांत प्रवेश करणाऱ्या हंसांप्रमाणें तुझ्या वीरांनीं पांडवसैन्यांत प्रवेश केला! मग परस्परांना ठार मारण्याच्या इच्छेनें मोठें तुंबळ युद्ध प्रवर्तलें! एकमेकांनीं एकमेकांवर प्राणघातकी प्रहार चालू केले, तथापि त्यांची उमेद कमी न होतां उलट त्यांची वीरश्री अधिकाधिकच वाढत चालली.

राजा, ह्याप्रमाणें घोर संग्राम चालू होऊन त्यांत मोठमोठ्या योद्ध्यांचा वध होऊं लागला; तेव्हां इतका रणसंमर्द मातला कीं, वायूनें जिकडे तिकडे धूळच धूळ उडून कांहींच दिसेनासें झालें! पण त्या समयीं दोन्ही सैन्यांतील वीर एकमेकांचीं नांवें घेऊन लढत असतां त्यांचीं नांवें जीं आमच्या कानीं पडत, त्यांवरून मात्र ते मोठ्या वीरश्रीनें एकमेकांशीं

लढत आहेत असें आह्मांला समजे! असो; नंतर रणांगणांत जी चोहोंकडे धूळ पसरली होती ती सर्व पुढें रक्ताचा सडा पडल्यानें खालीं बसली आणि सर्व अंधकार नष्ट झाल्यामुळें दिशा पुनः उजळल्या! राजा, इतका अनर्थकारक घोर संग्राम प्रवर्तला असतांही तुझ्या किंवा शत्रूंच्या सेनेपैकीं कोणीही वीर युद्धविमुख झाला नाहीं! सर्वांनीं ब्रह्मलोकप्राप्तीविषयीं तत्पर होऊन रणांगणांत विजयश्रीची इच्छा धरिली! राजा, तेव्हां त्या पराक्रमी योद्ध्यांनीं उत्तम युद्ध करून स्वर्गास जाण्याचा निर्धार केला! आपण ज्याचें अन्न खाल्लें त्याच्या ऋणांतून मुक्त होण्यासाठीं त्याचें कार्य सिद्धीस नेण्याचा त्यांनीं दृढसंकल्प योजिला आणि स्वर्गास जाण्याविषयीं पूर्ण निर्धार ठरवून त्यांनीं मोठें घोर युद्ध चालविलें! तेव्हां दोन्ही सैन्यांतील महारथांनीं नानाविध शस्त्रास्त्रें एकमेकांवर टाकिलीं व मोठमोठ्यानें गर्जना करीत एकमेकांवर प्रचंड मारा आरंभिला; आणि "मारा, तोडा, धरा, हाणा, कापा" असे शब्द उभय सैन्यांतून कानीं पडूं लागले!

नंतर, हे महाराजा, मद्राधिपति शल्यानें महारथ धर्मराज युधिष्ठिराला ठार मारण्याच्या इच्छेनें त्याजवर जलाल बाणांचा भडिमार करून त्यास विद्ध केलें! तेव्हां त्या मर्मज्ञ पृथापुत्रानें सहज हंसत चौदा बाण शल्याच्या मर्मस्थळीं नेमके मारिले; पण महाबल शल्यानें तत्काळ त्या पृथापुत्राला वधण्याचा निश्चय करून मोठ्या क्रोधानें रणांगणांत त्यास अनेक कंकपत्र बाणांनीं विंधिलें आणि पुनः एक बांकदार पेऱ्याचा बाण सर्व सैन्याच्या देखत त्या युधिष्ठिरावर जोरानें सोडिला! राजा, तें पाहून धर्मराजालाही अतिशय क्रोध आला; व त्या महारथ महायशस्वी पांडुपुत्रानें तत्काळ भयंकर कंकपिच्छ व मयूरपिच्छ बाणांचा शल्यावर भडिमार चालवून त्यास विद्ध केलें; आणि चंद्रसेनावर सत्तर, सारथ्यावर नऊ व द्रुमसेनावर चौसष्ट बाण टाकून त्यांस समरांगणांत ठार मारिलें! राजा, ह्याप्रमाणें महात्म्या धर्मराजानें चक्ररक्षकांचा वध केला तेव्हां शल्यानें पंचवीस चेदि वीरांना रणभूमीवर पाडिलें; आणि त्यानें सात्यकीवर पंचवीस भीमसेनावर पांच व नकुलसहदेवांवर शंभर जलाल बाण सोडून त्यांस विद्ध केलें! अशा प्रकारें, हे राजश्रेष्ठा, शल्य हा घोर पराक्रम गाजवीत रणांगणांत परिभ्रमण करीत असतां युधिष्ठिरानें त्याजवर विषारी सर्पाप्रमाणें प्राण घेणारे उग्र बाण सोडिले आणि एक भल्ल बाण टाकून सैन्याच्या अग्रभागीं असणाऱ्या त्या वीराचें ध्वजाग्र छेदिलें; तेव्हां तो छिन्न ध्वज पर्वताच्या कड्याप्रमाणें तुटून धाडकन् खालीं कोसळला! ह्याप्रमाणें, राजा, आपला ध्वज भग्न झाला व धर्मराज युधिष्ठिर व्यवस्थितपणें उभा आहे असें जेव्हां मद्राधिपतीनें पाहिलें, तेव्हां त्यास अत्यंत क्रोध आला आणि त्यानें पांडवांवर बाणांचा पाऊस पाडण्यास आरंभ केला! राजा, त्या वेळीं वीर्यशाली क्षत्रियावतंस शल्यानें सात्यकि, भीमसेन, नकुल व सहदेव ह्यांजवर प्रत्येकीं पांच पांच बाण टाकिले, आणि युधिष्ठिराला शरवृष्टीनें अगदीं जर्जर करून सोडिलें! राजा, त्या समयीं त्यानें धर्मराजाच्या वक्षस्थळावर जणू काय मेघपटलाप्रमाणें बाणांचें जाळेंच पसरलें आहे असें आह्मांस दिसलें! नंतर महारथ शल्यानें क्रोधायमान होऊन धर्मराजावर नतपर्व बाणांची घोर वृष्टि केली; आणि सर्व दिशा व उपदिशा बाणाच्छादित करून सोडिल्या! राजा, अशा प्रकारें बाणांनीं अगदीं झांकून जाऊन पीडित झाल्यावर अखे-

रीस इंद्रानें त्रस्त केलेल्या जंभासुराप्रमाणें तो पांडुपुत्र धर्मराज अगदीं हतवीर्य झाला !

अध्याय तेरावा.

—:०:—

शल्याचें युद्ध.

संजय सांगतोः—हे मारिषा, ह्याप्रमाणें मद्रराज शल्यानें धर्मराजाला हीनवीर्य करून टाकिलें; तेव्हां सात्यकि, भीमसेन, नकुल व सहदेव हे रणांगणांत आपआपल्या रथांतून शल्यावर धावून गेले व त्यांनीं त्यास चोहों-कडून वेढा देऊन अगदीं पीडित केलें ! अशा प्रकारें त्या एकट्या वीराला बहुत महारथ पांडववीरांनीं कोंडून धरून त्रस्त केलें, तेव्हां अंतरिक्षांत सिद्धांना मोठा आनंद झाला व त्यांनीं त्यांची फार फार वाहवा केली ! त्या वेळीं तो घोर संग्राम अवलोकन करण्यासाठीं ऋषिवर्ग तेथें जमला होता त्यासही तें भयंकर युद्ध पाहून मोठें आश्चर्य वाटलें ! राजा, शल्याचा पराक्रम म्हणजे शत्रूंच्या हृदयांतलें केवळ शल्यच होतें ! त्या समयीं रणभूमीवर भीमसेनानें प्रथम त्या शल्यभूत शल्यावर एक बाण टाकिला व नंतर आणखी सात बाण टाकिले; त्याप्रमाणेंच त्या कुरुवीरापासून धर्मपुत्र युधिष्ठिराचें संरक्षण करावें म्हणून त्याजवर सात्यकीनें शंभर बाण टाकिले आणि त्यास बाणाच्छादित करून तो सिंहनाद करूं लागला ! तसेच त्या वेळीं नकुल व सहदेव ह्यांनीं प्रत्येकीं पांच पांच बाण त्याजवर सोडिले आणि मग सहदेवानें फिरून सात बाण टाकून त्यास विद्ध केलें ! ह्याप्रमाणें रणांगणांत त्या शूर सेनापतीवर पांडवीय महारथांनीं चोहोंकडून घोर वर्षाव चालविला असतां शल्यानें मग आपलें धनुष्य ताणिलें ! राजा, शल्याच्या त्या धनु-ष्याचें सामर्थ्य इतकें होतें कीं, त्यापासून सुटलेले बाण मोठ्या वेगानें शत्रूला प्रहार करीत आणि कितीही दुर्भेद्य पदार्थ असला तरी तो त्यांच्या आटोक्यांत आला म्हणजे तेव्हांच सुभेद्य होई ! हे मारिषा, अशा त्या धनुष्याच्या योगें शल्यानें सात्यकीवर पंचवीस, भीमसेना-वर सत्तर व नकुलावर सात बाण सोडून त्यांस विंधिलें आणि सहदेवाचें धनुष्य व बाण तोडून टाकून त्यानें त्याजवर एकवीस बाण सोडून त्यास विद्ध केलें ! राजा, त्या वेळीं सहदेवानें दुसरें धनुष्य सज्ज केलें; आणि रणां-गणांत त्या आपल्या पहापराक्रमी मातुलावर विषारी सर्पाप्रमाणें प्राणघातकी व प्रज्वलित अग्नीप्रमाणें देदीप्यमान असे पांच बाण सोडिले व त्याच्या सारथ्यावर एक नतपर्व बाण टाकिला ! राजा, मग पुनः सहदेवानें मोठ्या त्वेषानें आणखी तीन बाण शल्यावर सोडिले; आणि नंतर घनघोर संग्राम सुरू होऊन त्यांत भीमसेनानें सत्तर, सात्यकीनें नऊ आणि धर्म-राजानें साठ बाण सोडून शल्याचीं गात्रें छिन्न-भिन्न केलीं ! राजा, त्या समयीं शल्याची अवस्था मोठी कठीण झाली ! त्या पांडवीय महा-रथांनीं त्याचा सर्व देह नखशिखांत बाणांनीं विद्ध करून सोडिला; व कावेच्या पर्वतांतून जसे गेरूचे लोट वाहूं लागतात तसे त्यांतून रुधिराचे लोट वाहूं लागले ! पण इतकी जरी त्याची विपन्न दशा झाली, तरी तो डगमगला नाहीं; त्यानें तत्काळ त्या सर्व महारथांवर प्रत्येकीं पांच पांच बाण टाकिले आणि मग रणांगणांत एक भल्ल बाण सोडून धर्मराजाचें धनुष्य छेदिलें व तें सर्वांना मोठें नवल वाटलें ! नंतर राजा, धर्मराजानें दुसरें धनुष्य उचलून घोर शरांच्या भडिमारानें अश्व, सारथि, ध्वज व रथ ह्यांसहवर्तमान त्या शल्याला बाणा-च्छादित करून टाकिलें ! राजा, इतक्याउपरही शल्यानें उलट धर्मराजावर दहा जलाल बाण

सोडून त्यास विंधिलें आणि त्यास अगदीं आर्त करून टाकिलें. पण धर्मराज शरार्दित झालेला पाहून सात्यकि अतिशय चवताळला व त्यानें त्या शूर मद्राधिपतीवर पांच बाण सोडून त्याचा वेध केला! तेव्हां उलट शल्यानें तत्काल सात्यकीचें तें प्रचंड धनुष्य क्षुरप्र बाणानें तोडिलें आणि भीमसेनादिक प्रबळ पांडववीरांना तीन तीन बाण मारिले! तेव्हां, हे महाराजा, सत्यपराक्रमी सात्यकीला अतिशय क्रोध चढला आणि त्यानें सुवर्णाच्या दंडाचें व अत्यंत मूल्यवान् असें एक तोमर शल्यावर फेंकिलें! त्याचप्रमाणें भीमसेनानें पन्नगाप्रमाणें उग्र असा एक देदीप्यमान नाराच बाण त्यावर टाकिला, नकुलानें शक्ति सोडली, सहदेवानें तेजस्वी गदा फेंकिली व धर्मराजानें त्याला ठार मारण्याच्या इच्छेनें त्याजवर रणांगणांत एक शतघ्नी सोडिली! ह्याप्रमाणें त्या पांच पांडवयोद्ध्यांनीं सोडिलेलीं तीं शस्त्रें आपणावर येत आहेत असें पाहातांच समरांगणांत मद्राधिपतीनें उलट शस्त्र-संघांच्या योगें त्या सर्वांचें निवारण केलें! सात्यकीनें सोडिलेलें तोमर शल्यानें भल्ल-बाणांनीं छेदिलें, भीमसेनाचा सुवर्णमंडित बाण त्या रणकुशल प्रतापशाली कुरुवीरानें मोठ्या चलाखीनें बाणांचा घोर वर्षाव करून द्विधा भंगिला, नकुलानें टाकिलेली भयंकर हेमदंड शक्ति आणि सहदेवानें फेंकिलेली गदा ह्यांचाही त्यानें बाणवृष्टीनें समूळ उच्छेद केला; व दोन बाण सोडून धर्मराजाची शतघ्नी तोडिली आणि सर्व पांडवांच्या समक्ष तो मोठमोठ्यानें सिंहगर्जना करूं लागला! पण अशा प्रकारें शल्यानें पांडवांचा प्रतिकार करून रणांगणांत आपलें वर्चस्व स्थापिलें तें सात्यकीला मुळींच खपलें नाहीं! तो संतापानें नखशिखांत पेटला व त्यानें दुसरें धनुष्य धारण करून दोन बाण मद्रेश्वरा-वर व तीन बाण त्याच्या सारथ्यावर मारिले.

तेव्हां शल्याला मनस्वी क्रोध चढला आणि महान् गजांवर जसे अंकुशप्रहार करावे, तसे त्यानें रणांगणांत त्या सर्व महारथांवर दहा दहा जलाल बाणांचे प्रहार केले! ह्याप्रमाणें मद्र-राजानें त्या महारथांचें निवारण केलें तेव्हां ते शत्रुसंहारक महान् वीर मद्रराजाच्या समोर उभे राहूं शकले नाहींत आणि एकदम मागें हटले! अशा प्रकारें शल्याचा घोर प्रताप अव-लोकन करून दुर्योधनाला वाटलें कीं, आतां पांडव, पांचाल व सृंजय हे खचीत मेलेच! नंतर, राजा, महाबाहु प्रतापवान् भीमसेन हा जिवाची आशा सोडून मद्राधिपाशीं लढूं लागला! तेव्हां नकुल, सहदेव व महारथ सात्यकि ह्यांनींही शल्याला वेढा घातला व सर्वांनीं चोहोंकडून त्याजवर घोर शरांचा भडिमार आरंभिला! ह्याप्रमाणें शत्रूंकडील चार महारथांनीं अगदीं कोंडून टाकिलें असतांही त्या प्रतापशाली कुरुसेनापतीला अणुमात्र भीति वाटली नाहीं आणि त्यानें एकट्यानें त्या सर्वांशीं घोर युद्ध चालविलें! राजा, त्या समयीं धर्मराजानें त्या दारुण संग्रामांत एक क्षुरप्र बाण सोडून शल्याच्या चक्ररक्षकाला हां हां म्हणतां वधिलें; पण तो शूर चक्ररक्षक रणांत पडतांच महाबल मद्रराजानेंही पांडवीय सैनिकांवर इतकी घोर शरवृष्टि करून त्यांस झांकून काढिलें कीं, 'आतां कसें करावें' अशी धर्मराजाला एकाएकीं चिंता उत्पन्न झाली! आणि तो असा विचार करूं लागला कीं, 'कृष्णाचें तें महत् वचन समरांगणांत कसें तडीस जाणार! मला तर असें वाटतें कीं, क्रुद्ध झालेल्या मद्रराजापुढें माझें सैन्य जिवंत रहाणार नाहीं!"

राजा धृतराष्ट्रा, नंतर रथ, गज व अश्व ह्यांसह सर्व पांडव मद्रराज शल्याच्या समीप येऊन भिडले आणि त्यांनीं चोहोंकडून त्याज-

वर नानाशस्त्रौघ व घोर शरवृष्टि आरंभिली ! परंतु वारा जसा मोठमोठ्या मेघसमूहांचा संहार उडवितो, तसा त्या शल्यानें समरांगणांत पांडवांनीं केलेल्या त्या शस्त्रास्त्रांच्या ओघांचा संहार उडविला ! नंतर शल्यानें पांडवांवर इतके सुवर्णपुंख बाण मारिले कीं, जणू काय अंतरिक्षांत टोळधाडच उसळली आहे असें आह्मांस भासलें ! मद्राधिपतीनें त्या घोर संग्रामांत सोडिलेले बाण पांडवांवर येत असतां जणू काय शलभांचे समुदायच त्याजवर कोसळत आहेत असें दिसत होतें ! हे जनाधिपा, मद्रेश्वराच्या धनुष्यापासून सुटलेल्या सुवर्णभूषित शरांची अंतरिक्षांत इतकी गर्दी झाली कीं त्यांत मुळींच रिती जागा राहिली नाहीं ! तेव्हां त्या महान युद्धांत सर्वत्र अतिशय बाणांधकार पडल्यामुळें पांडवांपैकीं किंवा आमच्यापैकीं कांहींएक दिसेनासें झालें ! आणि त्या प्रबळ मद्राधिपानें हस्तकौशल्यानें जिकडे तिकडे शरवृष्टि करून पांडवांचा सेनासागर प्रक्षुब्ध केला; तेव्हां देव, दानव व गंधर्व हे सर्व अतिशय विस्मयांत पडले ! ह्याप्रमाणें, राजा, आपआपल्यापरी समरांगणांत पराकाष्ठा करून युद्ध करणाऱ्या त्या सर्व पांडववीरांना शल्यानें बाणांनीं झांकून काढिलें व धर्मराजावरही घोर शरवर्षाव करून तो पुनःपुनः मोठमोठ्यानें सिंहासारखा गर्जू लागला ! ह्याप्रमाणें शल्यानें सर्व पांडवांना बाणाच्छादित करून टाकिलें, तेव्हां पांडवांकडील महारथ शल्यावर चाल करून जाण्यास धजले नाहींत; परंतु धर्मराज व भीमसेनप्रमुख इतर प्रबल रथी हे मात्र रणांगणास शोभविणाऱ्या त्या शूर शल्याशीं युद्ध करीत तसेच नेटानें समरांगणांत लढत राहिले !

अध्याय चौदावा.

—:०:—

संकुलयुद्ध.

संजय सांगतोः—राजा धृतराष्ट्रा, इकडे अर्जुनाचें व अश्वत्थाम्याचें युद्ध चाललें होतें, त्यांत अश्वत्थाम्यानें बहुत पोलादी बाणांचा भडिमार करून अर्जुनास विद्ध केलें; आणि त्याचप्रमाणें त्या द्रोणपुत्राचे अनुयायी जे त्रिगर्तांचे शूर महारथ त्यांनींही त्याजवर घोर शरांची वृष्टि आरंभिली, तेव्हां अर्जुनानें समरांगणांत तीनच बाण अश्वत्थाम्यावर सोडिले; आणि इतर महाधनुर्धरांवर प्रत्येकीं दोन दोन बाण सोडिले व त्या सर्वांस शरविद्ध करून मग सर्व शत्रुसैन्यांवर बाणांचा पाऊस पाडिला; राजा, त्या समयीं ते सगळे कौरववीर नखशिखांत बाणकंटकांनीं व्याप्त झालें; व आणखी एकसारखा अर्जुनाच्या हस्तें त्यांजवर बाणांचा घोर भडिमार चाललाच होता, तरी ते कौरववीर अर्जुनाला सोडून रणांगणांतून पराङ्मुख झाले नाहींत ! तेव्हां द्रोणपुत्रप्रभृति सर्व कौरव महारथ प्रचंड रथसैन्यासमवेत अर्जुनावर तुटून पडले आणि त्यांनीं अर्जुनाला वेढा घालून त्याच्याशीं भयंकर युद्ध चालविलें ! राजा, त्या वेळीं कौरवांनीं सोडिलेल्या त्या सुवर्णभूषित शरांनीं अर्जुनाच्या रथावरील वीरासन अगदीं व्याप्त झालें; आणि त्या सर्वधनुर्धराग्रणी कृष्णार्जुनांचे देहही अत्यंत बाणविद्ध झाले ! राजा, ह्याप्रमाणें कृष्णार्जुनांचीं शरीरें विदीर्ण झालेलीं पाहून कौरवांकडील त्या युद्धधुरंधर योद्ध्यांना मोठा आनंद झाला; आणि मग त्यांनीं आणखी घोर शरांचा भडिमार करून अर्जुनाच्या रथाची धुरी, चाकें, ईषा, बंधनरज्जु, जूं व तुंबे हीं सर्व बाणमय करून टाकिलीं ! राजा, त्या समयीं तुझ्या वीरांनीं अर्जुनाची जी दुर्दशा उडविली, तशी दुर्दशा

कोणाची उडालेली मीं पूर्वीं पाहिली नव्हती व ऐकिलीही नव्हती! तेव्हां अर्जुनाचा तो रथ चोहोंकडून चित्रविचित्र पुंखांच्या जलाल बाणांनीं ओतप्रोत भरून गेला; —जणू काय अंतरिक्षांतलें विमान भूतलावर उतरलें असून तें शतावधि उल्कांनीं अत्यंत पेटलें आहे असें भासूं लागलें! नंतर, राजा, मेघ जसा पर्वतावर जलवृष्टि करितो, तशी अर्जुनानें त्या कौरवसेनेवर नतपर्व बाणांची घोर वृष्टि आरंभिली; तेव्हां जिकडे तिकडे पार्थनामांकित बाणांचा पाऊस पडूं लागून त्यानें समरांगणांत कौरवचमूचा भयंकर संहार घडूं लागला; आणि प्रेक्षकांना सर्व महीतल तशा प्रकारें पार्थमुद्रांकित दिसलें! राजा, त्या समयीं पार्थरूप अग्नि तुझें सैन्य जाळीतच आहे असें वाटलें! तो मोठ्या क्रोधानें जे बाण सोडीत होता, त्या जणू काय अग्नीच्या ज्वाळाच होत्या; त्याच्या धनुष्याचा महान् ध्वनि हा प्रचंड वारा सुटला होता; व कौरवांचें सैन्य हीं त्या अग्नीचीं इंधनें होतीं! असो; अशा प्रकारें अर्जुनानें तुझें सैन्य क्षणांत दग्ध केलें! राजा, त्या वेळीं रणांगणांत क्रुद्ध झालेल्या अर्जुनाच्या रथाच्या मार्गामध्यें सर्वत्र रथांचीं चाकें, जोखडें, बाणभाते, ध्वजपताका, रथ, ईषा, तुंबे, त्रिवेणु, आंस, बंधनें, चाबूक, कुंडलें व मंदिल ह्यांसहवर्तमान मस्तकें, भुज, खांदे, छत्रें, पंखे, मुकुट इत्यादिकांच्या राशींच्या राशीच पडल्या होत्या! राजा, त्या समयीं पृथ्वीचें रूप स्पष्ट दिसत नसून तिजवर सर्वत्र मांस व शोणित ह्यांचा कर्दम मातल्यामुळें भित्र्यांना फार भय वाटूं लागलें आणि शूरांची वीरश्री अधिकच वाढली! त्या वेळीं जणू काय तें शंकराचें क्रीडास्थानच होय असा भास झाला! राजा, शत्रुसंहारक अर्जुनानें त्या समयीं समरांगणांत दोन हजार कवचधारी रथांचा विध्वंस उडविला; आणि भगवान् अग्नि स्थावरजंगम विश्वाला जाळून टाकिल्यावर विधूम होत्साता जसा अतिशय दीप्तिमान् दिसतो, तसा तो पांडुपुत्र आपल्या प्रदीप्त कांतीनें झळाळूं लागला!

राजा, अशा प्रकारें अर्जुनाचा तो दिव्य पराक्रम अवलोकन करून, ज्याच्यावर पुष्कळ पताका फडकत होत्या अशा रथांतून अश्वत्थामा अर्जुनावर चालून गेला व त्यानें त्यास अडवून धरिलें! तेव्हां त्या महाधनुर्धरांचें घोर युद्ध जुंपलें! ते दोघेही पुरुषव्याघ्र एकमेकांला ठार मारण्याच्या इच्छेनें एकमेकांवर तुटून पडले! त्या समयीं त्यांनीं परस्परांवर इतकी भयंकर शरवृष्टि केली कीं, जणू काय ग्रीष्म ऋतूच्या अखेरीस ते दोन महान् मेघ जलवर्षावच करीत आहेत असा भास झाला! आणि ज्याप्रमाणें मदोन्मत्त वृषभ आपल्या शृंगांनीं एकमेकांना प्रहार करितात, त्याप्रमाणें ते दोन्ही योद्धे परस्परांच्या स्पर्धेनें परस्परांवर नतपर्व बाणांनीं प्रहार करूं लागले! हे महाराजा, त्या उभय वीरांचें युद्ध बहुत काळपर्यंत अगदीं समसमान भासलें; आणि दोघांनींही रणांगणांत समसमान घोर शस्त्रास्त्रें एकमेकांवर सोडिलीं! हे भारता, अशा प्रकारें त्यांचें तुंबळ युद्ध चालू असतां अश्वत्थाम्यानें सुवर्णाच्या पुंखांचे व अतिशय धार देऊन जलाल केलेले बारा बाण अर्जुनावर आणि दहा बाण वासुदेवावर सोडून त्यांस विद्ध केलें! तें पाहून बीभत्सूला विलक्षण वीरश्री चढली; आणि त्यानें क्षणभर अश्वत्थामा हा गुरुपुत्र आहे असें आदरपूर्वक मनांत आणिलें व मग गांडीव धनुष्याच्या योगें त्याजवर बाणांचा भडिमार चालवून त्याला अश्वहीन, सूतहीन व रथहीन करून टाकिलें आणि त्याजवर पुनःपुनः सौम्य बाणांची वृष्टि आरंभिली! राजा, ह्याप्रमाणें अर्जुनानें अश्वत्थाम्याचे घोडे मारून त्याचा रथ भग्न केला,

तेव्हां अश्वत्थाम्यानें त्या आपल्या भग्न रथावर उभें राहून एक परिघतुल्य लोहमय मुसळ त्या पांडुपुत्रावर फेंकिलें; पण तें हेमपट्टविभूषित मुसळ मोठ्या जोरानें आपणावर येत आहे असें पाहातांच त्या शत्रुसंहारक अर्जुनानें त्याजवर बाणांचा भडिमार करून त्याचे सात तुकडे उडविले ! अशा प्रकारें त्या मुसळाची वाट लागलेली पाहून युद्धनिपुण अश्वत्थाम्याला अनावर क्रोध चढला आणि महान् पर्वताच्या शिखराप्रमाणें प्रचंड असा एक घोर परिघ घेऊन त्यानें तो अर्जुनावर झुगारिला ! राजा, तो परिघ खवळलेल्या अंतकाप्रमाणें आपल्यावर उसळत येत आहे असें पाहातांच अर्जुनानें त्वरा करून त्याजवर पांच अत्यंत उग्र बाण टाकिले आणि त्याचा विध्वंस उडविला ! राजा, अश्वत्थाम्याचा तो दारुण परिघ अर्जुनाच्या शरांनीं छिन्नभिन्न होऊन भूतलावर पडला, तेव्हां कौरवांकडील भूपाळांचीं मनें विदारण झालीं व आतां अर्जुनापुढें टिकाव लागणें कठीण असें त्यांना वाटलें ! राजा, नंतर वीर्यवान् प्रबळ अर्जुनानें आणखी तीन भल्ल बाण अश्वत्थाम्यावर सोडून त्यास अगदीं विद्ध करून टाकिलें; पण तो बिलकूल न डगमगतां पूर्ववत् आपल्या स्वतःच्या हिंमतीवर मोठ्या शौर्यानें समरांगणांत अर्जुनाशीं लढत राहिला। मग अश्वत्थाम्यानें महारथ सुरथावर सर्व क्षत्रियांच्या देखत एकसारखे बाणांचे लोट चालवून त्यास झांकून काढिलें; आणि तें पाहून तो पांचालमहारथ सुरथ समरांगणांत मेघगर्जनेप्रमाणें घणघणाट करणाऱ्या रथांतून अश्वत्थाम्यावर चालून गेला व त्यानें आपल्या अतिशय भार सहन करणाऱ्या अत्यंत दृढ धनुष्याच्या योगें अग्नीप्रमाणें प्रदीप्त व विषारी सर्पांप्रमाणें भयंकर अशा बाणांचा वर्षाव करून त्यास झांकून काढिलें ! राजा, ह्याप्रमाणें तो महारथ सुरथ क्रोधायमान होऊन शरवृष्टि करीत अश्वत्थाम्यावर चालून गेला, तेव्हा दंडानें बडविलेल्या नागाप्रमाणें अश्वत्थामा चवताळला आणि त्यानें रणांगणांत कपाळाला आंठ्या घालून व दांतओंठ चावून सुरथाकडे टौकारून पाहिलें; आणि धनुष्याच्या प्रत्यंचेवरून हात फिरवून यमदंडाप्रमाणें देदीप्यमान असा एक तीक्ष्ण नाराच बाण त्या सुरथावर सोडिला ! राजा, इंद्राच्या वज्राप्रमाणें घोर असा अश्वत्थाम्याचा तो बाण त्या पांचालवीराचें हृदय विदारून मोठ्या वेगानें धरणीतलांत घुसला; आणि मग वज्रानें विदीर्ण होणाऱ्या पर्वताच्या शिखराप्रमाणें तो सुरथ धाडकन् भूतलावर पतन पावला ! राजा, ह्याप्रमाणें अश्वत्थाम्यानें सुरथाचा वध केला आणि मग तो महाधुरंधर महारथ तत्काळ त्याच रथावर आरूढ होऊन संशप्तकांनीं परिवेष्टित होत्साता अर्जुनाशीं पुनः लढूं लागला ! त्या वेळीं मध्याह्नाच्या सुमारास अर्जुनाचें शत्रूंशीं मोठें दारुण युद्ध झालें आणि त्यांत पुष्कळ वीर पडून यमराष्ट्राची वृद्धि झाली ! तेव्हां एकटा अर्जुन कौरवांच्या प्रबळ योद्ध्यांशीं लढत असतां त्या सर्व महान् महान् वीरांचा पराक्रम पाहून व त्याप्रमाणेंच त्या सर्वांचें त्या एकट्या अर्जुनानें जें निवारण केलें तें अवलोकन करून फारच मोठा चमत्कार वाटला ! राजा, पूर्वीं इंद्रानें दैत्यांच्या प्रचंड सेनेशीं जसा घनघोर संग्राम केला, तसा अगदीं घनघोर संग्राम एकट्या अर्जुनानें त्या प्रचंड कौरवसेनेशीं केला !

अध्याय पंधरावा.

—:०:—

संकुलयुद्ध.

संजय सांगतोः—हे महाराजा, इकडे

दुर्योधन व पार्षत धृष्टद्युम्न ह्यांचें अतिशय दारुण युद्ध झालें, त्यांत त्यांनीं एकमेकांवर शर-शक्तींचा प्रचंड मारा केला! त्या वेळीं, राजा, ज्याप्रमाणें वर्षाकालारंभीं चोहोंकडे पर्जन्याच्या धारा कोसळतात, त्याप्रमाणें त्या उभयतांच्या धनुष्यांपासून बाणांच्या सहस्रावधि धारा सर्वत्र कोसळूं लागल्या! राजा, त्या समयीं दुर्योधनानें द्रोणहन्त्या धृष्टद्युम्नाचा पांच महावेगवान् बाणांनीं वेध केला आणि तें पाहून धृष्टद्युम्नानें पुनः उग्र शरांची वृष्टि चालू करितांच पुनः त्याला सात बाणांनीं विंधिलें! राजा, मग बलशाली व दृढविक्रमी धृष्टद्युम्नानें रणभूमीवर सत्तर जलाल बाण टाकून दुर्योधनाला जर्जर केलें. ह्याप्रमाणें धृष्टद्युम्नाच्या हस्तें दुर्योधन अगदीं पीडित झाला तेव्हां त्याचे भ्राते महान् सैन्यासहवर्तमान पार्षतावर धावून आले व त्यांनीं चोहोंकडून त्यास गराडा घातला! हे भरतश्रेष्ठा, दुर्योधनाच्या त्या अतिरथ भ्रात्यांनीं जिकडून तिकडून त्या शूर पांचालाला पार कोंडून टाकिलें तरी त्याचें शौर्य कमी झालें नाहीं; व तो आपलें अस्त्रलाघव व्यक्त करीत रणांगणांत मोठ्या त्वेषानें संचरूं लागला! त्या वेळीं, राजा, शिखंडीनें प्रभद्रकांसहवर्तमान कृपाचार्य व कृतवर्मा ह्यांजवर हल्ला केला आणि त्या दोघां धनुर्धरांशीं तुंबळ युद्ध आरंभिलें! राजा, त्या समयीं तेथें जो भयंकर रणसंमर्द मातला, त्याचें काय वर्णन करावें! जणू काय रणभूमीवर देह ठेवण्यास सिद्ध झालेले ते वीर आपले प्राण पणास लावून द्यूतच खेळत आहेत, असें तेव्हां भासूं लागलें! त्या वेळीं शल्यानें सर्व दिशांकडे सायकांचा भयंकर मारा आरंभिला; आणि सात्यकि व वृकोदर यांमुद्धां सर्व पांडवांना अत्यंत पीडिलें! आणि त्याप्रमाणेंच त्यानें समरांत यमधर्मासारखा घोर पराक्रम करणाऱ्या नकुलसहदेवांवर मोठ्या शौर्यानें भयंकर अस्त्रांचा वर्षाव करून त्यांशीं दारुण युद्ध आरंभिलें! राजा, त्या वेळीं त्या घोर संग्रामांत शल्यानें पांडवांवर असा भयंकर बाणवर्षाव केला कीं, त्यांच्याकडील महारथांना कोणीही त्राता राहिला नाहीं! अशा प्रकारें शल्यानें सर्व पांडवचमूची दुर्दशा उडविल्यावर मग धर्मराज युधिष्ठिराला फारच आर्त करून टाकिलें! तेव्हां शूर नकुल मोठ्या त्वेषानें आपल्या मातुलावर धावून गेला आणि रणांगणांत त्याला बाणछन्न करून त्या शत्रुसंहारक नकुलानें त्याच्या वक्षस्थळीं हंसत हंसत दहा बाण मारून त्यास विद्ध केलें! राजा, ते सर्व बाण तीक्ष्ण पोलादाचे असून लोहारांनीं धार देऊन सहाणेवर लाविलेले होते. ते सर्व तेलपाणी करून झगझगीत केलेले सुवर्णपुंख बाण नकुलानें आपल्या धनुर्ज्येचें आकर्षण करून शल्यावर सोडिले, तेव्हां शल्याला अतिशय पीडा झाली; आणि याप्रमाणें त्या बलशाली भाच्यानें त्रस्त करून सोडिलेला तो वीर शल्य मग फारच क्षोभला व त्यानें बांकदार पेऱ्यांचे बाणांचा भडिमार करून नकुलास जर्जर केलें! राजा, मग धर्मराज युधिष्ठिर, भीमसेन, सात्यकि व माद्रीपुत्र सहदेव हे सर्व रथांच्या घणघणाटानें दशदिशा व्याप्त करीत व सर्व भूमंडळाला हादरून टाकीत शल्यावर धावले, परंतु ते आपल्यावर धावून येत आहेत असें पाहातांच तत्काळ शत्रुजित् सेनापति शल्यानें त्यांजवर उलट चाल केली; आणि त्यानें रणांगणांत युधिष्ठिरावर तीन, भीमसेनावर पांच, सात्यकीवर शंभर व सहदेवावर तीन बाण टाकून महात्म्या नकुलाचें सशर धनुष्य एका क्षुरप्र बाणानें छेदिलें! राजा, ह्याप्रमाणें शल्याच्या शरांनीं नकुलाचें धनुष्य विदीर्ण झालें तेव्हां त्यानें दुसरें धनुष्य उचलिलें व तत्काळ बाणांचा भडिमार चालवून मद्रेश्वराचा सर्व रथ

ह्यां ह्यां म्हणतां बाणांनीं भरून काढिला! राजा, त्या समयीं धर्मराजानें व सहदेवानें प्रत्येकीं दहा दहा बाण सोडून शल्याचें वक्षस्थळ विंधिलें; भीमसेन व सात्यकि हे मद्राधिपतीवर मोठ्या आवेशानें धावून गेले; आणि त्यांनीं अनुक्रमें साठ व दहा कंकपत्र बाण त्याजवर टाकिले! तें पाहून मद्रराजाला फार क्रोध चढला व त्यानें सात्यकीला प्रथम नऊ बाण मारिले व नंतर बांकदार पेऱ्यांचे सत्तर बाण त्याजवर सोडून बाणांसहित त्याचें धनुष्य मुठीच्या ठिकाणीं तोडिलें; आणि त्याच्या चारही घोड्यांना यमसदनीं पाठवून दिलें! ह्याप्रमाणे सात्यकीला विरथ केल्यानंतर महारथ शल्यानें त्याजवर चोहोंकडून शंभर बाण मारिले आणि क्षुब्ध झालेले माद्रीपुत्र, भीमसेन व युधिष्ठिर ह्यांजवर प्रत्येकीं दहा दहा बाण सोडून त्यांस विद्ध केलें! राजा, त्या वेळीं शल्यानें असें कांहीं अपूर्व शौर्य दाखविलें कीं, रणांगणांत सर्व पांडववीर एकत्र होऊनही शल्यावर चाल करूं शकले नाहींत! अशा प्रकारें पांडवयोद्धे मद्रराजाच्या पूर्ण कचाटींत सांपडले असतां सत्यपराक्रमी सात्यकि दुसऱ्या रथांत आरूढ झाला आणि मोठ्या वेगानें शल्यावर तुटून पडला! पण सात्यकीचा तो रथ आपणावर मोठ्या आवेशानें येतो आहे असें अवलोकन करून रणांगणास शोभविणाऱ्या त्या कुरुसेनापतीनें आपला रथ मोठ्या त्वेषानें त्याजवर घातला आणि मग मदोन्मत्त कुंजरांप्रमाणें त्या उभय वीरांचें तुंबळ युद्ध चालू झालें! राजा, त्या दोघां योद्ध्यांचा त्या समयीं जो घनघोर संग्राम मातला त्याचें काय वर्णन करावें! ते दोघेही शूर वीर एकमेकांशीं झुंजत असतां जणू काय शंबर व इंद्र हेच झुंजत आहेत असें भासूं लागलें! आपल्यापुढें मद्रराज शल्य रणांत युद्धाला तोंड देऊन लढत आहे असें पाहून सात्यकीनें त्याला दहा बाणांनीं विंधिलें आणि 'थांब, थांब' अशी मोठ्यानें आरोळी दिली! ह्याप्रमाणें महात्म्या सात्यकीनें अगदीं विद्ध करून सोडिलें असतां मद्राधिपति शल्यानें उलट चित्रपुंख जलाल बाणांचा भडिमार करून सात्यकीस विंधिलें! अशा रीतीनें त्या कुरुपांडववीरांचें भयंकर युद्ध जुंपलें असतां भीमसेनादिक महाधनुर्धर पांडव हे मातुल शल्य ह्याच्या वधार्थ तत्काळ आपआपले रथ घेऊन त्याजवर चालून गेले! राजा, मग गर्जना करणाऱ्या सिंहांप्रमाणें रणभूमीवर त्या शूर योद्ध्यांचा भयंकर रणसंमर्द मातला व त्यांत शोणिताची केवळ नदीच वाहूं लागली! त्या वेळीं रणांगणांत ते योद्धे मोठमोठ्यानें आरोळ्या देऊन परस्परांशीं लढूं लागले, तेव्हां आमिषप्राप्त्यर्थ मोठमोठ्यानें गर्जत सिंहच एकमेकांशीं लढत आहेत असें भासूं लागलें! राजा, त्या वेळीं त्यांनीं समरांगणांत सहस्रावधि बाण सोडिले, त्यांच्या योगें सर्व वसुधातल बाणांनीं आकीर्ण होऊन सर्व अंतरिक्ष एकाएकीं बाणमय झालें! राजा, तेव्हां त्या महात्म्या वीरांनीं जो बाणांचा भडिमार केला त्याच्या योगें जणू काय अंतरिक्ष अभ्रच्छन्न होऊन सर्वत्र अंधकार पडला! त्या समयीं जिकडे तिकडे सर्वत्र सुवर्णपुंख देदीप्यमान बाण प्रसृत झाले, तेव्हां जणू काय कात टाकलेले पन्नगच इतस्ततः विकीर्ण होत्साते झळाळत आहेत असें भासूं लागलें! राजा, त्या वेळीं शत्रुसंहारक शल्यानें मोठा अद्भुत पराक्रम गाजविला. तो असा कीं, तो एकटा वीर समरांगणांत अनेक योद्ध्यांशीं लढूं लागला; आणि त्या मद्रराजाच्या भुजवीर्यानें जे कंकपिच्छ व मयूरपिच्छ बाण बाहेर पडूं लागले, त्यांनीं सर्व मेदिनी आच्छादित झाली! राजा, पूर्वीं असुरांचा महान् क्षय झाला तेव्हां

इंद्राचा रथ जसा महाकांतिमान् दिसत होता, तसा त्या वेळीं त्या महान् संग्रामांत शल्याचा रथ परिभ्रमण करीत असतां महाकांतिमान् दिसूं लागला !

अध्याय सोळावा.

—:०:—

शल्य व युधिष्ठिर ह्यांचें युद्ध.

संजय सांगतोः—राजा, नंतर तुझीं सैन्यें समरांगणांत मद्रराज शल्याला पुढें करून मोठ्या वेगानें पांडवांवर धावलीं. जरी तीं अगदीं जर्जर झालीं होतीं, तरी त्यांनीं मोठ्या त्वेषानें पांडवांवर चाल केली आणि त्यांची संख्या अधिक असल्यामुळें त्यांनीं क्षणांत पांडवसेनेंत प्रवेश करून तिची दाणादाण उडविली ! तेव्हां कौरवांनीं पांडवांचा घोर संहार आरंभिला; आणि भीमानें जरी त्यांना आवर घालण्याचा प्रयत्न केला, तरी अखेरीस कृष्णार्जुनांच्या देखत समरभूमीवरून त्यांनीं पळ काढिला ! तें पाहून धनंजय फार क्षुब्ध झाला आणि त्यानें कृपाचार्य व कृतवर्मा आणि त्यांचे अनुयायी ह्यांजवर शरांचा भडिमार चालवून त्या सर्वांस बाणांनीं झांकून काढिलें ! राजा, इकडे शकुनि व त्याची सेना ह्यांस सहदेवानें बाणाच्छादित केलें, आणि नकुलानें पार्श्वभागीं उभें राहून मद्रराजाला नीट न्याहाळिलें ! द्रौपदीच्या पुत्रांनीं महान् महान् भूपाळांचा निरोध केला; पांचाल्य शिखंडीनें अश्वत्थाम्यास खुंटविलें; भीमसेनानें गदाप्रहारांनीं खुद्द दुर्योधनाचें निवारण केलें; आणि कुंतीपुत्र युधिष्ठिरानें शल्य व त्याचें सैन्य ह्यांस अडवून धरिलें ! राजा, नंतर रणांगणांतून पराङ्मुख न होणाऱ्या कौरवपांडवयोद्धयांचा जागोजाग निकराचा संग्राम प्रवर्तला; आणि त्या स्थळीं मला समरांगणांत शल्याचा आश्चर्यकारक पराक्रम दृग्गोचर झाला तो हा कीं, त्यानें एकट्यानें सर्व पांडवीय सैन्याशीं भयंकर युद्ध केलें !

त्या वेळीं युधिष्ठिराच्या समीप शल्याला जेव्हां मीं पाहिलें, तेव्हां चंद्राच्या समीप शनैश्चरच आहे असा मला भास झाला ! नंतर शल्यानें सर्पतुल्य घोर बाणांनीं प्रथम युधिष्ठिराला पीडिलें आणि मग तो बाणांचा भयंकर भडिमार करीत पुनः भीमसेनावर धावून गेला ! राजा, त्या समयीं शल्याचें अस्त्रविधानैपुण्य व बाणक्षेपणकौशल्य अवलोकन करून केवळ तुझ्याच सैन्यांनीं त्याचा गौरव केला असें नाहीं, तर पांडवांच्या सैन्यांनीं सुद्धां त्याची वाहवा केली ! तेव्हां शल्यानें पांडवांना इतकें घायाळ केलें कीं, अखेरीस ते आक्रोश करणाऱ्या युधिष्ठिराला रणांगणांत सोडून युद्धविमुख होत्साते पळून गेले ! ह्याप्रमाणें पांडव सैन्याची विपन्न अवस्था करून टाकून मग शल्यानें त्याचा घोर संहार आरंभिला; आणि तें पाहून युधिष्ठिरास मनस्वी क्रोध आला व त्यानें जय मिळो किंवा मरण येवो असा दृढ निर्धार करून मोठ्या शौर्यानें मद्राधिपतीवर घोर शरवृष्टि केली ! त्या वेळीं त्यानें आपल्या सर्व भ्रात्यांना व त्याप्रमाणेंच कृष्णाला हाक मारून म्हटलें कीं, " वीरहो, भीष्म, द्रोण व कर्ण आणि त्याप्रमाणेंच कौरवांच्या अर्थसिद्धीकरितां प्रताप गाजविणारे सर्व भूपाळ रणांत पडले आहेत; तुम्हांला जीं कामें नेमून दिलीं होतीं तीं सर्व तुम्हीं आपल्या शक्त्यनुसार शेवटास नेलीं आहेत; आतां एक ह्या महारथ शल्याला मात्र वधण्याचें काम अवशिष्ट आहे व तें मीं स्वतःकडे घेतलें आहे; ह्यासाठीं आज मी मद्राधिपतीला रणांगणांत जिंकण्याची इच्छा करीत आहें ! परंतु ह्या कामीं माझी जी मनीषा आहे ती मी तुम्हांस निवेदन करितों, तर ती

तुम्ही ऐका. वीरहो, माझ्या रथचक्रांचें रक्षण या नकुलसहदेवांनीं करावें; हे दोघे समरांगणांत युद्ध करीत असतां इंद्रही ह्यांना जिंकण्यास समर्थ होणार नाहीं: हे दोघे शूरसंमत वीर क्षात्रधर्मानें वागणारे असून रणांत मातुल शल्याशीं संग्राम करण्यास योग्य आहेत; आज ह्या सत्यप्रतिज्ञ व सन्मान्य योद्ध्यांनीं मला मदत करण्याकरितां शत्रूंशीं लढावें; आज एक मी शल्याला ठार मारीन किंवा शल्य मला ठार मारील, हें पक्कें समजा. तुमचें कल्याण होवो! प्रमुख वीरांनो, हें माझें सत्य भाषण श्रवण करा. भूपहो, आज मी मातुलाशीं क्षात्रधर्मानें युद्ध करीन. शल्य हा माझा वांटा आहे, त्याला मारून मी एक विजयी तरी होईन किंवा स्वतः मरून तरी जाईन! आतां रथयोजकांनीं युद्धशास्त्रांतील नियमानुसार ताबडतोब माझ्या रथावर शल्याच्या रथांतल्यापेक्षां अधिक शस्त्रास्त्रें व इतर सर्व उपकरणें ह्यांचा पुरवठा करावा. शैनेयानें माझ्या रथाचें उजवें चाक राखावें व धृष्टद्युम्नानें डावें चाक राखावें; माझ्या पृष्ठभागाचें रक्षण आज अर्जुनानें करावें; आणि माझ्या अग्रभागीं आज महाशस्त्रधर भीमानें असावें! वीरहो, अशी सर्व व्यवस्था झाली म्हणजे भयंकर रणांत मी शल्याहून अधिक पराक्रम करीन!" राजा धृतराष्ट्रा, धर्मराजाची ह्याप्रमाणें आज्ञा होतांच त्याचें प्रिय करण्याविषयीं सदा दक्ष अशा त्या वीरांनीं तत्काळ तदनुसार सर्व व्यवस्था केली; आणि मग फिरून रणांगणांत सर्व पांडवसैन्यामध्यें जिकडे तिकडे महान् आनंद प्रवर्तला! पांचाल, सोमक व मत्स्य ह्यांना तर विलक्षण वीरश्री चढली! ह्याप्रमाणें प्रतिज्ञा केल्यावर मग धर्मराजा तत्काळ मद्राधिपतीवर चाल करून गेला; आणि नंतर पांचालांनीं शतावधि दुंदुभि व शंख वाजविण्यास प्रारंभ केला; आणि ते चवताळून जाऊन मोठमोठ्यानें सिंहगर्जना करांत त्या शूर मद्रेशावर तुटून पडले!

अशा प्रकारें पांडवांचें सैन्य कौरवांवर मोठ्या त्वेषानें चाल करून गेलें तेव्हां कौरवांनाही मोठा हर्ष झाला; आणि महान् महान् कौरववीर मोठमोठ्यानें वीरश्रीच्या आरोळ्या देऊं लागले, जिकडे तिकडे हत्तींचे समुदाय गर्जूं लागले, शंखांचा प्रचंड ध्वनि होऊं लागला व रणवाद्यांचा घोर ध्वनि चालू होऊन सर्व भूमंडल दणाणून गेलें! नंतर वीरशाली सेनापति शल्य व कुरुपति दुर्योधन ह्यांनीं आपल्या त्या प्रक्षुब्ध सैन्यानिशीं उलट पांडुवीरांवर चाल केली; आणि उदयास्तपर्वत जसे कितीही प्रचंड मेघ त्यांजवर चालून आले असतां त्यांची पर्वा करीत नाहींत; तशी त्यांनीं त्या पांडवसैन्याची मुळींच पर्वा केली नाहीं! राजा, तेव्हां समरांगणांत शोभणाऱ्या शल्यानें शत्रुसंहारक धर्मराजावर शरांचा अगदीं पाऊस पडला; तेव्हां जणू काय देवेंद्रच शंबरासुराशीं लढत आहे असें भासलें! त्याप्रमाणेंच महात्म्या कुरुराज युधिष्ठिरानेंही सुंदर धनुष्य धारण करून द्रोणाचार्यांनीं शिकविलेलीं विविध अस्त्रें प्रकट केलीं आणि तो शल्यावर एकसारखा शिताफीनें अचूक बाण सोडूं लागला! राजा, तेव्हां रणांगणांत धर्मराजा संचार करीत असतां कोणालाही त्याच्या ठिकाणी कांहींएक व्यंग म्हणून दिसलें नाहीं! त्या दोघांही महान् योद्ध्यांनीं नानाविध बाणांचा परस्परांवर भडिमार चालवून परस्परांस अगदीं नखशिखांत विद्ध केलें; त्या समयीं ते दोन शार्दूलच आमिषाच्या प्राप्तीसाठीं एकमेकांशीं मोठ्या शौर्यानें लढत आहेत असें भासलें! राजा, त्या घोर समरांत भीमसेनानें तुझ्या युद्धविशारद पुत्राशीं लगट करून युद्ध आरंभिलें आणि धृष्टद्युम्न, सात्यकि, नकुल व सहदेव ह्यांनीं आसमंताद्भागीं शकुनि-

प्रमुख कौरववीरांना गांठिलें ! राजा, नंतर पुनः त्या उभय सेनेंतील जयेच्छु वीरांचा घोर रणसंमर्द मातला आणि त्यांत भयंकर संहार झाला ! राजा, ह्या सर्व प्राणहानीचें कारण तूंच आहेस. जर तूं दुष्ट सल्ला दिली नसतीस, तर हा अनर्थ खचीत घडला नसता !

असो; राजा, दुर्योधनानें बांकदार पेऱ्यांचा एक बाण नेमकाच मारिला व रणांगणांत भीमसेनाचा सुवर्णमंडित ध्वज छेदिला; तेव्हां घागऱ्यांचे समुदायांनीं अत्यंत शोभणारा तो महान् व मोहक असा ध्वज भिमसेन पाहात असतां रणभूमीवर कोसळला ! नंतर दुर्योधनानें पुनः भीमसेनावर एक तीक्ष्ण धारेचा क्षुर बाण टाकिला आणि त्याचें हत्तीच्या शुंडेसारखें प्रचंड असें तें विचित्र धनुष्य तोडिलें ! राजा, त्या वेळीं भीमसेनाला अनावर क्रोध चढला व त्या धनुष्यहीन वीर्यशाली पांडुपुत्रानें रथांतली शक्ति मोठ्या त्वेषानें तुझ्या पुत्रावर सोडिली आणि त्याचें हृदय विदारिलें; तेव्हां तो एकदम वीरासनीं मटकन् बसला व बेशुद्ध झाला ! राजा, मग भीमसेनानें पुनः एक क्षुरप्र बाण दुर्योधनाच्या सारथ्यावर सोडिला आणि त्याचें मस्तक तोडून पाडिलें. तेव्हां दुर्योधनाच्या त्या सूतहीन रथाचे घोडे उधळले आणि वाट मिळाली तिकडे रथ घेऊन पळत चालले. तेव्हां कौरवसेनेंत मोठा हाहाकार झाला ! राजा, त्या समयीं दुर्योधनाचें परित्राण करण्याकरितां महारथ अश्वत्थामा, कृप, कृतवर्मा वगैरे सर्व वीर दुर्योधनाच्या त्या रथामागें धावले; आणि भीमसेनानें कौरवसेनेची दाणादाण उडविल्यामुळें दुर्योधनाचे अनुयायी फार घाबरून गेले ! राजा, नंतर द्रोणपुत्रादिक कौरववीरांवर अर्जुनानें आपल्या गांडीव धनुष्याच्या योगें बाणांचा भडिमार चालविला; आणि युधिष्ठिरही अतिशय क्षुब्ध होऊन स्वतः आपल्या रथाचे श्वेत वर्णाचे व मनोवेगानें दौडत जाणारे अश्व चालवीत मद्राधिपतीवर धावून गेला ! राजा, त्या वेळीं कुंतीपुत्र युधिष्ठिराच्या ठिकाणीं मला मोठा आश्चर्यकारक गुण आढळला तो हा कीं, ज्याचें मन मोठें कोमल व ज्याच्या ठायीं इंद्रियनिग्रहशक्ति विलक्षण असा तो महासात्विक युधिष्ठिर राजा एकदम क्षुब्ध झाला ! त्या समयीं त्यानें शल्याकडे डोळे वटारून पाहिलें आणि क्रोधानें तो नखशिखात पेटला व थरथर कांपूं लागला ! राजा, त्या वेळीं कौरवसेनेवर धर्मराजानें एकसारखा जलाल बाणांचा घोर वर्षाव केला आणि शतावधि व सहस्रावधि वीरांस ठार मारिलें ! त्या वेळीं धर्मराजानें ज्या ज्या सेनेवर चाल केली, त्या त्या सेनेला रणांगणांत त्यानें बाणांच्या भडिमारानें वधिलें व जणू काय वज्रप्रहारांनीं पर्वतांनाच कोसळून टाकण्याचा सपाटा चालविला ! राजा, त्या समयीं धर्मराजानें अश्व, सारथि, ध्वज व रथ ह्यांसहवर्तमान बहुत रथ्यांचें निर्दलन केलें; आणि प्रबल प्रभंजन जसा महामेघांशीं क्रीडा करितो, तसा तो एकटा कौरवसेनेशीं क्रीडत राहिला ! राजा, ज्याप्रमाणें क्रोधायमान झालेला रुद्र प्रलयकालीं प्राण्यांचा संहार उडवितो, त्याप्रमाणें त्या प्रतापशाली पांडुपुत्रानें रणांत घोडेस्वारांसहित घोड्यांना व सहस्रावधि पायदळाला ठार मारिलें; आणि एकसारखा चोहोंकडे बाणांचा वर्षाव आरंभिला व सर्व रणभूमि शून्य करून टाकून अखेरीस तो मद्राधिपतीवर धावून गेला व त्यास ‘ थांब, थांब ’ असें म्हणाला ! राजा, ह्याप्रमाणें संग्रामांत त्या कुंतीपुत्राचा भयंकर प्रताप अवलोकन करून तुझे सर्व सैनिक अतिशय भ्याले; तथापि शल्य मात्र मागें न सरतां धर्मराजाशीं लढण्यास तोंड देऊन पुढें झाला ! राजा, मग त्या शल्ययुधिष्ठिरांचा घोर संग्राम प्रवर्तला ! दोघेही अतिशय क्षोभले !

दोघांनींही शंख वाजविण्यास प्रारंभ केला ! व दोघेही एकमेकांना हाका मारून एकमेकांच्या उखाळ्यापाखाळ्या काढूं लागले ! त्या समयीं शल्यानें बाणांचा पाऊस पाडून धर्मराजाला पीडिलें आणि धर्मराजानेंही शरांचा भडिमार करून मद्रराजाला झांकून काढिलें ! राजा, तेव्हां ते दोघेही योद्धे कंकपत्र बाणांनीं नखशिखांत ओतप्रोत व्याप्त झाले; त्या शूरांच्या देहांतून रुधिराच्या चिळकांड्या उडूं लागल्या; आणि वसंत ऋतूंत फुललेले पळसाचे वृक्ष जसे अगदीं आरक्त व लाल लाल दिसतात तसे ते दिसूं लागले ! राजा, त्या समयीं ते दोघेही महावीर्यशाली रणधुरंधर योद्धे प्राणांची पैज लावून लढत असतां जेव्हां सर्व सैन्यांनीं त्यांजकडे पाहिलें, तेव्हां त्यांपैकीं कोण विजयी होईल ह्याची अटकळ कोणासच होईना ! ते म्हणाले कीं, ' आज युधिष्ठिर हा मद्राधिपतीला मारून पृथ्वीचें राज्य मिळवील किंवा मद्राधिपति शल्य हा युधिष्ठिराला वधून दुर्योधनाला पृथ्वीचें राज्य प्राप्त करून देईल ! ' राजा, ह्याप्रमाणें त्या वेळीं सर्व सैन्यें दोन्ही अनुमानें करीत होतीं; पण अमुक एक निश्चय म्हणून त्यांना करितां येईना !

असो; राजा, अशा प्रकारें ते दोन्ही वीर तुंबळ युद्ध करीत असतां धर्मराजानें आपलें सैन्य उजवीकडे नेलें; आणि मग शल्यानें युधिष्ठिरावर शंभर शरांचा भडिमार करून त्याचें धनुष्य एका जलाल बाणानें छेदून टाकिलें ! तेव्हां धर्मराजानें दुसरें धनुष्य धारण केलें आणि त्याजवर तीनशें शर सोडिले आणि एका क्षुर बाणानें त्याचें धनुष्य तोडिलें ! नंतर त्यानें बांकदार पेऱ्यांचे बाण सोडून शल्याचे चारही घोडे वधिले व दोन अत्यंत जलाल अशा अग्रांचे बाण मारून त्याचे पार्ष्णिसारथि ठार मारिले ! राजा, मग धर्मराजानें पीतवर्णाचा, धार दिलेला व देदीप्यमान असा एक भल्ल बाण त्याच्या अग्रभागीं शल्याचा ध्वज फडकत होता त्याजवर सोडिला व त्याचे तुकडे केले ! ह्याप्रमाणें शल्याचा ध्वज भग्न होतांच कौरवसैन्याची फळी फुटली आणि तें पळूं लागलें ! राजा, नंतर अश्वत्थामा पुढें झाला; आणि विपन्न दशेस प्राप्त झालेल्या त्या मद्राधिपतीला आपल्या रथांत घेऊन मोठ्या त्वरेनें पळून गेला ! राजा, ह्याप्रमाणें शल्याचा मोड झाला तेव्हां मग युधिष्ठिर मोठमोठ्यानें गर्जना करूं लागला; परंतु इतक्यांत लवकरच तो द्रोणपुत्र शल्याला घेऊन रणांगणांतून निघून जात असतां शल्यानें त्याजकडे किंचित् हास्य करून पाहिलें व तो तत्काळ दुसऱ्या रथावर आरूढ झाला ! राजा, तो रथ शुभ्र वर्णाचा असून यथाविधि सिद्ध केलेला होता; तो महान् मेघाप्रमाणें दणदणाट करीत असून त्याच्यावर शस्त्रास्त्रांची व इतर उपकरणांची उत्तम तरतूद केलेली होती; आणि तो रथ पाहून शत्रूंच्या अंगावर कांटा उभा रहात असे !

~~~~~~~~~~

अध्याय सतरावा.

—:०:—

शल्याचा वध !

संजय सांगतोः—नंतर त्या महाबलिष्ठ मद्राधीश शल्यानें पहिल्यापेक्षां अधिक वेगवान् असें दुसरें धनुष्य धारण केलें आणि युधिष्ठिराचें भेदन करून त्यानें सिंहासारखी गर्जना केली. मग त्या महाशूर क्षत्रियपुंगवानें एकसारखी शत्रुसैन्यांवर बाणांची भयंकर वृष्टि सुरू केली; आणि त्यानें सर्वांना अगदीं ' त्राहि भगवन् ' करून सोडिलें ! त्या वेळीं शल्यानें सात्यकीवर दहा आणि भीमसेन व सहदेव ह्यांजवर तीन तीन बाण सोडून त्यांस वेधिलें; आणि युधिष्ठिरावर बाणांचा अतिशय
~~~~~~~~~~

भडिमार करून त्यासही जर्जर केलें ! त्या समयीं जे जे दुसरे महाधनुर्धर रणांगणांत त्याच्याशीं लढण्यास सिद्ध झाले, त्या सर्वांना त्यांच्या अश्वांसुद्धां व रथकूबरांसुद्धां त्या मद्राधिपतीनें बाणांच्या वर्षावानें आर्त करून सोडिलें, तेव्हां जणू काय कुंजरांवर उल्कांचीच वृष्टि होत आहे असा भास झाला ! त्या महारथ शल्यानें हत्ती व हत्तींवर बसलेले वीर, घोडे व घोडेस्वार, आणि रथ व रथी ह्या सर्वांना एकदम वधिलें ! त्यानें मोठ्या आवेशानें पांडवांकडील वीरांचे आयुधांसह बाहु तोडिले, त्यांचे ध्वज छेदिले आणि घोर संहार उडवून सर्व भूतल योद्ध्यांनीं आच्छादित केलें; तेव्हां जणू काय यज्ञवेदी दर्भांनींच आच्छन्न झाली आहे असें दिसूं लागलें ! राजा, अशा प्रकारें तो शल्य पांडवांच्या सैन्यांचा अंतकाप्रमाणें घोर संहार करीत असतां पांडव, पांचाल व सोमक ह्यांनीं अतिशय क्रोधायमान होऊन त्यास एकदम वेढा दिला; व तितक्यांत भीमसेन, सात्यकि, नकुल व सहदेव हेही त्या महाबलवान् धर्मराजाशीं लगट करून लढत असलेल्या शल्यावर चाल करून गेले; आणि मग ते प्रतिस्पर्धी एकमेकांना एकसारखे युद्धार्थ आह्वान करूं लागले !

राजा, नंतर समरांगणांत पांडवांकडील शूर वीर व कौरवांकडील मद्राधिपति वीरश्रेष्ठ शल्य ह्यांचा घोर संग्राम चालू झाला ! त्या समयीं पांडवांनीं शल्याला चोहोंकडून गराडा घातला आणि त्याजवर उग्र वेगाच्या बाणांची वृष्टि आरंभिली ! तेव्हां धर्मपुत्र युधिष्ठिर ह्याच्या संरक्षणासाठीं भीमसेन, नकुल, सहदेव व कृष्ण हे अगदीं तत्पर होते ! त्या समयीं युधिष्ठिरानें मद्राधिपाच्या वक्षस्थळीं उग्र वेगानें चाल करून जाणाऱ्या बाणांचा मारा चालविला आणि त्यास अत्यंत आर्त करूने सोडिलें ! तेव्हां समरांगणांत तुझ्या सैन्यांतले महान् महान् रथ्यांचे सुसज्ज समुदाय मद्रपतीला शरार्त पाहून दुर्योधनाच्या आज्ञेनें एकदम पुढें सरले व शल्याच्या भोंवतालीं जमा झाले ! नंतर तत्काळ मद्राधिपतीनें रणांगणांत युधिष्ठिरावर सात बाण सोडून त्यास विंधिलें; परंतु त्या महात्म्या कुंतीपुत्रानें त्या घोर समरांत लागलेच शल्यावर नऊ बाण टाकून त्यास विद्ध केलें. राजा, नंतर ते दोघेही वीर फारच निकरानें लढूं लागले. तेव्हां त्या घनघोर रणांत दोघांनींही तेलपाणी करून लखलखीत केलेले भयंकर बाण आकर्ण खेंचून एकमेकांवर सोडिले; आणि एकमेकांना बाणांनीं झांकून टाकिलें ! राजा, मग ते दोघेही विजयशाली व प्रबळ असे महारथ नृपवर रणांगणांत परस्पराचें व्यंग कोठें सांपडतें तें पाहूं लागले आणि त्यांनीं लागलाच मोठ्या सपाट्यानें परस्परांवर बाणांचा अतिशय भडिमार चालू केला. ते दोघे महात्मे युधिष्ठिर व शल्य एकमेकांवर बाणांचे लोट सोडीत असतां त्यांच्या प्रत्यंचांचा जो प्रचंड ध्वनि होत होता, तो ऐकून जणू काय महेंद्राच्या वज्राचाच एकसारखा ध्वनि होत आहे असें वाटत होतें ! राजा, युधिष्ठिर व शल्य हे दोघे एकमेकांवर उड्या टाकीत एकमेकांशीं झुंजूं लागले, तेव्हां जणू घोर अरण्यांत वाघाचे बच्चेच आमिषाकरितां झगडत आहेत किंवा मदोन्मत्त महान् हत्ती आपल्या दंतांनीं एकमेकांना प्रहार करून विदारीत आहेत असें भासलें !

ह्याप्रमाणें त्या लोकोत्तर योद्ध्यांचें तुंबळ युद्ध चाललें असतां महात्म्या मद्राधिपतीनें महाबलवान् धर्मराजावर सूर्य किंवा अग्नि ह्यांसारखा देदीप्यमान असा एक बाण मोठ्या आवेशानें व वेगानें टाकिला व त्याचें वक्षस्थळ विंधिलें. तेव्हां त्या बाणानें महात्मा कुरुश्रेष्ठ युधिष्ठिर अतिशय घायाळ झाला; परंतु त्यानें

तत्काळ उत्तम नेम धरून उलट मद्राधिपतीवर एक बाण मारिला व त्यास मूर्छित पाडिलें; तेव्हां त्यास पुनः आनंद झाला ! नंतर क्षणांत पार्थिवेंद्र शल्य सावध होऊन देहभानावर आला, आणि त्यानें क्रोधानें आरक्त नेत्र करून महेंद्राप्रमाणें विलक्षण शौर्यानें ताबडतोब पांडुपुत्रावर शंभर बाण सोडिले; पण तें पाहून महात्म्या धर्मपुत्रानेंही तत्काळ शल्यावर नऊ बाण क्रोधानें टाकिले व त्याचें वक्षस्थळ विदीर्ण करून त्याचें सौवर्ण चर्म दुसऱ्या सहा बाणांनीं भंगिलें. मग शल्यानें मोठ्या वीरश्रीनें धनुष्याचें आकर्षण केलें आणि धर्मराजावर बाणवर्षाव आरंभिला. त्या समर्थी त्यानें दोन बाण कुरुपुंगव युधिष्ठिरावर सोडिले व त्याचें धनुष्य तोडिलें. नंतर महात्म्या धर्मराजानें समरांगणांत अधिक भयंकर धनुष्य उचलिलें आणि इंद्रानें जसा नमुचीवर चोहोंकडून तीक्ष्ण शरांचा मारा केला, तसा त्यान शल्यावर घोर मारा करून त्यास विद्ध केलें. मग शूर शल्यानें नऊ बाण सोडून धर्मराज व भीमसेन ह्यांच्या सुवर्णमय उत्कृष्ट ढाली तोडून टाकिल्या व त्यांचे भुज विदारिले ! नंतर त्यानें अग्नि व सूर्य ह्यांसारखा तेजस्वी असा दुसरा एक क्षुर बाण सोडून धर्मराजाचें धनुष्य छेदिलें; कृपाचार्यानें त्याच्या सारथ्यावर सहा बाण टाकिले तेव्हां तो एकदम अग्रभागीं रणांगणांत पडला; पुनः मद्राधिपतीनें चार बाण सोडून युधिष्ठिराचे चारही अश्व मारिले; आणि अखेरीस धर्मराजाच्या सैनिकांचा घोर संहार आरंभिला !

ह्याप्रमाणें शल्यानें जेव्हां धर्मराजाची दुर्दशा उडविली, तेव्हां प्रतापशाली भीमसेनानें महावेगवान् शर टाकून त्या कुरुवीराचें धनुष्य तोडिलें व आणखी दोन बाण सोडून त्याला अतिशय घायाळ केलें. नंतर त्या पांडुपुत्रानें दुसरा एक बाण शल्याच्या सारथ्यावर टाकून, ज्याचा मध्यभाग कवचानें सुरक्षित केलेला होता अशा त्या त्याच्या देहापासून त्याचें मस्तक तोडून निराळें केलें आणि तत्काळ त्याच्या रथाचे चारही अश्व यमसदनीं पाठविले ! राजा, अशा प्रकारचा भयंकर संताप भीमसेनाला उत्पन्न झाला; व त्या सर्व धनुर्धरांच्या नायकानें रणांगणांत मोठ्या वेगानें संचार करणाऱ्या शल्यावर एकसारखे शंभर बाण सोडून त्यास झांकून काढिलें आणि तें पाहून माद्रीपुत्र सहदेवानेंही तोच क्रम चालविला व त्या कुरुवीरास बाणाच्छादित करून मूर्च्छित पाडिलें! ह्याप्रमाणें कुरुसेनापति मूर्च्छित झाला असें जेव्हां भीमसेनानें पाहिलें, तेव्हां त्यानें आणखी बाण सोडून त्याची ढाल छेदिली. इतक्यांत तो मद्राधिप सावध झाला; आणि आपली ढाल भग्न झाली असें पाहून त्यानें सहस्र तारे बसविलेली दुसरी एक ढाल व खड्ग धारण केलें आणि तो महात्मा रथांतून उडी टाकून कुंतिपुत्रावर धावून गेला. मग त्यानें नकुलाच्या रथाची ईषा तोडिली आणि तो प्रतापवान् वीर युधिष्ठिरावर चालून गेला ! परंतु तो यमाप्रमाणें क्रोधायमान होऊन धर्मराजावर धावून जात असतां धृष्टद्युम्न, द्रौपदीपुत्र, शिखंडी व सात्यकि ह्यांनीं त्यास एकदम गराडा घालून अडविलें; आणि तितक्यांत महाशूर भीमसेनानें नऊ बाण सोडून त्याची ढाल तोडिली व आणखी भल्ल बाणांचा भडिमार करून त्याच्या खड्गाची मूठ छेदिली आणि तो मोठ्या आनंदानें सैन्यांत गर्जूं लागला !

राजा, भीमसेनाचा तो घोर पराक्रम अवलोकन करून पांडवांच्या महान् महान् रथिसमुदायांना विलक्षण हर्ष झाला; आणि ते आनंदाच्या भरांत येऊन प्रचंड गर्जना करूं लागले व चंद्रासारखे शुभ्र शंख वाजविण्यास त्यांनीं प्रारंभ केला. तो

भयंकर स्वन श्रवण करून कौरवांचें तें विजयशाली सैन्य अत्यंत भ्यालें; आपण कोठें आहों वगैरे भानही त्यास नाहींसें झालें; त्याला मनस्वी घाम सुटला; तें अतिशय खिन्न झालें व त्याला बहुतेक मूर्च्छाच आली ! राजा, नंतर भीमसेन आदिकरून प्रमुख पांडव-योध्यांनीं शल्यावर एकदम शरांचा घोर भडिमार केला; परंतु त्यास न जुमानितां, मृगाचा वध करण्याकरितां सिंह जसा त्यावर उडी घालितो तशी त्यानें युधिष्ठिराच्या वधासाठीं मोठ्या आवेशानें त्यावर उडी घातली आणि त्याचे अश्व व सूत ह्यांस ठार मारिलें ! राजा, त्या वेळीं धर्मराजाला मनस्वी क्रोध चढला. तो केवळ अग्नीप्रमाणें नखशिखांत भडकला आणि तत्काळ मोठ्या शौर्यानें त्या कुरुसेनापतीवर धावला ! राजा, त्या समयीं धर्मराजाला गोविंदाच्या वचनाचें स्मरण झालें व त्यानें तत्काळ शल्याचा वध करण्याविषयीं अंतर्यामीं निर्धार केला ! नंतर त्यानें अश्वहीन व सूतहीन अशा आपल्या रथावर उभें राहून त्यांतली एक शक्ति शल्यावर सोडण्याचें मनांत योजिलें; आणि शल्याचें तें कर्म अवलोकन करून व त्याच्या वधाचा पतकर आपण घेतला असून तें कार्य अद्यापि सिद्धीस नेलें नाहीं हें अनुचित होय, अशी मनाशीं गांठ घालून, कृष्णाच्या सूचनेप्रमाणें त्यास आतां ठार मारिलेंच पाहिजे असा त्यानें दृढनिश्चय केला ! नंतर, राजा, जिचा दांडा सुवर्णाचा असून जिच्यावर रत्नें बसविलीं होतीं अशी कांचनाप्रमाणें झळाळणारी शक्ति त्या पांडुपुत्रानें उचलली आणि मोठ्या क्रोधानें आपल्या अग्निप्रभ नेत्रांनीं एकदम शल्याकडे टौकारून पाहिलें ! राजा, ह्याप्रमाणें त्या पूतचित्त व निष्पाप अशा धर्मराजानें मद्राधिपतीकडे डोळे वटारून पाहिलें तेव्हां मला वाटलें कीं, आतां हा कुरुसेनापति भस्मच होईल ! पण तसें जेव्हां झालें नाहीं, तेव्हां तें मला मोठें नवल भासलें. असो; नंतर महात्म्या धर्मराजानें ती महातेजःपुंज, भयंकर दांड्याची व अत्यंत कांतिमान् अशा रत्नाप्रमाणें झळकणारी प्रदीप्त शक्ती मोठ्या आवेशानें मद्राधिपतीवर सोडिली ! राजा, धर्मराजानें मोठ्या बळानें सोडिलेली ती शक्ति जेव्हां एकाएकीं शल्यावर येऊं लागली, तेव्हां तिच्यांतून एकसारख्या ठिणग्या पडूं लागल्या आणि तें पाहून रणांगणांत जमलेल्या सर्व कौरवांना प्रलयकालीं अंतरिक्षांतून प्रचंड उल्काच कोसळत आहेत, असें भासलें ! धर्मराजानें मोठ्या सावधानचित्तानें सोडिलेली ती शक्ति जणू काय पाशधारी कालरात्रि किंवा यमधर्माची महाभयंकर दाईच होती; व तिच्या ठायीं ब्रह्मदंडाप्रमाणें अमोघ वीर्य वसत होतें ! सर्व पांडुपुत्र त्या शक्तीला मोठ्या प्रयत्नांनीं गंध, माला, श्रेष्ठासन, पान, भोजन इत्यादिकांनीं पूजीत असत; व प्रलयकालच्या सांवर्तिक अग्नीसारखें तिच्या ठिकाणीं दुर्धर सामर्थ्य वसत असून अथर्वांगिरसी कृत्येप्रमाणें ती अत्यंत घोररूप होती ! त्वष्ट्यानें ती शंकराकरितां निर्माण केली असून शत्रूंचे प्राण आणि देह ह्यांना ती खाऊन टाकणारी होती; आणि तिच्या ठिकाणीं इतकें अगाध बळ वसत होतें कीं, ती पंचमहाभूतांचाही मोठ्या जोरानें नाश करण्यास समर्थ होती ! त्या शक्तीला घंटा व पताका लाविलेल्या असून तिजवर हिरे, वैदूर्य वगैरे रत्नांचा सुंदर जडाव केलेला होता; त्वष्ट्यानें मोठ्या दीर्घ प्रयत्नानें व व्रतादिकांच्या बलानें ती घडविली होती; आणि त्यामुळें ब्रह्मद्वेष्ट्यांचा हटकून नाश करण्याचें अमोघ सामर्थ्य तिला प्राप्त झालें होतें ! राजा, अशा त्या लोकोत्तर शक्तीवर धर्मराजानें मोठ्या तत्परतेनें घोर मंत्रांनीं त्या त्या

घोर देवतांचें आवाहन केलें; आणि आपल्या अंगीं जेवढें बल व ज्ञान होतें, तेवढें सर्व खर्चून तिजमध्यें उग्र वेग उत्पन्न केला; आणि त्यानें ती मद्रराजाच्या वधाकरितां श्रेष्ठ अंतरिक्षमार्गानें सोडिली व तो 'अधमा, मेलास, मेलास!' अशी मोठ्यानें गर्जना करीत—पूर्वी अंधकासुरावर प्राणघातकी बाण सोडिल्यावर शंकर जसा नाचूं लागला तसा—सुदृढ व सुंदर हात पुढें करून एकसारखा क्रोधानें नाचूं लागला! राजा, ह्याप्रमाणें युधिष्ठिरानें आपल्या अंगच्या सर्व सामर्थ्यानें ती प्रचंड दुर्धर शक्ति शल्यावर सोडिली; तेव्हां होमकुंडांतील अग्नि उत्तम रीतीनें हुत केलेल्या घृतधारेचें ग्रहण करण्यास सिद्ध होतो तद्वत् तो कुरुवीर त्या भयंकर शक्तीचें ग्रहण करण्यास सिद्ध होऊन गर्जूं लागला! राजा, त्या शक्तीनें शल्याचीं सर्व मर्मस्थळें विदारिलीं आणि ती त्याचें शुभ्र व विशाल वक्षस्थळ भेदून त्याच्या देहांतून एकदम बाहेर पडली! आणि मद्राधिपतीचें विशाल यश दग्ध करीत तिनें भूगह्वरांत अनायासें—पाण्यांत जसा प्रवेश करावा तसा—प्रवेश केला! त्या वेळीं, राजा, शल्याचें नाक, डोळे, कान व तोंड ह्यांतून आणि त्याप्रमाणें त्याला ज्या जखमा झाल्या त्यांतून एकसारखे रुधिराचे लोट वाहूं लागून त्याचीं सर्व गात्रें रुधिरानें माखलीं व तो कार्तिकेयानें विदीर्ण केलेल्या क्रौंच नामक प्रचंड पर्वताप्रमाणें दिसूं लागला! राजा, अखेरीस धर्मराजाच्या त्या जलाल शक्तीनें मद्राधिपतीला जी दुःसह पीडा उत्पन्न केली, ती त्यास सहन झाली नाहीं; आणि महेंद्राच्या ऐरावताप्रमाणें अवाढव्य देहाचा तो बलाढ्य योद्धा, अंगांतील चिलखत छिन्नभिन्न होऊन, वज्रानें विदीर्ण केलेल्या पर्वतशृंगाप्रमाणें बाहु पसरून प्रचंड इंद्रध्वजाप्रमाणें धर्मराजाच्या अग्रभागीं रथांतून धाडकन् धरणीवर कोसळला! राजा, ह्याप्रमाणें सर्व अंगें छिन्नविछिन्न झालेला व रक्तानें न्हालेला तो नरवीर मद्रराज भूतलावर पतन पावला, तेव्हां ज्याप्रमाणें क्रीडा करण्यास उद्युक्त झालेल्या भर्त्याचें मोठ्या प्रेमानें त्याची प्रिय पत्नी स्वागत करिते, त्याप्रमाणें त्या मद्रराजपत्नी वसुंधरेनें मोठ्या प्रेमानें आपल्या पतीचें स्वागत केलें; आणि प्रिय भार्येप्रमाणें पृथ्वीचा पुष्कळ काळपर्यंत उपभोग घेऊन अखेरीस तिला सर्व गात्रांनीं आलिंगन देऊन तो मद्रराज प्रसुप्त झाला असें भासलें! ह्याप्रमाणें धर्मयुद्धांत धर्मपुत्र धर्मराजानें मद्राधिपतीचा वध केला तेव्हां जणू काय यथाविधि हवन केलेला यज्ञकुंडांतला अग्निच शांत झाला असें वाटलें! असो; धर्मराजाच्या शक्तीनें हृदय विदारून आणि आयुधें व ध्वजपताका छेदून अखेरीस त्या मद्रेश्वराचा प्राणही जरी नष्ट केला, तरी त्याच्या देहावरील कांति नाहींशी झाली नाहीं! अशा प्रकारें शल्याला वधिल्यावर धर्मराजानें इंद्रधनुष्याप्रमाणें देदीप्यमान् असें धनुष्य धारण केलें; आणि अत्यंत तीक्ष्ण अशा भल्ल बाणांचा भडिमार चालवून, पक्षिराज गरुड जसा पन्नगांचा संहार उडवितो तसा त्यानें कौरववीरांचा रणांगणांत क्षणांत संहार उडविला! त्या समयीं धर्मराजाच्या बाणांनीं तुझे सर्व सैनिक नखशिखांत आच्छन्न झाले आणि डोळे मिटून एकमेकांशीं निकरानें लढत असतां त्यांच्या देहांतून रुधिराचे लोट चालू होऊन व आयुधांची वगैरे वाताहत घडून ते अखेरीस मृत्युमुखीं पडले!

धृतराष्ट्रा, ह्याप्रमाणें मद्राधिपति शल्य रणांगणांत पतन पावला तेव्हां त्याचा धाकटा भ्राता धर्मराजावर चालून गेला. तो तरुण वीर आपल्या वडील भ्रात्याप्रमाणेंच सर्वगुणसंपन्न असून उत्कृष्ट रथी होता. त्या दुर्धर नरवीरानें

आपल्या भ्रात्याच्या ऋणांतून मुक्त होण्यासाठीं तत्काळ धर्मराजावर बहुत नाराच बाणांचा जोराचा वर्षाव आरंभिला; पण इतक्यांत धर्मराजानें सहा महावेगवान् बाण त्याजवर सोडून त्यास घायाळ केलें; दोन क्षुर बाणांनीं त्याचें धनुष्य व ध्वज हीं छेदून टाकिलीं आणि एक धार दिलेला सुदृढ व तेजस्वी असा भल्ल बाण सोडून आपल्या अग्रभागीं असलेल्या त्या योद्ध्याचें मस्तक उडविलें; तेव्हां कुंडलांनीं विराजित असलेलें तें मस्तक रथांतून भूतलावर पडतांना दृग्गोचर झालें आणि स्वर्गांतून पतन पावणाऱ्या क्षीणपुण्य अमराप्रमाणें त्याचें तें भग्न शरीर-ही रथांतून खालीं पडलें! व तें रुधिरानें माखलेलें धड अवलोकन करून कौरवांच्या सैन्याची फळी फुटली आणि विचित्र कवच धारण करणारा तो मद्रपतीचा अनुज रणांगणांत मरण पावतांच जिकडे तिकडे हाहाःकार उडून कौरवांची सेना चोहोंकडे पळत सुटली! राजा, शल्याचा भ्राता रणांगणांत पतन पावला असें पाहून तुझे सैनिक मृतप्राय झाले; आणि पांडवांच्या भीतीनें धडाधड भूतलावर कोसळून धुळींत अतिशय माखले! इतक्यांत त्या वाताहत झालेल्या सैन्यावर शैनेय सात्यकीनें बाणांचा भडिमार करीत हल्ला केला, पण तो महाधनुर्धर अजिंक्य वीर आपल्यावर चालून येत आहे असें अवलोकन करून तत्काळ हार्दिक्य कृतवर्मा मोठ्या धैर्यानें त्याच्यावर उलट धावून गेला! राजा, नंतर ते दोघेही विजयशाली यादववीर मोठ्या शौर्यानें एकमेकांशीं लढूं लागले, तेव्हां जणू काय ते दोन प्रबल सिंहच झुंजत आहेत असें भासलें! त्या समयीं त्यांनीं एकमेकांवर देदीप्यमान् बाण सोडून एकमेकांस झांकून टाकिलें, तेव्हां जणू काय त्या सूर्यांनीं एकमेकांला सूर्यकिरणांनींच आच्छादित केलें असें वाटलें! नंतर त्या वृष्णि-पुंगवांनीं आपापल्या धनुष्यांच्या योगें मोठ्या चळनें व त्वेषानें बाणांचा इतका घोर भडिमार चालविला कीं, आम्हांला अंतरिक्षांत मोठ्या वेगानें पतंगांचे समुदायच भराऱ्या मारीत आहेत असें दिसूं लागलें! त्या घनघोर संग्रामांत कृतवर्म्यानें सात्यकीवर दहा बाण टाकून त्यास विंधिलें; तीन बाणांनीं त्याचे घोडे भेदिले; आणि एका नतपर्व बाणानें त्याचें धनुष्य छेदिलें! परंतु तेव्हां सात्यकीनें आपल्या हातांतलें तें मोडकें श्रेष्ठ धनुष्य फेंकून दिलें आणि तत्काळ त्याहूनही अधिक वेगवान् असें दुसरें धनुष्य धारण केलें व त्याच्या योगें कृतवर्म्याच्या वक्षस्थळीं दहा बाण टाकून त्यास विंधिलें! नंतर त्यानें उत्कृष्ट भल्ल बाणांचा आणखी वर्षाव आरंभिला; आणि कृतवर्म्याचा रथ, जूं, ईषा, घोडे भेदून, दोन्ही पार्ष्णिसारथि ताबडतोब ठार मारिले! ह्याप्रमाणें कृतवर्मा विरथ होऊन अगदीं विपन्नावस्थेस पोंचला तेव्हां वीर्यवान् शारद्वत कृपाचार्यानें त्यास आपल्या रथांत घेतलें व अगदीं विलंब न करितां रणांगणांतून एकीकडे नेलें!

राजा, अशा प्रकारें मद्राधिपतीचा अंत झाला व कृतवर्म्याचा रथ भंगला, तेव्हां दुर्योधनाचें सर्व सैन्य पुनः रणांगणांतून पळत सुटलें! नंतर सैन्यांत अतिशय धूळ उठली, त्यामुळें पुढें त्याचें वर्तमान समजलें नाहीं! राजा, त्या समयीं कौरवांची बहुतेक सेना नष्ट झाली होती, आणि जे कोणी सैनिक उरले होते ते पळत होते! मग थोडक्याच वेळांत जमीनीपासून उधळलेली ती सर्व धूळ नानाविध सैन्यांच्या रुधिरस्रावानें शांत होऊन खालीं बसली आणि कौरवसेनेचा भयंकर संहार झाला! ह्या प्रकारें आपल्यापाशीं असलेल्या सर्व सैन्याचा विध्वंस उडाला असें पाहून दुर्योधनानें एकट्यानें आपल्यावर वेगानें चाल करून

येणाऱ्या सर्व पांडुपुत्रांना स्वतः निवारिलें! राजा, तेव्हां पांडव, पार्षत धृष्टद्युम्न व महाबलवान् आनर्त हे आपआपल्या रथांतून दुर्योधनावर चालून येत असतां त्या सर्वांवर दुर्योधनानें जलाल बाणांचा मारा करून त्यांना मागें हटविलें. तेव्हां मर्त्य प्राणी जसे मृत्यूपासून दूर रहातात, तसे ते सर्व पांडववीर दुर्योधनाला भिऊन त्याच्यापासून दूर राहिले! राजा, इतक्यांत दुसऱ्या रथावर आरूढ होऊन कृतवर्माही तेथें आला! परंतु इतक्यांत महारथ युधिष्ठिरानें त्वरेनें बाणवर्षाव आरंभिला आणि कृतवर्म्याचे चारही अश्व ठार मारिले आणि लागलेच अतिशय धार दिलेले सहा भल्ल बाण सोडून गौतमाला घायाळ पाडिलें! राजा, तेव्हां अश्वत्थाम्यानें धर्मराजाच्या हस्तें विरथ झालेल्या हताश्व कृतवर्म्याला आपल्या रथांत घेतलें व तो धर्मराजापासून एकीकडे निघून गेला! नंतर इकडे शारद्वत कृपाचार्यानें सहा बाणांनीं युधिष्ठिराला विंधिलें आणि आणखी आठ तीव्र बाण सोडून त्यानें त्याचे अश्व विद्ध केले! असो; राजा, मग ह्याप्रमाणें अल्पस्वल्प युद्ध अवशिष्ट राहिलें! राजा, हा सर्व घोर अनर्थ होण्याचें कारण तुझी व तुझ्या पुत्रांची दुष्ट मसलत हेंच होय! असो; तो महाधनुर्धरांचा नायक मद्राधिपति शल्य रणांत कुरुश्रेष्ठ युधिष्ठिराच्या हस्तें मरण पावला तेव्हां सर्व पांडुपुत्र प्रमुदित होत्साते एकत्र जमले व मोठमोठ्यानें शंख वाजवूं लागले; आणि रणांगणांत इंद्रानें वृत्रासुराला मारल्यानंतर देवांनीं जशी त्याची स्तुति आरंभिली, तशी त्या सर्वांनीं युधिष्ठिराची स्तुति आरंभिली, आणि नानाविध वाद्यांच्या ध्वनींनीं सर्व भूतल दुमदुमून टाकिलें!

अध्याय अठरावा.

—:०:—

संकुलयुद्ध.

संजय सांगतोः—राजा, मद्राधिप शल्याचा वध झाल्यावर त्याचे सातशें शूर पदानुयायी रथी मोठ्या आवेशानें पांडवांशीं लढाई करण्यास निघाले; पण तेव्हां दुर्योधन राजा पर्वतासारख्या प्रचंड हत्तीवर आरूढ झाला, आणि ज्याच्या मस्तकावर छत्र धरिलें होतें व ज्यावर चवऱ्या ढाळण्यांत येत होत्या असा तो कौरवाधीश त्यांच्या समीप गेला आणि ‘जाऊं नका, जाऊं नका!’ असें म्हणून त्यानें त्यांचें निवारण केलें. पण त्या सर्व माद्रवीरांना युधिष्ठिराला ठार मारण्याची प्रबळ इच्छा असल्यामुळें, दुर्योधनानें त्यांचें पुनःपुनः निवारण केलें तरी त्यांनीं युद्ध करण्याचा निश्चय ठरवून पांडवांच्या सैन्यांत प्रवेश केला आणि प्रत्यंचांचा प्रचंड शब्द करीत त्यांनीं पांडवांशीं घोर युद्ध आरंभिलें! इकडे, राजा, शल्य पडला व त्याचें प्रिय करण्याच्या उद्देशानें मद्रकमहारथांनीं धर्मराजाला पीडिलें, हें वर्तमान अर्जुनाच्या कानीं पडतांच तो गांडीव धनुष्याचा टणत्कार करीत आणि रथाच्या घणघणाटानें सर्व दिशा दणाणून टाकीत त्या स्थळीं येऊन धडकला! इतक्यांत भीमसेन, नकुल, सहदेव, सात्यकि, द्रौपदीचे पुत्र, धृष्टद्युम्न व शिखंडी हे महान् महान् योद्धे व त्याप्रमाणेंच पांचाल व सोमक हे सर्व बलाढ्य वीरही त्या ठिकाणीं आले; आणि मग त्या अर्जुन—भीमसेनादिक सर्व वीरांनीं धर्मराजाचें संरक्षण करण्यासाठीं त्याचे भोंवतालीं गराडा घातला! राजा, ते नरपुंगव पांडवीय योद्धे धर्मराजाच्या भोंवतालीं एकत्र जमा झाल्यानंतर, मगर सागराला क्षुब्ध करितात तद्वत् त्यांनीं तें कौरवसैन्य क्षुब्ध केलें! त्या

वेळीं, राजा, प्रचंड वारे वृक्षांना कांपवितात, तद्वत् त्यांनीं त्या कौरवसेनेला कांपविलें; आणि मग ती अतिशय चवताळून पांडवांवर धावली, व त्यामुळें, समोरून वायूचा ओघ आला असतां महानदी गंगा ज्याप्रमाणें खवळून जाते, त्याप्रमाणें पांडवांची ती प्रचंड सेना अतिशय खवळली आणि नंतर त्या उभय सेनांत भयंकर युद्ध सुरू झालें! त्या समयीं मद्रकांकडील अनेक शूर महारथ पांडवांच्या महान् सैन्यावर धावून आले; आणि 'तो धर्मराज युधिष्ठिर कोठें आहे? त्याचे ते शूर भ्राते कोणीही येथें दिसत नाहींत हें काय? तसाच तो शैनेय सात्यकि, धृष्टद्युम्न, द्रौपदीचे पुत्र, ते पराक्रमी पांचाल व महारथ शिखंडी हे आहेत कोठें?' असें ते मोठमोठ्यानें ओरडून विचारूं लागले! राजा, अशा प्रकारें ते शूर मद्रकवीर मोठमोठ्यानें गर्जत असतां त्यांजवर द्रौपदीच्या महारथ पुत्रांनीं व युयुधानानें हल्ले केले आणि मग तुंबळ युद्ध होऊन त्यांत तुझ्या सैन्यापैकीं कित्येक वीर रथांच्या चाकांखालीं चुरडून मेले; व प्रचंड ध्वज तुटून पडले त्यांखालीं कित्येक सांपडून नष्ट झाले! राजा, तेव्हां रणांत मद्रकवीरांचा पांडवांनीं चोहोंकडे संहार उडविण्याचा सपाटा लाविला असें पाहून दुर्योधनानें सर्व मद्रकांना परत बोलाविलें, तथापि ते पुनः पांडवांवर तुटून पडले! राजा, नंतर दुर्योधनानें फिरून त्यांना चार समजुतीच्या गोष्टी सांगून माघारें वळण्याविषयीं आग्रह केला; परंतु त्या माद्रमहारथांपैकीं कोणीही त्याची आज्ञा पाळिली नाहीं! तेव्हां गांधारराजाचा पुत्र शकुनि हा समयावर लक्ष देऊन दुर्योधनाला म्हणाला, "राजश्रेष्ठा, आपल्या सर्वांच्या डोळ्यांदेखत मद्रकांचें सैन्य पांडवांच्या हातून नाश पावत आहे; रणांगणांत तूं सन्निध असतांना हें घडावें हें अगदीं अनुचित होय! आपण प्रथम असा ठराव केला आहे कीं, सर्वांनीं एकवटून युद्ध करावें; आणि असें असतां शत्रूंनीं मद्रकांचा जो संहार चालविला आहे, तो तूं कसा बरें सहन करितोस?"

दुर्योधन म्हणालाः—शकुने, मीं ह्यांना आधींच 'तुम्ही पांडवांशीं लढूं नका' म्हणून सांगितलें असतां त्यांनीं माझ्या आज्ञेला जुमानिलें नाहीं व हें युद्ध आरंभिलें आहे. हे सर्व पांडवसेनेवर माझ्या अनुमतीवांचून चालून गेले व त्यामुळें मृत्यूच्या जबड्यांत सांपडले!

शकुनि म्हणालाः—राजा, शूर वीर संक्रुद्ध झाले म्हणजे रणांगणांत धन्याचें शासन ऐकत नाहींत. ह्यास्तव आतां त्यांजवर आणखी रागावूं नको. ह्या वेळीं त्यांची उपेक्षा करणें प्रशस्त नव्हे. म्हणून आपण सगळे रथ, अश्व व गज ह्यांसहवर्तमान एकत्र होऊन त्या महाधनुर्धर शल्यपदानुयायांना मदत करण्यास जाऊं आणि मोठ्या सावधगिरीनें परस्परांचें संरक्षण करूं.

संजय सांगतोः—राजा धृतराष्ट्रा, ह्याप्रमाणें शकुनीनें भाषण केलें तें श्रवण करून सर्वांनीं तसें करण्याचें ठरविलें व मद्रकवीर जेथें लढत होते तेथें ते सर्वजण तत्काळ गेले. तेव्हां दुर्योधनानें आपल्या बरोबर प्रचंड सैन्य घेतलें आणि तो सिंहासारखी गर्जना करून सर्व मेदिनीला दणाणून सोडीत समरांगणांत प्राप्त झाला. राजा, त्या समयीं तुझ्या सैन्यांत जिकडे तिकडे 'धरा मारा, तोडा, झोडा, कापा' असा एकसारखा महान् शब्द चालला होता! ह्याप्रमाणें मग जेव्हां मद्रकवीरांनीं इतर कौरववीरांशीं एकत्र होऊन रणांगणांत पांडवांवर हल्ला केला, तेव्हां पांडवांनींही आपली पहिली युद्धरीति सोडिली व ते मध्यम नामक व्यूह रचून त्या सर्व कौरवसैन्यांवर चाल करून गेले! राजा, मग मोठा घोर संग्राम मातला, आणि

त्यांत सर्व वीर हातघाईवर येऊन हां हां म्हणतां मद्रकसैन्याचा संहार उडाला ! ह्या प्रकारें आम्ही सर्व रणांगणांत असतां आम्हांसमक्ष जेव्हां ते शूर मद्रक रणांत पडले, तेव्हां सर्व पांडव एकत्र होऊन आनंदानें गर्जूं लागले ! राजा, त्या समयीं रणभूमीवर जिकडे तिकडे वीरांचीं कबंधें उठलीं; आदित्यमंडलाच्या मध्यापासून महान् उल्कांचा पात होऊं लागला; ज्यांचीं जोखडें व कणे मोडले होते अशा भग्न रथांनीं त्याप्रमाणेंच महारथ्यांच्या शवांनीं व मरून पडलेल्या घोड्यांच्या शरीरांनीं मही झांकून गेली; आणि जुंवांशीं बद्ध असलेले अश्व सारथिहीन होत्साते योद्ध्यांना घेऊन वायुवेगानें रणांगणांत उधळत आहेत असेंही सर्वत्र दृग्गोचर झालें ! राजा, त्या वेळीं कित्येक घोडे समरभूमीवर चाकें मोडलेलेच रथ ओढीत होते; कित्येक गळ्यांत दोरखंडें लोंबत होतीं त्यांसुद्धां दौडत होते; आणि जे रथी युद्धांत पडत होते, ते पाहून जणू काय सिद्धच क्षीणपुण्य होत्साते अंतरिक्षांतून कोसळत आहेत असें भासे ! राजा, मद्राधिपतीचे शूर पदानुगामी रणांत हात झाले तेव्हां आम्ही महारथ पांडुपुत्रांवर चालून गेलों; आणि तें पाहून, आमचा नाश करून जय मिळविण्याच्या इच्छेनें उलट तेही आम्हांवर मोठ्या वेगानें तुटून पडले ! मग बाणांचा व शंखांचा महान् शब्द सुरू झाला; त्यांनीं आम्हांवर नेम धरून बाणप्रहार करण्यास आरंभ केला; आणि प्रत्यंच्यांचा शब्द व सिंहनाद करून ते मोठमोठ्यानें ओरडूं लागले ! राजा, नंतर आपल्या सैन्यांनीं सर्व परिस्थितीचा विचार केला; त्यांनीं रणांगणांत मद्रराजाला मरून पडलेलें पाहिलें व त्याप्रमाणेंच त्याच्या पदानुगाम्यांच्या प्रचंड सैन्याची वाट लागलेली अवलोकन केली, तेव्हां त्यांची आणखी युद्ध करण्याची छाती होईना व तीं पुनः युद्धापासून पराङ्मुख होऊन पळूं लागलीं ! राजा, तितक्यांत विजयशाली पांडवांनीं त्यांजवर हल्ला केला व त्यांचा घोर संहार आरंभिला; तेव्हां त्यांमध्यें मोठी धांदल उडून त्या दृढधनुष्यधारी पांडवांच्या हस्तांतून जे वीर उरले ते दशदिशांस पळून गेले !

अध्याय एकोणिसावा.

—:०:—

संकुलयुद्ध.

संजय सांगतो—राजा धृतराष्ट्रा, पांडवांनीं रणांगणांत विजयशाली महारथ मद्राधिपती शल्याला जेव्हां वधिलें, तेव्हां तुझ्या पुत्रांचें व त्याप्रमाणेंच तुझ्या सैनिकांचें मन प्रायः युद्धापासून परावृत्त झालें ! राजा, अगाध समुद्रांत नौका फुटून व्यापारी लोक आश्रयहीन झाले म्हणजे त्यांची जशी विपन्नावस्था होते, तशी त्यांची विपन्नावस्था झाली ! अगाध सागरांत बुडणाऱ्या प्राण्यांनीं परतीरास पोंचण्याची इच्छा करणें जसें व्यर्थ, तसेंच पांडवांना जिंकण्याची इच्छा करणें व्यर्थ होय, अशी त्यांची खातरी झाली ! महात्म्या धर्मराज युधिष्ठिरानें शूर मद्राधिपतीचा वध केला तेव्हां पांडवांच्या शरांनीं घायाळ झाल्यामुळें अगदीं घाबरून जाऊन, सिंहानें आर्त करून सोडिलेल्या मृगांप्रमाणें किंवा भग्नशृंग वृषभांप्रमाणें अथवा शीर्णदंत हत्तींप्रमाणें अगदीं दीन होत्साते 'आतां आमचें कोण रक्षण करील ! आतां आमचें कोण रक्षण करील !' असें ओरडत युधिष्ठिराच्या हस्तें पराभव पावून आम्ही मध्याह्नीं परत माघारे आलों ! राजा, शल्याचें निधन झाल्यावर आपलीं सैन्यें पुनः व्यवस्थितपणें एकत्र करावीं किंवा कांहीं शौर्य दाखवून शत्रूंवर जरब बसवावी, असें कोणाही योद्ध्याच्या मनांत येईना ! राजा, भीष्म,

द्रोण व कर्ण हे रणांत पडल्यानंतर तुझ्या योद्ध्यांना जसें अनावर दुःख झालें व भय पडलें, तसेंच शल्याच्या मृत्यूमुळें पुनः आम्हां सर्वांना अनावर दुःख झालें व भय पडलें ! राजा, तो महारथ शल्य रणांगणांत पडतांच आमची सर्वांची जयाशा नष्ट झाली; आणि कौरवसेनेंतील महान् महान् वीर अतिशय जलाल अशा बाणादिकांच्या प्रहारांनीं ठार मेल्यामुळें किंवा विध्वस्त अथवा छिन्नविछिन्न झाल्यामुळें बाकी राहिलेले तुझे योद्धे भयभीत होत्साते पळून गेले ! राजा धृतराष्ट्रा, त्या समयीं कित्येक महारथ घोड्यांवर, कित्येक हत्तींवर व कित्येक रथांत बसून मोठ्या वेगानें रणांगणांतून निघून गेले आणि पायदळांनींही तोच कित्ता गिरविला ! त्या समयीं पर्वतासारखे प्रचंड असे दोन हजार झुंजार हत्ती अंकुश व पायांचे अंगठे ह्यांनीं प्रेरित होत्साते समरांगणांतून पळून गेले ! ह्याप्रमाणें तुझे सर्व योद्धे जिकडे वाट मिळाली तिकडे पळून गेले, आणि पळत असतां आधींच शरांनीं त्रस्त झालेले ते सर्व वीर अगदीं धापा टाकीत चालले होते ! असो; राजा, जेव्हां तुझ्या सैन्याचा पराभव होऊन तें निरुत्साह व भग्न होत्सातें पळून जात आहे असें पांडवांनीं अवलोकन केलें, तेव्हां त्यांनीं व पांचालांनीं जयाच्या इच्छेनें त्याजवर हल्ला केला आणि मग जिकडे तिकडे बाणांचा सणसणाट सुरू झाला; शूर वीर सिंहासारखे गर्जूं लागले, व सर्वत्र घोर शंखनाद प्रवर्तला ! राजा, कौरवांचें सर्व सैन्य भयभीत होत्सातें पळून जाऊं लागलें, तेव्हां पांडव व पांचाल वीर हे आपसांत संभाषण करूं लागले ! ते म्हणालेः—अहो, आज सत्यशील युधिष्ठिर राजाचे सर्व शत्रु नष्ट होऊन त्यास निष्कंटक राज्य प्राप्त झालें ! आज दुर्योधनाची तेजःपुंज राजलक्ष्मी अस्तास गेली ! आज धृतराष्ट्र राजा हा दुर्योधन मेला असें ऐकून विव्हल होत्साता मूर्च्छित पडो ! आज त्याला कौंतेय हा सर्व धनुर्धरांचा अग्रणी आहे हें विदित होईल ! आज तो दुष्ट व पातकी पुरुष आपणा स्वतःला दोष देऊन हळहळूं लागेल ! आज त्याला हितवादी विदुराच्या सत्य भाषणाचें स्मरण होईल ! आजपासून त्याला पांडुपुत्राच्या आज्ञेंत रहावें लागेल; व पांडुपुत्रांना जीं दुःखें भोगावीं लागलीं त्यांचा त्याला अनुभव येईल ! आज धृतराष्ट्र राजाला कृष्णाचें महात्म्य समजेल ! रणांत अर्जुनाच्या धनुष्याचा घोर ध्वनि काय करितो ह्याची आज धृतराष्ट्राला कल्पना येईल ! आज रणांत अर्जुनाचें अस्त्रबल व बाहुवीर्य कितपत आहे ह्याचें त्याला बरोबर ज्ञान होईल ! इंद्रानें बल दैत्याला मारिलें तसें भीमसेनानें दुर्योधनाला आज ठार मारिलें म्हणजे धृतराष्ट्राला भीमाचा बाहुप्रताप व घोर शक्ति हीं यथार्थ कळतील ! त्या वेळीं दुःशासनाचा वध करितांना भीमसेनानें जें अचाट कर्म केलें, तें ह्या भूतलावर त्या एकट्या महाशक्तिमान् भीमसेनावांचून दुसऱ्या कोणाच्याही हातून घडलें नसतें ! आज देवांनाही अजिंक्य अशा त्या मद्राधिपतीच्या मरणाची वार्ता ऐकून धृतराष्ट्राला धर्मराजाचा पराक्रम समजून येईल ! आज रणांत बलाढ्य माद्रीपुत्रांनीं शकुनीचा व दुसऱ्या महान् महान् सर्व वीरांचा वध केला म्हणजे धृतराष्ट्राला त्या माद्रीपुत्रांच्या बलाची कसोटी समजेल ! धनंजय, सात्यकि, भीमसेन, धृष्टद्युम्न, द्रौपदीचे पांचही पुत्र, माद्रीपुत्र नकुलसहदेव, महाधनुर्धर शिखंडी व धर्मराज युधिष्ठिर ह्या महान् महान् वीरांनीं ज्या सैन्यांचा आश्रय केला आहे, सर्व जगाचा स्वामी जो कृष्ण तो ज्यांचा शास्ता आहे, आणि धर्म हा ज्यांचा महान् आधार आहे, त्यांना जय कसा मिळणार नाहीं बरें ? भीष्म, द्रोण,

कर्ण, मद्रराज शल्य व तसेच दुसरे शतावधि व सहस्रावधि शूर राजे ह्यांस रणांगणांत धर्मराजाशिवाय दुसरा कोणता योद्धा जिंकण्यास समर्थ झाला असता बरें ? अहो, धर्मराजाला तरी हा जो अपूर्व विजय प्राप्त झाला ह्याचें मुख्य कारण तो सत्ययशोनिधि हृषीकेश कृष्णाचा दास आहे हेंच होय !

राजा धृतराष्ट्रा, ह्याप्रमाणें पांडव व पांचाल वीर मोठ्या आनंदानें भाषण करीत तुझ्या पळून जात असलेल्या सैन्यांचा पाठलाग करूं लागले ! त्या समयीं वीर्यशाली धनंजयानें तुझ्या रथसैन्यावर हल्ला केला, माद्रीपुत्र व महारथ सात्यकि ह्यांनीं शकुनीला गांठिलें, आणि भीमसेनानें सर्वच सैनिकांची दाणादाण करून सोडिली, तेव्हां ते सर्व भीमसैन्याच्या धास्तीनें चोहोंकडे पळत सुटले ! राजा, तेव्हां दुर्योधन हा आपल्या सारथ्यास हंसत हंसत म्हणाला, "बा सूता, येथें धनुष्य धारण करून युद्धाकरितां सज्ज असलेला पार्थ माझा अतिक्रम करील, ह्यास्तव सर्व सैन्यांच्या पिछाडीस माझा रथ घेऊन चल. सारथे, मी सैन्यांच्या पिछाडीस लढत असतां पांडुपुत्र माझ्या सभोंवतीं मुळींच फिरकण्यास धजणार नाहीं; कारण महासागर हा जसा सीमेचें उल्लंघन करण्यास असमर्थ होतो, तसा तो माझें उल्लंघन करण्यास असमर्थ होईल ! सूता, आपल्या महान् सैन्यावर पांडवांनीं किती भयंकर हल्ला केला आहे तो पहा; ही पहा सैन्याच्या योगानें चोहोंकडे कशी धूळ उडत आहे ! एकसारख्या सिंहगर्जना कशा भयंकर चालल्या आहेत त्या ऐक ! ह्याकरितां, सूता, हळूहळू आपला रथ पाठीमागें घेऊन चल आणि सैन्यांची पिछाडी संभाळ ! मी युद्धाला सिद्ध झालों व पांडवांना मीं खुंटवून धरिलें, म्हणजे माझी सेना फिरून शौर्यानें लढण्यास धावून येईल !"

ह्याप्रमाणें, राजा धृतराष्ट्रा, शूराला व कुलीन वीराला साजेल असें दुर्योधनानें जें भाषण केलें, तें श्रवण करून त्याच्या सारथ्यानें सुवर्णाच्या अलंकारांनीं व भरजरीच्या वस्त्रादिकांनीं शृंगारलेले असे ते अश्व हळूहळू सैन्यांच्या पिछाडीस चालविले ! तेव्हां गज, अश्व व रथ ह्यांनीं वियुक्त झालेलें एकवीस हजार पायदळ रणांगणांत जिवावर उदार होऊन लढत होतें; ते वीर नानाविध देशांत जन्मलेले असून त्यांचें वास्तव्यही नानाविध देशांत होतें; आणि ते महान् कीर्ति मिळविण्याच्या हेतूनें समरभूमीवर शत्रूंशीं युद्ध करीत होते ! राजा, दुर्योधनाला अवलोकन करून त्या पदाति योद्ध्यांना मनस्वी वीरश्री चढली; आणि ते मोठ्या आवेशानें पांडवसेनेवर तुटून पडले असतां मग परस्परांनीं परस्परांशीं जो घनघोर संग्राम आरंभिला त्याचें वर्णन काय करावें ! ह्याप्रमाणें घोर रणकंदन माजलें तेव्हां भीमसेन व पार्षत धृष्टद्युम्न ह्यांनीं चतुरंग सैन्यासह नानादेशीय कौरवदळांवर चालून जाऊन त्यांचें निवारण केलें; पण इतक्यांत दुसरे पदाति रणांत भीमसेनावर तुटून पडले आणि ते खाका वाजवून व टिऱ्या बडवून मोठ्या आवेशानें वीरलोक मिळविण्याकरितां भीमसेनाशीं वीरश्रीनें चवताळून जाऊन लढूं लागले ! राजा, त्या समयीं कौरवसेना एकसारखी गर्जूं लागली; मग ते वीर दुसरी कोणतीही गोष्ट बोलतना ! आणि त्यांनीं भीमसेनेला समरभूमीवर कोंडून टाकून त्याजवर सर्व अंगांकडून भयंकर मारा चालविला ! राजा, ह्याप्रमाणें चोहोंकडून पायदळाच्या टोळ्यांनीं वेढा देऊन रणांगणांत भीमसेनावर भयंकर शस्त्रप्रहार चालविले, तरी तो महान् वीर आपल्या स्थानापासून मैनाक पर्वताप्रमाणें अणुरेणु ढळला नाहीं ! राजा, अशा प्रकारें त्या कौरवसैनिकांनीं आपल्याला गराडा

घातला असें पाहून भीमसेनाला मोठा क्रोध आला व नंतर तो लागलाच रथांतून खालीं उतरला व पादचारी होऊन त्यानें एका सुवर्णमंडित प्रचंड गदेनें तुझ्या सैनिकांस ठार मारण्याचा सपाटा लाविला; तेव्हां जणू काय दंडधर यमच प्राण्यांचा संहार करीत आहे असें वाटलें! राजा, भीमसेनानें त्या समयीं अश्व, गज व रथ, ह्यांनीं हीन झालेल्या त्या एकवीस हजार पायदळाला वधिलें आणि तो सत्यपराक्रमी महान् योद्धा धृष्टद्युम्नाला पुढें करून क्षणांत अग्रभागीं प्राप्त झाला! राजा धृतराष्ट्रा, ते सर्व कौरववीर रुधिरानें माखून रणांत पडलेले पाहिले, तेव्हां जणू काय अतिशय फुललेले कर्णिकार वृक्षच वाऱ्यानें कोसळून पडले आहेत असें दिसत होतें! त्या सैनिकांच्या हातांत, कमरेला वगैरे नानाविध आयुधें असून त्यांच्या कानांत बहुविध कुंडलें झळकत होतीं; आणि ते अनेक देशांतून त्या ठिकाणीं प्राप्त झाले असून त्यांच्या जातिही अनेक होत्या! असो; ते सर्व वीर रणांत हत झाले तेव्हां ध्वजपताकांनीं झांकून गेलेलें व गदाप्रहारांनीं छिन्नभिन्न झालेलें तें पायदळ सैन्य पाहून भीतीनें हृदय अगदीं विदीर्ण झालें!

धृतराष्ट्रा, युधिष्ठिरादि महारथ पांडववीर तुझ्या सैन्यांतले महाधनुर्धर पळून जात आहेत असें पाहून त्यांचा पाठलाग न करितां आपआपल्या सैन्यांसहवर्तमान महात्म्या दुर्योधनावर धावून गेले; परंतु समुद्राची सीमा जशी समुद्राचें उल्लंघन करूं शकत नाहीं, तसे ते वीर दुर्योधनाचें उल्लंघन करूं शकले नाहींत! राजा, त्या वेळीं तुझ्या पुत्राचा पराक्रम पाहून आम्हांला फारच चमत्कार वाटला! कारण युधिष्ठिरप्रभृति एकत्र जमलेल्या त्या सर्व पांडवीय योद्ध्यांना एकट्या दुर्योधनाला मागें हटवितां आलें नाहीं! राजा, त्या वेळीं दुर्योधनाचें सैन्य विद्ध होत्सातें समीप भागीं पळून जाण्याच्या बेतांत होतें, त्याला दुर्योधन म्हणालाः—वीरहो, भूतलावर किंवा पर्वतावर असा एकही प्रदेश मला दिसत नाहीं कीं, ज्या ठिकाणीं गेल्यानें तुमची पांडवांपासून सुटका होईल! ह्यासाठीं तुह्मी पळून जातां ह्यांत काय हंशील आहे? अहो, आतां पांडवांचें सैन्य अगदीं थोडें राहिलें आहे व कृष्णार्जुन हे अतिशयित घायाळ झाले आहेत हें लक्षांत आणा. सांप्रत जर आपण सर्व ह्यांच्याशीं नेटानें युद्ध करूं तर खचीत आपणांस जय मिळेल! अहो, जर तुह्मी फाटाफूट करून पळून जाल, तर ज्यांचें तुह्मीं अनिष्ट केलें आहे, ते पांडव तुमचा पाठलाग करून तुम्हांस वधितील! ह्यास्तव तुह्मीं युद्ध करून मरावें हेंच श्रेयस्कर होय! ह्या स्थळीं प्राप्त झालेल्या सर्व क्षत्रियांनो, मी काय सांगत आहें हें नीट ऐका. अहो, शूर किंवा अशूर ह्या दोघांनाही जर यमापासून निश्चयानें मरण येतें, तर असा कोणता मूर्ख क्षत्रिय युद्ध न करितां मरण्यास सिद्ध होईल बरें! अहो, क्रुद्ध झालेल्या भीमसेनाच्या अभिमुख उभें राहणें ह्यांतच आपलें कल्याण आहे! क्षात्रधर्मानें युद्ध करावें व संग्रामांत पडावें हें अत्यंत सुखावह होय! मर्त्य पुरुषानें रणांतच अवश्य मरावें; घरांत कधींही मरूं नये! क्षात्रधर्मानें लढावें व दुसऱ्यास मारावें किंवा स्वतः मरावें हा सनातन धर्म होय! जर शत्रूचा वध घडला तर येथेंच सुख मिळेल व स्वतःस मरण आलें तर मेल्यावर स्वर्गाचा लाभ होईल! कौरवहो, युद्धधर्मावांचून दुसरा कोणताही मार्ग आपणांस सुखानें स्वर्गास पोंचाविणार नाहीं! अहो, युद्धांत पडलेला मनुष्य फार त्वरित त्या श्रेष्ठ लोकीं जातो व विविध भोग भोगितो!

राजा, ह्याप्रमाणें दुर्योधनाचें भाषण श्रवण

करून, पळून जाण्यास सिद्ध झालेल्या भूपतींना मोठी उमेद आली; व त्यांनीं दुर्योधनाचा गौरव करून, पुनः आपणांवर चालून येणाऱ्या पांडवांवर हल्ला केला! राजा, नंतर तत्काळ पांडवांकडील योद्ध्यांना मोठा संताप आला व ते जय मिळविण्याच्या उत्कट इच्छेनें व्यूहरचना करून त्या कौरवसैन्यावर चालून गेले! राजा, तेव्हां वीर्यवान् धनंजय तिन्ही लोकांत प्रख्यात अशा त्या आपल्या गांडीव धनुष्याचें आस्फालन करून आपल्या रथांतून शत्रूंवर धावून गेला; त्याप्रमाणेंच नकुलसहदेवांनीं शकुनीवर हल्ला केला; आणि महाबल सात्यकिही मोठ्या आवेशानें तुझ्या सैन्यावर तुटून पडला!

अध्याय विसावा.

—:०:—

शाल्वाचा वध.

संजय सांगतोः—राजा, कौरवांचें सैन्य पुनः युद्धाला तयार होऊन मागें वळलें, तेव्हां म्लेच्छांचा अधिपति शाल्व हा क्रोधायमान होऊन पांडवांच्या अफाट सैन्यावर धावून गेला. त्या वेळीं तो एका पर्वतासारख्या प्रचंड अशा धुंद व मदोन्मत्त हत्तीवर आरूढ झाला असून, तो हत्ती ऐरावतासारखा प्रख्यात व शत्रूंचे समुदाय ठार करणारा होता. राजा, तो हत्ती मोठ्या प्रतापशाली कुलांत जन्मला असून दुर्योधन हा त्याची नेहमीं पूजा करीत असे; त्याच्यावर सर्व प्रकारची युद्धसामग्री व इतर उपकरणें यथास्थित घातलीं होतीं; आणि युद्धकलाप्रवीण पुरुषांनीं त्यास उत्तम शिकवून तयार केलें होतें. ह्यास्तव समरामध्यें त्याजवर बसून शाल्व राजा हा नेहमीं युद्ध करीत असे. राजा, रात्र संपण्याच्या सुमारास सूर्य जसा उदयपर्वतावर आरूढ होतो, तसा तो शाल्व राजा त्या श्रेष्ठ हत्तीवर आरूढ झाला व तो रणांगणांत एकत्र जमलेल्या पांडुसुतांवर चालून गेला. राजा, नंतर त्या शाल्वाचें व पांडवांचें मोठें घनघोर युद्ध झालें. तेव्हां शाल्वानें महेंद्राच्या वज्राप्रमाणें कतिशय कठोर व धार देऊन तीक्ष्ण केलेले बाण पांडवांवर सोडून त्यांस विदीर्ण केलें; आणि त्यानें घोर समरांत बाणांचा भडिमार करून शत्रूंकडील योद्ध्यांना यमसदनीं पाठविण्याचा सपाटा लाविला, तेव्हां पूर्वीं देवदानवांच्या संग्रामांत ऐरावतावर आरूढ झालेला इंद्र घोर प्रताप गाजवीत असतां ज्याप्रमाणें देवांना किंवा दानवांना त्याच्या ठिकाणीं वैगुण्य म्हणून कांहींएक दिसलें नाहीं, त्याप्रमाणें शाल्व राजाच्या ठिकाणीं कौरवांना किंवा पांडवांना कांहींएक वैगुण्य दिसलें नाहीं. राजा धृतराष्ट्रा, त्या समयीं पांडव, सोमक व सृंजय ह्यांना हा एकच हत्ती महेंद्राच्या हत्तीप्रमाणें सहस्रावधि रूपें घेऊन सर्वत्र आपल्या समीप संचार करीत आहे असें दिसे. त्या हत्तीनें शत्रुसैन्याला क्षुब्ध केलें तेव्हां तें मृततुल्य भासलें. त्या वेळीं पांडवांचें सैन्य इतकें घाबरलें कीं, तें धूम ठोकून पळत सुटलें व पळत असतां त्यांतील सैनिकांनीं परस्परांना पायांखालीं तुडवून ठार केलें! राजा, ह्याप्रमाणें त्या नरवीर शाल्वानें पांडवांची ती प्रचंड चमू उधळून लाविली आणि तिला त्या महान् हत्तीचा वेग सहन न झाल्यामुळें ती एकदम चारी दिशांस पळून गेली. अशा प्रकारें त्या वेगवान् सेनेचा शाल्व राजानें मोड केला, तेव्हां तुझ्या सैन्यांतील प्रमुख वीरांना मोठा आनंद झाला व त्यांनीं शाल्व राजाची वाहवा करून चंद्रासारखे शुभ्र शंख वाजविण्यास प्रारंभ केला.

ह्याप्रमाणें कौरवांना मोठा आनंद होऊन ते मोठमोठ्यानें गर्जावयास व शंख वाजवावयास लागले, तेव्हां पांडवसृंजयांचा सेनापति

महात्मा पांचालराजपुत्र धृष्टद्युम्न हा अतिशय खवळला; आणि पूर्वी इंद्राशीं युद्ध करीत असतां इंद्राचें वाहन जो ऐरावत त्यावर जसा जंभासुर धावून गेला, तसा तो पांडवीय योद्धा तत्काळ शाल्वाच्या त्या हत्तीवर धावून गेला! त्या समयीं रणांगणांत तो आपणावर मोठ्या वेगानें धांवून येत आहे असें पाहून शाल्व राजानें तत्काळ त्याला ठार मारण्याकरितां आपला हत्ती त्याच्यावर घातला! तेव्हां तो हत्ती आपल्यावर उसळून येत आहे असें अवलोकन करून धृष्टद्युम्नानें अग्नीसारखे जलाल व लोहाराकडून अतिशय धार दिलेले तीन अतिभयंकर नाराच बाण त्याजवर सोडून त्यास विद्ध केलें; आणि मग त्या महात्म्या पांडवीय वीरानें आणखी पांचशें उत्कृष्ट नाराच बाण त्याच्या गंडस्थळावर मारिले! राजा, ह्याप्रमाणें धृष्टद्युम्नानें बाणप्रहारांनीं त्या शाल्व राजाच्या कुंजराला अतिशय बाणविद्ध केलें, तेव्हां तो महान् हत्ती मोहरा फिरवून अतिशय पळत सुटला! राजा, ह्याप्रमाणें त्या पांचाल वीरानें बाणांनीं जर्जर करून शाल्व राजाचा तो हत्ती मोठ्या सपाट्यानें उधळून लाविला असतां शाल्व राजानें त्याला फिरून मागें परतविलें; आणि तत्काळ शूल व अंकुश ह्यांनीं त्यास चेव आणून त्या पांचाल योद्ध्याच्या रथावर उडी घालण्याविषयीं त्यास इशारा दिला व त्याप्रमाणें त्यानें तत्काळ केलें! तेव्हां धृष्टद्युम्न घाबरला आणि त्यानें ताबडतोब रथांतील गदा घेतली व तो रथांतून मोठ्या वेगानें भूतलावर उडी टाकून उभा राहिला! इकडे तो हत्ती धृष्टद्युम्नाच्या रथावर तुटून पडला असतां त्यानें तो सुवर्णमंडित रथ घोडे व सारथि ह्यांसह आपल्या सोंडेनें उचलून अंतरिक्षांत फेंकिला आणि भूतलावर आपटून त्याचें चूर्ण करून टाकिलें व तो मोठमोठ्यानें गर्जूं लागला! ह्याप्रमाणें त्या महाद्विपानें धृष्टद्युम्नाला प्राणसंकटांत घातलें तेव्हां भीमसेन, शिखंडी व सात्यकि हे त्या हत्तीवर मोठ्या त्वेषानें धावले. त्या समयीं तो हत्ती कावराबावरा होऊन चोहोंकडे उड्या टाकीत असतां त्या भीमसेनादिक रथवीरांनीं त्याजवर एकदम घोर शरांचा भडिमार चालवून त्याचा वेग खुंटविला आणि मग तो रणांगणांत नुसता चालत राहिला! तें पाहून, राजा, सूर्य जसा किरणजालांनीं दशदिशा भरून काढितो, तद्वत् शाल्व राजानें बाणांचा घोर वर्षाव आरंभून दशदिशा भरून काढिल्या; आणि त्यामुळें पांडवांचें रथसैन्य भराभर मरूं लागलें व जिकडे वाट सांपडेल तिकडे पळून गेलें! अशा प्रकारचें शाल्वाचें अनुपम सामर्थ्य अवलोकन करून पांडवसैन्यांत मोठा हाहाःकार उडाला आणि मग महान् महान् पांचाल व सृंजय ह्यांनीं रणांगणांत चोहोंकडून त्या हत्तीला कोंडून टाकिलें. मग शूर धृष्टद्युम्न हा तत्काळ आपली पर्वतशृंगतुल्य गदा उचलून मोठ्या आवेशानें त्या कुंजरश्रेष्ठावर धावून गेला; आणि पर्वतासारखा अवाढव्य व मेघासारखा मदस्राव करणारा अशा त्या गजावर गदाप्रहार करून त्यानें एकदम त्याचें गंडस्थळ भेदिलें. तेव्हां मग तो गज मुखावाटे रक्त ओकीत व आक्रोश करीत--धरणीकंप झाला असतां महान् गिरि जसा धाडकन् कोसळतो तसा--रणांगणांत धाडकन् कोसळला! राजा, ह्याप्रमाणें तो पर्वतासारखा प्रचंड हत्ती भूतलावर पडला तेव्हां तुझ्या सैन्यांत महान् आकांत झाला; आणि तितक्यांत सात्यकीनें एक जलाल भल्ल बाण सोडून शाल्व राजाचें मस्तक छेदिलें! तेव्हां इंद्रानें वज्रप्रहार करून तोडून टाकिलेल्या पर्वताच्या शिखराप्रमाणें त्या शाल्व राजाचें धड भूमीवर पतन पावलें!

अध्याय एकविसावा.

—:०:—

सात्यकि व कृतवर्मा ह्यांचें युद्ध.

संजय सांगतोः—हे महाराजा, समरांगणास शोभविणारा तो शूर शाल्व राजा मरण पावल्यानंतर, वाऱ्यानें जसा महान् वृक्ष भग्न होतो तसें तुझें सैन्य तत्काळ भग्न झालें! ह्याप्रमाणें तुझें सैन्य विदीर्ण होऊन पळूं लागलें तेव्हां शूर व बलाढ्य अशा महारथ कृतवर्म्यानें त्यास थांबवून धरिलें; आणि शत्रूंनीं रणांगणांत घोर शरांचा भडिमार चालविला असतांही तो कृतवर्मा पर्वतासारखा अढळ राहिला आहे असें पाहून, पळून जात असलेले ते शूर कौरववीर एकदम मागें परतले; आणि मग कौरव व पांडव ह्यांचा घोर संग्राम चालू झाला! राजा, त्या समयीं कौरव हे रणांत मारूं किंवा मरूं असा निर्धार करून पांडवांशीं लढत होते. तेव्हां सात्वत कृतवर्म्यानें पांडवांशीं आश्चर्यकारक युद्ध केलें. त्यानें एकट्यानें त्या दुर्धर पांडुसेनेचें निवारण केलें आणि तें पाहून मग उभयतांच्या सुहृदांना विलक्षण वीरश्री चढली व त्यांनीं घोर पराक्रम केला; परंतु त्यांतही अखेरीस कौरवदळाची सरशी झाली व त्यांजकडील त्या विजयी वीरांनीं अशी घोर गर्जना केली कीं, ती अगदीं स्वर्गमंडलास जाऊन पोंचली! हे भरतश्रेष्ठा, त्या सिंहगर्जनेनें पांचाल बावरले; पण इतक्यांत महाबाहु शैनेय सात्यकि त्या स्थळीं प्राप्त झाला आणि त्यानें महापराक्रमी क्षेमधूर्ति राजाला गांठून त्याजवर सात जलाल बाण सोडिले व त्यास यमसदनीं पाठवून तो कौरवांवर आणखी चाल करून गेला! ह्याप्रमाणें तो विजयशाली सात्यकि जलाल बाणांचा भडिमार करीत आपणावर येत आहे असें पाहून महाबुद्धिमान् हार्दिक्य कृतवर्म्यानें मोठ्या त्वेषानें त्याजवर उलट चाल केली; आणि मग त्या महावीर्यशाली महारथ सात्वत योद्ध्यांचें दारुण युद्ध जुंपून त्यांनीं परस्परांवर महान् महान् शस्त्रास्त्रांचा मारा आरंभिला! राजा, त्यांचें तें अद्वितीय रणकौशल्य अवलोकन करून सर्व मंडळी स्तब्ध झाली; आणि पांडव, पांचाल व दुसरे महान् महान् भूपाळ तें घोर रणकंदन पहात उभे राहिले! त्या समयीं मदोन्मत्त कुंजरांप्रमाणें त्या वृष्णि व अंधक ह्या कुलांतल्या महारथांनीं परस्परांवर मोठ्या शौर्यानें नाराच व वत्सदंत बाणांची उग्र वृष्टि आरंभिली आणि नानाप्रकारचीं मंडलें करीत ते परस्परांस पुनः पुनः बाणाच्छादित करूं लागले! राजा धृतराष्ट्रा, त्या वेळीं त्या उभयतांच्या धनुष्यांपासून मोठ्या वेगानें व बळानें जे बाणांचे लोट एकसारखे उसळत होते, ते पाहून जणू काय अंतरिक्षांत टोळांचे जमाव मोठ्या त्वरेनें धावत आहेत असें आह्मांस वाटलें. त्या प्रसंगीं त्या एकट्या सत्यपराक्रमी सात्यकीला कृतवर्म्यानें गांठलें आणि त्याजवर जलाल बाणांचा वर्षाव करून चार बाणांनीं त्याचे चारही घोडे मारिले! तेव्हां त्या महाबाहु सात्यकीला विलक्षण क्रोध चढला! जणू काय त्या वीरकुंजराला कृतवर्म्यानें अंकुशच टोंचला असें वाटलें आणि मग त्यानें तत्काळ आठ भयंकर बाणांनीं कृतवर्म्याला विंधिलें. नंतर कृतवर्म्यानें सहाणेवर धार लाविलेले तीन बाण सात्यकीवर सोडिले आणि आणखी एक बाण टाकून त्याचें धनुष्य छेदिलें! राजा, तेव्हां त्या शिनिपुंगव सात्यकीनें तें छिन्न श्रेष्ठ धनुष्य फेंकून दिलें आणि तत्काळ दुसरें धनुष्य धारण करून त्यास बाण जोडिला; व तो अतिरथी मोठा क्षुब्ध होऊन तत्काळ कृतवर्म्यावर तुटून पडला! नंतर त्यानें अतिशयित पाजविलेले दहा बाण कृतवर्म्यावर सोडून त्याचा सारथि,

अश्व व ध्वज ह्यांचा विध्वंस उडविला! मग त्या महाधनुर्धर महारथ कृतवर्म्यानें आपला सुवर्णमंडित रथ अश्वहीन झाला असें पाहून मोठ्या क्रोधानें शूल उचलून बाहुबलानें तो सात्यकीला ठार मारण्याकरितां त्याजवर फेंकिला! परंतु रणांगणांत सात्यकीनें त्याजवर घोर शरांचा भडिमार करून त्याचीं छकलें उडविलीं आणि तें पाहून तो मधुकुलोत्पन्न कृतवर्मा गांगरून गेला! नंतर कृतवर्म्यानें पुनः रथारूढ होऊन सात्यकीच्या वक्षस्थळीं एक भल्ल बाण मारिला; पण इतक्यांत युयुधानानें त्याला पुनः अश्वहीन व सारथिहीन करून विरथ केलें. मग कृतवर्मा भूतलावर उतरला; आणि ह्याप्रमाणें त्या द्वैरथयुद्धांत कृतवर्म्याचा रथ पुनः भग्न झाला असें पाहून सर्व कौरव-योद्ध्यांचीं धाबीं दणाणून गेलीं व तुझा पुत्र दुर्योधन अत्यंत घाबरला!

नंतर, राजा, कृतवर्म्याची ती विपन्नावस्था पाहून सात्यकीला वधण्याच्या हेतूनें कृपाचार्य पुढें झाला आणि कृतवर्म्याला रथांत घालून सर्व धनुर्धरांच्या समक्ष रणांगणांतून निघून गेला! राजा, अशा प्रकारें कृतवर्मा विरथ होऊन अखेरीस रणांतून निवृत्त झाला तेव्हां चोहोंकडे सात्यकीचा पूर्ण दरारा बसला व मग दुर्योधनाच्या सर्व सेनेनें पळ काढिला! त्या समयीं रणभूमीवर सर्वत्र धूळ उडून निबिड अंधःकार मातल्यामुळें कौरवांची सेना पळत आहे हें शत्रूंना दिसलें नाहीं; आणि त्यामुळें एकटा दुर्योधनशिवायकरून बाकीची सर्व कौरव चमू धूम ठोकून पळून गेली! तेव्हां दुर्योधनानें आपलें सैन्य पळूं लागलें असें पाहून त्या सर्वांना त्यानें एकट्यानें मोठ्या वेगानें धावून जाऊन थांबवून धरिलें आणि त्यानें मोठ्या क्रोधानें सर्व पांडवसैन्यावर भयंकर शरवर्षाव आरंभिला! त्या समयीं त्यानें पार्षत धृष्टद्युम्न, शिखंडी, द्रौपदीचे पुत्र, पांचाल, केकय, सोमक व सृंजय ह्यांचे समुदाय, ह्या सर्वांवर मोठ्या शौर्यानें जलाल बाणांचा वर्षाव केला; आणि ज्याप्रमाणें यज्ञांत मंत्रांनीं पवित्र केलेला अग्नि आपल्या प्रदीप्त कांतीनें झळाळत असतो, त्याप्रमाणें तो महाबल धार्तराष्ट्र रणांगणांत, त्याजवर ते सर्व पांडववीर महान् शरवृष्टि करीत असतां, आपल्या दिव्य कांतीनें अत्यंत झळाळूं लागला! राजा, त्या समयीं पांडवांना तो दुर्योधन प्रति-अंतकच भासला व कोणालाही त्याजवर चाल करून जाण्याला छाती झाली. नाहीं; इतक्यांत हार्दिक्य कृतवर्मा दुसऱ्या रथांत आरूढ होऊन त्या स्थळीं आला!

अध्याय बाविसावा.

--:०:--

संकुलद्वंद्वयुद्ध.

संजय सांगतोः—राजा धृतराष्ट्रा, त्या समयीं तुझा पुत्र महारथ दुर्योधन हा रथावर आरूढ होत्साता जिवावर अगदीं उदार होऊन लढूं लागला, तेव्हां जणू काय रणांगणांत प्रतापशाली रुद्रच युद्ध करीत आहे असें भासलें. तेव्हां त्यानें शत्रूंवर घोर शरवर्षाव चालविला असतां जणू पर्वतावर पर्जन्याच्या सरीच कोसळत आहेत असें वाटलें! त्या समयीं दुर्योधनानें पांडवचमूवर जो बाणांचा भडिमार केला, त्यानें सर्व भूतल झांकून गेलें. त्या वेळीं पांडवांच्या सैन्यसागरांत एकही नर, गज किंवा अश्व बाणविद्ध झाल्यावांचून राहिला नाहीं. जो जो वीर रणांगणांत माझ्या दृष्टीस पडला, तो तो तुझ्या पुत्राचे हस्तें नखशिखांत बाणांनीं खचून भरला होता! त्या समयीं सैन्याच्या पावलांनीं रणभूमीवर जी धूळ माजली, तिनें ज्याप्रमाणें सर्व सैन्य अदृश्य झालें, त्याप्रमाणें महात्म्या दुर्योधनाच्या बाणांनीं,

सर्व रणांगण अदृश्य झालें. राजा, तेव्हां दुर्योधनानें भराभरा जे बाण सोडिले, त्या बाणांनीं सर्व पृथ्वी बाणमय झालेली दिसली! राजा, त्या वेळीं कौरवांचे व पांडवांचे हजारों योद्धे समरांगणांत होते, पण त्या सर्वांमध्यें एक दुर्योधन मात्र खरा वीर आहे, असा माझा समज झाला! त्या समयीं मला मोठा विलक्षण चमत्कार वाटला; तो हा कीं, त्या एकट्या दुर्योधनावर चालून जाण्याला त्या एकवटलेल्या सर्व पांडुपुत्रांना छाती झाली नाहीं! तेव्हां रणांगणांत दुर्योधनानें युधिष्ठिरावर शंभर बाण सोडिले, भीमसेनावर सत्तर सोडिले, सहदेवावर सात सोडिले, नकुलावर चौसष्ट सोडिले, धृष्टद्युम्नावर पांच सोडिले, द्रौपदीच्या पुत्रांवर सात सोडिले व सात्यकीवर तीन सोडिले आणि त्यानें एक भल्ल बाण मारून सहदेवाचें धनुष्य छेदिलें! राजा, त्या वेळीं त्या प्रतापशाली माद्रीपुत्रानें तें छिन्न धनुष्य फेंकून दिलें आणि दुसरें प्रचंड धनुष्य धारण करून तो दुर्योधनावर धावून गेला आणि त्यानें रणांगणांत दुर्योधनाला दहा बाणांनीं विंधिलें! राजा, तितक्यांत महाधनुर्धर नकुलानें त्यावर भयंकर नऊ बाण टाकिले व तो मोठमोठ्यानें गर्जू लागला; आणि मग सर्व पांडवीय वीरांनीं दुर्योधनावर बाणांचा भडिमार चालू केला! तेव्हां सात्यकीनें बांकदार पेऱ्यांच्या एका बाणानें दुर्योधन राजाला विंधिलें, द्रौपदीच्या पुत्रांनीं त्याजवर त्र्याहात्तर बाण सोडिले, धर्मराजानें त्याला पांच बाण मारिले, आणि भीमसेनानें त्याजवर ऐशीं बाण टाकून त्यास अगदीं जर्जर केलें! राजा, त्या वेळीं दुर्योधनावर सर्व अंगांनीं एकसारखा बाणांचा वर्षाव होत होता आणि सर्व सैन्य त्याजकडे पहात होतें, तरी तो स्वस्थानापासून अणुरेणु ढळला नाहीं! तेव्हां त्यानें जें कांहीं हस्तकौशल्य, अस्त्रनैपुण्य व अतुल बल व्यक्त केलें, तें केवळ अद्भुत होय, असेंच सर्वांस वाटलें! राजा, त्या समयीं कौरवांकडील वीर कांहीं फारसे लांब पळालेले नव्हते; त्यांनीं थोड्याशा अंतरावर जाऊन पाहिलें तों त्यांस आपणांमध्यें दुर्योधन राजा दिसला नाहीं आणि त्यामुळें ते कवचधारी वीर तत्काळ परत आले. राजा, मग दोन्ही दळांचा भयंकर संग्राम चालू झाला; आणि बरसात सुरू होण्याच्या समयीं समुद्र खवळला म्हणजे तो जसा घोर गर्जना करितो, तशा त्या दोन्ही सेना घोर गर्जना करूं लागल्या. राजा, कौरवांचे योद्धे रणांगणांत परतल्यावर प्रथम त्या विजयशाली दुर्योधन राजाच्या समीप प्राप्त झाले; आणि मग ते सर्व महाधनुर्धर कौरववीर आपणांवर चालून येणाऱ्या पांडवांवर तुटून पडले. राजा, त्या समयीं द्रोणपुत्र अश्वत्थाम्यानें संक्रुद्ध झालेल्या भीमसेनाला मागें हटविलें आणि मग दोन्ही सैन्यांनीं एकमेकांवर इतका दारुण शरवर्षाव आरंभिला कीं, त्या समयीं दिशा व उपदिशा मुळाच ओळखतनाशा झाल्या! तेव्हां ते दोन्ही दुर्धर वीर भयंकर प्रताप गाजवीत रणांगणांत एकमेकांवर मोठ्या शौर्यानें चढ करूं लागले आणि प्रत्यंचेच्या आस्फालनानें ज्यांच्या हातांच्या त्वचा कठीण झाल्या होत्या अशा त्या उभयतां योद्ध्यांनीं सर्व भूमंडल त्रस्त करून सोडिलें. राजा, त्या वेळीं शकुनीनें रणांगणांत युधिष्ठिरावर हल्ला केला आणि त्या बलिष्ठ सुबलसुतानें त्या पांडुपुत्राचे चारही घोडे ठार मारून मोठ्यानें गर्जना आरंभिली व त्यामुळें पांडवांचीं सर्व सैन्यें घाबरून गेलीं. इतक्यांत प्रतापशाली सहदेव समरांगणांत पुढें झाला आणि त्यानें अजिंक्य धर्मराजाला आपल्या रथांत घेऊन रणभूमीवरून एकीकडे नेलें! राजा, नंतर धर्मराज युधिष्ठिर दुसऱ्या

रथावर आरूढ झाला व त्यानें शकुनीवर प्रथम नऊ व मग पुनः पांच बाण सोडिले आणि तो सर्वधनुर्धराग्रणी वीर मोठमोठ्यानें गर्जूं लागला. त्या समयीं त्या दोघां वीरांचें अतिशय भयंकर व विचित्र युद्ध झालें आणि तें पाहून प्रेक्षकांना मोठें कौतुक वाटलें व सिद्धचारण तें पाहाण्यांत अगदीं गर्क झाले. राजा, तितक्यांत महाप्रतापी उलूक हा महाधनुर्धर व विजयशाली नकुलावर बाणांचा भडिमार करीत धावून गेला; परंतु तें पाहून शूर नकुलानें रणांगणांत त्या सौबलसुत उलूकावर चोहोंकडून शरांचा घोर वर्षाव चालविला आणि त्यास खुंटवून टाकिलें! त्या वेळीं त्या दोघांही कुलवान शूर महारथांनीं भयंकर युद्ध आरंभिलें आणि ते परस्परांस घायाळ करूं लागले. त्याप्रमाणेंच त्या समयीं शूर शैनेय सात्यकीशीं कृतवर्मा लढूं लागला; व त्या उभयतांचा तो घोर संग्राम पाहून, जणू काय अमरराज इंद्र हा बल दैत्याशींच लढत आहे असें भासलें! इकडे दुर्योधनानें घोर संग्रामांत धृष्टद्युम्नाचें धनुष्य छेदिलें आणि त्यास धनुर्हीन करून त्याजवर जलाल बाणांचा भडिमार आरंभिला. तेव्हां धृष्टद्युम्नानें दुसरें प्रचंड धनुष्य धारण केलें आणि सर्व धनुर्धरांच्या समक्ष दुर्योधन राजाशीं घोर संग्राम चालविला! राजा, त्या समयीं त्या प्रबळ योद्ध्यांचें जें दारुण युद्ध झालें, तें पाहून, ज्यांच्या गंडस्थळांतून मदस्राव चालला आहे असे दोन मदोन्मत्त जवान हत्तीच एकमेकांशीं झगडत आहेत असें भासूं लागलें! राजा त्या समयीं गौतमानें क्षुब्ध होऊन रणांगणांत द्रौपदीच्या महाप्रतापी पुत्रांवर हल्ला केला आणि अनेक बांकदार पेऱ्यांचे बाण सोडून त्यांस विंधिलें. तेव्हां द्रौपदीचे पांच पुत्र व कृपाचार्य ह्यांचें जें युद्ध झालें, तें पाहून, जणू पांच इंद्रियें व देही (प्राणी) ह्यांचेंच युद्ध चाललें आहे असा भास झाला! राजा, ह्याप्रमाणें कृपाचार्य व द्रौपदीपुत्र ह्यांचा भयंकर व अनिवार संग्राम झपाट्यानें चालतां चालतां, अखेरीस, अज्ञान प्राणी ज्याप्रमाणें इंद्रियांकडून जर्जर होत्साता अतिदीन होतो, त्याप्रमाणें तो कृपाचार्य द्रौपदीपुत्रांच्या शरप्रहारांनीं जर्जर होऊन अतिदीन झाला; परंतु तशांतही त्यानें पुनः द्रौपदीपुत्रांवर चढ केली व तो रणांगणांत त्यांशीं लढूं लागला! राजा, अशा प्रकारचें विचित्र युद्ध कृपाचार्य व द्रौपदीपुत्र ह्यांमध्यें झालें; आणि इंद्रियें जशीं पुनःपुनः उसळ्या मारून प्राण्यास पीडा देतात, तसे ते द्रौपदीचे पुत्र त्या कृपाचार्यास पीडा देऊं लागले; आणि विचारी प्राणी मनोनिग्रह करून इंद्रियांना आवरितो, तद्वत् तो कृपाचार्य त्या द्रौपदीसुतांना आवरूं लागला! राजा, तेव्हां दोन्ही सैन्यें फारच निकरानें लढूं लागलीं! पायदळांनीं पायदळांशीं घोर युद्ध आरंभिलें; हत्तींनीं हत्तींवर हल्ले केले; घोडे घोड्यांवर तुटून पडले; आणि रथ्यारथ्यांचें निकराचें युद्ध सुरू झालें! त्या समयीं दोन्ही दळांत पुनः भयंकर व दारुण संग्राम चालू झाला, तेव्हां ते महापराक्रमी कुरुपांडववीर रणांगणांत एकमेकांना गांठून युद्ध करीत असतां त्यांचें जें युद्ध चाललें होतें, तें पाहून केव्हां केव्हां मोठें आश्चर्य वाटे, केव्हां केव्हां भीति उत्पन्न होई, आणि केव्हां केव्हां तर धास्तीनें अगदीं छातीच फाटे! राजा, अशा रीतीनें घोर युद्ध चालतां चालतां त्यांत परस्परांनीं परस्परांना विद्ध केलें व ठार मारिलें! त्या वेळीं दोन्ही दळांत लगट होऊन घोर युद्ध झालें तेव्हां अश्वादिकांच्या पावलांनीं, रथांच्या चाकांनीं व हत्तींच्या श्वासोच्छ्वासांनीं अत्यंत धूळ उडाली आणि वाऱ्यानें ती आकाशभर पसरून संध्याकाळच्या अभ्राप्रमाणें सर्वत्र निबिड

अंधःकार पडला व सूर्याची सर्व प्रभा लोपली. तेव्हां जिकडे तिकडे अतिशय काळोख झाल्यामुळें रणभूमि व तिच्यावर लढत असलेले शूर महारथ योद्धे दिसतनासे झाले; परंतु इतक्यांत असा चमत्कार झाला कीं, क्षणांत भूपृष्ठावर वीरांच्या रुधिराचा सडा पडून सर्व धूळ खालीं बसली आणि पुनः सर्व प्रदेश निर्मळ व स्वच्छ दिसूं लागला! राजा, ह्याप्रमाणें ती भयंकर धूळ नाहींशी झाली तेव्हां मला फिरून महान् महान् वीरांचीं द्वंद्वें मध्याह्न समयीं आपआपल्या शक्त्यनुरूप व शौर्यानुरूप एकमेकांशीं दारुण युद्ध करीत आहेत असें आढळलें! त्या वेळीं जो भयंकर शस्त्रसंपात चालला होता, त्याच्या योगानें तेथें अतिशय तेज झळाळत होतें; आणि अरण्यामध्यें कळकीच्या प्रचंड बेटास आग लागली असतां जसा घोर शब्द चालू होतो, तसा तेथें शरप्रहारांनीं घोर शब्द चालला होता!

अध्याय तेविसावा.

—:०:—

संकुलयुद्ध.

संजय सांगतोः—राजा, ह्याप्रमाणें कौरवपांडवांचें अतिशय दारुण युद्ध चाललें असतां अखेरीस पांडवांनीं तुझ्या सेनेची दाणादाण उडविली. तेव्हां तुझ्या सेनेंतले महारथ पळून जाऊं लागले असतां तुझ्या पुत्रांनीं त्यांस मोठ्या प्रयत्नानें मागें परतविलें आणि मग त्यांनीं पुनः पांडवांच्या सैन्यांशीं युद्ध आरंभिलें. राजा, ते सर्व त्वत्पक्षीय योद्धे तुझ्या पुत्राचे हेतु सिद्धीस नेण्यासाठीं अगदीं उत्सुक असल्यामुळें पुनः रणांगणांत एकाएकीं परतून आल्यानंतर त्यांचें पांडवसेनेशीं इतकें दारुण युद्ध झालें कीं, तें पाहून देवदानवांचेंच युद्ध चाललें आहे असा भास झाला! त्या वेळीं तुझ्या सैन्यांतला किंवा शत्रूच्या सैन्यांतला कोणीही वीर युद्धापासून पराङ्मुख झाला नाहीं. त्या समयीं उभय दळांमध्यें इतका विलक्षण रणसंमर्द मातला कीं, ते वीर एकमेकांशीं अनुमानानें व नांवें घेऊन लढत होते! तेव्हां परस्परांनीं परस्परांचा महान् संहार केला आणि त्यांमध्यें अगदीं घनघोर संग्राम चालू झाला. राजा, त्या समयीं युधिष्ठिर राजा अत्यंत चवताळला व रणांगणांत भूपालांसहवर्तमान धार्तराष्ट्रांना जिंकण्याकरितां कौरवांवर शरवर्षाव करूं लागला! त्या वेळीं त्यानें सहाणेवर धार लावून जलाल केलेले तीन सुवर्णपुंख बाण शारद्वतावर सोडिले आणि चार नाराच बाण टाकून त्यानें कृतवर्म्याचे चारही घोडे यमसदनीं पाठविले असतां, अश्वत्थाम्यानें त्या विजयशाली हार्दिक्याला आपल्या रथांत घेऊन रणांगणांतून एकीकडे नेलें! नंतर शारद्वतानें युधिष्ठिरावर आठ बाण सोडून त्यास सिद्ध केलें आणि तितक्यांत दुर्योधन राजानें सातशें रथ युधिष्ठिरावर पाठविले! राजा, त्या समयीं दुर्योधनाचे ते सातशें रथ मन किंवा मारुत ह्यांच्या वेगानें हां हां म्हणतां रथ्यांसहवर्तमान युधिष्ठिराच्या रथावर तुटून पडले; आणि त्यांनीं चोहोंकडून त्याला गराडा घालून त्याजवर बाणांचा घोर भडिमार आरंभिला; व मेघ ज्याप्रमाणें दिवाकराला अदृश्य करितात त्याप्रमाणें त्यांनीं युधिष्ठिराला अदृश्य केलें! राजा, तें पाहून शिखंडिप्रमुख पांडवीय योद्ध्यांना मनस्वी क्रोध चढला; आणि ज्यांना अत्यंत वेगवान् अश्व जोडिले होते व ज्यांवर लहान लहान घंटांच्या माळा टांगल्या होत्या अशा रथांतून मोठ्या त्वेषानें ते युधिष्ठिराच्या मदतीकरितां त्या स्थळीं तत्काळ प्राप्त झाले. राजा, नंतर मोठा भयंकर संग्राम प्रवर्तला आणि त्यांत रुधिराच्या नद्या चालू होऊन यमराष्ट्राची भरती झाली! राजा,

त्या समयीं पांडवांनीं आपल्यावर चालून आलेले सातशें कौरवीय रथ ठार केले आणि पुनः कौरवसेनेला पेंचांत घातलें. त्या वेळीं तुझ्या पुत्राचें व पांडवांचें फारच घोर युद्ध झालें ! तशा प्रकारचें दारुण युद्ध मीं कधीं पाहिलें नाहीं व ऐकिलेंही नाहीं ! तेव्हां रणांगणांत जिकडे तिकडे अमर्याद संग्राम होऊं लागला. दोन्ही दळांत एकसारखे वीरपुरुष धारातीर्थीं पडूं लागले, चोहोंकडे योद्ध्यांनीं महान् शंखनाद आरंभिला, धनुर्धरांनीं सिंहासारखी गर्जना चालविली, उभय पक्षांच्या योद्ध्यांनीं एकमेकांचीं मर्मस्थळें छेदण्यास प्रारंभ केला, ते जयाच्या आशेनें एकमेकांवर उड्या वालूं लागले, सर्वत्र भयंकर संहार घडूं लागून पृथ्वीवर महान् अनर्थ गुदरला; आणि अनंत वीरांगनांवर वैधव्य भोगण्याचा प्रसंग आला ! राजा, ह्याप्रमाणें घनघोर संग्राम चालला असतां तशांत आणखी अनर्थसूचक भयंकर उत्पात होऊं लागले ! तेव्हां पर्वत व अरण्यें ह्यांसहवर्तमान सर्व पृथ्वी कडकड शब्द करीत थरथर कांपूं लागली; अंतरिक्षांतून रविमंडलाला स्पर्श करून भूतलावर चोहोंकडे जळत्या कोलितांप्रमाणें उल्कांचा वर्षाव होऊं लागला, जिकडे तिकडे तुफान वारे वाहूं लागले, व त्यांनीं भूतलावरील धूळ अंतरिक्षभर उधळून देऊन दशदिशा धुंद केल्या; आणि हत्तींच्या नेत्रांतून अश्रु गळूं लागले व त्यांच्या देहांना कांपरें भरलें ! राजा, इतके घोर उत्पात झाल्यावर तरी क्षत्रियांनीं दूरवर दृष्टि देऊन युद्ध थांबवावयाचें होतें, पण त्यांनीं तसें केलें नाहीं; आणि पुनः मसलत करून ते त्या उत्पातांची पर्वा न करितां त्या पुण्यकारक रमणीय कुरुक्षेत्रामध्यें स्वर्गप्राप्तीच्या इच्छेनें युद्धाला तोंड देऊन उभे राहिले ! नंतर, राजा, गांधारराजाचा पुत्र शकुनि हा कौरवांकडील वीरांना म्हणाला, 'वीरहो, तुम्ही बिनीवर युद्ध करा; मी पिछाडीस राहून पांडवांना वधितों !'

राजा धृतराष्ट्रा, त्या समयीं आपल्या पक्षाचे जे वीर युद्धासाठीं पुनः रणांगणांत प्राप्त झाले होते, त्यांपैकीं पराक्रमी मद्रदेशीय वीरांना व दुसऱ्या वीरांना अतिशय वीरश्री चढली आणि ते एकसारखे गर्जूं लागले ! तेव्हां अजिंक्य पांडव पुनः आम्हांवर तुटून पडले आणि त्यांनी प्रत्यंचांचें आस्फालन करून एकसारखा आम्हांवर बाणांचा अचूक भडिमार चालविला ! तेव्हां पांडवांच्या वीरांनीं मद्रराजाचें सैन्य वधिलें आणि तें पाहून कौरवसैन्य पुनः युद्धापासून पराङ्मुख झालें ! राजा, त्या वेळीं बलाढ्य गांधारराज फिरून कौरवसैन्यास म्हणाला, 'वीरहो, युद्धाला सिद्ध व्हा, मागें फिरा; असे अगदीं मूर्ख कसे झालां ! युद्धांतून पळून गेल्यानें काय होणार आहे ?' राजा धृतराष्ट्रा, गांधारराजाचें अश्वसैन्य दहा हजार असून त्या सर्व वीरांपाशीं जलाल प्रास होते. कौरवांच्या सेनेंत जेव्हां महान् संहार होऊं लागला, तेव्हां त्या अश्वसैन्यासहवर्तमान गांधारराजानें पृष्ठभागाकडून पांडवसैन्यावर चाल करून जलाल बाणांचा भडिमार आरंभिला; आणि वारा जसा अभ्रांची दाणादाण उडवितो, तशी त्यानें पांडवांच्या प्रचंड सेनेची दाणादाण उडविली ! नंतर, राजा, आपल्या सेनेची वाताहत झाली असें पाहून धर्मराज युधिष्ठिरानें तत्काळ महाबलवान् सहदेवाला आज्ञा केली कीं, 'सहदेवा, हा दुष्ट कवचधारी सुबलपुत्र शकुनि पृष्ठभागीं आपल्या सेनेचा संहार करीत आहे पहा ! ह्यासाठीं द्रौपदीपुत्रांसह तूं त्याजवर चाल करून जा व त्यास ठार मार ! इकडे पांचालांसह मी रथसेनेला जाळून टाकितों ! बा अनघा, सर्व कुंजर, घोडेस्वार व तीन हजार पायदळ इतकी

सेना बरोबर घे; आणि त्या सर्वांसह तूं शकुनीवर हल्ला करून त्यास ठार मार ! '

धृतराष्ट्रा, नंतर वर आरूढ असलेल्या धनुर्धरांसह सातशें हत्ती, त्याप्रमाणेंच पांच हजार घोडेस्वार, तीन हजार पायदळ व द्रौपदीचे पुत्र, इतकी सेना बरोबर घेऊन महाविक्रमशाली सहदेव युद्धधुरंधर शकुनीवर चालून गेला ! तेव्हां जयाच्या आशेनें प्रतापी सौबलानें पृष्ठभागाकडून पांडवांवर मोठ्या निकराचा हल्ला केला असतां मोठें भयंकर युद्ध सुरू झालें. राजा, त्या वेळीं पराक्रमी पांडवांचे घोडेस्वार फारच चवताळले आणि त्यांनीं कौरवांच्या रथसेनेची फळी फोडून तींत प्रवेश केला. इतक्यांत त्या स्थळीं पांडवांचें गजसैन्यही धावून आलें आणि मग पांडवांचे ते घोडेस्वार गजसैन्याच्या मध्यभागीं उभे राहून सौबलाच्या त्या प्रचंड सेनेवर चोंहोंकडून एकसारखा बाणवर्षाव करूं लागले ! राजा, तुझ्या दुष्ट मसलतीमुळें उत्पन्न झालेलें हें युद्ध नंतर फारच चेतलें ! त्या समयीं महान् महान् योद्धे मात्र गदा, प्रास इत्यादि आयुधांनीं युद्ध करीत होते ! तेव्हां प्रत्यंचेचा टणत्कार अगदीं बंद पडला होता; कारण रथी हे केवळ युद्धचमत्कार पहात उभे राहिले होते. त्या समयीं दोन्ही दळें अगदीं एकसारखा प्रताप गाजवीत होतीं ! आपलें सैन्य किंवा शत्रूचें सैन्य अधिक पराक्रमी आहे असें कांहीं दिसत नव्हतें ! शूर वीर बाहुबळानें ज्या शक्ति फेंकीत होते, त्या पाहून जणू काय अंतरिक्षांतून उल्काच खालीं पडत आहेत असें दोन्ही सैन्यांना वाटे ! त्या वेळीं लखलखणाऱ्या ऋष्टि सैनिकांवर पडत असतां त्यांच्या योगें सर्व आकाश व्याप्त होऊन अतिशय शोभा दिसत होती ! तेव्हां दोन्ही सैन्यें परस्परांवर प्रासांचा भडिमार करूं लागलीं असतां जणू काय अंतरिक्षांत टोळधाडच आली आहे असें दिसत होतें ! त्या समयीं घोडेस्वार अगदीं जखमी झाले होते, तरी देखील त्यांनीं शत्रूंकडील घोड्यांना जखमी करून त्यांच्या शरीरांतून रक्ताचे पाट वाहवून शतावधि व सहस्रावधि घोड्यांना ठार मारण्याचा सपाटा चालविला होता ! त्या वेळी कित्येक घोडे एकमेकांना गांठून ठार करीत होते व कित्येक घोडे घायाळ होऊन रक्त ओकतांना आढळत होते ! नंतर मनस्वी धूळ उडून सर्व सैन्य धुळीनें व्याप्त झालें तेव्हां फारच अंधार पडला ! मग ते शत्रुसंहारक वीर व घोडेस्वार तेथून निघून जाऊं लागले व कित्येक अतिशय रक्त ओकीत भूतलावर पडले असें मीं पाहिलें ! राजा, त्या वेळीं एकमेकांच्या शेंड्या धरून कित्येक योद्धे झगडूं लागले असतां त्यांना अगदीं हालचालही करितां येत नव्हती ! कित्येक बलाढ्य वीर एकमेकांना घोड्यांच्या पाठींवरून ओढून मल्लयुद्ध करूं लागले आणि अखेरीस त्यांत त्यांनीं एकमेकांना ठार मारिलें ! त्या वेळीं बहुत वीर घोड्यांवरच गतप्राण झाले असतां त्यांच्यासुद्धां ते घोडे रणांगणांतून निघून गेले ! आणि दुसरे अनेक शूर व अभिमानी वीर विजयप्राप्तीच्या इच्छेनें लढत असतां रणांगणांत चोंहोंकडे मरून पडत आहेत असें आढळूं लागलें ! राजा, त्या समयीं रणभूमीवर शतावधि व सहस्रावधि योद्धे पडले असून त्यांच्या शरीरांतून रक्ताचे पाट वहात होते व त्यांचे भुज तुटले असून त्यांच्या मस्तकांवरील केशकलाप विदीर्ण झाले होते ! त्या वेळीं वसुधातलावर हत्ती, घोडे व घोडेस्वार ह्यांचा संहार उडून सर्वत्र प्रेतांचे ढीग पडल्यामुळें त्यांतून दूरवर घोडा चालण्यालाही मार्ग राहिला नव्हता ! त्या समयीं रणांगणांत पडलेल्या त्या योद्ध्यांच्या अंगांतलीं चिलखतें रक्तानें माखलीं असून त्यांचीं आयुधें हातां-

तल्या हातांतच होतीं आणि नानाविध घोर शस्त्रास्त्रांनीं परस्परांस ठार मारण्यास उद्युक्त होऊन रणांगणांत लगट करून लढत असतां ते बहुतेक वीर धारातीर्थी पतन पावले होते! राजा, नंतर कांहीं थोडा वेळपर्यंत सौबल शकुनीनें युद्ध केलें आणि मग तो उरलेल्या सहा हजार घोडेस्वारांसह रणांगणांतून निघून गेला; तें पाहून, रक्तांत न्हालेलें पांडवांचें सैन्यही वाहनें थकून गेल्यामुळें उरलेल्या सहा हजार घोड्यांसह रणांतून निवृत्त झालें! राजा, त्या समयीं त्या रणांत जिवावर उदार होऊन लढण्यास सिद्ध झालेले व रुधिरानें न्हालेले असे ते पांडवांकडील घोडेस्वार म्हणाले कीं, 'अहो, ह्या स्थळीं रथांनीं देखील युद्ध करणें अशक्य झालें आहे, मग कुंजरांनीं कसें युद्ध करितां येणार? ह्यासाठीं आतां रथांनीं रथांवर व कुंजरांनीं कुंजरांवर हल्ला करावा! सांप्रत शकुनि आपलें सैन्य घेऊन रणांतून निघून गेला आहे; तो आतां पुनः युद्धाला येणार नाहीं!'

धृतराष्ट्रा, नंतर द्रौपदीचे पुत्र व त्यांच्या-समवेत असलेले ते मदोन्मत्त प्रचंड हत्ती जेथें पांचाल्य महारथ धृष्टद्युम्न हा होता तेथें गेले; आणि सहदेवही, जिकडे तिकडे धुळीचे लोट उठले असतां, ज्या ठिकाणीं एकटा धर्मराज होता त्या ठिकाणीं गेला! पण, राजा, ह्या-प्रमाणें ते द्रौपदीचे पुत्र व सहदेवादिक इतर योद्धे तेथून निघून जातांच सौबल शकुनि पुनः मागें वळला; आणि त्यानें मोठ्या संता-पानें धृष्टद्युम्नाच्या सेनेवर पाठीमागच्या बाजूनें हल्ला करून तिचा संहार आरंभिला! राजा, त्या समयीं फिरून दोन्ही दळांमध्यें भयंकर संग्राम चालू झाला आणि तुझ्या पक्षाचे व पांडवांचे वीर परस्परांना ठार मारण्याची हाव धरून जिवाची पर्वा न करितां मोठ्या आवे-शानें लढूं लागले! तेव्हां त्या भयंकर रण-संमर्दीत उभय सैन्यांतल्या योद्ध्यांनीं प्रथम एकमेकांकडे टौकारून पाहिलें आणि मग शतावधि व सहस्त्रावधि वीर एकमेकांवर धावून जाऊन तुटून पडले! राजा, मग ते खड्गांनीं एकमेकांचीं मस्तकें तोडूं लागले असतां—ताडाचे वृक्ष भूतलावर कोसळतांना जसा शब्द होतो तसा—भयंकर शब्द होऊं लागला! त्याप्रमाणेंच त्या वेळीं छिन्नभिन्न झालेलीं तीं वीरांचीं आयुधांसहवर्तमान धडें, बाहु व मांड्या हीं धडाधड भूतलावर कोसळूं लागलीं, तेव्हां देखील अतिशय भयंकर ध्वनी उद्भवला व त्याच्या योगें अंगावर कांटा उभा राहिला! त्या वेळीं रणांगणांत योद्ध्यांनीं ब.प, पुत्र व भ्राते ह्यांजवर जलाल शस्त्रांचा मारा चालविला, आणि आमिषाकरितां पक्षी जसे एकमेकांवर तुटून पडतात, तसे ते एकमेकांवर तुटून पडले. राजा, त्या वेळीं अतिशय क्षुब्ध होऊन सहस्त्रा-वधि कुरुपांडववीरांनीं परस्परांना गांठिलें; आणि जो तो 'मी आधीं! मी आधीं!' असें म्हणून शत्रूंवर शस्त्रप्रहार करूं लागला! राजा, तेव्हां रणांगणांत इतके घोडेस्वार आसनांवरून मरून पडले कीं, त्यांच्या खालीं शेंकडों व हजारों दुसरे वीर सांपडून चेंगरून मेले! त्या घोर संग्रामांत शस्त्रप्रहारांनीं विद्ध झालेले वेगशाली अश्व मोठमोठ्यानें खिंकाळत होते आणि कवचधारी वीर गर्जत होते व तशांत आणखी तुझ्या दुष्ट सल्ल्यामुळें ते योद्धे पर-स्परांच्या मर्मस्थळांना भेदीत असतां शक्ति, ऋष्टि व प्रास ह्यांचा दारुण ध्वनि चालला होता! राजा, अशा प्रकारें दोन्ही दळांत युद्ध-प्रसंग चालतां चालतां अखेरीस तुझ्या सैन्यां-तले ते क्षुब्ध वीर दमले, त्यांचीं वाहनें थकून गेलीं, त्यांना अतिशय तहान लागली, शस्त्र-प्रहारांनीं ते घायाळ झाले आणि शेवटीं युद्धां-

तून मागें वळले ! राजा, त्या वेळीं रुधिराच्या गंधीनें बहुत वीरांना उन्माद चढला, त्यांचें देहभान नष्ट झालें, व जे जे म्हणून त्यांच्या समीप प्राप्त झाले त्या सर्वांना—ते मग शत्रु असोत कीं मित्र असोत—त्यांनीं ठार मारिलें ! राजा, तेव्हां जयाच्या आशेनें युद्ध करणारे बहुत क्षत्रिय शरवृष्टीनें नखशिखांत व्याप्त होत्साते धरणीवर मरून पडले ! राजा, त्या वेळीं तुझ्या पुत्राच्या डोळ्यांदेखत तुझें प्रचंड सैन्य धारातीर्थीं पडून मोठा घोर अनर्थ झाला आणि लांडगे, कोल्हे व गिधाडें ह्यांची पोळी पिकली ! राजा, त्या समयीं नर व अश्व ह्यांच्या शरीरांनीं सर्व मही आच्छादित झाली आणि सर्वत्र रुधिराचे प्रवाह सुरू होऊन भिन्र्या लोकांचें धबें दणाणून गेलें ! राजा, मग फारच घोर रणसंमर्द झाला ! खड्गें, पट्टिश व शूल ह्यांनीं दोन्ही दळांतले योद्धे पुनःपुनः एकमेकांवर मारा करूं लागले आणि मग कोणीही एकमेकांच्या जवळ येईनासे झाले ! राजा, मग त्यांनीं फिरून आपल्या अंगीं जेवढी शक्ति होती तेवढी सगळी खर्च करून मरेपर्यंत शत्रूवर भयंकर मारा आरंभिला; आणि अखेरीस रक्त ओकीत ते रणांगणांत पतन पावले ! राजा, तेव्हां रणांगणांत वीरांचीं बहुत धडें एका हातांत केशकलापांनीं युक्त असें मस्तक व दुसऱ्या हातांत रुधिरानें माखलेलें तीक्ष्ण खड्ग घेऊन उठलेलीं दिसूं लागलीं, आणि शिवाय जिकडे तिकडे रुधिराचा दर्प सुरू झाला; त्यामुळें त्या समयीं जे योद्धे रणांगणांत लढत होते ते सर्व भ्रांत होऊन मूर्च्छित पडले ! ह्याप्रमाणें समरांगणांतली गजबज शांत होतांच, पांडवांच्या त्या महासेनेवर सौबलानें आपल्या शिलक राहिलेल्या थोड्याशा घोडेस्वारांनिशीं हल्ला केला; परंतु तें पाहून तत्काळ विजयप्राप्तीच्या इच्छेनें पांडवांकडील हत्ती, घोडे व पायदळ हे शस्त्रास्त्रांसह त्या कुरुवीरावर धावून आले आणि एकदांचें शकुनीला ठार मारून तें युद्ध शेवटास न्यावें अशा हेतूनें त्या सर्व पांडवीय वीरांनीं त्याला चोहोंकडून गराडा घालून कोंडिलें व त्याजवर नानाविध आयुधांचा भडिमार चालविला ! राजा, ह्या प्रकारें तुझ्या सैनिकांना पांडवांनीं चोहोंकडून घेरिलें तेव्हां तुझें चतुरंग सैन्य एकदम पांडवांवर चाल करून गेलें. त्या वेळीं पायदळांतल्या कित्येक शूर वीरांनीं आपलीं आयुधें नष्ट झाल्यावर केवळ मुष्टींनीं व पायांनींच समरांगणांत शत्रूंना ठार मारिलें व अखेरीस ते स्वतः पडले ! तेव्हां जें घोर समर मातलें, त्यांत, क्षीणपुण्य झालेले सिद्ध जसे विमानांतून खालीं पडतात, तसे रथी रथांतून व गजवीर गजांवरून खालीं पडले ! तेव्हां दोन्ही दळें एकमेकांचा भयंकर संहार करीत असतां त्यांत त्यांनीं बाप, पुत्र, मित्र व भ्राते ह्या सर्वांचा वध आरंभिला आणि प्रास, खड्ग, बाण इत्यादिकांच्या प्रहारांनीं दारुण संग्राम चालू होऊन अमर्याद युद्ध मातलें !

अध्याय चोविसावा.

—:०:—

अर्जुनाचा पराक्रम.

संजय सांगतोः— राजा, अखेरीस पांडवांनीं कौरवसैन्याचा विध्वंस उडविला आणि युद्धभूमीवर जो कलकलाट चालला होता तो सर्व शमला ! तेव्हां पुनः सौबल हा आपल्यापाशीं अवशिष्ट राहिलेल्या सातशें अश्वांसह रणांगणांत आला; आणि पुनःपुनः आपल्या सैनिकांजवळ त्वरेनें जाऊन त्यांस म्हणाला कीं, ‘ शत्रुनाशक वीरहो, वीरश्रीनें युद्ध करा. ’ नंतर सौबल शकुनीनें ‘ महारथ दुर्योधन राजा कोठें आहे ? ’ म्हणून तेथें असलेल्या क्षत्रियांस विचारिलें; तेव्हां शकुनीचें भाषण श्रवण करून

ते क्षत्रिय त्यास म्हणाले कीं, " तो पहा महारथ कौरवाधिपति रणामध्यें उभा आहे; तें पहा त्याजवर पूर्णचंद्राप्रमाणें देदीप्यमान् महान् छत्र विराजत आहे; ते पहा त्याच्या समीप अंगांत चिलखतें घालून रथी युद्धार्थ सिद्ध आहेत; आणि हा पहा तेथून जणू काय दुसरी मेघगर्जनाच असा प्रचंड वीरघोष कानीं पडत आहे! गांधारराज शकुने, तूं त्वरित त्या स्थळीं जा म्हणजे तेथें तुला तो कौरवेश्वर भेटेल." राजा, ते शूर क्षत्रिय ह्याप्रमाणें म्हणाले तेव्हां सौबल शकुनि हा समरांगणांतून पराङ्मुख न होणाऱ्या कौरववीरांसहवर्तमान ज्या स्थळीं तुझा पुत्र होता त्या स्थळीं गेला आणि तेथें रथसेनेसह युद्धास सिद्ध असलेल्या दुर्योधनाला भेटला. राजा, शकुनि त्या ठिकाणीं जातांच तुझ्या सर्व रथ्यांना व इतर योद्ध्यांना हर्ष झाला आणि मग शकुनीनें जणू काय आपल्याला कृतार्थ मानून मोठ्या उल्हासानें दुर्योधन राजाला म्हटलें, " राजा, मीं सर्व घोडेस्वार जिंकले आहेत; आतां तूं रथसेना ठार मार म्हणजे झालें! रणांगणांत जिवावर उदार झाल्याशिवाय युधिष्ठिराला जिंकणें शक्य नाहीं! राजा, ती पांडुपुत्रानें रक्षिलेली सेना वधिली म्हणजे आपण हे हत्ती, पायदळ व इतर सर्व सैन्य ह्यांस तेव्हांच ठार मारूं!"

राजा, ह्याप्रमाणें शकुनीचें भाषण श्रवण करून जयाच्या इच्छेनें क्षुब्ध झालेले सर्व कौरववीर मोठ्या वीरश्रीनें व वेगानें धनुष्यें, बाण व तूणीर ह्यांसह पांडवांच्या सैन्यावर तुटून पडले आणि त्यांनीं धनुष्यांचें आस्फालन करून मोठी सिंहगर्जना आरंभिली! राजा, मग पुनः प्रत्यंचांचा टणत्कार व बाणवृष्टीचा सणसणाट सुरू झाला आणि ते सर्व धनुर्धारी कौरव अगदीं पांडवसेनेच्या सन्निध मोठ्या वेगानें प्राप्त झाले; तेव्हां कुंतीपुत्र धनंजय हा देवकीपुत्राला म्हणाला, " हे कृष्णा, मोठ्या शौर्यानें शत्रूंवर रथ सोड आणि ह्या कौरवांच्या सेनासमुद्रांत प्रविष्ट हो. आज मी जलाल बाणांचा भडिमार करून शत्रूंचा अंत करून टाकितों. हे जनार्दना, हें घोर युद्ध सुरू होऊन आज अठरा दिवस दोन्ही दळें परस्परांस गांठून परस्परांस वधीत आहेत! ह्या युद्धांत जे महात्मे युद्धाला सिद्ध झाले त्यांची केवळ अगणित सेना धारातीर्थीं पतन पावली! तेव्हां दैवघटना कशी आहे ती पहा! माधवा, युद्धांत दुर्योधनापाशीं केवळ सागराप्रमाणें अफाट सैन्य होतें; परंतु त्याची व आमची गांठ पडली तेव्हां केवळ गोष्पदाप्रमाणें त्याची अवस्था झाली! कृष्णा, भीष्म पडल्यावर जर दुर्योधनानें संधि केला असता, तर खचित उत्तम झालें असतें व हा घोर अनर्थ टळला असता! परंतु त्या महामूर्ख दुर्योधनाला हा मार्ग रुचला नाहीं व त्यानें पुढें युद्ध चालविलें! कृष्णा, भीष्मानें जें कांहीं सांगितलें तें निःसंशय हिताचें व योग्य होतें; आणि असें असतां दुर्योधनानें तसें केलें नाहीं, तेव्हां त्याची बुद्धि भ्रष्टच झाली, असेंच म्हटलें पाहिजे! अरे, भीष्म हा रणांत हत होऊन भूतलावर पडल्यानंतर दुर्योधनानें काय म्हणून हें युद्ध पुढें चालविलें, हें मला समजत नाहीं! जनार्दना, शंतनूचा पुत्र रणांत पतन पावल्यावर ज्या धार्तराष्ट्रांनीं आणखी पुढें युद्ध चालविलें ते खचित मूर्ख व मंदमतिच असें मी मानितों! बरें असो; पुढें महाब्रह्मवेत्ते द्रोणाचार्य रणांत पडले! नंतर राधेय कर्ण व विकर्ण ह्यांनींही तोच पंथ स्वीकारिला! तरीही अजून ही जीवहत्या चालूच रहावीना? अरे कर्णासारखे वीर हयात असतां युद्ध पुढें चालविलें, ह्यांत एक आशा हें तरी प्रधान कारण होतें; पण तो नरव्याघ्र कर्ण पुत्रांसह धारातीर्थीं देह ठेऊन निघून गेला आणि सैन्यही

अगदीं अल्प अवशिष्ट राहिलें, तरीही घोर क्षय पुढें चालवावा ह्यांत काय अर्थ! कृष्णा, शूर श्रुतायुष रणांत पडला, पुरुकुलोत्पन्न शूर जलसंधही वधिला गेला, आणि श्रुतायुध राजाचीही तीच वाट लागली; तरी देखील आणखी संहार चालूच रहावा हें आहे तरी काय? जनार्दना, भूरिश्रवा, शल्य, शाल्व व आवन्त्य वीर, त्याप्रमाणेंच जयद्रथ, अलायुध राक्षस, बाल्हीक, सोमदत्त, शूर भगदत्त, कांबोज सुदक्षिण व दुःशासन हे सर्व प्रतापशाली योद्धे हत झाल्यावर आणखी पुढें युद्ध चालवावें व जनसंहार घडवून आणावा हें खचित आश्चर्य होय! जनार्दना, अनेक शूर व बलिष्ठ मांडलिक राजे रणांगणांत पतन पावल्यावर युद्ध थांबविणें हेंच अवश्य नव्हतें काय? भीमसेनानें युद्धांत अक्षौहिणी सेना वधिल्यावर दुर्योधनानें युद्ध संपविलें नाहीं, ह्यावरून एक तर त्याची बुद्धि भ्रष्ट झाली असावी, किंवा त्यास भलतीच हाव सुटली असावी, असें मला वाटतें! कारण, दुर्योधनावांचून दुसरा कोणता बरें कुलवान् आणि तशांतही विशेषेंकरून कुरुकुलोत्पन्न भूपती निरर्थक असलें मोठें वैर करील? कृष्णा, सुज्ञ पुरुष नेहमीं हिताहिताविषयीं विचार करितो; ह्यास्तव कोणीही विचारी पुरुष आपल्यापेक्षां बलानें, शौर्यानें व गुणांनीं अधिक अशा शत्रूंबरोबर युद्ध करणार नाहीं! कृष्णा, तूं स्वतः दुर्योधनाकडे जाऊन पांडवांबरोबर संधि करण्याविषयीं त्याजवळ शिष्टाई केलीस आणि असें असतां तुझ्या हितोपदेशाचा त्यानें अनादर केला, तेव्हां दुसऱ्या कोणाची सल्ला त्यानें ऐकिली असती असें मला वाटत नाहीं! अरे, शांतवनासारखा योद्धा, द्रोणासारखा गुरु व विदुरासारखा ज्ञानी साम कर म्हणून सांगत असतां ज्यानें त्या सर्वांना जुमानिलें नाहीं, त्याला शुद्धीवर आणण्याला आणखी कोणता उपाय होता? कृष्णा, मूर्ख दुर्योधनानें वृद्ध पित्याची किंवा काकुळतीनें हितकारक भाषण करणाऱ्या मातेची देखील पर्वा केली नाहीं, आणि त्यांचा अनादर करून आह्मांशीं हा घोर कलह आरंभिला, तेव्हां त्याला कोणाचें भाषण रुचलें असतें? असो; जनार्दना, माझा तर असा समज आहे कीं, हा खचित कुलाचा अंत करण्यासाठींच जन्मला आहे ह्यांत संदेह नाहीं! ह्याचें वर्तन व ह्याची मसलत परिणामीं हेंच घडवून आणितील! हा खचित आह्मांला राज्य देणार नाहीं असा माझा समज आहे! हे मानदा कृष्णा, महात्म्या विदुरानें मला अनेक वेळां सांगितलें आहे कीं, 'अर्जुना, जिवंत आहे तोंपर्यंत दुर्योधन तुह्मांस राज्यभाग देणार नाहीं; जोंवर त्याच्या कुडींत प्राण आहे तोंवर तो तुह्मां सत्पुरुषांना दुष्कृत्यें करून गांजील; आणि त्याला जिंकण्याला युद्धाशिवाय दुसरा मार्ग नाहीं!' कृष्णा, ह्याप्रमाणें अमोघदृष्टि विदुर मला नेहमीं जें कांहीं सांगत असे, तें सर्व आज माझ्या पूर्ण प्रत्ययास आलें; त्या दुरात्म्याचीं सर्व कृत्यें आज माझ्यापुढें मूर्तिमंत उभीं आहेत! कृष्णा, ज्या मूर्खानें जामदग्न्याच्या यथार्थ व हितकारक भाषणाचा धिक्कार केला, तो खचित मृत्यूच्या मुखांतच उभा राहिला ह्यांत संदेह नाहीं! कृष्णा, दुर्योधनाचा जन्म होतांच अनेक सिद्ध पुरुषांनीं भविष्य ठरविलें कीं, ह्या दुरात्म्याच्या योगानें सर्व क्षत्रियसंघ नष्ट होईल! जनार्दना, प्रस्तुत त्यां सिद्ध पुरुषांचें भाषण सत्य होत आहे ह्यांत संशय नाहीं. कारण, दुर्योधनाच्या कृतीमुळें आधींच बहुत राजे मृत्युमुखीं पडले आहेत! ह्यासाठीं माधवा, मी आज रणांगणांत कौरवांकडील सर्व योद्ध्यांना ठार मारितों म्हणजे सर्व क्षत्रिय

नष्ट होऊन सर्व शिबिर शून्य झाल्यावर दुर्योधन हा स्वतः आपल्या नाशाकरितां आम्हांबरोबर लढण्यास उद्युक्त होईल; आणि मग आह्मीं त्याचा वध केला म्हणजे सर्व कलह संपेल असें मी तर्कानें, स्वतःच्या बुद्धीनें, विदुराच्या भाषणानें व त्या दुष्ट दुरात्म्याच्या कृतीनें अनुमान बांधितों! म्हणून, बा वीरा यदुपुंगवा, शत्रूंवर रथ घेऊन चल, म्हणजे हा पहा मी रणांगणांत दुर्योधनावर व त्याच्या सेनेवर जलाल बाणांचा भडिमार चालवितों! कृष्णा, आज दुर्योधनाच्या डोळ्यांदेखत त्याचें सर्व दुर्बल सैन्य मी वधीन व धर्मराजाचे मनोरथ सिद्धीस नेईन!"

संजय सांगतोः—राजा, ह्याप्रमाणें अर्जुनाचें भाषण श्रवण करून दाशार्ह कृष्णानें चाबूक हालवून अश्वांना इषारा केला आणि मोठ्या धैर्यानें व शौर्यानें आपला तो रथ शत्रूंच्या महान् सेनेंत घुसविला! राजा, कौरवांचें तें सैन्य म्हणजे केवळ महान् अरण्यच होतें! भाले व खड्गें हें त्या अरण्यांतलें तृण होतें, नानाविध शक्ति हे त्यांतले कंटक होते, गदा व परिघ हे त्यांतले जणू मार्ग होते, रथ व हत्ती हे त्यांतले प्रचंड वृक्ष होते, आणि घोडे व पायदळ ह्या त्यांतल्या लता होत्या! राजा, अशा प्रकारच्या कौरवसेनारूप अरण्यामध्यें महायशस्वी कृष्ण अतिशय पताका फडकत असलेला असा तो रथ घेऊन संचार करीत असतां, रणांगणांत ज्यामध्यें अर्जुन हा विराजत होता अशा त्या रथाचे श्वेत अश्व कृष्णाच्या प्रेरणेप्रमाणें सर्व दिशांस दृग्गोचर होत होते! राजा, अशा त्या दिव्य रथांतून समरभूमीवर शत्रुसंहारक सव्यसाची अर्जुन शत्रूंवर शरांचा पाऊस पाडीत परिभ्रमण करूं लागला, आणि बांकदार बाणांचा भयंकर सणसणाट सुरू होऊन सर्व अंतरिक्ष दणाणून गेलें! राजा, तेव्हां समरांगणांत अर्जुनानें शत्रूंवर बाणांची घोर वृष्टि करून त्यांस अगदीं झांकून काढिलें असतां ते बाण कौरवांकडील योद्ध्यांच्या चिलखतांत घुसून त्यांच्या अंगांतून बाहेर पडले व भूमींत शिरले! राजा, गांडीव धनुष्यापासून सुटलेले ते बाण दणदणाट करणाऱ्या पक्ष्यांप्रमाणें रणांगणांत शत्रूंकडील घोडे, हत्ती व मनुष्यें ह्यांजवर पडले तेव्हां जणू काय त्यांजवर वज्रपातच झालासें वाटलें आणि सर्वत्र जिकडे तिकडे त्या बाणांनीं अंतरिक्ष व्याप्त होऊन निबिड अंधःकार पसरला व दिशोपदिशांचें ज्ञान नष्ट झालें! राजा, त्या वेळीं सर्व भूतल लोहारांनीं धार दिलेल्या व तेलपाणी करून पाजळलेल्या सुवर्णपुंख अशा पार्थनामांकित बाणांनीं अगदीं खचून भरलें; आणि त्या योगें कौरवांचे कुंजर तडफड करूं लागले तेव्हां ते जणू काय पार्थरूप पावकानें दग्ध होत आहेत असा भास झाला; आणि अखेरीस अर्जुनाच्या त्या जलाल शरांनीं ते पटापट मरूं लागले! राजा, त्या समयीं तो धनुर्बाणधारी अर्जुन सूर्यासारखा तळपूं लागला; आणि अग्नि जसा तृणराशीला जाळितो, तसा त्यानें रणांगणांत कौरवांच्या सैन्याला जाळण्याचा सपाटा चालविला! राजा, अरण्यामध्यें अरण्यवासी जनांनीं टाकिलेला अग्नि ज्याप्रमाणें वृक्षांनीं व वाळलेल्या लतापत्रांनीं गच्च भरलेल्या अरण्यास सों सों करीत मोठ्या जोरानें जाळून फस्त करितो, त्याप्रमाणें अर्जुनानें टाकिलेल्या त्या नाराचशररूप भयंकर अग्नीनें मोठ्या त्वेषानें तुझ्या पुत्राच्या सर्व सेनेला जाळून फस्त केलें! राजा, त्या वेळीं अर्जुनानें ते सुवर्णपुंख बाण इतक्या आवेशानें टाकिले कीं, कौरवांच्या सैनिकांच्या अंगांत चिलखतें होतीं तरी त्यांस न जुमानितां त्यांनीं त्यांचे देह विदारण करून त्यांचे प्राण घेतले!

राजा, तेव्हां अर्जुनानें नर, हय किंवा प्रचंड गज ह्यांजवर दुसरा म्हणून बाण टाकिला नाहीं; त्यानें नानाविध आकारांचे बाण शत्रूंवर सोडिले आणि एकेकट्या वीरावर एकेकच बाण टाकून, वज्रपाणि इंद्रानें ज्याप्रमाणें दैत्यांना, त्याप्रमाणें महारथांच्या सर्व सैन्याला त्यानें ठार मारिलें!

अध्याय पंचविसावा.

—:०:—

संकुलयुद्ध.

संजय सांगतोः—धृतराष्ट्रा, संग्रामांत मारूं किंवा मरूं, पण पळून म्हणून जाणार नाहीं, असा संकल्प करून ते शूर कौरव पांडवांचा नाश करण्यासाठीं अतिशय प्रयत्न करीत असतां अखेरीस त्यांच्या डोळ्यांदेखत धनंजयानें गांडीव धनुष्याच्या योगें अशा प्रकारें त्यांचा संकल्प व्यर्थ घालविला! त्या समयीं, राजा, मेघ ज्याप्रमाणें पर्जन्याची वृष्टि करितो त्याप्रमाणें अर्जुन हा वज्रासारख्या कठोर, दुःसह व अत्यंत जलाल अशा बाणांची एकसारखी शत्रूंवर वृष्टि करीत आहे असें दिसूं लागलें; आणि अर्जुनाच्या शरप्रहारांनीं एकसारखा संहार होऊं लागला तेव्हां अखेरीस तें कौरवसैन्य तुझ्या पुत्राच्या समक्ष रणांगणांतून पळून गेलें! राजा, त्या वेळीं कित्येक कौरववीरांनीं बाप, बंधु व मित्र ह्यांना रणांत टाकून पळ काढिला, कित्येक रथांचे अश्व व सारथि मारले गेले, कित्येक रथांचीं चाकें, ईषा, कणे, जुवें भग्न झालीं, कित्येक योद्ध्यांच्या जवळचा बाणांचा पुरवठा संपला, कित्येक शरप्रहारांनीं घायाळ झाले, कित्येकांस कांहीं इजा वगैरे झाली नव्हती तरी त्यांस भीतीनें गांगरून सोडिल्यामुळें ते पळत सुटले, कित्येक आपल्या पुत्रांसह रणांगणांतून धावूं लागले, सर्व बंधुवर्ग धारातीर्थी पडल्यामुळें कित्येक मोठमोठ्यानें आक्रोश करूं लागले आणि कित्येकांनीं आपल्या पित्यांना, कित्येकांनीं आपल्या मित्रांना, कित्येकांनीं आपल्या आप्तांना, कित्येकांनीं आपल्या भ्रात्यांना व कित्येकांनीं आपल्या मोयऱ्याधायऱ्यांना हाका मारण्याचा क्रम आरंभिला! तेव्हां जागोजाग कित्येक वीर आपल्या आप्तसुहृदांना सोडून पळून गेले! राजा, त्या समयीं बहुत महारथ बाणप्रहारांनीं घायाळ होत्साते केवळ श्वासोच्छ्वास मात्र करीत आहेत असें दिसलें; तेव्हां त्या मूर्च्छित महारथांना दुसऱ्या वीरांनीं आपल्या रथांत घेतलें आणि त्यांस लवकरच सावध करून त्यांनीं त्यांस थोडासा विसावा दिला व पाणी पाजिलें आणि नंतर ते सर्व पुनः युद्धास गेले! त्या वेळीं कित्येक युद्धधुरंधर कौरवयोद्ध्यांनीं तुझ्या पुत्राची आज्ञा श्रवण करून त्या घायाळ महारथांकडे पाहिलें सुद्धां नाहीं व ते त्यांस तसेच मरणोन्मुख अवस्थेंत टाकून देऊन पुनः युद्धासाठीं धावून गेले! कित्येकांनीं स्वतः उदकपान केलें आणि घोड्यांनाही पाणी पाजून त्यांस ताजेतवाने केल्यावर अंगांत चिलखतें चढविलीं व रणभूमीचा मार्ग धरिला! कित्येकांनीं शिबिरांत जाऊन आपल्या घायाळ भ्रात्यांची, पित्यांची व पुत्रांची नीट व्यवस्था करून त्यांस तेथें ठेविलें आणि मग ते युद्धासाठीं पुनः रणभूमीवर परत आले! कित्येक वीरांनीं आपले रथ पुनः सज्ज केले आणि त्यांत कमीअधिक महत्वाच्या ज्या वस्तु पाहिजेत त्या सर्वांची तरतूद करून मग ते पुनः युद्ध करण्यासाठीं पांडवांच्या सेनेवर धावून गेले! राजा, त्या समयीं त्या शूर वीरांचे ते लहान लहान घंटांच्या माळांनीं झांकून गेलेले रथ समरभूमीवर दृग्गोचर झाले, तेव्हां जणू दैत्य व दानव हे त्रैलोक्य जिंकण्यासाठींच उद्युक्त झाले आहेत असें भासलें!

नंतर कौरवांकडील कित्येक रथी आपल्या सुवर्णभूषित रथांतून एकदम पांडवांच्या सैन्यावर तुटून पडले व त्यांनीं धृष्टद्युम्नाशीं युद्ध आरंभिलें! तेव्हां महारथ शिखंडी व नकुलपुत्र शतानीक हेही तत्काळ त्या कौरवांच्या रथसैन्याशीं युद्ध करूं लागले आणि मग मोठा घोर संग्राम मातला! राजा, त्या समयीं पांचाल्य धृष्टद्युम्न फारच क्षुब्ध झाला व प्रचंड सैन्यासह तुझ्या सैनिकांना ठार मारण्याकरितां त्यांजवर चालून गेला; तों तुझ्या पुत्रानें त्याजवर एकसारखा बाणवर्षाव आरंभिला; आणि धार दिलेल्या व वेगवान् अशा नाराच, अर्धनाराच व वत्सदंत बाणांनीं त्यानें त्याचें वक्षस्थळ व भुजप्रदेश विंधून टाकिला; तेव्हां अंकुशांनीं आर्त झालेल्या हत्तीप्रमाणें अतिशय क्षोभलेल्या त्या महाधनुर्धर पांचाल्य वीरानें बाणांचा भडिमार चालवून दुर्योधनाचे चारही अश्व यमसदनीं पाठविले आणि एक भल्ल बाण सोडून त्याच्या सारथ्याचें मस्तक धडापासून वेगळें करून खालीं पाडिलें! राजा, नंतर तो रथहीन झालेला शत्रुसंहारक दुर्योधन राजा घोड्यावर बसला व आपलें सैन्य हतवीर्य झालेलें पाहून युद्धपराङ्मुख होत्साता जवळच मौबल शकुनि होता तिकडे निघून गेला!

ह्याप्रमाणें कौरवांच्या रथसैन्याचा मोड झाला तेव्हां कौरवांच्या तीन हजार बलाढ्य हत्तींनीं पांडवांच्या रथ्यांना वेढा दिला आणि त्यांत पांचही पांडव कोंडले गेले असतां जणू काय ते पांच ग्रह मेघपटलांत अदृश्य झाले आहेत असें भासलें! राजा, नंतर महाभुज अर्जुन हा श्वेताश्व व कृष्णसारथि अशा रथांतून शत्रूंवर नेमके बाण मारीत चाल करून गेला! तेव्हां त्याला कौरवांकडील पर्वतासारख्या प्रचंड हत्तींनीं चोहोंकडून घेरिलें. पण अर्जुनानें त्यांजवर लखलखीत जलाल अशा नाराच बाणांचा भडिमार करून त्या महान् गजांचें एकेका बाणानें विदारण केलें असतां त्यांपैकीं कांहीं रणांगणांत पडले व कांहीं पडत आहेत, असें आम्हीं पाहिलें! इकडे, राजा, मदोन्मत्त कुंजराप्रमाणें बलाढ्य अशा भीमसेनानें कौरवांची ती गजसेना पाहून हातांत एक प्रचंड गदा घेतली; आणि तो त्वरेनें रथांतून उडी मारून भूतलावर उतरला व दंडधारी यमाप्रमाणें त्यानें शत्रुसैन्याचा संहार आरंभिला! राजा, पांडवांकडील तो महारथ भीमसेन हातांत गदा धारण करून भूमीवर उभा आहे असें पाहातांक्षणींच तुझ्या सैन्यांचीं धाबीं दणाणलीं आणि त्यांनीं मलमूत्रविसर्जन आरंभिलें! राजा, वृकोदर हा गदा उचलून युद्ध करूं लागला असें पाहिल्याबरोबर तुझें सर्व सैन्य भयभीत झालें; आणि अखेरीस भीमसेनानें गदाप्रहारांनीं त्या हत्तींचीं गंडस्थळें भेदिलीं असतां रक्तानें न्हालेले ते पर्वतोपम हत्ती सैरावैरा चोहोंकडे धावत सुटले असें आमच्या नजरेस आलें! शेवटीं पळतां पळतां घायाळ झालेले कित्येक हत्ती आर्त स्वर काढीत छिन्नपक्ष पर्वताप्रमाणें धरणीवर पडले व कित्येक पडण्याच्या रंगांत आले, आणि तें पाहून तुझे सैनिक अतिशय घाबरून गेले! राजा, त्या समयीं युधिष्ठिर व माद्रीपुत्र ह्यांसही अत्यंत क्रोध आला आणि त्यांनींही त्या गजसैन्यावर गृध्रपुंख जलाल बाणांचा भडिमार चालवून तें यमसदनीं पाठविलें!

राजा धृतराष्ट्रा, इकडे धृष्टद्युम्न व दुर्योधन ह्यांचें युद्ध चाललें होतें, त्यांत धृष्टद्युम्नानें दुर्योधनाचा पराभव केल्यावर दुर्योधन घोड्यावर बसून रणांतून पळून गेला व धृष्टद्युम्न हा आपल्या सैन्यासह पांडवांस मिळण्यास निघाला, तों कौरवांच्या कुंजरांनीं सर्व पांडवांना अगदीं चोहोंकडून कोंडून टाकिलें

आहे असें त्याच्या दृष्टीस पडलें ! तेव्हां तो त्या कुंजरांना ठार मारण्याकरितां एकदम त्यांजवर तुटून पडला. राजा, इकडे कौरवांच्या रथसेनेंत शत्रुसंहारक दुर्योधन हा आढळला नाहीं तेव्हां अश्वत्थामा, कृपाचार्य व सात्वत कृतवर्मा ' हे दुर्योधन कोठें गेला ' म्हणून क्षत्रियांस विचारूं लागले ! राजा, त्या कुरुवीरांना जेव्हां दुर्योधन कोठें दिसेना, तेव्हां त्या घोर रणांत भयंकर जनक्षय चालू असतां त्यांत तो मारिला गेला असें त्या सर्व महारथांना वाटलें ! राजा, त्या समयीं त्या तुझ्या योद्ध्यांची मुद्रा अगदीं उतरली आणि ते दीनवदनानें ज्यास त्यास त्याजविषयीं विचारूं लागले ! तेव्हां त्यांस कित्येकांनीं सांगितलें कीं, ' दुर्योधन राजाचा सारथि रणांत पडल्यावर पांचालराज धृष्टद्युम्न ह्याच्या दुर्धर सैन्याशीं आणखी न लढतां जिकडे सौबल शकुनि होता तिकडे तो निघून गेला ! राजा, त्या समयीं अत्यंत घायाळ झालेल्या कित्येक क्षत्रियांनीं त्या अश्वत्थामप्रभृति कुरुयोद्ध्यांस सांगितलें कीं, ' अहो, तुम्हांस दुर्योधनाशीं काय कर्तव्य आहे? जर तो जिवंत असेल तर तुम्हांस भेटेल! तुम्ही सर्व एका जुटीनें शत्रूशीं लढा; तुमच्याने राजा काय करणार आहे ! ' राजा, त्या वेळीं कित्येक क्षत्रियांचीं गात्रें बाणप्रहारांनीं अत्यंत भग्न झालीं असून त्यांचीं सर्व वाहनें वगैरेही नष्ट झालीं होतीं, आणि तशांत त्यांजवर शत्रूंकडून बाणांचा वर्षाव होतच होता; ह्यास्तव त्यांना जेव्हां अश्वत्थामादिकांनीं विचारिलें, तेव्हां ते स्पष्ट वाणीनें म्हणाले कीं, ' अहो, ज्यांनीं आम्हांस वेढा दिला आहे त्या ह्या सर्व पांडवसैन्यांस आम्ही आधीं मारिलें पाहिजे; हे पहा सर्व पांडव गजसेनेचा वध करून आम्हांवर चालून येत आहेत! ' राजा धृतराष्ट्रा, त्या कौरववीरांचें तें भाषण श्रवण करून महाबलवान् अश्वत्थाम्यानें पांचालराज धृष्टद्युम्नाच्या त्या दुर्धर सेनेची फळी फोडिली; आणि तो त्या रथसेनेशीं न लढतां, महाधनुर्धर व शूर अशा कृपाचार्य व कृतवर्मा ह्यांसहवर्तमान, जेथें सौबल होता तेथें निघून गेला ! राजा, ह्याप्रमाणें ते कौरवयोद्धे रणांगणांतून निघून गेल्यावर धृष्टद्युम्न आदिकरून पांडवांकडील वीरांनीं पुढें होऊन तुझ्या सैन्याचा भयंकर संहार आरंभिला ! त्या वेळीं ते महारथ वीर मोठ्या वीरश्रीनें तुझ्या सैनिकांशीं लढत असतां तुझ्या सैनिकांनीं पराक्रमाची अगदीं पराकाष्ठा केली, आणि जिवाची आशा न धरितां पांडुसेनेशीं युद्ध केलें ! राजा, तेव्हां तुझ्या सैनिकांची मुखश्री अगदींच म्लान झाली, लढतां लढतां त्यांचीं शस्त्रास्त्रें नाश पावलीं, व त्यांना पांडुयोद्ध्यांनीं चोहोंकडून कोंडून टाकिलें, असें पाहून सर्वतोपरी व्यंग-अशा त्या तुझ्या सैन्याच्या संरक्षणाकरितां मी पुढें झालों; आणि तुझ्या सैन्यांतले चार योद्धे व पांचवा मी अशा आम्ही पांचजणांनीं जेथें कृपाचार्य होता तेथें उभें राहून पांचालाच्या सैन्यांशीं युद्ध केलें! परंतु, राजा, अर्जुनाच्या बाणप्रहारापुढें आमचा तग निघेना; आणि अखेरीस आम्ही पांचहीं जण अगदीं जर्जर झालों; तरी आम्ही त्या महाभयंकर धृष्टद्युम्नावर हल्ला केला आणि मग तेथें दारुण युद्ध मातलें ! शेवटीं त्या घोर रणांत धृष्टद्युम्नानें आम्हां सर्वांना जिंकलें आणि त्यामुळें आम्ही रणांतून पळून गेलों ! राजा, नंतर आम्हांवर तो महारथ सात्यकि चालून येत आहे असें आम्हीं पाहिलें; तों त्यानें चारशें रथांसह रणांगणांत माझा पाठलागही केला ! राजा धृतराष्ट्रा, वास्तविक पाहातां धृष्टद्युम्नापासून माझी सुटका होणें कठीण होतें, पण त्याचे घोडे थकल्यामुळें मी कसाबसा त्याच्या कचाट्यांतून सुटलों !

परंतु तितक्यांत, पातकी मनुष्य जसा नरकांत पडतो, तसा मी पुनः माधवाच्या सैन्याच्या वेंचांत पडलों आणि मग क्षणभर मोठें भयंकर युद्ध जुंपलें! राजा, त्या वेळीं महाबाहु सात्यकीनें माझें तनुत्राण छेदिलें आणि मी भूमीवर मूर्च्छित पडलों असतां तो माझा प्राण घेण्यास उद्युक्त झाला! नंतर अल्प अवकाशांत भीमसेनानें गदाप्रहारांनीं व अर्जुनानें घोर शरवृष्टीनें कौरवांचें गजसैन्य वधिलें आणि ते पर्वतासारखे प्रचंड हत्ती छिन्नभिन्न होत्साते रणभूमीवर चोहोंकडे मरून पडले असतां पांडवांचा मार्ग बंद झाला! राजा, नंतर भीमसेनानें ते महान् महान् गज ओढून एकीकडे केले आणि पांडवांच्या रथांना मार्ग करून दिला! इकडे अश्वत्थामा, कृपाचार्य व सात्वत कृतवर्मा ह्यांस रथसेनेंत शत्रुसंहारक दुर्योधन कोठेंही सांपडेना आणि ते त्यामुळें अतिशय विपन्न होत्साते त्या तुझ्या महारथ पुत्रास शोधण्यासाठीं त्या घोर रणांत धृष्टद्युम्नास सोडून जेथें सौबल होता तेथें निघून गेले!

अध्याय सव्विसावा.

—:०:—

धृतराष्ट्राच्या अकरा पुत्रांचा वध.

संजय सांगतोः—राजा, पांडुपुत्र भीमसेनानें कौरवांच्या त्या गजसेनेचा वध केला आणि मग त्यानें रणांगणांत तुझ्या सैन्याला ठार मारण्याचा सपाटा लाविला; तों इकडे तुझा पुत्र कौरवेश्वर दुर्योधन राजा ह्याला तुझे बाकीचे जिवंत राहिलेले पुत्र शोधीत असतां त्यांस तो कोठेंही आढळला नाहीं; आणि रणभूमीवर भीमसेन हा गदा धारण करून खवळलेल्या दंडधारी यमाप्रमाणें संचार करीत कुरुसैन्याचा विध्वंस उडवीत आहे, असें पाहून ते सर्वजण एकत्र होत्साते रणांगणांत भीमसेनावर तुटून पडले! राजा, त्या समयीं दुर्मर्षण, श्रुतांत, जैत्र, भूरिबल, रवि, जयत्सेन, सुजात, शत्रुसंहारक दुर्विषह, दुर्विमोचन, दुष्प्रधर्ष व महाबाहु श्रुतर्वा हे तुझे सर्व युद्धविशारद पुत्र एकत्र होऊन चोहोंकडून भीमसेनावर धावून गेले व त्यांनीं त्यास सर्व बाजूंनीं कोंडून टाकिलें! राजा, तें पाहून भीमसेन पुनः आपल्या रथावर चढला आणि त्यानें तुझ्या पुत्रांवर जलाल बाण सोडून त्यांचीं मर्मस्थळें विदारण केलीं! तेव्हां ते त्या घोर संग्रामांत फिरून भीमसेनावर चाल करून गेले; आणि कड्यावरून ज्याप्रमाणें हत्तीला खालीं लोटून ठार मारावें, त्याप्रमाणें त्यांनीं भीमसेनाला रथांतून खालीं लोटून ठार मारण्याचा प्रयत्न आरंभिला! राजा, त्या समयीं रणांगणांत भीमसेनाला अतिशय क्रोध चढला आणि त्यानें एक क्षुरप्र बाण सोडून दुर्मर्षणाचें मस्तक तत्काल छेदून भूमीवर पाडिलें! नंतर महारथ भीमसेनानें तुझा पुत्र श्रुतांत ह्याजवर एक भल्ल बाण टाकिला आणि त्या योगें त्याचें सर्व कवच विदारून त्यास यमसदनीं पाठविलें! मग त्या शत्रुसंहारक कुंतीपुत्रानें आपल्या वीरासनावरून हंसत हंसत एक नाराच बाण सोडून जयत्सेनास विंधिलें असतां तो तत्काळ रथांतून भूतलावर पडला व मेला! तें पाहून श्रुतर्व्याला फार क्रोध आला आणि त्यानें बांकदार पेऱ्यांचे शंभर गृध्रपुंख बाण भीमसेनावर सोडिले! तेव्हां भीमसेन फारच चवताळला आणि त्यानें विषासारखे किंवा अग्नीसारखे प्राणघातकी असे तीन बाण सोडून जैत्र, भूरिबल व रवि ह्यांस विद्ध केलें असतां ते तिघेही महारथ गतप्राण होत्साते—वसंत ऋतूंत तोडिलेल्या प्रफुल्लित पळसाच्या वृक्षांप्रमाणें रक्तबंबाळ होऊन—आपआपल्या रथांवरून भूतलावर पडले! नंतर त्या शत्रु-

संहारक भीमसेनानें दुर्विमोचनावर एक जलाल भल्ल बाण टाकिला असतां तो महारथ योद्धा एकदम मरण पावला; आणि पर्वताच्या शिखरावर वाढलेला वृक्ष वाऱ्यानें उन्मूलित झाला म्हणजे जसा एकाएकीं कोसळतो, तसा तो आपल्या रथांतून एकाएकीं कोसळून भूमीवर पडला! राजा, मग रणांगणांत सेनेच्या अग्रभागीं भीमसेनानें तुझे पुत्र दुष्प्रधर्ष व सुजात ह्यांजवर प्रत्येकीं दोन दोन बाण टाकिले असतां ते दोघेही महारथ बाणविद्ध होत्साते धारातीर्थीं पतन पावले! नंतर तुझा पुत्र दुर्विषह हा रणांगणांत भीमसेनावर धावून गेला, पण तो आपणावर धावून येत आहे असें पहातांच भीमसेनानें त्याजवर एक भल्ल बाण सोडिला आणि त्याच्या योगें तो तुझा पुत्र गतप्राण होत्साता सर्व धनुर्धरांसमक्ष रथांतून खालीं पडला!

राजा, ह्याप्रमाणें समरांत एकट्या भीमसेनानें आपल्या बहुत भ्रात्यांना वधिलें असें पाहून श्रुतर्व्याला अतिशय क्रोध चढला; आणि तो सुवर्णविभूषित अशा प्रचंड धनुष्याचें आस्फालन करून विष किंवा अग्नि ह्यांप्रमाणें प्राणसंहारक शरांचा एकसारखा भडिमार करित भीमसेनावर चालून गेला व त्यानें घोर युद्धांत त्या पांडुपुत्राचें धनुष्य तोडून त्या छिन्नचाप वीरावर वीस बाण टाकिले! राजा, मग त्या बलाढ्य भीमसेनानें दुसरें धनुष्य धारण केलें आणि तो तुझ्या पुत्रावर बाणांचा वर्षाव करून 'थांब थांब' असें त्यास म्हणाला! तेव्हां पूर्वीं समरांगणांत जंभासुर व इंद्र ह्यांचें जसें युद्ध झालें होतें, तसें त्या दोघांचें मोठें घनघोर व विचित्र युद्ध झालें! त्या वेळीं त्यांनीं एकमेकांवर यमदंडाप्रमाणें भयंकर शरांचा जो मारा केला, त्याच्या योगें सर्व पृथ्वी, आकाश, दिशा व उपदिशा हीं सर्व आच्छादित झालीं! राजा, तेव्हां श्रुतर्वा हा अतिशय संतापला आणि त्यानें धनुष्य उचलून भीमसेनाच्या वक्षस्थळावर व बाहूंवर बहुत बाण टाकिले आणि त्यास अगदीं विद्ध करून सोडिलें! त्या वेळीं तुझ्या पुत्रानें अत्यंत विद्ध केलेला तो कुंतीपुत्र—महासागर पर्वकाळीं जसा खवळतो तसा—अतिशय खवळला आणि त्यानें मोठ्या क्रोधानें बाणांचा भडिमार चालवून तुझ्या पुत्राचे चारही अश्व व सारथि ह्यांस यमसदनीं पाठविलें व तो रथहीन झाला असें पाहून त्याजवर त्या अतुलप्रतापी भीमसेनानें लोमवाही बाणांचा अचूक भडिमार करून आपलें हस्तलाघव व्यक्त केलें! राजा, विरथ झालेल्या श्रुतर्व्यानें नंतर ढालतरवार हातांत घेतली, पण तितक्यांत भीमसेनानें तत्काळ एक क्षुरप्र बाण सोडून त्याचें शिर उडविलें आणि मग लागलेंच तें त्या श्रुतर्व्याचें धड रथांतून धाडकन् भूतलावर पडलें व त्यामुळें सर्व भूमंडळ दणाणून गेलें!

'राजा, ह्याप्रमाणें तो शूर श्रुतर्वा रणांगणांत पडला असतां तुझे सैनिक अतिशय भयभीत झाले; तरी त्यांनीं युद्धाची हाव धरून रणांगणांत भीमसेनावर हल्ला केला! राजा, कौरवांच्या सैन्यसागरापैकीं अवशिष्ट राहिलेले ते योद्धे कवचें धारण करून आपल्यावर चालून येत आहेत असें पाहून प्रतापशाली भीमसेन त्यांजबरोबर युद्ध करण्यास पुढें सरसावला; आणि मग तत्काळ त्या सर्व कुरुवीरांनीं त्या पांडुपुत्राला चोहोंकडून वेढा दिला! राजा, मग तेथें दारुण युद्ध माजलें आणि त्यांत कुरुवीरांनीं कोंडिलेल्या त्या भीमसेनानें, सहस्राक्ष देवेंद्रानें ज्याप्रमाणें असुरांना जर्जर केलें त्याप्रमाणें त्या सर्व कुरुसैनिकांस जलाल बाणांचा भडिमार करून अगदीं जर्जर केलें! राजा धृतराष्ट्रा, नंतर भीमसेनानें कवचानें अवगुंठित असे पांचशे महान् रथ छेदिले आणि पुनः

सातशें हत्ती रणांगणांत ठार मारिले! राजा, मग तो पांडुपुत्र भयंकर बाणांनीं दहा हजार पायदळ आणि आठशें घोडे वधून आपल्या दिव्य कांतीनें झळाळूं लागला व रणांगणांत तुझ्या पुत्रांना ठार मारल्याबद्दल त्यास मोठी कृतार्थता वाटली; आणि आपलें जन्म सफळ झालें असें त्यानें मानिलें! राजा, ह्याप्रमाणें तो भीमसेन भयंकर युद्ध करीत तुझ्या सैनिकांचा घोर संहार उडवूं लागला असतां तुझ्या सेनेला वर मान करून त्याजकडे पाहाण्याचीही छाती होईना! तेव्हां भीमसेनानें तुझ्या सर्व सैनिकांस उधळून लाविलें आणि त्यांस साहाय्य करण्यासाठीं वगैरे जे कोणी आले त्यांस त्यानें ठार मारिलें व दंड ठोकून असा प्रचंड शब्द केला कीं, त्याच्या योगानें महान् महान् हत्ती घाबरून गेले! नंतर, राजा, जिच्यांतील बहुतेक वीर मृत्युमुखीं पडले होते अशी ती तुझी अल्प सेना अगदीं दीन झाली!

अध्याय सत्तावि साचा.

—:०:—

सुदर्शन व सुशर्मा यांचा वध.

संजय सांगतोः—राजा, ह्या वेळीं तुझे युद्धांत जिवंत राहिलेले पुत्र जे दुर्योधन व सुदर्शन ते रणांगणांत घोडेस्वारांमध्यें होते. पुढें दुर्योधन हा तेथें आहे असें पाहून देवकीपुत्र कृष्णानें कुंतीपुत्र अर्जुनाला म्हटलें, "अर्जुना, आतां बहुतेक सर्व शत्रु मृत्युमुखीं पडले, आपण आपल्या बंधुवर्गाचें संरक्षण केलें, आणि तो शिनिपुंगव सात्यकि संजयाला बंदिवान करून घेऊन परत आला पहा! अर्जुना, रणभूमीवर पातकी धार्तराष्ट्र व त्यांचे अनुयायी ह्यांशीं लढल्यामुळें हे नकुलसहदेव किती दमून गेले तें अवलोकन कर. हे पहा कृप, कृतवर्मा व महारथ अश्वत्थामा हे तिघेही दुर्योधनाला सोडून देऊन दुसरीकडेच आहेत! हा पहा! धृष्टद्युम्न रणांगणांत दुर्योधनाच्या सैन्याला वधून आपल्या सर्व प्रभद्रक वीरांसह दिव्य तेजानें झळाळत आहे! तो पहा तेथें अश्वसेनेमध्यें दुर्योधन हा पुनःपुनः सभोंवतालीं पहात असून त्याच्या मस्तकावर छत्र विराजत आहे! अर्जुना, त्यानें फिरून सर्व सैन्याची यथास्थित रचना केली व तो रणांगणांत युद्धास सिद्ध झाला! ह्यासाठीं तूं त्याला जलाल शरांनीं ठार मार आणि कृतार्थ हो! अर्जुना, आतां विलंब करण्यांत अर्थ नाहीं; गजसेनेचा वध झाला असें पाहून हे कौरववीर तुझ्यावर तुटून पडले नाहींत तोंच तूं त्या दुर्योधनाला ठार कर! अर्जुना, पांचाल्य धृष्टद्युम्नानें लवकर येथें यावें म्हणून कोणीं तरी त्याजकडे जावें. बाबारे, प्रस्तुत समयीं कौरवांचें सैन्य अगदीं थकून गेलें आहे; ह्यास्तव ह्या वेळीं त्या दुरात्म्या दुर्योधनाची सुटका होतां उपयोगी नाहीं! अर्जुना, सध्या रणांगणांत दुर्योधन हा तुझें सर्व सैन्य मारून 'आतां मीं पांडवांना जिंकलेंच' अशा डौलांत आहे! ह्यासाठीं आपलें सर्व सैन्य पांडवांनीं पीडिलें व वधिलें असें त्याच्या दृष्टीस पडलें म्हणजे तो रणांगणांत पुढें येईल व स्वतःच मृत्युमुखीं पडेल!"

धृतराष्ट्रा, ह्याप्रमाणें कृष्णाचें भाषण श्रवण करून अर्जुनानें त्यास उत्तर दिलें, "माधवा, भीमसेनानें धृतराष्ट्राचे बहुतेक सर्व पुत्र ठार मारिले; आतां काय ते दोघे मात्र जिवंत उरले आहेत, पण तेही आज पतन पावतील! कृष्णा, भीष्म पडला, द्रोण मेला, विकर्तनपुत्र कर्णही यमसदनीं गेला, मद्रराज शल्याची देखील तीच वाट लागली, तसाच जयद्रथही हत झाला, आणि आतां सौबल शकुनीचे पांचशें श्रेष्ठ घोडे, दोनशें श्रेष्ठ रथ, सारे शंभर बलाढ्य हत्ती व तीन हजार पायदळ उरलें आहे; आणि

कृष्णा, आतां अश्वत्थामा, कृप, त्रिगर्ताधिप, उलूक, शकुनि व सात्वत कृतवर्मा हे इतकेच काय ते दुर्योधनाचे प्रबळ योद्धे हयात आहेत! तेव्हां मला असें वाटतें कीं, ह्या मृत्युलोकीं कालापासून खचित कोणाचीही सुटका नाहीं! कृष्णा, ह्याप्रमाणें कुरुसैन्याचा संहार झाला असतांही अद्याप दुर्योधन हा युद्धार्थ सिद्ध आहेच! पण आज दिवस मावळण्यापूर्वीच महाराज युधिष्ठिर हा निश्शत्रु होईल हें मी तुला खचित सांगतों. कृष्णा, माझी अशी समजूत आहे कीं, आज शत्रूंकडील कितीही मदोन्मत्त योद्धे असले तरी ते येथें माझ्या हातून जिवंत सुटणार नाहींत! त्यांना जर जिवाची पर्वा असेल तर त्यांनीं आज समरांगणांतून पळून जावें हेंच श्रेयस्कर आहे! कृष्णा, फार काय, ते जरी मनुष्यकोटींच्या वरच्या कोटींतले असले, तरीही मी त्यांचा आज वध केल्याशिवाय राहाणार नाहीं! कृष्णा, आज मी मोठ्या क्रोधानें जलाल शरांचा वर्षाव करून गांधारराज शकुनीला ठार मारीन आणि धर्मराजाला फार कालपर्यंत जी तळमळ लागलेली आहे ती एकदांची नष्ट करीन! कृष्णा, त्या अधम सौबलानें कुरुसभेंत द्यूतामध्यें आम्हांला गांजून आमचीं जीं महान् महान् सुंदर रत्नें इत्यादि हरण केलीं, तीं सर्व मी आज पुनः परत मिळवीन! आणि आज हस्तिनापुरांतील त्या सर्व स्त्रिया रणांगणांत आपल्या पतींना व पुत्रांना पांडवांनीं वधिलें असें ऐकून आक्रोश करितील! आणि आज एकदांचें सर्व कर्तव्य समाप्त होईल! आणि, ह्याउपर दुर्योधनाला जर जगण्याची इच्छा असेल, तर त्यानें माझ्या भीतीनें रणांगणांतून युद्धविमुख होऊन पळून जावें हेंच विहित होय; नाहीं तर देदीप्यमान् राजलक्ष्मी व प्राण ह्यांस त्याला आज अंतरावें लागेल! कृष्णा, कौरवांचें हें मूर्ख अश्वसैन्य आतां हत झालेंच म्हणून समज; कारण, माझ्या प्रत्यंचेचा टणत्कारही ह्या सैनिकांना सहन होणार नाहीं; ह्यासाठीं रथ चालव, मला त्याचा संहार करूं दे!"

राजा धृतराष्ट्रा, ह्याप्रमाणें विजयशाली अर्जुनाचें भाषण श्रवण करून दाशार्ह कृष्णानें दुर्योधनाच्या सैन्यावर अर्जुनाचा रथ चालविला; आणि मग पांडवांकडील दुसरे दोन महारथ भीमसेन व सहदेव हेही तें सैन्य पाहून त्याजवर चाल करून गेले! राजा, ह्याप्रमाणें ते तिघेही महारथ दुर्योधनाला ठार मारण्याच्या इच्छेनें सिंहगर्जना करीत कुरुसैन्यावर धावून गेले आणि त्या सर्वांनीं मोठ्या आवेशानें शत्रूंवर बाणांचा भडिमार चालविला, तेव्हां आपणांवर तुटून पडणाऱ्या त्या पांडुवीरांवर सौबल शकुनीनें उलट हल्ला केला! राजा, त्या वेळीं तुझा पुत्र सुदर्शन हा भीमसेनावर चालून गेला, सुशर्मा व शकुनि ह्यांनीं अर्जुनाशीं युद्ध आरंभिलें आणि दुर्योधनानें घोड्यावर बसून सहदेवावर हल्ला केला व तत्काळ मोठ्या प्रयत्नानें त्याच्या मस्तकावर एक प्रास टाकून त्यास अतिशय विद्ध केलें! राजा, तेव्हां तुझ्या पुत्रानें ताडित केलेला तो पांडुपुत्र एकदम आपल्या रथांत वीरासनीं बसला आणि त्याच्या सर्व देहांतून रक्ताचे पाट वाहूं लागले व तो सर्पाप्रमाणें सुसकारे देऊं लागला! राजा, नंतर कांहीं वेळानें सहदेव सावध झाला आणि त्यानें क्षुब्ध होऊन दुर्योधनावर तीक्ष्ण बाणांचा भडिमार चालविला! मग कुंतीपुत्र धनंजयानेंही मोठा दिव्य पराक्रम गाजविला व रणांगणांत घोड्यांवर बसलेल्या शूर योद्ध्यांचीं शिरें छेदून टाकण्याचा सपाटा लाविला. राजा, त्या समयीं अर्जुनानें बहुत बाणांचा वर्षाव करून तें सैन्य वधिलें आणि सर्व घोडेस्वारांना ठार मारून तो त्रिगर्तांच्या रथ्यांवर चालून

गेला ! राजा, तेव्हां त्रिगर्तांचे ते सर्व महारथ एकत्र झाले; आणि त्यांनीं कृष्ण व अर्जुन ह्यांस बाणाच्छादित केलें ! तें पाहून त्या महायशस्वी पांडुपुत्रानें सत्यकर्म्यावर एक क्षुरप्र बाण सोडिला आणि मग त्याच्या रथाची ईषा छेदून दुसऱ्या एका सहाणेवर धार दिलेल्या क्षुरप्र बाणानें देदीप्यमान् कुंडलें तळपत असलेलें त्याचें मस्तक एकदम उडविलें ! राजा, नंतर, वनांत क्षुधित झालेला सिंह जसा हरणावर उसळून जातो, तसा तो सत्येषूवर उसळून गेला व त्यानें कुरुयोद्ध्यांच्या समक्ष त्याजवर बाण टाकून त्यास ठार मारिलें ! नंतर अर्जुनानें सुशर्म्यावर तीन बाण सोडून त्यास विंधिलें व सुवर्णमंडित सर्व रथांचा फडशा पाडिला ! राजा, मग अर्जुन हा तत्काळ दीर्घ कालपर्यंत सांठवून ठेविलेलें जलाल क्रोधविष ओकीत प्रस्थलाधिपति सुशर्म्यावर धावून गेला आणि त्यानें त्याजवर शंभर बाण सोडून त्याचे घोडे वधिले व नंतर यमदंडाप्रमाणें भयंकर शर घेऊन तो हंसत हंसत तत्काळ सुशर्म्यावर टाकिला ! राजा, अत्यंत क्रोधायमान झालेल्या त्या शूर धनुर्धरानें सोडिलेला तो बाण सुशर्म्याला गांठून त्यानें त्याचें रणांत वक्षस्थळ विदारिलें; आणि तो कुरुवीर गतप्राण होऊन धरणीतलावर पडला असतां सर्व पांडवांना मोठा आनंद झाला आणि तुझ्या सैनिकांना अतिशय व्यथा उत्पन्न झाली ! राजा, नंतर अर्जुनानें सुशर्म्याच्या पंचेचाळीस महारथ पुत्रांवर बाणवृष्टि करून त्यांस यमसदनीं पाठविलें आणि आणखी जलाल बाण सोडून त्यांच्या सर्व अनुयायांना ठार मारिलें व तो महारथ पांडुपुत्र कौरवांच्या उर्वरित सेनेवर धावून गेला ! राजा, इकडे भीमसेनानें समरांगणांत क्रोधायमान होऊन हंसत हंसत तुझा पुत्र सुदर्शन ह्याजवर शरांचा भडिमार केला आणि त्यास शराच्छादित करून टाकून एका सुतीष्ण क्षुरप्र बाणानें त्याचें मस्तक छेदिलें असतां तो एकदम भूतलावर मरून पडला ! राजा, ह्याप्रमाणें सुदर्शन हा मरण पावला तेव्हां रणांगणांत त्याच्या अनुयायांनीं भीमसेनावर विविध शरांचा पाऊस पाडीत त्यास सर्व अंगांनीं कोंडिलें, परंतु त्या वेळीं वृकोदरानें आसमंताद्भागीं तुझ्या सैन्यावर अतिशय घोर शरवृष्टि आरंभिली आणि इंद्राच्या वज्राप्रमाणें कठोर अशा त्या बाणांच्या योगें तुझें तें सर्व सैन्य क्षणांत मृत्युमुखीं पडूं लागलें ! राजा, तेव्हां त्या सैन्यांतील प्रमुख महारथांनीं भीमसेनावर हल्ला करून त्याच्याशीं घोर संग्राम आरंभिला ! राजा, त्या समयीं पांडुपुत्रानें त्या सर्व कुरुवीरांवर घोर शरांची वृष्टि केली आणि त्या कुरुवीरांनींही उलट पांडवांकडील महारथांना प्रचंड शरवृष्टीनें झांकून काढिलें ! राजा, तेव्हां दोन्ही दळांत घोर रण मातलें आणि तीं परस्परांच्या शरप्रहारांनीं घायाळ होऊन रणांगणांत पडूं लागलीं असतां जिकडे तिकडे बंधुवर्गाविषयीं महान् आकांत सुरू झाला !

अध्याय अठ्ठाविसावा.

—:०:—

शकुनि व उलूक ह्यांचा वध.

संजय सांगतोः—राजा धृतराष्ट्रा, ह्याप्रमाणें कुरुवीरांचा व पांडवांचा घोर संग्राम चालू होऊन त्यांत अश्व, गज व नर ह्यांचा महान् क्षय सुरू झाला असतां सौबल शकुनि हा सहदेवावर धावून गेला ! तेव्हां तो आपल्यावर चालून येत आहे असें पाहून तत्काळ प्रतापशाली सहदेवानें त्याजवर वेगानें धावून जाणाऱ्या पक्ष्यांप्रमाणें बाणांचे लोट चालू केले. राजा, त्या समयीं उलूकानें रणांगणांत भीमसेनावर दहा बाण टाकून त्यास विद्ध केलें; आणि शकुनीनें भीमाला तीन बाणांनीं विंधून

नव्वद बाणांनीं सहदेवाला झांकून काढिलें! राजा, त्या वेळीं दोन्ही दळांमध्यें मोठ्या निकराचा संग्राम झाला! त्या शूरांनीं रणांगणांत एकमेकांना गांठून एकमेकांवर सहाणेवर धार दिलेल्या कंकपिच्छ व मयूरपिच्छ सुवर्णपुंख जलाल बाणांचा आकर्ण प्रत्यंचा ओढून भडिमार चालविला आणि त्या प्रतिस्पर्धी वीरांनीं बाहुबलानें आपआपल्या धनुष्यांच्या योगें जो शरवर्षाव केला त्यानें पावसाच्या वृष्टीप्रमाणें सर्व दिशा आच्छादित झाल्या! राजा, नंतर रणांगणांत भीम व सहदेव ह्यांस मनस्वी क्रोध चढला आणि ते महाबलाढ्य योद्धे समरभूमीवर शत्रूंचें कंदन करीत संचरूं लागले! राजा, त्या समयीं त्या दोघांनीं शतावधि बाणांचा भडिमार करून तुझें सैन्य झांकून टाकिलें; आणि अंतरिक्षांत जिकडे तिकडे निबिड अंधःकार मातला! राजा, तेव्हां शरांनीं आच्छादित झालेले घोडे बहुत मृत वीरांसहवर्तमान पळत सुटले आणि त्यामुळें जिकडे तिकडे मार्गाचा रोध झाला! त्या समयीं समरभूमीवर जे घोडे व घोडेस्वार मरून पडले होते त्यांच्या अंगांतलीं चिलखतें छिन्नविछिन्न होऊन चोहोंकडे पसरलीं होतीं, त्याप्रमाणेंच सर्वत्र तुटलेले प्रास, ऋष्टि, शक्ति, भाले, खड्ग, कुऱ्हाडी ह्यांचा खच पडला होता, आणि ह्यास्तव सर्व पृथ्वी आच्छादित होऊन जणू काय तिच्यावर इतस्ततः पुष्पें पसरल्यामुळेंच तिला चित्रविचित्रपणा आला होता! राजा, त्या वेळीं उभयसैन्यांतील वीर परास्परांवर तुटून पडले आणि मोठ्या क्रोधानें परस्परांना ठार मारीत रणांगणांत संचरूं लागले! राजा, तेव्हां समरभूमीवर जिकडे तिकडे वीरांचीं मस्तकें दिसूं लागलीं! त्यांच्या मुखचर्येवरून जणू काय ते वीर संतापानें डोळे फाडून पहात आहेत व दांतओंठ खात आहेत असें दिसत होतें! आणि त्यांच्या कर्णांत कुंडलें झळाळत असून कमळाच्या केसरांप्रमाणें सुंदर कांति विराजत होती! राजा, त्याप्रमाणेंच तेथें प्रचंड हत्तींच्या शुंडांसारखे वीरांचे छिन्न भुज अंगदांसह शोभत असून त्याशिवाय त्यांचीं चिलखतें, प्रास, खड्ग व कुऱ्हाडी ह्याही सर्वत्र पसरल्या होत्या! राजा, इतक्यांत त्या स्थळीं वीरांचीं तुटलेलीं धडें उठलीं व तीं एकमेकांसहवर्तमान रणभूमीवर नाचूं लागलीं; आणि सर्वत्र मांसभक्षक हिंसक प्राणी जमून रणांरणांत मोठा घोर देखावा दिसूं लागला! राजा, अशा प्रकारें तुंबळ रण होऊन अगदीं अल्प सैन्य शिलक राहिल्यानंतर त्या भयंकर संग्रामांत पांडवांना मोठी वीरश्री चढली व त्यांनीं कौरवांना यमसदनीं पाठविण्याचा क्रम आरंभिला! राजा, इतक्यांत प्रतापवान् शूर शकुनीनें सहदेवाच्या मस्तकावर प्रास टाकून त्यास अत्यंत पीडा दिली असतां तो विव्हल होऊन एकदम वीरासनीं बसला; आणि त्या पांडुपुत्राची ती अवस्था अवलोकन करून महाप्रतापी भीमसेनानें संतप्त होऊन कौरवांच्या सैन्याचें निवारण केलें व नाराच बाणांचा भडिमार चालवून शत्रूंकडील शतावधि व सहस्रावधि योद्ध्यांना वधिलें आणि तो शत्रुसंहारक योद्धा सिंहासारखा गर्जूं लागला असतां कौरवांचे नर, गज व हय घाबरून जाऊन एकदम चोहोंकडे पळूं लागले व शकुनीच्या अनुयायांचीही तीच वाट लागली! राजा, ह्याप्रमाणें आपल्या सैन्याची वाताहत झाली असें पाहून दुर्योधन राजा आपल्या सैनिकांस म्हणालाः- वीरहो, असे स्वधर्मापासून भ्रष्ट कसे झालां! अहो, युद्ध करा, पळून जाण्यांत लाभ तो कोणता बरें? अहो, जो धीर वीर रणांत पाठ न दाखवितां प्राण देतो, तो ह्या लोकीं कीर्ति मिळवून मेल्यावर उत्तम लोकीं जातो! राजा धृतराष्ट्रा,

ह्याप्रमाणें दुर्योधनाचें भाषण ऐकून सौबलाचे ते अनुयायी मारूं किंवा मरूं असा निर्धार करून मोठमोठ्यानें घोर गर्जना करीत पुनः पांडवांवर चालून गेले आणि त्या सर्वांना सागरासारखा भयंकर क्षोभ उत्पन्न झाला! राजा, अशा रीतीनें सौबलाचे अनुयायी आपणांवर चालून आले असें पाहून त्यांना जिंकण्याकरितां पांडव हे त्यांजवर उलट चालून गेले आणि इकडे पराक्रमी सहदेवही जरा सावध होऊन पुनः युद्ध करूं लागला व त्यानें हंसत हंसत दहा बाणांनीं शकुनीला विंधिलें, तीन बाणांनीं त्याचे अश्व वधिले आणि आणखी बाण सोडून त्याचें धनुष्य छेदिलें! राजा, नंतर युद्धधुरंधर शकुनीनें दुसरें धनुष्य धारण केलें आणि नकुलावर साठ व भीमसेनावर सहा बाण सोडून त्यांस विंधिलें! राजा, त्या समयीं उलूकानेंही आपल्या पित्याचें रक्षण करण्यासाठीं भीमसेनावर सात व सहदेवावर सत्तर बाण टाकिले; परंतु तें पाहून रणांगणांत भीमसेनानें उलूकावर नऊ, शकुनीवर चौसष्ट आणि त्यांच्या पार्श्वभागीं युद्ध करणाऱ्या वीरांवर प्रत्येकीं तीन तीन बाण टाकून त्यांस विद्ध केलें! राजा, ह्याप्रमाणें त्या कुरुवीरांवर भीमसेनानें तेलपाणी दिलेले नाराच बाण टाकिले असतां ते फार चवताळले आणि ते रणांगणांत—विद्युल्लतेनें सहित असे मेघ ज्याप्रमाणें पर्वतावर पर्जन्याची वृष्टि करितात त्याप्रमाणें—सहदेवावर वृष्टि करीत त्यावर चालून गेले! राजा, तेव्हां ते कौरवयोद्धे आपल्यावर धावून येत आहेत असें पाहून शूर व प्रतापशाली अशा त्या सहदेवानें उलूकावर एक भल्ल बाण सोडून त्याचें शिर उडविलें आणि त्यामुळें रुधिरांत न्हालेलें असें तें त्याचें धड रथांतून भूतलावर पडलें व तें पाहून रणांगणांत सर्व पांडुवीरांना अतिशय आनंद झाला! राजा, ह्याप्रमाणें आपला पुत्र पडला असें जेव्हां शकुनीनें पाहिलें, तेव्हां त्याचा कंठ दुःखानें भरून आला आणि सुसकारे देत असतां त्यास विदुराच्या भाषणाचें स्मरण झालें! राजा, नंतर त्यानें क्षणभर विचार केला आणि डोळे अश्रूंनीं भरून आले असतां तसेच सुसकारे देत देत त्यानें सहदेवावर चाल केली, व त्यास तीन बाणांनीं विंधिलें! राजा, त्या समयीं प्रतापशाली सहदेवानें शकुनीनें सोडिलेले ते तीन बाण अंगांत रुतले होते ते उपटून फेंकून दिले व उलट शकुनीवर बाणांचा लोट सुरू करून समरामध्यें त्याचें धनुष्य छेदून टाकिलें! राजा, ह्याप्रमाणें धनुष्यहीन झाल्यावर शकुनीनें खड्ग उचलिलें व तें सहदेवावर फेंकिलें; परंतु तें घोर खड्ग एकाएकीं आपणावर येत आहे असें पाहून सहदेवानें हंसत हंसत त्याचे दोन तुकडे केले! राजा, नंतर सौबलानें एक प्रचंड गदा उचलिली व ती सहदेवावर फेंकिली; पण तीही व्यर्थ होऊन रणांगणांत भूमीवर पडली! राजा, तें पाहून शकुनीला अतिशय क्रोध चढला व त्यानें कालरात्रीप्रमाणें भयंकर अशी एक घोर शक्ति त्या पांडुपुत्रावर सोडिली; पण ती शक्ति आपणावर येत आहे असें पाहून सहदेवानें हंसत हंसत रणांगणांत सुवर्णमंडित शरांचा भडिमार आरंभिला व त्या सुवर्णमंडित शक्तीचे तीन तुकडे करून ती भूतलावर पाडिली; आणि त्यामुळें, अंतरिक्षांतून भूतलावर विद्युल्लता येत असतां जसा प्रकाश पडतो, तसा जिकडे तिकडे विलक्षण प्रकाश पडला! राजा, ह्याप्रमाणें ती घोर शक्ति व्यर्थ झाली तेव्हां सौबलही फार घाबरला आणि तें पाहून सौबलासह सर्व कौरववीर भयभीत होत्साते पळूं लागले! राजा, तेव्हां पांडवांना आपण आतां खास विजयी झालों असें वाटलें आणि ते मोठमोठ्यानें आरोळ्या देऊं लागले!

राजा, त्या समयीं बहुतेक सर्व कौरव युद्धापासून पराङ्मुख झाले आणि त्यांची ती उद्विग्नता अवलोकन करून प्रतापशाली माद्रीपुत्रानें त्यांजवर सहस्त्रावधि शरांचा वर्षाव आरंभिला व रणांगणांत त्यांस उधळून लाविलें! राजा, नंतर गांधार देशांतल्या बळकट घोडेस्वारांच्या बळावर अजूनही जयाची आशा करणारा तो कुरुवीर सौबल शकुनि रणांगणांत पांडुसेनेशीं लढण्यास पुढें झाला असतां, सहदेवानें तो आपला भाग अवशिष्ट आहे असें मनांत आणून आपल्या सुवर्णमय रथांतून त्याजवर हल्ला केला; आणि आपल्या प्रचंड धनुष्यास प्रत्यंचा जोडून तिचें आस्फालन आरंभिलें! राजा, नंतर त्यानें सहाणेवर धार दिलेल्या गृध्रपुंख बाणांचा सौबलावर भडिमार चालविला; आणि एखाद्या प्रचंड हत्तीला जसें अंकुशांनीं विद्ध करावें तसें त्यानें क्रोधायमान होऊन त्या गांधारराजाला बाणप्रहारांनीं अतिशय विद्ध केलें, व तो समयज्ञ पांडुपुत्र जणू काय त्या शकुनीला त्याच्या पूर्वकृत्यांचें स्मरण देण्याच्या उद्देशानें त्यास म्हणालाः— हे वीरा, क्षात्रधर्मांत अढळ राहून मजशीं शौर्यानें युद्ध कर! हे अधमा, त्या वेळीं सभेंत अक्षांनीं द्यूत खेळत असतां जो तुला आनंद झाला होता, त्या दुष्कृत्याचें फळ आज तुला मिळेल! बाबारे, जे दुष्ट दुरात्मे पूर्वीं आम्हांस हंसले होते, ते सर्व ह्यापूर्वींच मृत्युमुखीं पडले आहेत! आतां तो कुलांगार दुर्योधन व त्याचा मामा तूं हे तुम्ही दोघे मात्र उरले आहां! अरे, वृक्षावर कठीण काष्ठाचा प्रहार करून जसें त्याचें फळ पाडावें, तसें मी आज ह्या क्षुर बाणांचा प्रहार करून तुझें शिर तोडून पाडितों! राजा धृतराष्ट्रा, ह्याप्रमाणें भाषण करून तो रणधुरंधर महाबलवान् सहदेव क्रोधायमान होऊन मोठ्या वेगानें सौबलावर धावून गेला आणि संतापानें नखशिखांत पेटलेल्या त्या पांडुपुत्रानें प्रत्यंचेचें मोठ्या जोरानें आकर्षण करून शकुनीला दहा बाणांनीं विंधिलें, त्याचे चारही अश्वांना चार बाणांनीं वधिलें, आणि त्याचा ध्वज, छत्र व धनुष्य तोडून टाकूत सिंहासारखी गर्जना आरंभिली! राजा, ह्याप्रमाणें सहदेवानें एकसारखा बाणवर्षाव करून शकुनीचीं सर्व मर्मस्थळें भेदून त्याचा ध्वज, छत्र व धनुष्य हीं तोडून टाकिल्यावर बाणांचा घोर भडिमार आणखी तसाच चालविला; परंतु तें पाहून सुबलपुत्राला मनस्वी क्रोध चढला आणि तो त्या रणसंमर्दांत सुवर्णमंडित प्रासासहित सहदेवाला ठार मारण्याच्या हेतूनें त्याजवर लागलाच तुटून पडला! राजा, तेव्हां माद्रीसुतानें शकुनीच्या हातांतला तो प्रास व त्याचे दोन बळकट बाहु ह्यांवर तीन भल्ल बाण सोडिले व त्यांस एकदम छेदून टाकून तो रणांगणांत मोठ्या आवेशानें गर्जूं लागला! राजा, नंतर त्यानें ताबडतोब नीट नेम धरून अतिशय कठोर अशा पोलादाचा एक सुवर्णपुंख भल्ल बाण त्याजवर टाकिला आणि त्याचें मस्तक तोडून अंतरिक्षांत उडविलें! राजा, अशा प्रकारें सूर्यासारख्या देदीप्यमान् अशा सुवर्णमंडित बाणानें सहदेवानें नेमकेंच शकुनीचें मस्तक छेदिलें, तेव्हां रणांगणांत कौरवांच्या दुष्ट मसलतीचें मूळ कारण असें तें शिर खालीं पडत आहे तों त्याजबरोबर त्या दुरात्म्या सौबलाचें धडही एकदम भूतलावर कोसळलें! राजा, ह्या प्रकारें सहदेवानें प्रथम शकुनीचे बळकट बाहु तोडिले, मग त्याचें मस्तक उडविलें, आणि नंतर रुधिरानें न्हालेलें तें शकुनीचें धड थरथरत त्याच्या रथांतून खालीं पडलें; व मग शकुनीचें तें रक्तांत लडबडलेलें शरीर मातींत लोळत आहे असें पाहून तुझ्या योद्ध्यांची भीतीनें पांचावर

धारण बसली आणि ते शस्त्रास्त्रांसह दशादिशांस पळत सुटले! राजा, त्या वेळीं त्यांचीं मुखें अगदीं सुकून गेलीं, ते देहभान विसरले, गांडीवाच्या घोषानें त्यांना धडकी बसली, आणि अत्यंत भयविव्हल होऊन तें कौरवांचें चतुरंग दळ पळून गेलें! असो; राजा, सहदेवाच्या हस्तें शकुनि रथांतून भूतलावर पडला तेव्हां कृष्णासहवर्तमान पांडवांना मोठा आनंद झाला व ते रणांगणांत मोठ्या उत्साहानें शंख वाजवूं लागले आणि त्यामुळें पांडवांच्या सर्व सैनिकांना मोठा हर्ष वाटला! नंतर सर्वजण रणांगणांत सहदेवाच्या समीप प्राप्त झाले आणि त्यांनीं त्याचा गौरव करून त्यास म्हटलें:—' वीरा तूं, सुदैवानें तो दुष्ट दुरात्मा शकुनी व त्याचा पुत्र उलूक ह्यांस समरांगणांत वधिलेंस हें फार उत्तम केलेंस!'

ऱ्हदप्रवेशपर्व.

अध्याय एकोणतिसावा.

—:०:—

दुर्योधनाचा ऱ्हदप्रवेश.

संजय सांगतोः—हे महाराजा, मग सौबलाचे अनुयायी अतिशय खवळले आणि त्यांनीं प्राणांकडे न पहातां समरांगणांत पांडवांस घेरलें तेव्हां सहदेवाच्या जयार्थ तत्पर असलेल्या अर्जुनानें व चवताळलेल्या भुजंगाप्रमाणें दिसणाऱ्या तेजस्वी भीमसेनानें त्यांशीं तोंड दिलें; व शक्ति, ऋष्टि व प्रास हातांत घेऊन सहदेवाला खाऊं कीं गिळूं करीत आलेल्या त्या वीरांचा संकल्प अर्जुनानें गांडीवाच्या योगानें फोल करून टाकला ! त्यानें भल्ल बाणांनीं त्या धावून येत असलेल्या योद्धयांचे शस्त्रें घेतलेले उजवे हात तोडले, मस्तकें कापलीं आणि त्यांच्या घोड्यांचींही छकलें उडविलीं. तेव्हां रणांत संचरणाऱ्या लोकैकवीर सव्यसाचीनें अतिविद्ध केलेले ते घोडे गतप्राण होऊन त्यांनीं जमीन गांठली ! मग आपल्या सैन्याचा अगदीं फडशा उडालेला पाहून संतप्त झालेल्या दुर्योधनानें उरलेले सर्व हत्ती, घोडे, पदाति आणि पुष्कळ रथांचे समुदाय एकत्र जमवून त्यांस म्हटलें, "वीरहो, सुहृद्गणांसह सर्व पांडवांस रणांत गांठून ठार करा; आणि पांचाल्य धृष्टद्युम्नाला त्याच्या सैन्यासह कंठस्नान घालून सत्वर मागें परता."

राजा, दुर्योधनाचें तें भाषण त्या रणमस्त वीरांनीं शिरसा मान्य केलें आणि तुझ्या पुत्राच्या आज्ञेप्रमाणें ते रणांगणांत पांडवांवर धावले. याप्रमाणें ते महायुद्धांतून वांचलेले लोक वेगानें चाल करून येत असतां पांडवांनीं त्यांवर सर्पाकार बाणांचा भडिमार केला; आणि हे भरतश्रेष्ठा, दोन घटकांच्या अवकाशांत त्या महात्म्यांच्या हातून तें सर्व सैन्य धारातीर्थी पतन पावलें. त्या वेळीं त्यांना तेथें कोणीच त्राता मिळाला नाहीं; पण पुढें सरसावलेल्या त्या निर्धारी सैन्यानें भीतीनें बिलकुल माघार घेतली नाहीं. तेव्हां घोड्यांचें धावणें व सैनिकांची चाल, यांमुळें सर्व आकाश धुळीनें व्यापून गेलें; आणि रणांगणांत दिशा, उपदिशा वगैरे कांहींच कळेनासें झालें. राजा, नंतर पांडवांच्या सैन्यांतील पुष्कळ वीर बाहेर पडले; आणि त्यांनीं दोन घटकांपर्यंत तुझ्या लोकांची सारखी कत्तल चालविली. तेव्हां मग तुझ्या त्या सैन्यापैकीं कोणीच अवशिष्ट राहिला नाहीं—सर्वच ठार झाले ! प्रभो धृतराष्ट्रा, तुझ्या पुत्राकडे जमा झालेलें अकराच्या अकरा अक्षौहिणी सैन्य पांडुसृंजयांच्या हातून युद्धांत निधन पावलें; आणि, हे राजा, तुझ्या पक्षाकडील त्या एक हजार थोर राजांपैकीं एकटा दुर्योधन तेवढा जिवंत होता—पण तोही अत्यंत जखमी झालेला दिसत होता ! मग त्यानें चोहोंकडे पाहिलें तों सर्व पृथ्वी शून्याकार झालेली आहे, आपला एकही योद्धा जवळ नाहीं, आणि पांडव मात्र पुष्कळसे दिसताहेत, त्यांना हर्षाच्या उकळ्या येत आहेत, ते वरचेवर गर्जना करिताहेत व अगदीं सज्ज राहिले आहेत, असें त्याच्या दृष्टीस पडलें. तेव्हां, हे महाराजा, आपणाजवळ कोणी नाहीं आणि पांडवांची अशी तयारी आहे हें पाहून व त्या महात्म्यांचे बाणांचे सणसणाट ऐकून दुर्योधनास फार विषाद वाटला; त्याच्या चेहऱ्यावर खिन्नता पसरली; आणि आतां येथून निघून दूर जावें असें त्या बलवाहनहीन राजाच्या मनानें घेतलें !

धृतराष्ट्रानें म्हटलें:—बरें सूता, मी तुला असें विचारितों, माझें सर्व सैन्य मरून शिबिर ओस पडलें त्या वेळीं पांडवांकडे किती सैन्य

शिल्लक राहिलें होतें ? संजया, तूं या कामीं मोठा कुशल आहेस; तेव्हां हें मला सांग. त्याचप्रमाणें तो सैन्यक्षय पाहून अगदींच एकाएकी राहिलेला माझा मतिमंद पुत्र राजा दुर्योधन यानें पुढें काय केलें, तेंही सांग.

संजय सांगतोः---राजा, दोन हजार रथ, सातशें हत्ती, पांच हजार घोडे आणि दहा हजार पायदळ इतकेंच काय तें पांडवांच्या त्या अफाट सैन्यापैकीं बाकी उरलें होतें. तथापि तें सैन्य घेऊन धृष्टद्युम्न व्यवस्थेनें रणांत उभा होता; आणि इकडे, हे भरतश्रेष्ठा, दुर्योधन केवळ एकटा व निराधार पडला! त्या रथिवरास रणांत आपला साह्यकर्ता कोणीच दिसेना! शत्रूंच्या तर गर्जना चालू होत्या! याप्रमाणें, राजा, आपल्या सैन्याचा पूर्ण संहार होऊन आपण केवळ एकटे पडलों असें जेव्हां त्यानें पाहिलें, तेव्हां त्याला भीति वाटून तो आपला मेलेला घोडा सोडून पूर्वेच्या बाजूस वेगानें पळून गेला! तो अकरा अक्षौहिणींचा अधिपति तुझा पुत्र तेजस्वी दुर्योधन गदा हातांत घेऊन पायींच सरोवराकडे निघून गेला! तो पायींच जात असतां फार दूर गेला नाहीं तोंच त्याला धर्मशील व ज्ञानी विदुराचें भाकित आठवलें! 'खरोखर त्या महाप्रज्ञावंतानें रणांत आमची व सर्व क्षत्रियांची अशी होळी होणार म्हणून पूर्वींच जाणलें होतें!' असे विचार त्याच्या मनांत घोळूं लागले. तो सैन्यक्षय झालेला पाहून त्याचें हृदय दुःखानें करपून गेलें होतें आणि डोहांत प्रवेश करावा अशी त्याला इच्छा झाली होती.

इकडे, हे महाराजा, आतांच सांगितल्याप्रमाणें धृष्टद्युम्नप्रभृति पांडवांकडील वीर चवताळून तुझ्या सैन्यावर घसरले; शक्ति, ऋष्टि व प्रास हातांत घेतलेल्या व गर्जणाऱ्या तुझ्या त्या सैन्याचा संकल्प अर्जुनानें गांडीवाच्या योगानें विफल केला; आणि अमात्यबांधवांसहवर्तमान त्या सर्वांस त्यानें तीक्ष्ण शरांनीं ठार केलें तेव्हां तो श्वेतवाहन अर्जुन फारच शोभूं लागला. राजा, रथ, वाजी व कुंजर यांसहवर्तमान सुबलपुत्र शकुनि निधन पावला, तेव्हां खच्ची केलेल्या महावनाप्रमाणें तुझ्या सैन्याची अवस्था झाली; आणि दुर्योधनाच्या त्या लक्षावधि सैन्यापैकीं वीर अश्वत्थामा, कृतवर्मा, गौतम कृपाचार्य आणि तुझा पुत्र राजा दुर्योधन, यांव्यतिरिक्त दुसरा कोणीच महारथी जिवंत असलेला दिसला नाहीं!

इकडे मला पहातांच धृष्टद्युम्न सात्यकीस म्हणाला, "ह्याला घेऊन काय करावयाचें आहे? हा जिवंत असून नसून सारखाच आहे!" धृष्टद्युम्नाचें हें भाषण ऐकून तो महापराक्रमी शैनेय तीक्ष्ण खड्ग परजून मला मारण्यास उठला. इतक्यांत महाज्ञानी कृष्णद्वैपायन त्या ठिकाणीं प्रकट होऊन त्याला म्हणाले, "संजयाला जिवंत सोड, त्याला कदापि मारूं नको!" द्वैपायनांचा शब्द ऐकतांच शिनिपौत्रानें हात जोडले आणि मग मला सोडून देऊन तो म्हणाला, "संजया, जा, तुझें कल्याण असो."

याप्रमाणें त्याची अनुज्ञा मिळाल्यावर कवचहीन, निःशस्त्र व रक्तबंबाळ झालेला असा मी संध्याकाळचे वेळीं नगराकडे यावयास निघालों. मी ज्या रस्त्यानें चाललों होतों त्याच रस्त्यावर सुमारें एक कोस गेल्यानंतर अत्यंत घायाळ झालेला व हातांत गदा असून एकटाच बसलेला दुर्योधन माझ्या दृष्टीस पडला! मला पाहातांच एकदम त्याचे डोळे पाण्यानें भरून आले व त्याच्यानें मजकडे पाहावेना. पण शेवटीं मला तसा दीनासारखा उभा पाहून त्यानें वर मान केली. तो रणांत एकटा राहिलेला व शोकाकुल झालेला पाहून मलाही दुःखाचें भरतें आलें

आणि मुहूर्तमात्र माझ्याही तोंडांतून शब्द निघाला नाहीं ! मग कांहीं वेळानें, मला शत्रूंनीं कसें धरलें, कृष्णद्वैपायनांच्या प्रसादानें माझी तेथून कशी सुटका झाली, वगैरे वृत्तांत मीं त्याला सांगितला. पण, राजा, दुर्योधन नुसता ध्यानस्थासारखा बसला होता; तो मुहूर्तभरानें शुद्धीवर आला, आणि आपले भाऊ व सर्व सैन्यें यांचा त्यानें मला समाचार विचारला. मीं सर्व प्रत्यक्ष पाहिलेंच होतें, तें त्याला सांगितलें. मीं म्हटलें, "सर्व भाऊ व सैन्य नाश पावलें, आणि तुझ्याकडचे फक्त तीन रथी शिल्लक उरले आहेत. असें निघतेवेळीं कृष्णद्वैपायनांनीं मला सांगितलें." हें ऐकून दुर्योधनानें एक मोठा उसासा टाकला; आणि तो पुनःपुनः मजकडे पाहूं लागला ! मग माझ्या खांद्यावर हात टाकून तो मला म्हणाला, "संजया, तुझ्यावांचून ह्या संग्रामांत कोणचि वांचला नाहीं ! मला एकही जोडीदार दिसत नाहीं आणि पांडव तर सहायसंपन्न आहेत. असो; संजया, आतां प्रज्ञाचक्षु धृतराष्ट्र राजाला जाऊन सांग कीं, 'तुझा पुत्र दुर्योधन डोहांत शिरला !' कर्णासारखे जिवाचे मित्र सोडून गेले, भाऊ, पुत्र यांचाही वियोग झाला, आणि पांडवांनीं राज्य हिरावून घेतलें, अशा स्थितींत माझ्यासारखा कोण प्राण धारण करील बरें ? घडलेला हा सर्व प्रकार तूं त्यांना सांग. तसेंच, महायुद्धांतून मी निभावलों आहें, आणि अत्यंत घायाळ झालों आहें, तथापि जिवंत असून या खोल पाण्याच्या सरोवरांत गुप्तपणें राहिलों आहें, हेंही कळीव !" हे महाराजा, असें म्हणून त्यानें त्या महाऱ्हदांत प्रवेश केला आणि मायेच्या योगानें उदक स्तंभित करून टाकलें. दुर्योधन उदकांत गुप्त झाल्यावर मी एकटाच तेथें बसलों होतों, तों ज्यांचे घोडे थकून गेले आहेत असे तीन रथी एकत्र होऊन त्याच ठिकाणाकडे येतांना मीं पाहिले. ते तीन रथी म्हणजे वीर कृपाचार्य, रथिश्रेष्ठ अश्वत्थामा आणि भोजाधिपति कृतवर्मा हेच होते. ते तिघेही बाणांनीं फारच जखमी झाले होते. मला पाहातांच त्यांनीं त्वरेनें घोडे पिटाळले आणि माझ्या जवळ येऊन ते म्हणाले, 'संजया, तूं जिवंत सुटलास हें सुदैव होय !' मग, हे जनाधिपा, त्या सर्वांनीं तुझ्या पुत्राविषयीं "संजया, आमचा दुर्योधन राजा जिवंत आहे ना ?" अशी मजजवळ चौकशी केली. तेव्हां 'राजा खुशाल आहे' म्हणून मीं त्यांना सांगितलें; आणि दुर्योधन मजजवळ जें बोलला होता तेंही सर्व कळवून, ज्या ऱ्हदांत राजानें प्रवेश केला तो मीं त्यांना दाखविला. राजा, माझें तें भाषण ऐकून अश्वत्थामा हा त्या ऱ्हदाकडे सारखी टक लावून फारच काकुळतीनें विलाप करूं लागला, "अरेरे ! आम्ही जिवंत आहों हें राजाला माहीत नाहीं हें फार वाईट झालें. त्याच्या साह्यानें शत्रूंशीं लढण्याला आम्ही पुरेसे आहों !" अशा प्रकारें त्या महारथांनीं पुष्कळ वेळपर्यंत त्या ठिकाणीं विलाप केला; पण पांडव रणांत आलेले पाहून ते रथिश्रेष्ठ त्वरेनें पळून गेले; व कृपाचार्यांच्या सुपरिष्कृत रथावर मला बसवून ते कत्तलींतून बचावलेले तीन रथी शिबिरांत आले. त्या ठिकाणीं भयत्रस्त झालेले लोकांचे थवे होते ते त्या सूर्यास्ताच्या वेळीं तुझ्या पुत्रांचा संहार उडालेला ऐकून सर्व मोठ्यानें आक्रोश करूं लागले ! मग, हे महाराजा, स्त्रियांच्या संरक्षणास असलेले वृद्ध लोक राजस्त्रियांस घेऊन नगराकडे निघाले. तेव्हां तेथें सर्व सैन्याचा निःपात झाल्याचें ऐकून त्या स्त्रियांमध्यें सर्वत्र आक्रोश व रडारड सुरू होऊन मोठा कल्लोळ माजला. राजा, एकसारख्या रडणाऱ्या त्या स्त्रियांनीं कुररींप्रमाणें सर्व भूमंडल दणाणून सोडलें. त्या बोटें मोडीत होत्या,

हातांनीं मस्तकें पिटीत होत्या; जेथें तेथें आक्रोश करीत होत्या, मोठ्यानें हाहाःकार करीत होत्या, ऊर बडवीत होत्या, आणि शोक करीत व रडत ओरडत चालल्या होत्या! राजा, दुर्योधनाच्या अमात्यांचेही कंठ भरून येऊन ते अत्यंत व्याकूळ झाले होते. त्यांनीं मग राजस्त्रियांस घेऊन हस्तिनापुराकडे प्रयाण केलें; हातांत सतत राजदंड वागविणाऱ्या द्वारपालांचीही तशीच अवस्था झाली; स्त्रियांचे रक्षक स्पर्धा वाटण्याजोगीं आस्तरणें घातलेले शुभ्र बिछाने गोळा करून नगराकडे धावले आणि दुसऱ्या कित्येकांनीं खेंचरें जोडलेल्या रथांत बसून व आपआपल्या स्त्रियांस घेऊन नगरास प्रयाण केलें. हायहाय! पूर्वी रस्त्यावरची तर गोष्टच नको, पण वाड्यामध्र्येही प्रत्यक्ष सूर्याला देखील ज्यांचें नख कधीं दृष्टीस पडलें नव्हतें, त्याच स्त्रिया आज नगराप्रत आलेल्या सामान्य लोकांनीं पाहिल्या! अशा प्रकारें त्या सौकुमार्यसंपन्न स्त्रिया, स्वजनबांधवांचा नाश झाल्यामुळें लगबगीनें आश्रयार्थ गांवांत येण्यास निघाल्या! राजा, त्या तर बोलूनचालून स्त्रियाच, पण त्या वेळीं गुराखी--मेंढपाळांपासून झाडून सारे लोक भीमसेनाच्या भयानें व्याकूळ होऊन व भांबावून जाऊन धूम ठोकीत गांवाकडे धावले! त्या वेळीं पांडवांची त्यांना इतकी विलक्षण दहशत बसली होती कीं, ते एकमेकांकडे केविलवाण्यासारखे पहात धूम नगराकडे धावत होते! याप्रमाणें ती अतिभयंकर पळापळ चालली असतां शोकसंमूढ झालेल्या युयुत्सूनें प्राप्तकालाविषयीं विचार केला. तो आपल्याशीं म्हणाला, 'एकादश चमूंचा अधिपति दुर्योधन, परंतु त्यालाही भीमपराक्रमी पांडवांनीं रणांत जिंकिलें, त्याचे भाऊ ठार मारिले, आणि भीष्मद्रोणप्रभृति झाडून सारे कौरववीर यमलोकीं पाठविले! माझ्या कांहीं भाग्ययोगानें मीच तेवढा चुकून वांचलों. हीं सभोंवतालचीं सर्व शिबिरें उध्वस्त झालीं; हतनाथ व हततेज झालेले सेवक चोहोंकडे पळत आहेत; कल्पनातीत दुःखानें हे पोळले आहेत; भीतीनें त्यांचे डोळे कावरेबावरे झाले आहेत आणि जणू सिंहच पाठीस लागल्याप्रमाणें भयभीत होऊन हे दशदिशांस धावत सुटले आहेत! दुर्योधनाचे जे थोडकेसे सचिव अवशिष्ट राहिले होते ते राजस्त्रियांस घेऊन नगराकडे जात आहेत; तेव्हां प्रभु युधिष्ठिर व भीमसेन यांची अनुज्ञा घेऊन आपणही यांच्याबरोबर नगरांत प्रवेश करावा हेंच सांप्रत आपलें कालप्राप्त कर्तव्य होय, असें मला वाटलें.

नंतर, राजा, त्यानें आपला हा अभिप्राय युधिष्ठिर व भीम ह्या दोघांस निवेदन केला. तेव्हां नित्यकारुणिक असा युधिष्ठिर राजा त्यावर संतुष्ट झाला; आणि त्यानें त्याला प्रेमानें आलिंगून जाण्यास अनुज्ञा दिली. मग युयुत्सूनें रथारूढ होऊन वेगानें घोडे पिटाळले व लवकरच त्यानें त्या राजस्त्रियांस गांठलें; आणि त्यांस नीट संभाळून नगरांत पोंचविलें. सूर्यास्ताच्या सुमारास तो त्यांसह नगरांत शिरला, त्यावेळीं त्याचा कंठ दाटून आला होता, आणि डोळे पाण्यानें भरले होते. महाज्ञानी विदुर नुकताच राजवाड्यांतून बाहेर आलेला त्याला भेटला, त्याचेही डोळे अश्रुपूर्ण झाले होते, व हृदय दुःखानें दुभंग झालें होतें. त्याला पाहातांच युयुत्सूनें त्यास प्रणाम करून तो जवळच उभा राहिला. तेव्हां तो सत्यधृति विदुर त्यास म्हणाला, "बाळा, कौरवांचा एवढा संहार उडाला असतां तूं जिवंत आहेस हें सुदैव होय. पण राजप्रवेशाबरोबर यावयाचें सोडून तूंच आधीं येथें कां आलास बरें? याचें जें कारण घडलें असेल तें मला सविस्तर निवेदन कर."

युयुत्सूनें उत्तर दिलें:—भाऊबंद, पुत्र व भ्राते ह्या सर्वांसहवर्तमान शकुनीचा घात झाला आणि राजाजवळ थोडा परिवार शिलक राहिला होता त्याचाही जेव्हां चक्काचूर उडाला, तेव्हां राजा आपल्या घोड्यावरून उतरून पूर्वेकडे तोंड करून पळून गेला. राजा निघून गेल्यावर छावणींतील सर्वच लोक भयचकित होऊन नगराकडे धावत सुटले; तेथील अधिकारीही भयभीत झाले; आणि राजाच्या स्त्रिया व त्याच्या सर्व बंधूंचा स्त्रीपरिवार मिळालीं त्या वाहनांवर घालून त्यांसह भीतीनें तेथून पळाले. मग मी धर्मराज व श्रीकृष्ण यांची आज्ञा घेऊन त्या पळणाऱ्या लोकांचें रक्षण करीत त्यांच्या बरोबर शहरांत आलों !

वैश्यापुत्र युयुत्सूचें तें भाषण ऐकून, आपद्धर्मादि सर्व धर्म जाणणाऱ्या विदुरानें विचार केला कीं, 'हा म्हणतो हें वाजवी आहे. यानें केलें असेंच करण्याची ही वेळ होय.' असा विचार करून त्यानें युयुत्सूची प्रशंसा केली आणि म्हटलें, 'भरतांचा क्षय झाला, तेव्हां तूं केलेंस हें सर्व कालमानानुसार योग्य असेंच आहे. तूं खरा अनुक्रोशपूर्वक कुलधर्म पाळलास. आमच्या सर्वच वीरांचा निःपात उडाला असतां त्यांतून बचावून तूं परत नगरांत आलेला आम्ही पहात आहों हें आमचें भाग्य होय. अमावास्येनंतर प्रजांच्या दृष्टीस आल्हाद देणाऱ्या द्वितीयेच्या चंद्राप्रमाणें तूं आज आमच्या नजरेस पडलास. लोभी, अदूरदर्शी, पुष्कळ प्रकारें विनविलें असतांही न ऐकणारा, दुर्दैवामुळें ज्याची विवेकबुद्धि नष्टप्राय झाली आणि म्हणून जो आज दुःखार्त होऊन गेला आहे अशा अंधाची काठी, पुत्रा, तूं नीट धरशील अशी मला आशा आहे. आजची रात्र येथें विश्रांति घेऊन उदयीक त्वां युधिष्ठिराकडे जावें.' असें बोलून, ज्याचे नेत्र पाण्यानें भरून आले आहेत अशा त्या विदुरानें युयुत्सूस हातीं धरून राजनगरांत मोठ्या कष्टानें प्रवेश केला. त्या वेळची ती नगरची कळा काय पुसावी ! पौरजनांवर व सर्व देशावर ओढवलेल्या अतर्क्य दुःखामुळें त्यांत सर्वत्र सारखा हाहाःकाराचा ध्वनि चालला आहे, तेथील आनंद व कळा पार मावळून गेली आहे, तें बहुतेक ओस व उध्वस्त झालेलें असून चोहोंकडे शुकशुकाट झाला आहे, आणि सभोंवतींच्या उद्यानांचा विध्वंस झाल्यामुळें भयाण दिसणाऱ्या सरोवराप्रमाणें तें भयाण होऊन गेलें आहे, असा तेथील तो हृदयद्रावक देखावा पाहून, सर्व धर्माधर्म व तत्त्वज्ञान जाणणारा विदुर, तथापि त्याचेंही अंतःकरण अगदीं विव्हल होऊन गेलें, आणि, राजा, त्यानें राहून राहून दीर्घ निःश्वास सोडले. मग त्याच्या बोलण्यास मान देऊन युयुत्सु त्या रात्रीं आपल्या घरीं राहिला. तेथें त्याच्या स्वजनांनीं त्याचें आदरातिथ्य केलें, परंतु तो अत्यंत दुःखित झाला असल्यामुळें व भरतकुलोत्पन्न वीरांचा एकमेकांकडून झालेला भयंकर संहार त्याच्या अंतःकरणांत सारखा घोळत असल्यामुळें त्यांत त्यास कांहींच गोडी वाटली नाहीं !

गदायुद्धपर्व.

अध्याय तिसावा.

—:०:—

दुर्योधनाचा शोध.

धृतराष्ट्र विचारितोः—संजया, पांडवांनीं रणांगणांत माझीं सर्व सैन्यें ठार केलीं असतां त्यांतील अवशिष्ट वीरांनीं म्हणजे कृतवर्मा, कृपाचार्य व वीर्यशाली द्रोणपुत्र यांनीं व त्याचप्रमाणें मंदमति दुर्योधन राजानें पुढें काय केलें ते मला सांग.

संजय सांगतोः—थोर थोर क्षत्रियांच्या स्त्रिया हस्तिनापुर गांठण्यासाठीं वेगानें धावत सुटल्या, आणि शिबिरांतील एकंदर सर्वच लोकांनीं पळ काढल्यामुळें तें शून्य झालें, तेव्हां ते तीन रथी अतिशय उद्विग्न होऊन गेले; आणि विजयी पांडवांचे सिंहनाद वगैरे जयशब्द ऐकून व आपला सर्व गोट उधळलेला पाहून त्या राजहितेच्छु वीरांना सायंकाळच्या वेळीं तेथें राहाणें रुचलें नाहीं व मग ते पुनः ऱ्हदाकडे गेले. तिकडे हर्षभरित झालेला धर्मशील युधिष्ठिरही दुर्योधनास मारण्याची इच्छा धरून आपल्या भावांसहवर्तमान रणांगणांत चोहोंकडे हिंडत होता. राजा, तुझ्या पुत्राला जिंकण्याची इच्छा करणारे ते संक्रुद्ध पांडव अतिशय यत्नपूर्वक शोध करीत हिंडत होते, तथापि दुर्योधन त्यांच्या दृष्टीस पडला नाहीं. कारण तो गदा हातांत घेऊन रणांतून जो लागबगीनें निघाला, तो त्या ऱ्हदांतील उदक आपल्या मायेनें स्तंभित करून त्यांत शिरला होता. पांडवांनीं त्यास पुष्कळ धुंडाळलें, परंतु तो सांपडला नाहीं. शेवटीं त्यांचीं वाहनें अतिशय थकून गेलीं, आणि मग तो नाद सोडून ते आपल्या सैनिकांसह आपल्या गोटांत जाऊन स्वस्थ बसले. मग पांडवांची हालचाल बंद पडलेली पाहून ते कृपप्रभृति तिघेजण हळूहळू त्या ऱ्हदाकडे जाऊं लागले; आणि राजा निजला होता त्या जलाशयाजवळ गेल्यावर ते त्या उदकसुप्त दुर्धर्ष राजाला उद्देशून म्हणाले, “ राजा, ऊठ; आमच्यासहवर्तमान युधिष्ठिराशीं युद्ध कर आणि पृथ्वी जिंकून तिचा उपभोग घे अथवा मरून स्वर्ग मिळव. दुर्योधना, आपलीच तेवढी सर्वस्वी हानि झाली आहे असें नाहीं, तर त्यांचेंही सर्व सैन्य तूं ठार केलें आहेस! आणि जे त्यांचे सैनिक शिलक राहिले आहेत, त्यांशीं सामना देण्यास तूं समर्थ आहेस! राजा, तुझी तडफ सहन करण्यास ते समर्थ नाहींत;—त्यांतून आम्ही तुझें रक्षण करीत असतां तर मुळींच नाहींत! यास्तव, हे भारता, ऊठ, बाहेर ये!

दुर्योधनानें उत्तर केलेंः—अशा भयंकर मनुष्यसंहारांतून तुम्हां पुरुषर्षभांस वांचलेले मी पहात आहें हें माझें भाग्य होय. आपल्याला विश्रांति मिळाली आणि आपला शीण गेला, म्हणजे आपण सर्व मिळून त्यांस जिंकूं. तुम्हीही अतिशय थकलां आहां आणि आपल्याला अतिशयच जखमा झाल्या आहेत. शिवाय शत्रूंचें सैन्य अफाट आहे. यास्तव याच वेळीं युद्ध करणें मला रुचत नाहीं. वीरहो, जर तुमचें अंतःकरण इतकें थोर आहे, तर शत्रूंना जिंकणें ही कांहीं अद्भुत किंवा अशक्य गोष्ट नाहीं. आमच्या अंगींही तशीच विलक्षण शक्ति आहे; परंतु सांप्रत पराक्रम करण्याचा हा काळ नव्हे. आजची एकच रात्र विश्रांति घेऊन उद्यांच तुम्हांसहवर्तमान रणांत ठाकून शत्रूंशीं लढेन, याविषयीं मला तर बिलकूल संदेह वाटत नाहीं!

संजय सांगतोः—यावर अश्वत्थामा त्या युद्धदुर्मद राजाला म्हणाला, “ राजा, ऊठ. तुझें

कल्याण असो. आम्ही शत्रूंस जिंकूं. राजा, इष्टापूर्त, दान, सत्य व जय यांची शपथ घेऊन मी सांगतों कीं, मी आजच्या आज सोमकांस ठार करीन ! जर आजची रात्र संपण्यापूर्वीं माझ्या हातून शत्रूंचा संहार झाला नाहीं, तर यज्ञादि पुण्यकर्मांचें सज्जनोचित फल मला प्राप्त न होवो ! आणि, हे जनाधिपा, सर्व पांचालांचा निःपात केल्याशिवाय मी आपलें हें कवच सोडणार नाहीं हें सत्य सांगतों, ऐकून ठेव !"

अशा प्रकारें त्यांचें संभाषण चाललें असतां मांसाचीं ओझीं घेतलेले कांहीं थकलेले पारधी पाणी पिण्यासाठीं त्याच डोहावर जरा पलीकडच्या बाजूला येऊन उतरले. हे महाराजा, ते पारधी दररोज परमभक्तिपूर्वक भीमसेनाला मांसाचीं ओझीं नेऊन देत असत. ते पलीकडे एकांतस्थलीं बसले होते, तेथून त्यांनीं त्या तीन वीरांशीं चाललेलें दुर्योधनाचें भाषण श्रवण केलें; आणि कौरवेंद्राची युद्धाची इच्छा नाहीं असें पाहून, युद्धाची आकांक्षा करणाऱ्या त्या सर्व महाधनुर्धरांनीं जी महान् प्रतिज्ञा केली, तीही त्यांनीं ऐकिली. मग त्या कौरवांकडील तिघां महारथांना त्यांनीं नीट न्याहाळून पाहिलें; आणि पाण्यांत असलेल्या व युद्धाची इच्छा न करणाऱ्या राजाविषयीं त्यांनीं विचार केला; तेव्हां पाण्यांतील राजा व बाहेरील ते तिघे वीर यांच्या भाषणांवरून तो उदकांत असलेला राजा म्हणजे दुर्योधनच असा त्यांचा निश्चय झाला. कारण, कांहीं वेळापूर्वीं भीमसेन दुर्योधनास शोधीत फिरत असतां त्यास हे व्याध सहज भेटले होते, तेव्हां त्यानें 'सुयोधन कोठें पाहिला काय' म्हणून त्यांस विचारिलें होतें. तेव्हां, राजा, भीमसेनाच्या त्या भाषणाचें त्यांस स्मरण होऊन ते परस्परांशीं हळूहळू बोलूं लागले, "दुर्योधन कोठें आहे तें सांगितलें म्हणजे पंडुपुत्र भीमसेन आपल्याला द्रव्य देईल. या वेळीं दुर्योधन डोहांत आहे म्हणून आम्हीं त्यास वर्दी दिली, तर तो आम्हांला पुष्कळ द्रव्य देईल, हें अगदीं उघड दिसत आहे. यास्तव अमर्षी दुर्योधन उदकांत निजला आहे. हें सांगण्यासाठीं चला आपण सर्वजण युधिष्ठिराकडे जाऊं आणि त्याला व भीमसेनाला दुर्योधन या डोहांत असल्याची बातमी देऊं. ती ऐकून तो खूप संतुष्ट होईल व आपणांस चांगलें बक्षीस देईल. चला आतां, हें रक्त आटवणारें शुष्क व भिकार मांस आपणांस काय करावयाचें आहे ! आज आपल्या जन्माची ददात मिटणार !"

राजा, असें म्हणून ते अतिशय हर्षित झालेले धनार्थी लुब्धक मांसाचे भारे घेऊन शिबिरास आले. इकडे त्या कपटी व पापी दुर्योधनाचा पुरता निकाल करूं इच्छिणाऱ्या वीर पांडवांस तो रणांगणांत कोठें सांपडेना, तेव्हां त्यांनीं चोहोंकडे त्यास शोधण्यास आपले सैनिक पाठविले. परंतु त्या सर्वांनीं परत येऊन 'दुर्योधन सांपडत नाहीं' असेंच धर्मराजास कळविलें. हे भरतर्षभा, चारांचें हें भाषण ऐकून धर्मराजा अतिशय चिंतेंत पडला, आणि उसासे टाकूं लागला. राजा, याप्रमाणें पांडव दीनमुद्रेनें बसले असतां ते लुब्धक त्या सरोवराजवळून निघून त्वरेनें शिबिरास आले. दुर्योधनास पाहिल्यामुळें त्यांस हर्ष झाला होता आणि त्यांत ते इतके गर्क झाले होते कीं, द्वारपालांनीं त्यांस प्रतिकार केला असतांही त्यांस न जुमानतां व हा प्रकार प्रत्यक्ष भीमसेन पहात असतांही तसेच आंत शिरले ! त्यांनीं त्वरेनें महाबली भीमसेनाजवळ जाऊन त्यास घडलेला व ऐकिलेला सर्व वृत्तांत निवेदन केला. तेव्हां परंतप भीमसेनानें त्यांस विपुल द्रव्य दिलें; आणि धर्मराजाला तें सर्व वर्तमान

सांगितलें. तो म्हणाला, " राजन्, माझ्या लुब्धकांनीं त्या दुर्योधनाचा पत्ता लावला. ज्याच्याकरितां तुला चिंता पडली आहे, तो दुर्योधन जल स्तंभित करून आंत निजला आहे !"

राजा धृतराष्ट्रा, भीमसेनाच्या तोंडचें तें प्रिय भाषण ऐकून अजातशत्रु धर्मराजाला व त्याचे भावांना मोठा हर्ष झाला; व तो महाधनुर्धर डोहांत शिरला आहे असें ऐकतांच श्रीकृष्णाला बरोबर घेऊन तो मोठ्या लगबगीनें त्या ठिकाणीं गेला. राजेंद्रा, मग आनंदित झालेले पांडव व सर्व पांचाल यांमध्यें मोठी गडबड झाली; सिंहनाद होऊं लागले; भुजा वाजूं लागल्या; आणि हे भरतर्षभा, ते क्षत्रिय त्वरेनें त्या द्वैपायनऱ्हदाकडे गेले. " पापी दुर्योधन सांपडला ! " " दुर्योधन प्रत्यक्ष दिसला देखील ! " इत्यादि प्रकारें ते सोमक मोठ्या हर्षानें चोहोंकडे ओरडूं लागले; आणि त्वरेनें बाहेर पडलेल्या त्यांच्या वेगवान् रथांचा प्रचंड शब्द आकाशास जाऊन भिडेल असा होऊं लागला. त्यांचे घोडे थकले असतांही ते मोठ्या त्वरेनें दुर्योधनास गांठण्याच्या इच्छेनें युधिष्ठिर जाईल तिकडे त्याच्या मागोमाग चालले. अर्जुन, भीमसेन माद्रीपुत्र नकुल-सहदेव, पांचाल्य धृष्टद्युम्न, अजिंक्य शिखंडी, उत्तमौजा, युधामन्यु, महारथी सात्यकि, पांचालांतील अवशिष्ट वीर, त्याचप्रमाणें, राजा, द्रौपदीचे पुत्र, सर्व घोडे व हत्ती आणि शेंकडों पदाति याप्रमाणें चालले होते. नंतर, हे महाराजा, प्रतापी धर्मराजा हा जेथें दुर्योधन होता त्या घोर द्वैपायनऱ्हदावर येऊन पोंचला. हे प्रभो भारता, तुझा पुत्र दैवदुर्विलसितामुळें अत्यंत अद्भुत विधीनें जलावरोध करून जेथें बसला होता, तें सरोवर अत्यंत मनोहर, शीत व स्वच्छ पाण्यानें भरलेलें आणि दुसरा सागरच कीं काय असें गंभीर होतें; आणि, हे मनुजेंद्रा, तो गदापाणि राजा तेथें खोल पाण्यांत शयन केला असल्यामुळें कोणाही मनुष्यास दृग्गोचर होण्याजोगा नव्हता. याप्रमाणें तो तेथें असतां मेघांच्या गर्जनेप्रमाणें तुमुल शब्द त्याच्या कानीं आला; आणि, हे राजेंद्रा, त्या शब्दांमागोमाग युधिष्ठिर राजाही आपल्या सोदरांसहवर्तमान प्रचंड शंखनादानें व रथांच्या नेमिघोषानें मेदिनी कंपायमान करीत व प्रचंड धूळ वर उडवीत तुझ्या पुत्राचा वध करण्यासाठीं तेथें आला. हे मह राजा, युधिष्ठिराच्या सैन्याचा शब्द कानीं पडतांच कृतवर्मा, कृपाचार्य व अश्वत्थामा हे महारथी राजाला म्हणाले, " हे अत्यंत हर्षित झालेले जयोन्मत्त पांडव इकडे येत आहेत. यास्तव आम्ही तूर्त येथून निघून जातों; त्यास आपण अनुज्ञा द्यावी. "

त्या चलाख वीरांचें तें भाषण ऐकून दुर्योधनानें ' ठीक आहे ' असें म्हणून मायेच्या योगानें ऱ्हदांतील उदक स्तंभित केलें, आणि हे महाराजा, अत्यंत शोकपरायण झालेले ते कृपप्रभृति तिघे रथी तेथून दूर निघून गेले; आणि, हे मारिषा, पुष्कळ लांब गेल्यावर एक पिंपळाचा वृक्ष पाहून ते अतिशय थकलेले योद्धे राजाविषयीं चिंता करीत तेथें बसले. इकडे महाबली दुर्योधन ऱ्हदाचें पाणी अगदीं स्तब्ध करून आंत निजून राहिला. इतक्यांत युद्धेच्छु पांडवही त्या ठिकाणीं येऊन पोंचले; आणि, राजा, तिकडे ते कृपप्रभृति तिघे रथी रथांचे घोडे सोडून, " युद्ध कसें उपस्थित होईल, राजाची स्थिति काय होईल, पांडवांना दुर्योधन कसा सांपडेल ! " इत्यादि प्रकारें चिंतन करीत तेथें बसले !

अध्याय एकतिसावा.

—:०:—

सुयोधनयुधिष्ठिरसंवाद.

संजय सांगतोः—ते तिघे रथी दूर गेले न गेले तोंच ते पांडव जेथें दुर्योधन होता त्या ऱ्हदावर येऊन पोंचले. हे कुरुश्रेष्ठा, त्या द्वैपायन-ऱ्हदावर येतांच दुर्योधनानें सरोवर स्तंभित केलेलें पाहून धर्मराज वासुदेवाला म्हणाला, "कृष्णा, धार्तराष्ट्रानें उदकावरही कशी माया टाकली आहे बघ. उदक निश्चल करून हा निजला आहे. आतां त्याला मनुष्यापासून भीति नाहीं. अरे, ह्या दैवी मायेचा प्रयोग करून हा उदकांतर्गत झाला आहे, तथापि अशा लुच्चेगिरीनें हा कपटी माझ्या हातून जिवंत सुटणार नाहीं खास! जरी आज स्वतः वज्रधारी इंद्र युद्धांत याचें साह्य करूं लागला, तरी, माधवा, आज हा युद्धांत मरून पडले-लाच लोकांच्या दृष्टीस पडेल!"

वासुदेव म्हणालाः—हे भारता, मायावी दुर्योधनाची ही माया मायेच्या योगानेंच हाणून पाड. युधिष्ठिरा, मायावी मायेनें मारावा हेंच खरें आहे. कपटाला कपट करणें हा राज-नीतींतील खरा व योग्य मार्ग होय. यास्तव, हे भरतश्रेष्ठा, अनेक धर्म्याधर्म्य उपायांनीं तूंही ह्या उदकावर मायाप्रयोग करून ह्या मायावी दुर्योधनाला जिंक. इंद्रानें युक्ति-प्रयुक्तींनेंच देवदानवांस जिंकिलें; भगवान् विष्णूनें अनेक युक्ति लढवूनच बलीला बद्ध केलें; महादैत्य हिरण्याक्ष व हिरण्यकशिपु हे अशाच छपवणीनें प्राणांस मुकले; वृत्रासुरही अशा कपटकृत्यानेंच मारला गेला; आणि राजा, अशाच प्रकारांनीं श्रीरामचंद्रानें पौल-स्त्याचा पुत्र रावण गणपरिवारासहवर्तमान यमलोकीं पाठविला; तेव्हां तूंही कपटयोगाचा आश्रय करून शत्रूस जिंक. राजा, मींही पूर्वी महादैत्य तारक व वीर्यवान् विप्रचित्ति हे पूर्व-कालीन दैत्य वाममार्गानेंच परलोकीं पाठविले. त्याचप्रमाणें वातापि, इल्वल, त्रिशिरा व सुंदोपसुंद राक्षस अशा क्रियेच्याच योगानें ठार मारिले. राजा, इंद्र स्वर्गाचा उपभोग घेत आहे तो तरी असल्या क्रिया व अभ्युपाय यांचा आश्रय केल्यामुळेंच! क्रिया ही मोठी बलवती आहे. तिजवांचून दुसरें कांहींच तिजप्रमाणें समर्थ नाहीं. दैत्य, दानव, राक्षस व राजे ह्या कपटक्रिया व अभ्युपाय यांच्या योगानेंच निहत झाले आहेत. यास्तव, युधिष्ठिरा, तूंही क्रिया (माया) कर.

संजय सांगतोः—हे भरतकुलोत्पन्ना महा-राजा, याप्रमाणें वासुदेवानें सांगितलें असतां संशितव्रत कुंतीपुत्र युधिष्ठिर तुझ्या जलस्थ पुत्रास हास्यपूर्वक म्हणाला, "सुयोधना, सर्व क्षत्रियांचा व स्वकुलाचाही घात करून तूं पाण्यांत दडण्याचा हा उपक्रम किमर्थ केलास बरें? केवळ जिवाची आशा धरून तूं आज जलाशयांत शिरला आहेस, पण हें योग्य नव्हे! यास्तव, बा सुयोधना, ऊठ आणि आम्हांबरोबर युद्ध कर. हे नरश्रेष्ठा, आज तूं जो भयभीत होऊन उदकांत लपला आहेस, त्या तुझा तो पूर्वीचा गर्व व ताठा कोणीकडे गेला? अरे, सभेमध्यें सर्व लोक तुला शूर, शूर, म्हणून म्हणतात, परंतु तूं तर आज उदकांत दडून बसलास, तेव्हां तुझी ते व्यर्थ प्रशंसा करतात असें मला वाटतें! तुझ्या अंगीं खरेंच शौर्य असेल तर ऊठ आणि युद्ध कर. तूं जात्या क्षत्रिय आहेस आणि त्यांतही विशेषेंकरून कौरवेय आहेस. तर आपलें कुल व जन्म यांचें तुला कांहीं तरी स्मरण असूं दे. अरे, कौरवांच्या थोर वंशांत आपलें जन्म झाल्याबद्दल तूं फुशारकी मारीत असतोस ना? मग आज युद्धांत भय पावून

येथें पाण्यांत शिरून कसा दडून बसतोस? अरे, युद्ध न करणें हें अयोग्य आहे; हा कांहीं सनातन धर्म नव्हे. राज्यांत किंवा स्वर्गांत स्थान मिळविणें हें क्षत्रियाचें कर्तव्य होय, पण युद्ध टाकण्यानें यांतील कांहींच प्राप्त होत नाहीं. राजा, रणांतून पलायन करणें हें अनार्यांसच शोभणारें व स्वर्गास मुकविणारें आहे. हे पुत्र, भाऊ, पिते, संबंधी, मित्र, मामा व सगेसोयरे मरून पडलेले पहात असतां युद्धाचा शेवट करण्यापूर्वींच तुला जीविताचा लोभ कसा सुटला? अरे बाबा, या सर्वांचा घात करून सांप्रत तूं डोहांत बसला आहेस, तेव्हां तुला मरण्याची इतकी भीति वाटत होती तर तूं यांचा तरी एवढा संहार कशाला केलास? तूं केवळ शूरपणाचा अभिमान भोगणारा आहेस, पण खरा शूर नव्हस! हे भारता, सर्व लोकांसमक्ष 'मी शूर! मी शूर!' म्हणून तूं खोटीच वल्गना करितोस! अरे, जे शूर असतात ते शत्रूंस पाहून कधींच पलायन करीत नसतात! अथवा तूं जर शूर आहेस, तर, हे वीरा, तूं कोणत्या हेतूनें युद्ध टाकून दिलेंस तें तरी सांग पाहूं! वानप्रस्थत्व, न्यस्तशस्त्रत्व किंवा षंढत्व या तीनच गोष्टी येथें संभवतात. तुला राज्याचा लोभ आहे, त्यापेक्षां वानप्रस्थ होण्यासाठीं कांहीं तूं युद्ध सोडलें नाहींस खास; तसेंच तूं शस्त्रसंन्यासही केला नाहींस, कारण तुझे हातांत गदा आहे! राहतांपैकीं षंढत्व राहिलें! परंतु, वीरा 'मी षंढ असल्यामुळें पळालों!' असलें लज्जास्पद उत्तर तूं देऊं नये; तर ऊठ आणि आपल्या प्राणांची भीति सोडून युद्ध कर. सुयोधना, सर्व सैन्याचा व आपले भावांचाही घात करून सांप्रत तूं आपले प्राण वांचविण्याची बुद्धि धरावीस हें योग्य नाहीं. धर्माचरणाच्या दृष्टीनेंही हें योग्य नव्हे. सुयोधना, तुझ्या सारख्यानें तरी प्रथम क्षात्रधर्माचा आश्रय करून शेवटीं असें वर्तन करूं नये. अरे, जो तूं कांहीं कालापूर्वीं कर्ण व सौबल शकुनि यांच्या जिवावर चढून जाऊन मूर्खपणानें आपणास देव मानीत होतास व आपली खरी योग्यता विसरला होतास, तोच तेव्हां तसें महत्पाप करून आतां कां चुकारपणा करतोस! लढाईला ये! अरे, तुझ्यासारख्यानें मोह पावून पलायनाविषयीं आवड धरावी हें कसें काय बाबा? सुयोधना, तुझे पूर्वींचे ते आटोकाट प्रयत्न, तो अभिमान, तें शौर्य आणि ती प्रचंड गर्जना आज कोठें आहे? अरे, तूं जलाशयांत कां निजलास? तुझी ती कृतास्त्रता गेली कोठें? हे भारता, खरा क्षत्रिय असशील तर ऊठ आणि क्षात्रधर्म पाळून लढाई कर. आमचा पराभव करून ह्या पृथ्वीवर सत्ता गाजीव; किंवा, हे भारता, आमचे हातून निधन पावून भूमीवर शयन कर! हाच तुझा महात्म्या विधात्यानें उत्पन्न केलेला परम धर्म होय. त्याचें पालन कर; आणि हे महारथा, आपलें 'राजा' हें नांव यथार्थ कर!"

संजय सांगतोः—हे महाराजा, धीमान् धर्मराजानें असें भाषण केलें तेव्हां तुझा उदकांत बसलेला पुत्र तेथूनच बोलूं लागला.

दुर्योधन म्हणालाः—महाराजा युधिष्ठिरा, मनुष्याला भीति वाटली तर त्यांत काय आश्चर्य आहे! तें तर स्वाभाविकच होय! परंतु, हे भारता, मी कांहीं जिवाच्या भीतीनें भिऊन पळालों नाहीं. मजजवळ रथ नाहीं, भाता नाहीं, माझा सारथि मरून गेलेला, एकही मनुष्य माझ्याजवळ उरला नाहीं, आणि मी रणांत एकटा राहिलों! अशा स्थितींत जरा एकांतस्थलीं विश्रांति घेणें मला प्रशस्त वाटलें. राजा, मी जो ह्या जलांत शिरलों तो प्राण वांचविण्याच्या हेतूनें नव्हे, भीतीनें नव्हे, किंवा विषादानेंही नव्हे; तर केवळ श्रमांमुळें शिरलों. हे कौंतेया,

तूंही कांहीं वेळ विश्रांति घे; तशीच तुझ्यामागून आलेल्या त्या लोकांनाही विश्रांति घेऊं दे; आणि मग उठून तुम्हां सर्वांबरोबर मी रणांत लढेन !

युधिष्ठिर म्हणालाः—अरे, आम्ही अगदीं ताजेतवानेच आहों, आणि केव्हांपासून तुला शोधतों आहों. तर, सुयोधना, आतांच ऊठ आणि येथेंच युद्ध कर. समरांत पांडवांना मारून निष्कलंक राज्य मिळीव; अथवा रणांत आमच्या हातून मरून वीरलोक प्राप्त करून घे!

दुर्योधन म्हणालाः—हे कुरुनंदना, हें कौरवांचें राज्य मी ज्यांच्यासाठीं इच्छीत होतों, ते हे माझे सर्व भाऊ तर निधन पावले. त्याचप्रमाणें, हे जनेश्वरा, सांप्रत ही क्षीणरत्ना, क्षत्रियपुंगवांनीं वियुक्त व गतधवा स्त्रियेप्रमाणें झालेली पृथ्वी उपभोगावी असें माझ्या मनांतही येत नाहीं. युधिष्ठिरा, मी एकटा राहिलों आहें, तरी अजूनही सर्व पांडव-पांचालांचा मोड करून तुला जिंकण्याची माझी उमेद आहे, हें मी तुला सांगतों. परंतु द्रोण व कर्ण संशांत झाले, आणि पितामहही निधन पावले, यामुळें आतां युद्ध करून कांहींच कर्तव्य नाहीं असें मला वाटतें. कारण, आतां तुला जिंकून मिळविलेलें राज्य मला एकट्याला काय करावयाचें आहे? ही केवळ निर्जन झालेली पृथ्वी आतां तुलाच लखलाभ होवो. कारण, सहायहीन झालेला कोणता राजा राज्य करूं इच्छील बरें? त्याचप्रमाणें, मला जिवाची आशा आहे असें म्हणतोस, तर कर्णशकुनीसारखे जिवाचे मित्र, आणि पुत्र, भ्राते व वडील यांचा वियोग झाला असतां आणि तुम्हीं राज्य हिरावून घेतलें असतां माझ्यासारखा कोण वीर जगूं शकेल? परंतु सांप्रत वस्तुस्थिति तशी नाहीं. तुम्हीं राज्य हिरावून घेतलें नाहीं; व अजून तुम्हांस जिंकण्याची माझी धमक आहे; पण मला आतां तें कर्तव्य नाहीं. तेव्हां मी हरिणचर्म परिधान करून वनांत निघून जाईन. कारण, हे भारता, स्वपक्षाचा पूर्ण क्षय झाल्यामुळें मला राज्याची प्रीति राहिली नाहीं. जींतून आपले बहुतेक आप्तबांधव नष्ट झाले आहेत, तसेच घोडे व हत्तीही जींत उरले आहेत, अशी ही पृथ्वी, राजा, तूं सुखेनैव भोग, मला तिची जरूरी नाहीं. मी मृगचर्म घेऊन वनांतच जाईन! कारण, माझें असें कोणीच माणूस न राहिल्यामुळें मला आतां जीविताची कांहीं किंमत वाटत नाहीं. तर, राजेंद्रा, खुशाल जा आणि राजहीन, योधहीन व नष्टरत्न झालेल्या या भूमीचा—ज्याला उपजीविकेचें साधनच राहिलें नाहीं अशा—तूं खुशाल उपभोग घे.

संजय सांगतोः—हें करुणाजनक भाषण श्रवण करून महाकीर्तिमान् युधिष्ठिर उदकस्थ दुर्योधनाशीं बोलूं लागला.

युधिष्ठिर म्हणालाः—अरे बाबा, पाण्यांत बसून आर्तप्रलाप करूं नको. राजा, हें तुझें भाषण माझ्या मनांतच उतरत नाहीं. मी ह्याला केवळ कावळ्याची कावकाव समजतों. सुयोधना, यदाकदाचित् तूं पृथ्वीदान देण्यास समर्थ असतास, तथापि तूं दिलेल्या पृथ्वीवर राज्य करण्याचें मीं मुळींच इच्छिलें नसतें. ही संपूर्ण पृथ्वी तूं देतास तरी ती मीं अधर्मानें घेतली नसती. कारण, राजा, क्षत्रियाला येथें प्रतिग्रह हा धर्म सांगितलेला नाहीं. ही अखिल पृथ्वी तूं दान दिलेली घ्यावी असें माझ्या मनांतही येणार नाहीं. कारण, तुला युद्धांत जिंकून पृथ्वीचा उपभोग घेण्यास मी समर्थ आहें. शिवाय तूं सांप्रत पृथ्वीचा मालक नसतांना तिचें दान करण्याची कशी इच्छा करतोस? मग, राजा, पूर्वींच आपल्या कुलाची शांति व्हावी, व्यर्थ तंटे माजूं नयेत म्हणून आम्ही धर्मतः याचना करीत

होतों तेव्हांच ही पृथ्वी कां नाहीं दिलीस? राजा, प्रथम महाबलिष्ठ श्रीकृष्णाचा उपमर्द करून आतां राज्य कसें देतोस? अरे, काय हा तुझ्या चित्ताला भ्रम झाला! राज्य हातीं असलें तरी कोणता राजा तें सोडण्याची इच्छा करणार आहे! आणि आज तर तूं पृथ्वी देण्याला किंवा स्वपराक्रमानें तिचें राज्य करण्याला—कशालाही समर्थ नाहींस. असें असतां, हे कौरवा, तूं पृथ्वीदान करूं इच्छितोस हें काय? मला रणांत जिंकून ह्या वसुंधरेचें पालन कर. हे भारता, पूर्वीं जो तूं सुईच्या अग्राएवढीही भूमी मला देत नव्हतास तोच तूं आतां सर्व भूमि कशी देतोस? तेव्हां तूं सुईच्या अग्राएवढ्या जमिनीचाही त्याग केला नाहींस, मग आतांच संपूर्ण भूमीचा त्याग कसा करतोस? अरे, आजवर अशा प्रकारचें ऐश्वर्य संपादून व ह्या अखिल पृथ्वीचें राज्य करून कोणता मूर्ख शत्रूला पृथ्वी देईल? तूं केवळ मूर्खपणानें हें बोलतोस. तूं अगदीं गांगरून गेला आहेस, आणि त्यामुळें तुला कांहींच कळत नाहीं. परंतु पृथ्वी देण्याची इच्छा केलीस तथापि तूं आतां वांचणार नाहींस. आमचा पराभव करून ह्या पृथ्वीवर आधिपत्य चालीव, अथवा आमच्या हातून निधन पावून सर्वोत्तम लोकीं गमन कर. राजा, आपण दोघे जिवंत आहों तोंपर्यंत आपल्यापैकीं कोणाचा विजय झाला, याविषयीं सर्व प्राण्यांना संशय पडेल. पण, हे दुर्बुद्धे, तुझें जीवित सांप्रत माझ्या हातांत आहे. मला वाटेल तितके दिवस मी खुशाल जगूं शकेन, पण तूं तसा जगण्याला समर्थ नाहींस. अरे, तूं पूर्वीं आम्हांला जाळण्याचा यत्न केलास, सर्प डसविलेस, पाण्यांत लोटलेंस; तसेंच, राजा, राज्यहरण करून तूं अनेक प्रकारें आमचा छल केलास, कटु भाषणें केलींस आणि द्रौपदीला फरफरां ओढलीस! इतक्या प्रकारांनीं तूं आमचे अपकार केले आहेस. या कारणास्तव, हे पापकर्मन्, तुझे प्राण आज राहाणार नाहींत. तर ऊठ, ऊठ आणि युद्ध कर. युद्धांतच तुझें कल्याण होईल.

हे जनाधिपा, याप्रमाणें त्या वीरांनीं येथें पुनःपुनः आणखीही पुष्कळ प्रकारचीं वीरश्रीचीं भाषणें केलीं.

अध्याय बत्तिसावा.

—:o:—

युधिष्ठिरसुयोधनसंवाद.

धृतराष्ट्र विचारितोः—संजया, माझा पुत्र पृथ्वीपति दुर्योधन स्वभावतः कोपी असून तो शत्रूंस ताप देणारा व वीर आहे. त्याची अशी निर्भर्त्सना होऊं लागली तेव्हां त्याची काय अवस्था झाली? कारण, त्यानें अशी निर्भर्त्सना कधींच ऐकलेली नाहीं,—तो सर्व लोकांपासून राजा याच नात्यानें मान पावला आहे. संजया, दुर्योधनाचा अभिमान कोठवर वर्णावा? त्याला सीमाच नाहीं! सूर्याची प्रभा आणि स्वकीय छत्राची छाया या दोन्ही त्याला सारख्याच खेदजनक वाटत! सूर्याच्या प्रभेवर आपली सत्ता चालत नाहीं व ती आपणास तप्त करते म्हणून त्यास विषाद वाटे, तर छत्राची छाया आतपापासून दुर्योधन राजाचें संरक्षण करते हा प्रवादही त्याला तितकाच जाचक होई! इतकें ज्याचें अभिमानित्व, त्याला युधिष्ठिराचे ते प्रलाप कसे सहन व्हावे? म्लेच्छदेशासुद्धां ह्या संपूर्ण पृथ्वीचें जीवित केवळ ज्याच्या प्रसादावर राहिलेलें होतें—आणि संजया, ही गोष्ट त्वां प्रत्यक्ष पाहिलीच आहे—त्याचा असा अधिक्षेप आणि तोही पांडवांकडून होत असतां, सर्व स्वकीय सेवकांनीं विहीन झालेला व खोल उदकांत अंतर्हित झालेला माझा दुर्योधन तीं दिमाखाचीं व कटु

भाषणें वारंवार ऐकून पांडवांस काय म्हणाला, तें मला सांग.

संजय सांगतोः---राजा, तुझ्या उदकस्थ पुत्राची युधिष्ठिरानें व त्याच्या भावांनीं अशी अवहेलना चालविली असतां, हे राजेंद्रा, तीं कटुतम वचनें श्रवण करून, तो विषम स्थितींत होता तथापि अगदीं संतप्त होऊन गेला. त्यानें पाण्यांत असतांच पुनःपुनः दीर्घ निःश्वास सोडले; वरचेवर हात वळीत त्यानें युद्ध करण्याचा निश्चय केला; आणि तो युधिष्ठिरास म्हणाला, " तुम्ही सर्व पांडव रथवाहनांनीं युक्त असून तुमचे सुहृज्जनही तुम्हांबरोबर आहेत. मी तर केवळ एकटा, परिश्रांत, विरथ व वाहनहीन असा आहें. शस्त्रें घेतलेल्या अनेक रथस्थ वीरांचा गराडा पडला असतां पादचारी व निःशस्त्र झालेला केवळ एकटा मनुष्य युद्धाचा उत्साह कसा धरील ? तेव्हां, युधिष्ठिरा, तुम्हांपैकीं एकेकानें माझ्याशीं लढावें. कारण, एकानें रणांत अनेकांशीं लढणें न्याय्य नाहीं; आणि विशेषेंकरून कवचहीन, निःशस्त्र, अतिशय श्रांत, आपद्ग्रस्त, अत्यंत घायाळ झालेला व ज्याचे सैनिक व वाहनें मरून गेलीं आहेत अशानें तर नाहींच नाहीं ! राजा, मला तुजपासून भीति नाहीं ! भीमसेनापासून नाहीं. अर्जुनापासून नाहीं, कृष्णापासून नाहीं, तशीच पांचालांपासूनही काडीची भीति नाहीं. त्याचप्रमाणें युयुधान किंवा नकुलसहदेव हेही माझें काडीमात्र वांकडें करूं शकणार नाहींत. मी क्रुद्ध होऊन रणांत उभा राहिलों असतां हे तुम्ही सर्वजण व दुसरे जे तुझे सैनिक आहेत त्या सर्वांचें मी एकटा निवारण करीन. हे जनाधिपा, सज्जनांची कीर्ति धर्ममूलक असते म्हणजे ते जसा धर्म आचरितात, तशी त्यांची कीर्ति होते. तेव्हां येथें मी धर्म व कीर्ति या दोहोंचें पालन करीत असें म्हणतों कीं, एकेकाशींच कशाला ? मागून आलेल्या सर्व ऋतूंशीं जसा एकटा संवत्सर, तसा-मीही उठून एकटा तुम्हां सर्वांशीं लढेन. रात्रिसमाप्तीच्या वेळीं एकटा सूर्य जसा सर्व नक्षत्रांचें तेज हरण करितो, तसा आज मी निःशस्त्र व विरथ असतांही सशस्त्र, सरथ व वाहनयुक्त अशा तुम्हां सर्वांचा एकटा स्वतेजानें नायनाट करून टाकितों. उभे रहा, पांडवहो उभे रहा ! युधिष्ठिरा, आज बांधवांसहवर्तमान तुला ठार करून बाल्हीक, द्रोण, भीष्म, महाथोर कर्ण, शूर जयद्रथ, भगदत्त, मद्रपति शल्य, तसाच भूरिश्रवा आणि, हे भरतश्रेष्ठा, माझे पुत्र, सौबल शकुनि व दुसरे मित्र, तसेच सगेसोयरे व बांधव या सर्वांचे ऋणांतून मी आज मुक्त होईन ! " इतकें बोलून तो थांबला.

मग युधिष्ठिर त्यास म्हणतोः---सुयोधना, सुदैवानें तूंही क्षात्रधर्म जाणत आहेस व सुदैवानें तुझी बुद्धि युद्ध करण्याकडेच प्रवृत्त होत आहे. कौरवा, भाग्ययोगानें तूं शूर आहेस; आणि ज्यापेक्षां आम्हां सर्वांशीं एकटा युद्ध करण्यास तयार झाला आहेस, त्यापेक्षां तूं युद्धकर्मही जाणत आहेस यांत संशय नाहीं. तथापि, सुयोधना, तूं एकटा आहेस, तर तुला वाटेल तें आयुध घेऊन तूं आम्हांपैकीं एकाशींच युद्ध कर; आम्ही बाकीचे लोक तुमचे प्रेक्षक होऊं. हे वीरा, मीच होऊन आणखीही तुला एक इष्ट गोष्ट सांगतों, ती ही कीं, तूं युद्धांत आम्हां पांचांपैकीं एकाला मारलेंस म्हणजे तुला राज्य मिळेल; अथवा त्याचे हातून मरण पावलास तर स्वर्गप्राप्ति होईलच !

दुर्योधन म्हणालाः---रणांत माझ्याशीं लढावयास एकटाच इसम देणें असेल तर तुम्हांमध्यें जो अतिशय शूर असेल तोच द्या आयुधांपैकीं ही गदा मी तुझ्या अनुमतीनें पसंत करितों. तुम्हांपैकीं जो कोणी एकटा

मला मारण्यास पूर्ण समर्थ आहे असें तुम्हांस वाटत असेल, त्यानेंच पादचारी होऊन रणांत गदेनें माझ्याशीं लढावें. ह्या महायुद्धांत विचित्र प्रकारचीं रथयुद्धें पदोपदीं झालीं आहेत; आज हें एक अद्भुत व महान् असें गदायुद्ध होऊं दे. एकच प्रकार फार वेळां झाला कीं कंटाळा येत असतो. अन्नाचाही पालट करण्याची मनुष्यांस इच्छा होते, तर आज तुझ्या संमतीनें युद्धाचाही पर्याय होऊं दे. हे महाबाहो, गदेनें मी भावांसह तुला, पांचालांना, सृंजयांना व तुझे जे दुसरे सैनिक आहेत त्यांना जिंकीन; आणि, युधिष्ठिरा, तुम्हांपासून काय, पण प्रत्यक्ष इंद्रापासूनही मला बिलकूल कचर वाटणार नाहीं!

युधिष्ठिर म्हणालाः—हे गांधारे, ऊठ, ऊठ, माझ्याशींच लढ. सुयोधना, तूं मोठा बली आहेस, तर गदा घेऊन एकटा एकाशींच भिडून आपलें पुरुषत्व सिद्ध कर. गांधारे, अगदीं सावधपणें लढ बरें का! आज इंद्र जरी तुझ्या साहाय्यार्थ धावला, तरी तूं जगणार नाहींस!

संजय सांगतोः—राजा, हें बोलणें तुझ्या पुत्राला सहन झालें नाहीं. तो नरशार्दूल महानागाप्रमाणें फूत्कार सोडीत पाण्याच्या तळाशीं चळवळ करूं लागला. उत्तम घोड्याला चाबुकाचा फटकारा सहन होत नाहीं त्याप्रमाणेंच वाक्प्रतोदानें वरचेवर पीडित होणाऱ्या दुर्योधनाला तें भाषण सहन झालें नाहीं. तो वीर्यशाली दुर्योधन पाण्याची खळबळ उडवून सुवर्णांगदांनीं सुशोभित केलेली लोहमय जड गदा घेऊन भुजगेंद्रासारखा फोंफावत खोल पाण्यांतून वेगानें उसळला; आणि स्तंभित केलेल्या जलाचा भेद करून व खांद्यावर लोखंडी गदा टाकून तो तुझा पुत्र सूर्याप्रमाणें तळपत वर आला! नंतर त्या धैर्यशाली बलवंतानें सुवर्णानें मढविलेली टोकदार अशी अवजड पोलादी गदा उंच केली; तेव्हां सशृंग पर्वताप्रमाणें त्या गदाधारीला पहातांच, हा प्रजांचा संहार करणारा संक्रुद्ध शूलपाणिच उभा आहे काय असा भास झाला! राजा, गदा घेतलेला तो भरतकुलोत्पन्न वीर प्रखर ताप देणाऱ्या सूर्याप्रमाणें झळकूं लागला; तो शत्रुमर्दक महाबाहु जेव्हां गदा हातांत घेऊन सरोवराच्या बाहेर आला, तेव्हां हा यमच दंड हातांत घेऊन आला आहे असें सर्व प्राण्यांस वाटलें आणि हे जनाधिपा, सर्व पांचालांना तुझा पुत्र वज्रधारी इंद्र किंवा शूलपाणि हर ह्यांसारखा दिसला. त्याला बाहेर निघालेला पाहून सर्व पांचालांना व पांडवांना मोठा हर्ष झाला आणि त्यांनीं एकमेकांचे हातांवर हात मारिले! पण तुझा पुत्र दुर्योधन याला तो मोठा उपहास वाटला. त्यानें संतापून, जणू पांडवांना दग्धच करतो कीं काय अशा रीतीनें डोळे वटारून, भ्रुकुटी वांकड्या करून आणि ओंठ चावून मग कृष्णासह त्या पांडवांस प्रत्युत्तर दिलें.

दुर्योधन म्हणालाः—पांडवहो, तुम्ही मला हंसतां काय? पण चिंता नाहीं; याचें फळ तुम्हांला लवकरच मिळेल! आतांच पांचालांसुद्धां तुम्ही सर्वजण गतप्राण होऊन यमलोकची वाट धराल!

संजय सांगतोः—राजा, तो रक्तबंबाळ झालेला व त्या जलांतून वर आलेला तुझा पुत्र दुर्योधन हातांत गदा घेऊन उभा राहिला, तेव्हां त्या रक्तानें माखलेल्या वीराचें तें पाण्यानें भिजून पागळणारें शरीर—ज्यांतून जलधारा चालल्या आहेत अशा पर्वताप्रमाणें भासत होतें. त्यानें गदा उगारली असतां हा क्रुद्ध यमच गदा उगारून उभा आहे असें पांडवांस वाटलें. नंतर, राजा, ज्याचा शब्द मेघासारखा गंभीर आहे अशा त्या सुयाधनानें हर्षानें महोक्षाप्रमाणें डुरकण्या दिल्या; आणि

त्या वीर्यवंतानें पांडवांस गदा घेऊन रणांत येण्याविषयीं आह्वान केलें.

दुर्योधन म्हणाला:—युधिष्ठिरा, तुम्ही एकेकटेच माझ्याशीं लढायला या. एकट्या वीरानें रणांत अनेकांशीं लढणें शक्य नाहीं; आणि विशेषेंकरून कवचहीन, अतिशय थकलेला, पाण्यांत बुडालेला, अत्यंत घायाळ आणि ज्याचे सर्व सैनिक व वाहनें मरून गेलीं आहेत असा तो असेल तर मुळींच नाहीं. तथापि तुम्हीं सर्वांनींच माझ्याशीं अवश्यमेव लढावें असें तुमच्या मनांत असेल, तर तें अयुक्त आहे हें तूं नित्य जाणतच आहेस !

युधिष्ठिरानें उत्तर दिलें:—सुयोधना, जेव्हां अभिमन्यूला अनेक महारथांनीं मिळून रणांत मारिलें, तेव्हां तुझी ही धर्मबुद्धि अशीच कां नव्हती बरें ? क्षात्रधर्म हा अत्यंत क्रूर, कशाचीही अपेक्षा न करणारा आणि अतिशय निर्दय आहे. असें नसतें तर तुम्हीं अभिमन्यूला तशा शोचनीय स्थितींत कसें मारिलें असतें बरें ? तुम्हीं सर्वजण धर्मज्ञ होतां, शूर होतां, जिवाची पर्वा न करणारे होतां, आणि न्यायानें लढणारांस उत्कृष्ट अशी इंद्रलोकची गति मिळते असें सांगितलेलें आहे तेंही तुम्हांस माहीत होतें ! मग जर एकाला बहुतांनीं मारूं नये हा धर्म आहे, तर त्या वेळीं अभिमन्यूला बहुतांनीं आणि तेंही तुझ्या अनुमतीनें कसें बरें मारिलें ? सारांश, असा नियमच आहे कीं, संकटांत पडलेला मनुष्य धर्माला कवटाळतो आणि तोच सुस्थितींत असेल तर स्वर्गाचीं कवाडें जणू लावलेलींच आहेत असें त्याला दिसतें. अस्तु; वीरा, कवच बांध, शिरस्त्राण घालून केंस आवळ, आणि, हे भारता, तुला आणखी जें जें साहित्य नसेल तेंही घे वीरा, मी तुला आणखी एक अशी प्रिय सवलत देतों कीं, पांच पांडवांपैकीं ज्याशीं युद्ध करावें अशी तुझी इच्छा असेल, त्या एकाला मारलेंस तर तूं राजा आहेस, अथवा तूं मारला गेलास तर स्वर्ग तुझाच आहे. हे वीरा, एक जीवदानाव्यतिरिक्त युद्धांत आम्हीं तुझें आणखी कोणतें प्रिय करावें ?

संजय सांगतो:—राजा, मग तुझ्या पुत्रानें सुवर्णाचें कवच धारण केलें आणि सोन्यानें मढविलेलें चित्रविचित्र शिरस्त्राण चढविलें. तेव्हां, राजा, तो कांचनाचें उज्ज्वल कवच ल्यालेला व शिरस्त्राण घातलेला तुझा पुत्र सुवर्णपर्वतासारखा झळकूं लागला. याप्रमाणें कवच वगैरे घालून व गदा हातांत घेऊन रणांगणाच्या शिरोभागीं सज्ज झालेला तुझा पुत्र दुर्योधन सर्व पांडवांस म्हणाला, “ तुम्हां भावांपैकीं कोणींही एकानें मजबरोबर गदायुद्ध करावें, मी आज सहदेवाशीं, किंवा भीमसेनाशीं किंवा नकुलाशीं अथवा अर्जुनाशीं किंवा, हे नरषभा, तुजबरोबर लढेन. मी रणांत येऊन युद्ध करीन आणि त्यांत विजयीही होईन. हे पुरुषव्याघ्रा, सुवर्णाच्या पट्टयांनीं जखडलेल्या या गदेच्या साह्यानें मी आज ह्या वैराच्या अत्यंत दुर्गम अशा शेवटाला जाऊन पोंचेन. गदायुद्धांत माझी बरोबरी करणारा कोणीही नाहीं, अशी माझी समजूत आहे. तुम्ही सर्व एकदम आलां तथापि तुम्हां सर्वांना मी गदेनें ठार मारीन. न्यायानें युद्ध करावयाचें असल्यास तुम्ही सर्वजणही माझ्याशीं लढण्यास समर्थ नाहीं. स्वतःच गर्वोद्धत भाषण करणें युक्त नव्हे, तथापि मी हें आतांच तुमच्यापुढें खरें करून दाखवीन ! ह्याच घटकेला हें खरें किंवा खोटें याचा निवाडा होईल. आज माझ्याबरोबर जो कोणी लढणार असेल त्यानें गदा उचलावी ! ”

अध्याय तेहतिसावा.

—:•:—

भीमदुर्योधनाची युद्धाची तयारी.

संजय सांगतोः—राजा, ह्याप्रमाणें दुर्योधन वरचेवर गर्जत असतां वासुदेव युधिष्ठिरावर रागावून त्याला म्हणाला, "युधिष्ठिरा, हें काय केलेंस ? जरकरितां हा युद्धांत तुला, अर्जुनाला, नकुलाला किंवा सहदेवाला वरील, तर कसें होईल ! राजा, 'युद्धांत एकाला मारून कुरुदेशाचा राजा हो.' असें तूं म्हणालास हें केवढें साहस केलेंस ! त्या गदाधारी वीराच्या सामन्याला तुह्मी मुळींच समर्थ नाहीं, अशी माझी समजूत आहे. कारण गेल्या तेरा वर्षांत तुह्मांला गदायुद्धाचा बिलकुल सराव नाहीं. राजा, भीमसेनाच्या यथार्थ लोखंडी प्रतिमा केली असतां म्हणजे त्याच्याच हातून हें कार्य करविण्याचें ठरलेलें असतां आपल्याकडून हें कार्य कसें होणार ! हे नृपोत्तमा, केवळ दयेमुळें तूं हें साहस केलेंस, पण येथें साफ घसरलास ! रणांत सुयोधनाला प्रतियोद्धा पृथापुत्र वृकोदरावांचून दुसरा मला कोणीच दिसत नाहीं; आणि तो देखील विशेष घटलेला नाहींच ! तेव्हां, राजा, मागें शकुनीशीं तूं जसें द्यूत केलेंस, तसेंच हें तूं पुनः मोठें अवघड द्यूत मांडलेंस, दुसरें कांहीं नाहीं ! भीमसेन बलवान् व समर्थ आहे; आणि राजा, दुर्योधन हा कृती आहे म्हणजे घटलेला, चपळ, डावपेंच जाणणारा व मोठा कुशल आहे. राजा, बलवान् आणि कृती या दोघांविषयीं विचार करतां कृतीच श्रेष्ठ ठरतो. कारण, डावपेंचांपुढें नुसत्या शक्तीची मात्रा चालत नाहीं. तेव्हां, राजा, तूं आपल्या शत्रूला फायदेशीर अशी अट देऊन त्याला चांगल्या जागेवर आणून ठेवलेंस; आणि स्वतः मात्र खाड्यांत पडलास; असा या कृत्याचा परिणाम झाला आहे ! एकंदरींत आपण पूर्ण विपत्तींत सांपडलों खरे. अहो, सर्व शत्रूंला जिंकून हातीं आलेलें राज्य मोठ्या मुष्किलीनें सांपडलेल्या एकट्या शत्रूकडून कोण हारवून घेईल ! केवळ एका पणाची पैज लावून असें युद्ध करणें कोणाला पसंत पडणार आहे ? जो आज रणांत गदापाणि दुर्योधनाला जिंकूं शकेल असा वीर—मग तो देव कां असेना—त्रिभुवनांत मला कोणी दिसत नाहीं ! तूं, नकुल, सहदेव आणि अर्जुन ह्यांपैकीं कोणीही गदायुद्धनिपुण कृती दुर्योधन राजाला न्यायानें जिंकण्यास समर्थ नाहीं. असें असतां, हे भारता, 'गदा घेऊन लढ' आणखी 'आह्मांपैकीं एकाला मारून राजा हो' असें शत्रूला कसें सांगतोस ? भीमसेनाची व त्याची जुंपली तरीही धर्मयुद्धांत आपला जय होईल कीं नाहीं याची वानवाच आहे. कारण हा दुर्योधन मोठा बलाढ्य व गदायुद्धांत अतिशय वाकबगार व कसलेला आहे. असें असतां आम्हांपैकीं कोणाही एकाला मारून राजा हो असें तूं पुनः म्हणतोस, त्यापेक्षां ही पंडूची व कुंतीची संतति राज्यभागीच नाहीं—निरंतर वनवास व दारिद्य भोगण्यासाठींच हिचा जन्म आहे !"

भीमसेन म्हणालाः—हे मधुसूदना यदुनंदना, असा विषाद करूं नको. वैराच्या अत्यंत दुर्गम अशा अंतिम भागीं मी आज जाऊन थडकेन ! आज मी दुर्योधनाला युद्धांत निःसंशय ठार मारीन. कृष्णा, धर्मराजालाच विजय मिळणार, असें दिसत आहे. ही माझी गदा पहा,—दुर्योधनाच्या गदेच्या दीडपट कार्यकारी व तिजहून वजनदार आहे, त्याची गदा हिच्या तोडीची नाहीं. माधवा, तूं किमपि चिंता करूं नको. सुयोधनाशीं गदायुद्ध करण्याचा मला हुरूप आला आहे. जनार्दना, तुह्मी सर्वजण मी कसें काय युद्ध करतों तें

पहात बसा. कृष्णा, नानाप्रकारचीं शस्त्रें धारण करून देवांसुद्धां एकवटलेल्या तिन्ही भुवनांबरोबर मी रणांत युद्ध करीन; मग ह्या सुयोधनाची काय प्रतिष्ठा आहे !

संजय सांगतोः—ह्याप्रमाणें भीमसेनाचें हें भाषण ऐकून वासुदेव संतुष्ट झाला व त्यानें त्याची प्रशंसा करीत म्हटलें, " हे महाबाहो, तुझ्याच आश्रयानें धर्मराज युधिष्ठिरानें सकल शत्रूंचा निःपात करून स्वकीय उज्ज्वल राजलक्ष्मी मिळविली आहे, यांत संशय नाहीं. धृतराष्ट्राचे सर्व मुलगे तूंच रणांत निजविलेस. त्याचप्रमाणें, हे पांडुनंदना, राजे, राजपुत्र व मोठमोठे हत्तीही ठार केलेस. कलिंग, मागध, प्राच्य, गांधार, तसेच कुरु हे रणांत तुझी गांठ पडतांच मृत्युमुखीं पडले. आज सुयोधनालाही ठार करून, ज्याप्रमाणें विष्णूनें शचीपतीला त्याप्रमाणें तूं धर्मराजालाही समुद्रवलयांकित पृथ्वी साध्य करून दे ! रणांत तुझी गांठ पडतांच पापी धार्तराष्ट्र नाश पावेल, आणि तूंही त्याची **मांडी फोडून** आपल्या प्रतिज्ञेंतून उत्तीर्ण होशील. बा भीमा, दुर्योधनाशीं सर्वदा फार दक्षतेनें व प्रयत्नपूर्वक लढलें पाहिजे. कारण तो मोठा कुशल व बलवान् असून सदोदीत मातबर लढाई करणारा आहे ! "

राजा, मग सात्यकीनें भीमसेनाची स्तुति केली; त्याचप्रमाणें पांचाल व धर्मप्रभृति पांडव यांनींही त्यास वाखाणिलें; आणि त्याच्या त्या आवेशयुक्त भाषणाची सर्वांनींच तारीफ केली. मग भीमबली भीमसेन ह्या सृंजयांसहवर्तमान उभा असलेल्या व सूर्याप्रमाणें प्रकाशमान् होत असलेल्या युधिष्ठिरास म्हणाला, " मी ह्याशीं भिडून रणांत झगडेन. मला युद्धांत जिंकण्याला हा नराधम मुळींच समर्थ नाहीं. ज्याप्रमाणें अर्जुनानें खांडववनास अग्नि लावला, त्याप्रमाणें हृदयांत फार दिवस सांठवून ठेविलेला क्रोध मी आज ह्या धार्तराष्ट्र सुयोधनावर काढीन; आणि गदेनें ह्या पाप्यास ठार करून पांडवांच्या हृदयांत घर करून राहिलेलें शल्य उपटून टाकीन. राजा, तूं स्वस्थ ऐस. हे अनघा, आज मी तुला कीर्तिरूप माळा अर्पण करीन आणि दुर्योधन आज प्राण, वैभव व राज्य यांस मुकेल; मीं पुत्राला मारल्याचें ऐकून, शकुनीच्या बुद्धीला लागून केलेलें तें नीच कर्म आज धृतराष्ट्र राजाला आठवेल ! "

असें बोलून तो वीर्यशाली भरतश्रेष्ठ गदा उचलून, वृत्राला आह्वान करणाऱ्या इंद्राप्रमाणें दुर्योधनास आह्वान करीत युद्धास उभा राहिला. तेव्हां तुझ्या अतिवीर्यवान् पुत्राला तें सहन न होऊन तो लगेच मत्तहत्तीसमोर येणाऱ्या दुसऱ्या मत्तहत्तीप्रमाणें त्याच्यासमोर आला. तुझा गदापाणि पुत्र युद्धाला उभा राहिला तेव्हां सर्व पांडवांना तो शृंगयुक्त कैलास पर्वतासारखा भासला. तो महाबली दुर्योधन कळपांतून चुकलेल्या हत्तीप्रमाणें एकटा सांपडल्यामुळें पांडवांना मोठा हर्ष झाला. दुर्योधनालाही संभ्रम, भीति, ग्लानि किंवा दुःख यांपैकीं कांहींच होत असल्याचें दिसत नव्हतें, तो रणांत सिंहासारखा उभा होता. राजा, शृंगी कैलास पर्वताप्रमाणें त्या गदाधारी दुर्योधनाला पाहून भीमसेन त्यास म्हणाला, " दुर्योधना, धृतराष्ट्र राजानें व तूं आमचें किती अनहित केलें आहे, त्याचें स्मरण कर. हे दुरात्मन्, वारणावतांत काय प्रकार घडला, रजस्वला द्रौपदीला भरसभेंत कसें छळिलें, शकुनीच्या कपटी बुद्धिबलानें द्यूतांत युधिष्ठिर राजाला कसें जिंकिलें, हीं व दुसरीं पुष्कळ पापकृत्यें तूं निरपराध पांडवांना पीडा देण्यासाठीं केलींस, त्यांचें महत्फल आज भोग ! महायशस्वी, भरतकुलावतंस व आपणां सर्वांचा पितामह जो गंगानंदन भीष्म, तो

केवळ तुजमुळें निधन पावला! तुझ्याचमुळें गुरुवर्य द्रोण, कर्ण व प्रतापशाली शल्य मृत्युमुखीं पडले. वैराचा आद्यजनक जो शकुनि तोही रणांत निधन पावला. तुझे शूर शूर भाऊ व पुत्र आपआपल्या सैन्यांसह धुळीस मिळाले. अनेक राजे व समरांतून मार्गे न परतणारे शूर वीर गडप झाले. हे व यांबरोबरच दुसरेही मोठमोठे क्षत्रिय मारले गेले; आणि द्रौपदीला क्लेश देणारा तो पापी प्रातिकामीही ठार झाला! आतां तूंच एक कुलघ्न नराधम शिलक उरला आहेस. पण आज मी गदेच्या योगानें तुलाही ठार मारीन, यांत संशय नाहीं. राजा, आज रणांत मी तुझा सर्व ताठा उतरणार; आणि त्याबरोबरच राज्याची अनिवार हाव व पांडवांविषयींची दुष्टबुद्धिही पार विलयास नेणार!"

यावर दुर्योधन म्हणालाः—वृकोदरा, फार बडबड कशाला करतोस? आज प्रथम माझ्याशीं लढ तर खरा! तुझी लढाईची खुमखुमच आज मी जिरवून टाकतों. पाप्या, हिमालयाच्या शिखराच्या आकाराची प्रचंड गदा घेऊन गदायुद्धाला तयार होऊन राहिलेला मी तुला दिसत नाहीं काय? आज गदाधारी अशा मला मारण्याचा उत्साह धरणारा कोण शत्रु आहे! न्यायानें लढत असतां देवाधिपति इंद्रही समर्थ नाहीं, मग इतरांची कथा काय? हे कुंतीपुत्रा, शरत्कालीन निर्जल मेघाप्रमाणें व्यर्थ गर्जना करूं नको, आज रणांत मरून पार नाहींसें झालें नाहीं तोंपर्यंतच आपलें काय सामर्थ्य आहे तें युद्धांत दाखव!

राजा, मदोन्मत्त हत्तीप्रमाणें दिसणाऱ्या त्या दुर्योधनाचें हें भाषण ऐकतांच सृंजयांसहवर्तमान सर्व विजयेच्छु पांडवांनीं अतिशय आनंदित होऊन त्याबद्दल त्याची टाळ्यांच्या गजरांत फार प्रशंसा केली. तेव्हां हत्ती मोठ्यानें ओरडूं लागले, घोडे हिंसूं लागले आणि जयेच्छु पांडवांचीं शस्त्रें प्रदीप्त झालीं!

अध्याय चौतिसावा.

—:०:—

बलरामाचें आगमन.

संजय सांगतो:—हे महाराजा, मग तें अत्यंत दारुण युद्ध कडाक्यानें सुरू झालें; आणि सर्व महात्मे पांडव तें पाहाण्यास खालीं बसले. इतक्यांत हें आपल्या शिष्यांचें युद्ध जुंपल्याची वार्ता बलरामाच्या कानावर जाऊन तो तालध्वज हलायुध त्या ठिकाणीं प्राप्त झाला. त्याला पाहातांच कृष्ण व पांडव परम हर्षित होऊन त्याजवळ गेले; आणि त्याचें आदरातिथ्य करून त्यांनीं त्याची विधिवत् पूजा केली. राजा धृतराष्ट्रा, ह्याप्रमाणें विधिपूर्वक पूजन केल्यानंतर ते त्याला म्हणाले, "रामा, आतां येथें बसून आपल्या शिष्यांचें युद्धनैपुण्य अवलोकन कर." मग कृष्ण, पांडव व गदा घेऊन उभा राहिलेला कुरुपति दुर्योधन यांकडे पाहून बलराम म्हणाला, " मला प्रयाण करून आज बेचाळीस दिवस झाले. मीं पुष्य नक्षत्रावर गेलों, आणि श्रवण नक्षत्रीं परत आलों आहें. माधवा, या शिष्यांचें गदायुद्ध पहाण्याची माझी मनीषा आहे."

राजा, तेव्हां मग ते युद्धभूमीवर उभे राहिलेले दोघे गदाधारी वीर भीमदुर्योधन झळकूं लागले. नंतर युधिष्ठिर राजानें बलरामास आलिंगन देऊन त्याला नीटपणें कुशलप्रश्न केले; महाधनुर्धर कृष्णार्जुनांनींही त्यास मोठ्या प्रेमानें व हर्षानें आलिंगन दिलें; शूर माद्रीपुत्र व द्रौपदीचे पांच मुलगे त्या महाबली रौहिणेयाला अभिवंदन करून जवळच उभे राहिले; आणि त्याचप्रमाणें राजा, त्या गदा उंच केलेल्या दोघां वीरांनीं म्हणजे बलवान् भीमसेन

व तुझा पुत्र ह्यांनीं त्यास प्रणाम केला. याप्रमाणें सर्वांनीं त्याचा आदरसत्कार व सन्मान केल्यावर, "हे महाबाहो, युद्ध अवलोकन कर." असें ते रामास म्हणाले; आणि इतर राजांनींही त्याला तीच विनंती केली.

मग रामानें सृंजयांस व पांडवांस आलिंगून त्या सर्व अमितपराक्रमी राजांचें कुशल विचारिलें; व त्यांनींही त्यास भेटून खुशाली विचारली. मग बलरामानें त्या सर्व थोर क्षत्रियांचा उलट सन्मान करून व यथाधिकार कुशलप्रश्न वगैरे करून कृष्ण व सात्यकि यांस प्रेमानें पोटाशीं धरिलें; त्यांच्या मस्तकांचें अवघ्राण केलें; आणि 'खुशाल आहांना' म्हणून विचारलें. नंतर, राजा, ज्याप्रमाणें इंद्र व उपेंद्र हर्षभरित होऊन देवाधिपति ब्रह्मदेवाचें पूजन करतात, त्याप्रमाणें त्या कृष्णसात्यकींनींही त्या श्रेष्ठाचें विधिपूर्वक पूजन केलें. मग, हे भारता, धर्मपुत्र युधिष्ठिर त्या शत्रुमर्दक बलभद्राला "हे राजा, हें भावाभावांचें महायुद्ध पहा." असें म्हणाला. मग तो श्रीमान् महाबाहु केशवाग्रज परमहृष्ट होऊन त्यांच्यामध्यें जाऊन बसला. त्याला महारथांनीं उत्थापन दिलें; आणि त्या राजांच्या मध्यभागीं तो नीलवस्त्र व अतितेजस्वी राम आकाशांतील नक्षत्रगणांनीं परिवेष्टित निशाकराप्रमाणें शोभूं लागला. राजा, मग तुझ्या पुत्रांच्या वैराचा शेवट करणारा व अंगावर रोमांच उठविणारा तो तुंबळ संग्राम सुरू झाला !

अध्याय पसतिसावा.

—:०:—

बलदेवतीर्थयात्रा.

प्रभासोत्पत्तिकथन.

जनमेजय प्रश्न करितो:—मुने, पूर्वी हें युद्ध उपस्थित झालें तेव्हांच प्रभु बलराम कृष्णास सांगून वृष्णींसह निघून गेला होता. 'केशवा, मी दुर्योधनाचें साहाय्य करणार नाहीं व पांडवांचेंही करणार नाहीं, मी कोठें तरी निघून जाईन." असें बोलून तेव्हां जो क्षत्रांतक राम बाहेर पडला, तो परत कसा आला तें आपण मला सांगावें. ब्रह्मन्, हे सत्तमा, आपण कुशल आहां, तेव्हां राम तेथें कसा प्राप्त झाला, आणि त्यानें तें युद्ध कसें पाहिलें, हें मला विस्तारपूर्वक कथन करावें.

वैशंपायन सांगतात:—महात्मे पांडव उपप्लव्यास राहिले असतां त्यांनीं धृतराष्ट्राकडे कृष्णास शिष्टाईसाठीं पाठविलें. हे महाबाहो, कौरवपांडवांचा संधि व्हावा, व सर्व प्राण्यांवरील संकट टळावें, या हेतूनें कृष्ण हस्तिनापुरास जाऊन धृतराष्ट्रास भेटला; आणि त्यानें तथ्य व विशेषेंकरून पथ्य असें भाषण केलें. परंतु त्या वेळीं धृतराष्ट्र राजानें त्याचें बोलणें मान्य केलें नाहीं. शेवटीं अकृतकार्य होत्साता कृष्ण माघारा येऊन पांडवांस म्हणाला, "पांडवेयहो, कौरवांवर काळाचा पगडा बसल्यामुळें ते माझ्या वचनाप्रमाणें वागत नाहींत. आतां दुसरी तिसरी गोष्ट नाहीं. याच पुष्य नक्षत्रावर माझ्या सह लढाईसाठीं बाहेर पडा." नंतर, सैन्यांचे विभाग होऊं लागले तेव्हां बलिश्रेष्ठ महाशय बलराम आपल्या भावाला म्हणजे कृष्णास म्हणाला, "मधुसूदना, आपणांला पांडव व कौरव दोघेही सारखेच. तेव्हां, हे महाबाहो, तूं कौरवांचेंही साह्य कर." असें तो म्हणाला, पण कृष्णानें त्याचें ऐकिलें नाहीं. तेव्हां बलराम रागानें संतप्त झाला; आणि तो महाकीर्तिमान् यदुनंदन रागारागानें सर्व यादवांसह अनुराधा नक्षत्रावर सरस्वती नदीकडे तीर्थयात्रेस निघून गेला ! शत्रुदमन भोज दुर्योधनाच्या आश्रयास गेला आणि सात्यकीसह कृष्ण पांडवांस येऊन मिळाला. शूर बलराम

पुष्य नक्षत्र असतां पांडवांकडून निघून गेल्यावर कृष्ण पांडवांस पुढें करून कौरवांसमोर गेला. तिकडे मार्गस्थ झालेला राम चालतां चालतांच सेवकांस म्हणाला, " तीर्थयात्रेचे संभार, सर्व उपकरणें, अग्नि आणि याजक द्वारकेहून घेऊन या; त्याचप्रमाणें सोनें, रुपें, धेनु, वस्त्रें, घोडे, हत्ती, रथ, गाढवें, उंट, वाहनें व तीर्थयात्रेस अवश्य असें सर्व साहित्य सत्वर आणा; जलद चालणारे लोक लवकर सरस्वतीच्या तीरीं पाठवा; आणि तेथून ऋत्विजांस व शेंकडों ब्रह्मवरांस आणवा. "

राजा, कौरवांची लढाई उपस्थित झाली तेव्हां महाबली बलराम सेवकांस अशी आज्ञा करून सरस्वती नदीच्या प्रवाहास प्रदक्षिणा घालण्यासाठीं ऋत्विज्, मित्र, दुसरे थोर थोर ब्राह्मण, रथ, हत्ती, घोडे, चाकरनोकर, आणि थकलेले, अशक्त, बाल व वृद्ध ज्यांत बसले आहेत अशीं बैल, गाढवें व उंट जोडलेलीं अनेक वाहनें एवढ्या परिवारानिशीं तीर्थयात्रेस निघाला. प्रत्येक ठिकाणीं जीं जीं नानाप्रकारचीं दानें करावयाचीं तीं तीं त्यानें केलीं; आणि हे भारता, याचकांच्या संतोषार्थ त्या त्या देशांतील चालीरीतींप्रमाणें पुष्कळ नवीं नवीं दानें त्यानें मुद्दाम तयार करविलीं. भुकेलेल्यांसाठीं चोहोंकडे अन्न तयार असे. जो जो ब्राह्मण तेथें ज्या पदार्थाची इच्छा करी, त्याला त्याला तेथेंच तो पदार्थ तत्काळ मिळे! असें इच्छाभोजन बलरामानें केलें. जागोजागीं त्याच्या आज्ञेनें लोक उभे असत; आणि ते चोहोंकडे भक्ष्यपेयांच्या राशी घालीत. ज्या ब्राह्मणांना सुखाची इच्छा असे, त्यांस अर्पण करण्यासाठीं उंची उंची वस्त्रें व पलंगबिछानेंही तेथें तयार असत. जनमेजया, फार काय सांगावें, कोणत्याही ब्राह्मणाचें किंवा क्षत्रियाचें मन ज्या ज्या ठिकाणीं रमत असे, तेथें तेथें त्याला आपणासाठीं सर्व प्रकारची तयारी असल्याचें आढळून येई ! सर्व लोक आपल्या इच्छेस येईल त्याप्रमाणें चालूं लागत, किंवा तेथेंच थांबत. त्यांस दुसऱ्याच्या आज्ञेप्रमाणें वागावें लागत नसे. एखाद्याला जाण्याची इच्छा झाली कीं त्याचे पुढें मेणेपालख्या तयार ! कोणाला तहान लागली कीं त्याचेपुढें सरबतें वगैरे हजर ! आणि, हे भरतर्षभा, क्षुधितापुढें मिष्टमिष्ट अन्नेंही सिद्ध असत ! असा प्रकार नित्य चाललेला असे. त्यांच्यासाठीं सेवक हातांत वस्त्रें व अलंकारही घेऊन उभे असत. अशा प्रकारें, राजा, तो मार्ग सर्व प्रवासी लोकांस स्वर्गासारखा सुखावह झाला, कारण, तो सर्वदा मुदित जनांनीं युक्त, रुचकर भक्ष्य पदार्थांनीं भरलेला, ज्यांत जागजागीं गुढ्यातोरणादि शुभसूचक गोष्टी आहेत असा, बाजारपेठा, बाजार व विक्रीचे पदार्थ यांनीं युक्त, हजारों लोकांनीं गजबजलेला, दोहों बाजूंच्या लतावृक्षांनीं व्याप्त आणि नानाप्रकारच्या रत्नादिकांनीं सुशोभित केलेला असा होता.

राजा, याप्रमाणें जातां जातां त्या स्थितनियम महात्म्या यदुप्रवीर हलधरानें पवित्र तीर्थांवर ब्राह्मणांस पुष्कळ द्रव्य दिलें; यज्ञांत देतात तशा विपुल दक्षिणा दिल्या; त्याचप्रमाणें ज्यांच्या शिंगांवर सुवर्णाचीं टोपणें घातलीं आहेत अशा हजारों सवत्स दुभत्या धेनु, नानादेशांत जन्मलेले उंची घोडे वाहनें, चांगले चांगले दास, तशींच रत्नें, मोतीं, पोवळीं, बावनकशी सोनें, शुद्ध रुपें आणि लोखंडी व तांब्याचीं भांडीं त्यानें द्विजवरांस अर्पण केलीं. याप्रमाणें त्या महात्म्यानें सरस्वतीतीरच्या श्रेष्ठ तीर्थांच्या ठिकाणीं अपार दानधर्म केला; आणि तो अतुलपराक्रमी उदारधी, क्रमाक्रमानें अशीं तीर्थें करीत कुरुक्षेत्रास येऊन पोंचला.

जनमेजय विचारतोः—हे द्विजवरा, सरस्वतीतीरच्या तीर्थांचें सृष्टिसौंदर्यादिवर्णन,

त्यांची उत्पत्ति, तीर्थयात्राविधि वगैरे सर्व मला सांगा. हे भगवन्, क्रमानें सर्व तीर्थांबद्दल ही सर्व प्रकारची माहिति मला आपण कथन करा. हे ब्रह्मन्, ती ऐकण्याची मला फार उत्सुकता आहे.

वैशंपायन सांगतात:—राजा, या तीर्थांचें फल, त्यांचें गुणवर्णन, उत्पत्तिप्रकार वगैरे सर्व पुण्यकारक गोष्टी मी सांगतों, श्रवण कर. राजा, ऋत्विक्सुहृद्गणांसहवर्तमान तो यदुप्रवीर हलधर निघाला, तो प्रथम जेथें नक्षत्राधिपति चंद्र क्षयरोगानें ग्रस्त होऊन क्लेश भोगीत पडला होता, त्या पवित्र प्रभासतीर्थास गेला. हे नरेंद्रा, या ठिकाणीं चंद्राची शापापासून मुक्तता होऊन त्यास पुनः आपलें पूर्वतेज प्राप्त झालें; आणि तो सर्व जग प्रकाशमान करूं लागला. याप्रमाणें, हे राजेंद्रा, हें प्रभासतीर्थ पृथ्वीवरील तीर्थांत विशेष श्रेष्ठ असून तें प्रभासन (तेजस्वी करणारें) असल्यामुळें त्याला ' प्रभास ' ही संज्ञा प्राप्त झाली आहे.

जनमेजय विचारितो:—भगवन्, चंद्राला क्षयरोगानें कसें ग्रस्त केलें; त्याचप्रमाणें, हे महामुने, त्यानें त्या श्रेष्ठ तीर्थांत कसें अवगाहन केलें, आणि त्यांत बुडी मारून तो पुनः कसा वृद्धिंगत झाला, तें सर्व मला सविस्तर सांगा.

वैशंपायन सांगतात:—हे राजेंद्रा, दक्षप्रजापतीला सत्तावीस मुली होत्या, त्या त्यानें सोमास अर्पण केल्या. त्याच सत्तावीसजणींवरून सत्तावीस नक्षत्रांचीं नांवें पडलीं आहेत. त्या सदाचरणी चंद्राच्या भार्या होत. त्या सर्वांचे डोळे विशाल असून सर्वजणी रूपानें पृथ्वींत केवळ अप्रतिम होत्या. तथापि त्यांतल्या त्यांत रोहिणीची रूपसंपत्ति कांहीं विशेष होती. त्यामुळें तिजवरच निशापति चंद्राची प्रीति बसली. ती त्याची अतिशय आवडती झाली आणि त्यामुळें तो सदोदित तिचाच उपभोग घेत असे. याप्रमाणें, राजा, चंद्र रोहिणीकडेच अतिशय राहूं लागला, त्यामुळें बाकीच्या नक्षत्राख्यकन्या त्यावर रागावल्या; आणि सत्वर दक्षप्रजापतीकडे जाऊन त्या आपल्या पित्यास म्हणाल्या, “ चंद्र कांहीं आमच्या येथें रहात नाहीं. सदोदित रोहिणीजवळच रहातो. यास्तव, हे प्रजानाथा, आम्ही सर्वजणी अन्नपाणी वर्ज करून तुमच्या सन्निध तप करीत बसतों ! ”

राजा, मुलींचें हें भाषण ऐकून दक्ष सोमास म्हणाला, “ सर्व भार्यांशीं सारख्याच भावानें वागत जा. तुला महान् अधर्माचा विटाळ होऊं नये. ” याप्रमाणें चंद्राला सांगून त्यानें त्या सर्वजणींस सांगितलें, “ मुलींनो, आपल्या पतीकडे जा. तो माझ्या आज्ञेनें तुम्हां सर्वांचा सारखाच परामर्श घेईल. ” याप्रमाणें पित्यानें निरोप दिला, तेव्हां त्या चंद्राच्या घरीं गेल्या. तथापि, राजा, भगवान् चंद्राची रोहिणीवर असलेली अत्यंत प्रीति बिलकूल कमी न होतां तो तिचेच ठिकाणीं रममाण होऊन राहूं लागला; तेव्हां त्या सर्वजणी पुनः पित्याकडे जाऊन त्यास म्हणाल्या, “ बाबा, आम्ही तुमची सेवाचाकरी करीत तुम्हांपाशींच रहातों. चंद्र कांहीं आमचे येथें रहात नाहीं; आणि आपण त्यास सांगितलें तेंही तो ऐकत नाहीं. ” त्यांचें असें बोलणें ऐकून दक्ष पुनः सोमास म्हणाला, “ विरोचना, मी तुला आतांच शापीत नाहीं. एकवार क्षमा करितों. पण यापुढें तरी सर्व भार्यांचे ठिकाणीं समसमान रहात जा. ” राजा, दक्षाच्या या भाषणाचाही अनादर करून भगवान् शशी रोहिणीसहच राहूं लागला. तेव्हां त्याच्या इतर स्त्रियांना पुनः कोप आला; आणि त्या लगेच पित्याकडे जाऊन त्यास शिरसा प्रणाम करून म्हणाल्या, “ अजून सोम कांहीं आमचे येथें येत नाहीं; यास्तव आपण आमचें रक्षण करा. भगवान् चंद्रमा

सदोदीत रोहिणीसच घेऊन बसतो. तो तुमच्या शब्दास मोजीत नाहीं व आम्हांकडे ढुंकूनही पाहूं इच्छीत नाहीं. यास्तव, बाबा, आम्हां सर्वजणींचें रक्षण करा; आणि जेणेंकरून सोम आम्हांकडे येईल असें करा."

राजा, मुलींचें हें भाषण ऐकून भगवान् दक्षप्रजापतीला क्रोध आला आणि त्यानें रागानें चंद्रावर क्षयरोग सोडला. तेव्हां त्या क्षयरोगानें तत्काळ चंद्रास पछाडून त्यास जर्जर केलें आणि तो दिवसानुदिवस खंगत चालला. राजा, त्या यक्ष्म्यापासून मुक्तता व्हावी म्हणून चंद्रानें नानाप्रकारचे यज्ञयागादि उपाय केले, परंतु कांहीं उपयोग झाला नाहीं. त्या दक्षशापापासून त्याची सुटका झाली नाहीं; आणि तो झिजत चालला. याप्रमाणें चंद्र क्षीण होऊं लागतांच औषधि उगवतनाशा झाल्या; ज्या औषधि होत्या त्यांचा आस्वाद व रस कमीकमी होऊं लागला; आणि त्या अगदीं सुकून गेल्या. याप्रमाणें औषधींचा जसजसा क्षय होऊं लागला, तसतसा प्राण्यांचाही क्षय होऊं लागला; आणि एकंदरींत, चंद्र क्षीण होऊं लागल्यामुळें सर्व प्रजा कृश होऊन गेल्या! राजा, मग सर्व देव एकत्र जमून सोमास म्हणाले, "बाबारे, हें काय? तुझें शरीर हें असें क्षीण कशानें झालें? तें मुळींच प्रकाशमान होत नाहीं हें काय? बाबारे, तुजवर हें सर्व संकट कशानें ओढवलें, तें कारण आम्हांस सांग. तुझ्या तोंडून तें ऐकिलें म्हणजे आम्ही कांहीं तरी त्यावर उपाय योजूं." राजा, याप्रमाणें देव म्हणाले, तेव्हां शशलक्षण शशीनें आपल्याला शाप कसा झाला, आणि तेणेंकरून कसा क्षयरोग लागला हें त्यांस सांगितलें. तें ऐकून देव दक्षाकडे जाऊन म्हणाले, "भगवन्, सोमावर प्रसाद करा आणि आपल्या ह्या शापाची निवृत्ति करा. हा चंद्र अगदीं क्षीण झाला असून फारच थोडा अवशिष्ट आहे. हे देवेशा, याच्या क्षयामुळें प्रजाही क्षीण झाल्या आहेत आणि लता, वेली, वृक्ष व नानाप्रकारचीं बीजें नष्टप्राय होण्याच्या बेतांत आलीं आहेत यांचा पूर्ण नाश झाला म्हणजे आमचाही नाश होणार आणि आम्ही नष्ट झाल्यावर या जगाचें अस्तित्व तरी कसें राहील? सारांश, सोमाच्या क्षीणतेमुळें सर्वसंहार होण्याची वेळ आली आहे. यास्तव, हे लोकगुरो, हें सर्व ध्यानीं आणून आपण चंद्रावर प्रसाद करणें योग्य आहे."

याप्रमाणें देवांनीं सर्व हकीगत निवेदन केली, तेव्हां प्रजापति त्यांस म्हणाला, "माझें वचन सर्वथा फिरविणें शक्य नाहीं. तथापि, हे महाभागहो, तें कांहीं हेतूनें फिरूं शकेल. चंद्रानें सदोदीत सर्व भार्यांशीं सारखेपणानें वागावें. असें तो करूं लागला आणि सरस्वतीच्या श्रेष्ठ तीर्थांत त्यानें स्नान केलें म्हणजे तो पुनः वृद्धिंगत होईल. देवहो, हें माझें भाषण सत्य आहे. तुम्हांस काळजी नसावी. तथापि, यापुढेंही नेहमीं चंद्र अर्धमासपर्यंत क्षीण होत जाईल आणि पुढील अर्धमासपर्यंत वृद्धि पावेल. असा हा क्रम यापुढें नित्य चालेल. आतां, पश्चिम समुद्राजवळ जेथें सरस्वतीचा समुद्राशीं संगम झाला आहे, तेथें जाऊन चंद्रानें देवेशाचें आराधन करावें म्हणजे त्याची कांति पूर्ववत् होईल!"

नंतर दक्षप्रजापतीच्या या आज्ञेप्रमाणें चंद्र सरस्वती नदीवर गेला; आणि तिच्या कांठचें पहिलें तीर्थ जें प्रभास त्यावर प्राप्त झाला. त्या वेळीं अमावास्या होती. त्यानें तेथें बुडी मारली आणि तो बाहेर निघाला, तों त्याला पुनः शीतांशुत्व प्राप्त झालें; आणि, तो आपल्या चंद्रिकेनें जग प्रकाशमान करूं लागला. हे राजेंद्रा, मग सर्व देवही प्रभासतीर्थीं प्राप्त

झाले; आणि सोमासहवर्तमान दक्षाकडे गेले. मग दक्षप्रजापतीनें सर्व देवतांस निरोप दिला आणि प्रसन्न होऊन तो चंद्रास म्हणाला, "पुत्र, स्त्रियांचा अवमान करूं नको. त्याचप्रमाणें ब्राह्मणांचाही कदापि अवमान करूं नको. जा, नित्य दक्ष राहून माझे आज्ञेप्रमाणें वाग."

मग, हे महाराजा, प्रजापतीचा निरोप घेऊन चंद्र आपले घरीं आला. तेव्हां सर्व प्रजा आनंदित झाल्या आणि पूर्ववत् सुखानें काल-क्रमणा करूं लागल्या. याप्रमाणें चंद्रास शाप कसा झाला आणि सर्व तीर्थांतील श्रेष्ठ व मोठें तीर्थ जें प्रभास तें कोणत्या प्रकारचें आहे वगैरे सर्व तुला सांगितलें. हे महाराजा, अद्यापही नित्य प्रतिअमावास्येला चंद्र ह्या उत्तम प्रभास-तीर्थांत स्नान करून पुनः कांतिमान् होत असतो. त्यांत अवगाहन करून चंद्राला परमश्रेष्ठ अशी प्रभा प्राप्त होते. यास्तव, हे भूमिपा, या तीर्थास 'प्रभास' हें नांव पडलें आहे. अस्तु; नंतर तो बलाढ्य राम ज्याला लोक 'चमसोद्भेद' असें म्हणतात त्या तीर्थावर गेला. त्या ठिकाणीं त्यानें विशिष्ट दानें दिलीं; विधिपूर्वक स्नान केलें; आणि एक रात्र राहून तो त्वरावान् कृष्णाग्रज पुढें उदपानास गेला. त्या ठिकाणीं त्याला प्रथमचें स्वस्तिवाचन आणि मोठें पुण्य प्राप्त झालें. जनमेजया, या ठिकाणच्या लतावृक्षांच्या हिरवेगारपणावरून व भूमीच्या स्निग्धपणा-वरून सिद्ध लोक नष्ट झालेली ही सरस्वती सहज ओळखूं शकतात.

अध्याय छत्तिसावा.

—:०:—

त्रिताख्यान.

वैशंपायन सांगतातः—हे महाराजा, त्या चमसोद्भेद तीर्थाहून बलराम कीर्तिमान् त्रिताच्या नदीगत कूपावर गेला. तेथें त्यानें पुष्कळ दानधर्म केला; ब्राह्मणसंतर्पण केलें आणि स्नानादिकांच्या योगानें त्यास मोठा आनंद झाला. येथें धर्मपरायण महातपस्वी त्रितानें तो कूपांत पडलेला असतांच सोमदान केलें! येथेंच त्याला सोडून त्याचे भाऊ घरीं गेले; व त्यामुळें ब्राह्मणसत्तम त्रितानें त्यांस शापिलें.

जनमेजय विचारितोः—ब्रह्मन्, तो कूप कोणत्या प्रकारचा आहे? त्यांत तो अत्यंत तपस्वी त्रित कसा पडला? त्याचप्रमाणें, हे द्विजसत्तमा, त्याचे भावांनीं त्याची कां उपेक्षा केली? त्रितानें तेथें कसा यज्ञ केला? व सोमप्राशन कसें केलें? ब्रह्मन्, हें सर्व श्रव-णीय असें आपणास वाटत असल्यास—मला कथन करावें.

वैशंपायन सांगतातः—राजा, पूर्वयुगामध्यें एकत, द्वित आणि त्रित या नांवांचे तिघे भाऊ मुनि होते. ते सूर्यासारखे तेजःपुंज व प्रजापती-प्रमाणें कुटुंबवत्सल होते. ते मोठे ब्रह्मवादी व तपःप्रभावानें ब्रह्मलोक जिंकलेले असे होते. त्यांचें तप, नियम व दम पाहून त्यांचा पिता नित्य धर्मपरायण गौतम मुनि यास सदोदीत संतोष वाटत असे. पुढें कालेंकरून भगवान् गौतम मुनि आत्मानुरूप अशा लोकीं गमन करिता झाला. तेव्हां राजा, गौतम ज्यांचे यज्ञ-याग करी, त्या राजांनीं मग त्याच्या मुलांस बहुमान देऊन त्यांकडून आपलीं कृत्यें कर-विण्यास सुरुवात केली. पुढें त्या तिघांमध्यें अध्ययन व आचरण यांच्या योगानें त्रित हा आपल्या पित्याप्रमाणें मोठेपणा पावला आणि सर्व महाभाग पुण्यशील मुनि त्याचा पित्या-प्रमाणें सन्मान करूं लागले. राजा याप्रमाणें चाललें असतां कोणे एकेकाळीं एकत व द्वित या दोघां भावांस यज्ञ करून वित्त मिळविण्याची इच्छा उत्पन्न होऊन त्याबद्दल

ध्यास लागला. मग, हे परंतपा, त्यांचे बुद्धीस वाटलें कीं, त्रितास घेऊन, ज्यांना ज्यांना यज्ञ करावयाचे असतील त्या सर्वांस आपण गांठावें; म्हणजे आपणांस धेनु मिळतील, व एखादा महायज्ञ करावयास सांपडून सोमप्राशनही करावयाचा सुयोग येईल. राजा, याप्रमाणें त्या तिघां भावांचा विचार ठरून त्यांनीं त्याप्रमाणें केलें. धेनु मिळविण्यासाठीं, ज्यांना म्हणून यज्ञ करावयाचे होते, त्या सर्वांकडे ते हिंडले; आणि त्यांचे यज्ञ करून त्यांत विधिपूर्वक आचार्य दक्षिणा वगैरेंच्या हेतूनें पुष्कळच गाई संपादन केल्या. मग ते महर्षि पूर्वदिशेकडे जाण्यास निघाले. त्या वेळीं त्रित मोठ्या हर्षानें त्यांच्यापुढें चालला होता, आणि एकत व द्वित हे गाई हांकीत मागून जात होते. राजा, मनुष्याची बुद्धि कशी फिरेल, याचा कांहीं नेम नाहीं! त्या दोघां पाप्यांनीं एकमेकांशीं काय भाषण केलें तें श्रवण कर. " त्रित हा यज्ञ करण्यांत कुशल आहे, तो वेदांत पारंगत आहे, त्याला दुसऱ्या पुष्कळ गाई मिळतील; तेव्हां आपण दोघेजण एक होऊन या गाई घेऊन मागच्या मार्गें पळून जाऊं चला! आपण नागविलेल्या या त्रिताला पाहिजे तिकडे खुशाल जाऊं द्या!"

ह्याप्रमाणें विचार करीत ते मार्गानें चालले होते. ती रात्रीची वेळ होती; त्यांचा रस्ता सरस्वती नदीच्या तीरानें जात होता; आणि रस्त्याच्या कडेलाच एक कूप होता, या दोघां भावांच्या मनांत असे विचार आले, इतक्यांत समोरून एक लांडगा आला. या वेळीं त्रित त्या कूपाच्या अगदीं जवळ पोंचला होता. इतक्यांत त्यास समोरच रस्त्यांत लांडगा उभा आहे असें दिसलें. लांडग्यास पहातांच तो भीतीनें बाजूला सरला व एकदम त्या अत्यंत घोर व प्राणिमात्रास भयभीत करणाऱ्या अगाध कूपांत पडला! मग, हे महाराजा, कूपांतून मुनिश्रेष्ठ त्रितानें मोठ्यानें आरोळ्या मारल्या आणि त्या एकत व द्वित या दोघांनीं ऐकिल्या; पण आपला भाऊ कूपांत पडला हें जाणून लोभामुळें व कांहीं लांडग्याच्या भीतीमुळें ते त्यास तेथेंच टाकून निघून गेले! आणि राजा, त्या पशुलुब्ध भावांनीं सोडलेला तो महातपस्वी त्रित त्या निर्जल व धुळीनें भरलेल्या त्या विहिरींत राहिला! नंतर, हे भरतश्रेष्ठा, एखादा पापी मनुष्य नरककुंडांत निमग्न होतो, तद्वत् आपण या तृणलतावगुंठित कूपांत पडलों आहों असें अवलोकन करून त्रितानें असें कां झालें याचा शांत चित्तानें व बुद्धिपुरस्सर विचार केला. तेव्हां त्यास कळून आलें कीं, मृत्युभयामुळें आपण बाजूला सरलों व पडलों. तेव्हां मृत्यूची भीति नाहींशी झाली पाहिजे. ज्यानें सोमपान केलें नाहीं, त्यासच मृत्युभय असतें. सोमपान करणारास तें उरत नाहीं. तेव्हां येथें असतां आपल्याला सोमपान कसें करतां येईल ?

राजा, असा विचार करीत असतां, त्या कूपांत लोंबत असलेल्या एका वेलीकडे सहज त्या महातपस्व्याची दृष्टि गेली. तेव्हां तत्काळ त्या तपोनिष्ठ मुनीनें यज्ञ करण्याचा निश्चय करून त्या धुलीमय कूपांत सुकी जागा पाहून तेथें अग्नीची कल्पना केली; स्वतःस होता कल्पिलें; त्या वेलीवर सोमाची कल्पना केली; आणि ऋचा, यजुःसूक्तें व सामें ह्यांचें मनानें चिंतन केलें. राजा, त्यानें तेथील लहान लहान गोट्यांचेच ग्रावे करून रस काढला; पाण्यालाच तूप मानिलें; देवांचे हविर्भाग तयार केले; सोमरस काढला; आणि खूप मोठ्यानें ध्वनि केला! तेव्हां, राजा, ब्रह्मवादी जनांनीं निर्दिष्ट अशा पद्धतीनें तो यज्ञ करून त्रितानें पुनःपुनः केलेला तो प्रचंड शब्द स्वर्गास जाऊन पोंचला! महात्म्या त्रिताचा तो महायज्ञ चालू असतां

स्वर्गलोक भयाण होऊन गेला, कां तें कोणासच समजेना! मग बृहस्पतीनें तो भयोत्पादक महाशब्द ऐकिला; आणि मग तो देवपुरोहित सर्व देवांस म्हणाला, "सुरहो, त्रिताचा यज्ञ सुरू आहे. चला आपण तेथें जाऊं. आपण लवकर न गेल्यामुळें जर का तो रागावला तर आपल्या महातपःप्रभावानें दुसरे देवही निर्माण करील !"

राजन्, बृहस्पतीचें हें भाषण ऐकून सर्व देव एकत्र जमून त्रिताचा यज्ञ चालू होता तिकडे गेले. ज्या कूपांत तो होता त्यावर येऊन पोंचतांच तेथें यज्ञकर्माची दीक्षा घेतलेला परम कांतिमान् महात्मा त्रित त्यांचे दृष्टीस पडला. त्या महाभागाची ती मूर्ति पाहून देव त्यास म्हणाले, "आह्मी आपले भाग ग्रहण करण्याचे हेतूनें प्राप्त झालों आहों!" मग त्रित त्यांस म्हणाला, "देवहो, ह्या अत्यंत भयंकर कूपांत पडलेल्या व हालचाल बहुतेक बंद झालेल्या मजकडे आपण कृपादृष्टीनें अवलोकन करा."

हे महाराजा, मग त्रितानें त्यांचे भाग त्यांस मंत्र म्हणून यथाविधि समर्पण केले, तेव्हां ते संतुष्ट झाले; आणि याप्रमाणें विधिपूर्वक भाग मिळून संतुष्ट झालेल्या देवांनीं नंतर त्यास इच्छित वर दिले. त्यानें देवांजवळ मागितलें, "देवहो, मला येथून बाहेर काढावें; आणि या कूपाला जो स्पर्श करील त्यास देवलोक प्राप्त व्हावा!"

नंतर, राजा, लगेच त्या कूपांतून ऊर्मियुक्त अशी सरस्वती नदी एकदम बाहेर पडली! आणि तिनें आपल्या ओघाबरोबर बाहेर काढिलेला त्रित मुनि देवांची स्तुति करीत त्यांचे सन्निध उभा राहिला! राजा, मग देव 'तथास्तु' असें म्हणून आपल्या वाटेनें निघून गेले. आणि अत्यंत हर्षभरित झालेला त्रित मुनीही आपल्या घरीं गेला. तेथें आपल्या दोघां भावांस पहातांच त्यास एकदम संताप झाला; व तो त्यांस पुष्कळ टाकून बोलला; आणि शेवटीं त्यानें त्यांस शापही दिला, "ज्यापेक्षां पशूंच्या लोभानें तुह्मी मला सोडून पळून आलां, त्यापेक्षां तुह्मी या पापकर्माच्या योगानें माझ्या शापामुळें सभोंवार संचार करणारे दंष्ट्रायुक्त भयंकर लांडगे व्हाल! आणि तुमची संतति माकडें, अस्वलें व वानर होईल!"

राजा, त्याच्या तोंडून हीं अक्षरें निघालीं मात्र, तों तत्काळ ते तद्रूप झालेले दिसूं लागले! असा त्या सत्यवादी त्रिताच्या वाणीचा प्रभाव होता! असो, हे भारता, या ठिकाणींही अमितविक्रांत हलधरानें उदकस्पर्श केला, विविध दानें दिलीं, ब्राह्मणांचें पूजन केलें, त्या कूपाकडे दृष्टि लावून पुनःपुनः त्याची स्तुति केली, आणि नंतर तेथून निघून तो उदारधी विनशन तीर्थावर प्राप्त झाला.

अध्याय सदतिसावा.

—:०:—

सारस्वतोपाख्यान.

वैशंपायन सांगतातः—राजा, मग बलराम विनशन तीर्थावर गेला. या ठिकाणीं शूद्राभीरांच्या द्वेषामुळें सरस्वती नदी नष्ट झाली, म्हणून ऋषि यास नित्य विनशन असें म्हणतात. या ठिकाणीं सरस्वतीचें स्नान करून बलराम तिच्या पुण्यकारक तीरावरील सुभूमिक तीर्थास गेला. या ठिकाणीं विमलानना शुभांगी अप्सरा मोठ्या हौसेनें नित्य विमलक्रीडा करीत असतात. येथें गंधर्वांसह देव दर महिन्यास येतात. हें तीर्थ मोठें पवित्र व ब्राह्मणसेवित असें आहे. या ठिकाणीं, राजा, गंधर्व व अप्सरा यांच्या समुदायाच्या हरहमेशा गांठी पडून उभयतां यथेच्छ आनंद पावतात. त्याचप्रमाणें देव व पितर हेही येथें प्रमुदित होत असतात.

उत्तमोत्तम पुष्पांनीं वरचेवर आकीर्ण होत असलेली ती अप्सरांची सरस्वतीतीरची क्रीडाभूमि सुभूमिका या नांवानें विख्यात आहे. बलरामानें येथें स्नान करून, ब्राह्मणांस द्रव्य देऊन, वाद्यांचा मधुर ध्वनि व गीत श्रवण करून, आणि गंधर्वाप्सरांच्या पुष्कळ छाया अवलोकन करून गंधर्वतीर्थास प्रयाण केलें. विश्वावसुप्रभृति तपोनिष्ठ गंधर्व तेथें अत्यंत मनोहर असे नाच, गाणेंबजावणें करीत असतात. बलरामानें त्या ठिकाणीं विप्रांस विविध मूल्यवान् पदार्थ अर्पण केले; शेळ्या, मेंढ्या, गाई, बैल, गर्दभ, उंट वगैरे प्राणी, सुवर्ण व रौप्य अर्पण केलें; ब्राह्मणभोजन घातलें; आणि पुष्कळ दक्षिणा देऊन त्यांस संतुष्ट केलें. नंतर ज्याच्या सभोंवतीं ब्राह्मणांचा घोळका स्तुति करीत चालला आहे असा तो राम त्या गंधर्वतीर्थाहून निघून गर्गस्रोत नामक महातीर्थावर प्राप्त झाला. त्या ठिकाणीं, तपश्चर्येच्या योगानें ज्याचा आत्मा शुद्ध झाला आहे, अशा वृद्ध गर्गमुनीनें सरस्वतीच्या पवित्र तीरावर कालज्ञानगति, तान्यांची घडामोड, आणि दारुण व शुभकारक असे दोन्ही प्रकारचे उत्पात, यांचें ज्ञान संपादन केलें. हे महाराजा, त्या श्वेतानुलेपन रामानें त्या ठिकाणीं जाऊन तेथील आत्मप्रत्ययवान् मुनींस विधिपूर्वक द्रव्य अर्पिलें आणि पक्वान्नें व साधीं अन्नें यांचें ब्राह्मणभोजन घातलें. नंतर तो नीलवस्त्र परिधान करणारा महायशस्वी बलराम तेथून शंख तीर्थास गेला. तेथें सरस्वतीच्या तीरावर वाढलेला महामेरूप्रमाणें उंच, श्वेतपर्वतासारखा झळकणारा आणि ज्याच्याखालीं पुष्कळ ऋषिसंघ जमले आहेत असा एक महाशंख नांवाचा वृक्ष त्याच्या दृष्टीस पडला. तेथें यक्ष, विद्याधर, अत्यंत ओजस्वी राक्षस, महाबलाढ्य असे पिशाच आणि हजारों सिद्ध हे इतर आहार सोडून वेळोवेळीं व्रतें व नियम यांच्या योगानें प्राप्त झालेले त्या वृक्षाचें फळ खातात. ते अनेक प्रकारचे नियम ग्रहण करून पृथक् पृथक् संचार करीत असतात; परंतु, हे राजा, ते आपणास दिसत नाहींत. कारण, मनुष्यांस अदृश्य अशा रूपानें ते संचार करितात. याप्रमाणें, हे नरव्याघ्रा, तो वृक्ष या भूलोकीं विख्यात आहे. पुढें सरस्वतीचें लोकविश्रुत असें पावनतीर्थ आहे; तेथें त्या यदुशार्दूलानें पयस्विनी गाई, तांब्यालोखंडाचीं भांडीं व विविध प्रकारचीं वस्त्रें दान केलीं; ब्राह्मणांचें पूजन केलें; आणि उलट त्या तपोधनांनींही त्याची प्रशंसा केली. राजा, मग हलायुध हा पुण्यकारक अशा द्वैतवनास प्राप्त झाला. तेथें नानावेष धारण केलेले मुनि त्याच्या दृष्टीस पडले. या ठिकाणींही त्यानें उदकनिमज्जन करून ब्राह्मणपूजन केलें; आणि त्यांस पुष्कळ उपभोग्य वस्तु अर्पण केल्या. नंतर, राजा, बलरामानें तेथून सरस्वतीस दक्षिणेकडे घालून प्रयाण केलें; आणि तो महायशस्वी वीर फार दूर गेला नाहीं तोंच नागधन्वा नांवाच्या तीर्थावर येऊन पोंचला. या ठिकाणीं, हे महाराजा, पुष्कळ पन्नगांनीं युक्त अशा महातेजस्वी पन्नगराज वासुकीचें निवासस्थान आहे. शिवाय या ठिकाणीं नित्य चौदा हजार मुनींची वसति आहे. याच ठिकाणीं देवांनीं जमून पन्नगोत्तम वासुकीला सर्व सर्पांच्या राज्यपदावर यथाविधि अभिषेक केला. हे पौरवा, या ठिकाणीं सर्पांपासून बिलकूल भीति नाहीं. बलरामानें या ठिकाणींही ब्राह्मणांस रत्नांच्या राशी विधिपूर्वक दान केल्या आणि नंतर त्यानें पूर्व दिशेस प्रयाण केलें. या दिशेला पदोपदीं प्रख्यात तीर्थें आहेत आणि त्यांची संख्या एक लक्ष आहे. या सर्व तीर्थांवर बलरामानें ऋषिप्रोक्त-विधिपूर्वक स्नान, उपवास, नियम व सर्व प्रकारचीं दानें करून व प्रत्येक ठिकाणच्या तीर्थनिवासी ऋषींस

अभिवंदन करून तो उद्दिष्ट मार्गानें सरस्वतीच्या पुढील प्रवाहाच्या अनुरोधानें चालला; परंतु जातां जातां, वायूनें मागें फिरविलेल्या वृष्टीप्रमाणें तो मागें परतला आणि नैमिषारण्यांतील महाथोर ऋषींची मनोकामना पूर्ण करण्यासाठीं सरस्वती तेथून मागें परतलेली पाहून, हे राजा, तो श्वेतानुलेपन लांगली बलराम विस्मित झाला !

जनमेजय विचारितोः—हे ब्रह्मन्, सरस्वती पूर्वाभिमुख जात होती ती कां मागें फिरली, हें सर्व स्पष्टपणें कळावें अशी माझी इच्छा आहे. हे अध्वर्युसत्तमा, यदुनंदन तेथें कोणत्या कारणामुळें विस्मित झाला, व त्याचप्रमाणें सारिद्वरा सरस्वती कोणत्या हेतूनें व कशी मागें परतली बरें ?

वैशंपायन सांगतातः—राजा, पूर्वयुगामध्यें अतिविशाल असें द्वादशवार्षिक सत्र चालू असतां नैमिषारण्यांतील तपस्वी व पुष्कळ ऋषि तेथें जमले होते. त्या महाभाग मुनींनीं तें सत्र चालू असतां तेथें यथाविधि वसति केली, आणि पुढें तें द्वादशवार्षिक सत्र समाप्त झाल्यानंतर पुष्कळ ऋषि तीर्थवासास्तव तेथें येऊन राहिले. याप्रमाणें, हे राजेंद्रा, ऋषि फार जमल्यामुळें त्या काळीं सरस्वतीच्या दक्षिणतीरचीं तीर्थें म्हणजे मोठमोठीं नगरेंच बनलीं होतीं ! जेवढा म्हणून समंतपंचक देश आहे, तेवढ्या सगळ्याभर त्या द्विजसत्तमांनीं तीर्थलोभानें नदीकांठानें सारखी वस्ती केली होती. तेथें हवन करणाऱ्या त्या शुद्धचित्त मुनींच्या अति प्रचंड स्वाध्यायघोषानें दिशा दुमदुमून जात. त्या महात्म्यांच्या अग्निहोत्रांचीं कुंडें चोहोंकडे पेटलेलीं असत, आणि त्यांच्या योगानें सरस्वती नदीस शोभा आलेली दिसे. वालखिल्य, तपस्वी अश्मकुट्ट, दंतोलूखली, तसेच दुसरे प्रसंख्यान वगैरे वायुभक्षण करणारे, जलाहारी, पणाहारी, स्थंडिलांतच शयन करणारे व आणखी नानाप्रकारचे नियम पाळणारे तपस्वी मुनि तेथें सरस्वतीसमीप रहात असत. आणि देवांच्या योगानें जशी गंगा नदी तशी त्यांच्या योगानें सरिच्छ्रेष्ट सरस्वती नदी शोभत असे. पुढें आणखी शेंकडों सत्रयाजी मुनि तेथें प्राप्त झाले. परंतु त्या महाव्रतांस सरस्वतीच्या तीरीं मुळींच जागा सांपडेना. तेव्हां त्यांनीं यज्ञसूत्रांनीं तें तीर्थ निर्माण करून, अग्निहोत्रांचें हवन व दुसऱ्या विविध क्रिया केल्या. पुढें सरस्वतीच्या तीरीं जागा न मिळाल्यामुळें तो ऋषींचा समुदाय निराश व सचिंत झाला आहे असें पाहून, हे राजेंद्रा, सरस्वतीस त्या पुण्यवान् तपस्व्यांची दया आली. आणि ती त्यांच्यासाठीं अनेक कुंज (डोह) उत्पन्न करून मागें परतली. राजेंद्रा, मग त्यांचे मनोरथ परिपूर्ण करण्यासाठीं सरस्वती मागें फिरली आणि पुनः पश्चिमाभिमुख वाहूं लागली. “ अमोघ आगमन करून मी पुनः त्या मुनींकडे जाईन ” असें म्हणून राजा, त्या वेळीं त्या महानदीनें असें अद्भुत महत्कार्य केलें ! राजा, याप्रमाणें उत्पन्न झालेला तो कुंज नैमिषीय या नांवानें प्रख्यात आहे. हे कुरुश्रेष्ठा, त्या कुरुक्षेत्रांत[1] मोठें अनुष्ठान कर. असो; तेथें ते बहुत कुंज व निवृत्त झालेली सरस्वती पाहून महानुभाव बलरामास तेथें विस्मय वाटला; आणि त्या ठिकाणींही त्या यदुनंदनानें विधिवत् स्नानादिक केलें; द्विजांस भांडीं, दुसरे नानाप्रकारचे जिन्नस व विविध भक्ष्यभोज्य पदार्थ दान केले; आणि नंतर, राजा, तो द्विजांकडून प्रशंसिला जाणारा बलराम नानाद्विजगणांनीं युक्त बोरी, उंडी, काश्मरी, औदुंबर, अश्वत्थ, बिभीतक, कंकोल, पळस, करीर, पीलु, तसेच सरस्वतीच्या

१ प्रसिद्ध भारतीयुद्धाची रणभूमि कुरुक्षेत्र तें हें नव्हे.

कांठीं उत्पन्न झालेले नानाप्रकारचे वृक्ष आणि करूष, बिल्व, आम्रातक, अतिमुक्त (कुसरी), कषंड व पारिजात यांनीं सुशोभित, ज्यावर जिकडे तिकडे केळींचीं बनेंच्या बनेंच लागून राहिलीं आहेत असें; डोळ्यांचें पारणें फेडणारें; मनोहर, फलाहारी, पर्णाहारी, जलाहारी व वायुहारी असे दंतोलूखली, अश्मकुट्ट, वानेय वगैरे बहुत मुनींनीं परिवारित; स्वाध्याय-घोषानें दुमदुमलेलें; शेंकडों मृगकुलांनीं गजबज-लेलें आणि अहिंस्र व धर्मपर जनांनीं अतिशयें-करून सेवित असें जें सप्तसारस्वत नामक तीर्थ—जेथें मंकणक नांवाच्या सिद्ध महा-मुनीनें तपश्चर्या केली—त्या स्थलीं तो हला-युध प्राप्त झाला.

अध्याय अडतिसावा.

—:०:—

सप्तसारस्वतवर्णन.

जनमेजय विचारितोः—हे द्विजसत्तमा, सप्तसारस्वत तीर्थ कसें उत्पन्न झालें, मंकणक मुनि हा कोण, त्याला सिद्धि कशी प्राप्त झाली, त्याचा नियम काय होता, तो कोणाच्या वंशांत जन्मला आणि त्यानें काय अध्ययन केलें होतें, तें सर्व यथार्थ श्रवण करावें अशी माझी इच्छा आहे.

वैशंपायन सांगतातः—राजा, तेथें सात सरस्वती नद्या असून त्यांनीं तो प्रदेश व्यापिला आहे. थोर लोकांनीं आमंत्रण केल्यावरून त्या त्या ठिकाणीं सुप्रभा, कांचनाक्षी, विशाला, मनोरमा, ओघवती, सुरेणु आणि विमलोदका या सात रूपांनीं सरस्वती अवतीर्ण झाली. हे महाराजा, महाशय ब्रह्मदेवाचा महायज्ञ चालू असतां यज्ञमंडप पसरला, ब्राह्मण सिद्ध झाले, विमल असा पुण्याहघोष आणि वेदांचे उच्चार यांनीं त्या यज्ञविधींत देव व्यापृत झाले, आणि प्रपितामह ब्रम्हदेवांनीं यज्ञदीक्षा घेऊन सर्व-कामसमृद्ध अशा सत्राच्या योगानें यजन करण्याचा उपक्रम केला. त्या समयीं तेथें धर्मार्थकुशल अशा लोकांच्या मनांत जे जे अर्थ जेथें येत, तेथेंच ते ते उद्भूत होत असत, आणि आवश्यक त्या त्या ठिकाणीं द्विज तयार असत. तेथें गंधर्व गायन करूं लागले, अप्सरा नृत्य करूं लागल्या, आणि वादक त्वरेनें दिव्य वाद्यें वाजवूं लागले. त्या यज्ञाची साहित्यसंपत्ति पाहून देवताही तुष्ट झाल्या व अतिशय विस्मय पावल्या; मग सामान्य मनुष्यादिकांची गोष्ट कशाला? राजा, या-प्रमाणें पुष्करतीर्थावर पितामह असतां यज्ञ सुरू झाला, तेव्हां ऋषि म्हणाले, "ज्यापेक्षां येथें सरिद्वरा सरस्वती कोठें दिसत नाहीं, त्यापेक्षां हा यज्ञ कांहीं बहुगुण होणार नाहीं; आपला सामान्यच होईल!"

तें ऐकून भगवान् ब्रह्मदेवानें प्रसन्न चित्तानें सरस्वतीचें स्मरण केलें. तेव्हां, हे राजेंद्रा, यज्ञ करणाऱ्या पितामहानें पुष्करदेशीं आह्वान केलेली सरस्वती तेथें **सुप्रभा** या नांवानें प्राप्त झाली. राजा, पितामहास मान देऊन वेगानें आलेल्या त्या सरस्वतीस पाहून मुनि संतुष्ट झाले आणि त्या ऋतूस ते श्रेष्ठ मानूं लागले. याप्रमाणें ही सरस्वती पुष्करामध्यें पितामह ब्रह्मदेवासाठीं व मुनींच्या संतोषार्थ अवतीर्ण झाली.

राजा, एकदां ते नानास्वाध्याय जाणणारे असे पुष्कळ मुनि नैमिषारण्यांत येऊन एकत्र बसले होते. त्या वेळीं, राजा, त्यांच्यामध्यें वेदा-विषयीं पुष्कळ चमत्कारिक गोष्टी झाल्या. नंतर त्या सर्व मुनींनीं मिळून सरस्वतीचें स्मरण केलें. तेव्हां, हे महाराजा, सत्रयाजी मुनींनीं ध्यान केलेली महाभागा व पवित्र सरस्वती नदी त्या महात्म्यांच्या साहाय्यार्थ तेथें प्राप्त झाली! हे भारता, याप्रमाणें सरिच्छ्रेष्ठ **कांचनाक्षी** सत्रयाजी

मुनींसाठीं आली; आणि तेथें त्यांनीं तिची पूजा केली. गयदेशामध्यें गय राजा महायज्ञ करीत असतां त्यांत सरिद्वरा सरस्वतीला आमंत्रण झालें; आणि तेथें गयासाठीं प्रादुर्भूत झालेल्या सरस्वतीस संशितव्रत ऋषि **विशाला** असें म्हणूं लागले. ही नदी हिमालयाच्या कुशींतून शीघ्र वेगानें बाहेर पडून तेथें आली होती. याचप्रमाणें, हे भारता, प्राचीन काळीं पवित्र उत्तरकोसल देशामध्यें औद्दालकाच्या यज्ञांत तो महात्मा यजन करीत असतां, व सभोंवार तेजस्वी मुनींचें मंडल जमलें असतां यजन करणाऱ्या उद्दालकानें सरस्वतीचें ध्यान केलें; आणि ती सरिद्वरा मुनींच्यासाठीं तेथें प्राप्त झाली असतां वल्कलाजिनधारी मुनिगणांनीं तिचें पूजन केलें व तिला **मनोरमा** असें नांव दिलें. राजर्षिसेवित व पवित्र अशा ऋषभद्वीपांत महात्मा कुरु यजमान असतां महाभागा सरस्वती नदी कुरुक्षेत्रांत **सुरेणु** नांवानें प्राप्त झाली. राजेंद्रा, '**ओघवती**' हीही महात्म्या वसिष्ठानें कुरुक्षेत्रांत निमंत्रिलेली दिव्यतोया सरस्वतीच होय. गंगाद्वारामध्यें यज्ञ करणाऱ्या दक्षानें पाचारण केलें असतां तेथें शीघ्र गतीनें वहात आलेली सरस्वती 'सुरेणु' या नांवानें विख्यात आहे. आणि पुनः पवित्र हिमालय पर्वतावर ब्रह्मदेव यज्ञ करीत असतां त्याच्या आमंत्रणावरून तेथें भगवती '**विमलोदका**' प्राप्त झाली. नंतर या सात नद्या एकत्र होऊन त्या तीर्थांत प्रविष्ट झाल्या म्हणून तें तीर्थ 'सप्तसारस्वत' या नांवानें जगांत प्रसिद्ध झालें. याप्रमाणें सात सरस्वती नद्यांचीं नांवें व हकीकत आणि पवित्र असें सप्तसारस्वत तीर्थ मीं तुला कथन केलें. आतां गंगास्नान करणाऱ्या बालब्रह्मचारी मंकणकाचें महान् कृत्य श्रवण कर. हे भारता, तो स्नानास नदींत उतरला असतां तेथें जवळच उदकांत स्नान करीत असलेली एक कुलशीलवती व सर्वांगसुंदर नग्न स्त्री सहज त्याच्या दृष्टीस पडली; आणि हे महाराजा, तत्काळ त्याचें वीर्य उदकांत स्खलित झालें; तेव्हां त्या महातपोनिष्ठानें तें रेत कलशांत धरलें. तेथें त्याचे सात विभाग झाले. त्या विभागांपासून सात ऋषि उत्पन्न झाले आणि त्यांपासून मरुद्गणांची उत्पत्ति[१] झाली. राजा, वायुवेग, वायुबल, वायुहा, वायुमंडल, वायुज्वाल, वायुरेता आणि वीर्यशाली वायुचक्र असे हे सात मरुतांचे जनिते उत्पन्न झाले. राजा, त्या मंकणक महर्षीचें त्रैलोक्यांत विश्रुत, अत्यंत अद्भुत व भूमीवर तर विशेष आश्चर्यकारक असें कृत्य श्रवण कर. आम्हीं असें ऐकिलें आहे कीं, पूर्वीं एकदां मंकणक सिद्धाच्या हाताला दर्भांकुरानें जखम झाली. तेव्हां, राजा, त्या जखमेंतून शाकरस वाहूं लागला! आणि तो शाकरस नजरेस पडतांच मंकणक हर्षाविष्ट होऊन अतिशय नाचूं लागला. मग, हे वीरा, तो नाचूं लागतांच स्थावरजंगम सर्वच जग त्याच्या तेजानें मोहित होऊन नाचूं लागलें! तेव्हां, राजा, ब्रह्मदेव वगैरे देव आणि तपोधन ऋषि यांनीं त्या मंकणक ऋषीविषयीं महादेवास विज्ञापना केली कीं, "देवा, हा मंकणक जेणेंकरून नाचण्याचा थांबेल असें आपण

१ मरुद्गणांची उत्पत्ति दितीपासून झाली असा अन्यत्र उल्लेख असतां, येथें ह्या सप्तर्षीपासून झाल्याचें वर्णिलें आहे, हा विरोध दिसतो; पण हृ वर्णन कल्पांतरविषयक आहे. म्हणजे, ज्या कल्पांत मरुद्गणांची उत्पत्ति दितीपासून झाल्याचें वर्णन आहे, त्या कल्पाहून, ज्यामध्यें त्यांची उत्पत्ति ह्या सप्तर्षीपासून झाली तो हा कल्प भिन्न होय. मरुद्गणांची उत्पत्ति दितीपासून झाल्याविषयीं सविस्तर वर्णन श्रीमद्भागवतांत आहे. पहा—आमचें "श्रीमद्भागवताचें मराठी सुरस भाषांतर" स्कंध ६, अध्याय १८.

करावें !" मग तो मुनि अत्यंत हर्षाविष्ट होऊन नाचत आहे असें पाहून देवांच्या हितबुद्धीनें महादेव त्यास म्हणाले, "अरे ब्राह्मणा, हे धर्मज्ञा, तूं कां बरें नाचतोस? मुने, धर्ममार्गानें वर्तणाऱ्या तुज शांत तपस्व्याला एवढा विलक्षण हर्ष कशामुळें झाला?"

ऋषि म्हणाला, "ब्रह्मन्, माझ्या हातांतून शाकरस गळत आहे तो तुला दिसत नाहीं काय? हाच पाहून मी मोठ्या हर्षानें नाचूं लागलों!" मग त्या प्रेममोहित मुनीला देव हंसून म्हणाले, "विप्रा, यांत काय मोठेंसें झालें? मला तर याचें कांहींच आश्चर्य वाटत नाहीं; मजकडे पहा!" हे राजेंद्रा, असें म्हणून धीमान् शंकरानें नखानें आपल्या अंगठ्यास क्षत केलें. तेव्हां, राजा, त्यांतून बर्फाप्रमाणें पांढरें स्वच्छ असें भस्म बाहेर पडलें! राजा, तें पाहून ऋषि लाजला आणि त्यानें त्यास साष्टांग प्रणिपात केला. महादेवाची थोरवी त्याच्या मनांत बिंबली आणि तो विस्मित होऊन म्हणाला, "रुद्रदेवापेक्षां दुसरें कांहींच श्रेष्ठ किंवा महत् नाहीं, असें मला वाटतें. हे शूलपाणे, सुरासुरांसह सर्व जगाची तूंच गति होस. हें सर्व विश्व तूंच उत्पन्न केलेंस, असें मनीषी म्हणतात; आणि हें सर्व कल्पांतीं तुझ्यामध्येंच प्रविष्ट होतें. तुझें स्वरूप जाणणें देवांसही शक्य नाहीं; मग माझा पाड काय? जगामध्यें जे जे भाव आहेत, ते ते सर्व तुजमध्यें दिसतात. हे अनघा, ब्रह्मादिक देवांनीं वरद अशा तुझीच उपासना केली आहे. देवांचा कर्ताकरविता सर्व कांहीं तूंच आहेस. तुझ्याच प्रसादामुळें देव अकुतोभय होत्साते येथें आनंदानें राहातात!"

याप्रमाणें महादेवाची स्तुति करून ऋषीनें त्यास प्रणाम केला आणि म्हटलें, "देवा, मीं जो गर्व वगैरे केला, तो केवळ अज्ञानामुळें केला हें मला कळून आलें. आतां, देवा, जेणेंकरून माझी तपश्चर्या भंग न पावेल असा आपण मजवर प्रसाद करा." मग संतुष्ट झालेले महादेव पुनः त्यास म्हणाले, "विप्रा, माझ्या प्रसादानें तुझें तप सहस्रगुणित वाढेल. मी तुझ्यासह याच आश्रमांत राहातों. या सप्तसारस्वतांत जो मनुष्य माझें अर्चन करील, त्याला इहपरलोकीं कांहींच दुर्लभ राहाणार नाहीं; आणि अंतीं तो सारस्वतलोकीं गमन करील!"

राजा, अमिततेजस्वी मंकणकाची करणी अशा प्रकारची आहे. कारण तो यःकश्चित् कोणी तरी नसून मातरिश्व्यापासून सुकन्येच्या उदरीं जन्मलेला पुत्र होता.

अध्याय एकुणचाळिसावा.

—:•:—

सारस्वतोपाख्यान.

वैशंपायन सांगतातः—रामानें तेथें राहून आश्रमवासी मुनींची पूजा केली, आणि मंकणकावर तर त्याची अकृत्रिम निष्ठा बसली. मुनिसंघांनीं पूजित अशा त्या लांगली बलरामानें विप्रांस दानें देऊन त्या रात्रीं उपोषण केलें; आणि प्रातःकालीं उठून सर्व मुनींची अनुज्ञा घेऊन व उदकस्पर्श करून आणखी तीर्थें पाहाण्याच्या हेतूनें तो त्वरेनें तेथून निघाला. नंतर तो 'औशनस' तीर्थावर प्राप्त झाला. या तीर्थाला 'कपालमोचन' असेंही म्हणतात. कारण पूर्वीं रामानें उडविलेलें राक्षसाचें प्रचंड मस्तक ज्याच्या पायाला चिकटलें होतें, तो महोदर नामक महामुनि येथें मुक्त झाला. प्राचीन काळीं महानुभाव शुक्राचार्यानें याच ठिकाणीं तपश्चर्या केली. येथेंच त्या महात्म्याला अखिल नीति अवगत झाली, आणि येथेंच बसून त्यानें देवदानवांच्या युद्धाचे बेत ठरविले. राजा, या श्रेष्ठतम तीर्थराजावर

येतांच बलरामानें थोर थोर ब्राह्मणांस विधिपूर्वक द्रव्य समर्पिलें.

जनमेजय विचारितोः—ब्रह्मन्, जेथें महामुनि मुक्त झाल, तें कपालमोचन तीर्थ कोणत्या प्रकारचें आहे, आणि त्याच्या अंगाला मस्तक कोणत्या कारणानें व कसें चिकटलें, तो प्रकार मला सांगावा.

वैशंपायन सांगतातः—हे राजशार्दूला, प्राचीन कालीं राक्षसांचा संहर्ता महात्मा रामचंद्र दंडकारण्यांत रहात असतां जनस्थानामध्यें त्यानें एका दुष्ट राक्षसाचें मस्तक तोडलें. तें लखलखीत बाणाच्या योगानें घोर अरण्यांत उडालें; आणि, हे राजा, महोदर ऋषि त्या वनांत सहज हिंडत असतां, कर्मधर्मसंयोगानें तें त्याच्या पायास लागलें. त्याच्या तडाक्यानें पायाचें हाड मोडलें आणि तें मस्तक तेथेंच चिकटून स्फुरण पावत राहिलें. याप्रमाणें तें चिकटून बसल्यामुळें त्या महाप्राज्ञास तीर्थें किंवा देवालयें करण्याचें सामर्थ्य राहिलें नाहीं. तथापि पायांतून लस गळत आहे आणि वेदनेनें व्याकूळ झाला आहे अशा स्थितींतही त्या महामुनीनें तशींच पृथ्वींतील सर्व तीर्थें केलीं, असें आम्हीं ऐकिलें आहे! तो महातपस्वी सर्व नद्या व समुद्र हिंडला आणि त्या त्या ठिकाणच्या थोर थोर ऋषींना त्यानें आपलें भावित निवेदन केलें. परंतु सर्व तीर्थांत बुड्या मारूनही त्या मस्तकापासून त्याची मुक्तता झाली नाहीं. राजेंद्रा, पुढें मुनींच्या तोंडून त्याला एक मोठी बातमी कळली कीं, सर्व पापांचें प्रशमन करणारें, सिद्धांचें वसतिस्थान व सर्वांहून उत्तम असें सरस्वतीच्या तीरीं औशनस नामक एक प्रख्यात व श्रेष्ठ तीर्थ आहे. हें ऐकिल्यानंतर तो ब्राह्मण मग त्या तीर्थावर गेला आणि त्यानें त्यांत अवगाहन केलें. तेव्हां लगेच तें शिर त्याच्या चरणापासून सुटून उदकांत पडलें. त्या मस्तकापासून मुक्तता झाल्यामुळें त्याला मोठें सुख झालें, आणि, हे प्रभो, तें मस्तकही त्या जलांत अदृश्य झालें. नंतर तो मस्तकपीडेपासून मुक्त, प्रसन्नचित्त, नष्टदुःख, कृतकृत्य व संतुष्ट झालेला महोदर आपल्या आश्रमास गेला. तेथें पोंचतांच त्या मुक्त झालेल्या महातापसानें आत्मज्ञानी ऋषींना आपला तो सर्व वृत्तांत कथन केला. हे मानदा, त्याचें भाषण ऐकून त्या सर्व ऋषींनीं मिळून त्या तीर्थाचें नांव 'कपालमोचन' असें ठेविलें; आणि तो महामुनि पुनः त्या तीर्थावर येऊन व त्याचें अपार जल प्राशन करून मोठी सिद्धि पावला. वृष्णिवीर बलरामानें तेथें विप्रांस पुष्कळ दानें दिलीं; आणि नंतर, जेथें आर्ष्टिषेणानें घोर तपश्चर्या केली त्या रुषंगूच्या आश्रमास तो गेला. हे भारता, विश्वामित्र महामुनीनें येथेंच ब्राह्मणत्व संपादिलें. राजा, हें आश्रमस्थान फार मोठें असून ब्राह्मण व मुनि येथें नित्य रहात असतात आणि सर्व प्रकारचे मनोरथ पूर्ण करण्याजोगी येथें समृद्धि आहे. असो; राजेंद्रा, ब्राह्मणांच्या घोळक्यामध्यें शोभणारा तो हलधर नंतर जेथें रुषंगूनें देह ठेविला त्या ठिकाणीं गेला. हे भारता, नित्य सारखें तप करणाऱ्या वृद्ध रुषंगु ब्राह्मणानें आपला देह गलितप्रण झाला असें पाहून, बहुत प्रकारें विचार करून देहत्याग करण्याचें ठरविलें; आणि नंतर आपल्या सर्व पुत्रांस जवळ बोलावून तो त्यांस म्हणाला, 'मला पृथूदकावर न्या!' रुषंगूचें आयुष्य संपलें असें जाणून ते तपोनिष्ठ पुत्र त्यास सरस्वतीकांठच्या त्या तीर्थाकडे घेऊन गेले. जीमध्यें शेंकडों तीर्थें असून ब्राह्मणांचे अनेक समुदाय जिचे कांठीं राहातात, त्या पवित्र सरस्वती नदीवर मुलांनीं आणिलेल्या त्या ज्ञानसंपन्न तापसानें तेथें विधिपूर्वक स्नान केलें; आणि तीर्थमहिमा जाणून तो प्रसन्न झालेला

ऋषिसत्तम सर्व पुत्रांस जवळ बोलावून म्हणाला, "सरस्वतीच्या उत्तरतीरीं या पृथूदक तीर्थामध्यें ध्यानस्थ असतां जो आपले देहाचा त्याग करतो, त्यास पुनः मरणाचा ताप होत नाहीं." असें म्हणून त्यानें तेथें जलसमाधि घेतली. येथें धर्मशील व विप्रवत्सल हलधरानें बुड्या मारल्या, स्नान केलें, आणि ब्राह्मणांस बहुत दानें दिलीं. राजा जनमेजया, सर्व लोकांचा पितामह जो भगवान् ब्रह्मदेव त्यानें जेथें लोक उत्पन्न केले, सदाचरणी आर्ष्टिषेणानें जेथें महान् तपश्चर्या करून ब्राह्मण्य संपादन केलें, आणि राजर्षि सिंधुद्वीप, महातपस्वी देवापि आणि त्याचप्रमाणें महातपस्वी व उग्रतेजस्वी भगवान् विश्वामित्र मुनि यांसही जेथें ब्राह्मण्य प्राप्त झालें, त्या ह्या तीर्थावर प्रतापशाली व बलाढ्य बलभद्र आला.

अध्याय चाळिसावा.

—:०:—

सारस्वतोपाख्यान.

जनमेजय विचारितोः—भगवान् आर्ष्टिषेणानें मोठी तपश्चर्या कशी केली ? सिंधुद्वीपाला तेव्हां ब्राह्मण्य कसें प्राप्त झालें ? त्याचप्रमाणें, हे ब्रह्मन्, देवापीला ब्राह्मणत्व कसें प्राप्त झालें; आणि, हे सत्तमा, विश्वामित्रालाही ब्राह्मण्य कसें मिळालें, तें, हे भगवन्, मला सांगा. त्याविषयीं मला मोठी उत्सुकता आहे.

वैशंपायन सांगतातः—राजा, पूर्वी कृतयुगांत आर्ष्टिषेण नामक द्विजोत्तम गुरुगृहीं राहून नित्य अध्ययनांत तत्पर असे. राजा, गुरूच्या घरीं रहात असतां तो सदोदीत इतक्या तत्परतेनें वागत असे, तथापि, हे राजेंद्रा, त्याची विद्या पूर्ण झाली नाहीं. इतकेंच नव्हे, तर त्यास वेदही अवगत झाले नाहींत. मग, राजा, तो अगदीं वैतागून त्यानें मोठी तपश्चर्या केली. आणि तिच्या योगानें त्यास वेदांचें उत्कृष्ट ज्ञान झालें. मग त्या विद्वान् वेदज्ञ, सिद्ध व अत्यंत तपस्वी अशा ऋषिसत्तमानें त्या तीर्थाला तीन वर दिले. "महानदीच्या ह्या तीर्थांत आजपासून पुढें जो मनुष्य स्नान करील, त्यास अश्वमेधाचें महाफल प्राप्त होईल," "यापुढें येथें सर्पादिकांची बाधा होणार नाहीं" आणि "या ठिकाणीं अल्पकाळांत पुष्कळ मोठें फल मिळेल."

असें म्हणून तो महातेजस्वी मुनि स्वर्गलोकीं गेला. याप्रमाणें प्रतापशाली व सिद्ध अशा त्या भगवान् आर्ष्टिषेणाची हकीकत आहे. पुढें याच तीर्थांत प्रतापी सिंधुद्वीपानें आणि हे महाराजा, देवापीनेंही महान् वेदसमूह प्राप्त करून घेतला; त्याचप्रमाणें, बाबारे, नित्य तपश्चर्या करणारा जितेंद्रिय विश्वामित्र आपल्या उत्तम प्रकारें केलेल्या तपाच्या योगानें ब्राह्मणत्वास जाऊन पोंचला. ज्याची कीर्ति जगभर पसरली आहे, असा गाधि नामक एक महान् क्षत्रिय (राजा) होता. त्याला विश्वामित्र म्हणून एक प्रतापी पुत्र झाला. राजा, तो कुशिकपुत्र गाधि राजा पुढें महायोगी झाला. त्या महातपानें विश्वामित्रास गादीवर बसविलें आणि आपण देहत्याग करण्याचें मनांत योजिलें. तेव्हां त्याच्या प्रजा प्रणामपूर्वक त्यास म्हणाल्या, "हे महाप्राज्ञा, तूं आम्हांतून जाऊं नको; महाभयापासून आमचें रक्षण कर." असें प्रजा म्हणूं लागल्या तेव्हां गाधीनें त्यांस आश्वासन दिलें, "जनहो, चिंता करूं नका. माझा पुत्र सर्व जगाचा पालनकर्ता असा होईल."

असें म्हणून गाधीनें प्रजांचें आश्वासन केलें आणि नंतर विश्वामित्रास गादीवर बसवून तो स्वर्गास गेला; व हे राजा, विश्वामित्र राजा झाला. तो आपल्याकडून अतिशय झटत असे, परंतु पृथ्वीचें रक्षण करण्यास तो समर्थ

झाला नाहीं. पुढें त्या राजानें राक्षसांपासून मोठी भीति उत्पन्न झाल्याचें ऐकिलें, तेव्हां तो चतुरंग सैन्य घेऊन नगरांतून बाहेर पडला. तो बराच दूर गेल्यावर वाटेंत त्यास वसिष्ठांचा आश्रम लागला. तेव्हां, राजा, त्याच्या सैन्यानें तेथें फारच अत्याचार व नासधूस केली. नंतर कांहीं वेळानें भगवान् वसिष्ठ मुनि आश्रमास आले आणि सर्व महावन उध्वस्त होत आहे असें त्यांनीं पाहिलें. तेव्हां, हे महाराजा, वसिष्ठ मुनींस क्रोध येऊन त्यांनीं " भयंकर भिल्ल उत्पन्न कर." म्हणून आपल्या धेनूस सांगितलें. वसिष्ठांची आज्ञा होतांच त्या गाईनें अतिशय उग्र दिसणारे पुरुष उत्पन्न केले आणि त्यांनीं त्या सैन्यास गांठून त्याची दाही दिशा दाणादाण उडविली!

राजा, गाधिपुत्र विश्वामित्रानें आपलें सैन्य पळाल्याचें ऐकिलें, तेव्हां त्याच्या मनाची खात्री झाली कीं, **तप हेंच श्रेष्ठ होय**. मग तप करण्याचें त्याच्या मनांत भरलें. राजा, मग सरस्वतीच्या ह्या श्रेष्ठ तीर्थावर येऊन त्यानें एकाग्रतेनें नियम व उपवास यांनीं आपला देह झिजविला. तो कांहीं दिवस फक्त जलाहार, कांहीं काल पर्णाहार व कांहीं काल केवळ वायुभक्षण करून राहिला. तो स्थंडिलांत शयन करीत असे; आणि दुसरे जे जे म्हणून नियम आहेत, ते ते सर्व तो पृथक् पृथक् पाळीत असे. याप्रमाणें त्याची उग्र तपश्चर्या चालली असतां देवांनीं वारंवार त्याच्या व्रताला विघ्नें केलीं; परंतु त्या महात्म्याचें मन नियमांपासून बिलकूल चळलें नाहीं. याप्रमाणें परम यत्नानें नानाप्रकारची तपश्चर्या करून विश्वामित्र तेजानें केवळ सूर्यासारखा झाला! असें त्यानें तप केलें तेव्हां महातेजस्वी व वरद ब्रह्मदेव त्याजवर प्रसन्न होऊन त्यास वर देण्यास सिद्ध झाला. तेव्हां, राजा, " मीं ब्राह्मण व्हावें" हाच त्यानें वर मागितला. यावर सर्वलोकपितामह ब्रह्मदेवानें " तथास्तु " म्हटलें आणि तो पूर्णकाम झालेला महायशस्वी व देवतुल्य विश्वामित्र अखिल पृथ्वीवर संचार करिता झाला.

या उत्तम तीर्थावर बलरामानें पुष्कळ द्रव्य वांटलें आणि प्रेमानें ब्राह्मणांचें पूजन करून त्यांस दुभत्या गाई, यानें, शयनें, वस्त्रालंकार व उत्कृष्ट असे भक्ष्यपेय पदार्थ अर्पण केले. नंतर, राजा, तो बलराम, जेथें बक दाल्भ्यानें तीव्र तपश्चर्या केली म्हणून प्रसिद्ध आहे, त्याजवळच असलेल्या बकाच्या आश्रमास गेला.

अध्याय एकेचाळिसावा.

—:०:—

सारस्वतोपाख्यान.

वैशंपायन सांगतातः—राजा, मग बलराम त्या ब्रह्मयोनि तीर्थावरून, जेथें महातपस्वी, घोर तपश्चर्येनें आपलें शरीर क्षीण करणाऱ्या आणि अत्यंत क्रोधाविष्ट झालेल्या धर्मशील व प्रतापी दाल्भ्य बकानें आश्रमांत राहून विचित्रवीर्यपुत्र धृतराष्ट्राचें राष्ट्र हवन केलें, त्या ठिकाणीं प्राप्त झाला. पूर्वी नैमिषीय ऋषींचें द्वादशवार्षिक सत्र व विश्वजित् यज्ञ संपल्यानंतर ऋषि तेथून निघून पंचाल देशास गेले. त्या ठिकाणीं त्यांनीं तेथील राजापाशीं दक्षिणा मागितली. तेव्हां त्यांस सशक्त, निरोगी व तरुण अशा एकवीस गाई मिळाल्या. मग दाल्भ्य बक बाकीच्या ऋषींस म्हणाला, " हे पशु तुम्ही वांटून घ्या; मी यांतला भाग न घेतां सार्वभौमराजाकडे भिक्षा मागेन." राजा, असें त्या सर्व ऋषींस सांगून तो प्रतापवंत ब्राह्मणोत्तम धृतराष्ट्र राजाकडे गेला; आणि राजाच्या सभेंत जाऊन त्यानें त्याजवळ पशूंची याचना केली. तेव्हां कांहीं साहजिक मेलेलीं गुरें पाहून धृतराष्ट्र त्यास रोषानें म्हणाला, "ब्रह्मन्,

तुला गुरें पाहिजेत तर हीं घे!" राजाचें तसें भाषण ऐकतांच तो धर्मज्ञ ऋषि मनांत म्हणाला, "अहो, भरसभेंत राजा मला असें दुर्भाषण बोलला अं!" राजा, तें ऐकून त्याला अतिशय संताप आला; आणि मुहूर्तमात्र विचार करून त्यानें धृतराष्ट्र राजाचा विनाश करण्याचें मनांत योजिलें. मग त्यानें ते मृत पशु नेले आणि त्यांचें मांस काढून धृतराष्ट्राच्या राष्ट्राचें हवन चालविलें. हे महाराजा, सरस्वतीतीरच्या अवाकीर्ण क्षेत्रीं अग्नि प्रज्वलित करून त्या परमव्रतस्थ महातपस्वी दाल्भ्य बक मुनीनें त्या मांसाच्या आहुति देऊन धृतराष्ट्राच्या राष्ट्राचा विनाश करणारें हवन केलें. राजा, ह्याप्रमाणें तें अत्यंत दारुण सत्र विधिपूर्वक सुरू झालें, तेव्हां धृतराष्ट्राचें राष्ट्र क्षीण होत चाललें! हे विभो, उत्तरोत्तर क्षीण होत चाललेल्या त्या राष्ट्राची स्थिति कुऱ्हाडीनें तुटत असलेल्या अफाट वनासारखी झाली; आणि तें आपद्ग्रस्त, जमीनदोस्त व चेतनाविहीन होऊन गेलें. राजा, राष्ट्र असें उध्वस्त होत चाललेलें पाहून धृतराष्ट्र राजाला फार वाईट वाटलें; आणि तो चिंता करूं लागला. त्यानें ब्राह्मणांचें साह्य घेऊन राष्ट्राच्या मुक्ततेसाठीं पुष्कळ खटपट केली. परंतु कांहीं यश आलें नाहीं—राष्ट्र एकसारखें क्षीण होतच होतें. हे अनघा, याप्रमाणें जेव्हां राष्ट्राच्या मुक्ततेचा कांहीं उपाय चालेना, तेव्हां तो राजा व ते ब्राह्मण अगदीं खिन्न झाले. पुढें, राजा जनमेजया, त्यानें ह्याविषयीं ज्योतिष्यांस प्रश्न विचारिला, तेव्हां ते म्हणाले, "राजा, तूं पशु देतांना ज्याचा अपकार केलास, तो बक मुनि मांसाच्या योगानें तुझ्या राष्ट्राचा होम करीत आहे; आणि त्याच्याकडून ‹.. राष्ट्राचें हवन चाललें असल्यामुळें त्याचा असा भयंकर संहार उडत आहे! बाबारे, तुझा हा जबरदस्त विनाश चालला आहे, हें त्या बकाच्या तपश्चर्येचें फळ होय. राजा, सरस्वतीच्या डोहावर तो बसला आहे; त्याला तूं प्रसन्न कर!"

नंतर तो राजा सरस्वतीच्या तीरीं जाऊन बकापुढें साष्टांग नमस्कार घालून व हात जोडून त्यास म्हणाला, "भगवन्, प्रसन्न व्हा, प्रसन्न व्हा; माझ्या अपराधाची क्षमा करा. मी लोभी असून मला विचारशक्ति नाहीं. मूर्खपणामुळें माझ्या हातून तसें घडलें. परंतु महाराज, मज दीनाचे आपणच नाथ आहां. मला तुम्हांवांचून दुसरी गति नाहीं. यास्तव आपणच मजवर प्रसाद करण्यास योग्य आहां!"

राजा, याप्रमाणें तो विलाप करीत आहे आणि शोकानें त्याचें चित्त पोळलें आहे, असें पाहून ऋषीला त्याची दया आली; आणि त्यानें त्याचें राष्ट्र मोकळें केलें. तो ऋषि रोष सोडून त्यावर प्रसन्न झाला आणि त्यानें त्याच्या राष्ट्राच्या मोक्षासाठीं पुनः आहुति दिल्या. नंतर राष्ट्र मुक्त करून व राजापासून पुष्कळ पशु घेऊन तो हर्षभरित अंतःकरणानें पुनरपि नैमिषारण्यांत निघून गेला; आणि धर्मात्मा व थोर मनाचा धृतराष्ट्र राजाही स्वस्थ चित्तानें आपल्या समृद्ध नगरांत परत आला.

हे महाराजा, याच तीर्थाचे ठिकाणीं उदारधी बृहस्पतीनें असुरांचा विनाश व्हावा आणि देवांची सुस्थिति व्हावी म्हणून मांसाच्या योगानें इष्टीचें हवन केलें आणि त्यामुळें देवांच्या हातून युद्धांत पराभव पावून दैत्य क्षय पावले. असो; या ठिकाणींही महाकीर्तिमान् बलरामानें ब्राह्मणांस हत्ती, घोडे, खेचरें, रथ, अमूल्य रत्नें व पुष्कळ धनधान्य विधिपूर्वक समर्पण केलें; आणि नंतर, हे पृथ्वीपते, तो महाबाहु 'यायात' तीर्थावर गेला. हे महाराजा, त्या ठिकाणीं नहुषपुत्र महात्म्या ययातीच्या यज्ञांत सरस्वती दूध व पातळ तूप

स्रवली. त्या ठिकाणीं पुरुषव्याघ्र ययाति राजानें यज्ञ करून आनंदित होऊन ऊर्ध्वमार्गानें प्रयाण केलें व उत्तम लोक मिळविले. याशिवाय तेथें यज्ञ करीत असतां प्रभु ययाति राजानें आत्म्याचे ठिकाणीं शाश्वत भक्ति ठेऊन व परम औदार्य धारण करून, त्यानें जो जो ब्राह्मण जें जें पाहिजे म्हणून मनांत आणी तें तें त्यास अर्पण केलें. या यज्ञांत आमंत्रण केलेला जो जो ब्राह्मण जेथें जेथें उतरला होता, तेथें तेथें त्याला घरदार, अंथरुणपांघरूण, षड्रस भोजन व नानाप्रकारचें दान सरिद्वरा सरस्वतीनें पुरविलें; पण राजाचेंच हें उत्कृष्ट देणें आहे, असें त्या ब्राह्मणांस वाटलें; आणि ते संतुष्ट होऊन त्यांनीं राजाला शुभकारक आशीर्वाद देऊन तुष्ट केलें. तेथें यज्ञाची संपत्ति (साहित्याची विपुलता) पाहून गंधर्वांसुद्धां देवांसही संतोष वाटला आणि मनुष्य तर ती पाहून विस्मित झाले. असो; नंतर तो महाधर्माचा केवळ ध्वज, अंतःकरणाचा थोर, आत्मज्ञानी, नित्य महादानें देणारा, कृतात्मा व मनोजयसंपन्न तालकेतु बलराम—जेथील वेग महाभयंकर आहे अशा वसिष्ठापवाह तीर्थावर येऊन पोंचला.

अध्याय बेचाळिसावा.

—:०:—

सारस्वतोपाख्यान.

जनमेजय विचारितोः—वसिष्ठाला वाहून नेणारा हा भयंकर वेगवान् प्रवाह कशा प्रकारचा आहे, तसेंच सरस्वतीनें त्या ऋषीस कां वाहून नेलें आणि तिचें त्याशीं कसें व कां वैर पडलें, तें, हे प्रभो, मी आपणांस विचारीत आहें. हे महाप्राज्ञा, आपण मला ही हकीकत सविस्तर सांगावी. आपण सांगितलें तेवढ्यानें कांहीं माझें समाधान होत नाहीं.

वैशंपायन सांगतातः—हे भारता, विश्वामित्र व विप्रर्षि वसिष्ठ यांजमध्यें तपश्चर्येविषयींच्या स्पर्धेनें भयंकर हाडवैर पडलें होतें. राजा, स्थाणुतीर्थावर वसिष्ठाचा मोठा आश्रम होता आणि त्याच्या बाजूला पूर्वेकडे धीमान् विश्वामित्राचा आश्रम होता. हे महाराजा, या तीर्थाला स्थाणुतीर्थ हें नांव पडण्याचें कारण असें कीं, येथें स्थाणूनें महान् तपश्चर्या केली. तेथें त्याच्या त्या घोर कृत्याविषयीं अजूनही तेथील मुनि कथा सांगतात. भगवान् स्थाणूनें तेथें यज्ञ करून सरस्वतीचें अर्चन केलें आणि स्थाणुतीर्थ म्हणून ह्या तीर्थाची स्थापना केली. हे नराधिपा, याच तीर्थावर देवांनीं सुरद्वेष्ट्यांचा नायनाट करणाऱ्या स्कंदास आपल्या मोठ्या सैनापत्याचा अभिषेक केला. या सारस्वत तीर्थावर विश्वामित्र महामुनीनें उग्र तपःसामर्थ्यानें वसिष्ठास दूर घालविलें. तो वृत्तांत श्रवण कर.

राजा, विश्वामित्र व वसिष्ठ या दोघां तपोनिष्ठांची दिवसानुदिवस तपाविषयीं भयंकर चुरस वाढत गेली. त्या दोघांमध्यें विश्वामित्र मुनि हा अधिक संतापी होता. त्याला वसिष्ठाचें तेज पाहून चिंता लागली. शेवटीं त्याला असा विचार सुचला कीं, "ही सरस्वती नदी तपोधन वसिष्ठाला आपल्या वेगाबरोबर त्वरित माझ्याजवळ आणील आणि येथें येतांच त्या द्विजश्रेष्ठास मी निःसंशय ठार मारीन !" भगवान् विश्वामित्र महामुनीनें असें करण्याचा निश्चय केला. त्याचे नेत्र रागानें लाल झाले आणि त्यानें सरिच्छ्रेष्ठ सरस्वतीचें स्मरण केलें. मुनीनें ध्यान करितांच सरस्वती व्याकूळ होऊन गेली.—विश्वामित्राचें विलक्षण सामर्थ्य व अनावर क्रोध तिला माहीत होता. तिचा चेहरा उतरून गेला आणि ती कांपत कांपत विश्वामित्रापुढें येऊन हात जोडून उभी राहिली; व एखाद्या पति मेलेल्या स्त्रीप्रमाणें अत्यंत दुःखित झालेली ती सरस्वती त्या मुनि-

सत्तमास म्हणाली, “सांगा मीं काय करावें!” तो क्रुद्ध मुनि तिला म्हणाला, “वसिष्ठाला लवकर घेऊन ये म्हणजे मी आज त्याला ठार करितों!” तें ऐकून नदीचें हृदय फाटून गेलें. तिनें हात जोडले आणि ज्याप्रमाणें वायूनें लता कंपित होते त्याप्रमाणें ती भयभीत झालेली पुंडरीकाक्षी थरथर कांपूं लागली. त्या महानदीची अशी अवस्था झालेली पाहून तिला विश्वामित्र म्हणाला, “तूं कांहींएक विचार न करितां बेलाशक वसिष्ठाला माझ्या समीप आण.” त्याचें भाषण ऐकून व त्याचा पापी मनोदय जाणून, वसिष्ठाचा जगांत अप्रतिम असा प्रभाव जाणणारी ती नदी वसिष्ठाजवळ गेली; आणि तिनें विश्वामित्राच्या सांगण्यांतला अभिप्राय त्यास कळविला. दोघांचाही विलक्षण प्रभाव जाणत असल्यामुळें एकीकडे आड आणि दुसरीकडे विहीर अशी तिची अवस्था झाली होती. ह्याचा नाहीं तर त्याचा भयंकर शाप होईल म्हणून तिला भय पडलें होतें, आणि तेणेंकरून ती एकसारखी कांपत होती. राजा, पांढरी फटफटीत, कृश व चिंतायुक्त अशा त्या सरस्वतीला नरश्रेष्ठ धर्मात्मा वसिष्ठ म्हणाला, “हे सरिच्छ्रेष्ठे, शीघ्रगामिनी होऊन मला वाहून ने आणि तूं स्वतःचें रक्षण कर. कारण असें न करशील तर विश्वामित्र तुला शाप देईल. मला नेण्याविषयीं तूं बिलकूल कांकूं करूं नको.”

हे कौरव्या, त्या कृपाशीलाचें तें भाषण ऐकून ती नदी विचार करूं लागली कीं, “कसें केलें असतां आपण नीट वागलों असें होईल.” तिला चिंता पडली कीं, “वसिष्ठ हा मजवर नित्य अत्यंत कृपा करीत आला आहे, तेव्हां त्याचें मला हितच केलें पाहिजे.” मग, राजा, मुनिश्रेष्ठ कौशिक आपल्या तीरावर हवन व जप करीत बसला आहे असें पाहून व हीच संधि आहे असें जाणून तिनें एकदम आपल्या वेगानें तीरें धुपविलीं. तेव्हां त्या लोंढ्याबरोबर मैत्रावरुणि वसिष्ठ वाहून गेला. राजा, याप्रमाणें वहात जात असतां त्यानें सरस्वतीची स्तुति केली, “हे सरस्वति, पितामह ब्रह्मदेवाच्या सरोवरापासून तुझी उत्पत्ति झाली आहे आणि तुझ्याच निर्मल उदकानें हें संपूर्ण जग व्यापून गेलें आहे. हे देवि, तूंच आकाशगंगा असून मेघांमध्यें जलोत्पत्ति करतेस. सर्व उदकेंही तूंच आहेस आणि तुझ्यापासून आम्ही अध्ययन करतों. पुष्टि, द्युति, कीर्ति, सिद्धि, बुद्धि व उमा हीं तुझींच स्वरूपें असून, वाणी व स्वाहाही तूंच आहेस आणि हें जग तुझ्यावरच अवलंबून आहे, कारण येथें सर्व भूतांचे ठिकाणीं तूं चतुर्विध रूपानें राहातेस.”

राजा, याप्रमाणें तो महर्षि स्तुति करीत असतां सरस्वतीनें त्यास वेगानें विश्वामित्राच्या आश्रमास आणून सोडलें; आणि “मुनीस आणलें” म्हणून विश्वामित्रास पुनःपुनः बजाविलें. सरस्वतीनें आणिलेल्या त्या वसिष्ठास पाहातांच विश्वामित्र रागानें खवळून जाऊन त्यास ठार मारण्यासाठीं इकडे तिकडे कांहीं लांकूड वगैरे शोधूं लागला. इतक्यांत, तो अतिशयच संतापला आहे असें पाहून ब्रह्महत्येच्या भीतीनें नदीनें लगबगीनें वसिष्ठास पूर्व दिशेकडे वाहावीत नेलें; आणि अशा प्रकारें तिनें गाधिजास फसवून उभयतांचें बोलणें पाळल्यासारखें केलें. तिनें वसिष्ठास दूर वाहावीत नेलें, असें पाहातांच विश्वामित्रास दुःख झालें; आणि तेणेंकरून तो असहिष्णु अधिकच संतापून म्हणाला, “सरिद्वरे, ज्यापेक्षां मला ठकवून तूं पुनः निघून गेलीस, त्यापेक्षां, हे कल्याणि, राक्षसादिकांना प्रिय अशा रक्ताचा प्रवाह वहा!”

ह्याप्रमाणें विश्वामित्रानें शापिलेल्या सरस्वतीचें

उदक त्याच वर्षी रक्तमिश्रित झालें. मग सरस्वतीची ती स्थिति पाहून देव, ऋषि, गंधर्व व अप्सरा अतिशय दुःखित झाल्या. याप्रमाणें, हे जनाधिपा, वसिष्ठापवाह तीर्थ जगांत प्रसिद्ध झालें आणि तें निर्माण करून सरस्वती पुनः आपल्या पूर्वमार्गानें वाहूं लागली.

अध्याय त्रेचाळिसावा.

—:o:—

सारस्वतोपाख्यान.

वैशंपायन सांगतातः—संतप्त झालेल्या धीमान् विश्वामित्रानें शापिलेली ती सरस्वती त्या निर्मल व श्रेष्ठ तीर्थांत रक्त वाहूं लागली. पुढें, हे भारता, तेथें राक्षस आले व तें रक्त नित्य प्राशन करीत तेथेंच सुखानें राहिले. रक्तप्राशनानें ते तृप्त व सुखी झाले, आणि त्यांची रक्त मिळविण्याची काळजी नाहींशी होऊन जणू स्वर्गच हातीं आल्याप्रमाणें ते नाचूं लागले व हंसूं लागले! अशा रीतीनें ते तेथें आनंदांत रहात होते. राजा, पुढें कांहीं काळ लोटल्यावर, अत्यंत तपोधन असे कित्येक ऋषि सरस्वतीवर तीर्थयात्रेस आले. त्या तपोलुब्ध व विद्वान् मुनिश्रेष्ठांनीं मोठ्या प्रीतीनें सरस्वतीच्या सर्व तीर्थांवर उत्तम प्रकारें स्नानादिक क्रिया केल्या; आणि, राजा, अशा प्रकारें तीर्थयात्रा करीत येतां येतां, ते ह्या रक्तवाही तीर्थावर येऊन पोंचले. त्या अत्यंत दारुण तीर्थावर येऊन पाहातात तों सरस्वतीचें उदक रुधिरानें भरलेलें असून पुष्कळ राक्षस तें पीत असतात, असें त्या महाभागांच्या दृष्टीस पडलें. त्या राक्षसांना पाहून त्या संशितव्रत मुनींनीं सरस्वतीच्या परित्राणार्थ अतिशय यत्न केला. त्या सर्व महाव्रतस्थ महाभागांनीं एकत्र जमून सरिच्छ्रेष्ठ सरस्वतीला हाक मारून विचारिलें, "हे कल्याणि, तुझा हा डोह असा रक्तमय कशानें झाला? याचें कारण आम्हांस सांग, म्हणजे आम्ही त्याविषयीं कांहीं विचार करूं." मग थरथर कांपत तिनें झालेला सर्व वृत्तांत त्यांस सांगितला. नंतर तिला दुःखित पाहून ते तपोधन म्हणाले, "हे सरस्वति, तुला झालेला शाप व त्याचें कारण आम्हीं ऐकिलें. हे सर्व तपोधन आतां पुढें जें करावयाचें तें करतील, तुला काळजी नको."

राजा, असें सरस्वतीस सांगून त्यांनीं आपसांत मसलत करून ठरविलें कीं, "आपण सर्व मिळून ह्या सरस्वतीस शापमुक्त करूं." मग त्या सर्व ब्राह्मणांनीं तपश्चर्या, नियम, उपवास, नानाप्रकारचे यम व कठीण कठीण व्रतें करून जगत्पालक पशुपति महादेवाचें आराधन करून त्या सरिच्छ्रेष्ठ सरस्वती देवीस मुक्त केलें. त्यांच्या प्रभावाच्या योगानें सरस्वती पुनः पूर्वस्थितीवर येऊन तिचें उदक पहिल्याप्रमाणें निर्मल झालें; आणि ती मुक्त झालेली सरस्वती पूर्वींप्रमाणें शोभूं लागली. सरस्वतीचें उदक मुनींनीं तसें स्वच्छ केलेलें पाहून तेथील क्षुधित राक्षस त्यांनाच शरण गेले; आणि, राजा, भुकेनें व्याकूळ झालेले ते राक्षस हात जोडून त्या सर्व कृपालु मुनींस पुनःपुनः म्हणाले, "आम्हांस फार भूक लागली आहे. आम्ही सनातन धर्मापासून भ्रष्ट झालों आहों, परंतु आम्ही येथें पापकर्मे करीत आहों त्या अवस्थेंतच राहावें अशी कांहीं आम्हांस आवड नाहीं. आम्ही आपल्या दुष्कृत्यामुळें व आपला प्रसाद न झाल्यामुळें ही अवस्था भोगीत आहों. आमचें पाप वाढत आहे आणि आम्ही ब्रह्मराक्षस आहों. स्त्रियांच्या पापानें व व्यभिचारादिकांनीं ब्राह्मण ब्रह्मराक्षस होतात; याचप्रमाणें जे क्षत्रिय, वैश्य व शूद्र ब्राह्मणांचा द्वेष करतात, तेही राक्षसयोनीस जातात; आणि

आचार्य, ऋत्विज् , गुरु व वृद्ध मनुष्यें यांचा जे अपमान करतात, तेही येथें राक्षस होतात. यास्तव, द्विजसत्तमहो, आमचें येथें तारण करा. आपण सर्व जगाचें तारण करण्यास समर्थ आहां ! ”

राजा, राक्षसांचें हें भाषण ऐकून त्या तपोधनांनीं त्यांच्या मुक्ततेसाठीं त्या महानदीची प्रार्थना केली आणि ते अंतःकरणपूर्वक म्हणाले, “ भोंक पडलेलें, किडलेलें, उच्छिष्टानें भरलेलें, केशयुक्त, दूर उडालेलें व रुदितोपहत असें जें जें अन्न असेल तो तो राक्षसांचा भाग होय. यास्तव ज्ञात्यानें हें जाणून सदोदीत यत्नपूर्वक असे पदार्थ वर्ज्य करावे. जो अशा प्रकारचें अन्न भक्षण करतो, तो राक्षसांचेंच अन्न भक्षण करतो म्हणून समजावें. ” नंतर तीर्थ शुद्ध केल्यावर त्या तपोधनांनीं राक्षसांच्या मोक्षार्थ नदीची प्रार्थना केली. तेव्हां, हे पुरुषर्षभा, महर्षींचा तो अभिप्राय जाणून सरिद्वरा सरस्वतीनें आपल्या देहांत अरुणेस आणिलें. मग त्या अरुणेंत स्नान करून राक्षसांनीं आपल्या देहांचा त्याग केला व ते स्वर्गास गेले. हे महाराजा, अरुणा ही ब्रह्महत्येचें पातक नाहींसें करणारी आहे असें जाणून शतक्रतु देवेंद्रानें त्या श्रेष्ठ तीर्थांत स्नान करून आपली पापापासून मुक्तता करून घेतली !

जनमेजय विचारितोः—भगवान् इंद्राला ब्रह्महत्या कशी घडली ? आणि तो या तीर्थांत स्नान करून कसा निष्पाप झाला ?

वैशंपायन सांगतातः—हे जनेश्वरा, पूर्वी इंद्रानें नमुचीला दिलेलें वचन कसें मोडलें याविषयींचें हें आख्यान जसें घडलें तसें श्रवण कर. नमुचि वासवापासून भय पावून सूर्यकिरणांत शिरला आणि त्यानें इंद्राशीं संधि केला. तेव्हां इंद्रानें त्याशीं करार केला कीं, “ हे असुरेश्वरा मित्रा, मी तुला शपथपूर्वक सत्य सांगतों कीं, मी तुला आर्द्र पदार्थानें किंवा शुष्क पदार्थानें मारणार नाहीं. त्याचप्रमाणें, रात्रीं मारणार नाहीं किंवा दिवसासही मारणार नाहीं.” राजा, असें वचन देऊन इंद्रानें धुकें पडलें आहे असें पाहून पाण्याच्या फेंसानें त्याचें मस्तक तोडलें ! तेव्हां, हे राजा, तें नमुचीचें छिन्न मस्तक “ अरे मित्रघातक्या पाप्या ! ” असें म्हणत त्याच्या पाठीस लागलें. इंद्र कोठेंही गेला तरी तें त्याची पाठ सोडीना ! शेवटीं त्यानें ब्रह्मदेवास हा घडलेला प्रकार निवेदन केला. तेव्हां लोकगुरु ब्रह्मदेवानें त्यास सांगितलें, “ देवेंद्रा, अरुणेवर यथाविधि हवन करून त्या पापमोचक तीर्थांत स्नान कर. शक्रा, मुनींनीं या नदीचें उदकास फारच पवित्रता आणिली आहे. पूर्वी नमुचि गुप्तपणें येथें आला असून त्यानें अरुणेवर जाऊन तिच्या उदकानें स्नान केलें होतें. सरस्वती व अरुणा यांचा हा संगम महान् पुण्यकारक आहे. देवेंद्रा, येथें तूं यज्ञ कर आणि अनेक प्रकारचीं दानें दे. येथें स्नान करून तूं या अति घोर पातकापासून मुक्त होशील. ” जनमेजया, पितामहानें असें सांगतांच तो बलभित् इंद्र सरस्वतीच्या त्या तीर्थावर यथावत् यजन करून अरुणेंत स्नान करिता झाला. तेव्हां त्या ब्रह्महत्त्येच्या पातकापासून त्याची मुक्तता झाली; आणि तो हर्षचित्त होत्साता स्वर्गलोकीं निघून गेला ! इकडे हे भारता, त्याच्या पाठीस लागलेलें तें नमुचीचें मस्तक त्याच तीर्थांत पडून नमुचीलाही अक्षय्य असे इच्छित लोक प्राप्त झाले !

वैशंपायन पुढें सांगतातः—परमार्थ साधणारा महात्मा बलराम येथें स्नान करून अनेक प्रकारचीं दानें देऊन व धर्मसाधन करून तेथून श्रेष्ठ अशा सोमतीर्थावर गेला; हे पार्थिवेंद्रा, येथेंच प्राचीन काळीं भगवान् सोमानें राजसूययज्ञ केला. त्या श्रेष्ठ यज्ञांत ज्ञानसंपन्न महात्मा

अत्रि मुनि 'होता' असून, या यज्ञाच्या शेवटीं दानव, दैत्य व राक्षस यांबरोबर देवांचें मोठें घनघोर युद्ध झालें. त्या युद्धांत अति क्रूर तारकासुराला स्कंदानें ठार मारिलें. याच ठिकाणीं दैत्यांतक स्कंदाला देवसैन्याचें आधिपत्य प्राप्त झालें. येथेंच तो मोठा वटवृक्ष असून नित्य कुमारावस्थेंत राहाणारा तो कार्तिकेय स्कंद येथेंच राहिला होता.

अध्याय चवेचाळिसावा.

—:o:—

कुमाराभिषेकोपक्रम.

जनमेजय विचारितोः—हे द्विजसत्तमा, सरस्वतीचा हा प्रभाव तुम्हीं मला सांगितला; परंतु हे ब्रह्मन्, कुमाराच्या त्या अभिषेकाचें आपण वर्णन करावें. हे वक्त्यांतील वरिष्ठा, कोणत्या देशांत, कोणत्या काळीं, कोणीं, कोणत्या विधीनें भगवान् स्कंदाला अभिषेक केला, तसेंच त्या स्कंद प्रभूनें दैत्यांचा भयंकर संहार कसा उडविला, तें सर्व मला सांगा. तें ऐकण्याविषयीं मला मोठें कौतुक वाटत आहे.

वैशंपायन सांगतातः—राजा, तुला उत्पन्न झालेलें कौतुक तुझ्या कुरुकुलास योग्यच आहे. जनमेजया, माझें भाषण हर्ष उत्पन्न करतेंच ! राजा, तूं ऐकत आहेस तर ठीक आहे, मी तुला कुमाराचा अभिषेक व त्या महात्म्याचा प्रभाव कथन करतों; ऐक. पूर्वीं एका वेळी महेश्वराचें तेज स्खलित होऊन अग्नींत पडलें. भगवान् अग्नि सर्वभक्षक आहे खरा; परंतु तें अमोघ वीर्य दहन करण्यास तो समर्थ झाला नाहीं. त्याच्या योगानें तो प्रदीप्त व अत्यंत तेजःपुंज झाला आणि त्या वेळीं त्यास तो तेजोमय गर्भ धारणही करवेना. मग त्या प्रभु अग्नीनें ब्रह्मदेवाच्या आज्ञेनें गंगेशीं संयोग करून तिच्या ठायीं त्या सूर्यासमान तेजस्वी दिव्य गर्भाची स्थापना केली. नंतर गंगेलाही तो गर्भ सहन न होऊन देवपूजित रम्य हिमालय पर्वतावर तिनें तो गर्भ टाकून दिला. तो अग्निपुत्र तेथें लोकांस व्यापून वाढूं लागला, जनमेजया, पुढें अग्नीच्या स्त्रिया कृत्तिका यांनीं तो शरवनांत पडलेला महात्मा अग्निपुत्र म्हणजे तो अग्निरूप गर्भ अवलोकन केला. तेव्हां "हा माझा बाळ" "हा माझा बाळ" असें त्या पुत्रार्थिनी मोठ्यानें ओरडल्या. तेव्हां भगवान् प्रभूनें (त्या गर्भानें) त्या मातांचा अभिप्राय जाणून, त्यांना पान्हा फुटल्यामुळें स्रवूं लागलेलें दुग्ध सहा मुखांनीं प्राशन केलें. हे भरतकुलोत्पन्ना, त्या बालाचा तो प्रभाव कृत्तिकांनीं पाहिला, तेव्हां त्या दिव्यदेहधारी देवींस मोठा विस्मय वाटला. गंगेनें ज्या पर्वतशिखरावर त्या प्रभूस टाकिलें, तें शिखर सर्व सोन्याचें होऊन अत्यंत झळकूं लागलें. तो गर्भ जसजसा वाढूं लागला तसतशी त्यानें आसपासची भूमि सुवर्णमय केली आणि म्हणूनच सर्व पर्वत सोन्याच्या खाणींनीं युक्त असे झाले. त्या सुमहावीर्यशाली कुमाराला कृत्तिकांसंबंधें कार्तिकेय असें नांव पडलें. पूर्वीं त्याला गांगेय असें नांव होतें. असो; तो महान् योगबलानें युक्त, व शम, तप, वीर्य यांनीं समन्वित होता; आणि, हे राजेंद्रा, तो सुमनोहर कुमार चंद्राप्रमाणें भराभर वाढूं लागला. तो तेजःपुंज कार्तिकेय त्या दिव्य व सुवर्णमय दर्भांच्या बेटावर सदोदीत पडलेला असे. तेथें गंधर्व व मुनि त्याची स्तुति करीत; आणि दिव्य नृत्यवादन जाणणाऱ्या हजारों सुंदर देवकन्या त्याची स्तुति गात त्याच्याजवळ नृत्य करीत. हे भारता, सरिच्छ्रेष्ठ गंगा नदीही त्याजपाशीं उभी असे आणि पृथ्वी सुंदर रूप धारण करून त्यास उचलून घेई. तेथें प्रत्यक्ष बृहस्पतीनें त्याच्या जातकर्मादि क्रिया केल्या. चतुर्मूर्ति वेद त्याजपुढें हात जोडून उभा

राहिला. चतुष्पाद धनुर्वेद व ससंग्रह शस्त्रसमुदाय त्यापुढें खडा राहिला. आणि साक्षात् वाणी (सरस्वती) ही तेथें त्याजपाशीं प्राप्त झाली. शेंकडों भूतगणांनीं परिवारित अशा पार्वतीसह बसलेल्या देवाधिदेव महावीर्यवंत उमापतीला त्यानें अवलोकन केलें. भूतगणांचे ते समुदाय फारच अद्भुत दिसत होते. त्यांचें रूप चमत्कारिक, आकार भयंकर आणि ध्वज व आभरणें हीं कांहीं विलक्षण होतीं. कित्येकांचीं तोंडें वाघ, सिंह व अस्वल यांसारखीं, कित्येकांचीं मांजरासारखीं व मगरासारखीं आणि दुसऱ्या कित्येकांचीं काळमांजरासारखीं होतीं ! त्याचप्रमाणें कित्येक गजमुखी, उष्ट्रमुखी व घुबडतोंडचे होते, तर कित्येक गिधाडें व कोल्हीं यांसारखे दिसत ! क्रौंच, पारवे व रांकव यांसारखीं कोणाचीं तोंडें होतीं; आणि साळू, शल्यक, सुसर, बकरा, बोकड यांसारखे देह दुसऱ्या कित्येकांनीं धारण केले होते. कांहीं पर्वताएवढे तर कांहीं मेघाएवढाले होते. त्यांनीं चक्रें व उगारलेल्या गदा घेतलेल्या होत्या; आणि कित्येक मशीच्या ढिगासारखे काळेकुट्ट होते, तर कित्येक धवलगिरीसारखे शुभ्र होते ! राजेंद्रा, सप्तमातृगणही तेथें आले होते. त्याचप्रमाणें साध्य, विश्वेदेव, मरुत्, वसु, पितर, रुद्र व आदित्य, तसेच सिद्ध, भुजग, दानव व खग सर्व तेथें गोळा झाले होते. पुत्रासहवर्तमान व विष्णुसह भगवान् स्वयंभू ब्रह्मदेव आणि इंद्र हे त्या अच्युत कुमारवरास पाहाण्यासाठीं तेथें प्राप्त झाले होते. नारदप्रभृति मोठमोठे देवगंधर्व, बृहस्पतिप्रभृति देवर्षि व सिद्ध तेथें जमले होते. इतकेंच नव्हे, तर जे, जगाचे श्रेष्ठ पितर व देवांचेही देव, तेही तेथें आले असून सर्व यामें व धामें तेथें एकत्र झालीं होतीं !

याप्रमाणें शूलपाणि शंकरप्रभृति ती सर्व मंडळी त्या कुमाराकडे येऊं लागली, तेव्हां तो महायोगबलान्वित बलवान् बालही, शूलपाणि देवाधिदेव शंकराला सामोरा जाऊं लागला. तो येत आहे असें पाहातांच शंकर, पार्वती, गंगा व अग्नि या चौघांच्या मनांत एकदम विचार आला कीं, " हा कुमार गौरवार्थ आधीं कोणाकडे बरें येईल ! " " माझ्याचकडे येईल ! " असें प्रत्येकानें आपल्या मनाशीं ठरविलें. त्या चौघांचा हा अभिप्राय जाणून स्कंदानें एकदम योगसामर्थ्यानें निरनिराळे देह उत्पन्न केले. क्षणांत त्या भगवान् प्रभूनें आपल्या चार मूर्ति केल्या ! आणि ' शाख ' ' विशाख ' व ' नैगमेय ' अशा तीन मूर्ति त्याचे पाठीशीं दिसूं लागल्या ! याप्रमाणें त्या भगवान् प्रभूनें स्वतःस चतुर्धा केल्यावर त्यांपैकीं अद्भुत दिसणारा स्कंद रुद्राकडे गेला. ज्या बाजूनें देवी पार्वती येत होती त्या बाजूला विशाख वळला. वायुमूर्ति भगवान् शाख अग्नीकडे गेला. आणि अग्नीप्रमाणें तेजस्वी कुमार नैगमेय गंगेकडे गेला. त्या चौघांचेही देह मोठे तेजस्वी व अगदीं एकसारखे होते. ते जेव्हां त्या चौघांकडे जाऊं लागले तेव्हां ती एक अद्भुतच गोष्ट घडली. तें रोमोद्गम करणारें अदृष्टपूर्व महदाश्चर्य पाहून देवदानव व राक्षस यांमध्यें मोठा गलबला झाला. नंतर गंगेसहवर्तमान रुद्र, देवी पार्वती व अग्नि या सर्वांनीं जगत्पति ब्रह्मदेवास प्रणाम केला; आणि, हे राजपुंगवा, विधिपूर्वक प्रणाम केल्यावर कार्तिकेयाचें प्रिय करण्याच्या हेतूनें त्यांनीं अशी प्रार्थना केली कीं, " भगवन्, या बाळाला आपल्या इच्छेप्रमाणें आधिपत्य द्यावें. हे देवेशा, आमचें प्रिय करण्यासाठीं आपण यास योग्य अशी देणगी द्यावी. " मग सर्व लोकांचा पितामह जो बुद्धिमान् भगवान् ब्रह्मदेव त्यानें मनाशीं विचार केला कीं, " याला काय मिळणें

योग्य आहे?'' राजा, देव, गंधर्व व राक्षस यांचीं सर्व ऐश्वर्यें व तशींच भूत, यक्ष, पक्षी व सर्प या सर्वांचीं ऐश्वर्यें या कुमाराला महात्म्यांच्या समुदायांत पूर्वींच मिळालेलीं होतीं. यास्तव महामति ब्रह्मदेवाला तो सर्वैश्वर्यसंपन्न आहे हें कळून आलें. हे भारता, नंतर देवांचें हित करण्यास तत्पर असलेल्या त्या ब्रह्मदेवानें मुहूर्तमात्र विचार करून त्याला सर्व भूतांचें सैनापत्य दिलें; आणि देवलोकांतील जे जे राजे म्हणून श्रुत आहेत त्या सर्वांस त्यानें त्याच्या हाताखालीं काम करण्याची आज्ञा केली. मग ते ब्रह्मपुरोगम सर्व देव कुमाराला घेऊन अभिषेक करण्यासाठीं शैलेंद्र हिमालयावर आले; आणि ज्यांचे मनोरथ अगदीं परिपूर्ण झाले आहेत असे ते देव व गंधर्व तेथून हिमालयाची कन्या, सर्व नद्यांत श्रेष्ठ, व पवित्र आणि त्रैलोक्यांत विश्रुत अशी जी समंतपंचकांतील देवी सरस्वती नदी, तिच्या सर्वगुणसंपन्न व पुण्यकारक अशा तीरावर येऊन बसले.

अध्याय पंचेचाळिसावा.

—:०:—

स्कंदाभिषेक.

वैशंपायन सांगतातः——नंतर शास्त्राप्रमाणें अभिषेकाचें सर्व साहित्य सिद्ध करून बृहस्पतीनें प्रदीप्त अग्नीत यथाविधि अग्नीचें हवन केलें. नंतर पात्र, माणीक वगैरे मौल्यवान् खड्यांनीं सुशोभित व दिव्य रत्नांनीं खचित अशा हिमालयानें दिलेल्या पुण्यकारक सिंहासनावर तो कुमार बसला; आणि सर्व मंगलकारक साहित्याच्या योगानें अभिषेकोक्त विधि व मंत्र यांनीं सिद्ध केलेलें अभिषेकाचें द्रव्य घेऊन देवतांचे समुदाय त्याचे सभोंवतीं उभे राहिले. महावीर्यशाली इंद्र व विष्णु, सूर्यचंद्र, धाताविधाता, अनिलानल, पूषा, भग, अर्यमा, अंश, विवस्वान्, मित्र व वरुण यांसहवर्तमान धीमान् रुद्र, त्याच्याच सभोंवतीं अष्ट वसु, एकादश रुद्र, द्वादश आदित्य, उभय अश्विनीकुमार, तसेच विश्वेदेव, मरुत्, साध्य, पितर, गंधर्व, अप्सरा, यक्षराक्षस व पन्नग, असंख्य देवर्षि, ब्रह्मर्षि, वैखानस, वालखिल्य, वायुहारी, मरीचिप, भृगु, अंगिरा व दुसरे थोर थोर यति; सर्प, विद्याधर तसेच पुण्यवंत योगसिद्ध हे उभे होते. दुसऱ्या बाजूला पितामह, पुलस्त्य मुनि, महातपस्वी पुलह, अंगिरा, कश्यप, अत्रि, मरीची, भृगु, क्रतु, हर, प्रचेता, मनु व दक्ष हे उभे होते. त्याचप्रमाणें, हे राजा, ऋतु, ग्रह व तारेही तेथें आले होते. नद्या स्त्रीरूपें धारण करून आल्या होत्या, तसेंच सनातन वेद, समुद्र, डोह, विविध तीर्थें, पृथ्वी, आकाश, दिशा व वृक्ष हीं सर्वजणें निरनिराळीं रूपें धारण करून तेथें एकत्र झालीं होतीं. देवमाता अदिति, ऱ्ही, श्री, स्वाहा, सरस्वती, उमा, शची, सिनिवाली, अनुमति, कुहू, राका, धिषणा व दुसऱ्या देवपत्नी, हिमालय, विंध्य, अनेक शृंगांचा मेरु, अनुचरांसह ऐरावत, कला, काष्ठा, मास, पक्ष, ऋतु आणि तसेंच, हे राजा, दिवस व रात्री हे तेथें हजर होते. हयश्रेष्ठ उच्चैःश्रवा, नागराज वासुकि, अरुण व गरुड, वृक्ष व ओषधि आणि भगवान् यमधर्म हे सर्वजण एकत्र होऊन तेथें आले होते; व काल, यम, मृत्यु व यमाचे अनुचरही तेथें हजर होते. राजा, हे व बहुत्वामुळें न सांगितलेले दुसरे नानाप्रकारचे देवतागण आपआपल्या ठिकाणांहून तेथें कुमाराच्या अभिषेकासाठीं जमले होते. राजा, त्या सर्व देवांनीं अभिषेकद्रव्यांचीं भांडीं व दुसरे सर्व प्रकारचे मंगल पदार्थ घेतले होते. देवांना मोठा हर्ष झाला होता. त्यांनीं उत्तम सुशोभित केलेल्या सुवर्णकलशांत दिव्य उदकाच्या सात पवित्र सरस्वती नद्यांचें जल

घेऊन; त्याच्या योगानें, असुरांस भय उत्पन्न करणाऱ्या त्या महानुभाव कुमारास सैन्यापत्याचा अभिषेक केला. हे महाराजा, पूर्वी जलेश्वर वरुणाला केलेल्या अभिषेकाप्रमाणें त्यांनीं स्कंदास अभिषेक केला. त्याचप्रमाणें सर्वलोकपितामह ब्रह्मदेव, महातेजस्वी कश्यप मुनि, आणि दुसरे तेथें जे जगत्प्रसिद्ध लोक होते, त्यांनींही त्यावर अभिषेक केला. संतुष्ट झालेल्या प्रभु ब्रह्मदेवानें नंदिसेन, लोहिताक्ष, घंटाकर्ण आणि प्रख्यात कुमुदमाली हे आपले चार महाबलाढ्य, इच्छेप्रमाणें पराक्रम करणारे, वायुवेगी व बलवान् सेवक त्याच्या दिमतीस दिले. महातेजस्वी प्रभु स्थाणूनें शेंकडों माया जाणणारा, इच्छेप्रमाणें बल व पराक्रम करणारा आणि देवशत्रूंचा नायनाट करणारा असा एक 'काम' नामक महापारिषद (सेवक) स्कंदास दिला. हे राजेंद्रा, हा काम जेव्हां देवासुरांच्या युद्धांत संक्रुद्ध झाला, तेव्हां त्यानें भीम पराक्रमी दैत्यांचीं चौदा अयुतें (एक कोटी चाळीस लक्ष) केवळ आपल्या बाहूंच्या धडकांनीं ठार केलीं. त्याचप्रमाणें सर्व देवांनीं मिळून राक्षसांनीं व्याप्त, देवांच्या शत्रूंचा क्षय उडविणारी व विष्णुरूपिणी अशी अजिंक्य सेना त्यास दिली. इंद्रासहवर्तमान सर्व देवांनीं सिंहनाद केला; आणि त्याचप्रमाणें गंधर्व, यक्ष, राक्षस, मुनि व पितर यांनींही जयाच्या गर्जना ठोकल्या. नंतर महावीर्यशाली, मोठे तेजःपुंज व कालतुल्य जे उन्माथ व प्रमाथ ते यमानें त्यास अर्पण केले; आणि प्रसन्न झालेल्या प्रतापवान् सूर्यानें आपले 'सुभ्राज' व 'भास्वर' हे दोघे अनुयायी त्याच्या सेवेस सादर केले. सोमानेंही आपले कैलासशृंगांसारखे चमकणारे व शुभ्र पुष्पें व गंध धारण करणारे 'मणि' व 'सुमणि' हे दोघे अनुचर त्यास दिले. 'ज्वालाजिह्व' व 'ज्योति' हे दोघे शूर व परसैन्याची राखरांगोळी उडविणारे सेवक अग्नीनें त्या आपल्या पुत्राच्या हवालीं केले. अंशानेंही 'परिघ,' 'वट,' अत्यंत बलाढ्य असा 'भीम' आणि वीर्यवंतांस मान्य असलेले प्रचंडदेही 'दहति' व 'दहन' हे पांच सेवक धीमान् स्कंदाच्या स्वाधीन केले. परवीरांतक इंद्रानें 'उत्क्रोश' व 'पंचक' 'या नांवाचे दोन वज्रदंडधारी वीर त्या अनलपुत्रास दिले. आणि त्या दोघांनीं रणांत इंद्राच्या पुष्कळ शत्रूंस ठार मारिलें. 'चक्र,' 'विक्रमक' आणि महाबलाढ्य 'संक्रम' हे तीन सेवक महाकीर्तिमान् विष्णूनें त्यास दिले. भिषग्वर जे अश्विनीकुमार त्यांनीं त्यास सर्व विद्यांत पारंगत झालेले 'वर्धन' आणि 'नंदन' हे मोठ्या प्रेमानें अर्पण केले. महायशस्वी धात्यानें 'कुंद' 'कुसुम' 'कुमुद' 'डंबर' व 'आडंबर' हे त्या महात्म्याच्या सेवक-गणांत समाविष्ट केले. मेघ हींच ज्यांचीं सैन्यें आहेत, असे 'चक्र' व 'अनुचक्र' नामक दोन फार मायावी व बळकट सरदार त्वष्ट्यानें आपल्या तर्फेनें त्याच्याकडे पाठविले. 'सुव्रत' आणि 'सत्यसंध' हे दोन तपोविद्यासंपन्न महाथोर वीर मित्रानें त्या कुमारास अर्पण केले. अत्यंत देखणे, वरप्रद आणि त्रैलोक्यांत प्रख्यात असलेले 'सुव्रत' व 'शुभकर्मा' हे विधात्यानें त्या कार्तिकेयाच्या सेवेस वाहिले. आणि हे भारता, पूषानेंही त्याला महामायावी 'कालिक' व 'पाणीतक' हे दोन सेवक अर्पण केले. हे भरतसत्तमा जनमेजया, 'बल' आणि 'अतिबल' नांवाचे दोन विशाल तोंडांचे महाबलवान् अनुचर वायूनें त्यास दिले. सत्यप्रतिज्ञ वरुणानें महाबलाढ्य व माशासारख्या मुखांचे 'यम' व 'अतियम' हे दोघे कार्तिकेयास दिले. राजा, महाथोर 'सुवर्चा' व तसाच 'अतिवर्चा' ह दोन हिमालयानें दिले. थोर 'कांचन'

आणि ' मेघमाली ' हे मेरूनें त्यास दिले; आणि, हे भारता, 'स्थिर' व अतिस्थिर ' हे दुसरे दोन महाबल पराक्रमी सेवक मेरूनेंच त्यास अर्पण केले. विशाल पाषाण घेऊन लढणारे ' उच्छृंग ' व ' अतिशृंग ' हे विंध्यानें दिले; आणि समुद्रानेंही ' संग्रह ' व ' विग्रह ' हे दोघे मोठ्या योग्यतेचे सेवक त्या अग्निपुत्रास समर्पण केले. जिचें दर्शन शुभकारक आहे अशा पार्वतीनें ' उन्माद ' ' शंकुकर्ण ' व ' पुष्पदंत ' यांस पाठविलें, आणि हे पुरुषव्याघ्रा, पन्नगेश्वर वासुकीनें ' जय ' व ' महाजय ' या दोघां नागांस स्कंदाच्या सेवेस हजर राहण्यास आज्ञा केली.

याप्रमाणेंच साध्य, रुद्र, वसु, पितर, सागर, नद्या व मोठमोठे पर्वत या सर्वांनीं आपापल्या वतीनें शूल व पट्टे धारण करणारे, दिव्य आयुधें वापरणारे, व नानाप्रकारचे वेष व भूषणें घातलेले, सैन्याच्या तुकड्यांवरील अधिकारी त्याच्या सैन्यांत हजर केले. राजा, मीं आतां सांगितले त्यांशिवाय जे दुसरे विविध आयुधांनीं युक्त व चित्रविचित्र वस्त्रालंकारांनीं विभूषित असे स्कंदाचे मोठमोठे सैनिक होते, त्यांचीं ही नांवें ऐक. शंकुकर्ण, निकुंभ, पद्म, कुमुद, अनंत, द्वादशभुज, कृष्ण व उपकृष्णक, घ्राणश्रवा, कपिस्कंध, कांचनाक्ष, जलंधम, अक्ष, संतर्जन, तसाच, हे राजा, कुनदीक, तमोंतकृत्, एकाक्ष, द्वादशाक्ष, तसाच प्रभु एकजट, सहस्रबाहु, विकट, व्याघ्राक्ष, क्षितिकंपन, पुण्यनामा, सुनामा, सुचक्र, प्रियदर्शन, परिश्रुत, कोकनद, प्रियमाल्यालेपन, अजोदर, गजशिरा, स्कंधाक्ष, शतलोचन, ज्वालाजिह्व, करालाक्ष, क्षितिकेश, जटी, हरि, परिश्रुत, कोकनद, कृष्णकेश, जटाधर, चतुर्दंष्ट्रौष्ठजिह्व, मेघनाद, पृथुश्रवा, विद्युताक्ष, धनुर्वक्र, जाठर, मारुताशन, उदाराक्ष, रथाक्ष, वज्रनाभ, वसुप्रभ, समुद्रवेग, तसाच हे राजेंद्रा, शैलकंपी, वृष, मेष, प्रवाह, त्याचप्रमाणें आनंद व उपनंदक, धूम्र, श्वेत, कलिंग, सिद्धार्थ व तसाच वरद, प्रियक, नंद, प्रतापी गानंद, आनंद, प्रमोद, स्वस्तिक आणि तसाच ध्रुवक, क्षेमवाह, सुवाह, आणि, हे भारता, सिद्धपत्र, गोव्रज, कनकापीड, महापरिषदेश्वर, गायन, हसन, बाण व वीर्यशाली खड्ग, वैताली, गतिताली, तसेच कथक व वादक, हंसज, पंकदिग्धांग, समुद्रोन्मादन, रणोत्कट, प्रहास, श्वेतासिद्ध, नंदन, कालकंठ, प्रभास, तसाच कुंभांडकोदर, कालकक्ष, सित, तसाच भूतांचा मथन, यज्ञवाह, सुवाह, देवयाजी, सोमप, मज्जान, महातेजा, आणि, भारता, क्रथ व क्राथ, तुहर, तुहार व वीर्यवंत चित्रदेव, मधुर, सुप्रसाद, महाबली किरीटी, वत्सल, मधुवर्ण, कलशोदर धर्मद, मन्मथकर व वीर्यवंत सूचीवक्र; तसाच श्वेतवक्र, सुवक्र, व पांडुरवर्णाचा चारुवक्र; दंडबाहु, सुबाहु, रज व कोकिलक; अचल, कनकाक्ष, बालांचा प्रभु, संचारक, कोकनद्ध, गृध्रपत्र, जंबूक, लोहाजवक्र, जवन, कुंभवक्र, कुंभक, स्वर्णग्रीव, कृष्णौजा, हंसवक्र, चंद्रभ, पाणिकूर्चा, शंबूक, पंचवक्र, शिक्षक, चाषवक्र, जंबूक, शाकवक्र, आणि कुंजल हे सर्वजण व योगी, महात्मे, सतत ब्राह्मणांवर प्रेम करणारे, ब्रह्मदेवाचे आश्रित व मोठमोठे मानकरी—कित्येक तरुण, कित्येक बाल, तर कित्येक वृद्ध, असे सर्व प्रकारचे हजारों सभासद, हे जनमेजया, त्या कुमाराजवळ जमले. याशिवाय, हे राजा, जे कित्येक नानाप्रकारच्या तोंडांचे लोक तेथें गोळा झाले होते, ते श्रवण कर. कासव व कोंबडा यांप्रमाणें ज्यांचीं मुखें आहेत असे; ससा व घुबड यांसारख्या तोंडांचे; खरमुखी व उष्ट्रमुखी; तसेच डुकरतोंड्ये; मांजर व ससे यांसारख्या मुखांचे; तसेंच, हे भारता, दीर्घमुखी; नकुल व उलूक यांचीं तोंडें धारण करणारे; तसेच दुसरे

कावळ्यासारख्या तोंडांचे, उंदीर, चातक व मोर यांसारखीं मुखें असलेले; दुसरे कित्येक मत्स्यमुखी व मेषमुखी, शेळी, मेंढी व म्हैस यांच्याप्रमाणें मस्तकें असलेले; अस्वलमुखी, व्याघ्रमुखी; चित्त्यासारखे तोंडाचे; सिंहमुखी; भयंकर गजमुखी; नक्रमुखी; गरुड, कंकपक्षी, लांडगा व कावळा यांच्यासारख्या तोंडाचे; दुसरे कित्येक बैल, गाढव व उंट यांच्याप्रमाणें तोंडें असलेले; आणि तसेच कित्येक मांजरासारख्या तोंडाचे होते. हे भारता, त्यांचीं पोटें, पाय व अवयव भले मोठे असून नेत्र ताऱ्यांप्रमाणें चमकत होते. दुसऱ्या कित्येकांचीं तोंडें पारव्यासारखीं होतीं; व आणखी दुसरे बैलासारख्या तोंडाचे होते. कोणाचीं तोंडें कोकिलासारखीं होतीं; कित्येकांचीं तोंडें ससाण्यासारखीं व कोणाचीं तित्तिर पक्ष्यासारखीं होतीं. कित्येकांचीं तोंडें सरड्यासारखीं असून त्यांनीं स्वच्छ वस्त्रें परिधान केलीं होतीं. कित्येकांचीं मुखें सर्पासारखीं होतीं व कित्येकांचीं शूलाच्या आकाराचीं होतीं ! कित्येकांचीं तोंडें अक्राळ विक्राळ होतीं, तर कित्येकांचीं चांगलीं सुंदर होतीं. त्यांतील कित्येक वस्त्रें नेसलेले सर्प होते व तशींच कित्येकांचीं तोंडें घोर्णसासारखीं[१] होतीं. कांहींचीं पोटें मोठीं, कांहींचीं कृश, कित्येकांचे हातपाय भले लठ्ठ, तर कित्येकांचे अगदीं बारीक; कोणाच्या माना बसलेल्या तर कोणाचे कान भले लांब, असे त्यांचे आकार कांहीं विलक्षण होते. कित्येकांनीं अनेक जातींचे साप भूषणांदाखल धारण केले होते ! कोणीं गजचर्म परिधान केलें होतें; आणि दुसऱ्या कित्येकांनीं कृष्णाजिनें परिधान केलीं होतीं. हे महाराजा, कित्येकांना खांद्यांशीं तोंडें होतीं व कित्येकांस पोटावरच होतीं ! त्याप्रमाणें पाठीवर तोंडें असलेले, हनुवटीशीं तोंडें असलेले, व ज्यांना गुडघ्याशींच मुखें आहेत असेही कित्येक होते ! पुष्कळांचीं तोंडें कुशीस होतीं, व तशींच पुष्कळांना अनेक निरनिराळ्या भागीं होतीं ! त्याचप्रमाणें कित्येक तुकड्यांवरील अधिकाऱ्यांचीं तोंडें कीट पतंगासारखीं होतीं. दुसऱ्यांचीं तोंडें निरनिराळ्या जातींच्या सर्पाप्रमाणें होतीं. कित्येकांना अनेक हात व अनेक मस्तकें होतीं. नानाप्रकारचे वृक्ष कोणाच्या हातांत होते; व तसेच दुसरे कित्येक कमरेजवळ मस्तकें असलेले असे होते ! कित्येक भुजंगाच्या शरीरासारख्या तोंडांचे, नानाप्रकारच्या ढोलींत व कपारींत राहणारे, वस्त्रानें देह झांकून घेतलेले, नानाप्रकारचीं सुवर्णाचीं वस्त्रें (चिलखतें) ल्यालेले, नानाजातींचीं पुष्पें व उट्या धारण केलेले, अनेक प्रकारचीं वस्त्रें परिधान केलेले, सुंदर माना असलेले, मोठे तेजःपुंज दिसणारे, तसेच चर्मधारी, पागोटीं व मुगुट घातलेले, व किरीट धारण केलेले होते. कित्येकांचे केंस सोन्यासारखे होते. कांहींजणांस पांच शेंड्या, कांहींस तीन, कांहींस दोन आणि दुसऱ्या कित्येकांस सात सात शेंड्या राखिलेल्या होत्या. कांहींनीं झुलपें राखिलीं होतीं; कांहींनीं टोप घातले होते; कित्येकांनीं मुंडन केलें होतें व कित्येक तर जटाधारीच होते ! कांहींजणांनीं चित्रविचित्र माळा घातल्या होत्या; आणि कित्येकांच्या तोंडावर दाढीमिशी वाढलेली होती. ते नित्य एका युद्धाची आवड धरणारे असून मोठमोठ्या देवांसही ते हार जात नसत. कांहीं काळे, कांहीं गालफडें बसलेले, कांहीं लांबरुंद पाठी असलेले, ज्यांचीं पोटें खपाटीला गेलीं आहेत असे कित्येक स्थूलपृष्ठ, कित्येक ऱ्हस्वपृष्ठ, ज्यांचें उदर व मेहन फारच लांब आहे असे, लांब हातांचे, आखूड हातांचे, ज्यांचे सर्वच अवयव तोकडे आहेत असे, खुजे व कुबडे, आणि ज्यांच्या फक्त मांड्यान्न

१ एक सर्पजाति आहे.

आखूड आहेत असे अनेक प्रकारचे लोक त्यांत होते. कित्येकांचे कान व मस्तकेंच हत्तीसारखीं होतीं. कांहींचीं नाकें हत्तीसारखीं, कांहींचीं कासवासारखीं व दुसऱ्या कांहींचीं लांडग्यांसारखीं होतीं. कित्येकांचे उच्छ्वास दीर्घ चालले होते; कित्येकांच्या मांड्या लांब होत्या; कित्येक अक्राळविक्राळ होते; व कांहीं खालीं तोंडें घातलेले होते. मोठमोठ्या दाढा असलेले, आखूड दाढांचे, व तसेच दुसरे चार चार दाढांचे होते. त्याचप्रमाणें, हे राजा, दुसरे हजारोंजण मोठे भयंकर व गजेंद्रासारखे पुष्ट दिसत होते. त्यांचे अवयव चांगले बाहेर निघालेले, तेजःपुंज व उत्तम सुशोभित केलेले होते. हे भारता, पिंगट नेत्रांचे, शंकूसारख्या कानांचे व लाल नाकें असलेले लोक तेथें होते. लहान दाढांचे, मोठमोठ्या दाढांचे, जाड ओठांचे व हिरवट केंस असलेले असे कित्येक होते. हे भारता, त्यांचे पाय, ओठ, दाढा, हात व केंस यांमध्यें अनेक प्रकारें भिन्नता होती, अनेक निरनिराळ्या प्रकारच्या चर्मांनीं त्यांनीं आपलें अंग आच्छादिलें होतें व त्यांच्या भाषाही नानाप्रकारच्या होत्या. त्या तुकड्यांवरील अधिपतींना देशभाषा उत्तम येत होत्या आणि ते त्या भाषांत एकमेकांशीं बोलत होते. अशा प्रकारचे ते महापारिषद तेथें सभोंवार हृष्ट होत्साते घिरट्या घालीत होते. कांहींच्या माना उंच होत्या, कित्येकांचीं नखें लांब लांब होतीं, कोणाचे हात, पाय व मस्तकें लांबट होतीं. कोणाचे डोळे पिंगट, दुसऱ्यांचे कंठ निळे, आणि, हे भारता, आणिकांचे कानच लांबलांब होते. कांहींजण वृकोदरासारखे दिसत होते, तर कोणी काजळासारखे काळे कुट्ट होते. कांहींचे नेत्र स्वच्छ होते, कांहींच्या माना लाल होत्या, आणि दुसऱ्यांचे नेत्र पिंगट होते. तसेंच, हे भारता, पुष्कळांचे अंगावर ठिपके ठिपके होते; आणि, हे राजा, त्यांचे वर्णही चित्रविचित्र होते;-चवऱ्या धारण करणारांप्रमाणें दिसणाऱ्या, व मोरासारख्या कांतिमान् अशा त्यांच्या रंगीबेरंगी व एकरंगीही तांबड्या व पांढऱ्या पंक्ति दिसत होत्या.

राजा, आणखी यांचीं आयुधें मी सांगत आहें तीं श्रवण कर. कोणी हातांत पाश घेऊन सज्ज झाले होते. कोणी आपलीं गर्दभांसारखीं मुखें पसरलीं होतीं. त्याचप्रमाणें पृष्ठाक्ष व नीलकंठ यांनीं हातांत परिघ घेतले होते. कोणाचे हातांत शतघ्नी होत्या. कोणी चक्रें घेतलीं होतीं व कित्येकांचे हातांत मुसळें होतीं. कित्येकांनीं तरवारी व मोगर घेतले होते. आणि, हे भारता, कांहींचे हातांत काठ्याच होत्या. आणि कितीएकांचे हातांत गदा व भुशुंडी असून दुसऱ्यांचे हातांत तोमर होते. याप्रमाणें विविध प्रकारचीं घोर आयुधें घेतलेले ते महानुभाव, महावेगी, महाबलाढ्य व रणप्रिय पारिषद कुमाराचा अभिषेक पाहून हृष्ट झाले; आणि अंगास घुंगुरमाळा बांधलेले ते महाबलाढ्य वीर आनंदानें नाचूं लागले. राजा, हे व दुसरे पुष्कळ महापारिषद त्या महात्म्या यशस्वी कार्तिकेयाजवळ प्राप्त झाले होते. यांशिवाय, दुसरे अंतरिक्षांतील अनिलसदृश, शूर व दिव्य राजे देवतांच्या आज्ञेप्रमाणें स्कंदाचे सेवक झाले; आणि अशा प्रकारचे हे हजारों, लाखों वीर त्या अभिषिक्त महात्म्यासभोंवतीं गराडा देऊन उभे राहिले!

अध्याय शेचाळिसावा.

—:०:—

तारकाचा वध.

वैशंपायन सांगतातः—राजा, शत्रुगणांचा निःपात करणारे जे मातृगण कुमाराचे अनुचर झाले होते, ते मी तुला सांगतों, श्रवण कर.

वीरा जनमेजया, ज्या कल्याणींनीं भागशः हें त्रैलोक्य व्यापिलें आहे, त्या यशस्विनी मातांचीं नांवें सांगतों, ऐक. प्रभावती, विशालाक्षी, पालिता, तशीच गोस्तनी, श्रीमती, बहुला, तशीच बहुपुत्रिका, अप्सुजाता,गोपाली, तशीच बृहदंबालिका, जयावती, मालतिका, ध्रुवरत्ना, अभयंकरी, वसुदामा, दामा, विशोका, तशीच नंदिनी, एकचूडा, महाचूडा, चक्रनेमि, उत्तेजनी, जयत्सेना, कमलाक्षी, शोभना, शत्रुंजया, तशीच क्रोधना, शलभी, खरी, माधवी, शुभवक्त्रा, तीर्थसेनि, गीतप्रिया, कल्याणी, रुद्ररोमा, अमिताशना, मेघस्वना, भोगवती, सुभ्रू, कनकावती, अलाताक्षी, वीर्यवती, विद्युज्जिह्वा, पद्मावती, सुनक्षत्रा, कंदरा, बहुयोजना, संतानिका, तशीच कमला, महाबला, सुदामा, बहुदामा, सुप्रभा, यशस्विनी, नृत्यप्रिया, शतोलूखलमेखला, शतघंटा, शतानंदा, भगनंदा, भाविनी, वपुष्मती, चंद्रशीता, भद्रकाली, ऋक्षा, अंबिका, निष्कुटिका, वामा, चत्वरवासिनी, सुमंगला, स्वस्तिमती, बुद्धिकामा, जयप्रिया, धनदा, सुप्रसादा, भवदा, जलेश्वरी, एडी, भेडी, समेडी, तशीच वेतालजननी, कंडूति, कालिका, देवमित्रा, वसुश्री, कोटरा,चित्रसेना, तशीच अचला, कुक्कुटिका, शंखलिका, तशीच शकुनिका, कुंडारिका, शंखलिका, कुंभिका, शतोदरी, उत्क्राथिनी, जलेला, महावेगा, कंकणा, मनोजवा, कंटकिनी, प्रघसा, तशीच पूतना, केशयंत्री, त्रुटि, वामा, क्रोशना व तडित्प्रभा, मंदोदरी, मुंडी, कोटरा, मेघवाहिनी, सुभगा, लंबिनी, लंबा, ताम्रचूडा, विकाशिनी, ऊर्ध्ववेणीधरा, पिंगाक्षी, लोहमेखला, पृथुवक्त्रा, मधुलिका, तशीच मधुकुंभा, पक्षालिका, मत्कुलिका, जरायु, जर्जरानना, ख्याता व दहदहा, तशीच धमधमा, खंडखंडा, पूषणा, मणिकुट्टिका, अमोघा, तशीच लंबपयोधरा, वेणूवीणाधरा, पिंगाक्षी, लोहमेखला, शशोलूकमुखी, कृष्णा, खरजंघा, महाजवा, शिशुमारमुखी, श्वेता, लोहिताक्षी, विभीषणा, जटालिका, कामचरी, दीर्घजिह्वा, बलोत्कटा, कालेहिका, वामनिका, मुकुटा, लोहिताक्षी, महाकाया, हरिपिंडा, एकत्वचा, सुकुसुमा, कृष्णकर्णी, क्षुरकर्णी, चतुष्कर्णी, तशीच कर्णप्रावरणा, चतुष्पथनिकेता, गोकर्णी, महिषानना, खरकर्णी, महाकर्णी, भेरीस्वना, महास्वना, शंखकुंभश्रवा, भगदा, महाबला, गणा, सुगणा, तशीच अभीति व कामदा, चतुष्पथरता, भूमितीर्था, अन्यगोचरी, पशुदा, वित्तदा, सुखदा, महायशा, पयोदा, गोमहिषदा, सुविशाला, प्रतिष्ठा, सुप्रतिष्ठा, रोचमाना, सुरोचना, नौकर्णी, मुखकर्णी, विशिरा, तशीच मंथिनी, एकचंद्रा, मेघकर्णा, मेघमाला, विरोचना, ह्या व दुसऱ्या पुष्कळ माता कार्तिकेयाच्या अनुयायी झाल्या होत्या. हे भरतर्षभा, त्या हजारों असून त्यांचीं रूपेंही नानाप्रकारचीं होतीं. कित्येक दीर्घनखी होत्या, कित्येक दीर्घदंती होत्या; आणि हे भूपते, कित्येकींचीं तोंडें लांब होतीं. कित्येक भरतारुण्यांत आलेल्या उत्तम दागदागिने घालून सजलेल्या व सशक्त असून त्यांची आकृतिही मधुर होती. त्या इच्छित रूप धारण करणाऱ्या असून त्या प्रत्येकीचें कांहीं पृथक् माहात्म्य होतें. दुसऱ्या कित्येक अगदीं हाडकुळ्या होत्या. कांहीं पांढऱ्या, कांहीं सुवर्णगौर, कांहीं कृष्णमेघाप्रमाणें श्याम, व इतर कांहीं धुरकट रंगाच्या होत्या; आणि, जनमेजया, कांहीं अरुणवर्णाच्या होत्या. त्या महाभोगी, दीर्घकेशी व स्वच्छ वस्त्रें परिधान केलेल्या होत्या. कितीएकींच्या वेण्या वर उचललेल्या होत्या, नेत्र पिंगट होते, आणि मेखला लांबलांब होत्या. कित्येकींचीं पोटें मोठमोठीं होतीं, कांहींचे कान लांब होते आणि कित्येकजणींचे स्तन लंबाय-

मान होते. कांहींचे डोळे लाल होते, कित्येकींच्या सर्वच शरीराचा रंग तांबडा होता, आणि दुसऱ्यांचे नेत्र हिरवट होते! त्या वरदायिनी, कामचारिणी व नित्यप्रमुदित अशा होत्या. याम्या, रौद्रा, सौम्या, महाबलाढ्या कौबेरी, वारुणी, तशीच माहेंद्री, आग्नेयी, वायवी व कौमारी यांच्याप्रमाणेंच, हे भरतर्षभा, ब्राह्मी, वैष्णवी, सौरी आणि महाबला वाराही, ह्या सर्वजणी रूपानें अप्सरांच्या तोडीच्या तशाच मनोहारिणी व मनोरम होत्या. त्यांची वाणी कोकिलेसारखी; तशाच त्या संपत्तींत कुबेराच्या बरोबरीच्या; युद्धांत इंद्राप्रमाणें पराक्रमी व तेजानें अग्नितुल्य होत्या. शत्रूंशीं युद्ध चालू असतां त्या सदोदीत त्यांस चळचळां कांपवीत! त्या इच्छित रूप धारण करणाऱ्या असून वेगानें वायूच्या बरोबरीच्या होत्या. त्यांचें बल व वीर्य अचिंत्य होतें; आणि पराक्रमही तसाच होता. त्या वृक्षचत्वरावर राहाणाऱ्या, चवाठ्यावर राहाणाऱ्या, गुहांत व स्मशानांत वास करणाऱ्या आणि शैल व पाणवठा यांवर असणाऱ्या अशा होत्या. त्या नानाभूषणें ल्यायलेल्या होत्या, त्यांनीं नानाप्रकारचीं फुलें व वस्त्रें धारण केलीं होतीं, विविध प्रकारचे चित्रविचित्र पोषाक त्यांनीं घातले होते, आणि त्यांच्या भाषाही नानाप्रकारच्या होत्या. हे नृपश्रेष्ठा, अशा प्रकारचे हे व शत्रूंस भयभीत करणारे पुष्कळ दुसरेही समूह त्रिदशेंद्राच्या अनुमतीनें त्या महात्म्या कुमाराच्या मागून चालले होते.

हे राजशार्दूला, मग भगवान् पाकशासनानें सुरद्वेष्ट्यांच्या विनाशार्थ गुहास शक्ति व अस्त्र दिलें; एक मोठ्या आवाजाची, पांढरी स्वच्छ व चमकणारी अशी प्रचंड घंटा दिली; आणि हे भरतर्षभा, अरुणादित्य रंगाची एक पताकाही दिली. पशुपतीनें त्याला एक सर्व भूतांची प्रचंड सेना दिली. ती उग्र, नानाआयुधें वापरणारी, तप, वीर्य व बल यांनीं युक्त व अजिंक्य असून तिजबरोबर शांकरगणही होते. त्या सेनेचें नांव 'धनंजया' असें होतें. तीमध्यें रुद्रासारखे बलाढ्य असे तीन अयुत योद्धे होते! आणि रणांतून मागें फिरणें हें त्यांस मुळीं माहीतच नव्हतें! बलवर्धक अशी वैजयंती माला विष्णूनें त्यास दिली. उमेनें सूर्यासारखीं उज्ज्वल अशीं दोन स्वच्छ वस्त्रें दिलीं. ज्यांतून अमृताचा उद्भव झाला आहे, असा एक उत्तम दिव्य कमंडलु गंगेनें त्यास अर्पण केला; आणि बृहस्पतीनें प्रीतीनें त्या कुमाराला एक दंड दिला. गरुडानें आपला लाडका पुत्र जो चित्रविचित्र पिच्छांचा मोर तो त्याच्या सेवेस वाहिला; अरुणानें ताम्रचूड व चरणायुध दिलें; जलराज वरुणानें एक बलवीर्यसमन्वित नाग त्यास अर्पण केला; आणि प्रभु ब्रह्मदेवानें त्या ब्राह्मणप्रियास कृष्णाजिन दिलें व त्या लोकभावनानें त्यास रणांगणांत विजय अर्पण केला.

याप्रमाणें, राजा, देवगणांचें सैनापत्य मिळाल्यावर तो स्कंद म्हणजे दुसरा प्रदीप्त व ज्वालामाली अग्निच कीं काय असा शोभूं लागला. नंतर पारिषद व मातृगण यांसह तो स्कंद देवांस हर्षवीत दैत्यांचा नाश करण्यासाठीं निघाला. जींत घंटा वाजत आहेत, ध्वज उभारले आहेत, आणि भेरी, शंख व मुरज यांचे शब्द चालले आहेत, अशी ती आयुधें व पताका यांनीं युक्त असलेली प्रचंड व भयंकर सेना--नक्षत्रांनीं सुशोभित दिसणाऱ्या शरदृतूंतल्या आकाशाप्रमाणें शोभत होती. नंतर ते देवसमुदाय व विविध भूतगण एकसारखे भेरी, पुष्कळसे शंख, पटह, झांज, क्रकच, गोविषाणिक, आडंबर, गोमुख आणि मोठ्या शब्दाचे डिंडिम वाजवूं लागले, तसेच ते इंद्रासुद्धां सर्व देव त्या कुमारास तुष्ट करूं लागले, देव व

गंधर्व गायन करूं लागले; आणि अप्सरांच्या ताफ्यांनीं नृत्य आरंभिलें. नंतर त्या संतुष्ट झालेल्या महासेनानें देवांस वरप्रदान केलें कीं, "जे तुमचा वध करूं पहात आहेत, त्या तुमच्या शत्रूंचा मी रणांत वध करीन!"

जनमेजया, त्या विबुधश्रेष्ठापासून असा वर मिळतांच देवांस हर्ष झाला; आणि 'आतां शत्रु निधन पावलेच!' असें ते महात्मे मानूं लागले. त्या महात्म्यानें तो वर दिला, तेव्हां सर्व भूतसंघांनीं हर्षानें ज्या आरोळ्या ठोकिल्या त्यांच्या ध्वनीनें तिन्ही लोक दुमदुमून गेले. नंतर, राजा, ज्याच्याभोंवतीं महान् सैन्याचा वेढा पडला आहे, असा तो महासेन देवांच्या रक्षणासाठीं व युद्धांत दैत्यांचा वध करण्यासाठीं बाहेर पडला. हे जनाधिपा, व्यवसाय, जय, धर्म, सिद्धि, लक्ष्मी, धृति व स्मृति ह्या त्या महासेनाच्या सैन्याचे अग्रभागीं चालल्या होत्या. जिनें हातांत शूल, मोगर व अलातचक्रें घेतलीं आहेत, अंगांत चित्रविचित्र आभरणें व कवचें चढविलीं आहेत, गदा, मुसळें, बाण, शक्ति व तोमर हीं हातांत घेतलीं आहेत, आणि जी मदोन्मत्त सिंहाप्रमाणें गर्जना करीत आहे, अशा त्या भयंकर सेनेसहवर्तमान तो गुह स्वतः गर्जना ठोकून बाहेर पडला. त्यास पाहातांच सर्व दैत्य, राक्षस व दानव भयभीत होऊन सर्व दिशांस पळूं लागले; आणि विविध आयुधें उगारून देव त्यांचा पाठलाग करूं लागले. मग दैत्यांस पाहातांच संतप्त झालेल्या त्या तेजस्वी व बलाढ्य अशा भगवान् स्कंदानें पुनःपुनः भयंकर शक्त्यस्त्राचा प्रयोग चालविला; आणि हविर्द्रव्यानें समिद्ध झालेल्या अग्नीप्रमाणें आपलें तेज प्रकट केलें. याप्रमाणें अमिततेजस्वी स्कंद एकसारखा त्या शक्त्यस्त्राचा प्रयोग करूं लागला, तेव्हां, हे महाराजा, प्रज्वलित उल्का भूमीवर पडूं लागल्या, त्यांचे भयंकर शब्द होऊं लागले, आणि जमिनीवर प्रलयकालच्याप्रमाणें अत्यंत भयंकर धक्के बसूं लागले. हे भरतर्षभा, त्या अग्निपुत्रानें तेव्हां एकच शक्ति फेंकली, परंतु तिजपासून कोट्यवधि शक्ति उत्पन्न झाल्या! मग त्या संतुष्ट झालेल्या भगवान् स्कंद प्रभूनें महाबलाढ्य व महापराक्रमी जो दैत्येंद्र तारक, त्याचा, बलाढ्य व वीर्यशाली अशा दहा अयुत दैत्यांसहवर्तमान वध केला! महिषासुरासभोंवतीं आठ पद्में दैत्यांचा गराडा होता, तथापि त्याचाही त्या सर्वांसह युद्धांत निःपात उडविला! एक हजार अयुत दैत्यांनीं युक्त असलेल्या त्रिपादास ठार केलें! आणि दहा निखर्व दैत्यांनीं परिवारित अशा ह्रदोदरास—विविध आयुधें हातांत घेतलेल्या त्याच्या अनुचरांसह—परलोक दाखविला. राजा, याप्रमाणें शत्रूंचा वध होऊं लागला, तेव्हां कुमाराचे अनुचर दशदिशा दणाणवीत प्रचंड गर्जना करूं लागले, नाचूं लागले, वल्गना करूं लागले, आणि हर्षभरित होत्साते मोठ्यानें हसूं लागले. राजेंद्रा, मग त्या शक्त्यस्त्राच्या तेजानें सर्व त्रैलोक्य त्रस्त झालें! दुसरे हजारों दैत्य स्कंदाच्या नुसत्या शब्दानेंच दग्ध झाले! कित्येक सुरद्वेष्टे पताकेच्या वाऱ्यानें दूर उडविले गेले व ठार झाले! कित्येक घंटानादानें त्रस्त होऊन भूतलावर पडले! आणि कित्येक शस्त्रांनीं छिन्नभिन्न होऊन गतप्राण होऊन पडले! याप्रमाणें त्या बलवान् वीर कार्तिकेयानें अनेक आततायी देवशत्रूंस समरांगणांत ठार केलें.

राजा जनमेजया, बलीचा पुत्र बाण म्हणून एक महाबलाढ्य दैत्य होता. तो क्रौंच पर्वताच्या आश्रयानें देवगणांस पीडा देत असे. त्या देवशत्रूवर मग उदारधी कार्तिकेयानें चाल केली असतां तो त्याच्या भीतीनें क्रौंच पर्वतास शरण जाऊन त्याच्या पोटांत दडून बसला.

तेव्हां मग भगवान् कार्तिकेयानें तो क्रौंच पक्ष्यांच्या किलबिलाटानें भरलेला क्रौंच पर्वतच अग्निदत्त शक्तीच्या योगानें भग्न केला. त्या वेळीं त्या पर्वतावरील शालवृक्षांच्या मोडून पडलेल्या फांद्या त्या सर्व पर्वतभर विखुरल्या; त्यावरील वानर व हत्ती त्रस्त झाले; पक्षी भयभीत होऊन दूर उडून गेले; भुजंग बिळांतून बाहेर पडले; माकडें व अस्वलें यांचे थवेचे थवे चीं चीं करीत पळत सुटल्यामुळें तो पर्वत दणाणून गेला; आणि कुरंगांच्या शब्दानें सर्व वन दुमदुमून गेलें; शरभ बाहेर पडूं लागले आणि सिंहही एकाएकीं पळत सुटले! राजा, अशी सर्व प्रकारें दैना उडाली असतांही तो पर्वत शोभतच होता. त्याच्या शिखरांवर राहाणारे विद्याधर दूर उडून गेले, आणि किन्नरही त्या शक्तिपाताच्या शब्दानें दचकून अतिशय उद्विग्न झाले. मग जेव्हां तो पर्वत पटूं लागला, तेव्हां त्यांतून विलक्षण प्रकारचीं आभरणें व माळा घातलेले शेंकडों हजारों दैत्य बाहेर पडले; आणि कुमाराच्या अनुचरांनीं त्या सर्वांचा रणांत पराभव करून त्यांस ठार मारिलें. आणि देवेंद्रानें वृत्रास मारिलें तद्वत् स्वतः त्या क्रुद्ध भगवान् स्कंदानें तो दैत्येंद्राचा पुत्र पाठच्या भावांसहवर्तमान त्वरित ठार केला! अशा प्रकारें, राजा, परवीरांतक स्कंदानें शक्तीच्या योगानें मोठ्या जोरानें त्या क्रौंच पर्वताचे अनेक तुकडे उडविले. त्यानें रणांत फेंकलेली शक्ति पुनःपुनः त्याचे हातांत येत असे,—असा त्याचा प्रभाव असल्यामुळें व तो तेज, शौर्य, यश व श्री यांनीं इतरांपेक्षां द्विगुणित संपन्न असल्यामुळें त्यानें क्रौंच पर्वताच्या ठिकऱ्या उडविल्या आणि शेंकडों दैत्य मारिले!

याप्रमाणें त्या भगवान् स्कंदानें देवशत्रूंस ठार केलें, तेव्हां देव त्याचें भजन करूं लागले व त्यांस परम हर्ष झाला. नंतर, हे भरतकुलोत्पन्ना राजा, दुंदुभि व शंख वाजूं लागले, शेंकडों हजारों देवस्त्रिया त्या योगिराजावर सर्वोत्तम अशी पुष्पवृष्टि करूं लागल्या, सुगंधानें भरलेला पुण्यवायु वाहूं लागला, आणि गंधर्व व यजन करणारे महर्षि त्याची स्तुति करूं लागले! कोणी त्याला 'पितामहाचा पुत्र' 'ब्रह्मयोनि' 'सर्वांचा अग्रज' व 'सनत्कुमार' असें म्हणूं लागले, कोणी त्यास महादेवाचा पुत्र, कोणी अग्नीचा, कोणी उमेचा, कोणी कृत्तिकांचा व कोणी गंगेचा पुत्र म्हणून म्हणूं लागले. इतकेंच नव्हे, तर ते त्या महाबलाढ्य योगेश्वरास एक, दोन, चारच काय—पण शेंकडों हजारों नांवांनीं संबोधूं लागले. राजा, याप्रमाणें मीं तुला स्कंदाभिषेकाची कथा सांगितली. आतां या सरस्वतीच्या श्रेष्ठ तीर्थाचें पावित्र्य कसें आहे तें श्रवण कर. हे महाराजा, कुमारानें देवशत्रूंचा निःपात केला असतां, दुसरा स्वर्गच कीं काय असें हें श्रेष्ठ तीर्थ उत्पन्न झालें. या ठिकाणीं असतांना प्रभु कार्तिकेयानें पृथक् पृथक् ऐश्वर्यें वांटून दिलीं, आणि देवांस त्रैलोक्य अर्पण केलें. असो; याप्रमाणें, हे महाराजा, त्या दैत्यकुलांतक भगवान् देवसेनापतीला या तीर्थावर देवांनीं अभिषेक केला. हे भरतर्षभा, या तीर्थाचें नांव तैजस असें असून येथेंच पूर्वीं सुरगणांनीं वरुणाला जलपतित्वाचा अभिषेक केला!

या श्रेष्ठ तीर्थांत बलरामानें स्नान केलें, स्कंदाचें पूजन केलें, आणि ब्राह्मणांस सोनें, वस्त्रें व अलंकार अर्पण केले. मग तो परवीरांतक माधव एक रात्र तेथें राहिला, आणि त्या तीर्थराजाचें पूजन व स्नान घडल्यामुळें; त्या माधवोत्तमास मोठा हर्ष व समाधान झालें, राजा, तूं विचारिल्याप्रमाणें, भगवान् स्कंदाला एकत्र जमलेल्या देवांनीं कसा अभिषेक केला, तो सर्व वृत्तांत मीं कथन केला आहे.

अध्याय सत्तेचाळिसावा.

—:०:—

सारस्वतोपाख्यान.

जनमेजय विचारतोः—ब्रह्मन्, आपणापासून मीं हा जो कुमाराचा यथाविधि अभिषेक विस्तारपूर्वक ऐकिला, तो अत्यंत अद्भुत खरा. हे तपोधना, याच्या श्रवणानें मी पुनीत झालों असें समजतों. माझे प्रत्येक रोम हर्षपूर्ण व मन प्रसन्न झालें आहे. कुमाराचा अभिषेक व तसाच दैत्यांचा वध ऐकून मला समाधान वाटलें. तथापि त्याबरोबरच आणखी एक उत्सुकता उत्पन्न झाली आहे. तेव्हां, हे महाप्राज्ञा, येथें पूर्वी देवांनीं जलराज वरुणाला कशा प्रकारें अभिषेक केला, तें मला कथन करा. हे सत्तमा, आपण सांगण्याविषयीं कुशल आहां.

वैशंपायन सांगतातः—राजा, पूर्वकल्पांतील हा आश्चर्यकारक कथाभाग यथातथ्य श्रवण कर. राजा, पहिल्यानें कृतयुग नीटपणें चाललें असतांना, सर्व देवता वरुणासन्निध जमून त्यास ह्मणाल्या, "ज्याप्रमाणें सुरपति इंद्र आमचें भयापासून सर्वदा रक्षण करितो, त्याप्रमाणें तूं सर्व नद्यांचा भयापासून रक्षण करणारा पति हो. हे देवा, तुझें राहाणें नित्य मकरालयसागरांत असावें. हा नदीपति समुद्र तुझ्या आज्ञेंत रहात जाईल. सोमाबरोबरच तुलाही क्षयवृद्धि होतील." यावर "ठीक आहे. असें होऊं द्या." असें वरुण त्या देवांस म्हणाला. तेव्हां मग ते सर्व देव त्या सागरनिवासी वरुणासभोंवतीं जमा झाले; आणि विधिप्रयुक्त कर्माच्या योगानें त्यांनीं त्यास जलाचा राजा केलें. नंतर जलचरांचा अधिपति म्हणून वरुणास अभिषेक करून व त्याची पूजा करून देव स्वस्थानीं गेले; आणि मग तो देवगणाभिषिक्त महायशस्वी वरुण—देवांचें जसें शतक्रतु तसें—नद्या, सागर, नद व सरोवरें यांचें यथाविधि पालन करूं लागला.

राजा, महाप्राज्ञ बलरामानें या तीर्थांतही स्नान करून नानाप्रकारचें द्रव्य दान केलें; आणि नंतर तो प्रलंबारि येथून अग्नितीर्थास गेला. या ठिकाणीं शमीगर्भांत शिरलेला अग्नि आंतल्या आंत नाहींसा होऊन दिसेनासा झाला, आणि सर्व लोकांचा विनाश होण्याची वेळ येऊन ठेपली. तेव्हां सर्व देव हे सर्वलोकपितामह जो ब्रह्मदेव त्याकडे गेले आणि म्हणाले, "भगवान्, अग्नि नाहींसा झाला आणि कारण तर कांहींच दिसत नाहीं. महाराज, सांप्रत सर्व भूतांचा क्षय होण्याचा समय प्राप्त झाला आहे. तर, हे प्रभो, कसेंही करून अग्नीचा शोध लावा." राजा, जेथें हा प्रकार घडला तेंच हें अग्नितीर्थ.

जनमेजय विचारितोः—लोकांची स्थिति ज्यावर अवलंबून आहे, असा तो भगवान् अग्नि कां नष्ट झाला, आणि पुढें देवांस तो कसा सांपडला, तें मला तत्त्वतः स्पष्ट करून सांगा.

वैशंपायन सांगतातः—प्रतापी अग्नि भृगूच्या शापापासून[1] अत्यंत भय पावून शमीगर्भांत शिरला आणि नाहींसा झाला. नंतर अग्नि नष्ट झाला असतां इंद्रासुद्धां सर्व देव अत्यंत दुःखित होऊन त्याचा शोध करूं लागले; शोधतां शोधतां ते या अग्नितीर्थावर आले; आणि तेथें त्यांस अग्नि शमीगर्भांत यथाविधि रहात असल्याचें दिसून आलें. हे नरव्याघ्रा, बृहस्पति व इंद्र यांसह ते सर्व देव अग्नि सांपडतांच संतुष्ट झाले आणि आल्या वाटेनें परत गेले. नंतर, हे महाभागा, तो अग्नि पूर्ववत् प्रकट झाला; पण भृगूच्या शापामुळें—तो ब्रह्मवादी बोलल्याप्रमाणें तो सर्वभक्षक

---

१ हें अग्निपाशाचें वृत्त आदिपर्व अध्याय ५, ६, ७ यांत सविस्तर दिलें आहे तें पहावें.

झाला. जनमेजय राजा, येथें स्नान वगैरे करून बुद्धिमान् बलराम हा, सर्व लोकांचा पितामह भगवान् ब्रह्मदेव यानें पूर्वी जेथें उत्पत्ति केली त्या ब्रह्मयोनितीर्थास गेला. तेथेंच पूर्वी देवांसहवर्तमान प्रभु ब्रह्मदेवानें स्नान करून देवतांचीं तीर्थें यथाविधि निर्माण केलीं. या ठिकाणीं स्नान व पुष्कळ द्रव्य दान करून बलराम मग कौबेरतीर्थास गेला. त्या ठिकाणीं, राजा, प्रभु कुबेरानें मोठी तपश्चर्या केली आणि धनाधिपतित्व मिळविलें. राजा, तो तेथेंच असतांना त्याजपाशीं द्रव्य व निधि प्राप्त झाले. हे नरश्रेष्ठा, हलधर बलरामानें त्या तीर्थावर जाऊन व विधिपूर्वक स्नान करून ब्राह्मणांस द्रव्य वांटलें; आणि महाथोर यक्षपति कुबेरानें पूर्वी ज्या ठिकाणीं मोठी तपश्चर्या करून पुष्कळ वर, धनाधिपतित्व, महातेजस्वी रुद्राशीं सख्य, देवपणा, लोकपालाची जागा आणि नलकूबर नामक पुत्र मिळविला, तें कौबेर वनांतील ठिकाण बलरामानें पाहिलें. हे महाबाहो, ज्या ठिकाणीं धनाधिपतीनें वरादिकांची प्राप्ति करून घेतली, त्याच ठिकाणीं देवगणांनीं जमून त्याला अभिषेक केला; आणि हंस जोडलेलें व मनाप्रमाणें वेगवान् असें तें वाहन म्हणजे पुष्पक नामक दिव्य विमान आणि देवांचें ऐश्वर्य त्यास दिलें. राजा, या ठिकाणीं स्नान, दान वगैरे करून तो श्वेतानुलेपन बलराम त्वरेनें 'बदरपाचन' नामक शुभ तीर्थास गेला. राजा, या ठिकाणीं नांदुरकीच्या झाडांचीं बनें असून हें फलपुष्पांनीं सदोदीत भरलेलें असतें आणि येथें सर्व प्रकारचे प्राणी राहातात.

अध्याय अठ्ठेचाळिसावा.

—:०:—

बदरपाचनतीर्थवर्णन.

वैशंपायन सांगतातः—नंतर, राजा, तपस्वी व सिद्ध यांनीं सेवित अशा बदरपाचन नामक श्रेष्ठ तीर्थास राम गेला. राजा, सौंदर्यानें पृथ्वींत अप्रतिम असलेल्या श्रुतावती नामक भरद्वाजांच्या मुलीनें व्रत धारण करून, ब्रह्मचारिणी कुमारी राहून व अनेक नियम पाळून त्या ठिकाणीं अतिशय उग्र तपश्चर्या केली. 'देवराज इंद्रच पति मिळाला पाहिजे' असा निश्चय करून तत्प्राप्त्यर्थ त्या भामिनीनें ही तपश्चर्या केली. जनमेजया, स्त्रियांना आचरण्यास केवळ दुरापास्त असे भयंकर नियम पाळीत असतां तिचीं पुष्कळ वर्षें निघून गेलीं. शेवटीं, राजा, तिची ती निर्धारी वृत्ति, तपश्चर्या व परमभक्ति यांच्या योगानें भगवान् इंद्र संतुष्ट झाला; आणि तो देवांचा राजा महात्म्या वसिष्ठ मुनींचें रूप घेऊन तिच्या आश्रमास प्राप्त झाला. हे भारता, तप करणारांत श्रेष्ठ, उग्र तपश्चर्या करणारे, आणि मुनिदृष्ट आचार पाळणारे ते वसिष्ठ मुनि पाहातांच तिनें त्यांची पूजा केली; आणि ती वर्तननियम जाणणारी मधुरभाषिणी कल्याणी त्यांस म्हणाली, "हे भगवन्, हे मुनिशार्दूला, आपली काय आज्ञा आहे? महाराज, एक या हाताशिवाय मी आज आपणांस आपल्या शक्तीप्रमाणें सर्व कांहीं अर्पण करीन. हे सुव्रता, माझी इंद्रावर भक्ति बसली असल्यामुळें मी आपला हात मात्र तुम्हांला कदापि देणार नाहीं! त्रिभुवनाचा अधिपति जो इंद्र त्यास व्रतें, नियम व तपश्चर्या यांच्या योगें मला संतुष्ट करावयाचें आहे!"

राजा, असें ती बोलतांच भगवान् इंद्रानें तिजकडे निरखून पाहिलें; आणि तिचा निर्धार जाणून तिला आश्वासन देत तो म्हणाला, "हे सुव्रते, तूं उग्र तपश्चर्या करीत आहेस, हें मी जाणतों. हे कल्याणि, ज्या उद्देशानें तूं हें आरंभिलें आहेस, तो तुझा

मनोदय पूर्ण होईल; आणि हे वरानने, तुला पाहिजे आहे तसें सर्व घडून येईल. अगे, तपश्चर्येनें सर्व कांहीं प्राप्त होतें; आणि पुनः, जसें पाहिजे तसें होतें. हे शुभानने, देवांचीं जीं दिव्य स्थानें आहेत, तीं तपानेंच प्राप्त होतात; व महत्सुख हें तपोमूलकच आहे, तें तपावांचून मिळत नाहीं, हें मनांत जाणून मनुष्य घोर तपश्चर्या करून व देहत्याग करून देवत्व पावतात. अस्तु, हे कल्याणि, माझें एक लहानसें काम आहे तें ऐक. हे सुभगे शुभव्रते, मजपाशीं हीं पांच बोरें आहेत, एवढीं शिजवून दे."

जनमेजया, असें म्हणून तो भगवान् बलसूदन तिचा निरोप घेऊन थोड्या अंतरावर गेला आणि जप करीत बसला. हे मानदा, इंद्र तेथें बसल्यामुळें, या कन्येच्या आश्रमापासून जवळच तें त्याचें बसण्याचें ठिकाण 'इंद्रतीर्थ' म्हणून त्रैलोक्यांत विख्यात झालें. भरद्वाजकन्येच्या सत्त्वाची परीक्षा पहावी, अशी इंद्राला जिज्ञासा असल्यामुळें त्यानें तीं बोरें शिजूंच नयेत असें केलें ! मग राजा, जिनें मोठी तपश्चर्या केली आहे, वाणीचा निग्रह केला आहे, श्रम जिंकिले आहेत, आणि जी उद्दिष्ट कार्यांत तत्पर असे, अशा त्या पावित्र्यानें शोभणाऱ्या श्रुतावतीनें तीं बोरें विस्तवावर ठेविलीं आणि ती महाव्रता तीं शिजवूं लागली. हे राजशार्दूला पुरुषर्षभा, शिजवितां शिजवितां तिचा किती तरी वेळ गेला, तथापि तीं मुळींच शिजलीं नाहींत ! शेवटीं दिवसही मावळला, तिच्या आश्रमांत असलेलीं सर्व लांकडें जळून संपलीं, आणि चुलींत लांकडाचा तुकडाही राहिला नाहीं. शेवटीं आतां लांकडावांचून अग्नि विझेल, असें पाहून तिनें आपलें शरीर जाळून घेतलें, हे अनघा, त्या सुंदरीनें आपले पाय चुलींत घातले; आणि ते जसजसे जळूं लागले तसतशी ती ते अधिक अधिक आंत सारूं लागली ! पाय जळत असतांही त्या निष्कलंकेनें त्यांची पर्वा केली नाहीं ! तिला त्याबद्दल कांहींच वाटलें नाहीं ! अशा प्रकारें महर्षीचें प्रिय करण्याच्या बुद्धीनें ती दुष्कर कर्म करीत असतां तिच्या मनाला वाईट वाटलें नाहीं, किंवा तोंडावरही दुःखाचा कांहीं विकार झाला नाहीं ! शरीर अग्नीनें पेटवून जणू पाण्यांतच उभी असल्याप्रमाणें ती हर्षभरित होती ! हे भारता, तिची निराशा तर झाली नाहींच, पण "काय पाहिजे तें होवो, बोरें शिजवावयाचींच !" असा तिच्या मनाचा निर्धार उत्तरोत्तर वाढतच गेला ! एक "बोरें शिजवून दे" हें ऋषींचें वाक्य मनांत घट्ट धरून ती शुभांगी सारखी बोरें शिजवीत बसली; परंतु, राजा, तीं शिजलींच नाहींत ! भगवान् अग्नीनें तिचे दोन्ही पाय जाळून खाक केले, परंतु तिच्या मनाला यत्किंचितही दुःख झालें नाहीं ! नंतर तिचें हें कृत्य पाहून त्रिभुवनेश्वर इंद्र संतुष्ट झाला; आणि त्या कन्येला आपलें खरें रूप दाखवून तो त्या अत्यंत दृढतेनें व्रताचरण करणाऱ्या कन्यकेस म्हणाला, "हे शुभे, तुझ्या भक्तीनें, तपानें व नियमाचरणानें मी संतुष्ट झालों आहें. तेव्हां हे शुभांगि, तुझा जो इच्छित मनोरथ आहे तो परिपूर्ण होईल. तूं हा देह त्यागून स्वर्गांत मजसमागमें वास्तव्य करशील. सर्व पातकें भस्म करणारें, त्रैलोक्यांत प्रख्यात व ब्रह्मर्षींनीं सेविलेलें असें हें तुझें बदरपाचन नामक उत्कृष्ट तीर्थ यावच्चंद्रदिवाकरौ जगांत कायम राहील. हे महाभागे, हे निष्पापे सुंदरि, याच तीर्थवराचे ठिकाणीं अरुंधतीचा त्याग करून सप्तर्षि हिमालयावर गेले. ते महापुण्यशील महाभाग येथें राहात असतां उदरनिर्वाहासाठीं फळें आणण्यास जात असत. याप्रमाणें

ते वृत्त्यर्थी हिमालयाचे अरण्यांत गेले असतां बारा वर्षें अवर्षण पडलें. तेव्हां त्या तपस्व्यांनीं त्या वनांतच आश्रम करून तेथें वसति केली; आणि त्याच वेळीं इकडे अरुंधतीही ह्या तीर्थावर नित्य तपश्चर्येंत मग्न राहिली. पुढें अरुंधती कडक नियम पाळीत आहे असें पाहून वरदायक त्रिनेत्रधारी महादेव सुप्रीत झाला; आणि मग ब्राह्मणाचा वेष धारण करून तिच्या जवळ येऊन म्हणाला, "हे शुभांगि, मला भिक्षा घाल." त्या चारुसुंदरीनें त्या ब्राह्मणास प्रत्युत्तर दिलें, "हे विप्रा, अन्नाचा सांठा तर सर्व संपून गेला आहे, तेव्हां हीं बोरें खा." मग महादेव म्हणाला, "ठीक आहे; हे सुव्रते, हींच शिजव." तें ऐकून ब्राह्मणाचें प्रिय करण्याच्या हेतूनें त्या यशस्विनीनें तीं बोरें प्रदीप्त अग्नीवर ठेवून शिजत ठेविलीं; आणि तीं शिजत तोंपर्यंत तिनें त्या ब्राह्मणापासून मनोरम व पुण्यकारक अशा दिव्य कथा श्रवण केल्या. याप्रमाणें तीं बोरें शिजवीत व पवित्र कथा ऐकत निराहार बसली असतां ती बारा वर्षांची घोर अनावृष्टि निघून गेली. बारा वर्षेंपर्यंत ती तशीच बसली होती, परंतु हा एवढा अतिदारुण कालही तिला केवळ एका दिवसासारखाच वाटला! नंतर ते मुनि पर्वतांतून फळें घेऊन तेथें आले, तेव्हां भगवान् महादेव अरुंधतींवर प्रसन्न होऊन तीस म्हणाले, "हे धर्मज्ञे, पूर्वीच्या तुझ्या नियमाप्रमाणें या ऋषींस सामोरी हो. हे धर्मज्ञे, मी तुझ्या तपानें व नियमानें संतुष्ट झालों आहें!"

"मग शंकरानें आपलें स्वरूप प्रकट केलें आणि त्या ऋषींस अरुंधतीचें सर्व चरित्र सांगून तो म्हणाला, "विप्रहो, तुम्हीं हिमालयावर जें तप संपादन केलें, तें अरुंधतीच्या तपाच्या मुळींच बरोबरीचें नाहीं, असें माझें मत आहे. ह्या तपस्विनीनें येथें कांहींएक न खातां हीं बोरें शिजविण्यांत संपूर्ण बारा वर्षें घालवून अत्यंत दुश्चर असें तप केलें आहे." मग भगवान् पुनः अरुंधतीला म्हणाला, "हे कल्याणि, तुझ्या हृदयांत जो मनोरथ असेल तो वर माग." तेव्हां ते सप्तर्षि भोंवतीं बसले असतांना ती पृथुताम्राक्षी देवास म्हणाली, 'भगवन्, जर आपण मजवर संतुष्ट झालां आहां, तर हें एक अद्भुत तीर्थ व्हावें. याचें नांव 'बदरपाचन' असें असावें. हें देव, ऋषि व सिद्ध यांस प्रिय व्हावें; आणि तसेंच, हे देवदेवेशा, जो कोणी शुद्धपणें येथें त्रिरात्रपर्यंत राहील, त्याला बारा वर्षें उपोषण केल्याचें पुण्य प्राप्त व्हावें" तिचें हें भाषण ऐकून, 'तथास्तु' असें महादेवानें त्या तपस्विनीस प्रत्युत्तर दिलें. नंतर सप्तर्षींनीं त्याची स्तुति केली आणि मग तो देव आपल्या लोकीं निघून गेला. हे कल्याणि, एवढ्या तपश्चर्येनेंही अरुंधती बिलकूल थकलेली, तोंड उतरलेली किंवा तहानभुकेनें व्याकूळ झालेली दिसत नाहीं, असें पाहून त्या ऋषींस मोठें आश्चर्य वाटलें. असो; याप्रमाणें त्या अतिपवित्र अरुंधतीनें परम सिद्धि संपादिली होती. हे महाभागे पतिव्रते, ज्याप्रमाणें तूं मजसाठीं आचरण केलेंस, तसेंच त्या अरुंधतीनें केलें. परंतु, हे कल्याणि, तूं ह्या व्रतांत तिजपेक्षांही ताण केलीस. त्यापेक्षां, हे कल्याणि, मीही आज तुझ्या नियमानें अतिसंतुष्ट होऊन तुला विशेष वर देतों. हे कल्याणि, अरुंधतीला त्या महात्म्यानें दिलेल्या वराचा प्रभाव आणि तुझें तेज यांच्या योगानें मी या तीर्थास आणखी एक वर यथाविधि देतों. तो असा कीं, जो मनुष्य केवळ एक रात्र येथें पवित्रपणें राहील, व स्नान करील, त्याला देहत्यागानंतर अत्यंत दुर्लभ असे लोक मिळतील!"

राजा, तो भगवान् प्रतापी सहस्राक्ष त्या पुण्यशील श्रुतावतीला असें सांगून पुनः स्वर्गास

गेला. हे भरतश्रेष्ठा राजा, वज्रधारी इंद्र गेल्या-नंतर तेथें उत्तम सुवासिक अशा दिव्य पुष्पांची वृष्टि झाली; देवांच्या दुंदुभी मोठ्यानें वाजूं लागल्या; आणि पुण्यगंध वहाणारा पवित्र वाराही सुरू झाला. मग, राजा, ती कल्याणी देहत्याग करून इंद्राची भार्या झाली. हे भारता, उग्र तपश्चर्येनें तिनें इंद्र पति जोडला आणि ती त्यासमागमें रममाण झाली.

जनमेजय विचारितोः—त्या श्रुतावतीची माता कोण, व ती शोभना कोठें वाढली हें मीं ऐकूं इच्छितों. हे विप्रा, याविषयीं मला मोठें कौतुक वाटत आहे.

वैशंपायन सांगतातः—विशालाक्षी घृताची नामक अप्सरा येतांना पाहून महाभाग भरद्वाज विप्रर्षीचें रेत स्खलन पावलें. तें त्या तपोनिष्ठानें हातांत धरलें; परंतु तें खालीं पर्णपुटांत पडलें व तेथें ती मुलगी उत्पन्न झाली. तपोधन भरद्वाजांनीं तिचे जातकर्मादि सर्व संस्कार केले आणि देवर्षिगणांच्या सभेंत त्या धर्मात्म्यानें तिचें नामकर्म करून श्रुतावती असें नांव ठेविलें. मग तिला आपल्या आश्रमांत ठेवून तो हिमालयाचे अरण्यांत गेला. अस्तु; या तीर्थावरही स्नान व ब्राह्मणांस द्रव्यदान करून तो अतिपवित्र अंतःकरणाचा महानुभाव वृष्णिवीर पुढें शक्रतीर्थास गेला.

अध्याय एकुणपन्नासावा.

—:०:—

इंद्रतीर्थादिवर्णन.

वैशंपायन सांगतातः—राजा, मग इंद्रतीर्थास गेल्यावर तो यदूंचा अधिपति बलराम तेथें यथाविधि स्नान करून ब्राह्मणांस द्रव्य व रत्नें देता झाला. त्याच तीर्थाचे ठिकाणीं अमरराज इंद्रानें शंभर अश्वमेध केले आणि बृहस्पतीस विपुल द्रव्य समर्पण केलें. त्यानें तेथें सर्व यज्ञ वेदपारंगतांनीं सांगितलेल्या पद्धतीस धरून, पूर्ण समृद्ध व विविध दक्षिणांनीं युक्त असे निर्विघ्नपणें पार पाडिले. हे भरतश्रेष्ठा, ते शंभर क्रतु करून त्या महातेजस्व्यानें त्यांची विधिपूर्वक सांगता केली; यामुळें त्याला शतक्रतु असें नांव प्राप्त झालें. तें पवित्र, मंगल व सनातन तीर्थ त्याच्या नांवामुळें इंद्रतीर्थ याच नांवानें प्रख्यात झालें. हें सर्व पापांपासून मुक्त करणारें आहे. राजा, मुसलायुध बलरामानें येथेंही यथोक्त स्नान केलें, ब्राह्मणांस उत्तम वस्त्रें व भोजन घालून संतुष्ट केलें, आणि मग तेथून तो सर्व तीर्थांत वरिष्ठ असें जें शुभकारक रामतीर्थ त्याकडे निघून गेला. या ठिकाणीं सुमहातपस्वी महाभाग भार्गवानें पृथ्वीवरील सर्व मोठमोठ्या क्षत्रियांची कत्तल उडवून व वारंवार पृथ्वी जिंकून, आपला उपाध्याय जो मुनिश्रेष्ठ कश्यप, त्याच्या अनुमतानें एक वाजपेय यज्ञ व शंभर अश्वमेध केले; आणि त्या आचार्यास समुद्रवलयांकित सर्व पृथ्वी हीच दक्षिणा दिली ! त्यानें नानाप्रकारचीं रत्नें, गाई, हत्ती, दासी, शेळ्यामेंढ्या वगैरेंसुद्धां विविध दानें दिलीं, आणि तो वनांत निघून गेला. राजा, देवर्षि व ब्रह्मर्षि ज्याचें सेवन करतात अशा ह्या पुण्यकारक श्रेष्ठ तीर्थावर तीर्थनिवासी मुनींस अभिवादन करून बलराम यमुनातीर्थास जाता झाला. राजा, ज्याची कांति स्वच्छ आहे, असा अदितीचा पुत्र महाभाग वरुण यानें प्राचीन काळीं या ठिकाणीं राजसूय यज्ञ करण्यासाठीं मुनींस आणिलें होतें. परवीरांतक वरुणानें मनुष्य व देव ह्यांस संग्रामांत जिंकून तेथें मोठा (राजसूय) यज्ञ केला. तो यज्ञ झाल्यानंतर देवदानवांचा त्रैलोक्यास भय उत्पन्न करणारा संग्राम झाला. जनमेजया, क्रतूंत श्रेष्ठ असा राजसूय यज्ञ झाला असतां क्षत्रियांचा अत्यंत घोर असा संग्राम होत असतो. याचा

अनुभव पांडवांच्या राजसूयांतही आलेलाच आहे. असो; या ठिकाणीं बलरामानें ऋषींची पूजा केली आणि त्या उदारानें इतरही याचकांस द्रव्य देऊन संतुष्ट केलें. नंतर, महर्षि ज्याची स्तुति करीत आहेत व जो हर्षभरित झाला आहे, असा तो वनमाली कमलनयन बलराम तेथून आदित्यतीर्थास गेला. हे राजसत्तमा, येथेंच यजन करून भगवान् भास्करानें नक्षत्रादिक तेजस्वी पदार्थांचें आधिपत्य व मोठा प्रभाव संपादन केला. हे राजसत्तमा, इंद्रासुद्धां सर्व देव, मरुतांसह विश्वेदेव, गंधर्व व अप्सरा, द्वैपायन व्यास, शुक मुनि, मधुसूदन कृष्ण, यक्ष, राक्षस, पिशाच हे व दुसरे पुष्कळ हजारों योगसिद्ध सरस्वतीच्या याच मंगल व पुण्यकारक तीर्थाच्या सेवनानें श्रेष्ठत्व पावले आहेत. हे भरतश्रेष्ठा, याच श्रेष्ठ तीर्थावर स्नान करून पूर्वीं विष्णूनें मधु व कैटभ नांवांचे दोन असुर मारिले. धर्मशील द्वैपायनास येथेंच स्नान करून परम योग प्राप्त झाला, व ते परम सिद्धीस पोंचले; आणि महातपस्वी असित देवलानें येथेंच अचल भक्तिभावानें योग संपादिला.

अध्याय पन्नासावा.

—:०:—

जैगीषव्यवृत्तांत.

वैशंपायन सांगतातः—त्याच ठिकाणीं पूर्वीं तपोधन व धर्मशील असित देवल मुनि गृहस्थाश्रमानें रहात असे. तो, सदैव धर्मपरायण, शुचिर्भूत, इंद्रियें स्वाधीन ठेविलेला, ब्रह्मचर्याचे अंतीं दंडन्यास केलेला व महातपस्वी होता. त्याची वाणी, मन व कृति एकरूप असून, तो प्राणिमात्राचे ठिकाणीं समतेनें वागत असे. हे महाराजा, त्याला क्रोध कसा तो मुळींच येत नसे; निंदा व स्तुति दोन्ही तो समानच लेखी; प्रिय व अप्रिय दोन्ही प्रकारच्या वस्तूंविषयीं त्याची वृत्ति तुल्य असे; तो यमासारखा समदर्शी होता; त्या महात्म्यास कांचन व मृत्तिका सारखींच दिसत; तो नित्य द्विज, अतिथि व देव यांचें पूजन करी; आणि सदोदीत ब्रह्मचर्यतत्पर व धर्मपरायण असा असे.

हे महाभागा, एकदां जैगीषव्य नामक एक ज्ञानसंपन्न व शुद्धाचरणी मुनि भिक्षुकाच्या वेषानें त्या तीर्थावर येऊन देवलाच्या आश्रमांत राहिला. तो मोठा तेजःसंपन्न, नित्ययोगी व सिद्धीप्रत पोंचलेला महातपस्वी होता. याप्रमाणें जैगीषव्य महामुनि तेथें रहात असतां देवलानें त्यास पहात असूनही त्याचें धर्मतः जें आतिथ्य करावयाचें तें कांहींच केले नाहीं. याप्रमाणें, हे महाराजा, पुष्कळ काळ लोटला. नंतर एकदां, राजा, पविन्नाड् व बुद्धिमान् देवलाला तो जैगीषव्य महामुनि भोजनाचे वेळीं दिसला नाहीं; तो धर्मज्ञ देवलाकडे भिक्षेच्या वेळीं प्राप्त झाला. तो महामुनि भिक्षुरूपानें आलेला पाहून देवलानें त्याचा उत्तम गौरव केला. हे भारता, त्याचेविषयीं त्याचे मनांत अपार प्रेम उद्भवलें; आणि त्यानें त्याचें पुष्कळ वर्षेंपर्यंत ऋषिदृष्ट विधीप्रमाणें यथाशक्ति पूजन केलें. पुढें त्या महातेजस्वी मुनीस पाहून महात्म्या देवलाला मोठी हुरहूर लागली. एकदां “ मी पुष्कळ वर्षेंपर्यंत सारखे पूजन करीत आहें, परंतु हा आळशी भिक्षु चकार शब्दही बोलत नाहीं ! ” अशी मनांत त्याची अवहेलना करीत, तो अंतरिक्षांतून चालणारा श्रीमान् देवल घागर घेऊन महोदधीवर गेला. परंतु, हे भारता, तो धर्मात्मा सरित्पति सागरावर पोंचतो तों जैगीषव्य तेथें पूर्वींच जाऊन बसला आहे असें त्याच्या दृष्टीस पडलें ! तेव्हां त्या अमिततेजस्वी देवलास मोठा विस्मय वाटला आणि त्याच्या मनांत त्याविषयीं विचार घोळूं लागले, “ इतक्यांत हा भिक्षु येथें येऊन समुद्रांत स्नानही

केला, हें कसें काय?" असें तो असित महर्षि तेव्हां मनांत चिंतन करूं लागला. मग देवलानें समुद्रांत विधिवत् स्नान करून करावयाचा तो जप केला आणि जप, आह्निक वगैरे आटोपल्यावर तो कलश, भरून घेऊन आपल्या आश्रमास आला. पण जनमेजया, आपल्या आश्रमांत पाय ठेवतो न ठेवतो तोंच जैगीषव्य तेथें आश्रमांत बसलेला त्यास दिसला! जैगीषव्य त्याशीं अवाक्षरही बोलत नसे,—तो महातपस्वी आपला काष्ठवत् आश्रमांत बसलेला असे. राजा, सागराप्रमाणें गंभीर अशा त्या मुनीनें आपल्यापूर्वींच समुद्रावर पाण्यांत बुडी मारली, आणि येथें आश्रमांतही तो पूर्वींच येऊन बसला हें असित देवलानें पाहिलें; आणि त्याच्या मनांत विचारांचें काहूर उठलें. तेव्हां, हे राजेंद्रा, जैगीषव्याच्या तपाचा व योगाभ्यासाचा प्रभाव पाहून त्या मुनिसत्तमास चिंता लागली. राजा, 'ह्याला मी समुद्रावर व आश्रमांतही पाहिलें हें कसें?' असा विचार करीत तो मंत्रपारंगत मुनि, जैगीषव्य भिक्षूविषयींची जिज्ञासा पूर्ण करण्यासाठीं आपल्या आश्रमांतून उंच अंतरिक्षांत उडाला. तेथें अंतरिक्षांत चालणारे सिद्ध मोठ्या तत्परतेनें एकत्र झालेले त्यानें पाहिले. ते सिद्ध तेथें जैगीषव्याचेंच पूजन करीत आहेत असें त्यास दिसलें. मग त्या अगदीं भांबावून गेलेल्या, उद्योगी व दृढनिश्चयी असितानें जैगीषव्य तेथून गेल्याचें पाहिलें. तेथून तो पितृलोकीं जात आहे असें त्यानें पाहिलें आणि पितृलोकाहून तो त्यास यमलोकास गेलेला दिसला. असित त्याचा पाठलाग करीत होताच, पण तो यमलोकीं जातो न जातो तोंच जैगीषव्यानें उड्डाण करून सोमलोक गांठला; आणि तेथें तो संचार करीत आहे असें असिताच्या दृष्टीस पडलें. परंतु इतक्यांत महामुनि जैगीषव्य एकांतयाग करणारांच्या लोकीं गेला. असित तेथें जातो तों हा अग्निहोत्र्यांचे लोकीं गेला. तेथून दर्शपौर्णमासयजन करणारांचे लोकास गेला; आणि तेथून धीमान् असितानें त्या देवपूजित निष्पाप मुनीस पशुयाजींचे लोकीं जातांना पाहिलें! मग अनेक प्रकारचे चातुर्मास्ययाग करणाऱ्या तपोधनांचे लोकीं; तेथून अग्निष्टोम यज्ञ करणारांचे लोकीं, आणि तेथून अग्निष्टुत करणाऱ्या तपोधनांचे लोकीं तो गेलेला असितानें पाहिला. मग, जे महाप्राज्ञ वाजपेय महायज्ञ करतात, तसेच जे दुसरे बहुसुवर्णक नामक यज्ञ करतात, त्यांच्या लोकांमध्यें असितानें त्या जैगीषव्यास पाहिलें. याचप्रमाणें, जे राजसूय किंवा पुंडरीक यज्ञ करतात, त्यांचे लोकांतही तो असितास दिसला. तेथून मग, जे सर्वश्रेष्ठ अश्वमेध करतात, तसेच जे नरमेध करतात, त्या नरश्रेष्ठांचे लोकीं तो गेल्याचें आढळून आलें. अति अवघड सर्वमेध, तसाच सौत्रामणि हे यज्ञ करणारांचे लोकीं देवलानें जैगीषव्यास अवलोकन केलें. राजा, याप्रमाणेंच विविध प्रकारचीं द्वादशाह सत्रें करणारांचे लोकींही त्यास देवलानें पाहिलें. नंतर मित्र, वरुण व आदित्य यांच्या लोकीं त्यास सलोकता प्राप्त झाली आहे, असें त्याच्या दृष्टीस पडलें. रुद्र, वसु व बृहस्पति यांचीं सर्व स्थानें उल्लंघून तो पुढें गेल्याचें त्यास आढळून आलें. मग असित देवल मुनि गोलोकीं आरोहण करून तेथून ब्रह्मसत्र करणारांचे लोकास निघाला. त्यानें ते सर्व लोक पाहिले; तेव्हां जैगीषव्य पुढेंच चालला आहे, आणि स्वतेजोबलानें दुसरे तीन लोक उल्लंघून जात आहे, असें त्याच्या दृष्टीस पडलें! पुढें तो पतिव्रतांच्या लोकीं जात असतां त्यानें पाहिला; परंतु, हे अरिंदमा, तेथून जैगीषव्य जो कोठें गुप्त झाला तो पुनः असिताच्या

कोठेंच दृष्टीस पडेना. तेव्हां तो महाभाग देवल जैगीषव्याचा प्रभाव, सुव्रतत्व व योगाची अतुल सिद्धि यांविषयींच्या विचारानें थक्क होऊन गेला. नंतर असितानें त्या लोकांतील श्रेष्ठतम सिद्धांजवळ त्याविषयीं चौकशी केली. तो धीमान् व निग्रही मुनि हात जोडून त्या ब्रह्मसत्र करणाऱ्या सिद्धांस म्हणाला, " महाराज, मला जैगीषव्य कोठें दिसत नाहीं. तो विलक्षण सामर्थ्याचा मुनि कोठें आहे तें मला सांगावें. मला त्याविषयीं मोठें आश्चर्य वाटत आहे आणि तेणेंकरून त्याचें वर्तमान ऐकण्याची मला इच्छा उत्पन्न झाली आहे."

सिद्धांनीं उत्तर दिलें:—देवला, हे दृढव्रता, आम्ही झालेला प्रकार सांगतों, ऐक. तो जैगीषव्य शाश्वत अशा ब्रह्मलोकीं गेला आहे!"

वैशंपायन सांगतात:— राजा, ब्रह्मसत्री सिद्धांचें भाषण ऐकतांच असितानें त्वरेनें उंच उडी मारली, परंतु तो खालीं पडला! तेव्हां ते सिद्ध पुनः देवलास म्हणाले, " देवला, तूं तपोधन आहेस खरा; परंतु विप्रा, जैगीषव्य जेथें गेला आहे त्या ब्रह्मलोकीं जाण्याचें तुला सामर्थ्य नाहीं. उगाच धडपड करूं नको!"

वैशंपायन सांगतात:—जनमेजया, त्या सिद्धांचें हें बोलणें ऐकून देवलानें तो नाद सोडला; आणि तो ज्या क्रमानें वर गेला होता त्याच क्रमानें एकेक लोक खालीं उतरत उतरत सर्व लोक उतरून पक्ष्याप्रमाणें पुनः आपल्या पवित्र आश्रमास आला; आणि आंत शिरतो तों तेथें जैगीषव्य त्याच्या दृष्टीस पडला! तेव्हां तो जैगीषव्याचा योगसामर्थ्यानें प्राप्त झालेला व तपाचा प्रभाव पाहून देवलानें धर्मयुक्त बुद्धीनें त्याचा विचार केला; आणि, राजा, विनयानें नम्र होत्साता तो त्या महात्म्याजवळ जाऊन त्यास म्हणाला, "भगवन्, मोक्षधर्म जाणण्याची माझी इच्छा आहे, ती आपण पूर्ण करावी." त्याचें तें भाषण ऐकून जैगीषव्यानें त्यास उपदेश दिला. राजा, योगाचा श्रेष्ठ विधि व काय करावें, काय काय करूं नये, वगैरे नियम शास्त्राप्रमाणें त्यानें त्यास उपदेशिले; आणि संन्यास ग्रहण करावा अशी त्याची बुद्धि झालेली जाणून त्या महातपस्व्यानें संन्यास घेतांना कराव्या लागतात त्या सर्व क्रिया विधीप्रमाणें करून त्यास संन्यास दिला. त्यानें संन्यासाचा विचार केला. असें पाहून पितर व भूतें " आतां आम्हांस अन्नोदकांचे विभाग कोण देईल!" असा आक्रोश करूं लागलीं! राजा, देवलानें त्यांचे असे दाही दिशांस चाललेले हाहाःकार ऐकिले, तेव्हां त्याचें मन द्रवलें आणि "संन्यास सोडून पुनः पूर्वाश्रम स्वीकारावा," असें त्याच्या मनानें घेतलें. तेव्हां, हे भारता, पवित्र फलमूलें, पुष्पें व हजारों वनस्पति हीं आक्रोश करूं लागलीं कीं, " हा दुष्ट व हलक्या बुद्धीचा देवल पुनः आमचा छेद करणार! अहो, सर्व भूतांना अभय वचन देऊन तें हा विसरला आहे!" मग मुनिश्रेष्ठ देवलानें पुनः विचार केला कीं, " संन्यास व गृहस्थधर्म यांपैकीं अधिक श्रेयस्कर कोणता?" हे राजसत्तमा, असा विचार करून शेवटीं त्यानें गृहस्थाश्रमाचा त्याग करून मोक्षधर्म(संन्यास) हाच पतकरला. अशा प्रकारें विचार करून केलेल्या निश्चयामुळें मग देवलाला परम सिद्धि व श्रेष्ठ असा योग प्राप्त झाला. राजा, नंतर बृहस्पतिप्रभृति देव तेथें जमले आणि त्यांनीं तपस्वी जैगीषव्याची व त्याच्या तपाची प्रशंसा केली. मग ऋषिवर नारद देवांस म्हणाला, " अहो, ज्यानें असितास विस्मित केलें, त्या जैगीषव्याचे जवळ कांहींच तप उरलें नाहीं!" तेव्हां लगेच ' छे छे, असें नव्हे?' असें म्हणत व जैगीषव्य महामुनीची स्तुति करीत देवांनीं त्यास उत्तर दिलें, " या जैगीषव्याचा प्रभाव,

तेज, तप व योग यांपैकीं एकाही गोष्टींत कोणी याची बरोबरी करणारा नाहीं; मग याहून अधिक प्रभावादिकांची गोष्ट दूरच राहिली! महात्म्या जैगीषव्याचा असा प्रभाव आहे आणि त्याचप्रमाणें असितही लोकोत्तर महात्मा आहे!" असो; राजा, हें तीर्थ त्या दोघां महात्म्यांचें श्रेष्ठ स्थान होय. महानुभाव हलधरानें येथें स्नान केलें; ब्राह्मणांस दक्षिणा दिल्या; धर्म जोडला आणि मग तो परमार्थसाधक हलधर महातीर्थांत ज्याची गणना होते अशा सोमतीर्थास गेला.

अध्याय एकावन्नावा.

—:०:—

सारस्वतोपाख्यान.

वैशंपायन सांगतातः—राजा जनमेजया, या सोमतीर्थावर नक्षत्राधिपति चंद्रानें राजसूय याग केला, व तेथेंच तारकासुराशीं मोठा संग्राम झाला. या ठिकाणीं आत्मज्ञानी बलरामानें स्नानादानादिक केलें; आणि मग तो धर्मात्मा सारस्वत मुनींच्या तीर्थास गेला. त्या ठिकाणीं पूर्वीं सारस्वत मुनीनें बारा वर्षांचें अवर्षण संपल्यानंतर ब्राह्मणांस वेद पढविला.

जनमेजय विचारितोः—मुने, पूर्वीं द्वादशवार्षिक अनावृष्टीनंतर सारस्वत मुनीनें द्विजश्रेष्ठांस वेद शिकविला, हा कथाभाग कसा आहे?

वैशंपायन सांगतातः—हे महाराजा, पूर्वीं दधीचि नामक एक महातपस्वी मुनि होता. तो मोठा ज्ञानी, ब्रह्मचारी व जितेंद्रिय असे. राजा, त्याच्या अति मोठ्या तपश्चर्येला इंद्र सदोदित भीत असे. अनेक प्रकारच्या फलाशेनें त्यास भुलवितां येईना, तेव्हां मग इंद्रानें त्यास भुलविण्यासाठीं अलंबुषा म्हणून एक सुंदर, पवित्र व दिव्य अप्सरा पाठविली. जनमेजया, महात्मा दधीचि सरस्वतीवर देवतर्पण करीत होता, त्याच्या समीप येऊन ती सुंदरी उभी राहिली. तेव्हां तिचें तें दिव्य रूप पाहून त्या आत्मज्ञानी मुनीचें रेत स्खलन पावलें. तेव्हां, हे पुरुषर्षभा, तें रेत सरस्वती नदीनें ग्रहण केलें, आणि त्यास आपल्या उदरांत ठेविलें. राजा, त्या महानदीनें पुत्रकामनेनें तो गर्भ धारण केला आणि योग्य समय प्राप्त होतांच ती पुत्र प्रसवली. मग, हे राजा, ती सरिच्छ्रेष्ठ सरस्वती त्या पुत्रास घेऊन दधीचि ऋषीकडे गेली. त्या वेळीं तो मुनिश्रेष्ठ ऋषींच्या सभेंत बसला होता. राजा, त्यास पाहून तिनें तो मुलगा त्याचे हातीं देत म्हटलें, " हे ब्रह्मर्षे, हा तुझा पुत्र आहे. तुझ्या भक्तीनें मीं याचें धारण केलें. अलंबुषा नामक अप्सरेस पाहून तुझें रेत स्खलन पावलें; तेव्हां, हे ब्रह्मर्षे, तुजवरील प्रेमामुळें, तुझें हें तेज व्यर्थ जाऊं नये असें मनांत ठरवून मीं तें आपल्या उदरीं धारण केलें. हा तुझा शुद्ध पुत्र मीं तुझ्या स्वाधीन केला आहे; ह्याचा स्वीकार कर ! "

राजा, असें ती त्या ऋषीस म्हणाली, तेव्हां त्यानें मुलास जवळ घेतलें. त्या वेळीं त्याविषयीं त्याचे मनांत अपार प्रेम उद्भवलें व त्यानें प्रेमानें त्या पुत्राचें मस्तक हुंगलें; आणि त्यास पुष्कळ वेळपर्यंत पोटाशीं कवटाळून धरलें. नंतर, हे भरतसत्तमा, प्रसन्न झालेल्या महामुनीनें सरस्वतीस वर दिला कीं, " हे सुभगे, तुझ्या उदकानें तर्पण केल्यास विश्वेदेव, पितर व गंधर्वाप्सरांचे समुदाय तृप्त होतील!" राजा, असें बोलून, त्या परमहर्षित झालेल्या मुनीनें पुनः त्या महानदीची जी स्तुति केली, ती श्रवण कर. तो म्हणाला, " हे महाभागे, तूं पूर्वीं ब्रह्मसरोवरापासून वाहूं लागलीस. तेथेंच तुझी उत्पत्ति झाली. मोठमोठे व्रताचारी

मुनि तुझा महिमा जाणतात. हे प्रियदर्शने, तूं सदोदीत माझें प्रिय करीत असतेस. यास्तव, हे वरवर्णिनि, तुझा हा महाथोर व लोकपालक पुत्र तुझ्याच नांवानें प्रसिद्ध होईल. हा महातपस्वी होईल व सारस्वत ह्या नांवानें विख्यात होईल. हे महाभागे, पुढें बारा वर्षांची अनावृष्टि झाली असतां हा सारस्वत मोठमोठ्या ब्राह्मणांस वेद शिकवील; आणि, हे शोभने, माझ्या प्रसादानें तूंही सदोदीत सर्व पवित्र नद्यांमध्यें अतिशय पुण्यकारक होशील ! "

हे भरतर्षभा, अशी त्यानें स्तुति केल्यानंतर व त्याचेकडून वर मिळाल्यानंतर ती हर्षभरित झालेली महानदी मुलास घेऊन निघून गेली. याच सुमारास तिकडे देवदानवांचा विरोध झाला होता. तेव्हां आयुध शोधण्यासाठीं इंद्र तिन्ही लोक हिंडला, परंतु दानवांस मारण्यास उपयोगीं पडेल, असें आयुध त्यास मुळींच मिळालें नाहीं. मग तो इंद्र देवांस म्हणाला, " देवांचे शत्रु जे मोठमोठे राक्षस आहेत, ते दधीचि ऋषीच्या अस्थींवांचून इतर कशानेंही मला मारतां येणें शक्य नाहीं. यास्तव, सुरश्रेष्ठहो, त्या ऋषीजवळ जाऊन त्याच्या अस्थि मागून आणा. " राजा, मग देव त्याजवळ गेले; आणि, हे कुरुश्रेष्ठा, " हे दधीचा, आपल्या अस्थि आम्हांस दे, म्हणजे त्यांनीं आम्ही शत्रूंस ठार करूं. " याप्रमाणें त्यांनीं मोठ्या मिनतवारीनें त्याजपाशीं याचना केली. तेव्हां त्यानें कांहींएक कांकूं न करतां प्राणत्याग केला; आणि अशा प्रकारें त्या देवांचें प्रिय करणाऱ्या दधीचास अक्षय्य लोक प्राप्त झाले. मग, राजा, मनांत अत्यंत हर्षित झालेल्या इंद्रानें त्याच्या अस्थींची गदा, वज्रें, चक्रें व पुष्कळ जड जड दंड अशीं नानाप्रकारचीं दिव्य आयुधें करविलीं. राजा, त्या महाथोर ऋषीनें तीव्र तपश्चर्या करून आपला देह कमाविला होता; प्रजापतिपुत्र भृगूनें तो जगाचें कल्याण करणारा, मोठा धिप्पाड, तेजस्वी व सर्व लोकांहून कणखर असा बनविला होता; तो पर्वतासारखा उंच व दृढ असून आपल्या मोठेपणानें प्रख्यात झाला होता; आणि त्याच्या तेजामुळें पाकशासन इंद्र नित्य उद्विग्न होत असे. असो; हे भारता, भगवान् इंद्रानें तें ब्रह्मतेजापासून निर्माण झालेलें वज्र मंत्रपूर्वक व अत्यंत क्रोधानें सोडून त्याच्या योगानें दैत्यदानवांपैकीं आठशें दहा वीर ठार मारिले ! असो; राजा, पुढें अति भयंकर असा मोठा काल निघून गेल्यावर बारा वर्षें अवर्षण पडलें. तेव्हां, राजा, मोठमोठे ऋषिही क्षुधार्त होऊन उदरभरणार्थ सर्व दिशांस भटकूं लागले. ते निघून गेलेले पाहून सारस्वत मुनीनेंही जाण्याचा विचार केला; परंतु इतक्यांत सरस्वती त्यास म्हणाली, " पुत्रा, येथून जाऊं नको. मी तुला आहारार्थ नेहमीं उत्तमोत्तम मत्स्य देत जाईन. तूं येथेंच रहा. "

हे भारता, याप्रमाणें त्या सारस्वतानें तेथेंच राहून पितर व देव यांचें तर्पण चालविलें; आणि तो प्राण व वेद धारण करून नित्य सरस्वतीदत्त आहार करीत असे. पुढें ती अनावृष्टि संपल्यावर महर्षि अध्ययन करण्यासाठीं पुनः एकमेकांस 'मला शिकवाल काय?' असें विचारूं लागले. कारण, हे राजेंद्रा, क्षुधाकुल होऊन भटकण्यांत व पोटाच्या विवंचनेंत वर्षेंच्या वर्षे निघून गेल्यामुळें, ते सर्वजण वेद विसरून गेले होते; ज्याला सर्व वेद वागत आहेत, असा त्यांत एकही नव्हता. पुढें त्यांतील एक ऋषि सहज सारस्वताच्या आश्रमास आला, आणि त्यानें तो शुद्धात्मा ऋषिश्रेष्ठ वेदस्वाध्याय करीत आहे असें अवलोकन केलें. तेव्हां लगेच तो त्या महर्षींकडे गेला; आणि विजन अरण्यांत कोणी एक

सारस्वत नामक देवतुल्य व अत्यंत तेजस्वी मुनि उत्तम वेदघोष करीत आहे, म्हणून त्यांस सांगितलें. मग, राजा, ते सर्व महर्षि सारस्वताकडे गेले आणि "आम्हांस वेद शिकव" असें त्या मुनिश्रेष्ठास म्हणाले. तेव्हां त्या मुनीनें उत्तर दिलें, "तुम्ही माझें यथाशास्त्र शिष्यत्व पतकरा, मग मी तुम्हांस शिकवीन." नंतर ते महर्षींचे समुदाय त्यास म्हणाले, "पुत्रा, तूं केवळ बालक आहेस. यास्तव आम्हीं तुझे शिष्य व्हावें हें योग्य नाहीं." यावर सारस्वत ऋषि पुनः त्या मुनींस म्हणाला, "माझा धर्म नष्ट होऊं नये. जो अधर्मानें उपदेश करील, व जो अधर्मानें उपदेश घेईल, ते उभयतांही नाश पावतात, किंवा एकमेकांचे शत्रु होतात. ऋषींनीं असा धर्म सांगितला आहे कीं, पुष्कळ वय, पांढरे केंस, संपत्ति किंवा बांधव (सहाय) यांच्या योगानें मोठेपणा येत नाहीं. तर जो अनूचान् म्हणजे विद्वान् असेल तोच मोठा होय." हें त्याचें भाषण ऐकून त्या मुनींनीं त्याच्यापासून विधानपूर्वक वेदग्रहण केलें आणि पुनः आपला धर्म सुरू केला. राजा, स्वाध्यायासाठीं साठ हजार मुनींनीं विप्रर्षि सारस्वताचें शिष्यत्व पतकरलें; आणि तो बाल होता तथापि त्याचे आज्ञांकित राहून त्याच्या आसनासाठीं मूठमूठ दर्भ आणिले (त्याची सेवा केली)!

असो; राजा, कृष्णाचा वडील भाऊ जो महाबलाढ्य बलराम त्यानें येथेंही दानधर्म केला; आणि हर्षित होत्साता, जेथें अत्यंत वृद्ध अशी एक कन्या तप करीत होती, त्या पुढील प्रख्यात तीर्थास तो जाता झाला.

अध्याय बावन्नावा.

—:०:—

वृद्धकन्याख्यान.

जनमेजय विचारितोः—भगवन्, प्राचीन काळीं ती कुमारी कशी तपोयुक्त झाली? तिनें कशासाठीं तप केलें? आणि तिचा नियम कशा प्रकारचा होता बरें? ब्रह्मन्, आपल्या मुखांतून ही एक अत्यंत दुष्कर व श्रेष्ठ गोष्ट मीं ऐकिली, परंतु ती कां व कशी तपश्चर्या करूं लागली, तें अखिल वर्तमान मला यथार्थ कथन करावें.

वैशंपायन सांगतातः—राजा, कुणिर्गर्ग नामक एक महायशस्वी व महावीर्यशाली ऋषि होता. त्या तपस्वीवरानें अतिशय तपश्चर्या केल्यानंतर एक लावण्यवती मानसकन्या उत्पन्न केली. राजा, तिला पाहून त्या महाकीर्तिमान् कुणिर्गर्ग मुनीला समाधान वाटलें; आणि त्यानें देह ठेवून स्वर्गारोहण केलें. मग, जिचे नेत्र पुंडरीक कमलासारखे तेजस्वी आहेत, व भ्रुकुटी शोभायमान आहेत, अशी ती निर्मल कन्या तेथेंच आश्रम करून, उग्र तपश्चर्या व उपवास यांच्या योगानें देव व पितर यांचें आराधन करूं लागली. राजा, उग्र तपश्चर्या करतां करतां तिचा पुष्कळ मोठा काळ निघून गेला. पूर्वी पित्यानें तिला एका ठिकाणीं देऊं केली होती, परंतु त्या पुण्यवतीला तें स्थल आवडलें नाहीं, व तिला अनुरूप असा पति मिळाला नाहीं. यामुळें ती विजन अरण्यांत उग्र तपश्चर्येनें आपला देह झिजवून पितृदेवार्चनांत निमग्न राहिली. पुढें, आपण कृतकृत्य झालों असें जरी तिला वाटत होतें, तथापि ती तशीच श्रम करीत राहिली; परंतु, राजेंद्रा, जेव्हां वार्द्धक्यामुळें व तपाच्या योगानें ती अगदीं क्षीण झाली, व तिला आपल्या आपण एक पाऊलभरही चाल-

ण्याची शक्ति उरली नाहीं, तेव्हां तिनें परलोकीं जाण्याचा विचार केला. याप्रमाणें ती देहत्याग करण्याचा विचार करीत आहे इतक्यांत नारद तिला म्हणाले, " हे निष्पापे तपस्विनि, संस्कार न झालेल्या तुज कन्येला उत्तम लोक कोठून मिळणार ? हे महाव्रते, आम्हीं देवलोकीं असें ऐकिलें आहे कीं, तूं मोठी तपश्चर्या केलीस खरी, पण कांहीं पुण्यलोक जिंकिले नाहींस ! "

राजा, नारदांचें तें भाषण ऐकून ती ऋषींच्या सभेंत जाऊन म्हणाली, " श्रेष्ठहो " जो माझें पाणिग्रहण करील, त्यास मी आपलें अर्धें तप देईन. " तें ऐकून गालवाचा पुत्र प्राक्शृंगवान् नामक ऋषि होता त्यानें तिचें पाणिग्रहण केलें आणि अशी अट सांगितली कीं, " हे शोभने, तुझ्यासह मी फक्त एकच रात्र राहीन. ह्या अटीवर पाहिजे तर मी आज तुझें पाणिग्रहण करतों. " तेव्हां " ठीक आहे " असें म्हणून ती त्याशीं विवाह करण्यास कबूल झाली. मग त्या गालवीनें विधिपूर्वक होम वगैरे करून व तिचें यथाशास्त्र पाणिग्रहण करून, तिशीं विवाह लावला. नंतर राजा, रात्रीं ती वरवर्णिनी तपस्विनी दिव्य वस्त्राभरणें धारण केलेली व उत्तम सुगंधि काजळकुंकूं ल्यालेली व उटी लाविलेली अशी सुंदर तरुणी झाली ! अशा प्रकारें, राजा, जणू लावण्यानें प्रकाशणाऱ्या अशा तीस पाहातांच गालवि संतुष्ट झाला. पुढें रात्र संपल्यावर ती कन्या त्यास म्हणाली, " हे तपस्विवरा विप्रा, आपण अट घातली होती तीप्रमाणें मी एक रात्र आपणासमागमें राहिलें. आतां मी जातें. आपलें कल्याण असो. " राजा, ती तेथून निघून जातांना आणखी म्हणाली, " जो कोणी या तीर्थावर देवतर्पण करून एक रात्र वसति करील, त्यास अठ्ठावन्न वर्षें ब्रह्मचर्य करणाराइतकें फल प्राप्त होईल. " राजा, असें बोलून ती साध्वी देह टाकून स्वर्गास गेली. इकडे तिचें रूप आठवून तो ऋषिही दीन झाला; व त्यानें तिच्या प्रतिज्ञेप्रमाणें संपूर्ण अर्धें तप ग्रहण करून आत्मसाधन केलें; आणि हे भारतश्रेष्ठा, तिच्या अनुपम रूपानें मोहित व दुःखित होऊन तिच्यामागून लवकरच तो स्वर्गांत तिला भेटण्यास गेला. राजा, याप्रमाणें हें वृद्ध कन्येचें मोठें चरित्र, तसेंच ब्रह्मचर्य व उत्तम स्वर्गगति तुला कथन केली. बलराम या तीर्थास असतांना शल्य मेल्याची बातमी त्यानें ऐकिली. येथें त्यानें ब्राह्मणांस दानें दिलीं; तेव्हां पांडवांनीं युद्धांत शल्यास मारिल्याचें त्यास समजलें. मग तो समंतपंचकाच्या द्वारांतून बाहेर पडला; आणि त्यानें ऋषिगणांस कुरुक्षेत्राचें फल विचारिलें. तेव्हां, हे विभो, त्या महात्म्यांनीं त्यास सर्व याथातथ्य सांगितलें.

अध्याय त्रेपन्नावा.

—:०:—

कुरुक्षेत्रमाहात्म्य.

ऋषि म्हणालेः—रामा, सनातन समंतपंचकाला प्रजापतीची उत्तरवेदि म्हणतात. येथेंच महावरदायक अशा देवांनीं मोठें सत्र करून यजन केलें. राजर्षींत वरिष्ठ, धीमान् व अमिततेजस्वी असा जो महात्मा कुरु त्यानें पुष्कळ वर्षेंपर्यंत हें प्रयत्नपूर्वक नांगरिलें, म्हणून याला कुरुक्षेत्र असें नांव पडलें.

रामानें विचारिलें:—हे तपोधनहो, महात्म्या कुरूनें हें क्षेत्र कां नांगरलें, तें आपल्या मुखें ऐकण्याची माझी इच्छा आहे.

ऋषि सांगूं लागलेः—रामा, पूर्वीं कुरुराजा सतत तत्परतेनें तें क्षेत्र नांगरीत असतां इंद्र स्वर्गांतून खालीं आला आणि त्यानें त्यास त्याविषयींचें कारण विचारिलें. इंद्र म्हणाला,

" राजा, हा अतिशय मोठा खटाटोप कशाचा चालला आहे ? हे राजर्षे, तूं कोणत्या उद्देशानें ही जमीन नांगरीत आहेस ?" कुरु म्हणाला, " हे शतक्रतो, या क्षेत्रांत जे लोक मरतील ते पापविवर्जित अशा पुण्यलोकीं जातील." यावर उपहासपूर्वक हंसून इंद्र स्वर्गास गेला. पण तो राजर्षि बिलकूल विषाद न पावतां सारखा पृथ्वी नांगरीतच होता. इंद्र पुनःपुनः तेथें येऊन त्या उत्साहपूर्ण राजास " काय चाललें आहे ?" म्हणून विचारी व थट्टेनें हंसून निघून जाई. याप्रमाणें पुष्कळ वेळां झालें; तथापि कुरुराजाचा नित्यक्रम चाललाच होता. पुढें जेव्हां त्या राजानें उग्र तपश्चर्येच्या योगानें पृथ्वी नांगरिली, तेव्हां इंद्रानें त्याचें कृत्य देवांस सांगितलें. तें ऐकून देव इंद्रास म्हणाले, " इंद्रा, शक्य असेल तर त्या राजर्षीस वर देऊन स्वस्थ बसवावें. जर येथें मेलेले सर्वच लोक यज्ञयागांनीं आमचें यजन केल्याशिवायही स्वर्गास येतील, तर मग आपणांस हविर्भाग मिळणारच नाहींत." मग इंद्र खालीं उतरून त्या राजर्षीला म्हणाला, " राजा, खेद करूं नको; माझें ऐक. येथें जे मनुष्य उपोषित असतां सावधचित्तानें देह ठेवतील ते व युद्धांत समोर लढत असतां जे प्राणी मरतील—मग ते तिर्यग्योनींतील कां असेनात—ते सर्व, हे राजेंद्रा, स्वर्गाचे अधिकारी होतील." यावर " तथास्तु " असें तो कुरुराजा इंद्रास म्हणाला. तेव्हां बलसूदन इंद्र त्यास आशीर्वाद देऊन संतुष्ट अंतःकरणानें पुनः सत्वर स्वर्गास गेला.

हे यदुश्रेष्ठा, अशा प्रकारें हें क्षेत्र प्राचीनकाळीं कुरुराजानें निर्माण केलें आणि त्यास इंद्रानें व ब्रह्मप्रभृति देवांनीं अशी संमति दिली कीं, " पृथ्वीवर याहून अधिक पुण्यकारक असें स्थान असणार नाहीं. येथें जे मनुष्य परम तपश्चर्या करतील ते देहत्यागोत्तर ब्रह्मलोकीं जातील. जे पुण्यवान् पुरुष येथें दानें देतील, त्यांस ते ते पदार्थ सहस्रगुणित व सत्वर प्राप्त होतील. जे शुभचिंतक मनुष्य येथें नित्य रहातील, ते यमलोक कधींही पाहाणार नाहींत. जे राजे मोठमोठे यज्ञ करतील, त्यांचें, ही पृथ्वी असेपर्यंत स्वर्गास वास्तव्य होईल. येथें स्वतः सुरपति इंद्रानें कुरुक्षेत्राविषयीं गाथा गाइली आहे, ती, हे हलायुधा, श्रवण कर. " कुरुक्षेत्रांतून वायूनें उडून आलेले रजःकणही पाप्यांना देखील परम गतीस नेतात." बलराम, मोठमोठे देव, थोर ब्राह्मण व नृगप्रभृति विख्यात राजे येथें मोठमोठे यज्ञ करून व देह ठेवून उत्तम गतीस पोंचले. तरंतुकापासून अरंतुकापर्यंत आणि रामव्हदांपासून मचक्रुकापर्यंतचा भाग हें कुरुक्षेत्र-समंतपंचक होय. याला प्रजापतीची उत्तरवेदि म्हणतात. हें स्थान कल्याणकारक, महापुण्यप्रद, देवांना सुसंमत आणि सर्व गुणांनीं युक्त असें आहे. यास्तव येथें रणांत निधन पावलेले सर्व राजे सदोदीत पवित्र व अक्षय्य गतीस जातात."

जनमेजया, ब्रह्मादिकांसह स्वतः इंद्रानें तेव्हां असें अभिवचन दिलें, आणि ब्रह्माविष्णुमहेश्वरांनीं त्या सर्वास अनुमोदन दिलें !

अध्याय चौपन्नावा.

—:०:—

सारस्वतोपाख्यानसमाप्ति.

वैशंपायन सांगतातः—राजा जनमेजया, मग कुरुक्षेत्र पाहून व दानें वगैरे देऊन बलराम निघाला, तो अतिविशाल व दिव्य अशा एका आश्रमास येऊन पोंचला. राजा, मधूक व आम्र या वृक्षांचीं जेथें वनें लागून राहिलीं आहेत, वडांपिंपळांची गर्दी झालेली आहे, मधून मधून चिर व बिल्व वृक्ष दिसताहेत,

आणि फणस व अर्जुन वृक्षांनीं जो व्यापून गेला आहे, असा तो पुण्यलक्षणांनीं युक्त असलेला श्रेष्ठ व पवित्र आश्रम पाहून, यादवश्रेष्ठ हलायुधानें 'हा कोणाचा आश्रम ?' म्हणून तेथील सर्व ऋषींस विचारिलें. तेव्हां, राजा, ते सर्व त्या महात्म्यास म्हणाले, "रामा, पूर्वीं हा आश्रम कोणाचा होता, हें विस्तारपूर्वक श्रवण कर. प्राचीन काळीं येथें विष्णुदेवानें उत्तम तपाचरण केलें. येथेंच त्याचे सर्व सनातन यज्ञ विधिवत् पूर्ण झाले. येथेंच एक ब्राह्मण जातीची ब्रह्मचारिणी कुमारी स्वर्गस्थ झाली. ती योगसंपन्न, सिद्धीस पोंचलेली व मोठी तपस्विनी होती. तप करणें म्हणजे तिला कांहींच अवघड वाटत नसे—तें तिच्या अगदीं अंगवळणीं पडलें होतें. राजा, ती श्रीमती महात्म्या शांडिल्याची कन्या होय. ती साध्वी, व्रत उत्कृष्ट पाळणारी, इंद्रियें स्वाधीन राखिलेली आणि ब्रह्मचारिणी होती. स्त्रीजनांस करण्यास अति अवघड अशी घोर तपश्चर्या करून, ती देवब्राह्मणांकडून धन्यता पावलेली महाभागा येथें स्वर्गस्थ झाली !"

राजा, ऋषींचें हें भाषण ऐकून बलराम त्या आश्रमांत गेला. मग त्या ऋषींस अभिवंदन करून, व हिमालयाच्या पार्श्वभागीं सर्व संध्यावंदनादि कृत्यें उरकून तो पर्वतावर चढला; आणि फारसा दूर गेला नाहीं तोंच त्यास एक उत्कृष्ट तीर्थ दिसलें. तें प्लक्षप्रस्रवणतीर्थ व सरस्वतीचा प्रभाव पाहून बलरामास मोठा विस्मय वाटला. मग तेथून तो कारपवन नामक श्रेष्ठ व उत्कृष्ट तीर्थावर येऊन पोंचला. राजा, महाबली हलायुधानें येथेंही दानधर्म केला; पवित्र, निर्मल, आरशाप्रमाणें स्वच्छ व बर्फाप्रमाणें थंडगार अशा त्या तीर्थजलांत स्नान केलें; आणि देवपितरांचें त्या तीर्थोदकानें तर्पण केलें. मग ब्राह्मण व यति यांच्यासह तो तेथें एक रात्र राहिला; आणि नंतर मित्रावरुणांच्या पुण्यकारक आश्रमास गेला. प्राचीन काळीं जेथें इंद्र, अग्नि व सूर्य यांची मैत्री जडली, त्या यमुनातीराच्या ठिकाणीं तो कारपवनाहून गेला. तेथें त्या महात्म्यानें स्नान केलें, तेणेंकरून त्याच्या अंतःकरणांत प्रेम उद्भवलें; आणि तो महाबलाढ्य बलराम तेथें ऋषि व सिद्ध यांच्या मंडळींत बसून त्यांच्या मुखांतून चांगल्या चांगल्या कथा श्रवण करिता झाला.

राजा, याप्रमाणें ते तेथें गोष्टी सांगत बसले असतां भगवान् नारद मुनि बलरामाजवळ प्राप्त झाला. ज्याच्या मस्तकावर जटाभार आहे, ज्याचीं वस्त्रें अत्यंत स्वच्छ आहेत, सुवर्णाचा दंड व कमंडलु ज्याचे हातांत आहे, देव व ब्राह्मणही ज्याची पूजा करितात, आणि ज्याला कलहाची नित्य आवड असून जो मुद्दाम भांडणें लावून देतो, तो नृत्यगीतांत प्रवीण असलेला महातपस्वी नारद मुनि मधुर शब्द करणारी मनोहर कच्छपी वीणा हातांत घेऊन, श्रीमान् बसला होता त्या ठिकाणीं प्राप्त झाला. त्याला पहातांच बलराम उभा राहिला; त्यानें त्या व्रतस्थ मुनीचें यथासांग पूजन केलें; आणि त्या देवर्षीस "कौरवांकडील वर्तमान कसें काय आहे ?" म्हणून विचारलें. मग, राजा, कौरवांचा भयंकर संहार वगैरे झालेला सर्व प्रकार त्या धर्मवेत्त्या मुनीनें त्यास सांगितला. नंतर बलरामानें दीन वाणीनें त्यास विचारलें, "त्या क्षेत्राची काय स्थिति आहे, व तेथें कोण कोण राजे होते, हें सर्व सामान्यपणें मीं पूर्वींच ऐकिलें आहे. परंतु, हे तपोधना, इत्थंभूत हकीकत ऐकण्याची मला उत्कंठा झाली आहे."

नारद सांगतातः--भीष्म तर आरंभींच पडले; मग द्रोण, तसाच जयद्रथ, वैकर्तन कर्ण व त्याचे महारथी पुत्र निधन पावले. त्याचप्रमाणें, रामा, भूरिश्रवा व वीर्यशाली मद्रराजाही मरण पावला. हे व युद्धांत माघार न घेणारे दुसरे

महाबलाढ्य राजे व राजपुत्र दुर्योधनाच्या विजयार्थ आपले प्रिय प्राण सोडून जागजागीं पतन पावले. हे महाबाहो माधवा, ह्या मृतांची नांवनिशी सांगण्यापेक्षां जिवंत राहिलेल्यांचीच सांगतों, म्हणजे किती संहार झाला हें तुला कळेल. दुर्योधनाच्या सैन्यापैकीं कृपाचार्य, कृतवर्मा व वीर्यवान् अश्वत्थामा हे तिघेच काय ते महावीर जिवंत राहिले आहेत: आणि, रामा, ते तरी काय ? त्या वेळीं भीतीनें दशदिशांस पळून गेले आहेत ! शल्य निधन पावला, आणि कृपाचार्य वगैरे पळून गेले, हें दुर्योधनानें पाहिलें, तेव्हां तो अत्यंत दु:खित होऊन द्वैपायन नामक ऱ्हदांत शिरला; आणि तेथें जल स्तंभित करून त्यांत तो निजून राहिला असतां पांडवांनीं व कृष्णानें अनेक प्रकारें कठोर भाषणें करून त्यास सताविण्यास सुरुवात केली. रामा, ते चोहोंकडून वाक्शरांनीं प्रहार करूं लागले, तेव्हां तो बलाढ्य वीर प्रचंड गदा घेऊन डोहांतून वर आला; आणि सांप्रत तो भीमाबरोबर लढण्यास पुढें सरसावला आहे. रामा, आज त्या दोघांचें मोठें भयंकर युद्ध होईल; तुला पाहाण्याची उत्सुकता असेल, तर, माधवा, लवकर तेथें जा. उगाच दिरंगाई करूं नको; आणि मनांत येत असेल तर आपल्या शिष्यांचें घनघोर युद्ध पहा."

वैशंपायन सांगतात:—राजा, नारदाचें भाषण ऐकून बलरामानें त्या द्विजर्षभांची पूजा वगैरे केली; जे त्याच्याबरोबर आले होते, त्यांस अनुज्ञा दिली; आणि आपल्या सेवकांसही द्वारकेस जाण्याची आज्ञा केली. मग तो त्या प्लक्षप्रस्रवण नामक पवित्र पर्वतावरून खालीं उतरला; आणि महान् तीर्थमहिमा श्रवण करून मनांत संतुष्ट झालेल्या त्या रामानें विप्रांच्या सन्निध हा श्लोक गाइला.—

सरस्वतीवाससमा कुतो रतिः
सरस्वतीवाससमाः कुतो गुणाः ।
सरस्वतीं प्राप्य दिवं गता जनाः
सदा स्मरिष्यन्ति नदीं सरस्वतीं ॥
सरस्वती सर्वनदीषु पुण्या
सरस्वती लोकशुभावहा सदा ।
सरस्वतीं प्राप्य जनाः सुदुष्कृतं
सदा न शोचन्ति परत्र चेह च ॥

(सरस्वतीवर वास करीत असतां त्या स्थानाविषयीं मनांत जसें प्रेम उत्पन्न होतें, तसें तें इतरत्र कोठून होणार ? सरस्वतीवासांत जे गुण आहेत, ते इतरत्र कोठून आढळणार ? फार काय सांगावें, सरस्वतीवर ज्यांना एकदां रहावयास सांपडलें आहे, ते लोक स्वर्गांत गेले तरी त्यांस एकसारखें सरस्वती नदीचें स्मरण होत राहील. सरस्वती ही सर्व नद्यांत पवित्र आहे. ती सदोदीत जनांचें कल्याण करीत असते. सरस्वतीची प्राप्ति झाल्यानंतर, लोकांस इहलोकीं अथवा परलोकींही आपल्या अत्यंत भयंकर अशाही पातकाबद्दल शोक करण्याचा प्रसंग येत नाहीं; तें सर्व येथें भस्म होतें !)

राजा, मग वरचेवर प्रेमानें सरस्वतीकडे पहात तो परंतप राम घोडे जोडून सज्ज असलेल्या रथांत बसला आणि त्या शीघ्रगामी रथाच्या योगानें, उपस्थित झालेलें आपल्या शिष्यांचें युद्ध पाहाण्यास उत्सुक झालेला तो बलराम जेथें तें युद्ध चाललें होतें तेथें प्राप्त झाला.

अध्याय पंचावन्नावा.

—:o:—

समंतपंचकगमन.

वैशंपायन सांगतात:—जनमेजया, अशा प्रकारें तें तुमुल युद्ध उपस्थित झालें, तेव्हां त्याविषयीं दु:ख पावलेल्या धृतराष्ट्र राजानें असें विचारिलें.

धृतराष्ट्र म्हणालाः—संजया, गदायुद्धास सुरुवात झाल्यावर राम जवळ आलेला पाहून माझा पुत्र भीमाशीं कसा काय लढला बरें ?

संजय सांगतोः—हे भरतकुलोत्पन्ना, राम सन्निध येतांच तुझा महाबलिष्ठ, वीर्यशाली व युद्धाची इच्छा करणारा पुत्र दुर्योधन यास मोठा हर्ष झाला. धृतराष्ट्रा, बलरामास पाहातांच युधिष्ठिरानें त्यास अभ्युत्थान दिलें, परम प्रीतीनें त्याचें यथाविधि पूजन केलें, आणि त्यास बसावयास आसन देऊन कुशल विचारिलें. मग रामानें युधिष्ठिराशीं मधुर, धर्मयुक्त व शूरांच्या हिताचें असें भाषण केलें. तो म्हणाला, "हे राजसत्तमा, ऋषींच्या तोंडून मीं असें ऐकिलें आहे कीं, कुरुक्षेत्र हें परम श्रेष्ठ, पुण्यकारक, पवित्र व स्वर्गदायक असें असून देवता, ऋषि व थोर थोर ब्राह्मण यांनीं त्याचा आश्रय केलेला होता. जे युद्धेच्छु वीर तेथें देह ठेवतील, त्यांचा इंद्राबरोबर स्वर्गांत वास होत असतो, हें निश्चित होय. यास्तव, राजा, आपण येथून समंतपंचकास जाऊं. देवलोकांत ती भूमि प्रजापतीची उत्तरवेदि म्हणून प्रसिद्ध आहे. राजा, त्रैलोक्यांत सर्वांपेक्षां महापुण्यप्रद अशा त्या सनातन क्षेत्रांत युद्ध करीत असतां निधन पावलें म्हणजे निश्चयानें स्वर्गलोक मिळत असतो."

हे महाराजा, यावर कुंतीपुत्र युधिष्ठिर "ठीक आहे" असें म्हणाला; आणि तो वीर्यवान् राजा समंतपंचकाकडे जाऊं लागला. मग अमर्षी व तेजस्वी दुर्योधन राजा प्रचंड गदा खांद्यावर टाकून पांडवांसहवर्तमान पायींच चालूं लागला. याप्रमाणें तो चिलखत ल्यालेला व गदा हातांत घेतलेला वीर ऐटीनें जात असतां अंतरिक्षांतून संचार करणाऱ्या देवांनीं 'शाबास' 'शाबास' असें म्हणून त्याची प्रशंसा केली. आणि जे वातिक व चारण तेथें जमले होते, त्यांनाही दुर्योधनास पाहून हर्ष झाला. धृतराष्ट्रा, पांडवांनीं घेरलेला असतांही, तो तुझा पुत्र कुरुपति दुर्योधन मत्तगजेंद्राप्रमाणें धिमेपणानें चालला होता! मग शंखांचे ध्वनि, भेरींचे प्रचंड शब्द आणि वीरांचे सिंहनाद यांच्या योगानें दशदिशा दुमदुमून गेल्या. नंतर ते श्रेष्ठ नरवीर कुरुक्षेत्रास येऊन पोंचले. तेथें ते तुझ्या पुत्राच्या इच्छेप्रमाणें जरा पश्चिमेकडच्या भागीं गेले. तेथें सरस्वतीच्या दक्षिणतीरावर 'स्वयन' नामक उत्तम तीर्थ आहे; तेथील जागेंत खांचखळगे नसल्यामुळें तीच त्यांनीं युद्धासाठीं पसंत केली. मग कवचधारी भीमसेनानें, जिला लांब लांब तीक्ष्ण धारा आहेत अशी गदा उचलली; तेव्हां, हे महाराजा, तो गरुडासारखा दिसूं लागला. त्याचप्रमाणें, राजा, ज्यानें शिरस्त्राण बांधलें असून सुवर्णाचें कवच अंगांत चढविलें होतें, असा तो तुझा पुत्रही तेथें रणांगणांत सुवर्णाच्या मेरुपर्वतासारखा झळकत होता. समरांगणामध्यें ते चिलखतांनीं तकडबंद झालेले उभयतां वीर भीमदुर्योधन क्षोभ पावलेल्या गजांसारखे भासत होते. हे महाराजा, रणमंडलाच्या मध्यभागीं उभे असलेले ते नरश्रेष्ठ भ्राते उदय पावलेल्या चंद्रसूर्यांसारखे शोभले. राजा धृतराष्ट्रा, ते क्रुद्ध गजेंद्रांप्रमाणें एकमेकांकडे टवकारून पहात होते; ते दोघेही भयंकर पराक्रमी असून उभयतांसही अत्यंत क्रोध चढला होता; ते दोघेही गदायुद्धांत धीमान् बलरामाचे चेले होते; आणि इंद्र व यम यांप्रमाणें त्या उभयतांचा पराक्रम अगदीं समान होता. दोघेही महाबलाढ्य असून त्यांचें युद्धनैपुण्य वरुणासारखें होतें. हे महाराजा, ते युद्धामध्यें वासुदेव, बलराम आणि तसाच कुबेर यांच्या बरोबरीचे होते. राजा, मधु आणि कैटभ तसेच सुंद व उपसुंद, राम व रावण आणि

वालि व सुग्रीव या जोड्या जशा समान, तसेच ते सर्व प्रकारें समान होते. शत्रूंस पीडित करणारे ते वीर काल व मृत्यु यांच्या बरोबरीचे होते. ज्याप्रमाणें शरदृतूंत एका तरुण हत्तिणीच्या संगमप्रसंगीं मदोन्मत्त व बेफाम झालेले दोन प्रचंड हत्ती एकमेकांकडे पहात परस्परांवर धावून जातात तसे ते ऐकमेकांच्या अंगावर धावत होते. जणू काय ते दोघेही क्रोधरूपी जहर विष ओकणारे भुजंगच एकमेकांकडे संतापानें पहात आहेत असा भास झाला. भरतकुलास ललामभूत असलेले ते दोघेजण पराक्रमसंपन्न व गदायुद्धविशारद असून, सिंहाच्या अंगावर चालून जाणें जसें दुर्घट असतें, तसेंच त्यांच्यावरही हल्ला करणें दुर्घट होतें. ते अतिभयंकर उत्साही वीर—ज्यांना नखें व दांत एवढींच आयुधें आहेत, असे वाघच भासत. जणू काय प्रलयकालीं क्षोभलेले ते दोन दुस्तर सागरच होते. राजा, रागानें मंगळासारखे लाल होऊन तळपत असलेले ते महारथी म्हणजे वर्षाकालीं भयंकर गर्जना व वृष्टि करणारे पूर्वपश्चिममेघच एकमेकांवर आदळले. ते महाबली तेजस्वी महात्मे भीमदुर्योधन म्हणजे दोन सहस्त्ररश्मि कालसूर्यच उदय पावलेले दिसत होते. ते वाघांसारखे खवळलेले व मेघांसारखे गर्जणारे महावीर—दोन सिंह एकमेकांवर तुटून पडत असतां हर्ष पावतात तद्वत् हर्षभरित झाले होते. ते महात्मे म्हणजे अतिशय संतापलेले दोन हत्तीच किंवा पेटलेले दोन अग्निच, अथवा शृंगयुक्त पर्वतच कीं काय असे दिसत होते. क्रोधावेशामुळें त्यांचे ओंठ अतिशय हालत होते; आणि ते परस्परांकडे तीक्ष्ण दृष्टीनें पहात होते. मग ते गदाधारी थोर नरवीर एकमेकांशीं भिडले. राजा, त्या वेळीं प्रत्येकास अतिशय हुरूप चढला होता व ते दोघेही परममान्य होते. धृतराष्ट्रा, जातिवंत अश्वांप्रमाणें हिंसणारे, हत्तींप्रमाणें गर्जना करणारे व वृषभांप्रमाणें डुरकण्या फोडणारे ते नरश्रेष्ठ भीमदुर्योधन एकमेकांशीं भिडले, तेव्हां ते दोन बलोन्मत्त झालेले दैत्यच भासले. मग, राजा, महात्मा कृष्ण, अमितपराक्रमी राम, केकय, सृंजय, महात्मे पांचाल व आपले भाऊ यांनीं युक्त असलेल्या व विजयामुळें चढून गेलेल्या युधिष्ठिरास दुर्योधन असें सगर्व म्हणाला, " पांडवहो, जमलेल्या राजांसहवर्तमान तुम्ही सर्वजण जवळच स्वस्थ बसून मी व भीम यांचें सुरू झालेलें हें युद्ध पहा ! "

राजा, दुर्योधनाचें हें भाषण ऐकून त्यांनीं त्याप्रमाणें केलें. मग तें खालीं बसलेलें अति मोठें राजमंडल आकाशांतील सूर्यमंडलासारखें विराजमान दिसूं लागलें. हे महाराजा, सर्वत्र पूजिला जाणारा महाबाहु श्रीमान् बलराम त्या सर्वांच्या मध्यभागीं बसला होता. राजांच्या मध्यभागीं बसलेला तो नीलवस्त्र परिधान करणारा तेजस्वी राम—रात्रीं नक्षत्रांच्या योगें शोभणाऱ्या पूर्णनिशाकरासारखा शोभला. हे महाराजा, मग ते अत्यंत दुःसह असलेले व सज्ज झालेले गदाधारी वीर उग्र वाग्बाणांनीं परस्परांस ताडन करूं लागले. मग एकमेकांस पुष्कळ दुरुत्तरें बोलल्यावर ते दोघे कुरुश्रेष्ठ एकमेकांकडे टवकारून पहात वृत्र व इंद्र यांसारखे रणांत उभे राहिले !

अध्याय छप्पन्नावा.

—:०:—

गदायुद्धारंभ.

वैशंपायन सांगतातः—जनमेजया, नंतर भयंकर वाग्युद्ध झालें, त्याची हकीकत सांगण्यापूर्वीं, दुःखविह्वल झालेला धृतराष्ट्र राजा काय म्हणाला, तें ऐक.

धृतराष्ट्र म्हणालाः—बा संजया, ज्याचा हा

असा परिणाम होतो, त्या मनुष्यत्वाला धिःकार असो! एकादश चमूंचा अधिपति माझा पुत्र—जो सर्व राजांना आज्ञा करीत असे व या संपूर्ण वसुंधरेचा ज्यानें उपभोग घेतला, तो गदा घेऊन रणांत पायींच धावत गेला अं! अरे, माझा पुत्र एकदां जगाचा नाथ होऊनही आज जर केवळ अनाथासारखा पायींच गदा उंच करून चालला आहे, तर हा त्याचा दैवयोगच, दुसरें काय! बा संजया, माझ्या पुत्रास हें मोठेंच दुःख प्राप्त झालें! असें बोलून तो दुःखार्त राजा थांबला.

संजय सांगतोः— ज्याचा आवाज मेघाप्रमाणें गंभीर आहे, अशा त्या वीर्यवान् दुर्योधनानें तेव्हां हर्षानें बैलाप्रमाणें डुरकण्या देत पृथापुत्रास समरांगणांत युद्धास बोलाविलें. राजा, महात्मा कुरुपति भीमास आह्वान करीत असतां नानाप्रकारचीं अति घोर दुश्चिन्हें झालीं. निर्घातांसह वारे वाहूं लागले, धुळीची वृष्टि झाली, सर्व दिशा अंधकारानें व्याप्त झाल्या, अंगावर रोमांच उठविणारे मोठ्या सोसाट्याचे भयंकर वारे सुटले, तशाच फडाफड फुटणाऱ्या शेंकडों उल्का आकाशांतून खालीं पडल्या; राजा, अमावास्या नसतांही राहूनें सूर्यास ग्रासिलें, वृक्ष व अरण्यें यांसुद्धां सर्व पृथ्वी अतिशय कांपूं लागली; जमिनीजवळ इतके जोराचे वारे सुटले कीं, त्यांच्याबरोबर दगडगोटेही उडूं लागले; पर्वतांचीं शिखरेंही भूमीवर कोसळून पडलीं; अनेक जातींचे मृग दशदिशांस वेगानें पळत सुटले; अतिभीषण स्वरूपाच्या, भयंकर व खवळलेल्या कोल्ह्या ओरडूं लागल्या, अंगावर रोमांच उठतील असे अतिभयंकर निर्घात होऊं लागले; त्या भयंकर दिवशीं, ज्यांना अशुभ गोष्टी कळतात असे मृग बाहेर पडले; चोहोंकडील विहिरींचें पाणी वाढलें; आणि राजा, त्या वेळीं आपोआप अंतरिक्षांत वगैरे झालेले प्रचंड ध्वनि ऐकूं येऊं लागले!

राजा, अशा प्रकारचीं चिन्हें झालेलीं पाहून, आपला ज्येष्ठ भाऊ जो धर्मराजा युधिष्ठिर त्यास भीमसेन म्हणाला, धर्मराजा, हा मंदात्मा दुर्योधन रणांत मला जिंकण्यास मुळींच समर्थ नाहीं. खांडववनावर सोडलेल्या अग्नीप्रमाणें, हृदयांत चिरकाल सांठलेला क्रोध मी आज कौरवेंद्र दुर्योधनावर सोडीन. युधिष्ठिरा, आज या पापी कुरुकुलाधमास गदेनें ठार करून, मी तुझ्या हृदयांतील शल्य उपटून काढीन. रणांगणाच्या अग्रभागीं या पापकर्म्यास गदेनें ठार करून, आज मी तुझ्या गळ्यांत कीर्तिरूप माळ घालीन. या गदेनें मी आज त्याचा देह शतधा भिन्न करून टाकीन! हे अनघा, हा कांहीं पुनः हस्तिनापुरांत जिवंत प्रवेश करणार नाहीं. बिछान्यावर सर्प सोडण्याचें, अन्नांत विष घालण्याचें, प्रमाणकोटीवर पाण्यांत लोटण्याचें, जतुगृहांत जाळण्याचें, सभेंत केलेल्या उपहासाचें, सर्वस्वहरणाचें, वर्षभर अज्ञातवासाचें व बारा वर्षें वनवासाचें, या सर्व दुःखांचा मी आज शेवट करीन. हे भारता, यानें जीं हीं दुःखें आम्हांस दिलीं, त्यांचा प्रतिकार न घडल्यामुळें एक प्रकारचें स्वतःचेंच ऋण आम्हांस झालेलें आहे. तें फेडण्याला आतां फक्त आजच्याच एका दिवसाचा अवकाश आहे. यास ठार करून मी आज आत्मऋणांतून मुक्त होणार! हे भरतश्रेष्ठा, आज या अकृतात्म्या दुष्ट धार्तराष्ट्राचें आयुष्य संपलें आहे आणि मातापितरांचें दर्शनही ह्यास पुनश्च होणार नाहीं. राजेंद्रा, आज दुर्मति कुरुपतीचें सौख्य संपलें आणि स्त्री-

१ वायुना निहतो वायुर्गगनाच्च पतत्यधः। प्रचण्डघोरनिर्घोषो **निर्घात** इति कथ्यते॥ वाऱ्यावर वारा आपटून आकाशांतून खालीं आला असतां जो प्रचंड व भयंकर नाद होतो, त्याला 'निर्घात' असें म्हणतात.

जनांचें दर्शनही आटोपलें! कुरुराज शंतनूच्या वंशास कलंक लावणारा हा पातकी आज आपले प्राण, ऐश्वर्य व राज्य सोडून भूतलावर शयन करील! आज मीं दुर्योधनाला मारिल्याचें ऐकतांच, धृतराष्ट्र राजाला तें शकुनीच्या बुद्धीस लागून केलेलें अशुभ कर्म आठवेल!"

हे राजशार्दूला, असें बोलून तो वीर्यशाली भीम गदा हातांत घेऊन वृत्रास आह्वान करणाऱ्या इंद्रासारखा युद्धास उभा राहिला. इकडे दुर्योधनही गदा सरसावून पुढें झाला. तेव्हां गदा उंच केल्यामुळें सशृंगकैलासाप्रमाणें दिसणाऱ्या दुर्योधनास पाहून खवळलेला भीमसेन पुनः त्यास म्हणाला, "राजा धृतराष्ट्राचें व तूं आपलेंही वारणावतांतील तें अत्यंत दुष्टपणाचें कर्म आठव. रजस्वला द्रौपदीस सभेमध्यें तुम्हीं जे अत्यंत क्लेश दिले, तूं आणि शकुनीनें द्यूतांत धर्मराजास जें ठकविलें, तुझ्यामुळें आम्हांस अरण्यांत जें महद्दुःख भोगावें लागलें, आणि विराटनगरांत वेष पालटून राहाण्यांत आम्हांस जे कष्ट झाले, त्या सर्वांचें, हे दुर्मते, मी आज तुजवर उसनें काढीन! बरा सांपडला आहेस! अरे, तुझ्यासाठीं हा रथिश्रेष्ठ प्रतापी गंगानंदन शिखंडीच्या हातून निधन पावून शरशय्येवर पडला! तुझ्याचसाठीं द्रोण, व कर्ण व तसाच प्रतापशाली शल्य ठार झाला! वैराग्नीचा आदिजनक जो सुबलपुत्त्र शकुनि तोही मरून गेला! द्रौपदीला क्लेश देणारा पापी प्रतिकामीही ठार झाला! आणि प्रख्यात लढवय्ये व शूर असे तुझे सर्व भाऊ निधन पावले; हे व दुसरे पुष्कळ राजे तुजसाठीं बळी पडले; आणि तुलाही मी आज या गदेनें निःसंशय ठार करणार!"

राजेंद्रा, याप्रमाणें उच्चस्वरानें बोलणाऱ्या त्या वृकोदरास तुझा सत्यपराक्रमी पुत्र निर्धास्तपणें म्हणाला, "अरे वृकोदरा, पुष्कळ बडबड कशाला? लढायाला लाग. कुलाधमा, मी आज तुझी युद्धाची रगच जिरवून टाकतों! अरे, तुझ्यासारख्या यःकश्चित् मनुष्यानें मोठमोठ्यानें आरडून ओरडून भिवविण्याजोगा हा दुर्योधन क्षुद्र नाहीं, समजलास! व्यर्थ बडबडीला भिणारे सामान्य पुरुष निराळेच असतात. देवांपासून संपादिलेलें गदायुद्ध एकदां तुजबरोबर खेळावें, ही माझी फार दिवसांपासून इच्छा आहे; आणि माझ्या हृदयांत वास करणारी ही इच्छा सुदैवानें आज पूर्ण होण्याची संधि आली आहे! दुर्मते, पुष्कळ बडबड व आत्मश्लाघा कशाला करतोस? या बोलण्याप्रमाणें कृति करून दाखव, उगाच वेळ दवडूं नको!" राजा, त्याचें तें भाषण ऐकून तेथें जमलेल्या सर्व राजांनीं व सोमकांनीं त्याची प्रशंसा केली. याप्रमाणें सर्वांनीं अतिशय स्तुति केली असतां, कुरुनंदन दुर्योधनाचा रोमनूरोम स्फुरण पावून, त्यानें युद्धाचा दृढ निर्धार केला. तेव्हां त्या मातंगाप्रमाणें उन्मत्त झालेल्या असहिष्णु दुर्योधनास पुनः टाळ्यांच्या गजरानें राजांनीं अतिशय चेव आणिला, इतक्यांत इकडून महात्मा पंडुपुत्र भीमसेन त्या महाथोर धार्तराष्ट्रावर वेगानें धावला; तेव्हां लगेच हत्ती गर्जूं लागले, घोडे हिंसूं लागले, आणि जयैषी पांडवांचीं शस्त्रेंही प्रदीप्त दिसूं लागलीं!

अध्याय सत्तावन्नावा.

—:०:—

गदायुद्ध.

संजय सांगतोः—नंतर, राजा, भीमसेन याप्रमाणें चालून आलेला पाहून थोर मनाचा दुर्योधन गर्जना करीत मोठ्या वेगानें त्यास सामोरा झाला; आणि मग ते दोघेजण शृंगयुक्त वृषभांप्रमाणें एकमेकांवर तुटून पडले असतां त्यांनीं एकमेकांवर जे प्रहार केले,

त्यांपासून निर्घातध्वनीसारखा भयंकर आवाज झाला. राजा धृतराष्ट्रा, इंद्रप्रल्हादांप्रमाणें एकमेकांस जिंकूं पहाणाऱ्या त्या उभयतांचें अंगावर कांटा उठेल असें तुंबळ युद्ध जुंपलें; आणि ते उदार मनाचे गदाधारी महात्मे नखशिखांत रक्तानें माखून फुललेल्या पळसांसारखे दिसूं लागले. याप्रमाणें त्यांचें तें अतिदारुण महायुद्ध सुरू झालें असतां गदांच्या आघातांबरोबर एकसारख्या ठिणग्या उडूं लागल्या; व त्या योगें आकाश जसें कांहीं काजव्यांच्या थव्यांनींच सुशोभित झाल्यासारखें दिसूं लागलें. याप्रमाणें तें अत्यंत तुंबळ व हातघाईचें युद्ध चाललें असतां, ते दोघेही अरिंदम लढतां लढतां अगदीं थकून गेले, आणि मुहूर्तपर्यंत विसावा घेत स्वस्थ बसले. मग किंचित् विसावा मिळतांच पुनः आपल्या उत्कृष्ट गदा उचलून ते एकमेकांशीं भिडले. राजा, ते दोघेही महावीर्यशाली नरर्षभ चांगले ताजेतवाने झाले होते; दोघांचेही हातांत गदा असून त्यांचा पराक्रमही समान होता; आणि एका तरुण हत्तिणीच्या हेतूनें परस्परांवर तुटून पडणाऱ्या दोन बलाढ्य व मदोन्मत्त गजांसारखे ते दिसत होते. त्यांस पाहून देव, गंधर्व व मानव या सर्वांसच परम विस्मय वाटला. राजा, त्या भीमदुर्योधनांनीं गदा उचलल्या आहेत अशा स्थितींत त्यांस पाहून, यांपैकीं कोण विजयी होईल, याविषयीं सर्वांसच संशय पडला. मग, बलवंतांत वरिष्ठ असे ते भाऊ पुनः एकमेकांशीं भिडले; आणि एकमेकांस मारण्याची संधि पहात पवित्रे करूं लागले. राजा, भीमसेनाची ती अवजड व केवळ यमदंडोपम प्राणघातक अशी भयंकर गदा म्हणजे इंद्राचें उगारलेलें वज्रच आहे असें पहाणारांस भासलें. भीमसेन रणांत गदा फिरवीत असतां मुहूर्तपर्यंत घोर व अतितुंबळ शब्द चालला होता. राजा, तो गदा फिरविणारा शत्रु भीमसेन व त्याची ती अतुल वेगानें फिरणारी गदा पाहून क्षणभर दुर्योधनही विस्मित झाला; आणि हे भारता, एकंदरींत तो नानाप्रकारचीं मंडलें व मार्ग करणारा वीर वृकोदर त्या वेळीं फारच शोभला.

नंतर, राजा, ज्याप्रमाणें दोन मांजरें भक्ष्यार्थ एकमेकांवर तुटून पडतात, त्याप्रमाणें ते वीर आपआपल्या रक्षणाविषयीं दक्ष राहून एकमेकांशीं भिडले व परस्परांवर वरचेवर प्रहार करूं लागले. भीमसेनानें पुष्कळ प्रकारचे मार्ग दाखविले; तशींच विचित्र प्रकारचीं मंडलें व पुढें चाल, पीछेहाट वगैरे प्रकार मोठ्या सफाईनें चालविले. चमत्कारिक अस्त्रेंयंत्रें, निरनिराळीं स्थानें, शस्त्रांची फेक, शस्त्र चुकविणें, डावी किंवा उजवी घालणें, वेगानें समोर धावून येणें, प्रतिरोध करणें, स्थिर उभें रहाणें, पुनः युद्ध करणें, शत्रूवर प्रहार करण्यासाठीं चोहोंकडून धावणें, शत्रूच्या धावण्यास अवरोध करणें, प्रहार चुकविण्यासाठीं खालीं पडणें किंवा उंच उडी मारणें, पुढें येऊन प्रहार करणें, मागें वळून मागच्या हातानेंच फटका लगावणें, इत्यादि प्रकार ते गदायुद्धविशारद वीर एकसारखे करीत होते. राजा, ते परस्परांस जोरानें हाणीत एकमेकांचे प्रहार चुकवीत, प्रतिपक्ष्यास चकवीत आणि पुनः संचार करूं लागत. त्या दोघांसही युद्धाचा अतिशय सराव असून अंगांत उत्तम ताकत असल्यामुळें त्यांनीं पुष्कळ मंडलें केलीं. याप्रमाणें रणांगणांत चोहोंकडे युद्धचमत्कार दाखवितां दाखवितां त्यांनीं एकदम एकमेकांवर गदाप्रहर केले. त्या वेळीं, हे महाराजा, ते रक्ताची आंघोळ झालेले वीर—

१ शत्रूस वर किंवा बाजूस फेंकण्याचे प्रकार.
२ निरनिराळे पवित्रे.

एकमेकांशीं भिडून शुंडाप्रहार करणाऱ्या दोन गजांप्रमाणें शोभले. हे परंतपा, याप्रमाणें त्या सायंकाळच्या वेळीं त्यांचें इंद्रवृत्रांसारखें घोर युद्ध झालें. राजा, मग ते बलाढ्य गदाधारी पुनः मंडलें घेऊं लागले. दुर्योधन उजव्या बाजूनें मंडल करूं लागला आणि भीम डाव्या बाजूनें वळला. हे महाराजा, भीमसेन याप्रमाणें रणांत डावें मंडल फिरत असतां, दुर्योधनानें त्याच्या कुशींत प्रहार केला. परंतु भीमानें तिकडे लक्षही दिलें नाहीं! तो प्रहार आपल्या खिसगणतींतही नाहीं, असें दाखवीत भीमसेन आपली अवजड गदा फिरवूं लागला. हे महाराजा, त्या वेळीं भीमसेनाची ती गदा इंद्रधनुष्याप्रमाणें घोर व उगारलेल्या कालदंडासारखी भासली. भीमसेन गदा फिरवीत आहे असें पाहून तुझ्या परंतप पुत्रानेंही आपली भयंकर गदा फिरविण्यास सुरुवात करून तिनें भीमाच्या गदेवर टोला दिला! तेव्हां, राजा, तुझ्या पुत्राची गदा गरगर फिरत असतां तिजमुळें जो वायु उत्पन्न झाला, त्याच्या वेगामुळें अत्यंत तुंबळ असा शब्द व तेजही उत्पन्न झालें. सुयोधन विविध मार्ग व मंडलें भागशः करीत होता; त्या वेळीं तो तेजस्वी वीर भीमसेनाहूनही विशेष शोभला. राजा, भीमसेन होती नव्हती तेवढ्या शक्तीनें आपली प्रचंड गदा फिरवूं लागला; आणि अत्यंत भयंकर व मोठा आवाज करणाऱ्या त्या गदेनें आपल्या घुमण्याच्या वेगानें धूर व ज्वाला यांनीं युक्त असा अग्नि उत्पन्न केला! राजा, भीमसेन गदा फिरवीत आहे असें पाहून सुयोधनही आपली पोलादी अवजड गदा फिरवूं लागला; तेव्हां तो फारच शोभला. त्या महात्म्याच्या गदामारुताचा वेग पाहून पांडवांस व सर्व सोमकांस मोठें भय पडलें. मग रणांगणांत चोहोंकडे युद्धक्रीडा दाखवितां दाखवितां त्या अरिंदमांनीं एकाएकीं एकमेकांवर गदांचे प्रहार केले, त्याबरोबर त्यांच्या अंगावर रक्ताचा शिडकाव झाला; आणि, हे महाराजा, ते वीर दांतांनीं लढणाऱ्या हत्तींप्रमाणें शोभले. याप्रमाणें त्या संध्याकाळच्या वेळीं त्यांचें तें इंद्रवृत्रांच्या युद्धासारखें क्रूर, घनघोर व अनिवार युद्ध झालें.

मग, राजा, भीम व्यवस्थेनें उभा आहे असें पाहून तुझा महाबली पुत्र फारच आश्चर्यकारक मार्ग करीत त्याजवर धावला. त्या वेळीं त्याला अत्यंत संताप चढला होता. राजा, इकडे भीमही खवळला होताच. त्यानें सुयोधनाच्या त्या सोन्याचा मुलामा दिलेल्या व मोठ्या वेगानें फिरणाऱ्या गदेवर तडाका मारला! तेव्हां, हे महाराजा, त्यांच्या आघाताबरोबर, फेंकलेल्या दोन वज्रांचाच आघात झाल्याप्रमाणें त्या ठिकाणीं ठिणग्या उडाल्या आणि प्रचंड गडगडाटही झाला. हे महाराजा, भीमसेनानें जोरानें फेंकलेली ती गदा जेव्हां वेगानें खालीं पडूं लागली, तेव्हां पृथ्वीही कंपित झाली. पण आपल्या गदेचा रणांत पाडाव झाला हें दुर्योधनास खपलें नाहीं. एक मत्त हत्ती दुसऱ्या मत्त हत्तीस पाहातांच जसा खवळून जातो तसा तो खवळला; आणि त्यानें त्याचें उसनें फेडण्याचा निश्चय केला; व लगेच उजवें मंडल घेऊन उडी मारली आणि भयंकर वेगानें भीमाच्या डोक्यांत गदा घातली! परंतु, राजा, आश्चर्य हें कीं, तुझ्या पुत्रानें गदेचा एवढा तडाका दिला तरी त्या पंडुपुत्रानें नुसती मानही हालविली नाहीं! गदेचा तो आघात झाला असतां भीमसेन एक पाऊलभरही चळला नाहीं, हें पाहून सर्वांस विस्मय वाटला आणि त्यांनीं त्याची प्रशंसा केली. मग भीमपराक्रमी भीमसेनानें अधिक जड अशी आपली सुवर्णपरिष्कृत उज्ज्वल गदा दुर्योधनावर फेंकली. परंतु महाबली दुर्योधनानें बिलकूल न गडबडतां मोठ्या चलाखीनें

तो प्रहार चुकविला ! तेव्हा तेंही एक आश्चर्यच झालें ! राजा, भीमानें फेंकलेली व मोठा गडगडाट करीत येणारी ती गदा व्यर्थ जाऊन जेव्हां जमिनीवर पडली, तेव्हां पृथ्वी हादरून गेली. मग, गदा खालीं पडली आणि भीमसेन फसला गेला असें जाणून, दुर्योधनानें जेणेंकरून प्रतिपक्ष्यास चीड येईल अशा पुनःपुनः उड्या मारिल्या; आणि अशा प्रकारें भीमास अगदीं बेफाम करून त्याच्या वक्षःस्थलावर मोठ्या जोरानें व संतापानें गदाप्रहार केला ! गदेचा तडाका बसतांच भीमसेन रणांगणांत भांबावून गेला आणि पुढें काय करावयाचें हेंही त्यास क्षणभर सुचेनासें झालें. राजा, अशी त्याची अवस्था होतांच सोमक व पांडव यांच्या आशा बहुतेक मावळल्या आणि त्यांचीं अंतःकरणें उदास होऊन गेलीं. परंतु इतक्यांत, त्या प्रहारानें बेफाम झालेल्या हत्तीसारखा तो वृकोदर —एक हत्ती दुसऱ्या हत्तीवर धावतो त्याप्रमाणें— तुझ्या पुत्रावर धावून आला; आणि, राजा, वनगजावर झडप घालणाऱ्या सिंहाप्रमाणें वेगानें तुझ्या पुत्रावर झडप घालून, गदेची फेंक करण्यांत कुशल असलेल्या त्या पंडुपुत्रानें दुर्योधन राजाजवळ येऊन त्याच्या कुशीवर नेम धरून गदा हाणली. त्या वेळीं, राजा, दुर्योधन त्या तडाक्यानें विह्वल झाला, आणि त्यानें भूमीवर गुढघे टेकले ! हे जगत्पते, कुरुकुलश्रेष्ठ दुर्योधन गुढघ्यांवर येतांच सृंजयमंडळींत मोठा हंशा पिकला. परंतु, हे भरतश्रेष्ठा, सृंजयांचा तो हर्षशब्द ऐकतांच तुझ्या पुत्राचा संताप झाला. तो लगेच उठला; आणि महाभुजंगाप्रमाणें फूत्कार टाकीत जणू भीमसेनास जाळतोच कीं काय अशा प्रकारें डोळे लाल करून त्याकडे पाहूं लागला. मग तो गदा घेतलेला भरतश्रेष्ठ एकदम भीमसेनावर धावला, तेव्हां जणू काय हा त्याचें मस्तक चूर्णच करून टाकणार कीं काय असा भास झाला ! मग भीमपराक्रमी सुयोधनानें त्याच्या आंखावर तडाका दिला, परंतु तो पर्वततुल्य वीर नुसता चळलाही नाहीं ! गदेच्या प्रहारानें त्याच्या मस्तकांतून रक्ताचा प्रवाह निघाला; आणि तेणेंकरून, ज्याच्या गंडस्थलांतून मद गळत आहे अशा हत्तीप्रमाणें तो पृथापुत्र अधिकच शोभला ! मग त्या शत्रुकर्षक पार्थाग्रजानें वीरांस ठार करणारी व इंद्रधनुष्याप्रमाणें शब्द करणारी आपली लोखंडी गदा घेऊन मोठ्या बलानें शत्रूस चीत करून त्यावर प्रहार केला. तेव्हां, राजा, वनांत प्रफुल्लित शालवृक्ष वायुवेगानें उलथून पडावा त्याप्रमाणें तुझ्या पुत्राचें चिलखत खिळखिळें होऊन तो जमिनीवर पडला ! मग काय विचारतां ? तुझा पुत्र जमिनीवर पडलेला पाहून पांडव मोठ्यानें गर्जना करूं लागले व हंसूं लागले ! परंतु इतक्यांत तुझा पुत्र पुनः शुद्धीवर येऊन डोहांतून बाहेर येणाऱ्या हत्तीसारखा एकदम उभा राहिला. राजा दुर्योधनाचा देहस्वभावच असा होता कीं, त्यास कोणाचीच वरचढ सहन व्हावयाची नाहीं. शिवाय तो तसाच पराक्रमीही होता. त्यानें लगेच निष्णात वीराप्रमाणें घेर घेऊन समोरच असलेल्या वृकोदरावर प्रहार केला. त्याबरोबर त्याचें शरीर विह्वल होऊन तो भूमीवर पडला ! याप्रमाणें स्वसामर्थ्यानें भीमास जमिनीवर पाडून कौरवाधिपति सुयोधनानें सिंहनाद केला आणि गदेच्या तडाक्यानें त्याचें वज्रतुल्य चिलखतही फोडिलें ! तेव्हां अंतरिक्षांत देव व अप्सरा यांचा मोठा गलका होऊं लागला आणि त्यांनीं सुयोधनावर चित्रविचित्र पुष्पांची उत्तम वृष्टि केली. ते वेळीं, राजा,, नरश्रेष्ठ वृकोदर भूमीवर असून त्याच्या अत्यंत बळकट चिलखताचाही भेद झाला आहे, आणि दुर्योधनाचें बल बिलकूल क्षीण होत नाहीं, असें पाहून शत्रूंस भयाची

धडकी बसली. नंतर मुहूर्तभरानें वृकोदर शुद्धीवर आला; त्यानें आपलें रक्तानें भरलेलें तोंड पुसलें, धैर्याचा अवलंब केला, डोळे वटारले आणि बळानें शरीर सावरून तो उभा राहिला!

अध्याय अठ्ठावन्नावा.

--:०:--

दुर्योधनवध!

संजय सांगतो:—राजा, याप्रमाणें त्या कुरुमुख्यांचा संग्राम असा चांगला रंगास आलेला पाहून अर्जुन हा यशस्वी कृष्णास म्हणाला, "जनार्दना, या दोघां वीरांच्या युद्धामध्यें तुला अधिक कोण वाटतो, अथवा कोणाचा कोणता गुण अधिक आहे, तें मला सांग."

वासुदेवानें उत्तर दिलें:—दोघांचें शिक्षण सारखेंच आहे; परंतु भीम अधिक बलवान् आहे आणि दुर्योधन हा त्याच्यापेक्षां अधिक घटलेला व प्रयत्नशील आहे. भीमसेन जर धर्मानें लढेल, तर त्यास जय मिळणार नाहीं. परंतु जर अन्यायानें युद्ध करील, तर खात्रीनें सुयोधनास ठार करील. देवांनीं सुद्धां कपटानेंच दैत्यांस जिंकिलें, म्हणून आम्हीं ऐकिलें आहे. इंद्रानें विरोचनास मायेनेंच जिंकिलें आणि त्यानें वृत्राचें तेज देखील मायेनेंच लोपविलें! म्हणून म्हणतों, भीमानेंही कपटप्रचुर असा पराक्रम करावा! शिवाय, धनंजया, द्यूताचे वेळीं भीमानें तशी प्रतिज्ञाही केली आहे कीं, "युद्धांत मी तुझी मांडी गदेनें चूर्ण करीन!" अर्जुना, असें तो तेव्हां सुयोधनास म्हणाला होता, तर या वेळीं शत्रुकर्षक वृकोदरानें ती आपली प्रतिज्ञा पूर्ण करावी, म्हणजे झालें. राजा दुर्योधन तरी मायावीच आहे. तेव्हां उलट भीमानेंही त्याचे मायेनेंच तुकडे उडविले पाहिजेत. जर भीम हा केवळ आपल्या बळावर भिस्त ठेऊन न्यायानें लढूं लागेल, तर राजा युद्धिष्ठिर संकटांत पडेल, यांत संशय नाहीं. अर्जुना, मी तुला पुनः सांगतों, ऐक. धर्मराजाच्या अपराधामुळेंच पुनश्च आपणांस भय उत्पन्न झालें आहे. एवढा थोर उद्योग केला, भीष्मप्रभृति कौरवांचा निःपात उडविला, जय मिळविला, उज्जल कीर्ति पसरली, आणि वैराचें उसनें पुरापूर उगवून निघालें, एवढें सर्व होऊन विजय अगदीं हातांत आल्यासारखा झाला असतां धर्मानें तो संशयांत घातला! खरोखरच अर्जुना, धर्माला ही मोठीच दुर्बुद्धि आठवली. अशा प्रकारचें हें घोर युद्ध करून जें मिळविलें, तें 'केवळ एकाला जिंकलें असतां हारवीन' असें म्हणून त्यानें हें युद्ध पणास लाविलें! तेव्हां काय म्हणावें? दुर्योधन हा मोठा घटलेला वीर आहे. शिवाय त्याचें काय? तो आज जिवावर उदार आहे! अर्जुना, पुरातनकालीं भार्गव शुक्राचार्यांनें तत्त्वार्थानें भरलेला असा एक श्लोक म्हटला आहे, तो मी तुला सांगतों.

पुनरावर्तमानानां भग्नानां जीवितैषिणाम्।
भेतव्यं अरिशेषाणामेकायनगता हि ते ॥ १ ॥

जिवाची इच्छा करणारे पण एकदां भग्न पावले असून पुनः उलटून येणारे असे जे शत्रूकडील उरलेले लोक, ते थोडे असले तरी त्यांचें भय धरावें. त्यांकडे दुर्लक्ष करूं नये. कारण, त्यांचे सर्व लोक मेल्यामुळें त्यांस कोणाचीही आशा राहिलेली नसते. एक मारीन किंवा मरेन, एवढाच विषय त्यांच्या दृष्टीपुढें असतो, आणि जिवावर उदार असल्यामुळें, ते थोडे असले तरी बहुतांस भारी असतात. ज्यांनीं धाडसानें उडी घातली आहे व जे जिवावर उदार आहेत, त्यांच्या पुढें उभा राहण्यास इंद्रही समर्थ नाहीं. बाबारे, सुयोधनाची सांप्रत अशीच स्थिति आहे. त्याचें सर्व सैन्य मरून गेलें; आणि हताश होऊन तो डोहांत

शिरला; तो पराभव पावला, राज्य मिळविण्याची त्याची पूर्ण निराशा झाली, आणि ज्यासाठीं जगावें अशी कोणतीच गोष्ट न राहून, आयुष्याचे उरलेले दिवस कंठण्यासाठीं तो वनांत जाण्याची इच्छा करूं लागला. अशा स्थितींत कोणता शहाणा मनुष्य त्यास द्वंद्वयुद्धास आह्वान करील बरें? ज्यानें त्रयोदश वर्षेंपर्यंत सारखा गदायुद्धाचा सराव चालविला आहे, आणि भीमसेनास ठार मारण्याच्या हेतूनें जो सांप्रत ऊर्ध्वमार्गानें व तिर्यग्मार्गानें संचार करीत आहे, त्या ह्या सुयोधनानें आपल्या हातीं आलेलें राज्य परत हिसकून न घ्यावें म्हणजे झालें! छे छे, पार्था, जर महाबाहु भीम यास अन्यायानें न मारील, तर हा कौरव दुर्योधनच आपला राजा होईल!

राजा धृतराष्ट्रा, महात्म्या केशवाचे हे शब्द ऐकून, भीमाचें लक्ष आहे असें पाहून अर्जुनानें आपली डावी मांडी हातानें ठोकली! तेव्हां भीमानें लगेच ती खूण जाणली; आणि तो गदा घेऊन रणांत संचार करूं लागला. त्यानें विचित्र प्रकारचीं मंडलें व दुसरीं यमकें केलीं; डावें, उजवें व गोमूत्रक मंडल केलें; आणि तो जसा कांहीं प्रतिपक्षास भूल पाडीतच रणांत संचार करूं लागला. राजा, तुझा गदामार्गविशारद पुत्रही भीमास ठार करण्याच्या हेतूनें चित्रविचित्र व चलाखीचे मार्ग दाखवूं लागला. त्या वेळीं, राजा, चंदनागरु चर्चिलेल्या घोर गदा फिरविणारे, वैराचा अंत करूं पाहाणारे, रणांत यमाप्रमाणें खवळलेले आणि परस्परांस ठार करूं इच्छिणारे ते नाणावलेले वीर—नागरूपी आमिषासाठीं भांडणाऱ्या दोन गरुडांप्रमाणें घिरट्या घालूं लागले. राजा, विचित्र मंडलें घेणाऱ्या त्या भीमदुर्योधनांच्या गदा एकमेकींवर आदळून उंच ज्वाला उठत; वादळानें खवळलेले दोन समुद्र एकदम एकमेकांवर आदळतात त्याप्रमाणें ते दोघे शूर व बलवान् वीर तेथें रणांगणांत एकदम एकमेकांशीं भिडून प्रहार करीत; त्यांच्या गदा एकमेकींवर आपटत; आणि ते दोघेही मत्तमातंगतुल्य वीर अगदीं बरोबरीचे असल्यामुळें प्रहाराबरोबर गदांच्या आघातांचा भयंकर गडगडाट होई! याप्रमाणें तेव्हां अत्यंत भयंकर व हातघाईची हाणामारी चालली असतां, शत्रूस दमविणारे ते दोघेही वीर लढतां लढतां अगदीं थकून गेले. मग, परंतपा, मुहूर्तमात्र विसावा घेऊन ते पुनः आपल्या मोठ्या गदा घेऊन त्वेषानें एकमेकांशीं भिडले. नंतर, राजेंद्रा त्यांचें भयंकर स्वरूपाचें व अनिवार युद्ध झालें. ते गदांच्या तडाक्यांनीं परस्परांस घायाळ करीत होते. ज्यांचे नेत्र वृषभांसारखे आहेत, असे ते चपल वीर वेगानें रणांत धावले; आणि चिखलांत उभे असलेले दोन रेडे परस्परांवर तुटून पडतात, त्याप्रमाणें त्यांनीं एकमेकांवर शिस्त धरली. त्यांचे सर्व अवयव प्रतिपक्ष्याच्या प्रहारांनीं जर्जर झाले; ते रक्तानें न्हाऊन निघाले; आणि हिमालयावरील प्रफुल्ल पळसांसारखे दिसूं लागले. मग भीमानें अवधि देतांच दुर्योधन कांहींसा हर्ष पावून एकदम पुढें सरसावला. पण तो रणांत जवळ आला असें पाहातांच शहाण्या व बलवंत वृकोदरानें त्यावर मोठ्या वेगानें गदा फेंकली! परंतु, राजा दुर्योधनही कमी नव्हता! भीम गदा फेंकतो आहे असें पाहातांच तो तेथून चलाखीनें बाजूला सरला, त्यामुळें ती गदा विफल होऊन भूमीवर पडली! हे कुरुसत्तमा, याप्रमाणें तो प्रहार चुकवून तुझ्या पुत्रानें मोठ्या लगबगीनें भीमावर गदेचा टोला दिला! त्याबरोबर जो रक्ताचा प्रवाह चालला त्यामुळें व प्रहाराच्या जोरामुळें त्या अमितसामर्थ्यवान् भीमालाही मूर्च्छा आल्यासारखें झालें, परंतु त्याची तशी अवस्था झाल्याचें दुर्योधनाचे लक्षांत

आलें नाहीं; व भीमसेन आपलें तें अत्यंत पीडित झालेलें शरीर तसेंच संभाळून उभा होता, तेव्हां तो जणू आतां आपणावर रणांत प्रहार करण्याचेच विचारांत आहे, असें दुर्योधनास वाटलें आणि त्यामुळें त्यानें त्यावर पुनः मारा केला नाहीं. नंतर मुहूर्तपर्यंत तसाच विसावा घेऊन प्रतापी भीमसेन समोरच उभा असलेल्या दुर्योधनावर वेगानें धावला. हे भरतर्षभा, तो अमितपराक्रमी वीर खवळून धावत येत आहे असें पहातांच तुझ्या पुत्रानें त्यास झुकांडी देण्याचा विचार केला; आणि, राजा, वृकोदर अगदीं जवळ येतांच त्यास फसविण्यासाठीं उंच उडी मारण्याचा त्यानें बेत योजिला. परंतु एकंदर धोरणावरून वृकोदरानें तो बेत ताडला; व एकदम जोरानें धावून त्यानें सिंहासारखी मोठी गर्जना केली. आणि इकडे तिकडे वळून प्रहार चुकविणाऱ्या व आतां उंच उडी मारूं पाहाणाऱ्या दुर्योधनाचे मांड्यांवर जोरानें गदा फेंकली. राजा, भीमानें झुगारलेल्या त्या वज्रतुल्य गदेनें दुर्योधनाच्या दोन्ही सुंदर मांड्या मोडून गेल्या! आणि याप्रमाणें भीमसेनाच्या हातून मांड्या चूर्ण झालेला तो तुझा नरव्याघ्र पुत्र पृथ्वी दणाणवीत तीवर पडला! तो पडतांच निर्घातांसह वारे जोरानें वाहूं लागले; धुळीची वृष्टि झाली; आणि वृक्ष, झुडपें व पर्वत यांसुद्धां सर्व पृथ्वी कंपित झाली! तो सर्व राजांचा अधिराज पतन पावतांच एक प्रदीप्त, भयंकर व मोठी उल्का जोरानें कडाडत येऊन धाडकन् जमिनीवर पडली! त्याचप्रमाणें, हे भारता, तो पृथ्वीपति पडला असतां इंद्रानें धुळीची व रक्ताची वृष्टि केली; अंतरिक्षांत यक्ष, राक्षस व पिशाच्च यांचा मोठा गलबला चाललेला ऐकूं येऊं लागला; आणि, राजा, त्या घोर शब्दांत चोहोंकडे चाललेले श्वापदांचे व पक्ष्यांचे शब्द मिसळून सर्वत्र अतिभयंकर असा एकच कोलाहल माजला. हे भारता, तुझा पुत्र पडतांच तेथें अवशिष्ट असलेले घोडे, हत्ती व मनुष्यें मोठ्यानें आक्रोश करूं लागलीं, आणि त्याबरोबरच भेरी, शंख व मृदंग यांचा प्रचंड ध्वनि सुरू झाला, तो भूमीच्या आंतील बाजूसही कोंदाटला. ज्यांना पुष्कळ पाय व पुष्कळ हात असून जीं दिसण्यांत अक्राळविक्राळ आहेत, अशीं भयंकर कबंधें नाचूं लागून, त्यांनीं तें रणांगण सर्व दिशांनीं व्यापिलें. ध्वजयुक्त (रथांत बसलेले), अस्त्रसंपन्न व शस्त्रधारी वीरही, राजा, तुझा पुत्र पतन पावला असतां चळचळां कांपूं लागले! विहिरी व डोह यांतून रक्ताचे फवारे उडूं लागले! नद्या फारच वेगानें व खळबळाट करीत वाहूं लागल्या, आणि स्त्रिया पुरुषांसारख्या व पुरुष स्त्रियांसारखे झाले! राजा, तुझा पुत्र दुर्योधन पडला त्या वेळीं ते अद्भुत उत्पात पाहून पंचाल व पांडव या सर्वांचींच मनें उद्विग्न होऊन गेलीं. हे भारता, मग गंधर्व, अप्सरा व देव तुझ्या पुत्राचें ते अद्भुत युद्ध वर्णन करीत आपआपल्या उद्दिष्ट स्थलीं जाते झाले; आणि तसेंच, राजेंद्रा, सिद्ध, वातीक व चारण हेही त्या नरश्रेष्ठांची प्रशंसा करीत आपल्या वाटेनें निघून गेले!

अध्याय एकुणसाठावा.

—:०:—

युधिष्ठिरविलाप!

संजय सांगतोः—राजा, उंच वाढलेल्या शालवृक्षाप्रमाणें त्यास पाडिलेलें पाहातांच सर्व पांडव मनांत अतिशय हर्ष पावून तिकडे अवलोकन करूं लागले; आणि सर्व सोमकही हर्षभरित होऊन, सिंहानें पाडलेल्या उन्मत्त मातंगासारख्या त्या दुर्योधनाकडे पाहूं लागले. इकडे, दुर्योधनास मारिल्यानंतर प्रतापी भीमसेन त्या लोळविलेल्या कौरवाधिपतीजवळ

जाऊन म्हणाला, " मंदा, पूर्वी सभेंत एकवस्त्रा द्रौपदीस उद्देशून "गायरे गाय" असें तूं हास्यपूर्वक आम्हांस म्हणाला होतास, तें आठवतें काय? दुर्मते, त्या अवहासाचें फळ आज पुरापूर भोग!" असें म्हणून तेथें त्यानें डाव्या पायानें दुर्योधनाचे मस्तकावर लाथ मारिली, आणि त्या राजर्षभाचें मस्तक पायानें उलथेंपालथें केलें! त्याचप्रमाणें, राजा, तो क्रोधानें लाल झालेला परबलमर्दक भीमसेन पुनः त्यास जें बोलला तें श्रवण कर. तो म्हणाला, " मूढा, पूर्वी जे गायरे गाय करीत आम्हांपुढें नाचत होते, त्यांचेचपुढें आज आम्ही 'गायरे गाय' म्हणत मिरवत आहों! कपटाचा घाला, अग्नि, अक्षद्यूत किंवा ठकबाजी यांपैकीं कशाचाही आम्ही उपयोग केला नाहीं. तर केवळ स्वतःचे बाहुबलाच्या जोरानें शत्रूची रग जिरविली!" नंतर, राजा, तो वैराचे अगदीं शेवटास जाऊन पोंचलेला वृकोदर पुनः सावकाश हंसून युधिष्ठिर, कृष्ण, सृंजय, अर्जुन व नकुलसहदेव ह्यांस म्हणाला, " ज्यांनीं रजस्वला द्रौपदीस सभेंत आणिलें, आणि तेथें तीस भरसभेंत वस्त्रहीन केलें, ते धार्तराष्ट्र याज्ञसेनीच्या तपःप्रभावेंकरून पांडवांनीं रणांत ठार केले आहेत पहा! धृतराष्ट्र राजाच्या ज्या क्रूर पुत्रांनीं पूर्वी आम्हांस 'पोंचट तीळ' म्हणून हिणविलें, ते तर आम्हीं सगण सपरिवार ठार मारिले! आतां आम्हांस स्वर्ग मिळेल किंवा पाहिजे तर आम्ही नरकास जाऊं, तो भाग निराळा!" मग, राजा, भूमीवर पडलेल्या त्या दुर्योधन राजाचे खांद्यावरील गदा हिसकून त्यानें पुनः त्याचें मस्तक डाव्या पायानें तुडविलें! आणि तो त्यास टोंचून बोलला! राजा, हर्षावेश चढलेल्या क्षुद्र मनाच्या भीमसेनानें कुरुश्रेष्ठ दुर्योधन राजाचे मस्तकावर पाय दिलेला पाहून पांडवांकडील मंडळींत जे धर्मात्मे होते त्यांनीं कांहीं त्यास चांगलें म्हटलें नाहीं. याप्रमाणें भीमसेन तुझ्या पुत्रास ठार करून अहंपणाचीं भाषणें करीत अनेक प्रकारें नाचत असतां धर्मराज त्यास म्हणाला, " अरे, चांगल्या अथवा वाईट—कशाही प्रकारचीं कृत्यें करून तूं एकदांचा वैराचा सूड उगविलास, आणि कशी तरी प्रतिज्ञा शेवटास नेलीस. पण आतां पुरे कर! याचें मस्तक पायानें तुडवूं नको. तेणेंकरून तूं धर्म उल्लंघिला असें होईल. हे निष्पापा, हा राजा व आपला भाऊबंद आहे. याची अशी विटंबना करणें न्याय्य नाहीं. अरे, हा एकादश चमूंचा स्वामी व कौरवांचा अधिपति आहे. या राजाचे व आपल्या भावाचे मस्तकास पादस्पर्श करूं नको. भीमा, या राजेश्वराचे बंधु मेले, अपत्य मेले, सर्व सैन्य नष्ट झालें आणि अशा स्थितींत हा युद्धांत मरण पावला आहे! त्यापेक्षां सर्व प्रकारें याबद्दल कळवळा येणें योग्य आहे. हा उपहासास बिलकूल पात्र नाहीं. ज्याचे मंत्री, भ्राते व पुत्र मरून गेले, आणि सर्व प्रकारें ज्याचा विध्वंस उडाला, असा हा आपला विकलांग झालेला भ्राता आहे. याचा तूं अवमान केलास, हें कांहीं तूं बरोबर केलें नाहींस. अरे पूर्वी 'हा भीमसेन धर्मात्मा' असें तुला लोक म्हणत असत; आणि, भीमा, तोच तूं राजाचे मस्तकावर पाय देऊन उभा आहेस हें काय?"

राजा, याप्रमाणें युधिष्ठिर भीमसेनास म्हणाला व मग त्याचा कंठ दाटून आला; आणि तो शत्रूंचीं हाडें मऊ करणाऱ्या दुर्योधनाजवळ जाऊन त्यास लीनपणें म्हणाला, "बा दुर्योधना, आमचा राग मानूं नको, किंवा तूं स्वतःसही दूषण देणें बरोबर नाहीं. अरे, हें खडतर पूर्वसंचितच भोगावें लागत आहे! हे कुरुसत्तमा, तूं आमचें आणि आम्हीं तुझें जें हाडवैर धरलें होतें, तें दुष्ट व खडतर फळ

ब्रह्मदेवानेंच आपल्या भाळीं लिहिलें होतें. हे भारता, लोभ, गर्व व बालिशता या गुणांनीं आणि केवळ स्वतःच्या अपराधामुळें तुला हें अशा प्रकारचें महत्संकट प्राप्त झालें. तूं प्रथम आपले मित्र, भाऊ, वडील, पुत्र, पौत्र व दुसरे साथीदार यांचा घात करविलास, आणि मग मरण पावलास. तुझ्याच अपराधामुळें आम्हांस तुझ्या भावांस मारणें भाग पडलें; आणि दुसरे भाऊबंद वगैरे ठार झाले ते तरी तुझ्याच अपराधामुळें ! हें जरी खरें आहे, तरी त्यास कांहीं उपाय नव्हता. कशानेंही हें टळलें नसतें, अशी माझी समजूत आहे. यास्तव याबद्दल वाईट वाटून घेऊं नको. शिवाय, हे निष्पापा, तूं स्वतःबद्दलही शोक करण्याचें कारण नाहीं. कारण, तुला अभिनंदनीय अशा प्रकारचें मरण आलें आहे. हे कुरुकुलोत्पन्ना, सांप्रत आमची स्थितिच सर्व प्रकारें शोचनीय आहे. प्रियबांधवांवांचून आतां आम्हांस सदोदीत सुनें सुनें होणार ! पुत्र व बांधव यांच्या शोकानें विह्वल झालेल्या व धाय मोकलून रडणाऱ्या त्या विधवांना आतां मी कसें तोंड दाखवूं ? राजा, खरोखर तुझीच एकट्याची स्थिति उत्तम आहे ! तुला स्वर्गांत स्थान मिळणार, हें निश्चित आहे. आम्ही मात्र येथेंच नरकासारखें दारुण दुःख भोगणार ! आणि धृतराष्ट्राच्या विह्वल झालेल्या शोकग्रस्त व विधवा सुना आणि तशाच नातसुना आमची खरोखर निंदा करणार ! "

संजय सांगतोः—राजा, असें म्हणून त्या धर्मपुत्र युधिष्ठिर राजानें अत्यंत दुःखार्त होऊन निःश्वास सोडला आणि पुष्कळ वेळ विलापही केला.

अध्याय साठावा.

--:०:--

बलदेवक्रोधसांत्वन.

धृतराष्ट्र विचारितोः—सूता, राजा दुर्योधन अधर्मानें मारिला गेला हें पाहून यादवश्रेष्ठ महाबलाढ्य बलराम त्या वेळीं काय म्हणाला ? तो गदायुद्धांत वाकबगार आहे इतकेंच केवळ नव्हे, तर त्यांतील एकूणएक खांचीखोची तो जाणतो. तेव्हां, संजया, या प्रसंगीं त्या रोहिणीपुत्रानें काय केलें, तें मला सांग.

संजय सांगतोः—राजा, भीमसेनानें तुझ्या पुत्राचे मस्तकावर लत्ताप्रहार केला असें पाहातांच तो वीराग्रणी बलवान् राम फारच कोपला; आणि सर्व राजांच्या मध्यभागीं एकदम हात उंच करून व भयंकर आरोळी ठोकून म्हणाला, " धिःकार, धिःकार असो ह्या भीमाला ! अहो, धर्मयुद्ध चाललें असतां यानें बेंबीच्या खालच्या भागीं प्रहार केला, त्यापेक्षां धिःकार असो याला ! भीमानें केलें असलें नीच कृत्य गदायुद्धांत कोणी केलेलें आजवर कधींच अवलोकनांत नाहीं. ' बेंबीचे खालचे बाजूस प्रहार करूं नये ' हा शास्त्राचा नियम आहे. हा भीम केवळ अडाणी—याला शास्त्राचें बिलकूल ज्ञान नाहीं. हा मनसोक्त वर्तन करितो ! "

राजा, असें बोलतां बोलतां त्याला फारच संताप चढला. मग, हे महाराजा, तो दुर्योधनाकडे पाहून व रोषानें डोळे लाल करून बोलूं लागला, " कृष्णा, हा केवळ माझ्या तोडीचा शत्रु, हा पडला असें समजूं नको. आश्रिताचे दुर्बलतेमुळें यजमानाची निंदा होते. यास्तव मला तिचें निराकरण केलेंच पाहिजे ! "

राजा, असें बोलून तो बलराम नांगर उचलून भीमावर धावला. तेव्हां हात उंच केलेल्या त्या महात्म्याचें रूप फारच विचित्र अशा विशाल श्वेतपर्वतासारखें दिसलें. याप्रमाणें तो धावत येत असतां केशवानें विनयानें पुढें येऊन मोठ्या प्रयत्नानें आपल्या पुष्ट बाहूंनीं त्यास घट्ट धरलें. त्या वेळीं एक गौर व दुसरा श्यामवर्ण असे ते दोघे यादवश्रेष्ठ,

पौर्णिमेच्या दिवशीं सूर्यास्तसमयीं आकाशांत दिसणाऱ्या चंद्रसूर्यांप्रमाणें फारच शोभिवंत दिसले. मग कृष्ण त्या संतप्त बलरामास शांत करीत म्हणाला, " दादा, हें काय ? अहो, वृद्धि सहा प्रकारची मानतात. (१) आपली स्वतःची वृद्धि, (२) आपल्या शत्रूचा नाश, (३) आपल्या मित्राचा उत्कर्ष, (४) त्याच्या शत्रूची हानि, (५) आपल्या मित्राच्या मित्राचा उदय आणि (६) त्या मित्रमित्राच्या शत्रूचा विनाश, असे आपल्या उत्कर्षाचे सहा प्रकार आहेत. आतां याच्या उलट जेव्हां आपली किंवा आपल्या मित्राची स्थिति होते, तेव्हां मन उद्विग्न व्हावें. परंतु या वेळीं तसें काय आहे ? हा प्रकार आपणांस लवकर शांतिकारक होवो. शुद्ध पौरुषाचे पांडव हे स्वाभाविकच आपले मित्र आहेत; शिवाय ते आपले आप्त--आतेभाऊ--आहेत; आणि त्यांस शत्रूंनीं अतिशयच वाईट रीतीनें वागविलें आहे. येथें प्रतिज्ञा पाळणें हाच मी क्षत्रियांचा धर्म समजतों. ' महायुद्धांत सुयोधनाच्या मांड्या गदेनें चूर्ण करीन ! ' अशी पूर्वीच सभेमध्यें भीमानें प्रतिज्ञा केली होती. शिवाय मैत्रेय महर्षीनें " हे परंतपा, भीमसेन गदेनें तुझ्या मांड्या फोडील ! " असा दुर्योधनास शाप दिला होता. यास्तव, हे प्रलंबारे, यांत कांहीं दोष झाला, असें मला वाटत नाहीं. आणि तशांतून कांहीं झाला असला, तरी रागावणें आपणांस बरें नाहीं. कारण, पांडवांचे मातामह व आपले पितामह एक असल्यामुळें त्यांचा-आपला एका रक्तामांसाचा संबंध आहे; तसाच अर्जुन हा आपला मेहुणा, हा दुसरा निकट संबंध; आणि ते व आपण एकमेकांस सुख देणारे अकृत्रिम स्नेही, हा तिसरा संबंध. अशा अनेक प्रकारें त्यांचा व आपला इतका निकट संबंध जडलेला आहे कीं, त्यांचा उत्कर्ष झाला असतां तेणेंकरून आपलाही उत्कर्ष होणार आहे. यास्तव, दादा, शांत व्हा, रागावूं नका ! "

राजा, वासुदेवाचें भाषण ऐकून धर्मवेत्ता बलराम म्हणाला, " संत धर्माचें आचरण करितात. तो धर्म दोन गोष्टींनीं हीन होत असतो. एक अर्थानें आणि दुसरा कामानें. अतिलोभ्याचा अर्थ व अतिविषयी मनुष्याचा काम हे धर्मबाधक होतात. जो मनुष्य सुखलालसेनें (कामानें) धर्मार्थांस धक्का लागूं देत नाहीं, अर्थ साधण्यासाठीं धर्मकाम बुडवीत नाहीं, आणि केवळ धर्माचे पाठीस लागून कामार्थांवर पाणी सोडीत नाहीं, तर धर्म, अर्थ व काम या तिघांचेंही एकसमयावच्छेदेंकरून समसमान सेवन करितो, तोच आत्यंतिक सुख भोगतो. येथें तर भीमानें धर्माची पायमल्ली करून सर्वच घोंटाळा उडविला आहे. गोविंदा, तूं कांहीं तरी लटपटपंची करून आपलें म्हणणें सिद्ध करीत आहेस; बाकी हें तुझें बोलणें बिलकूल धर्मास अनुसरून नाहीं ! "

कृष्ण म्हणालाः---दादा, तुम्ही धर्मात्मे व धर्माचे मोठे कैवारी असून तुम्हांला राग कधींच येत नाहीं, अशी तुमची लोकांत प्रसिद्धि आहे. यास्तव, दादा, या वेळींही आपण क्रोध करूं नका, शांत व्हा. आतां कलियुग प्राप्त झालें आहे, हें मनांत आणा, व भीमाची प्रतिज्ञाही लक्षांत घ्या. म्हणजे त्याचें कृत्य वाईट व पापाचें असलें तरी तितकें संतापकारक नाहीं, असें आपणासही वाटेल. असो; झालें तें झालें ! भीमाची प्रतिज्ञा तरी एकदांची शेवटास जावो आणि तो या वैराच्या सुडांतून पार पडो ! "

संजय सांगतोः---राजा, केशवाचे तोंडून धर्माची पायमल्ली झालेली ऐकून रामास बरें वाटलें नाहीं आणि तो त्या सभेंत म्हणाला, " धर्मात्म्या सुयोधन राजास मारून हा भीम

जगांत ‘ कपटयोधी ’ म्हणून प्रसिद्ध होईल ! याची निंदा होईल ! आणि धर्मशील दुर्योधन राजास शाश्वत गति प्राप्त होईल ! राजा दुर्योधन सरळ मार्गानें लढतां लढतां मारला गेला आहे. त्यानें युद्धदीक्षा घेऊन, रणांत प्रवेश करून, मोठा रणयज्ञ विस्तारून व शेवटीं शत्रुरूप अग्नींत स्वतःचेंही हवन करून कीर्तिरूपी अवभृथ जोडलें ! ” इतकें बोलून तो प्रतापी रौहिणेय रथांत बसून द्वारकेकडे निघून गेला ! राजा, राम द्वारकेकडे गेला तेव्हां वार्ष्णेयांसह पांचाल व पांडव ह्यांस जरा वाईट वाटलें; युधिष्ठिर तर दीनासारखा खालीं मान घालून चिंता करीत बसला होता; आणि शोकामुळें त्याचा निश्चय पार ढासळला होता. अशी त्याची स्थिति पाहून वासुदेव त्यास असें बोलला.

वासुदेव म्हणालाः—धर्मराजा, अरे, तूं अधर्माला कशी संमति दिलीस ? ज्याचा कोणी वाली उरला नाहीं, अशा या निश्चेष्ट पडलेल्या दुर्योधनाचें मस्तक भीम पायानें तुडवीत असतां, राजा, तूं मोठा धर्मज्ञ असतांना नुसता पहात कसा राहिलास ?

युधिष्ठिर म्हणालाः—कृष्णा, भीमानें क्रोधावेशांत जो राजाचे मस्तकास पादस्पर्श केला, तो मला आवडला असें मुळींच नाहीं ! हा असा कुलक्षय झाला असतां मला तरी कांहीं हर्ष होत नाहीं ! तथापि मीं भीमाची जरा उपेक्षा केली, त्यास तसेंच कारण होतें. धृतराष्ट्राच्या पुत्रांनीं आम्हांस कपटानें नित्य छळलें आणि पुष्कळ कठोर भाषणें करून वनांत धाडलें, तें दुःख भीमसेनाच्या मनांत अतिशय डांचत होतें आणि त्यामुळेंच त्याचा संताप अनावर झाला होता; हें मनांत आणून मीं तेव्हां त्याची उपेक्षा केली इतकेंच ! बाकी मला तें मुळींच मानवलें नाहीं ! कृष्णा, या मूर्ख, कामी व लोभी दुर्योधनास ठार करून भीमास जो काय धर्म किंवा अधर्म घडला असेल तो असो !

धृतराष्ट्रा, धर्मराजा असें म्हणाला तेव्हां यदुकुलाग्रणी वासुदेव मोठ्या संकटानें “ बरें, असें कां होईना ! ” इतकेंच बोलला. भीमाचें प्रिय व हित करावें अशी इच्छा करणाऱ्या त्या वासुदेवानें असें म्हटलें; आणि त्यानें रणांत जें जें कांहीं केलें, त्या सर्वास अनुमोदन दिलें. राजा, भीमसेन तुझ्या पुत्रास रणांत ठार करून हर्षभरित झाला होता; त्याचे डोळे हर्षानें टवटवीत झाले होते; आणि स्वतःच्या विजयाचा त्यास अभिमान होता. मग तो पुढें येऊन धर्मराजासमोर प्रणाम करून व हात जोडून म्हणाला, “ महाराज, आज सुखमय व निष्कंटक झालेली ही संपूर्ण पृथ्वी आपली आहे; तीवर राज्य करा आणि स्वधर्माचें परिपालन करा. हे पृथ्वीपते, या वैराचा आदिजनक जो कपटप्रिय दुर्योधन, तो हा येथें जमिनीवर मरून पडला आहे. भयंकर दुर्भाषणें करणारे ते दुःशासनप्रभृति सर्व भाऊ व कर्ण, शकुनि वगैरे आपले सर्व शत्रु ठार झाले; आणि, महाराज, रत्नांनीं भरलेली ही वनपर्वतांसुद्धां अखिल पृथ्वी निःशत्रु झालेल्या आपल्या ताब्यांत आली आहे ! ”

युधिष्ठिर म्हणालाः—राजा दुर्योधन मेला, आणि त्याचे बरोबर वैराचाही अंत झाला ! श्रीकृष्णाच्या सल्लामसलतीप्रमाणें वागून आम्हीं ही वसुंधरा जिंकली. भीमा, सुदैवानें तूं मातेच्या व द्रौपदीच्या अशा उभयतांच्या कोपांतून अनृणी झालास ! सुदैवानें तुझा शत्रु मारला गेला आणि तुला जय मिळाला !

अध्याय एकसष्टावा.

—:०:—

पांडव व कृष्ण आणि दुर्योधन यांचा संवाद.

धृतराष्ट्र विचारतोः—संजया, भीमसेनानें युद्धांत दुर्योधनास मारिलेलें पाहून पांडव व सृंजय यांनीं काय केलें ?

संजय सांगतोः—हे महाराजा, सिंहानें मत्त वनगज मारावा, त्याप्रमाणें भीमानें रणांत दुर्योधनास मारिल्याचें पाहातांच कृष्णासह पांडव, पांचाल व सृंजय हे मनांत अतिशय हर्ष पावले; तो कुरुराज पडतांच त्यांचा हर्ष हृदयांत मावेनासा होऊन ते उत्तरीय वस्त्रें फडकावूं लागले; सिंहनाद करूं लागले; आणि त्या हर्षाच्या भरांत आलेल्या वीरांस धारण करणें ह्या पृथ्वीस जड वाटूं लागलें ! कोणी धनुष्यें हालवूं लागले, कांहीं ज्या ओढूं लागले, कित्येक मोठमोठे शंख फुंकूं लागले, कांहीं जणांनीं दुंदुभि वाजविण्यास सुरुवात केली, दुसरे कित्येक उड्या मारूं लागले, आणि, राजा, तुझे कित्येक शत्रु मोठ्यानें हंसूं लागले ! ते वीर भीमास वारंवार म्हणाले, “ भीमसेना, अतिशय घटलेल्या अशा या कौरवेंद्रास रणांत गदेनें ठार करून तूं आज एक फारच मोठें व दुष्कर कर्म केलेंस ! घनघोर लढाईत इंद्रानें वृत्राचा वध केला त्याच तोडीचें हें तुझें कृत्य—हा शत्रूचा वध—होय, असें लोकांस वाटलें ! दुर्योधन काय सामान्य वीर होता ? विविधमार्ग व सर्व प्रकारचीं मंडलें करणाऱ्या त्या शूरास वृकोदरावांचून दुसरा कोण मारता ? इतरांस अतिशय दुर्गम असा जो वैराचा अंत, तेथें तूं जाऊन पोंचलास ! खरोखर, हे वीरा, संग्रामाच्या शिरोभागीं तूं जो मत्तगजेंद्रासारखा पराक्रम केलास, असला पराक्रम इतरांच्या हातून होणें अशक्य आहे ! तूं सुदैवानें दुर्योधनाचें मस्तक पायानें ठेंचलेंस; आणि, हे अनघा, सिंहानें टोणग्याचें रक्त प्राशन करावें, त्याप्रमाणें तूं उत्कृष्ट संग्राम करून सुदैवानें दुःशासनाचें रक्त प्यालास ! भीमा, थोर भाग्यायोगें तुझी अतिशय मोठी कीर्ति जगभर पसरली आहे. वृत्रासुर मारला गेला तेव्हां बंदिजनांनीं इंद्राची अशीच स्तुति केली होती; आणि हे भारता, शत्रूंचा निःपात करून मोकळा झालेल्या तुझेंही आम्ही तसेंच अभिनंदन करीत आहों ! भीमा, दुर्योधनाचा वध झाल्यामुळें, आमच्या रोमरोमास जो आनंद झाला आहे, तो अजूनही मावळत नाहीं पहा ! ”

राजा, हर्षानें बहकून गेलेले जे लोक भीमासभोंवतीं जमले होते ते त्यास असें म्हणाले. याप्रमाणें पांडवांसह सर्व नरश्रेष्ठ पांचाल हर्षानें वेडे होऊन भलभलतें बडबडत असतां कृष्ण त्यांस म्हणाला, “ नराधिपहो, मेलेल्या शत्रूवर आणखी प्रहार करणें न्याय्य नाहीं. वारंवार केलेल्या भयंकर दुर्भाषणांनीं हा दुर्योधन आधींच मेला आहे. ज्याचे साह्यकर्तेही दुष्टच होते, असा हा इष्टमित्रांचा उपदेश न ऐकणारा, निलाजरा, लोभी व पातकी जेव्हां विदुर, द्रोण, कृपाचार्य व भीष्म परोपरी विनवीत असतांही त्यांचें न ऐकतां, पांडवांस वडिलार्जित राज्याचा हिस्सा साफ देत नाहीं म्हणाला, तेव्हांच हा दुष्ट ठार झाला आहे ! ह्या अत्यंत दीन झालेल्या व केवळ काष्ठवत् पडलेल्या पातक्याशीं बोलून काय करावयाचें आहे ? नृपहो, चला, रथावर आरूढ व्हा. आपण सत्वर जाऊं चला. आपल्या थोर पूर्वपुण्याईनें हा पापात्मा अमात्य, ज्ञातिबांधव वगैरे सर्वांसह ठार झाला ! चला, निघा लवकर ! ”

राजा, कृष्णानें आपली अशा प्रकारें अवहेलना केलेली ऐकून दुर्योधन राजाच्या अंगाचा तिळपापड झाला आणि तो एकदम उठला !

त्यानें कमर टेंकून व कोपरांवर जोर घेऊन मान वर उचलली आणि भिंवया चढवून तो वासुदेवाकडे डोळे वटारून पाहूं लागला. त्या वेळीं, राजा, शेपटी तुटलेला सर्प जसा दिसतो तसेंच त्या अर्धवट बसला राहिलेल्या क्रुद्ध राजाचें रूप दिसलें, त्याला प्राणांतिक घोर वेदना होत होती, तथापि क्रोधावेशांत तीही विसरून तो वासुदेवास उग्र वाणीनें म्हणाला, "अरे कंसदासाच्या पोरा, तूं मला जें अधर्मानें युद्धांत मारविलें, त्याची तुला लाज वाटत नाहीं? 'मांड्यावर प्रहार कर' अशी भीमास लबाडीनें आठवण देण्यासाठीं तूं अर्जुनाशीं जें बोललास, तें मला कळलें नाहीं असें तूं समजतोस काय? सरळ सरळ मार्गानें लढणाऱ्या हजारों राजांस अनेक कुटिल उपायांनीं मारूनसवरून तुला लज्जा वाटत नाहीं, आणि रोजरोज अशीच ठकबाजीनें शूर वीरांची भयंकर कत्तल करतांना तुला दयामायाही येत नाहीं, त्या तुला काय म्हणावें? लज्जा व दया यांची तुला ओळखही नाहीं. शिखंडीला पुढें करून पितामह भीष्माला मारविलेंस; त्याचप्रमाणें, हे सुदुर्मते, अश्वत्थामा नांवाचा एक हत्ती मारून आचार्यांकडून शस्त्र खालीं ठेवविलेंस, हें काय मला माहीत नाहीं? हा घातकी धृष्टद्युम्न वीरशाली आचार्यांचा शिरच्छेद करीत असतां तूं उघड्या डोळ्यांनीं चांगला पहात होतास, पण कांहीं त्याचें निवारण केलें नाहींस! पंडुपुत्र अर्जुनाचे वधासाठींच म्हणून मागून घेतलेली शक्ति ज्या तूं घटोत्कचावर व्यर्थ दवडविलीस, त्या तुजपेक्षां अधिक पापी कोण असणार आहे? तसाच तो बलाढ्य भूरिश्रवा हात तुटून जाऊन प्रायोपवेशन करून बसला होता, पण तुझ्याकडेच पाठविलेल्या महात्म्या सात्यकीनें त्याचा घात केला! पार्थास जिंकण्याच्या हेतूनें थोर पराक्रम करणाऱ्या कर्णाच्या भात्यांतील पन्नगेंद्र अश्वसेन व्यर्थ घालवून, त्याचें चाक रुतलें असतां व तो तें उचलण्यांत गुंतला असतां तूं त्या नराग्रणीस रणांत पाडविलेंस! जर मी, कर्ण आणि भीष्मद्रोण या चौघांशीं तूं सरळ मार्गानें लढला असतास, तर तुझा विजय कदापि होता ना! परंतु त्वां अनार्यानें स्वधर्मानें वागणाऱ्या आमचा, राजांचा व इतरही वीरांचा कुटिल मार्गानें घात करविलास!"

वासुदेव म्हणालाः—हे गांधारीपुत्रा, पापमार्गानें चालणारा तूं भाऊ, मुलगे, आप्त-इष्ट, मित्र व सर्व सैन्यें यांसह ठार झालास! तुझ्याच दुष्कृत्यामुळें वीर भीष्मद्रोण मारले गेले; आणि तुझ्या मताप्रमाणें वागणारा कर्णही तुझ्याचमुळें रणांत पडला! मूढा, मी याचना करीत असतां तूं लोभामुळें व शकुनीच्या बुद्धीनें पांडवांस त्यांचें स्वतःचें राज्य व वडिलार्जित राज्याचा हिस्सा दिला नाहीं! तूं भीमसेनाला विष चारलेंस आणि सर्व पांडवांना त्यांच्या मातेसह जतुगृहांत जाळण्याचा प्रयत्न केलास! हे सुदुर्मते, द्यूताचे वेळीं रजस्वला द्रौपदीस तूं जेव्हां भरसभेंत ओढलेंस, तेव्हांच, दुष्टा निर्लज्जा, तुला ठार करावयास पाहिजे होतें! धर्मराजास अक्षज्ञान नसतां त्यास अक्षपटु शकुनीकडून कपटानें जिंकिलेंस, यासाठीं तुला युद्धांत मारिलें! पांडव वनांत तृणबिंदूच्या आश्रमांत रहात असतां, ते मृगयेस गेल्यावर पापी जयद्रथानें द्रौपदीस क्लेश दिले आणि एकट्या बाल अभिमन्यूस तुझ्या दोषांमुळें बहुतांनीं रणांत मारिलें, म्हणून तुझा वध केला! जीं जीं अकार्यें आम्हीं केलीं म्हणून म्हणतोस, तीं तीं सर्व तुझ्या अत्यंत नीचपणामुळेंच आह्मांस करणें प्राप्त झालें. अर्थात् तें सर्व तुझ्या दोषांनींच घडवून आणलें! उशना बृहस्पतीचा उपदेश त्वां ऐकिला नाहीं, वृद्धांचा सन्मान ठेविला नाहीं, व त्यांचें योग्य सांगणेंही मानिलें नाहीं! तुला अत्यंत

बलवान् अशा लोभानें व तृष्णेनें ग्रासलें होतें; म्हणून तूं पुष्कळ वाईट कृत्यें केलींस, त्यांचें आतां फळ भोग ! ”

यावर दुर्योधनानें उत्तर दिलें:—मीं अध्ययन केलें आहे, विधिपूर्वक दानधर्म केला आहे, समुद्रवलयांकित पृथ्वीवर अधिकार गाजवीत होतों, आणि शत्रूंच्या मस्तकावर पाय दिला होता! अशा माझ्याहून उत्तम प्रकारें मरणारा कोण आहे ? स्वधर्मानें वागणाऱ्या क्षत्रियांना इष्ट असें हें युद्धांत मरण मला प्राप्त झालें आहे; याहून उत्तम प्रकारें मरणारा कोण आहे ? राजांसही दुर्लभ असे मनुष्यलोकचे व केवळ देवांस योग्य असेही सर्व भोग आणि उत्कृष्ट ऐश्वर्य मीं उपभोगिलें; त्या मजहून उत्तम प्रकारचें मरण कोणाला प्राप्त होणार आहे ? अच्युता, मी तर आपले इष्टमित्र व सर्व चाकरनोकर यांसुद्धां स्वर्गास जाणार! विफलमनोरथ झालेले तुम्ही खुशाल येथें रडत रहा !

संजय सांगतो:- राजा, धीमान् कुरुराजाचें हें निधनकालचें भाषण होतांच त्यावर पुण्यगंधी पुष्पांची फारच मोठी वृष्टि झाली ! गंधर्व अति मनोहर वाद्यें वाजवूं लागले ! अप्सरा त्या राजाचें उत्कृष्ट यश गाऊं लागल्या ! आणि, राजेंद्रा, सिद्धही त्यास “ उत्तम उत्तम ” असें म्हणूं लागले ! पुण्यगंधानें युक्त व सुखकारक असा वारा झुळझुळ वाहूं लागला ! दिशा प्रसन्न झाल्या ! आणि आकाश स्वच्छ होऊन वैदूर्यरत्नासारखें झळकूं लागलें !

राजा, ह्या अत्यंत अद्भुत गोष्टी व सुयोधनाची देवांनीं केलेली स्तुति पाहून ते वासुदेवपुरोगम सर्व पांडव लज्जित झाले ! आणि भीष्म, द्रोण, कर्ण व तसाच भूरिश्रवा अधर्मानें मारला गेला, हें ऐकून ते शोकार्त होऊन त्यांबद्दल शोक करूं लागले. याप्रमाणें पांडव दीन होत्साते चिंता करीत आहेत असें पाहून, मेघ किंवा दुंदुभि यांसारख्या आवाजाचा कृष्ण त्यांस म्हणाला, “ पांडवहो, हा अति जलद अस्त्रें सोडणारा दुर्योधन आणि ते सर्व महापराक्रमी महारथी समरांगणांत सरळ युद्धानें तुम्हांकडून मारले जाणें केवळ अशक्य होतें. या दुर्योधन राजाला धर्मयुद्धानें मारणें मुळींच शक्य नव्हतें; आणि तसेच ते भीष्मप्रभृति सर्व महाधनुर्धर महारथी तुम्हांस केवळ अजिंक्य होते. यासाठींच मीं वारंवार अनेक युक्तिप्रयुक्ति योजून नानाउपायांनीं तुमच्या हितार्थ त्या सर्वांचा रणांत वध करविला. जर रणांत असा हा कुटिलमार्ग मीं अंगीकारिला नसता, तर तुमचा विजय कोठून होता ? आणि मग तुम्हांस राज्य व धन तरी कोठचें मिळालें असतें ? ते भीष्मप्रभृति चारही महात्मे या लोकचे अतिरथी होते ! लोकपाल जरी खालीं उतरते, तरी धर्मयुद्धानें त्यांस मारण्यास समर्थ न होते ! मग तुमची काय कथा ? तसाच हा कधींही न दमणारा गदाधारी दुर्योधन—याला प्रत्यक्ष दंडधारी यमाच्यानेंही धर्मयुद्धांत जिंकवलें नसतें ! या शत्रूस असें मारविलें ही गोष्ट तुमच्या मनास लागून राहाण्याचें कांहीं कारण नाहीं. तुम्ही हें मनांत आणूंच नका. शत्रु पुष्कळ व अधिक बलवान् असले म्हणजे ते अशाच उपायांनीं मारावे लागतात ! असुरांस मारणाऱ्या देवांपासून हा असाच मार्ग चालत आला आहे, आणि यांच संतसंमत मार्गानें सर्व चालतात. चला, आपण कृतकृत्य झालों ! संध्याकाळही झाला आहे, तेव्हां आतां आपण शिबिरास जाऊं आणि नृपहो, घोडे, हत्ती व रथ यांसुद्धां आपण सर्वजण विश्रांति घेऊं. ”

हे भरतर्षभा, वासुदेवाचें भाषण ऐकून तेव्हां पांडवांसह पांचालांस अतिशय हर्ष झाला; सिंहांच्या कळपांत गर्जना चालाव्या त्याप्रमाणें ते गर्जना करूं लागले; आणि दुर्योधन

मेलेला पाहून आनंदित झालेल्या त्या लोकांनीं मग शंख वाजविले, व माधवानेंही पांचजन्य फुंकला !

अध्याय बासष्टावा.

—:०:—

अर्जुनरथज्वलन !

संजय सांगतोः—मग, राजा, हर्षभरित झालेले ते सर्व दीर्घबाहु वीर शंख वाजवीत राजाच्या शिबिरास जाऊं लागले. हे पृथ्वीपते, पांडव आपल्या शिबिराकडे येत असतां महाधनुर्धर युयुत्सु व सात्यकि त्यांचे मागून चालले होते; पण धृष्टद्युम्न, शिखंडी, सर्व द्रौपदीपुत्र आणि इतर सारे वीर इकडे न येतां ते आपल्या शिबिरास गेले. मग, राजा, जेथील मगर बाहेर काढला आहे अशा डोहाप्रमाणें निर्भय, उत्सव बंद पडलेल्या नगराप्रमाणें उदास, प्रेक्षक निघून गेलेल्या रंगभूमीप्रमाणें भयाण, आणि निस्तेज व राजहीन अशा दुर्योधनाच्या गोटांत पांडव येऊन पोंचले. त्या वेळीं तेथें स्त्रिया व षंढच मुख्यत्वें होते आणि कांहीं वृद्ध मंत्री होते. राजा, पांडव तेथें जातांच, दुर्योधनापुढें चालणारे बंदिजन हात जोडून त्यांच्या सेवेस सादर झाले. हे महाराजा, आंत जातांच रथिश्रेष्ठ पांडव आपआपल्या रथांखालीं उतरले. मग गांडीवधारी पार्थाचें प्रिय व हित करण्यास अतिशय झटणारा कृष्ण त्यास म्हणाला, “हे निष्पापा पार्था, आपलें गांडीव धनुष्य व अक्षय्य असे हे दोन मोठे भाते रथाखालीं काढ, म्हणजे मग मी खालीं उतरेन, हे भरतसत्तमा, तूंही आधींच खालीं उतर. तेंच तुला हितावह आहे.” राजा, तेव्हां पांडुपुत्र वीर धनंजयानें तसें केलें; आणि मग बुद्धिमान् श्रीकृष्णही घोड्यांचे लगाम सोडून देऊन अर्जुनाच्या रथाखालीं उतरला. राजा, तो थोर महात्मा भूतनाथ श्रीहरि खालीं उतरतांच पार्थाच्या ध्वजावरील हनुमान् गुप्त झाला; तों लगेच द्रोण व कर्ण यांनीं दिव्य अस्त्रांनीं दग्ध केलेला तो रथ अग्नीवांचूनच एकदम पेटला ! आणि, राजा, भाता, घोडे, लगाम, जूं व दांड्या यांसुद्धां तो अर्जुनाचा रथ सर्व भस्म होऊन जमिनीवर पडला ! हे प्रभो, याप्रमाणें तो रथ भस्म झालेला पाहून पांडव विस्मित झाले; आणि, राजा कृष्णापुढें साष्टांग प्रणिपात करून व हात जोडून अर्जुन विनयपूर्वक असें म्हणाला, “गोविंदा, हे भगवन्, हा रथ अग्नीवांचून कसा जळला ? हे महाबाहो, हें मोठें आश्चर्य कसें घडलें तें मला ऐकण्यायोग्य आहे असें तुला वाटल्यास सांग. मला ऐकण्याची उत्कंठा लागली आहे.”

वासुदेव म्हणालाः—अर्जुना, बहुविध अस्त्रांच्या योगानें हा रथ पूर्वींच दग्ध झाला होता. परंतु, हे परंतपा, मी वर बसलों असल्यामुळें रणांतच हा नाश पावला नाहीं. सांप्रत, हे कौंतेया, तूं कृतकार्य झालास, तेव्हां मी खालीं उतरलों; आणि मी खालीं उतरतांच हा ब्रह्मास्त्रतेजानें दग्ध झालेला रथ नाश पावला !” मग किंचित् हंसून व युधिष्ठिर राजास आलिंगन देऊन तो शत्रुनाशक भगवान् केशव म्हणाला, “हे कुंतिपुत्रा, सुदैवानें तुझा जयजयकार होत आहे; थोर पूर्वपुण्याईमुळेंच तुझे शत्रु जिंकिले गेले; आणि त्याचप्रमाणें, राजा, गांडीवधारी अर्जुन, भीमसेन, तूं आणि उभय माद्रीपुत्र हे तुम्ही सर्वजण खुशाल आहां, हें तरी तुमचें मोठें सुदैवच समजलें पाहिजे. तुम्ही एकदांचे वीरांच्या भयंकर संहारांतून निःशत्रु होत्साते सुखरूप राहिलां ! आतां, हे भारता, यापुढील प्राप्त कार्यें सत्वर कर. मी पूर्वी अर्जुनाबरोबर उपप्लव्यास येत असतां मजपुढें तूं मधुपर्क घेऊन आलास, तेव्हां तूं म्हणाला होतास कीं, ‘कृष्णा,

हा माझा भाऊ अर्जुन तुझा मित्र आहे. हे प्रभो, हे महाबाहो, सर्व आपत्तींतून त्वां याचें रक्षण केलें पाहिजे.' असें तूं म्हणालास, तेव्हां मीं 'ठीक आहे' असें म्हटलें होतें. त्याप्रमाणें, हे जनेश्वरा, मीं विजयी सव्यसाचीचें संरक्षण केलें. राजेंद्रा, तो शूर व सत्यपराक्रमी वीर आपल्या भावांसहवर्तमान या अंगावर शहारे आणणाऱ्या व वीरांची सारखी कत्तल उडविणाऱ्या घोर संग्रामांतून मुक्त झाला आहे!"

धृतराष्ट्रा, धर्मराज युधिष्ठिराला कृष्ण असें म्हणाला असतां त्याचे अंगावर हर्षानें रोमांच उभे राहून त्यानें जनार्दनास प्रत्युत्तर केलें. धर्मराज म्हणाला, "हे अरिमर्दना, द्रोण व कर्ण यांनीं सोडलेलें ब्रह्मास्त्र तुझ्याशिवाय दुसऱ्या कोणास सहन होणार आहे? साक्षात् वज्रधारी इंद्राचीही तें सोसण्याची प्राज्ञा नाहीं. कृष्णा, तुझ्याच प्रसादानें संशप्तकगण जिंकिले गेले. महारणांत शिरल्यावर पार्थ पराङ्मुख झाला नाहीं तो तुझ्याचमुळें! तसेंच, हे महाबाहो, मी देखील अनेक निरनिराळ्या प्रसंगांतून व अनेक पराक्रमी लोकांच्या कचाट्यांतून तुझ्याच प्रसादानें मुक्त झालों! उपप्लव्यांत कृष्णद्वैपायन महर्षि मला म्हणाले, जेथें धर्म असेल तेथें कृष्ण असतो व कृष्ण असेल तेथें जय असतो!'

वासुदेवप्रेषण.

धृतराष्ट्रा, इतकें बोलणें झाल्यावर ते वीर तुझ्या (दुर्योधनाच्या) शिबिरांत शिरले. तेव्हां भांडागारांतील रत्नादिकांच्या राशी त्यांचे हस्तगत झाल्या. त्याचप्रमाणें सोनें, रुपें, रत्नें, मोतीं, उंची उंची अलंकार, शालजोड्या व चर्मवस्त्रें, असंख्यात दासदासी आणि राज्योपयोगी इतर सामान त्यांस मिळालें. याप्रमाणें, हे भरतर्षभा, कधींही संपणार नाहीं इतकें विपुल द्रव्य त्यांचे ताब्यांत येतांच, ते महाभाग्यवान् विजयी वीर हर्षानें आरोळ्या देऊं लागले. राजेंद्रा, याप्रमाणें फार हर्षित होऊन त्या वीरांनीं घोडे सोडले, आणि सर्व पांडव व सात्यकि खालीं उतरून वारंवार तेथें द्रव्याजवळ उभे राहिले. हे महाराजा, मग महायशस्वी वासुदेव त्यांस म्हणाला, 'मंगल (इष्ट) हेतूसाठीं आपण शिबिराच्या बाहेरच राहिलें पाहिजे.' यावर 'ठीक आहे' असें म्हणून ते सर्व पांडव व सात्यकि वासुदेवासह मंगलार्थ बाहेर गेले; आणि, राजा, ज्यांचे शत्रु नष्ट झाले आहेत, असे ते पांडव पुण्यकारक व ओघयुक्त अशा नदीवर जाऊन ती रात्र तेथेंच राहिले. त्या ठिकाणीं गेल्यावर युधिष्ठिरानें पुढील कर्तव्याचा विचार केला. तो म्हणाला, "माधवा, गांधारी क्रोधानें लाल झाली असेल; तिच्या सांत्वनार्थ तुलाच जाणें प्राप्त आहे असें मला वाटतें. हे अरिंदमा, सहेतुक, सकारण व कालानुरूप भाषणें करून तूं गांधारीस त्वरित शांत करशील. हे महाभागा, भगवान् पितामह व्यासही या वेळीं तेथें असतील."

राजा, मग धर्मानें वासुदेवास हस्तिनापुरास पाठविलें. तो प्रतापी वासुदेवही तत्काळ दारुकास रथावर बसवून त्वरेनें धृतराष्ट्राकडे जावयास निघाला. शैब्य व सुग्रीव हे ज्याचे घोडे आहेत, अशा त्या निघालेल्या श्रीकृष्णास पांडव म्हणाले, "कीर्तिमती गांधारीचे पुत्र मेले असल्यामुळें तिला फार शोक झाला असेल; यासाठीं तूं तिचें उत्तम सांत्वन कर." पांडवांनीं असें म्हटल्यावर त्या सात्वतश्रेष्ठानें हस्तिनापुराकडे प्रयाण केलें; आणि मग तो लवकरच हतपुत्रा गांधारीसमीप येऊन पोंचला.

अध्याय त्रेसष्टावा.

—:०:—

धृतराष्ट्र व गांधारी यांचें सांत्वन.

जनमेजय विचारितोः—द्विजश्रेष्ठा, धर्म-

राज युधिष्ठिरानें परंतप वासुदेवाला गांधारीकडे कशासाठीं पाठविलें ? पूर्वी कौरवांशीं साम करण्यास कृष्ण गेला होता; परंतु त्याचा तो मनोरथ सिद्धीस गेला नाहीं आणि मग हें युद्ध झालें. आतां सर्व योद्धे मरून गेले, दुर्योधनही निधन पावला, पृथ्वी युद्धांत निःसपत्न होऊन पांडवांस प्राप्त झाली, कौरवांच्या सेनेची पळापळ होऊन त्यांचें शिबिरही ओस पडलें, आणि पांडवांस उत्तम प्रकारचें यश प्राप्त झालें ! अशा वेळीं, हे ब्रह्मन्, कृष्ण पुनः तिकडे गेला याचें कारण मला सांगा. ज्यापेक्षां ब्रह्मांडनायक जनार्दन स्वतः गेला, त्यापेक्षां तें कारण यःकश्चित् नसावें, असें मला वाटतें. यासाठीं, हे अध्वर्युसत्तमा, 'कृष्णानेंच तिकडे जावें,' असें जें ठरलें त्याचें काय कारण, तें मला तत्त्वतः स्पष्ट करून सांगा.

वैशंपायन सांगतातः—राजा, तूं मला विचारतोस हा प्रश्न तुला येणें युक्त आहे. हे भरतर्षभा, मी तुला तें सर्व नीट सांगतों, ऐक. राजा, भीमसेनानें रणांत आधीं केलेल्या ठरावाचें उल्लंघन करून महाबली दुर्योधनास मारिलें, आणि विशेषेंकरून गदायुद्धांत अन्यायानें मारिलें हें पाहून, हे महाराजा, युधिष्ठिरास तेव्हां मोठें भय पडलें आणि महाभागा गांधारीविषयीं त्यास चिंता लागली. तो मनांत म्हणाला, त्या तपस्विनीचें तप मोठें उग्र आहे. तेणेंकरून ती त्रैलोक्यही दग्ध करूं शकेल. मग आमची काय कथा ! राजा, अशी चिंता करीत असतां त्याचे मनांत आलें कीं, 'क्रोधानें लाल झालेल्या गांधारीचें आधींच सांत्वन झालें पाहिजे. आह्मीं अशा प्रकारें पुत्रवध केला हें ऐकून ती संतप्त होईल; आणि अशा वेळीं आम्ही तिचे पुढें गेलों तर तत्काळ मानसिक अग्नीनें ती आमचें भस्म करील. सरळ युद्ध करणाऱ्या आपल्या पुत्रास (दुर्योधनास) केवळ कपटानें मारिल्याचें ऐकून तें तीव्र दुःख गांधारीस कसें सहन होईल ?'

राजा, भय व शोक यांनीं युक्त होऊन धर्मराजानें याप्रमाणें पुष्कळ चिंतन केलें आणि मग तो वासुदेवास म्हणाला, "गोविंदा, हें राज्य मिळविण्याची गोष्ट मनांतही आणणें केवळ दुर्धर होतें; परंतु, हे अच्युता, तुझ्या प्रसादानें तें आह्मांस निष्कंटक असें प्राप्त झालें ! हे महाबाहो यादवनंदना, प्रत्यक्ष माझ्या देखत तूं अंगावर शहारे आणणाऱ्या घोर युद्धांत फारच मोठा संहार उडविलास ! पूर्वीं देव व असुर यांचे युद्धप्रसंगीं देवशत्रूंच्या वधार्थ तूं जसें देवांस साह्य केलेंस व असुरांस मारिलेंस, त्याचप्रमाणें, हे महाबाहो अच्युता, तूं आह्मांस साह्य दिलेंस. हे वार्ष्णेया, स्वतः सारथ्य करून तूं आमचें रक्षण केलेंस. जर महायुद्धांत अर्जुनाचा तूं पाठीराखा नसतास, तर तो बलार्णव शत्रूंस जिंकण्यास कसा समर्थ होता ? कृष्णा, पुष्कळ गदाप्रहार, परिघांचे तडाके, आणि परशु, भिंदिपाल, तोमर, शक्ति इत्यादि शस्त्रांचे प्रहार तुला केवळ आमचेसाठीं सोसावे लागले ! पुष्कळ कठोर भाषणें ऐकून घ्यावीं लागलीं ! आणि केवळ वज्रासारखे तीव्र असे शस्त्रपात रणांत सहन करावे लागले ! हे अच्युता, दुर्योधन मेला तेव्हां या सर्वांचें साफल्य झालें आहे; परंतु, कृष्णा, जेणेंकरून हें सर्व फुकट जाणार नाहीं, अशी तजवीज आतां कर ! कृष्णा, आपला विजय झाला खरा, पण माझें चित्त अद्याप संशयानें हेलकावे खात आहे ! हे महाबाहो माधवा, गांधारीचा कोप कसा काय आहे, हें मनांत आण. ती महाभागा नित्य उग्र तपश्चर्येनें आपला देह झिजवीत आली आहे. तिनें पुत्रपौत्रांचा वध झाल्याचें ऐकिलें म्हणजे आम्हांस ती जाळून भस्म करील हें निश्चित होय !

यास्तव, हे वीरा, तिला आधीं प्रसन्न केलें पाहिजे, असें मला वाटतें. हे पुरुषोत्तमा, पुत्रशोकानें दु:खित झालेल्या व क्रोधानें लाल झालेल्या तिजकडे पाहाण्यास तुजवांचून दुसरा कोण समर्थ आहे ? यास्तव, हे पुरुषोत्तमा माधवा, क्रोधानें लाल झालेल्या गांधारीचें सांत्वन करण्यास तूंच तेथें जावेंस, हें मला बरें दिसतें ! हे अरिंदमा, देवा, तूं लोकांचा कर्ताकरविता असून प्रभव व अव्यय आहेस. तूं हेतु व कारणें दाखवून आणि कालानुरूप भाषण करून गांधारीला तेव्हांच शांत करशील. भगवान् पितामह व्यासही या वेळीं तेथें असतील. हे सात्वतश्रेष्ठा, तूं पांडवांचें हित पाहाणारा आहेस; तेव्हां त्वां गांधारीचा राग पार नाहींसा करून टाकावा ! "

धर्मराजाचें हें भाषण ऐकून यदुमुख्य कृष्णानें दारुकास हाक मारून रथ सज्ज करण्यास सांगितलें. त्याच्या आज्ञेप्रमाणें दारुकानें लगबगीनें रथ तयार करून त्याविषयीं महात्म्या केशवास वर्दी दिली. मग त्या रथांत बसून शत्रुतापन यादवराज प्रभु केशव त्वरेनें हस्तिनापुरास गेला. मग, हे महाराजा, रथांत बसलेला तो भगवान् माधव हस्तिनापुरास पोंचून रथघोषानें नगर दणाणवीत आंत शिरला; तेव्हां धृतराष्ट्रासही तो आल्याचें समजलें. इतक्यांत कृष्ण त्या उत्तम रथांतून उतरून धृतराष्ट्राचे राजवाड्यांत शिरला, तों कृष्णद्वैपायन मुनि तेथें आधींच येऊन बसलेले त्यानें पाहिले. मग आंत जातांच जनार्दनानें व्यासांचे व धृतराष्ट्राचे पाय धरले आणि बिलकूल न गडबडतां गांधारीसही अभिवंदन केलें. राजा, लगेच त्या यादवश्रेष्ठ अधोक्षजानें धृतराष्ट्राचा हात धरून मोठ्यानें रडण्यास सुरुवात केली. याप्रमाणें सुमारें दोन घटकांपर्यंत सारखा शोक करून आसवें गाळल्यावर मग त्यानें डोळे पाण्यानें धुऊन चूळ वगैरे भरली; आणि मग धृतराष्ट्रास तो प्रस्तुत-प्रसंगानुरूप असें म्हणाला, "हे भारता, तूं वृद्ध आहेस; तुला सर्व कांहीं कळतच आहे. प्रभो, काळाचे खेळ सर्व तुला विदित आहेत. हे भारता, तुझ्या मनाप्रमाणें वागणाऱ्या सर्व पांडवांनीं कुलक्षय व क्षत्रियांचा उच्छेद होऊं नये म्हणून पुष्कळ खटपट केली. धर्मवत्सल धर्मराजानें आपल्या भावांस शपथ घालून सर्वांची क्षमा केली; आणि द्यूतांत कपटानें जिंकिले गेलेल्या त्या पुण्यशील भ्रात्यांसह वनवास पतकरला. नानाप्रकारचे वेष धारण करून त्यांनीं अज्ञातवास कंठिला आणि दुसरेही पुष्कळ क्लेश नित्य सोसले;—जणू त्यांस प्रतिकाराचें सामर्थ्य नव्हतेंच ! पुढें युद्धाची वेळ आली असतां मीं स्वतः येऊन तुजपाशीं सर्व लोकांच्या समक्ष पांच गांव मागितले; परंतु " बुद्धिः कालानुसारिणी " म्हणतात तशी गत होऊन तुम्हीं लोभामुळें तितके देखील सोडले नाहींत ! राजा, तुझ्या अपराधामुळें सर्व क्षात्रकुलाचा क्षय झाला. भीष्म, सोमदत्त, वाल्हीक, कृपाचार्य, द्रोण व त्यांचा पुत्र आणि धीमान् विदुर यांनीं नित्य साम करण्याविषयीं तुझी प्रार्थना केली; परंतु त्वां तसें केलें नाहीं. हे भारता, तूं तरी काय करशील ! कालानुरूप बुद्धि होऊन सर्वांस मोह पडत असतो ! अरे, तुझ्यासारख्या शहाण्यानें एवढ्या मोठ्या ढळढळीत गोष्टींत मूढपणा केला; तेव्हां हा कालयोगच, दुसरें काय ? बाबारे, हें अगतिक प्राक्तन बरें ! राजा, तूं मोठा ज्ञानी आहेस; झाल्या गोष्टींचें खापर पांडवांवर उगाच फोडूं नको. खरोखर, हे परंतपा, महाभाग पांडवांचें वर्तन धर्म, नीति व स्नेह यांपासून लवमात्र देखील चळलेलें नाहीं. आतां झालें हें केवळ तुझ्या दोषांचें फळ आहे असें जाण; आणि, धृतराष्ट्रा, पांडवांची असूया करूं नको;

तें तुला योग्य नाहीं. पांडव हे तुझ्या कुलांतले, एका वंशांतले व एका पिंडाचे आहेत, हें मनांत आण. तसेंच तुझ्या पुत्राच्या कृतीचें व गांधारी आणि तूं यांच्या चुकीचें फळ पांडवांच्या माथीं आलें आहे, हेंही लक्षांत घे. हे कुरुशार्दूला, पांडवांस नसता दोष लावून तूं व कीर्तिमती गांधारी शोक करूं नका. हा सर्व आपल्या चुकीचा परिणाम आहे हें ध्यानांत वागवून, हे भरतर्षभा, तूं पांडवांकडे कृपादृष्टीनें पहा. मी तुझ्या पायां पडतों ! हे महाबाहो, धर्मराजाचा स्वाभाविकच तुजकडे किती ओढा आहे आणि तुजवर त्याची किती भक्ति आहे हें तूं जाणतोसच. अपकारक शत्रूंचाही संहार करून त्यास समाधान वाटलें नाहीं. इतकेंच नव्हे, तर तो अहर्निश दुःखानें जळत आहे, त्याला मुळींच सुख वाटत नाहीं ! तसेंच, हे नरशार्दूला, तुजविषयीं व यशस्विनी गांधारीविषयीं त्याचे मनाला एकसारखी तळमळ लागली असल्यामुळें त्याला शांति कशी ती मुळींच मिळत नाहीं. पुत्रशोकानें संतप्त झालेल्या व मन आणि बुद्धि व्याकूळ झालेल्या तुजकडे यावें असें त्यास फार वाटतें; परंतु तो अत्यंत लज्जायमान झाला असल्यामुळें त्याच्यानें येववत नाहीं !"

हे महाराजा, याप्रमाणें धृतराष्ट्राशीं बोलून त्या यादवराजानें शोकविह्वल गांधारीजवळही उत्तम भाषण केलें. तो म्हणाला, "हे सुबलकन्ये, मी काय म्हणतों तें चित्त स्थिर करून नीट ऐकून घे. हे शुभे, तुझ्यासारखी सीमंतिनी (स्त्री) आज या जगांत नाहीं. हे राज्ञि, सभेमध्यें माझ्या समक्ष तूं उभयपक्षांस हितकारक व धर्मार्थयुक्त असें भाषण केलेंस, तें तुला आठवत असेलच. तूं चांगला उपदेश केलास, परंतु तुझ्या मुलांनीं तसें वर्तन केलें नाहीं. जयार्थी दुर्योधनास तूं असेंही रागानें म्हणालीस कीं, 'मूर्खा, माझें भाषण ऐक. जिकडे धर्म तिकडेच जय व्हावयाचा, हें लक्षांत ठेव.' हे नृपात्मजे, तुझें तेंच वाक्य हें सांप्रत प्रत्ययास आलें आहे असें जाणून, हे कल्याणि, तूं शोक करूं नको. पांडवांचा विनाश करण्याचें तुझ्या बुद्धींत कदापि न यावें. हे महाभागे, पांडवांची कथा काय, पण ही सचराचर सर्व पृथ्वी केवळ क्रोधानें लाल झालेल्या एका दृष्टिपाताबरोबर दग्ध करण्याचें सामर्थ्य तपोबलाच्या योगानें तुझ्या अंगीं आहे. परंतु विवेक कर व पांडवांवर व्यर्थ आग पाखडूं नको !"

वासुदेवाचें भाषण ऐकून गांधारी म्हणाली, "हे महाबाहो केशवा, तूं म्हणतोस त्याप्रमाणेंच मानसिक दुःखांनीं दग्ध होणाऱ्या माझी बुद्धि चळली होती; परंतु, जनार्दना, तुझें भाषण ऐकून ती ताळ्यावर आली. केशवा, आतां या पुत्रहीन, वृद्ध व अंध राजाला, हे नरश्रेष्ठा, तूं व पांडववीर हेच आधार आहां !"

इतकें बोलतांच तिला रडण्याचा हुंदका आला आणि पुत्रशोकानें व्याप्त झालेली ती तोंडास पदर लावून मोठ्यानें रडूं लागली. मग शोकानें विह्वल झालेल्या त्या गांधारीचें केशवानें कार्यकारणयुक्त भाषणांनीं समाधान केलें. याप्रमाणें, राजेंद्रा, तो धृतराष्ट्र व गांधारी यांचें सांत्वन करीत आहे तोंच त्याला अश्वत्थाम्यानें ठरविलेल्या बेताचें स्मरण झालें. तेव्हां तो त्वरित उठला व व्यासांचे पायांवर मस्तक ठेवून धृतराष्ट्रास म्हणाला, "हे कुरुश्रेष्ठा, मी तुझी अनुज्ञा मागतों. तूं मुळींच शोक करूं नका. अश्वत्थाम्याचा कांहीं दुष्ट बेत आहे, त्यामुळें मी एकदम उठलों. पांडवांचा रात्रीं वध करण्याविषयीं विचार त्यानें व्यक्त

केला होता!" हें ऐकून गांधारी व महाबाहु धृतराष्ट्र हीं एकदम म्हणालीं, "हे केशिसूदना केशवा, जा, जा लवकर व पांडवांचें रक्षण कर. जनार्दना, तुला पुनः इकडे त्वरित येतां येईल!"

मग तो अच्युत दारुकासहवर्तमान त्वरेनें निघून गेला. राजा, वासुदेव गेल्यावर ज्यांस सर्व लोक वंदन करितात त्या महात्म्या व्यासांनीं धृतराष्ट्र राजाचें आश्वासन केलें. इकडे धर्मशील वासुदेवही कृतकृत्य होत्साता पांडवांस भेटण्यासाठीं हस्तिनापुराहून शिबिराकडे निघाला, तो रातोरात गोटास येऊन पांडवांकडे गेला; आणि झालेलें वर्तमान त्यांस सांगून त्यांसह दक्षतेनें राहिला.

अध्याय चौसष्टावा.

—:०:—

दुर्योधनाचा विलाप!

धृतराष्ट्र विचारितोः—संजया, शत्रूनें मस्तकावर पाय दिलेला व मांड्या मोडून जमिनीवर पडलेला माझा शौर्याभिमानी पुत्र तेव्हां काय म्हणाला! राजा दुर्योधन अत्यंत कोपी असून पांडवांशीं त्याचें हाडवैर होतें. तो हें प्राणसंकट आल्यावर महारणांगणांत काय बोलला बरें?

संजय सांगतोः—राजा, हे नराधिपा, झालेला प्रकार मी जसाच्या तसा सांगतों. मांड्या मोडून तें संकट प्राप्त झालें असतां राजा दुर्योधन जें बोलला तें श्रवण कर. राजा, ज्याच्या मांड्यांचे पार तुकडे झाले आहेत, व अंग धुळीनें माखलें आहे, अशा त्या दुर्योधनानें तेथें केंस आवळतां आवळतां सभोंवार गरगर दृष्टि फेंकली आणि मोठ्या प्रयासानें केंस आवरून सर्पाप्रमाणें सुमकारे टाकीत त्वेषामुळें अश्रुपूर्ण झालेल्या नेत्रांनीं मजकडे पाहिलें. इतक्यांत एकदम अत्यंत माज चढलेल्या हत्तीप्रमाणें बेफाम होऊन त्यानें दोन्ही हात जमिनीवर चोळले! आणि दीर्घ निःश्वास सोडून तो आपले विस्कलित झालेले केंस हालवीत, दांतओंठ चावीत व ज्येष्ठ पांडव जो धर्मराज त्याची निर्भर्त्सना करीत म्हणाला, "शांतनव भीष्म, शस्त्रधरांत अग्रेसर असा कर्ण, गौतम, शकुनि, प्रत्यक्ष अस्त्रधराग्रणी द्रोणाचार्य, तसाच अश्वत्थामा, शल्य आणि शूर कृतवर्मा हे माझे पाठीराखे असतांना मला ही स्थिति प्राप्त झाली, त्यापेक्षां कालाचा महिमा अगाध आहे! काल खरोखर दुरतिक्रम होय! ज्याच्या पदरीं अकरा अक्षौहिणी सैन्य होतें, त्या माझीच आज अशी दशा झाली! तेव्हां, हे महाबाहो, काल प्राप्त झाला असतां कोणासही त्याचें अतिक्रमण करतां यावयाचें नाहीं हेंच खरें! असो; या युद्धांतून माझ्याकडील जे कोणी जिवंत राहिले असतील त्यांस, भीमसेनानें प्रतिज्ञा मोडून मला कसें मारलें हें सांग. खरोखर पांडवांनीं भूरिश्रवा, कर्ण, भीष्म, श्रीमान् द्रोणाचार्य, इत्यादिकांसंबंधीं पुष्कळच राक्षसी कृत्यें केलीं; त्यांतलेंच आजचें हें एक दुष्कीर्तिकारक कृत्य त्या नराधमांनीं केलें! त्याच्या योगानें सज्जनांच्या सभेंत त्यांचा धिक्कारच होईल अशी माझी बुद्धि मला सांगते! जो खरा सत्वशील असेल, त्यास अशा कपटानें मिळविलेल्या जयाबद्दल काय प्रेम वाटणार आहे? अथवा कोणता ज्ञाता करार मोडणारास चांगलें म्हणणार आहे? ज्याप्रमाणें पापी पांडुपुत्र वृकोदरास सांप्रत हर्ष झाला आहे, त्याप्रमाणें कोणता पंडित अधर्मानें जय मिळवून हर्ष पावेल बरें? आज मी मांड्या मोडून पडलों असतां माझें प्रत्यक्ष आपल्या भावाचें--कांतीनें झळकणारें व देदीप्यमान मस्तक क्रुद्ध भीमसेनानें पायानें

तुडविलें, याहून चमत्कारिक कृत्य काय आहे ? संजया, विशेष आश्चर्य हें कीं, अशा प्रकारचें नीच कृत्य करणारा जो पुरुष त्याचा येथें जयजयकार झाला ! माझी माता व पिता युद्धधर्म चांगले जाणतात. संजया, त्या दुःखार्तांना तूं माझ्या वचनावरून असें सांग कीं, मीं यजन केलें, आश्रितांचें उत्तम भरण केलें, समुद्रवलयांकित पृथ्वीवर अधिकार गाजविला, आणि शत्रु जिवंत—चांगले धट्टे-कट्टे—असतांना त्यांचे मस्तकावर उभा राहिलों, मीं यथाशक्ति दानधर्म केला, मित्रांचें प्रिय केलें, आणि सर्व शत्रूंस दे माय धरणी ठाय करून सोडलें ! अशा प्रकारें सर्व ऐहिक कृत्यें उत्कृष्ट पार पाडल्यानंतर मला मरण आलें, त्यापेक्षां मजहून उत्तम मरण कोणास येणार आहे ? मीं सर्व बांधवांचा चांगला मानमरातब ठेविला, आज्ञांकित राहाणारांची चांगली संभावना केली, आणि त्रिविध पुरुषार्थांचें--धर्म, अर्थ व काम यांचें—उत्तम सेवन केलें. तेव्हां मजहून अधिक चांगलें मरण कोणास प्राप्त होणार आहे ? मोठमोठे राजे-महाराजे यांज-वर मीं हुकूम बजावले, अत्यंत दुर्लभ असा मान मिळविला, आणि उत्तम जातिवंत (अजानेय) अश्वांच्या वाहनांतून हिंडलों; तेव्हां मजहून उत्तम स्थितींत मरणारा कोण आहे ? मीं परराष्ट्रें पादाक्रांत केलीं, राजांकडून दासाप्रमाणें सेवा घेतली, आणि प्रिय मित्रांचें उत्तम कोड पुरविलें ! अशा मजपेक्षां उत्तम मरण कोणास मिळणार आहे ? मीं अध्ययन केलें, विधिपूर्वक दानधर्म केला, निरोगी आयुष्य संपादिलें आणि स्वधर्मानें जग जिंकिलें; तेव्हां आज मजपेक्षां उत्तम प्रकारें मरणारा असा कोण असणार आहे ? सुदैवानें मी समरांत जिंकिला जाऊन शत्रूंचा गुलाम होऊन राहिलों नाहीं; आणि मेल्यावरही मला माझ्या थोर दैवानें अन्य लोकचें विपुल ऐश्वर्य मिळेल ! स्वधर्मानें वागणाऱ्या क्षत्रियांस जें इष्ट तेंच (युद्धांत सन्मुख) मरण मला प्राप्त झालें; मजहून उत्कृष्ट स्थितींत मरणारा कोण आहे ? एखाद्या सामान्य मनुष्याप्रमाणें मी जिंकिला जाऊन वैर सोडून शत्रूंपुढें लाळ घोटूं लागलों नाहीं, किंवा सुदैवानें कोणतीही दुर्बुद्धि स्वीकारून पराभव पावलों नाहीं ! निजलेल्यास किंवा बेफाम असलेल्यास मारावें किंवा एखाद्यास विषप्रयोग करावा, त्याप्रमाणेंच ठरावाचें उल्लं-घन होऊन मी अधर्मानें मारला गेलों ! महा-भाग अश्वत्थामा, सात्वत कृतवर्मा व शरद्वतीपुत्र कृपाचार्य, यांस माझा असा निरोप सांग कीं, अनेक प्रकारें अधर्मास प्रवृत्त झालेल्या व प्रतिज्ञाभंग करणाऱ्या पांडवांवर तुम्ही बिलकूल विश्वास ठेवूं नका ! "

राजा धृतराष्ट्रा, मग तुझा तो सत्यपराक्रमी पुत्र दुर्योधन राजा हेरांस म्हणाला, " भीम-सेनानें मला अधर्मानें रणांत मारिल्यामुळें द्रोण, कर्ण व शल्य, महावीर्यशाली वृषसेन, सुबल-पुत्र शकुनि, महावीर्यवान् जलसंध, राजा भग-दत्त, महाधनुर्धर सोमदत्त, सिंधुपति जयद्रथ, दुःशासनप्रभृति स्वतःच्या बरोबरीचे भाऊ, पराक्रमी दौःशासनि व लक्ष्मण तसेच दोघे पुत्र हे व दुसरे पुष्कळच हजारों आप्तस्वकीय यांच्या मागून मी कळपांतून मागें राहिलेल्या पांथस्थाप्रमाणें जाईन. माझी बहीण दुःशला ही भावांस व भर्त्यास मारल्याचें ऐकून दुःखार्त होऊन टाहो फोडील. हाय हाय ! माझा वृद्ध पिता राजा धृतराष्ट्र व गांधारी यांचे सभोंवतीं सुना व नातसुना जमल्यावर त्यांची काय अवस्था होईल ! खरोखर ती लक्ष्मणाची माता, जिचा पुत्र व पति निधन पावला आहे अशी ती विशा-

लाक्षी कल्याणी, लवकरच दुःखानें प्राण सोडील! वाक्पटु चार्वाक परिव्राजकाला हें समजेल तर तो महाभाग निश्चयानें याचा सूड उगवील! त्रैलोक्यांत प्रख्यात अशा पवित्र समंतपंचकांत निधन पावून मी शाश्वत लोक मिळविणार खास!"

मग, हे महाराजा, तेथील ते हजारों लोक राजाचे हे उद्गार ऐकून डोळ्यांतून आसवें गाळीत दशदिशांस निघून गेले. या वेळीं सागर, वनें व सर्व चराचर पदार्थ यांसुद्धां पृथ्वी कांपूं लागली; ती घोर दिसूं लागली; तिजमध्यें भयंकर घरघराट होऊं लागला, आणि दिशाही उदास झाल्या. मग तेथून गेलेल्या लोकांनीं द्रोणपुत्रास गांठून गदायुद्धांत घडलेला प्रकार, राजाचा पाडाव वगैरे सर्व गोष्टी त्यास निवेदन केल्या; आणि ते सर्वजण बराच वेळ तेथेंच सचिंतपणें उभे राहून मग व्याकुल होत्साते आपआपल्या वाटेनें निघून गेले!

अध्याय पासष्टावा.

—:०:—

अश्वत्थाम्यास सैनापत्याचा अभिषेक.

संजय सांगतोः—राजा, हेरांकडून दुर्योधन मेल्याची वार्ता ऐकून कौरवांकडील अवशिष्ट राहिलेले परंतु तीक्ष्ण बाण, गदा, तोमर, शक्ति, इत्यादिकांनीं अतिशय जखमी झालेले महारथी अश्वत्थामा, कृपाचार्य व सात्वत कृतवर्मा हे त्वरेनें घोडे पिटाळीत रणांगणांत प्राप्त झाले. तेथें, वनांत वायुवेगानें मोडून पडलेल्या मोठ्या शालवृक्षाप्रमाणें पतन पावलेला महात्मा दुर्योधन त्यांचे दृष्टीस पडला. तो अरण्यांत व्याधानें पाडलेल्या महागजासारखा रक्तबंबाळ झाला असून जमिनीवर लोळत होता. त्याच्या अंगांतून वहाणाऱ्या रक्तानें त्यास सचैल स्नान झालें होतें; आणि तो अनेक प्रकारें विवळत होता. तो धुळीनें भरलेला गजेंद्रोपम पराक्रमी महाबाहु वीर आकाशांतून यदृच्छेनें खालीं पडलेल्या सूर्यमंडलासारखा, प्रचंड वावटळीनें शुष्क केलेल्या सागरासारखा, अथवा किंचित् अभ्रपटलानें आच्छादिलेल्या आकाशांतील पूर्णचंद्रासारखा दिसत होता. राजा धृतराष्ट्रा, ज्याप्रमाणें धनेच्छु सेवकांचा राजेंद्राभोंवतीं गराडा असतो, त्याप्रमाणें दुर्योधनाचे सभोंवतीं भयंकर भुतांचे समुदाय व क्रूर श्वापदें जमलीं होतीं; त्याच्या भ्रुकुटी वक्र झाल्या होत्या; रागानें डोळे विस्तीर्ण झाले होते; आणि तो घायाळ पाडलेल्या वाघाप्रमाणें आंतल्या आंत जळफळत होता. जमिनीवर पडलेल्या त्या महाधनुर्धर राजास पाहातांच त्या कृपप्रभृति सर्व महारथांस एकदम भडभडून आलें; आणि ते त्याच्याजवळ जाऊन जमिनीवर बसले. नंतर हे महाराजा, ज्याचे डोळे पाण्यानें भरून आले होते, असा अश्वत्थामा सुसकारे टाकीत त्या भरतश्रेष्ठ राजराजेश्वरास म्हणाला, "हे पुरुषव्याघ्रा, ज्यापेक्षां तूं येथें धुळीनें माखून पडला आहेस, त्यापेक्षां मनुष्यलोकींचें कांहींएक सत्य नाहीं हेंच खरें! अरे, एवढा थोर राजा असून व सर्व पृथ्वीवर सत्ता गाजवून आज या निर्जन अरण्यांत तूं एकटा कसा राहिलास? हे राजेंद्रा, मला येथें दुःशासन दिसत नाहीं; महारथी कर्ण दिसत नाहीं; तसेंच, हे भरतर्षभा, सदोदित तुजबरोबर असणारे ते सर्व इष्टमित्रही कोठें दृष्टीस पडत नाहींत हें काय? तूं येथें असा धुळींत लोळत पडशील असें पूर्वीं कोणास तरी वाटलें होतें काय? खरोखर कालगति लोकांस समजणें सर्वथा कठिण आहे! हा परंतप मूर्धाभिषिक्त राजांचें एकदां अग्रेसरत्व पटकावून आज येथें गवत व धूळ खात पडला आहे! कालाचा

फेरा कसा आहे पहा ! राजा, तुझें तें विमल छत्र आणि चामर कोठें आहे ? तशीच, राजेंद्रा, तुझी ती प्रचंड सेना कोठें गेली ? हाय हाय ! आपण काय काय कार्यें करावयाचीं ठरवितों, व तीं सर्व सिद्ध होतील अशी दृश्य गोष्टीं-वरून आपली खात्री असते. परंतु अदृष्ट कांहीं निराळेंच घडवितें ! अदृष्ट कारणांनीं त्या दृष्ट गोष्टींचा व कार्यांचा शेवट काय होणार हें कळणें खरोखर महाकठीण आहे ! सर्व लोकांहून श्रेष्ठ अशा तुझी ही दशा झाली याच गोष्टीवरून हें स्पष्ट होत आहे. साक्षात् इंद्राशीं अतिशय स्पर्धा करणाऱ्या तुझें हें दुःख पाहून सर्व मर्त्यांचें ऐश्वर्य पूर्ण अशाश्वत आहे हेंच दिसून येतें ! "

राजा, त्यांचें तें भाषण ऐकून व विशेषें-करून तो दुःखित झाला आहे असें पाहून तुझ्या पुत्रानें दोहों हातांनीं डोळे पुसून शोकोत्पन्न ऊष्ण आसवें गाळीत त्या कृपप्रभृति सर्व वीरांस असें कालानुरूप भाषण केलें, " अहो, कालाचा फेरा आला असतां सर्वच प्राण्यांचा विनाश व्हावयाचा, अशा प्रकारची ही जगाची रहाटी ब्रह्मदेवानेंच लावून दिली आहे. तोच हा अवश्य येणारा मृत्यु आज तुमच्या देखत मला प्राप्त झाला आहे इतकेंच ! यांत अघटित असें काय आहे ? पृथ्वीचें परिपालन करून मला ही अवस्था प्राप्त झाली आहे. सुदैवानें मी युद्धांत कशाही आपत्तीचे वेळीं माघार घेऊन पळालों नाहीं. सुदैवानें पापी अधमांनीं मला विशेषें-करून कपटानें मारिलें आहे. मी लढत असतां नित्य उत्साहच धरीत गेलों,—कधींही हात-पाय गाळले नाहींत. मी या युद्धांत सर्व ज्ञाति-बांधवांचा नाश झाल्यानंतर पडलों ! या सर्व गोष्टी माझ्या पूर्वपुण्याईनेंच घडून आल्या. या लोकसंक्षयांतून तुम्ही जिवंत सुटल्याचें मी पहात आहें हें माझें भाग्य होय. तुम्हीं क्षेमरूप व सुखरूप असावें, यापरतें मला अधिक प्रिय असें कांहींच नाहीं. माझ्या मरणाबद्दल तुम्हीं स्नेहा-मुळें दुःख करीत बसूं नका. त्यांत काय आहे ? जर वेद हे तुम्हांस प्रमाण वाटत असतील, तर मीं अक्षय्य असे लोक जिंकिले आहेत, हें पक्कें समजा. अमिततेजस्वी कृष्णाचा प्रभाव मी जाणून आहें. त्यानें जंगजंग पछाडलें तरी उत्तम प्रकारें आचरिलेल्या क्षात्रधर्मापासून मला च्युत करणें त्याच्यानें घडलें नाहीं ! मीं क्षात्रधर्म बरोबर पाळला आहे. अर्थात् कोण-त्याही प्रकारें माझी स्थिति शोचनीय नाहीं. तुम्हींही आपापल्यापरी शिकस्त करून माझ्या विजयार्थ फार यत्न केला, परंतु दैवाचें अति-क्रमण करणें दुरापास्त आहे ! "

राजेंद्रा, इतकें बोलून तो थांबला. कारण, त्याचे नेत्र भरून आले होते व वेदनेनें तो अतिशय विह्वल झाला होता. अशा प्रकारें तो शोकाकुल होऊन आसवें गाळीत आहे, असें पाहून अश्वत्थामा कल्पांतकाळच्या अग्नीप्रमाणें क्रोधानें जळूं लागला. त्यानें संतापाच्या भरांत हातावर हात चोळून घोगऱ्या आवाजानें राजास म्हटलें, " राजेंद्रा, त्या चांडाळांनीं अति नीच-पणानें माझ्या पित्याचा घात केला या गोष्टीनें-ही मला जितकें दुःख झालें नव्हतें, तितकें आज तुजमुळें झालें आहे ! हे प्रभो, मी सत्य-पूर्वक सांगतों तें श्रवण कर. मी इष्टापूर्त, दान-धर्म व सुकृत यांच्या शपथेनें सांगतों कीं, आज वासुदेवाच्या समक्ष हरप्रयत्नानें सर्व पांचालांस यमलोकीं पाठवीन ! हे महाराजा, मला तुझी अनुज्ञा मात्र असावी ! "

द्रोणपुत्राचें हें मनास आल्हाद देणारें भाषण ऐकतांच राजा कृपाचार्यास म्हणाला, " आचार्य, जलानें भरलेला कलश लवकर आणा. "

राजाची आज्ञा होतांच ब्राह्मणश्रेष्ठ कृपाचार्य एक भरलेला कलश घेऊन त्याच्याजवळ गेले. तेव्हां, हे महाराजा, तुझा पुत्र त्यांस म्हणाला, " द्विजश्रेष्ठा, तुमचें कल्याण असो. माझें प्रिय करावें अशी तुमची इच्छा असेल तर माझ्या आज्ञेनें द्रोणपुत्रास सैनापत्याचा अभिषेक करा. सर्वांनीं व विशेषेंकरून क्षात्रधर्मानें वागणाऱ्या ब्राह्मणांनीं राजाज्ञेनें लढावें अशी शास्त्रमर्यादा धर्मज्ञ समजतात ! "

राजाचें भाषण ऐकून शारद्वत कृपाचार्यांनीं राजाज्ञेवरून अश्वत्थाम्यास सैनापत्याभिषेक केला. हे महाराजा, अभिषेक होतांच अश्वत्थामा राजास आलिंगन देऊन सिंहनादानें सर्व दिशा दणाणवीत निघून गेला ! आणि, राजेंद्रा, रक्तानें माखलेला दुर्योधनही, सर्व भूतांस भयावह वाटणाऱ्या त्या रात्रीं तेथेंच पडून राहिला ! इकडे, राजा, ते कृपप्रभृति वीर त्वरेनें रणांगणांत दूर जाऊन शोकानें उद्विग्नचित्त होत्साते विचार करीत सचिंत बसले !

शल्यपर्व समाप्त.

श्रीमन्महाभारत.

सौप्तिकपर्व.

अध्याय पहिला.

मंगलाचरण.

ॐ

नारायणं नमस्कृत्य नरं चैव नरोत्तमम् ।
देवीं सरस्वतीं चैव ततो जयमुदीरयेत् ॥

ह्या अखिल ब्रह्मांडांतील यच्चयावत् स्थावर-जंगम पदार्थांच्या ठिकाणीं चिदाभासरूपानें प्रत्ययास येणारा जो नरसंज्ञक जीवात्मा, नरसंज्ञक जीवात्म्यास सदासर्वकाळ आश्रय देणारा जो नारायण नामक कारणात्मा, आणि नरनारायणात्मक कार्यकारणसृष्टीहून पृथक् व श्रेष्ठ असा जो नरोत्तमसंज्ञक सच्चिदानंदरूप परमात्मा, त्या सर्वांस मी अभिवंदन करितों; तसेंच, नर, नारायण व नरोत्तम ह्या तीन तत्त्वांचें यथार्थ ज्ञान करून देणारी देवी जी सरस्वती, तिलाही मी अभिवंदन करितों; आणि त्या परमकारुणिक जगन्मातेनें लोकहित करण्याविषयीं माझ्या अंतःकरणांत जी स्फूर्ति उत्पन्न केली आहे, तिच्या साहाय्यानें ह्या भवबंधविमोचक जय म्हणजे महाभारत ग्रंथाच्या सौप्तिकपर्वास आरंभ करितों. प्रत्येक धर्मशील पुरुषानें सर्वपुरुषार्थप्रतिपादक अशा शास्त्राचें विवेचन करितांना प्रथम नर, नारायण आणि नरोत्तम ह्या भगवन्मूर्तींचें ध्यान करून नंतर प्रतिपाद्य विषयाचें निरूपण करण्यास प्रवृत्त व्हावें हें सर्वथैव इष्ट होय.

उलूकोपदेशग्रहण.

संजय सांगतोः—मग ते सगळे वीर मिळून दक्षिणाभिमुख चालले आणि सूर्यास्ताचे वेळीं छावणीजवळ येऊन पोहोंचले. राजा, ते भयभीत झाले असल्यामुळें मोठ्या त्वरेनें गर्द झाडीची जागा पाहून तेथें रथांचे घोडे सोडून लपून बसले. त्यांच्या अंगांवर तीक्ष्ण शस्त्रांनीं जिकडेतिकडे

जखमा झाल्या होत्या. तशाच स्थितींत सैन्याच्या छावणीभोंवतीं जवळच लपून राहिलेले हे वीर पांडवांबद्दलच्याच विचारांत गर्क झाले आणि मोठ्या दुःखानें उसासे टाकूं लागले. राजा, अधिकाधिक विजय मिळविण्याच्या उत्सुकतेनें पांडव भयंकर गर्जना करीत सुटले, तेव्हां ती त्यांची गर्जना ऐकून पुनः हे आपल्याच पाठोपाठ आले कीं काय न कळे, अशा भयानें ते वीर पूर्वदिशेकडे पळत सुटले! आणि थोड्या वेळानें तेथून दुसऱ्या एका जागीं जाऊन कांहीं वेळ थांबले. त्या वेळीं त्यांचे घोडे अगदींच थकून गेलेले असून ते स्वतः तहानेनें व्याकूळ होऊन गेले होते; तशांत राजा दुर्योधन मारला गेला म्हणून मनांत तळमळ चाललेली; मग काय विचारावें! त्या महाशूर वीरांच्या पोटांत क्रोधाग्नि भडकून जाऊन एकंदर स्थिति त्यांना दुःसह वाटूं लागली!

धृतराष्ट्र बोलतोः- अरे संजया, हजारों हत्तींचें बळ ज्याचे अंगीं, अशा माझ्या मुलाला भीमानें मारिलें म्हणून सांगतोस, हें त्यानें केलेलें कृत्य खरें देखील वाटण्यासारखें नाहीं! संजया, संपूर्ण प्राण्यांना अवध्य, वज्रदेही व तारुण्यसंपन्न अशा माझ्या मुलाला समरांगणांत मारिलें असेंच ना तूं म्हणतोस? कुंतीच्या मुलांनीं मिळून रणांत माझ्या मुलाला ज्यापेक्षां मारलें, त्यापेक्षां संभारामध्यें दैवसंकल्प टाळणें हें माणसांना शक्य नाहीं खचित! अरे संजया, शंभर मुलगे मेलेले कानांनीं ऐकून माझें हृदय फुटून त्याचे हजारों तुकडे व्हावयास पाहिजे होते! पण तसें झालें नाहीं त्यापेक्षां हें माझें हृदय दगडाचेंच केलेलें असावें! आतां हे शंभर मुलगे मेल्यावर ह्या पुत्रशोकांत आह्मां वृद्ध नवराबायकोची काय बरें अवस्था होईल? कारण, ह्या पांडुपुत्रांच्या राज्यांत राहाण्याला तर माझें मन घेणार नाहीं! संजया, स्वतः राजपद भोगून व नंतर राजाचा पिता ह्या नात्यानें राहून आतां नोकरासारखा होऊन पांडवांच्या आज्ञेंत म्यां कसें बरें रहावें? अरे, ह्याच ना पांडवानें (भीमानें) माझे पुरे शंभरचे शंभर मुलगे मारून टाकिले? व आतां सर्वांच्या डोक्यांवर पाय देऊन सर्व पृथ्वीभर हाच ना अंमल चालविणार? संजया, माझ्या मुलानें महात्म्या विदुराचा उपदेश न ऐकून त्यानें सांगितलेलें सर्व भविष्य खरें करून दाखविलें! आतां या भीमाचा गुलाम होऊन त्या स्थितींत जें दुर्मरण येणार तें मी कसें बरें पतकरूं? आणि त्या भीमाचीं वर्मीं लागणारीं एकेक भाषणें माझ्यानें कशीं बरें कानांनीं एकवतील? असो; संजया, अधर्मयुद्धानें माझा बाळ दुर्योधन मारला गेला, त्या वेळीं कृतवर्मा, कृप व अश्वत्थामा ह्यांनीं काय बरें केलें?

संजय सांगतोः—राजा, तुझ्या बाजूचे वीर निघून जाऊन जवळच थांबून पाहूं लागले, तों वृक्षलतांनीं युक्त असें एक निबिड अरण्य त्यांचे दृष्टीस पडलें. मग तेथें क्षणभर विश्रांति घेऊन घोड्यांना पाणी वगैरे मिळाल्यावर ते सूर्यास्ताचे वेळीं दुसऱ्या एका मोठ्या अरण्यांत येऊन पोहोंचले. तेथें नानाप्रकारचीं झाडेंझुडपें यांची गर्दी असून कित्येक निरनिराळ्या श्वापदांचे कळप होते; तशींच असंख्य पांखरें होतीं व निरनिराळ्या सर्पजातींचीही तेथें वस्ती होती; जागजागीं लहानमोठे पाण्याचे झरे व डबकीं होतीं; तऱ्हेतऱ्हेचीं कमळांचीं व इतर फुलें जिकडे तिकडे दिसत असून त्यांनीं सर्व प्रदेशाला विशेष शोभा आली होती. मग त्या घोर अरण्यांत शिरून सभोंवतीं पहातात तों हजारों फांद्या असलेलें एक अफाट वडाचें झाड त्या वीरांच्या दृष्टीस पडलें. तेव्हां हे महारथ, वृक्षांमध्यें राजाप्रमाणें शोभणाऱ्या त्या

वडाच्या झाडाजवळ गेले आणि त्यांनीं तें झाड न्याहाळून पाहिलें.

मग, राजा, ते सर्व रथांवरून खालीं उतरले आणि घोडे सोडून यथाशास्त्र मुखमार्जन करून त्यांनीं संध्योपासन केलें. मग भगवान् सूर्य अस्ताचलाप्रत प्राप्त झाल्यावर, प्राणिमात्राला मातेप्रमाणें जपणारी जी रात्र ती येऊन पोहोंचली. वर पहावें तों जिकडे तिकडे ग्रह, नक्षत्रें, तारे उदय पावले असून त्यामुळें चित्रविचित्र कशिदा काढलेल्या नाजूक नीलवस्त्राप्रमाणें नभोमंडलाची अपूर्व शोभा दिसूं लागली आहे. रात्रीं संचार करणारे प्राणी मनःपूत शब्द करूं लागले व दिवसास संचार करणारे प्राणी निद्रावश झाले; रात्रीं हिंडणाऱ्या श्वापदांची गर्जना अधिकाधिक भयंकर होऊं लागली; आणि हिंस्र पशूंना उन्माद येऊन रात्र फार भयप्रद वाटूं लागली. राजा, त्या भयंकर रात्रिसमयीं, दुःखानें व शोकानें विह्वल होऊन गेलेले कृप, अश्वत्थामा आणि कृतवर्मा हे तिघे शेजारीं शेजारीं बसले. तेथें त्या वडाच्या झाडाजवळ बसून ते आतांपर्यंत झालेला पांडवांचा व कौरवांचा संहार आठवून आठवून शोक करूं लागले. नंतर, नानाप्रकारच्या बाणांनीं जखमा झाल्या असल्यामुळें अगोदरच थकवा आलेला, त्यांत आतां झोंपेनें घेरल्यामुळें आळसावून ते जमिनीवर आडवे झाले ! राजा, महारथी कृपाचार्य व भोज—ज्यांना सुखांत राहाण्याची संवय, दुःख कधीं माहीत नाहीं, ते—आज जमिनीवर पडून राहिले असतां त्यांना झोंपेनें पछाडलें. मग, राजा, श्रमानें व शोकानें व्याप्त झाले असल्यामुळें, नेहमीं जरी मऊ मऊ बिछान्यांवर निजण्याचा अभ्यास, तरी आज अनाथांप्रमाणें भुईला पाठ टेंकूनच ते दोघेही झोंपीं गेले !

राजा, त्यांना झोंप लागली, परंतु मनांत जळफळत असलेला द्रोणपुत्र अश्वत्थामा याला मात्र झोंप येईना; तो सर्पाप्रमाणें उसासे टाकीत बसून राहिला. तो नखशिखांत संतापानें पेटून गेला असल्यामुळें त्याला झोंप येईचना. मग त्या भयंकर अरण्याकडे त्यानें एकदां नजर फेंकली. राजा, नानाप्रकारच्या श्वापदांची जेथें वस्ती, अशा त्या अरण्याकडे अवलोकन करितां करितां त्या वडाच्या झाडावर सहस्रावधि कावळे पडून राहिलेले त्याचे नजरेस पडले. रजा, हे सहस्रावधि कावळे आपापल्या वेगवेगळ्या जागीं पडून स्वस्थ झोंप घेत रात्र काढीत होते. याप्रमाणें सभोंवतीं जिकडे तिकडे ते कावळे खुशाल निर्भयपणानें निजून राहिले असतां, अकस्मात् दिसण्यांत उग्र अशी एक घुबडाची स्वारी चाललेली त्यानें पाहिली. हें घुबड आकारानें चांगलें मोठें असून त्याच्या डोळ्यांचीं बुबुळें हिरवींचार होतीं; अंगवर्ण धुळकट पिंगटसर होता, चोंच व नखें लांबलांब होतीं; त्याचा धूत्कार भयंकर होता आणि सामर्थ्यानें तें गरुडासारखें दिसत होतें. मग एखाद्या गरीब दबा धरून बसलेल्या पांखराप्रमाणें हळू शब्द करून त्या वटवृक्षाच्या शाखेची प्रार्थना करून मग तें घुबड त्या खांदीवर तुटून पडलें; आणि कावळ्यांचा कर्दनकाळ अशा त्या घुबडानें झोंपीं गेलेल्या अनेक कावळ्यांचा अंत केला ! त्यानें कांहींचे पंख उपटले, कांहींचीं मुंडकीं तोडलीं व कांहींचे पाय मोडले ! अशा रीतीनें, पंजेच त्याचें आयुध, त्या आयुधानें संहार करण्याचा त्यानें सपाटा चालविला आणि पहातां पहातां त्या शक्तिमान् पक्ष्यानें जे जे कावळे नजरेस पडले ते सर्व मारून टाकिले ! मग, राजा, त्या कावळ्यांच्या प्रेतांनीं व छिन्नविच्छिन्न होऊन पडलेल्या अवयवांनीं त्या वडाच्या झाडाखालचा सर्व प्रदेश व्यापून गेला; आणि अशा रीतीनें

ते कावळे मारून टाकल्यावर त्या घुबडाला आनंद झाला !

ह्याप्रमाणें त्या घुबडाचें शत्रूंवर यथेच्छ सूड उगवण्याचें काम संपल्यावर, तें त्याचें कपटाचरण रात्रीचे समयीं पाहून त्याचा गुण उचलण्याचा निश्चय करून अश्वत्थामा विचार करितो, " ह्या आणिबाणीच्या प्रसंगीं या पक्ष्यानें मला चांगली अक्कल शिकविली ! शत्रूंचा अंत करण्याला योग्य वेळ ही आतांच होय असें मला वाटूं लागलें आहे. हे पांडव मोठे बलशाली आहेत, हिंमतवान् आहेत, नेम मारण्यांत कुशल आहेत, आणि असह्य प्रहार करणारे आहेत; तेव्हां ह्यांना मारून टाकण्याचें काम आज माझ्या हातून होण्यासारखें नाहीं ! इकडे तर ' त्यांना मारून टाकतों ' अशी प्रतिज्ञा मी राजाचे समक्ष करून बसलों आहें. धर्मयुद्ध करावें तर दिव्यासमोर पतंगाचें जसें आत्मघातक वर्तन होऊन त्याची अवस्था होते तशी माझी होणार आणि मी प्राणाला मुकणार, ह्यांत मुळींच संशय नको ! तेव्हां आतां कपट करूनच कार्य साधलें पाहिजे व शत्रूंचा संहार केला पाहिजे. ज्यांत धोका आहे अशा मार्गापेक्षां धोका नसलेला मार्गच चांगला असें शहाण्या शहाण्या लोकांचें देखील मत आहे. शिवाय अशा प्रसंगीं, शास्त्रांत ज्याला दूषण दिलें असेल व लोकांत ज्याला नांवें ठेवितात असा उपाय असला तरी तो देखील क्षत्रिय-धर्म पतकरल्यावर माणसानें खुशाल योजावा ! ह्या दुष्ट पांडवांनीं देखील सर्व प्रकारचीं वाईट, लाजिरवाणीं व दगलबाजीचीं कृत्यें पावलो-पावलीं केलीं आहेत. प्राचीन काळीं धर्माधर्म पहाणारे व न्याय-अन्याय शोधणारे जे मोठे विचारी तत्त्ववेत्ते होऊन गेले, त्यांनीं ह्याच विषयावर वचनें लिहून ठेविलीं आहेत. त्यांतील तात्पर्य कीं, शत्रु थकलेला असेल, जेरीला आला असेल, भोजन करीत असेल, बाहेर कोठें निघाला असेल. किंवा घरांत प्रवेश करीत असेल, तर अशा कोणत्याही वेळीं त्याजवर खुशाल घाला घालावा; तसेंच शत्रूचें सैन्य मध्यरात्रीं निद्रेच्या अधीन झालें असेल, त्याचा अधिपति नाहींसा झाला असेल, त्यांतील योद्ध्यांची फुटाफूट झाली असेल. किंवा त्या सैन्यांत दुही झाली असेल, तर असली संधि साधून त्या सैन्यावर खुशाल छापा घालून कत्तल उडवावी ! "

राजा, असा विचार करून, अश्वत्थामा पराक्रमी खरा—तरी त्यानें पांडव पांचालांसह-वर्तमान निजलेले असतांना रात्रीचे वेळीं छापा घालून त्यांना ठार मारण्याचा निश्चय केला. ही क्रूर कल्पना मनांत आणून, ती तडीस नेण्याचा निश्चय वरचेवर विचार करीत करीत पक्का करून मग आपला मामा कृपाचार्य व भोज ह्या दोघांना त्यानें झोंपेंतून उठविलें. ते महात्मे कृप व भोज जागे झाल्यावर, प्राप्त स्थितीची त्यांना शरम वाटून ते अश्वत्थाम्याचे म्हणण्याला नीटसें उत्तर देईनात. मग क्षणभर डोळे मिटून विचार करून अश्रु ढाळीत अश्व-त्थामा म्हणतो, " वीरांमध्यें वीर असा जो बलिष्ठ दुर्योधन राजा, त्याच्याकरितां आपण पांडवांशीं वैर आरंभिलें; त्या अकरा अक्षौ-हिणी सैन्याच्या पराक्रमी अधिपतीला युद्धांत एकटा गांठून ह्या नीच पांडवांनीं सर्वांनीं मिळून भीमाला पुढें करून त्याचे हातून मारून टाकिलें ! राज्याभिषेकानें पवित्र झालेल्या दुर्यो-धन राजाच्या मस्तकावर त्या नीच भीमसेना-नेंच पाय देऊन हें दुष्ट कृत्य केलें ! आतां पांचा-लांना इतका आनंद होऊन गेला आहे कीं, ते हंसत आहेत, ओरडत आहेत, नाचत आहेत, शेंकडों शंख फुंकीत आहेत व दुंदुभि वाजवीत आहेत ! शंखांचा ध्वनि व वाद्यांचा गजर एकांत एक

मिसळून जो एकच भयंकर घोष चालला आहे, तो वाऱ्यानें चोहोंकडे पसरून त्यानें दिशा गजबजून गेल्या आहेत! घोडे खिंकाळत आहेत, हत्ती मोठ्यानें ओरडत आहेत, व योद्धे गर्जना करीत आहेत, त्यांचा हा केवढा गलका ऐकूं येत आहे! पूर्वदिशेकडे मोर्चा फिरवून आनंदाच्या भरांत खुशाल रथांतून चाललेले जे योद्धे, त्यांच्या रथांचा शब्द ऐकून अंगावर कांटा उभा रहातो. पांडवांनीं दुर्योधन वगैरे धार्तराष्ट्रांची ही जी कत्तल उडविली, तींतून ह्या घोर प्रसंगीं आपणच काय ते तिघे उरलों. शेंकडों हत्तींचें बळ असलेले कित्येक वीर आणि अस्त्रविद्येंत मी मी म्हणणारे कित्येक वीर ह्या पांडवांनीं मारून टाकिले, त्यापेक्षां काळच फिरला असें मला वाटतें! कारण, ह्या काळाचा महिमा असा आहे कीं, अमुक एक गोष्ट अशा रीतीनें व्हावयास पाहिजे असा त्याचा संकल्प एकदां झाला, म्हणजे मग ती कितीही दुष्कर असली तरी तशी व्हावयाचीच. तरी पण आतां ह्या आणीबाणीचे प्रसंगीं मन गांगरून जाऊन तुमची अक्कल गुंग झाली नसेल तर आतां कोणता मार्ग आपल्याला श्रेयस्कर होईल तें सांगा."

अध्याय दुसरा.

—:०:—

कृपाचार्यांचा अश्वत्थाम्याला उपदेश.

कृपाचार्य म्हणाले:— अरे शूरा, तूं जें जें बोललास तें सर्व मीं ऐकून घेतलें; आतां मलाही थोडें सांगावयाचें आहे तें ऐकून घे. सर्व माणसें दोन प्रकारच्या कर्मांनीं गुरफटून जाऊन बांधलीं गेलीं आहेत. एक दैव (जन्मांतरीं केलेलीं कर्में) व दुसरा प्रयत्न. ह्या दोहोंच्या पलीकडे तिसरें कांहीं नाहीं. भल्या माणसा, तुला एक सांगून ठेवितों, कीं नुसत्या एकट्या दैवानें कामें होत नसतात किंवा नुसत्या एका उद्योगानेंही होत नसतात; तर दोहोंच्या संयोगानें कोणतेंही काम साधत असतें. महत्वाच्या काय किंवा किरकोळ काय, सर्व गोष्टी दैव आणि उद्योग ह्या दोहोंच्या अधीन असून त्यांच्याच तंत्रानें चालू असलेल्या किंवा बंद पडलेल्या सर्वत्र दृष्टीस पडतात. पाऊस डोंगरावर पुष्कळ पडला तरी काय फल देतो? बरें, तोच नांगरलेल्या शेतावर पडला, तर किती तरी फलद्रूप होतो! दैव सबळ असल्यावर उद्योगाची कांहीं प्रतिष्ठा नको; तथापि उद्योगावांचून नुसतें दैवही फुकटच जातें; हा सिद्धांत पूर्वींपासून सर्वत्र ठरलेला आहे. शेत चांगलें नांगरून पेरून ठेविलेलें असावें व दैवानें पर्जन्यवृष्टि भरपूर द्यावी, म्हणजे मग जसें पीक विपुल येतें, तशीच माणसानें आरंभिलेल्या कोणत्याही कामाची स्थिति समजावी. आतां, त्यांतल्या त्यांत दैवाचा प्रभाव इतका आहे कीं, अमुक एक गोष्ट घडवून आणावयाची असा त्यानें संकल्प केला म्हणजे त्याच्या एकट्याच्या जोरावर ती तडीस जाते. तरी पण शहाणे लोक प्रयत्नावरच भरंवसा ठेवून चालतात. कारण, मनुष्यमात्राचीं सर्व कार्यें दोहोंच्याही तंत्रानें चाललेलीं किंवा बंद पडलेलीं दृष्टीस पडतात. खटपट केली असतां ती दैवानें साधून खटपट करणाऱ्याचा हेतु तडीस नेते. तसेंच मोठ्या तत्परतेनें उद्योग करणाऱ्याचाही उद्योग चांगला व्यवस्थित रीतीनें झालेला असला तरी फुकट गेलेला आपण पहातों. मग तेवढ्यावरून, जे लोक स्वभावतः आळशी व मूर्ख असतात ते उद्योगाची थट्टा करूं लागतात; तें अर्थात् शहाण्या लोकांना आवडत नाहीं. परंतु लोकांत फार करून उद्योग केला असतां तो अगदींच फुकट गेलेला दिसत नाहीं; तसेंच दुसरे पक्षीं उद्योग न केला तर माणसाला फारकरून दुःखच प्राप्त

होतें. आतां जर एखाद्या माणसाला प्रयत्न न करितां आपोआप विलक्षण लाभ होऊन गेला, किंवा एखाद्याला उद्योग पुष्कळ करून कांहींच लाभ झाला नाहीं असें झालें, तर हे दोन्ही प्रकार विरळा घडणारे आहेत असें समजावें. **तत्पर राहून काम करणारा मनुष्य उपाशीं मरत नाहीं; आणि आळशी मनुष्याला सुख ह्मणून मिळत नाहीं.** या दुनियेंत उद्योगी लोकांचें कल्याणच झालेलें पहाण्यांत येतें. जर उद्योगी माणसानें उद्योग आरंभून त्यापासून त्याचें कार्य साधलें नाहीं, तर त्याचेकडे बोल तरी कांहीं रहात नाहीं; साधलें तर हवी असलेली वस्तु मिळून जाते. खटपट न करितां दुनियेंत ज्याला दैवाच्या जोरावर कांहीं तरी मिळून जातें, त्याची बहुतकरून निंदा होते आणि तो दुसऱ्यांच्या द्वेषाला पात्र होतो. तेव्हां ह्या सर्व गोष्टी ध्यानांत न आणितां तिकडे दुर्लक्ष करून भलत्या धोरणानें जो मनुष्य चालतो, तो आपल्यावर संकटें ओढवून घेतो असें शहाण्या लोकांचें मत आहे. उद्योग व दैव ह्या दोहोंतून एक कमी पडेल तर कोणत्याही कामाला यश येणार नाहीं. **उद्योगाची बाजू लंगडी पडल्यावर नुसतें दैव कांहीं करूं शकत नाहीं.** ह्मणून कार्यारंभीं देवतांचें स्मरण करून खटपट करण्याची उमेद धरून जो उद्योगी मनुष्य चांगल्या शिस्तीनें कोणत्याही कार्याला हात घालील, त्याला अपयशाचे प्रसंग कधीं येणार नाहींत. शिस्तीनें कार्य आरंभणें ह्मणजे असें कीं, वृद्ध व वडील माणसें असतील त्यांचेकडे मर्यादेनें जाऊन, काय करणें श्रेयस्कर होईल हें विचारावें; व आपल्या पथ्याचें ह्मणून जें काय ते सांगतील तें करावें. उद्योग चालू असतां पदोपदीं जाऊन वडील माणसांची सल्ला विचारावी. कारण इच्छित वस्तु मिळण्याला तेंच उत्कृष्ट साधन होय व कोठेंही यश येण्याला तेंच मूळ होय. वृद्ध माणसांची मसलत घेऊन जो प्रयत्नाची दिशा ठरवितो, त्याच्या खटपटीचें उत्तम चीज होतें व वेळ देखील न लागतां काम होतें. उच्छृंखळ मनाचा व ज्याची त्याची मानखंडना करणारा असा जो एखादा पुरुष उद्धटपणानें किंवा संतापानें अथवा भीतीनें किंवा लोभीपणानें कोणत्याही वस्तूवर मन ठेवून खटपट चालवितो तो लवकरच वैभवाला मुकतो. तर हा अशाच तऱ्हेचा न साधण्यासारखा वेडगळ उद्योग ह्या महालोभी आणि अदूरदर्शी दुर्योधनानें पुढचा विचार न करितां आरंभिला. आपले जे हित सांगणारे त्यांचेकडे ह्यानें लक्ष दिलें नाहीं व वाईट लोकांची सल्ला घेऊन वागला; नको नको म्हणून सगळे सांगत असतां आपल्यापेक्षां सर्व गुणांनीं अधिक अशा पांडवांशीं वैर केलें; त्याचें शीलच वाईट, म्हणूनच वैर आरंभल्यावरही अगोदर हातून कांहींच नेटानें काम झालें नाहीं व मागून संकटांत सांपडल्यावर तो संताप करून घेऊं लागला; व मित्रांची सल्लाच घेईना. त्या पापी पुरुषाची बाजू घेऊन आह्मी चाललों, त्यामुळें आमच्यावर असा भयंकर प्रसंग येऊन गुदरला ! ह्या संकटामध्यें माझें मस्तक इतकें तापून गेलें आहे कीं, कितीही विचार केला तरी हिताचा मार्ग ध्यानांत येत नाहीं. माणसाच्या बुद्धीला मोह पडला ह्मणजे इष्टमित्रांची सल्ला विचारावी; कारण, ह्याला हवा असलेला कल्पकपणा व धोरणीपणा त्यांच्यामध्यें सांपडतो आणि ह्याला तरणोपाय दिसूं लागतो. अशा शहाण्या शहाण्या इष्टमित्रांना विचारल्यावर ते ह्या माणसाचा कार्यभाग साधण्याचें रहस्य कशांत आहे ह्याचा नीट विचार करून जी युक्ति सांगतील तिला अनुसरून त्यानें वागावें. म्हणून आपण सर्व मिळून धृतराष्ट्र, गांधारी व बुद्धिशाली विदुर यांजकडे जाऊन

त्यांचें मत विचारूं आणि विचारल्यावर पुढें ते आमच्या हिताचा म्हणून जो उपाय सांगतील तो आपण करावा हेंच मला फार बरें वाटतें. उद्योगच आरंभिला नाहीं तर कधींही काम व्हावयाचें नाहीं. आतां, उद्योग केल्यावरही ज्यांचें काम होणार नाहीं, ते हतभागीच होत हें ठरलेलें; तेव्हां ह्याबद्दल जास्त विचारच नको!

अध्याय तिसरा.

—:०:—

अश्वत्थाम्याची मसलत.

संजय सांगतोः—हे महाराजा, कृपाचार्यांचें हें सरळ व सुनीतीचें भाषण ऐकून, दुःखानें व्याकूळ झालेला व शोकानें नखशिखांत पेटून गेलेला अश्वत्थामा मन निष्ठुर करून त्या उभयतांस म्हणतो, "प्रत्येक माणसामध्यें जो म्हणून अकलेचा भाग असतो, तेवढ्यावर जो तो आपल्या ठिकाणीं खुष असतो, अशी सर्वांची स्थिति आहे. दुनियेंत प्रत्येकजण आपल्याला अक्कलवान् समजतो, आणि जो तो आपल्यालाच धन्य मानून आपलीच प्रशंसा करीत असतो. अशा रीतीनें प्रत्येकाची बुद्धि आपली वाहवा करून घेण्यांत खर्च होत असते. सर्वजण दुसऱ्याच्या अकलेला नांवें ठेवून आपलीच शेखी मिरवीत असतात. कारण, प्रसंगानें एकदिल करून एकाच धोरणानें सुयंत्रपणानें जे कांहीं काळपर्यंत चाललेले असतात आणि एकमेकांवर खुष राहून परस्परांबद्दल आदर दाखवितात, त्यांचीच बुद्धि पुढें कालांतरानें पालटून ते एकमेकांला विरोध करून नडवूं लागतात. मूर्ति तितक्या प्रकृति; त्यांतून विशेषेंकरून प्रसंगानें मन गोंधळून गेलें म्हणजे त्या घटकेंत एकाला एक व दुसऱ्याला दुसरी अशी प्रत्येकाला कांहीं तरी अक्कल सुचते. ज्याप्रमाणें एखादा चतुर वैद्य रोगाची परीक्षा करून यथाशास्त्र उपचार करितो, त्याप्रमाणें आपलें इष्ट कार्य साधण्याकरितां म्हणून माणसें युक्ति योजीत असतात; व ज्याची जेवढी अक्कल तेवढी तो खर्च करीत असतो; मग दुसरीं माणसें मात्र त्याच्या अकलेला नांवें ठेवितात. माणसाची आपल्या इतिकर्तव्यतेबद्दलची बुद्धि तारुण्यांत एक तऱ्हेची बनते, मध्यम वयांत दुसऱ्या तऱ्हेची बनते व वृद्धपणीं तिसरेंच एखादें धोरण त्याला पसंत पडूं लागतें. **एकदम एखादें मोठें संकट येऊन गुदरल अथवा एकदम मोठा भाग्योदय झाला, म्हणजे माणसाच्या बुद्धींत पालट होतो.** एकाच माणसामध्यें देखील समयानुरूप जी जी बुद्धि उत्पन्न होऊं लागते, तीच पुढें त्यालाच नापसंत वाटूं लागते. आपल्या अकलेप्रमाणें आपल्याच मनाशीं योजून पाहिल्यावर जी युक्ति चांगली वाटेल, त्या युक्तीनें माणूस आपलें कार्य करूं लागतो आणि हीच उद्योग करण्याची खरी दिशा. भोजा, प्रत्येक मनुष्य हेंच चांगलें असें एकदां मनाशीं ठरवून मग उमेदीनें कंबर बांधून जिवाकडेही न पहातां उद्योगाला लागतो. आपलें धोरण आपल्याशीं कायम करून आपल्या चातुर्यानें माणसें निरनिराळ्या खटपटी करीत असतात व त्यांतच आपलें हित आहे, असें मानीत असतात!

"तर आतां या प्रसंगांत मला जी युक्ति सुचून हुषारी वाटत आहे व शोकाचाही विसर पडत आहे, ती तुम्हांला सांगतों. ब्रह्मदेवानें सर्व प्रजा निर्माण करून व त्यांच्या पाठीमागें कांहीं तरी कर्तव्य लावून देऊन ब्राह्मण, क्षत्रिय वगैरे जाति करून वर्णपरत्वें एकेक गुण ठरवून दिला आहे. ब्राह्मणामध्यें उत्तम प्रकारची विद्या असावी, क्षत्रियामध्यें उत्तम पराक्रम असावा, वैश्यामध्यें उद्योगाविषयीं दक्षता असावी व शूद्रामध्यें वरच्या तीन वर्णांना

साहाय्य करण्याबद्दलची तत्परता असावी. कामक्रोधादिक मनोविकार ज्यानें जिंकले नाहींत, तो ब्राह्मण कुचकामाचा; पराक्रम ज्याच्यामध्यें नाहीं तो क्षत्रिय कशाचा? वैश्य आळशी असेल तर तो निंद्यच होय; व शूद्र प्रतिकूळपणानें वागेल तर तो नीच समजावा !

" आतां मीं ब्राह्मणाच्या एका श्रेष्ठ व पूज्य अशा कुळांत जन्म घेतला आणि कमनशीबाचा म्हणून क्षत्रियधर्मांत शिरलों आहें. तर क्षत्रियधर्म एकदां पतकरल्यावर जर मी ब्राह्मणधर्माला अनुसरून शमदमादिक मोठमोठीं साधनें करीत बसेन, तर तें कांहीं बरें नव्हे असें माझें मत आहे. दिव्य धनुष्य व उत्तम उत्तम अस्त्रें जवळ बाळगून मीं युद्धांत पित्याचा वध झालेला डोळ्यांनीं पाहिला तर आतां मंडळींत दुसरें तिसरें काय बरें सांगत बसण्याला मला तोंड आहे? म्हणून आज मी यथेच्छ क्षत्रियधर्माचें आचरण करणार आणि दुर्योधन राजाची व माझ्या महात्म्या पित्याची जी गति झाली त्याच गतीला जाऊन पोहोंचणार व त्यांचा उतराई होणार ! आज पंचालसैन्यांतील सर्व योद्धे कवचकुंडलादिक काढून ठेवून आनंद करीत मोठ्या भरंवशानें झोंपीं जातील; कारण त्यांना मेहनत फार झाली असल्यामुळें ते थकलेभागलेले असणार व त्यांत आतां विजय झाला म्हणून ते त्याच संतोषांत असणार ! तेव्हां अर्थात् आपल्या छावणींत आज रात्रीं बिनघोरपणें ते गाढ निद्रा घेणार; तर ही संधि साधून त्यांच्या छावणीवर आपण असा नेटाचा छापा घालणार कीं, एका सपाट्यांत त्यांच्यावर तुटून पडून, इंद्रानें दैत्यांचा संहार केला त्या मासल्याचा पराक्रम करून सर्वांची कत्तल करून प्रेतांचा ढीग पाडणार ! पेटलेला वणवा ज्याप्रमाणें सबंध रान जाळून खाक करितो, त्या तऱ्हेची कर्तबगारी करून धृष्टद्युम्न वगैरे सर्वच योद्ध्यांचा मी एकदम समाचार घेतों ! या पंचालवीरांना ठार करूनच मनाची शांति करून घेणार ! पिनाकपाणी शंकर आपला रुद्रावतार प्रकट करून ज्याप्रमाणें पशूंमध्यें संहार करीत असतां शोभतो, त्याप्रमाणें आजच्या दंगलींत पांचालांमध्यें कत्तल करितांना उग्र स्वरूप मी प्रकट करणार ! आज मी रणामध्यें या पांचालांना व पांडुपुत्रांनाही ठार करून मोठ्या संतोषानें त्यांचीं प्रेतें ओढून टाकून तुडवून काढणार ! आज पांचालांच्या प्रेतांनीं भूमातेला मी शरीरदान करणार ! आणि त्यांच्यामध्यें एकेकास ठार करीत करीत आपल्या पित्याच्या ऋणांतून मुक्त होणार ! व दुर्योधन, कर्ण, भीष्म आणि जयद्रथ ह्या मंडळींचाही उतराई होणार ! मी पांचालांची आज दुर्दशा करून सोडणार ! आजच्या रात्रीं तो पांचालांचा राजा धृष्टद्युम्न ह्याचें एखाद्या पशूप्रमाणें मस्तक फोडून क्षणांत चक्काचूर करून टाकणार ! आज पांचालांचीं व पांडवांचीं पोरें रात्रीं निजलेलीं असतील तीं ह्या तीक्ष्ण खड्गानें कत्तलींत ठेंचून काढणार ! तात्पर्य, आज रात्रीं त्या पांचालसेनेची झोंपेंत कत्तल उडवून मी कृतकृत्य व धन्य होऊन दुःखांतला जीव सुखांत नेणार ! "

अध्याय चौथा.

—:०:—

कृपाचार्यांचें भाषण.

कृपाचार्य म्हणतातः— "हे शूरा, शत्रूंवर सूड उगवण्याची जी मसलत तूं काढलीस, ती अभिनंदनीय आहे. तुझें निवारण करण्याला प्रत्यक्ष इंद्र देखील समर्थ होणार नाहीं. आम्हींही पहाटे उठून तुला मदत करण्याकरितां बरो-

बर येऊं. आतां कवच वगैरे काढून तूं रातोरात विश्रांति घे. उद्यां तूं शत्रूंवर चाल करून जाण्याकरितां निघालास म्हणजे मीं व कृतवर्मा उभयतां रथांवर बसून कवच घालून तुझ्याबरोबर निघूं. मग आह्मांला बरोबर घेऊन उद्यां पराक्रम करून पंचालवीर व त्यांचे अनुयायी या सर्वांस तूं ठार करूं शकशील; कारण, तूं तसाच महारथी योद्धा आहेस. तर एवढी रात्र विश्रांतीमध्यें काढ. तुझा फार वेळ झोंपेवांचून गेला आहे, म्हणून एवढी रात्र स्वस्थ झोंप घे. हे मानदा, झोंप चांगली मिळून थकवा गेला आणि जिवाला आराम वाटूं लागला, म्हणजे आह्मांलाही बरोबर घेऊन युद्ध करून तूं शत्रूंना मारून टाकशील ह्यांत संशय नाहीं. वत्सा, वीरांमध्यें महावीर असा तूं एकदां आयुधें घेऊन सज्ज झाल्यावर प्रत्यक्ष देवांचा राजा इंद्रही तुला जिंकूं शकणार नाहीं. अरे, हा कृपाचार्य बरोबर असल्यावर आणि कृतवर्मा पाठीराखा असल्यावर युद्धांत अश्वत्थामा चवताळून पुढें सरसावला असतां त्याच्यापुढें साक्षात् इंद्राचें देखील कांहीं चालणार नाहीं! तर, बाबारे, एवढी रात्र विश्रांति घेऊन झोंप संपून आह्मांला हुषारी वाटूं दे, कीं पहांटे थोडी रात्र असतांनाच देखील चालून जाऊन आपण शत्रूंना मारून टाकूं. तुझ्याजवळ उत्कृष्ट अस्त्रें आहेत, तशींच माझ्याजवळही आहेत आणि कृतवर्माही मोठा धनुर्धारी असून युद्धांत कुशल आहे, तर आपण तिघे एकजुटीनें जाऊन रणांत गोळा झालेल्या सर्व शत्रूंना निकरानें लढून मारून टाकूं व आनंदाच्या शिखरावर जाऊन बसूं! तूं आपलें मन स्थिर करून विश्रांति घे आणि रात्रभर तुला स्वस्थ झोंप मिळूं दे. हे नरश्रेष्ठा, मी व कृतवर्मा दोघे शत्रूंची खोड काढणारे असेच धनुर्धारी वीर आहों; तेव्हां तूं रथांत बसून आवेशानें निघालास म्हणजे आम्हीही कवच धारण करून रथांत बसून तुझ्याबरोबर चलूं, व नंतर तूं त्यांच्या छावणींत जाऊन आपलें नांव सांगून उघड उघड सामना करून शत्रूंची चांगली कत्तल उडीव; आणि मग मोठमोठ्या असुरांना मारल्यावर इंद्रानें जसा आनंद केला तसा तूं आनंद कर. कारण, तो दैत्यारि जसा संतापल्यावर सर्व दैत्यांना जिंकूं शकला, तसाच तूंही समरांगणांत शिरल्यावर पांचालांची सर्व सेना जिंकूं शकशील. युद्धांत मी बरोबर असलों आणि कृतवर्म्याचाही पाठिंबा असला म्हणजे, एवढा शक्तिमान् प्रभु इंद्र खरा, पण तो जरी उतरून आला तरी त्याचा देखील तुझ्यापुढें मिभाव लागणार नाहीं. बाबारे, आणखी तुला असेंही सांगून ठेवितों कीं, रणांत पाऊल टाकल्यावर मी काय किंवा कृतवर्मा काय, पांडवांना जिंकल्यावांचून म्हणून तेथून हालणारच नाहीं! युद्धांत चिडून गेलेल्या पंचालांना आणि त्यांबरोबरच पांडवांना ठार करूं तेव्हांच माघारे फिरूं; किंवा हें जर न होईल तर स्वतः धारातीर्थीं देह ठेवून स्वर्गाला जाऊं. बा शूर वीरा, उदयीक प्रातःकाळीं युक्तिप्रयुक्तींनीं आम्ही तुला मदत करूं हें मी तुला खरें खरें सांगतों!

अश्वत्थाम्याचा कोप.

राजा, मामानें हिताचें म्हणून जें हें भाषण केलें, तें ऐकून अश्वत्थामा संतापून डोळे लाल करून आपल्या मामाला उत्तर करितो, "मनुष्य दुःखानें व्याकूळ झालेला असला, किंवा संतापाच्या आवेशांत असला, अथवा एखादी गोष्ट मनांत आणून आणून विचारांत गर्क झालेला असला, अगर कांहीं तरी साधण्याच्या नादांत लागला असला, तर त्याला झोंप कशाची येणार? तर आज हे चारही प्रकार मजमध्यें आहेत, हें ध्यानांत आणा. या चौकडीपैकीं एक जो

संताप, तो माझ्या झोंपेवर क्षणांत घाला घालील. पित्याचा वध झालेला राहून राहून मनांत आल्यावर किती तरी माझ्या मनाला दुःख होत असेल ! माझ्या अंतःकरणांत जो आज भडका झाला आहे, तो रात्रंदिवस केव्हांच म्हणून शांत होत नाहीं. त्यांत विशेषेंकरून त्या चांडाळांनीं माझ्या डोळ्यांदेखत माझ्या पित्याचा वध केला ही गोष्ट मनांत घोळून घोळून माझें अंतःकरण तिळतिळ तुटतें आहे! माझ्यासारखा मनुष्य जगांत एक क्षणभर देखील जगूं नये, तो मी जगलों कसा ? आणि द्रोणाचार्य मारला गेला, हे पांचालांचे आनंदाचे उद्गार ऐकून घेतों कसा ? धृष्टद्युम्नाची सरशी झाल्यामुळें आतां जगांत देखील जिवंत राहूं नयेसें मला वाटूं लागलें आहे. त्यानें माझ्या पित्याचा वध केला त्यापेक्षां तो ठार व्हावयास पाहिजे आणि सर्वच पंचालवीर ठार व्हावयास पाहिजेत !

" भीमाच्या गदेच्या प्रहारानें मांडी फुटल्यावर दुर्योधन राजानें जो विलाप केलेला मीं कानांनीं ऐकला, तो ऐकल्यावर, कितीही क्रूर माणूस असला तरी त्याचें देखील अंतःकरण फुटलें असतें, आणि कितीही निर्दय जरी माणूस असला; तरी त्याच्या डोळ्यांतून टपटप अश्रु गळले असते ! ऊरुभंगानें जीव कासावीस होऊन त्या वेदनेंत दुर्योधनाचे तोंडून जे उद्गार निघाले, ते कानांवर पडलेले असल्यावर, आणि माझ्या जिवांत जीव असतांच आमच्या पक्षाचा पुरा मोड झालेला मनांत आल्यावर, उसळणाऱ्या लाटांनीं जसा समुद्र फुगत जातो तसें माझ्या शोकाला भरतें येऊन तो अनावर होतो ! मग एकांत सांपडून मनाचे विचार सुरू झाल्यावर मला झोंप मिळावी कशी ? आणि जिवाला स्वस्थपणा यावा कसा ? त्या शत्रूंना जोंपर्यंत श्रीकृष्ण व अर्जुन यांचें रक्षण आहे, तोंपर्यंत इंद्राला देखील ते भारी आहेत अशी माझी समजूत आहे. तरी पण संतापाग्नि जो आंत पेटला आहे तोही माझ्यानें आवरून धरवत नाहीं. हा माझा आवेश कमी करून मला थांबवून धरील असा माणूस एकही मला जगांत दिसत नाहीं. या संतापांत जो माझ्या मनाचा निश्चय ठरला तोच मला पसंत आहे. आपल्या पक्षांतील लोकांचा पराभव होऊन पांडवांचा जय झाला ही वार्ता जासुदांचे तोंडून ऐकल्यापासून माझ्या मनाची जळजळ अतिशय तीव्र होत आहे. म्हणून मी आज शत्रु निजले असतांच त्यांची कत्तल करून मग विश्रांति घेणार आणि स्वस्थपणानें झोंप घेणार ! "

अध्याय पांचवा.

—:०:—

शिबिरद्वारीं आगमन.

कृपाचार्य म्हणतातः—जो मनुष्य स्वभावतः मंदबुद्धीचा असून मनोविकारांच्या ताब्यांत राहिलेला असतो, त्यानें धर्माचें व नीतीचें रहस्य समजून घेण्याचें मनांत जरी आणिलें, तरी त्याला तें कधींही पूर्ण समजूं शकणार नाहीं असें माझें मत आहे. त्याचप्रमाणें, मनुष्य बुद्धिशाली जरी असला, तरी ज्याच्या मनाला वळण चांगलें लागलें नाहीं त्याला धर्माचीं व नीतीचीं तत्त्वें कधींही समजणार नाहींत. जो बुद्धीचा जड, तो भिमेपणानें फार दिवस जरी एखाद्या पंडिताजवळ राहिला, तरी पक्वान्नांच्या रसांत पळा पुष्कळ बुडून निघून-ही जशी त्यांची गोडी त्याला समजत नाहीं, तसा या माणसाला धर्मतत्त्वांचा बोध म्हणून होत नाहीं; पण तोच बुद्धिमान् पुरुष पंडिताजवळ येऊन थोडाच वेळ जरी त्याच्या सहवासांत राहिला, तरी तेव्हांच सर्व धर्म-

रहस्य ग्रहण करितो. याला दृष्टांत जिव्हा, तिला पक्वान्नांना स्पर्श केल्याबरोबर त्यांची गोडी पुरी समजून जाते ! माणसाची बुद्धि तीव्र असून व मनाला शिस्त लागलेली असून ज्ञान संपादण्याचें अगत्यही जर त्यामध्यें असेल तर तो सर्व शास्त्रें आपलींशीं करून टाकील आणि त्यांपैकीं जो उचलण्यासारखा भाग असेल त्यासंबंधानें वितंडवाद घालीत बसणार नाहीं. परंतु कोणाची किंमत न ठेवणारा, हेकड, हलकट असा जो असेल, तो हिताची गोष्ट कोणीं सांगितल्यास ती टाकून पापकर्में करीत सुटतो. ज्याला हितचिंतक व इष्टमित्र असतात, त्यालाच ते पापमार्गापासून परतवूं पहातात; मग त्याची ग्रहदशा चांगली असली तर तो उपदेशानें माघारा फिरतो, व ती फिरली असली तर त्याला विपरीत बुद्धि आठवते. ज्याप्रमाणें भांबावून गेलेल्या माणसाला इकडच्या तिकडच्या चार गोष्टी सांगून ताळ्यावर आणितां येतें, त्याचप्रमाणें कुमार्गांत शिरणाऱ्याला त्याच्या मित्रानें सन्मार्गावर आणणें शक्य असतें; आणि तें जर शक्य नसलें, तर त्या माणसाचा घातच होतो. ह्मणून पापकर्माला प्रवृत्त होणाऱ्या सुजाण मित्राला शहाणे लोक आपली अक्कल सर्व खर्च करून वरचेवर मागें ओढीत असतात !

तर, बाबारे, हिताकडे दृष्टि ठेवून व आपल्याशीं विचार करून मन आवरून धर आणि मी सांगतों तें ऐक, ह्मणजे तुला मागून पश्चात्तापांत पडण्याचा प्रसंग येणार नाहीं. झोपीं असतील त्यांचा वध करणें हें शास्त्राच्या दृष्टीनें प्रशस्त नाहीं. त्याचप्रमाणें, हातचें शस्त्र ज्यांनीं टाकून दिलें, अथवा ज्यांचें रथ, अश्व वगैरे कोणतेंही वाहन नाहींसें झालें, किंवा ज्यांनीं 'मी आपला आहें' असें ह्मणून थारा मागितला, अगर जे शरण आले, किंवा ज्यांचें शिरस्त्राण उडून गेलें, अगर घोडा मारला गेला, अशा कोणाचाही वध करणें शास्त्रानें अगदीं अप्रशस्त गणलें आहे; आणि आज तर ते पांचाल कवच काढून ठेवून निःशंकपणानें प्रेताप्रमाणें निजून रहाणार; अशा स्थितींत जो कोणी कपटानें त्यांचा घात करण्यास प्रवृत्त होईल तो अफाट, घोर आणि दुस्तर नरकांत जाऊन बुडेल हें अगदीं उघड आहे ! जगांत जेवढे अस्त्रवेत्ते आहेत त्यांत तूं अग्रगण्य व विख्यात आहेस आणि ह्या लोकीं आजपर्यंत तुला पातक तिळभर देखील शिवलेलें नाहीं. ह्मणून सूर्यासारखा तेजस्वी असा तूं उद्यां सूर्योदय झाल्यावर पंचमहाभूतांना साक्षी ठेवून उघड रीतीनें शत्रूंना जिंकून टाकशील. कोणतेंही निंद्यकर्म तूं करावें हें तुझ्या प्रतिष्ठितपणाला अगदीं शोभणार नाहीं; पहा—निर्मल व शुभ्र पटलावर रक्तकलंक कसा दिसतो ? तर हें असें माझें मत आहे !

अश्वत्थामा उत्तर करितोः—मामा, तुह्मीं जें आतां सांगितलें तें सर्व खरें आहे ह्यांत संशय नाहीं. परंतु हा शास्त्राचा बंधारा शत्रूंनीं शेंकडों वेळां फोडून टाकिला आहे. सर्व राजे लोकांच्या नजरेदेखत व तुह्मी देखील जवळ असतांना, हातचें शस्त्र टाकल्या वेळीं माझ्या पित्याचा वध धृष्टद्युम्नानें केला ! महारथी कर्ण याच्या रथाचें चाक निसटून तो परमावधीच्या संकटांत पडलेला पाहून अर्जुनानें त्याला मारलें ! त्याचप्रणाणें शंतनुपुत्र भीष्म शस्त्रायुधें सर्व टाकून स्वस्थ उभा असतां तशी वेळ साधून—शिखंडीला पुढें केलेलाच होता—त्याच्या आडून अर्जुनानें भीष्माला बाणप्रहारानें मारलें. तसेंच महाधनुर्धारी भूरिश्रवा रणांत सहज सांपडला तेव्हां राजे लोक हाहाःकार करीत असतां त्यांचे समक्ष सात्यकीनें त्याला मारून पाडलें. पुढें आणखी भीमानें

गदा घेऊन समरांगणांत येऊन राजे लोक तटस्थपणानें पहात उभे असतां अधर्मयुद्ध करूनच दुर्योधनाला चीत केलें ! दुर्योधन एकटा पाहून महारथी योद्धे बरोबर घेऊन त्या कर्दनकाळ भीमानें त्याला वेढून अधर्मानेंच मारून टाकलें नाहीं तर काय? मांडी फोडली गेल्यावर दुर्योधनाचा जो विलाप जासुदांचे तोंडून मीं ऐकला, तो मनांत येऊन माझें अंतःकरण तिळतिळ तुटतें आहे. अशा रीतीनें त्या दुष्ट, अधम, पापी पांचाळांनीं वारंवार धर्माचा आळा मोडून टाकला व मर्यादा टाकली; असें असतां तुह्मी त्यांची कां निंदा करीत नाहीं? माझ्या पित्याचा वध ज्यांचे हातून झाला, त्या पांचालांना मी आज रात्रीं झोंपेंत मारून टाकणार ! मग त्या पातकानें मला किडा किंवा पांखरूं अशा क्षुद्र योनींत जन्म घ्यावा लागेल हें कबूल; तरी पण हें जें काम करण्याचें माझ्या मनांत येऊन चुकलें तें केव्हां माझे हातून होईल अशी हुरहुर मला लागून राहिली आहे; मग ती मला झोंप कशाची लागूं देणार? व मला स्वस्थपणा तरी कसा मिळूं देणार? त्यांना मारून टाकण्याचा जो हा माझा संकल्प झाला आहे, तो फिरविणारा माणूस जगांत झालेला नाहीं व होणारही नाहीं !

संजय सांगतोः-- हे महाराजा, याप्रमाणें बोलून तो प्रतापी अश्वत्थामा एकांतांत मुकाट्यानें रथाला घोडे जोडून शत्रूंवर हल्ला करण्याकरितां निघाला, तेव्हां पोक्त बुद्धीचे जे कृपाचार्य आणि कृतवर्मा ते दोघे त्याला विचारितात, "रथ काय उद्देशानें जोडलास, काय करण्याचें मनांत आणिलें आहेस? अरे नरवरा, तुझे जे प्रयत्न आणि उपाय तेच आमचे; तुझें जें सुख आणि दुःख तेंच आमचें; या संबंधानें मुळीं सुद्धां किंतु मनांत आणूं नको." तेव्हां पित्याचा वध झालेला आठवून आठवून संतापून गेलेला अश्वत्थामा आपल्या मनांत जें करण्याचें आलें होतें तें सर्व त्यांना खरें खरें सांगूं लागला, "प्रखर बाणांनीं लक्षावधि योद्धे मारून मग हातचें शस्त्र खालीं टाकून दिल्यावर माझ्या पित्याला धृष्टद्युम्नानें मारलें; तर असा अधर्म करणाऱ्या त्या पापी पांचालराजपुत्राला मीही दुष्ट उपायानेंच मारणार ! मग माझ्या हातून त्या चांडाळाला एखाद्या यज्ञांतल्या पशूप्रमाणें मरण आल्यावर धारातीर्थीं देह टाकणाऱ्या वीरांना मिळणारी उत्तम गति त्याला कशाची मिळणार? मिळणारच नाहीं, अशी मला खात्री आहे. तर तुह्मी उभयतां महारथी वीरहो, तुह्मी कवच धारण करून खड्ग व धनुष्य हातांत घेऊन माझ्या पाठोपाठ रहा !

राजा, इतकें ह्मणून रथावर बसून अश्वत्थामा शत्रूंवर चाल करून निघाला. मग त्याच्या मागोमाग कृप व कृतवर्मा हेही निघाले. अशा रीतीनें शत्रूंवर चालले तेव्हां ते तिघे यज्ञांत आहुति पडून पेटलेल्या तीन अग्नींप्रमाणें देदीप्यमान दिसले. मग शत्रूंकडील लोक छावणींत गाढ झोंपीं गेले होते त्या ठिकाणीं ते येऊन पोंचले, तेव्हां तो शूर अश्वत्थामा छावणीच्या दाराशीं येऊन थबकला.

अध्याय सहावा.

—:o:—

महद्भूतदर्शन.

धृतराष्ट्र प्रश्न करितोः—संजया, दाराजवळ अश्वत्थामा थांबला तें पाहून कृप व कृतवर्मा या उभयतांनीं काय केलें तें सांग पाहूं !

संजय सांगतोः– कृप व कृतवर्मा यांशीं मसलत करून अश्वत्थामा संतापाच्या आवेशांत वेगानें दाराच्या अगदीं तोंडाशीं तर येऊन ठेपलाच. मग तेथें दार अडवून बस-

लेला जो एक प्राणी त्यानें पाहिला त्याचें काय वर्णन करावें ? तो किती तरी धिप्पाड असून चंद्रसूर्यांप्रमाणें त्याचें तेज होतें; त्याचे अंगावर व्याघ्रचर्म होतें; रक्ताचे पाट त्याच्या अंगावरून वहात होते; त्यानें कृष्णाजिन पांघरलें होतें; नागांचें यज्ञोपवीत त्यानें धारण केलें होतें; त्याचे हात किती तरी लांबलचक आणि लठ्ठ असून नानाप्रकारचीं शस्त्रास्त्रें घेऊन प्रहार करण्याला तयार असे होते; बाहुभूषणांच्या ऐवजीं मोठमोठे सर्प त्यानें बांधले होते; आणि त्याचें तोंड ज्वाळांच्या लोळांनीं व्यापून गेलें होतें; त्याचा जबडा पसरसेला असल्यामुळे दांत बाहेर दिसत असून तोंड अक्राळविक्राळ दिसत होतें; त्यांत चित्रविचित्र हजारों डोळ्यांचा चमत्कार; मिळून अंगावर कांटा येण्यासारखें भेसूर एकंदर ध्यान होतें,—त्या रूपाचें आणि वेषाचें वर्णन करावें तितकें थोडेंच ! तें पाहिल्यावर खचित डोंगर सुद्धां भीतीनें दुभंगतील ! त्याच्या तोंडांतून, नाकांतून, कानांतून आणि त्या हजारों डोळ्यांतून जिकडे तिकडे आगीचे लोट बाहेर निघत होते. त्याजप्रमाणें त्याच्या तेजाच्या किरणांतून शंख, चक्र, गदा हातांत धारण केलेल्या कृष्णपरमात्म्याच्या मूर्ति शेंकडों दिसूं लागल्या; पहातां पहातां हजारों दिसूं लागल्या !

राजा, असा तो महाभयंकर व अद्भुत प्राणी पाहिल्यावरही गांगरून न जातां अश्वत्थाम्यानें त्यावर दिव्य अस्त्रांची वृष्टि केली, परंतु समुद्रांत वडवानल ज्याप्रमाणें पाण्याचे ओघ पोटांत घेऊन गडप करून टाकतो, त्याप्रमाणें अश्वत्थाम्यानें सोडलेले सहस्रावधि बाण त्या अवाढव्य प्राण्यानें गिळून टाकिले ! आपण सोडलेले बाणांचे वर्षाव त्यानें गिळून टाकले आणि त्यांपासून काम कांहींच झालें नाहीं असें पाहून अश्वत्थाम्यानें आगीच्या लोळाप्रमाणें लकलकणारीं आपली रथशक्ति त्याच्यावर सोडली; परंतु टोंकाशीं जळत असलेली ती रथशक्ति त्या प्राण्याच्या अंगावर थडकून भंगून गेली ! राजा, मिथुनराशीवरून कर्कराशीवर जाऊन सूर्याचें तेज अतिप्रखर झालें असतां त्या स्थितींत सूर्यमंडलावर आकाशांतून निघून एखादी मोठी उल्का येऊन पडावी आणि फुटून खाक व्हावी, तसा प्रकार त्या वेळीं झाला ! मग अश्वत्थाम्यानें म्यानांतून सोन्याची मूठ असलेलें अति तेजःपुंज खड्ग झटकन् उपसून काढलें, तेव्हां जणू तीव्र विषानें जळणारा एक सापच बिळांतून बाहेर ओढून काढला काय असें वाटलें. नंतर तें दिव्य खड्ग त्या धोरणी अश्वत्थाम्यानें त्या प्राण्यावर सोडलें, परंतु मुंगूस जसा बिळांत सहज शिरतो तसें तें खड्ग येऊन त्या प्राण्याच्या अंगांत कोठें शिरलें तें समजलें देखील नाहीं ! तेव्हां अगदीं संतापून जाऊन अश्वत्थाम्यानें विद्युल्लतेप्रमाणें झळकणारी गदा त्या प्राण्याचे अंगावर फेंकली, परंतु त्यानें तीही गिळून टाकली !

अश्वत्थाम्याचा पश्चात्ताप.

राजा, इतकें झाल्यावर जवळचीं सर्व आयुधें संपलीं, तेव्हां अश्वत्थामा इकडे तिकडे पाहूं लागला, तों आकाश सर्व जनार्दनाच्या मूर्तींनीं व्यापून जाऊन रिती जागाच उरली नाहीं असें झालेलें त्याच्या नजरेस पडलें. राजा, अगोदरच निःशस्त्र झालेला, त्यांत तो चमत्कार पाहिल्यावर अश्वत्थामा चरफडून कृपाचार्यांचें भाषण आठवून ह्मणतो, आधीं कडू परंतु परिणामीं हितकर असा उपदेश मित्रमंडळी करीत असतां जो मनुष्य ऐकत नाहीं, तो संकटांत सांपडला म्हणजे पस्ताव्यांत पडतो; ह्याला माझाच दाखला पहा. त्या दोघांनीं सांगितलेलें मीं ऐकलें नाहीं ह्मणून मला अशी वेळ आली. ज्यांना मारूं नये

म्हणून शास्त्रांत सांगितलेलें आहे, त्यांना दांड-गाईनें शास्त्र न जुमानतां जो मारूं पहातो तो सन्मार्गांतून कुमार्गांत शिरल्यामुळें शेवटीं आपला घात करून घेतो ! गाई, ब्राह्मण, राजा, स्त्रिया, मित्र, माता, पिता, दुबळे, मूर्ख, अंधळे, झोंपीं गेलेले, भयानें दचकून उठलेले, माथेफिरू, हर्षवायु झालेले, इत्यादि प्रकाराच्या माणसांवर कधींही शस्त्र उगारूं नये; याप्रमाणें वाडवडिलांनीं सर्व माणसांना बोध करून ठेविला आहे. तो पुरातनचा सशास्त्र मार्ग सोडून अनीतीनें हें काम आरंभून मी या भयंकर संकटांत येऊन पडलों ! एखादें मोठें कृत्य आरंभून पराक्रमानें तें काम शेवटाला नेण्याचें न साधून माणसानें भीतीनें माघार खावी ही फार भयंकर आपत्ति होय असें शास्त्रवेत्त्यांचें मत आहे. दैवापुढें माणसाच्या पराक्रमाचें कांहीं चालत नाहीं असें सांगितलें आहे. मनुष्याच्या हातून शक्य तो प्रयत्न तो करीत असतां जर तो दैवानें साधत नाहींसें झालें, तर त्या माणसाचें सुकृत संपलेंच ह्मणून समजावें; आणि तो निःसंशय संकटांत पडतो. मी अमुक गोष्ट करीनच करीन अशी प्रतिज्ञा करणें हा केवळ मूर्खपणा आहे असें शहाण्या लोकांचें मत आहे. कारण, उमेदीनें मोठें कार्य आरंभून पुढें भिऊन मागें परतण्याची वेळ येते. तर तात्पर्य काय कीं, अधर्माचरणानें हें भय मला प्राप्त झालें आहे. अश्वत्थामा लढाईंत जाऊन मागें फिरला असें कधींही होऊं नये; परंतु पहा कसें हें प्रचंड धूड काळदंडाप्रमाणें आडवें आलें आहे तें ! कितीही विचार केला तरी हें काय असावें तें ध्यानांतच येत नाहीं. एवढें खचित कीं, ही माझी चळलेली बुद्धि जी अधर्माकडे वळली तिचें हें भयंकर फळ असून याचा शेवट फार घातक होणार. तर आज मीं लढाईंत मागें फिरावें असा दैवाचाच संकल्प दिसतो. दैवसंकेताविरुद्ध कोणाच्याही हातून कांहीं होणें शक्य नाहीं. तर मी आतां सर्वशक्तिमान् प्रभु जो महादेव त्यालाच शरण जातों; म्हणजे हा मला आडवा आलेला दैवदंड तो नाहींसा करून टाकील ! देवांचा देव, जटाधारी, कपालमाला धारण करणारा, उमापति जो शंकर तोच तपोबलानें व पराक्रमानें सर्व देवांहून श्रेष्ठ आहे, तेव्हां त्या शूलपाणि गिरिशालाच मी शरण जाणार !"

अध्याय सातवा.

—:०:—

अश्वत्थाम्याचें ईशस्तवन.

संजय सांगतोः—हे महाराजा, असा विचार ठरवून अश्वत्थामा रथावरून खालीं उतरला आणि हात जोडून शंकराचें ध्यान करीत उभा राहिला. तें असें:—

उग्रं स्थाणुं शिवं रुद्रं शर्वमीशानमीश्वरं ।
गिरिशं वरदं देवं भवभावनमीश्वरं ॥ १ ॥
शितिकंठमजं शुक्रं दक्षक्रतुहरं हरं ।
विश्वरूपं विरूपाक्षं बहुरूपमुमापतिं ॥ २ ॥
श्मशानवासिनं दृप्तं महागणपतिं विभुं ।
खट्वांगधारिणं रुद्रं जटिलं ब्रह्मचारिणं ॥३॥
मनसा सुविशुद्धेन दुष्करेणाल्पचेतसा ।
सोऽहमात्मोपहारेण यक्ष्ये त्रिपुरघातिनं ॥४॥
स्तुतं स्तुत्यं स्तूयमानममोघं कृत्तिवाससं ।
विलोहितं नीलकंठमसह्यं दुर्निवारणं ॥ ५ ॥
शक्रं ब्रह्मसृजं ब्रह्म ब्रह्मचारिणमेव च ।
व्रतवंतं तपोनिष्ठमनंतं तपतां गतिं ॥ ६ ॥
बहुरूपं गणाध्यक्षं त्र्यक्षं पारिषदप्रियं ।
धनाध्यक्षं क्षितिमुखं गौरीहृदयवल्लभं ॥ ७॥
कुमारपितरं पिंगं गोवृषोत्तमवाहनं ।
तनुवाससमत्युग्रमुमाभूषणतत्परं ॥ ८ ॥
परं परेभ्यः परमं परं यस्मान्न विद्यते ।
इष्वस्त्रोत्तमभर्तारं दिगंतं देशरक्षिणं ॥ ९ ॥
हिरण्यकवचं देवं चंद्रमौलिविभूषणं ।
प्रपद्ये शरणं देवं परमेण समाधिना ॥ १० ॥

राजा, याप्रमाणें स्तवन करून अश्वत्थामा पुढें ह्मणतो, " हें जें माझ्यावर घोर, दुस्तर संकट येऊन पडलें आहे, यांतून जर मी

पार पडलों, तर मी त्या पवित्र महादेवाप्रीत्यर्थ याग करून परम पवित्र असा सर्वभूतबलि अर्पण करीन!"

शंकराच्या गणांचें दर्शन.

राजा, त्या पुण्यवान् अश्वत्थाम्याचा तो निर्धार योगसामर्थ्यानें जाणून शंकरानें जी माया प्रकट केली, तिच्या योगानें त्या महात्म्या अश्वत्थाम्यासमोर एक सुवर्णमय वेदी प्राप्त झाली; आणि त्या वेदीवर तत्काळ अग्नि प्रज्वलित होऊन त्याच्या ज्वालांनीं दिशा, उपदिशा, अंतरिक्ष सर्व व्यापून गेलें; आणि त्या अग्नींतून दीपासारखे आणि पर्वतासारखे मोठमोठे शिवगण प्रकट झाले. त्यांच्या तोंडांतून व डोळ्यांतून ज्वाला निघत होत्या; प्रत्येकाला किती तरी पाय, डोकीं आणि हात होते; चित्रविचित्र रत्नखचित बाहुभूषणें घातलीं असून त्यांनीं हात वर केले होते; त्यांपैकीं कित्येकांचें कुत्र्यांप्रमाणें रूप होतें; कित्येकांचें डुकरांप्रमाणें होतें; कित्येकांचें उंटांसारखें होतें; कित्येकांचीं घोड्यासारखीं तोंडें होतीं; कित्येकांचीं कोल्ह्यांसारखीं होतीं; कित्येकांचीं बैलासारखीं होतीं; अस्वलांसारखीं कांहींचीं तर मांजरांसारखीं कांहींचीं; वाघांसारखीं कांहींचीं तर हत्तींसारखीं कांहींचीं; कांहीं कावळ्यांसारख्या तोंडांचे तर कांहीं पोपटतोंड्ये व कांहीं माकडतोंड्ये होते; प्रचंड अजगरांसारखे कांहीं होते; कांहीं शुद्ध श्वेतवर्णाचे व हंसांसारखे होते; कांहीं चाषपक्ष्यांसारखे होते; कांहीं कासवतोंड्ये होते; कांहीं सुसरतोंड्ये होते; कांहींचीं लहान पोरांप्रमाणें तोंडें होतीं; कांहींचीं मोठ्या माणसांप्रमाणें होतीं; कांहीं मगरांसारखे व कांहीं देवमाशांसारखे होते; कांहीं वानरांसारखे, कांहीं क्रौंचपक्ष्यांसारखे, कांहीं कपोतांसारखे व कांहीं पारव्यांसारखे होते; कांहींचे हातांस कान होते; कांहींना हजारों डोळे होते; कांहींचीं खूप मोठीं पोटें होतीं; कांहीं केवळ अस्थिपञ्जर होते; कांहीं काकमुखी व कांहीं श्येनमुखी होते; कांहींना डोकींच नव्हतीं; कांहींचे डोळे आणि जिभा पेटलेल्या होत्या; कांहींच्या केंसांतून ज्वाळा चालल्या होत्या; कांहींचे चारही हात आणि अंगांवरील रोम पेटलेले होते; कांहींचें सर्वांग ज्वाळांप्रमाणें होतें; कांहींचीं तोंडें मेंढ्यांसारखीं व कांहींचीं हरणांसारखीं होतीं; कांहींचीं शंखांसारखीं तोंडें, शंखांसारखा अंगवर्ण व शंखासारखा शब्द असून शंखांच्या माळा त्यांनीं अंगांवर घातल्या होत्या; कांहीं जटाधारी होते; कांहीं पांच शेंड्यांचे होते; कांहीं बोडके होते; कांहीं अगदीं लहान पोटांचे, तर कांहींना चार चार सुळे, व कांहींना चार चार जिभा; कांहीं शंकूसारख्या कानांचे व कांहीं किरीट घातलेले होते; कांहीं मौंजी धारण केलेले तर कांहीं आंखूड केंसांचे होते; कांहीं मुकुट घातलेले होते, परंतु कांहीं नुसता चूडामणि धारण केलेले होते; कांहीं सुंदर तोंडांचे असून चांगले अलंकार घातलेले होते; कांहींनीं कमळांच्या माळा घातल्या होत्या; आणि, राजा, सगळ्यांचें सामर्थ्य फार अद्भुत होतें. याप्रमाणें, हे भारता, असे ते शेंकडों हजारों गण दिसूं लागले. कांहींचे हातांत शतघ्नी नांवाच्या शक्ति होत्या; कांहींचे हातांत वज्रें होतीं; कांहींच्या हातांत एकेक मुसळ तर कांहींच्या हातांत भुशुंडी आणि कांहींच्या हातांत पाश व कांहींच्या काठ्या; कांहींच्या पाठींस नानाप्रकारच्या चित्रविचित्र बाणांनीं भरलेले भाते लटकलेले होते आणि कांहींजवळ निशाणें व बाहुटे फडकत होते; तशांत घंटांचा शब्द चाललाच होता; कोणाच्या हातांत परश्वध नांवाचें शस्त्र होतें; कोणी महापाश हातांत घेऊन सज्ज होते;

कोणीं दांडकीं घेतलीं होतीं; कोणीं मोठाले खांब घेतले होते; कोणीं खड्ग घेतलीं होतीं; कोणाच्या डोक्यावर मोठमोठ्या सर्पांचेच किरीट होते व सर्पांचींच बाहुभूषणें होतीं; शिवाय इतरही चित्रविचित्र भूषणें त्यांच्या अंगांवर होतीं; कोणाच्या निशाणांभोंवतीं जिकडे तिकडे धूळच धूळ झाली होती आणि कोणाचीं अंगें चिखलानें भरलीं होतीं; कोणाचीं वस्त्रें शुभ्र व माळाही शुभ्र होत्या; कांहींचा अंगवर्ण निळा होता व कांहींचा पिंगट होता. राजा, त्या दिव्यकांतीच्या गणांपैकीं कांहींजण मोठ्या आनंदानें नगारे, शंख, मृदंग, झांजा, तबले, शिंगें वगैरे वाद्यें वाजवूं लागले; कांहीं गाऊं लागले व कांहीं नाचूं लागले. कांहीं खूब लांब लांब टांगा टाकीत चालले, कांहीं उड्या मारीत चालले व कांहीं रथांतून भरधांव चालले; कांहीं वेगानें धावत होते; कांहींचीं डोकीं अगदीं बोडकीं होतीं व कांहींचे केंस वाऱ्यानें उडत होते; व कांहीं माजलेल्या हत्तींप्रमाणें वरचेवर भयंकर शब्द करीत होते. राजा, एकेकाचें रूप पहावें तर भयंकर व अक्राळविक्राळ असून हातांत शूळ आणि भाले होते; निरनिराळ्या रंगांचे पोषाख त्यांच्या अंगांवर होते आणि निरनिराळ्या प्रकारच्या उट्या त्यांनीं लावल्या होत्या. कांहींनीं रत्नखचित भूषणें हातांत घालून हात वर केले होते; शत्रूंना जेर करून सहज मारून टाकणारे असे ते एकापेक्षां एक शूर आणि पराक्रमी होते; ते रक्ताचे व चरबीचे पाटचे पाट पिऊन टाकणारे आणि मांस व आंतडीं हींच अन्न म्हणून खाणारे होते; कांहींच्या टाळूवरच तेवढे तुऱ्यासारखे केंस होते; कांहींच्या कानांसच कर्णभूषणांप्रमाणें भूषणें होतीं; कांहींचीं पोटें खोल जाऊन वाटीसारखीं दिसत होतीं; कांहीं फार ठेंगणे होते, कांहीं फारच उंच होते, कांहींचे हातपाय लांबच लांब होते; मिळून एकेक तऱ्हेनें एकेक असे सर्व भेसूर दिसत होते. कांहींचे ओंठ काळेभोर व लोंबते असून अगदीं हिडीस दिसत होते; कांहींच्या पायांच्या पोटऱ्याच मात्र लठ्ठ; आणि कांहींचें वृषण तर कांहींचें दुसरें एखादेंच मात्र इंद्रिय खूब मोठें होतें!

राजा! त्यांचा महिमा काय सांगावा? भूतलावर सूर्य, चंद्र, नक्षत्रें यांसुद्धां आकाश निर्माण करून दाखविण्यासारखें त्यांचें सामर्थ्य; चतुर्विध भूतग्रामाचा क्षणांत नायनाट करून टाकण्यासारखी त्यांची उमेद; प्रत्यक्ष शंकराची स्वारी क्रुद्ध होऊन रुद्ररूप दाखवूं लागली असतां तें पाहूनही त्यांच्या मनाला भय नाहीं, उलट सदा त्यांच्या मनाला आनंद व संतोष असून कधींही असूया ठाऊक नाहीं; वाग्देवता त्यांना वशच आणि आठही प्रकारचें ऐश्वर्य स्वाधीन असून त्याबद्दल त्यांना गर्व नाहीं; त्यांचीं अद्भुत कृत्यें पाहून शंकरालाच नेहमीं कौतुक वाटावें! हे भारता, असे हे शिवगण नेहमीं कायावाचामनेंकरून शंकराचें आराधन करीत असतात; आणि शंकरही कायावाचामनेंकरून अगदीं पोटच्या पोरांप्रमाणें त्यांचा सांभाळ करीत असतो. हे रागावले असतां, ब्रह्मद्वेष्टे जे असुरदैत्यादिक त्यांचें रक्तमांस वगैरे खाऊन टाकून यज्ञयागांत हविर्भाग घेऊन चतुर्विध सोम भक्षण करितात! स्वाध्याय, ब्रह्मचर्य, तपश्चर्या, शमदम वगैरे साधनांनीं त्या शूलीची उपासना करून ते त्याच्या सायुज्याला येऊन पोहोंचलेले! राजा, पार्वतीसहवर्तमान भगवान् परात्पर प्रभु श्रीशंकर हा आपल्या सायुज्याला येऊन मिळालेल्या या आपल्या अंशभूत गणांच्याच साहाय्यानें चराचर विश्वाचें परिपालन करीत असतो. असो!

अश्वत्थाम्यास शिवदर्शन व खड्गप्राप्ति !

हे भारता, याप्रमाणें निरनिराळीं वाद्यें वाजवीत, हंसत, गर्जना करीत, संतापत, ओरडत असे नानाप्रकार करून जगाला भयभीत करून सोडणारे हे गण चित्रविचित्र तेज प्रकट करीत व शंकराचें स्तवन करीत करीत अश्वत्थाम्याचे जवळ आले. त्या महात्म्या अश्वत्थाम्याचा महिमा वाढविण्याकरितां, त्याचें तेज पाहाण्याकरितां आणि त्याचे हातून होणारा सौप्तिकयुद्धाचा चमत्कार पाहाण्याकरितां ते गणांचे थवेचे थवे उग्र रूप धारण करून खड्ग, शूल वगैरे विविध शस्त्रें घेऊन तेथें गोळा झाले होते. ज्यांचें दर्शन झालें असतां संपूर्ण त्रिभुवन भयानें गडबडून जावें, ते अगदीं जवळ आलेले पाहूनही त्या बलशाली अश्वत्थाम्याच्या चित्ताला यत्किंचित् देखील पीडा झाली नाहीं. उलट हातांत धनुष्यबाण घेऊन व बोटांना वगैरे अंगुलित्र घालून सज्ज असलेल्या त्या वीरानें आपण होऊन आपल्या देहाचा बलि समर्पण केला ! राजा, त्या बलिकर्माच्या विधीला धनुष्याच्या समिधा आणि शुभ्र बाणांचे दर्भ होते; आणि शंकराला आहुति पाहिजे तर ती याचें शरीरच; अशी सामग्री होती ! मग त्या प्रतापी अश्वत्थाम्यानें आपला रागीट स्वभाव अगदीं विसरून जाऊन एक सौम्य मंत्र म्हणून आपला देह समर्पण केला; आणि नंतर, राजा, एकापेक्षां एक भयंकर करामत करून दाखविणारा अविनाशीस्वरूप जो रुद्रावतारी शंकर, त्याचें स्तवन करून व हात जोडून तो बोलूं लागला.

अश्वत्थामा म्हणाला, "हे प्रभो, हा अंगिरसाच्या कुळांत उत्पन्न झालेला देह आज मी या अग्नीमध्यें आहुतिस्थानीं समर्पण करीत आहें त्याचा तूं स्वीकार कर. हे चराचरव्यापी महादेवा, या घोर संकटांत भक्तीनें चित्ताची एकाग्रता करून तुझ्यासमोर मी आत्म्याचें निवेदन करितों, जडाजड विश्व सर्व तुजमध्यें आहे आणि सर्व भूतांचे ठायीं तूं आहेस; तसेंच सत्त्व, रज, तम, हे तिन्ही गुण तुजमध्यें एकत्वाला पावलेले आहेत; प्राणिमात्राला तूंच आधार आहेस; व तूं विश्वाचा नाथ आहेस. तेव्हां, हे देवा, शत्रु जर मला अजिंक्य झाले आहेत तर हा असाच माझा स्वीकार कर ! "

राजा, इतकें बोलून, ज्या वेदीमध्यें अग्नि प्रज्वलित झाला होता त्या वेदीवरून अग्नीमध्यें उडी टाकून अश्वत्थामा खुशाल तेथें चढून बसला. मग, हात वर करून निश्चेष्टपणें बसलेल्या त्या अश्वत्थाम्याची आहुति येऊन पडलेली पाहून तो प्रत्यक्ष भगवान् श्रीशंकर मंद हास्य करून ह्मणतो, " सत्य, शौच, आर्जव, दान, तप, नियम, क्षमा, भक्ति, धृति, बुद्धि, वाणी वगैरे सर्व साधनांनीं त्या पुण्यशाली कृष्णानें यथाविधि माझें आराधन ज्यापेक्षां केलें आहे, त्यापेक्षां त्याच्याहून अधिक प्रिय मला कोणीही नाहीं. ह्मणून, बाबारे, त्याचा बहुमान करण्याकरितां आणि तुझी परीक्षा पाहाण्याकरितां मीं एकदम ते पांचाल गुप्त केले आणि नानाप्रकारची माया करून दाखविली. पांचालांचें रक्षण करून मी केवळ त्यांचाच बहुमान केला; पण आज काळानें त्यांना गांठले असून आतां ते जिवंत राहूं शकत नाहींत ! "

त्या महात्म्या अश्वत्थाम्याला इतकें सांगून आणि दिव्य खड्ग देऊन शंकरांनीं त्याच्या तनूमध्यें प्रवेश केला. मग साक्षात् शंकराचा संचार अंगांत झाल्यावर अश्वत्थाम्यावर पुनः तेज चढलें आणि तो देदीप्यमान दिसूं लागून त्या परमेश्वरी तेजामुळें त्याला युद्धाचा फारच आवेश चढला; आणि तो शत्रूंच्या छावणीवर साक्षात शंकराप्रमाणें वेगानें चालून जाऊं

लागला, तेव्हां राक्षस, भूतें वगैरे अदृश्य प्राणी त्याच्या सभोंवतीं संचार करूं लागले !

अध्याय आठवा.

—:०:—

रात्रियुद्ध व सर्वसंहार !

धृतराष्ट्र विचारतोः—संजया, अशा रीतीनें महारथी अश्वत्थामा छावणीवर चालून गेला, तेव्हां कृप व कृतवर्मा हे उभयतां भीतीनें गांगरून माघारे परतले नाहींत ना ? यःकश्चित् कोणीं तरी नजरेनें त्यांना पाहिलें नाहीं ना ? आणि त्यांस कोणीं अडविलें नाहीं ना ? त्या शूरांना तो एकंदर प्रकार दुःसह वाटला नाहीं ना ? व ते माघारे तर फिरले नाहींत ना ? शत्रूंची छावणी तुडवून काढून पांचाल व पांडव यांची कत्तल उडवून रणांत एकदांचे ते उभयतां दुर्योधनाचे उतराई झाले काय रे ? पांचालांनीं मोड केलेला आठवून, ते जमिनीवर पडून झोंप घेत असतां त्यांचा समाचार त्या दोघांनीं चांगला घेतला ना रे ? संजया, हें सर्व तूं मला सांग.

संजय सांगतोः—हे महाराजा, तो महात्मा अश्वत्थामा शत्रूंच्या छावणीकडे निघाला तेव्हां कृप आणि कृतवर्मा हे दाराशींच उभे राहिले. मग, ते शूर योद्धे नेटानें लढण्यास तयार असलेले पाहून मनांत संतोष पावून अश्वत्थामा हळूहळू त्यांस ह्मणतो, “ तुह्मी अशी कंबर बांधून तयार झाल्यावर सगळ्या क्षत्रियांचा उच्छेद करण्यास सुद्धां दोघेच पुरेसे आहां, मग हे कोठें लढाईतून उरलेले थोडे योद्धे, तेही आतां झोंपीं असलेले, तेव्हां त्यांचा तर सहज समाचार घ्याल ? तेव्हां आतां मी छावणींत शिरून प्रत्यक्ष काळपुरुषाप्रमाणें संचार करितों, तोंपर्यंत तुमच्या बाजूला जो कोणी येईल तो तुमच्या हातून जिवंत सुटून जाऊं नये एवढें करा; असाच माझा बेत ठरला ! ”

राजा, इतकें बोलून अश्वत्थामा पांडवांच्या त्या विस्तीर्ण छावणींत शिरला. सरळ वाट सोडून कोणीकडून तरी घुसून तो वीर बेधडक जो आंत शिरला, तो धृष्टद्युम्न ज्या ठिकाणीं असल्याचें त्याला ठाऊक होतें तेथें बेताबेतानें येऊन ठेपला. इकडे छावणींतले लोक दिवसभर पराक्रमावर पराक्रम करून अगदीं थकून गेलेले होते, कित्येकांची दाणादाण होऊन कसे तरी पळून आलेले होते, व आतां त्या श्रमानें सगळे गाढ झोंपीं गेलेले होते. मग, राजा, धृष्टद्युम्नाच्या महालांत शिरून पहातो तो धृष्टद्युम्न स्वस्थ निजलेला त्याच्या दृष्टीस पडला. तो ज्या बिछान्यावर निजला होता तो शुभ्र रेशमाप्रमाणें मऊ व स्वच्छ असून त्यावर नाजुक पलंगपोस पसरलेला होता; सभोंवतीं फुलें पसरलीं होतीं; सुगंधि द्रव्यांचा धूर चालला होता; व अष्टगंधासारख्या पदार्थांचा घमघमाट सुटला होता.

राजा, तो थोर धृष्टद्युम्न निर्धास्तपणें खुशाल बिछान्यावर निजला असतां त्याला अश्वत्थाम्यानें लाथ देऊन जागें केलें. तेव्हां लगेच पायाच्या धक्क्यानें तो मोठा हिम्मतदार व रणमस्त वीर धृष्टद्युम्न उठला व त्यानें तत्काळ त्या शूर अश्वत्थाम्याला ओळखिलें. पण तो बिछान्यावरून उठून उभा रहात आहे तोंच त्या बलिष्ठ अश्वत्थाम्यानें दोहों हातांनीं त्याची शेंडी धरून त्याला जमिनीवर लोळविलें. मग, त्याच्याकडून जोरानें बुक्क्यांचा मार होऊं लागला तेव्हां कांहींसा घाबरल्यामुळें आणि कांहींसा झोंपेंत असल्यामुळें धृष्टद्युम्नाच्या हातून कांहीं प्रतिकार होईना. मग, राजा, त्याला पायांखालीं दाबून आणि गळा व छाती दोन्ही चेपून, तो ओरडूं लागला व धडपड करूं

लागला तरी अश्वत्थाम्यानें तसाच जनावराप्रमाणें त्याचा जीव घेतला! तथापि त्याला नखांनीं ओरबाडीत शेवटीं शेवटीं अस्पष्ट शब्दांनीं तो अश्वत्थाम्याला म्हणाला, "अरे गुरुपुत्रा, तूं मला शस्त्रप्रहारानें तरी मारून टाक. उशीर करूं नको. म्हणजे, हे ब्राह्मणश्रेष्ठा, तुझ्यामुळें पुण्यलोक तरी मला लाभेल!" राजा, इतकें बोलून त्या शूर अश्वत्थाम्यानें व्याकूळ करून टाकल्यावर धृष्टद्युम्न थांबला, आणि तें त्याचें अस्पष्ट भाषण ऐकून अश्वत्थाम्यानें उत्तर केलें, "अरे कुलकलंका, गुरुहत्या करणाऱ्यांना सद्गति मिळत नसते. म्हणून मूर्खा, शस्त्रप्रहारानें तुझा वध होणें योग्य नाहीं!" हे महाराजा, इतकें बोलतां बोलतां सिंह ज्याप्रमाणें माजलेल्या हत्तीला दाबून मारतो त्याप्रमाणें त्या संतापलेल्या अश्वत्थाम्यानें गुडघ्यांनीं जोरानें त्याच्या मर्मस्थळीं दाबून दाबून धृष्टद्युम्नाला ठार केलें! मरतां मरतां त्या वीरानें ज्या किंकाळ्या फोडल्या, त्या ऐकून शिबिरांतल्या सर्व स्त्रिया व त्याचे हुजरे जागे झाले. तेव्हां हा अमानुष पराक्रम करणारा प्राणी पाहून तो कोणी तरी भूतच असला पाहिजे असें मनाशीं ठरवून भीतीनें ते सर्व आरडाओरड करूं लागले. इकडे अशा रीतीनें धृष्टद्युम्नाला यमसदनाला पाठवून तो तेजस्वी अश्वत्थामा परतून आपल्या सुंदर रथावर चढून बसला; आणि धृष्टद्युम्नाच्या शिबिरांतून बाहेर पडतांना गर्जना करून त्यानें दाही दिशा दणाणून टाकिल्या. नंतर आणखी राहिलेल्या शत्रूंना मारावें अशा उद्देशानें रथांत बसून तो बलशाली वीर पुनः छावणींत शिरला.

इकडे, अश्वत्थामा बाहेर निघून गेल्यावर त्या स्त्रिया आणि ते हुजरे आकांत करूं लागले; आणि राजा धृष्टद्युम्न मरून पडलेला पाहून परमावधीच्या शोकानें धृष्टद्युम्नाच्या पदरचे सर्व क्षत्रिय योद्धे हाहाःकार करूं लागले. त्या स्त्रियांच्या आरोळ्या ऐकून जवळचे क्षत्रिय वीर झटकन् उठून सज्ज होऊन 'ही काय गडबड आहे?' अशी चौकशी करूं लागले. तेव्हां, राजा, अश्वत्थाम्याला पाहून अगदींच घाबरून गेलेल्या त्या स्त्रिया, 'लवकर धावा हो! हा कोण राक्षस आहे का मनुष्य आहे हेंच आम्हांस समजत नाहीं; परंतु धृष्टद्युम्नाला मारून टाकून हा पुनः रथावर चढून बसला आहे!' असें दीनपणानें भाकूं लागल्या! मग एका क्षणांत ते पुढारी योद्धे तेथें गोळा झाले; आणि जेव्हां सर्वजण हल्ला करूं लागले तेव्हां अश्वत्थाम्यानें रुद्रास्त्र सोडून त्या सर्वांचा समाचार घेतला. अशा रीतीनें धृष्टद्युम्नाला आणि त्याच्या अनुयायांना ठार केल्यावर त्यानें जवळच दुसऱ्या बिछान्यावर निजलेला उत्तमौजा नांवाचा वीर पाहिला. तेव्हां त्यानें त्यालाही खालीं पाडून त्याचा गळा आणि ऊर जोरानें पायांखालीं दडपून तो ओरडत असतां तसेंच मारून टाकिलें. इतक्यांत युधामन्यु तेथें आला आणि तो मेलेला पाहातांच कोणीं तरी राक्षसानें याला मारिलें असावें असा तर्क करून त्यानें गदा उगारून ती जोरानें अश्वत्थाम्याच्या छातीवर फेंकली. तेव्हां अश्वत्थाम्यानें त्याच्या अंगावर धावून जाऊन त्याला जमिनीवर पाडलें, आणि त्याचें अंग लटलट कांपत असतां त्यालाही पूर्वीप्रमाणेंच—जनावराला मारावें तसें—मारून टाकलें! याप्रमाणें त्याला मारून मग तेथून तो दुसऱ्या योद्ध्यांच्या अंगावर धावून गेला. राजा, हे एकापेक्षां एक रथी-महारथी वीर सर्व झोंपेंत होते, ते आतां थरथर कांपूं लागले; तरी यज्ञामध्यें शामित्रकर्मकर्ता ज्याप्रमाणें पशूंचा संहार करतो त्याप्रमाणें अश्वत्थामा त्यांचा संहार करूं लागला. पुढें हातीं खड्ग घेऊन

दुसऱ्या कांहीं वीरांना ते ज्या ज्या भागांत होते त्या त्या भागांत क्रमाक्रमानें प्रवेश करून असियुद्धांत प्रवीण असलेल्या अश्वत्थाम्यानें मारून टाकिलें! त्याचप्रमाणें छावणीच्या आणखी एका भागांत मधोमधच्या सैन्याच्या तुकडींतले लोक थकून आयुधें टाकून निजलेले होते त्या सर्वांचा एका क्षणांत त्यानें जीव घेतला. योद्धे काय, घोडे काय, हत्ती काय, सर्व त्यानें आपल्या उत्कृष्ट तरवारीनें कापून काढले. तेव्हां रक्तानें त्याचें सर्वांग भरून जाऊन तो प्रत्यक्ष यमदूतांसारखा दिसूं लागला. राजा, लखलखीत अस्त्रांनीं, तरवारीनें व दुसऱ्या शस्त्रांनीं प्रहार करून करून अश्वत्थाम्याचें अंग तीन प्रकारांनीं रक्तानें माखून गेलें होतें. तशा स्थितींत तो दीप्यमान खड्ग घेऊन युद्ध करीत असतां तो अक्राळविक्राळ दैत्याप्रमाणें भासूं लागला. हे राजा, त्यांतून जे वीर जागे झाले, तेही याच्या गर्जनेनें भांबावून जाऊन एकमेकांकडे टकटकां पाहूं लागले आणि भीतीनें व्याकूळ झाले. तें त्याचें उग्र स्वरूप पाहून, ते वीर मोठे कर्दनकाळ होते तरी पण हा कोणी तरी राक्षसच आहे असें त्यांना वाटून त्यांनीं चट्कन डोळेच मिटले. इकडे तो उग्ररूपी अश्वत्थामा छावणींत काळाप्रमाणें संचार करीतच राहिला. इतक्यांत द्रौपदीचे मुलगे आणि शिल्लक राहिलेले पांचालयोद्धे त्याच्या दृष्टीस पडले. तेव्हां ते मोठे शूर राजपुत्र त्याची गर्जना ऐकून अस्वस्थ झाले, आणि धृष्टद्युम्न मारला गेल्याचें ऐकून डगमगल्यासारखें न दाखवितां त्यांनीं अश्वत्थाम्यावर बाणांचा वर्षाव केला. नंतर त्या गलबल्यानें जागे होऊन कित्येक पांचालवीर आणि शिखंडी यांनीं बाणांनीं अश्वत्थाम्याला पुरे पुरे केलें. अशा प्रकारें राजा, ते महारथी योद्धे बाणांची वृष्टि करीत आहेत हें पाहून त्यांना मारण्याच्या तयारीनें अगोदर अश्वत्थाम्यानें मोठ्यानें सिंहनाद केला; आणि आपल्या बापाचा वधप्रसंग आठवून अतिशय चवताळलेला तो वीर रथावरून खालीं उतरून वेगानें त्यांच्यावर चाल करून गेला; आणि सहस्रचंद्रांप्रमाणें उज्वल अशी ढाल घेऊन व तसेंच लखलखणारें उत्कृष्ट खड्ग घेऊन तो द्रौपदीच्या मुलांवर तुटून पडला, तेव्हां त्याला अतोनात स्फुरण चढलें; मग त्या भयंकर चकमकींत त्या नरव्याघ्रानें प्रतिविंध्याच्या बरगडींत वार केला, त्याबरोबर तो भुईवर मरून पडला! इतक्यांत पराक्रमी सुतसोम हा अश्वत्थाम्यावर शक्ति फेंकून पुनः खड्ग उगारून त्याच्या अंगावर गेला, तेव्हां त्या सुतसोमाचा खड्गासहित हातच तोडून टाकून अश्वत्थाम्यानें पुनः त्याला वार केला, त्याबरोबर त्याची छाती फुटून तोही बाजूला मरून पडला! तेव्हां शूर नकुलपुत्र शतानिक यानें दोन्ही हातांनीं रथचक्र उचलून वेगानें अश्वत्थाम्याच्या छातीवर प्रहार केला, पण त्याचे हातून तें रथचक्र सुटतांच या ब्राह्मणानें शतानिकावर उलट प्रहार केला. तेव्हां तो कासावीस होऊन जमिनीवर पडला; तों लगेच त्यानें त्याचें शिर धडापासून वेगळें केलें! इतक्यांत श्रुतकर्म्यानें परिघ घेऊन त्यानें अश्वत्थाम्याला प्रहार केला. परंतु तो परिघ उजव्या बाजूस अश्वत्थाम्याच्या ढालीवर जोरानें आपटून बाजूला निसटला, तेव्हां त्यानें आपल्या दिव्य खड्गानें श्रुतकर्म्याच्या तोंडावर तडाखा दिला, त्यानें त्याचें तोंड वेडेंवांकडें होऊन तो बेशुद्ध होत्साता जमिनीवर पडला! ती गडबड ऐकून शूर महारथी जो श्रुतकीर्ति त्यानें अश्वत्थाम्याला गांठून त्याच्यावर बाणांची वृष्टि केली. तेव्हां त्याचीही ती बाणवृष्टि आपल्या ढालीवर घेऊन अश्वत्थाम्यानें त्याचें तें कर्णकुंडलांनीं शोभणारें तेजःपुंज शिर धडावेगळें केलें! मग शिखंडीला आणि त्याच्या-

बरोबर आणखीही राहिलेल्या वीरांना त्या बहादरानें नानाप्रकारच्या आयुधांनीं मारून टाकिलें. त्या संतापलेल्या अवसानदार अश्वत्थाम्यानें शेवटीं शेवटीं एक तीव्र बाण शिखंडीच्या भिवयांच्या मधोमध मारला असून जवळ येऊन त्याचें शिर तरवारीनें धडापासून तोडून वेगळें केलें होतें ! नंतर त्याच आवेशांत तो निकरानें प्रभद्रकांवर तुटून पडला आणि विराटाच्याही राहिलेल्या सैन्यावर त्वेषानें चालून गेला ! त्याचप्रमाणें द्रुपदाचेही मुलगे, नातू व स्नेही जसजसे भेटले तसतशी तो बलिष्ठ योद्धा त्यांची भयंकर कत्तल करीत सुटला. याशिवाय दुसऱ्याही लोकांवर धावून जाऊन हा खड्गयुद्धामध्यें निपुण असा अश्वत्थामा तरवारीनें त्यांना तोडीत सुटला !

राजा, मूर्तिमंत काली आपल्या गणांसहवर्तमान गात गात जवळ येऊन उभी राहिलेली त्या वीरांच्या दृष्टीस पडली होती; तिचें तोंड व डोळे लाल असून तांबड्या फुलांच्या माळा तिनें अंगावर घातल्या होत्या आणि तांबडी उटी लाविली होती; रक्तवस्त्र परिधान केलें होतें; हातांत पाश घेतले होते; त्या भयंकर पाशांनीं ती माणसें, घोडे व हत्ती बांधबांधून चालली होती; त्याचप्रमाणें मुकुटाशिवाय बोडक्याच वीरांचीं नानाप्रकारचीं प्रेतें, व शस्त्रें हातांत नसलेल्या मोठमोठ्या शूर वीरांचीं प्रेतें आणि तसेंच झोंपेंत ठार झालेल्या योद्ध्यांचीं प्रेतें आपल्या पाशांनीं आवळून बांधून ती घेऊन चालली होती. हा चमत्कार पुढारी पुढारी वीरांना पूर्वीं कित्येक रात्रीं स्वप्नांत दिसूं लागला होता आणि सदा संहार करीत असलेल्या अश्वत्थाम्याची मूर्ति पुढें दिसूं लागली होती. जेव्हांपासून कौरव व पांडव यांच्या सैन्यांमधील हें घनघोर युद्ध सुरू झालें, तेव्हांपासूनच ही काली आणि हा अश्वत्थामा हीं त्यांच्या नजरेपुढें मूर्तिमंत उभीं असत. त्या सर्वांचाच घडा भरून ते मेल्यासारखेच होते; तेव्हां त्यांना अश्वत्थामा मारण्याला केवळ निमित्तमात्र झाला ! तो भयंकर गर्जना करून प्राणिमात्राला भिववीत असलेला दिसत होता, तेव्हां तो सर्व मागचा देखावा आतां नजरेसमोर खराच आला असें त्या काळानें गांठलेल्या वीरांना वाटूं लागलें; आणि त्या त्याच्या गर्जनेनें पांडवांच्या छावणींतील शेंकडों हजारों धनुर्धारी योद्धे एकामागून एक जागे होऊं लागले ! इकडे, राजा, प्रत्यक्ष यमानेंच पाठविलेल्या दूताप्रमाणें तो कोणाचे पाय तोडूं लागला, कोणाच्या मांड्या मोडूं लागला व कांहींच्या बरगड्या फोडूं लागला. मग छिन्नविच्छिन्न झालेल्या, कासावीस होऊन ओरडत असलेल्या, आणि हत्ती व घोडे यांच्या पायांखालीं चिरडून गेलेल्या वीरांनीं पृथ्वी व्यापून गेली ! हें काय ! हा कोण ! ही कसली गर्जना ! हा काय अनर्थ ! ' असें घाबरून ओरडतां ओरडतां अश्वत्थाम्यानें त्यांचा अंत केला ! शस्त्रास्त्रें घेऊन आणि कवच घालून सज्ज असलेल्या पांडवीय सृंजयांना निःशस्त्र व उघडे करून अश्वत्थाम्यानें मृत्युलोकीं पाठविलें; तेव्हां त्याच्या शस्त्रांचा प्रभाव पाहून भिऊन दचकून जागे झालेले व अर्धवट झोंपेंत असलेले कित्येक वीर भांबावून जाऊन जागच्या-जागीं लपूं लागले; व त्यांचें पाप भरलें असल्यामुळें अगदींच उत्साहशून्य व हातपाय हालेनातसे होऊन ते नुसते ओरडत दीनवाणें तोंड करून एकमेकांकडे पाहूं लागले. तेव्हां भयंकर आवाज करीत जाणाऱ्या आपल्या रथांत बसून चाललेला धनुष्पाणि अश्वत्थामा बाण सोडून त्या वीरांपैकीं कित्येकांना यमसदनाला पाठवूं लागला ! त्यांपैकीं कित्येक एकापेक्षां एक

मोठे वीर लांबून उड्या मारीत हल्ला करीत येत होते; त्या सर्वांना तो काळीच्या स्वाधीन करूं लागला. एका बाजूला शत्रूंना रथाखालीं चिरडूं लागला; आणि दुसऱ्या बाजूला बाणांचा वर्षाव करूं लागला. पुनः तो धनुष्यबाण ठेवून व आपली विचित्र ढाल आणि लखलखणारी तरवार हातांत घेऊन संचार करी ! राजा, ज्याप्रमाणें माजलेला हत्ती मोठा तलाव खळबळून टाकतो, त्याप्रमाणें कोणालाही न आवरणाऱ्या त्या अश्वत्थाम्यानें त्यांच्या छावणीमध्यें एकच गडबड उडवून दिली ! त्याच्या त्या दंग्यानें झोंपेंतून दचकून जागे झालेले वीर भीतीनें गांगरून सैरावैरा धावूं लागले; आणि कांहीं तर वेडीवांकडी बडबड करीत मोठमोठ्यानें ओरडूं लागले; परंतु कोणीही वस्त्र नेसेना किंवा शस्त्र हातांत घेईना . त्यांचे केंस विसकटलेले असल्यामुळें ते एकमेकांना ओळखूंही येईनात. घाबरून सैरावैरा उड्या मारतां मारतां थकून जाऊन कांहींजण जमिनीवर पडले आणि कांहीं तसेच भ्रमण करीत राहिले. कांहीं तर जागच्या जागींच मूत्रपुरीपोत्सर्ग करूं लागले. त्याप्रमाणेंच घोडे व हत्ती साखळदंड तोडतोडून एकदम मोकळे सुटून धुमाकूळ करूं लागले. कांहीं माणसें भीतीनें जागोजाग लपूं लागलीं. तीं माणसें काय व ते हत्तीघोडे काय, तो अश्वत्थामा सर्वांची कत्तल करीत सुटला ! त्याचा हा असा क्रम चालला असतां राक्षस व भूतें यांना अतिशय आनंद होऊन तीं ओरडूं लागलीं; आणि त्यांच्या त्या गलक्यानें व आनंदाच्या धुमाकुळीनें दशदिशा भरून गेल्या ! राजा, त्यांचा तो दंगा आभाळापर्यंत देखील घुमत गेला असेल ! योद्ध्यांच्या दीनपणाच्या आरोळ्या ऐकून जे हत्तीघोडे बुजून जाऊन मोकळे सुटले, ते छावणींतील लोकांना पायांखालीं चिरडीतच चालले ! असे ते पळत सुटले असतां त्यांच्या पायांनीं उडालेल्या धुळीनें छावणींतील तो रात्रीचा अंधःकार पहिल्यापेक्षां दुणावला. इतका अंधःकार झाल्यावर जिकडे तिकडे माणसें वेड्यासारखीं होऊन गेलीं आणि बापांना मुलगे व भावांना भाऊ ओळखूं येईनातसे झाले ! मोकळे हत्ती व घोडे एकमेकांना धडकून चालले असतां एकमेकांच्या अंगांवर आदळून एकमेकांचीं हाडें मोडूं लागले व एकमेकांना चेंगरूं लागले ! त्याचप्रमाणें, ही दाणादाण उडाल्यामुळें मनुष्येंही पळतां पळतां एकमेकांवर आपटून पडूं लागलीं. कांहींना जमिनीवर लोळवावें आणि कांहींना लोळवून तुडवावें असा प्रकार त्या अर्धवट झोंपीं असलेल्या भांबावून गेलेल्या लोकांमध्यें त्या काळोखांत चालला. प्रत्यक्ष काळाच्याच प्रेरणेनें आपल्याच पक्षांतील लोकांना ते ठार करूं लागले. वेशींतील आपापलीं ठिकाणें सोडून द्वारपाल लोक व सैन्यव्यूह सोडून सैन्यांतील लोक दिशेचेंही भान न राहून होईल तितकें करून जलद पळत सुटले. अशा रीतीनें जे नाहींतसे झाले ते एकमेकांना पुनः सांपडेनात. दैवच फिरलें म्हणून अक्कल जाऊन वेड्याप्रमाणें कोणी ‘ बाबाहो !’ कोणी ‘ मुलारे ! ’ अशा आरोळ्या ठोकीत आपल्या इष्टबांधवांना सुद्धां सोडून देऊन पळत सुटले; आणि त्या लोकांना त्यांचीं दुसरीं माणसें गोत्रनामांनीं हाका मारूं लागलीं व कांहीं हाय हाय करीत जमिनीवरच पडून राहिलीं ! त्यांना ओळखून अश्वत्थामा त्या रणरंगीं त्यांचा संहार करूं लागला. याप्रमाणें तो कत्तल करीत असतां कांहीं वीर मधून मधून भिऊन भिऊन छावणींतून जीव घेऊन बाहेर पडूं लागले, तों दाराशीं कृतवर्मा आणि कृप हे त्यांना मारूं लागले ! राजा, अंगावरील कवच वगैरे गळून जाऊन, व केंस मोकळे सुटून ते घाबरेपणानें कांपत कांपत हात जोडून पुढें

आले असतांही त्यांना कृतवर्मा आणि कृप हे जिवंत सोडीनात! छावणींतून जो म्हणून बाहेर पडूं पाही, तो त्यांच्या तडाख्यांतून जिवंत सुटतच नसे! हे महाराजा, तो कृप व तो निर्दय कृतवर्मा ह्या उभयतांनीं पुनः अश्वत्थाम्याचें कल्याण करण्याची इच्छा धरून छावणीला तीन ठिकाणीं आग लावली. तेव्हां छावणींत जिकडे तिकडे उजेड होऊन त्या उजेडांत हा अश्वत्थामा अधिकच चलाखीनें संचार करूं लागला; व कांहीं वीर अंगावर धावून आले त्यांना व कांहीं पळून जाऊं लागले त्यांना तरवारीनें ठार करूं लागला. तो कांहींना तरवारीनें मधोमध कापून मारून पाडी व कांहींना त्वेषानें तोडून त्यांचे तिळा एवढाले तुकडे करून टाकी! त्या वेळीं व्याकूळ होऊन आरडत ओरडत पडलेलीं माणसें, घोडे व हत्ती यांनीं सर्व जमीन व्यापून गेली. त्या मरून पडलेल्या हजारों माणसांमध्यें कित्येकांचीं धडें पुनः उठून उभीं राहून तुटून पडत. तसेंच शस्त्रास्त्रें व भूषणें यांसुद्धां सबंध हात व कांहींचीं शिरें तो अश्वत्थामा तोडी; हत्तीच्या सोंडेसारखे एकेकाचे जंगी हात आणि पाय तोडी, कांहींच्या पाठींवर वार करी, कांहींच्या बरगड्या फोडी व शिरच्छेद करी; कांहीं जे परत फिरत त्यांची कंबर तोडी; कांहींचे कान तोडी; कांहींच्या खांद्यांवर वार करी; आणि, राजा, कांहींच्या धडांमध्यें त्यांचींच शिरें खुपशी! याप्रमाणें असंख्यात लोक मारीत मारीत तो संचार करीत असतां अगोदरच काळोखानें भयंकर दिसणारी ती रात्र फारच भयाण दिसूं लागली! थोडीशी धुगधुगी राहिलेले हजारों लोक व अगदीं प्राण गेलेले हजारों लोक, शिवाय घोडे व हत्ती यांनीं पृथ्वी अगदीं छावून गेल्यामुळें ती फार भेसूर दिसूं लागली! यक्ष, राक्षस वगैरे जिकडे तिकडे फिरूं लागले. त्या संतापलेल्या अश्वत्थाम्याचा वार लागून जसजसे भूमीवर वीर पडूं लागले तसतसे कोणी भावांना, कोणी बापांना व कोणी मुलांना हाका मारूं लागले! कांहींजण तळमळत म्हणाले, “आज या क्रूर राक्षसांनीं आम्हांला झोंपेंत गांठून जी अवस्था करून टाकली आहे, ती चवताळलेल्या धार्तराष्ट्रांनीं देखील केली नव्हती! पांडव आज जवळ नाहींत म्हणूनच ही आमची कत्तल होत आहे! साक्षात् श्रीकृष्ण ज्याचा पाठीराखा, त्या अर्जुनाला जिंकण्याचें सामर्थ्य असुरांमध्यें नाहीं, गंधर्वांमध्यें नाहीं, यक्षांमध्यें नाहीं किंवा राक्षसांमध्येंही नाहीं! ब्राह्मणांचा कैवारी, सत्यवक्ता, संयमी आणि सर्व भूतांचे ठायीं दया करणारा असा जो कुंतीपुत्र अर्जुन, तो कधींही निजलेल्याला, भांबावलेल्याला, निःशस्त्र असणाऱ्याला, हात जोडून शरण येणाऱ्याला, जीव घेऊन पळणाऱ्याला किंवा शिरस्त्राण निसटून केंस मोकळे सुटलेल्याला मारीत नसतो. पण हें असलें क्रूर कृत्य हे निर्दय राक्षस आमच्यामध्यें येऊन करीत आहेत!” असा विलाप करीत कित्येक लोक पडले होते, कित्येक किंकाळ्या फोडीत होते, व कित्येक कण्हत होते. पण, राजा, पुढें त्यांचा तो कल्होळ एका क्षणांत थांबला; आणि पृथ्वीवर जी भयंकर धूळ उडालेली होती तीही रक्ताचा सडा पडल्यामुळें क्षणांत नाहींशी झाली. त्या वेळीं कांहीं हातपाय हलवीत होते. कांहीं नाउमेद होऊन धडपड करण्याचें सोडून देऊन पडले होते, कांहीं एकमेकांना कवटाळीत पडले होते, कांहीं तेथून निसटूं पहात होते, कांहीं लपत होते व कांहीं लढत होते; अशा हजारों लोकांचा अश्वत्थाम्यानें प्राण घेतला. एकीकडून आगीनें ते भाजूं लागले व दुसरीकडून अश्वत्थामा त्यांना मारीत सुटला, तेव्हां ते योद्धे आपा-

पसांत एकमेकांचाच जीव घेऊं लागले. अशा प्रकारें, राजा, रात्र अर्धी लोटली असेल, इतक्या अवधींत पांडवांचें एवढें अफाट सैन्य अश्वत्थाम्यानें परलोकीं पाठविलें! माणसें, हत्ती, घोडे यांच्या प्रेतांनीं अतिशय भयंकर झालेली ती काळरात्र राक्षसभूतादिकांना फार आनंददायक झाली. त्या ठिकाणीं हे नानाविध राक्षस व हीं भूतें मांस खात असलेलीं व रक्त पीत असलेलीं जिकडे तिकडे दिसूं लागलीं. या प्राण्यांत कांहीं अगदीं कुरूप, कांहीं पिंगट रंगांचे, कांहीं मोठ्या दांतांचे, कांहीं अगदीं धूलिधूसर, कांहीं जटा वाढविलेले, कांहीं लांब लांब शंख हातीं घेतलेले, कांहीं पांच पांच पायांचे आणि कांहीं मोठ्या पोटांचे असे होते. तसेच कोणी मागच्या बाजूस बोटें असलेले, कोणी रुद्राक्षांसारखे वाळलेले, कोणी भयंकर शब्द करणारे, कोणी घांटांच्या माळा घातलेले, व कोणी निळसर गळ्यांचे—असे चित्रविचित्र रूप असलेले निर्दय, क्रूर आणि भयंकर राक्षस मुलांबायकांच्या सुद्धां दृष्टीस पडूं लागले! रक्त पिऊन आनंद पावून ते टोळ्याटोळ्यांनीं नाचूं लागले! 'हें मोठें उंची खाद्य आहे! हें फार पवित्र आहे! हें अतिशय गोड आहे!' असें म्हणत म्हणत ते मेद, स्नायु, अस्थि, रक्त यथेच्छ खाऊं लागले! त्यांत कोणी मांसावर उपजीविका करणारे होते ते मांसच खाऊं लागले! दुसरे कोणी चरबी वगैरेचा स्वाहा करून इकडे तिकडे धावूं लागले! पुष्कळ बरगड्या असलेले, पुष्कळ तोंडें असलेले असे ते मांसाहारी भयंकर राक्षस सहस्रावधि, लक्षावधि व कोट्यवधि एके ठिकाणीं मिळालेले त्या भयंकर प्रसंगीं आनंदित होऊन तृप्त झालेले दिसूं लागले!

नंतर, हे प्रभो, पहाट झाली तेव्हां छावणींतून निघून जाण्याचें अश्वत्थाम्याचे मनांत आलें. या वेळीं तो रक्तानें अगदीं न्हालेला असल्यामुळें त्यानें हातांत धरलेली तरवार आणि त्याचा हात हीं दोन्ही एकच वाटूं लागलीं. इतक्या लोकांचा संहार झाल्यानंतर दुष्कर असें कृत्य करून अश्वत्थामा एकदांचा कृतकृत्य होऊन शोभूं लागला! प्रलयकालीं संपूर्ण सृष्टि जाळून भस्म केल्यावर प्रलयाग्नि ज्याप्रमाणें आपोआप शमतो त्याप्रमाणें प्रतिज्ञानुरूप तें कृत्य आटोपल्यावर पित्याच्या ऋणांतून मोठ्या कष्टानें मुक्त झाल्याप्रमाणें अश्वत्थाम्याला वाटून त्याचा संतापाग्नि शांत झाला! मग, हे जनाधिपा, माणसें गाढ निजलीं असतां रात्रीच्या काळोखांत छावणीमध्यें तो जसा प्रवेश करून गेला होता, तसाच सर्वांची कत्तल उडवून जिकडे तिकडे सामसूम असतां पुनः बाहेर आला आणि छावणींतून बाहेर पडतांच कृप व कृतवर्मा, यांच्याजवळ येऊन मोठ्या संतोषानें आपला सर्व पराक्रम कळवून त्यांना आनंदवूं लागला; मग तेही त्यास आपण त्याचें केलेलें काम म्हणजे पांचाल आणि सृंजय हजारों मारून पाडल्याचें वृत्त सांगूं लागले. नंतर ते तिघेही मोठ्या संतोषानें ओरडूं लागले व टाळ्या वाजवूं लागले! अशा रीतीनें, हे जनाधिपा, निजलेल्या व वेडे झालेल्या पांचालांचा समूळ उच्छेद होऊन त्यांची ती रात्र भयंकर रीतीनें गेली! राजा, काळाचा फेराच फार कठीण ह्यांत संशय नाहीं. ह्मणूनच शत्रूकडील तसले एकएक वीर आमच्याकडील लोकांचा समूळ संहार केल्यावर शेवटीं आपणही मरून पडले!

धृतराष्ट्र प्रश्न करतोः— संजया, माझ्या मुलाचा जय व्हावा असा अभिमान अश्वत्थाम्याला वाटत असतां त्या पराक्रमी वीरानें असा अपूर्व प्रताप आधीच कां बरें केला नाहीं? तो माझा मुलगा मारला गेल्यावर मग त्या महात्म्यानें असा पराक्रम करावा असा क्षुद्रपणा त्याचे हातून कां झाला, तें मला सांग.

संजय सांगतोः—राजा, पांडव, धीमान् श्रीकृष्ण आणि सात्यकि यांच्या भयानेंच अश्वत्थाम्याचे हातून आधीं कांहीं झालें नाहीं, व ते जवळ नसल्या वेळींच त्यानें हें काम साधलें ! ते त्या वेळीं असते तर त्यांच्यासमक्ष असा संहार करण्याचें कोणाच्या हातून झालें असतें ? प्रत्यक्ष रुद्राच्या हातूनही नसतें ! असो; याप्रमाणें त्या पांडवांच्या निजलेल्या सैन्यांत असा दुर्घट संहार केल्यावर ते तिघे महारथी योद्धे एकत्र जमून परस्परांचें अभिनंदन करूं लागले. कृप व कृतवर्मा अश्वत्थाम्याचा धन्यवाद करूं लागले; आणि अश्वत्थाम्यानें त्यांना आलिंगन दिलें. मग पोटांत आनंद मावेनासा होऊन तो ह्मणतो, "द्रौपदीचे मुलगे, तसेच पांचाल, सोमक आणि मत्स्य हे सर्व जिकडे तिकडे माझ्या हातून मरून पडले आहेत ! आणि आपण कृतकृत्य झालों आहों ! तेव्हां आतां राजा जिवंत असेल तर आपण तिकडे लवकर जाऊं आणि त्याला हा सर्व वृत्तांत सांगूं !"

अध्याय नववा.

—:०:—

दुर्योधनाला सौप्तिककथन.

संजय सांगतोः- राजा, अशा रीतीनें द्रौपदीच्या मुलांना आणि सर्व पांचालांना मारिल्यावर, जेथें दुर्योधन पडला होता तेथें ते तिघेही येऊन पोहोंचले. मग जवळ जाऊन पहातात तों राजाच्या शरीरांत थोडी धुगधुगी राहिली होती. नंतर ते रथावरून खालीं उतरून त्या तुझ्या मुलाच्या सभोंवतीं उभे राहिले. धृतराष्ट्रा, दुर्योधनाची अवस्था काय विचारावी ! त्याच्या मांडीच्या हाडाचा चुराडा झाला असून तो मोठ्या कष्टानें श्वासोच्छ्वास करीत होता, त्याला शुद्धिही नव्हती, तो तोंडांतून रक्त ओकत होता, सभोंवतीं भयंकर लांडगे व इतर श्वापदें यांच्या टोळ्या जमल्या असून दुर्योधनाचें प्रेत फाडून खाण्याकरितां वाट पहात होत्या आणि तो मोठ्या कष्टानें त्या टपलेल्या श्वापदांचें निवारण करीत होता ! त्याला प्राणांतिक यातना होत असल्यामुळें तो भुईवर गडबडां लोळत होता; आणि त्याचें सर्वांग रक्तानें भरून गेलें होतें ! राजा, तशा स्थितींत तो भूमीवर पडलेला पाहून हे उरलेले तीन वीर शोकाकुल होऊन सभोंवतीं उभे राहिले. त्या वेळीं, राजा, मध्यें दुर्योधन आणि त्याच्या सभोंवतीं हे रक्तानें माखून गेलेले तिघे महारथ अश्वत्थामा, कृप आणि कृतवर्मा म्हणजे जणू काय वेदीच्या भोंवतीं तीन बाजूंस तीन अग्निच आहेत असें भासलें ! नंतर हे भारता, अशा वाईट अवस्थेंत दुर्योधन त्या ठिकाणीं पडलेला पाहून दुःख न आवरून ते तिघे रडूं लागले; मग हातांनीं त्याच्या तोंडावरील रक्त पुसून ते रणांत पडलेल्या त्या राजाबद्दल दीनमुद्रेनें शोक करूं लागले !

कृप म्हणतोः- दैवाच्या प्रभावापुढें कांहींच अशक्य नाहीं. पहा—हा अकरा अक्षौहिणी सेनेचा नायक दुर्योधन रक्तानें माखून मरत पडला आहे ! त्याची कांति सोन्यासारखी असून सोन्यानें मढविलेली त्याची गदा त्याच्याच जवळ भुईवर पडली आहे ! या गदेनें या शूराला एकाही युद्धप्रसंगांत सोडलें नाहीं ! आणि आतां सुद्धां हा यशस्वी पुरुष स्वर्गाला निघाला असतांही ती त्याला सोडीत नाहीं ! पहा ही सुवर्णानें शृंगारलेली गदा अत्यंत प्रेम करणाऱ्या भार्येप्रमाणें कशी या वीराजवळ जणू शय्येवरच शयन करीत आहे ! मूर्धाभिषिक्त राजांमध्यें जो हा अग्रगण्य असे, तोच हा आतां कशी धूळ खात पडला आहे ! पहा ही केवढी काळाची विपरीत गति ! ज्यानें लढाईंत मारलेले शत्रु रणांत पडलेले दृष्टीस पडावे, तोच

हा कौरवांचा राजा शत्रूंचे हातून मरून कसा भुईवर पडला आहे! ज्याच्यापुढें भयानें हात जोडून शेंकडों राजांनीं उभें राहावें, तो हा धारातीर्थीं पडला असून सभोंवतीं हिंस्र पशु जमले आहेत! पूर्वीं द्रव्य मिळण्याच्या इच्छेनें ज्या या राजाधिराजाच्या सभोंवतीं ब्राह्मण वाट पहात रहात, त्याच्याच भोंवतीं आज मांसेच्छेनें मांसभक्षक श्वापदें वाट पहात उभीं आहेत!

संजय सांगतोः—नंतर, राजा, तेथें पडलेल्या त्या कौरवश्रेष्ठ दुर्योधनाकडे अवलोकन करीत करीत अश्वत्थात्मा करुणस्वरानें शोक करितो, "हे नरव्याघ्रा, तूं सर्व धनुर्धारी वीरांमध्यें श्रेष्ठ असून युद्धांत कुबेरासारखा आहेस आणि बलरामासारख्याचा शिष्य आहेस, असें सर्वजण म्हणतात. मग, हे अनघा, त्या भीमसेनानें तुझें छिद्र कसें बरें जाणलें? राजा, त्या पापात्म्या भीमसेनानें बलिष्ठ आणि वैभवशाली अशा तुला कसें बरें मारलें? ह्या संसारीं काळाचा प्रभाव विलक्षण आहे, म्हणूनच भीमसेनाचे हातून तुला मरण आलेलें आम्ही पहात आहों! तूं मोठा धर्मात्मा असतां तुला त्या नीच पापी भीमसेनानें कसें बरें प्रहार करून मारून टाकलें? कालगतिच अनिवार हें खचित! धर्मयुद्ध चाललें असतां त्यांत अधर्म करून उन्मत्तपणानें तुला युद्धांत ओढून भीमसेनानें आपल्या गदेनें तुझ्या मांड्या फोडल्या! आणि अशा रीतीनें तुला अधर्मानें मारून पाडल्यावर रणांत त्यानें तुझें मस्तक पायांखालीं तुडविलेलें पाहूनही ज्या नीच कृष्णानें आणि धर्मराजानें त्या भीमाची उपेक्षा केली, त्यांस धिक्कार असो! ज्यापेक्षां भीमसेनानें अन्यायानें तुझा वध केला आहे, त्यापेक्षां, जोंपर्यंत हें चराचर विश्व राहील तोंपर्यंत युद्धाची गोष्ट निघाली असतां योद्धे लोक भीमसेनाची निंदाच करतील! यदुकुलश्रेष्ठ बलराम नेहमीं तुझ्यासंबंधानें असें ह्मणे कीं, 'गदायुद्धामध्यें दुर्योधनासारखा पराक्रमी कोणी नाहीं!' राजा, तो यादववीरमणि सभेमध्यें बुद्धिवाद करण्यांतही तुझी फार प्रशंसा करीत असे. गदायुद्धांत तर कौरवांमध्यें हाच एक माझा शिष्य असें तो ह्मणे. क्षत्रियांना जी गति श्रेष्ठ म्हणून मोठमोठ्या ऋषींचें म्हणणें आहे, तीच सद्गति तूं आज समरांगणाच्या अग्रभागीं पडल्यामुळें तुला मिळाली आहे! हे वीरश्रेष्ठा दुर्योधना, तुझ्याबद्दल मला दुःख वाटत नाहीं, परंतु पुत्रशोक झालेल्या तुझ्या मातापितरांबद्दल मला फार दुःख होत आहे! आतां ते मातापितर अनाथ होऊन शोक करीत पृथ्वीच्या पाठीवर भटकत रहातील! धिक्कार असो त्या गोपालकृष्णाला आणि त्या दुष्ट अर्जुनाला, कीं जे धर्मज्ञपणाचा अभिमान बाळगीत असून प्रत्यक्ष डोळ्यांदेखत अधर्मानें तुझा वध होत असतां स्वस्थ बसले! राजा, ते सर्व पांडवही लाज सोडून ह्मणतील कीं, 'पहा आम्हीं कसें दुर्योधनाला मारून टाकलें!' परंतु, दुर्योधना, धारातीर्थीं पडलेला तूं धन्यच आहेस! कारण, क्षत्रियधर्माला अनुसरून शेवटपर्यंत शत्रूंना पाठ न दाखवितां तूं समोरच लढत राहिलास. तथापि सर्व मुलगे मेल्यावर आणि ज्ञातिबांधवही निःशेष झाल्यावर त्या गांधारीची आणि त्या मानी धृतराष्ट्राची काय बरें गति होईल? कृतवर्मा, कृप आणि मी तुझ्या पाठोपाठ स्वर्गाला ज्या अर्थीं चाललों नाहीं, त्या अर्थीं आम्हांला धिक्कार असो! सर्व कामना पूर्ण करणारा व प्रजेचें हित साधून परिपालन करणारा असा तूं परलोकाला निघाल्यावर आम्हीं तुझ्या पाठोपाठ येऊं नये ही आह्मांला केवढी शरमेची गोष्ट आहे! राजा, तुझ्या, कृपाच्या, माझ्या पित्याच्या व माझ्या पराक्रमानें आपलीं व आपल्या पदराच्या नोकर माणसांचीं-

ही घरें संपूर्ण ऐश्वर्यानें भरलेलीं असत. तुझ्या प्रसादामुळें आम्हांस इष्ट, मित्र, बांधव यांसहवर्तमान तूं पुष्कळ द्रव्य खर्चून चालविलेल्या मोठमोठ्या यज्ञांचा लाभ होत असे ! मग आम्हां पाप्यांची मात्र अशी कां बरें प्रवृत्ति होत आहे, कीं सर्व राजे लोकांना बरोबर घेऊन तूं निघून चाललास आणि तुला सद्गति मिळणार तरी आह्मी मात्र तुझे मागें रहात आहों ! राजा, हीच गोष्ट मनांत येऊन आमचें मन हळहळत आहे; आणि स्वर्गाला मुकून कोणताही पुरुषार्थ न साधतां आह्मी तुझें पुण्य आठवीत बसलों आहों ! असें काय बरें आमचें पूर्वकर्म असेल, कीं ज्यामुळें आम्ही तुझ्याबरोबर येऊं शकत नाहीं ? हे कौरवश्रेष्ठा, आतां आम्ही दुःखानें या पृथ्वीवर भटकत रहाणार खचित ! राजा, तूं आम्हांला सोडून गेल्यावर आतां आमच्या मनाला कशाची स्वस्थता आणि कशाचें सुख ! राजा, येथून गेल्यावर तूं स्वर्गीं रथीमहारथी वीरांना जाऊन भेटशील तेव्हां वडीलपणाच्या आणि श्रेष्ठपणाच्या अनुक्रमानें त्यांना माझे नमस्कार सांग. सर्वधनुर्धराग्रणी गुरु द्रोणाचार्य यांना माझें वंदन करून सांग कीं, आज मी धृष्टद्युम्नाला मारून टाकिलें ! त्याचप्रमाणें महारथि बाल्हिक, जयद्रथ, सोमदत्त, भूरिश्रवा, तसेच आजपर्यंत स्वर्गलोकीं गेलेले दुसरेही श्रेष्ठ श्रेष्ठ राजे यांना आमचा प्रेमपूर्वक नमस्कार सांगून कुशल विचार ! ”

संजय सांगतोः—राजा, भग्नोरु व बेशुद्ध पडलेल्या दुर्योधन राजाला असें बोलून अश्वत्थाम्यानें त्याच्याकडे अवलोकन केलें आणि पुनः म्हटलें, “ दुर्योधना, तूं जिवंत आहेस तोंच तुझे कान तृप्त करणारें हें माझें भाषण ऐक. पांडवांच्या बाजूचे सात असामी उरले आहेत आणि धृतराष्ट्राच्या पक्षाचे हे आम्ही तिघे उरलों आहों. ते सात म्हणजे पांच भाऊ, सहावा श्रीकृष्ण व सातवा सात्यकि; आणि इकडे मी, कृतवर्मा व कृप ! द्रौपदीचे मुलगे, धृष्टद्युम्नाचे मुलगे आणि राहिलेले सर्व पांचालवीर पार मारले गेले ! त्यांनीं अनर्थ केला तरी त्यांवर सूडही कसा उगविला तो पहा ! कारण, पांडवांचे सर्व मुलगे नाहींतसे झाले; सौप्तिकयुद्ध करून राहिलेल्या माणसांसहित व वाहनांसहित मीं त्यांची सगळी छावणीच नाहींशी करून टाकिली ! राजा, त्या पापात्म्या धृष्टद्युम्नाला मीं ठार केलें ! मीं रात्रीची वेळ साधून त्यांच्या छावणींत शिरलों, आणि खाटीक जनावरें कापून मारतो त्याप्रमाणें सर्व लोक कापून काढले ! ”

धृतराष्ट्रा, ती अतिशय आवडती बातमी ऐकून दुर्योधनाला पुनः शुद्धि आली आणि तो उत्तर करतो, “ जें काम भीष्माचे हातून झालें नाहीं, कर्णाचे हातून झालें नाहीं आणि तुझ्या पित्याचेही हातून झालें नाहीं, तें आज कृप आणि कृतवर्मा यांना बरोबर घेऊन तूं केलेंस ! तो नीच सेनापति धृष्टद्युम्न शिखंडीसह एकदांचा ठार झाला, त्यामुळें इंद्राच्याच बरोबरीला आज मी जाऊन पोहोंचलों कीं काय असें मला वाटतें ! तुमचें कल्याण होवो ! स्वर्गलोकीं पुनः आपली गांठ पडेल ! ”

दुर्योधनप्राणत्याग !

राजा, इतकें बोलून तो उदार दुर्योधन स्तब्ध झाला; आणि त्या वीरानें प्राण सोडून मित्रवर्गाला दुःखांत लोटलें ! त्याचा आत्मा शुभ अशा स्वर्गलोकीं जाऊन त्याचें शरीर मृत्तिकेला मिळालें ! राजा, अशा रीतीनें तुझा शूर पुत्र दुर्योधन समरांगणांत सरसावून मागून शत्रूंकडून मारला जाऊन त्याचा अंत झाला ! मग पुनःपुनः राजाला आलिंगन देऊन आणि

त्याच्याकडे अवलोकन करून ते तिघे आपापल्या रथांवर चढले. राजा, त्या वेळीं अश्वत्थाम्यानें करुणस्वरानें विलाप केला तो ऐकून कृप व कृतवर्मा हे अतिशय शोकार्त झाले. मग पहाट झाली तेव्हां ते तिघेही उदासीनतेनें नगराकडे गेले !

राजा, अशा रीतीनें कौरवपांडवसैन्यांचा भयंकर संहार झाला ! बाबारे, तुझ्या दुष्ट सल्लेमुळें हा सर्व घोर अनर्थ ओढवला ! असो; हे अनघा, आतां तुझा पुत्र स्वर्गलोकीं गेल्यामुळें मलाही शोकाचा उमाळा येत असून, भगवान् व्यासांनीं दिलेली दिव्य दृष्टि आतां पार मावळून गेली आहे.

वैशंपायन सांगतातः— जनमेजया, धृतराष्ट्रानें आपल्या पुत्राचा तो मरणवृत्तांत ऐकून एक लांब सुस्कारा टाकला व तो चिंताकुल होऊन बसला !

ऐषीकपर्व.

अध्याय दहावा.

—:०:—

युधिष्ठिराचा शोक !

वैशंपायन सांगतातः—राजा जनमेजया, ती रात्र निघून गेल्यावर धृष्टद्युम्नाच्या सारथ्यानें सौप्तिकयुद्धांत झालेला सर्व संहार धर्मराजाला कळविला.

सारथि म्हणालाः- महाराज, द्रौपदीचे मुलगे द्रुपदाच्या मुलांसह रात्रीं आपल्या शिबिरांत बेसावधपणें खुशाल निजले असतां कृतवर्मा, कृप व अश्वत्थामा या तिघां दुष्टांनीं त्यांचा वध करून छावणी सबंध पार उडविली ! प्रास, शक्ति वगैरे नानाप्रकारच्या आयुधांनीं माणसें, हत्ती, घोडे हजारों तोडतोडून त्यांनीं सैन्याचा समूळ नाश करून टाकला ! एखाद्या मोठ्या अरण्यांतल्या झाडांची कुऱ्हाडींनीं तोड चालली असतां जशी गडबड ऐकूं येते तशी आपल्या सैन्यांत ऐकूं आली ! महाराज, त्या सर्व सैन्यांतून मी एकटा उरलों आणि कृतवर्मा दुसरीकडे गुंतला असतां त्याला चुकवून कसा तरी निसटलों !

राजा, ही वाईट बातमी ऐकून कुंतीपुत्र धर्मराजा युधिष्ठिर पुत्रशोकानें गहिंवरून मूर्च्छा येऊन भूमीवर पडला ! पडतां पडतां सात्यकीनें त्याला सावरून धरलें; आणि भीमसेन, अर्जुन, नकुल व सहदेव हेही जवळ आले. मग थोड्या वेळानें धर्मराज शुद्धीवर आला; आणि अतिशय दुःखार्त होत्साता, प्रथम शत्रूंना जिंकून मागून पाडाव झाल्यावर तळमळणाऱ्या वीराप्रमाणें शोक करूं लागला. तो म्हणाला, " जे दिव्यज्ञानी आहेत त्यांना देखील कालगति समजण्यास कठीण आहे ! पहा—शत्रूंचा पाडाव झाल्यावरही त्यांची आतां सरशी झाली व आमचा जय झाल्यावरही आतां हा आमचा मोड झाला ! भाऊबंद, इष्टमित्र, बाप, आजे, मुलगे, नातू, बांधव व मंत्रिजन या सर्वांना जिंकून शेवटीं आमचाच पाडाव झाला ! जेथें अनर्थ दिसत होता, तेथें उत्कृष्ट कार्यभाग साधलेला दिसत आहे; आणि जेथें उत्कृष्ट कार्यभाग साधलेला वरवर दिसला, तेथें शेवटीं पहातां अनर्थ ! यशालाच परिणामीं अपयशाचें रूप आलें, तेव्हां हा जय कशाचा ? पराजय ! जय मिळविल्यानंतर विपत्तींत पडलेल्या मूर्खांप्रमाणें जर पश्चात्ताप करण्याचा प्रसंग येतो, आणि शत्रूंकडून शेवटीं अधिकच पाडाव होतो, तर तो विजय कसा मानावा ? आह्मीं सावध राहून, विजयी म्हणविणाऱ्यांनाही ज्यांच्याकरितां जिंकून टाकिलें, व इष्टमित्रांचाही वध होऊं दिला, आणि अशा रीतीनें पातक शिरावर घेऊन विजय संपादिला, व जे कर्णासारख्या चवताळलेल्या सिंहाचे हातून सुटले, तेच आमच्या बेसावधपणामुळें आतां मारले गेले ! तो कर्ण खरोखर सिंहासारखाच होता. कारण, त्याचे चित्रविचित्र बाण हे दंष्ट्रांप्रमाणें होते, त्याची तरवार जिव्हेप्रमाणें होती, त्याचें धनुष्य पसरलेल्या जबड्याप्रमाणें होतें, त्याच्या धनुष्याचा टणत्कार गर्जनेसारखा होता आणि त्याचें तें समरांगणांतील एकंदर स्वरूप सिंहाप्रमाणें भयंकर होतें ! मोठमोठे रथ हेच ज्या ठिकाणीं डोह, बाणांच्या वृष्टि ह्याच ज्या ठिकाणीं लाटा, घोडे व इतर वाहनें हींच ज्या ठिकाणीं रत्नें, भाले, बर्च्या वगैरे आयुधें हेच ज्या ठिकाणीं मासे, हत्ती हे ज्या ठिकाणीं मगर, धनुष्यें हीं ज्या ठिकाणीं भोंवरे, बाण हाच ज्या ठिकाणीं फेंस, युद्धप्रसंग हाच ज्या ठिकाणीं चंद्रोदय, आणि धनुष्यांचा

टणत्कार हाच ज्या ठिकाणीं घोष, असा द्रोणाचार्यस्वरूपी समुद्र नानाविध-शस्त्ररूपी नौकांनीं जे तरून गेले, तेच आमच्या बेसावधपणामुळें कसे मारले गेले हो! या जगांत माणसांचें मरण बेफिकीरपणांत जसें असतें तसें दुसऱ्या कशांतही नसतें; कारण, बेफिकीर असणाऱ्या माणसाला चोहोंकडून सुयोग सोडून जातात, आणि त्याच्यावर अनर्थ येऊन कोसळतात! अहो, उत्कृष्ट अशा उंच उभारलेल्या ध्वजाचें अग्र हा जेथें धुराचा लोट, विविध बाण ह्या जेथें ज्वाला, रागाचा आवेश हा जेथें सोसाट्याचा वारा, धनुष्याचा टणत्कार हा जेथें फडफड शब्द, आणि कवच व नाना-प्रकारचीं शस्त्रें ही ज्या ठिकाणीं आहुति असा भीष्मस्वरूपी दावानल–जो प्रचंड–सैन्यस्वरूपी अरण्यांत भडकला होता, तो ज्यांनीं सहन केला, ते राजपुत्र आमच्या प्रमादामुळें कीं हो मारले गेले! जो पुरुष मत्त झाला, त्याच्या हातून विद्या साधणार नाहीं, तपश्चर्या साधणार नाहीं, लक्ष्मी साधणार नाहीं, किंवा विपुल कीर्ति जोडणें होणार नाहीं! पहा, सावध राहून सर्व शत्रूंना मारून टाकून इंद्र कसा सुख भोगीत आहे तो! पण इंद्रासारखे शूर शूर राजपुत्र केवळ बेपरवाईनें सरसकट मारले गेले कीं हो! ऐश्वर्यसंपन्न वैश्य लोक ज्याप्रमाणें समुद्र तरून जाऊन त्या घमेंडी-मध्यें लहानशा एखाद्या नदीमध्यें बुडून नष्ट व्हावे त्याप्रमाणेंच ही अवस्था झाली! ते झोंपेंत असतां ज्या अर्थी त्यांना त्या क्रूर निर्दय लोकांनीं मारून टाकिलें, त्या अर्थीं ते स्वर्गलोकीं गेले यांत शंका नाहीं! परंतु ही साध्वी द्रौपदी आज ह्या शोकसमुद्रामध्यें न डगमगतां कशी प्रवेश करील हेंच मनांत येऊन मला फार दुःख होत आहे! तिचा वृद्ध पिता, हे तिचे भाऊ आणि तिचे मुलगे ह्या सर्वांचा वध झाल्याचा वृत्तांत ऐकून ती खचित मूर्च्छा येऊन पडेल आणि पुढें शोकानें झिजून झिजून अगदीं कृश होईल! हा शोक सहन करून त्यांतून ती पार न पडली तर तिला सुखोपभोगांचें नांव कशाला! पुत्रशोकानें व भ्रातृशोकानें ती पिळून निघेल, आणि शोकाग्नि जळत राहून त्यानें ती पोळून जाईल!"

राजा, याप्रमाणें त्या कुरुकुलनायक धर्म-राजानें विह्वल होऊन विलाप केला आणि मग तो नकुलाला म्हणाला, "जा आणि त्या बिचाऱ्या द्रौपदीला व तिच्या मातृपक्षाकडील माणसांना येथें घेऊन ये!" राजा, त्या साक्षात् धर्म-स्वरूपी राजाचें तें भाषण नकुलानें मर्यादेनें शिरसा वंद्य करून, द्रौपदीच्या महालांत द्रौपदी व द्रुपदाच्या राण्या होत्या तिकडे तो रथांत बसून गेला. याप्रमाणें नकुलाला द्रौपदीस आणण्याकरितां पाठवून शोकानें विह्वल झालेला धर्मराज हा मित्रमंडळीसह मुलगे जेथें युद्धांत पडले होते आणि भोंवतीं राक्षसपिशाच्चा-दिकांचा घोळका जमलेला होता तेथें रोदन करीत करीत गेला! नंतर त्या अमंगळ व भयं-कर स्थलीं प्रवेश करून पुत्र, मित्र, इष्ट, बांधव वगैरे सर्व भूमीवर पडलेले त्यानें पाहिले! त्यांचीं अंगें रक्तानें चिंब झालेलीं होतीं, हात-पाय छिन्नविच्छिन्न झाले होते, आणि त्यांच्या मस्तकांवर प्रहार झालेले होते. तशा स्थितींत त्यांना पहातांच त्याला अतिशय दुःख दाटून आलें; आणि तो महाधर्मात्मा युधिष्ठिर परि-वारासहवर्तमान आक्रोश करूं लागला व देह-भान सुटून जमिनीवर पडला!

अध्याय अकरावा.

—:०:—

भीमाचें मणिहरणार्थ गमन.

वैशंपायन सांगतातः—जनमेजया, युद्धांत

पुत्रपौत्र, इष्टमित्र सर्व मरून पडलेले पाहून तो राजा दु:खानें तळमळूं लागला. पुत्रपौत्रांची, बांधवांची व स्वजनांची मागची आठवण काढून तो महात्मा अतिशय विलाप करूं लागला. त्याचे डोळे अश्रूंनीं भरून आले, अंग थरथर कांपूं लागलें आणि देहभानही नाहींसें झालें. तेव्हां मित्रमंडळी सचिंत होऊन त्याचें समाधान करूं लागली. इतक्यांत नकुल हा देदीप्यमान रथांत बसून दु:खित द्रौपदीला बरोबर घेऊन आला. तो घोर अनर्थ ऐकून आधींच द्रौपदी व्याकूळ झाली होती. त्यांतून आतां सर्व मुलांचा नाश झालेला प्रत्यक्ष पाहून ती अत्यंत विह्वल झाली; आणि सोसाट्याचा वारा लागून केळ थरथर कांपावी त्याप्रमाणें कांपत कांपत शोकानें दीन होऊन तिनें धर्मराजाजवळ येऊन धाडकन् भुईवर अंग टाकलें ! राजा, शोकानें व्याप्त झालेलें त्या कमलाक्षी द्रौपदीचें मुख एकाएकीं राहूनें ग्रासून टाकलेल्या चंद्राप्रमाणें दिसूं लागलें ! मग ती मूर्च्छित पाहातांच भीमानें लगबगीनें एकदम उठून हातांनीं तिला सावरून धरलें. मग भीमसेनानें आश्वासन दिल्यावर ती साध्वी रडत रडत त्याला ह्मणाली, " फार चांगली गोष्ट झाली, कीं क्षत्रियधर्माला अनुसरून आपले मुलगे मृत्युमुखीं देऊन आतां हें हातीं आलेलें पृथ्वीचें संपूर्ण राज्य आपण भोगीत रहाल ! फार सुदैवाची गोष्ट आहे कीं, आपण सुखरूप राहून आपल्याला पृथ्वीचें राज्य व गजान्त लक्ष्मी मिळाली ! आणि आतां सुभद्रेचा तनय अभिमन्यु याची आठवणही होणार नाहीं ! क्षत्रियधर्माप्रमाणें ते आपले शूर पुत्र धारातीर्थी पडलेले ऐकून असल्या प्रसंगांतही आपण माझ्यासहवर्तमान सुखानें त्या मुलांची कधीं आठवण न काढतां रहाल ही फार आनंदाची गोष्ट आहे !

"अहो प्राणनाथ, त्या चांडाळ अश्वत्थाम्यानें झोंपेंत आमचेकडील लोकांचा वध केलेला ऐकून, अग्नि ज्याप्रमाणें आपल्या आश्रयाला जाळतो त्याप्रमाणें हा शोक मला जाळीत आहे ! तर युद्धांत पराक्रम करून त्या दुष्ट अश्वत्थाम्याचा आणि त्याच्या अनुयायांचा प्राण जर आपण आजच न घ्याल आणि अश्वत्थाम्याला त्याच्या पापकर्माचें फळ न द्याल, तर कांहीं न खातांपितां मी ही अशी बसून राहून प्राण सोडीन, हें पक्कें समजा ! "

जनमेजया, इतकें बोलून द्रौपदी माउली धर्मराजापुढें येऊन बसली ! ती आपली पट्टराणी तशी हट्टानें पुढें येऊन बसलेली पाहून तो धर्मात्मा युधिष्ठिर तिला म्हणतो, " हे कल्याणि, तुला धर्म सर्व अवगतच आहे आणि हे तुझे पुत्र व भ्राते यांना क्षत्रियधर्माला साजे असेंच मरण आलेलें आहे, म्हणून त्यांच्याबद्दल तूं शोक करूं नये. सुंदरी, तो अश्वत्थामा येथून दूर एखाद्या निबिड अरण्यामध्यें निघून गेला असेल; तर आतां युद्धांत त्याचा वध झालेला तुझ्या कानांवर येणें कसें बरें शक्य होईल ! "

द्रौपदी ह्मणते:—अश्वत्थाम्याच्या मस्तकांत जन्मापासून एक मणि आहे असें मीं ऐकलें आहे, तर त्या चांडाळाला युद्धांत मारून तो मणि तुमच्या मस्तकावर जर मी पाहीन, तरच मी प्राण ठेवीन असा माझा निश्चय आहे !

राजा, धर्मराजाला इतकें सांगून सुंदरी द्रौपदी भीमसेनाजवळ आली आणि काकुळतीस येऊन त्याला ह्मणाली, " अहो भीमसेन, आपल्या क्षत्रियधर्माला जागून या वेळीं माझें रक्षण करा ! इंद्रानें शंबरासुराला मारलें त्याप्रमाणें त्या पापी चांडाळाला मारून टाका ! तुमच्यासारखा पराक्रमी पुरुष दुसरा कोणी नाहीं अशी त्रैलोक्यांत ख्याती आहे. वारणावतांत सर्वच पांडवांवर मोठें संकट आलें त्या वेळीं तुमच्याच

आश्रयानें त्यांची त्यांतून सुटका झाली; हिडिंब राक्षसाची गांठ पडली तेव्हां तुह्मी निद्रानीला उपयोगी पडलां! त्याचप्रमाणें इंद्रानें जसें पौलोमीला संकटांतून सोडविलें, तसेंच विराट नगरीं कीचकानें मला अतिशय छळलें तेव्हां तुह्मीं मला सोडविलें. हीं जशीं एकापेक्षां एक कामें पूर्वीं तुह्मीं केलीं, तसाच आतांही या घातकी अश्वत्थाम्याचा वध करून तुह्मी कृतकृत्य व्हा!"

राजा, याप्रमाणें तिचे नानाप्रकारचे विलाप ऐकून त्या बलिष्ठ भीमसेनाला संतापाचा आवेश आवरेना. मग आपल्या सुवर्णमय दिव्य रथावर चढून, सुंदर धनुष्य, बाण वगैरे सामग्री घेऊन, नकुलाला सारथि करून, अश्वत्थाम्याचा वध करण्याच्या निर्धारानें बाण जोडून व प्रत्यंचा ओढून त्यानें जलद घोडे हांकले! ते वाऱ्यासारखे चपळ घोडे निघाले ते वेगानें भरधाव चालले. अशा रीतीनें तो शूर पुरुष आपल्या छावणींतून रथ घेऊन तर निघून गेला!

अध्याय बारावा.

—:०:—

अश्वत्थाम्याचा एक अविचार!

वैशंपायन सांगतातः—तो निघून गेल्यावर यदुकुलश्रेष्ठ राजीवाक्ष श्रीकृष्ण कुंतीपुत्र युधिष्ठिराला म्हणाला, "युधिष्ठिरा, पुत्रशोकानें व्याकूळ झालेला तुझा भाऊ भीमसेन संग्रामांत अश्वत्थाम्याचा वध करावा या इराद्यानें एकटाच निघून जात आहे. राजा, सर्व भ्रातृवर्गांत हा भीमच तुला विशेष प्रिय असें असून, तो आज अशा संकटांत सांपडला असतां तूं त्याचे संरक्षणाचा प्रयत्न करीत नाहींस हें काय? अरे, वीरश्रेष्ठ द्रोणानें आपल्या मुलाला जें ब्रह्मशिर नांवाचें अस्त्र शिकवून ठेविलें आहे, तें संपूर्ण भूलोकाला जाळून टाकील इतकें उग्र आहे! तेंच अस्त्र त्या महाधनुर्धारी महात्म्या द्रोणगुरूनें प्रसन्न होऊन अर्जुनालाही देऊन ठेविलें आहे! राजा, एकदां त्या द्रोणपुत्रानें एकांतीं आपल्या बापाजवळ उतावीळपणानें तें अस्त्र मागितलें. परंतु द्रोणाचार्याला आपल्या मुलाचा निर्दयपणा व अविचारीपणा ठाऊक होता; म्हणून त्याचें मागणें फारसें न आवडून त्या युक्तायुक्तविचार पाहाणाऱ्या द्रोणानें मुलाला नीट बजावून असें सांगितलें कीं, 'बाबारे, युद्धांत आणीबाणीचा प्रसंग जरी आला तरी तूं या अस्त्राचा प्रयोग करूं नको. आणि त्यांत विशेषेंकरून माणसांवर तें अस्त्र कधींच सोडूं नको!' इतकें सांगून तो आणखी पुढें मुलाला म्हणाला, 'तूं चांगल्या मार्गानें चालणार नाहींस!' युधिष्ठिरा, तें बापाचें कडू लागणारें बोलणें ऐकून त्या दुष्ट अश्वत्थाम्याची आपले हातून कोणतेंही सत्कार्य होण्यासंबंधानें निराशा होऊन तो उदासपणानें पृथ्वीवर भटकूं लागला. तेव्हां, हे कुरुश्रेष्ठा, तूं वनांत रहात असतां तो द्वारकेंत येऊन यादवांमध्यें पूज्य होऊन राहिला. याप्रमाणें समुद्रकिनाऱ्यावर द्वारावतीचे तीरीं रहात असतां एकदां एकांतीं मला गांठून तो हंसत हंसत म्हणाला, 'कृष्णा, उग्र तपश्चर्या करून माझ्या पराक्रमी पित्याला अगस्त्यापासून जें ब्रह्मशिर नांवाचें देवगंधर्वांनाही पूज्य असें अस्त्र मिळालें, तें जसें त्या भारतांच्या आचार्याजवळ सिद्ध आहे तसेंच माझ्याजवळही सिद्ध आहे. तर, हे यदुकुलश्रेष्ठ, तें अस्त्र माझ्यापासून घेऊन त्याच्या मोबदला रणांत शत्रूंचा संहार करणारें तुझें सुदर्शन चक्र मला दे.' धर्मराजा, याप्रमाणें तो हात जोडून माझ्यापाशीं माझें अस्त्र हरप्रयत्न करून मागूं लागला; तेव्हां मींही न रागावतां संतोषानें त्याला म्हटलें, 'देव, दैत्य, गंधर्व, मानव,

पक्षी व सर्प सर्व एकत्र जरी केले, तरी त्यांच्यानें माझ्या पराक्रमाची बरोबरी शंभराव्या हिश्शानें देखील होणार नाहीं. तेव्हां, हें माझें धनुष्य आहे, ही शक्ति आहे, हें चक्र आहे, ही गदा आहे; ह्यांपैकीं माझ्यापासून तुला जें जें हवें असेल तें तें मी तुला देतों. यांतून जें तुला पेलतां येईल व रणांत शत्रूवर चालवितां येईल तें खुशाल घे; शिवाय, तूं मला आपलें अस्त्र देऊं करीत आहेस तेंही मला नको!'

"युधिष्ठिरा, त्या स्वारीनें माझ्याशींच स्पर्धा धरून पुढें ठेविलेल्या त्या शस्त्रास्त्रांतून तें सुंदर, सहस्रार, वज्रनाभ चक्र मागितलें. तेव्हां 'बरें तर घे!' असें मीं म्हटलें असतां एकदम त्या चक्रावर झडप घालून त्यानें डाव्या हातांत तें धरलें; परंतु त्याला तें जाग्यावरून नुसतें हलेना देखील! तेव्हां तो त्याला उजवा हात लावून व आपलें सर्व बळ खर्चून उचलूं लागला, तरीही तें हलेना, मग पेलतें कशाचें? तेव्हां खटपट करून करून शेवटीं थकून हिरमुसला होऊन तो माघारा वळला! याप्रमाणें तो अश्वत्थामा तो नादच सोडून देऊन व खट्टू होऊन अस्वस्थपणें बसला, तेव्हां त्याला मींच हाक मारून म्हटलें, 'अरे, जो अर्जुन मानवांमध्यें परमावधीच्या योग्यतेला जाऊन पोहोंचला आहे; ज्याच्याजवळ गांडीवासारखें धनुष्य; ज्याच्याजवळ विख्यात श्वेतवर्णाचे अश्व; ज्याच्या निशाणावर प्रत्यक्ष मारुतीचा निरंतर वास; ज्यानें देवाधिदेव जो उमापति शंकर त्यालाही साक्षात् युद्धामध्यें पुरे पुरे करून प्रसन्न केलें; ज्याहून भूलोकीं मला अधिक प्रिय वाटणारा माणूस दुसरा नाहींच; ज्यानें मागितलें असतां मी देणार नाहीं अशी वस्तुच नाहीं,—प्रत्यक्ष बायकामुलें देखील मी ज्याला देईन, तो माझा परम मित्र पुण्यशाली अर्जुन यानें सुद्धां तूं आतां माझ्याजवळ केलेंस असें भाषण कधीं केलें नव्हतें! त्याचप्रमाणें, अरे, बारा वर्षें घोर ब्रह्मचर्यव्रत पाळून हिमाचलावर राहून तपोबलानें जो पुत्र मीं संपादिला व जो माझ्याचप्रमाणें व्रतस्थ राहिलेल्या रुक्मिणीचे उदरीं जन्माला आला, तो माझा तेजस्वी पुत्र प्रद्युम्न यानेंही हें माझें दिव्य आणि अप्रतिम चक्र कधींही मागितलें नव्हतें; तें, मूर्खा, तूं आज मागितलेंस! आतां तूं केलेलें मागणें यापूर्वीं माझ्यापाशीं बलशाली बलरामानेंही केलें नाहीं; किंवा गद यादवानेंही केलें नाहीं; अथवा सांब नामक यादवानें केलें नाहीं; अगर वृष्णि, अंधक वगैरे द्वारकेंतील जे मोठमोठे महारथी योद्धे त्यांपैकीं देखील कोणींही माझ्याजवळ असलें मागणें केलें नाहीं! बा वीरश्रेष्ठा, सर्व भारतांचा गुरु द्रोणाचार्य त्याचा तूं मुलगा, तुलाही सर्व यादव फार मानतात; असें असतां, हें चक्र घेऊन तूं कोणाशीं युद्ध करूं पहातोस?'

"राजा, हें माझें भाषण ऐकून अश्वत्थामा यानें उत्तर दिलें, 'कृष्णा, तुझी पूजा करून तुझ्याचबरोबर पाहिजे असल्यास मी युद्ध करीन. प्रभो, मी अगदीं खरें सांगतों कीं, देवांना काय किंवा दैत्यांना काय, फार पूज्य वाटणारें तुझें हें चक्र मीं जें मागितलें, तें मीं सर्वत्र अजिंक्य व्हावें म्हणून मागितलें. आतां, केशवा, दुर्मीळ अशी वस्तु मीं मागितली व ती मला मिळाली नाहीं, तेव्हां आलों तसा मी परत जातों! परंतु, गोविंदा, आतां तरी माझ्याशीं नीट बोल. तुझ्याशीं स्पर्धा करणारा कोणी शत्रुच नाहीं असा तूं वीरश्रेष्ठ आहेस आणि तूं धारण केलेलें हें सर्व भयंकर अस्त्रांमध्यें भयंकर असें चक्र या भूतलावर दुसऱ्या कोणालाही मिळण्यासारखें नाहीं.' इतकें माझ्याशीं बोलून गेल्यावर अश्वत्थाम्यानें चांगले चांगले रथाला जोडण्या-

सारखे घोडे, पुष्कळ द्रव्य व नानाप्रकारचीं रत्नें बरोबर घेऊन गमन केलें. तो कालेंकरून पुनः येऊन पोहोंचला आहे. तो फार अविचारी आहे, दुष्ट आहे, खोडसाळ आहे, निर्दय आहे व त्याला ब्रह्मशिर अस्त्र चांगलें अवगत आहे. म्हणून त्यापासून भीमाचें रक्षण करणें अवश्य आहे!"

अध्याय तेरावा.

--:०:--

अश्वत्थामकृत अस्त्रप्रयोग.

वैशंपायन सांगतातः—इतकें बोलून तो सर्व यादवांना संतोष देणारा वीरनायक श्रीकृष्ण संपूर्ण उत्कृष्ट आयुधांनीं सज्ज केलेल्या अशा आपल्या उत्तम रथावर आरूढ झाला, त्या रथाला सुवर्णाच्या माळांनीं शृंगारलेले कांबोज देशचे निवडक घोडे जोडलेले असून, उदय-कालच्या रवीप्रमाणें देदीप्यमान दिसणाऱ्या त्या रथाच्या जुंवाची उजवी बाजू शैब्यानें व डावी बाजू सुग्रीवानें संभाळली होती; आणि त्यांच्या मागें अनुक्रमें मेघपुष्प व बलाहक हे होते. रथाच्या शिरोभागीं विश्वकर्म्यानें तयार केलेला व रत्नादिकांनीं मढविलेला दिव्य ध्वज उंच फडकत होता. त्या ध्वजावर तेजःपुंज असा साक्षात् सर्पांचा शत्रु जो गरुड तो उभा असलेला दिसत होता. अशा त्या रथावर सर्व धनुर्धारी योद्ध्यांचा अग्रणी श्रीकृष्ण हा चढून बसला; आणि अर्जुन व कुरूंचा राजा सत्यशील धर्म हे उभयतां महात्मे श्रीकृष्णाच्या दोन बाजूंला विराजमान झाले. त्या वेळीं, जनमेजया, शार्ङ्ग धनुष्य धारण करणारा इंद्र आपल्या रथावर बसला असतां त्याच्या पार्श्वभागीं आश्विनकुमार बसलेले जसे शोभतात, तसे ते शोभले. अशा रीतीनें आपल्या लोकमान्य रथावर त्या दोघांना आपल्या शेजारीं बसवून घेतल्यावर श्रीकृष्णानें चाबूक हातीं घेऊन ते वेगानें धावणारे उत्कृष्ट घोडे हांकले. तेव्हां ते दोन पांडव व यादवश्रेष्ठ श्रीकृष्ण हे त्रिवर्ग ज्यांत बसले आहेत असा तो रथ घेऊन ते घोडे एकदम भरधाव सुटले; आणि याप्रमाणें त्या शार्ङ्गधर श्रीकृष्णाला घेऊन जेव्हां ते घोडे भरधाव चालले, तेव्हां अनेक पक्षी उडत असल्याप्रमाणें मोठा शब्द होऊं लागला. हे भरतश्रेष्ठा, मग ते तिघे वीरश्रेष्ठ उग्र धनुष्य धारण करणाऱ्या भीमसेनाच्या मागोमाग जातां जातां एका क्षणांत त्याला गांठीत आले; परंतु त्यांनीं त्याला गांठलें तरीही संतापाच्या आवेशानें शत्रूचा पाठलाग करणाऱ्या त्या भीमसेनाला त्या महावीरांच्यानें आवरून धरवेना! हे तिघे युद्धविशारद वीर पहात असतांही त्यांना न जुमानतां, ज्या ठिकाणीं महात्म्या पांडवांच्या पुत्रांचा वध करणारा अश्वत्थामा असल्याची वार्ता समजली होती त्या भागीरथीतीराकडे तो भीमसेन घोडे वेगानें हाकीत तसाच चालला! मग भागीरथीतीरीं ऋषींसहवर्तमान बसलेले महात्मे भगवान् कृष्ण द्वैपायन व्यास त्याच्या दृष्टीस पडले; व तेथेंच शेजारीं तो क्रूर कर्म करणारा अश्वत्थामा तुपानें माखलेला, दर्भवस्त्र धारण केलेला व धुळीनें भरलेला असा बसलेला दिसला! तेव्हां लगेच भीमसेन धनुष्यबाण घेऊन त्याच्या अंगावर धावला आणि "अरे थांब थांब!" असें ओरडून म्हणाला! तेव्हां, राजा, हातीं उग्र धनुष्य घेऊन येत असलेल्या त्या भिमाला पाहून व त्याच्या पाठीमागें श्रीकृष्णाच्या रथावर बसलेले त्याचे दोन भाऊ पाहून अश्वत्थामा भयभीत झाला; आणि आतां मात्र आपल्या प्राणावर प्रसंग येऊन गुदरला असें त्याला वाटलें! मग न डगमगतां धैर्य धरून त्यानें आपल्या दिव्य व श्रेष्ठ अस्त्राचें स्मरण केलें;

आणि उजव्या हातानें दर्भाची एक लांब काडी घेऊन त्या बिकट प्रसंगीं तें अस्त्र सोडलें! हे पांडव शूर आहेत, त्यांच्याजवळ दिव्य आयुधें आहेत, वगैरे कांहीं विचार त्यानें मनांत आणिला नाहीं; व अस्त्र सोडते वेळीं " अस्त्रा, जा, पांडवांचा निःपात कर! " असे शब्द रागाच्या आवेशानें उच्चारले. अशा रीतीनें त्या महाप्रतापी द्रोणपुत्रानें सर्व लोकांना मोहून टाकण्याकरितां अस्त्र सोडलें. त्या वेळीं त्या अस्त्रमंत्रित काडींतून जो अग्नि उत्पन्न झाला तो प्रलय करणाऱ्या कृतांताप्रमाणें संपूर्ण लोक जाळून टाकील कीं काय असें वाटलें!

अध्याय चौदावा.

—:०:—

अर्जुनकृत अस्त्रप्रयोग.

वैशंपायन सांगतातः—राजा, आजानुबाहु श्रीकृष्ण यानें तो अश्वत्थाम्याचा विचार अगोदरच धोरणानें ओळखिला व अर्जुनाला म्हटलें " अर्जुना, ए अर्जुना, द्रोणाचार्यांनीं तुला दिलेलें जें दिव्य अस्त्र तुजजवळ आहे, तें सोडण्याची ही वेळ आहे. म्हणून, हे भरतकुलश्रेष्ठा, आपल्या व आपल्या भावांच्या रक्षणाकरितां, शत्रूकडील कसल्याही अस्त्राचें निवारण करणारें तें तुझें अस्त्र या युद्धप्रसंगीं सोड."

जनमेजया, हें श्रीकृष्णाचें भाषण ऐकल्यावर शत्रूंना त्राहि त्राहि करून सोडणारा तो अर्जुन धनुष्यबाण घेऊन सत्वर रथांतून उतरला; आणि ' कल्याण असो! ' असे शब्द प्रथम अश्वत्थाम्याला उद्देशून व नंतर आपल्याला व आपल्या भावांना उद्देशून त्यानें उच्चारले आणि देवतांना व सर्व वडील माणसांना नमस्कार करून तें अस्त्र सोडलें. सोडते वेळीं त्यानें ' या अस्त्रानें शत्रूच्या अस्त्राचा परिहार होवो! ' असें शुभ मनांत चिंतिलें. मग अर्जुनानें एकदम सोडलेलें तें अस्त्र प्रज्वलित झालें व भयंकर जाळ होऊन तें प्रलयकालच्या अग्नीप्रमाणें दिसूं लागलें. त्याचप्रमाणें अश्वत्थाम्याचेंही अस्त्र पेटून भयंकर बंबाळ होऊन जिकडे तिकडे ज्वाळा दिसूं लागल्या; अतिशय निर्घात होऊन हजारों उल्का पतन पावल्या; सर्व प्राणी भयानें गर्भगळीत होऊन गेले; आकाश आगीच्या लोळांनीं व्यापून जाऊन शब्दमय होऊन गेलें; आणि पर्वत, अरण्यें व झाडें यांसहवर्तमान पृथ्वी थरथर कांपूं लागली! याप्रमाणें तीं दोन्ही पेटलेलीं अस्त्रें लोकांना जाळीत राहिलीं, तेव्हां सर्वभूतात्मा नारद मुनि व भारतांचा पितामह व्यास मुनि या दोन्ही महर्षींनीं त्या ठिकाणीं बरोबर येऊन तें अवलोकन केलें; आणि प्राणिमात्राची दया करणारे व महाज्ञानी असे ते उभयतां तेजस्वी मुनि अश्वत्थामा व अर्जुन या दोन्ही वीरांना शांत करण्याकरितां त्या पेटलेल्या अस्त्रांच्या मध्यें उभे राहिले. राजा, प्रज्वलित अग्नीप्रमाणें तेजस्वी अशा त्या मुनींना कशापासून भय असणार? तेव्हां ते त्या दोन अस्त्रांच्या मध्यदेशीं तसेच उभे राहिले! देव आणि दानव हे उभयतां ज्यांना पूज्य मानतात, त्यांच्यापुढें कोणाचें काय चालणार? त्यांचा हेतु हा होता कीं, दोन्ही अस्त्रांचें शमन करून प्राण्यांचें रक्षण करावें. नंतर ते ऋषि म्हणाले, " पूर्वीं शस्त्रास्त्रविद्येंत महाप्रवीण असे महारथी होऊन गेले, पण असें अस्त्र माणसांमध्यें त्यांनीं केव्हांही सोडलें नाहीं! परंतु, वीरांनो, तुम्हीं हें काय घोर साहस करून ठेविलें आहे? "

अध्याय पंधरावा.

—:०:—

अर्जुनकृत अस्त्रोपसंहार.

वैशंपायन सांगतातः—हे पुरुषव्याघ्रा, त्या अग्नीसारख्या तेजस्वी मुनींना पाहातांच अर्जु-

नानें लगबगीनें आपलें दिव्य अस्त्र माघारें घेतलें. नंतर हात जोडून तो त्या ऋषींस म्हणाला, " या अस्त्रानें शत्रूच्य। अस्त्राचें शमन व्हावें म्हणून मीं तें सोडलें होतें व आतां हें आवरून घेतलें! तर हा पापाला न भिणारा अश्वत्थामा खास आम्हां सर्वांना आपल्या अस्त्राच्या तेजानें जाळून टाकील. तेव्हां अशा स्थितींत जेणेंकरून आमचें व सर्व लोकांचें सर्व प्रकारें रक्षण होईल अशी आज्ञा आपणच उभयतांनीं करावी. कारण, आपण देवांप्रमाणें सर्वांस वंद्य आहां." इतकें बोलून अर्जुनानें पुनः आपल्या अस्त्राचा उपसंहार केला. युद्धामध्यें अशा रीतीनें अस्त्राचा उपसंहार करणें हे देवादिकांनाही साधण्यासारखें नाहीं. तसलें उग्र अस्त्र एकदां रणामध्यें सोडल्यावर तें माघारें घेण्याला एका अर्जुनावांचून दुसऱ्या कोणामध्यें सामर्थ्यच नाहीं,—प्रत्यक्ष इंद्रामध्यें देखील नाहीं! ब्रह्मदेवाच्या तेजापासून त्या अस्त्राची उत्पत्ति; तेव्हां तें अस्त्र जर कोणी अविचारानें सोडलें, तर तें माघारें घेणें कडकडीत ब्रह्मचारी असेल त्यावांचून इतरांना शक्यच नाहीं. ब्रह्मचर्यव्रत बरोबर रीतीनें न पाळतां जर कोणीं तें अस्त्र सोडलें व पुनः तो तें माघारें काढून घेऊं लागला, तर तें अस्त्र त्याचें व त्याच्या परिवाराचें मस्तकच छेदून टाकील! ब्रह्मचर्य न ढळूं देतां कडकडीत व्रत पाळीत असून मोठ्या संकटाच्या समयीं सुद्धां अर्जुनानें तें अस्त्र कधीं सोडलें नव्हतें. असा तो अर्जुन सत्य व ब्रह्मचर्य पाळणारा, शूर व गुरूची आज्ञा शिरसा वंद्य करणारा असल्यामुळेंच पुनः तें अस्त्र त्याला माघारें काढून घेतां आलें. समोर येऊन उभे राहिलेल्या त्या उभयतां मुनींना अश्वत्थाम्यानेंही पाहिलें, परंतु आपण सोडलेलें घोर अस्त्र आपल्या सामर्थ्यानें माघारें काढून घेण्याचें त्याच्या हातून होईना. रणांत तें उग्र अस्त्र परत घेतां येईना; तेव्हां, राजा, तो अश्वत्थामा निराश होऊन व्यास मुनींस म्हणाला, " मुनिवर्य, भीमसेनाचें भय वाटून परमावधीच्या संकटांतच आपल्या प्राणाचें रक्षण करण्याच्या हेतूनें मीं हें अस्त्र सोडलें; आणि आपणच पहा कीं, युद्धामध्यें भीमसेनानें कपटाचरण करून दुर्योधनाचा वध केला हा मोठाच अधर्म त्याचे हातून घडला आहे! म्हणूनच मीं हें अस्त्र परिणामाचाही विचार न करितां सोडलें आहे. तें आतां पुनः माघारें घेण्याचें माझ्या हातून होणार नाहीं. अग्नीसारखें प्रखर व दुर्मीळ असें हें दिव्य अस्त्र 'पांडवांप्रीत्यर्थ याची योजना' असें मंत्रून मीं सोडलें आहे. तर पांडवांच्या वधाच्या उद्देशानें सोडलेलें हें अस्त्र आज सर्व पांडवांचा प्राण घेतल्यावांचून राहाणार नाहीं. रागाच्या आवेशामध्यें पांडवांचा अंत व्हावा असा हेतु धरून मीं हें अस्त्र रणामध्यें सोडण्याचें पातक केलें आहे!"

व्यास मुनि म्हणतात:- बाबारे, धनुर्विद्येंत पंडित असा जो अर्जुन, त्यानें ब्रह्मशिर अस्त्र सोडलें तें रागाच्या आवेशानें सोडलें नाहीं, किंवा युद्धांत तुझा नाश व्हावा म्हणून सोडलें नाहीं; तर त्या अस्त्रानें तुझ्या अस्त्राचें रणांगणीं शमन व्हावें असा उद्देश धरून त्यानें तें अस्त्र सोडलें व पुनः माघारेंही घेतलें. असलें ब्रह्मास्त्र तुझ्या पित्याच्या उपदेशानें मिळालें असूनही या थोर अर्जुनानें आपला क्षत्रियधर्म सोडला नाहीं. सर्व अस्त्रविद्या अवगत असून मनाची समता न ढळूं देणारा असा सज्जन हा अर्जुन आहे; असें असून त्याच्या भावांसहवर्तमान त्याचा अंत करावा अशी इच्छा तूं मनांत कां वागवितोस? ज्या ठिकाणीं ब्रह्मास्त्राचा ब्रह्मास्त्रानेंच परिहार होतो, त्या ठिकाणीं बारा वर्षेंपर्यंत पर्जन्यदेवता वृष्टि करीत नाहीं; म्हणून, व

अर्जुनामध्यें सामर्थ्य असूनही तो महात्मा प्रजेचें कल्याण करण्याकरितां तुझ्या अस्त्राचा पाडाव करीत नाहीं. पांडव, तूं व संपूर्ण राष्ट्र या सर्वांचें रक्षण होणें इष्ट आहे, म्हणून, भल्या गृहस्था, हें दिव्य अस्त्र तूं माघारें घे. तुझाही राग शांत होवो व पांडवही सुखरूप असोत. राजर्षि अर्जुन हा अधर्मानें तुला जिंकूं इच्छीत नाहीं. तुझ्या मस्तकीं जो मणि आहे तोही आज पांडवांच्या स्वाधीन कर, म्हणजे तो घेऊन तुला पांडव प्राणदान करतील !

अश्वत्थामा म्हणालाः---पांडवांनीं जीं जीं रत्नें व दुसऱ्या कोणत्याही प्रकारची संपत्ति आजपर्यंत मिळविली असेल, त्या सर्वांहून माझा हा मणि अधिक योग्यतेचा आहे. तो एकदां मस्तकीं धारण केला कीं, शस्त्राचें भय नाहीं, रोगराईचें भय नाहीं, भुकेची चिंता नाहीं, व देवांपासून म्हणा, दैत्यांपासून म्हणा, नागांपासून म्हणा, भीति कसलीही नाहीं; त्याचप्रमाणें राक्षसांची किंवा तस्करांचीही भीति नको. अशा प्रकारचें ज्या मण्याचें सामर्थ्य तो मी कधींही हातावेगळा करणार नाहीं. तथापि, हे महर्षे, आपण जें म्हणतां तें तत्काळ करणें मला प्राप्त आहे. हा मणि आहे व हा मी आहें. परंतु अस्त्रयष्टि मात्र पांडवांच्या गर्भावर जाऊन पडणारच, कारण ती फुकट जाणार नाहीं; व एकदां हातून सुटलेलें हें अस्त्र पुनः माघारें घेण्यास मी असमर्थ आहें. तर त्याची योजना मी गर्भावर करितों. मुनिश्रेष्ठा, आपण सांगितलेलें मी मोडतों असें नाहीं !

व्यास म्हणतातः---बरें तर, तसें कर. मात्र आतां बुद्धि पालटूं देऊं नको. पांडवांच्या गर्भाकडे या अस्त्राची योजना करून तरी स्वस्थ रहा.

वैशंपायन सांगतातः---नंतर तें रणांगणीं सुटलेलें श्रेष्ठ अस्त्र अश्वत्थाम्यानें व्यासमुनींच्या सांगण्यावरून गर्भावर सोडलें !

अध्याय सोळावा.

—:०:—

अश्वत्थाम्याला कृष्णशाप.

वैशंपायन सांगतातः---राजा, त्या पापी अश्वत्थाम्यानें तें अस्त्र सोडलें असें पाहून श्रीकृष्ण आनंदानें अश्वत्थाम्याला म्हणाला, " विराटाची मुलगी-अर्जुनाची सून ही एका वेळीं उपप्लव्यांत असतां एका थोर ब्राह्मणानें तिला म्हटलें आहे कीं, 'कुरुकुलांतले सर्व पुरुष परिक्षीण (नष्ट) होतील अशा समयीं तुला पुत्र होईल व या कारणानें तो गर्भांत असतांना त्याला परिक्षित् ही संज्ञा प्राप्त होईल.' तें त्या सत्पुरुषाचें भाषण खरें होण्याचा हा योग आहे. तेव्हां ह्या पांडवांना पुनः वंशवृद्धि करणारा हा परिक्षित् मुलगा होणारच ! "

राजा, श्रीकृष्णाचे हे शब्द ऐकतांच अश्वत्थामा रागानें लाल होऊन म्हणाला, "केशवा, तूं हें जें पक्षपातानें म्हणत आहेस तें तसें नाहीं. कृष्णा, माझ्या तोंडून निघालेले शब्द खोटे होणार नाहींत. विराटाच्या मुलीच्या ज्या गर्भाचें रक्षण तूं करूं पहात आहेस, त्या गर्भावर मीं मोडलेलें अस्त्र जाऊन पडणार ! "

श्रीकृष्णानें उत्तर दिलें:- हें अस्त्र परमश्रेष्ठ, तेव्हां तें पडलें म्हणजे फुकट तर जाणारच नाहीं; परंतु मूल जें मेलेलें जन्माला येईल तें जिवंत होऊन दीर्घायुषी होईल ! तुला मात्र सर्व ज्ञाते पुरुष दुष्ट व पापी समजतील; आणि हा घोर कर्म करणारा-बालहत्या करणारा आहे असें मानतील. म्हणून तूं या पापकर्माचें फळ भोगीत रहा ! अरे, तीन हजार वर्षें या भूमंडळावर तूं भ्रमण करीत राहाशील. कोणाशीं कधींही तुझें संभाषण देखील न होतां तूं एकटाच निर्जन प्रदेशांत फिरत राहाशील. अरे नीचा, माणसांमध्यें तुझें रहाणें कधीं होणार नाहीं;-निबिड अरण्यांत कोठें

तरी राहून रक्त–पू यांच्या दुर्गंधीनें शरीर व्यापून जाऊन नानाप्रकारचे रोग सोशीत तूं पापी रानोरान हिंडशील ! हा परिक्षित् राजा मात्र मोठा होऊन कृपाचार्यांपासून वेदोपदेश घेऊन संपूर्ण अस्त्रविद्या ग्रहण करील; आणि उत्कृष्ट अस्त्रें सर्व संपादन केल्यावर तो महात्मा क्षत्रियधर्म योग्य रीतीनें पाळीत साठ वर्षेंपर्यंत पृथ्वीचें राज्य करील. तर, अरे दुष्टा, तुझ्या देखत हा सुलक्षणी कुमार कुरुवंशाचा अधिपति होऊन परिक्षित् राजा या नांवानें प्रसिद्ध होईल ! कारण, नीचा, शस्त्राग्नीनें दग्ध झालेल्या ह्या बालकाला मी जिवंत करीनच करीन ! माझी तपश्चर्या खरी असून तिचें सामर्थ्य काय आहे तें तूं पहा !

मग व्यास म्हणाले:—द्रोणपुत्रा, आह्मांलाही न जुमानतां ज्यापेक्षां तूं असें घोर कर्म केलेंस व तूं ब्राह्मण जातीचा असूनही ज्यापेक्षां असलें वर्तन तुझ्या हातून झालें त्यापेक्षां श्रीकृष्णानें जें आतां तुला सांगितलें तें योग्य सांगितलें व त्याचप्रमाणें सर्व घडून येणार आहे ह्यांत तिळमात्र संशय नाहीं. कारण तूं क्षत्रियधर्म स्वीकारिलास !

अश्वत्थामा उत्तर करितो:—मुनिवर्य, आपल्या सहवर्तमान ह्या लोकीं मानवांमध्यें मी वास करीन; आणि अशा रीतीनें भगवान् श्रीकृष्णाची वाणी खरी होऊं द्या म्हणजे झालें !

मणिहरण व द्रौपदीसांत्वन.

वैशंपायन सांगतात:—नंतर महात्म्या पांडवांना तो मणि देऊन टाकून खिन्न होत्साता सर्वांच्या देखत तो अश्वत्थामा वनांत निघून गेला. आतां पांडवांना वैरी कोणी उरला नाहींच, तेव्हां तेही श्रीकृष्णाला, व्यासमुनींना व नारद महामुनींना पुढें करून अश्वत्थाम्याचा तो जन्मादारभ्य अंगावर असलेला मणि बरोबर घेऊन त्वरेनें द्रौपदीकडे धावत निघाले. त्या वेळीं इकडे ती मानी स्त्री जलपानही न करितां प्राणत्याग करण्याच्या निर्धारानें बसली होती !

वैशंपायन पुढें सांगतात:—ते शूर पांडव निघाले ते वाऱ्यासारखे धावणारे उत्कृष्ट घोडे रथाला जोडून लवाजम्यानिशीं पुनः आपल्या शिबिरापाशीं येऊन पोहोंचले; आणि ते महारथी योद्धे लगबगीनें रथांतून उतरून त्यांनीं द्रौपदीची भेट घेतली; तेव्हां ती अश्वत्थाम्याच्या पराभवामुळें संतुष्ट, पण पुत्रादिकांच्या मरणामुळें कष्टी झालेली आहे असें पाहून तेही फार कष्टी झाले. असो; मग मनाला उल्हास मुळीं नसून दुःखानें व शोकानें व्याकूळ झालेल्या स्थितींत तिच्याजवळ जाऊन ते पांडव तिच्यासभोंवतीं श्रीकृष्णासहवर्तमान उभे राहिले. नंतर धर्मराजाच्या अनुमतीनें बलशाली भीमानें तो मणि तिला अर्पण केला व असें भाषण केलें, "प्रिये, तुझ्या पुत्रांचे प्राण ज्यानें घेतले, त्या शत्रूचा हा मणि जिंकून आणिला आहे पहा ! तर शोक करण्याचें सोडून देऊन तूं ऊठ व क्षत्रियस्त्रीचा धर्म काय तें मनांत आण. सुंदरी, श्रीकृष्ण शिष्टाई करण्याकरितां निघाला त्या वेळीं तूं जें भाषण केलेंस, कीं मला पति नाहींत, पुत्र नाहींत, भ्राते नाहींत, आणि कृष्णा, तूंही माझा नव्हेस; असे जे जे कठोर पण क्षत्रियधर्माला शोभणारे उद्गार धर्मराजा शत्रूशीं सलोखा करूं पहाते वेळीं तूं श्रीकृष्णाजवळ काढिलेस, ते आतां तूं आठव बरें ! राज्यप्राप्तीला आड आलेला जो पापी दुर्योधन, तो तर मारला गेलाच ! माजलेल्या दुःशासनाचें रक्तप्राशन मीं केलेंच ! वैऱ्यांचा सूड उगवावयाचा तो सर्व आतां आह्मीं उगवला ! दोष देणाऱ्यांना आह्मांला दोष लावण्यास जागा ठेविली नाहीं ! अश्वत्थाम्याला जिंकून मगच हा ब्राह्मण म्हणून तेवढी मर्यादा

राखून त्यास सोडून दिलें ! प्रिये, त्याचें तेज तर नाहींसें झालेंच व शरीर मात्र राहिलें आहे; त्याचा मणि काढून घेतला व त्याला आयुधें खालीं ठेवण्यास लाविलें ! ”

त्यावर द्रौपदी ह्मणाली:—माझें वैर साधावयाचें तेवढें साधलेंच. गुरुपुत्र अश्वत्थामा मला गुरूसारखा आहे. असो; आतां हा मणि धर्मराजानें आपल्या मस्तकावर धारण करावा ह्मणजे झालें !

नंतर गुरु द्रोणाचार्य यांचा प्रसाद ह्मणून व द्रौपदीनेंही सांगितलें ह्मणून धर्मराजानें तो मणि घेऊन मस्तकीं धारण केला. तो दिव्य मणि मस्तकावर धारण करितांच धर्मराजा शिरोभागीं चंद्र असलेल्या पर्वताप्रमाणें शोभूं लागला. मग पुत्रशोकानें व्याप्त झालेली ती मानी द्रौपदी उठली; व नंतर धर्मराजा श्रीकृष्णाला प्रश्न करिता झाला.

अध्याय सतरावा.

—:०:—

कृष्णकथित शिवमाहात्म्य.

वैशंपायन सांगतात:—सौप्तिकयुद्धांत त्या तीन रथ्यांनीं सर्व सैन्याचा संहार केल्यावर धर्मराजा शोकाकुल होऊन श्रीकृष्णाला म्हणाला, “ कृष्णा, ज्याच्या पदरीं सुकृत लेशमात्रही नाहीं अशा ह्या पापी व नीच अश्वत्थाम्यानें माझ्या सर्व महारथी पुत्रांचा कसा बरें वध केला ? त्याचप्रमाणें अस्त्रविद्येंत प्रवीण आणि शूर अशा सहस्रावधि द्रुपद राजाच्या मुलांचा संहार ह्या अश्वत्थाम्याचे हातून कसा बरें झाला ? एवढे धनुर्धारी द्रोणाचार्य, परंतु त्यांनीं देखील ज्या धृष्टद्युम्नासमोर उभें राहाण्याचें टाळिलें, त्या वीरश्रेष्ठ धृष्टद्युम्नाचाही प्राण कसा बरें ह्यानें घेतला ? पुरुषोत्तमा, असें काय बरें अपूर्व पुण्यकर्म त्या द्रोणपुत्रानें केलें होतें म्हणून रणांत त्याचे एकट्याचे हातून सर्वांचा वध व्हावा ? ”

श्रीकृष्ण सांगतात:—बाबारे, देवाधिदेव साक्षात् जो शंकर, त्याला तो अश्वत्थामा शरण गेला, ह्मणून त्या एकट्याचे हातून अनेकांचा वध झाला. कारण, तो महादेव प्रसन्न झाल्यावर अमरत्व देखील देईल. तो कैलासनाथ असें सामर्थ्य देऊं शकेल कीं, ज्याच्या योगानें इंद्राचाही नाश करितां येईल. हे भरतश्रेष्ठा, त्या महादेवाचें खरें स्वरूप काय आहे व प्राचीनकालीं त्यानें काय काय अद्भुत कर्में केलीं आहेत, हें सर्व मी जाणतों. तो सर्व भूतांचा आदि, मध्य व अंत आहे. त्याच्याच सामर्थ्यानें ह्या सर्व जगाची हालचाल होत आहे. एके समयीं भूतांची सृष्टि करण्याचें मनांत आणून ब्रह्मदेव प्रथम शंकराचें दर्शन घेऊन त्यास म्हणाला कीं, ‘ आपण पुष्कळ कालपर्यंत प्रजा उत्पन्न करूं नका. ’ तेव्हां बरें ह्मणून, भूतमात्राचे ठायीं दोष भरलेले आहेत असें पाहून पाण्यांत बुडी मारून फार कालपर्यंत शंकर तप करीत राहिला. नंतर फार वेळ वाट पाहून ब्रह्मदेवानें मनापासून दुसरा एक प्रजापति उत्पन्न केला. शंकर पाण्यांत निद्रित असलेला पाहून हा प्रजापति आपल्या पित्याला म्हणतो, “ जर माझ्याहून वडील कोणी नसेल तर मी प्रजा उत्पन्न करितों. ” तेव्हां त्याच्या पित्यानें सांगितलें कीं, ‘ तुझ्यापेक्षां मोठा असा कोणीही पुरुष नाहीं. हा शंकर पाण्यांत बुडी मारून बसला आहे. तर तूं खुशाल सृष्टि कर. ” तेव्हां त्यानें दक्ष वगैरे सात प्रजापति करून त्यांजकडून ही चार प्रकारची संपूर्ण भूतसृष्टि उत्पन्न करविली. राजा, उत्पत्ति होतांक्षणींच सर्व प्राणी प्रजापतीला खाण्याकरितां एकदम धावून आले. ते आपल्याला खाणार असें पाहून जीव वांच-

विण्याकरितां तो पितामहाकडे (हिरण्यगर्भाकडे) गेला व म्हणाला कीं, ' आपण मला ह्यांच्या हातून सोडवा व ह्यांच्या जीवनाचें साधन कांहीं तरी उत्पन्न करा. ' नंतर त्यानें तृणधान्यवृक्षादिक वनस्पतिकोटींतलें अन्न व बलिष्ठांकरितां दुर्बल प्राण्याच्या रूपानें मांसान्न असें दोन प्रकारचें अन्न उत्पन्न केलें. याप्रमाणें अन्नाची योजना होतांच सर्व उत्पन्न केलेले प्राणी आले तसे परत गेले. मग, राजा, प्रजा सर्व संतुष्ट होऊन आपआपल्या योनींमध्यें वृद्धि पावूं लागल्या. अशा रीतीनें प्राण्यांची सृष्टि वाढली व हिरण्यगर्भालाही आनंद झाला. नंतर सर्वांत मोठा जो परमेश्वर तो पाण्यांतून वर आला, तों संपूर्ण प्रजा त्याच्या दृष्टीस पडली. ती प्रजा नानाप्रकारची असून आपआपल्या सामर्थ्यानें वृद्धिंगत झालेली होती. तें पाहातांच शंकर रागावला व त्यानें आपलें लिंग छाटलें, तेव्हां तें छाटलेलें लिंग तसेंच भुईमध्यें रोंवून राहिलें ! मग त्याचें सांत्वन करण्याकरितां म्हणून तो अविनाशी ब्रह्मदेव म्हणाला, " हे शंकरा, पाण्यांत इतका वेळ राहून काय केलें ? आणि आतां हें लिंग उत्पन्न करून जमिनींत कशाकरितां रोंवून ठेविलें ? " तेव्हां संपूर्ण विश्वाचा नायक तो परमेश्वर संतापून ब्रह्मदेवाला उत्तर करितो, " हे प्राणी दुसऱ्या कोणीं उत्पन्न केले आहेत, तेव्हां आतां मला ह्या लिंगाचा काय उपयोग ! आणि, हे ब्रह्मदेवा, त्या प्राण्यांकरितां अन्नही तपोबलानें उत्पन्न करून ठेविलें आहे. या ओषधिवनस्पतींची उत्पत्ति परंपरेनें अव्याहत चालणार व त्यांबरोबर प्राण्यांचीही उत्पत्ति निरंतर चालणार ! " राजा, याप्रमाणें बोलून रागाच्या आवेशांत शंकर खिन्न मनानें तेथून निघाला, तो मूजवान् पर्वताच्या पायथ्याशीं तपश्चर्या करण्याकरितां गेला !

अध्याय अठरावा.

—:०:—

कृष्णकथित शिवमाहात्म्य.

श्रीकृष्ण सांगतातः—नंतर कृतयुग संपल्यावर वेदाच्या आधारानें विधियुक्त यागादिक कर्में करण्याच्या संकल्पानें देवांनीं यज्ञ निर्माण केला; व त्या यज्ञकर्माला साधनभूत जे हविर्भाग ते ठरविले; आणि त्या त्या हविर्भागांकरितां निरनिराळ्या देवताही ठरवून होमद्रव्यांची योजना केली. हे राजा, त्या परमेश्वराचें खरें स्वरूप न ओळखितां देवतांची योजना केलेली असल्यामुळें अर्थात् त्या शंकराकरितां त्यांनीं हविर्भाग ठेविला नाहीं. देवांनीं यज्ञामध्यें आपल्याकरितां हविर्भाग ठेविला नाहीं असें पाहून त्या शंकरानें त्यांच्या यज्ञाचा उच्छेद करण्याचा उद्देश मनांत धरून आरंभीं एक धनुष्य उत्पन्न केलें. लोकयज्ञ[१], क्रियायज्ञ, गृहयज्ञ व मनुष्ययज्ञ, या चार यज्ञांनीं हें जग चाललें होतें. त्यांपैकीं लोकयज्ञ व मनुष्ययज्ञ यांहींकरून (इतर दोन यज्ञांचा ह्मणजे क्रियाज्ञय व गृहयज्ञ यांचा नाश करण्याकरितां) शंकरानें धनुष्य निर्माण केलें. त्या धनुष्याचें माप पांच विती झालें; त्याच्या दोरीच्या ठिकाणीं वषट्काराची योजना झाली; व यज्ञाचीं जीं चार अंगें तीं त्या धनुष्याची दोरी बांधण्याला साधन झालीं.

नंतर तें धनुष्य घेऊन तो क्रुद्ध झालेला शंकर, ज्या ठिकाणीं देव यज्ञ करीत बसले

१ ' लोकयज्ञ ' म्हणजे लोकांनीं आपल्याला बरें ह्मणावें असें लोकमताबद्दल अगत्य व नांवालौकिकाची चाड; ' मनुष्ययज्ञ ' (यालाच मुळांत ' पंचभूतनृयज्ञ ' असें ह्मटलें आहे.) ह्मणजे पंचमहाभूतात्मक जे विषय त्यांपासून मनुष्यमात्राला होणाऱ्या सुखाची लालसा; ' क्रियायज्ञ ' ह्मणजे गर्भाधानादिसंस्कार; व ' गृहयज्ञ ' ह्मणजे विवाहानंतर पत्नीसहवर्तमान करण्याचीं अग्निहोत्रादि कर्में. याप्रमाणें या शब्दांचा अर्थ टीकेंत केला आहे.

होते तेथें येऊन पोंचला. तो तेजःपुंज ब्रह्मचारी शंकर हातांत धनुष्य घेऊन आलेला पहातांच भूदेवी भयभीत होऊन गेली, पर्वत थरथर कांपूं लागले, वारा वाहीनासा झाला, पेटविलेला अग्नि जळेनासा झाला, आकाशांत नक्षत्रमंडळ व्याकूळ होऊन जागच्या जागीं भ्रमण पावूं लागलें, सूर्याचा प्रकाश लोपला, चंद्रबिंब इतकें सुंदर परंतु तें निस्तेज झालें, संपूर्ण आकाश अंधःकारानें भरून गेलें, देवही हवालदिल झाले व त्यांचा ऐषआराम नाहींसा झाला, यज्ञ कोठें झळकेनासा झाला व देवतांची त्रेधा उडाली. मग शंकरानें आपल्या तीव्र बाणानें यज्ञाला काळजांत प्रहार केला! नंतर सर्वांना पुनीत करणारा यज्ञपुरुष मृगरूप पावून तेथून नाहींसा झाला आणि त्याच रूपानें स्वर्गीं जाऊन नभोमंडळांत तो पुढें व त्याच्या मागोमाग शंकर असे चालले असतां अपूर्व शोभा दिसूं लागली. यज्ञपुरुष तेथून नाहींसा होतांच देवांची ज्ञानाची ज्योत मावळली व ती मावळतांच देव सर्व मूढ होऊन गेले. शंकरानें रागाच्या आवेशांत आपल्या धनुष्याच्या योगानें सवित्याचे हात छेदून टाकले, भगाचे डोळे काढिले व पूषाचे दांत पाडिले. मग ते देव व यज्ञांगें सैरावैरा धावूं लागलीं; व कांहीं जागच्या जागीं तडफड करून मेल्यासारखे पडले! अशा रीतीनें शंकरानें सर्व कांहीं तेथून नाहींसें करून तिरस्कारपूर्वक हास्य केलें आणि धनुष्याची कोटि दाबून देवांची हालचाल बंद पाडली! मग देवांनीं जी वाणी उच्चारिली तिच्यासरशी धनुष्याची दोरी गळून पडली. मग, राजा, दोरी एकदम तुटून पडल्यावर धनुष्य दोरीवांचूनच झळकूं लागलें. अशा रीतीनें धनुष्य नाहींसें होतांच ते सर्व देव यज्ञपुरुषासहवर्तमान शंकराला शरण गेले व शंकरानें त्यांच्यावर कृपा केली. परमेश्वर प्रसन्न झाला तेव्हां आपला क्रोध त्यानें उदकांत ठेवून दिला. राजा, तोच शंकराचा क्रोध अग्निरूप होऊन समुद्राचें पाणी रात्रंदिवस शोषून टाकीत असतो. मग शंकरानें भगाला डोळे दिले, सवित्याला हात दिले व पूषाला दांत दिले आणि पूर्वींप्रमाणें यज्ञ चालण्यास मोकळीक दिली. इतकें झाल्यावर पुनः जिकडे तिकडे स्थिरस्थावर झालें आणि देवांनींही तेव्हांपासून शंकराला यथास्थित हविर्भाग ठरवून दिला. राजा, तो शंकर रागावला तेव्हां संपूर्ण विश्व अस्वस्थ होऊन गेलें व तो प्रसन्न झाला तेव्हां सर्वत्र शांतता झाली

तर, युधिष्ठिरा, अशा त्या शंकराच्या कृपेनें तुझ्या सर्व महारथी पुत्रांना व धृष्टद्युम्नाच्या पदरच्या असंख्यात शूरयोद्ध्यांना रणांत मारण्याचें काम त्या अश्वत्थाम्याचे हातून झालें तें तूं अगदीं मनांत आणूं नको; कारण त्याचें श्रेय अश्वत्थाम्याकडे मुळींच नाहीं; शंकराच्या कृपेमुळें तें सर्व घडून आलें! तेव्हां त्याच परमेश्वराची कृपा भाकून तूं आपल्या पुढील कार्यास लाग.

सौप्तिकपर्व समाप्त.

श्रीमन्महाभारत.

स्त्रीपर्व.

अध्याय पहिला.

मंगलाचरण.

नारायणं नमस्कृत्य नरं चैव नरोत्तमम् ।
देवीं सरस्वतीं चैव ततो जयमुदीरयेत् ॥

ह्या अखिल ब्रह्मांडांतील यच्चयावत् स्थावर-जंगम पदार्थांच्या ठिकाणीं चिदाभासरूपानें प्रत्यास येणारा जो नरसंज्ञक जीवात्मा, नरसंज्ञक जीवात्म्यास सदासर्वकाळ आश्रय देणारा जो नारायण नामक कारणात्मा, आणि नरनारायणात्मक कार्यकारणसृष्टीहून पृथक् व श्रेष्ठ असा जो नरोत्तमसंज्ञक सच्चिदानंदरूप परमात्मा, त्या सर्वांस मी अभिवंदन करितों; तसेंच, नर, नारायण व नरोत्तम ह्या तीन तत्त्वांचें यथार्थ ज्ञान करून देणारी देवी जी सरस्वती, तिलाही मी अभिवंदन करितों; आणि त्या परमकारुणिक जगन्मातेनें लोकहित करण्याविषयीं माझ्या अंतःकरणांत जी स्फूर्ति उत्पन्न केली आहे, तिच्या साहाय्यानें ह्या भवबंधविमोचक जय म्हणजे महाभारत ग्रंथाच्या स्त्रीपर्वास आरंभ करितों. प्रत्येक धर्मशील पुरुषानें सर्वपुरुषार्थप्रतिपादक अशा शास्त्राचें विवेचन करितांना प्रथम नर, नारायण आणि नरोत्तम ह्या भगवन्मूर्तींचें ध्यान करून नंतर प्रतिपाद्य विषयाचें निरूपण करण्यास प्रवृत्त व्हावें, हें सर्वथैव इष्ट होय.

धृतराष्ट्राचा शोक.

जनमेजय विचारतोः—मुनिमहाराज, दुर्योधन मारला गेला आणि सर्व सैन्याची वाताहत झाली, तेव्हां तें ऐकून धृतराष्ट्रानें काय केलें ? त्याचप्रमाणें, थोर अंतःकरणाचा धर्मपुत्र युधिष्ठिर राजा आणि कौरवसैन्यांतील अवशिष्ट राहिलेले ते कृपप्रभृति तीन वीर यांनीं

पुढें काय केलें ? अश्वत्थाम्याचें तें घोर कृत्य मीं श्रवण केलें आहे. अश्वत्थामा व कृष्ण यांनीं परस्परांस[1] शाप दिल्याच्या हकीकतीनंतरचा संजयानें सांगितलेला वृत्तांत आपण मला कथन करा.

वैशंपायन सांगतातः—जनमेजया, शंभर पुत्र मेल्यामुळें जो फांद्या तोडलेल्या वृक्षाप्रमाणें दीन झाला आहे, पुत्रशोकानें ज्याच्या शरीराचा दाह होत आहे, विचारमग्न होऊन जो मुक्यासारखा स्तब्ध बसला आहे, आणि ज्याला चिंतेनें अगदीं घेरून टाकिलें आहे, अशा त्या पृथ्वीपति धृतराष्ट्र राजाजवळ जाऊन संजय त्यास म्हणाला, "हे महाराजा, असा शोक काय करतोस ? शोक करून कधींच फायदा होत नसतो. अठराही अक्षौहिणींचा संहार झाला असून ही पृथ्वी सांप्रत निर्जन, राजहीन आणि अगदीं शून्याकार झाली आहे ! नानादेशचे राजे नानादिशांकडून येऊन यथ एकत्र झाले, आणि तुझ्या पुत्राबरोबर सर्वजण निधन पावले; आतां त्यांजबद्दल शोक करून काय उपयोग होणार आहे ? तेव्हां आतां, राजा, पिते, पुत्र, पौत्र, ज्ञातिबांधव, मित्र आणि गुरु हे समरांगणांत ज्या क्रमानें पतन पावले त्या क्रमानें त्यांचीं और्ध्वदेहिक कार्यें करीव !"

वैशंपायन सांगतातः— मुलगे व नातू यांच्या मृत्यूनें व्याकूळ झालेला धृतराष्ट्र संजयाचें तें कठोर भाषण ऐकतांच वायूनें उन्मूलित झालेल्या वृक्षाप्रमाणें धाडकन् जमिनीवर पडला आणि शोक करूं लागला.

धृतराष्ट्र म्हणालाः—माझे पुत्र, अमात्य आणि सर्व इष्टमित्र मरून गेले; आतां मी या पृथ्वीवर संचार करूं लागलों म्हणजे मला खरोखर पदोपदीं दुःख होईल! बंधुविहीन झालेल्या मला आतां जगून तरी काय करावयाचें आहे! ज्याचे पंख गळून गेले आहेत आणि शरीर जरेनें अगदीं जीर्ण झालें आहे, अशा पक्ष्याप्रमाणें माझें जीवित व्यर्थ झालें आहे ! माझें राज्य गेलें, बंधु गेले आणि माझी दृष्टिही गेली आहे; तेव्हां, हे महाप्राज्ञा, मावळत्या सूर्याप्रमाणेंच माझेंही आतां बिलकूल तेज पडणार नाहीं. मीं आपल्या मित्रांच्या बोलण्याकडे लक्ष दिलें नाहीं, जामदग्न्य परशुरामाचा उपदेश ऐकिला नाहीं, देवर्षि नारद व कृष्णद्वैपायन व्यासमुनि यांच्याही भाषणाप्रमाणें वागलों नाहीं; आणि श्रीकृष्णानें सभेमध्यें "राजा, वैर पुरे कर. आपल्या पुत्रांस आवरून धर." वगैरे माझ्या कल्याणाची मसलत दिली असतां तीही मीं ऐकिली नाहीं; आणि त्याच्या त्या उपदेशाप्रमाणें न वागल्यामुळेंच मज मूर्खाला आतां हा विलक्षण ताप होत आहे! पितामह भीष्मांचें तें धर्मयुक्त भाषणही मीं ऐकिलें नाहीं ! हाय हाय ! वृषभाप्रमाणें गर्जणाऱ्या दुर्योधनाचा अंत, दुःशासनाचा वध, कर्णाची विपरीत स्थिति आणि द्रोणसूर्यास लागलेलें ग्रहण, या गोष्टींनीं माझें हृदय कसें विदीर्ण होत आहे ! बा संजया, ज्याचें हें इतकें भयंकर फळ मज मूढाला भोगावें लागत आहे, असें कांहीं दुष्कृत्य या जन्मीं तरी मागें कधीं केलेलें मला स्मरत नाहीं; तेव्हां मीं पूर्वजन्मींच कांहीं तरी दुष्कर्म केलें असलें पाहिजे; आणि त्यामुळेंच ब्रह्मदेवानें मजवर असे दुःखाचे प्रसंग आणले असावे! आधींच माझें अगदीं उतारवय झालेलें आणि त्यांत दुर्दैवानें सर्व मुलाबाळांचा आणि इष्टमित्रांचा विनाश केला ! हाय हाय ! माझ्यापेक्षां अधिक दुःखी मनुष्य ह्या जगांत दुसरा कोणी तरी असेल का ? तेव्हां आतां

१ टीकाकारांनीं याचें स्पष्टीकरण—'पांडवांच्या गर्भाचे ठिकाणीं हें अस्त्र पडो' हा अश्वत्थाम्याचा शाप, आणि 'तूं गलितकुष्ठ होशील' वगैरे हा कृष्णाचा शाप, (सौप्तिकपर्व, अध्याय १६ पहा.) असें केलें आहे.

आजच मीं ब्रह्मलोकच्या विस्तीर्ण व दीर्घ मार्गांत प्रवेश केल्याचें सदाचरणी पांडव पाहोत!

संजयकृत धृतराष्ट्रसांत्वन.

वैशंपायन सांगतातः- राजा, याप्रमाणें धृतराष्ट्र शोकाकुल होऊन नानाप्रकारें विलाप करीत असतां संजय त्याचें सांत्वन करीत ह्मणतो, "राजन् शोक सोडून दे. त्वां वेदांतील सिद्धांत श्रवण केले आहेत; आणि, हे नृपसत्तमा, वृद्धांच्या तोंडून अनेक प्रकारचे शास्त्रागमही ऐकिले आहेत. पूर्वी सृंजय राजा पुत्रशोकार्त झाला असतां त्याला ऋषींनीं केलेला उपदेश तूं श्रवण केला आहेस; आणि, राजा, प्रत्यक्ष तुझा पुत्र तारुण्यमदानें धुंद होऊन अनन्वित कृत्यांस प्रवृत्त झाला असतां त्यास वृद्धांनीं केलेला उपदेशही तुला श्रुत आहे. परंतु, धृतराष्ट्रा, तुझे सुहृद् तुला परोपरी सांगत असतां त्वां त्यांचें मुळींच ऐकिलें नाहीं; आणि भलत्याच आशेला गुंतून आपला स्वार्थही साधला नाहींस! एकधारेच्या तरवारीप्रमाणें केवळ आपल्या कुटिल बुद्धीस वाटलें तसा तूं वागलास; आणि बहुतकरून दुराचरणी लोकांचेच नेहमीं देव्हारे माजविलेस. अरे, दुःशासन, दुरात्मा कर्ण, दुष्टपणाचा पुतळाच असा शकुनि, दुर्मति चित्रसेन आणि सगळ्या जगास शल्याप्रमाणें बोंचत असलेला शल्य हे ज्याचे मंत्री, त्या तुझ्या पुत्रानें कुरुवृद्ध भीष्माचार्य, माता गांधारी, विदुर, महात्मा द्रोणाचार्य, शारद्वत कृपाचार्य, भगवान् श्रीकृष्ण, त्रिकालदर्शी नारद व दुसरे मुनि यांचेंचसें काय-पण अमिततेजस्वी साक्षात् व्यासांचेंही भाषण मानिलें नाहीं! त्यानें धर्म कसा तो कधींच जुमानला नाहीं! त्याला सदोदीत युद्धाची खुमखुम! तो कोत्या बुद्धीचा व गर्विष्ठ असल्यामुळें नेहमीं 'युद्ध युद्ध' हेंच ह्मणावयाचा! आणि तो वीर्यशाली होता तरी क्रूर, कोपिष्ठ आणि नित्य असंतुष्ट असे! राजा, तूं वेदांतज्ञ आणि बुद्धिमान् असून सदोदीत सत्यपरायण असतोस; असे तुझ्यासारखे बुद्धिमान् साधुपुरुष कधींही मोह पावत नाहींत! हे मारिषा, तुझ्या पुत्रानें सद्धर्माचा कधींच सत्कार केला नाहीं. त्यानें सर्व क्षत्रियांचा संहार केला. आणि शत्रूंची मात्र कीर्ति वाढविली! राजा, पूर्वी तूंही तटस्थ राहिलास, त्यांना योग्य असें कांहींच सांगितलें नाहींस. अरे, तुला त्या वेळीं तराजूची दांडी समतोल धरतां आली नाहीं! बाबारे, जेणेंकरून अर्थनाश होऊन पश्चात्तापास कारण होणार नाहीं, अशा प्रकारची यथायोग्य वर्तणूक मनुष्यानें आधींच ठेविली पाहिजे. राजा, आपल्या पुत्रांस मोठेपणा मिळावा म्हणून तूं दुर्योधनाच्या मनाप्रमाणें वागलास आणि त्यामुळेंच शेवटीं पस्तावलास! आतां मागून शोक करण्यांत काय अर्थ आहे? अरे, ज्याला तुटलेल्या कड्यास लटकणारें मधाचें पोळें मात्र दिसतें, पण तो तुटलेला भयंकर कडा व खालची खोल दरी दिसत नाहीं, तो मधाच्या लोभानें पुढें जाऊन खालीं घसरतो; आणि हल्लीं तूं शोक करीत आहेस असाच मागून पश्चात्ताप करीत बसतो! परंतु, धृतराष्ट्रा, शोक केल्यानें अर्थ प्राप्त होत नाहीं, कांहीं फल प्राप्त होत नाहीं, संपत्ति मिळत नाहीं किंवा मोक्षप्राप्तिही होत नाहीं! अरे, स्वतः अग्नि पेटवून तो वस्त्रानें गुंडाळूं लागलें कीं अंग भाजावयाचेंच! अंग भाजूं लागल्यावर मग ज्याला पश्चात्ताप होतो तो पंडित नव्हे! आतां तूं आपली स्थिति पहा. पुत्रांसहवर्तमान तूं स्वतःच पार्थकोपरूपी अग्नि उत्पन्न केलास; दुर्भाषणरूप वायूनें तुह्मींच त्याला चेवतला आणि त्यांत लोभरूपी तूप ओतलें, तेव्हां तो भडकला; मग त्या अतिप्रदीप्त झालेल्या अग्नींत पतंगांप्रमाणें तुझे पुत्र जाऊन पडले! अशा रीतीनें ते शररूप ज्वालांनीं दग्ध होऊन

१ द्रोणपर्व, अध्याय ५५-७१ षोडशराजकीय पहा.

गेले आहेत; यास्तव त्यांबद्दल शोक करणें तुला योग्य नाहीं. राजा, सांप्रत तुझ्या नेत्रांतून सारखा अश्रुपात होत असल्यामुळें त्याचे ओघळ येऊन तुझें तोंड अगदीं ओंगळ झालेलें आहे. असें तोंड असणें हें खरोखर अशास्त्रयुक्त होय. पंडित कांहीं याला चांगलें ह्मणत नाहींत, शोक हा निखाऱ्याप्रमाणें मनुष्यास भाजून काढतो. यास्तव, हे विचारी राजा, विवेकानें हा शोक आवर आणि धैर्यानें चित्ताचा निरोध कर. "

वैशंपायन सांगतात:—राजा, महात्म्या संजयानें अशा प्रकारें त्याचें सांत्वन केल्यानंतर परंतप विदुरानेंही त्यास मोठ्या शहाणपणाचा उपदेश केला.

अध्याय दुसरा.

—:०:—

विदुरकृत धृतराष्ट्रसांत्वन.

वैशंपायन सांगतात:—जनमेजया, मग विदुरानें बोलण्यास प्रारंभ केला, तेव्हां त्याच्या अमृततुल्य गोड वचनांनीं धृतराष्ट्राचा शोक कमी होऊं लागला, आणि त्याच्या अंत:करणांत समाधान व आनंद यांचा उगम होऊं लागला. आतां विदुराचें तें भाषण मी तुला सांगतों, श्रवण कर.

विदुर म्हणाला:—राजा, ऊठ, असा निजतोस काय? जरा विवेक करून आपलें मन आवरून धर. बाबारे, सर्व प्राण्यांना देवानें हीच गति लावून दिली आहे. भांडारें कितीही भरलेलीं असोत, तीं शेवटीं रिकामीं व्हावयाचींच; सर्व सांठ्यांचा शेवटीं क्षयच व्हावयाचा; जे जे वर आले असतील ते ते सर्व पडावयाचे; संयुक्त असतील त्यांचा वियोग व्हावयाचा; आणि उपजले असतील ते मरावयाचे! अरे, संचय होण्याबरोबरच त्याचा क्षय होणार हें ठरलेलें आहे; उंच उभारणी होण्याबरोबरच त्याचें पतन होणार हें ठरलेलें आहे; संयोग होण्याबरोबरच वियोग निश्चित झाला आहे; त्याचप्रमाणें, प्रत्येक जीवाचा मृत्यु हा शेवट ठरलेला आहे! हे भारता, शूर आणि भित्रा या दोघांसही यम आकर्षण करितो, अशी जर स्थिति आहे, तर, हे क्षत्रियश्रेष्ठा, खरे क्षत्रिय कां लढणार नाहींत बरें? रणांत पाऊल न टाकणाराही मरतो, आणि घनघोर रणकंदनांतूनही मनुष्य जिवंत राहूं शकतो, हें आपण पहात नाहीं काय? सारांश, ज्याची वेळ भरली तो कोठेंही असला तरी त्यास मृत्यु चुकवितां यावयाचा नाहीं, हा सिद्धांत होय. धृतराष्ट्रा, हें जग म्हणजे खरोखर स्वप्न आहे, स्वप्नांत आपणांस जें ऐश्वर्य मिळतें तें तत्पूर्वीं कोठें असतें? आणि मग तरी कोठें जातें? वास्तविक तें नसतेंच,—आद्यंतीं त्याचा सर्वथा अभावच असतो; मध्येंच मात्र क्षणभर आपणांस त्याचा भास होतो! त्याचप्रमाणें प्राणिमात्राची स्थिति आहे. उत्पत्ति होण्यापूर्वीं त्यांचा अभाव असतो, आणि अंतींही त्यांचा अभावच होतो. मध्यंतरीं स्वप्नसृष्टीप्रमाणें त्यांचा आपणांस भास होतो इतकेंच! अशी जर स्थिति आहे, आणि स्वप्नांतील ऐश्वर्याच्या नाशानें जर जागृतावस्थेंत आपणांस शोक होत नाहीं, तर तत्सदृश अशा या वेळीं तरी तुला कां बरें शोक व्हावा? शोक करण्यानें मनुष्य कांहीं मृताच्या मागून जाऊं शकत नाहीं, किंवा कोणी शोक करण्यानें मरतो अशीही गोष्ट नाहीं. अशी स्वभावसिद्ध स्थिति असतां उगाच शोक कां करतोस बरें? नानाप्रकारच्या सर्व प्राण्यांस व यच्चयावत् स्थावरजंगम पदार्थांस काल आकर्षण करितो; तेथें आपला पाड काय? हे कुरुसत्तमा, कालाचा कोणी आवडता नाहीं व कोणी नावडताही नाहीं. हे भरतर्षभा, ज्याप्रमाणें वायु गवताचे

सर्व शेंडे हालवितो, त्याप्रमाणेंच सर्व प्राणी कालवश होतात. राजा, आपण सर्वजण एकाच मेळ्यांतले आहों; सर्वांनीं त्याच ठिकाणीं जावयाचें आहे; फरक इतकाच कीं, ज्याची वेळ येते तो पुढें जातो ! तेव्हां येथें शोक करण्यास कोठें जागा आहे ! शिवाय, राजा, तुझे पुत्रपौत्र वगैरे सर्व युद्धांत मरण पावले आहेत; त्यांच्याबद्दल तर शोक करण्याचें मुळींच कारण नाहीं ! जर तुला शास्त्रें प्रमाण वाटत असतील, तर ते सर्वजण खचित उत्तम गतीला गेले आहेत ! कारण, सर्वजणांनीं यथासांग वेदाध्ययन केलें आहे; सर्वांनीं योग्य कालपर्यंत ब्रह्मचर्य व्रत पाळिलेलें आहे; आणि सर्वही सन्मुख मरण पावले आहेत ! याप्रमाणें जर ते उत्तम गतीला गेले आहेत, तर शोक करण्यास स्थल कोठें राहिलें ? आपल्याला दिसत नाहीं अशा स्थलापासून ते उत्पन्न झाले, आणि आपल्याला दिसत नाहीं अशा स्थलीं ते पुनः गेले ! वास्तविक ते तुझे कोणी नव्हत किंवा तूं त्यांचा कोणी नाहींस; मग शोक कसला करावयाचा ? अरे, आपणां क्षत्रियांना युद्धासारखें श्रेयस्कर दुसरें काय आहे ? मरण आलें तर स्वर्ग मिळतो, शत्रूस मारलें तर यश मिळतें, दोन्ही आपणांस इष्टच आहेत. यास्तव कांहीं झालें तरी युद्ध हें निष्फल होत नाहीं ! हे भरतर्षभा, तुझ्या मुलांना इंद्र फार श्रेष्ठ प्रतीचे म्हणजे जेथें इच्छित वस्तु तत्काल प्राप्त होतात असे लोक देईल; आणि त्या ठिकाणीं ते सर्वजण इंद्राच्या घरचे पाहुणे होऊन रहातील ! राजा, रणांत मरणाऱ्या शूरांना जी गति मिळते तशी उत्तम गति मोठमोठ्या यज्ञांनीं किंवा तपश्चर्येनें अथवा मोठ्या विद्येनेंही प्राप्त होत नाहीं ! धन्य आहे त्या शूरांची ! शूरांच्या शरीररूपी अग्नीवर त्यांनीं शराहुतींचें हवन केलें आणि याप्रमाणें परस्परांकडून हविलें जाणारे बाण त्या तेजस्वी वीरांनीं सहन केले ! अशा प्रकारें, राजा, युद्ध हाच स्वर्गाचा उत्तम मार्ग आहे, हें मी तुला सांगून ठेवितों. क्षत्रियांना या जगांत युद्धाहून अधिक योग्यतेचें कांहींएक नाहीं ! सांप्रतच्या युद्धांत पतन पावलेले ते क्षत्रिय महाथोर, शूर व सभेंत शोभायमान होणारे पंडित होते; आणि मरणापूर्वीं त्यांना उत्तम आशीर्वाद मिळालेले होते; यास्तव त्यांबद्दल शोक करण्याचें कांहींच कारण नाहीं. तेव्हां, हे पुरुषर्षभा, विवेक कर आणि मन आवरून धर; शोक करूं नको. आज शोकविह्वल होऊन देहत्याग करणें तुला उचित नाहीं. अरे, आजपर्यंत आपण हजारों जन्म घेतले आहेत व त्यांमध्यें हजारों मातापितरें, शेंकडों मुलगे व बायका यांचा अनुभव घेतला आहे; त्यांपैकीं आपले कोण ? आणि आपण तरी कोणाकोणाचे ? सारांश, जो मूर्ख असतो त्याला दररोज हजारों शोकाच्या जागा व शेंकडों भयोत्पादक स्थलें दिसतात; परंतु जो शहाणा आहे, त्याला यांपैकीं कशाचीच बाधा होत नाहीं. हे कुरुसत्तमा, कालाचा कोणी प्रिय नाहीं व कोणी शत्रुही नाहीं; किंवा एखाद्याकडे काल दुर्लक्ष करतो असेंही घडतनाहीं. तो सर्वांसच आकर्षण करितो. काल भूतांचा नाश करितो, सर्व प्रजांचा संहार करितो आणि प्राणी निजले तरी तो जागृत असतो,—त्याचा कोणासही अतिक्रम करतां यावयाचा नाही! बाबारे, तारुण्य, सौंदर्य, आयुष्य, द्रव्यसंचय, आरोग्य व प्रियांचा सहवास हीं सर्व अनित्य आहेत; यांच्या ठिकाणीं पंडित लुब्ध होत नाहींत. शिवाय, सांप्रत सर्व देशाला दुःखाचा प्रसंग आलेला आहे, त्याबद्दल त्वां एकट्यानेंच शोक करावा हें योग्य नाहीं ! आतां असें समज कीं, तूं आपला प्राणांत केलास, म्हणून तें दुःख नाहींसें व्हावयाचें आहे काय ? कदापि होणार नाहीं !

तेव्हां शोक न करितां त्याचा प्रतिकार करावा हेंच योग्य होय ! अशा प्रकारचें दुःख नाहींसें करण्यास एकच औषध आहे. तें हें कीं, दुःखकारक गोष्टींचें मुळींच चिंतन करूं नये. चिंतन करूं लागलें असतां दुःखाचा नाश तर होत नाहींच, पण उलट तें वाढतें मात्र ! अनिष्ट गोष्टी घडल्या, किंवा प्रिय वस्तूंचा वियोग झाला, म्हणजे अल्पबुद्धीचे मनुष्य मानसिक दुःखांनीं होरपळूं लागतात,—बुद्धिमान् कांहीं होरपळत नाहींत. अरे, तूं हा जो शोक करीत आहेस, यांत कांहीं अर्थ साधतो आहे, कांहीं धर्म घडत आहे किंवा कांहीं सुख होत आहे काय ? कांहींएक नाहीं. यापासून कोणाचा कांहीं फायदा तर होत नाहींच; पण मनुष्य धर्म, अर्थ व काम या त्रिवर्गास आंचवतो मात्र ! कमजास्त मानाची सांपत्तिक स्थिति प्राप्त झाली असतां कित्येक असंतुष्ट होतात व मोह पावतात; परंतु पंडित सर्व अवस्थांत संतुष्ट रहातात. अरे, बुद्धीनें मानसिक दुःख नाहींसें करावें, व औषधानें शारीरिक दुःख दूरकरावें हा नियम होय. अशा रीतीनें दुःखाचा उपशम करणें हेंच ज्ञानाचें कार्य होय. राजा, तूं सज्ञान आहेस,—शोक करून अज्ञान बालांच्या पंक्तीस बसूं नको. बाबारे, हें प्राक्तन आहे; तें कोणासही सुटत नाहीं; मनुष्य निजला तर तें त्याबरोबर निजतें, तो उठला कीं त्याबरोबर उभें रहातें, आणि तो धावूं लागला तर त्याच्यामागून धावूं लागतें ! ज्या ज्या अवस्थेंत मनुष्य जें जें कर्म करतो, त्याचें त्याचें फळ त्या त्या अवस्थेंत त्यास प्राप्त होतें. तसेंच, ज्या ज्या शरीरानें जें जें कर्म करितो, त्या त्या शरीरानें तें त्यास भोगावें लागतें. उदाहरणार्थ असें पहा कीं, या स्थूल देहानें केलेल्या कर्माचें फल या स्थूल देहासच भोगावें लागतें. त्याप्रमाणें तुझ्या मुलांस तें भोगावें लागलें आणि तूं मनानें वाईट आचरण केल्यामुळें तुला मानसिक दुःख प्राप्त झालें आहे ! बाबारे, हें ज्याच्या त्याच्या कर्माचें फल आहे. तेथें दुसऱ्याचा उपाय नाहीं. आपणच आपले हितकर्ते आहों; आपणच आपले शत्रु आहों; आणि आपण जें काय बरेंवाईट केलें असेल त्याचे साक्षीही आपले आपणच आहों ! शुभकर्मानें सौख्य मिळतें व पापकर्मानें दुःख मिळतें, सर्वत्र चांगल्या किंवा वाईट क्रिया चाललेल्याच असतात. कांहीं घडत नाहीं असें कोठेंही असत नाहीं. ज्याच्या हातून जसें कर्म घडतें तसें त्याला फल मिळतें. या सर्व गोष्टी मनांत आणून तुझ्यासारखे बुद्धिमान् लोक विवेक करतात; आणि आत्मज्ञानास विरुद्ध व अतिशय अपायकारक अशा देहत्यागाच्या कृत्यास कधींच तयार होत नाहींत !

अध्याय तिसरा.

—:०:—

धृतराष्ट्रविशोककरण.

धृतराष्ट्रानें विचारलें:—हे महाप्राज्ञा, तुझ्या सुंदर भाषणानें माझा हा शोक दूर झाला. तथापि तुझ्या मुखांतून आणखी कांहीं तात्त्विक भाषण श्रवण करण्याची माझी इच्छा आहे. विदुरा, अनिष्ट गोष्टी प्राप्त झाल्या असतां आणि दुष्ट गोष्टी नष्ट झाल्या असतां होणाऱ्या मानसिक दुःखापासून ज्ञाते कसे मुक्त होतात ?

विदुर सांगतोः— हे नरर्षभा, जसजसें मन दुःखापासून किंवा सुखापासून परावृत्त होत जाईल, तसतसें त्याचें नियमन करून शहाणे शांति पावतात. आपण ज्याचें चिंतन करितों, आणि ज्याबद्दल आपल्या मनास दुःख वगैरे होतें, तें हें सर्व जग अगदीं अशाश्वत आहे. याची स्थिति केळीसारखी आहे; म्हणजे, केळीचीं सोपटें काढीत गेलें असतां शेवटीं गाभा

(सार) म्हणून कांहींच उरत नाहीं, त्याप्रमाणें ह्या जगांतही सार कांहींच नाहीं. हें तत्त्व समजलें म्हणजे तत्काळ शांति प्राप्त होते. राजा, येथें जे सुखदु:खांचे प्रसंग येतात, त्यांचा पुढेंमागें कांहींच संबंध नाहीं असें आहे काय? हें पहा——जर शहाणे व मूर्ख आणि श्रीमान् व दरिद्री सर्वच लोक यमलोकीं गेल्यावर तापरहित होत्साते सुखानें निद्रा करीत असते, तर मग सर्वच पंचाईत टळली असती. पण तसें असेल तर मग तपस्विजन तपश्चर्येच्या योगानें शरीरशोषण करून अवयव, मांसरहित, अगदीं अस्थिपञ्जर, केवळ स्नायूंच्या योगानेंच एकमेकांस चिकटून राहिलेले असे क्षीण करण्यांत कोणता अर्थ पहातात बरें? आणि जर तपश्चर्येंत कांहीं अर्थ असेल, तर मरणोत्तरही समविषम गति प्राप्त होत असल्या पाहिजेत. राजा, ह्या जन्मीं केलेल्या कर्माचा संबंध पुढें आहे, तसाच सांप्रतच्या सुखदु:खाशीं पूर्वसंचिताचा संबंध आहे. आपणास विशिष्ट कुल, रूप इत्यादि जें प्राप्त होतें त्या सर्वांचा संबंध अदृष्टाशीं आहे; आणि केवळ त्याच्या अनुरोधानेंच पुत्रांचा संयोग, वियोग वगैरे सर्व गोष्टी घडत असतात. असें जर आहे, तर पंडित एकमेकांची आशा कशाला धरतील बरें? धृतराष्ट्रा, जशीं निरनिराळीं घरें असतात त्याचप्रमाणें प्राण्यांचीं शरीरें आहेत असें पंडित म्हणतात, व एक घर सोडून दुसऱ्या घरीं जावें त्याप्रमाणेंच जीव यथाकालीं एक देह टाकून दुसऱ्यांत प्रवेश करतो. हे देह कांहीं शाश्वत नाहींत, जीव मात्र शाश्वत आहे. ज्याप्रमाणें मनुष्य जीर्ण झालेलें किंवा कधीं कधीं नवेंही वस्त्र टाकून देऊन दुसरें ग्रहण करतो, त्याचप्रमाणें शरीरी जो जीव तो देहाचा त्याग करितो राजा, प्राणिमात्रास जें सुख किंवा दुःख प्राप्त होतें, तें त्यास केवळ स्वत: केलेल्या कर्मानेंच मिळतें. हे भारता, कर्मानें स्वर्ग मिळतो, आणि सुखदु:खही त्याच्याच योगानें प्राप्त होतें. मग त्याची खुषी असो किंवा नसोः त्याला तो भार सहन करावाच लागतो,—त्यावांचून गत्यंतर नाहीं. आतां कोणी बाल्यावस्थेंत तर कोणी तारुण्यांतच मरण पावतात हें कसें ह्मणशील, तर ऐक. कुंभाराच्या घरीं एखादें मडकें चाकावर असतांच मोडतें, एखादें नीटनेटकें करीत असतां किंवा एखादें तयार झाल्यावरच मोडतें! तेथें झांकून ठेवल्यावर एखादें फुटतें, एखादें चक्रावरून खालीं उतरतांना आणि एखादें उतरल्यावरही छिन्नभिन्न होतें! ओलीं असतांना कित्येक मोडतात, कित्येक सुकल्यावर तडकतात. भट्टींत घालून आंच देतांना कांहीं फुटतात, आणि कांहीं भट्टींतून काढतांना, कांहीं काढल्यावर आणि कांहीं घांशीत असतां फुटतात! जशीं कुंभाराकडचीं मडकीं तशींच हीं प्राण्यांचीं शरीरें आहेत! गर्भांत असतां, प्रसूत झाल्याबरोबर, चारदोन दिवसांनीं, पंधरा दिवसांनीं, महिन्याचें झाल्यावर, एक वर्षाचें किंवा दोन वर्षांचें असतांना, भरतारुण्यांत, मध्यमवयांत किंवा वृद्धावस्थेंत केव्हां तरी ह्याचा नाश होतो; आणि पूर्वकर्मानुरोधानें कित्येक प्राणी पुन: जन्मास येतात व कित्येक ज्ञानसंपन्न झालेले येतही नाहींत. अशा प्रकारची ही जगाची रहाटी स्वभावसिद्ध असतांना व्यर्थ अनुताप कां करतोस बरें? राजा, ज्याप्रमाणें एखादें जनावर सहज क्रीडेसाठीं उदकांत पोहत असतां खालीं बुडी मारतें किंवा वर मान काढतें, तद्वत् या संसारसागरांत जीवांचें उन्मज्जननिमज्जन चाललेलें आहे. यामध्यें अल्पबुद्धीचे पुरुष कर्मभोगांनीं बद्ध होऊन क्लेश पावतात; परंतु जे ज्ञानी असतात, ज्यांना खऱ्या हिताची कळकळ असते, व ज्यांना

प्राण्यांचा समागमवियोग कसा होतो यांतील रहस्य कळतें, ते परमगतीला जातात.

अध्याय चौथा.

—:०:—

भूतोत्पत्त्यादिकथन.

धृतराष्ट्र विचारितोः—हे वाक्पटो, संसाररूप अरण्य कसें जाणावें हें श्रवण करण्याची माझी इच्छा आहे, तर मला यांतील तत्त्व निवेदन कर.

विदुर सांगतोः—राजा, गर्भोत्पत्ति झाल्यापासूनच प्राण्याच्या एकंदर क्रियांस प्रारंभ होतो. शुक्रशोणितांचा संयोग होतांच गर्भोत्पत्ति होते. तें शुक्रशोणित एकरात्र राहिलें ह्मणजे त्याला कलिल म्हणतात. त्यांत एका रात्रींतच कांहीं फरक पडलेला असतो, व त्यांतच (सत्तामात्र) जीव रहातो. पुढें पांचवा महिना संपला ह्मणजे त्यांत चैतन्याचा आविर्भाव होतो. मग दहाव्या महिन्यापर्यंत सर्वावयवसंपूर्ण असा गर्भ तयार होतो. या वेळीं हा गर्भ—ज्यावर रक्तमांसांचा लेप आहे, अशा अमंगल पदार्थांत गुरफटलेला असतो. मग पुढें तो वायुवेगाच्या योगानें खालीं मस्तक व वर पाय असा उलटा योनिद्वाराशीं येतो व तेथें आवळला जाऊन आपल्या प्राक्तनानुसार फार क्लेश पावतो. तेथून एकदांची सुटका झाली म्हणजे तो संसारांत येऊन पडतो, आणि तेथें त्यास दुसरे पुष्कळ उपद्रव होतात. ज्याप्रमाणें कुत्रे आमिषाच्या मागें लागतात, त्याप्रमाणें ग्रह त्याच्या मागें लागतात; आणि पुढें स्वकर्मांनीं बद्ध असलेल्या त्या जीवामागें अनेक प्रकारचे व्याधि लागतात. पुढें राजा, ज्यांना विषयसंग फार प्रिय आहे अशा इंद्रियरूप पाशांत तो बद्ध होतो; आणि एकदां का तो इंद्रियांच्या तडाख्यांत सांपडला, म्हणजे मग त्याला नानाप्रकारचीं व्यसनें जडतात. बरें, त्या व्यसनांत गुंग झाल्यावर तरी त्याला तृप्ति होते काय? मुळींच नाहीं. पुढें पुढें अशी स्थिति होते कीं, आपण करतों तें चांगलें का वाईट, याचाही विचार त्याच्या मनांत येईनासा होतो. जरी मूर्खांची अशी स्थिति होते, तरी ध्यानधारणानिष्ठ साधुपुरुष यथाशास्त्र वर्तन करून दुराचरणांपासून स्वतःचें संरक्षण करतात. मूर्खाला मात्र प्रत्यक्ष यमलोक सन्निध आला असतांही उमज पडत नाहीं. पुढें कालांतरानें यमदूत त्याला आकर्षण करतात व तो मृत्यु पावतो. सर्व इंद्रियें विकल झालीं आहेत, व यमदूत आकर्षण करीत आहेत, अशा वेळीं तरी तो सावध होतो काय? मुळींच नाहीं. पूर्वीं केलेल्या बऱ्यावाईट गोष्टींबद्दल त्याची वासना रहाते; आणि तेणेंकरून पुनः गर्भवासादि बंधनांत सांपडत असतांही तो आपली उपेक्षा करितो! अहो, हें जग अगदीं हीन स्थितीस पोंचलें असून त्यावर लोभाचा पूर्ण पगडा बसला आहे. लोभ, क्रोध व भय यांनीं उन्मत्त झाल्यामुळें स्वस्वरूपाची ओळख कोणासच राहिली नाहीं. ते कुलीनपणाचा अभिमान बाळगतात आणि नीचकुलोत्पन्नांची निंदा करितात! ऐश्वर्यमदानें स्वतः धुंद होतात आणि गरीबांचा उपहास करतात! दुसऱ्यास बेधडक मूर्ख म्हणतात, पण स्वस्वरूपाविषयीं मुळींच विचार करीत नाहींत! दुसऱ्याचे दोष बाहेर काढतात, पण आपले दोष काढून टाकण्याची त्यांस इच्छा नसते! परंतु जेव्हां शहाणे व मूर्ख, श्रीमंत व दरिद्री, कुलीन व कुलहीन, गर्विष्ठ व साधेभोळे—सर्वच लोक मांसहीन, अस्थिमय व केवळ स्नायुमय अशा अवयवांनीं युक्त होत्साते पितृवनांत येऊन कांहींएक पांघरल्याशिवाय उघडे पडतात, तेव्हां त्या ठिकाणीं त्यांच्यामध्यें 'हा श्रीमंत व हा दरिद्री'

अशा प्रकारचा फरक स्वर्गस्थ लोकांस मुळींच दिसत नाहीं; सर्व सारखेच दिसतात ! कारण, कुल, रूप इत्यादि गोष्टींकडे त्यांची दृष्टिच नसते ! अरेरे ! सर्वांचे देह एकसारखेच जमिनीवर पडतात हें प्रत्यक्ष पहात असतां व ऐकत असतां ' मला ही भार्या अन्य जन्मीं मिळू दे; मला हा पुत्र मिळू दे. ' इत्यादि प्रकारें एकमेक मिळण्याविषयीं मूर्ख लोक कां इच्छितात बरें ? खरोखर या क्षणभंगुर मर्त्यलोकीं जो जन्मापासून धर्माचें पालन करून तदनुसार परमार्थ साधन करील, तोच अंतीं परमगति पावेल. राजा, याप्रमाणें सर्व गोष्टी जाणून जो तत्त्वास अनुसरतो, तो अधोगतीचे सर्व मार्ग सोडून उर्ध्वमार्गानेंच गमन करितो !

अध्याय पांचवा.

—:०:—

संसाररूपक.

धृतराष्ट्र म्हणाला:—विदुरा, जर ह्या धर्मरूपी अरण्यांत बुद्धीनें प्रवेश करावयाचा आहे, तर त्यांत तिनें कोणत्या मार्गानें प्रवेश करावा, तें मला विस्तारपूर्वक कथन कर.

विदुर म्हणाला:—ठीक आहे. प्रथम स्वायंभुव ब्रह्मदेवास नमस्कार करून, मोठमोठे ऋषि या संसाराला ' अरण्य ' कां म्हणतात, तें तुला समजून सांगतों.

एक द्विज एका महान् अरण्यांत फिरत असतां वाट चुकून हिंस्र पशूंनीं गजबजलेल्या अशा एका अतिगहन वनांत येऊन पोंचला. त्या अति घोर वनांत सिंह, वाघ, हत्ती, अस्वलें वगैरे मांसाहारी श्वापदांचे थवेच्या थवे चोहोंकडे फिरत होते. ते पशु मोठे भयंकर व अक्रालविक्राळ असून मोठमोठ्यानें गर्जना करीत होते. यामुळें तें वन इतकें भीतिदायक झालें होतें कीं, तें पाहून साक्षात् यमधर्मही भिऊन जाईल ! तें अरण्य पहातांच या ब्राह्मणाचें हृदय तर अगदींच भेदरून गेलें ! राजा, त्याचे अंगावर रोमांच उभे राहिले आणि तो थरथरां कांपूं लागला ! मग ' आतां कोणाला शरण जावें ! ' असें म्हणत व दाही दिशांकडे घाबऱ्या घाबऱ्या पहात तो त्या वनांत इतस्ततः धावूं लागला. तो भयभीत झालेला ब्राह्मण कोठें वाट सांपडते काय म्हणून पहात एकसारखा धांवत होता, परंतु त्या वनांतून त्यास बाहेर पडतां आलें नाहीं, किंवा त्या भयंकर श्वापदांपासूनही त्याची सुटका झाली नाहीं ! पुढें धावतां धावतां त्यानें सभोंवार पाहिलें तों त्या घोर अरण्यांत जिकडे तिकडे सांपळे व पाश मांडले आहेत, एका अतिभयंकर स्त्रीनें आपल्या हातांनीं त्यास मगरमिठी मारिली आहे, पांचपांच फडांचे पर्वतप्राय नाग सर्वत्र दिसत आहेत, आणि गगनास भेदून जाणाऱ्या प्रचंड वृक्षांनीं तें महावन व्यापून गेलें आहे, असें त्याच्या दृष्टीस पडलें ! ज्या वनामध्यें हा मनुष्य होता तेथेंच एक खोल विहीर होती. तिच्या सभोंवार वेलींची गुंतागुंत झाली असून त्यांतच पुष्कळ गवत रुजलेलें होतें; आणि त्या वेलींनीं त्या भयंकर विहिरीचे कांठ अगदीं झांकून गेले होते. धावतां धावतां तो बिचारा ब्राह्मण त्या खोल व झांकलेल्या जलाशयांत पडला ! परंतु नशिबानें एका वेलीच्या गुंतागुंतींत त्याचे पाय अडकले; आणि फणसाचें मोठें फळ लोंबतें त्याप्रमाणें तो खालीं डोकें वर पाय होऊन त्या जलाशयांत उलटा लोंबूं लागला ! याप्रमाणें सांप्रत तो तेथें लोंबत आहे. परंतु, राजा, त्याचें दुर्दैव एवढ्यानेंच संपलें नाहीं,—तेथें त्याला आणखी उपद्रव आहे. त्या कूपामध्यें एक महाबलाढ्य व भयंकर सर्प त्याच्या नजरेस पडत आहे, व वर विहिरीच्या कांठावरच एक भला मोठा हत्ती आहे. त्या हत्तीला

सहा तोंडें आहेत; आणि अर्धे काळे व अर्धे पांढरे असे बारा पाय आहेत ! ज्या वृक्षावरून खालीं लोंबलेल्या वेलींत हा मनुष्य अडकला आहे, तोच वृक्ष मोडून खाण्यासाठीं तो हत्ती त्याकडे हळूहळू येत आहे. त्या वृक्षाच्या खांद्यांवर नानाप्रकारचे घोर स्वरूपांचे व भीतिकारक भुंगे घोंगावत आहेत. ते त्या वृक्षावरील मधाभोंवतीं गराडा देऊन बसले आहेत; आणि, हे भरतर्षभा वरचेवर तो मध चाटीत आहेत. जो प्राणिमात्रास गोड लागतो व विशेषेंकरून बालक ज्यास लुब्ध होतो त्या मधाची एक धार खालीं गळत आहे आणि तो लोंबणारा पुरुष ती एकसारखा पीत आहे. याप्रमाणें तो संकटांत पडला आहे तरी मध पिण्याची त्याची तृष्णा नाहींशी होत नाहीं. तो नित्य अतृप्तच असून एकसारखा मधाची इच्छा करीत आहे; आणि राजा, त्याला जीविताबद्दलही निर्वेद उत्पन्न झाला नाहीं ! त्या मधावर त्याची जीविताशा गुंतून राहिली आहे. कांहीं काळे व पांढरे उंदीर त्या वृक्षाचीं मुळें कुरतुडीत आहेत! भयंकर वनांतील सर्प व ती अत्युग्र स्त्री, कूपांतील नाग, तीरावरील हत्ती, वृक्ष पडण्याचें भय, उंदरापासूनचें पांचवें भय, आणि भुंगे मध खात आहेत तो संपण्याचें सहावें भय, अशा सहा प्रकारच्या भीतींत तो तेथें भवसागरांत पडला आहे, तथापि त्याची जीविताशा बिलकूल सुटत नाहीं !

अध्याय सहावा.

—:०:—

रूपकाचा स्पष्टार्थ.

धृतराष्ट्र म्हणाला:—अरेरे ! त्या बिचाऱ्याला खरोखर फारच दुःख प्राप्त झालें. या वेळीं तर तो विलक्षण पेंचांत सांपडला आहे. असें असतां, हे वाक्पटो, त्या ठिकाणीं त्याचें मन कसें रममाण होतें, व त्याला कसें समाधान होत आहे, हें मला सांग. बा विदुरा, तो ब्राह्मण जेथें या अशा भयंकर संकटांत पडला आहे, तें ठिकाण कोठें आहे, तसेंच त्याला या संकटांतून कोणत्या उपायानें मुक्त करतां येईल, हें सर्व मला सांग; ह्मणजे आपण त्याच्या मुक्ततेसाठीं खटपट करूं. त्याच्याबद्दल माझ्या मनांत फार कळवळा उत्पन्न झाला आहे. त्याला या स्थितींतून बाहेर काढावें असें मीं योजिलें आहे !

विदुर ह्मणालाः—राजा, मोक्षमार्ग जाणणाऱ्या ज्ञात्यांनीं वर्णिलेलें हें एक केवळ रूपक आहे. हें तत्त्वतः जाणलें असतां परलोकीं मनुष्याचें कल्याण होतें. राजा, महान् अरण्य ह्मणजे महासंसार होय. ज्याला गहन वन ह्मटलें तो प्राणिमात्राचा संसार होय. ज्यांना व्याल ह्मटलें आहे ते व्याधि होत; आणि जी परम घोर स्त्री त्या ठिकाणीं रहाते ह्मणून सांगितलें, ती सौंदर्य व तेज नष्ट करणारी जरा होय. राजा, तेथें जो कूप ह्मटला तो तर आपला—प्राण्यांचा—देह होय. त्यामध्यें खोल जो एक भयंकर भुजंग रहातो ह्मणून सांगितलें, तो सर्व भूतांचा व प्राण्यांचा नाश करणारा आणि यच्चयावत् सर्व हरण करणारा काल होय ! त्या कूपामध्यें उत्पन्न झालेली वेल—जिला अडकून तो मनुष्य लोंबत आहे, ती प्राण्यांची जीविताशा होय. या जीविताशेलाच सर्व गुंतलेले असतात. राजा, त्या कूपाच्या तीरावरून त्या वृक्षाकडे एकसारखा येत असलेला तो सहा तोंडांचा गज कोणता समजलास काय ? त्याला तर संवत्सर असें ह्मणतात. सहा ऋतु हींच त्याचीं सहा मुखें व बारा महिने हेच त्याचे बारा पाय. त्या वृक्षाला जे उंदीर व सर्प कुरतुडीत आहेत, ते दिवस आणि रात्री होत. ज्यांना भुंगे ह्मटलें ते काम—वासना—होत. त्या मधाच्या धारा ह्मणजे विषयसौख्यें

जाणावीं. या विषयसौख्यांतच मानव गर्क झालेले असतात ! धृतराष्ट्रा, संसारचक्राचें रूपक अशा प्रकारचें आहे. ज्ञाते हें जाणतात आणि तेणेंकरून ते भवपाश छेदून टाकतात !

अध्याय सातवा.

—:०:—

संसारनिवृत्त्यर्थ तत्त्वोपदेश.

धृतराष्ट्र म्हणालाः—अहा विदुरा ! खरोखर तूं फारच मनोहर आख्यान सांगितलेंस. तूं खरा तत्त्वज्ञ आहेस. तुझें हें अमृततुल्य भाषण श्रवण करून माझी तृप्ति न होतां आणखी पुनः हेंच ऐकण्याची मला फार इच्छा उत्पन्न झाली आहे. हेंच आख्यान तूं पुनः सांग.

विदुर म्हणालाः—राजा, हाच मार्ग मी पुनः विस्तारपूर्वक सांगतों, श्रवण कर. तो ऐकिल्याच्या योगानें विचक्षण पुरुष संसारापासून मुक्त होतात. राजा, ज्याप्रमाणें एखादा मनुष्य फार लांब रस्ता चालत असतां थकून वाटेंत जागजागीं विश्रांतीस्तव बसतो, त्याप्रमाणेंच, हे भारता, संसृतीच्या फेऱ्यांत सांपडलेले जीव निरनिराळ्या गर्भस्थानांत वास करितात; पण मूर्ख जन तेथें राहिल्यावर पुढें जायचें विसरून तेथेंच अडकून पडतात, आणि ज्ञानी जन त्यांतून मुक्त होतात. म्हणूनच शास्त्ररहस्य जाणणारे पुरुष या संसारचक्राला मार्ग असें म्हणतात; आणि तो मार्ग आक्रमीत असतां ज्या ह्या संसारांत जीव पडतो, त्यास मननशील पंडित वन असें म्हणतात. हे भरतर्षभा, स्थावरजंगम प्राण्यांस भ्रमविणारा हा एक विलक्षण भोंवरा आहे; पंडित मात्र त्यांत अडकत नाहींत. प्रत्यक्ष व परोक्ष असे जे अनुक्रमें शारीरिक व मानसिक व्याधि या मर्त्यांना जडतात, त्यांना पंडित व्याल असें म्हणतात. हे भारता, त्यांच्या योगानें अज्ञ लोक नित्य पुष्कळ क्लेश पावत असतात; व त्यांचें निवारण करण्यासाठीं धडपडत असतात; परंतु पूर्वकर्मामुळें या महाव्यालांपासून त्यांची सुटका होत नाहीं ! राजा, यदाकदाचित् मनुष्य या व्याधींपासून सुटला, तथापि पुढें शरीर विरूप करणारी जरा त्याला घेरतेच. राजा, जेथें मज्जामांसरूप चिखल आहे अशा देहरूप कूपांत निराधार पडला असतांही शब्दस्पर्शादि विविध विषयांत हा गुंग होतो; आणि संवत्सर, मास, पक्ष, अहोरात्र व संधिकाल हे क्रमाक्रमानें त्याचें रूप व आयुष्य हरण करीत असतात, संवत्सर, मास वगैरे हे कालाचे निधि आहेत, ते एकसारखे आयुष्य हरण करीत असतात, हें मूर्खांच्या ध्यानांत येत नाहीं. राजा, सर्व प्राणी कर्मरूप विधात्यानें उत्पन्न केले आहेत असें ज्ञाते म्हणतात. शरीर हा जीवांचा रथ होय, बुद्धि सारथि होय, इंद्रियें घोडे होत आणि मन हा लगाम होय. जो मनुष्य हा मनरूपी लगाम सैल सोडून इंद्रियरूपी अश्वांस पाहिजे तसे भडकूं देतो, व त्यांच्या वेगाप्रमाणें आपला देहरूप रथ जाऊं देतो, तो या संसारचक्रांत चक्रवत् फिरत रहातो; आणि जो बुद्धिरूप सारथ्याकडून मनरूप लगाम खेंचून इंद्रियरूप अश्वांस आवरून धरतो, तो मृत झाल्यावर पुनः संसारांत पडत नाहीं. चाकाप्रमाणें गरगर फिरणाऱ्या या संसारचक्रांत फिरत असतां जे मोह पावत नाहींत, त्यांस त्याबरोबर फिरावें लागत नाहीं; त्यांची लवकर सुटका होते. आतां कोणी म्हणेल कीं, यांत फिरलें म्हणून काय झालें ? तर हें ह्मणणें बरोबर नाहीं. कारण, त्यापासून सुख तर नाहींच, पण दुःख मात्र निश्चयानें होतें. यासाठीं शहाण्यानें त्यांतून सुटण्याविषयीं अवश्यमेव यत्न करावा,—बिलकूल उपेक्षा करूं नये; कारण तेणेंकरून या संसारवृक्षाची वाढ होते. राजा, ज्यानें इंद्रियांचें नियमन केलें

आहे, क्रोध व लोभ यांचें निराकरण केलें आहे, आणि जो सदोदीत संतुष्ट व सत्यवादी आहे त्याला शांति प्राप्त होते. राजा, ज्याच्या योगानें अज्ञ लोक मोहून जातात, त्या ह्या संसाराला याम्य म्हणजे यमलोकीं पोंचविणारा रथ असें म्हणतात. या रथाच्या योगानें, तुला प्राप्त झाली आहे तीच स्थिति प्राप्त व्हावयाची! परंतु, हे मारिषा, राज्यनाश, पुत्रनाश, मित्रनाश यांच्या योगानें तृष्णाशीलास मात्र दुःख होतें; समाधानी पुरुषास दुःख होत नाहीं. शहाण्यानें कितीही भयंकर दुःखें आलीं तरी त्यांवर दुःखें घालविण्याचा जो खरा उपाय तोच करावा. आत्मसंयमी मनुष्यानें ब्रह्मज्ञानरूपी दिव्य औषधि मिळवून तिच्या योगानें दुःखरूप महारोग नाहींसा करावा. स्थिरसंयमी पुरुष जसा आपला आपण दुःखापासून पूर्ण मुक्त होतो, तसे कांहीं त्यास पराक्रम, द्रव्य, मित्र किंवा आप्त हे मुक्त करूं शकत नाहींत. यास्तव, हे भारता, मी मित्रभावानें सांगत आहें त्यावर भरंवसा ठेवून तूं शील संपादन कर. दम, त्याग व अप्रमाद हे तीन ब्रह्मलोकीं पोंचविणारे घोडे आहेत. राजा, शीलरूप लगाम धरून जो मनोरूप रथांत आरूढ होतो, तो मृत्यूची भीति सोडून ब्रह्मलोकीं जातो. हे महीपते, प्राणिमात्रास जो अभय देतो त्यास सत्यलोकीं निरामय व सर्वश्रेष्ठ असें स्थान प्राप्त होतें. अभयप्रदानानें मनुष्यास जें फल प्राप्त होतें तें हजारों यज्ञ केल्यानें किंवा नित्य उपवास केल्यानेंही प्राप्त होत नाहीं! प्राणिमात्रास स्वतःचा जीव प्यारा आहे, त्याहून अधिक प्रिय असें दुसरें कांहींएक नाहीं, हा सिद्धांत होय; आणि म्हणूनच मरण हें कोणासच नको असतें, सर्व त्यास भीत असतात. यास्तव, राजा, सुज्ञ मनुष्यानें प्राणिमात्रावर दया करावी. राजा, नानाप्रकारच्या मोहांत सांपडलेले व अज्ञानपटलानें आच्छादिलेले स्थूलदृष्टीचे मंद लोक संसारचक्रांत ठिकठिकाणीं भ्रमण करितात; परंतु, धृतराष्ट्रा, जे अत्यंत सूक्ष्मदृष्टीचे लोक असतात, ते सनातन, ब्रह्मपदीं गमन करतात.

अध्याय आठवा.

—:०:—

व्यासांचा उपदेश.

वैशंपायन सांगतातः—जनमेजया, विदुराचें तें भाषण ऐकून, कुरुश्रेष्ठ धृतराष्ट्र राजा हा पुत्रशोकानें अतिशय व्याकूळ होत्साता भूमीवर मूर्च्छित पडला. तो तसा बेशुद्ध पडलेला पाहातांच त्याचे आप्त, कृष्णद्वैपायन व्यास, विदुर, संजय, दुसरे इष्टमित्र, द्वारपाल, वगैरे सर्वजण त्याच्या भोंवतालीं जमले; व कोणी त्याच्या मस्तकावर गार पाणी शिंपडलें, कोणी ताडाच्या पंख्यांनीं वारा घालूं लागले, आणि कोणी त्याच्या अंगावरून हळूहळू हात फिरवूं लागले. त्याप्रमाणें त्यांनीं पुष्कळ वेळपर्यंत प्रयत्न चालविले; तेव्हां बऱ्याच वेळानें धृतराष्ट्र राजा एकदांचा शुद्धीवर आला; आणि पुत्रशोकविह्वल होऊन फार वेळपर्यंत विलाप करीत बसला. तो म्हणाला, "प्रभो, या मनुष्यजन्मांत वारंवार दुःखें उत्पन्न होतात, तस्मात् या मनुष्यत्वासच धिःकार असो! या मनुष्ययोनींत पुत्रनाश, द्रव्यनाश आणि आप्तस्वकीयांचा नाश यांपासून विष किंवा अग्नि यांप्रमाणें ज्वाज्वल्य व अपार दुःख होत असतें, त्याच्या योगें सर्वांगाचा भडका होतो, बुद्धि नष्ट होते आणि त्या दुःखानें होरपळून गेलेल्या त्या मनुष्यास 'मरण येईल तर फार बरें!' असें वाटूं लागतें! अशाच प्रकारचें भयंकर दुःख दुर्भाग्यामुळें मला प्राप्त झालें आहे. त्याचा शेवट होण्याचा उपाय प्राणांतावांचून

दुसरा तर मला कांहींच दिसत नाहीं. तेव्हां, हे द्विजसत्तमा, आजच मी प्राणांत करून या दुःखापासून मोकळा होणार!"

जनमेजया, आपला पिता ब्रह्मज्ञवर व्यास मुनि यास इतकें म्हटल्यावर धृतराष्ट्राच्यानें पुढें बोलवेना. शोकाचा मोठा उमाळा येऊन तो मोहित झाला; आणि मनांत त्याचें चिंतन करीत अगदीं स्तब्ध बसला. मग, त्याचें तें भाषण ऐकून, भगवान् कृष्णद्वैपानन मुनि हे पुत्रशोकाकुल झालेल्या त्या आपल्या पुत्रास उपदेश करूं लागले.

व्यास म्हणाले:—हे महाबाहो धृतराष्ट्रा, मी तुला जें सांगत आहें, तें लक्ष देऊन ऐक. तुला वेदरहस्य माहीत आहे; तसाच तूं बुद्धिमान् आहेस; धर्म व अर्थ साधण्याविषयीं कुशल आहेस; आणि, हे परंतपा, जें जें मनुष्यास अवगत पाहिजे तें तें सर्व तुला अवगत आहे. त्याचप्रमाणें, सर्व मर्त्य प्राणी अनित्य आहेत, हेंही तूं निःसंशय जाणतोस. तसेंच, राजा, इहलोक व परलोक दोन्ही अशाश्वत आहेत हें तूं जाणत असून निष्कारण शोक कां करतोस? राजेंद्रा, तुझ्या मुलाला निमित्तमात्र करून भवितव्यानें तुझ्या समक्ष हें वैर उत्पन्न केलें. राजा, कांहीं केलें तरी ज्या गोष्टी अवश्य व्हावयाच्यात्र अशा असतात, त्यांपैकींच कौरवपांडवांचें युद्ध एक असतांना, त्या उत्तम लोकीं गेलेल्या शूरांबद्दल तूं कां शोक करतोस? राजा, ज्ञानी विदुरानें हें सर्व भविष्य जाणून शम करण्यासाठीं पुष्कळ प्रयत्न केला; परंतु दैवानें ज्या गोष्टी ठरविल्या असतात, त्या अन्यथा करण्यास मनुष्य—कितीही झटत असला तरी—समर्थ नाहीं असें माझें मत आहे. शिवाय, या युद्धासंबंधानें देवांचें जें कार्य मीं प्रत्यक्ष ऐकिलें आहे, तें मी तुला सांगतों. तेणेंकरून तुझें अंतःकरण स्थिर होईल.

राजा, पूर्वीं मी एकदां सहज इंद्रसभेंत गेलों असतां तेथें सर्व देव जमलेले पाहिले. तेथें नारदप्रभृति सर्व देवर्षि आले होते; आणि त्या ठिकाणीं पृथ्वीही आलेली माझ्या दृष्टीस पडली. ती कांहीं कार्यास्तव तेथें देवांकडे आली होती. मग जरा जवळ जाऊन ती त्या एकत्र जमलेल्या देवांस म्हणाली, "हे महाभागहो, मागें ब्रह्मलोकीं तुम्हीं माझें जें कार्य करण्याविषयीं कबूल केलें आहे, तें कार्य सत्वर करा."

तिचें तें भाषण श्रवण करून लोकश्रेष्ठ भगवान् विष्णु किंचित् हंसून त्या देवसभेंत पृथ्वीस म्हणाला, "धृतराष्ट्राच्या शंभर पुत्रांपैकीं वडील पुत्र—ज्याला दुर्योधन म्हणतात, तो तुझें कार्य करील. तो राजा झाला म्हणजे तुझें इच्छित पूर्ण होईल. त्याच्यासाठीं राजे कुरुक्षेत्रांत एकत्र होतील; आणि ते झुंजार वीर तीक्ष्ण शस्त्रांनीं परस्परांचा नाश करतील. त्या वेळीं, हे देवि, युद्धामध्यें तुझा भार उतरेल. हे शोभने, आतां तूं सत्वर स्वस्थानीं जा आणि आपलें लोकधारणाचें कर्तव्य कर."

धृतराष्ट्रा, तुझा पुत्र दुर्योधन हा कलीच्या अंशापासून गांधारीच्या उदरीं जन्मला असल्यामुळें तो असहिष्णु, अस्थिरबुद्धि व रागीट असून, त्यास उपदेशानें वाटेवर आणणें शक्य नव्हतें. दैवयोगानें त्याचे भाऊही त्यासारखेच झाले. त्याचप्रमाणें त्याचा मामा शकुनि, परमसखा कर्ण, आणि पृथ्वीवरील दुसरे राजे हे सर्वजण विनाशासाठीं समगुणीच उत्पन्न झाले! असा नियमच आहे कीं, यथा राजा तथा प्रजा! स्वामी धार्मिक असेल तर सेवक अधर्मी असला तरी धार्मिक होतो. धन्याच्या गुणदोषांप्रमाणें चाकराचे गुणदोष असतात, हें निःसंशय होय. राजा, दुष्ट राजा मिळाल्यामुळें ते सर्वजण अस्तंगत झाले. हे महाबाहो, मीं देवसभेंतील

जी ही हकीकत सांगितली, ती तत्वज्ञानी नारदासही विदित आहे. हे पृथ्वीपते, केवळ स्वापराधामुळें तुझे पुत्र नष्ट झाले आहेत. यास्तव, राजेंद्रा, त्याबद्दल शोक करूं नको. शोक करण्यास वास्तविक कांहींच कारण नाहीं. शिवाय, हे भारता, पांडवांनीं तुझा कांहीं अपराध केलेला नाहीं; तुझे पुत्रच दुष्ट होते व त्यांनींच सर्व पृथ्वीचा घात केला. राजा, तुझें कल्याण असो. पूर्वींच नारदानें राजसूय यज्ञाचे वेळीं मयसभेंत धर्मराजाला हें भविष्य सांगितलें होतें कीं, ‘ पांडव व कौरव एकमेकांशीं युद्ध करून नाश पावणार आहेत. यास्तव कौंतेया, तूं आपलें कर्तव्य कर. ’ नारदाचें तें भाषण ऐकून त्या वेळीं पांडवांस फार वाईट वाटलें. याप्रमाणें, राजा, देवांचें काय कार्य होतें व तें तुझ्या मुलांनीं कसें बजाविलें, हें सर्व मीं तुला निवेदन केलें आहे; आणि माझी अशी खात्री आहे कीं, याच्या श्रवणानें तुझा शोक नाहींसा होऊन, तुझें चित्त प्राणत्यागापासून पराङ्मुख होईल; आणि ह्या दैवाधीन गोष्टी आहेत, हें जाणून पांडवांविषयीं तुझ्या मनांत स्नेहबुद्धि उत्पन्न होईल. हे महाबाहो, असें होणार म्हणून मीं पूर्वींच ऐकिलें होतें; आणि राजसूय यज्ञाचे वेळीं मीं धर्मराजाला हें सर्व सांगितलेंही होतें. मीं हें गुह्य सांगितल्यावर, कौरवपांडवांची लढाई न व्हावी म्हणून धर्मराजानें होते नव्हते तेवढे प्रयत्न केले; परंतु त्यांचा उपयोग झाला नाहीं; तस्मात् दैव बलवत्तर होय. राजा, ब्रह्मलिखिताचा अतिक्रम करणें स्थावरजंगम सर्व भूतांस मुळींच शक्य नाहीं. हे भारता, तूं इतका धर्मनिष्ठ व ज्ञानी असून व प्राण्यांची स्थितिगति सर्व जाणूनही जर असा मोह पावतोस, तर तूं असा शोकाकुल झाला आहेस व वारंवार बेशुद्ध पडत आहेस हें समजल्यावर मला वाटतें, युधिष्ठिर राजा प्राणत्याग सुद्धां करील ! राजेंद्रा, तो वीर कृमिकीटकांशींही सर्वदा सदयतेनें वागतो. त्याला तुझी दया येणार नाहीं असें कसें होईल ? हे भारता, तूं माझ्या आज्ञेनें, दैव अनतिक्रमणीय असल्यामुळें, आणि पांडवांच्या कारुण्यास्तव प्राणत्याग करूं नको. बाबारे, अशा रीतीनें तूं वागलास, म्हणजे या लोकीं तुझी कीर्ति होईल, तुला फार मोठा धर्म व अर्थ प्राप्त होईल, आणि चिरकाल तपश्चर्या केल्यासारखें घडेल. प्रज्वलित अग्नीसारखा भयंकर पुत्रशोक तुला प्राप्त झाला आहे खरा; तथापि, हे महाभागा, मीं आतां तुला जो उपदेश केला त्या उपदेशरूप उदकानें त्याला कायमचा विझवून टाक !

वैशंपायन सांगतातः—अमिततेजस्वी व्यासांचें हें भाषण श्रवण करून धृतराष्ट्रानें मुहूर्तमात्र मनाशीं विचार केला, आणि नंतर तो म्हणाला, “ द्विजवरा, महान् शोकजालानें मी अगदीं जर्जर झालों आहें. वरचेवर मला मोह उत्पन्न होतो आणि स्वस्वरूपाचें भान रहात नाहीं ! तथापि आपलें हें दैवयोगपर भाषण श्रवण केल्यामुळें मी प्राणधारण करीन; आणि शोक न करण्याविषयीं प्रयत्न करीन. ” जनमेजया, धृतराष्ट्राचें हें भाषण श्रवण करतांच सत्यवतीपुत्र व्यास मुनि तेथेंच अंतर्धान पावले !

अध्याय नववा.

—:०:—

विदुराचें सांत्वनपर भाषण.

जनमेजय विचारतोः—विप्रर्षे, भगवान् व्यास अंतर्धान पावल्यावर धृतराष्ट्र राजानें काय केलें, तें मला आपण सांगावें. त्याचप्रमाणें, कुरुकुलाधिपति थोर युधिष्ठिर राजा आणि कृपाचार्यप्रभृति ते तिघेजण यांनीं पुढें काय केलें, तेंही कथन करावें. अश्वत्थाम्याचें कृत्य आणि एकमेकांनीं दिलेले शाप मीं ऐकिले

आहेत; तर पुढें संजयानें जो वृत्तांत सांगितला तो मला निवेदन करा.

वैशंपायन सांगतातः—दुर्योधन पडल्यानंतर आणि सर्व सैन्याचा नाश झाल्यावर, संजयाची व्यासदत्त दिव्यज्ञानशक्ति नष्ट झाली. मग तो धृतराष्ट्राजवळ येऊन त्यास घडलेलें वर्तमान सांगूं लागला.

संजय सांगतोः—राजा, नानादेशचे राजे आपापल्या देशांतून येऊन तुझ्या मुलांसहवर्तमान धारातीर्थी पतन पावले आणि पितृलोकीं गेले. हे भारता, सर्वजण नको नको ह्मणत असतां तुझ्या मुलानें वैराचा शेवट करण्याचा हेतु धरून सर्व पृथ्वीचा घात केला! असो; झाल्या गोष्टीस उपाय नाहीं. आतां पुत्र, पौत्र व वडील यांचीं यथाक्रमानें उत्तर कार्यें करीव!

वैशंपायन सांगतातः—संजयाचें तें घोर भाषण श्रवण करून धृतराष्ट्र जमिनीवर मेल्यासारखा निश्चल पडला! याप्रमाणें तो पडला असतां सर्व धर्म जाणणारा ज्ञानी विदुर त्याजवळ जाऊन ह्मणाला, "राजा, ऊठ, निजतोस काय? हे भरतर्षभा, शोक करूं नको; सर्व प्राण्यांची शेवटीं हीच गत आहे. प्राणिमात्र ब्रह्मापासून उत्पन्न होतो व शेवटीं त्यांतच लय पावतो; मध्यें मात्र तो उगाच भासमान होतो; वास्तविक तेंही मिथ्याच आहे. मग शोक कां करावा बरें? शोक करणारा शोक केल्यानें मृतामागून जाऊं शकत नाहीं किंवा शोक करून कोणी मरत नाहीं. अशा प्रकारची वस्तुस्थिति असतां तूं कशासाठीं शोक करतोस बरें? मनुष्य लढाईस न जातां घरीं बिछान्यावर पडला असला तरी तेथेंही त्याला मृत्यु येतो. आणि घनघोर रणकंदनांतही एखादा जिवंत निभावतो. हे महाराजा, वेळ भरली म्हणजे ती कोणासच टाळतां येत नाहीं; काल सर्वांस आकर्षितो,—त्याला कोणी प्रिय नाहीं व द्वेष्यही नाहीं. हे कुरुसत्तमा, ज्याप्रमाणें वायु सर्वच तृणांचे शेंडे हालवितो, त्याप्रमाणेंच सर्व भूतांस मृत्यूपुढें मान वांकवावी लागते. हे भरतर्षभा, आपण सर्वजण एकाच घोळक्यांतले असून सर्वांस त्याच एका ठिकाणीं जावयाचें आहे; त्यांत ज्याची वेळ भरते तो आधीं जातो इतकेंच. असें जर आहे, तर याबद्दल शोक तो कसला करावयाचा? राजा, युद्धांत मरण पावलेल्या ज्या वीरांबद्दल तूं शोक करीत आहेस, ते महात्मे तर स्वर्गास पोंचले आहेत. अर्थात् त्यांबद्दल शोक करण्याचें कांहींच कारण नाहीं. मोठमोठे दक्षिणायुक्त यज्ञ, उत्तम तपश्चर्या किंवा विद्या यांच्या योगानेंही युद्धांत मरणारांप्रमाणें उत्तम गति प्राप्त होत नाहीं! ते सर्वजण वेदज्ञ, शूर व व्रतानुष्ठानें केलेले असे थोर योग्यतेचे असून सर्व सन्मुख मरण पावले आहेत. मग त्यांबद्दल शोक करण्यास कोठें जागा राहिली? शूरांच्या शरीररूप अग्नींत त्यांनीं शररूप आहुति दिल्या आणि शत्रूंनीं हवन केलेले बाण त्या श्रेष्ठांनीं सहन केले! राजा, याप्रमाणें युद्धांत मरणें हा स्वर्गास जाण्याचा उत्तम मार्ग मीं तुला सांगितला. खरोखर इहलोकीं क्षत्रियास युद्धापरतें श्रेष्ठ कांहीं नाहीं. ते क्षत्रिय महाथोर, शूर व सभेंत शोभायमान होणारे असून त्यांनीं उत्तम आशीर्वाद मिळविलेले आहेत. त्यांपैकीं कोणाबद्दलही शोक करण्याचें कांहीं कारण नाहीं. तेव्हां, हे पुरुषर्षभा, आपलें आपणच मन आवरून धीर व शोक करूं नको. आज शोकविह्वल होऊन प्राप्त कार्य मोडणें तुला उचित नव्हे.

अध्याय दहावा.

—:०:—

धृतराष्ट्रनिर्गमन.

वैशंपायन सांगतातः—विदुराचें तें भाषण ऐकून धृतराष्ट्रानें रथ जोडण्यास सांगितलें आणि

तो पुनः ह्मणाला,'गांधारीला व सर्व भरतस्त्रियांस लवकर घेऊन ये. त्याचप्रमाणें कुंती व तिच्या येथें असलेल्यां सर्व स्त्रिया यांसही लवकर आण.'

याप्रमाणें धर्मज्ञवर विदुराला सांगून तो शोकमूढ झालेला धर्मशील राजा मोठ्या कष्टानें रथावर बसला. मग, पुत्रशोकानें विह्वल झालेली गांधारीही केवळ पतीच्या आज्ञेस मान दिला पाहिजे म्हणून, कुंती व इतर स्त्रिया यांसह, जेथें धृतराष्ट्र राजा होता तेथें त्वरित प्राप्त झाली. त्या अत्यंत शोकाकुल झालेल्या स्त्रिया धाय मोकलीत तेथें आल्या; आणि एकमेकींस हाका मारून व रडून त्यांनीं एकच गोंधळ करून सोडला. त्यांची ती स्थिति पाहून विदुराला त्यांच्यापेक्षांही अधिक दुःख झालें; परंतु बिचारा करतो काय! तसेंच दुःख गिळून त्यानें त्यांचें समाधान केलें आणि कंठ दाटून आलेल्या त्या स्त्रियांस कशा तरी रथावर बसवून तो नगराबाहेर निघाला. मग काय विचारतां? कौरवांच्या सर्व मंदिरांत आणि सर्व नगरांत जो हाहाःकार सुरू झाला, त्यास पारावाच उरला नाहीं! आबालवृद्ध सर्व लोक शोकाकुल होऊन हंबरडे फोडूं लागले, "अहो! प्रत्यक्ष देवांसही ज्यांचें नख कधीं दिसलें नाहीं, त्याच स्त्रिया आज अनाथ झाल्यामुळें नीच लोकांच्याही नजरेस पडताहेत! हाय हाय! काय ही ह्यांची स्थिति! ह्यांचे कुरुळ केंस अस्ताव्यस्त झाले आहेत, ह्यांनीं भूषणें फेंकून दिलीं आहेत, आणि एक वस्त्र परिधान करून ह्या अनाथ दुबळ्यांप्रमाणें कीं हो चालल्या आहेत!"

राजा, यूथपति मरून गेल्यावर अनाथ झालेल्या हरिणी ज्याप्रमाणें पर्वताच्या गुहांतून बाहेर पडाव्या, त्याप्रमाणें त्या कौरवस्त्रिया स्फटिकाचे जणू शुभ्र पर्वतच अशा आपल्या मंदिरांतून बाहेर पडल्या. राजा जनमेजया, नृत्य शिकविण्याच्या पटांगणावर लहान लहान अश्वशावकी धांवत जातात, त्याप्रमाणें त्या शोकार्त झालेल्या स्त्रियांचे अनेक समुदाय मोठ्यानें आक्रोश करीत धांवूं लागले. आपले हात आंवळून कोणी पुत्रांच्या नांवानें, कोणी भावांच्या नांवानें आणि कोणी पित्यांच्या नांवानें आक्रोश करीत चालल्या होत्या; आणि त्यांची ती स्थिति पाहून जणू काय प्रलयकालचा लोकसंहारच झाला आहे असा भास होत होता! त्या मोठमोठ्यानें विलाप करीत व रडतओरडत पुढेंपुढें धांवत होत्या; आणि शोकानें त्यांचें देहभान सुटल्यामुळें आपण कोण व आपणांस करावयाचें काय, ह्याचें ज्ञान त्यांस राहिलें नव्हतें. ज्या स्त्रियांना पूर्वीं सखीजनांचीही लाज वाटत असे, त्याच या वेळीं एक वस्त्र धारण केलें असतांही सासूसासऱ्यांपुढें मुद्धां लाजत नव्हत्या! राजा, त्या स्त्रिया त्यांतल्या त्यांत एकमेकींच्या स्थितींतील सूक्ष्म भेद काढून एकमेकींचें समाधान करीत होत्या; आणि शोकविह्वल होत्सात्या दीनवदनानें एकमेकींकडे पहात होत्या.

असो; याप्रमाणें हजारों प्रकारांनीं विलाप करणाऱ्या त्या स्त्रियांसहवर्तमान तो दीन धृतराष्ट्र राजा त्वरेनें नगराबाहेर पडून रणांगणाकडे जाऊं लागला. त्या वेळीं कारागीर, वाणी, शेतकरी व इतर सर्व वर्गांचे लोक राजापाठीमागून नगराबाहेर पडले. राजा, कौरवांच्या मृत्यूमुळें व्याकूळ झालेल्या त्या स्त्रियांनीं जो भयंकर टाहो चालविला होता, त्याच्या प्रचंड शब्दानें चतुर्दशभुवनें व्यथित होऊं लागलीं! युगांतकालीं प्राणिमात्र दग्ध होऊं लागतात तशाच प्रकारचा हा प्रलय प्राप्त झाला आहे असें सर्वांस वाटलें. राजा, कौरवांचा क्षय झाला असतां त्यांवर अत्यंत अनुरक्त असलेल्या सर्व पौरजनांचीं अंतःकरणें अत्यंत व्यथित झालीं आणि ते मोठमोठ्यानें हंबरडे फोडूं लागले!

अध्याय अकरावा.

—:०:—

कृप-द्रौणि-भोज-दर्शन.

वैशंपायन सांगतातः—याप्रमाणे तो घोळका नगरापासून सुमारें एक कोस गेल्यावर त्यांस शारद्वत कृपाचार्य, द्रोणपुत्र अश्वत्थामा आणि कृतवर्मा हे तिघे भेटले. प्रज्ञाचक्षु धृतराष्ट्र राजास पहातांच त्यांचे कंठ दाटून आले, त्यांनीं दीर्घ निःश्वास सोडले, आणि शोक करीत असलेल्या त्या राजास ते म्हणाले, "हे महाराजा, आपल्या पुत्रानें इतरांस अत्यंत दुष्कर असा अघटित पराक्रम केला आणि नंतर तो आपल्या अनुचरांसमवेत इंद्रलोकीं गेला. दुर्योधनाच्या सर्व सैन्यापैकीं आम्ही तिघेच काय ते वांचलों आहों! हे भरतर्षभा, आपलें बाकीचें सर्व सैन्य पतन पावलें.

याप्रमाणें राजाला सांगितल्यावर शारद्वत कृपाचार्य हे पुत्रशोकार्त गांधारीला उद्देशून बोलूं लागले. ते ह्मणाले, "राज्ञि, तुझे पुत्र अगदीं निर्भयपणें लढले. त्यांनीं अनेक शत्रुसंघांस ठार मारिलें आणि पराक्रमाचीं कृत्यें करतां करतां शेवटीं ते निधन पावले. त्यांस शस्त्रप्रतापानें मिळणारे निर्मल लोक मिळून ते तेथें देदीप्यमान देह धारण करून देवांप्रमाणें विहार करतील, यांत बिलकूल संदेह नाहीं. त्या शूरांपैकीं एकानेंही लढत असतां पाठ दाखविली नाहीं किंवा एकही शत्रूस शरण गेला नाहीं! सर्वजण लढतां लढतां सन्मुख शस्त्रानें मरण पावले! अशा प्रकारच्या श्रेष्ठ क्षत्रियांना परमगति प्राप्त होते असें प्राचीन ऋषिवर्य म्हणतात; आणि म्हणूनच रणांगणांत शस्त्रानें मरण आलें असतां त्याबद्दल शोक करणें योग्य नाहीं. शिवाय, हे राज्ञि, त्यांच्या शत्रूंची ह्मणजे मोठीशी वंशवृद्धि होणार आहे असें मुळींच नाहीं. अश्वत्थामप्रभृति आम्हीं जें कृत्य केलें तें श्रवण कर. भीमसेनानें तुझ्या मुलाला अधर्मानें मारल्याचें ऐकून, पांडव रात्रीं शिबिरांत निजले असतां आम्हीं त्यांच्यावर घाला घातला. त्यांत धृष्टद्युम्नप्रभृति झाडून सारे पांचाल ठार केले; आणि द्रुपदाचे सर्व पुत्र व द्रौपदीचे पांचही मुलगे यमसदनीं पाठविले. याप्रमाणें तुझ्या मुलाच्या शत्रूंचा नाश करून आम्हीं तेथून पळालों. आम्ही केवळ तिघेच असल्यामुळें आम्हांस रणांगणांत उभें रहावत नाहीं, कारण ते शूर व महाधनुर्धर पांडव रागानें लाल होऊन सूड उगविण्यासाठीं लवकरच येथें येतील! आपले मुलगे मारले हें ऐकून त्या पुरुषश्रेष्ठांचें रागानें देहभान सुटलें असेल, आणि आमचा माग काढीत ते शूर वेगानें येत असतील! हे यशस्विनि, पांडवपुत्रांचें निर्दलन केल्यामुळें पांडवांपुढें रणांत उभें रहाण्याचें आम्हांस धैर्य होत नाहीं. यास्तव आह्मांस जावयास अनुज्ञा दे; आणि, हे राज्ञि, तूं असा शोक करूं नको. हे धृतराष्ट्र राजा, तूंही आह्मांस रजा दे. राजा, उत्तम धैर्य धारण कर आणि विचार करून पहा, ह्मणजे तुला कळून येईल कीं, मरण हाच एक क्षत्रियांचा खरा धर्म (कर्तव्यकर्म) होय!"

राजा जनमेजया, याप्रमाणें बोलून कृपाचार्य, कृतवर्मा व अश्वत्थामा यांनीं धृतराष्ट्रास प्रदक्षिणा केली; आणि त्या मननशील राजाकडे पहात त्यांनीं आपल्या घोड्यांस टांच मारली व त्वरेनें गंगेच्या अनुरोधानें घोडे पिटाळले. याप्रमाणें ते तिघे महारथी धृतराष्ट्रास सोडून दूर गेल्यावर परस्परांशीं कांहीं मसलत करून उद्विग्नचित्तानें तिघे तीन वाटांनीं निघून गेले. शारद्वत कृपाचार्य हस्तिनापुरांत गेले, हार्दिक्य कृतवर्म्यानें आपल्या राज्याची वाट धरली, आणि द्रोणपुत्र व्यासांच्या आश्रमास निघून गेला. महात्म्या पांडवांचा अपराध केल्यामुळें त्यांच्या भयानें व्याकूळ झालेले ते

वीर याप्रमाणें एकमेकांकडे पहात दूर निघून गेले. त्यांनीं धृतराष्ट्र राजाचीही गांठ सूर्योदय होण्यापूर्वीच घेतली; आणि मग त्या महात्म्यांनीं इच्छेस येईल तिकडे गमन केलें. हे राजा, पुढें महापराक्रमी पांडवांनीं अश्वत्थाम्यास गांठलें आणि मोठ्या पराक्रमानें त्यास जिंकलें, हें वृत्त तुला विदित आहेच !

अध्याय बारावा.

—:०:—

लोहभीमभंग !

वैशंपायन सांगतातः—जनमेजया, सर्व सैन्यांचा नाश झाल्यानंतर आपला वृद्ध चुलता हस्तिनापुरांतून बाहेर पडल्याची खबर धर्मराजास कळली. तेव्हां पुत्रशोकानें आर्त झालेला तो युधिष्ठिर पुत्रशोकानें दुःख करीत असलेल्या धृतराष्ट्राकडे आपल्या भावांसहवर्तमान गेला. धर्मराज निघाल्याबरोबर दाशार्ह श्रीकृष्ण, युयुधान आणि युयुत्सु हेही त्याच्या मागून निघाले. त्यांच्या मागून, पुत्रशोकानें अत्यंत दुःखित व आर्त झालेली द्रौपदी तेथें जमलेल्या पांचालांच्या स्त्रियांसह शोक करीत चालली. हे भरतसत्तमा, याप्रमाणें जातां जातां, गंगेच्या तीरीं, अत्यंत आर्त झालेल्या कुररींप्रमाणें आक्रोश करणाऱ्या भरतस्त्रियांचे समुदायचे समुदाय त्यांच्या दृष्टीस पडले. राजा धृतराष्ट्राच्या सभोंवतीं त्यांचा गराडा पडला होता. त्या हजारों प्रकारें विलाप करीत होत्या आणि वर हात करून वेडेंवांकडें बोलत रुदन करीत होत्या. "हाय हाय ! धर्मराजाची धर्मनीति कोठें गेली ? ती त्याची दयाशीलता आज कोणीकडे आहे ? अहो, आपले वडील, भाऊ, गुरुपुत्र व मित्र यांचा घात त्यानें कसा हो केला ? हे धर्मराजा, द्रोणाचार्य, पितामह भीष्म आणि मेहुणा जयद्रथ यांना मारून तुझें मन शांत झालें ना ? अरे, आपले वडील व भाऊ कोठें दिसत नसतांना आणि त्याचप्रमाणें अभिमन्यु व सर्व द्रौपदीपुत्र अस्तंगत झाले असतांना तुला राज्य घेऊन काय करावयाचें आहे ? हे भारता, तुला कसा रे एवढा राज्यलोभ सुटला ?"

अशा एक ना दोन—हजारों प्रकारें आक्रोश करणाऱ्या त्या स्त्रियांतून कसा तरी पुढें जाऊन युधिष्ठिरानें धृतराष्ट्रास प्रणाम केला, आणि मग सर्व पांडवांनीं त्यास अभिवंदन करून आपापलीं नांवें सांगितलीं. युधिष्ठिरामुळें धृतराष्ट्राच्या सर्व पुत्रांचा अंत झाला असल्यामुळें युधिष्ठिरास भेटण्यानें त्याच्या मनांत मोठेंसें प्रेम उत्पन्न होण्याचा मुळींच संभव नव्हता. तथापि त्या शोकविव्हल राजानें मोठ्या नाखुषीनें परंतु शिष्टाचारास अनुसरून धर्मास आलिंगन दिलें. त्यानें धर्मास आलिंगन देऊन त्याचें समाधान केलें. परंतु, जनमेजया, त्याच्या अंतःकरणानें एकदम पेट घेतला आणि भीमास ठार मारण्याची दुष्ट वासना त्यास उत्पन्न झाली. हे भारता, शोकरूप वायूनें प्रज्वलित झालेला त्याचा तो कोपरूप अग्नि भीमसेनरूप वनाची रक्षा करूं पहात आहे असें भासलें ! ५० याप्रमाणें भीमाचा घात करण्याविषयीं त्याचा संकल्प झाला आहे हें त्याच्या चेहऱ्यावरून तत्काळ ताडून, भीम त्याला भेटावयास जात असतां श्रीकृष्णानें हातांनीं भीमास मागें ढकलून भीमाचा लोखंडी पुतळा पुढें केला ! तेव्हां हा वृकोदरच आहे असें समजून बलाढ्य धृतराष्ट्रानें त्याचा चुराडा केला ! धृतराष्ट्रास दहा हजार हत्तींचें बळ होतें, म्हणूनच त्यास लोखंडी भीमाचा चूर करतां आला ! तथापि या कृत्यानें त्याची छाती फाटून मुखांतून रक्त वाहूं लागलें; आणि

तो रक्तानें न्हाऊन भूमीवर पडला व फुललेल्या पारिजातकासारखा शोभूं लागला. मग विद्वान् संजय त्याच्याजवळ जाऊन 'राजा, हें काय?' वगैरे बोलून त्याचें समाधान व सांत्वन करूं लागला, तेव्हां त्याचा क्रोध शमला; आणि मग त्या थोर मनाच्या राजास फार पश्चात्ताप होऊन तो 'हायरे भीमा' असें ह्मणून आक्रोश करूं लागला ! याप्रमाणें त्याचा क्रोध नाहींसा झाला आहे, आणि भीमसेनाचा वध झाला असें वाटून त्यास शोक झाला आहे, असें पाहून नरश्रेष्ठ वासुदेव त्यास म्हणाला, "धृतराष्ट्रा, शोक करूं नको. तूं कांहीं हा भीम मारला नाहींस ! राजा, ही भीमाची लोखंडी प्रतिमा तूं भग्न केलीस ! हे भरतर्षभा, तूं क्रोधवश झाला आहेस, असें जाणून मीं काळाच्या दाढेंत गेलेला भीम मागें ओढला आणि ही लोहप्रतिमा पुढें केली. हे राजशार्दूला, तुझ्या बरोबरीचा बलाढ्य दुसरा कोणीच नाहीं. हे महाबाहो, तुझ्या हातांची मगरमिठी कोणास बरें सहन होईल ? यमाच्या हातून कोणीही जिवंत सुटत नाहीं, तद्वत् तुझ्या मगरमिठींत सांपडून कोणीही जिवंत रहावयाचा नाहीं ! यास्तव, हे राजा, तुझ्या मुलानें भीमाची जी लोहमूर्ति केली होती तीच मीं तुझ्या पुढें केली. पुत्रशोकानें तुझें अंतःकरण संतप्त होऊन त्यांत धर्माधर्मविचार येईनासा झाला; आणि त्यामुळेंच, हे राजेंद्रा, भीमास ठार मारावें अशी इच्छा तुला झाली. परंतु, राजा, वृकोदराला ठार मारणें तुला योग्य नाहीं. कारण, तुझ्या मुलांची आयुर्मर्यादाच संपली असल्यामुळें ते आतां जिवंत रहाणें शक्य नव्हतें. त्यांस मारण्यास भीमसेन हा निमित्त-मात्र होय. तेव्हां आह्मीं जें केलें त्या सर्वांस तुह्मी संमति द्या आणि शोक आवरून धरा !"

अध्याय तेरावा.

—:०:—

धृतराष्ट्रकोपविमोचन.

वैशंपायन सांगतातः—इतक्यांत परिचारिका हस्तपादप्रक्षालनाची तयारी करून धृतराष्ट्राजवळ उभ्या राहिल्या. मग मुखमार्जन वगैरे झाल्यावर पुनः कृष्ण त्यास म्हणाला, "राजा, तूं वेद व विविध शास्त्रें यांचें अध्ययन केलें आहेस, पुराणें श्रवण केलीं आहेस, आणि संपूर्ण राजधर्मही ऐकिले आहेस. असा तूं विद्वान्, महाबुद्धिमान् व स्वपरबलाबल जाणण्यास समर्थ असून आपल्या अपराधाचा असा दुसऱ्यावर राग कां करतोस बरें ? त्याचवेळीं मीं, भीष्मद्रोणांनीं, विदुरानें व संजयानें तुला परोपरीनें सांगितलें; पण, राजा, तूं आमच्या भाषणाचा अनादर केलास. आह्मी नको नको ह्मणत असतां आणि पांडव बलानें व शौर्यानें आपल्या पुत्रांहून अधिक आहेत हें जाणत असतांही तूं आमच्या सांगण्याप्रमाणें तेव्हां वागला नाहींस. राजा, जो स्थिरप्रज्ञ स्वतः दोष जाणतो, व देशकालवर्तमान जाणून वागतो, त्यास उत्तम श्रेय प्राप्त होतें. श्रेय कशांत आहे, आणि हित कोणतें व अहित कोणतें, हें दुसरे सांगत असतांही जो ऐकत नाहीं, व अन्यायानें वागतो, तो विपत्तींत पडून शोकच करितो. तेव्हां, हे भारता, या दोहोंपैकीं तूं दुसऱ्याच प्रकारानें वागलास, हें विचारांतीं तुझें तुलाच समजेल. राजा, तुझ्या अंगीं स्वतःचें कर्तृत्व कसें तें मुळींच नाहीं. दुर्योधन नाचवील तसा तूं नाचलास; आणि आपल्याच अपराधामुळें खाड्यांत पडलास. मग भीमास मारण्याची व्यर्थ कां बरें इच्छा करतोस ? बाबारे, आपला कोप आवरून धर आणि आपलेंच पूर्वीचें दुष्कृत आठव. अरे, ज्या नीचानें स्पर्धेनें पांचालीस सभेंत आणविलें, त्यालाच वैरास प्रतिवैर

करणाऱ्या भीमानें ठार मारलें ! या कामांत आपल्या दुष्ट पुत्रानेंच मूळ किती अमर्यादा केलेली आहे याचा तूं विचार कर; आणि त्याचप्रमाणें निरपराध पांडवांचा त्याग करण्यांत तुझी किती चूक झाली याचाही विचार कर. "

वैशंपायन सांगतातः—जनमेजया, याप्रमाणें कृष्णानें खरें खरें सांगितलें, तेव्हां धृतराष्ट्र राजा त्या देवकीपुत्रास ह्मणाला, "हे महाबाहो माधवा, तूं ह्मणतोस तें अक्षरशः खरें आहे. बलवान् पुत्रस्नेहानें मला नीतिधैर्यापासून भ्रष्ट केलें. परंतु, कृष्णा, खरा पराक्रमी, मोठा बलवान् व केवळ तुझ्या योग्यतेचा असा तो पुरुषश्रेष्ठ भीमसेन माझ्या बाहुपाशांतून सुटला ही मोठ्या सुदैवाची गोष्ट झाली, नाहींपेक्षां मोठा घात झाला असता ! हल्लीं माझें चित्त स्थिर झालें आहे. माझा राग आणि दुःखही शांत झालें आहे. माधवा, आतां मध्यम पांडव जो वीर अर्जुन त्यास पहावें अशी माझी इच्छा आहे. सर्व राजे व महाराजे नष्ट झाले आणि माझे पुत्रही नाश पावले; आतां पांडुपुत्रांचें कल्याण व्हावें, अशी माझी इच्छा असून त्यांविषयीं प्रेमही माझ्या अंतःकरणांत वसत आहे ! "

राजा, मग धृतराष्ट्रानें भीम, अर्जुन व माद्रीपुत्र नकुलसहदेव यांस रडत रडत दृढालिंगन देऊन आश्वासन दिलें; आणि त्यांस कल्याणकारक आशीर्वादही दिले !

अध्याय चौदावा.

—:०:—

व्यासकृत गांधारीसांत्वन.

वैशंपायन सांगतातः—धृतराष्ट्राची आज्ञा घेऊन कृष्णासहवर्तमान सर्व पांडव गांधारीकडे गेले. तेव्हां ज्यानें आपल्या सर्व शत्रूंस ठार मारिलें आहे असा तो युधिष्ठिर राजा येत आहे असें समजतांच पुत्रशोकानें विह्वल झालेल्या पतिव्रता गांधारीनें त्यास शाप देण्याचा विचार केला. परंतु पांडवांस शापण्याचा तिचा इरादा सत्यवतीपुत्र व्यास मुनींनीं आधींच जाणला; आणि लगेच गंगेच्या पुण्यगंधि पवित्र उदकास स्पर्श करून ते मनोवेगानें गांधारीसमीप प्राप्त झाले. सर्व प्राण्यांच्या अंतःकरणांतील अभिप्राय दिव्यदृष्टीनें जाणणाऱ्या त्या मुनींनीं गांधारीचा भाव जाणला; आणि त्या हितवादी महातापसानें "ही शाप देण्याची वेळ नव्हे, शांत होण्याची वेळ आहे." असें म्हणून आपल्या सुनेस योग्य वेळीं उपदेश केला. व्यास म्हणाले, "गांधारि, शांत हो, शांत हो. पांडवांवर कोप करूं नको. तूं बोलावयाचें योजलें आहेस तें आवरून धर आणि माझें भाषण ऐक. अगे, आपणास जय मिळावा म्हणून तुझ्या पुत्रानें 'माते, मी शत्रूंशीं लढत असतां मला जयसूचक आशीर्वाद दे' म्हणून तुला अठराही दिवस सांगून ठेविलें होतें; आणि त्याप्रमाणें तूंही त्याचा जय व्हावा ह्या इच्छेनें वारंवार 'जिकडे धर्म असेल तिकडे जय असो !' 'धर्म असेल तिकडे जय असो !' असें ह्मणत असस. गांधारि, तुझ्या तोंडून स्वसंतोषानें निघालेलीं वाक्यें कधींही अन्यथा झालेलीं मला स्मरत नाहींत; मग या वेळींच तीं अन्यथा कशीं होतील ? आतां ज्यापेक्षां मोठमोठ्या राजांशीं तुमुल रणकंदन झालें असतां पांडव त्यांतून पूर्णपणें पार पडून विजयी झाले, त्यापेक्षां त्यांची बाजू अधिक न्यायाची आहे हें निर्विवाद होय. गांधारि, आजवर तूं क्षमारूप व्रत पाळलेंस, मग आतांच कशी क्षमा करीत नाहींस ? तूं मोठी धर्मज्ञ आहेस, यास्तव तुझ्या अंतःकरणांत आलेला अधर्मयुक्त विचार दाबून टाक; आणि 'जिकडे धर्म तिकडे जय'

ही खूणगांठ घाल. हे मनस्विनि, तूं स्वतःचें कर्तव्य आणि पूर्वीचें भाषण स्मरून आपला कोप आवरून धर; आणि, हे सत्यवादिनि, अशी शापास प्रवृत्त होऊं नको ! "

गांधारीनें उत्तर केलें:--भगवान्, मी पांडवांचा मत्सर करीत नाहीं, किंवा त्यांचा नाश व्हावा अशीही माझी इच्छा नाहीं. तथापि पुत्रशोकानें माझें मन फारच विह्वल झालें होतें ! कुंतीप्रमाणेंच मींही पांडवांचें रक्षण करावें; आणि त्यांचें रक्षण करणें धृतराष्ट्रूचें कर्तव्य आहे तितकेंच तें माझेंही कर्तव्य आहे. दुर्योधन, सौबल शकुनि, कर्ण व दुःशासन यांच्याच अपराधामुळें हा कुरुकुलाचा संहार झाला ! यांत अर्जुनाचा अपराध नाहीं, भीमसेनाचा नाहीं, नकुलसहदेवांचा कांहीं दोष नाहीं, किंवा राजा युधिष्ठिराचीही कांहींएक चूक नाहीं. शिवाय, कौरव—माझे पुत्र—मोठ्या अभिमानानें लढत असतां सर्व इष्टमित्रांसह पतन पावले, याबद्दलही मला कांहीं वाईट वाटत नाहीं. परंतु, महाराज, कृष्णासमक्ष भीमानें जें निंद्य कृत्य केलें, त्यानें माझ्या अंतःकरणास कसे घरे पडत आहेत ! त्या महाथोर म्हणविणारानें दुर्योधनाला गदायुद्धास बोलाविलें; आणि तो रणांत नानाप्रकारें संचार करीत आहे व विद्येनें आपणाहून अधिक आहे असें पाहून बेंबीच्या खालीं प्रहार केला, या कृत्यानें मला अतिशय संताप आला ! अहो, हे शूर क्षत्रिय म्हणवितात; आणि यांनीं रणांत यःकश्चित् प्राण वांचविण्यासाठीं, धर्मज्ञ महात्म्यांनीं घालून दिलेल्या धर्माची अशी पायमल्ली करावी काय ?

अध्याय पंधरावा.

—:०:—

गांधारीकोपशमन.

वैशंपायन सांगतातः—गांधारीचें तें भाषण ऐकून भीमसेनानें निर्भयपणें परंतु नम्रतेनें तिला असें प्रत्युत्तर दिलें, " माते, त्याठिकाणीं भीतीमुळें आपलें संरक्षण करण्यासाठीं मीं धर्म किंवा अधर्म जो काय केला असेल, त्याची तूं मला क्षमा कर. तुझ्या पुत्राचें बल अपार होतें; त्याला धर्मयुद्धानें जिंकण्यास कोणीच समर्थ नव्हता; यास्तव मीं विषमाचरण केलें. शिवाय पूर्वी द्यूतांत त्यानें धर्मराजास अधर्मानेंच जिंकिलें व आम्हांस सदैव छळिलें; यास्तव मींही अधर्माचा अवलंब केला. सर्व सैन्यापैकीं एकटाच उरलेला जो हा प्रतापी वीर, त्यानें गदायुद्धांत मला मारून राज्य हरण करूं नये यास्तव मीं तसें केलें. माते, राजपुत्री पांचाली रजस्वला व एकवस्त्रा असतांना तिला तो तुझा मुलगा काय काय दुरुत्तरें बोलला, तीं सर्व तुला विदितच आहेत. सुयोधनास जिंकिल्यावांचून ही समुद्रवलयांकित पृथ्वी आम्हांस निष्कंटक भोगावयास सांपडणें शक्य नव्हतें, यास्तव मी तसा वागलों. माते गांधारी, तुझ्या पुत्रानें आमच्या काळजाला झोंबणारीं थोडींथोडकीं कृत्यें केलीं आहेत काय ? त्यानें भरसभेंत द्रौपदीला आपली डावी मांडी दाखविली, त्याच वेळीं त्या दुराचाऱ्यास ठार करावयाचें; परंतु धर्मराजाच्या आज्ञेमुळें आम्हीं तेव्हां गय केली आणि स्वस्थ बसलों. हे राज्ञि, तुझ्या मुलानें असें हें हाडवैर पेटविलें, आणि वनांतही आम्हांस नित्य क्लेश दिले, यास्तव मीं असें केलें ! दुर्योधनास ठार मारून आम्ही एकदांचे ह्या भांडणतंट्यांतून सुटलों; युधिष्ठिरास राज्य प्राप्त झालें, आणि आमच्या अंतःकरणांतील जळजळही शांत झाली ! "

गांधारी म्हणाली:—तूं माझ्या मुलाची सामर्थ्याबद्दल प्रशंसा करीत आहेस, त्यापेक्षां त्याचा वध झालाच नाहीं असें मी समजतें ! शिवाय तूं मला सांगितलीं इतकीं सर्व कृत्यें

त्यानें केलीं खरीं. तेव्हां तुझें हें कृत्य एकवेळ बरोबर मानलें, तरी रणांत वृषसेनानें नकुलाचे घोडे मारून त्यास पेंचांत आणलें असतांही त्याच्या साह्यास जावयाचें सोडून तूं भररणांगणांत दुःशासनाचें रक्त प्यालास! अरेरे, भीमा, सज्जनांनीं निंद्य मानलेलें, अत्यंत घोर व अनार्यांसच शोभणारें असें हें क्रूर कर्म तूं केलेंस, तें तर अगदींच अयोग्य होय!

भीमसेन म्हणालाः—छी छी! माते, दुसऱ्याचेंही रक्त पिऊं नये, मग आपलें आपण कसें प्यावें? जसा हा माझा देह तसाच माझा भाऊ दुःशासन! ह्यांत दुजाभाव कांहींएक नाहीं. मग मी त्याचें रक्त कसें बरें पिईन! माते, शोक करूं नको. रक्त ओठाच्या वर बिलकूल गेलें नाहीं, हें एक त्या यमधर्माला ठाऊक आहे. माझे हात मात्र रक्तानें भरले होते. ते तरी काय? वृषसेनानें नकुलाचे घोडे मारिल्यामुळें कौरवांना अतिशय हर्ष झालेला पाहून माझ्या अंगाची आग आग झाली होती; आणि द्यूताच्या वेळीं द्रौपदीच्या केंसांना त्यानें हिसडे दिले, त्या वेळीं संतापानें माझ्या तोंडून जें निघालें होतें, तें माझ्या अंतःकरणांत एकसारखें घोळत होतें. तेव्हां ती प्रतिज्ञा जर पूर्ण केली नसती, तर माझ्या क्षात्रधर्मास जो कायमचा बट्टा लागला असता, तो लागूं नये एवढ्याकरितांच मीं तसें केलें! गांधारि, मी अगदींच कांहीं गैर वागलों असेन, अशी शंकाही तूं मनांत आणूं नये. पूर्वीं तुझे पुत्र आह्मांस छळीत असतां त्यांस न आवरूनसवरून आतां आम्हांला कां बरें दोष लावूं पाहातेस?

गांधारी ह्मणालीः—तें असो. पण, बाबा, या म्हाताऱ्याचे शंभरचे शंभर पुत्र मारून तूं जो विजयी झालास, तो, ज्यानें कमी अपराध केला असेल, असा एखादा तरी कां नाहीं वगळलास? आह्मां राज्यभ्रष्ट झालेल्या वृद्धांचा एक तरी तंतु—उभयतां आंधळ्यांची एक तरी काठी—तूं कशी रे नाहीं शिल्लक ठेविलीस? अरे, एखादा मुलगा तरी जिवंत असता, आणि तूं धर्माला जागला असतास, तर मला असें दुःख झालें नसतें!

वैशंपायन सांगतातः—असें ह्मणून, पुत्रपौत्रांच्या वधानें पीडित झालेली गांधारी रागारागानें 'तो धर्म कोठें आहे?' अशी युधिष्ठिराची चौकशी करूं लागली. तेव्हां सार्वभौम युधिष्ठिर राजा हात जोडून कांपत कांपत तिच्या जवळ गेला; आणि असें मधुर भाषण करता झाला, "हे देवि, मी युधिष्ठिर तुझ्या मुलांना मारणारा नीच राक्षस आहें. मी शापास पात्र आहें. पृथ्वीच्या नाशाला मी कारण झालों; मला शापून टाक! इष्टमित्रांचा असा भयंकर संहार करून मीं मूढानें मित्रद्रोहाचें पातक पदरीं बांधलें. आतां मला राज्य नको, धन नको व जीवितही नकोसें झालें आहे!" जनमेजया, युधिष्ठिर राजा भिऊन गेला होता, परंतु तो जवळ जाऊन असें बोलूं लागला तेव्हां गांधारी कांहींच बोलली नाहीं. ती एकसारखी मोठमोठे सुसकारे टाकीत होती. युधिष्ठिरानें खालीं वांकून तिच्या पायांवर हात ठेविले, तेव्हां डोळ्यांस बांधलेल्या पट्टयाच्या फटींतून त्याच्या हातांचीं बोटें गांधारीच्या दृष्टीस पडलीं. त्याबरोबर तीं तेजस्वी व सुंदर नखें निस्तेज व हीन होऊन गेलीं! तिच्या दृष्टीचा तो प्रभाव पाहातांच अर्जुन कृष्णाच्या आड लपला; न जाणों कदाचित् आपणावर दृष्टि पडून असाच प्रकार व्हावयाचा असें त्याला वाटलें! नंतर, हे भारता, ह्याप्रमाणें पांडव इकडून तिकडे जात व लपत असतां कांहीं वेळानें गांधारीचा राग शांत होऊन मग तिनें त्यांचें मातेप्रमाणें समाधान केलें.

पृथापुत्रदर्शन.

नंतर तिची आज्ञा घेऊन ते विशालवक्ष पांडव वीरमाता कुंतीकडे गेले. राजा, फार दिवसांनीं ही मातापुत्रांची गांठ पडली! त्या वेळीं मुलांस झालेल्या पीडेमुळें तिचें हृदय भरून आलें आणि तोंडास पदर लावून ती अश्रु ढाळूं लागली. मग डोळे पुसून तिनें मुलांकडे न्याहाळून पाहिलें, तों शस्त्रास्त्रांनीं त्यांच्या अंगांची अगदीं चाळण होऊन गेलेली पाहून त्या माउलीचें अंतःकरण कालवून गेलें! व तिनें एकेकास जवळ घेऊन पुनःपुनः कुरवाळलें. द्रौपदीचे मुलगे मेल्यामुळें तिजविषयीं कुंतीला फारच वाइट वाटून तिच्या डोळ्यांना खळकन् पाणी आलें आणि पलीकडे जमीनीवर पडून आक्रोश करणाऱ्या द्रौपदीकडे तिची दृष्टि गेली. त्याबरोबर द्रौपदी बोलूं लागली, "अहो सासूबाई! अभिमन्यु व माझे सगळे बाळ कोठें हो गेले? तुम्हांला सोडून गेल्याला पुष्कळ वेळ झाला तरी ते आज अजून तुम्हांजवळ कसे येत नाहींत? माझ्या तान्हुल्यांवांचून मला हें राज्य काय करावयाचें आहे!" मग कुंतीनें आपले डोळे पुसले आणि द्रौपदीचें सांत्वन केलें. द्रौपदीला पुत्रशोकानें रडण्याचे हुंदक्यांवर हुंदके येतच होते, तरी तसेंच तिला उठविलें, आणि तिला व आपल्या मुलांना घेऊन ती गांधारीकडे गेली. गांधारीला शोक झालाच होता; पण कुंती तिजपेक्षांही अधिक शोकाकुल झाली होती!

वैशंपायन सांगतातः---राजा, त्या वेळीं आनंदांत असें कोणीच नव्हतें. सर्वांस बहुतेक सारखाच शोक झाला होता; आणि अशा शोकाकुल माणसांनींच आपलें दुःख क्षणभर बाजूला ठेवून दुसऱ्यांचें सांत्वन करण्याचा प्रसंग आला होता. कुंती व द्रौपदी फारच शोक करीत आहेत, असें पाहून गांधारी त्यांस म्हणाली, "मुली, उगी; असें काय बरें करतेस? माझ्याकडे पहा. मला वाइट नाहीं का वाटत? पण करायचें काय! काळाचा फेरा आला आणि असा हा अंगावर कांटा उठविणारा संहार उडाला! व्हायचेंच तें कोठून चुकणार? कृष्णाची शिष्टाई व्यर्थ झाली, तेव्हां महाज्ञानी विदुरानें सांगितलें तें कसें अक्षरन्अक्षर दत्त म्हणून पुढें उभें राहिलें. काय करायचें? अपरिहार्य गोष्ट आणि तीही होऊन चुकली! कुंति, अशी रडूं नको. तुझे नातू तरी युद्धांतच मेले. त्यांच्याबद्दल शोक नको करायला! अग, जशी तूं तशीच मी! आपणच दोघी रडूं लागलों तर आपलें कोण बरें समाधान करील? माझ्याच अपराधामुळें आपल्या श्रेष्ठ कुलाचा सर्वस्वी नाश झाला!"

स्त्रीविलापपर्व.

अध्याय सोळावा.

गांधारीस रणभूदर्शन.

वैशंपायन सांगतातः—राजा, इतकें बोलल्यावर गांधारीनें तेथूनच दिव्यदृष्टीनें कौरवांची समरभूमि अवलोकन केली. गांधारी मोठी पतिव्रता, थोर व खरी सहधर्मचारिणी असून नित्य सत्यच भाषण करीत असे; शिवाय तिनें उग्र तपश्चर्या केली होती; आणि पुण्यवान् कृष्णद्वैपायन मुनींच्या वरदानानें तिला जागच्या जागीं विविध गोष्टी दिसूं लागल्या. अशा प्रकारचें ज्ञान झाल्यामुळें, तें अंगावर रोमांच उठविणारें वीरांचें अद्भुत रणांगण वास्तविक पुष्कळ दूर असतांही अगदीं जवळच असल्याप्रमाणें तिला स्पष्ट दिसूं लागलें. जनमेजया, जें अस्थि, केश व वसा यांनीं व्यापून गेलें आहे; जेथें रक्ताचे पाट चालले आहेत; छिन्नविच्छिन्न झालेलीं शरीरें जिकडे तिकडे पसरलीं आहेत; हत्ती, घोडे व वीर यांचीं रक्तानें भरलेलीं मस्तकहीन कबंधें आणि तुटलेलीं मस्तकें यांचे जागजागीं ढीग पडले आहेत; घायाळ झालेले हत्ती, घोडे, योद्धे आणि तेथें जमलेल्या स्त्रिया यांच्या दीन किंकाळ्यांनीं जें दणाणून गेलें आहे; कोल्हे, बगळे, करकोंचे, डोमकावळे व कावळे ह्यांची जेथें गर्दी झाली आहे; मनुष्यभक्षक राक्षसांना मोठा हर्ष झाला आहे; आणि अमंगल कोल्हीं व गिधाडें जेथें चहूंकडे बसलीं आहेत, अशा प्रकारचें तें भयंकर रणमैदान तिनें अवलोकन केलें. मग व्यासांच्या आज्ञेनें धर्मप्रभृति पांडवांसहवर्तमान धृतराष्ट्र राजा कृष्णास पुढें करून व कुरुस्त्रियांस बरोबर घेऊन रणांगणांत गेला. तेथें जातांच त्या गतभर्तृका स्त्रियांनीं आपले पति, पुत्र, भ्राते व पिते मरून पडलेले पाहिले. त्या ठिकाणीं कोल्हे, बगळे, कावळे हे कित्येकांचे लचके तोडीत होते; आणि भूतें, पिशाच्चें, राक्षस व नानाप्रकारचे निशाचर प्राणी यांनींही तोच सपाटा चालविला होता! याप्रमाणें ती रुद्राच्या क्रीडास्थानासारखी युद्धभूमि—तो अदृष्टपूर्व देखावा पहातांच त्या भरतस्त्रियांस शोकाचें भरतें आलें; आणि मोठ्यानें हंबरडे फोडीत त्यांनीं रथाखालीं उड्या घेतल्या! त्यांपैकीं कित्येक प्रेतांस अडखळल्या आणि दुसऱ्या कित्येक तर खालीं पडल्या! राजा, अनाथ झाल्यामुळें आधींच त्यांची कंबर खचली होती, आणि त्यांत श्रांत झाल्यामुळें त्यांची चेतनाही नष्टप्राय झाली. विशेषेंकरून पांचाल व कौरव यांच्या स्त्रियांची फारच भयंकर अवस्था झाली. राजा, ज्यांचीं चित्तें दुःखानें पोळलीं आहेत, अशा त्या स्त्रियांचे चोहोंकडे आक्रोश चालल्यामुळें अति भीषण झालेलें तें आयोधन पाहून धर्मवती गांधारी पुरुषोत्तम श्रीकृष्णास जवळ बोलावून व कौरवांच्या त्या संहाराकडे दृष्टि फिरवून असें ह्मणाली, “ हे पुंडरीकाक्षा, ह्या माझ्या गतधवा सुनांकडे पहा. माधवा, यांचे केंस अस्ताव्यस्त झाले आहेत आणि कुररींप्रमाणें ह्या आक्रोश करीत आहेत. भर्त्यांचीं प्रेतें पाहून यांस त्यांचे गुण व भाषणें आठवत आहेत; आणि पुत्र, भ्राते, पिते व पति ह्यांकडे या कशा पृथक्पृथक् धाव घेत आहेत पहा! कृष्णा, ज्यांचे पुत्र मेले आहेत अशा वीरमातांनीं आणि ज्यांचे वीर पति निधन पावले आहेत अशा वीरपत्नींनीं सांप्रत हें रणांगण कसें फुलून निघालें आहे! कर्मगति कशी विचित्र आहे पहा—कर्ण, भीष्म, द्रोण, अभिमन्यु, द्रुपद, शल्य अशा अशा प्रदीप्त अग्नीप्रमाणें झळकणाऱ्या

नरशार्दूलांचीं प्रेतें येथें इतस्ततः पडलीं आहेत ! त्या महात्म्यांचीं सुवर्णकवचें, निष्क, मणि, अंगदें, केयूर, माळा वगैरे अलंकारांनीं ही रणभूमि अलंकृत झाली आहे ! वीरांच्या हातांतून सुटलेल्या शक्ति, परिघ, नानाप्रकारचे तीक्ष्ण खड्ग व सज्ज धनुष्यबाण चोहोंकडे पसरले आहेत ! हे पहा हिंस्र पशूंचे कळप हर्षानें कसे नाचताहेत, कोठें एकत्र जमून उभे आहेत, व कोठें सुखानें लोळत आहेत ! वीरा कृष्णा, अशा प्रकारच्या या रणांगणाकडे एकदां दृष्टि फेंक. हें पाहून, हे जनार्दना, मी शोकानें कशी जळून जात आहें ! मधुसूदना, पांचाल व कौरव यांचा निःपात झाला त्यापेक्षां पांचही महाभूतांचा अर्थात् सर्व जगाचाच वध झाला असें मी समजतें ! शिव शिव ! अशा या धनुर्धरांना आज गरुड व गिधाडें फरफरां ओढीत आहेत ! आणि एकेकावर हजारहजारांच्या टोळ्या पडून ते पायांनीं विचकटून मांस भक्षीत आहेत ! हाय हाय ! जयद्रथ, कर्ण, तसेच भीष्म, द्रोण व अभिमन्यु यांचा असा नाश होईल, हें कोणाच्या स्वप्नांत तरी येत होतें काय ? खरोखर जवळ जवळ अवध्यच भासणारे हे वीर आज निधन पावले आहेत आणि गतप्राण होत्साते निपचीत पडले आहेत ! आणि गृध्र, कंक, वट, श्येन, श्वान, शृगाल यांनीं त्यांचे लचके तोडले आहेत ! दुर्योधनाच्या आज्ञेंत राहिलेले व क्रोधास पेटलेले हे नरव्याघ्र सांप्रत विझालेल्या अग्नीप्रमाणें कसे शांत झाले आहेत पहा ! अहो, जे सर्व पूर्वी मऊमऊ बिछान्यांवर निजावयाचे, तेच आज विपन्न होऊन मोकळ्या जमीनीवर कीं हो पडले आहेत ! ज्यांपुढें नित्य वेळोवेळीं बंदिजन ललकारत असावयाचे, त्यांच्या सभोंवतीं आज अमंगल शिवांनीं कोल्हेकुई चालविली आहे ! जे यशस्वी वीर पूर्वी मंचकांवर पडत व ज्यांच्या अंगाला कृष्णागरूची उटी लागलेली असे, तेच आज धुळींत लोळत आहेत. त्यांचे अलंकार, हे गृध्र, गोमायु व वायस फोडीत आहेत आणि कोल्हीं त्यांचे सभोंवतीं वरचेवर कुई करिताहेत. तीक्ष्ण बाण, पाणी दिलेले निस्त्रिंश, आणि लखलखीत गदा या युद्धाभिमानी वीरांच्या हातांत अजून जशाच्या तशाच उगारलेल्या आहेत; यामुळे वाटतें कीं, जणू हे जिवंतच आहेत ! बहुतेकांचे सुंदर देह हिंस्र पशूंनीं विरूप केले आहेत, पाचेच्या माळा घातलेले हे वीर ढोरांसारखे पडले आहेत; आणि दुसरे कित्येक महाबाहु प्रिय कांतांप्रमाणें गदांस आलिंगन देऊन त्यांकडे तोंडें करून आडवे पडले आहेत ! हे जनार्दना, कित्येकांच्या अंगांत कवचें व हातांत लखलखीत शस्त्रें तशींच आहेत, यामुळें ते जिवंतच आहेत असें समजून श्वापदें त्यांच्या वाटेस जाण्यास धजत नाहींत ! कित्येक महात्म्यांना श्वापदें फरफरां ओढीत आहेत, त्यांच्या कंठ्या तुटून त्यांतील मणि चोहोंकडे पडले आहेत ! हे भयंकर गोमायु मेलेल्या यशस्वी वीरांच्या गळ्यांतील हारांचे चावून चावून तुकडे करीत आहेत पहा ! केशवा, परवां रात्रीं शिक्षित बंदी ज्यांची स्तुति गात होते, आणि ज्यांस उत्तम उपचार करीत होते, त्यांच्याचजवळ सांप्रत दुःखार्त झालेल्या त्यांच्या पट्टराण्या शोकविह्वल होऊन दीन हंबरडा फोडीत आहेत ! केशवा, या श्रेष्ठ स्त्रियांचीं सुंदर मुखें नित्य रक्तकमलांप्रमाणें प्रफुल्ल असत, तींच आज अगदीं सुकलेलीं दिसत आहेत. ह्या पहा कित्येक स्त्रिया रडावयाच्या थांबल्या आणि डोळ्यांस पदर लावून ध्यान करीत बसल्या ! त्या पहा कौरवांच्या स्त्रिया दुःख करीत आपआपल्या पतींजवळ जात आहेत ! ह्या कुरुस्त्रियांचीं मुखें अरुणवर्णाचीं, सुवर्णा-

सारखीं, रागानें लाल आणि रडण्यानें गोरीं-मोरीं झालीं आहेत! केशवा, एक वस्त्र परिधान केलेल्या, व श्याम, गौर वगैरे श्रेष्ठ वर्णांच्या दुर्योधनाच्या राण्यांचे हे समुदाय बघ ! यांचे हे तुटक तुटक विलाप कानांवर पडत आहेत, परंतु इतरांच्या कोलाहलांत यांचे शब्द कोणास उमजत नाहींत ! ह्यांच्याकडे पाहून कित्येक धुगधुगी असलेले वीर दीर्घ जांभई देऊन, डोळ्यांत पाणी आणून व विलाप करून दुःखातेनें प्राण सोडीत आहेत ! पतींच्या कलेवरांकडे पाहून पुष्कळजणी आक्रोश व विलाप करीत आहेत ! दुसऱ्या मृदु हस्ताच्या स्त्रिया हातांनीं मस्तक पिटीत आहेत ! तुटून पडलेलीं मस्तकें, हात, पाय व शरीरें एकमेकांवर पडून त्यांचे ढिगांनीं पृथ्वी व्याप्त झाली आहे ! कीर्तिमान् वीरांचीं नुसतीं शिररहित धडें व दूर पडलेलीं नुसतीं मस्तकें पाहून, ह्यांतील आपल्या पतीचें कोणतें, ह्याविषयीं स्त्रियांना संशय पडत आहे. शिर एका धडाला जोडावें आणि कांहीं वेळ शून्य अंतःकरणानें त्याकडे टक लावावी, पण लगेच हें आपल्या पतीचें नव्हे असें दिसतांच, दुःखित होऊन दुसरें धड धुंडाळावें असें चाललें आहे ! कित्येक दुःखविह्वल स्त्रिया शरांनीं छिन्नभिन्न झालेले हात व पाय धडास जोडून पहात आहेत व वरचेवर मूर्च्छित होताहेत ! पशुपक्ष्यांनीं कित्येक मस्तकांचे लचके तोडून खाल्ले असल्यामुळें कित्येक भरतस्त्रियांस पती समोर दिसत असतांही ओळखूं येत नाहींत ! हे मधुसूदना, भ्राते, पुत्र, पिते व पति शत्रूंनीं मारलेले पाहून कित्येक कपाळावर हात मारून घेत आहेत ! सखड्ग बाहु, सकुंडल शिरकमलें आणि गतप्राण झालेले प्राणी चोहोंकडे विखुरले आहेत ! आणि रक्तमांसांचा सडा झाला आहे. यामुळें या रणभूमीवरून फिरणेंही जवळ जवळ अशक्य झालें आहे ! कृष्णा, या स्त्रियांना आजवर दुःखाचा जरा देखील अनुभव नाहीं, आणि आज त्याच पतिव्रता दुःखसागरांत गटंगळ्या कीं रे खात आहेत ! कारण, ह्यांचे भाऊ, पति व पुत्र यांच्या प्रेतांनीं भूमि कशी व्याप्त होऊन गेली आहे ! जनार्दना, किशोरींच्या यूथांप्रमाणें धृतराष्ट्राच्या सुकेशी सुनांचे हे अनेक समुदाय कसे दुःखित झाले आहेत पहा ! केशवा, या अशीं वेडींवाकडीं तोंडें करीत आहेत, हें पाहाण्यापेक्षां मला अधिक दुःखदायक असें काय आहे ? खरोखर, माधवा, पूर्वजन्मीं मीं घोर पातक केलें ह्मणूनच पुत्रपौत्र व भ्राते मरून पडलेले आज पहात आहें !"

जनमेजया, आर्त झालेल्या गांधारीनें असें विलाप करीत कृष्णाशीं पुष्कळ भाषण केलें, तों त्या पुत्रशोकार्त झालेल्या मातेनें आपल्या मृत पुत्रास पाहिलें !

अध्याय सतरावा.

—:०:—

गांधारीचा दुर्योधनाविषयीं विलाप !

वैशंपायन सांगतातः—ती शोकाकृष्ट गांधारी दुर्योधनाचें प्रेत पाहातांच वनांत मोडलेल्या केळीप्रमाणें धाडकन् जमीनीवर पडली. मग थोड्या वेळानें ती शुद्धीवर आली; व रक्तबंबाळ होऊन पडलेल्या दुर्योधनाकडे पहात तिनें मोठ्यानें आक्रोश व विलाप केला; आणि मग त्याला पोटाशीं कवटाळून त्या विकलेंद्रिय व शोकार्त गांधारीनें 'हा पुत्रा !' वगैरे विलाप करीत फारच आकांत केला. मग, हारांनीं व निष्कमालांनीं सुशोभित असलेलें त्याचें पुष्ट व विशाल वक्षःस्थल डोळ्यांतील आसवांनीं भिजवीत ती शोकतप्त गांधारी जवळच असलेल्या कृष्णास ह्मणाली, "हे प्रभो वार्ष्णेया, हा ज्ञातिक्षयकारक संग्राम उपस्थित झाला तेव्हां दुर्यो-

धन राजा हात जोडून मला म्हणाला, ' माते, या भयंकर संग्रामांत माझा जय असो म्हणून मला आशीर्वाद दे. ' बा पुरुषव्याघ्रा, असें तो म्हणाला, तेव्हां हें पुढील आमचें दुर्दैव माहीत असल्यामुळें मीं त्याला म्हटलें—जिकडे धर्म तिकडे जय होईल. परंतु, पुत्रा, लढत असतां तूं जर मोह पावला नाहींस, तर, हे राजा, स्वशस्त्रप्रभावानें देवांच्यासारखे श्रेष्ठ लोक तुला मिळतील, यांत संशय नाहीं,

" कृष्णा, पूर्वीं मीं असें म्हटलें होतें. अर्थातच दुर्योधन मेला याबद्दल मी शोक करीत नाहीं. परंतु ह्या हतबांधव व दीन धृतराष्ट्राबद्दल मला फार वाईट वाटतें. माधवा, अमर्षण, वीरश्रेष्ठ, अस्त्रसंपन्न व युद्धांत प्रमत्त होणारा असा माझा हा पुत्र वीरशयनावर पडला आहे बघ. अरे, जो हा परंतप पूर्वीं मूर्धाभिषिक्त राजांच्या अग्रभागीं चालत असे, तोच आज धुळींत कीं रे लोळत आहे! कालाचा फेरा कसा आहे पहा! हा वीरोचित शय्येवर असा सन्मुख पडला आहे, त्यापेक्षां या वीराला हलकीसलकी गति मिळाली नाहीं खास! पूर्वीं उत्तम उत्तम स्त्रिया सभोंवतीं जमून ज्याला रिझवीत, त्या ह्या वीरशय्येवर निजलेल्या वीरास आज अमंगळ कोल्ह्या रिझवीत आहेत! मोठमोठे राजे सभोंवतीं बसून ज्याचें मनोरंजन करीत, त्याच ह्या मरून भूतलावर पडलेल्या वीराची गिधाडें सेवा करीत आहेत! अहो, ज्याला पूर्वीं स्त्रिया सुंदर पंख्यांनीं वारा घालीत, त्यालाच आज पक्षी आपल्या पंखांचा वारा घालताहेत! जसा सिंहानें हत्ती तसा भीमानें रणांत पाडिलेला हा महाबाहु, महाबली व सत्यपराक्रमी वीर असा पडला आहे! कृष्णा, भीमसेनानें गदेनें मारलेला हा दुर्योधन कसा रक्तबंबाळ होऊन पडला आहे बघ! केशवा, ज्यानें पूर्वीं अकरा अक्षौहिणी रणांगणावर उभ्या केल्या, तो शेवटीं अन्यायानें मारला गेला रे! सिंहानें मारलेल्या शार्दूलाप्रमाणें भीमानें पाडलेला हा महाबली व महाधनुर्धर दुर्योधन असा निजला आहे! शिव शिव! ह्या मंदभाग्यानें विदुराचा व प्रत्यक्ष आपल्या पित्याचाही अवमान केला; आणि शेवटीं वृद्धांच्या अपमानामुळें हा मूर्ख पोर मृत्युमुखीं पडला! ज्यानें त्रयोदश वर्षेंपर्यंत ही संपूर्ण पृथ्वी निष्कंटक उपभोगिली, तोच माझा हा पृथ्वीपति पुत्र भूमीवर मरून पडलाना! कृष्णा, ही पृथ्वी थोडे वेळापूर्वीं धार्तराष्ट्राची आज्ञांकित व हत्ती, बैल व घोडे यांनीं समृद्ध अशी मी पहात होतें; परंतु, वार्ष्णेया, तें चिरकाल कोठून टिकणार? त्याच पृथ्वीवर, हे महाबाहो, आज दुसऱ्याची सत्ता झालेली, आणि हत्ती, बैल व घोडे यांनीं ती शून्य झालेली मी पहात आहें! माधवा, आतां मीं कोणत्या आशेवर प्राण धारण करावे! अरे, ह्या पहा स्त्रिया रणांत मृत भर्त्यांची परिचर्या करीत आहेत. बा कृष्णा, ह्यांना पाहिलें म्हणजे मला पुत्रवधापेक्षांही अधिक कष्ट होतात! कृष्णा, सुवर्णवेदीप्रमाणें जिची कांति, अशी ही लक्ष्मणाची माता सुश्रोणी भानुमती पहा! दुर्योधनाचे अंकावर बसणाऱ्या ह्या भानुमतीचे केंस बघ कसे विखुरले आहेत! खरोखर पूर्वीं राजा जिवंत असतांना ही मनस्विनी बाला त्या सुभुजाचे बाहुपाशांत शिरून रममाण होत असे; आणि आज--हाय हाय! काय विपरीत प्रकार मी पहातें आहें! बाल लक्ष्मणासह पुत्र दुर्योधन रणांत पडलेला पहात असतांही माझें हें हृदय शतधा विदीर्ण कसें होत नाहीं? ही वामोरु भानुमती एकीकडे रक्तानें भरलेल्या मुलाचें अवघ्राण करीत आहे, आणि दुसरीकडे हातानें दुर्योधनास कुरवाळीत आहे! शिव शिव! ही मनस्विनी पतीबद्दल व पुत्राबद्दल मोठमोठ्यानें

शोक करीत आहे काय ? छे! पुत्राकडे टक लावून ती तशी निश्चल बसलेली दिसत आहे. अरे ती पहा, माधवा, दोन्ही हात कपाळावर मारून घेऊन वीर कुरुराजाच्या वक्षःस्थलावर पडली! पुंडरीकासारखी हिची गौर कांति, परंतु ही त्याहूनही म्हणजे पुंडरीकाच्या आंतील भागाप्रमाणें पांढरी फटफटीत पडली! व ही तपस्विनी पुत्राच्या व पतीच्या तोंडांवरून हात फिरवून स्तब्ध झाली! शिव शिव! जर वेद व श्रुति खऱ्या असतील, तर खचित राजा दुर्योधनानें बाहुबलार्जित पुण्यलोक मिळविले आहेत!"

अध्याय अठरावा.

—:०:—

गांधारीचा दुःशासनादिकांविषयीं विलाप!

गांधारी आणखी म्हणतेः—माधवा, ज्यांना थकवा कसा तो माहीत नव्हता, असे हे माझे शंभर पुत्र पहा. ह्यांना भीमानें बहुतकरून गदेनेंच रणांत ठार केलें आहे. यांचेंही मला इतकें दुःख होत नाहीं; पण ज्यांचे मुलगेही मरून गेले आहेत अशा ह्या माझ्या सुना केंस मोकळे सोडून आक्रोश करीत रणांगणांत धावत आहेत ह्यामुळें मला विशेष दुःख होतें! अरे, पायांत नूपुरादिक भूषणें घालून ज्या राजवाड्यांतील गुळगुळीत जमीनीवरून मंदमंद पावलें टाकीत चालावयाच्या, त्याच आज विपन्नावस्थेंत पडून ह्या रक्तानें भिजलेल्या जमिनीवरून कींरे चालताहेत, सभोंवार घिरट्या घालणारे गृध्र, गोमायु व वायस मोठ्या कष्टानें हाकलीत आहेत, आणि दुःखार्त होऊन रुदन करीत बेहोष झाल्याप्रमाणें इकडून तिकडे संचार करीत आहेत! ही पहा एक कोमलांगी—हिची कमर हातभर बारीक आहे, ही घोर रणांगण पाहून दुःखातिशयानें खालीं पडली! हे महाबाहो, ह्या लक्ष्मणाच्या मातेकडे पाहिलें म्हणजे माझ्या अंतःकरणांत कशी कालवाकालव होते. अरे, ह्या पहा इकडे कित्येक आपल्या भावांना, पित्यांना व पुत्रांना भूमीवर मृत पडलेले पाहून त्यांचे सडक लांब हात धरून धरणीवर अंग टाकीत आहेत. बा, अपराजिता, ह्या दारुण संहारांत ज्यांचे आप्त-इष्ट ठार झाले, अशा तरुण व वृद्ध स्त्रियांचे सर्वत्र आक्रोश चालले आहेत ऐक! कित्येक श्रमित व मोहित झालेल्या स्त्रिया रथनीडांच्या किंवा मेलेल्या हत्तीघोड्यांच्या आश्रयानें कशा उभ्या आहेत बघ! कृष्णा, ती पहा पलीकडे एकजण आपल्या बंधूचें—देहापासून उडविलेलें व ज्याचें नाक तरतरीत असून कानांत मनोहर कुंडलें लटकत आहेत असें—मस्तक पोटाशीं धरून उभी आहे! हे अनघा केशवा, त्या अभागी स्त्रिया आणि मंदबुद्धि मी यांनीं पूर्वजन्मीं केलेलें पातक कांहीं थोडेंथोडकें नाहीं, असें मला वाटतें; आणि त्याच पातकाचें हें फळ यमधर्म आम्हांकडून भोगवीत आहे! खरोखर, वार्ष्णेया, पापकर्म किंवा पुण्यकर्म—कशाचाच नाश होत नाहीं; तें भोगिलेंच पाहिजे. माधवा, ऐनतारुण्याचे भरांत आलेल्या लावण्याच्या केवळ खाणी, कुलवती, मर्यादशील, ज्यांचे केश, डोळ्यांच्या पापण्या व बुबुळें काळींभोर आहेत आणि हंसासारखा ज्यांचा शब्द आहे, अशा ह्या स्त्रिया दुःखशोकानें प्रमोहित होऊन हरिणींप्रमाणें पडल्या आहेत पहा! हे पुंडरीकाक्षा, यांचीं प्रफुल्ल पद्मांप्रमाणें तेजस्वी व निर्दोष मुखकमलें हा रश्मिभान् सूर्य उन्हानें तप्त करीत आहे. हाय हाय! वासुदेवा, अरे, मत्तमातंगाप्रमाणें स्वाभिमान व ईर्षा बाळगणाऱ्या माझ्या मुलांच्या जनानखान्याकडे आज हलकेसलके लोकही पहात आहेतना ? गोविंदा, हीं पहा माझ्या मुलांचीं सुवर्णकवचें, शेंकडों टिकल्या लाविलेल्या ह्या ढाली, हे सूर्यासारखे तेजस्वी

ध्वज, ते सुवर्णाचे निष्क, आणि तशींच हीं शिरस्त्राणें सर्व रणांगणभर समिद्ध अग्नीप्रमाणें कशीं प्रदीप्त दिसताहेत ! हा येथें माझा बाळ दु:शासन पडला आहे. शत्रुघातक शूर भीमानें ह्याला युद्धांत पाडलें आणि ह्याच्या सर्वांगांतील रक्त शोषण केलें. हे माधवा, द्यूतांत दिलेले क्लेश स्मरून व द्रौपदीच्या प्रोत्साहनामुळें भीमानें गदेनें माझ्या मुलाची कशी वाट लाविली बघ ! जनार्दना, आपल्या ज्येष्ठ भ्रात्याचें व कर्णाचें प्रिय करावें ह्मणून हा नकुल, सहदेव, अर्जुन वगैरेंच्या समक्ष सभेंत पांचालीस ह्मणाला, " तूं द्यूतांत जिंकिली गेली आहेस. पांचालि, तूं आमची दासी झाली आहेस. आतां आमच्या घरांत चल ! "

कृष्णा, त्याच वेळीं मीं दुर्योधन राजाला सांगितलें, ' बाळा, ह्या शकुनीच्या गळ्यांत मृत्यूचा पाश पडला आहे, असें दिसतें. ह्याच्यापासून तूं दूर रहा. हा तुझा मामा अत्यंत दुष्टबुद्धीचा व कलहप्रिय आहे. बाळा, ह्याचें हें स्वरूप ओळखून ह्याला त्वरित दूर कर आणि पांडवांशीं सख्य कर. अरे, तुला ही दुर्बुद्धि आठवली आहे आणि हत्तीला अंकुशांनीं टोंचावें, त्याप्रमाणें तूं वाक्शरांनीं भीमास टोंचीत आहेस ! परंतु, बाळा, ह्या अमर्षी वीराला तूं पुरतें ओळखलें नाहींस रे ! '

माधवा, ह्याप्रमाणें मी त्याला एकीकडे पुष्कळ बोललें, पण कांहीं उपयोग झाला नाहीं. सभेंत क्रुद्ध भीमसेनानें त्या वेळीं तीं सर्व वाक्शल्यें सहन केलीं; आणि आतां बैलांस सर्प डसावा त्याप्रमाणें त्यानें माझ्या सर्व मुलांवर तो राग काढला. सिंहानें मोठा हत्ती मारावा त्याप्रमाणें भीमानें पाडलेला हा दु:शासन आपले प्रचंड हात पसरून निजला आहे ! हाय हाय ! कृष्णा, तामसी भीमसेनानें रागानें रणांत दु:शासनाचें रक्त प्राशन केलें ! अरेरे ! हें त्यानें अत्यंत अघोर कृत्य केलें !

अध्याय एकोणिसावा.

—:०:—

गांधारीचा विकर्णादिकांविषयीं विलाप.

गांधारी ह्मणाली:—मधुसूदना, हा माझा विद्वन्मान्य पुत्र विकर्ण भूमीवर मरून पडला आहे. अरेरे ! भीमानें ह्याच्या शेंकडों ठिकऱ्या उडविल्या आहेत. मधुसूदना, शरदृतूंत अनेक नीलमेघांच्या मध्यें सूर्य चमकावा, तसा हा हत्तींच्या मध्यभागीं पडला आहे ! धनुष्य धरून धरून घट्ट झालेला ह्याचा प्रचंड हात हीं खादाड गिधाडें मोठ्या प्रयासानें छेदीत आहेत. माधवा, ती बघ त्याची पतिव्रता स्त्री मांसेच्छु गिधाडांना व कावळ्यांना एकसारखी हांकीत आहे, पण तिच्यानें त्यांचें निवारण करवत नाहीं ! हे पुरुषर्षभा, हा तरुण, सुंदर व शूर विकर्ण सुखांत वाढला असून सुख भोगण्यासच योग्य आहे. परंतु, माधवा, तो आज धुळींत कीं रे निजला आहे ! कर्णि, नालीक, नाराच वगैरे बाणांनीं रणांत ह्याचीं मर्मेंन्मर्मे भेदलीं आहेत, तथापि ह्या भरतसत्तमाचें तेज अद्याप उतरत नाहीं ! तसाच इकडे हा प्रतिज्ञा पाळणाऱ्या त्या संग्रामशूरानें मारलेला शत्रुगणांतक दुर्मुख सन्मुख पडला आहे ! कृष्णा, अरे, ह्याचें हें मस्तक तर श्वापदांनीं अर्धें भक्षण केलें, तरी सप्तमीच्या चंद्राप्रमाणें तें अधिकच शोभत आहे ! बा कृष्णा, ह्या नरवीराचें अशा प्रकारचें हें मुखकमल अवलोकन कर. याला शत्रूंनीं कसें हो मारलें ? कृष्णा, हा माझा मुलगा धूळ खात रे कसा पडला ! अरे, युद्धाच्या आरंभीं आरंभीं ज्याच्या समोर उभा राहाणारा कोणीच नव्हता, तो माझा देवलोक जिंकणारा दुर्मुख शत्रूंच्या हातून कसा रे

मेला ? मधुसूदना, धरणीवर मरून पडलेला हा चित्रसेन पहा ! अरे, हा धृतराष्ट्रपुत्र ह्मणजे धनुर्धरांचा सर्वोत्कृष्ट नमुना होय. याच्या शोककर्षित स्त्रिया श्वापदसंघासह चित्र-विचित्र पुष्पें व अलंकार घातलेल्या या वीरा-सभोंवतीं बसून रडत ओरडत आहेत. कृष्णा, स्त्रियांच्या रड्याचा कल्लोळ व श्वापदांच्या गर्जना यांनीं रणांगण दणाणून गेलें आहे आणि हें ऐकून मला कसेंसेंच होत आहे ! ज्या तरुण सुंदराची नित्य उच्च प्रतीच्या स्त्रिया सेवा करीत, तोच हा विविंशति धुळींत अस्ताव्यस्त पडला आहे. कृष्णा, ज्याचें कवच बाणांनीं फुटून गेलें आहे, अशा या युद्धांत पडलेल्या वीर विविंशतीसभोंवतीं गिधाडें कशीं गराडा देऊन बसलीं आहेत बघ ! हा शूर समरांगणांत पांडवांच्या सैन्यांत प्रवेश करून सत्पुरुषोचित वीरशय्येवर शयन केला आहे. कृष्णा, विविंशतीच्या मुखाकडे दृष्टि दे. त्याचें नाक किती तरतरीत, भिंवया कशा रेखलेल्या, तारकाधिपति चंद्रासारखा गोल व अतिशय स्वच्छ चेहरा, आणि मुखावर तें बघ कसें स्मित झळकत आहे! बहुतकरून नेहमीं वरस्त्रिया याच्या सभोंवतीं असावयाच्या, आणि हजारों देवकन्यांसह क्रीडा करणाऱ्या गंधर्वा-सारखा हा शोभावयाचा; पण त्याची आज काय स्थिति झाली आहे ! शत्रूंचीं सैन्यें तुडविणारा, अतिशय शूर, सभेंत शोभणारा आणि शत्रूंचीं पाळेंमुळें खणणारा हा माझा दुःसह— याच्या समोर कोण उभा राहूं शकेल? पण हायहाय ! त्याच बाळ दुःसहाचें शरीर बाणांनीं कसें व्यापून गेलें आहे; आणि हा प्रफुल्ल कर्णिकार वृक्षांनीं भरलेल्या पर्वताप्रमाणें दिसत आहे ! हा गतप्राण झाला आहे तथापि सुवर्णाची माळ व चकचकीत कवच यांमुळें अग्नीनें देदीप्यमान दिसणाऱ्या श्वेतपर्वता-सारखा झळकत आहे !

अध्याय विसावा.

—:०:—

गांधारीचा अभिमन्यूविषयीं विलाप !

गांधारी ह्मणालीः—केशवा, जो शौर्यांत व बलांत आपल्या बापाच्या व तुझ्याही दीडपट होता ह्मणून ह्मणतात, व ज्यानें एकट्यानें माझ्या पुत्रांची ही दुर्भेद्य सेना भेदिली, तो मत्त सिंहाप्रमाणें अभिमानी अभिमन्यु. अनेक शत्रूंचा काळ होऊन शेवटीं स्वतःही काळमुखीं पडला ! कृष्णा, हा अभिमन्यु निधन पावला आहे, तथापि त्या अमिततेजस्वी वीराची कांति लवभरही उतरलेली मला दिसत नाहीं. ही पहा विराटाची मुलगी व गांडीवधारी अर्जु-नाची सून पतिव्रता उत्तरा आर्तदृष्टीनें आपल्या अगदीं तरुण परंतु शूर पतीकडे पाहून शोक करीत आहे ! कृष्णा, ती बघ आपल्या भर्त्या-जवळ जाऊन बसली आणि हातानें त्याला कुरवाळूं लागली ! अरेरे, ह्या कमनीय रूपवती भामिनीनें सौभद्राचें तें प्रफुल्ल कमलाच्या आका-राचें व शंखाच्या पाठीप्रमाणें सुंदर मस्तकानें युक्त असें मुखकमल उचलून त्याचें चुंबन घेऊन त्यास आलिंगन दिलें बघ ! कृष्णा, ही उत्तरा पूर्वीं मधुसेवनानें धुंद झाली असतांही अभिमन्यूस लाजत असे, परंतु आज दुःखानें कांहीं बाकी ठेविली आहे काय ? तें पहा, कृष्णा, तिनें त्याचें जखमांतील रक्तानें लडबडलेलें सुवर्णविभूषित चिलखत सोडलें; आणि आतां ती त्याचें शरीर निरखून पहात आहे. कृष्णा, ऐक, आपल्या पतीकडे पहात तुला उद्देशून ती काय ह्मणत आहे तें ! ती ह्मणते—" हे पुंडरी-काक्षा श्रीकृष्णा, तुझ्याचसारखे ज्याचे नेत्र आहेत असा हा अभिमन्यु येथें पडला आहे !

नुसते डोळेचसे काय, पण ह्याचें सर्व रूप अगदीं हुबेहूब तुझ्यासारखें आहे; इतकेंच नव्हे, तर बल, पराक्रम व तेजही अगदीं त्वत्तुल्य आहे. केशवा, असा हा तुझ्या बरोबरीचा तुझा भाचा भूमीवर मरून पडला आहे! प्राणनाथा, आपलें शरीर अत्यंत सुकुमार, मऊमऊ गादीही आपल्याला खुपावयाची, म्हणून आपण रंकु नामक हरणाचें अति मऊ अजिन तीवर पसरून मग निजत असां; आणि आज असे उघड्या जमीनीवर हो कां पडलां? ही जमीन आपल्याला खुपत नाहीं का हो? महाराज, धनुष्याची दोरी लागून लागून कठीण झालेले व सुवर्णाचीं अंगदें घातलेले हे आपले हत्तीच्या सोंडेच्या आकाराचे लांब सडक हात खालीं सोडून आपण निजलां आहां. खरोखर फार वेळ लढाई खेळल्यामुळें श्रमानेंच आपणाला अशी गाढ झोंप लागली वाटतें! पण, नाथा, मी आर्तस्वरानें अशी विलाप करीत असतां आपण माझ्याशीं मुळींच बोलत नाहीं. माझ्यावर रागावलां काय? कां हो बोलत नाहीं? असा अबोला धरण्याला मीं कांहीं अपला अपराध केल्याचें तर मला स्मरत नाहीं. खरोखर पूर्वीं मला दुरून पाहातांच आपण माझ्याशीं बोलूं लागत असां आणि आतांच कां हो एक अक्षर देखील बोलत नाहीं? प्राणनाथ, माझा एवढा काय अपराध तो मला कांहीं आठवत नाहीं! आर्य, देवी सुभद्रेला, देवांसारख्या ह्या आपल्या पित्यांना आणि मज अभागिणीला दुःखसागरांत ढकलून आपण कोठें हो चाललां?"

कृष्णा, ती बघ, त्याचे रक्तानें माखलेले केंस हातानें सावरून त्याचें मस्तक मांडीवर घेऊन जणू तो जिवंतच आहे असें समजून त्यास विचारीत आहे—"महाराज, आपण वासुदेवाचे भाचे आणि गांडीवधारी अर्जुनाचे पुत्र असून, ह्या महारथांनीं रणाच्या मध्यभागीं आपल्याला कसें हो मारलें? ज्यांनीं मला वैधव्य आणलें, त्या कर्णकृपजयद्रथप्रभृति क्रूरकर्म्यांना आणि द्रोण व अश्वत्थामा या उभयतांसही धिःकार असो! अल्पवयस्क अशा तुम्हांला एकट्याला घेरून मला दुःख देण्यासाठीं ठार करते वेळीं त्या सर्व महारथांचें अंतःकरण होतें तरी कसें? त्यांच्या पाषाणहृदयाला कांहींच दया कशी आली नाहीं! तसेंच हें अघोर कर्म पाहाणाऱ्या पांडवपांचालांच्या मनाला कांहींच वाटलें नाहीं काय? वीरा, तुमचे चुलते, बाप, मामा हे बलाढ्य असतां व आपण चांगले सनाथ असतां, ज्याला कोणी वाली नाहीं अशा अनाथासारखा आपल्याला मृत्यु यावा ना! हाय हाय! आपला पिता मोठा नरशार्दूल वीर आहे. आपण धुमश्चक्रींत अनेकांच्या हातून मरण पावल्याचें पाहून तो नरश्रेष्ठ प्राण कसे धारण करील हो? हे पुष्करेक्षणा, मोठा राज्यलाभ, किंवा शत्रूंचा पराभव यांच्या योगानें आपणांवांचून पांडवांना मुळींच आनंद होणार नाहीं. महाराज, आपण आपल्या धर्माचरणानें, आत्मसंयमनाच्या योगानें आणि शस्त्रप्रतापानें जे लोक मिळविले असतील, तेथें मी लवकरच आपल्या मागून येईन. त्या ठिकाणीं आपण माझें परिपालन करावें. हाय हाय! नाथा, आपणास रणांत मरून पडलेले प्रत्यक्ष आपल्या डोळ्यांनीं पाहून मी दुर्दैवी अजून जिवंत आहेंना? वेळ आल्यावांचून कोणी मरत नाहीं ह्मणतात तेंच खरें! हे नरव्याघ्रा, त्या पितृलोकांत आपण आपल्या खुबीदार व सस्मित वाणीनें मजव्यतिरिक्त दुसऱ्या कोणाशीं गुजगोष्टी कराल बरें! अथवा आपणाला काय कमी आहे! खरोखर आपण आपल्या मदनतुल्य स्वरूपानें आणि स्मित-

पूर्वक भाषणानें स्वर्गात अप्सरांचीं मनें मोहित कराल. सौभद्रा, पुण्यवंतांचे लोकीं जाऊन आपण अप्सरांशीं रममाण होऊन विहार करीत असतां, या दीन दासीच्या अल्प सेवेची आपणास आठवण तरी होईल का? हाय हाय! येथें आपला व माझा एवढाच समागम होता. सहा महिनेच काय ते पूर्ण झाले; आणि, वीरा, सातव्याच महिन्यांत आपण निधन पावलां कीं हो!"

कृष्णा, असें ती बोलली, इतक्यांत पहा मत्स्यराजाच्या स्त्रियांनीं तिला मागें ओढिलें! जिचे सर्व मनोरथ निष्फल झाले आहेत अशा ह्या दुःखार्त झालेल्या उत्तरेला मागें सारतात न सारतात तोंच त्या बघ स्वतः विराटाचें प्रेत पाहातांच तिच्यापेक्षांही अधिक व्याकूळ होऊन आक्रोश व विलाप करीत आहेत! द्रोणाच्या अस्त्रमंत्रित शरांनीं छिन्नविच्छिन्न व रक्तबंबाळ होऊन पडलेल्या ह्या विराटराजाला हीं गिधाडें, कोल्हीं व कावळे टोंचीत आहेत. या असितेक्षणा स्त्रियांचें काळीज तिळतिळ तुटत आहे व त्या आपली पराकाष्ठा करीत आहेत. परंतु—अरेरे! त्यांच्याच्यानें पक्ष्यांपासून विराटाचें निवारण करवत नाहीं! या स्त्रियांचीं दुःखानें निस्तेज झालेलीं तोंडें उन्हानें तप्त व श्रमामुळें विवर्ण झालीं असून त्यांची कळा अगदींच लोपून गेली आहे. माधवा, हा उत्तर, हा अभिमन्यु; पलीकडे तो कांबोजाधिपति सुदक्षिण, आणि तसाच तो सौंदर्यशाली लक्ष्मण हे लहान लहान बालक मरून पडले आहेत बघ! माधवा, एवढ्या लहान वयांत असतांही यांनीं रणभूमीच्या अगदीं शिरोभागीं शयन केलें आहे पहा!

अध्याय एकविसावा.

—:०:—

गांधारीचा कर्णाविषयीं विलाप!

गांधारी ह्मणाली:—हा येथें महाधनुर्धर व महारथी वैकर्तन कर्ण शांत झालेल्या अग्नीप्रमाणें रणांत निजला आहे! हा प्रदीप्त अग्नि पार्थपराक्रमरूप उदकानें अगदीं विझून गेला आहे! कृष्णा, अनेक अतिरथांस ठार करून जमीनीवर शयन केलेल्या या कर्णाकडे पहा. रक्तप्रवाहांनीं ह्याचें सर्व अंग भरून गेलें आहे. अरे, हा अतिशय तापट, दीर्घद्वेषी, बांका धनुर्धर व महाबलाढ्य वीर गांडीवधारी अर्जुनाच्या हातून रणांत मरून असा निजला आहे! हत्ती आपल्या यूथपतीला पुढें करून शत्रूंशीं झुंजतात, तद्वत् माझ्या महारथी पुत्रांनीं पांडवांच्या भीतीनें ज्याला पुढें करून लढाई केली, तोच हा वीर कर्ण सिंहानें मारलेल्या शार्दूलासारखा किंवा एका मत्त मातंगानें ठार केलेल्या दुसऱ्या मातंगासारखा अर्जुनानें रणांत पाडला! हे नरश्रेष्ठा, युद्धांत निधन पावलेल्या ह्या शूराच्या स्त्रिया पहा त्याच्या भोंवतीं गराडा घालून केंस अस्ताव्यस्त सोडून रडत बसल्या आहेत! कृष्णा, ज्याच्या भीतीमुळें धर्मराज युधिष्ठिराचें मन सदोदीत उद्विग्न असे, व तेरा वर्षेंपर्यंत ज्याच्या चिंतेमुळें त्याला धड झोंपही आली नाहीं, जो इंद्राप्रमाणें रणांत शत्रूंस हार जात नसे, युगांतींच्या अग्नीसारखें ज्याचें तेज, आणि हिमालय पर्वताप्रमाणें ज्याचें धैर्य, तो हा वीर कर्ण कौरवांस आधारभूत होऊन, हे माधवा वातभग्न वृक्षाप्रमाणें जमीनीवर मरून पडला आहे! कृष्णा, ही पहा कर्णाची पत्नी व वृषसेनाची माता दीनविलाप करीत व रडत धरणीवर पडली आहे! बा कर्णा, खरोखर हा गुरु परशुरामाचा शापच तुला भोंवला—त्यामुळेंच भूमीनें चाक गिळलें आणि मग रणांत आहवशोभी

पार्थानें बाणानें तुझें मस्तक उडविलें! हाय हाय! ही सुषेणाची माता सुवर्णकवच घातलेल्या ह्या महाधैर्यवान् व महाबलाढ्य कर्णाकडे पाहून अत्यंत आर्त होऊन रुदन करतां करतां बेशुद्ध पडली! मांसभक्षक पशुपक्ष्यांनीं या महात्म्याच्या अंगाचे लचके तोडून तोडून ह्याला अगदीं क्षीण केलें आहे, तथापि कृष्णचतुर्दशीच्या चंद्राप्रमाणें अद्यापही आह्मांस ह्याकडे पहावत नाहीं! ती पहा कांहीं वेळानें पुनः सावध होऊन उठली आणि पुत्रवधानें तप्त झालेली ती दीन माता कर्णाचें मुख हुंगीत पुनः हळूहळू विलाप करीत आहे!

अध्याय बाविसावा.

—:o:—

गांधारीचा जयद्रथाविषयीं विलाप!

गांधारी ह्मणाली:—भीमसेनानें पाडलेल्या त्या शूर अवंतिपतीला पुष्कळ भाऊबंध असतांही एखाद्या निराश्रिताप्रमाणें ह्याला कोल्हींकुत्रीं खात आहेत! हे मधुसूदना, शूरांस निर्दाळून शेवटीं रक्तानें माखलेला असा हा वीरशय्येवर पडाला आहे बघ. ते पहा कोल्हे, करकोंचे व दुसरे पुष्कळ प्रकारचे मांसाहारी प्राणी त्याला इकडून तिकडे ओढीत आहेत! कृष्णा, कालाचा फेरा कसा आहे पहा! घनघोर संग्राम करणाऱ्या व वीरशय्येवर पहुडलेल्या ह्या शूर अवंतिनाथासभोंवतीं बसून त्याच्या स्त्रिया धाय मोकलीत आहेत. तसाच, कृष्णा, हा थोर अंतःकरणाचा महाधनुर्धर प्रतीपपुत्र बाल्हीक एका भल्लानें गतप्राण होऊन निजलेल्या वाघासारखा आडवा झाला आहे पहा! हा गतप्राण झाला आहे तथापि याच्या चेहऱ्यावर पौर्णिमेच्या उदयोन्मुख पूर्णचंद्राप्रमाणें फारच तेज खेळत आहे. पुत्रशोकानें अतिसंतप्त झालेल्या व प्रतिज्ञा पाळणाऱ्या पार्थानें इकडे रणांत हा जयद्रथ लोळविला आहे. या जयद्रथाच्या रक्षणास अकरा अक्षौहिणी सैन्य होतें, परंतु तेवढ्याचाही भेद करून त्या महावीरानें यास ठार केलें! हे जनार्दना, सिंधुसौवीराधिपति, अत्यंत गर्विष्ठ व मनस्वी अशा या जयद्रथास कोल्हीं व गिधाडें कीरे भक्षण करीत आहेत! हे अच्युता, याच्या भार्या याचें रक्षण करीत आहेत तरी त्यांना भिववून हीं याच्या खोल बेंबीचे जवळचा भाग ओढीत आहेत! कांबोज व यवन देशाच्या स्त्रिया या महाबलाढ्य सिंधुसौवीरराजाचें रक्षण करीत त्याच्याभोंवतीं बसल्या आहेत! हे जनार्दना, जेव्हां हा द्रौपदीला घेऊन केकयांसह पळाला, तेव्हांच याला पांडवांनीं मारणें योग्य होतें; परंतु आपली बहीण दुःशला इजकडे पाहून व तिला मान देऊन त्यांनीं ह्याला तेव्हां सोडलें. मग, कृष्णा, आजच हे पांडव दुःशलेला कसे विसरले बरें! आज ते तिला पुनः कां मान देत नाहींत! ही पहा माझी मुलगी बाला दुःशला दुःखानें विलाप करीत व पांडवांच्या नांवानें आक्रोश करीत ऊर बडवून घेत आहे! कृष्णा, माझी मुलगी विधवा झाली आणि सर्व सुनांचेही नवरे मेले, यापरतें मला अधिक दुःख कोणतें व्हायचें राहिलें! हाय हाय! ही पहा दुःशला भर्त्याचें मस्तक न सांपडल्यामुळें इतस्ततः धावत आहे! हिचा शोक व भीति हीं पार नष्ट झालीं आहेत. अभिमन्यु चक्रव्यूहांत शिरला असतां ज्यानें सर्व पुत्रवत्सल पांडवांना अडवून धरलें, तो वीर जयद्रथ पुष्कळ सैन्याचा फडशा पाडून स्वतःही मृत्युवश झाला. त्या मातंगाप्रमाणें उन्मत्त व अत्यंत दुर्जय वीराला वेढून त्या चंद्रमुखी स्त्रिया सारखा आक्रोश करीत आहेत; हाय हाय!

अध्याय तेविसावा.

—:०:—

गांधारीचा भीष्मद्रोणादिकांविषयीं विलाप.

गांधारी ह्मणतेः—बा केशवा, हा प्रत्यक्ष नकुलाचा मामा शल्य येथें मरून पडला आहे. ह्याला तर, बाबा, धर्मज्ञ धर्मराजानेंच लढाईंत मारलें! हे पुरुषर्षभा, जो सदासर्वदा प्रत्येक गोष्टींत तुझी बरोबरी करूं पहात असे, तोच हा महाबली मद्रराज येथें गतप्राण होऊन निजला आहे! बा कृष्णा, यानें युद्धांत कर्णाचें सारथ्य करीत असतां पाडवांचा जय व्हावा म्हणून कर्णाचा तेजोवध केला, तस्मात् धिःकार असो याला! कृष्णा, याचें हें पद्मपत्राप्रमाणें हिरव्या रंगाच्या डोळ्यांनीं युक्त, पूर्णचंद्रासारखें शोभिवंत व अगदीं व्रणहीन मुखकमल कावळे टोंचीत आहेत! कृष्णा, ह्या सुवर्णगौराची तोंडांतून बाहेर पडलेली ही तप्तकांचनासारखी लाल जीभ पक्षी भक्षीत आहेत! युधिष्ठिरानें मारलेल्या या सभेंत झळकणाऱ्या मद्रराजासभोंवतीं त्याच्या कुलस्त्रिया रडत बसल्या आहेत. झिरझिरींत पातळें नेसलेल्या ह्या क्षत्रियस्त्रियांनीं नरश्रेष्ठ शल्याजवळ कसा हलकल्लोळ चालविला आहे! पंकांत रुतलेल्या यूथपति गजाभोंवतीं तरुण हत्तिणी जमाव्या त्याप्रमाणें ह्या स्त्रिया निधन पावलेल्या शल्याला चोहोंकडून गराडा देऊन बसल्या आहेत! हे वृष्णिनंदना, शरणांगतांस अभय देणाऱ्या ह्या शूर शल्याकडे पहा—बाणांनीं याचीं खांडकें झालीं असून वीरशय्या जी समरभूमि तिजवर हा पहुडला आहे! तसाच पलीकडे हा अंकुश घेऊन हत्तीवर बसणारा व डोंगराळ प्रदेशांत राहाणारा प्रतापी व श्रीमान् भगदत्त राजा भूतलावर आडवा झाला आहे! ह्याची ती सुवर्णमाला मस्तकावर तशीच लटकत आहे. श्वापदांकडून भक्षिल्या जाणाऱ्या ह्या वीराच्या केशांस ती कशी शोभवीत आहे पहा! कृष्णा, वृत्राशीं इंद्राचें युद्ध झालें त्याप्रमाणें ह्याशीं अर्जुनाचे अंगावर रोमांच उठविणारें फारच घनघोर युद्ध झालें. हा महाबाहु धनंजय पार्थाशीं लढून व त्यास अगदीं पुरेपुरे करून शेवटीं त्याच्या हातून पतन पावला! अहो! शौर्य व वीर्य ह्यांमध्यें ज्याच्या बरोबरीचा वीर सर्व पृथ्वींत कोणीच नाहीं, तो हा भीष्म रणांत भयंकर पराक्रम गाजवून असा शरशय्येवर पडला आहे! कृष्णा, ह्या निजलेल्या शांतनवाकडे दृष्टि दे! हा सूर्यासारखा तेजस्वी दिसत आहे,—जणू कल्पांतीं कालयोगेंकरून सूर्यच खालीं पडला! ह्या वीर्यवंतानें अस्त्रतेजानें रणांत शत्रूंस तप्त करून सोडलें; आणि, केशवा, सायंकाळच्या सुर्याप्रमाणें हा नरसूर्य सांप्रत हलके हलके अस्ताचलाचा मार्ग आक्रमीत आहे. कृष्णा, शूरसेवित अशा शय्येवर (शरतल्पावर) पडलेला व निधड्या छातीचा असा हा ऊर्ध्वरेता भीष्म अवलोकन कर! पूर्वीं भगवान् स्कंद शरवनांत निजला होता, तद्वत् हा भीष्म कर्णी, नालीक व नाराच बाणांचा उत्तम बिछाना पसरून त्या बिनकापसाच्या बिछान्यावर निजला आहे आणि गांडीवधारी अर्जुनानें ह्याला ही तीन बाणांची उत्तम उशी करून दिलेली आहे! हे माधवा, पित्याची आज्ञा पाळण्यासाठीं ज्यानें आमरण ब्रह्मचर्य व्रत आचरिलें, तो हा महाकीर्तिमान् व युद्धांत केवळ अप्रतिम असलेला शांतनव येथें शयन केला आहे! बाबारे, हा खरा धर्मात्मा व सर्वज्ञ आहे आणि ह्मणूनच इहपर-लोक-विषयक सर्व सिद्धांतज्ञानाच्या बळानें त्यानें मर्त्य असतांही अमराप्रमाणें अजून प्राण धारण केले आहेत! ज्यापेक्षां शांतनव भीष्म आज शरहत होऊन पडले आहेत, त्यापेक्षां संपूर्ण भूतलावर युद्धांत

खरी कृती, विद्वान् व पराक्रमी असा वीर कोणीच नाहीं! माधवा, पांडवांनीं विचारल्यावरून त्या धर्मज्ञ व सत्यवादी शूरानें आपणास रणांत कसा मृत्यु येईल हें स्वतः त्यांस सांगितलें! धन्य त्या वीराची! अहो, नष्टप्राय झालेला कुरुवंश ज्यानें पुनः चांगला नांवारूपास आणला, तो महाबुद्धिमान् भीष्मकौरवांसमवेत आज पराभूत झाला! माधवा, हे देवासारखे देवव्रत भीष्माचार्य परलोकवासी झाल्यावर कुरुकुलांतील लोक धर्माधर्माविषयीं कोणाची रे सल्ला घेतील? कृष्णा, अर्जुनाचा व तसाच सात्यकीचा आचार्य आणि सर्व कौरवांचा श्रेष्ठ गुरु द्रोणाचार्यही येथें मरून पडला आहे बघ! माधवा, चतुर्विध अस्त्रें जशीं त्रिदशेश्वर इंद्राला व महापराक्रमी भार्गवरामाला माहीत आहेत, तशींच तीं सर्व द्रोणालाही अवगत होतीं! अरे, पंडुपुत्र अर्जुनाला केवळ ज्याच्या प्रसादामुळें असा अद्भुत पराक्रम करण्याचें सामर्थ्य आलें, तो गुरु द्रोणाचार्य मरून पडला ना? एवढीं अस्त्रें, पण त्यांनीं कांहीं त्याचें रक्षण केलें नाहीं. कौरव ज्याच्या बलावर पांडवांस युद्धार्थ आह्वान करीत, त्या ह्या शस्त्रधराग्रणी द्रोणाचें शरीर बाणांनीं क्षतमय झालें आहे. जो वीर सेना दग्ध करूं लागला ह्मणजे अग्नीप्रमाणें अखंड मंडलाकार गमन करी, तो द्रोणाचार्य निधन पावून ज्वाला शांत झालेल्या अग्नीप्रमाणें भूतलावर पडला आहे. माधवा, द्रोणाचार्यांच्या धनुष्याची ती मूठ व हें हस्तावरण कसें अभंग आहे पहा. ह्याला बिलकूल धक्का लागला नाहीं; आणि हीं मृत द्रोणांच्या हातांत आहेत, तथापि एखाद्या जिवंत योद्ध्याच्या हातांत असल्याप्रमाणें दिसत आहेत. माधवा, प्रारंभीं विश्वकर्त्या ब्रह्मदेवापासून वेद निर्माण होऊन सर्वांस प्राप्त झाले, त्याचप्रमाणें सांप्रत काळीं येथील सर्व ब्राह्मणक्षत्रियांना चारही वेद व सर्व अस्त्रें ज्यापासून प्राप्त झालीं, त्या द्रोणाचार्यांचे हे वंदन करण्यास योग्य, ज्यांना बंदिजन नित्य प्रणाम करीत ते व शेंकडों शिष्य ज्यांवर मस्तकें ठेवीत असे पूज्य चरण कोल्हीं कीं रे ओढीत आहेत! हे मधुसूदना, ती दुःखमूढ कृपी धृष्टद्युम्नानें ठार केलेल्या द्रोणाजवळ उदासवाणी बसली आहे बघ! कृष्णा, पहा तिनें केंस मोकळे सोडले आहेत, मान खालीं घातली आहे, अत्यंत आर्त झालेल्या तिच्या डोळ्यांतून पाणी गळत आहे, व अशा प्रकारें ती आपल्या मृत पतीची—शस्त्रधराग्रणी द्रोणाचार्यांची उपासना करीत आहे व त्यांच्या अंगावरून हात फिरवीत आहे! केशवा, धृष्टद्युम्नानें ज्याचें कवच बाणांनीं फोडलें आहे अशा त्या ह्या द्रोणाची भार्या ही जटिला व ब्रह्मचारिणी कृपी रणांगणांत पतीची सेवा करीत आहे! ती पहा ती सुकुमारी यशस्विनी अत्यंत आतुरतेनें पतीच्या प्रेतकार्याच्या खटपटीला लागली. माधवा, हे जटिल ब्रह्मचारी धनुष्यें, शक्ति व रथांचे मोडकेतोडके भाग यांची चिता रचीत आहेत. ह्या सामवेद्यांनीं विधिपूर्वक अग्न्याधान करून व सर्व बाजूंनीं चिता चांगली पेटवून तीवर द्रोणास निजविलें; आणि आतां ते तीन सामें ह्मणत आहेत! नानाप्रकारचे बाण व इतर पदार्थ ह्यांच्या योगानें हे अमिततेजस्वी आचार्यांचें दहन करून कोणी त्यांची प्रशंसा करीत आहेत, कोणी रडत आहेत, आणि दुसरे कित्येक मरणकालोचित तीन सामांनीं

१ वेणीला फणी वगैरे न लावल्यामुळें जिचे केंस जटेसारखे गुंतले आहेत अशी. २ गृहस्थाश्रमी स्त्रीपुरुषांनीं योग्य काळीं संभोग केला असतां तें त्यांचें ब्रह्मचर्यच होय अशा अर्थानें ब्रह्मचारिणी हें विशेषण योजिलें आहे. यापासून 'व्रताचरणी' एवढाच तात्पर्यार्थ ध्यावयाचा.

त्यांना स्तवीत आहेत ! ते पहा द्रोणाचे ब्राह्मण जातीचे सर्व शिष्य चितेला अपसव्य घालून व कृपीस पुढें करून गंगेच्या अनुरोधानें चालले !

अध्याय चोविसावा.

--:०:--

गांधारीचा भूरिश्रव्याविषयीं विलाप !

गांधारी म्हणाली:—माधवा, हा जवळच युयुधानानें पाडलेला सोमदत्ताचा पुत्र अवलोकन कर. ह्याला पक्षी अनेक प्रकारें इजा देत आहेत. जनार्दना, हा इकडे पुत्रशोकानें संतप्त झालेला सोमदत्त राजा धनुर्धर युयुधानाची जणू निर्भर्त्सनाच करीत आहे असें भासतें. ही शोकसागरांत बुडालेली भूरिश्रव्याची माता आपल्या पतीचें--सोमदत्ताचें--आश्वासन करीत आहे. " महाराज, हा भरतकुलाचा घोर संहार, ही कौरवांची भयंकर कत्तल, आणि हा सर्व प्रलय पाहाण्यास आपण सुदैवानें जिवंत नाहीं. उदार हस्तानें हजारों मोहोरा धर्म करणारा व अनेक यज्ञ करणारा हा आपला यूपकेतु पुत्र मृत झाल्याचें पाहाण्यास आपण मागें राहिलां नाहीं, ही आपली पूर्वपुण्याई होय. महाराज, आपण मोठे सुदैवाचे, म्हणून सागरांत बुडत असतां तडफडणाऱ्या हंसीप्रमाणें या रणसागरांत आक्रोश करणाऱ्या सुनांचे घोर व दीर्घ विलाप आपणास ऐकूं येत नाहींत. प्राणेश्वरा, ज्यांचे पुत्र व पति निधन पावले आहेत, अशा त्या आपल्या स्नुषा एका वस्त्रानें अर्धवट अंग झांकून व आपले काळेभोर केश अस्ताव्यस्त सोडून इतस्ततः धावत आहेत. अहो, अर्जुनानें ज्याचा हात छेदला त्या आपल्या नरव्याघ्र पुत्राला श्वापदें भक्षीत आहेत, हें सुदैवानें आपणास दिसत नाहीं ! हा रणांत मरून पडलेला शल व भूरिश्रवा आणि तशाच ह्या सर्व सुना दैवयोगानें आपणास पहाव्या लागत नाहींत ! नाथा, महात्म्या यूपकेतूचें तें सुवर्णछत्र रथोपस्थावर मोडून तोडून पडलेलें पाहाण्यास सुदैवानें आपले डोळे मिटलेले आहेत ! अहो, सात्यकीनें मारलेल्या भूरिश्रव्याच्या ह्या असितेक्षणा स्त्रिया भर्त्यासभोंवतीं बसून शोक करीत आहेत. पतिशोकानें व्याकूळ झालेल्या ह्या अतिशय विलाप करून भूमीवर बेशुद्ध पडत आहेत ! हाय हाय ! त्यांस पाहून माझें हृदय कसें उलत आहे. तो बीभत्सु ह्मणजे अति शुद्ध कर्म करणारा ना ? मग त्यानें हें असें अधर्माचें व अत्यंत बभित्स कृत्य कसें केलें ? हा यजनशील वीर दुसऱ्याशींच लढण्यांत गुंतला असतां त्यानें याचा बाहु कसा तोडला ? हाय हाय ! सात्यकीनें तर याहूनही अधिक पापकर्म केलें. कारण तो शुद्धात्मा प्रायोपवेशन करून बसला असतां त्यानें त्यास प्रहार केला ! हे धार्मिक सौमदत्ते, अरे माझ्या बाळा, तुला दोघांनीं मिळून मारलें, त्यापेक्षां खरोखर तूं अधर्मानेंच निधन पावलास. मंडळींत चांगल्या चांगल्या गोष्टी निघाल्या असतां किंवा सभांमध्यें वादविवाद निघाला असतां ह्या पापमय व दुष्कीर्तिकारक कृत्याचें सात्यकि स्वतः तरी कसें समर्थन करील ? "

माधवा, यूपध्वज भूरिश्रव्याच्या ह्या स्त्रियाही असाच टाहो फोडीत आहेत. ही पहा त्या सौमदत्तीची पट्टराणी—हिची कमर केवळ एक हातभर बारीक आहे, ही भर्त्याचा तो हात मांडीवर घेऊन फारच आकांत करीत आहे—

" अहो, शत्रूंस ठार करणारा व मित्रांस अभय देणारा हाच तो हात ! ह्याच हातानें हजारों गाई दान केल्या आणि क्षत्रियांचा अंत केला ! कमरपट्टा वर ओढणारा, पीनस्तनांचें मर्दन करणारा, नाभी, ऊरु व जघन यांस स्पर्श करणारा आणि वसनग्रंथी सोडणारा हाच तो

हात ! हाय हाय ! महाराज, आपण दुसऱ्याशीं लढण्यांत गुंग असतां, थोर कर्में करणारा ह्मणून टेंभा मिरविणाऱ्या पार्थानें प्रत्यक्ष श्रीकृष्णासमक्ष हा हात छेदिला ! हे जनार्दना, सभांमध्यें किंवा मंडळींत निघालेल्या गोष्टींत ही गोष्ट तूं कशी साजरी करशील ? किंवा स्वतः अर्जुन तरी हिचें काय समर्थन करील ?"

कृष्णा, अशी निंदा करून ती वारांगना स्तब्ध बसली आहे आणि सुनेबद्दल शोक करावा तद्वत् तिच्या सवती तिजविषयीं शोक करीत आहेत ! माधवा, गांधार देशचा राजा बलवान् व सत्यपराक्रमी शकुनि हा येथें पडला आहे ! ह्याला सहदेवानें ह्मणजे भाच्यानें मामास ठार मारिलें ! अहो, सुवर्णाच्या दांड्यांचीं दोन मोरचेलें ज्यावर वारिलीं जात असत, त्याच येथें निजलेल्या वीरास आज पक्षी आपल्या पंखांनीं वारा घालीत आहेत ! जो मायावी शेंकडों हजारों सोंगें करी, त्या या शकुनीच्या सर्व माया पंडुपुत्राच्या प्रतापानें दग्ध झाल्या ! ह्या कपटपटूनें पूर्वीं सभेंत धर्मराजाचें अफाट राज्य हिरावून घेतलें, परंतु येथें तोच आज आपलें जीवित हरवून बसला ! कृष्णा, ह्या शकुनीसभोंवतीं शकुंत (पक्षी) घिरट्या घालीत आहेत. माझ्या पुत्राच्या विनाशास हेतुभूत झालेलें कपट ह्यानेंच त्यास पढविलें; आणि यानेंच पांडवांशीं हें हाडवैर पाडलें, कशासाठीं ? तर माझ्या पुत्रांच्या व गणगोतांसह आपल्या स्वतःच्या नाशासाठीं ! प्रभो कृष्णा, माझ्या पुत्रांना स्वर्गनिर्जित पुण्यलोक प्राप्त झाले आहेत व हा दुष्टही तेथेंच गेला आहे. तेव्हां, हे मधुसूदना, तेथें तरी हा दुर्बुद्धि माझ्या सरळ बुद्धीच्या मुलांस भावांशीं वैर करावयास न लावील यास काय बरें उपाय करावा ?

अध्याय पंचविसावा.

—:०:—

गांधारीचा शोकातिरेक !

गांधारी ह्मणाली:—माधवा, शालजोडीवर पडावयास योग्य असा हा वृषस्कंध दुर्धर्ष कांबोज मरून धुळींत पडला आहे बघ ! ह्याचे हे चंदनदिग्ध हात रक्तानें माखलेले पाहून अति दुःखित झालेली त्याची भार्या कशी करुणा भाकीत आहे ऐक—"पूर्वीं ज्यांची मिठी पडली असतां तींत किती वेळ असलें तरी माझी तृप्तताच होत नसे, तेच हे परिघांसारखे बाहु ! ह्यांच्या अंगुली व तळहात किती सुंदर आहेत. प्राणेश्वरा, आपल्यावांचून माझी कशी अवस्था होईल !"

कृष्णा, ही अनाथ व बंधुहीन झालेली मधुरभाषिणी बघ कशी थरथर कांपत आहे ती ! उन्हांत चकाकणाऱ्या विविध रत्नमालांप्रमाणेंच ह्या क्लांत स्त्रियांचेंही तेज बिलकूल उतरत नाहीं. मधुसूदना, सन्मुख शयन केलेल्या ह्या कालिंगाकडे दृष्टि फेंक. ह्याच्या दोन्ही हातांना लखलखीत अंगद बांधिलेले आहेत. तसाच, जनार्दना, इकडे हा मागधांचा अधिपति जयत्सेन पहा ! अत्यंत विह्वल झालेल्या स्त्रिया त्याला सर्व बाजूंनीं घेरून आक्रोश करीत आहेत. ह्या विशालाक्षींचे आवाज फारच गोड आहेत. मनमोहक व कर्णमधुर आवाजांनीं ह्या माझ्या मनाला जणूं मोहच पाडीत आहेत. कृष्णा, ज्यांचीं वस्त्रें व अलंकार अस्ताव्यस्त झालीं आहेत, व ज्या शोककर्षित होऊन धाय मोकलीत आहेत, अशा ह्या मागधस्त्रिया—पसरलेले उत्तमोत्तम बिछाने सोडून जमीनीवर कीं रे पडल्या आहेत ! तो कोसल देशचा अधिपति राजपुत्र बृहद्बल पहा. त्याच्या भार्या आपल्या पतीच्या शवाभोंवतीं जमून पृथक् पृथक् विलाप करीत आहेत ! सौभद्रानें जोरानें

फेंकलेले जे बाण ह्याच्या शरीरांत खोल रुतून बसले आहेत, ते ह्या अस्वस्थचित्तानें उपटीत आहेत. असें करीत असतां दुःखानें ह्यांस वरचेवर घेरी येत आहे! माधवा, ह्याचीं सर्व-सुंदर मुखें सूर्याच्या उन्हानें व परिश्रमामुळें कोमेजलेल्या कमलांसारखीं म्लान दिसत आहेत व येथें हे सुंदर अंगद ल्यालेले धृष्टद्युम्नाचे शूर पुत्र द्रोणांच्या हातून मरून पडले आहेत! हे अगदीं लहान लहान शिशु सोन्याच्या दागिन्यांनीं जसे भरलेले आहेत. रथ हें ज्याचें स्थंडिल, धनुष्य हीच ज्याची ज्वाला, आणि बाण, शक्ति, गदा वगैरे ज्याचीं इंधनें, अशा त्या द्रोणरूप अग्नींत सांपडून हे टोळांसारखे होरपळले! तसेंच हे सुंदर अंगदें घातलेले केकय देशचे राजपुत्र पांचही भाऊ द्रोणांच्या हातून सन्मुख पतन पावले. ह्या वीरांचीं सुवर्णाचीं चिलखतें उन्हानें तापलीं आहेत; आणि तेणेंकरून, माधवा, हे जणू पेटलेले अग्निच आपल्या तेजानें रणभूमि प्रकाशमान् करीत आहेत! माधवा, प्रचंड सिंहानें अरण्यांत मारलेल्या महागजाप्रमाणें द्रोणानें युद्धांत ठार केलेला हा द्रुपद राजा पहा! ह्या पंचालराजाचें पुंडरीकासारखें स्वच्छ व निर्मल छत्र शरदृतूंतील चंद्राप्रमाणें फारच शोभत आहे! वृद्ध द्रुपदाला दग्ध करून ह्या त्याच्या खिन्न स्त्रिया व सुना त्यास अपसव्य प्रदक्षिणा घालून निघाल्या बघ! द्रोणानें यमलोकीं पोंचविलेल्या शूर चेदिपति धृष्टकेतूचें प्रेत त्याच्या दुःखानें भांबावलेल्या स्त्रिया उचलून नेत आहेत! मधुसूदना, ह्या महावीरानें द्रोणाचें अस्त्र भग्न केलें; आणि नंतर हा नदीप्रवाहानें उन्मळून पडलेल्या वृक्षाप्रमाणें हाणामारींत मृत्यु पावला! हा चेदिपति धृष्टकेतु म्हणजे मोठाच शूर महारथी—हा हजारों शत्रूंस मारून रणांत पडला! हृषीकेशा, सैन्यबांधवांसह हा मरून गेला असून सध्या पक्षी ह्यास टोंचीत आहेत व स्त्रिया त्याच्याभोंवतीं जमल्या आहेत. हा दाशार्ह राजाच्या मुलीचा मुलगा. ह्या चेदिराजाच्या थोर थोर स्त्रिया ह्या सत्यपराक्रमी वीरास अंकावर घेऊन रुदन करीत आहेत. हृषीकेशा, धृष्टकेतूच्या मुलाचें सुंदर मुख मनोहर कुंडलांनीं कसें शोभत आहे पहा. ह्याचे तर द्रोणानें बाणांनीं अनेक तुकडे उडविले आहेत. ह्या पितृभक्तानें समरांगणांत शत्रूंशीं लढत असतांचसें काय—पण अद्यापही पित्यास सोडलें नाहीं! मधुसूदना, माझा नातू लक्ष्मण असाच आपल्या पित्याच्या--दुर्योधनाच्या अगदीं पाठीशीं असे! माधवा, हिंवाळ्याचे शेवटीं वाऱ्यानें मोडलेल्या प्रफुल्ल शालवृक्षासारखे हे अवंतीचे विंदानुविंद येथें पडले आहेत, यांकडे अवलोकन कर. यांचे अंगद व चिलखतें सोन्याचीं आहेत; यांचे हातांत खड्ग व धनुर्बाण तसेच आहेत; यांचे डोळे वृषभांच्यासारखे टपोरे असून यांच्या गळ्यांत लखलखीत माळा आहेत; आणि अशा रीतीनें हे येथें निजले आहेत! बा कृष्णा, तुझ्यासह पांचही पांडव—जे भीष्म, द्रोण, वैकर्तन कर्ण, कृपाचार्य, दुर्योधन, अश्वत्थामा, सिंधुपति जयद्रथ, सोमदत्त, विकर्ण व शूर कृतवर्मा ह्यांच्या हातून जिवंत सुटले, त्यांस कोणापासूनही मरण नाहीं. अरे, ज्या नरश्रेष्ठांनीं शस्त्रप्रभावानें देवांसही ठार करावें, ते हे वीर रणांत निधन पावले! कालचक्रच फिरलें, दुसरें काय? खरोखर, माधवा, दैवाला म्हणजे कोणती गोष्ट अवघड आहे असें मुळींच नाहीं, कारण दैववशात् हे एवढाले शूर क्षत्रिय श्रेष्ठ दुसऱ्या क्षत्रियांच्या हातून मारले गेले! बा कृष्णा, तुझा हेतु तडीस न जाऊन तूं पुनः उपप्लव्यास परतलास, तेव्हांच माझे हे कपटी व चपळ पुत्र निधन पावले! शांतनव भीष्मांनीं

व ज्ञानी विदुरानें तेव्हांच मला सांगितलें कीं, 'आपल्या पुत्राची माया धरूं नको,' त्यांचें तें भाकित खोटें कोठून होणार! त्यानंतर थोड्याच दिवसांत माझे पुत्र भस्मसात् झाले!

गांधारीचा श्रीकृष्णास शाप.

वैशंपायन सांगतातः—हे भारता, इतकें बोलतां बोलतांच गांधारीस शोकाचा झटका आला, त्याबरोबर दु:खानें तिचें देहभान व आत्मज्ञान लुप्त झालें, धैर्य गळालें, आणि तिनें धरणीवर अंग टाकलें! तिच्या अंगाचा संताप झाला, गात्रें व्यथित झालीं, आणि शोकसागरांत निमग्न होऊन ती कृष्णास दूषणें देऊं लागली.

गांधारी म्हणालीः—अरे कृष्णा, पांडव व कौरव परस्पर दग्ध झाले; पण, जनार्दना, ते नाश पावत असतां तूं त्यांची काय म्हणून उपेक्षा केलीस? तुझ्या अंगीं सामर्थ्य होतें, तुझ्या पदरीं पुष्कळ लोक होते, व पुष्कळ सैन्यही होतें. शिवाय तूं मोठा बहुश्रुत व चतुर असून दोहींकडे तुझ्या शब्दाला मान होता. तूं मनावर घेतास तर हें भांडण केव्हांच मिटलें असतें. पण, मधुसूदना, तूं ज्यापेक्षां कौरवांचा नाश होत असतां मुद्दाम जाणूनबुजून त्यांची उपेक्षा केलीस, त्यापेक्षां, हे महाबाहो, याचें तुला फळ मिळेल! पतिसेवेनें मीं जें कांहीं थोडेंसें सुकृत जोडलें असेल, त्या दुर्मीळ सुकृताच्या योगानें तुज चक्रगदाधराला मी शाप देतें, ऐक. ज्यापेक्षां सगेसोयरे कौरवपांडव एकमेकांच्या हातून नाश पावत असतां, हे गोविंदा, तूं त्यांची उपेक्षा केलीस, त्यापेक्षां, तूंही आपल्या जातभाईंचा वध करशील! कृष्णा, आजपासून छत्तिसाव्या वर्षीं—ज्याचे ज्ञातिबांधव, अमात्य व पुत्र निधन पावले आहेत असा तूं अनाथासारखा अगदीं अप्रसिद्ध व ज्याकडे कोणी ढुंकूनही लक्ष देत नाहीं असा वनांत संचार करीत असतां निंद्यमार्गानें निधन पावशील! आणि ज्यांचे पुत्र व ज्ञातिबांधव मरून गेले आहेत अशा तुझ्या स्त्रियाही या भरतस्त्रियांसारख्याच धरणीवर अंग टाकतील!"

वैशंपायन सांगतातः—तिचें तें भयंकर भाषण ऐकून तो उदारधी वासुदेव किंचित् हंसल्यासारखेंच करून देवी गांधारीस म्हणाला, "हे क्षत्रिये, हें सर्व असें होणार म्हणून मला ठाऊकच आहे! हें तूं पिष्टपेषण मात्र केलेंस! दैवयोगानें वृष्णिही असेच नाश पावतील, यांत संशय नाहीं. ह्या वृष्णिसेनेस मारणारा माझ्यावांचून दुसरा कोणीच नाहीं. हे शुभांगि, ते नरांनाच काय, पण दुसऱ्या देवदानवांनाही अवध्य आहेत; आणि म्हणूनच यादव परस्परांच्या हातूनच नाश पावणार आहेत!"

राजा, दाशार्ह कृष्णाचे तोंडून असें शब्द निघतांच पांडव मनांत एकदम दचकले. ते अतिशय उद्विग्न झाले आणि त्यांस जीविताची आशा उरली नाहीं!

श्राद्धपर्व.

अध्याय सव्विसावा.

—:०:—

और्ध्वदेहिक.

श्रीभगवान् ह्मणाले:—गांधारि, ऊठ ऊठ, शोकाकडे मनाची प्रवृत्ति करूं नको. तुझ्याच, अपराधामुळें कौरव निधन पावले. कारण, ईर्षा बाळगणारा, अत्यंत अभिमानी व दुष्टबुद्धीचा जो पुत्र दुर्योधन त्याचा पुरस्कार करून तूंच त्याच्या वाईट आचरणास मान दिलास. दुर्योधन हा केवळ पाषाणहृदयी, वैराचा मूर्तिमंत पुतळा व वयोवृद्धांच्या आज्ञेस न जुमानणारा असा असून, तूं त्याचा पाठपुरावा केलास. असें असतां ह्या आपल्या दोषाचें खापर माझ्या डोक्यावर कसें फोडूं पहातेस? शिवाय असें पहा कीं, मृत व नष्ट ह्यांबद्दल जो मागून शोक करीत बसतो, तो दुहेरी दुःख पावतो. नष्ट गोष्ट पुनः येत तर नाहींच; पण उलट दुःखानें दुःख वाढतें मात्र. अगे गांधारि, तूं जरा विचार करून पहा—ह्या मर्त्यलोकांत ब्राह्मणस्त्री जो गर्भ धारण करते, तो तपोर्थीय ह्मणजे तप करण्यास योग्य असतो. तशीच धेनु नांगर ओढणारा, घोडी धावणारा, शूद्री दास, वैश्या गुरें वळणारा आणि तुझ्यासारखी क्षत्रिया राजकन्या वधार्थी गर्भ धारण करते. मुलगे मेले त्याबद्दल तुला एवढें वाईट कां वाटतें? रणांत मरून जाण्यासाठींच तर क्षत्रिय जन्मास येतात!

वैशंपायन सांगतात:—वासुदेवानें पुनः केलेलें तें अप्रिय भाषण ऐकून, जिचे नेत्र शोकानें व्याकूळ झाले आहेत अशी ती गांधारी स्तब्ध बसली. मग राजर्षि धृतराष्ट्र हा अविवेकापासून होणारें अज्ञानरूप तम आवरून धर्मराज युधिष्ठिरास विचारूं लागला. तो ह्मणाला, 'हे पंडुपुत्रा, या सैन्यापैकीं कोणकोण जिवंत आहेत हें तर तुला माहीत असेलच. पण येथें एकंदर कितीजण मेले ह्याचें परिमाण तुला ठाऊक असल्यास तें मला सांग.'

युधिष्ठिर सांगतो:—राजेंद्रा, ह्या संग्रामांत एकंदर सहासष्ट कोटि, एक लक्ष, तीस हजार लोक पडले.[1]

यावर धृतराष्ट्र ह्मणाला:—हे पुरुषसत्तमा युधिष्ठिरा, ते वीर कोणकोणत्या गतीला गेले हें मला सांग. हे महाबाहो, तुला सर्व कांहीं समजतें अशी माझी समजूत आहे.

युधिष्ठिर सांगतो:—ज्यांनीं मोठ्या हर्षानें घनघोर संग्रामांत शरीरें हवन केलीं त्या सत्यपराक्रमी वीरांस अमरावतीच्या बरोबरीचे लोक मिळाले; जे कित्येक उदासीन चित्तानें मरणें भाग आहे ह्मणून लढत असतां रणांत पडले, ते गंधर्वांच्या मंडळींत मिसळले; समरांगणांत शत्रु आह्वान करीत असतांही तेथून जे तोंडें फिरवून पळूं लागले व पळतां पळतां पण शस्त्रप्रहारानें मरण पावले, ते गुह्यकांमध्यें गेले; शत्रु खालीं पाडीत आहेत, शक्ति क्षीण होत आहे, जवळ शस्त्र मुळींच उरलें नाहीं, व शत्रु तीक्ष्ण शरांनीं सारखे जखमी करीत आहेत, अशा स्थितींतही जे क्षत्रधर्मपरायण महात्मे लज्जायमान होऊन रणांत शत्रुसन्मुखच पतन पावले, ते ब्रह्मलोकीं जाऊन पोंचले; याबद्दल मला मुळींच संशय नाहीं. त्याचप्रमाणें, राजा, जे येनकेनप्रकारेण रणांगणाच्या हद्दींत मरण पावले, ते सर्व उत्तरकुरूंत प्रविष्ट झाले!

---

१ दशायुतानामयुतं सहस्राणि च विंशतिः। कोट्यः षष्टिश्च षट्चैव ह्यस्मिन् राजन् मृधे हताः॥' असें मूळ आहे. परंतु मागें आदिपर्वांत जें अक्षौहिणीचें परिमाण दिलें आहे, त्याच्याशीं याचा मेळ बसत नाहीं. शिवाय, ह्या श्लोकाचा पाठही बरोबर आहेसें दिसत नाहीं.

धृतराष्ट्र विचारतोः——वत्सा, असें सिद्ध पुरुषासारखें हें तुला कोणत्या ज्ञानबलानें समजतें? हे महाबाहो, कांहीं हरकत नसेल तर तें मला सांग.

युधिष्ठिर सांगतोः—राजन्, आपल्या आज्ञेप्रमाणें आह्मी पूर्वी वनांत संचार करीत असतां तीर्थयात्राप्रसंगानें मला हा सिद्धानुग्रह झाला. देवर्षि लोमशांचें मला दर्शन घडलें आणि त्यांचे प्रसादानें मला अनुस्मृति व ही दिव्य दृष्टि प्राप्त झाली!

धृतराष्ट्र ह्मणालाः——हे भारता, आतां अनाथ व सनाथ अशा ह्या सर्वांचीं शरीरें तुह्मी विधिपूर्वक दहन करणार काय? ज्यांचा कोणीच संस्कर्ता नाहीं व जे आहिताग्निही नव्हत, अशांची फारच मोठी संख्या आहे. तेव्हां, बाबा, आपण थोडेजण कोणकोणाच्या दहनक्रिया करणार! बा युधिष्ठिरा, ज्यांना गरुड व गिधाडें जिकडे तिकडे ओढून नेत आहेत, त्यांना कोठवर शोधणार? युधिष्ठिरा, त्यांना त्यांच्या त्यांच्या कर्मानुसारें मिळावयाची असेल ती गति मिळेल!

वैशंपायन सांगतातः——हे महाराजा जनमेजया, कुंतीपुत्र युधिष्ठिराला धृतराष्ट्रानें असें सांगितल्यावर त्यानें दुर्योधनाचा पुरोहित सुधर्मा, धौम्य, सूतपुत्र, संजय, महाज्ञानी विदुर, कुरुकुलोत्पन्न युयुत्सु, आणि तसेच इंद्रसेन आदिकरून सर्व चाकर व सारथि यांस आज्ञा केली कीं, "तुह्मीं ह्या सर्वांचीं प्रेतकार्यें करा, आणि एकही वीर अनाथाप्रमाणें तसाच पडून राहून कुजूं नये, अशी तजवीज करा." राजा, मग युधिष्ठिराच्या आज्ञेप्रमाणें विदुर, संजय, सुधर्मा, धौम्य आणि ते इंद्रसेनप्रभृति भृत्य यांनीं चंदनागरूचीं व कालीयक चंदनाचीं लांकडें, तूप, तेल, कर्पूरादि सुवासिक पदार्थ, मोठीं मौल्यवान् रेशमी वस्त्रें आणि लांकडांचे मोठमोठे पुष्कळ ढीग जमविले; मोडके रथ व नानाप्रकारचीं आयुधें गोळा केलीं; आणि मोठ्या प्रयासानें त्यांच्या चिता रचून प्रथम मोठमोठे, व त्यांच्या मागून त्यांहून कमी योग्यतेचे, अशा क्रमानें त्यांनीं शांतचित्तानें शास्त्रोक्त-विधिपूर्वक त्यांचें दहन केलें. दुर्योधन राजा, त्याचे शंभर भाऊ, शल्य राजा, शल, भूरिश्रवा, राजा जयद्रथ, तसाच अभिमन्यु, दौःशासनि, लक्ष्मण, पृथ्वीपति धृष्टकेतु, बृहंत सोमदत्त, शंभरांहून अधिक सृंजय, राजा क्षेमधन्वा, विराट व द्रुपद, पांचालपुत्र शिखंडी, पार्षत धृष्टद्युम्न, पराक्रमी युधामन्यु व उत्तमौजा, कोसलदेशाचा राजा, द्रौपदीचे पुत्र, सौबल शकुनि, अचल, वृषक, भगदत्त राजा, पुत्रासहवर्तमान अमर्षी कर्ण, महाधनुर्धर केकय, महारथी त्रिगर्त, राक्षसेंद्र घटोत्कच, बकासुराचा भाऊ राक्षसेंद्र अलंबुष, जलसंध राजा, हे व दुसरे हजारों राजे--ज्यांवर तुपाच्या धारा धरल्या आहेत अशा प्रदीप्त अग्नींत दग्ध केले. मग कित्येक महात्म्यांचे पितृयज्ञ सुरू झाले. कित्येकांजवळ सामें पठन होऊं लागलीं, आणि दुसऱ्या कित्येकांबद्दल शोक चालू झाला. तो सामऋचांचा घोष व तें स्त्रियांचें तें रुदन यांच्या योगानें त्या रात्रीच्या वेळीं प्राणिमात्रास उद्विग्नता प्राप्त झाली; व धडधडून पेटलेले ते धूमरहित प्रदीप्त अग्नि आकाशांतील तुरळक अभ्रांनीं आच्छादिलेल्या ताऱ्यांप्रमाणें शोभूं लागले. यांशिवाय, नानादेशांहून गोळा झालेल्या ज्या लोकांचे कोणीच वारस तेथें नव्हते, त्यांच्या प्रेतांचे विदुरानें राजाज्ञेवरून हजारों ढीग करविले, त्यांच्या सभोंवतीं पुष्कळ लांकडें रचविलीं, आणि वर पुष्कळसें तूप ओतून त्या सर्वांचें दहन करविलें! याप्रमाणें त्यांचा प्रेतसंस्कार करून

कुरुराज युधिष्ठिर धृतराष्ट्रास पुढें करून त्यासह गंगेवर निघून गेला.

अध्याय सत्ताविसावा.

—:०:—

कर्णगूढजत्वकथन.

वैशंपायन सांगतातः——जिचें पात्र अफाट असून आंत पुष्कळ डोह आहेत व पाण्याला अतिशय वेग आहे, तथापि जी प्रसन्न व शुभकारक असून जिचें जल पवित्र आहे, अशा त्या गंगेच्या कांठीं पोंचल्यावर कुरुस्त्रियांनीं आपले अलंकार, अंगांवरील शाली व बुरखे वगैरे उतरून ठेवले; आणि मग पिते, भ्राते, पौत्र, आप्तजन, पुत्र, सासरे व पति ह्यांना सर्वांनीं अत्यंत दुःखित होऊन रडत रडत उदकप्रदान केलें; आणि त्या धर्मज्ञांनीं इष्टमित्रांसही जलांजलि दिले. याप्रमाणें त्या वीरपत्नींनीं उदकक्रिया केली तेव्हां गंगेचें जल अगदीं खळबळून जाऊन गढूळ झालें; आणि मग कांहीं वेळानें पुनः पहिल्यासारखें वाहूं लागलें. मग तें वीरपत्नींनीं भरलेलें, आनंदोत्साहरहित व महोदधीसारखें विस्तीर्ण गंगातीर फारच उदासवाणें व भयाण दिसूं लागलें. मग हे महाराजा, कुंतीला एकाएकीं शोकाचा उमाळा आला आणि ती रडत रडत मंदवाणीनें पुत्रांस म्हणाली, "अहो, तो रथयूथपांचा नायक वीरलक्षणांनीं भरलेला महाधनुर्धर वीर—ज्याला अर्जुनानें रणांत जिंकिलें आणि, पांडवहो, ज्याला तुह्मी राधापुत्र म्हणून समजतां; जो प्रतापी वीर सेनेमध्यें सूर्यासारखा झळकत असे; अनुयायांसह तुह्मां सर्वांबरोबर जो पूर्वीं झगडला; दुर्योधनाच्या सर्व सैन्यांत जो ठळकपणें झळकत असे; पराक्रमांत ज्याच्या तोडीचा पृथ्वींत एकही राजा नव्हता; आणि ज्या शूरानें येथें नित्य प्राणाचीही पर्वा न बाळगतां निष्कलंक कीर्ति जोडली, तो सत्यप्रतिज्ञ संग्रामांत पराङ्मुख न होणारा व थोर वागणुकीचा तुमचा भाऊ कर्ण ह्यास जलांजलि द्या! तो तुमचा थोरला भाऊ आहे! जन्मतःच कवचकुंडलांनीं युक्त व दिवाकरासारखा तो तेजःपुंज वीर सूर्यापासून माझ्या ठिकाणीं जन्म पावला!"

जनमेजया, मातेचें तें हृदयद्रावक भाषण ऐकून पांडव कर्णाविषयीं शोक करूं लागले व त्यांस ह्या बातमीनें फारच दुःख झालें. मग थोड्या वेळानें कुंतीपुत्र युधिष्ठिर सर्पाप्रमाणें दीर्घ निःश्वास सोडीत मातेस म्हणाला, "महारथी कर्ण म्हणजे—शर ह्या ज्याच्या लाटा आहेत, ध्वज हा ज्याचा भोंवरा आहे, त्याचे प्रचंड बाहु हेच ज्यांतील मकर आहेत; आणि ज्यांत तलशब्दाचा खळबळाट चालला आहे, असा प्रचंड डोहच होय. माते, ज्याच्या बाणांच्या टप्प्यांत धनंजयावांचून दुसरा कोणीच उभा राहूं शकत नसे, तो तुझा देवगर्भ पुत्र पूर्वींच कसा उत्पन्न झाला? ज्याच्या बाहुप्रतापानें आह्मी सर्व प्रकारें तप्त झालों, त्याला, वस्त्रानें अग्नि झांकावा तद्वत् तूं छपवून कसें ठेवलेंस? तो आमचा भाऊ आहे हें पूर्वींच कां नाहीं सांगितलेंस? आह्मीं गांडीवधारी अर्जुनाच्या बळाचा आश्रय केला, त्याप्रमाणें कौरवांनीं नित्य कर्णाच्याच बळाची कांस धरली होती. एवढे सर्व राजे होते, परंतु दुर्योधन राजाला कुंतीपुत्र कर्णावांचून दुसऱ्या कोणाच्याच बळाचा भरंवसा नव्हता. माते, तो सर्व शस्त्रधरांत अग्रेसर कर्ण आमचा वडील भाऊ ह्मणतेस, तर लग्नापूर्वींच तो अद्भुतपराक्रमी वीर तूं कसा प्रसवलीस बरें? हाय हाय! तूं हें वृत्त गुप्त ठेवून आमचा घात केलास! कर्णाच्या वधामुळें आह्मां सर्वांस फारच दुःख होत आहे. अभिमन्यूचा अंत झाला, द्रौपदीपुत्र मारले गेले, त्याचप्रमाणें

पांचाल व विशेषतः कौरव पतन पावले, यामुळें माझें अंतःकरण पोळल्याप्रमाणें झालें आहे; परंतु या गोष्टीनें मला त्याच्या शतगुणित अधिक दुःख होत आहे! हल्लीं मला फक्त कर्णाबद्दलचा शोक होत आहे. पण तो इतका कीं, जणू जिवंतपणींच अग्नींत पडल्याप्रमाणें मी शोकानें दग्ध होत आहें! हाय हाय! कर्ण आमचा भाऊ आहे हें आधीं कळतें तर मग काय? स्वर्गांतीलही कोणती वस्तु आह्मांस दुर्लभ नसती; आणि कौरवांचा अंत करणारें हें घोर युद्धही मग झालें नसतें!"

राजा, याप्रमाणें धर्मराज युधिष्ठिरानें पुष्कळ विलाप करून फारच आकांत केला. नंतर बऱ्याच वेळानें त्यानें कर्णाची उत्तरक्रिया केला. कर्णाचें जन्मवृत्त कळतांच पाणी देण्यासाठीं तेथें पुढें बसलेल्या सर्व स्त्रिया एकाएकीं फारच आक्रोश करूं लागल्या. मग ज्ञानसंपन्न युधिष्ठिरानें बंधुप्रेमानें कर्णाच्या स्त्रिया बुरख्यांसह तेथें आणविल्या आणि त्यांसहवर्तमान धर्मशील उत्तरक्रिया केली. मग तो ह्मणाला, "ह्या कुंतीच्या लबाडीमुळें माझ्या हातून वडील भावाचा अंत झाला, त्यापेक्षां यापुढें स्त्रियांचे मनांत कांहींएक गोष्ट गुप्त राहाणार नाहीं!"

राजा जनमेजया, इतकें बोलून तो विकलेंद्रिय झालेला धर्मराजा गंगेंतून बाहेर निघाला; आणि आपले भाऊ व इतर सर्व मंडळी यांसह तीरावर येऊन बसला.

स्त्रीपर्व समाप्त.